संपूर्ण महाभारत

(सुरस मराठी भाषांतर)

खंड – ३

विराटपर्व आणि उद्योगपर्व

◆ संपादक ◆

प्रा. भालबा केळकर

◆ भाषांतर ◆

रा.भि. दातार, म.ह. मोडक

◆ तपासणारे ◆

बाळकृष्णशास्त्री उपासनी

आठ खंडांची संपूर्ण किंमत : ६०००/-

वरदा बुक्स

'वरदा', सेनापती बापट मार्ग, 397/1, वेताळबाबा चौक, पुणे 411016.

फोन : 020-25655654 मो. : 9970169302

E-mail : Vardaprakashan@gmail.com www.varadabooks.com

मुद्रक व प्रकाशक : वरदा बुक्स
397/1, सेनापती बापट मार्ग, पुणे 411016.

मुद्रण स्थळ : रेप्रो इंडिया लि. 50/2, टी. टी. एम.आय.डी.सी.
इंडस्ट्रियल एरिया, महापे, नवी मुंबई. फोन : 022-27782011

मुखपृष्ठ : धिरज नवलखे

पहिली आवृत्ती : 1904	**तिसरी आवृत्ती :** 15 मार्च 1986
नवी आवृत्ती : 1 फेब्रुवारी 1982	**चौथी आवृत्ती :** नोव्हेंबर 2016
दुसरी आवृत्ती : ऑक्टोबर 1984	

नारायणं नमस्कृत्य नरं चैव नरोत्तमम् ।
देवीं सरस्वतीं चैव ततो जयमुदीरयेत् ॥

ज्या अखिलब्रह्मांडनायकाच्या लीलेने या जगाची यच्चयावत् कार्ये घडतात, ज्याच्या कृपेने ह्या अनिवार मायामोहाचे निरसन करिता येते व अल्पशक्ती जीवांना परमपद प्राप्त करून घेता यावे म्हणून जो त्यांस बुद्धिसामर्थ्य देतो, त्या

परमकारुणिक

श्रीमन्नारायणाच्या चरणी

त्याच्याच कृपेने पूर्ण झालेला हा ग्रंथ
अर्पण असो.

। शुभं भूयात् ।

SARKAR

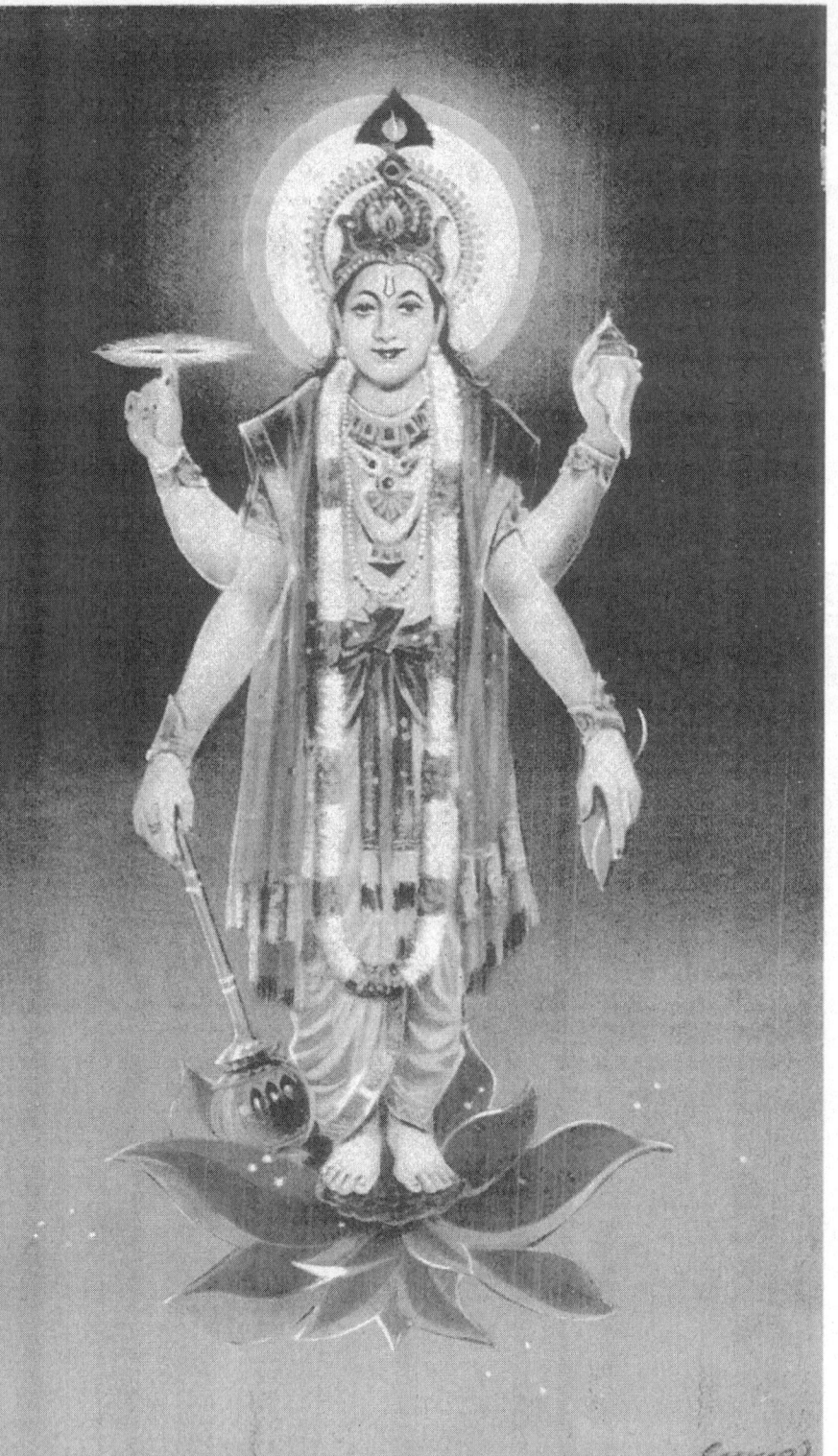

धर्मशीलतेचं विराट स्वरुप दर्शविणारे पर्व

खरा कसोटी घेणारा अज्ञातवास

बारा वर्षांचा वनवास संपला. ऋषिमुनींचा सहवास लाभला. द्वैतवत, काम्यकवन, किर्मीरवन इत्यादी नानाविध वनातील आश्रमवास, निसर्गसहवासाने पांडवांची मने विशालवृत्तीने समृद्ध करून गेला. ज्ञानाच्या प्राप्तीने मनाला प्रौढत्व आले. चिंतनाला, विचारशीलतेला, विचार आदान-प्रदानाला, तात्त्विक चर्चांना अवसर मिळाला, व मने प्रगल्भ झाली. मधून मधून श्रीकृष्ण आणि त्याचा परिवार यांच्या भेटीनी प्रेम व सहानुभूती यांची जवळीक लाभली आणि जीवनाबद्दलचे प्रेम वृद्धिगत झाले. मायेची ऊब सतत मिळून एकाकीपणाची उदासीनता सतत नाहीशी होत राहिली. वनवासाने पांडवांची मने तसे म्हटले तर शांत, प्रौढ, विचारी आणि कुठलाही निर्णय धीमेपणाने घेणारी अशी, अनुभव व ज्ञान यांनी समृद्ध झाली. धर्मराजाच्या धर्मशीलतेचा, सतत धर्माचरणाला प्रवृत्त करणाऱ्या वृत्तीचा सहवास घडल्याने इतर पांडव आणि द्रौपदी अंतर्मुख झाली. धर्माच्या ज्ञानीपणाची आणि अचूक निर्णयाच्या सामर्थ्याची त्यांना जाण आली. वरवर दोषार्ह वाटणारे चुकीचे निर्णय वस्तुतः धर्माचा कणखर पाया असणारे, अनेक कूट प्रश्नांचा उकल करणारे आणि धर्माचरणाचे महत्त्व पटवणारे आणि अंतिम मानसिक शांती आणि ऐहिक न्याय्य वैभवाच्या प्राप्तीसाठी समर्थ मनाचा पाया उभारणारेच आहेत, हे सर्वांनाच पटले. वनवासात

इतरही अनुभव आणि कार्य महत्त्वाचे होते. त्यातही पांडवांनी अपूर्व यश मिळवले.

जटासूर (बकासुराचा भाऊ) आणि किर्मीर राक्षस यांचा नाश भीमानें केला, त्यामुळे पांडवांचे दोन मोठे शत्रू नष्ट झाले.

अर्जुनाला इंद्राकडून अस्त्रप्राप्ती झाली आणि धनुर्धारी म्हणून त्याचे नाव जास्तच प्रख्यात झाले. भगवान शिवशंकरांची कृपा मिळवून अर्जुन जास्तच समर्थ झाला. त्याला स्वतःच्या सामर्थ्याचा आत्मविश्वास प्रकर्षाने प्राप्त झाला आणि वाढला. उर्वशीने दिलेल्या शापाने अर्जुनाची अज्ञातवासाची उत्तम सोय झाली.

अजगर-भीम आणि हनुमान-भीम या प्रसंगानी भीमगर्वहरण झाले, आणि त्याचबरोबर नहुषाकडून ज्ञानप्राप्ती आणि हनुमंताचे साहाय्य लाभले.

नल, अगस्त्य, दधिची, भगीरथ, परशुराम, च्यवन-इंद्र, अष्टावक्र, कार्तिकेय, श्रीरामचंद्र, सत्यवान-सावित्री इत्यादींच्या कथा श्रवण केल्याने जीवनाच्या विविध अंगांचे व माणसांच्या गुणावगुणांचे दर्शन होऊन पांडव जास्तच ज्ञानसमृद्ध, विचारसंपन्न, प्रौढ, संयमी, आणि धर्मशील झाले.

श्रीकृष्णाने नरकासुराचा वध केला, शाल्वाचा नाश केला. त्यामुळे पांडवांचे दोन महत्त्वाचे शत्रू परस्पर नष्ट झाले.

श्रीकृष्णाने धर्माला मुद्दामच विचारले असावे, की ‘ मी कौरवांचा नाश करून तुला हस्तिनापुराचे राज्य मिळवून देतो. तू वनवास कशाला भोगतोस ?’ कारण धर्माचे यावरचे उत्तर, पांडवांची धर्मपरायणता प्रस्थापित करून त्यांच्या न्याय्यपक्षाला जास्त कणखरपणा देणारे ठरणार होते आणि अर्थातच धर्मप्रस्थापनेला जास्त साहाय्य होणार होते. तसेच झालेही. धर्माने श्रीकृष्णाला उत्तर दिले, ‘धर्माचा अतिक्रम करून मिळालेले कोणतेही वैभव मला नको.’

सौगंधिक कमलाच्या घटनेने कुबेराचा सहवास पांडवांना घडला. वनवासात कुबेराचा सहवास हा लाक्षणिक अर्थाने फार महत्त्वाचा वाटतो. कुबेर हा देवांचा कोषप्रमुख. संपत्तीचे सर्व भांडार त्याचे हाती.

पांडवांच्या धर्मशीलतेने त्यांना वनवासही ऐहिक वैभवाच्या जवळ नेत आहे, ऐहिक वैभव हे त्यांचे स्नेहीच होत आहे, असे या घटनेने प्रस्थापित केले.

जयद्रथाच्या द्रौपदीबरोबरच्या वागणुकीने कौरव-आप्तांची आणि पर्यायाने कौरवांची हीन व असभ्य वृत्ती जास्तच स्पष्ट झाली. त्याचबरोबर धर्माने जयद्रथाला क्षमा केल्यामुळे पांडवांची धर्मपरायण वृत्ती प्रकर्षाने प्रकट झाली.

घोषयात्रेने कौरवांच्या अज्ञानमूलक द्वेषवृत्तीवर चांगलाच प्रकाश पडला आणि कर्णाच्या पराक्रमाचा फोलपणाही, गंधर्वांनी केलेल्या पराभवामुळे, स्पष्ट झाला. त्यातच धर्मराजाने, कौरवांनी त्यांचे अप्रिय असे पुष्कळ केले असून ते ध्यानातही न घेता, कुरुकुलातल्या कुणावरही संकट आले, तरी ‘आपण आहोत एकशेपाच,’ हा बाणा स्वीकारून, पराभूत कौरवांना गंधर्वांच्या हातून सोडवले, आणि पाहुणचार मानाने करून त्यांची बोळवण केली. आपल्या धर्माचरणाने यांनी आपला सत्पक्ष नैतिकदृष्टया जास्तच कणखर केला.

दुर्योधनाला राजसूय यज्ञ करायचा होता. पण एकाच कुळात व एकाच पिढीत दोनदा राजसूय यज्ञ होऊ शकत नाही, असा धर्मनियम होता. म्हणून दुर्योधनाने वैष्णव यज्ञ केला. कर्णाने दिग्विजय केला, व यज्ञ पार पाडला. घोषयात्रेच्या वेळचे दुर्योधनाचे नैराश्य नाहीसे झाले.

वैष्णव यज्ञाच्यावेळी उपस्थित राहाण्यासाठी दुर्योधनाने पांडवांना पाचारण केले, पण धर्मराजाने उलट निरोप दिला, की ‘ आम्ही नियमाप्रमाणे वनवास भोगत आहोत. आम्हाला नगरात येण्याचा अधिकार नाही. तेव्हा नाइलाजाने निमंत्रणास नकार द्यावा लागत आहे. तेव्हा क्षमस्व. यज्ञास शुभेच्छा.’ धर्मराजाने धर्माचरण स्वीकारून याही बाबतीत कौरवांचा नैतिक पराभवच केला.

यक्षाच्या प्रसंगात तर आपल्या धर्मशीलतेने धर्मराजाने यमधर्माला संतुष्ट केले आणि पांडवांचे नैतिक अधिष्ठान फारच बळकट केले.

भीम, अर्जुन, श्रीकृष्ण यांना व द्रौपदीलाही, धर्मांचे, परखड आणि त्यांच्या मते अतिरिक्त व अव्यावहारिकही असणारे धर्माचरण पसंत नसले, तरी ते अयोग्य आहे, केवल मल्यांचा विचार करता अयोग्य आहे, असे मात्र निश्चित वाटत नसावे. कारण त्यांनी धर्मराजाशी वाद-विवाद केले, पण अवज्ञा कधीही केली नाही. श्रीकृष्णाला तर धर्मराजाचे धर्मांचरण, अतिरिक्त धर्मांचरण अप्रत्यक्षरीत्या मान्यच असावे. केवल मूल्य सतत मांडत, ठसवत ठेवले, म्हणजेच व्यावहारिक मूल्यांचा अर्थ तौलनिक-दृष्ट्या नीट कळतो; आणि व्यावहारिकतेच्या अतिरेकाने सर्वच विचा-रांच्या बाबतीत अराजक माजत नाही आणि जीवनाला बाजारी स्वरूप येत नाही, हे श्रीकृष्ण जाणून होता. म्हणून त्याने धर्मराजाच्या धर्मांचरणाला विरोध केला नाही. ते मूल्य प्रस्थापित होऊ देत राहिला आणि व्यावहारिकतेची जाण ठेवून योग्य त्या वेळी, योग्य निर्णयाप्रत नेण्यासाठी, धर्मराजाला आवश्यक तो सल्ला देऊन, ते घडवत राहिला.

वनवासातील धर्माचरणाच्या अधिष्ठानाने जास्तच प्रौढवृत्ती आणि आत्मविश्वास भरपूर मिळवलेले पांडव, आता जास्तच कठीण अशा कालखंडात प्रवेश करायला सिद्ध झाले होते. हा खरा कसोटीचा कालखंड होता. ‘ निखारे असून कुणालाही आपल्या धगीने आपल्या अस्तित्वाची जाण न देता, राखेखाली आपले अस्तित्व दडवून पुन्हा पेटतेच राहायचे ’, हे अवघड काम त्यांना करायचे होते.

अज्ञातवासातल्या प्रवेशातही सत्याची कास धरली.

पांडवांनी अज्ञातवासासाठी मत्स्यदेशाची विराट नगरी निवडली. विराट राजाकडे ते छद्म वेषाने राहाणार होते. निरनिराळी नावे धारण करून. इथे तरी ‘ सत्यवादी धर्मराजाला आणि पांडवाना असत्याचा आश्रय करावा लागणारच होता ’, असा आसुरी आनंद कौरव, कर्ण, शकुनी यांना होत होताच. पण याही बाबतीत धर्मराजाने सत्याचाच आश्रय केला, अत्यंत अन्वर्थक नावे घेतली आणि त्याप्रमाणेच कामेही पत्करली.

धर्मराजाने कंकभट हे नाव धारण केले. कंकभट याचा अर्थ ढोंगी ब्राह्मण असा आहे. धर्मराज हा यमाच्या उपासनेने झालेला पुत्र होता. कंकभट हे नाव यमवाचकही आहे.

भीमाने पौरोगव बल्लव असे नाव धारण केले. याचा अर्थ पुरोगाचा पुत्र सूपकार. अन्न (पाक) पचन करणारा. (जठरातील वायू जठरस्थ अन्नाचा पाक करतो.) भीम हा वायूच्या उपासनेचा पुत्रच होता. (पुरोग म्हणजे वायू).

अर्जुनाने षंढक नाव धारण केले होते. षंढक याचा अर्थ कृष्णसखा. बृहन्नला हेही नाव घेतले होते. याचा अर्थ नारायणसखा. अर्जुन हा कृष्णाचा मित्र होता. नर आणि नारायण हे ऋषिमित्र होते. नराचा अवतार म्हणून अर्जुन ज्ञात होता. म्हणजेच नारायणसखा.

नकुलाने ग्रंथिक हे नाव घेतले. याचा अर्थ आयुर्वेद जाणणारा. म्हणजेच अश्विनीकुमारपुत्र. नकुल हा अश्विनीकुमार-उपासना पुत्रच होता.

सहदेवाने नाव घेतले होते तंतिपाल. याचा अर्थ गुरांची व्यवस्था पाहाणारा, तसेच धर्माचा गुप्तहेतू सिद्धीस नेणारा. सहदेवाचे हे कार्य होतेच. तंति म्हणजे गुरांची दावण, तसेच गुप्तहेतू हाही अर्थ आहे.

सैरंध्री हे नाव द्रौपदीने घेतले होते. याचा अर्थ राजभार्या. आणि द्रौपदी राजभार्या होतीही.

याशिवाय त्यांनी आपापसात विचारविनिमय सोपा व्हावा म्हणून अनुक्रमे जय, जयंत, विजय, जयत्सेन आणि जयत्-बल ही नावे, फक्त परस्परासच माहीत असतील अशा पद्धतीने, संकेत म्हणून, मान्य केली होती.

पांडवांनी धारण केलेली नावे ही असत्य नव्हती तर सत्याला अज्ञानाने असत्याचा भास निर्माण करणारी होती.

विराटनगरीत प्रवेश करण्याच्या आधी पांडवांनी शमीवृक्षाच्या ढोलीत आपली शस्त्रे ठेवली होती. या वृक्षाजवळच स्मशानभूमी होती.

त्या शमीवृक्षाच्या एका फांदीला त्यांनी एक शव (प्रेत) बांधून ठेवले. ते लांबूनही दिसेल असे होते. कदाचित लाकडाची एखादी आकृती, मनुष्यसदृश्य आकृती वस्त्रात गुंडाळून, प्रेतवत दिसेल अशी, मुद्दाम बांधून ठेवली असेल. त्यामुळे ती वर्षभर न कुजता तशीच राहिली, आणि लांबूनही दिसत असल्याने, कोणीही भीतीमुळे त्या वृक्षाजवळ जाणे शक्य नव्हते. शस्त्रे सुरक्षित राहिली.

शमीवरील निवडलेले शस्त्रांचे स्थान, स्मशानसान्निध्य, प्रेतवत् आकृतीची योजना, ही सारी फार उद्‌बोधक लाक्षणिक अर्थही प्रकट करतात. ‘ पांडवांचा पराक्रम, ते अज्ञातवासात गेले तेव्हा, प्रेतवत् होऊन किंवा करून, स्मशानाजवळ शमीवृक्षावर, मुद्दाम त्यांनी, इतरांपासून गुप्त राहील असा झाकून ठेवला. त्या प्रेतवत् पराक्रमाचे प्रतीक म्हणून प्रेताकृती त्या शमीवृक्षावर टांगून ठेवली. ’ असा अर्थही या घटनेतून जाणवतो असे मला वाटते.

विराटराजाकडे नोकरीस राहिल्यावर, पांडव, राजप्रासादात त्यांच्या तेजस्वीपणामुळे, कौतुकाचा विषय होते. तसेच त्यांच्या गुणांमुळे ते सर्वांना प्रियही झाले, कुतूहल विषय झाले. अर्जुन हा राणीवशात नृत्यगायनाच्या अध्यापनकार्यात गुंतून दडून राहिला, म्हणून बरे झाले. नाहीतर तो सहजच ओळखू आला असता. द्रौपदीही राणीवशातच राहिली म्हणून बरे, नाहीतर तिच्या सौंदर्यामुळे ती सर्वांच्या आकर्षणाचा केंद्रविषय होऊन उघडकीस आली असती.

धर्म विराटाशी द्यूत खेळून आपली अस्मिता जागी ठेवत होता. बल्लव म्हणून भीम पाकगृहात राहून शक्तीचा उपयोग करीत होता. नकुल व सहदेवही दडूनच होते, एक गुरांच्या खिल्लारात व एक अश्वांच्या पागेत. सर्वंचजणांनी आपण पांडवांचे पदरी होतो, म्हणून सत्याची जवळीक केली होती.

विराटनगरीच्या प्रवेशाआधी दुर्गादर्शन आणि प्रसाद घेऊन पांडव, सपत्निक, मानसिक धैर्य आणि पावित्र्य घेऊन, प्रवेशाला सिद्ध झाले.

अज्ञातवासातील संकटे–

पांडवांना अज्ञातवास हा तसा क्लेशदायक झाला नाही, तो विराट आणि सुदेष्णा यांच्या सौजन्यामुळे. संकटे आली ती शेवटच्या काही काळात. पण त्यावेळी पुन्हा प्रकट होण्याची वेळ आलीच होती. अर्थात आली ती संकटे कसोटी घेणारीच होती.

कौरवांचा एक प्रयत्न या काळात सतत चालूच होता. तो म्हणजे, 'पांडवांना हुडकून काढणे.' कारण द्यूतानंतरची द्यूत हरल्याबद्दलची दुसरी अट अशी होती, की 'पांडव अज्ञातवासात असताना उघडकीला आले, तर त्यांनी पुन्हा बारा वर्षे वनवास आणि एक वर्ष अज्ञातवास भोगला पाहिजे.'

दूर्योधनाचा अश्लाघ्य आणि अस्मितेला न शोभणारा प्रयत्न चालू होता, तो म्हणजे, 'पांडवांना त्यांचे राज्य काहीही करून परत न देणे. युद्ध टाळून त्यांना परस्पर राज्यापासून वंचित ठेवणे.'

खरे पाहिले तर द्यूत खेळले गेले, ते 'कौरवांनी निमंत्रण केले म्हणून.' निमंत्रण काय होते, 'सहज गंमत म्हणून द्यूत खेळू.' द्यूत हरल्यावर खरे म्हणजे कौरवांनीच पांडवांना आपण होऊन, 'द्यूताला रंग भरावा, म्हणून केवळ पण लावले होते, ते का प्रत्यक्ष अमलात आणावयाचे ? छे: ! थोडा वेळ गंमत झाली, जिद्दीने खेळल्यामुळे मनोविनोदन झाले. आता ते सारे विसरू या.' असे म्हणून पांडवांना निरोप द्यायचा होता. कौरवांना सत्याची व सत्पक्षाची जर इतकी चाड होती, तर त्यांनी हे सौजन्य दाखवणे आवश्यक होते. पण उलट द्रौपदीची विटंबना करण्याचा असभ्य मार्ग त्यांनी वापरला. का, तर ती मयसभेतल्या दुर्योधनाच्या फजितीला हसली म्हणून. कर्णानेसुद्धा त्या वेळी द्यूतानंतर– वाटेल ते असभ्य, असंस्कृत वक्तव्य केले. कौरवांचे हे वागणे कोणत्या दृष्टीने समर्थनीय, सभ्यपणाचे, उच्चाभिरुचीचे आणि सद्वृत्तीचे द्योतक होते ? कौरव मुळातच राज्यपिपासू आणि दुर्वृत्त होते. त्याचबरोबर भ्याड होते, असेही म्हणावेसे वाटते. पराक्रम खरोखरच असता, किंवा त्यांचा स्वपराक्रमावरचा विश्वास सार्थ असता,

तर त्यांनी मुळातच द्यूताने राज्य जिंकण्याऐवजी युद्ध करून आणि उघड वैर पत्करून सरळ स्वतःच्या कर्तृत्वावर पांडवांचा पराभव करून राज्य जिंकले असते. पण इथे तर, त्यांना अज्ञातवासातून हुडकून काढून, पुन्हा, अटीप्रमाणे, युद्धाशिवाय राज्यापासून वंचित ठेवण्याचा प्रयत्न, सहज गंमत म्हणून खेळलेल्या द्यूताचा परिपाक, म्हणून चालू होता. दुर्योधन, दुःशासन, कर्ण आणि शकुनी यांच्या धृतराष्ट्राच्यासह सतत मसलती कोणत्या तर पांडवांचे अहित करता कसे येईल, ह्या. आणि वनवासातही पांडवांचा जास्त काळ सज्जन व मुनी सहवास, तीर्थयात्रा, ईशचिंतन इत्यादी कामात. अशी होती कौरवांची दानत. घोषयात्रा काढून स्वतः फजीत होणारी आणि त्यातही पांडवांच्या सौजन्याची भलावणी करण्याऐवजी, त्यांच्या सुखाचा द्वेष करणारी, त्यांच्या वनवासातल्याही सुखामुळे अंतर्यामी दुःखाने जळणारी कौरवांची हीन दानत आणि त्यांच्या द्वेषवृत्तीला गोंजारून त्यांना जास्तच चेतवणारे लाचार आणि स्वार्थी आश्रित होते कर्ण व शकुनी. अज्ञातवासातही पांडवांना शोधून काढण्यासाठी हेर पाठवण्याचा सल्ला देणारे चांडाळ-चौकडीतले, तथाकथित कौरव हितचिंतक दुर्जन.

विराटाचे राजसभेत अनेक गुणांची कदर होती. त्यातला एक गुण म्हणजे मल्लकौशल्य. विराट कुस्तीच्या, मल्लयुद्धाच्या स्पर्धा भरवीत असे. त्यात भीम, बल्लव म्हणजे पाककलानिष्णात म्हणून असूनही, मल्ल म्हणून भाग घेत असे. अशा स्पर्धांत त्याने जीमूत नावाच्या दुर्वृत्त मल्लाला ठार केले. कौरवांचे प्रयत्न अज्ञातवासातल्या पांडवांना वर्ष संपण्यापूर्वी उजेडात आणणे, हे होते. जीमूत मल्ल विराटसभेत पाठवणे हा त्यातला एक असावा. कारण जीमूतवधामुळे हस्तिनापुराच्या कौरवसभेत एकच हलचल उडाली. पण त्यानंतर पुन्हा सारे शांत झाले. पांडवांच्या मत्स्य नगरीतल्या वास्तव्याची नावनिशाणी जाणवली नाही.

अज्ञातवासाचे एक वर्ष पुरे होण्याच्या आधी सुमारे पंधरा दिवस द्रौपदी कीचकाच्या दृष्टीला पडली. द्रौपदीचे सौंदर्य वेड लावील असेच होते. कीचक त्यामुळे प्रभावित झाला, यात नवल नाही. द्रौपदीच्या सौंदर्यामुळे शक्य असलेल्या अनर्थाची कल्पना सुदेष्णेने बोलून दाखवली

होती. ‘स्वत: विराटच लुब्ध झाला, तर दासीची राणी व्हायला वेळ लागणार नाही,’ अशी भीती सुदेष्णेने व्यक्त केली होती. द्रौपदीने सैरंध्री म्हणून राहाताना, ‘मी परपुरुषाचे काम पत्करणार नाही. कुणी माझ्या वाटेला जाऊ नये. नाहीतर माझे गंधर्वपती त्याचा नायनाट करतील.’ अशीही सूचना दिली होती. पण कामवेडा कीचक कशाचाच विचार करायला तयार नव्हता. कारण तो उन्मत्त राज्यकर्ता होता. सभ्य सद्‌वृत्ती त्याने केव्हांच झुगारून दिल्या होत्या. उपभोगाची प्रत्येक वस्तू माझ्यासाठी हा त्याचा गर्व होता, अहंकार होता. कारण कीचक हा सुदेष्णेचा मानलेला भाऊ होता, आणि त्याचेही कारण म्हणजे कीचक मत्स्य देशाचा तारणकर्ता, रक्षणकर्ता होता. विराट त्याला भिऊन असे. ‘आपले राजपद कीचकामुळे आहे,’ याची जाणीव त्याला होती. अनेक-वेळा त्रिगर्ताधिपतीचा पराभव करून कीचकाने विराटाचे राज्य अबाधित ठेवले होते. पण म्हणूनच सिंहासनाधिष्ठीत नसूनही कीचक उन्मत्त होता. ‘दुबळा, किंवा हस्तकांच्या अंकित राज्यकर्ता असला तर हस्तकच जास्त धोकादायक असतात. अप्रत्यक्ष सत्ता हातात असलेला राज्यकर्ता हा सत्ताधारी राज्यकर्त्यांपेक्षाही धोकादायक आणि उन्मत्त असतो’, हेच सत्य कीचकानें दाखवून दिले.

द्रौपदी– सैरंध्री– तथाकथित एक य:कश्चित दासी, आपण कर्तुमकर्तुम् असूनही, आपल्यलाही वश होत नाही, हे पाहून कीचक चिडला, अवमानित झाला. भर राजसभेत सैरंध्रीची अप्रतिष्ठा करून, त्यानें विराटाला धमकी दिली. विराट अगतिक होता. बल्लवाने संतापून कीचकाच्या पारिपत्यासाठी वृक्षच उपटण्याचा आविर्भाव दाखवला, तेव्हा सदैव सावध असलेल्या आणि शांतवृत्ती असलेल्या धर्मराजाने–कंकभटाने सूचकतेनें अनवस्था प्रसंग आणि पांडवांचे अकाली होणारे प्रकटन टाळले. अज्ञातवास नीट पुरा करण्याचे धर्माचरण काटेकोर पाळले. ‘स्वयंपाकासाठी जळण हवं असल्यास दुसरीकडे पहा.’ असे बल्लवास म्हटले. भीम उमजला. आणि पांडवांचा अज्ञातवास चालू राहिला.

पण द्रौपदी अस्वस्थ होती. तिने भीमाबरोबर विचारविनिमय

केला. कीचकाचा वध करायचा हे नक्की केले. पण धर्मराजाच्या अनुज्ञे-शिवाय नाही. धर्मराजाचे धर्माचरण जर द्रौपदी आणि पांडव यांना जाचक, नेभळेपणाचे आणि पूर्णपणे अव्यवहार्य वाटत असते तर पुन्हा पुन्हा प्रत्येक कृतीला त्याची अनुज्ञा घेण्याची त्यांनी पर्वा बाळगली नसती. त्या काळची, वडील बंधूंची आज्ञाधारकता, ही वैशिष्ट्यपूर्ण वागणूक मानली तरी भीमासारखा ज्वलंतवृत्ती भाऊ, द्रौपदीसारखी तेजस्वी पत्नी, अर्जुनासारखा पराक्रमी भाऊ हा सारा जाच कसा आणि कितीवेळ मान्य करील ? आपल्या पराक्रमाच्या जोरावर धर्मराजाचे राजपद अवलंबून आहे, पांचालांच्या पाठिंब्यावर पांडवांचे यश अवलंबून आणि श्रीकृष्णासारख्या व्यवहारतज्ज्ञ यदुकुलश्रेष्ठांच्या कृपेवर पांडवांची प्रतिष्ठा अवलंबून आहे, हे माहीत असूनही, केवळ आज्ञाधारकतेच्या लौकिक यशासाठी, पांडवांनी धर्मराजाची अनुज्ञा, प्रत्येक कृतिशील निर्णयासाठी घेण्याची सिद्धता दाखवली असेल, असे वाटत नाही. धर्म-राजाच्या परखड धर्माचरणाच्या अंतिम विजयाबद्दलची आणि त्याच्या धर्मशीलतेची पूर्ण जाण असल्याने कुठलाही उतावीळ निर्णय घेण्याआधी धर्मराजाच्या अनुज्ञेची पांडवांना, द्रौपदीला आणि श्रीकृष्णालाही आत्यंतिक आवश्यकता वाटतच असली पाहिजे. कारण धर्मराजाची धर्मशीलता कल्याणकारी आहे, अशी त्यांची खात्री असली पाहिजे.

कीचकवधाला धर्मराजाने मान्यता दिल्यावर, तो योग्यमार्गाने भीम व द्रौपदी यानी घडवून आणला, अनुकीचकांचाही निःपात झाला. कीचकासारख्या समर्थ आणि पराक्रमी व मत्स्यदेशाच्या रक्षणकर्त्यांचा वध, ही बोलबाला करण्यासारखी घटना होती. हा वध करणारे समर्थ असे पांडवच असावेत, अशी शंका दुर्योधनाला आली आणि त्याने हेर पाठवले. पण त्यांना पांडवांची विराटनगरीतील अस्तित्वाची नावनिशाणी-सुद्धा जाणवली नाही. त्यामुळे कौरव अस्वस्थ झाले. अज्ञातवासाचे वर्ष तर संपत आले होते. पांडव अज्ञातवास यशस्वीपणे संपवून प्रकट झाले, तर त्यांचे राज्य परत देणे, अटीप्रमाणे अपरिहार्य होते. या वेळी गप्प बसण्याऐवजी भीष्म, द्रोण, कृप यांनी लाचारासारखा सल्ला दिला. ‘ जिथे पांडव, तिथे सुखसमृद्धी अटळ आहे. मत्स्यराज्यात सुखसमृद्धीचा

बहर आला आहे. त्याअर्थी तिथेच पांडवांची वसती असावी. तिथे शोध घ्यावा.' काय कारण होते या सल्ल्याचे ? कौरव-पांडव यांच्यातल्या अटीचा तो भाग होता. मूळ कपटद्यूत उघडया डोळयांनी पाहून विरोध केला नाही. द्रौपदीची विटंबना उघडया डोळयांनी पाहिली आणि तिच्या प्रश्नाला उत्तर दिले, ' अर्थस्य पुरुषोदासः ' असे लाचारीचे. आणि आता कौरवांना हा सल्ला, पांडवांच्या उघड अहिताचा. आणि तरीही हे थोर शिक्षक, पितामह आणि धर्मज्ञ म्हणून बिरुदाना पात्र ? कधीही नाही, हेच खरे.

कौरवांच्या दैवाने– किंवा दुर्दैवाने म्हणा– मत्स्य देशावर स्वारीच करण्याची संधी त्याना चालून आली. त्रिगर्ताधिपती सुशर्म्याला, कीचक मारला गेला, या वार्तेने पुन्हा उत्साह आला. त्याने मत्स्य देशावर स्वारी करायला कौरवांचे सहाय्य मागितले. कौरवांना हवे होते ते झाले.

युद्धात पांडवांनी विराटाला वाचवले, सोडवले. आणि कौरवांनी विराटाच्या गाई पळवून नेल्या. युद्धात, धर्मराजाने भीमाला साध्या योद्ध्याप्रमाणे नेहमीच्या शस्त्रांनी युद्ध करण्याची सूचना दिली. वृक्ष उपटून वगैरे भीमपद्धतीच्या युद्धात त्याचा भीमपणा प्रकट होऊन पांडवांचा अज्ञातवास संपुष्टात आला असता. धर्माची ही सूचना भीमाने विनातक्रार पाळली.

कौरवानी गोधन पळवले, तेव्हा विराट-पुत्र उत्तर वल्गना करीत कौरवांच्या पराभवासाठी निघाला. ' अर्जुनाचे सारथ्य मी करीत होतो,' म्हणून बृहन्नला सारथ्यकर्माला तयार झाली. उत्तराच्या भित्रेपणाचे प्रदर्शन झाले. आणि अर्जुन विचारपूर्वक प्रकट झाला. शमीवृक्षावरची शस्त्रे त्याने खाली काढली. पांडवांचा पराक्रम प्रेतवत् पडला होता, एक वर्षभर. तो त्याने पुन्हा चैतन्यपूर्ण केला. त्याने उत्तराला सारथ्य करायला लावून, स्वतः केवळ एकटयाने, सर्व कौरवसैन्याचा पराभव केला. कर्णाचाही पराभव केला. श्रीकृष्ण सारथी नसतानाही. पुन्हा एकदा कर्णाच्या पराक्रमाचे पितळ उघडे पडले. अर्जुनाच्या प्रकट होण्याबद्दल दुर्योधनाने वाद निर्माण केला. ' सौरवर्षाप्रमाणे विचार केला तर पांडव अज्ञातवास पूर्ण न करता प्रकट झाले.' असे दुर्योधनाचे म्हणणे

होते. भारतात चांद्रमास आणि चांद्रमासाप्रमाणे वर्ष, ही पद्धती असताना दूर्योधनाचा हा विरोध निरर्थक आणि खोडसाळ होता हे नक्कीच. शिवाय पांडव चांद्रमास आणि वर्ष याचा फायदा घेऊन प्रकट होतील, तेव्हा त्यांना सौरवर्षाची जाणीव देऊन अट घालण्याचा सावधपणा दूर्योधनाने का दाखवला नाही ? का 'वन वे' रस्त्याने आधी उलट जाऊ देऊन, नकळत कायदा तोडू देऊन, पलीकडे उभे राहून, मग कायदा तोडणाऱ्याला धरायचे असा पोलिसी प्रकार दूर्योधनाला करायचा होता ? दूर्योधनाने वाद निर्माण केल्यावर भीष्मांनी परस्पर उत्तर देऊन दूर्योधनाला गप्प बसविले. पांडव योग्य वेळी प्रकट झाले, हेच भीष्मांनी निक्षून सांगितले. त्यावेळी दूर्योधनाने कणखरपणे विरोध का नाही केला ? 'विराटाचे गोधन खुशाल परत न्या. पण ते परत मिळवण्यासाठी तुम्ही पांडव वेळेआधी प्रकट झालात. तेव्हा अटीप्रमाणे पुन्हा वनवासात जा.' असा निरोप दूर्योधनाने पांडवांना का पाठविला नाही ? कारण भीष्मांच्या बोलण्याने त्याची पांडवांच्या प्रामाणिकपणा-बद्दल खात्रीच पटलेली असणार.

उत्तर गोग्रहणानंतर अर्जुनाने वडिलांचा मान राखण्यासाठी भीष्म, द्रोण, कृप याना मूर्च्छित न करता, बाकीच्यांना मूर्च्छित करून उत्तरेच्या, आपल्या विद्यार्थिनीच्या आग्रहाखातर बाहुल्या तयार करण्या-साठी रंगीबेरंगी वस्त्रे आणली. अर्जुनही धर्मशील होता हे सिद्ध झाले.

परत येताना अर्जुन पुन्हा बृहन्नला झाला आणि उत्तर रथी झाला. विराटाने उत्तराची स्तुती चालवली व कंकभटाने बृहन्नलेची. विराटाने चिडून द्यूताचे फासे कंकभटाचे तोंडावर मारले. कंकभटाचे—धर्मराजाचे— नाकातून रक्त आले. ते युद्धाशिवाय जमिनीवर पडले तर प्रलय होईल, म्हणून द्रौपदीने— सैरंध्रीने भांडे खाली धरले. ही दंतकथे-सारखी कथा एकच अर्थ प्रकट करते, 'धर्मशीलाचे रक्त धर्माचरणाने तेजस्वी झालेले असते. ते विनाकारण हत्येचा बळी झाले, तर अनर्थ घडवून आणण्याइतके समर्थ असते.' उत्तर गोग्रहण करून अर्जुन धर्माच्या चरणीच लीन झाला. उत्तरानेही विराटाला आधी अर्धावृत्त व नंतर प्रकट सत्य सांगितले.

पांडव प्रकट झाले

दुसरे दिवशी पांडव प्रकट झाले. विराटाला आश्चर्य वाटले व आनंदही झाला. एक वर्ष पांडवांना न ओळखता आपण राबवले, याचे त्याला वाईट वाटले. पण पांडवांनी त्याचे सांत्वन केले.

विराटाने अर्जुनाला, आपल्या कन्येचा— उत्तरेचा— पत्नी म्हणून स्वीकार कर अशी विनंती केली. पण अर्जुनाने धर्मातिक्रम केला नाही. उत्तरा त्याची नृत्यगायनाची विद्यार्थिनी, कन्येसारखी. म्हणून त्याने नकार दिला. अभिमन्यूशी तिचा विवाह करून घेऊन तिचा सून म्हणून स्वीकार केला. या योगाने पांडव, यादव, मत्स्य हे मित्रत्वाच्या आणि आप्तपणाच्या नात्याने बांधले गेले.

पुढील घटनांच्या दृष्टीने धर्मराजासह पांडवांचे हे पाऊल फार शहाणपणाचे, तसेच सहृदयतेचेही झाले.

संहार टाळण्यासाठी पांडवांचा सामाचा प्रयत्न. पण—

यानंतर पांडवांचा, राज्य परत मागण्यासाठी, प्रयत्न सुरू झाला. त्यात धृतराष्ट्राचा मानभावीपणा प्रकट झाला. 'माझे पुत्र मूर्ख आहेत, तू तरी शहाणा आहेस, राज्याकरिता युद्ध करून संहार करणे तुला योग्य वाटणार नाही. तुमचे कर्तृत्व मोठे आहे. तू पुन्हा स्वतंत्र राज्य स्थापू शकशील.' असा निरोप घेऊन दूत आला. बलरामाने कौरवांची भलावणी केली. सात्यकीने त्याची निर्भत्सना केली.

'दुर्योधनाने सामाने राज्य दिले नाही, तर युद्धच.' सात्यकी म्हणाला.

द्रौपदीनेही स्वतःची विटंबनेची स्मृती होऊन पांडवांना त्यांच्या प्रतिज्ञांची आठवण दिली. युद्धच हवे, असे म्हटले.

पण विचारी झालेले पांडव, कृष्णाला 'शिष्टाई करण्यास जा. आणि सामाचा प्रयत्न कर,' असे सांगू लागले.

धर्मराजाला पूर्ण जाण होती. त्याने साम करावयाचा म्हणून दूर्योधनाकडे फक्त पाच गावांची मागणी केली. कारण त्याचा धर्मशील

आत्मविश्वासच होता. 'संहार टाळू आणि पाय ठेवायला हक्काची जागा मिळाली की स्वतःच्या कर्तृत्वावर इंद्रप्रस्थाप्रमाणे शून्यातून पुन्हा साम्राज्य निर्माण करू. आपले धर्माचरणाला सतत मानणारे चारित्र्य आपल्याला या कर्तृत्वासाठी नैतिक धैर्य देईलच.'

'पांडवांनी सामाचा प्रयत्न केला नाही,' असे जगाने म्हणू नये, यासाठी कृष्ण शिष्टाईला निघाला.

'कृष्णासारखा मित्र असताना, त्याने सामाचा सल्ला दिला नाही.' असे जगाने म्हणू नये, म्हणूनही कृष्ण शिष्टाईला जावा अशी पांडवांनी इच्छा प्रकट केली. कारण धर्मराजाला दूर्योधनाच्या दुराग्रही वृत्तीची जाण होती. तो युद्ध केल्याशिवाय राहाणार नाही, ही धर्मराजाची खात्री होती. आपण सामाचा प्रयत्न करू. त्याला युद्ध लादू दे. हाच धर्माचा विचार असेलही. शेवटपर्यंत 'साम' हेच धर्माचरण योग्य, हाही त्याचा स्वतःच्या युद्धनिर्णयाला कणखर पाया हवा होता. आणि–

दुर्योधनाला खात्री होती की, अरण्याचा आणि मागासलेला प्रदेश देऊनही, पांडवांनी इंद्रप्रस्थाचे वैभवशाली राज्य स्थापले. राजसूय यज्ञ केला. आता पाच गावे, पाय ठेवायला जागा दिली, तरी तितकेच वैभव पांडव पुन्हा निर्माण करतील. म्हणून त्याने सरळ सुईच्या अग्रावरची मातीही देण्याचे नाकारले. आणि–

आणि युद्ध अटळ झाले.

रुक्मी स्वतःच्या आढ्यतेपायी डावलला गेला.

बलराम हा तीर्थयात्रेला गेला.

बाकीचे राजे, स्वेच्छेने किंवा साहाय्य मागितले म्हणून कौरव आणि पांडव यांच्यात विभागले गेले.

श्रीकृष्ण अर्जुनाचा सारथी झाला.

पांडवांचा मामा शल्य याला दुर्योधनाने फसवून आपल्याकडे नेले.

युद्ध अटळ झाले. युद्धासाठी साहाय्यप्राप्ती हा उद्योग. धर्माचरण आणि स्वार्थीवृत्ती यांच्यातला फरक प्रकर्षाने जाणवला आणि धर्मशील कोण, त्यामुळे अंतिम विजय कोणाचा हेही ठरलेच.

भालबा केळकर

* * *

अनुक्रमणिका.

विराटपर्वं.

उद्योगपर्व.

श्रीमन्महाभारत.

विराटपर्व.

अध्याय पहिला.

मंगलाचरण.

ॐ

नारायणं नमस्कृत्य नरं चैव नरोत्तमम् ।
देवीं सरस्वतीं चैव ततो जयमुदीरयेत् ॥

ह्या अखिल ब्रह्मांडांतील यच्चयावत् स्थावर-जंगम पदार्थांच्या ठिकाणीं चिदाभासरूपानें प्रत्ययास येणारा जो नरसंज्ञक जीवात्मा, नरसंज्ञक जीवात्म्यास सदासर्वकाळ आश्रय देणारा जो नारायण नामक कारणात्मा, आणि नरनारायणात्मक कार्यकारणसृष्टीहून पृथक् व श्रेष्ठ असा जो नरोत्तमसंज्ञक सच्चिदानंदरूप परमात्मा, त्या सर्वांस मी अभिवंदन करितों; तसेंच, नर, नारायण व नरोत्तम ह्या तीन तत्त्वांचें यथार्थ ज्ञान करून देणारी देवी जी सरस्वती, तिलाही मी अभिवंदन करितों; आणि त्या परमकारुणिक जगन्मातेनें लोकहित करण्याविषयीं माझ्या अंतःकरणांत जी स्फूर्ति उत्पन्न केली आहे, तिच्या साहाय्यानें ह्या भवबंधविमोचक जय म्हणजे महाभारत ग्रंथाच्या विराटपर्वास आरंभ करितों. प्रत्येक धर्मशील पुरुषानें सर्वपुरुषार्थ-प्रतिपादक अशा शास्त्राचें विवेचन करितांना प्रथम नर, नारायण आणि नरोत्तम ह्या भगवन्मूर्तींचें ध्यान करून नंतर प्रतिपाद्य विषयाचें निरूपण करण्यास प्रवृत्त व्हावें, हें सर्वथैव इष्ट होय.

अज्ञातवासविचार.

जनमेजय प्रश्न करितोः---हे ब्रह्मनिष्ठ वैशंपायन मुने, दुर्योधनाच्या भीतीनें व्याकूळ झालेल्या माझ्या प्रपितामहांनीं विराटनगरींत अज्ञातवास कसा केला ? त्याचप्रमाणें, श्रीकृष्ण-भजनांत निरंतर निमग्न असणाऱ्या त्या महाभाग्यवान् पतिव्रता द्रौपदीनें अज्ञातवासांतले ते दुःखाचे दिवस कसे कंठले, तें सांगावें.

वैशंपायन मुनि सांगतातः--राजा जनमेजया, तुझ्या प्रपितामहांनीं विराट नगरींत अज्ञातवास कसा केला तें ऐक.

राजा, महाधर्मनिष्ठ युधिष्ठिरास यमधर्मापासून वर मिळाल्यानंतर तो आश्रमास परत गेला, व त्यानें ब्राह्मणांस सर्व वर्तमान निवेदन करून त्या अग्निहोत्री ब्राह्मणाला त्या दोन्ही अरणी दिल्या. नंतर तो महात्मा धर्मपुत्र युधिष्ठिर राजा आपल्या सर्व बंधूंना जवळ बोलावून आणून म्हणालाः—भ्रातेहो, आज बारा वर्षेपर्यंत आपण राज्यभ्रष्ट होऊन वनवास भोगीत आहों. आतां हें तेरावें वर्ष आपणांस अज्ञातवासांत काढावयाचें असल्यामुळें मोठा कठीण प्रसंग आहे; तर, बा अर्जुना, ज्या स्थळीं आपण वास्तव्य केलें असतां आपणांस दुसरें कोणी ओळखणार नाहीं, असें एखादें ह्या स्थळावांचून दुसरें स्थळ तुला कोणतें आवडतें सांग.

तेव्हां अर्जुन म्हणालाः—हे नराधिपा, त्या यमधर्माच्याच वरप्रदानानें आपण हें अज्ञातवासाचें वर्ष पार पाडूं. त्याची कृपा आपणांवर असल्यामुळें कोणीही मनुष्य आपणांस खचित ओळखूं शकणार नाहीं. आतां हा अज्ञातवास कोणत्या ठिकाणीं करावा, तें ठरविण्यासाठीं मी कित्येक सुंदर व गुप्त राष्ट्रें कथन करितों, त्यांतून कोणतें पसंत पडतें तें सांगावें. महाराज, कुरुदेशाच्या सभोंवतीं पंचाल, चेदि, मत्स्य, शूरसेन, पटच्चर, दशार्ण, नवराष्ट्र, मल्ल, शाल्व, युगंधर, सुराष्ट्र, अवंति व विस्तीर्ण असें कुंतिराष्ट्र, हे मोठे रमणीय व धनधान्यादिकांनीं समृद्ध असे देश आहेत; तर, हे राजा, ह्या देशांपैकीं कोणत्या देशांत राहाणें आपणांस उचित वाटतें, त्याची आज्ञा व्हावी, म्हणजे आपण तेथें राहून हें वर्ष पार पाडूं.

नंतर युधिष्ठिर म्हणालाः—हे महाबाहो अर्जुना, त्या भगवान् महासमर्थ यमधर्मानें जें कांहीं सांगितलें आहे, तें सर्व मला विदित आहेच. आपण जरी आपल्या स्वतःच्या रूपानें या महीवर फिरलों तरीही आपणांस कोणी ओळखणार नाहीं. त्या भूताधिपाचें वरप्रदान कधींही मिथ्या व्हावयाचें नाहीं. सर्व कांहीं तदनुरूपच घडून येईल. तथापि आपण सर्वांनीं एक विचार ठरवून कोठें तरी सुखावह, सुंदर व कल्याणकारक अशा स्थळीं गुप्तरूपानें राहून निर्भयपणें हा अज्ञातवास पूर्ण करावा हें मला योग्य वाटतें. बा अर्जुना, मत्स्य देशाचा अधिपति विराट राजा मोठा धर्मशील व उदार असून वयोवृद्ध आहे, तो मोठा बलवान् व प्रजानुरंजनाविषयीं नित्य दक्ष असून पांडवांवर त्याचें मोठें प्रेम आहे. ह्यास्तव हे भारता, त्या भूपतीचीं कामें करून हें अज्ञातवासाचें वर्ष आपण विराटनगरांत घालवावें, असें माझ्या विचारास येतें; तर, भ्रातेहो, विराट राजाकडे गेल्यावर त्याचीं कोणकोणतीं कामें आपणांस करितां येतील तें सांगावें.

अर्जुन म्हणालाः—महाराज, विराट राजाच्या राष्ट्रांत आपल्या हातून कसें काम होईल? हे साधो, विराट नगरींत कोणतें काम करून आपण आपला कालक्षेप कराल बरें? महाराज, आपली थोरवी किती वर्णावी ? आपलें मन अत्यंत कोमल, उदार, विनयशील, धर्मनिष्ठ व सत्यपराक्रम करण्यास सदा उद्युक्त असें आहे. ह्याकरितां ह्या आपत्तीमध्यें आपलें मन कसें स्वस्थ राहील बरें ? शिवाय, हे अधिराजा, ज्या जनांला कधींही कष्ट करण्याचें ठाऊक नाहीं, त्या जनांच्या हातून अशा ह्या घोर प्रसंगीं कालानुरूप कर्तव्य कसें घडेल ?

युधिष्ठिर म्हणालाः—कुरुनंदनहो, विराट राजाकडे गेल्यावर मी काय करीन तें सांगतों, ऐका. मीं कंक[1] नामक ब्राह्मण होऊन त्या उदारधी

१ वनपर्व, अध्याय ३१४ पहा.

१ 'कंक' हा शब्द यमाचा वाचक आहे. धर्म ह्या यमाचाच पुत्र; ह्यास्तव 'आत्मा वै पुत्रनामा' ह्या न्यायानें युधिष्ठिरानें कंक हें नांव धारण करण्यांत कांहीं दोष केला नाहीं, हें उघड होतें. तसेंच, कंक

(पुढें चालू.)

भूपतीच्या सभेंत सभासद होईन; मी अक्ष-विद्येंत निपुण असून मला द्यूत करण्याची मोठी आवड आहे. ह्यास्तव विराटसभेंत वैदूर्य रत्नांचे, सुवर्णाचे व हस्तिदंताचे वर काळे-तांबडे डोळे असलेले सुंदर फांसे टाकून सुंदर सोंगट्यांचे डाव मी खेळेन; आणि ह्याप्रमाणें अमात्यांसहवर्तमान व भ्रात्यांसहवर्तमान विराट राजाला मी संतुष्ट केलें, ह्मणजे मला कोणीही ओळखूं शकणार नाहीं व त्या राजालाही अधिकाधिक आनंद होत जाईल आणि यदा-कदाचित् विराट राजानें मला विचारिलें, तर मी पूर्वी युधिष्ठिराचा जिवलग मित्र होतों असें सांगेन. प्रिय बंधूंनो, मी विराट राजाकडे जें काय करणार तें हें असें आहे. बा वृकोदरा, तूं विराटाकडे काय काय करून ह्या संकटांतून मुक्त होशील तें सांग पाहूं.

अध्याय दुसरा.

—:०:—

भीमाचें भाषण.

भीमसेन म्हणाला:—हे भारता, विराट राजा-कडे गेल्यावर पौरोगव[1] बल्लव असें नांव धारण करून त्या राजाची सेवा करावी हें मला उचित वाटतें. मी पाकक्रियेमध्यें कुशल असल्यामुळें, त्या राजाकडे जे कोणी पाकक्रियेंत निष्णात असे लोक असतील त्यांस मी मागें टाकीन; आणि मी सिद्ध केलेल्या पदार्थीपुढें त्यांनीं सिद्ध केलेले पदार्थ अगदीं तुच्छ आहेत, असें मी प्रत्ययास आणून दिलें म्हणजे विराट राजा-च्या मनांत माझ्याविषयीं प्रेम उत्पन्न होईल. शिवाय मी लांकडांचे मोठमोठे भारे वाहून नेईन आणि तें माझें अचाट कर्म पाहून राजा मला पाकाध्यक्षाच्या जागीं नेमील; आणि अखे-रीस ह्याप्रमाणें माझा अधिकार व माझीं अमा-नुष कर्में इतर राजसेवकांच्या दृष्टीस पडलीं ह्मणजे ते मला भक्ष्यभोज्यादिक पदार्थांचा राजा असेंच मानितील. हे राजेश्वरा, केवळ पाकशालेंतील कामें करूनच मी स्वस्थ राहाणार नाहीं. बलाढ्य हत्ती किंवा मदोन्मत्त बैल ह्यांना आवरण्याचा प्रसंग प्राप्त झाल्यास ती संधि व्यर्थ न दव-डितां त्यांना मी आवरून धरीन, व त्याप्रमाणेंच समाजामध्यें मल्लयुद्ध वगैरे करण्यास कोणी आल्यास त्यास मी जेर करून जिंकीन. राजा, अशा प्रकारें केवळ आपलें सामर्थ्य दाखविण्या-करितां जेव्हां जेव्हां मी युद्धास प्रवृत्त होईन, तेव्हां मी प्रतिपक्षी यांचा वध कधींही करणार नाहीं. त्यांस मी चीत करीन, पण त्यांचा नाश होणार नाहीं अशी नेहमीं दक्षता ठेवीन. हे भारता, मला कोणी विचारल्यास मी युधिष्ठिरा-कडे उन्मत्त गजांना आवरण्याच्या, तुफान बैलांना वेसण घालण्याच्या, अन्नरस सिद्ध करण्याच्या व मल्लांशीं झुंजण्याच्या कामावर होतों, असें सांगेन. राजा, अशा प्रकारें मी आपल्या कृत्यांनीं सर्वांवर छाप ठेवून गुप्तरूपें सुखानें कालक्षेप करीन.

युधिष्ठिर ह्मणाला:—बरें असो; विराट राजा-कडे गेल्यावर अर्जुन काय करणार बरें? अहाहा! अर्जुनाचा पराक्रम काय हो वर्णावा! जो विजयशाली महाबल अर्जुन पूर्वी श्रीकृष्णा-समवेत असतां प्रत्यक्ष अग्नि ब्राह्मणाचें रूप घेऊन खांडववन जाळून टाकण्याच्या इच्छेनें

(मागील पृष्ठावरून पुढें चालू.)

शब्दाचा अर्थ छद्मद्विज म्हणजे ढोंगी ब्राह्मण असा असल्यामुळें, कंक द्विज असें म्हणवून घेण्यानेंही कांहीं असत्याचा स्पर्श होत नाहीं.

[1] 'पौरोगव बल्लव' असें नांव धारण करण्यांत भीमाकडे असत्याचा दोष येत नाहीं. कारण पौरोगव ह्या शब्दाचा अर्थ पुरोगाचा म्हणजे वायूचा पुत्र असा आहे. तसेंच, बल्लव शब्दाचा अर्थ सूपकार म्हणजे पाक करणारा असा आहे, जठरांतील प्राणवायु हा जठरस्थ अन्नाचा पाकच करितो. ह्यास्तव 'पौरोगव बल्लव' हें नांव पूर्णपणें अन्वर्थक आहे.

त्याजवळ गेला, आणि ज्यानें त्या अग्नीच्या तृप्तीकरितां आपल्या अप्रतिम रथांत आरूढ होऊन खांडववनांत जाऊन इंद्रास जिंकिलें व पन्नगांचा आणि राक्षसांचा वध करून त्या अग्नीला संतोषविलें, व ज्यानें आपल्या सौंदर्यानें सर्पराज वासुकीच्या भगिनीचें (उलूपीचें) चित्त हरण केलें, त्या महावीरावर आतां परदास्य करण्याची पाळी यावीना? तेजस्वी पदार्थांमध्यें सूर्य श्रेष्ठ होय; मनुष्यांमध्यें ब्राह्मण वरिष्ठ होय; सर्पांमध्यें आशी विष मुख्य होय; दाहकांमध्यें अग्नि प्रधान होय; आयुधांमध्यें वज्र बलिष्ठ होय; बैलांमध्यें वशिंडवाला बैल अधिक होय; जलाशयांमध्यें सागर श्रेष्ठ होय; वृष्टि करणाऱ्यांमध्यें पर्जन्य धन्य होय; नागांमध्यें धृतराष्ट्र बलिष्ठ होय; गजांमध्यें ऐरावत धन्य होय; प्रिय वस्तूंमध्यें पुत्र अधिक होय; सुहृदांमध्यें भार्या वरिष्ठ होय; त्याप्रमाणेंच बा वृकोदरा, माझा हा तरुण अर्जुन सर्व धनुर्धाऱ्यांमध्यें वरिष्ठ होय. अरे, हा महातेजस्वी गांडीवधन्वा श्वेताश्व अर्जुन इंद्र व वासुदेव ह्यांच्या अगदीं तोडीचा आहे. ह्यानें पांच वर्षें इंद्रलोकीं राहून आपल्या पराक्रमानें अमानुष अस्त्रविद्या संपादिली व लोकोत्तर तेज प्राप्त करून घेऊन दिव्य अस्त्रें मिळविलीं! अरे, हा मला बारावा रुद्रच, तेरावा आदित्यच, नववा वसुच, किंवा दहावा ग्रहच भासतो! ह्याचे दोन्ही बाहु दीर्घ व समान असून त्यांवरील त्वचेवर प्रत्यंचेच्या आघातांनीं बैलाच्या खांद्यावरील घट्ट्यांप्रमाणें कठीण घट्टे पडले आहेत! पर्वतांमध्यें जसा हिमालय, जलाशयांमध्यें जसा समुद्र, देवांमध्यें जसा इंद्र, वसूंमध्यें जसा अग्नि, पशूंमध्यें जसा शार्दूल व पक्ष्यांमध्यें जसा गरुड, तसा योद्ध्यांमध्यें हा अर्जुन होय. ह्यास्तव विराटाकडे गेल्यावर हा काय बरें करणार?

अर्जुनाचें भाषण.

अर्जुन म्हणालाः—राजा, विराटगेहीं गेल्यावर मी 'षंढक'[1] आहें म्हणून सांगेन. माझ्या बाहूंवर पडलेले हे मोठमोठे घट्टे झांकून ठेवणें कठीण आहे परंतु ते मी बाहुभूषणांनीं आच्छादित करीन, व त्यांची कांहीं छटा दिसल्यास ती कानांत देदीप्यमान कुंडलें घालून त्यांच्या तेजांत नाहींशी करीन. मी दोन्ही हातांत शंखांच्या बांगड्या भरीन आणि केसांची वेणी घालून मी तृतियाप्रकृति आहें असें लोकांस भासवीन. मी बृहन्नला नाम धारण करीन व स्त्रीस्वभावास अनुसरून पुनःपुनः पूर्वींच्या राजांच्या कथा सांगेन, आणि अंतःपुरांत राजाला व इतर जनांना संतुष्ट करीन. भूपते, विराट राजाच्या स्त्रियांना गायन, वादन व चित्रविचित्र नर्तनही मी शिकवीन आणि प्रजांचे सद्वर्तनाची प्रशंसा करीत कपटवेषानें मी आपलें स्वरूप गुप्त ठेवीन. विराट राजानें मला विचारल्यास, युधिष्ठिराकडे मी द्रौपदीची दासी होतें, असें सांगेन; आणि भस्मानें आच्छादलेल्या अग्नीप्रमाणें मी आपल्या कर्मांनीं आपलें तेज आच्छादित करून विराटगृहीं सुखानें कालक्रमणा करीन!

अध्याय तिसरा.

—:०:—

नकुलाचें भाषण.

वैशंपायन मुनि सांगतातः—राजा जनमेजया, महाधर्मनिष्ठ नरवर अर्जुन ह्याप्रमाणें भाषण करून स्वस्थ बसला असतां, पुढें युधिष्ठिरानें नकुलास म्हटलें:—बा नकुला, विराट राजाकडे गेल्यावर तूं काय कामें करशील तें

---

[1] 'षंढक' शब्दाचा अर्थ 'कृष्णसखा' व 'बृहन्नला' शब्दाचा अर्थ 'नारायणसखा' असा आहे. ह्यास्तव हे दोन्ही शब्द अन्वर्थकच आहेत.

सांग पाहूं. बाळा, तूं फार कोमल, सुंदर व शूर असल्यामुळें तुला कष्ट भोगण्याची पाळी यावी हें अनुचित होय !

नकुल म्हणालाः—हे महीपते, मी विराट राजाकडे ग्रंथिक[1] नांवाचा अश्वबंध (मोतद्दार) होईन. अश्वाचें संगोपन कसें करावें ह्याची मला चांगली माहिती आहे. तसेंच, घोड्यांना शिकविणें व त्यांना दुखणेंबाहणें झाल्यास औषधोपचार करणें ह्यांत मी निपुण आहें. मला हें काम मनापासून आवडतें. राजा, तुझ्याप्रमाणें मलाही अश्व हे नित्य अतिशय प्रिय वाटतात. विराट नगरामध्यें जे लोक मला विचारतील, त्यांना मी सांगेन कीं, धर्मराजानें माझी अश्वशालेवर नेमणूक केली होती. राजा, ह्याप्रमाणें वागून मी आपलें स्वरूप गुप्त राखीन व अज्ञातवासाचा काळ पार पाडीन.

सहदेवाचें भाषण.

युधिष्ठिर म्हणालाः—बा सहदेवा, विराट राजाकडे गेल्यावर तूं काय करून गुप्तरूपें राहाणार तें सांग पाहूं.

सहदेव म्हणालाः—हे भूपते, मी विराट राजाकडे गोशाळेचें काम पाहीन. गाई कशा वळाव्या व त्यांची धार कशी काढावी हें मला विदित आहे. तसाच गाईंची परीक्षा करण्यांत मी निपुण आहें. तंतिपाल[2] ह्या नांवानें मी प्रख्यात होईन व हातीं घेतलेलें काम उत्तम प्रकारें करून अज्ञातवासाचे दिवस पार पाडीन. आपण माझ्याविषयीं चिंता बाळगूं नका. आपण पूर्वीं मला नित्य गाईंची व्यवस्था पाहाण्याकरितां पाठवीत होतां, ह्यास्तव तें सर्व कौशल्य मला पूर्णपणें अवगत आहे. हे महीपते, गाईंचीं लक्षणें, त्यांचे स्वभाव, त्यांच्या ठिकाणीं असलेलीं सुचिन्हें, इत्यादि सर्व मला चांगलीं समजतात. राजा, ज्या बैलांच्या ठायीं मंगलकारक चिन्हें असतात, ते मी तेव्हांच ओळखितों. ज्या बैलांच्या मूत्रघ्राणनानें वंध्या धेनुही गर्भिणी होऊन प्रसूत होते, असे बैल मला जाणतां येतात. राजा, अशा प्रकारें काम करून मी विराट राजास सुप्रसन्न करीन. मला या कामाची मोठी आवड आहे. हें काम करीत असतां मला कोणी ओळखणार नाहीं.

युधिष्ठिर म्हणालाः—बरें असो. ही आपली प्रिय पत्नी द्रौपदी त्या विराट राजाकडे काय करणार बरें? अहो, ही आपणांस आपल्या प्राणांहूनही अधिक प्रिय आहे. हिचें आपण मातेप्रमाणें पालन केलें पाहिजे व हिला आपण ज्येष्ठ भगिनीप्रमाणें मान दिला पाहिजे. अहो, ह्या कोमलांगीला इतर स्त्रियांसारखें कामकाज कसें करितां येईल बरें? अहो, ह्या तरुण राजकन्येचें केवढें ऐश्वर्य! ह्या महाभाग यशस्विनीला जन्मापासून पुष्पें, गंध, अलंकार व मनोहर वस्त्रें हींच काय तीं माहीत! आणि असें असतां ह्या साध्वीवर हा असा दुर्धर प्रसंग ओढवावा ना!

द्रौपदीचें भाषण.

द्रौपदी म्हणालीः—हे भारता, सैरंध्री नांवाच्या स्त्रिया लोकांच्या घरीं कलाकुसरीचीं कामें करून आपला चरितार्थ चालवीत असतात, हें सर्वप्रसिद्ध आहे. ह्या स्त्रिया आपल्या रक्षणासाठीं किंवा उपजीवनासाठीं दुसऱ्यावर अवलंबून राहात नाहींत. दुसऱ्या कोणत्याही स्त्रिया सैरंध्रीस्त्रियांच्या वृत्तीनें वागत नाहींत, असा सर्वत्र निश्चय आहे; ह्यास्तव विराटराजाकडे गेल्यावर मी सैरंध्रीवर्गा-

१ 'ग्रंथिक' ह्या शब्दाचा अर्थ आयुर्वेद जाणणारा असा होतो. नकूल व सहदेव हे अश्विनिकुमारांचेच पुत्र होते व अश्विनिकुमार हे देवांचे वैद्य; ह्यास्तव ग्रंथिक हें नांव अन्वर्थकच आहे.

२ 'तंति' शब्दाचे अर्थ 'गुरांची दावण' व 'गुप्त हेतु' असे आहेत. ह्यास्तव तंतिपाल म्हणजे गुरांची व्यवस्था पाहाणारा व धर्मराजाचा गुप्त हेतु सिद्धीस नेणारा.

१ वनपर्व पृष्ठ १३९ टीप पहा. शिवाय सैरंध्री शब्दाचा अर्थ राजभार्या असाही आहे.

पैकीं एक स्त्री आहें, व वेणीफणी करण्याचें काम मला उत्तम येतें असें सांगेन व तदनुरूप वर्तन ठेवीन. मला राजानें विचारल्यास मी युधिष्ठिराच्या गृहीं द्रौपदीची वेणीफणी करण्याच्या कामावर होतें, असें सांगेन; व आपलें स्वरूप गुप्त राखून अज्ञातवास पार पाडीन. मी विराट राजाची पत्नी सुदेष्णा हिची सेवा करीन व ती यशस्विनी माझें संरक्षण करील. आपण आपल्या चित्तास हा असा खेद करून घेऊं नये!

युधिष्ठिर ह्मणालाः—प्रिये, किती समाधानाचें भाषण केलेंस बरें! तुझ्या त्या थोर कुलाला हें अगदीं उचितच आहे! हे साध्वि, पाप ह्मणजे काय हें तुला माहीतही नाहीं. हे कल्याणि, ते दुष्ट नराधम तुला ओळखून काढून पुनः हर्षित होणार नाहींत, अशा प्रकारें दक्षतेनें वाग.

अध्याय चौथा.

—:०:—

पांडवांस धौम्याचा उपदेश.

युधिष्ठिर म्हणालाः—भ्रातेहो, तुम्ही काय काय करणार तें सांगितलें, व मीही प्रसंगानुरूप काय करणार तें तुम्हांस सांगितलें. आतां आपणांस बाकीची सर्व व्यवस्था लाविली पाहिजे. द्रौपदीच्या पुरोहितांनीं द्रौपदीच्या दासींना बरोबर घेऊन आचारी व सारथि ह्यांसहवर्तमान द्रुपद राजाच्या गृहीं जाऊन तेथें आपल्या अग्निहोत्राचें संरक्षण करावें; आणि इंद्रसेनादिकांनीं आपले मोकळे रथ घेऊन ताबडतोब द्वारकेस प्रयाण करावें; व पांडव आम्हांला सोडून द्वैतवनांत कोठें निघून गेले तें समजत नाहीं, असें सगळ्यांनीं सांगावें.

वैशंपायन मुनि म्हणालेः—राजा जनमेजया, ह्याप्रमाणें धर्मादिकांनीं आपसांत विचार ठरवून व प्रत्येकजण कोणकोणतीं कामें करणार तें एकमेकांस कळवून, नंतर त्यांनीं धौम्यांचा निरोप घेतला. तेव्हां धौम्य म्हणालेः—युधिष्ठिरा, ब्राह्मणांविषयीं आप्तसुहृदांसंबंधानें, शत्रूवर चाल करून जातांना युद्धादिकांमध्यें व अग्निहोत्राविषयीं केव्हां काय केलें पाहिजे ह्याबद्दल पांडवांस कांहींएक सांगण्याचें अगत्य नाहीं. तें सर्व पांडवांना विदितच आहे. द्रौपदीचें संरक्षण करणें तें तूं व अर्जुनानें करावें ही गोष्टही तुम्ही जाणतच आहां. अशा समयीं सामान्य लोकांचें वर्तन कसें असतें, तेंही तुम्हाला माहीत आहे; तथापि आप्तेष्टांनीं, एखाद्यास माहीत असलेली गोष्ट पुनः प्रेमानें व कळकळीनें सांगावी, हें त्यांचें कर्तव्यच होय. असें केलें असतां धर्म, अर्थ व काम हे तिन्ही साधतात असा शाश्वत सिद्धांत आहे. ह्यास्तव, राजपुत्रहो, राजगृहीं कसें रहावें, याबद्दल जें कांहीं मी तुम्हांस सांगत आहें, तिकडे अवधान द्या; म्हणजे तुमच्या हातून कांहीं दोष न घडतां तुम्ही ह्या अडचणींतून सुखानें पार पडाल. हे धर्मा, राजगृहीं राहाणें विचारी मनुष्याला सुद्धां अवघड आहे; म्हणून प्रस्तुत प्रसंगांत तुम्हीं मानापमानांकडे विशेष लक्ष ठेवतां उपयोगी नाहीं. आपणांस कोणीही ओळखूं नये ह्या एक मुख्य हेतूवर तुमचें पूर्ण लक्ष असावें; म्हणजे हें अज्ञातवासाचें तेरावें वर्ष संपून चौदावें वर्ष लागतांच तुम्हांस चांगला काल प्राप्त होईल.

युधिष्ठिरा, राजाला भेटणें झाल्यास द्वारपाळाच्या द्वारें परवानगी मिळविल्याशिवाय त्याला भेटण्याची इच्छा करूं नये. राजगृहीं दुसऱ्यावर विश्वास टाकतांना फार दक्षता ठेविली पाहिजे. राजाच्या खासगींतील माणसांवर विश्वास ठेवूं नये. ज्या ठिकाणीं बसल्यानें आपणांस कोणी 'ऊठ' म्हणून म्हणणार नाहीं, अशाच ठिकाणीं बसावें. माझ्यावर राजाची मर्जी आहे, असें मनांत आणून कोणाही दुसऱ्याच्या पालखींत, पलंगावर, उच्चासनावर, हत्तीवर किंवा रथांत बसूं नये. ज्या ज्या स्थळीं बसल्यानें आपल्याविषयीं दुष्ट हेरांच्या मनांत कुतर्क उत्पन्न होतील, त्या त्या

स्थळीं आपण बसूं नये. राजानें विचारल्यावांचून आपण त्यास कांहींएक सांगूं नये. आपण मुकाट्यानें असावें व प्रसंगानुसार त्याची महती वर्णावी. परंतु असें करितांना मिथ्यास्तुति करूं नये; कारण राजे लोक असत्य भाषण करणाऱ्यांचा द्वेष व व्यर्थ बडबड करणाऱ्यांचा अवमान करितात. त्याप्रमाणेंच, सूज्ञ पुरुषानें केव्हांही राजस्त्रियांशीं, अंतःपुरांतील माणसांशीं आणि राजा ज्यांचा तिरस्कार व द्वेष करितो अशा लोकांशीं मैत्री करूं नये. अगदीं क्षुल्लक काम असलें तरी तें राजाच्या नकळत करूं नये. जो मनुष्य ह्याप्रमाणें वागतो, त्याची केव्हांही मानखंडना होत नाहीं. एखाद्या उच्च स्थानीं आपण नित्य बसत असलों, तरी तेवढ्यावर त्या स्थानीं आपण बसूं नये. तेथें बसण्याविषयीं राजाचें आपणाशीं संभाषण होऊन तो आपल्यास अनुज्ञा देईल, तरच आपण तेथें बसावें. राजाची मर्यादा राखण्याविषयीं आपण जात्यंधाप्रमाणें वागावें. आपलें बसण्याचें स्थान कोणतें, हें राजानें दाखवून तेथें 'बसा' म्हणून सांगितल्याशिवाय त्या स्थानाचा आपण स्वीकार करूं नये. युधिष्ठिरा, मर्यादेचें उल्लंघन करणारा पुरुष आपला पुत्र, नातू किंवा भ्राता असला तरी विजयशील राजे लोक त्यास चाहत नाहींत. अग्नीप्रमाणें किंवा देवांप्रमाणें राजे लोकांशीं वर्तलें पाहिजे; त्यांशीं अतिशय सलगी केल्यास ते अग्नीप्रमाणे जाळून टाकतील, अथवा त्यांचा उपमर्द केल्यास ते देवांप्रमाणें सर्वस्व हिरावून नेतील. राजे लोकांशीं वागतांना सत्याचाच अवलंब करावा; असत्यानें वागल्यास निःसंशय ते घात करतील. राजानें जशी आज्ञा केली असेल, तसेंच वागावें; त्याच्या आज्ञेकडे दुर्लक्ष करूं नये, व त्याला गर्व किंवा क्रोध दाखवूं नये. कार्याकार्याचा विचार करितांना नेहमीं राजाला प्रिय व परिणामीं हितकर असेंच भाषण करावें. कदाचित् असें करण्यास हरकत आल्यास प्रिय भाषण न करितां हितकर भाषण करण्याचेंच धैर्य करावें. कोणतीही गोष्ट निघाली असतां किंवा कोणतेंहीं कृत्य उपस्थित झालें असतां त्यांत राजाची मर्जी राखून त्याच्या हिताकरितां झटावें. जी गोष्ट राजाला आवडणार नाहीं, किंवा जिच्यापासून राजाचें अहित होईल, अशी गोष्ट करण्याविषयीं त्यास मुळींच सल्ला देऊं नये. मी राजाच्या मर्जींतला आहें असें मानून कोणत्याही शहाण्या पुरुषानें राजाची सेवा करूं नये; तर नित्य सावध राहून राजास अनुकूल व हितकारक असेंच कृत्य करीत जावें. जो पुरुष राजाला अनिष्ट अशा गोष्टी करीत नाहीं, राजाच्या शत्रूशीं बोलत नाहीं, व राजानें घालून दिलेल्या मर्यादा उल्लंघीत नाहीं, तोच पुरुष राजगृहीं सुखानें वास करितो.

विवेकशील पुरुषानें राजाच्या उजव्या किंवा डाव्या बाजूस बसावें. राजाच्या पाठीकडील बाजू हें शस्त्रधारी रक्षकांचें स्थान होय. राजाच्यासमोर असलेलें मोठें आसन सदासर्वकाळ वर्ज्य समजावें. राजाच्या हस्तें किंवा राजाच्या समक्ष आपल्यास वेतन, बक्षीस वगैरे मिळाल्यास तें अहंपणा दाखवून स्वीकारूं नये. कारण फुशारकी मिरविणें हें दरिद्री लोकांना सुद्धां खपत नाहीं. राजाचे मुखांतून अनृत भाषण निघाल्यास तें लोकांत प्रसिद्ध करूं नये; कारण जे लोक राजाचें असत्य बाहेर काढतात, त्यांचा राजाकडून द्वेष होतो. त्याप्रमाणेंच, राजापुढें शहाणपणाचा दिमाखही दाखवूं नये; कारण पंडितमन्य पुरुषाचा राजाकडून अपमान होतो. मी शूर आहें किंवा शहाणा आहें, अशी घमेंड बाळगून राजापुढें वागूं नये; जी गोष्ट राजाला प्रिय वाटेल, तीच करून राजाच्या कृपेनें ऐश्वर्याचा उपभोग घ्यावा. राजप्रसादानें दुर्लभ ऐश्वर्य मिळालें असतां, राजाला जें प्रिय व हितकर असेल तेंच घडवून आणण्याविषयीं दक्ष असावें. ज्यांचा कोप झाला असतां मोठें भाग्य प्राप्त होतें, त्यांचा अपराध करणें हें

कोणता सुज्ञ पुरुष पसंत करील बरें ? राजाच्या समीप असतांना पुटपुटणें, दांतओठ खाणें व हातपाय चाळविणें, हीं कृत्यें करूं नयेत; आणि थुंकणें, अधोवायु सोडणें व दुसऱ्याशीं भाषण करणें हीं कृत्यें करणें झाल्यास बेतानें-द्दष्टोत्पत्तीस येणार नाहींत अशा प्रकारें करावीं. राजासमक्ष दुसऱ्या कोणा राजसेवकांची थट्टामस्करी चालली असतां आपण मोठ्यानें किंवा बेतालपणानें हंसूं नये, अथवा त्या प्रसंगीं मोठ्या निग्रहानें काष्ठासारखें स्वस्थही बसूं नये; तर थट्टामस्करींतील मर्म आपणास कळलें आहे असें दाखवून किंचित् स्मित करावें, हें चांगलें. जो मनुष्य लाभ झाला असतां आनंदित न होतां व अपमानानें खिन्न न होतां आपलें काम नित्य दक्षतेनें करितो, तोच राजगृहीं राहाण्यास पात्र होतो. जो अमात्य किंवा पंडित राजाची किंवा राजपुत्राची नेहमीं स्तुतिच करितो, तो राजाला नित्य प्रिय होऊन मोठी बडेजाव जोडितो. विनाकारण बंदींत पडलेला अमात्यही जर राजाची निंदा करणार नाहीं, तर तो आपलें अष्ट ऐश्वर्य पुनः मिळवील. ज्याचा चरितार्थ राजावर अवलंबून असेल, अथवा ज्याला राजाच्या मुलुखांत राहावयाचें असेल, त्यानें राजाच्या समक्ष किंवा राजाच्या पाठीमागें राजाची स्तुतिच करावी. जो मंत्री राजाला जुलुमानें राज्य करण्यास सांगतो, तो त्या पदावर फार काळ टिकत नाहीं; लवकरच त्याजवर प्राणसंकट येतें. अमात्यानें आपल्या हिताकडे लक्ष ठेवून दुसरा कोणी पुरुष राजास सल्लामसलत देणार नाहीं अशाविषयीं जपावें. युद्ध किंवा परराष्ट्रांतील लोकांशीं संभाषण, इत्यादि योग्य प्रसंगीं अमात्यानें राजापेक्षांही अधिक धूर्तता दाखवावी. जो पुरुष कधींही म्लान होत नाहीं, आणि बल व शौर्य दाखवून नित्य राजाला छायेप्रमाणें अनुसरतो, आणि नेहमीं शुद्ध वर्तन ठेवून सौम्यपणानें व मनोनिग्रहानें वागतो, तोच राजगृहीं राहाण्यास योग्य होतो. राजानें कांहीं एका कामाकरितां दुसऱ्यास हांक मारिली असतां जो आपण होऊनच 'महाराज, काय आज्ञा आहे?' असें म्हणून तें काम करण्याकरितां पुढें होतो, तोच राजगृहीं राहाण्यास पात्र होतो. घरदार इत्यादिकांच्या संरक्षणाकरितां किंवा युद्धादिक करून विजय जोडण्याकरितां राजानें हुकूम फर्माविला असतां जो भयानें मागें येत नाहीं, तोच राजगृहीं वास्तव्य करण्यास योग्य होय. एकदां प्रवासास प्रारंभ केला म्हणजे ज्यास घरांतील स्त्रीपुत्रादिक प्रिय वस्तूंचें स्मरण होत नाहीं, व जो नानाविध दुःखें भोगून सुखांची इच्छा करितो, तो पुरुष राजकार्यास योग्य समजावा. राजगृहीं राहून राजाची कृपा जोडावयाची असल्यास त्या पुरुषानें राजासारखा वेष करूं नये; व राजाच्या समीप श्रेष्ठ आसनावर अधिष्ठित होऊं नये, आणि राजाची मसलत षट्कर्णी जाऊं देऊं नये. राजानें आपणास कांहीं अधिकारावर नेमिल्यास आपण धनादिकांना स्पर्श करूं नये. कारण लाचलुचपत घेणाऱ्या राजसेवकाला कारागृहवास किंवा कदाचित् मृत्युही प्राप्त होतो. वाहन, वस्त्र, अलंकार अथवा द्रव्य वगैरे अन्य जें कांहीं राजाकडून मिळेल, त्याचा स्वीकार करून अधिकाराचें काम न्यायानें चालविणारा मनुष्य राजाच्या अतिशय प्रीतीस पात्र होतो. सारांश, हें पांडुनंदनांनो, तुम्ही विराट राजाकडे असतांना मनोनिग्रह उत्तम प्रकारें करा; आणि हा जो मीं तुम्हांस उपदेश केला आहे, ह्यांतील मर्म ध्यानांत ठेवून आलेली आपत्ति दूर करा; व नंतर आपल्या देशीं पुनः जाऊन सर्व सुखें भोगा.

'युधिष्ठिर म्हणालाः—गुरुवर्य, आपलें कल्याण असो. आपण जो उपदेश केला, तो फारच

अमोलिक आहे. आमची माता कुंती किंवा महाज्ञानी विदुर ह्यांशिवाय अन्याकडून असला उपदेश प्राप्त होणें खरोखरच दुर्लभ होय. आतां आम्हांवरचा हा अज्ञातवासाचा प्रसंग निर्विघ्नपणें पार पडण्याकरितां आणि आमचें प्रस्थान क्षेमकारक व सुखावह होण्याकरितां जीं कांहीं विधिविधानें करावयास पाहिजे असतील तीं करावीं.

वैशंपायन मुनि म्हणालेः—राजा जनमेजया, ह्याप्रमाणें युधिष्ठिरानें प्रार्थना केली तेव्हां प्रस्थानसमयीं जे विधि करावे लागतात, ते सर्व धौम्य मुनींनीं केले व त्यांनीं पांडवांचे अग्नि प्रज्वलित करून त्यांमध्यें समंत्रक आहुति अर्पण केल्या. नंतर पांडव सुखसौभाग्यप्राप्तीकरितां व पृथ्वीचें साम्राज्य मिळण्याकरितां त्या अग्नींना व तपोधन ब्राह्मणांना प्रदक्षिणा घालून द्रौपदीसहवर्तमान सहाजणें तेथून निघून गेलीं. याप्रमाणें त्या वीरांनीं प्रस्थान केल्यानंतर ते श्रेष्ठ धौम्य ऋषि पांडवांचे अग्नि घेऊन पंचाल देशास निघून गेले; व इंद्रसेनप्रभृति मंडळी द्वारकेस जाऊन पांडवांच्या अश्वांचें व रथांचें संरक्षण करीत पांडवांविषयीं कोणास कांहींएक न सांगतां यादवांमध्यें स्वस्थ राहिली.

अध्याय पांचवा.

—:०:—

पांडवांचें विराटनगराकडे प्रयाण.

वैशंपायन ह्मणालेः—राजा जनमेजया, ह्याप्रमाणें वनवास पूर्ण करून पुनः स्वराज्य मिळविण्याच्या इच्छेनें पांडवांनीं अज्ञातवास आरंभिला. त्या वीरांनीं तरवारी लटकावून, बाणभाते बांधून, दंडाभोंवतीं गोधा[1] चढवून व बोटांत अंगुलित्राणें घालून यमुनेकडचा मार्ग धरिला. नंतर ते पादचारी महाबलाढ्य पांडव यमुनेच्या दक्षिण तीराकडील पर्वतांवरील व अरण्यांतील भयंकर प्रदेशांत मुक्काम करीत करीत पंचाल देशाच्या दक्षिणेकडून व दशार्ण देशांच्या उत्तरेकडून यकृल्लोम व शूरसेन ह्या देशांतून मृगांची शिकार करीत व आम्ही पारधी आहों असें लोकांना सांगत विराटदेशांत शिरले. राजा, त्या कालीं त्या विरांनीं श्मश्रु वाढविली होती व वाटेच्या दगदगीनें त्यांचीं मुखें अगदीं विवर्ण झालीं होतीं! ह्याप्रमाणें ते धनुर्धारी पांडव विराटदेशांत प्रविष्ट झाल्यावर द्रौपदी युधिष्ठिरास म्हणाली, "पहा, अद्यापि पाऊलवाटा व अनेक प्रकारचीं शेतेंच आपणांस दिसत आहेत, अजून मोठे मार्ग आपणांस लागत नाहींत; ह्यावरून विराट नगरी येथून अद्यापि बरीच दूर आहे ह्यांत संदेह नाहीं. म्हणून आपण आणखी एक रात्र येथेंच मुक्काम करूं; मी अगदीं थकून गेलें आहें!"

युधिष्ठिर म्हणालाः—हे भारता धनंजया, तूं द्रौपदीला उचलून खांद्यावर घे. हें इतकें वन आपण चालून गेलों म्हणजे आपण विराटनगरींत पोंचून तेथेंच वसती करूं.

वैशंपायन म्हणालेः—राजा जनमेजया, नंतर त्या अर्जुनानें द्रौपदीस गजराजाप्रमाणें स्कंधावर धारण केलें; आणि ते सर्व थोडक्याच वेळांत विराटनगराच्या समीप येऊन पोंचल्यावर अर्जुनानें तिला खालीं उतरिलें.

नंतर युधिष्ठिरानें अर्जुनास म्हटलें:—बा अर्जुना, आपण पुरांत प्रवेश करण्यापूर्वीं आयुधांची संस्थापना कोठें करावी बरें? जर आपण शस्त्रादिकांसहवर्तमान ह्या नगरांत प्रवेश केला, तर नागरिक लोक एकदम घाबरून जातील ह्यांत संदेह नाहीं. हें गांडीव धनुष्य मोठें प्रचंड असून लोकांच्या ओळखीचें आहे. ह्याकरितां असल्या आयुधासमवेत आपण पुरांत प्रवेश केला, तर आपणांस लोक तेव्हांच

१ धनुष्याच्या दोरीच्या प्रहारांनीं इजा होऊं नये म्हणून एक प्रकारचें चर्मबंधन करितात तें.

ओळखून काढतील; व आपणांवर दुर्धर प्रसंग ओढवेल! आणि मग आपणांला पुनः बारा वर्षें वनवासांत जाण्याची पाळी येईल! बा अर्जुना, आपणांपैकीं एकाला जरी कोणीं ओळखिलें, तरी आपण सर्व पुनः वनवास करूं अशी आपण प्रतिज्ञा केलेली तुला स्मरत असेलच!

शमीवृक्षावर शस्त्रन्यास.

अर्जुन ह्मणालाः—हे राजा, ह्या सन्निध दिसणाऱ्या उच्चप्रदेशावर मोठा शमीवृक्ष दिसत आहे त्यावर आपण आयुधें ठेवावीं, असें मला वाटतें. पहा, ह्या अवाढव्य वृक्षाच्या खांद्या चोहोंकडे पसरल्या असून त्यावर कोणास चढतां येणें मोठें कठीण आहे. शिवाय ह्या समयीं येथें कोणी माणूसही आपण काय करितों हें पहाण्यास नाहीं. हा वृक्ष अगदीं एकीकडे असून ह्याच्या सभोंवतीं श्वापदांची व सर्पादिकांची दाट वसती आहे; आणि शिवाय हा स्मशानासमीप असल्यामुळें तेथें फारसें मनुष्य फिरकण्याचा संभव नाहीं. ह्यास्तव आपण आपलीं आयुधें ह्या वृक्षावर ठेवून नगरांत जाऊं व तेथें पूर्वीं ठरल्याप्रमाणें आपआपलीं कामें करून अज्ञातवासाचे दिवस पार पाडूं.

वैशंपायन म्हणालेः—राजा जनमेजया, अर्जुनानें ह्याप्रमाणें युधिष्ठिराला सांगितलें व आयुधें ठेवण्याच्या तयारीला ते सर्व पांडव लागले. प्रथम अर्जुनानें त्या परमप्रतापी गांडीवाची प्रत्यंचा सोडिली. अहाहा! त्या गांडीव धनुष्याचें काय वर्णन करावें! अरे, कुरुपुंगव अर्जुनानें एका रथांत बसून त्या गांडीव धनुष्याच्या बळावर देवांना, सगळ्या मनुष्यांना व सर्व समृद्ध देशांना आपल्या अधीन करून घेतलें! नंतर, जनमेजया, ज्या धनुष्याच्या साहाय्यानें युधिष्ठिरानें कुरुक्षेत्राचें रक्षण केलें, त्या धनुष्याची दोरी युधिष्ठिरानें सोडिली. पुढें भीमसेनानें आपल्या धनुष्याची प्रत्यंचा उतरली. राजा, ह्या धनुष्यानेंच भीमपराक्रमी भीमानें संग्रामांत पांचालांचा पराजय केला व दिग्विजयाच्या प्रसंगीं अनेक वीरांना एकट्यानें जर्जर करून सोडिलें. जनमेजया, ह्या धनुष्याचा टणत्कार झाला म्हणजे जणू काय वज्रप्रहारानें पर्वतच विदीर्ण होऊन कोसळल्याचा भास होई, व ह्या धनुष्याच्या योगानेंच त्या सिंधुपति जयद्रथाचा भीमानें समाचार घेतला! नंतर त्या अद्वितीयरूपसंपन्न, मितभाषी, आरक्तमुखकांति व महाप्रतापी माद्रीपुत्र नकुलानें ज्या धनुष्याच्या साहाय्यानें पश्चिम दिशा हस्तगत करून घेतली त्या धनुष्याची दोरी सोडिली; आणि शेवटीं त्या आचारवान् सहदेवानें दक्षिण दिशा जिंकून टाकणारें तें आपलें श्रेष्ठ धनुष्य प्रत्यंचारहित केलें! जनमेजया, ह्याप्रमाणें सर्वांनीं आपआपल्या धनुष्यांच्या दोऱ्या सोडल्यावर त्यांनीं तीं धनुष्यें आणि त्याप्रमाणेंच आपल्या जवळ असलेल्या मोठमोठ्या देदीप्यमान तलवारी, मूल्यवान् भाते व तीक्ष्ण बाण हीं सर्व खालीं ठेविलीं!

वैशंपायन म्हणालेः—राजा जनमेजया, नंतर युधिष्ठिरानें तीं सर्व आयुधें त्या शमीवृक्षावर ठेवण्याकरितां नकुलास आज्ञा केली; आणि त्या आज्ञेप्रमाणें नकुलानें त्या वृक्षावर चढून, त्याच्या ढोलींतून व फटींतून जेथें जीं आयुधें नीट राहातील असें त्यास वाटलें तेथें तीं पर्जन्याचा वगैरे त्रास पोंचणार नाहीं अशा व्यवस्थेनें व बळकट दोऱ्यांनीं सुदृढ बांधून ठेवून दिलीं. नंतर, त्या वृक्षावर शव बांधिलें असतां त्याच्या दुर्गंधीमुळें व हिडिसपणामुळें कोणीही माणूस तिकडे सहसा फिरकणार नाहीं असें मनांत आणून पांडवांनीं त्या वृक्षाला एक शव बांधिलें; आणि मग ते, “ही

आमची एकशें ऐशीं वर्षांची माता असून हिचें हें शव आम्हीं आपल्या कुलाचाराप्रमाणें ह्या वृक्षास बांधून ठेविलें आहे! असें ते लोकांस सांगत नगराकडे वळले. वाटेंत त्यांना गुराखी, धनगर वगैरे जे कोणी भेटले त्यांस त्यांनीं तसेंच सांगितलें; व अशा प्रकारें आपल्याविषयीं कोणाच्या मनांत कांहींएक विपरीत तर्क उत्पन्न होऊं नये, म्हणून दक्षता ठेवून ते पराक्रमी पांडव नगरासमीप येऊन पोंचले. नंतर युधिष्ठिरानें जय, जयंत, विजय, जयत्सेन व जयद्बल अशीं गुह्यनांवें अनुक्रमें आपणासुद्धां सर्वांस ठेविलीं आणि सर्वजण पूर्वसंकेताप्रमाणें तें तेरावें अज्ञातवासाचें वर्ष पार पाडण्याकरितां त्या महान् विराटनगरांत प्रविष्ट झाले.

अध्याय सहावा.

—:०:—

दुर्गास्तवन.

वैशंपायन सांगतातः—राजा जनमेजया, विराटाच्या त्या रमणीय नगरांत प्रवेश करितांना युधिष्ठिरानें मनामध्यें त्रैलोक्याची अधिष्ठात्री, यशोदेच्या गर्भापासून उत्पन्न झालेली, नारायणानें अनेक वरप्रदानें दिलेली, नंद गोपाच्या कुलांत जन्म घेतलेली, उपासना केली असतां उपासकांचें कुल वृद्धिंगत करून त्यांचें कल्याण करणारी, कंसाला पळविणारी, असुरांचा नाश करणारी, शिळेवर आपटतांक्षणींच आकाशांत गमन करणारी, वासुदेवाची भागिनी, उत्तमोत्तम पुष्पांनीं शोभायमान दिसणारी व दिव्य वस्त्रें परिधान केलेली असून ढाल व खड्ग हीं आयुधें धारण केलेली अशी जी दुर्गादेवी, तिचें स्तवन केलें. राजा, भूभार हरण करण्याकरितांच त्या भगवतीनें अवतार घेतला. त्या कल्याणकर्त्या जगदंबेचें जे सदोदीत स्मरण करितात, त्यांचा, ती चिखलांत रुतलेल्या दुर्बल गाईप्रमाणें उद्धार करिते. तिचें प्रत्यक्ष दर्शन व्हावें असा धर्मराजाचा हेतु होता; व तो हेतु पुर्ण व्हावा म्हणून आपल्या भ्रात्यांसहवर्तमान त्या धर्मराजानें अनेक स्तोत्रांनीं तिचें स्तवन केलें.

धर्मराज म्हणालाः—हे वरदे, हे कृष्णे, हे कुमारिके, हे ब्रह्मचारिणि, हे बालार्कवत् तेजस्विनि, हे पुर्णचंद्रानने, तुला आमचा नमस्कार असो. हे चतुर्भुजे, हे चतुर्मुखे, हे पीनश्रोणिपयोधरे, हे मयूरपुच्छिवलये, हे केयुरांगदधारिणि, तूं नारायणपत्नी लक्ष्मीप्रमाणें आम्हांला भासत आहेस. हे आकाशगामिनि, तुझें स्वरूप व ब्रह्मचर्य हीं निर्दोष असून तूं नीलमेघाप्रमाणें कृष्णवर्ण आहेस. संकर्षणाप्रमाणें तुझें मुख असून इंद्रध्वजासारखे उन्नत व विशाल असे दोन, पात्र धारण केलेला एक, कमल धारण केलेला एक, घंटा धारण केलेला एक, आणि पाश, धनुष्यें, महाचक्र व इतर नानाप्रकारचीं आयुधें धारण केलेले तीन असे आठ हात तुला आहेत. ह्या पृथ्वीमध्यें अत्यंत शुद्ध अशी स्त्री तूंच होस. कानांतील कुंडलांच्या योगानें तूं अत्यंत शोभायमान दिसतेस. हे देवि, चंद्राशीं स्पर्धा करणारें असें तुझें मुख आहे. अद्भुत मुकुट तूं धारण करितेस, आणि तुझी वेणी फारच शोभायमान दिसते. भुजंगाच्या आकृतीचें कटिसूत्र जें तूं घातलें आहेस, तें चमकूं लागलें म्हणजे मंदर पर्वताला वासुकीनें बद्ध केलें आहे कीं काय, असा भास होतो. तुझ्या उंच ध्वजावर मयूरपिच्छें झळकत असून कौमार्यव्रताचा अंगीकार करून राहिल्यामुळें तुझ्या योगानें स्वर्गास पवित्रता आली आहे. हे महिषासुरनाशिनि देवि, त्रैलोक्याच्या रक्षणाविषयीं जेव्हां देवांना चिंता उत्पन्न होते, तेव्हां ते तुझीच आराधना करितात. हे सुरश्रेष्ठे, मजवर तूं दया कर आणि प्रसन्न होऊन माझें

कल्याण कर. जया आणि विजया ही तूंच असून युद्धामध्यें जय देणारीही तूंच आहेस. म्हणून मलाही तूं विजय दे; कारण सांप्रत तूंच वरदायिनी आहेस. हे कालि, हे महाकालि, हे मद्यमांसपशुप्रिये, नगश्रेष्ठ विंध्याचलावर तुझें नेहमींचें वसतिस्थान आहे. सर्व लोक तुझ्या दर्शनाकरितां तेथें जात असून, हे कामचारिणि, तूं त्यांना वर देतेस. संकटसमयीं जे तुझें स्मरण करितात, आणि जे नित्य प्रभातकाळीं तुला वंदन करितात, त्यांना पुत्र, धन किंवा इतर कोणत्याही गोष्टीची चिंता रहात नाहीं. हे दुर्गे, दुर्ग म्हणजे संकट त्यापासून तूं तारितेस म्हणून तुला दुर्गा असें म्हणतात. अरण्यामध्यें संकटांत सांपडलेल्या, महासागरांत मग्न झालेल्या व चोरांनीं अडविलेल्या लोकांना तूंच आधार आहेस. हे महादेवि, अपरंपार जलांतून तरून जावयाचें असल्यास, अथवा बिकट मार्गांतून किंवा घोर अरण्यांतून जावयाचें असल्यास जे पुरुष तुझें स्मरण करितात, त्यांचा कधींही नाश होत नाहीं. कीर्ति, श्री, धृति, सिद्धि, ऱ्ही, विद्या, संतति, मति, संध्या, रात्रि, प्रभा, निद्रा, ज्योत्स्ना, कांति, क्षमा आणि दया तूंच असून मनुष्यांनीं तुझें पूजन केलें असतां बंधन, मोह, पुत्रनाश, धनक्षय, व्याधि, मृत्यु आणि भय ह्या त्यांच्या दुःखांचा तूं नाश करितेस. हे सुरेश्वरि, हे देवि, मी राज्यभ्रष्ट झालों असून मी आपलें मस्तक तुझ्या चरणकमलीं लीन करून तुला शरण आलों आहें. तर हे दुर्गे, हे शरण्ये, हे भक्तवत्सले, तूं मला आश्रय दे; आणि, हे कमलनयने सत्ये, तूंच आम्हांला आधार हो.

धर्मराजाला दुर्गादर्शन व प्रसाद.

वैशंपायन सांगतातः—राजा जनमेजया, ह्याप्रमाणें युधिष्ठिरानें स्तवन केलें असतां, देवीनें त्या पांडुपुत्राला दर्शन दिलें आणि प्रत्यक्ष पुढें उभी असलेली ती भगवती त्याशीं बोलूं लागली.

देवी म्हणालीः—हे प्रजापालका महाराजा, आतां मी तुला सांगतें तें तूं ऐक. संग्रामामध्यें लवकरच तुला विजय प्राप्त होईल. माझ्या प्रसादाच्या योगानें शत्रूंना जिंकून तूं कौरवसेनेचा नाश करून टाकशील आणि निष्कंटक राज्य करून तूं ह्या पृथ्वीचा पुनः उपभोग घेशील. त्याचप्रमाणें, हे राजा, तूं आपल्या बांधवांसह आनंदित होऊन माझ्या प्रसादानें तुला सौख्य व आरोग्य प्राप्त होईल. राजा, जे पुण्यशील माझें स्तवन करितील त्यांच्यावरही मी संतुष्ट होऊन त्यांना राज्य, आयुष्य, शरीरसामर्थ्य व पुत्रही देईन. प्रवासांत, नगरांत, युद्धांत, शत्रूंपासून, अरण्यांत, दुर्गम मार्गांत, महासागरांत, घोर वनांत आणि महान् पर्वतावर अथवा कोठेंही संकट प्राप्त झालें असतां तुझ्याप्रमाणें जे माझें स्मरण करितील, त्यांना इहलोकीं कोणतीही गोष्ट दुर्लभ नाहीं. हे पांडवहो, जो पुरुष हें उत्तमोत्तम स्तोत्र भक्तियुक्त अंतःकरणानें श्रवण अथवा पठन करील, त्याचीं सर्व कार्यें सिद्धीस जातील. विराटाच्या नगरांत तुम्हीं राहिलां असतां तेथें राहाणारे किंवा कौरव ह्यांच्याकडून माझ्या प्रसादानें तुम्ही ओळखले जाणार नाहीं.

वैशंपायन सांगतातः—राजा, ह्याप्रमाणें त्या अरिंदम युधिष्ठिराला सांगून व पांडवांचें रक्षण करण्याचें त्याला आश्वासन देऊन ती देवी तेथेंच गुप्त झाली.

अध्याय सातवा.

—:०:—

विराटगृहीं युधिष्ठिराचा प्रवेश.

वैशंपायन सांगतातः—नंतर, विराट राजा आपल्या सभेंत बसला असतां, वैदूर्यरत्नखचित

सुवर्णाचे फांसे वस्त्रामध्यें गुंडाळून घेऊन प्रथम युधिष्ठिर राजा त्याच्याकडे गेला. राजा, कालमहिमा कसा विचित्र आहे तो पहा! ह्या कौरववंशवर्धन यशस्वी युधिष्ठिर राजापुढें सर्व राजे नम्र होत असत; आणि त्याच्यापुढें जातांना, तीक्ष्ण विषयुक्त भुजंगापुढें जाण्याप्रमाणें भय वाटत होतें; तोच आज दुसऱ्यापुढें नम्रपणें जात आहे! असो; असा हा प्रसंग आला तरी त्याचें नैसर्गिक तेज नाहींसें होणार थोडेंच! बल, रूप आणि कीर्ति, ह्यांच्या योगानें तो भव्य असलेला राजा युधिष्ठिर देवाप्रमाणें तेजस्वीच असल्यामुळें प्रस्तुत तो मेघाच्छादित सूर्याप्रमाणें किंवा भस्माच्छादित अग्नीप्रमाणें दिसत होता. धर्मराजाचें मुख चंद्राप्रमाणें असल्यामुळें तो महानुभाव पांडुपुत्र येऊं लागला असतां, ढगांनीं झांकून गेलेला चंद्रच आपल्याकडे येत आहे कीं काय असें विराट राजाला वाटलें. तो त्याच्याकडे पहात पहातच आपल्या जवळ असलेल्या राजे, मंत्री, द्विज, पौराणिक व इतर लोकांना विचारूं लागला कीं, "अहो, हा इकडे कोण येत आहे? हा एखाद्या राजाप्रमाणें दिसत असून त्याची दृष्टि ह्या सभेकडेच आहे! हा ब्राह्मण तर नाहींच. तर हा नरश्रेष्ठ कोणी तरी राजाच असावा असें मला वाटतें. बरें, इंद्राप्रमाणें हा इतका तेजस्वी दिसत आहे म्हणून तसाच कोणी तरी असेल असें म्हणावें, तर ह्याच्याजवळ सेवक, रथ, गज, वगैरे कांहींच दिसत नाहीं! तरी पण, एखादा मदमत्त गज ज्याप्रमाणें निःशंकपणें कमलिनीकडे जातो त्याचप्रमाणें ह्याची इकडे येण्याची गति व त्याच्या शरीरावर दिसत असलेलीं चिन्हें ह्यांवरून हा कोणी तरी मूर्धाभिषिक्त राजाच असावा असें माझें मन घेतें." राजा जनमेजया, अशा प्रकारें तो विराट राजा अनेक तर्क करीत आहे तों युधिष्ठिर त्याच्या जवळ येऊन पोहोंचला व त्यानें विनंती केली.

युधिष्ठिर म्हणालाः—हे राजाधिराजा, माझें सर्वस्व नष्ट झाल्यामुळें उपजीविकेच्या साधनार्थ मी ब्राह्मण तुजकडे आलों आहें. हे पुण्यवंता, तुझ्या मर्जीनुरूप वागून येथें तुझ्याजवळ रहावें अशी माझी इच्छा आहे.

वैशंपायन सांगतातः—राजा, हें त्याचें भाषण ऐकून, राजा विराटानें त्याचा आदर केला आणि बसावयास सांगून त्यानें मोठ्या प्रेमानें त्याला विचारिलें. विराट राजा म्हणाला, बाबारे, मी तुला अंतःकरणपूर्वक विचारितों कीं, कोणत्या राजाच्या देशांतून तूं आला आहेस? त्याचप्रमाणें तुझें नांव काय? कोणत्या कुलांत तूं जन्म घेतला आहेस? आणि कोणती शिल्पविद्या तूं जाणतोस? जें काय खरें खरें असेल तें मला सांग.

युधिष्ठिर म्हणालाः—महाराज, मी वैयाघ्रपद्य[1] विप्र असून, पूर्वीं युधिष्ठिराचा सखा होतों. हे विराट राजा, द्यूतविद्या मला चांगली अवगत असून कंक ह्या नांवानें मी प्रसिद्ध आहें.

विराट राजा म्हणतोः—तुझी जी इच्छा असेल ती पूर्ण करण्यास मी तयार आहें. पाहिजे असल्यास ह्या मत्स्यदेशाचें राज्यही तूंच कर. तूं सांगशील तसा मी वागेन. आधीं द्यूत खेळणारे मला नेहमींच प्रिय वाटतात आणि तूं तर मला देवासारखा वाटतोस. तेव्हां तूं राज्यालाही पात्र आहेस.

युधिष्ठिर म्हणालाः—हे प्रजापालका, ह्या द्यूताची स्थिति अशी आहे कीं, ह्यांत कोणी हरला कीं तो भांडावयास उभा रहावयाचा. ह्याकरितां मला एवढीच देणगी दे कीं,

१ व्याघ्र इव पततीति व्याघ्रपात्=यमः। तस्य कुले जातः वैयाघ्रपद्यः। मी यमाच्या कुलांत जन्मलेला (धर्मपुत्र) विप्र (ब्राह्मण=ज्ञानी) आहें.

ज्याला मी जिंकीन त्यानें माझें द्रव्य बिनतक्रार मला द्यावें.

विराट राजा म्हणतोः—ह्याबद्दल मी तुला इतकें सांगतों कीं, तुझ्या मर्जीविरुद्ध वागणारा जर कोणी ब्राम्हणेतर असेल, तर त्याचा मी वध करीन; आणि ब्राह्मण असेल तर, त्याला हद्दपार करीन. ह्या राज्यांत ज्याप्रमाणें माझी सत्ता चालते, त्याचप्रमाणें कंकाचीही चालेल, हें माझें बोलणें येथें जमलेल्या सर्वांनीं ऐकून ठेवावें. हे कंका, तूं माझा मित्र आहेस. मी ज्या वाहनांत बसेन, तेथें माझ्या शेजारीं त्वां बसावें. अन्नवस्त्रादिकांची तुला काळजी नको. माझ्या घरीं जें काय आहे त्यांतून तुला वाटेल तें तुझें आहे. त्याचप्रमाणें माझ्या सर्व राज्यांत अथवा माझ्या घरांत तुला कोठेंही प्रतिबंध नाहीं. उपजीविकेच्या साधनानें रहित झाल्यामुळें वाईट स्थितीला पोहोंचलेले असे कोणी लोक तुजकडे आले तर तूं त्यांना माझ्याकडे पाठवून मीं त्यांना अभुक द्यावें, असें तूं मला सांग, म्हणजे तत्काळ तुझ्या इच्छेप्रमाणें तें मी त्यांना देईन. माझ्या येथें असतांना तुला कोणापासूनही पीडा होणार नाहीं!

वैशंपायन सांगतातः—राजा जनमेजया, ह्याप्रमाणें त्या नरश्रेष्ठ धर्मराजाची विराट राजाशीं उत्तम प्रकारची मैत्री जडून, तो ज्ञानी धर्मराज त्याच्या येथें मोठ्या आदरसत्कारांत आनंदानें राहिला. तरी त्यानें आपली वागणूक इतकी व्यवस्थित ठेविली होती कीं, हा धर्मराज असावा असें कोणाच्याही कधीं लक्षांत आलें नाहीं.

अध्याय आठवा.

—:०:—

विराटगृहीं भीमसेनाचा प्रवेश.

वैशंपायन सांगतातः—राजा, पुढें त्या विराट राजाकडे द्वितीय पांडुपुत्र महाबल भीम आला. येतांना त्याच्या चालण्याचा झोंक मोठ्या तोऱ्यानें चाललेल्या सिंहाप्रमाणें होता. त्या तेजस्वी भीमानें आपल्या हातांत पळी, कलथा आणि झगझगीत नवें नग्न खड्ग हीं हत्यारें घेतलेलीं होतीं. आपल्या तेजानें सूर्याप्रमाणें जगाला प्रकाशित करणाऱ्या त्या भीमानें आचाऱ्याचें रूप घेतलें असल्यामुळें, अगदीं त्या रूपाला साजेसें एक मळकें वस्त्र तो नेसलेला होता; आणि ह्या थाटानें तो पर्वतराज हिमालयाप्रमाणें बलवान् भीम मत्स्यराज विराटाच्या अग्रभागीं येऊन उभा राहिला. तो येत असतां त्याच्याकडे पाहून आनंदित अंतःकरणानें तो राजा आपल्या जवळ असलेल्या लोकांकडे वळून म्हणालाः—अहो, हा आणखी एक पुरुष इकडेच येत आहेसा दिसतो. तो कोण बरें असावा? ह्याचे बाहु सिंहाप्रमाणें उन्नत असून रूप अत्यंत सुंदर आहे. त्याचप्रमाणें तो अगदीं तरूण दिसत आहे. इतका सूर्याप्रमाणें तेजस्वि पुरुष आजपर्यंत मीं कोठेंही पाहिला नाहीं. मी आपल्या मनांत नानाप्रकारें तर्क करीत आहें, पण हा कोण असावा आणि त्याचा इकडे येण्याचा हेतु काय असावा, ह्याविषयीं निश्चित अशी कांहींच कल्पना बसत नाहीं. हा दृष्टीस पडल्यापासून 'हा कोण आहे' हें समजावें अशी मला उत्कट इच्छा झाली आहे. ह्याकरितां, अहो, कोणी तरी सत्वर पुढें होऊन, हा कोणी गंधर्वराज आहे, का इंद्र आहे, का आणखी दुसरा कोणी आहे, ह्याची चांगली चौकशी करून त्याला कांहीं इच्छा असल्यास ती त्याची इच्छा त्वरित पूर्ण करा.

राजा जनमेजया, ह्याप्रमाणें विराटाची आज्ञा होतांच कांहीं चपल व हुषार लोक झटदिशीं धर्मानुज कुंतीपुत्राजवळ गेले आणि त्यांनीं त्यास विचारिलें. परंतु त्यानें त्यांजपाशीं कांहींएक

विशेष न सांगतां तो विराट राजासमोर आला आणि म्हणाला:–हे राजा, मी बल्लव नामक आचारी आहें. शाकपाक वगैरे सर्व पदार्थ मी फार उत्तम तयार करितों. ह्याकरितां आपण आपल्या पदरीं मला आश्रय द्यावा.

विराट राजा म्हणाला:–हे बल्लवा, तुझें तेज, रूप आणि रुबाब ह्यांवरून तूं आचारी असावास असें माझें मन घेत नाहीं. मला तर तूं इंद्राप्रमाणें भासत आहेस. आतां, तो तूं नसलास तर दुसरा कोणी श्रेष्ठ पुरुष आहेस हें खास!

भीमसेन म्हणतो:–हे राजा, खरोखर मी आचारीच आहें आणि केवळ वरण, भात, भाज्या कशा कराव्या हें मी उत्तम प्रकारें जाणतों. राजा, पूर्वी युधिष्ठिरानें माझ्या हातच्या भाज्या वगैरे पदार्थ खाल्ले आहेत. याखेरीज दुसरा एक गुण माझ्याजवळ आहे तो हा कीं, मी मोठा शक्तिवान् आहें. माझ्याशीं मल्लयुद्धांत बरोबरी कोणाच्यानें करवणार नाहीं. कुस्ती खेळणें मला फार आवडतें. केव्हां केव्हां मीं हत्तीशीं आणि सिंहाशींही सामने केलेले आहेत. तेव्हां, हे पुण्यवंता, मला तूं आपल्या पदरीं ठेव. मी सदोदीत तुला आवडेन अशा प्रकारें वागेन.

विराट राजा म्हणाला:–बरें आहे. मी तुला आपल्या पदरीं ठेविलें; इतकेंच नव्हे, तर माझ्या मुदपाकासंबंधानें सर्व अधिकार तुला दिले आहेत. मात्र इतकेंच सांगतों कीं, जसें तूं आतां बोलत आहेस तसाच वाग म्हणजे झालें. कारण तूं जें जें आतां सांगितलेंस तशा प्रकारचा पुरुष मीं आजपर्यंत पाहिला नाहीं आणि ऐकलाही नाहीं. तुझ्या एकंदर स्थितीवरून तूं समुद्रवलयांकित पृथ्वीचा अधिपति होण्यासही पात्र आहेस. तथापि, प्रस्तुत तुझ्या इच्छेप्रमाणें मीं केलें आहे, तर आजपासून तूं मुदपाकामध्यें माझा पुरस्कर्ता हो. तिकडे पूर्वीं नेमिलेले जे सर्व लोक आहेत, ते इतःपर तुझ्या हाताखालचे होऊन राहातील.

वैशंपायन सांगतात:–ह्याप्रमाणें मुदपाकावर नेमणूक झाली असतां भीमसेनाला आनंद झाला आणि तोही राजाला प्रिय वाटूं लागला. राजा, भीमसेनही त्याच्या बरोबरच्या लोकांच्या किंवा इतरही कोणाच्या ओळखीस आला नाहीं!

अध्याय नववा.

--:०:--

विराटगृहीं द्रौपदीचा प्रवेश.

वैशंपायन सांगतात:—राजा जनमेजया, नंतर सुहास्यवदना द्रौपदी त्या नगरांत आली. तिनें आपले कृष्णवर्ण, बारीक, मृदु, लांबसडक, कुरळे आणि निर्दोष असे केंस सावरून त्यांस गांठ दिली होती. तिनें सैरंध्रीचा वेष घेतला असल्यामुळें, त्या वेषाला साजे असें एक मळीण वस्त्र ती नेसली होती. एखाद्या वेड्या स्त्रीप्रमाणें ती त्या नगरांत इकडे तिकडे भटकूं व धावूं लागे. त्यामुळें ही कोणी वेडी आहे असें समजून तेथील स्त्रिया व पुरुष तिच्या मागें लागत आणि तिला विचारीत कीं, 'तूं कोण आहेस? व तुझा विचार काय आहे?' तेव्हां ती उत्तर देई कीं, 'महाराज, मी सैरंध्री असून, जो माझें पोषण करील त्याचें काम करावें अशी माझी इच्छा आहे.' राजा जनमेजया, असें ती सांगे, तरी तिच्या सौंदर्यावरून, तिच्या वेषावरून व तिच्या गोड वाणीवरून, ही अन्नाकरितां आलेली दासी असावी असें कोणास वाटेना. हा सर्व प्रकार चालला होता, तों तेथें नजीकच राजवाड्याच्या सज्जावर येऊन, केकय राजाची कन्या जी विराट राजाची पट्टराणी ती तिकडे पहात उभी होती, तिच्या दृष्टीस हा सर्व प्रकार पडला. तेव्हां इतकी रूपसंपन्न असून फक्त एकच वस्त्र नेसलेली व व तेंही मळकें आणि अन्नाकरितां दीन झालेली

अशी ही कोण आहे, याची चौकशी करण्याकरितां तिनें तिला हाक मारून विचारिलें.

सुदेष्णा म्हणाली:--हे कल्याणि, तूं कोण आहेस? आणि तुझी काय इच्छा आहे?

द्रौपदी म्हणाली:—हे महाराज्ञि, मी सैरंध्री असून, जो मला आपल्या पदरीं ठेवील त्याची सेवा करावी अशी माझी इच्छा आहे.

सुदेष्णा म्हणाली:—हे सुंदरी, तूं हें असें म्हणतेस खरी, पण; अशा तुझ्यासारख्या दासी मीं कधीं पाहिल्या नाहींत. अनेक दास व दासी यांवर सत्ता चालविणारी तूं कोणी राजपत्नी असावीस असें मला वाटतें. तुझे घोटे उवडे दिसत नाहींत. तुझ्या मांड्या एकमेकींस चिकटलेल्या असून तुझी वाणी, बुद्धि व नाभि हीं तीन गंभीर दिसत आहेत; नासिका, नेत्र, कर्ण, नखें, स्तन व घांटी हीं सहा स्थलें तुझ्या शरीरावर उन्नत दिसत आहेत. तुझ्या हातापायांचे तळवे, नेत्रप्रांत, ओठ, जिव्हा व नखें ह्या पांच ठिकाणीं आरक्त वर्ण असून हंसाप्रमाणें तुझें भाषण मधुर आहे. तुझे केंस व स्तन उत्तम असून तुझा वर्ण शामल आहे; तुझे जघनप्रदेश व स्तन पुष्ट असून काश्मीरदेशांतील तुरंगमीप्रमाणें तूं सर्व लक्षण संपन्न आहेस. तुझ्या भ्रुकुटी वक्र असून ओठ पिकल्या तोंडल्याप्रमाणें रक्तवर्ण आहेत. उदर कृश असून कंठ शंखाप्रमाणें तीन रेषांनीं युक्त आहे. तुझ्या शरीरावरील शिरा दिसत नसून तुझें मुख पूर्ण चंद्राप्रमाणें अल्हादकारक आहे. तुझे नेत्र कमलपत्राप्रमाणें विशाल असून शरदृतूंतील कमलांच्या सुगंधाप्रमाणें तुझ्या शरीराचा सुगंध येत आहे; रूपानें तर तूं कमलनिवासिनी लक्ष्मीची बरोबरी करशील अशी आहेस. ह्यावरून, हे कल्याणि, तूं दासी नाहींसच. तर खरें खरें जें काय असेल तें सांग. मग तूं कोणी यक्षिणी, गंधर्वी, देवता, अप्सरा, देवकन्या, नागकन्या, नगरदेवता, विद्याधरी, किन्नरी, प्रत्यक्ष रोहिणी, अलंबुषा, मिश्रकेशी, पुंडरीका, मालिनी, इंद्राणी, वरुणपत्नी, अथवा विधात्याची किंवा त्वष्ट्याची भार्या किंवा आणखीही कोणी अस. हे शुभे, देवांमध्यें ज्या प्रमुख देवता आहेत, त्यांतली तूं कोण आहेस?

द्रौपदी म्हणते:—हे महाराज्ञि, खरोखर मी देवता, गंधर्वपत्नी, असुरभार्या किंवा राक्षसस्त्री ह्यांपैकीं कोणीही नाहीं, तर मी केवळ सैरंध्री दासी आहें. हे शुभे, मला वेणी फार उत्तम घालतां येत असून, मालती, नानाप्रकारचीं कमलें व चंपक यांचे तऱ्हेतऱ्हेचे हार मला चांगले गुंफितां येतात. कृष्णाची प्रिय राणी जी सत्यभामा, तिच्यापाशीं मी कांहीं दिवस होतें; आणि कुरुकुलभूषण पांडवांची भार्या जी त्रैलोक्यसुंदरी कृष्णा, तिच्यापाशींही कांहीं दिवस होतें. त्यांच्या मनासारखी मी वागत असल्यामुळें त्यांचें मजवर चांगलें प्रेम असे. त्या मला आपल्याप्रमाणें जेवावयास घालीत आणि वारंवार चांगलीं वस्त्रें बक्षीस देत, त्यामुळें मीही मोठी आनंदांत असें. राजपत्नी द्रौपदी मला मालती ह्या नांवानें हांक मारी. हे सुदेष्णे, आतां मी तुझ्या घरीं आलें आहें, तर तूं मला आपली दासी म्हणून ठेव.

सुदेष्णा म्हणाली:—अग, मी तुला मोठ्या आनंदानें ठेवीन; इतकेंच नव्हे, तर मी तुला अगदीं जीव कीं प्राण करीन. पण मला एक भीति वाटते ती ही कीं, तूं राजाच्या दृष्टीस पडलीस म्हणजे तुझ्यावर तो मोहित होईल व तुझ्यावर प्रेम करूं लागेल! आणि हें इतकें घडल्यावांचून कधींही राहाणार नाहीं. कारण तुझ्या रूपाकडे पाहून इतर स्त्रिया तर काय—पण प्रत्यक्ष मजसारख्या राजकुलांत उत्पन्न झालेल्या स्त्रीलाही मोह पडत आहे. मग एखाद्या पुरुषाला पडेल ह्यांत काय

नवल! अग, हे तुझ्यापुढें वृक्ष उभे आहेतना! ते वांकले आहेत त्यामुळें मला असें वाटत आहे कीं, ते तुझ्याकडे पाहून तुला नम्र होत आहेत! तेव्हां तुला पाहून कोणता पुरुष विकाररहित राहील? हे मनोहारिणि, हे सुश्रोणि, हें तुझें अमानुष रूप पाहून विराट राजाचें माझ्यावरील प्रेम नाहींसें होऊन तो तुझ्यावरच अनुरक्त होईल. हे चपले, विशालनयने, सर्वांगसुंदरि, ज्याच्यावर तूं आपला नेत्रकटाक्ष फेंकशील त्यानें तुला पाहिलें नसलें तरी तो कामविकारानें घायाळ होऊन जाईल; मग हे चारुवदने, सर्वांगसुंदरि, ज्याच्या तूं सदोदीत दृष्टीस पडणार, त्याची स्थिति कशी होईल हें काय सांगावें? आणि असें झालें म्हणजे, आपल्या नाशाकरितां आपणच मुद्दाम वृक्षावर चढणाऱ्या पुरुषाप्रमाणें किंवा आपल्या स्वतः-च्या नाशाकरितांच गर्भ धारण करणाऱ्या खेंकडीप्रमाणें मी आपल्या स्वतःच्या नाशाकरितांच तुला ठेवून घेतलें असें होईल!

द्रौपदी म्हणतेः—हे महाराज्ञि, आपण अनेक कल्पना काढितां खऱ्या, पण मी विराट राजाला किंवा इतर कोणालाही कधीं प्राप्त होणें शक्य नाहीं. कारण माझे पांच तरुण गंधर्व पति आहेत व ते एका मोठ्या प्रख्यात गंधर्वाचे पुत्र असून महापराक्रमी आहेत; आणि ते गुप्तपणानें माझें नेहमीं संरक्षण करीत असतात. दुसऱ्याची सेवा करण्याचें त्यांचें व्रत असून माझेंही तेंच आहे. तरी आम्हां एकमेकांमध्यें अत्यंत प्रेम आहे. मी कोणाच्या येथें सेवक राहिलें असतां त्यानें मला पादसेवन आणि उच्छिष्ट अन्न भक्षण करण्याचा प्रसंग न आणिला तर त्याच्यावर माझे गंधर्व पति खुष असतात. परंतु इतर प्राकृत स्त्रियांप्रमाणें जर कोणीं माझा अभिलाष केला, तर मात्र तो मेलाच म्हणून समजावें. बरें, मी होऊन कोणास वश होईन ही कल्पनाच कोणीं करूं नये. तेव्हां, हे सुदेष्णे, तूं निर्भय मनानें मला ठेव.

सुदेष्णा म्हणालीः—हे नंदिनि, असें आहे तर तुझ्या मर्जीप्रमाणें मी तुला ठेवून घेतें. कोणाच्या पायाला किंवा उष्ट्याला कधीं स्पर्श सुद्धां करण्याचा तुला प्रसंग येणार नाहीं असा बंदोबस्त मी ठेवीन.

वैशंपायन सांगतातः—हे जनमेजया, ह्याप्रमाणें ती सुदेष्णा द्रौपदीस बोलली असतां ती महापतिव्रता द्रौपदी आनंदानें तेथें राहिली आणि गुप्तपणानें तिनें दिवस काढिले. तिला कोणीही ओळखिलें नाहीं.

अध्याय दहावा.

—:०:—

विराटगृहीं सहदेवाचा प्रवेश.

वैशंपायन सांगतातः—राजा जनमेजया, इकडे, गोपाचा वेष धारण करून सहदेवही राजा विराटाकडे आला. तो बोली सुद्धां अगदीं गोपाप्रमाणें बोले. तो जो आला तो प्रथम राजवाड्याशेजारच्या गोठ्यापाशींच उभा राहिला. तेव्हां त्याला पाहतांच राजा विराटानें त्याला बोलाविलें; आणि तो नरश्रेष्ठ कुरुनंदन आपल्या तेजानें झळकत झळकत त्याच्या जवळ पोहोंचल्यावर त्याला 'तूं कोण? कोणाचा? कोठून आलास? व तुझी इच्छा काय आहे?' असें मोठ्या उत्सुकतेनें विचारलें. नंतर

विराट म्हणाला, "ह्याच्या पूर्वीं मीं तुला कधींच पाहिलेला नाहीं, तेव्हां खरें काय असेल तें सांग." तेव्हां शत्रूचा काळच अशा त्या विराट राजाला मोठ्या गंभीर आवाजाच्या त्या सहदेवानें असें सांगितलें.

सहदेव म्हणालाः—राजाधिराज, मी वैश्य असून माझें नांव अरिष्टनेमि असें आहे. कुरु-

कुलोत्पन्न पांडवांचा मी पशुपरीक्षक होतों. प्रस्तुत त्यांचा कोठें ठिकाण नसल्यामुळें मी तुजकडे राहाण्याच्या इच्छेनें आलों आहें. तर कृपा करून तूं मला चांगला आश्रय दे. दुसरीकडे गेलों तर ज्या कामाचें मला ज्ञान नाहीं, अशा इतर कामानें माझा निर्वाह व्हावयाचा नाहीं व तूंच ठेऊन घेतलेंस तर माझ्यायोग्य तुझ्यापाशीं काम आहे. शिवाय तुझ्याच पदरीं रहावें अशी माझी मनापासून इच्छा आहे.

विराट ह्मणाला:—वा अरिष्टनेमे, तुझ्याकडे पाहातां तूं वैश्यकर्म करण्यास योग्य आहेस असें मला वाटत नाहीं. तर तूं ब्राह्मण, क्षत्रिय किंवा समुद्रवलयांकित राजा असावास असें वाटतें. ह्याकरितां तूं खरा कोण आहेस तें मला सांग. त्याचप्रमाणें तुझा देश कोणता? त्या देशाचा राजा कोण आहे? कोणत्या गुणांत तूं प्रवीण आहेस? कशा रीतीनें तूं आमच्याकडे राहाणार? आणि वेतन काय घेशील तें सर्व सांग.

सहदेव म्हणाला:—पांडूच्या पांच मुलांमध्यें जो वडील बंधु युधिष्ठिर, त्याच्या पदरीं मी होतों. त्याच्या जवळ शंभरशंभरांचा एक असे आठ लक्ष, दोनदोनशांचा एक असे एक लक्ष, आणि इतरही आणखी पुष्कळ इतके गाईंचे कळप होते व त्या सर्वांवर मी पशुपरीक्षक ह्मणून होतों. मला तंतिपाल असें सर्व म्हणत. मी असेन त्याच्या सभोंवतीं दहा योजनेंपर्यंत, गाईंच्या संबंधानें पूर्वी काय झालें, आतां काय होत आहे, आणि पुढें काय होईल ह्याचें ज्ञान मला असतें. ह्या माझ्या गुणासंबंधाची खात्री त्या महात्म्या युधिष्ठिराला होती. परंतु अलीकडे कित्येक दिवस तो कोठें नाहींसा झाल्यामुळें मी तुजकडे आलों आहें. गाईंची वृद्धि जलद कशानें होते, व काय केलें असतां त्यांना रोग उत्पन्न होणार नाहीं, हें जाणण्यामध्यें मी कुशल आहें. त्याच प्रमाणें, ज्यांचें मूत्र हुंगल्यानें वंध्या गाईलाही गर्भ राहातो असे उत्तमलक्षणी बैल कोणते ते मला ओळखतां येतात.

विराट राजा म्हणाला:—ठीक आहे. असें आहे तर मी तुला ठेवितों. माझ्यापाशीं गाईंचे एक लक्ष कळप आहेत व त्यांत कांहीं एकएकाच रंगाचे व कांहीं मिश्र असे आहेत. ते सर्व पशु आणि त्यांचे गोपाल ह्या सर्वांना मी तुझ्या स्वाधीन करितों. तूं त्यांच्यावर चांगल्या रीतीची नजर ठेव.

वैशंपायन सांगतात:—ह्याप्रमाणें त्या प्रजारक्षक विराटानें त्याची माहिती घेऊन त्यास नेमिल्यावर तो नरश्रेष्ठ सहदेव तेथें आनंदानें राहिला. त्याला कोणींही ओळखिलें नाहीं.

अध्याय अकरावा.

—:०:—

विराटगृहीं अर्जुनाचा प्रवेश.

वैशंपायन सांगतात:—नंतर तटावर बसलेल्या लोकांनीं स्त्रियांप्रमाणेंच अलंकार घातलेला व स्वरूपानेंही स्त्रियांप्रमाणेंच दिसणारा असा एक भव्य पुरुष पाहिला. त्याच्या कानांत सुवर्णाचीं मोठालीं कुंडलें व हातांत शंखाचे चुडे होते. तो आपले लांब हात व सडक केंस पसरून सभेमध्यें बसलेल्या विराट राजाकडे जात असतां त्याचा वेग वायूप्रमाणें भासला व त्याच्या गतीनें जमीन कांपत असलेली दिसली. ऐरावताप्रमाणें ज्याचा पराक्रम आहे व अतिशय तेजानें जो विशेष शोभायमान दिसत आहे, आणि ज्यानें शत्रूचा नाश करण्याचें सामर्थ्य अंगीं असून वेष पालटून तें झांकून टाकिलें आहे, असा तो महेंद्राचा मुलगा अर्जुन सभेमध्यें आपल्या जवळ आलेला पाहून विराट राजानें सभेमध्यें बसलेल्या सर्व लोकांना विचारिलें.

विराट राजा म्हणालाः—अहो, हा मनुष्य कोठून येत आहे? ह्याबद्दल पूर्वीं मला कांहींच माहिती मिळाली नाहीं.

वैशंपायन सांगतातः—राजा जनमेजया, यावर, त्या मनुष्याची कोणीच कांहीं माहिती सांगत नाहीं असें पाहून विराट राजा पुनः विस्मयपूर्वक अर्जुनाला उद्देशून बोलला.

विराट राजा म्हणालाः—तूं सत्त्वशील दिसत असून देवरूपी मनुष्य दिसत आहेस. तुझा श्यामवर्ण असून तूं तरुण असल्यामुळें हत्तीच्या छाव्याप्रमाणें पराक्रमीही दिसत आहेस. त्याचप्रमाणें डोकीचे केंस मोकळे सोडल्यामुळें व कुंडलें, हातांतील चुडे व माळा भलत्याच रीतीनें घातलेल्या असल्यामुळें, सुंदर केंस असणाऱ्या व कवच, धनुष्य आणि बाण धारण केलेल्या महान् योद्ध्याप्रमाणें तूं शोभत आहेस. तेव्हां माझ्या मुलाप्रमाणें अथवा माझ्या स्वतःप्रमाणेंच तूं रथांत बसून फिरत जा. कारण मी वृद्ध झालों असल्यामुळें सर्व राज्यकारभार इतर कोणावर तरी सोंपवावा असा माझा हेतु आहे. तेव्हां तूं आपल्या सामर्थ्यानें मत्स्य देशांतील सर्व लोकांचें रक्षण कर. कारण मला तर असें वाटतें कीं, अशा प्रकारचे पुरुष षंढ असण्याचा मुळींच संभव नाहीं!

अर्जुन म्हणालाः—राजा, मला गायनकला चांगली अवगत आहे, मी नृत्यामध्येंही प्रवीण आहें, आणि वादनकला मी उत्तम जाणतों. तेव्हां तुझी कन्या जी उत्तरा, तिजकडे माझी नेमणूक व्हावी, म्हणजे मी तिला नृत्य शिकवीन. कोणत्या कारणानें माझें हें रूप असें बनलें आहें, हें ऐकून घेऊन तुला काय करावयाचें आहे? कारण तें सांगतांना मला मात्र महद्दुःख होणार आहे. तेव्हां, राजा, मी आईबाप नसलेला असा एखादा मुलगा अगर मुलगी, अथवा बृहन्नला आहें इतकेंच तूं समज.

विराट राजा म्हणालाः—हे बृहन्नले, तुझें मागणें मी कबूल करितों, व त्याप्रमाणें तूं माझ्या मुलीला व तिच्या बरोबरीच्या इतर मुलींनाही नृत्य शिकीव. परंतु हें काम तुला योग्य आहे असें मला वाटत नाहीं. कारण, समुद्रवलयांकित पृथ्वीचें राज्य करणें हेंच तुला उचित आहे.

वैशंपायन सांगतातः—जनमेजया, बृहन्नलेस नृत्यगायनादि सर्व कला अवगत आहेत असें जाणून विराट राजानें या योजनेबद्दल आपल्या निरनिराळ्या मंत्र्यांचा विचार घेतला आणि ताबडतोब तरुण स्त्रियांकडून त्याची परीक्षाही करविली व हा कायमचा क्लीब आहे असें ऐकल्यावरून त्याला कन्यांतःपुरांत जाण्याची परवानगी दिली. पुढें तो प्रभु धनंजय विराट राजाच्या मुलीला, तिच्या मैत्रिणींना आणि तिच्या समवयस्क दासींना गायन व वादन शिकवूं लागला व त्यांचेंही याच्यावर अतिशय प्रेम बसलें. ह्याप्रमाणें वेष पालटलेला इंद्रियनिग्रही अर्जुन त्यांच्या मर्जीप्रमाणें वागत असतां अंतःपुरांतील अथवा बाहेरील कोणाच्याही ओळखीस आला नाहीं.

अध्याय बारावा.

—ः०ः—

विराटगृहीं नकुलाचा प्रवेश.

वैशंपायन सांगतातः—जनमेजया, नंतर आणखी एक पांडुपुत्र अतित्वरेनें विराटाकडे येत आहेसें तेथील लोकांना दिसलें. तेव्हां मेघापासून सुटून सूर्यमंडलच आपल्याकडे येत आहे कीं काय, असा त्यांना भास झाला. त्या पांडुपुत्रानें तेथें असलेल्या अश्वांकडे दृष्टि फेंकिली आणि त्यांच्याकडे तो शोधक बुद्धीनें पाहूं लागला. हें त्याचें कृत्य मत्सराज विराटाच्या लक्षांत आलें. तेव्हां तो आपल्या

सेवकांना ह्मणाला, " अरे, हा देवतुल्य पुरुष कोठून आला आहे ? याची सर्व दृष्टि माझ्या घोड्यांकडे आहे, यावरून हा कोणी मोठा अश्वपरीक्षक असावा असें मला वाटतें. तर जा कोणी तरी, आणि त्या देवतुल्य पुरुषाला मजकडे लवकर घेऊन या. " राजा जनमेजया, इतकें राजा बोलत आहे तों अरिंदम नकुल त्याच्या जवळ आलाच आणि त्यानें त्यास विनंती केली.

नकुल म्हणाला:—हे राजा, तुझें कल्याण असो आणि तुझा जयजयकार होवो. हे पृथ्वीपते, मी चांगला विख्यात अश्ववेत्ता असून त्याच कामावर फार दिवस होतों. आतां तुझ्याकडे रहावें असा हेतु आहे.

विराट राजा ह्मणाला:—ठीक आहे, तुझ्या येण्यानें मलाही आनंद झाला आहे. तूं मजपाशीं रहात असलास तर मी तुला चांगलें वेतन आणि राहाण्याला उत्तम स्थलही देईन. कारण माझ्याजवळ रथ पुष्कळ असून तूं माझा अश्वसारथि होण्यासही योग्य आहेस. परंतु तूं पहिल्यानें मला हें सांग कीं, तूं आहेस कोण ? कोठून आलास ? आणि मजकडे यावें असें तुला कसें वाटलें, त्याचप्रमाणें तुझ्या अंगीं काय काय कसबें आहेत ?

नकुल म्हणाला:—हे शत्रुनाशका राजा, पांडवांपैकीं सर्वांत वडील जो धर्मराज, त्याच्या येथें पूर्वीं मी होतों. मला अश्वज्ञान चांगलें आहे. अश्वांना कसें शिकवावें हेंही मला चांगलें समजतें. त्यांना कांहीं खोडी असल्यास त्या कशा नाहींतशा कराव्या हें मला माहीत आहे. त्याचप्रमाणें घोड्यांच्या रोगांसंबंधीं सर्व कांहीं मी उत्तम प्रकारें जाणतों. माझ्या हातांतील घोडा कधींही भित्रा निघावयाचा नाहीं. फार तर काय ? घोडी देखील माझ्यापाशीं दुर्गुणी रहात नाहीं. मग घोड्याची ती कथा काय ? पांडुपुत्र युधिष्ठिर आणि इतर सर्व लोक मला ग्रंथिक या नांवानें हांक मारीत असत.

विराट राजा म्हणाला:—बरें तर, मजपाशीं जे कांहीं घोडे आहेत, ते सर्व आजपासून मी तुझ्या ताब्यांत देतों. त्यांजवर, त्यांच्या मोतद्दारांवर व सारथ्यांवर तूं आपलें वर्चस्व चालव. आतां मला हें सांग कीं, ह्या कामावर राहाण्याकरितां मीं तुला वेतन काय द्यावें ? तुझ्या स्वरूपावरून तूं अश्वकर्म करणारा असावास असें कांहीं मला वाटत नाहीं. तूं खरोखर राज्यपदाला योग्य असाच आहेस. तुझ्या दर्शनानें मला आज युधिष्ठिराचेंच दर्शन झाल्यासारखा आनंद होत आहे. पहा काय त्याची दशा झाली ! जो सर्वांच्या स्तुतीसच पात्र, तो सेवकहीन होऊन वनांत भटकत आहे अं ! तेथें तो दिवस कसे कंठीत असेल ? आणि त्याला करमत तरी कसें असेल !

वैशंपायन सांगतात:—ह्याप्रमाणें आनंदित झालेल्या विराट राजानें त्या थोर व गंधर्वाप्रमाणें तरुण पुरुषाला आपल्या पदरीं ठेवून घेतलें आणि त्याच्यावर तो चांगली प्रीति करूं लागला. तोही मोठ्या बेतानें व व्यवस्थेनें राही व त्यामुळें शेवटपर्यंतही कोणाच्या ओळखीस आला नाहीं. राजा जनमेजया, तात्पर्य सांगावयाचें इतकेंच कीं, त्या समुद्रवलयांकित पृथ्वीपति सत्यप्रतिज्ञ पांडवांनीं मत्स्यराज विराटाच्या येथें मोठ्या दक्षतेनें राहून आपले अज्ञातवासाचे दिवस मोठ्या दुःखानें काढिले !

समयपालनपर्व.

अध्याय तेरावा.

—:०:—

जीमूतवध.

जनमेजय प्रश्न करितोः—हे द्विजवर्या, अशा प्रकारें ते सर्व महावीर कुरुनंदन मत्स्यराजाच्या नगरांत गुप्तपणें राहिल्यावर त्यांनीं काय केलें?

वैशंपायन सांगतातः—राजा, तेथें राहिल्यावर त्यांनीं काय केलें तें सांगतों, ऐक. महात्म्या यमधर्माच्या आणि तृणबिंदूच्या प्रसादानें त्यांनीं आपल्या अज्ञातवासाचे दिवस तेथें अशा प्रकारें काढिले. हे प्रजापालका जनमेजया, धर्मराजा विराटराजाचा सभासद होऊन राहिला होता. त्याजवर स्वतः विराटाचें, त्याच्या पुत्रांचें आणि देशांतील इतर लोकांचें चांगलें प्रेम असे. फांसे खेळण्यांत निष्णात असल्यामुळें त्या योगानें त्या पांडुपुत्र युधिष्ठिरानें राजाच्या मनाचें चांगलें रंजन केलें. पक्ष्याला दोरी बांधिली असतां त्याला जसें पाहिजे तसें हटकून फिरवितां येतें, तसें धर्मराजानें फांशाच्या खेळांत पाहिजे तें दान घेऊन दाखविलें. तो नरव्याघ्र धर्मराजा खेळांत विराटाचें धन जिंकी आणि संधि पाहून कोणाला नकळत तें आपल्या भावांजवळ देई. भीमसेन देखील मत्स्यराजापासून मिळविलेलीं निरनिराळ्या प्रकारचीं पक्वान्नें आणि मांसें धन घेऊन युधिष्ठिरादिकांना देई. तसेंच अर्जुन आपल्या अंतःपुरांत मिळालेलीं जुनीं वस्त्रें इतर सर्व भावांना मोबदला घेऊन देत असे. गवळ्याचा वेष धारण केलेला सहदेवही त्याला मिळालेलें दहीं, दुध, तूप वगैरे जिन्नस इतर पांडवांना देत असे. त्याचप्रमाणें घोड्यांच्या चाकरीनें राजा संतुष्ट होऊन नकुलाला जें कांहीं द्रव्य देई, तें तो आपल्या भावांना देत असे. द्रौपदी मात्र दुसऱ्याच्या नजरेस न येई अशा तऱ्हेनें आपल्या पतींवर लक्ष ठेवून तपोवृत्तीनें आचरण ठेवीत असे. याप्रमाणें ते सर्व महान् योद्धे पांडव परस्पर एकमेकांना मदत करून विराट राजाच्या नगरात रहात असता पुनः मातृगर्भांत असल्याप्रमाणें वागत असत!

राजा, धृतराष्ट्राच्या मुलापासून ज्यांना भीति प्राप्त झालेली होती, ते पांडव द्रौपदीचें चांगल्या तऱ्हेनें रक्षण करितां यावें म्हणून तिच्यावर नीट लक्ष ठेवून गुप्त वेषानें तेथें राहिले. असो; ह्याप्रमाणें चार महिने गेल्यानंतर विराटनगरांत ब्रह्मोत्सवाचा मोठा आनंदाचा समय प्राप्त झाला. ब्रह्मलोकीं ब्रह्मोत्सवाकरितां किंवा कैलासावर शिवोत्सवाकरितां मंडळी जमते, त्याप्रमाणें विराटनगरीं त्या ब्रह्मोत्सवाकरितां चोहोंकडून मंडळी जमली. देशोदेशांहून सहस्त्रावधि मल्ल तेथें आले. त्यांचीं शरीरें धिप्पाड होतीं, त्यांचा पराक्रमही तसाच मोठा होता व म्हणून ते कालखंज दैत्याप्रमाणें भासत होते. ते वीर्यप्रभावानें उन्मत्त झालेले होते व बळानेंही मुसमुसले होते. अशा त्या मल्लांचा राजानें अतिशय आदरसत्कार केला. राजाजवळ रंगसभेमध्यें ते मल्ल बसले असतां त्यांचीं गर्दनें, बाहु व कंबरा सिंहाप्रमाणें दिसत असल्यामुळें प्रेक्षकजन त्यांजकडे वारंवार बघत. त्यांना ते अभिमानी आणि अतुलपराक्रमी असावे असें वाटे. त्यांपैकीं एका महाबलाढ्य मल्लानें इतर मल्लांना आव्हान केलें. परंतु त्याच्या समोर रंगभूमीवर उभा राहाण्यास कोणीच धजेना! ते सर्व मल्ल खिन्न व हताश झाल्यामुळें मत्स्यराजानें नवीन ठेविलेल्या आचाऱ्यास त्याजबरोबर युद्ध करावयास सांगितलें. त्यावेळीं भीमाच्या मनांत युद्ध करावयाचें नव्हतें. कारण आपण युद्ध करावयास लागलों असतां कोणी आपणास ओळखील असें त्यास वाटलें. परंतु मोठ्या कष्टानें कां होईना, पण शेवटीं

त्यास युद्ध करण्याचाच विचार करणें भाग पडलें. कारण उघड रीतीनें राजाज्ञेचा भंग करणें हेंही त्यास युक्त वाटेना. नंतर तो पुरुषश्रेष्ठ भीम एखाद्या निर्भय व्याघ्राप्रमाणें निश्चितपणें सावकाश पावलें टाकीत टाकीत व चालतां चालतां विराट राजाची प्रशंसा करीत करीत मोठ्या हौद्यामध्यें उतरला. तो कुंतीपुत्र भीम आपला काचा कसावयास लागला असतां त्याला पाहून लोकांना आनंद झाला. नंतर, वृत्रासुराप्रमाणें बलवान् अशा त्या मल्लाला भीमानें आव्हान केलें. त्या मल्लाचें नांव जीमूत असें होतें व त्याच्या पराक्रमाचीही सर्वत्र ख्याति होती. त्या वेळीं त्या दोघांनाही अतिशय उत्साह वाटला व ते दोघेही मोठे पराक्रमी असल्यामुळें साठ वर्षांच्या तयार व व मस्त आणि प्रचंड हत्तींप्रमाणें दिसत होते. अशा स्थितींत त्या दोघां नरवीरांनीं मोठ्या उल्हासानें बाहुयुद्धास सुरुवात केली. दोघेही एकमेकांवर जय मिळविण्याच्या ईर्षेनें झगडूं लागले. त्यांचें युद्ध वज्र आणि पर्वत या दोहोंतील युद्धाप्रमाणेंच अतिशय भयंकर असें झालें. त्या दोघांचीही शक्ति लोकोत्तर होती; ते एकमेकांवर जय मिळविण्याकरितां एकमेकांचीं व्यंगें शोधून काढण्याचा प्रयत्न करीत होते; आणि उभयतांही मत्तगजांप्रमाणें आनंदांत आले होते. त्यांनीं निरनिराळ्या प्रकारचे पेंच व उलटपेंच आरंभिले. एकानें दुसऱ्याला चित्रविचित्र कवा घालून मर्मस्थळीं धरून चीत करण्याचा प्रयत्न करावा, तर दुसऱ्यानें तो पेंच उकलून उलट त्यासच पुनः मर्मस्थळीं पकडावें. एकानें दुसऱ्याला दंडांचे किंवा मुठींचे ठोसे लगवावयास जावें, तर दुसऱ्यानें ते चुकवून त्यास तोंडघशीं पाडावें. एकानें दुसऱ्यास धडकी द्यावी, तर दुसऱ्यानें त्या धडकींतत्र उलट धडकी बसेल अशा रीतीनें प्रतिकार करावा. एकानें दुसऱ्यावर स्वारी भरावी, तर दुसऱ्यानें ती उखडून टाकावी, एकमेकांनीं एकमेकांचे हात ओढावे, एकमेकांनीं एकमेकांस उखाड द्यावी, व एकमेकांनीं एकमेकांवर खडी टांग, खडी स्वारी, माण, पछाड, ढुंगणी, इत्यादि पेंच करून एकमेकांस जिंकण्याचा प्रयत्न करावा. याप्रमाणें, शस्त्रें वगैरे न घेतां केवळ बाहुबलावरच, ह्या उत्सवानिमित्त जमलेल्या शूर लोकांसमक्ष हें घोर युद्ध झालें. राजा जनमेजया, वृत्र आणि इंद्र ह्यांमधील युद्धाप्रमाणें हें भयंकर युद्ध चाललें असतां सर्व लोक ज्याची सरशी होई त्यास उद्देशून "शाबास, शाबास! वाहवा, वाहवा!" वगैरे उत्तेजनपर शब्द बोलत व त्यामुळें त्यांस अतिशय हुरूप येई. ते दोघे युद्ध करीत असतां एकमेकांस ढकलीत, एकमेकांस आपणाकडे ओढून घेत, एकमेकांस फिरवीत, गुडघे देत, व दुसरेही अनेक प्रकार करीत. ज्यांच्या छात्या विस्तीर्ण, व भुज लांब आणि लोहदंडांप्रमाणें बळकट होते असे ते दोघेही बलाढ्य मल्ल मोठमोठ्यानें गर्जना करीत व एकमेकांची निंदा करीत. असें होतां होतां शत्रुनाशक भीमसेनानें आपली निंदा करणाऱ्या त्या मल्लाच्या दंडाला धरून ओढून त्याला खालीं पाडिलें. त्या वेळीं मोठी गर्जना करून एखाद्या हत्तीला धरून खालीं आपटणाऱ्या व्याघ्राप्रमाणें भीमसेन दिसूं लागला. नंतर त्या विजयशाली महाबाहु भीमसेनानें त्याला उचलिलें आणि गरगर फिरविलें. त्या वेळीं सर्व मल्लांना व मत्स्य देशांतलि इतर नागरिकांना अतिशय आश्चर्य वाटलें. राजा, नंतर भीमसेनानें त्या जीमूताला शंभर वेळ गरगर फिरविलें व तो अगदीं निचेष्ट झालासें पाहून त्याला भूमीवर आपटलें! राजा, त्या समयीं जीमूताचा प्राण गेला व तें पाहून बांध-

वांसह विराटाधिपतीला अतिशय आनंद झाला! नंतर विराट राजानें कुबेराप्रमाणें त्या बल्लवाला विपुल धन अर्पण केलें. राजा, ह्याप्रमाणें भीमसेनानें पुष्कळ मल्लांचा व बलिष्ठ पुरुषांचा समाचार घेतला व मत्स्य राजाचें लोकोत्तर प्रेम संपादिलें. भीमाशीं लढण्यासारखा कोणीही पुरुष आढळत नाहींसा झाला, तेव्हां मत्स्याधिपति हा अंतःपुरांत स्त्रियांसमक्ष भीमाची सिंह, व्याघ्र व गज ह्यांशीं झुंज लावूं लागला.

पांडुपुत्र अर्जुनानेंही नृत्यगायनाच्या योगानें अंतःपुरांतील स्त्रियांचें व विराट राजाचें प्रेम जोडिलें. अश्वविद्येंतील निपुणता विराटाच्या प्रत्ययास आणून देऊन नकुल हा विराटाचा प्रियकर बनला व विराटानें त्यास मोठ्या आनंदानें पुष्कळ धन दिलें. सहदेवानें बैल शिकवून तयार केले होते ते पाहून विराटेश्वर फार प्रसन्न झाला व त्यासही त्यानें अमित द्रव्य अर्पिलें. राजा, ह्या प्रकारें ते सर्व महारथ पांडव परदास्याचे क्लेश कंठून अज्ञातवासांतले दिवस घालवीत असतां द्रौपदीचें मन तळमळत असून ती एकसारखे दुःखाचे सुस्कारे टाकीत होती!

कीचकवधपर्व.

अध्याय चौदावा.

—:०:—

कीचकाची सैरंध्रीविषयीं आसक्ति.

वैशंपायन सांगतातः—पांडव हे मत्स्यराज विराटाच्या नगरांत रहात असतां त्या महारथांचे दहा महिने अगदीं गुप्तपणांत निघून गेले. जनमेजया, जिची इतरांकडून सेवा व्हावयाची, ती याज्ञसेनी सुदेष्णेची सेवा करीत मोठ्या कष्टानें दिवस लोटीत होती. ती सुदेष्णेच्या महालांत मोठ्या कष्टानें रहात होती, तथापि तिनें आपल्या वागणुकीनें सुदेष्णेला व अंतःपुरांतील इतर स्त्रियांसही संतुष्ट करून त्यांची मर्जी संपादन केली. असो; याप्रमाणें तें अज्ञातवासाचें वर्ष बहुतेक निघून गेल्यावर एकदां द्रौपदी सहज कीचकाच्या दृष्टीस पडली. कीचक हा विराटाचा सेनापति असून मोठा बलाढ्य होता. जिची कांति देवांगनेप्रमाणें आहे अशी ती द्रौपदी देवतेसारखी चमकतांना पाहून कीचक मदनशरांनीं अगदीं विव्हळ झाला आणि मनांत तिच्या प्राप्तीची इच्छा करूं लागला. मग कामाग्नीनें होरपळून गेलेला तो सेनापति सुदेष्णेजवळ जाऊन तिला हंसत हंसत म्हणाला, "येथें विराटाच्या राजवाड्यांत ही सुंदरी पूर्वीं कधींच माझ्या नजरेस पडली नाहीं. ही तरुण स्त्री मदिरेप्रमाणें आपल्या अंगाच्या परिमलानें व मोहक रूपानें मला फारच उन्माद आणीत आहे. ताई, हे कल्याणि, ही देवांगनेसारखी सुंदर व हृद्यंगम स्त्री कोणाची कोण व येथें कोठून आली तें मला सांग. माझ्या मनाची अगदीं चलबिचल करून ही मला आपल्या अंकित करीत आहे. यामुळें अशा वेळीं माझें मन स्थिर होण्यास हिच्या प्राप्तीवांचून येथें मला दुसरें कांहींच औषध दिसत नाहीं. ताई! काय? ही सुंदरी तुझी परिचारिका आहे? पण मला तर हिचें स्वरूप केवळ दिव्य भासत आहे! खरोखर ही तुझी सेवा करीत आहे हें हिला केवळ अनुचित आहे. यापेक्षां हिनें पाहिजे तर मजवर व जें जें माझ्या मालकीचें आहे त्या सर्वांवर आपली सत्ता चालवावी; आणि जेथें पुष्कळ रथ, घोडे व हत्ती झुलताहेत, असंख्य सेवक राबताहेत, सर्व प्रकारची अगदीं परिपूर्णता आहे, नानाप्रकारचे पेय व भोज्य पदार्थ सिद्ध आहेत, आणि जें सुवर्णाच्या चित्रविचित्र अलंकारांनीं भूषविलें आहे, असें हें माझें भव्य व मनोहर मंदिर हिनें सुशोभित करावें!"

कीचकद्रौपदीसंवाद.

नंतर सुदेष्णेजवळ कांहीं मसलत करून तो त्या राजकन्येजवळ गेला; आणि वनांत कोल्ह्यानें सिंहकन्येचें मन वळविण्याचा प्रयत्न करावा त्याप्रमाणें तो तिची मनधरणी करूं लागला. तो तिला आश्वासन देऊन म्हणाला, "हे कल्याणि, तूं कोण व कोणाची आहेस, आणि त्याचप्रमाणें या विराट नगरांत कोठून आलीस हें मला खरें खरें सांग. हे शुभांगि, तुझें हें उत्कृष्ट सौंदर्य, तशीच कांति व सुकुमारपणाही केवळ अप्रतिम आहे! याहून अधिक सौंदर्य तर राहोच, पण, हे नितंबिनि, तुझ्यासारखी रूपवती स्त्री या भूतलावर दुसरी कोणीच आजवर माझ्या पाहाण्यांत आलेली नाहीं! तूं कोण कमलनिवासिनी लक्ष्मी आहेस कीं प्रत्यक्ष ऐश्वर्याची देवता आहेस? अथवा ह्री, श्री, कीर्ति किंवा कांति यांपैकीं कोणी आहेस? हे वरानने, तूं आहेस तरी कोण? तूं मदनाच्या अंगावर लोळणारी अत्यंत सुंदर रती तर नव्हस? हे सुभ्रु, चंद्राच्या उत्कृष्ट प्रभेप्रमाणें तूं अतिशयच चमकत

आहेस! नेत्रांच्या पापण्या किंचित् उघडल्यामुळें स्मित ज्योत्स्नेप्रमाणें आल्हादकारक, प्रसन्न, दिव्य तेजःकिरणांनीं परिवेष्टित, दिव्यकांतीमुळें मनोरम आणि अनुपम शोभायमान असा हा तुझा मुखचंद्र अवलोकन करून या संपूर्ण जगांतील कोणता पुरुष कामवश होणार नाहीं बरें? हे तुझे दोन्ही स्तन अत्यंत सुंदर, उन्नत, शोभिवंत, पुष्ट, वर्तुल व एकमेकांस अगदीं लागलेले असून खरोखर हार वगैरे अलंकार धारण करण्यास योग्य आहेत; आणि, हे सुहास्यवदने, तुझे हे कमलकुड्मलाकार पयोधर जणू काय कामाच्या चाबकांसारखे मला दुःख देत आहेत. तुझ्या भिंवया कमानदार असून कमर अगदीं बारीक म्हणजे केवळ टीचभर आहे आणि ती स्तनभारानें किंचित् वांकली असून वळ्या पडल्यामुळें विशेष खुलत आहे. हे भामिनि, नदीच्या वाळवंटाप्रमाणें प्रशस्त असा हा तुझा कटिपश्चाद्भाग पाहून तर असाध्य कामरोग मला ग्रासून टाकीत आहे. निर्दय मदनाग्नीनें वणव्याप्रमाणें पेट घेतला आहे आणि तुझ्या संगमाविषयींच्या इच्छेनें तो विशेष भडकून मला अगदीं जाळून टाकीत आहे! तेव्हां, हे वरारोहे, तूं आत्मप्रदानरूप वृष्टीनें व संगमरूपी मेघानें हा पेटलेला मन्मथाग्नि विझवून टाक. हे शशिवदने, माझ्या चित्ताला उन्माद आणणारे व त्वत्संगमाशारूपी दगडावर घांसलेले मदनाचे तीक्ष्ण शरसमुदाय माझें शरीर विदारून अतिशय वेगानें माझ्या हृदयांत शिरले आहेत! हे अतिशय प्रचंड, प्रखर व दारुण असून अत्यंत उन्माद उत्पन्न करणारे आहेत आणि माझ्या अंतःकरणांत प्रीतिक्षोभ उत्पन्न करीत आहेत! तेव्हां अशा वेळीं आत्मदानाच्या योगानें व संभोगाच्या योगानें मला या दुःस्थितींतून वर काढणें हेंच तुला योग्य आहे! हे विलासिनि, चित्रविचित्र फुलें व वस्त्रें धारण करून व सर्व अलंकारांनीं सुशोभित होऊन मजसमागमें येथें मनमुराद कामोपभोग घे. खरोखर या जगांत तू दुःखी असावेंस हें योग्य नाहीं. तूं सुखालाच योग्य आहेस; परंतु सांप्रत तर तुला कसलेंच सुख नाहीं! तेव्हां, हे मत्तगामिनि, तूं मजपासून अनुपम सौख्य प्राप्त करून घे. नानाप्रकारचीं स्वादिष्ट, मनोहर व अमृततुल्य पेयें प्राशन करून तूं मनसोक्त मजा मार! त्याचप्रमाणें, हे महाभाग्यवंते, नानाप्रकारचे भोगोपचार व अत्युत्तम सौभाग्य यांचा तूं उपभोग घे; आणि सर्वोत्कृष्ट व सुंदर भोगांबरोबरच उत्तम प्रकारचें पेय प्राशन कर. हे रूपवति, तुझें हें अलौकिक सौंदर्य आज केवळ व्यर्थ झालेलें आहे; आणि, सुंदरि, तूं स्वतः अतिशय रूपवती असतांही केवळ अनाथ असल्यामुळें तितकी खुलतही नाहींस. ज्याप्रमाणें एखादी स्वच्छ व उत्कृष्ट माळ वापरण्यांत नसली म्हणजे मलिन दिसते, त्याप्रमाणें तुझी स्थिति झालेली आहे! हे चारुहासिनि, माझ्या ज्या पूर्वींच्या बायका आहेत, त्या सर्व मी टाकून देईन, अथवा त्या तुझ्या दासीच होतील म्हणजे झालें! शिवाय, सुंदरी, मीही तुझा दास होऊन सदोदीत तुझ्या आज्ञेंत राहीन!"

द्रौपदीनें उत्तर केलें:—सूतपुत्रा, तूं मला सन्मान देत आहेस खरा, परंतु मी त्यास मुळींच योग्य नाहीं. दुसऱ्यानें इच्छा धरावी अशी माझी स्थिति मुळींच नाहीं. मी सैरंध्री अगदीं हलक्या जातीची व केवळ वेणीफणी करणारी ओबडधोबड दासी आहें; आणि तशांत मी विवाहित आहें. तेव्हां सांप्रत मी तुला मुळींच योग्य नाहीं. तुझें कल्याण असो. स्त्रिया ह्या प्राणिमात्रास प्रियच वाटतात. परंतु तूं कांहीं धर्माधर्मविचार कर. अरे, परदारेवर तूं कदापि बिल्कूल वासना ठेवूं नयेस. जीं

अकार्यें असतील तीं सोडून देणें हेंच सत्पुरुष म्हणविणारांचें व्रत होय. जो दुरात्मा व मूढ पुरुष अप्राप्य वस्तूविषयीं व्यर्थ इच्छा करितो, त्याची भयंकर अपकीर्ति होते अथवा तो प्राणसंकटांतही सांपडतो !

वैशंपायन सांगतातः—याप्रमाणें सैरंध्री म्हणाली तेव्हां तो काममोहित झालेला अतिनीच बुद्धीचा कीचक—परदाराभिलाषांत पुष्कळ दोष आहेत, ते प्राणांचेंही हरण करतात व सर्व लोक त्यांची निंदा करतात—हें जाणूनही, मन स्वाधीन न राहिल्यामुळें अति नीचपणानें द्रौपदीशीं असें बोलूं लागला, " हे वरारोहे, हे वरानने, तुला पाहून मी कामातुर झालों आहें, तेव्हां माझा असा अव्हेर करणें तुला योग्य नाहीं ! हे चारुहासिनि, अग मित्रे, मी तुझ्या अंकित होऊन अगदीं आवडीची गोष्ट बोलत असतांना तूं माझा धिःकार करीत आहेस; परंतु, हे सुलोचने, या गोष्टीचा तूं पुढें खात्रीनें पश्चात्ताप करशील ! हे सुभ्रु, मी या संपूर्ण राज्याचा स्वामी आहें. या राज्याचें अस्तित्व मजवर अवलंबून आहे आणि पराक्रमामध्यें तर मी पृथ्वींत अप्रातिम आहें ! रूप, तारुण्य, सुभगता आणि उत्कृष्ट उत्कृष्ट सुंदर भोग या गोष्टींत माझी बरोबरी करणारा पुरुष या पृथ्वीच्या पाठीवर दुसरा कोणीच नाहीं ! हे कल्याणि, सर्व मनोरथ परिपूर्ण करणारे अनुपम भोग भोगावयाचे सोडून तूं दासीपणांत कशी बरें गुंग झाली आहेस? हे सुमुखि, मीं हें राज्य तुला अर्पण केलें. आतां तूं याची मालकीण आहेस. सुंदरी, मला पदरांत घे आणि उत्तमोत्तम विलास भोग ! "

याप्रमाणें कीचक त्या साध्वीला अशुभ भाषण बोलला, तेव्हां त्याच्या त्या भाषणाचा उपहास करून तिनें त्याला असें प्रत्युत्तर दिलें.

सैरंध्री म्हणाली:—सूतपुत्रा, अरे, असा बहकून जाऊं नको, आणि आजच आपल्या जिवास मुकूं नको. पांच घोर पुरुष माझें नित्य रक्षण करीत आहेत, समजलास ! मी तुला कधींही प्राप्त होणार नाहीं ! कारण माझे पति गंधर्व आहेत, ते रागावले तर तुला तेव्हांच ठार करतील. यासाठीं, बाबा, हा मूर्खपणाचा नाद पुरे कर. उगाच कां नाश पावतोस ? अरे, ज्याप्रमाणें चलनवलन करण्यासही असमर्थ असा एखादा मूर्ख मुलगा नदीच्या एका तीरावर बसला असतां पलीकडच्या तीरावर पोहून जाण्याचें मनांत आणितो, त्याप्रमाणें करण्याचें तूं इच्छीत आहेस; आणि पुरुषमात्रास केवळ अगम्य अशा मार्गानें जाण्याचें मनांत आणीत आहेस ! अरे, माझा अपराध करून तूं पृथ्वीच्या पोटांत दडून बसलास, अथवा आकाशांत उडून गेलास, किंवा समुद्राच्या पार पळालास, तथापि त्यांच्या हातून कांहीं सुटणार नाहींस. कारण, गंधर्व मोठे बलाढ्य व आकाशांतून संचार करणारे आहेत ! कीचका, एखादा मरणोन्मुख मनुष्य कालरात्रीची मार्गप्रतीक्षा करितो त्याप्रमाणें आज तूं माझी इतकी प्रार्थना कां करीत आहेस बरें ? अरे, मातेच्या अंकावर पडलेला शिशु चंद्र घेण्याची इच्छा करतो त्याप्रमाणें तूं मला मानीत आहेस. परंतु तो चंद्र त्या मुलास मिळणें जितकें अशक्य आहे, तितकेंच तुला मी मिळणें अशक्य आहे ! अरे, त्यांच्या प्रियेचा अभिलाष करणाऱ्या तुला या पृथ्वीवरच काय—पण स्वर्गांत जाऊनही थारा मिळावयाचा नाहीं ! कीचका, जी तुझे प्राण हरण करूं पाहाणार नाहीं, अशा प्रकारची चांगली दृष्टिच तुझ्या ठिकाणीं नाहीं !

अध्याय पंधरावा.

—:०:—

द्रौपदीचें सुरा आणण्यास गमन.

वैशंपायन सांगतातः—राजकन्या द्रौपदीनें असा धिःकार केल्यावर, अमर्याद व घोर कामवासनेनें घेरलेला तो कीचक सुदेष्णेला म्हणाला, "हे कैकेयि, सैरंध्री मला प्राप्त होईल अशी कांहीं तजवीज कर. सुदेष्णे, जेणेंकरून ती गजगामिनी सैरंध्री माझी दासी होईल अशी तूं युक्ति योज, नाहींपेक्षां मला वेड लागून त्याच्या भरांत मी प्राणत्यागही करीन !"

वैशंपायन सांगतातः—याप्रमाणें त्यानें अनेक प्रकारें विनवणी केली, तेव्हां त्याचें भाषण ऐकून विराटाच्या त्या थोर महिषीला त्याची दया आली. आपण कीचकास पूर्वी दिलेली सल्ला मनांत आणून आणि त्याच्या कार्याबद्दल व द्रौपदीकडे असलेल्या कामगिरीबद्दल विचार करून सुदेष्णा त्या कीचकाला म्हणाली, "पर्वणीच्या दिवशीं तूं सुरा व अन्न तयार करीव. म्हणजे त्या ठिकाणीं हिला मी तुझ्याजवळ सुरा आणण्यासाठीं पाठवीन. त्या ठिकाणीं हिला पाठविल्यावर, जेथें अगदीं कशाचा अडथळा नाहीं अशा एकांतांत तूं हिचें पाहिजे तसें मन वळव आणि सुखासमाधानानें वश झाल्यास पहा !"

वैशंपायन सांगतातः—असें ती म्हणाल्यावर कीचक तेथून निघून गेला आणि त्यानें बहिणीच्या सांगण्याप्रमाणें, त्याच वेळीं, राजांनीं सेवन करण्यास योग्य अशा प्रकारची उत्तम बनविलेली दारू आणविली आणि कुशल आचाऱ्यांकडून नानाप्रकारचीं लहानमोठीं पक्वानें, उत्तम अन्नें व तसेंच सुंदर पेय तयार करविलें. याप्रमाणें सर्व सिद्धता केल्यावर त्यानें त्याबद्दल हळूच सुदेष्णेस वर्दी दिली आणि त्याच वेळीं सुदेष्णेनें सैरंध्रीस कीचकाच्या घरीं पाठविलें !

सुदेष्णा म्हणालीः—सैरंध्री, ऊठ, कीचकाच्या घरीं जा, आणि मद्य घेऊन ये. हे कल्याणि, मद्य पिण्याच्या इच्छेनें मी फारच व्याकूळ होत आहें.

सैरंध्री ह्मणालीः—हे राजकन्ये, मी कांहीं त्याच्या घरीं जाणार नाहीं. कारण, राज्ञि, तो किती निर्लज्ज आहे हें तूं जाणतेसच. हे भामिनि, तूं सर्वांगसुंदर आहेस. तुझ्या घरीं राहिलें असलें तथापि येथें मी मनसोक्त वर्तन करून आपल्या पतींशीं द्रोह (व्यभिचार) कदापि करणार नाहीं ! शिवाय, हे देवि, मागें मीं तुझ्या घरांत पाय ठेवतांनाच याविषयीं कशी प्रतिज्ञा केलेली आहे हें तुला माहीत आहेच. हे सुकेशि, कीचक तर धुंद व मदानें चढून गेलेला आहे. तो मला पाहातांच माझी कांहीं खोडी करील. हे कल्याणि, मी कांहीं तिकडे जाणार नाहीं. शिवाय, राजपुत्रि, पुष्कळ आज्ञापालक दासी तुझ्या तैनातीला आहेत, तेव्हां जरूरच असेल तर दुसऱ्या एखादीला पाठीव. देवि, तुझें कल्याण असो. मला तूं पाठवूं नको. कारण तो खात्रीनें माझा अपमान करील !

सुदेष्णेनें सांगितलें:—मीं तुला येथून पाठविल्यावर तो तुझ्या केंसालाही कदापि धक्का लावणार नाहीं, समजलीस असें म्हणून तिनें सैरंध्रीच्या हातांत एक झांकणासह सुवर्णपात्र दिलें. तेव्हां ती भीत भीत व रडत रडत दैवावर हवाला ठेवून मद्य आणण्यासाठीं कीचकाच्या घरीं गेली. जातांना ती मनांत म्हणाली, 'ज्यापेक्षां पतींवांचून दुसऱ्या कोणालाही मी ओळखीत नाहीं, त्यापेक्षां त्या पुण्याईच्या जोरावर, मी तेथें गेलें असतां कीचक मला अटकेंत न ठेवो म्हणजे झालें !'

वैशंपायन सांगतातः—मग त्या अबलेनें मुहूर्तमात्र सूर्याची उपासना केली. तेव्हां त्या तनुमध्यमेचा सर्व अभिप्राय सूर्यानें जाणला आणि लगेच तिच्या रक्षणाविषयीं एका गुप्त राक्षसास आज्ञा केली. तेव्हां त्या ठिकाणीं कोणत्याही अवस्थेंत तो राक्षस त्या पुण्यशीलेला सोडून दूर गेला नाहीं. मग बावरलेल्या मृगीप्रमाणें द्रौपदी कांपत कांपत जवळ येत आहे असें पाहून, नदीपार होऊं इच्छिणारास नाव सांपडली असतां तो उत्सुकतेनें उभा राहातो त्याप्रमाणें तो सूतपुत्र कीचक हर्षानें उभा राहिला!

अध्याय सोळावा.

—:०:—

द्रौपदीची अप्रतिष्ठा!

कीचक म्हणाला:—हे सुकेशान्ते, तुझें स्वागत असो. आज मला सुदिनच उगवला! कारण तूं घराची मालकीण घरीं येऊन पोंचलीस! ठीक आहे. आतां माझे मनोरथ पूर्ण कर. तुझ्यासाठीं चाकर सोन्याच्या माळा, शंखांचे चुडे, निरनिराळ्या नगरांतून आणलेल्या रत्नांचीं केलेलीं व सोन्याच्या कोंदणांत बसविलेलीं शुभ्र कुंडलें, सुंदर चूडामणि, आणि रेशमी वस्त्रें व अजिनें आणून देतील. त्याचप्रमाणें माझी दिव्य शय्या तुझ्यासाठीं तयार करून ठेविली आहे! तेव्हां, सुंदरी, ये, आणि माझ्याबरोबर मधुमालतीचा रस (दारू) प्राशन कर!

द्रौपदी म्हणाली:--मी कांहीं स्वतः तुझ्याकडे आलेली नाहीं. राजकन्या सुदेष्णेनें सुरा आणण्यासाठीं मला तुझ्याकडे पाठविलें आहे. 'मला तहान लागली आहे, लवकर मला सुरा आणून दे.' असें तिनें सांगितलें आहे.

कीचक मध्येंच म्हणतो:—कल्याणि, एवढेंच ना? तूं राजकन्येला कबूल केलें असलेंस म्हणून भिऊं नको. तूं जें नेणार आहेस तें पेय दुसऱ्या दासी घेऊन जातील.

असें म्हणून त्या सूतपुत्रानें तिचा उजवा हात धरला! तेव्हां द्रौपदी म्हणाली. "दुष्टा, ज्यापेक्षां मी धुंद होऊन कधीं मनानेंही पतींचें बिलकूल अतिक्रमण केलें नाहीं, त्यापेक्षां तें सत्याचरणच तुज पाप्याला स्ववश करून हीन दशेला नेत आहे असें मी पाहीन!

वैशंपायन सांगतातः—द्रौपदी याप्रमाणें डोळे वटारून त्याची निर्भर्त्सना करीत असतां तिला धरण्याची इच्छा बाळगणारा तो कीचक तिजकडे पहात होता. मग द्रौपदीनें एकदम हिसडा मारून आपला हात सोडविला, परंतु कीचकानें तिचा पदर पकडला. तो तिला मोठ्या जोरानें ओढूं लागला, परंतु वरचेवर सुस्कारे टाकीत त्या राजकन्या द्रौपदीनें त्याला जो हिसका मारिला, त्यासरसा मुळें कापलेल्या वृक्षाप्रमाणें पापी कीचक आडवा पडला! याप्रमाणें कीचकानें पकडलें असतां कांपत असलेली ती द्रौपदी त्यास भूमीवर आदळून तेथून जी निघाली ती जेथें युधिष्ठिर व विराट राजा बसले होते त्या सभेकडे रक्षणार्थ धावली! परंतु ती धावत असतां कीचकानें मागून येऊन तिची वेणी धरिली आणि राजाच्या देखत तिला लाथ मारून खालीं पाडलें. इतक्यांत, हे भारता, सूर्यानें तिजबरोबर ज्याची योजना केली होती त्या राक्षसानें अत्यंत वेगानें कीचकास दूर उडविलें. तेव्हां, त्या राक्षसाच्या बलानें जर्जर होऊन कीचक छिन्नमूल वृक्षाप्रमाणें निचेष्ट पडला व आंतल्या आंत गुरगुरूं लागला!

तेथें बसलेल्या भीमसेनानें व युधिष्ठिरानें हा सर्व प्रकार पाहिला; आणि कीचकानें द्रौपदीची केलेली अप्रतिष्ठा त्यांस सहन झाली नाहीं! भीमसेनास तर त्यास ठार केव्हां करीन असें होऊन गेलें. तो रागारागानें दांत चावूं लागला,

त्याचे डोळे वटारले जाऊन त्यांवर धूर चढला, आणि घामानें भिजलेल्या भयंकर भिंवया कपाळावर चढल्या ! त्या परवीरांतकानें कपाळावर हात मारला आणि लगेच तो रागारागानें एकदम त्वरेनें उठूंही लागला! तेव्हां आतां आपण ओळखले जातों कीं काय अशी युधिष्ठिरास भीति पडली व लगेच त्यानें अंगठ्यानें त्याचा अंगठा दाबून खुणेनें भीमसेनाचा निषेध केला. तथापि तेवढ्यानेंही त्याच्या मनोवृत्ति न आवरून तो मत्तगजाप्रमाणें वृक्षांकडे पाहूं लागला. तेव्हां युधिष्ठिरानें त्याला आवरून धरलें; आणि तो त्यास अन्योक्तीनें म्हणाला, "ए सूदा, तुला लांकडें पाहिजेत म्हणून वृक्षांकडे पाहातोस कीं काय? अरे, तुला लांकडांची जरूरी असेल तर बाहेर जाऊन हवे तितके वृक्ष तोड !"

इकडे, सभाद्वारीं रडत असलेली ती सुश्रोणी द्रौपदी मनांत खिन्न झालेल्या आपल्या पतींकडे पहात अज्ञातवासाची प्रतिज्ञा शेवटास जाण्यासाठीं आपलें खरें स्वरूप प्रकट होऊं नये म्हणून जपत जपत पण घोर दृष्टीनें जणू काय दग्ध करीतच मत्स्यपति विराटाशीं बोलूं लागली. द्रौपदी म्हणाली, "हाय हाय ! ज्यांचा वैरी पांच देश मध्यें टाकून सहाव्या देशांत रहात असला तथापि त्यास स्वस्थ झोंप येऊं नये, त्या महाभागांच्या मज मानी भार्येला यःकश्चित् सूतपुत्रानें लाथ मारलीना ! जे कधींही याचना करीत नाहींत, उलट धर्म मात्र करीत असतात, अशा ब्रह्मनिष्ठ व सत्यवादीची मी सन्माननीय भार्या असतांना या सूतपुत्रानें मला पायानें कीं हो तुडविलें ! अहो ! ज्यांचा दुंदुभिघोष व प्रत्यंचेचा टणत्कार अहर्निश ऐकूं यावयाचा, त्यांच्या मानी स्त्रियेला या सारथ्याच्या पोरानें पायानें डंवचलें हो ! जे मोठे तेजस्वी, मनोग्रही, बलवान् व अतिशय मानी आहेत, त्यांच्या या अभिमानी पत्नीला सूतपुत्रानें लत्ताप्रहर केला ! माझे पति सर्व जगाचाही नाश करतील, पण हाय हाय ! आज ते धर्मबद्ध आहेत ! पण ते धर्मबद्ध असले म्हणून काय झालें? त्यांच्या भार्येला—मज मानिनीला या सूतपुत्रानें असा पादस्पर्श करावा काय? रक्षणाविषयीं प्रार्थना करीत कोणीही आले तथापि त्यांना जे आधारभूत होतात, ते महारथी आज वेषांतरानें जगांत कोठें बरें भटकत असतील ? अहो, ते बलाढ्य व अमितपराक्रमी असतांना त्यांच्या प्रिय व धर्मनिष्ठ पत्नीचा सूतपुत्रानें केलेला हा अपमान ते षंढांप्रमाणें कसा सहन करीत आहेत ! हाय हाय ! दुष्ट कीचक प्रत्यक्ष भार्येची अमर्यादा करीत असतांना तिचें रक्षण करण्याचेंही ज्यांच्या मनांत येत नाहीं, त्यांचा पराक्रम, तेज किंवा चीड आज गेली तरी कोठें ! अरेरे, मी निरपराधी असतां माझा असा डोळ्यांदेखत अवमान झालेला जो सहन करीत आहे, तो विराट राजा तर धर्मदुष्टच आहे ! आतां मी काय करूं हो ! हा राजा कीचकाविषयीं तरी निदान आपल्या राजकर्तृत्वास अनुसरून वागत नाहीं खास ! राजा, हा तुझा अनार्यासारखा धर्म सभेंत कांहीं शोभत नाहीं ! हे मत्स्यराजा, तुझ्या सन्निध यानें मला मारावें असा मीं कोणताही अपराध केलेला नाहीं. निदान तुझ्या सन्निध तरी असला प्रकार होऊं नये ! अरेरे, राजा लक्षच देत नाहीं त्यापेक्षां कीचकाच्या या उच्छृंखलपणाकडे सभासदांनीं तरी लक्ष पुरवावें ! काय? कोणीच ऐकत नाहीं ? हाय हाय ! कीचक तर धर्महीन आहेच, पण मत्स्य राजालाही बिलकूल धर्म कळत नाहीं आणि त्याच्या भोंवतीं बसलेल्या या सभासदांनाही धर्म म्हणजे काय याचा गंध नाहीं !"

वैशंपायन सांगतातः—याप्रमाणें बोलून त्या वेळीं ती वरार्हा द्रौपदी डोळ्यांत पाणी आणून मत्स्याधिपति विराट राजाची निंदा करूं लागली, तेव्हां विराट राजा म्हणाला, "तुम्हां दोघांचें भांडण आमच्या देखत झालेलें नसल्यामुळें त्याची आम्हांस माहिती नाहीं. तेव्हां यांतील तथ्य काय आहे हें समजल्याशिवाय आमची बुद्धि काय चालणार ?"

वैशंपायन सांगतातः—मग द्रौपदीचें म्हणणें काय आहे हें समजून घेतल्यावर सभासद तिची एकसारखी प्रशंसा करूं लागले. तिला ते 'शाबास, शाबास !' असें म्हणूं लागले व कीचकाची निंदा करूं लागले.

सभासद म्हणालेः—ही विस्तीर्णनयना चारुसर्वांगी ज्याची भार्या असेल त्याचा हा विलक्षणच लाभ समजला पाहिजे. त्याला कदापि शोक करण्याचा प्रसंग यावयाचा नाहीं. खरोखर अशा प्रकारची वरांगना मनुष्यांत मिळणें दुर्लभ होय ! ही सर्वांगसुंदरी स्त्री कोणी तरी देवताच असावी असें आम्हांस वाटतें !

वैशंपायन सांगतातः—याप्रमाणें ते सभासद कृष्णेकडे पाहून तिची प्रशंसा करूं लागले. युधिष्ठिराच्या कपाळावर तर रागामुळें घाम आला. मग तो कुरुराजा आपल्या प्रिय राणीला म्हणजे राजकन्या द्रौपदीला म्हणाला, "सैरंध्रि, जा, येथें उभी राहूं नको. सुदेष्णेच्या महालांत जा. पतींला अडथळा न करणाऱ्या म्हणजे त्यांच्या मनाप्रमाणें वागणाऱ्या वीरपत्नींना असेच क्लेश होत असतात, परंतु साध्वी स्त्रिया पतिसेवा करण्यांत शरीर झिजवून शेवटीं पतिलोक मिळवीत असतात ! मला वाटतें कीं, हा क्रोधाचा समय नाहीं असें तुझ्या पतींस वाटत आहे आणि त्यामुळेंच ते सूर्यासारखे तेजस्वी गंधर्व तुझ्या रक्षणार्थ धावून येत नाहींत. सैरंध्रि, तुला काळवेळ समजत नाहीं आणि त्यामुळें एखाद्या निर्लज्जेसारखी तूं येथें रडत बसली आहेस. येणेंकरून तूं या राजसभेंत द्यूत खेळणाऱ्या मत्स्यदेशाच्या मुत्सद्द्यांना विघ्न मात्र करीत आहेस ! तेव्हां, सैरंध्रि, जा, गंधर्व तुझें मनोगत पूर्ण करतील; आणि ज्यानें तुजशीं वाईट वर्तन केलें त्याचा नायनाट करून तुझें दुःख दूर करतील !"

सैरंध्री म्हणालीः—त्या नेभळ्या पतींसाठीं मज धर्मचारिणीला फारच दुःख सोसावें लागत आहे ! कारण ज्यांच्यांतील वडीलच जुगारी बनला आहे, त्यांची कोणींही अप्रतिष्ठा करावी !

वैशंपायन सांगतातः—असें म्हणून द्रौपदी सुदेष्णेच्या मंदिरांत निघून गेली. त्या वेळीं त्या सुंदरीचे नेत्र रक्तासारखे लाल झाले होते, केंस मोकळेच सुटलेले होते, आणि फार वेळ रडत असल्यामुळें त्या वेळीं तिचें तोंड मेघपटल निघून गेलेल्या आकाशांतील शशिमंडलाप्रमाणें पांढरें फटफटीत दिसत होतें. मग तिला पाहातांच सुदेष्णा म्हणाली, "हे वरांगने, तुला कोणी दुखविलें बरें ? अग तूं रडतेस कां ? हे कल्याणि, आज तुला दुःख देऊन कोणीं आपल्या सुखाचें वाटोळें करून घेतलें ? अग, तुझा अपराध केला तरी कोणीं ?

द्रौपदीनें सांगितलें:—देवि, तुला सुरा आणण्यासाठीं मी गेलें असतां तेथें कीचकानें माझी अप्रतिष्ठा केली, आणि त्या निर्जन एकांतांत त्यानें माझा अपमान केला तसाच तो सभेमध्यें राजाच्या देखतही केला !

सुदेष्णा म्हणालीः—हे सुकेशी, कांहीं हरकत नाहीं. तूं सांगत असशील तर ज्यानें काममोहित होऊन दुष्प्राप्य अशा तुझा अपमान केला त्या कीचकाला मी ठार देखील मारवीन !

सैरंध्रीनें उत्तर केलें:—राज्ञि, असें करावयास नको. ज्यांचा त्यानें अपराध केला आहे

ते दुसरेच त्याचा वध करतील. मला असेंही वाटतें कीं, तो आजच खात्रीनें यमलोकीं जाईल!

अध्याय सतरावा.

—:०:—

द्रौपदीचें भीमाकडे पाकशालेंत गमन.

वैशंपायन सांगतातः—त्या यशस्वी राजपत्नीला कीचकानें ताडन केल्यामुळें तीं भामिनी त्या सेनापतीचा वध करण्याची इच्छा करीत आपल्या घरीं गेली. मग द्रुपदकन्येनें यथायोग्य रीतीनें शरीरशुद्धि केली. त्या कृशोदरीनें —सर्व अवयव व वस्त्रें पाण्यानें धुतलीं, आणि ती रुदन करीत त्या दुःखाचा शेवट कसा होईल याचें चिंतन करीत बसली. मी आतां काय करूं! कोठें जाऊं! माझें कार्य कसें शेवटास जाणार? असा विचार करतां करतां तिला मनांत भीमाचें स्मरण झालें. माझ्या मनांतील कोड पुरविणारा आज भीमसेनावांचून दुसरा कोणीही नाहीं! असें ती मनांत म्हणाली. मग मोठ्या मानसिक दुःखानें ग्रस्त झालेली ती सनाथ पतिव्रता विशालाक्षी व मानी द्रौपदी रात्रीं आपलें अंथरूण सोडून उठली आणि नाथाचें चिंतन करीत भीमसेन निजला होता त्या घराकडे त्वरेनें धांवत गेली. ती मनांत म्हणाली, 'आज तें अघोर कर्म करणारा व माझा द्वेष्टा तो पापी सेनापति जिवंत असतांना आपणांस कशी हो झोंप येते!'

वैशंपायन सांगतातः—असें म्हणून त्या मनस्विनीनें त्या गृहांत प्रवेश केला. तेथें भीमसेन मृगराजाप्रमाणें घोरत पडला होता! तिच्या रूपानें व महात्म्या भीमसेनाच्या कांतीनें ती पाकशाला इतकी प्रकाशमान् झाली कीं, तेणेंकरून, हे कौरव्या, ती शाला तेजानें जणूं काय जळूं लागली! मुदपाकखान्यांत आल्यावर ती शुचिर्भूत द्रौपदी वनांत तीन वर्षांच्या वयाची पांढरी शुभ्र कालवड मोठ्या वृषभाजवळ उभी राहाते त्याप्रमाणें भीमसेनासन्निध उभी राहिली; आणि गोमतीतीरावर वाढलेल्या मोठ्या प्रफुल्ल शालवृक्षास लता कवटाळिते त्याप्रमाणें पांचालीनें त्या मध्यम पांडुपुत्राला आलिंगन दिलें. सिंहिणीनें बिकट अरण्यांत निजलेल्या सिंहास जागें करावें त्याप्रमाणें त्या साध्वीनें बाहूंनीं कवटाळून त्यास जागें केलें; तिनें महागजास आलिंगन देणाऱ्या हत्तिणीप्रमाणें भीमसेनास मिठी दिली; आणि ती प्रशंसनीय पांचाली आपल्या वीण्याप्रमाणें मधुर आवाजानें व उत्कृष्ट गांधारस्वरानें भीमसेनास म्हणाली, "भीमसेन, उठा उठा, मेल्यासारखे व्यर्थ निजलां हें काय? कारण जिवंत मनुष्याच्या भार्येचा अवमान करणारा पापी कदापि जिवंत राहूं शकणार नाहीं!"

राजकन्या पांचालीनें भीमसेनास उठविलें, तेव्हां तो घननीळ निद्रा सोडून, गाद्या हंतरलेल्या त्या पर्यंकावर उठून बसला; आणि आपली प्रिय पट्टराणी जी द्रौपदी तिला म्हणाला, "तूं कोणत्या कामासाठीं इतकी घाईघाईनें माझ्याजवळ आली आहेस? अग, तुझी कांतिही रोजच्यासारखी दिसत नाहीं. तूं कृश व फिकट दिसत आहेस! तेव्हां जें काय सांगावयाचें असेल तें सर्व मला नीट समजावून सांग. तें सुखाचें असो किंवा दुःखाचें असो, आणि द्वेष्य असो किंवा प्रिय असो, जें असेल तें सर्व जसेंच्या तसेंच सांग, म्हणजे तें ऐकून पुढें काय करता येईल हें मला समजेल. कृष्णे, तूं सर्व कार्यांमध्यें मजवरच विश्वास टाकीत ना. मी मोठ्या संकटांतूनही तुझी वारंवार सुटका करीन. तुझें जें इच्छितकार्य असेल तें इच्छेनुरूप लवकर सांग आणि तूं इकडे आल्याचें कोणाच्या लक्षांत आलें नाहीं तोंच आपल्या अंथरुणावर जाऊन पड"

अध्याय अठरावा.

--:०:--

द्रौपदीचा युधिष्ठिरासंबंधानें विलाप.

द्रौपदी ह्मणाली:—भीमसेना, जिचा युधिष्ठिर हा भर्ता आहे, तिला सुख कोठून लागणार? महाराज, आपण माझीं सर्व दु:खें जाणत असतांना मला उगीच कां विचारतां बरें? हे भारता, प्रातिकामी त्या वेळीं मला दासी म्हणून भरसभेंत घेऊन गेला, ती गोष्ट माझें अंत:करण भाजून काढीत आहे! प्रभो, अशा प्रकारचें दु:ख झालें असतां मज द्रौपदीशिवाय दुसरी माझ्यासारखी कोणती राजकन्या जिवंत आहे बरें? वनवासांत गेल्यावर दुष्ट सैंधवानें स्पर्श केला, हा दुसरा प्रसंग तरी सहन करण्याचें धैर्य कोणाला आहे? आणि आतां तिसऱ्यानें तर मत्स्यराजासमक्ष आणि त्या वंचक युधिष्ठिराच्या डोळ्यांदेखत कीचकानें हात टाकिला असतां माझ्यासारखी कोण जिवंत रहाती? भारता, अशा पुष्कळ प्रकारच्या क्लेशांनीं मी झिजत असतां, हे कौंतेया, त्यांची आपणांस दादही नाहीं, त्यापेक्षां मला जगून तरी काय फल? भारता, कीचक म्हणून जो विराट राजाचा श्यालक व सेनापति आहे, त्याची बुद्धि फारच दुष्ट आहे. नरवीरा! सैरंध्रीच्या वेषानें राजवाड्यांत राहिलेल्या मला तो दुरात्मा 'माझी बायको हो!' असें नित्य म्हणत असतो. तो माझ्याशीं असें बोलूं लागला म्हणजे कालपक्व फलाप्रमाणें माझें हृदय विदीर्ण होऊन जातें. महाराज! आपण शत्रूंस जिंकणारे आहां आणि तो दुष्ट खरोखर वधास योग्य आहे! शिवाय वाईट प्रकारचा जुगार खेळणारा आपला वडील भाऊ—कीं ज्याच्या कर्मामुळें मला हें सततचें दु:ख प्राप्त झालें आहे, त्याचीही आपण चांगली कानउघाडणी करा. कारण, आपलें राज्य व सर्वस्व घालवून कफल्लक झाल्यावरही जुगार खेळत बसेल इतका दीर्घशहाणा या अट्टल जुवेबाजावांचून दुसरा कोण सांपडणार आहे बरें? अहो, जरी रोज सकाळसंध्याकाळ हजार हजार मोहोरांचा जुगार खेळण्याचा यांनीं नित्य नेम केला असता, व आणखी पुष्कळ द्रव्य उधळलें असतें, तरी देखील सोनें, रुपें, वस्त्रें, गाड्या, वाहनें, शेळ्यामेंढ्या आणि अश्वांचे व तट्टांचे समुदाय या सर्वांचा कांहीं सत्यनास झाला नसता! अहो, एवढी ज्याची संपत्ति, त्या धर्मराजाजवळ आज द्यूतांत नागवल्यामुळें द्रव्याच्या नांवानें आवळ्याएवढें पूज्य झालें आहे! आणि आपल्या कर्माचा पश्चात्ताप करीत वेड्यासारखें बसण्याचा त्याला प्रसंग आला आहे! अहो. ज्याच्या स्वारीबरोबर सुवर्णानें शृंगारलेले दहा हजार घोडे चालत असत, तोच आज द्यूत खेळून चरितार्थ चालवीत आहेना! इंद्रप्रस्थामध्यें महाराज युधिष्ठिराच्या येथें अमित पराक्रमी राजांचे एक हजार रथ खडे असत; त्याच्या मुदपाकखान्यांत लाखों दासी हातांत भांडीं घेऊन नित्य रात्रंदिवस अतिथींना वाढीत असत; आणि याच विलक्षण दात्यानें हजारों मोहोरांचा दानधर्म केला असून, त्याच्यावर आज द्यूतामुळें मोठाच अनर्थ ओढवला आहे! या युधिष्ठिर राजाच्या सेवेला उज्ज्वल व रत्नजडीत कुंडलें धारण करणारे व मधुर आवाजाचे पुष्कळ सूत व मागध सकाळसंध्याकाळ हजर असत. तपश्चर्या व ज्ञान यांनीं जे संपन्न

---

१ 'यन्मां दासीप्रवादेन प्रातिकामीं तदानयत्' असें मूळ आहे; आणि इतर प्रतींतूनही दुसरा पाठ दिसत नाहीं म्हणून निरुपायास्तव वरील अर्थ केला आहे. आमच्या मतें या ठिकाणीं प्रातिकामीच्या ऐवजीं दु:शासन पाहिजे. पण शुद्ध करण्याचा आह्मांस अधिकार नाहीं. सभापर्व, अध्याय ६७ पहा.

आहेत, आणि ज्यांच्या सर्व वासनांचा लय झालेला आहे, असे हजारों ऋषि याच्या सभेंतील सभासद होते ! ग्रहमेध करणारे अठ्ठ्यायशीं हजार स्नातक याच्या पदरीं असून यानें त्यांतील प्रत्येकाच्या सेवेला तीस तीस दासी दिल्या होत्या. हायहाय ! प्रतिग्रह न करणाऱ्या दहा हजार उर्ध्वरेत्या ऋषींचें जो पोषण करीत असे, तोच हा जनेश्वर आज अशा स्थितीला येऊन पोंचला आहे ! ज्याच्या ठिकाणीं दया, शोकराहित्य, संविभाग (आपणाजवळ असेल तें सर्वांस वांटून देण्याची बुद्धि) वगैरे सर्व सद्गुण वसत आहेत तोच हा युधिष्ठिर राजा बरें ? अहो, अंध, वृद्ध, अनाथ, बालक व राष्ट्रांमधील दुर्दशेस जाऊन पोंचलेले दुसरे अनेक प्रकारचे लोकं या सर्वांचा हा सत्यपराक्रमी व धैर्यशाली राजा सांभाळ करीत असे ! हा विलक्षण कनवाळू असल्यामुळें असेल तें सर्वांस वांटून द्यावें अशी त्याची नित्य वासना असे; आणि तोच हा युधिष्ठिर आज दुर्दैवाच्या फेऱ्यांत सांपडून मत्स्य राजाचा सेवक बनला आहे ! तो सभेमध्यें राजाबरोबर द्यूत खेळत असतो आणि आपणास ‘ कंक ’ ह्मणवितो ! कोण दुर्दशा ही ! इंद्रप्रस्थांत रहात असतांना सर्व राजे ज्याला खंडणी आणून देत व ज्याचा शद्ब झेलीत, त्यालाच आज पोटाची खांच भरण्यासाठीं दुसऱ्याच्या तोंडाकडे पहावें लागत आहे ! पूर्वीं पृथ्वीचें पालन करणारे भूपाल ज्याच्या आज्ञेंत वागत होते, तोच युधिष्ठिर राजा आज विवश होऊन दुसऱ्यांचा गुलाम बनला आहे ! रश्मिमान् सूर्याप्रमाणें ज्यानें एकदां आपल्या तेजानें सर्व पृथ्वी तप्त करून सोडली होती, तोच युधिष्ठिर आज विराटाच्या सभेंतील सभासद होऊन राहिलाना ! हे पांडुपुत्रा, सभेमध्यें राजे व ऋषि ज्याच्या सभोंवतीं बसत असत, तोच हा पांडुपुत्र युधिष्ठिर आज दुसऱ्याचा आश्रित होऊन बसला आहे पहा ! खरोखर हा दुसऱ्याचा सभासद होऊन बसला आहे व त्याची हांजीहांजी करीत आहे असें पाहून मला अतिशय संताप येतो ! कारण महाज्ञानी धर्मनिष्ठ युधिष्ठिर राजा केवळ जीवितासाठीं आपल्या योग्यतेस न शोभणारें अयोग्य काम करूं लागला आहे असें पाहून कोणाला बरें दुःख होणार नाहीं ? वीरा, हे भारता, मयसभेमध्यें संपूर्ण वसुंधरा (तींतील लोक) ज्याची सेवा करीत होती, तोच आज दुसऱ्याच्या पायांशीं बसला आहे पहा ! भीमसेन, आपण विचार करा ! हें पाहून काळीज कसें नाहीं करपणार ! अहो, अशा पुष्कळ प्रकारच्या दुःखांनीं मी गांजिली जात असून अनाथाप्रमाणें शोकसागरांत गटंगळ्या खात पडलें असतांना, अहो भीमसेन, तें आपल्या गांवीं देखील नाहींना !

अध्याय एकुणिसावा.

—:०:—

द्रौपदीचा भीमादिकांसंबंधें विलाप.

द्रौपदी ह्मणतेः—हे भारता, मला विशेष दुःख होण्याचें कारण मी आतां आपणास सांगतें. महाराज ! मी दुःखानें पोळल्यामुळें कांहीं कमजास्त शब्द माझ्या तोंडांतून निघत आहेत, परंतु याबद्दल आपण मजवर रोष करूं नये. हे भरतर्षभा, तुम्ही तरी आपल्या इभ्रतीस न शोभणारें आचाऱ्याचें हीन काम करीत आहां; आणि मी आपला बल्लव जातीचाच आहें म्हणून सांगतां, तेव्हां हें पाहून कोणाला वाईट वाटणार नाहीं बरें ? अहो, तुम्ही विराटाचे स्वयंपाकी व बल्लव आहां असें लोक समजतात. अशा प्रकारचा आपणास सांप्रत केवळ दासपणा आला आहे, तेव्हां याहून अधिक दुःखदायक तें काय असणार

आहे ? महाराज ! आपणास आचारी व बल्लव म्हणविणारे तुम्ही पाकनिष्पत्ति झाल्यावर जेव्हां विराटाच्या सेवेस सादर होतां, तेव्हां माझ्या काळजाला घरेच पडतात ! जेव्हां राजा खुषींत येऊन हत्तीबरोबर आपली झुंज लावतो, आणि अंतःपुरांतील स्त्रिया आपल्याकडे पाहून हंसूं लागतात, तेव्हां तर माझें मन उदास होऊन जातें ! केकयराजकन्या सुदेष्णा पहात असतांही माझ्या चेहेऱ्यावर विलक्षण उद्विग्नता दिसूं लागते ! महाराज, आपण जेव्हां वाघ, रेडे व सिंह यांजबरोबर हौद्यांत झोंबी खेळूं लागतां, तेव्हां ती कैकेयी सुदेष्णा उठून त्या सर्वांशीं कुजबुजूं लागते, आणि त्याही सर्वजणी उभ्या राहून तिच्याशीं कुजबूज करूं लागतात ! मला अनवद्यांगीला चिंताग्रस्त पाहून ती ह्मणते, 'ही शुचिस्मिता सैरंध्री, सहवासानें उत्पन्न होणाऱ्या प्रेमामुळें व कांहीं अंशीं मानसिक धर्मामुळेंही हा महावीर्यशाली आचारी लढूं लागला ह्मणजे दुःखित होते ! सैरंध्रीचें रूप मनोहर आहे आणि हा बल्लवही सुंदर आहे; शिवाय स्त्रियांच्या अंतःकरणाचा थांग लागत नसतो ! मला तर हीं दोघें परस्परांस अनुरूपशीं भासतात ! सैरंध्रीचें भाषण मोठें लाघवी असून तिचा त्याच्याशीं नित्य सहवास आहे; शिवाय या राजवाड्यामध्यें हीं दोघेंजणें बरोबरच आलेलीं आहेत !

भीमसेना ! अशा प्रकारचीं भाषणें करून ती मला टोंचीत असते; आणि तिच्या बोलण्यावरून मी चिडलें ह्मणजे तर तिला माझा व आपला कांहीं संबंध असावा असा बळकट संशय येत असतो ! खरोखर तीं तसें बोलूं लागलीं ह्मणजे मला भारी वाईट वाटतें. अहो भीमसेन ! महापराक्रमी आपणच असे दुःस्थितीला पोंचल्यावर युधिष्ठिराच्या चिंतेंत मग्न झालेल्या मला जीवित धारण करण्याचा हुरूप कोठून राहाणार ? अहो, कालाची गति किती विचित्र आहे पहा ! ज्यानें केवळ एका रथाच्या योगानें देवांसह सर्व मानवांस जिंकिलें, तो तरुण अर्जुन आज विराट राजाच्या मुलीचा नर्तक कीं हो बनला आहे ! ज्या महात्म्यानें खांडवारण्यामध्यें अग्नीस तृप्त केलें, तोच आज विहीरींत सांठवलेल्या अग्नीप्रमाणें शांत होऊन अंतःपुरांत राहिला आहे ! अहो, ज्या पुरुषर्षभाचा शत्रूंस सदोदीत धाक वाटावयाचा, तोच धनंजय सांप्रत लोकनिंदित अशा षंढवेषानें रहात आहे ! ज्याचे परिघतुल्य बाहु प्रत्यंचेच्या घर्षणानें घट्ट झालेले आहेत, तोच धनंजय आज शंखांचे चुडे भरून कष्टानें दिवस कंठीत आहे ! अहो ! ज्याच्या प्रत्यंचेचा व तळहाताचा प्रचंड घोष ऐकून शत्रूंस कांपरें भरत असे, त्याच्याच गायनाचे आलाप आजकाल स्त्रिया मोठ्या हर्षानें ऐकत असतात ! ज्याच्या मस्तकावर सूर्यासारखा देदीप्यमान मुकुट झळकत असावयाचा, त्याच अर्जुनानें आज केंसाची वेणी घातली आहे ! अहो भीमसेन ! त्या महाधनुर्धरानें वेणी घातली असून त्याच्या सभोंवतीं मुली गराडा देऊन बसल्या आहेत असें पाहून माझें अंतःकरण तीळतीळ तुटूं लागतें ! हरहर ! ज्या महात्म्याचे ठिकाणीं सर्व दिव्य अस्त्रें वास करितात, आणि जो सर्व विद्यांचा आधार, त्या पार्थानें आज कानांत बाळ्या कीं हो घातल्या आहेत ! ज्याप्रमाणें महार्णव मर्यादेस स्पर्श करूं शकत नाहीं, त्याप्रमाणें तेजानें झळकणारे हजारों राजे ज्याच्या केंसालाही स्पर्श करूं शकत नसत, तोच तरुण अर्जुन सांप्रत विराट राजाच्या मुलींचा नर्तक बनला आहे ! हायहाय ! वेष पालटून तो मुलींचा सेवक कीं हो झाला आहे ! भीमसेन ! खरोखर ज्याच्या

१ जिच्या रूपाला नांव ठेवण्यास मुळींच जागा नाहीं अशी.

रथघोषानें पर्वत, वनें व सर्व स्थावरजंगम पदार्थांसह ही संपूर्ण पृथ्वी कंपायमान होत असे, व ज्याच्या उत्पत्तीबरोबर कुंतीचा शोक नाहींसा झाला, तोच तुमच्या पाठचा भाऊ आज मला रडावयास लावीत असतो! तो सोन्याचीं कुंडलें व दुसरे अलंकार घालून नटलेला व हातांत बांगड्या भरलेला असा येऊं लागला म्हणजे माझें अंतःकरण करपून जातें! अहो, पराक्रमांत ज्याची बरोबरी करणारा सर्व पृथ्वींत कोणीही नाहीं, तो धनुर्धर धनंजय आज मुलींच्या समाजांत गात कीं हो बसला आहे! ज्याचें धैर्य, शौर्य व सत्य सर्व जगाला कबूल करावें लागत होतें, त्या अर्जुनाला स्त्रीच्या वेषांत पाहून माझ्या मनाला कसेंसेंच होऊन जातें! ज्याप्रमाणें मदोन्मत्त गजाभोंवतीं हत्तिणी जमतात, त्याप्रमाणें या देवासारख्या सुंदरास मुलींनीं गराडा दिला आहे आणि त्यांच्यासह वाद्यें वाजवून श्रीमान् मत्स्यराजाला खुष करीत आहे असें जेव्हां माझ्या नजरेस पडतें, तेव्हां तर मला दिशांचेंही भान रहात नाहीं! धनंजयाला हें असें संकट प्राप्त झालेलें असून घातक द्यूत खेळणारा अजातशत्रु धर्मराजही तसाच दुःखसागरांत मग्न झाला आहे ही गोष्ट खरोखर आर्या कुंतीला ठाऊक नसावी! त्याचप्रमाणें, भारता, गुराखी बनलेला धाकटा सहदेव गुरांच्या मागून गुराख्याच्या वेषानें चालूं लागला म्हणजे माझा चेहरा पांढरा फटफटीत होऊन जातो! भीमसेना, सहदेवाचीं कृत्यें एकसारखीं माझ्या मनांत उभीं राहूं लागून मला झोंपही येत नाहीं, मग सौख्य तर दूरच राहिलें! हे महाबाहो, ज्याला एवढें दुःख प्राप्त झालें आहे, त्या सत्य पराक्रमी सहदेवाच्या हातून तसें कांहीं दुराचरण घडल्याचें मला तर ठाऊक नाहीं! हे भरतश्रेष्ठा, तुझ्या गोवृषासारख्या पराक्रमी व प्रिय भ्रात्याला मत्स्यराजानें गाई राखण्यास नेमलें हें पाहून माझा जीव थोडथोडा होत असतो; आणि तो गवळ्यांचा नाईक लाल पोषाख करून लगबगीनें विराटाचें अभिनंदन करूं लागला म्हणजे तर माझ्या अंगाची लाही लाही होऊन जाते! आर्या कुंतीनें सहदेव वीराची मजजवळ नित्य स्तुति करावी कीं, "तो मोठा कुलीन, सुशील व सदाचरणी असून विनयसंपन्न व धार्मिक आहे, त्याचें भाषण मधुर आहे आणि तो माझा फार लाडका आहे. यासाठीं, द्रौपदि, अरण्यामध्यें तूं रात्रींही ह्याला जपत जा! हा शूर व धर्मराजाच्या तंत्रानें वागणारा आहे, तथापि फारच सुकुमार आहे. यास्तव, मुली, वडिलांच्या आज्ञेंत वागणाऱ्या या वीराला तूं स्वतः जेवावयास घालीत जा."

खरोखर पुत्रवत्सल कुंतीनें रडत रडत मला असें सांगितलें आणि अरण्यांत जावयास निघालेल्या त्या सहदेवाला तिनें कवटाळून धरलें! पांडवा, तोच योधवर सहदेव आज गुरांमध्यें चूर झाला असून रात्रीं वांसरांच्या कातड्यावरच पडत असतो हें पाहून मीं कसे हो प्राण ठेवावे! ज्याच्या ठायीं सौंदर्य, अस्त्रपटुत्व व बुद्धिमत्ता हे तीन गुण नित्य वसत आहेत, तोच नकुल आज विराटाचा मोतद्दार बनला आहे! कालाचा फेरा कसा आहे पहा! ज्यानें हल्लीं ग्रंथिक हें नांव घेतलें आहे, त्याच नकुलाला पाहातांच शत्रूंच्या टोळ्या रानोमाळ उधळून जात! आणि तोच सुंदर व विनयशील नकुल सांप्रत युधिष्ठिर महाराजांसमक्ष झपाट्यानें घोडे शिकविण्याचें काम करीत असतो! तो सुंदर, तेजस्वी व थोर नकुल घोडे दाखवीत विराटाजवळ उभा आहे असें माझ्या पहाण्यांत आलें आहे. महाराज, अहो शत्रुमर्दक पृथापुत्र, मी सुखांत आहें असें आपण समजतां काय? युधिष्ठिराच्या निमित्तानें अशा शेंकडों दुःखांनीं

मी ग्रस्त झालें आहें; आणि, भारता, याशिवाय दुसरीं जीं विशेष व मोठीं दुःखें मला सोसावीं लागत आहेत, तींही आपण श्रवण करा. अहो! आपण जिवंत असतांना नानाप्रकारचीं दुःखें माझें शरीर शुष्क करीत आहेत, तेव्हां याहून अधिक दुःख तें काय असावयाचें आहे?

अध्याय विसावा.

—:०:—

द्रौपदीचा स्वतःसंबंधें विलाप.

द्रौपदी म्हणते, "मला सैरंध्रीच्या वेषानें राजवाड्यांत रहावें लागत असून सुदेष्णेची वेणीफणी वगैरे करावी लागत आहे, तें तरी या अट्टल जुवेबाजामुळेंच! अहो परंतप भीमसेन! माझ्या स्थितींत किती भयंकर पालट झाला आहे पहा! जी मी एकदां राजकन्या म्हणून रहात होतें, तीच मी आज निवळ दासीपणास जाऊन पोंचलें आहें! सर्व लोक आपल्या भाग्योदयाची मार्गप्रतीक्षा करीत असतात. कारण दुःखांसही खरोखर अंत हा आहेच! त्याचप्रमाणें मर्त्यजनांचा द्रव्यलाभ किंवा जयापजय हे खरोखर अनित्य आहेत असा विचार करून मी पतींच्या उदयकालाची प्रतीक्षा करीत असतें. सुखें किंवा दुःखें हीं चक्राप्रमाणें फिरत असतात असाही आणखी विवेक करून मी पतींच्या उदयाची आशा करीत दिवस काढीत आहें. ज्या कारणानें मनुष्याचा जय होत असतो, त्याच कारणानें त्याचा पराजयही घडून येतो असा मी विचार करीत असतें. अहो भीमसेन! मीं अगदीं मृतप्राय झालें आहें हें आपण जाणत नाहीं काय? जे लोक एकदां दानधर्म करतात, त्यांनाच पुढें याचना करण्याचा प्रसंग येतो! ज्यांनीं दुसऱ्यांचा घात केलेला असतो, तेही दुसऱ्यांकडून वध पावतात! आणि दुसऱ्यांस ज्यांनीं खालीं दडपलें, त्यांस दुसरेच खालीं दडपतात असें मीं ऐकिलें आहे. दैवाला कठीण किंवा अशक्य असें कांहींच नाहीं असा विचार करून मी पुनः दैव उघडण्याची वाट पहात कालक्रमणा करीत आहें! जेथें पूर्वीं जल असतें तेथेंच तें पुनः जात असतें. उन्हाळ्यांत सागराचें पाणी मेघरूपानें वर गेलेलें असलें तरी तें पुनः वृष्टिरूपानें खालीं येऊन शेवटीं समुद्रासच परत येतें. अशाच रीतीनें आपल्या दुःखांचाही शेवट होईल अशी आशा धरून पुनः अभ्युदय होण्याची मी मार्गप्रतीक्षा करीत आहें. ज्याचें हक्काचें द्रव्य केवळ दैवयोगानेंच नाश पावलें असतें, तो शहाणा असेल तर त्यानें दैवाचें आनुकूल्य संपादण्याचाच प्रयत्न करावा! महाराज! मी कष्टी होऊन आपणास हें जें बोललें त्याचें खरें कारण काय हें पाहिजे तर तुम्ही मला विचारा, म्हणजे तें मी येथेंच आपणास सांगतें. अहो! मी पांडवांची पट्टराणी आणि द्रुपदाची कन्या असून अशा हीन स्थितीस येऊन पोंचलें आहे! अशी स्थिति प्राप्त झाल्यावर मजशिवाय दुसरी कोणती स्त्री जगण्याची आशा करील बरें? अहो शत्रुमर्दक भीमसेन! मला प्राप्त झालेल्या दुःखांनीं सर्व कौरवांची, पांचालांची व पांडवांची नाचक्की झाली आहे! भाऊ, सासरे, पुत्र, वगैरे पुष्कळ नातलग असून अशा भाग्याला चढलेल्या दुसऱ्या कोणत्या स्त्रीला मजप्रमाणें दुःख करण्याचा प्रसंग येणार आहे बरें! खरोखर मीं लहानपणीं विधात्याचा मोठा अपराध केला असला पाहिजे; आणि, हे भरतर्षभा, त्याच्याच अवकृपेमुळें मला अशी दुःस्थिति प्राप्त झाली आहे. अहो पांडुपुत्र, माझी कांति तरी किती उतरून गेली आहे! वनवासांत परम दुःखांत असतांना त्या वेळीं तेथेंही माझी इतकी दशा झाली नव्हती! हे भीमसेना, हे पृथानंदना, पूर्वीं मला किती सुख होतें हें तुम्हाला माहीतच

आहे. जिला एके वेळीं सर्व प्रकारचें पूर्ण सौख्य होतें, तीच मी सांप्रत दासीपणास येऊन पोंचलें आहें. यामुळें माझें चित्त कसें अगदीं बावरून जातें व मला बिलकूल चैन पडत नाहीं! ज्यापेक्षां महाबलिष्ठ व भीमधनुर्धर पार्थाला रक्षावगुंठित अग्नीप्रमाणें वेष पालटून राहावें लागत आहे, त्यापेक्षां येथें दैवावांचून इतर कांहीं कारण आहे असें मी मुळींच समजत नाहीं. अहो पृथापुत्र, प्राण्यांची पुढें काय गति व्हावयाची आहे हें मानवांस समजणें केवळ अशक्य होय. तुमची जी सांप्रत अवनति झाली आहे, ती म्हणजे पूर्वी कधीं कोणाच्या ध्यानांत आली असेल असें मला मुळींच वाटत नाहीं. अहो, तुम्ही इंद्रासारख्या वीरांनीं सदोदीत जिच्या मुखाकडे पाहात असावें, त्याच मला सांप्रत दुसऱ्या कमी प्रतीच्या स्त्रियांच्या तोंडाकडे—आणि स्वतः वास्तविक त्यांहून श्रेष्ठ असतांना—पाहावें लागत आहे! अहो पांडुपुत्र! तुम्ही धट्टेकट्टे असतांना मला अशी स्थिति यावी हें मुळीं तरी योग्य आहे का! याचा आपणच विचार करून पहा! कालदशेचा फेरा कसा विपरीत आहे पहा! समुद्रवलयांकित पृथ्वी एकदां जिच्या आज्ञेंत होती, तीच मी आज सुदेष्णेची आज्ञाधारक दासी बनलें असून तिच्या धाकांत असतें! एका वेळीं जिच्या मागें व पुढें पुष्कळ अनुचर चालत असत, तीच मी आज सुदेष्णेच्या मागें व पुढें धावत असतें! अहो कुंतीपुत्र! हेंच माझें असह्य दुःख होय. याकडे आपण लक्ष द्या. महाराज! आपलें कल्याण असो. अहो, जी एका कुंतीशिवाय दुसऱ्या कोणाची—फार कशाला? आपल्या स्वतःच्या अंगास लावावयाचीही उटी उगाळीत नसे, तीच मी आज चंदन घाशीत असतें! अहो कुंतीपुत्र! हे पहा माझे हात! हे मागें असें कधींच नव्हते!" असें ह्मणून तिनें आपले घट्टे पडलेले दोन्ही हात त्याला दाखविले आणि ह्मटलें, "महाराज, जिला कुंतीची किंवा प्रत्यक्ष आपलीही तितकी धास्ती वाटत नसे, तीच मी आज विराटाच्या समोर दासीभावानें उटी घेऊन जातें, तेव्हां 'हा सम्राट् विराट राजा मला काय बरें ह्मणेल? ही रंगदार उटी चांगली बनली आहे असें ह्मणेल कीं वाईट आहे ह्मणून दोष देईल? मत्स्यराजाला दुसऱ्या कोणीं उगाळिलेलें चंदन तर मुळींच आवडत नाहीं!' असे विचार मनांत येऊन मी भीत भीतच त्याच्या जवळ उभी राहातें!"

वैशंपायन सांगतातः—ती भामिनी भीमसेनास आपलीं दुःखें सांगत असतां एकाएकीं भीमाकडे पाहून रडूं लागली; कंठ दाटून आल्यामुळें तिचा आवाज घोगरा झाला; ती वरचेवर हुंदके देऊं लागली; आणि भीमसेनाचे हृदयांत घरे पाडीत असें ह्मणाली, "अहो भीमसेन! अशा प्रसंगीं प्राणत्याग करणें हेंच कर्तव्य असतांना मी अभागिनी अद्यापि जिवंत आहें, त्यापेक्षां, हे पांडुपुत्रा, पूर्वी मीं देवांचा कांहीं लहानसहान अपराध केलेला नाहीं खास!"

वैशंपायन सांगतातः—नंतर आपल्या पत्नीचे ते बारीक झालेले व घट्टे पडलेले हात तोंडाशीं नेऊन तो परवीरांतक भीमसेनही रडूं लागला. ते हात घट्ट धरून त्या वीर्यवंतानें डोळ्यांतून टिपें गाळलीं; आणि मग त्यानें अतिशय खिन्नपणानें तिच्याशीं भाषण केलें.

अध्याय एकविसावा.

—:०:—

द्रौपदीसांत्वन.

भीम ह्मणालाः—ज्यापेक्षां पूर्वी आरक्तवर्ण असलेल्या तुझ्या या दोन्ही हातांस हल्लीं

घट्टे पडले आहेत, त्यापेक्षां माझ्या बाहुबलास व अर्जुनाच्याही गांडीवास धिःकार असो! विराटाच्या सभेंतच मी भयंकर कत्तल करावयाचा, पण युधिष्ठिर सर्वच गोष्टी लांबणीवर टाकीत असतो, या कारणामुळें माझा नाइलाज झाला! नाहींपेक्षां ऐश्वर्यमदानें धुंद झालेल्या त्या कीचकाचें मस्तक मी क्रीडा करणाऱ्या हत्तीप्रमाणें तेथेंच पायाखालीं तुडविलें असतें! कृष्णे, जेव्हां कीचकानें तुला लाथ मारलेली मीं पाहिली, तेव्हांच मी मत्स्यांची भयंकर कत्तल करण्यास अगदीं तयार झालों होतों; परंतु काय करूं ग? धर्मराजानें डोळ्यानें खुणावून मला मोडा घातला; आणि, हे भामिनि, त्याचा तसा अभिप्राय जाणून मी आपला जागच्या जागींच चडफडत स्वस्थ बसलों. छे! छे! माझ्या हातून मागेंपासूनच मोठमोठ्या चुका होत आल्या आहेत. आधीं राष्ट्रांतून बाहेर पडलों तेव्हांच कौरवांचा ह्मणजे सुयोधन, कर्ण आणि शबलपुत्र शकुनि यांचा वध केला नाहीं आणि त्या पापी दुःशासनाचेंही मस्तक उडविलें नाहीं! अरेरे, हृदयांत बोंचलेल्या शल्यांप्रमाणें त्या गोष्टी माझ्या अंगाचा कसा भडका करून सोडीत आहेत! तथापि, हे सुश्रोणि, तूं धर्मराजाचा अवमान करूं नको. तूं महाविचारी आहेस. आपला क्रोधच आवरून धर. कारण, हे कल्याणि, तुझ्या तोंडून असें निंदाव्यंजक भाषण जर का युधिष्ठिरानें ऐकिलें, तर तो खात्रीनें प्राणत्याग करील! त्याचप्रमाणें, हे सुश्रोणि, धनंजय किंवा नकुलसहदेव यांच्या कानीं अशी निंदा पडली तर तेही प्राण ठेवणार नाहींत; आणि अशा प्रकारें ते परलोकीं गेल्यावर मीही जिवंत राहूं शकणार नाहीं! द्रौपदि, तुलाच तेवढें दुःख झालें आहे असें नाहीं. पूर्वी च्यवनभार्गवाची भार्या सुकन्या ही तर वनांत आपल्या वारुळरूप झालेल्या पतीचें सांत्वन करीत त्याबरोबर राहिली होती! अग, नारायणी इंद्रसेना प्रख्यात रूपवती म्हणून तुझ्या कानावर कदाचित् आली असेल. ती आपल्या हजार वर्षांच्या वृद्ध पतीबरोबर वनांत राहिली होती. जनकाची मुलगी वैदेही सीता ही तर तुझ्या ऐकण्यांत आलीच असेल. ती महारण्यांत वास्तव्य करणाऱ्या आपल्या पतीच्या मागून हिंडत असे. हे सुश्रोणि, त्या रामपत्नीला रावणानें हरण करून नेल्यावर तेथें तिला फार क्लेश भोगावे लागले, तथापि तिनें रामास सोडलें नाहीं! त्याचप्रमाणें हे भीरु, लोपामुद्राही तरुण व सौंदर्यसंपन्न असतांही सर्व दिव्यभोग देऊन अगस्तीच्या समागमें राहिली; आणि उदार अंतःकरणाची व पुण्यशील सावित्री तर द्युमत्सेनपुत्र सत्यवंताबरोबर एकटी यमलोकापर्यंत गेली होती! हे कल्याणि, मीं सांगितल्या या स्त्रिया जशा रूपवती व पतिव्रता होत्या, तशीच तूंही सर्व गुणांनीं संपन्न आहेस. आतां तुझे वाईट दिवस फारच थोडे राहिले आहेत;—फक्त एक पंधरवडा उरला आहे तितका कसा तरी काढ, म्हणजे तेरा वर्षे पूर्ण होऊन तूं सर्व राजांचीही सार्वभौमिनी होशील!

द्रौपदी म्हणालीः—भीमसेना, दुःखें सहन न झाल्यामुळें मी केवळ आर्तपणानें आपणापाशीं असे अश्रु ढाळले. माझ्या तोंडून कांहीं अधिकउणे शब्द निघून गेले असले तथापि मी अंतःकरणपूर्वक कांहीं राजाची निंदा करीत नाहीं. भीमसेन, आपण महाबलाढ्य आहां. गतगोष्टींबद्दल चर्चा करण्यांत काय तात्पर्य आहे! सांप्रत जी गोष्ट येऊन बेतली आहे, तिजकडे तरी आपण योग्य लक्ष पुरवा, भीमसेन, ही सैरंध्री आपल्या स्वरूपानें आपणास कोपऱ्यांत बसवील कीं काय अशी सुदेष्णेला नेहमीं भीति वाटत असते; आणि राजाचें मन

हिजवर जाईल कीं काय असें मनांत येऊन ती नित्य उद्विग्न असते. सुदेष्णेच्या मनांतील हा अभिप्राय कीचकाला कळला असून तो स्वतःही पापदृष्टीचा आहे, यामुळें तो नराधम नित्य माझी प्रार्थना करीत असतो. प्राणनाथ, तो मजजवळ लाळ घोटूं लागला तेव्हां मला त्याचा फारच संताप आला होता; परंतु तो आवरून धरून मीं त्या काममोहितास म्हटलें, "कीचका, संभाळ हो! मी पांच गंधर्वांची भार्या आहें; इतकेंच नव्हे, तर त्यांची पट्टराणी असून मोठी लाडकी आहें; आणि ते गंधर्वही मोठे साहसी व शूर आहेत. तेव्हां जर का ते संतापले, तर तुला तेव्हांच ठार मारतील!"

महाराज! असें मी सांगतांच त्या महानीच कीचकानें प्रत्युत्तर दिलें, "हे सैरंध्रि, हे सुहास्यवदने, मी गंधर्वांना मुळींच भीत नाहीं. अग, पांचसे काय—पण कोट्यवधि गंधर्व रणांत एकवटून आले तरी त्यांचा देखील मी फडशा उडवीन. अग भित्रे, गंधर्वांची भीति सोडून दे आणि खुशाल माझ्यावर विसंबून राहा!

महाराज! याप्रमाणें त्यानें उत्तर केल्यावर त्या धुंद कामातुराला मीं पुनः म्हटलें, "अरे, तुझें बळ तें किती? तूं त्या कीर्तिमान् गंधर्वांच्या पासंगासही पुरावयाचा नाहींस. शिवाय मी कुलीन व सुशील असून नित्य पतिव्रता धर्मानें वागत आलें आहें. अरे, कोणाचा घात करावा अशी मला इच्छा होत नाहीं, म्हणूनच तूं अजून जिवंत राहिला आहेस; नाहींपेक्षां केव्हांच तुझी गठडी वळली असती!"

असें मीं म्हटलें तेव्हां तो दुष्ट ही ही करून मोठ्यानें हंसला मात्र! पुढें राणी सुदेष्णेनें, "हे कल्याणि, कीचकाच्या घरून मद्य घेऊन ये!" म्हणून सांगून मोठ्या काकुळतीनें मला त्याकडे पाठविलें. तिनें जरी वरपांगीं प्रेमाचा आव आणला होता, तरी यापूर्वींच कीचकानें तिच्याशीं खलबत केलेलें होतें आणि त्यामुळें भावाचें प्रिय करण्यासाठींच तिनें मला त्याच्याकडे धाडलें होतें. मला पहातांच सूतपुत्र कीचकानें पुष्कळ लाडीगोडी लाविली, आणि ती सारी जेव्हां फुकट गेली, तेव्हां तर तो संतापून बलात्कार करण्यासही प्रवृत्त झाला! परंतु त्या दुरात्म्याचा तसा बेत दिसतांच मी वेगानें तडक राजसभेकडे धांवलें. परंतु राजाच्या देखतही त्या सारथ्याच्या पोरानें मजवर हात टाकला, मला खालीं पाडून त्यानें लत्ताप्रहारही केला; आणि प्रत्यक्ष विराट, कंक, राजाचे मंत्री, हत्तींवर व रथांत बसलेले लोक, व्यापारी आणि दुसरे पुष्कळ लोक केवळ पहात राहिले! मी राजाची व कंकाची त्या वेळीं पुष्कळ निर्भर्त्सनाही केली, परंतु त्याचें कोणीं निवारण केलें नाहीं किंवा त्याचें तें अन्यायाचें वर्तन राजानेंही बंद केलें नाहीं! महाराज, हा जो विराटाचा कीचक नामक सारथि आहे, तो अगदीं धर्मास सोडून वागणारा व क्रूर आहे. तथापि सर्व स्त्रीपुरुष त्यास मान देतात; इतकेंच नव्हे, तर तो त्यांस प्रियही आहे! हा शूर आहे तथापि गर्विष्ठ आहे. याचें अंतःकरण पापी असून याला कोणत्याच प्रकारची अक्कल नाहीं! आणि हा परदारांसही स्पर्श करीत असतो. तथापि, हे महाभागा, दैव कसें विलक्षण असतें पहा, कीं याला पुष्कळच भोग प्राप्त होतात! दुसऱ्यास तळतळत ठेवूनही हा त्याचें द्रव्य हरण करतो, सन्मार्गानें कधींच वागत नाहीं, आणि धर्माची कधींच पर्वा करीत नाहीं. हा अंतःकरणाचाच पापी असल्यामुळें याच्या भावनाही पापमूलकच असतात. तेव्हां कामशरांच्या स्वाधीन होऊन पाहिजे तसें वर्तन करणाऱ्या या उच्छृंखल दुष्टाचा मीं वारंवार धिःकार केल्यामुळें, जेव्हां जेव्हां मी त्याच्या

दृष्टीस पडेन तेव्हां तेव्हां जर तो मला असें मारूं लागला, तर माझे प्राण निघून जातील आणि असें झालें म्हणजे धर्म पाळण्यासाठीं झटणाऱ्या तुमचा महान् क्षात्रधर्मच नष्ट होईल! कारण पत्नीचें रक्षण न झालें तर क्षात्रधर्मच सुटला असें नाहीं का होणार ? तुम्ही आपली अज्ञातवासाची प्रतिज्ञा पाळूं म्हणाल, तर तुमची भार्या जगणार नाहीं. भार्येचें रक्षण केलें असतां प्रजेचें रक्षण केल्याप्रमाणें होत असतें; आणि प्रजेचें म्हणजे संततीचें रक्षण केल्यास आपण आपला आत्माच जतन करून ठेवीत असतों. कारण स्त्रीच्या उदरीं आत्माच पुत्ररूपानें उत्पन्न होतो आणि म्हणूनच तिला ज्ञाते **जाया** असें अन्वर्थक नांव देतात. पतीप्रमाणें स्त्रियेनेंही ' पति आपल्या उदरीं यावा ' अशी इच्छा बाळगून त्याला जपत असलें पाहिजे. अशा प्रकारचा वर्णधर्म मीं ब्राह्मणांच्या तोंडून ऐकिला आहे. शत्रूंचा संहार करणें याहून निराळा क्षत्रियांचा धर्म केव्हांही असूं शकत नाहीं; आणि येथें तर धर्मराजाच्या समक्ष आणि, हे महाबलिष्ठ भीमसेन, आपल्याही डोळ्यांदेखत कीचकानें मला लाथ मारिली! प्राणनाथ, त्या घोर जटासुरापासून आपणच माझें रक्षण केलें; आणि भ्रात्यांसह आपणच जयद्रथाला जिंकिलें. तेव्हां, महाराज, हा जो महापातकी माझा उपमर्द करीत असतो, यालाही आपणच ठार करा. हे भारत, कीचकावर राजाची मर्जी असल्यामुळें तो मला छळीत असतो. यास्तव मदनाची धुंदी चढलेल्या या कीचकाला मातीच्या घड्याप्रमाणें दगडावर आपटून आपण त्याच्या ठिकऱ्या उडवा! हे भारता, मजवर अनेक अनर्थ कोसळण्यास जो कारणीभूत आहे, तो कीचक जिवंत राहून जर उद्यां सकाळीं सूर्य उदयाला येईल तर मी विष कालवून पिईन, पण त्या कीचकाच्या तावडींत कांहीं सापडणार नाहीं! भीमसेन, मला आपल्या डोळ्यांदेखत मरण येईल तर तेंही श्रेयस्करच आहे!

वैशंपायन सांगतातः—असें बोलून द्रौपदी भीमाच्या उरावर मान टाकून रडूं लागली! मग भीमसेनानेंही तिला आलिंगन देऊन तिचें परोपरीनें सांत्वन केलें; आणि अतिशय आर्त झालेल्या त्या सुकुमार द्रुपदकन्येला सहेतुक व तत्त्वार्थयुक्त भाषणांनीं धीर दिला. त्यानें तिचें आंसवांनीं भरून गेलेलें तोंड आपल्या हातांनीं पुसलें; आणि मनांत कीचकाचें स्मरण करून दांतओठ खात रागारागानें त्या दुःखार्त झालेल्या द्रौपदीशीं तो बोलूं लागला.

अध्याय बाविसावा.

—:०:—

कीचकवध !

भीमसेन म्हणालाः—अग भित्रे, तूं म्हणतेस त्याचप्रमाणें मी करीन. हे कल्याणि, आजच्या आज मी त्या कीचकाला त्याच्या बांधवांसह ठार करीन. याज्ञसेनि, ही रात्र उजाडतांच सकाळीं तूं त्याची गांठ घे, व दुःखाचें किंवा शोकाचें चिन्ह बिलकूल न दाखवितां तूं गालांतल्या गालांत हंसत त्याला भेट. अग, ही जी विराटानें येथें नृत्यशाला बांधविली आहे, तींत दिवसा मुली नृत्य करीत असतात, परंतु रात्रीं त्या आपापल्या घरीं जातात. त्या ठिकाणीं चांगला बसविलेला एक बळकट व दिव्य पलंग आहे. त्यावरच मी त्याला त्याचे पूर्वी मेलेले पितर दाखवीन! परंतु, हे कल्याणि, तूं त्याच्याबरोबर खलबत करतांना कोणीही पाहाणार नाहीं अशी खबरदारी घे आणि अगदीं गुप्तपणें हें काम कर!

वैशंपायन सांगतातः—याप्रमाणें एकमेकांस सांगितल्यावर त्यांनीं ती राहिलेली रात्र दुःखानें अश्रु ढाळीत कशी तरी मोठ्या कष्टानें

पण अगदीं निमूटपणें घालविली. मग ती रात्र उजाडल्यावर कीचक सकाळींच उठून राजवाड्यांत जाऊन द्रौपदीस म्हणाला, "सैरंध्रि, आतां तरी माझ्या सामर्थ्याची परीक्षा झाली का? अग, राजसभेमध्यें आणि प्रत्यक्ष राजाच्या देखत मीं तुला लाथ मारून खालीं पाडलें; पण मज बलाढ्याशीं गांठ पडल्यामुळें तुला तेथेंही कोणाचा आश्रय मिळाला नाहीं! अग, तूं मला कोण समजतेस? विराट हा मत्स्यांचा केवळ नांवाचा मात्र राजा आहे. त्याला लोक उगीच राजा म्हणून ह्मणतात इतकेंच. बाकी मी सेनापतिच मत्स्यांचा खरा राजा आहें! तेव्हां तूं मला बऱ्या बोलानें कबूल हो. अग, भित्रे, मीं तुला मारिलें म्हणून भिऊं नको. तूं मला अनुकूल झालीस ह्मणजे मी तुझा अगदीं गुलाम होऊन राहीन. सुंदरी, मी तुला ताबडतोब शंभर मोहरा देईन; इतकेंच नव्हे, तर तुझ्या सेवेला शंभर दासी आणि तितकेच दासही ठेवीन, आणि खेचरी जोडलेला एक रथही तुला देईन. अग भित्रे, बेलाशक आपला समागम होऊं दे!

द्रौपदीनें प्रत्युत्तर केलें:—पण, कीचका, माझी अट काय आहे ती आधीं ऐकून घे. तुझा व माझा समागम झाल्याची गोष्ट तुझ्या जिवाच्या मित्राला किंवा भावालाही कळतां कामा नये, इतकी ती गुप्त राहिली पाहिजे. हें यशस्वी गंधर्वांच्या कानांवर जाईल कीं काय अशी मला भीति वाटते. तेव्हां मजजवळ आधीं अशी शपथ घे ह्मणजे मग मी तुझीच आहें!

कीचक म्हणाला:—सुंदरी, तूं ह्मणतेस त्याचप्रमाणें मी करीन. मी काममोहित झालों आहें, तथापि तुझ्या घरीं दुसरें कोणी नसेल अशाच वेळीं मी एकटा तुझ्या समागमार्थ तेथें येईन, ह्मणजे त्या सूर्यतुल्य तेजस्वी गंधर्वांना हें मुळींच समजणार नाहीं!

द्रौपदी म्हणाली:—मत्स्य राजानें तयार करविलेलें हें जें नृत्य करण्याचें गृह आहे, त्यांत दिवसास मुली नृत्य करतात व रात्रीं आपापल्या घरीं जातात. यास्तव तूं अंधाऱ्या रात्रीं त्या ठिकाणीं जा, म्हणजे तें गंधर्वांस समजणार नाहीं आणि असें केलें असतां निःसंशय सर्वच अनर्थ टळेल!

वैशंपायन सांगतातः—राजा, द्रौपदी कीचकाशीं त्या उद्देशानें बोलत होती, तथापि तो अर्धा दिवस तिला महिन्यासारखा होऊन गेला! मग कीचक अत्यंत हर्षभरित होऊन आपल्या घरीं गेला. सैरंध्रीच्या रूपानें आपला मृत्युच जवळ येऊन ठेपला आहे हें त्या मूर्खाला समजलें नाहीं! तो काममोहित झाला असून विशेषेंकरून गंध, अलंकार व फुलें यांनीं नटण्यांत गर्क झाला होता. तेव्हां त्यानें लवकर घाईघाईनें आपलें शरीर सुशोभित केलें. याप्रमाणें तो शृंगार करीत होता, तथापि त्या वेळीं ती विशालाक्षी द्रौपदी त्याच्या मनांत सारखी घोळत असल्यामुळें तो वेळही त्याला फार मोठा वाटूं लागला. वास्तविक त्याचें तेज कायमचेंच त्याला सोडून जाण्याची ही वेळ जवळ येऊन ठेपली होती, तथापि जातांजातां दिव्याची ज्योत मोठी होत असते तशी त्यावेळीं त्याची मुखश्री विशेष टवटवीत झाली होती. त्या काममोहित झालेल्या कीचकाला तिचा विश्वास वाटला होता; आणि यामुळें भावी समागमाच्या मनोराज्यांत दिवस केव्हां मावळेल हेंही त्याच्या ध्यानांत आलें नाहीं!

इकडे कीचकाशीं संकेत केल्यावर द्रौपदी पाकशालेंत भीमसेनाकडे गेली आणि ती कल्याणी त्या आपल्या कुरुश्रेष्ठ पतीजवळ उभी राहिली. मग ती सुंदरी त्यास म्हणाली, "हे

परंतपा, आपण सांगितल्याप्रमाणें नृत्यशाळेंत भेटण्याचें मीं कीचकाला कबूल केलें आहे. रात्रीं त्या शून्य नृत्यशाळेंत कीचक एकटाच येईल. तेव्हां, हे भूजवीर्यशालिन्, आपण त्या कीचकाचा समाचार घ्या. अहो कुंतीपुत्र, तो सारथ्याचा पोर कीचक मदोन्मत्त व मोठा गर्विष्ठ आहे; तेव्हां आपण नर्तनागारांत जाऊन त्याला गतप्राण करून टाका. हा सूतपुत्र गर्वामुळें गंधर्वांसही तुच्छ लेखीत असतो. यास्तव, हे योधवर भीमसेन, कृष्णानें डोहांतून कालियास बाहेर काढलें, त्याप्रमाणें आपण याला या जीवलोकांतून वर पाठवून द्या. हे भारत, मी दुःखांनीं गांजून गेलें आहें, माझ्या आंसवांचें पारणें फेडा आणि आपला व आपल्या कुलाचा लौकिक राखा. देव आपलें रक्षण करो ! ”

भीमसेन म्हणालाः—शाबास सुंदरी ! मला आवडती गोष्टच तूं सांगत आहेस. प्रिये, मला दुसऱ्याच्या साहाय्याची अपेक्षा आहे असें का तुला वाटतें ? मी तर कोणाच्याच साहाय्याची इच्छा करीत नाहीं ! सुंदरी, कीचकाची व माझी गांठ घालून तूं मला जो आनंद दिला आहेस, असा आनंद एक हिडिंबासुराला मीं मारिलें तेव्हांच फक्त मला झाला होता. मी आपलें सत्य, भ्राते व धर्म यांची शपथ घेऊन सांगतों कीं, इंद्रानें वृत्रासुरास मारलें त्याप्रमाणें मी कीचकाला ठार करीन. अंधाराच्या जागीं अथवा प्रकाशांत म्हणजे राजरोसपणेंही मी त्या कीचकाच्या ठिकऱ्या उडवीन; मग त्याचा कड घेऊन यद्यपि मत्स्यवीर लढूं लागले तथापि त्यांचाही मी निःसंशय फडशा पाडीन; आणि ही बातमी दुर्योधनास कदाचित् कळेल तर त्याच्या आधीं मी त्यासही ठार करून ही वसुंधरा ताब्यांत आणीन ! कुंतीपुत्र युधिष्ठिराला म्हणावें कीं, तूं खुशाल विराटाची सेवा करीत बैस !

यावर द्रौपदी म्हणालीः—प्राणनाथ ! माझ्या निमित्तानें आपणास जेणेंकरून सत्याचा त्याग करावा लागणार नाहीं अशा गुप्तपणानेंच आपण कीचकाला मारा !

भीमसेन म्हणालाः—अग भित्रे, बरें; तूं म्हणतेस तसेंच मी करीन. हे सुकीर्तिमंते, आज त्या अंधारमय नृत्यशाळेंत त्याच्या दृष्टीस न पडतां मी त्याला व त्याच्या बांधवांस ठार करीन; ज्याप्रमाणें हत्ती बेलफळ पायांखालीं चिरडतो, त्याप्रमाणें त्या अलभ्य स्त्रीची इच्छा करणाऱ्या दुरात्म्या कीचकाचें मस्तक मी चिरडून टाकीन !

वैशंपायन सांगतातः—मग रात्रीं भीमसेन आधींच जाऊन दडून बसला, आणि मृगाची वाट पहात छपून बसलेल्या सिंहाप्रमाणें कीचकाची मार्गप्रतीक्षा करूं लागला. मग कीचकही यथेच्छ नटूनसजून त्या ठरलेल्या वेळीं पांचालीच्या समागमाच्या आशेनें त्या नृत्यशालेंत येऊन पोंचला; आणि ठरलेला बेत मनांत आणीत तो लगेच त्या घरांत शिरलाही. तें घर विस्तीर्ण असून त्यांत अगदीं कुट्ट काळोख पसरला होता. यामुळें कीचक आंत शिरून चांचपडत चांचपडत द्रौपदीस शोधूं लागला. शेवटीं आधींच तेथें येऊन एकांतांत बसलेला अप्रतिम वीर्यशाली भीमसेन एकदाचा त्या दुष्टाच्या हाताला लागला ! कीचकानें द्रौपदीवर बलात्कार करण्याचा प्रयत्न केल्यामुळें आतल्या आंत क्रोधाग्नीनें धुमसत भीमसेन तेथें मंचकावर पडला होता, त्यास कीचकाचा हात लागतांच त्याला असें वाटलें कीं, ही सैरंध्रीच सांपडली ! आधींच बिचारा मदनानें वेडावून गेला होता, आणि तशांत त्याच्या हाताला मनुष्याचें शरीर लागलें. मग काय विचारावें ! त्याचें चित्त

हर्षानें उचंबळूं लागलें आणि तो भीमाजवळ जाऊन हंसत हंसत म्हणाला, " प्रिये, बहुत प्रकारची अपार संपत्ति मी तुला अर्पण केली आहे! सुंदरी, मीं जें द्रव्यानें व रत्नांनीं भरून टाकिलें आहे, जेथें शेंकडों दासी वावरत आहेत, आणि रूपलावण्यसंपन्न युवतींनीं जें अलंकृत झालेलें आहे, असें माझें मंदिर व रतिक्रीडेनें शोभायमान असलेलें अंतःपुर वगैरे सर्व सोडून मी तुझ्यासाठीं मोठ्या उतावळीनें येथें आलों आहें. मी असा एकाएकीं घरीं गेलों असतां कुलीन स्त्रियाही ' आपणांसारखा उत्तम पोषाखाचा व सुंदर पुरुष दुसरा कोणीच नाहीं ' अशी माझी नित्य प्रशंसा करितात! "

भीम म्हणालाः—तूं सुदैवानें दर्शनीय आहेस व आपली आपणच प्रशंसा करीत आहेस हेंही उत्तमच आहे. तूं तर सुंदर आहेसच, पण हल्लीं तुला माझ्या शरीराचा जो स्पर्श होत आहे, अशा प्रकारचा स्पर्श तूं पूर्वीं कधींही अनुभविला नाहींस! तूं मोठा विद्वान् व विशेषेंकरून कामशास्त्रांत निपुण असल्यामुळें तुला स्पर्शज्ञान उत्तम झालेलें आहे; आणि खरोखर तुझ्यासारखा स्त्रियांस आनंदित करणारा पुरुष या जगांत दुसरा कोणीच नाहीं!

वैशंपायन पुढें सांगूं लागलेः—असें त्यास बोलून तो महाबलाढ्य व भीमपराक्रमी कुंतीपुत्र भीमसेन एकदम उडी मारून हास्यपूर्वक त्यास म्हणाला, " अरे पातक्या, सिंह ज्याप्रमाणें महा गजाला ओढीत असतो, त्याप्रमाणें आज तुझा हा पर्वतप्राय देह मी जमीनीवरून फर फर ओढीत आहें असें तुझ्या बहिणीच्या दृष्टीस पडेल! तूं एकदां मेलास म्हणजे सैरंध्री निष्प्रतिबंधपणें वागूं लागेल, आणि तिचे पतिही सदोदीत आनंदांत राहातील. "

असें म्हणून त्या महा बलवंतानें त्याचे फुलांनीं सुशोभित केलेले केंस धरले. परंतु कीचक कांहीं कमी नव्हता. भीमानें जोरानें केंस धरल्याबरोबर, बलवंतांतही वरिष्ठ अशा त्या कीचकानें केंस वेगानें हिसडून सोडविले; आणि भीमाचे हात पकडले. मग वसंततूंत हत्तिणीच्या निमित्तानें दोन गजांमध्यें भयंकर युद्ध जुंपतें त्याप्रमाणें त्या दोघां नरवरांचें म्हणजे तो कीचकांतील प्रमुख भ्राता व पुरुषश्रेष्ठ भीमसेन यांचें भयंकर बाहुयुद्ध सुरू झालें; आणि वानर कोटींतील श्रेष्ठ वालि व सुग्रीव हे भाऊ पूर्वीं जसे एकमेकांवर खवळले होते, तसे ते दोघे एकमेकांवर खवळले असून परस्परांस जिंकण्यासाठीं धडपडत होते. नंतर क्रोधरूपी विषानें भरलेल्या त्या वीरांनीं आपले पंचमुखी भुजंगांप्रमाणें भासणारे हात वर उचलून नखांनीं व दांतांनीं परस्परांवर प्रहार चालविले. मग बलाढ्य कीचकानें भीमास जोरानें प्रहार केला. परंतु तो स्थिरप्रतिज्ञ वीर युद्धांत एक पाऊलभरही मागें सरला नाहीं! पुढें ते एकमेकांशीं भिडून जेव्हां परस्परांस ओढूं लागले, तेव्हां ते दोघेही माजलेल्या पोळांसारखे दिसूं लागले. नखें व दांत हींच ज्यांचीं हत्यारें आहेत अशा दोन वाघांचा सामना होतो त्याप्रमाणें त्या दोघांचा अतितुंबळ व मोठा दारुण संग्राम झाला. एक हत्ती दुसऱ्या मदोन्मत्त हत्तीवर चालून जातो, त्याप्रमाणें कीचकानें त्वेषानें उडी मारून हातांनीं भीमास पकडलें; आणि लगेच त्या वीर्यशाली भीमानेंही त्याचे हात धरले. परतु बलाढ्यांतही बलाढ्य अशा त्या कीचकानें त्यास जोरानें हिसका मारला. याप्रमाणें त्यांचें युद्ध चाललें असतां त्या दोघां बलवंतांचे दंड एकमेकांवर घांसूं लागून, वेळू फुटूं लागले असतां ताडताड असा शब्द होतो त्याप्रमाणें भयंकर शब्द होऊं लागला. नंतर भीमसेनानें त्यास त्या नृत्यशालेंत खालीं फरशीवर जोरानें आदळलें; आणि प्रचंड वायु वृक्ष हालवितो त्याप्रमाणें तो

त्यास गरगर फिरवूं लागला. याप्रमाणें त्या बलाढ्य भीमसेनानें त्या दुर्बलास पकडलें तेव्हां तो आपली पराकाष्ठा करून त्याच्यापासून सुटण्याविषयीं धडपड करूं लागला आणि पांडुपुत्र भीमसेनास ओढूं लागला. याप्रमाणें त्यानें भीमसेनास किंचित् वांकविलें, तेव्हां तो पुनः त्वेषानें सत्वर उभा राहिला. परंतु बलाढ्य कीचकानें लगेच त्यास गुडघ्यांवर खालीं पाडलें. बलवान् कीचकानें भीमाला भूमीवर पाडलें मात्र, लगेच भीमानें ताडकन् उडी मारिली आणि तो दंडधारी अंतकासारखा उभा राहिला! याप्रमाणें ते दोघेही शक्तीनें उन्मत्त झालेले बलाढ्य भीमकीचक मध्यरात्रीं त्या निर्जनस्थलीं मोठ्या स्पर्धेनें एकमेकांस आकर्षीत होते, तेणेंकरून तें बळकट घरही वरचेवर हादरूं लागलें, आणि ते संतप्त झालेले वीर एकमेकांच्या अंगावर ओरडूं लागले! पुढें बलाढ्य भीमसेनानें कीचकाच्या छातीवर दोन्ही हातांनीं चपराका लगावल्या, परंतु रागानें बेहोष झालेला कीचक आपल्या जागेवरून एक पाऊलभरहीं मागें हटला नाहीं! भीमाचा वेग या जगांत केवळ दुःसह असतांही कीचकानें याप्रमाणें दोन घटकांपर्यंत त्याला दाद दिली नाहीं! परंतु उत्तरोत्तर भीमाच्या जोराच्या प्रहारांनीं त्याची शक्ति क्षीण होऊं लागली. शत्रूचें बल खचत चाललें आहे व त्याचें देहभानही सुटलें आहे हें भीमसेनाच्या तेव्हांच लक्षांत येऊन त्या बलवंतानें झपकन् त्याची मुंडी मुरगळून छातीला लाविली; आणि तो बेशुद्ध झाला असतां त्याचें मर्दन केलें. पुनः त्या विजयिश्रेष्ठ भीमसेनानें रागारागानें सुस्कारा टाकून त्याची शेंडी घट्ट धरली. याप्रमाणें महाबलिष्ठ भीमसेनानें जेव्हां त्या कीचकाला पकडलें, तेव्हां वाघानें मांस खाण्याच्या इच्छेनें मोठें सावज पकडलें असतां तो शोभतो तसा तो शोभूं लागला. नंतर कीचक अगदीं थकून गेला आहे असें जाणून, दोरीनें एखादा पशु घट्ट बांधावा त्याप्रमाणें भीमानें त्यास आपल्या हातांनीं जखडून टाकिलें, आणि तो त्याला पुष्कळ वेळपर्यंत गरगर फिरवीत राहिला. याप्रमाणें भीम त्यास फिरवीत असतां तो फुटक्या नगाऱ्यासारख्या आवाजानें फारच मोठ्यानें ओरडत होता, आणि अगदीं भांबावून जाऊन विलक्षण धडपड करीत होता. मग द्रौपदीचा कोप शांत करण्याकरितां भीमानें दोन्ही हातांनीं एकदम त्याचा गळा धरून जोरानें दाबला; आणि नंतर, ज्याचें सर्व शरीर भग्न होऊन डोळे बाहेर आले आहेत व वस्त्रेंही कोणीकडे गेलीं आहेत अशा त्या अधम कीचकाच्या कमरेवर गुडघा देऊन, पशूस मारतात त्याप्रमाणें दोन्ही हातांनीं त्याची मुंडी मुरगळली; व मग तो मूर्च्छित होत आहेसें पाहून त्यानें त्यास भुईवर गडबड लोळविलें आणि तो आपल्याशींच ह्मणाला, “ दुसऱ्याच्या भार्येचा अपहार करणाऱ्या व सैरंध्रीस कांट्याप्रमाणें सलणाऱ्या या कीचकाला ठार करून मी आज भावांच्या ऋणांतून मुक्त झालों आहें! आतां माझें चित्त अगदीं स्वस्थ झालें ! ”

या वेळीं भीमाचे नेत्रांवर क्रोधानें लाली चढली होती, आणि कीचकानें डोळे फिरविले होते! शिवाय त्याचीं वस्त्रें व अलंकार अस्ताव्यस्त झालेले होते व तो तडफड करीत होता. असो; याप्रमाणें बोलून पुरुषश्रेष्ठ भीमानें त्यास गतप्राण करून सोडलें! आणि मग पिनाकधारी शंकर पशूचें मर्दन करितो त्याप्रमाणें त्या संतप्त झालेल्या अतिबलाढ्य भीमानें हातावर हात चोळून, दांतओठ खाऊन आणि जोरानें त्याच्या छातीवर बसून त्याचे पाय, हात, मान, मस्तक, वगैरे सर्व अवयव जोरानें त्याच्या पोटांत चिणून

टाकले! याप्रमाणें महाबलाढ्य भीमसेनानें त्याचें सर्व शरीर घुसळून त्याचा केवळ मांसाचा गोळा करून टाकला आणि मग तो द्रौपदीला दाखविला. त्या वेळीं तो अतिशय तेजःपुंज वीर वरांगना द्रौपदीला म्हणाला, ' पांचालि, ये, ह्या विषयलंपटाची कशी अवस्था केली आहे पहा! '

राजा, असें म्हणून त्या भीमपराक्रमी भीमसेनानें त्या दुरात्म्याचें शरीर पायांनीं तुडविलें; आणि मग विस्तव पेटवून व कीचकाकडे बोट दाखवून तो वीर त्या वेळीं तिला म्हणाला, " सुंदरी, अग भित्रे, सुशील व गुणवती अशा तुझा जे अभिलाष धरतील, ते सर्व हा कीचक हल्लीं दिसत आहे अशाच रीतीनें मारले जातील! "

तें दुर्घट काम करून त्यानें कृष्णेचा उत्कृष्ट मनोरथ परिपूर्ण केला; आणि याप्रमाणें कीचकाला ठार केल्यावर कांहीं वेळानें त्याचा राग शांत झाला. नंतर द्रौपदीशीं कांहीं मसलत करून तो त्वरेनें पाकशालेंत निघून गेला. स्त्रियांत श्रेष्ठ असलेल्या द्रौपदीची पूर्वीं जी आग झाली होती, ती कीचकाचा घात करविल्यावर शांत झाली; आणि ती हर्षभरित होऊन त्या नृत्यशालेच्या रखवालदारांस हांक मारून म्हणाली, " रक्षकहो, माझे पति गंधर्व यांनीं हा परस्त्रीविषयीं कामातुर झालेला कीचक मारून टाकिला आहे! अहो! तेथें जाऊन एकदां पहा तरी! "

तिचें तें भाषण ऐकून नृत्यशालेचे रक्षक खडबडून गोळा झाले, त्यांनीं हजारों मशाली घेतल्या, आणि मग ते त्या सभागृहांत गेले, तों कीचकाचें सर्व अंग रक्तानें माखलें असून तो तेथें गतप्राण होऊन पडला आहे असें त्यांच्या दृष्टीस पडलें! त्याचे हात व पाय नाहींतसे झालेले पाहून तर त्यांस भीतिच वाटली. मग ते सर्वजण अगदीं आश्चर्यचकित होऊन त्याकडे निरखून पाहूं लागले; आणि गंधर्वांनीं ठार केल्यावर अस्ताव्यस्त पडलेल्या त्या कीचकास पाहून, " अहो, हें कर्म तर अमानुष केलेलें आहे! अहो, याची मान कोठें आहे? हात कोठें आहेत? आणि पाय व मस्तक तरी कोठें आहे? " असें म्हणत त्याचें निरीक्षण करूं लागले!

अध्याय तेविसावा.

--:०:--

कीचकाच्या भावांचा वध.

वैशंपायन सांगतातः---इतक्या अवकाशांत कीचकाच्या भावांस ही बातमी कळून ते सर्वजण तेथें आले आणि कीचकाला गराडा घालून त्याकडे पाहून रडूं लागले. इंद्र राक्षसाच्या चिंधड्या करतो त्याप्रमाणें भीमानें त्याच्या चिंधड्या उडविल्या आहेत, आणि त्याचे सर्व अवयव छिन्नभिन्न झाले असून पाण्यांतून वर काढलेल्या कांसवाचे अवयव पोटांत लुप्त झालेले असतात त्याप्रमाणें त्याचे हातपाय वगैरे अवयव आंतल्या आंत चिणले गेले आहेत, असें पाहून त्यांच्या अंगावर कांटा आला! आणि त्या सर्वांस मोठें दुःख झालें. पुढें त्याचा दहनसंस्कार करण्याच्या हेतूनें ते त्याला बाहेर काढण्याच्या तयारीला लागले, इतक्यांत द्रौपदी त्यांच्या दृष्टीस पडली. ती सुंदरी तेथें एका खांबास टेंकून उभी होती. तिला पाहातांच ते जमलेले कीचकाचे भाऊ तिच्यासंबंधानें वाटाघाट करूं लागले. कोणी म्हणाले, " या पापिणीस ठार करून टाका. कारण हिच्यामुळेंच कीचकाचा वध झाला! " दुसरे म्हणाले, " अहो! हिला मारतां कशाला? कांहीं मारूं नका. कीचक हिजवर लुब्ध झाला होता, तेव्हां त्याच्याबरोबर हिला जाळून टाका. कारण मृत

झालेल्या दादांचे मनोरथ सर्व प्रकारें पूर्ण करणें हें आपलें कर्तव्यच होय! त्यांची इच्छा शिल्लक राहाणें बरें नाहीं!"

मग ते विराट राजाला म्हणाले, "महाराज! या सैरंध्रीमुळें कीचक मारला गेला, सबब आम्ही हिला त्याच्याबरोबरच जाळून टाकतों. तर महाराजांनीं आम्हांस याविषयीं अनुज्ञा द्यावी." तें ऐकून राजाला जरा विचार पडला. परंतु सूत हे मोठे पराक्रमी आहेत, तेव्हां त्यांचें मन मोडतां उपयोगी नाहीं, असा मनांत विचार करून सैरंध्रीचें कीचकाबरोबर दहन करण्यास त्यानें परवानगी दिली. या वेळीं कमलनयना द्रौपदी अगदीं भयभीत झाली असून तिला मूर्च्छेनेंही अर्धवट घेरलें होतें. राजाची आज्ञा मिळतांच सूतांनीं द्रौपदीस गांठून घट्ट धरलें आणि मग त्या सुकुमारीस तिरडीवर घालून व नीट बांधून ते सर्वजण स्मशानाकडे जाऊं लागले!

राजा, याप्रमाणें त्या निष्पाप द्रौपदीला ते बळेंच नेऊं लागले तेव्हां ती पतिव्रता व वास्तविक सनाथ असलेली कृष्णभगिनी रक्षणार्थ मोठ्यानें आक्रोश करूं लागली, "अहो, हे सूतपुत्र मला नेत आहेत! अहो जय, जयंत, विजय, जयत्सेन व जयद्बल! आपण माझ्या बोलण्याकडे लक्ष द्या. ज्या वेगवान् गंधर्वांचा महायुद्धामध्यें प्रचंड रथघोष, भयंकर गर्जना, मेघांच्या गडगडाटासारखा तलशब्द व प्रत्यंचेचा टणत्कार ऐकूं येत असे, त्यांनीं माझ्या ह्या आरोळ्यांकडे लक्ष पुरवावें. अहो, हे सूतपुत्र मला नेत आहेत!"

वैशंपायन सांगतात:—द्रौपदीचें तें दीन भाषण व तें विवळणें ऐकतांच भीमसेन मागचापुढचा विचार न करतां अंथरुणावरून खडबडून उठून तिच्याकडे धावला. त्या वेळीं तो आपल्याशीं म्हणाला, सैरंध्रि, तुझें बोलणें मला ऐकूं येत आहे, त्यापेक्षां, भित्रे, आतां तुला सूतपुत्रांपासून बिलकूल भीति नाहीं!"

वैशंपायन सांगतात:—असें पुटपुटून त्या महाबलिष्ठानें त्यांचा प्राण घेण्याच्या हेतूनें जांभई दिली, आणि जरा आळेपिळे देऊन व वेष पालटून तो खिडकीवाटे खालीं उतरून बाहेर पडला. मग त्यानें पटकन् तटावरून एका वृक्षावर चढून चोहोंकडे नजर फेंकली, आणि गलबला कोणत्या बाजूला आहे हें पाहिल्यावर, जेथें ते कीचक गेले होते त्या स्मशानाकडे धूम ठोकली. तटावरून उडी मारून तो नगराच्या बाहेर पडला आणि वेगानें त्या सूतपुत्रांकडे धावत गेला. चितेच्या जवळ पोंचल्यावर तेथें एक वृक्ष त्याच्या दृष्टीस पडला. तो ताडाएवढा उंच असून त्याला मोठमोठ्या खांद्या होत्या आणि त्याचा शेंडा वाळून गेला होता. राजा, हा वृक्ष पाहाण्याबरोबर भीमाला वाटलें कीं, यांना मारावयाला हें हत्यार ठीक आहे! मग लगेच त्या परंतपानें हत्तीप्रमाणें हातांनीं विळखा मारून तो दहा वांवा उंचीचा वृक्ष उपटला आणि खांद्यावर टाकला; आणि तो दहा वांवा लांबीचा वृक्ष खांद्या वगैरेंसह तसाच खांद्यावर टाकून तो बलवंत दंडधार अंतकासारखा सूतांकडे धावत गेला. त्या वेळीं तो इतक्या वेगानें धावला कीं, त्याच्या मांड्यांच्या वेगानें म्हणजे त्यापासून उत्पन्न झालेल्या त्या वावटळीनें आजूबाजूचे वड, पिंपळ, पळस वगैरे वृक्ष मोडून भूमीवर पडले आणि एकावर एक पुष्कळ वृक्ष पडून तेथें त्यांचे ढीग बनले! तो सिंहासारखा चवताळून येत असतां त्यास पाहून हा गंधर्वच आला असें सूतांस वाटलें, ते अगदीं भयभीत होऊन गेले, त्यांचीं तोंडें उतरून गेलीं, ते भीतीनें लटलट कापूं लागले आणि म्हणाले, "हा बलाढ्य गंधर्व संतापून मोठा थोरला वृक्ष उचलून धावून येत आहे, तेव्हां सैरंध्रीस लवकर सोडून द्या.

कारण आपणांवर हें मोठेंच संकट आलें आहे !"

भीमानें वृक्ष उगारला असें पाहातांच त्यांनीं द्रौपदीस तेथेंच सोडून नगराचा रस्ता सुधारला. परंतु, राजेंद्रा, ते पळत आहेत असें पाहातांच त्या बलाढ्य वायुपुत्र भीमसेनानें त्यांचा पाठलाग केला; आणि वज्रधारी इंद्र दानवांची कत्तल उडवितो त्याप्रमाणें त्यानें त्या वृक्षानेंच त्या एकशें पांच सूतांना यमसदनीं पाठविलें ! राजा, याप्रमाणें द्रौपदीची सुटका करून त्यानें तिचें सांत्वन केलें; आणि डोळे पाण्यानें भरून येऊन अगदीं दीनवाण्याप्रमाणें झालेल्या त्या द्रौपदीला तो केवळ अजिंक्य असलेला महाबाहु भीमसेन म्हणाला, " भित्रे, तूं निर्दोष असतांना तुला जे क्लेश देतात ते असे ठार होत असतात ! कृष्णे, आतां तुला कोणाचें भय उरलें नाहीं. तूं लवकर नगरांत जा आणि मीही दुसऱ्या वाटेनें विराटाच्या पाकशालेंत परत जातों !"

वैशंपायन सांगतातः—राजा, रानाची तोड झाली असतां त्यांतील सर्व वृक्ष आडवे पडून कांहीं बाकी रहात नाहीं, त्याप्रमाणें त्या एकशेंपांचजणांपैकीं कोणीच शिलक राहिला नाहीं ! राजा, याप्रमाणें मारलेले ते एकशें पांच कीचक आणि पूर्वीं ठार केलेला तो सेनापति मिळून एकशें सहा कीचक भीमानें ठार केले ! हे भारता, दुसरे दिवशीं सकाळीं हा आश्चर्यकारक प्रकार पाहून तेथें पुरुष व स्त्रिया यांची गर्दी जमली, परंतु सर्वजण इतकीं विस्मयचकित होऊन गेलीं होतीं कीं, त्यांच्या तोंडून एक चकार शब्द निघत नव्हता !

अध्याय चोविसावा.

—:०:—

कीचकांचें दहन.

वैशंपायन सांगतातः—मग त्या लोकांनीं सूतपुत्र मारले गेलेले पाहून राजाकडे जाऊन त्याला याबद्दल वर्दी दिली. ते म्हणाले, "राजा, सूत केवढे बलाढ्य, परंतु त्यांनाही गंधर्वांनीं ठार केलें ! ज्याप्रमाणें वज्राच्या प्रहारानें पर्वताचें प्रचंड शिखर विदीर्ण होतें, त्याप्रमाणें सूतपुत्र विदीर्ण होऊन चोहोंकडे जमीनीवर पडलेले दिसत आहेत ! आतां ती सैरंध्रीही मुक्त झाली असून पुनः तुझ्या राजवाड्याकडे येत आहे. आतां तुझ्या सर्व नगराची धडगत दिसत नाहीं. केव्हां कसा अनर्थ होईल याचा कांहीं नेम नाहीं ! कारण सैरंध्री मोठी रूपवती आहे आणि गंधर्वही मोठे बलाढ्य आहेत; आणि पुरुषांना विषय हा इष्ट असून स्त्रीसंभोगाकडे त्यांच्या मनाचा निःसंशय स्वाभाविकच ओढा असणार ! तेव्हां, राजा, केवळ हिच्यामुळें लवकरच तुझ्या या सर्व नगराचा नाश होणार नाहीं अशी तजवीज कर !"

त्याचें तें भाषण ऐकून घेऊन विराट राजानें त्यांना सांगितलें कीं, " प्रथम या सूतांची नीट वाट लावा. एकच मोठी चिता चांगली पेटवून त्यांत सर्व कीचकांचें लवकर दहन करा आणि त्यांबरोबर तींत रत्नें व सुगंधि द्रव्येंही घाला."

मग तो भयभीत झालेला राजा सुदेष्णा राणीला म्हणालाः—सैरंध्री येऊं लागली म्हणजे तिला माझें असें म्हणणें सांग कीं, " हे सैरंध्रि, तुझें कल्याण असो. सुंदरी, तुला वाटेल तिकडे तूं निघून जा. कारण, हे सुंदरी, गंधर्व आपला नाश करतील कीं काय अशी राजाला भीति पडली आहे. तो स्वतःच तुला हें सांगणार होता; परंतु गंधर्व तुझें रक्षण करीत असल्यामुळें तुझ्याजवळ बोलण्याचा त्याला धीर होत नाहीं. स्त्रियांना मात्र बोलण्याला कांहीं हरकत नसल्यामुळें राजाचें म्हणणें मी तुला सांगत आहें !"

वैशंपायन सांगतातः—इकडे भीमसेनानें

सूतपुत्रांचा संहार करून सोडविल्यानंतर त्या भयमुक्त झालेल्या द्रौपदीनें सचैल स्नान केलें; आणि मग ती सद्गुणवती वाघापासून भय पावलेल्या हरिणबालिकेप्रमाणें भीतभीतच नगरांत गेली! राजा, तिला पाहातांच लोक गंधर्वांच्या भीतीनें दाही दिशांस पळत सुटले! आणि कित्येक दडून बसले! राजा, पुढें पाकशालेच्या दरवाज्यांत महागजाप्रमाणें मत्त असलेला भीमसेन बसला आहे असें द्रौपदीनें पाहिलें, तेव्हां ती विस्मयपूर्वक व हळूच संज्ञेनें म्हणाली, 'ज्यानें मला मुक्त केलें त्या गंधर्वराजाला नमस्कार असो!' यावर भीमसेन तिला म्हणाला, 'जे पुरुष येथें पूर्वी तुझ्या मर्जीप्रमाणें वागत असत, त्यांनीं तुझें हें भाषण ऐकून आतां पुढें कृतकृत्यपणें खुशाल असावें!'

वैशंपायन सांगतातः—पुढें नृत्यशाळेंत अर्जुन तिच्या नजरेस पडला. तो महाबाहु विराट राजाच्या मुलींस नृत्य शिकवीत होता. द्रौपदी येतांच त्या मुली अर्जुनासह नृत्यशालेच्या बाहेर आल्या; आणि निरपराधी असतांही जिला क्लेश भोगावे लागले ती द्रौपदी येत आहे असें त्यांनीं पाहिलें तेव्हां त्या मुली म्हणाल्या, "सैरंध्रि, तुझें नशीब थोर म्हणूनच तूं सुटलीस. तूं परत आलीस हें सुदैवच समजलें पाहिजे; आणि तुझा अपराध नसतांना तुला ज्यांनीं पीडा दिली ते सूतपुत्र नाश पावले हेंही सुदैवच होय!"

बृहन्नला म्हणालीः—सैरंध्रि, तूं मुक्त कशी झालीस आणि ते पापी कसे मरण पावले हें सर्व मी तुझ्या तोंडून अगदीं जसेंच्या तसें ऐकण्याची माझी इच्छा आहे!

सैरंध्रीनें उत्तर दिलें:—बृहन्नले, आज तुला सैरंध्रीशीं काय करावयाचें आहे? तुला आज तिची कोठें गरज आहे? कारण, हे कल्याणि, तूं कन्यांच्या अंतःपुरांत सदोदीत चैनीनें रहात आहेस! सैरंध्रीला जें दुःख भोगावें लागतें तें कांहीं तुला प्राप्त होत नाहीं. यामुळें मी दुःखित झालें असतां तूं आपली अशी हंसत हंसतच मला विचारीत आहेस!

बृहन्नला म्हणालीः—कल्याणि, बृहन्नलाही विलक्षण दुःख भोगीत आहे. मुली, तिला तिर्यग्योनि प्राप्त झाली आहे, तीमध्यें तिची स्थिति काय आहे हें तूं जाणत नाहींस. शिवाय तुझ्याबरोबर मी राहिलेली आहें आणि तूंही आम्हां सर्वांबरोबर राहिलेली आहेस. तेव्हां, सुंदरी, तुला क्लेश होत असतां कोणाला बरें दुःख होणार नाहीं! खरोखर कोणाचें मन कसें आहे हें दुसऱ्यास पूर्णपणें कळणें मुळींच शक्य नाहीं; आणि म्हणूनच माझ्या मनाची काय अवस्था आहे हें तुला बरोबर समजत नाहीं!

वैशंपायन सांगतातः—मग त्या मुलींसह द्रौपदी राजवाड्यांत शिरली आणि सुदेष्णेजवळ जाऊं लागली. तेव्हां विराटाच्या सांगण्यावरून राजकन्या सुदेष्णा तिला म्हणाली, "सैरंध्री, तुला वाटेल तिकडे तूं लवकर निघून जा. हे कल्याणि, गंधर्वांपासून नाश होईल म्हणून राजा तुला फार भीत आहे. शिवाय, सुंदरी, तूंही तरुण असून तुझ्यासारखी रूपवती या जगांत कोणी नाहीं. पुरुष हे विषयी असतात आणि गंधर्व तर अतिशय रागीट आहेत!

सैरंध्रीनें उत्तर केलें:—हे महाराज्ञि, फक्त तेरा दिवसपर्यंत राजानें मजवर कृपा करावी, म्हणजे तेथवर ते गंधर्व निःसंशय कृतकृत्य होतील. मग ते मला आपल्याजवळ घेऊन जातील, तुझे मनोरथ पूर्ण करतील आणि खात्रीनें बांधवांसह विराट राजाचेंही कल्याण करतील!

गोहरणपर्व.

अध्याय पंचविसावा.

--:०:--

हेरांचें पुनरागमन.

वैशंपायन सांगतातः—राजा जनमेजया, अनुजांसह कीचकाचा नाश झाला असें पाहून सामान्य लोकांची छाती तर अगदीं धडाडून गेली व ते आश्चर्यानें चकित झाले! विराटनगरींत व इतरत्र सर्व देशभर लोकांत जिकडे तिकडे त्याच गोष्टीची चर्चा सुरू झाली! ते म्हणाले, "काय हो त्या कीचकाचें अचाट सामर्थ्य! त्याच्या त्या अद्वितीय शौर्यामुळें तो राजाचा अगदीं कंठमणि कीं हो बनला होता! अहो, शत्रूसैन्याचा तर तो केवळ काळच म्हटला तरी चालेल! पण काय, त्या दुष्ट दुरात्म्याची परस्त्रियांवर वांकडी नजर असल्यामुळें त्या अधमाला गंधर्वांच्या हस्तें अखेरीस मृत्युमुखीं पडावें लागलें!" राजा, ह्याप्रमाणें त्या महाबलाढ्य कीचकासंबंधानें देशोदेशीं सर्व लोकांमध्यें एकच उद्गार निघूं लागले.

जनमेजया, इकडे दुर्योधनानें पांडवांच्या शोधार्थ पाठविलेले हेर पुष्कळ राष्ट्रें, नगरें, गांव वगैरे धुंडाळून थकले; आणि आपणांस जें जें आढळलें व आपण जें जें कांहीं पाहिलें त्या सर्वांची नीट आठवण ठेवून ते आणखी पुढें शोध करीत न बसतां आपली कामगिरी संपवून परत राजधानीस दाखल झाले. नंतर त्या हेरांनीं राजसभेंत प्रवेश केला; आणि द्रोणाचार्य, कृपाचार्य, महात्मा भीष्म, कर्ण, दुःशासनादिक भ्राते, महारथ त्रिगर्त, आदिकरून मोठमोठ्या सभासदांनीं परिवेष्टित असलेल्या दुर्योधन राजाला सर्व वृत्तांत निवेदन केला.

हेर म्हणालेः—राजा दुर्योधना, त्या महान् अरण्यामध्यें पांडवांचा पत्ता काढण्यासाठीं आम्हीं एकसारखा अत्यंत प्रयत्न केला. राजा, तें अरण्य सामान्य नाहीं. तेथें मनुष्याचा वारा सुद्धां फिरकत नाहीं. श्वापदांच्या वास्तव्यामुळें तेथें प्रवेश करणें मोठें दुष्कर होय. त्यांत नानाप्रकारच्या वृक्षवेलींचीं एकच झुंबाडें व लहानमोठ्या झाडझुडपांच्या निबिड जाळ्या आहेत; यास्तव त्यांतून कोणस्या मार्गानें महापराक्रमी पांडव निघून गेले ह्याचा आम्हांस थांग लागला नाहीं. राजा, पर्वतांचीं उंच उंच शिखरें, अनेक देश, भरवस्तीचीं नगरें, गांवें, खेडींपाडीं वगैरे सर्व ठिकाणीं त्यांचा मागमूस लागावा म्हणून आम्हीं अनेक प्रकारें शोध व टेहळणी केली, परंतु ती सर्व फुकट जाऊन, आम्ही जसे गेलों तसे परत आलों आहों! राजा, पांडवांचा आतां कायमचा नाश झाला आहे ह्यांत वानवा नाहीं; ह्यास्तव तुझें कल्याण होवो! भूपते, पांडवांचा शोध करण्याच्या कामीं आम्हीं आपली पराकाष्ठा केली आहे. पांडव कदाचित् रथगामी लोकांच्या मार्गानें गेले असतील, असें मनांत आणून आम्हीं त्या बाजूनेंही फिरलों. परंतु त्यांचा मार्ग किंवा वसतिस्थान ह्यांचा आम्हांस थांग लागला नाहीं. राजा, कांहीं काळपर्यंत आम्ही पांडवांच्या सारथ्यांच्या पाळतीवर होतों व अखेरीस आम्हीं त्यांचा ठावठिकाणही काढिला. राजा, पांडवांचे सारथि द्वारकेस निघून गेले, पण पांडव व द्रौपदी हीं मात्र त्यांच्याबरोबर तिकडे गेलीं नाहींत. राजेंद्रा, ते महाव्रत पांडव व ती महासाध्वी द्रौपदी हीं खचित सर्वस्वी नष्ट झालीं, ह्यांत संदेह नाहीं. राजा, आम्ही तुला वंदन करितों. आम्हांला पांडवांचें गमन किंवा वास्तव्य हीं मुळींच कळलीं नाहींत; तशींच त्या महात्म्यांचीं कृत्यें किंवा वार्ता हींही पण विदित नाहींत. तेव्हां, आम्हीं ह्याउपर त्यांच्या शोधार्थ

आणखी काय करावें, ह्याची आम्हांस आज्ञा कर. राजा दुर्योधना, ह्याशिवाय आम्हांस कांहींएक शुभ व प्रिय अशी वार्ता कळली आहे, ती श्रवण कर. हे नरश्रेष्ठा, ती वार्ता हीं कीं, मत्स्याधिपतीच्या ज्या बलाढ्य सारथ्यानें त्रिगर्तांस मारिलें, तो महाशूर व बलिष्ठ दुष्ट कीचक आपल्या भ्रात्यांसह रात्रीच्या समयीं अदृश्य गंधर्वांच्या हस्तें मृत्युमुखीं पडला. ह्यास्तव, राजा, आतां तुला शत्रूपासून पीडा अशी उरलीच नाहीं. ह्याकरितां तूं कृतकृत्य होत्साता ह्यापुढें जें कांहीं इष्ट कर्तव्य असेल तें कर.

अध्याय सव्विसावा.

—:०:—

कर्ण व दुःशासन ह्यांचीं भाषणें.

वैशंपायन सांगतातः—राजा जनमेजया, हेरांचें तें भाषण श्रवण करून दुर्योधन राजा बराच वेळ विचार करीत स्तब्ध राहिला; व नंतर सभासदांस म्हणाला, "सभ्यहो, अमुक एक साधन योजिलें असतां उद्दिष्ट हेतु निश्चयानें सिद्धीस जातील, असें ह्मणणें मोठें दुर्घट आहे. ह्यासाठीं, पांडव कोठें आहेत ह्याजबद्दल सर्वांनींच शोध करणें इष्ट आहे. पांडवांच्या ह्या तेराव्या वर्षाचा म्हणजे अज्ञातवासाचा बहुतेक काल निघून गेला आहे; अगदीं थोडा काल उरला आहे. हे दिवस जर त्यांनीं अज्ञातस्थितींत पार पाडिले, तर त्यांची प्रतिज्ञा सिद्धीस गेली असें म्हटलें पाहिजे. ह्याप्रमाणें जर ते आपला पण पूर्ण करून परत आले, तर मग मदोन्मत्त हत्तींप्रमाणें किंवा उग्र विष धारण करणाऱ्या सर्पांप्रमाणें ते आपल्यावर चवताळून येतील व मग त्यांपुढें आपला टिकाव लागणार नाहीं! ह्यास्तव, सभासदहो, अगदीं हयगय न करितां त्यांस हुडकून काढा. ते सर्वजण प्रसंग ओळखून वागणारे आहेत. ते तुम्हांस सहज ओळखितां येणार नाहींत. त्यांनीं मोठीं गूढ रूपें धारण केलीं असतील. ते आपले मनोविकार किंवा अंगचें तेज बाहेर पडूं न देतां वागत असतील. ह्यास्तव मोठ्या चतुराईनें त्यांस लवकर शोधून काढा व फिरून वनवासास पाठवा, म्हणजे त्यांचा पूर्ण नाश होऊन आपणांस निष्कंटक राज्याचा चिरकालपर्यंत खुशाल उपभोग घेतां येईल!"

जनमेजया, दुर्योधनाचें हें भाषण ऐकून कर्ण म्हणाला, "राजा दुर्योधना, पांडवांस शोधण्याकरितां विश्वासू, धूर्त, दक्ष व हुषार असे दुसरे गुप्त हेर लवकर पाठविण्यांत यावे. त्यांनीं वेषांतर करून मनुष्यांनीं भरलेल्या व धनधान्यानें समृद्ध असलेल्या अशा देशांमध्यें फिरावें. विद्वानांच्या सभा, सिद्ध व संन्याशी ह्यांचे आश्रम, राजधान्या, विविध तीर्थें व क्षेत्रें, खाणींच्या जागा, इत्यादि स्थलीं त्यांनीं आपली यथाशास्त्र तर्कशक्ति चालवून पांडवांचा पत्ता काढावा. पांडव कोठेंही उघडपणें राहिले असतील असें मानणें व्यर्थ होय. ह्यास्तव, गूढ गोष्टींचा शोध लावण्यांत तत्पर व हुषार अशा धूर्त हेरांनीं आपला कावा दुसऱ्यास अगदीं कळूं न देतां नदीच्या तीरावरील कुंजांतून, गांवांतून, शहरांतून व रमणीय आश्रमांतून हिंडून किंवा पर्वतांवर अथवा गुहांतून संचार करून पांडवांचा शोध लावावा!"

जनमेजया, ह्याप्रमाणें कर्णाचें भाषण झाल्यावर दुष्ट दुरात्मा दुःशासन दुर्योधनास म्हणाला, "हे मनुजाधिपा, ज्या हेरांवर आपला विश्वास आहे, त्या हेरांचें वेतन त्यांस आधीं देऊन पुनः पांडवांचा शोध करण्यास पाठवून द्यावें. कर्णानें आतां जें कांहीं सांगितलें, तें सर्व व्हावें, अशी माझी मनीषा आहे. ह्यास्तव,

ह्या व दुसऱ्या पुष्कळ हेरांनीं मुख्य उद्देशावर लक्ष ठेवून पांडवांचा पत्ता काढण्यास वाटेल तिकडे परिभ्रमण करावें. त्यांनीं देशोदेशीं संचार केला पाहिजे. पहा—आपण इतके प्रयत्न करीत असतांही अद्याप आपणांस पांडवांचा ठावठिकाण किंवा बातमी लागत नाहीं, ह्यावरून त्यांनीं फारच गुप्तपणें वास्तव्य केलें असलें पाहिजे किंवा ते समुद्राच्या परतीरास गेले असले पाहिजेत. कदाचित् शौर्याच्या घमेंडीनें ते महान् अरण्यांत राहिले असतां त्यांस वनांत श्वापदांनींही खाऊन टाकलें असेल; अथवा दुर्धर संकटें कंठावीं लागल्यामुळें त्यांचा कायमचा नाशही झाला असेल! ह्यास्तव, राजेंद्रा, मनाची तळमळ अगदीं नाहींशी करून तुला जें कांहीं कर्तव्य असेल तें मोठ्या उत्साहानें कर."

अध्याय सत्ताविसावा.

--:०:--

द्रोणाचार्यांचें भाषण.

वैशंपायन सांगतातः—राजा जनमेजया, कर्ण व दुःशासन त्यांचें ह्याप्रमाणें भाषण झाल्यावर महापराक्रमी व सत्यार्थज्ञानी द्रोणाचार्य म्हणाले, "अहो, पांडवांसारख्या महात्म्यांस विनाश किंवा पराभव कधींही प्राप्त व्हावयाचा नाहीं. अहो, ते शूर, विद्वान्, बुद्धिमान्, जितेंद्रिय, धर्मवेत्ते व कृतज्ञ असून धर्मराजाच्या आज्ञेप्रमाणें वर्तन करणारे आहेत. पहा—त्या धर्माची केवढी हो योग्यता! त्यास धर्म, नीति व अर्थ ह्यांचें तत्व यथार्थ विदित असून तो तदनुसार पूर्णपणें वागतो. ह्यास्तव त्या धर्मनिष्ठ व सत्यसंध ज्येष्ठ भ्रात्याच्या ठिकाणीं पित्याप्रमाणें निष्ठा ठेवणाऱ्या त्या पांडवांवर भलताच प्रसंग कसा ओढवेल बरें? पहा—तो अजातशत्रु वैभवशाली धर्मात्मा युधिष्ठिर आपल्या आज्ञेंत वागणाऱ्या आपल्या भ्रात्यांवर अवकृपा करील काय! सारांश, अर्जुनादिक बंधूंच्या विनयशीलतेमुळें व धर्ममूर्ति युधिष्ठिराच्या कृपाप्रसादानें, त्या उदारधी पांडवांचा नाश झाला असेल हें मुळींच संभवत नाहीं. मला निःसंशय असें वाटतें कीं, ते मोठ्या सावधगिरीनें अनुकूल कालाची वाट पहात बसले असतील. ह्यासाठीं, जें कांहीं करावयाचें तें पूर्ण विचार करून करा. आतां विलंब अगदीं करूं नका. पांडवांचें वास्तव्य कोठें आहे, ह्याचें बरोबर अनुमान काढा. अहो, पांडवांचें मानसिक धैर्य मोठें विलक्षण आहे. कसाही प्रसंग आला असतां त्यांतून पार पडण्यास झटल्याशिवाय ते राहाणार नाहींत. खरोखर त्या शूरांचा शोध लावण्याचें काम मोठें अवघड आहे. त्यांच्या ठिकाणीं तपस्तेज जागृत असल्यामुळें त्यांस जाऊन गांठूं, हें म्हणणें तरी असंभाव्यच होय! अहो, फार कशाला? तो शुद्धात्मा, गुणवान्, सत्यशील, नीतिमान्, निर्मल, तेजस्वी व अतुलपराक्रमी धर्मराजा प्रत्यक्ष दृष्टीस पडला तरी देखील त्यास ओळखण्याविषयीं भान राहाणार नाहीं! ह्यासाठीं, जें कांहीं कर्तव्य असेल तें मोठ्या धूर्तपणानें करा. ब्राह्मण, सिद्ध किंवा जे दुसरे कोणी पांडवांस ओळखण्यास समर्थ असतील, त्यांनीं हेर म्हणून पुनः देशपर्यटन करून पांडवांचा माग काढावा हें सर्वस्वी इष्ट होय!"

अध्याय अठ्ठाविसावा.

—:०:--

भीष्मांचें भाषण.

वैशंपायन सांगतातः—राजा जनमेजया, द्रोणाचार्यांचें भाषण आटपल्यावर, शंतनुपुत्र व कौरवपांडवांचे पितामह जे महाज्ञानी, वेद-

वेत्ते, देशकाल जाणणारे व सर्वधर्मज्ञ भीष्म, ते द्रोणाचार्यांच्या भाषणाविषयीं आपली मान्यता दर्शवून, युधिष्ठिराला उद्देशून, नेहमीं सज्जनांना प्रिय व मान्य आणि दुर्जनांना दुर्लभ अशा निःपक्षपात वाणीनें, कौरवांचें हित व्हावें म्हणून म्हणाले, "अहो, द्रोणाचार्यांनीं आतां जें कांहीं म्हटलें, तें अगदीं खरें आहे. द्रोणाचार्यांस सर्व वस्तुस्थिति यथार्थ माहीत आहे. त्यांनीं जें पांडवांविषयीं सांगितलें तें अगदीं सत्य होय. पांडव हे सर्व लक्षणांनीं संपन्न आहेत. ते नित्य सज्जनांच्या मार्गाचें अवलंबन करितात. त्यांस सर्व प्रकारचीं शास्त्रें व इतिहास अवगत आहेत. ते नित्य वृद्ध जनांची आज्ञा पाळितात. ते सत्यरूप व्रत पार पाडण्यास नेहमीं तत्पर असतात. ते निष्पाप वर्तन करून आपली प्रतिज्ञा सिद्धीस नेण्याविषयीं नित्य यत्न करितात. क्षत्रियांचीं जीं कर्तव्यें आहेत, तीं कर्तव्यें करण्यास त्यांस मनापासून हौस वाटते. ते नेहमीं श्रीकृष्णचरणीं विलीन आहेत. ते महात्मे मोठे पराक्रमी व बलिष्ठ आहेत. ह्याकरितां, सत्पुरुषांचें व्रत सिद्धीस नेण्याविषयीं धुरंधर असलेले ते धर्मनिष्ठ व तेजोनिधि महावीर कधींही विनाश पावणार नाहींत, असें मला वाटतें. आतां पांडवांसंबंधानें माझे जे विचार आहेत, ते मी सांगतों, नीट लक्षांत आणा. सुनीतिमान् पुरुषाच्या ठिकाणीं जें कांहीं विद्यमान् असतें, त्याचा अनीतिमान् पुरुषाला अंत लागणें अशक्य आहे. पांडवांच्या स्थितीचा विचार करून पाहातां, आपल्या हातून जें कांहीं होण्यासारखें आहे तें मी तुम्हांस सांगतों. त्यावरून, मी तुमचा द्रोह करितों असें तुम्ही समजूं नका; तर त्या माझ्या सांगण्यांत जें कांहीं ग्राह्य वाटेल त्याचा तुम्हीं स्वीकार करावा हा माझा हेतु आहे. अहो, आतां मी जी नीति सांगणार, ती माझ्यासारख्यांनीं दुर्जनांस कधींही सांगूं नये; ती सांगावयाची झाल्यास सज्जनांसच सांगितली पाहिजे; आणि अनीति तर कोणालाही सांगणें सर्वथा वर्ज्य मानिलें पाहिजे. बा दुर्योधना, वृद्धाची आज्ञा पालन करणाऱ्या, सत्यास अनुसरून शील बाळगणाऱ्या व सज्जनांमध्यें भाषण करण्याविषयीं आवड धरणाऱ्या ज्ञानी पुरुषानें नेहमीं धर्मबुद्धि जागृत ठेवून यथार्थ भाषण करावें; ह्यास्तव मला जें युक्त वाटत आहे तेंच मी सांगत आहें, तर त्याचा नीट विचार कर. इतरांचें जसें मत आहे, तसें माझें मत नाहीं, म्हणून माझ्या सांगण्याचा अव्हेर करूं नको.

"दुर्योधना, ह्या तेराव्या म्हणजे अज्ञातवासाच्या वर्षीं धर्मराजाचें जेथें वास्तव्य असेल, त्या देशामध्यें किंवा नगरामध्यें जे राजे असतील त्यांचें कल्याण झाल्याशिवाय राहाणार नाहीं. बाबा, जेथें युधिष्ठिर राजा रहात असेल तेथील लोक दानशील, उदार, जितेंद्रिय, विनयी, प्रिय भाषण करणारे, विश्वासु, सत्यसंध, तुष्ट, पुष्ट, निष्पाप व समृद्ध असतील; तेथील लोकांची स्वाभाविक प्रवृत्ति धर्माकडे असेल; त्या ठिकाणीं दुसऱ्यांच्या गुणांवर दोषारोप करणारे परोत्कर्ष पाहून तळमळणारे, आपल्याच धुंदींत राहाणारे व दुसऱ्यांचें अनिष्ट चिंतणारे असे पुरुष आढळणार नाहींत; तेथें ब्रह्मज्ञानाची चर्चा व वेदवाणीचा घोष चालू राहील; त्या स्थलीं पूर्णाहुति चालू होतील; त्या ठिकाणीं नानाविध यज्ञयाग होऊन त्यांत विपुल दक्षिणा वांटली जाईल; तेथें नित्य निःसंशयपणें पर्जन्याची उत्तम वृष्टि होईल; पृथ्वी धनधान्यादिकांनीं सुसमृद्ध होईल; रोगराई नष्ट होऊन सर्व लोकांस उत्तम आरोग्य मिळेल; धान्याच्या ठिकाणीं उत्तम गुण येतील; फळें स्वादिष्ट बनतील; पुष्पांस उत्तम सुगंध प्राप्त होईल;

वायु सुखावह वाहूं लागेल; लोकांत विद्या वाढेल; पाखंडाचा लोप होईल; धर्मनिष्ठा बळावेल; आणि तेथें भयाला म्हणून मुळींच जागा मिळणार नाहीं; तेथें गाईंची समृद्धि होऊन त्या कृश किंवा दुर्बल राहाणार नाहींत; त्या ठिकाणीं दहींदुधाची व तुपाची रेलचेल असेल; दुभत्याला उत्तम कस व रुचि येईल; पेय पदार्थ गुणकारी होतील; भोज्य पदार्थ सुरस बनतील; आणि शब्द, स्पर्श, रस, रूप व गंध हे गुण; युक्त होऊन दृश्य पदार्थ मोठे रमणीय भासतील. दुर्योधना, जेथें धर्मराजाचें वास्तव्य असेल, तेथील सर्व ब्राह्मण धर्मकृत्यांत निमग्न असतील व त्यांस त्या कृत्यांचें फलही प्राप्त होईल; तेथें लोक आनंदी व निर्मल असून त्यांचे आपसांत कलह होणार नाहींत व त्यांस कधीं हानिही येणार नाहीं; त्या ठिकाणच्या लोकांमध्यें देवता व अतिथि ह्यांची पूजा करण्याविषयीं अत्यंत अनुराग असेल; त्यांस दानधर्म करण्याविषयीं अतिशय आवड वाटेल; त्यांच्या मनास मोठा उत्साह येईल; आपापल्या धर्माप्रमाणें वागण्यास ते फार झटतील; त्यांस अशुभ गोष्टींची आवड उत्पन्न होणार नाहीं; त्यांच्या मनांत शुभ कर्मांविषयीं अत्यंत लालसा उत्पन्न होईल; ते यज्ञयाग करण्याविषयीं प्रेम बाळगितील; व त्यांचें आचरण शुद्ध होईल. त्याचप्रमाणें, युधिष्ठिर राजा जेथें असेल तेथील लोक अनृत भाषण सोडून देतील; त्यांचें कल्याण होऊं लागेल; त्यांचें चित्त निर्मल होईल; व त्यांना सद्वासना प्राप्त होईल. असो; बा दुर्योधना, धर्मात्मा युधिष्ठिर अज्ञातवासामध्यें ब्राह्मणांनाही ओळखितां येणार नाहीं, मग इतर सामान्य जनांची गोष्ट कशाला पाहिजे ? बाबा, धर्मराजा कोठें आहे ह्याचें जर तुला अनुमान करावयाचें असेल, तर मी सांगतों तीं लक्षणें ध्यानांत ठेव. ज्या ठिकाणीं सत्य, धैर्य, दान, परमशांति, अक्षय क्षमा, विनय, ऐश्वर्य, कीर्ति, उत्कृष्ट तेज, सौजन्य, सरळपणा, इत्यादि गुण अनुभवास येतील, त्या ठिकाणीं तो महाबुद्धिमान् धर्मराजा गुप्तपणें राहिला आहे असें अनुमान बांध; व त्या स्थलाकडे तूं चाल कर. माझ्या भाषणावर तुझा पूर्ण भरंवसा असूं दे. हें माझें भाषण कधींही मिथ्या होणार नाहीं. ह्यांतच तुझें हित आहे !"

अध्याय एकुणतिसावा.

—:०:—

कृपाचार्यांचें भाषण.

वैशंपायन सांगतात:—राजा जनमेजया, नंतर शारद्वत कृपाचार्य म्हणाले, "बा दुर्योधना, वृद्ध भीष्मांनीं पांडवांस उद्देशून जें कांहीं म्हटलें, तें सयुक्तिक व समयोचित आहे; त्याचा आशय धर्म व अर्थ ह्यांशीं प्रतिकूल नाहीं; तें भाषण खरोखर कळकळीचें आणि अगदीं स्पष्ट व योग्य असें आहे. आतां माझा विचार मी तुला सांगतों, तो तूं श्रवण कर. राजा दुर्योधना, पांडव कोणीकडे गेले व प्रस्तुत त्यांचें वास्तव्य कोठें आहे, हें हेरांकरवीं निश्चित कर; व कालास अनुसरून जी हितावह गोष्ट असेल ती करण्यास उद्युक्त हो. राजा, अभ्युदयाची इच्छा करणाऱ्या पुरुषानें यःकश्चित् शत्रूचीही उपेक्षा करितां उपयोगी नाहीं; मग शस्त्रास्त्रांत निपुण अशा रणधुरंधर पांडवांची उपेक्षा करून कसें चालेल बरें ? ह्याकरितां, जोंपर्यंत महात्मे पांडव गुप्त वेष धारण करून आपलें मनोगत बाहेर पडूं न देतां अज्ञातवासांत दिवस घालवीत आहेत तोंपर्यंतच स्वराज्यांत व परराज्यांत आपलें सैन्य किती आहे ह्याचा तूं नीट विचार कर; कारण योग्यकालीं पांडव प्रकट होतील ह्याची वानवा मुळींच नाहीं. बा दुर्योधना,

एकदां ते वीर्यशाली पांडव आपला पण पूर्ण करून प्रकट झाले, ह्मणजे त्यांच्या अंगीं अतोनात सामर्थ्य व उत्साह उत्पन्न होईल आणि मग त्यांचें निग्रहण करणें जड जाईल. यास्तव सैन्य व धन ह्यांची आगाऊ तरतूद ठेवून कांहीं मसलती वगैरे करणें असल्यास त्यांचें संधान नीट जमवून ठेव. तसेंच तुझ्या पक्षास अनुकूल असणाऱ्या सबळ व दुर्बळ अशा राजे लोकांपाशीं व स्वतः तुझ्यापाशीं सैन्याचा पुरवठा किती आहे, ह्याचा पक्का अंदाज काढ. राजा, शत्रूंशीं सामना करितांना केवळ सैन्याच्या संख्येवर भिस्त ठेवून चालत नाहीं. त्यांपैकीं उत्तम सैन्य किती, मध्यम सैन्य किती व कनिष्ठ सैन्य किती, त्याचप्रमाणें त्यांपैकीं संतुष्ट सैन्य किती व असंतुष्ट सैन्य किती ह्याचेंही नीट मनन केलें पाहिजे. दुर्योधना, शत्रूस हस्तगत करितांना साम, दाम, दंड, भेद, खंडणी, इत्यादि अनेक उपाय योजावे लागतात. दुर्बल शत्रूला बलात्कारानें वांकविण्यास हरकत नाहीं. स्नेही शत्रूस सामादिकांनीं संतुष्ट केलें पाहिजे. सैन्यांशीं गोड व गौरवाचें भाषण करावें; आणि इतकें सर्व करूनही धनभांडागार व सेना वाढवीत जाऊन आपला चोहोंकडे दरारा बसवून टाकावा, म्हणजे तुझे सर्व मनोरथ उत्तम प्रकारें सिद्धीस जातील. राजा, ह्याप्रमाणें तूं व्यवस्था ठेवल्यास तुझ्याशीं मोठे बलिष्ठ शत्रु लढावयास आले तरी सुद्धां तूं त्यांचा पराभव करशील; मग ज्यांपाशीं स्वतःचें सैन्य नाहीं किंवा वाहनें देखील नाहींत, अशा त्या पांडवांशीं लढण्यास तुला कांहींच अडचण पडणार नाहीं हें सांगावयास नको. बा दुर्योधना, हें मी तुला जें कांहीं सांगितलें आहे त्याचा नीट विचार कर; व क्षात्रधर्माला अनुसरून कालानुरूप जें कांहीं उचित कर्तव्य तें कर, म्हणजे तुला चिरकाल सुखोपभोग मिळेल!"

अध्याय तिसावा.

—:०:—

दक्षिणगोग्रहण.

सुशर्म्यादिकांचें प्रयाण.

वैशंपायन सांगतातः—राजा जनमेजया, ह्याप्रमाणें कृपाचार्यांचें भाषण झाल्यावर, रथसमुदायांचें रक्षण करणारा त्रिगर्तांचा राजा बलिष्ठ सुशर्मा हा कालाकडे दृष्टि देऊन मोठ्या स्वरेनें म्हणाला, "महाराज, आजपर्यंत मत्स्यांनीं व शाल्वांनीं आम्हांस अनेक वेळां पीडा दिली; त्याचप्रमाणें, मत्स्य देशच्या राजाचा सारथी जो कीचक, त्यानें तर कौरवाधिपति भीष्म समीप असतांना बंधूंसह मला पुनःपुनः संकटांत घातलें, ह्या गोष्टीचा अवश्य विचार व्हावा."

राजा जनमेजया, सुशर्म्यानें असे उद्गार काढून कर्णाच्या तोंडाकडे पाहून दुर्योधनाला पुनः म्हटलें, "राजा, विराटाधिपतीनें अनेक वेळां मोठ्या शौर्यानें माझ्या राष्ट्रास पीडा दिली, ह्याचें कारण पूर्वी त्याच्या सैन्याचा नायक बलवान् कीचक हा होता हेंच होय. तो दुष्ट, दुरात्मा, कोपिष्ट, पापकर्मी, क्रूर व घातकी कीचक—ज्यानें आपली दुष्कीर्ति पृथ्वीवर कायम ठेविली आहे—तो आतां गंधर्वांच्या हस्तें मृत्यु पावला आहे. ह्यास्तव, विराट राजाला आतां कोणाचा आश्रय नसल्यामुळें त्याचा दर्प अगदीं उतरून जाऊन तो अगदीं नाउमेद झाला असेल, असा माझा समज आहे. म्हणून तुझ्या, सर्व कौरवांच्या व पराक्रमी कर्णाच्या विचारास येत असेल तर ह्या प्रसंगीं विराटावर स्वारी करावी, असें माझें मत आहे. प्रस्तुत कालीं हें कृत्य अगदीं अवश्य व इष्ट आहे, असें मला वाटतें. ह्याकरितां विपुल धान्यानें समृद्ध अशा त्या मत्स्य देशावर आपण स्वारी करूं, व तेथील नानाप्रकारचीं

रत्नें व संपत्ति लुटून आणूं, आणि त्या राष्ट्रांतील गांवें व मुलूख हस्तगत करून वांटून घेऊं; अथवा विराटनगराला अतिशय पीडा देऊन त्यांतील बहुविध उत्तम गाई हरण करूं. दुर्योधन राजा, त्रिगर्त, कौरव व इतर सर्व वीर मिळून विराट राजावर स्वारी करून जावें व सैन्याचे वेगवेगळे भाग करून त्याच्या सैन्यास अडवून टाकावें; म्हणजे साहजींक त्याची शक्ति कुंठित होईल व मग तें सर्व सैन्य आपणांस शरण येईल. ह्याप्रमाणें विराटाची दुर्दशा उडविल्यावर आपलें वास्तव्य सुखानें होईल व आपलें सैन्यही वाढेल."

जनमेजया, सुशर्म्याचें भाषण ऐकून कर्णानें दुर्योधनास म्हटलें, "राजा दुर्योधना, सुशर्म्यानें जें कांहीं सांगितलें तें अगदीं योग्य व समयास अनुसरून आहे. त्याच्या म्हणण्याप्रमाणें केलें असतां आपलें हित होईल ह्यांत संशय नाहीं. ह्यासाठीं सैन्य सज्ज करून वेगवेगळ्या टोळ्यांनिशीं विराट राजावर स्वारी करण्याकरितां निघावें हें मला उचित वाटतें. ह्यास्तव तुझ्या किंवा भीष्म, द्रोणाचार्य आणि कृपाचार्य ह्यांच्या विचारास येईल त्याप्रमाणें विराट राजावर स्वारी करण्याचा बेत करावा. मला वाटतें, ज्यांपाशीं द्रव्य, सेना किंवा शौर्य ह्यांपैकीं कांहींएक नाहीं, अथवा ज्यांचा समूळ नाश झाला असावा, किंवा जे मृत्युसदनींही गेले असतील, त्यांच्याविषयीं विचार किंवा वाटाघाट करीत बसण्यांस अर्थ तो कोणता? राजा, आपण मोठ्या उमेदीनें विराटनगरावर चाल करूं या; आपण त्यावर स्वारी करून तेथील बहुविध संपत्ति व धेनु हरण करून आणूं."

वैशंपायन सांगतातः—राजा जनमेजया, ह्याप्रमाणें सूर्यपुत्र कर्णाची सल्ला पडतांच, आज्ञा पाळण्याविषयीं नित्य तयार असलेला आपला भाऊ दुःशासन ह्यास विराट राजावर स्वारी करण्याकरितां ताबडतोब सैन्य तयार ठेवण्याविषयीं दुर्योधनानें आज्ञा केली. तो म्हणाला, "दुःशासना, वृद्धांचें अनुमोदन घेऊन सैन्याची लवकर सिद्धता कर. आपण सर्व कौरवांसहित आपल्या उद्देशानुरूप विराटनगरावर स्वारी करूं; आणि सुशर्म्यानेंही सैन्य व वाहनें ह्यांसुद्धां त्रिगर्तांसह स्वतःच्या इच्छेनुरूप त्या प्रदेशास चाल करून जावें. आपल्या आधीं एक दिवस त्रिगर्तराजानें तिकडे जावें व नंतर दुसरे दिवशीं चांगल्या तयारीनें आपण जाऊं. त्रिगर्तराज सुशर्म्यानें विराटनगरावर स्वारी करून गोपालांस गांठून त्यांपासून विपुल धन काढावें; व इकडे आम्ही सैन्याच्या दोन टोळ्या करून सुंदर व गुणवान् अशा लक्ष गाई हरण करूं."

वैशंपायन सांगतातः—राजा जनमेजया, ह्याप्रमाणें विचार ठरल्यावर सर्वही पराक्रमी रथी–महारथी वीर पायदळासमवेत युद्धाकरितां सिद्ध होऊन ठरल्याप्रमाणें आग्नेय दिशेस गेले. त्या महाबलवान् योद्ध्यांना विराटाचा केव्हां सूड घेऊं म्हणून झालें होतें; व शिवाय गाई हरण करण्याविषयींही त्यांच्या मनांत अतिशय लोभ बळावला होता. सुशर्मा वद्य सप्तमीस तिकडे गेला व त्याच्या दुसऱ्या दिवशीं सर्व कौरव एकत्र जमून तिकडे चालते झाले; आणि नंतर त्यांनीं सहस्रावधि गाई धरल्या.

~~~~~~~~

अध्याय एकतिसावा.

—:०:—

विराटाची युद्धाची तयारी.

वैशंपायन सांगतातः—राजा जनमेजया, ते अतुलपराक्रमी महात्मे पांडव विराटनगरामध्यें गुप्त वेषानें विराटराजाचीं तीं तीं कामें करित असतां त्यांचा तो अज्ञातवासाचा काल
~~~~~~~~

उत्तम प्रकारें निघून गेला. कीचकाचा वध झाल्यावर, शत्रुसैन्याचा नाश करणारा विराट राजा कुंतीपुत्र युधिष्ठिर (कंक) हा आपल्या सैन्याचें आधिपत्य स्वीकारील अशी मोठी आशा बाळगून राहिला. इकडे, जनमेजया, पुढें त्या तेराव्या वर्षाच्या अखेरीस सुशर्म्यानें मोठ्या आवेशानें हल्ला करून विराट राजाच्या अनेक गाई बलात्कारानें हरण करून चालविल्या. तेव्हां त्या गाईंचा अधिपति गोप तत्काळ मोठ्या त्वरेनें नगरास आला. तो कुंडलें धारण करणारा गोपाध्यक्ष मत्स्यराजाला अवलोकन करितांच रथांतून खालीं उतरला व त्यानें विराटाधिपतीची भेट घेतली. त्या समयीं तो विराट राजा कुंडलें व अंगदें धारण करणाऱ्या शूर योद्ध्यांनीं, मंत्रिवर्गांनीं व त्या उदारधी पंडुपुत्रांनीं परिवेष्टित असा राजसभेंत अधिष्ठित होता. तेव्हां तो गोपाध्यक्ष राजासमीप जाऊन पादवंदन करून मोठ्या विनयानें ह्मणाला, “ हे भूपते, त्रिगर्तांनीं बांधवांसह आह्मां सर्वांना युद्धांत जिंकून व जर्जर करून एक लक्ष धेनु हरण करून चालविल्या आहेत! ह्यास्तव, राजा तुझ्या गाईंच्या रक्षणाकरितां त्या त्रिगर्तांचा पराभव कर व आपल्या धेनु परत आण. ”

राजा जनमेजया, ही वार्ता ऐकतांच मत्स्याधिपतीनें तावडतोब युद्धाची सिद्धता केली. तत्काळ चतुरंग सैन्य युद्धासाठीं ध्वजांसहित सज्ज होऊन राजांनीं व राजपुत्रांनीं देदीप्यमान व चित्रविचित्र अशीं शूरसेव्य तनुत्राणें (चिलखतें) चढविलीं. विराट राजाचा प्रियतम भाऊ शतानीक ह्यानें वज्रासारखें कठीण सुवर्णकवच अंगांत घातलें. शतानीकाच्या पाठचा भाऊ जो मदिराक्ष, ज्यानें सर्व प्रकारचीं शस्त्रास्त्रें सहन करणारें व सुवर्णानें मढविलेलें असें कवच धारण केलें. शेंकडों सूर्य, शेंकडों चंद्र, शेंकडों बिंदु, शेंकडों नेत्र, इत्यादिकांनीं युक्त व ज्यास सहसा भेद होणें शक्य नव्हतें, असें कवच स्वतः मत्स्यराजानें चढविलें. ज्यावर शंभर सौगंधिक कमलें ओळीनें मांडतां येतील असें विशाल व सुवर्णानें मढविलेलें देदीप्यमान चिलखत सूर्यदत्तानें धारण केलें; आणि ज्यावर शतावधि नेत्राकृति असून ज्याचा वर्ण शुभ्र होता व जें आंतून पोलादी होतें, असें सुदृढ कवच विराटाचा ज्येष्ठ पुत्र शंख ह्यानें चढविलें. सारांश, शत्रूवर चाल करूं इच्छिणाऱ्या त्या देवतुल्य पराक्रमी महारथ्यांनीं आपआपल्या शक्तीप्रमाणें व योग्यतेप्रमाणें शतावधि कवचें धारण केलीं. नंतर त्यांनीं आपले शोभायमान शुभ्र रथ सिद्ध करून त्यांवर सर्व साहित्य घेतलें; व त्या रथांना सुवर्णालंकारांनीं श्रृंगारलेले आपले अश्व जोडले. नंतर सूर्यचंद्रांसारख्या तेजस्वी व दिव्य अशा सुवर्णरथावर मत्स्यराजाचा विजयशाली ध्वज उभारला गेला; आणि नंतर दुसऱ्या शूर क्षत्रियांनीं आपआपले नानाविध आकारांचे सुवर्णमंडित ध्वज आपआपल्या रथांवर फडकाविले. इतकें झाल्यावर विराट राजा शतानीक भ्रात्यास म्हणाला, “ शतानीका, कंक, बल्लव, तंतिपाल (गोपाल) व दामग्रंथि (अश्वपाल) हे सर्व पराक्रमी असून खचित युद्ध करण्यास समर्थ आहेत, असें मला वाटतें. ह्यासाठीं, ध्वजपताकांनीं युक्त असलेले रथ ह्यांनाही द्या. तशींच बळकट व मऊ अशीं चित्रविचित्र चिलखतें ह्यांजकडून परिधान करवा; आणि ह्यांना आयुधेंही द्या. ह्यांच्या शरीरांची ठेवण वीराप्रमाणें असून बाहु तर अगदीं गजाधिपतीच्या शुंडेप्रमाणें आहेत. हे खरोखर उत्तम योद्धे असावे असा माझा समज आहे. ”

राजा जनमेजया, विराट राजाचें हें भाषण कानीं पडतांच युद्धास अगदीं आतुर झालेल्या

शतानीकानें धर्म, भीम, नकुल व सहदेव ह्यांस रथ दिले, तेव्हां त्या पांडवांस मोठा आनंद झाला. नंतर मत्स्यराजानें त्या वीरांना सारथि नेमून दिले. मग त्या सारथ्यांनीं रथांची वगैरे सर्व सिद्धता केल्यावर, विराटानें अर्पण केलेलीं कवचें वगैरे चढवून ते धर्मादिक पांडव युद्धास तयार झाले; आणि रथांवर आरूढ होऊन मोठ्या आनंदानें युद्धाकरितां विराट राजाच्या मागोमाग बाहेर पडले. राजा, त्या समयीं त्या कुरुवंशप्रदीप व अमोघवीर्यशाली पांडवांना पाहून जणूं मत्तगजेंद्रांचीच किंवा चालणाऱ्या पर्वतांचीच स्वारी निघाली आहे काय, असा भास होत होता! राजा, नंतर मत्स्यदेशांतील सुशील, युद्धविशारद व युद्ध करण्यास अतिशय उत्सुक असलेले मुख्यमुख्य योद्धे, त्यांचे आठ हजार रथ, एक हजार हत्ती आणि साठ हजार घोडे बाहेर पडले. ह्याप्रमाणें गाई सोडविण्याकरितां तयार झालेलें तें विराटाचें—मोठमोठीं शस्त्रें घेतलेलें व हत्ती, घोडे, रथ यांनीं खचून गेलेलें—उत्कृष्ट सैन्य अतिशय शोभूं लागलें.

अध्याय बत्तिसावा.

---:०:---

विराटसुशर्मायुद्ध.

वैशंपायन सांगतातः—राजा जनमेजया, विराट राजाचें बलाढ्य सैन्य नगरांतून बाहेर पडलें तें सूर्यास्ताच्या सुमारास सुशर्म्याच्या सैन्याप्रत येऊन पोंचलें. राजा, सुशर्म्याकडील वीर त्रिगर्त व विराटाकडील वीर मत्स्य हे उभयतांही महाबलाढ्य होते. दोघांनाही युद्धाविषयीं अतिशय चेव आलेला होता, व दोघांनाही अत्यंत मद चढला होता. गाई स्वाधीन करून घ्याव्या ही दोघांचीही ईर्षा, व त्यामुळें दोघेही एकमेकांवर गर्जना करून चाल करीत होते. दोन्ही सैन्यांत मदोन्मत्त हत्ती असून त्यांवर भाले व अंकुश ह्यांचे प्रहार होत होते; आणि त्या हत्तींवर त्या त्या राजांचे महात त्यांस आपल्या मर्जीप्रमाणें चालवीत होते. राजा, तीं दोन्ही सैन्यें एकमेकांवर तुटून पडून त्यांचें जें घोर व तुमुल युद्ध जुंपलें, तें पाहून अगदीं अंगांवर रोमांच उभे रहात होते. जणूं काय तीं दोन्ही दळें यमराष्ट्राची भर करण्याकरितांच झगडत होतीं! राजा, सूर्यास्ताच्या समयीं गज, अश्व, रथ व पदाति ह्यांच्या झुंडीच्या झुंडी लढूं लागल्या व तो घोर संग्राम पाहून जणूं देवदैत्यांचाच संग्राम चालू आहे असें भासलें! दोन्ही सैन्यांची लगट झाली असतां जिकडे तिकडे धूळच धूळ झाली! त्या धुळीच्या लोटांनीं पक्षी बेहोष होऊन पटापट भूमीवर आपटूं लागले! अंतरिक्षभर बाणांचें छत पसरल्यामुळें सूर्य अदृश्य झाला! जसे काय आकाशभर काजवे चमकत आहेतसें भासलें! सुवर्णपृष्ठांकित धनुष्यें एका योद्ध्याच्या हातून दुसऱ्या योद्ध्याच्या हातांत जाऊं लागलीं! उजव्या व डाव्या अशा दोन्ही हातांनीं बाण मारणारे ते वीरपुंगव एकमेकांवर हल्ले करीत असतां त्यांचे रथ एकमेकांशीं भिडले! पायदळाची पायदळाशीं टक्कर सुरू झाली! सारथ्यांनीं सारथ्यांवर रथ घातले! हत्तीहत्तींची झुंज लागली! आणि ते खवळलेले वीर तरवारी, पट्टे, प्रास, शक्ति, भाले, इत्यादिकांनीं एकमेकांचा प्राण घेऊं लागले!

राजा जनमेजया, ह्याप्रमाणें त्या दोन्ही सैन्यांचें निकराचें युद्ध चालू असतां दोन्ही दळांतील योद्ध्यांचें देहभान सुटलें. अडसरांप्रमाणें दीर्घ व पुष्ट बाहु असलेले ते वीर परस्परांवर प्रहार करूं लागले; पण कोणाकडूनही प्रतिपक्षांतील मुख्य वीरांचा पराभव

होईना. रणामध्यें जिकडेतिकडे एकच गर्दी उसळून गेली. छिन्नभिन्न मस्तकांनीं रणभूमि आच्छादित झाली! कांहीं मस्तकांचे वरचे ओठच तुटले होते! कांहींवर सुंदर नासिका शोभत होत्या! कांहींवरचा कचकलाप तुटून गेला होता! कांहींवर अलंकार विलसत होते! कांहींच्या कर्णांत कुंडलें लकाकत होतीं आणि कांहीं तर धुळीनें लडबडलीं होतीं! तशींच त्या रणभूमीवर शालवृक्षांच्या खोडाप्रमाणें बाणांनीं विदीर्ण झालेलीं क्षत्रियांचीं धडें येथून तेथून अस्ताव्यस्त पडलीं होतीं! चंदनचर्चित भुजंगतुल्य बाहूंनीं आणि सकुंडल मस्तकांनीं ती भूमि छावून गेली होती; जिकडे तिकडे रक्ताचे पाट वाहात होते व त्यामुळें रणभूमीवरील धूळ उडत नाहींशी झाली होती! राजा, अशी स्थिति होऊन दोन्ही सैन्यें मूर्च्छित झालीं! युद्धाची सीमा संपली! बाणांनीं त्रस्त झालेले गरुड पक्षी ध्वजांवर बसूं लागले! बाणांच्या छतामुळें त्यांचें ऊर्ध्वगमन बंद पडलें आणि सर्वच हाहाःकार झाला!

राजा, अशाही स्थितींत महारथ शतानीकानें शंभर व विशालाक्षानें चारशें वीर मारून ते उभयतां वीर त्रिगर्तांच्या प्रचंड सैन्यांत घुसले व त्रिगर्तांच्या रथांवर रथ घालून तुंबळ संग्राम करीत असतां अखेरीस मूर्च्छित पडले! तेव्हां तें पाहून सूर्यदत्त पुढल्या अंगानें व मदिराक्ष मागच्या अंगानें हे त्यांच्या मदतीकरितां धावून गेले. त्या प्रसंगीं मोठ्या निकराचें युद्ध झालें व त्यांत पांचशें रथी, आठशें अश्व आणि पांच महारथी मारले गेले! इतक्यांत महान् योद्धा विराट राजा स्वतः नानाविध प्रकारांनीं रथ चालवीत शत्रुसैन्यांत घुसला आणि तो सुवर्णाच्या रथांत आरूढ झालेल्या त्रिगर्तराजावर (सुशर्म्यावर) तुटून पडला! जणू काय डुरकण्या फोडणाऱ्या वृषभांप्रमाणें ते दोन्ही वीर एकमेकांशीं लढूं लागले. त्या समयीं युद्धदुर्मद सुशर्मा रथांचें द्वंद्वयुद्ध करण्याच्या इच्छेनें मत्स्यराजावर धावून आला आणि ते दोघेही रथी एकमेकांवर तुटून पडून बाणांची अतिशय वृष्टि करूं लागले! ते दोघेही वीर शस्त्रास्त्रांमध्यें निपुण असून बाण, खड्ग, शक्ति, गदा, वगैरे परस्परांवर हाणीत होते! दोघांचें युद्ध होतां होतां विराट राजानें दहा बाणांनीं सुशर्म्याला वेध केला व त्याच्या चारही अश्वांवर त्यानें पांच पांच बाण टाकले! राजा, इतकें झालें तरी तो विजयशाली सुशर्मा जेरीस आला नाहीं; त्यानें पन्नास तीक्ष्ण बाणांनीं मत्स्यराजाला वेध केला; आणि दोघांच्या युद्धाची पराकाष्ठा होऊन गेली! जिकडे तिकडे धूळच धूळ उडाली; आणि आपला कोण व परका कोण हें मुळींच कळेनासें झालें!

अध्याय तेहतिसावा.

—:०:—

विराटाचा पराभव.

वैशंपायन सांगतातः—राजा जनमेजया, ह्याप्रमाणें दशदिशा धुळीनें व्याप्त होऊन व शिवाय रात्रीचा निबिड अंधःकार पडून कोठें कांहींच दिसेनासें झालें, तेव्हां तीं उभय दळें कांहीं वेळपर्यंत स्वस्थ राहिलीं. इतक्यांत लवकरच चंद्रोदय झाला व अंधकार नष्ट होऊन चोहोंकडे स्वच्छ प्रभा पडली असतां त्या क्षत्रियवीरांना पुनः वीरश्री चढली. त्यांचें पुनः युद्ध सुरू झालें व ते फिरून हातघाईवर आले. त्या समयीं त्रिगर्ताधिपति सुशर्मा आपला रथसमुदाय बरोबर घेऊन आपल्या कनिष्ठ भ्रात्यासमवेत मत्स्याधिपतीवर धावून आला. नंतर ते दोघेही त्रिगर्तवीर हातांत गदा घेऊन रथांतून खालीं उतरले व मोठ्या आवेशानें शत्रूवर चाल करून गेले. नंतर दोन्ही सैन्यांची एकच लगट

झाली. तीं दोन्ही सैन्यें गदा, पट्टे, तरवारी, कुऱ्हाडी व पाजवलेले भाले घेऊन एकमेकांवर तुटून पडलीं. सुशर्म्यानें विराटाचें सैन्य जर्जर केलें आणि तो एकाएकीं विराट राजावर धावून गेला. त्यानें तत्काळ विराटाच्या दोन्ही बाजूंस व पाठीशीं अधिष्ठित असलेल्या रक्षकांचा प्राण घेतला आणि विराट राजाच्या रथाचा नाश करून त्यास जिवंत धरिलें; व आपल्या वेगवान् रथांत घालून आपला मार्ग धरिला! ह्याप्रमाणें विराटाची अवस्था झाली; तों त्रिगर्तांनीं मत्स्य देशांतील वीरांना अगदीं 'त्राहि भगवन्' करून सोडिलें व ते भीतीनें दशदिशांस पळूं लागले! तेव्हां तें पाहून युधिष्ठिरानें अरिंदम भीमसेनास म्हटलें, "बा भीमा, विराटाधिपतीवर आपल्या समक्ष हा असा प्रसंग येणें नीट नव्हे. पहा, वाटेल ती उपभोग्य वस्तु देऊन त्यानें आपला प्रतिपाल केला आहे; ह्यास्तव त्याच्या ऋणांतून मुक्त होणें हें आपलें मुख्य कर्तव्य होय; म्हणून तूं त्रिगर्ताधिप सुशर्म्यापासून विराट राजाला मुक्त कर. ज्याच्या कृपेनें व आदरबुद्धीनें आपण हें अज्ञातवासाचें वर्ष सुखानें घालविलें, तो महात्मा विराट शत्रूंच्या हातीं लागणें हें सर्वथा अनुचित आहे." राजा जनमेजया, धर्मराजाची आज्ञा श्रवण करून भीमसेन म्हणाला, "राजा, आपल्या आज्ञेनें मी विराटाला आतां सोडवितों; माझा पराक्रम अवलोकन करा. हा प्रचंड वृक्ष येथें उभा आहे; ही जणूं काय माझी गदाच आहे, असें समजून मी आतां उपटतों व आपणां सर्व बंधूंच्या देखत ह्या त्रिगर्तांवर फेंकतों, म्हणजे क्षणांत सर्व अरिष्ट नष्ट होईल!" राजा जनमेजया, भीमसेन असे उद्गार काढून त्या समीपभागीं असलेल्या वृक्षाकडे मदोन्मत्त गजाप्रमाणें पाहूं लागला, इतक्यांत युधिष्ठिर त्याला म्हणाला, "बा भीमा, हें अमानुष साहस करूं नको. ह्याच्या योगें लोक तुला ओळखतील. ह्यास्तव धनुष्य, शक्ति, खड्ग किंवा कुऱ्हाड, इत्यादि वाटेल तें आयुध घेऊन मनुष्याला शोभेल असेंच कृत्य कर. हे महाबलाढ्य नकुलसहदेव तुझ्या रथाचीं चक्रें राखतील आणि अशा प्रकारें तुम्ही तिघे मिळून मत्स्यराजाला त्या सुशर्म्यापासून सोडवून आणा."

सुशर्म्याचें निग्रहण.

वैशंपायन सांगतातः—राजा जनमेजया, ह्याप्रमाणें युधिष्ठिराची आज्ञा होतांच त्या महावेगवान् भीमसेनानें प्रचंड धनुष्य हातीं घेतलें आणि मोठ्या त्वेषानें सजल मेघाप्रमाणें शरवृष्टि सुरू केली. तो प्रथम सुशर्म्याकडे चाल करून गेला आणि विराटास अवलोकन करून सुशर्म्यास "उभा रहा, उभा रहा!" असें म्हणाला. सुशर्म्यानें ते शब्द श्रवण करून मागें पाहिलें तों जणू काय आपल्या मागून प्रत्यक्ष काल किंवा यमच येत आहे असें त्यास वाटलें; आणि नंतर तेथें तुमुल युद्ध सुरू झालें. सुशर्मा आपल्या बंधुवर्गासहवर्तमान धनुष्य जोडून मागें फिरला व त्याचे सन्निध असलेले इतर रथीही तत्काळ मागें वळून भीमसेनाशीं येऊन भिडले. नंतर भीमानें मोठ्या वेगानें चाल करून त्रिगर्तांचे अश्व, गज, रथ व पायदळ ह्यांच्या झुंडीच्या झुंडी विराटासमीप मारून टाकल्या; तें पाहून सुशर्मा मनांत कचरून आपलें सैन्य किती अवशिष्ट आहे ह्याचा विचार करूं लागला. इतक्यांत धनुष्य सज्ज करून युद्धांत घुसलेला सुशर्म्याचा दुसरा भाऊ पुढें आला व नंतर ते दोघे बंधु भीमसेनाशीं निकराचें युद्ध करूं लागले. नंतर मत्स्य देशाच्या योद्ध्यांनीं आपले रथ रणभूमीकडे वळविले व ते सर्व वीर चवताळून जाऊन त्रिगर्तांवर दिव्यास्त्रवृष्टि करूं लागले;

तेव्हां विराटाचें प्रचंड सैन्यही मागें वळलें व विराटाचा पुत्र अत्यंत क्रुद्ध होऊन झपाट्यानें लढूं लागला. तेव्हां, जनमेजया, त्रिगर्तांचा व मत्स्यांचा जो अद्भुत संग्राम झाला, त्यांत युधिष्ठिरानें एक हजार योद्धे मारिले; भीमसेनानें सात हजार योद्ध्यांना यमलोक दाखविला; नकुलानें बाणवृष्टि करून सातशें योद्धे पाडिले आणि पराक्रमी सहदेवानें धर्मराजाच्या आज्ञेनें तीनशें योद्धे ठार केले. ह्याप्रमाणें चारही पंडुपुत्रांनीं पुष्कळ शत्रुसैन्य धारातीर्थीं पाडिल्यावर धर्मपुत्र युधिष्ठिर मोठ्या वेगानें सुशर्म्यावर धावून गेला व त्यानें प्रखर बाणांनीं त्यास ताडन केलें. तेव्हां सुशर्मा फारच क्षुब्ध झाला आणि त्यानें त्वरा करून धर्मराजाला नऊ बाणांनीं विंधिलें व त्याच्या चारही अश्वांवर त्यानें चार बाण टाकिले. त्या समयीं भीमसेन पुढें होऊन त्यानें सुशर्म्याचे चारही अश्व मारिले व मोठमोठ्या प्रखर बाणांनीं त्याचे पृष्ठरक्षक घायाळ केले आणि त्याचा सारथि रथावरून खालीं पाडिला. इतक्यांत विराट राजाचा शूर चक्ररक्षक मदिराक्ष हा रथहीन झालेल्या सुशर्म्यावर धाऊन जाऊन त्यानें त्यास प्रहार केले. ह्यासमयीं बलाढ्य विराटानें सुशर्म्याच्या रथावरून उडी टाकिली; आणि त्याचीच गदा घेऊन त्यावर चालून गेला; व तो वृद्ध असतांही तरुणाप्रमाणें संचार करूं लागला. तिकडे विरथ झालेला सुशर्मा धूम पळत सुटला, तेव्हां भीमसेन त्यास म्हणाला, " हे राजपुत्रा पळूं नको, मागें फिर. तुझ्यासारख्याला असें पळून जाणें शोभत नाहीं. अरे, असल्या ह्या शौर्यानें तूं विराटाच्या धेनु कशा रे हरण करणार ? तूं आपल्या संवगड्यांना टाकून देऊन असला हा हीन मार्ग कां पतकरितोस ! " राजा जनमेजया, हे असे भीमसेनाचे शब्द ऐकून त्रिगर्ताधिप सुशर्मा पुनः भीमावर उसळून आला; तेव्हां त्याचा तत्काळ प्राण घ्यावा, ह्या इच्छेनें भीमसेन रथांतून उडी टाकून त्याच्या पाठीस लागला ! राजा, त्या वेळीं जणू काय मृगाच्या मागें सिंहच लागला आहे असें वाटलें ! अखेरीस भीमसेनानें सुशर्म्यास केंस धरून ओढिलें व मोठ्या त्वेषानें उचलून त्यास भूमीवर आपटलें ! राजा, त्या समयीं त्या सुशर्म्याची अवस्था मोठी कठीण झाली; तो दुःखानें विव्हल होऊन गेला व इतक्यांत भीमानें त्याच्या मस्तकावर लाथ हाणून त्याला गुडघा मारिला व तळहातानें एक चपराक भडकाविली ! तेव्हां अखेरीस त्या प्रचंड प्रहारांनीं पीडित होऊन सुशर्मा मूर्च्छित पडला; व त्याची सेना घाबरून जाऊन ती भयानें चोहोंकडे पळून गेली ! नंतर विराटसैन्यानें गाई परत वळविल्या; पंडुपुत्रांनीं सुशर्म्याला जिंकून त्याचें सर्व धन काढून घेतलें; आणि केवळ स्वतःच्या बाहुबलावर विसंबून राहाणारे ते विनयशील, जितेंद्रिय, महारथी, महात्मे पंडुपुत्र एकमेकांस भेटून एकत्र उभे राहिले. तेव्हां भीमसेन म्हणाला, " त्रिगर्ता, हा पापाचरण करणारा सुशर्माधिप माझ्या हातून जिवंत सुटावा हें कांहीं योग्य नव्हे; परंतु राजाच्या मनांत नित्य दया वसत असल्यामुळें माझा नाइलाज आहे ! " राजा जनमेजया, असें म्हणून भीमसेनानें सुशर्म्याची मानगुटी धरिली व विव्हल झालेल्या त्या त्रिगर्ताधिपतीला पक्का पेंचांत धरून, तो तडफड करूं लागला असतां त्याला दोरीनें जखडून बांधिलें ! नंतर धुळीनें माखलेल्या व बेशुद्ध पडलेल्या त्या सुशर्म्याला रथावर घालून रणामध्यें विलसत असलेल्या धर्मराजाजवळ तो आला. त्या समयीं त्रिगर्ताधिपतीची ती दीन अवस्था अवलोकन करून धर्मराजाला त्याची दया आली व तो हंसून " ह्या नराधमाला

सोडा !" असें भीमसेनास म्हणाला. तेव्हां भीमसेनानें सुशर्म्यास म्हटलें, "हे मूढा, जर तुला जगण्याची इच्छा असेल, तर माझें ह्मणणें नीट ऐकून घे. जर तूं सभांतून व लोकसमुदायांतून 'मी तुमचा दास आहें!' असें उघडपणें कबूल करशील, तर तुला मी जीवदान देतों. कारण युद्धांत जिंकिलेल्या योद्ध्यानें हा विधि केला नाहीं तर त्यास जीवदान देण्याचें प्रयोजन नाहीं !" राजा जनमेजया, भीमसेनाचे ते उद्गार ऐकून धर्मराजाच्या मनांत सुशर्म्याबद्दल अधिकच कीव उत्पन्न झाली व तो सांत्वनपूर्वक ह्मणाला, "हें पहा—आमच्या ह्मणण्यास मान द्यावा अशी जर तुझी मनीषा असेल, तर या नराधमास आधीं सोड कसा! हा विराट राजाचा दास झाला आहे, ह्यांत संशय तो कसला ?" जनमेजया, भीमसेनास असें ह्मणून धर्मराजा सुशर्म्यास ह्मणाला, "बा सुशर्म्या, तूं दास नाहींस बरें ! तुला मुक्त केलें आहे; जा, तूं असें पुनः करूं नको !"

अध्याय चौतिसावा.

—:०:—

विराटाचा जयघोष.

वैशंपायन सांगतातः—राजा जनमेजया, युधिष्ठिराचें तें भाषण श्रवण करून सुशर्म्यानें लाजून खालीं मान घातली; आणि भीमाच्या हातून सुटल्यावर विराटाला अभिवंदन करून तो आपल्या देशाला चालता झाला. अशा प्रकारें सुशर्म्याला सोडून दिल्यावर ते स्वपराक्रमानें शत्रूंचा नाश करणारे विजयशील व व्रतस्थ पांडव मुख्य रणभूमींतच रात्रभर निश्चिंतपणें राहिले. नंतर अमानुष पराक्रम करून दाखविणाऱ्या महारथ पांडवांची विराट राजानें आदरपूर्वक धन अर्पण करून पूजा केली. त्या समक्ष विराट भूपति म्हणाला, "वीरहो, हीं रत्नें जशीं माझीं आहेत तशीं तुमचींही आहेत. ह्यांचा उपयोग तुम्ही आपल्या इच्छेप्रमाणें वाटेल तो करा. शत्रूंचा विध्वंस करणाऱ्या वीर्यशाली योद्ध्यांनो, मी तुम्हांला सालंकृत कन्या, बहुविध संपत्ति व आणखी तुमच्या मनास जें कांहीं प्रिय वाटत असेल तें सर्वही देण्यास सिद्ध आहें. केवळ तुमच्या प्रतापानें मी आज जिवंत राहिलों आहें. ह्यास्तव तुम्ही सर्व विराट देशाचे खरेखरे अधिपति आहां !"

वैशंपायन सांगतातः—राजा जनमेजया, विराटाचें भाषण ऐकून युधिष्ठिरादिक सर्व पांडव हात जोडून त्याला म्हणाले, "राजा, तुझ्या भाषणाचें आम्ही मोठ्या प्रेमानें अभिनंदन करितों. तूं आज शत्रूंपासून सुटलास, एवढ्यानेंच आम्ही अत्यंत संतुष्ट आहों." राजा, नंतर विराट राजा अंतर्यामीं अत्यंत प्रसन्न होऊन युधिष्ठिरास म्हणाला, "हे वीरा, इकडे ये; मी तुला राज्याभिषेक करितों. तूंच या मत्स्य देशाचा अधिपति आहेस. तुझ्या मनास जें कांहीं आवडत असेल, तें ह्या पृथ्वीवर दुर्लभ असलें तरी तें मी तुला देऊन संतुष्ट करीन. कारण तूं कोणतीही वस्तु प्राप्त करून घेण्यास पात्र आहेस. हे विप्रश्रेष्ठा, तुला मी प्रणिपात करितों. रत्नें, धेनु, सुवर्ण, मोत्यें, सिंहासन, ह्या सर्वांचा तूं अधिकारी आहेस. तुझ्या कृपेमुळेंच मी आज राज्य व संतति ह्यांचें पुनः अवलोकन करीत आहें. मी सर्वस्वी शत्रूंच्या हस्तगत झालों असतांही त्याच्या हातांतून मुक्त झालों ही सर्व तुझीच कृपा होय !"

जनमेजया, विराटाचे ते उद्गार श्रवण करून त्याला धर्मराजा पुनः म्हणाला, "मत्स्येश्वरा, तुझें हें मनोहर भाषण फारच प्रशंसनीय आहे. राजा, तूं नेहमीं दयायुक्त अंतःकरणानें वागून नित्य सुख भोग. तूं आतां नगरांत दूत पाठवून आपल्या विजयाची वार्ता आप्त-

सुहृदांना कळव. ” जनमेजया, नंतर विराटानें युधिष्ठिराच्या सांगण्यावरून दूतांना हांक मारून सांगितलें, “ दूतांनो, नगरांत जाऊन संग्रामांत माझा जय झाला असें प्रसिद्ध करा. नगरांतील कुंवार मुली अलंकार घालून मला सामोऱ्या येऊं द्या; आणि उत्तम उत्तम मंगलवाद्यें व शृंगारलेल्या गणिका वगैरे बरोबर द्या. ” राजा, ह्याप्रमाणें आज्ञा होतांच विराट राजाचे दूत ती आज्ञा शिरसा मान्य करून ताबडतोब रात्रीच्या रात्रीं मोठ्या उत्साहानें नगरास चालते झाले, व सूर्योदयाच्या सुमारास नगरासमीप पोंचून त्यांनीं जयघोष करण्यास प्रारंभ केला !

अध्याय पसतिसावा.

—:०:—

उत्तरगोग्रहण.

गोपांचें भाषण.

वैशंपायन सांगतातः—राजा जनमेजया, सुशर्मा त्रिगर्त देशाला निघून गेल्यावर आपल्या गाई पुनः आपल्याकडे परत आल्या असें विराट राजाला वाटलें, तों दुर्योधन अमात्यांसह विराट नगराच्या समीप प्राप्त झाला. भीष्म, द्रोण, कर्ण, अस्त्रविद्यानिपुण कृप, द्रोणपुत्र अश्वत्थामा, सुबलपुत्र शकुनि, दुःशासन, विविंशति, विकर्ण, पराक्रमी चित्रसेन, दुर्मुख, दुःशल व दुसरे महारथ हे सर्व मत्स्य देशांत जाऊन त्यांनीं विराट राजाच्या गौळवाड्यांची दाणादाण करून बलात्कारानें गाई हरण केल्या. ते सभोंवतीं रथांचा गराडा घालून साठ हजार गाई घेऊन चालले. त्या समयीं त्या महारथ्यांनीं गोपालांस फारच मारझोड केली; व त्यामुळें ते दुःखानें अत्यंत आक्रोश करूं लागले असतां गोपांचा अधिपति अतिशय भयभीत होऊन रथांत बसला व अत्यंत दीन होत्साता नगरांत सत्वर प्रविष्ट झाला. नगरांत शिरल्यावर तो लागलाच राजवाड्याकडे गेला व राजवाड्याच्या समीप येतांच रथांतून उतरून सर्व हकीकत कळविण्याकरितां आंत प्रविष्ट झाला. तेथें मत्स्यराजाचा भूमिंजय (उत्तर) नामक मानी पुत्र त्यास भेटला. तेव्हां त्या गोपाध्यक्षानें कौरवांनीं गाई हरण करून नेल्याचें सर्व वृत्त त्या राजपुत्रास कथन केलें. त्या वेळीं तो गोपाध्यक्ष म्हणालाः—हे राष्ट्रवर्धना, कौरव आपल्या साठ हजार गाई हरण करून नेत आहेत; ह्यास्तव त्या गाई जिंकून परत आणण्याकरितां लवकर सिद्ध हो. राजपुत्रा, आपल्या हितावर लक्ष देऊन तूं त्वरित बाहेर पड; कारण, विराट राजानें युद्धाकरितां बाहेर जातांना येथील सर्व व्यवस्था तुझ्यावरच सोंपविली आहे; आणि शिवाय तो भूपति सभादिकांमध्यें तुझी वारंवार प्रशंसा करितो व म्हणतो कीं, ‘ माझा पुत्र माझ्याप्रमाणेंच शूर असून माझ्या कुलाची कीर्ति कायम राखील; शरसंधान करण्यामध्यें तो निष्णात असून प्रसंगीं पराक्रम गाजविणारा आहे. ह्यास्तव, हे रणशूरा उत्तरा, विराट राजाचें तें भाषण सत्य होवो. हे राजपुत्रा, विराटाच्या इतक्या गाई कोणाकडेही नाहींत, हा तुझा लौकिक नष्ट होऊं देऊं नको. कौरवांचा पराभव करून आपल्या कामधेनु परत आण. बाणांपासून उत्पन्न झालेल्या तेजानें शत्रुसैन्य दग्ध करून टाक. मदोन्मत्त नागाधिप ज्याप्रमाणें नागांचे कळप पळवून लावतो, त्याप्रमाणें सुवर्णपुंख व सन्नताग्र असे बाण मारून तूं शत्रुसैन्य पळवून लाव. हे राजपुत्रा, तूं आज शत्रुसैन्यामध्यें धनुष्यरूप वीणा वाजव. धनुष्याची दोरी ही जणूं काय तुझ्या ह्या वीण्याची तार होय. प्रत्यंचेच्या दोन्हीं बाजूंचे पाश हे जणूं काय तारा अडकविण्याच्या खुंट्या होत. धनुष्य ही जणूं काय वीण्याची भोपळ्यासह दांडी

आहे; आणि प्रत्यंचेपासून सुटणारे बाण हे जणूं काय वीणेंतून निघणारे उच्च स्वर होत! राजपुत्रा, रजतासारखे शुभ्र अश्व जोडून तूं आपला रथ आज युद्धाकरितां बाहेर काढ. सुवर्णाचा सिंहध्वज आज तुझ्या रथावर फडकूं दे; आणि तुझ्या हातच्या झालेल्या शरवृष्टीनें आज सूर्य आच्छादिला जावो. हे भूपते, दैत्यांना जिंकणाऱ्या प्रतापशाली इंद्राप्रमाणें तूं आज कौरवसैन्य जिंकून पुनः ह्या नगरांत प्रवेश कर. राजपुत्रा, मत्स्यराजाचा तूं पुत्र असल्यामुळें आमची सर्व भिस्त तुझ्यावरच आहे. सर्व पांडुपुत्रांना जसा विजयशाली अर्जुनाचा आधार, तसा आम्हां मत्स्यदेशीयांना तुझाच सर्व आधार आहे. ह्यास्तव, तूं शत्रूंचें निर्दालन करून मत्स्यदेशाचा लौकिक वाढव!

वैशंपायन सांगतातः—राजा जनमेजया, गोपाध्यक्षानें निर्भयपणें भाषण केलें तेव्हां तो भूमिंजय (उत्तर) स्त्रियांमध्यें होता. नंतर तो तेथेंच त्या अंतःपुरामध्यें मोठें बढाईचें भाषण करूं लागला, तें ऐक.

अध्याय छत्तिसावा.

—:०:—

बृहन्नलासारथ्यकथन.

उत्तर म्हणालाः—अश्व चालविण्याच्या विद्येंत कुशल असा जर कोणी मला सारथि मिळेल, तर मी आज गाईंच्या मागोमाग जाऊन आपल्या दृढ धनुष्यानें शत्रूंचा पराभव करीन. परंतु काय करावें? मला कोणी उत्तम सारथि आढळत नाहीं! अहो, मी युद्धार्थ निघत आहें, तर मजकरितां कोणी योग्य सारथि पाहून द्या. अहो, पूर्वीं अठ्ठावीस दिवसपर्यंत किंवा वास्तविकपणें एक महिनाभर जें युद्ध झालें, त्यांत माझा सारथि पडला; ह्यास्तव आतां मला चांगला सारथि उरला नाहीं. जर ह्या वेळीं मला दुसरा कोणी अश्वयानविद् सारथि मिळेल, तर मी तावडतोब संग्राममध्यें जाईन; आणि मोठमोठे ध्वज ज्यामध्यें फडकत आहेत असें तें कौरवांचें चतुरंग बल मी आपल्या शस्त्रप्रतापानें जिंकून टाकून सर्व गाई परत आणीन. अहो, वज्रधारी इंद्र ज्याप्रमाणें दानवांना सळो का पळो करून टाकितो, त्याप्रमाणें मी आज दुर्योधन, भीष्म, कर्ण, कृप, द्रोण, अश्वत्थामा, इत्यादि महावीरांना सळो का पळो करून टाकून क्षणांत गाईंना परतवीन. काय हो करावें? आज येथें कोणी नाहीं असें पाहून कौरव गोधन हरण करीत आहेत; पण मी तेथें नाहीं, ह्यास माझा काय इलाज! आज जर मी तेथें असतों, तर खचित त्या कौरवांना वाटलें असतें कीं, हा प्रत्यक्ष पृथापुत्र अर्जुनच आम्हांशीं युद्ध करीत आहे!

वैशंपायन सांगतातः—राजा जनमेजया, राजपुत्र उत्तराचें तें भाषण ऐकून अर्जुनानें आपल्या पणाचा काल समाप्त झाला आहे असें मनांत ठरविलें; आणि सर्व पुरुषार्थांचें यथार्थ ज्ञान असलेल्या त्या पंडुपुत्रानें अग्नीपासून उत्पन्न झालेल्या, व सत्य, सरलता, इत्यादि गुणांनीं युक्त अशा महासाध्वी द्रौपदीला मोठ्या प्रेमळ मनानें एकांतांत म्हटलें:—हे सुंदरी, माझ्या सांगण्यावरून तूं उत्तराला सांग कीं, 'हा अर्जुनाचा मोठा प्रबळ व प्रियकर सारथि होता. ह्याला मोठमोठ्या युद्धांतला अनुभव आहे. ह्यास तूं आपला सारथि कर.'

वैशंपायन सांगतातः—राजा जनमेजया, पुढें उत्तर वारंवार अर्जुनाचें नांव काढून आपली प्रतिष्ठा मिरवूं लागला, तेव्हां द्रौपदीला तें सहन होईना; म्हणून ती त्या स्त्रियांतून उठून लाजत लाजत उत्तराला हळूहळू म्हणाली, "हे राजपुत्रा, तो गजेंद्रासारखा शोभणारा, प्रसन्न

मुद्रा धारण करणारा व बृहन्नला नांवानें प्रसिद्ध असणारा तरुण पुरुष पूर्वी पार्थाचा सारथि होता. हे वीरा, मी पूर्वी पांडवांबरोबर असतांना तो पुरुष धनुर्विद्येंत अगदीं अर्जुनतुल्य होता असें माझ्या प्रत्ययास आलेलें आहे. ज्या समयीं अग्नीनें खांडववन दग्ध केलें, त्या समयीं अर्जुनाचें सारथ्य तोच करीत होता. हे वीरशिरोमणे, ह्या सारथ्याच्या बळावरच अर्जुनानें खांडवप्रस्थामध्यें अखिल प्राण्यांचा संहार उडविला, ह्यास्तव त्याच्या तोडीचा दुसरा सारथि नाहींच असें समज." राजा जनमेजया, यावर उत्तर म्हणाला, 'हे सैरंध्रि, तो तरुण पुरुष अशा प्रकारचा शूर सारथि आहे,असें जर तुला माहीत आहे, तर त्याचें दृश्य स्वरूप व वास्तविक स्वरूप हीं अगदीं भिन्न असलीं पाहिजेत. तथापि तूं माझा रथ चालव, असें स्वतः माझ्यानें त्यास म्हणवत नाहीं.'

द्रौपदी म्हणालीः—हे वीरा, हें काम करण्यास तुझी ही कनिष्ठ बहीण योग्य आहे. तिनें सांगितल्यावर बृहन्नला तिच्या सांगण्याचा कधींही अनादर करणार नाहीं. ह्यास्तव तूं तिच्याकडून सांगून बृहन्नलेला सारथ्य करण्याचें काम सांग. जर ही गोष्ट घडेल तर निश्चयानें तूं कौरवांना जिंकून गाई परत आणशील.

जनमेजया, सैरंध्रीचें भाषण ऐकून उत्तर आपल्या भगिनीस म्हणाला, 'तूं जा, व बृहन्नलेला घेऊन ये.' नंतर राजपुत्राच्या सांगण्याप्रमाणें त्याची ती बहीण त्वरेनें नृत्यशालेंत गेली आणि तिनें बृहन्नलेच्या रूपानें गुप्त वेष धारण केलेल्या अर्जुनाची भेट घेतली.

अध्याय सदतिसावा.

—:o:—

उत्तरेचें निर्याण.

वैशंपायन सांगतातः—राजा जनमेजया, विराटकन्या उत्तरा नृत्यशालेमध्यें बृहन्नलेकडे गेली, त्यावेळीं जणू काय मेघाकडे विद्युल्लताच जात आहे, असें भासलें. त्यासमयीं त्या यशस्विनीच्या कंठामध्यें सुवर्णपुष्पांच्या माला होत्या. ज्येष्ठ भ्रात्याची इच्छा सिद्धीस न्यावी ही तिची उत्कट उत्कंठा होती. वेदीप्रमाणें तिची कटि अत्यंत कृश होती, तिच्या देहाची कांति पद्मपत्राप्रमाणें सतेज होती, तिनें आपल्या अंगावर मयूरपिच्छमुक्त अलंकार घातले होते, तिचें शरीर सुंदर व सडपातळ होतें, तिच्या कमरेभोंवतीं रत्नखचित चित्रविचित्र रशना विलसत होती, तिच्या पापण्या वांकड्या होत्या, हत्तीच्या शुंडेप्रमाणें मांसल अशा तिच्या मांड्या एकमेकींस लागलेल्या होत्या, तिच्या त्या अनुपम देहास कोठेंही नांव ठेवण्यास जागा नव्हती, तिची दंतपंक्ति मनोहर होती, तिचा कटिमध्य फार मोहक होता. राजा, अशी ती वरानना अर्जुनाकडे गेली, त्यावेळीं जणू काय नागवधु नागाकडेच मोठ्या उत्साहानें गमन करीत आहे, असें वाटलें! अशी ती विशालनयना विराटदुहिता आपल्या समीप प्राप्त झाली आहे असें पाहून अर्जुनास मोठा आनंद झाला. राजा, ती उत्तरा म्हणजे राजकुलांतील एक मोठें अनुपम रत्नच होतें. कोणाच्याही मनामध्यें आदरबुद्धि व प्रेम उत्पन्न व्हावें अशी तिच्या अंगीं पात्रता होती. ह्यास्तव, जणू काय आपल्या अग्रभागीं प्रत्यक्ष इंद्रलक्ष्मीच उभी आहे असें अवलोकन करून त्या सुंदरीला अर्जुन म्हणाला, "हे रूपसंपन्ने, तुझें येणें आज कां बरें झालें आहे? आज

अशी घाईनें तूं कां बरें आली आहेस? तुझ्या मुखचर्येवर आज टवटवी कां बरें नाहीं? सुंदरी, सर्व कांहीं सविस्तर सांग."

वैशंपायन सांगतातः—राजा जनमेजया, ह्याप्रमाणें त्या राजकन्येला हंसत हंसत अर्जुनानें विचारलें असतां, सखीजनांनीं परिवेष्टित अशी ती उत्तरा अर्जुनाच्या अगदीं समीप गेली व मोठ्या प्रेमानें त्याला म्हणाली, "हे बृहन्नले, आपल्या राष्ट्रांतील गाई आज कौरवांनीं हरण करून चालविल्या आहेत; व त्या जिंकून पुनः माघाऱ्या आणण्यासाठीं माझा धनुर्धर भ्राता जाणार आहे. त्याचा सारथि नुकताच युद्धामध्यें हत झाल्यामुळें त्यास सारथ्याची मोठी अडचण पडली आहे. त्या सारथ्याची बरोबरी करणारा दुसरा सारथि कोणीही नाहीं. परंतु सैरंध्रीकडून मीं असें ऐकिलें आहे कीं, तूं सारथ्यकर्मामध्यें मोठी निपुण आहेस. खरोखर तूंच पूर्वीं अर्जुनाचें सारथ्य केलेंस व तुझ्या साहाय्यानें अर्जुनानें सर्व पृथ्वी जिंकिली. म्हणून, हे बृहन्नले, कौरवांनीं जोंपर्यंत आपल्या गाई फारशा दूर नेल्या नाहींत, तोंच माझ्या भ्रात्याचें तूं सारथ्य करून त्याची मोठी कामगिरी कर. आज मोठ्या प्रेमानें मी तुला हें काम सांगत आहें. ह्यास्तव तूं हें काम अगत्य केलें पाहिजेस. जर तूं ह्या माझ्या विनंतीचा अनादर करशील, तर मी प्राणत्याग करीन!

राजा जनमेजया, ह्याप्रमाणें उत्तरेचें भाषण श्रवण करतांच, तो शत्रुतापन महापराक्रमी अर्जुन तिच्या समीप गेला; व ती विशालेक्षणा उत्तराही, हत्तीण जशी आपल्या छाव्याच्या मागून जाते तशी त्या मत्तवीरकुंजराच्या मागून गेली. त्या समयीं बृहन्नलेला दुरूनच पाहून उत्तर म्हणाला, हे बृहन्नले, तुझ्या सारथ्यकर्मावरच अर्जुनानें खांडवनांमध्यें अग्नीला संतुष्ट केलें; तुझ्या सारथ्याच्या बळानेंच त्यानें सर्व पृथ्वी जिंकून त्यांतील संपत्ति हस्तगत करून घेतली; तुझ्याविषयीं सर्व माहिती सैरंध्रीकडून मला समजली आहे. तिनें पांडवांस पाहिलें आहे. ह्यास्तव, हे बृहन्नले, कौरवांशीं युद्ध करण्याच्या ह्या प्रसंगीं तूं जसें पूर्वीं अर्जुनाचें सारथ्य केलेंस, तसें माझें सारथ्य कर. " जनमेजया, ह्यावर बृहन्नला उत्तरास म्हणालीः—हे राजपुत्रा, एकदां युद्धाचें तोंड लागलें म्हणजे सारथ्याच्या अंगीं जें शौर्य असावें लागतें, तें माझ्या अंगीं कोठून असेल बरें? राजपुत्रा, तुझा विजय असो. मला तूं गाणें, बजावणें व नाचणें ह्यांपैकीं कशाचेही एक अथवा अनेक प्रकार कर म्हणून सांगशील तर तें ठीक होईल; मला सारथ्य कसें करतां येईल बरें? त्यावर उत्तर म्हणालाः—'बृहन्नले, तुझ्या ठिकाणीं गायननर्तनादि कला आहेत, हें ठीक आहे; परंतु प्रस्तुत प्रसंगीं तूं माझ्या रथावर त्वरित आरूढ होऊन माझें सारथ्य करावेंस.'

वैशंपायन सांगतातः—राजा जनमेजया, शत्रुसंहारक अर्जुन सर्व कांहीं जाणीत असतां नंतर त्यानें उत्तरेच्या समोर पुष्कळ विनोदप्रकार केले. त्यानें चिलखत उलटें उभें धरून तें तसेंच अंगावर चढविलें; व तें पाहून त्या ठिकाणीं जमा झालेल्या कुमारिका मोठ्यानें हंसूं लागल्या! बृहन्नलेस कांहीं तें चिलखत नीट घालतां येईना व तिची मोठी धांदल उडाली, असें पाहून अखेरीस उत्तरानेंच तें मूल्यवान् चिलखत बृहन्नलेच्या अंगांत घातलें. नंतर त्यानें सूर्यासारखें देदीप्यमान असें श्रेष्ठ कवच स्वतः आपल्या अंगांत घालून व सिंहध्वज उभारून बृहन्नलेची सारथ्याचे जागीं योजना केली; आणि तो वीर महान् महान् धनुष्यें व उत्तम उत्तम पुष्कळ बाण घेऊन युद्धार्थ बाहेर पडला. राजा, त्या वेळीं उत्तरा व तिच्या

सख्या बृहन्नलेला ह्मणाल्या, " हे सखि, तूं युद्धामध्यें भीष्म, द्रोण आदिकरून योद्ध्यांना जिंकून आमच्या बाहुल्यांसाठीं चित्रविचित्र, बारीक, मृदु व सुंदर अशीं वस्त्रें घेऊन ये ! " तेव्हां तें एकून मेघाप्रमाणें गंभीर शब्द करून पृथापुत्र अर्जुन त्यांस ह्मणाला, "सख्यांनो, जर हा राजपुत्र उत्तर संग्रामामध्यें शत्रूंस जिंकील, तर तुह्मी ह्मणतां तसलीं त्यांचीं तीं दिव्य व रुचिर वस्त्रें मी हरण करून आणीन ! "

वैशंपायन सांगतातः—राजा जनमेजया, ह्याप्रमाणें बोलून, नानाप्रकारच्या ध्वजपताका ज्यामध्यें फडकत होत्या, अशा त्या कौरव-सैन्याकडे अर्जुनानें उत्तराच्या रथाचे अश्व चालविले. त्या वेळीं बृहन्नलेसहवर्तमान तो महाभुज उत्तर उत्तम रथावर आरूढ झालेला अवलोकन करून कुमारिका, स्त्रिया व सुव्रत द्विज ह्यांनीं त्यांस प्रदक्षिणा केल्या व म्हटलें, " हे बृहन्नले, पूर्वीं खांडववन दग्ध करण्याच्या वेळीं त्या ऋषभगामी अर्जुनाचें तूं सारथ्य करून जशी विजयलक्ष्मी मिळविलीस, तशीच विजयलक्ष्मी तूं ह्या उत्तराचें सारथ्य करीत असतां तुला मिळावी ! "

अध्याय अडतिसावा.

---:०:---

उत्तराश्वासन.

वैशंपायन सांगतातः—राजा जनमेजया, तो विराटपुत्र मोठ्या उमेदीनें राजधानींतून बाहेर पडल्यावर बृहन्नला सारथ्यास ह्मणाला कीं, " जिकडे ते कौरव गेले आहेत, तिकडे चल. विराट राजाला जिंकून त्याच्या गाई हरण कराव्या ह्मणून एकत्र जमलेल्या सर्व कौरवांना जिंकून त्यांपासून हा पहा मी आपल्या गाई परत आणितों. " नंतर उत्तराच्या सांगण्याप्रमाणें अर्जुनानें रथाचे ते उत्तम घोडे हाकले, तेव्हां ते सुवर्णाचे हार घातलेले घोडे जणू काय आकाश विदारीत वायुवेगानें चालूं लागले. पुढें लवकरच अर्जुन व उत्तर ह्यांस कौरवांचें तें अफाट सैन्य दृग्गोचर झालें. स्मशानाच्या समीप गेल्यावर, अर्जुनानें कौरवांचें तें सज्ज असलेलें सर्व सैन्य चोहोंकडे पसरलें आहे असें अवलोकन केलें; आणि नंतर उत्तर व अर्जुन ह्यांनीं त्या शमी वृक्षाकडे नजर फेंकिली. राजा, सागरासारखी विस्तीर्ण अशी कौरवांची ती अवाढव्य सेना पाहून जणू अमित वृक्षांनीं खचून भरलेलें वनच अंतरिक्षांत पसरत आहे कीं काय, असा भास झाला ! जनमेजया, तें सैन्य चालत असतां धूळ इतकी उडत होती कीं, तिनें सर्व अंतराल भरून जाऊन सर्व प्राणी अंध बनले होते ! राजा, महाधनुर्धर द्रोणाचार्य, अश्वत्थामा, भीष्म, कर्ण, दुर्योधन, कृप, इत्यादिक ज्यांत प्रमुख आहेत, अशा प्रकारचें तें चतुरंग बल अवलोकन करून, उत्तराच्या अंगावर रोमांच उभे राहिले व तो भयभीत होऊन अर्जुनाशीं बोलूं लागला.

उत्तर म्हणालाः—हे सूता, माझी अवस्था काय झाली आहे हें तूं पाहिलेंस काय ? मला ह्या कुरुसैन्याबरोबर लढण्याची उमेद नाहीं. माझें सर्व शरीर रोमांचित झालें आहे. ह्या सैन्यांत मोठमोठे प्रबल वीर असल्यामुळें हें मोठें भयंकर आहे. देवांच्यानें सुद्धां ह्यांशीं टक्कर देणें मोठें कठीण आहे ! अरे, हें सैन्य किती अफाट आहे, ह्याचा अगदीं अंत नाहीं. रथ, गज, अश्व, पायदळ व ध्वजपताका यांनीं हें अगदीं गजबजून गेलें आहे ! ह्या सैन्याचीं हीं धनुष्यें तरी किती प्रचंड आहेत ! अरे, माझ्या मनाला तर अगदीं धडकी बसून गेली ! ह्या सैन्यांत माझ्यानें प्रवेश करवत नाहीं !

अरे, द्रोण, भीष्म, कृप, कर्ण, विविंशति, अश्वत्थामा, विकर्ण, सोमदत्त, बाल्हिक, दुर्योधन ह्या महान् महान् योद्धयांना अवलोकन करून माझें मन तर अगदीं गांगरून जातें!

वैशंपायन सांगतातः—राजा जनमेजया, ह्या प्रकारें त्या अनुभवशून्य उत्तराची गाळण उडाली; व तो गुप्त वेष धारण केलेल्या पराक्रमी अर्जुनाशीं अगदीं दीनपणानें विलाप करूं लागला! तो म्हणाला, "माझा पिता येथें मला ठेवून आपण त्रिगर्तांबरोबर युद्ध करण्यास गेला. त्याच्याबरोबर सर्व सैन्य गेलें, येथें आतां कोणीही नाहीं. तर अशा स्थितींत, युद्धाविषयीं अनभ्यस्त असा मी एकटा ह्या अफाट व शस्त्रास्त्रप्रवीण कौरवसैन्याशीं युद्ध करण्यास कसा समर्थ होईन! ह्यास्तव, हे बृहन्नले, तूं हा रथ माघारा फिरव!"

बृहन्नला म्हणालीः—अरे, तूं इतका भिऊन गेलास हें काय! अजून शत्रूंनीं तर कांहींच शौर्य दाखविलें नाहीं! तुझ्या ह्या भीतीनें शत्रूंचा हर्ष वाढेल! अरे, तूं आपण होऊनच मला इकडे रथ आणण्यास सांगितलेंसना? आणि मग हें असें कसें! ह्यास्तव, जिकडे पुष्कळ ध्वजपताका फडकत आहेत, तिकडे तुला मी घेऊन जातों! हे महाबाहो, आमिषावर उड्या टाकणाऱ्या गिधाडांप्रमाणें हातावर शिर घेऊन पृथ्वीकरितां लढणारे व गाई हरण करण्याविषयीं उत्सुक झालेले हे कौरव पहा! अरे, स्त्रियांमध्यें व पुरुषांमध्यें बढाई मारून युद्ध करण्यासाठीं तूं येथें आलास, आणि आतां तूं युद्ध न करितां माघारा जाऊं पाहातोस, तेव्हां तुला काय म्हणावें? आज गाई जिंकिल्यावांचून परत गेलास, तर वीर पुरुष व स्त्रिया ह्या सर्वांमध्यें तुझा एकच उपहास होईल! अरे, आतां येथून परत जाण्यांत तुझीच विटंबना होईल असें नाहीं, तर माझीही होईल! अरे, सैरंध्रीनें ज्या माझी सारथ्यकर्माविषयीं तुझ्यापाशीं वाखाणणी केली, त्या मलाही आतां गाई परत मिळविल्याशिवाय माघारें जाववत नाहीं! ह्यास्तव आतां मला तरी कौरवांशीं युद्ध करणें भाग आहे; तूं आतां स्वस्थ रहा!

उत्तर म्हणालाः—हे बृहन्नले, ह्या अमित कौरवांनीं मत्स्य देशांतील संपत्ति खुशाल हरण करावी; अथवा नरनारींनींही खुशाल मला हंसावें! मला आतां युद्धाशीं कांहींएक कर्तव्य नाहीं; माझ्या गाई कौरवांनीं नेल्या तरी चालतील! सध्या माझ्या नगरांत कोणी नाहीं, ह्यास्तव मी तें सोडून आल्याबद्दल माझा पिता मला रागावेल, त्या भीतींत मी आहें!

वैशंपायन सांगतातः—राजा जनमेजया, उत्तरानें असें म्हणून भयानें रथांतून खालीं उडी टाकिली; व आपला अभिमान, गर्व व सशर धनुष्य हीं सर्व टाकून देऊन तो पळूं लागला!

बृहन्नला म्हणालीः—उत्तरा, पळून जाणें हा क्षत्रियाचा धर्म नव्हे; शूरांना ही गोष्ट सर्वथा नापसंत आहे. भयानें पळून जाण्यापेक्षां रणभूमीवर मरणें हेंच श्रेयस्कर होय!

वैशंपायन सांगतातः—राजा जनमेजया, असें म्हणून कुंतीपुत्र अर्जुनानें त्या श्रेष्ठ रथांतून खालीं उडी टाकिली; व तो धावत असलेल्या त्या राजपुत्राच्या मागून धावूं लागला! राजा, त्या समयीं त्या बृहन्नलारूपधारी अर्जुनाची ती लांब वेणी व लाल वस्त्रें हालत होतीं तीं कौरवपक्षाकडील वीरांच्या दृष्टीस पडलीं. तेव्हां तसला तो सारथि पाहून सैनिकांस मोठें हंसूं आलें! त्यांस त्या विचित्र स्वरूपावरून हा अर्जुन आहे, असें वाटलें नाहीं. तो त्वरेनें पळत असतां कौरवांनीं त्यास पाहिलें व म्हटलें, "अहो, भस्माच्छादित अग्नीप्रमाणें वेषांतरानें आपलें रूप गूढ ठेवणार हा कोण असावा बरें? ह्याचें रूप कांहींसें पुरुषाप्रमाणें व कांहींसें

स्त्रीप्रमाणें आहे; ह्याचें अर्जुनाशीं अगदीं सादृश्य आहे, परंतु ह्याचा क्लीबाचा वेष आहे! अहो, तेंच हें मस्तक, तीच ग्रीवा, तेच हे परिघतुल्य बाहु, व तीच ही चालण्याची ढब! ह्यास्तव हा अर्जुन आहे ह्यांत वानवा नाहीं! अहो, देवांमध्यें ज्याप्रमाणें देवेंद्र, त्याप्रमाणें मनुष्यांमध्यें हा धनंजय एकटा शत्रूंशीं युद्ध करण्यास समर्थ आहे. अहो, ह्या अवाढव्य सेनेशीं एकटा युद्ध करण्यास अर्जुनाशिवाय कोणीही समर्थ नाहीं! अहो, विराटनगरांत हल्लीं कोणीही नाहीं, सर्व योद्धे दुसरीकडे लढण्यास गेले असून हा एकटा विराटाचा पुत्र मात्र आहे. हा येथें आम्हांशीं लढण्यास आला आहे, हें केवळ आपल्या मूर्खपणामुळें ह्यानें केलेलें आहे; ह्याच्या ठिकाणीं खचित शौर्य नाहीं! आम्हांला वाटतें कीं, विराटनगरांत गुप्त वेषानें अज्ञातवासाचे दिवस घालवीत असलेल्या ह्या अर्जुनाला सारथि करून तो येथें युद्धार्थ आला असावा! आणखी आम्हांला असेंही वाटतें कीं, तो हा विराटपुत्र आम्हांला भिऊन पळत आहे व त्याला धरण्यासाठीं त्याच्या मागून हा धनंजय धावत आहे!"

वैशंपायन सांगतातः—राजा जनमेजया, ह्याप्रमाणें सर्वही कौरव वेगवेगळे तर्क करूं लागले; आणि कपटवेषानें आपलें रूप गुप्त ठेविलेल्या त्या अर्जुनाला पाहून, पुढें काय करावें ह्याबद्दल सर्वांना मोठें गूढ पडलें! इकडे उत्तर भयभीत होऊन पळत असतां शंभर पावलें मागोमाग जाऊन अर्जुनानें त्याचे केश धरून त्यास ओढिलें; व त्याबरोबर तो विराटपुत्र मोठ्या करुणस्वरानें विलाप करूं लागला!

उत्तर म्हणालाः—हे कल्याणि बृहन्नले, माझें ऐक; रथ लवकर मागें फिरव. हे प्राण जगल्यानें पुढें वैभव मिळवितां येईल! मी तुला शुद्ध सुवर्णाचीं शंभर नाणीं देईन; अत्यंत तेजस्वी अशीं सुवर्णखचित आठ वैदूर्यरत्नें अर्पण करीन; आणि तसेच दहा उत्तम गज व सुवर्णमंडित रथ देईन, पण आतां मला सोड!

वैशंपायन सांगतातः—राजा जनमेजया, ह्याप्रमाणें गयावया करून रडणाऱ्या व अतिशय घाबरून गेलेल्या त्या उत्तराला पाहून तो वीरशिरोमणि अर्जुन हंसला व त्यानें त्यास रथाजवळ ओढून आणिलें; परंतु त्या समयीं उत्तर तर अगदीं मूर्छित झाला, तेव्हां अर्जुन त्यास म्हणालाः—बा उत्तरा, शत्रूंशीं युद्ध करण्याचें सामर्थ्य तुझ्या अंगीं नसेल, तर तूं माझें सारथ्य कर; मी शत्रूंशीं युद्ध करितों; भिऊं नको; मीं आपल्या बाहुबलानें तुझें रक्षण करीन! ह्या महान् महान् वीरांनीं प्रबळ व अजिंक्य झालेल्या कौरवसैन्याकडे तूं हा रथ चालव. बा राजपुत्रा, तूं क्षत्रिय असून शत्रूंच्या समोर हा असा इतका दीन कसा झालास? अरे, ही रथसेना जरी दुर्धर्ष व अजिंक्य अशी असली, तरी मी हींत प्रवेश करून कौरवांना जिंकीन आणि तुझ्या गाई परत आणीन! तूं आतां माझें सारथ्य तेवढें कर, म्हणजे मी कौरवांचा समाचार घेतों!

राजा जनमेजया, ह्याप्रमाणें त्या विजयशाली धनंजयानें उत्तराची एक मुहूर्तपर्यंत समजूत केली आणि भयानें व्याकूळ होऊन परत जाऊं पाहाणाऱ्या त्या उत्तरास रथावर कसेंबसें बसविलें!

अध्याय एकुणचाळिसावा.

—:०:—

अर्जुनप्रशंसा.

वैशंपायन सांगतातः—राजा जनमेजया, उत्तरास रथामध्यें घालून तो क्लीबवेष धारण केलेला नरश्रेष्ठ अर्जुन रथामध्यें बसून शमी वृक्षाकडे जात आहे असें पाहून भीष्म, द्रोण,

आदिकरून महान् महान् सर्व योद्धे अर्जुनाच्या भीतीनें मनांत उद्विग्न झाले व घाबरून गेले! राजा, कौरववीरांची ती अवस्था पाहून व नानाविध उत्पात होऊं लागलेले अवलोकन करून महाधनुर्धर भारद्वाज द्रोणाचार्य हे म्हणाले, "अहो, हे रुक्ष व प्रचंड वारे वाहूं लागून क्षुद्र पाषाणांची वृष्टि होत आहे! भस्मवर्ण अंधकारानें दाही दिशा भरून गेल्या! मेघांची आकृति व वर्ण अद्भुत दिसूं लागला! नानाविध शस्त्रें कोशांतून आपोआप बाहेर पडूं लागलीं! ह्या पहा दिशा पेटल्या व त्यांमध्यें भयंकर भालु ओरडूं लागल्या. अश्वांच्या नेत्रांतून अश्रु वाहूं लागले! व ध्वज विनाकारण हालूं लागले! अहो, या सर्व दुश्चिन्हांवरून कांहीं तरी भयंकर अरिष्ट कोसळणार असें भासत आहे, ह्मणून तुम्ही सर्व सज्ज व्हा! तुम्हीं सर्वांनीं आपलें स्वतःचें संरक्षण करून सैन्याची रचना उत्तम प्रकारें करावी. आतां युद्धांत प्राणनाश होण्याचा संभव आहे, ह्यास्तव सावध असा व गाईंचें रक्षण करा. अहो, हा क्लीबवेषानें रथस्थ असलेला पुरुष महापराक्रमी अर्जुनच आहे, ह्यांत वानवा नाहीं. हे गंगानंदना, लंकेश रावणाच्या अशोक वनाचा विध्वंस करणारा हनुमान् ज्याच्या ध्वजावर आहे, आणि ज्याला वृक्षाचें नांव आहे, तो हा पर्वतशत्रु इंद्राचा पुत्र अंगनावेषधर किरीटी आज ज्याला जिंकून तुमच्या गाई घेऊन जाण्याच्या विचारांत आहे, त्या दुर्योधनाचें आपण संरक्षण करा. हा सव्यसाची महाबलाढ्य अर्जुन सुरासुरांशीं संग्राम करण्याचा प्रसंग आला तरी मागें न हटतां युद्ध करील. अहो, ह्या शूरास प्रत्यक्ष देवेंद्रानें अस्त्रविद्या शिकविल्यामुळें युद्धाविषयीं हा अगदीं तत्तुल्य पराक्रमी आहे; व ह्यास वनवासांत फार क्लेश भोगावे लागल्यामुळें हा अत्यंत क्रोधाविष्ट झालेला आहे. कौरवहो, ह्याची बरोबरी करणारा वीर मला आढळत नाहीं. अहो, हिमालय गिरीवर युद्धामध्यें किरातवेषधारी प्रत्यक्ष महादेवाला सुद्धां ह्यानें संतुष्ट केलें!"

कर्ण म्हणालाः—अहो आचार्य, तुम्ही अर्जुनाचे गुणवर्णन करून नेहमीं आमच्याजवळ त्याची बढाई मारितां, परंतु तो माझी किंवा दुर्योधनाची किंचित् सुद्धां बरोबरी करण्यास समर्थ नाहीं!

दुर्योधन म्हणालाः—हे कर्णा, जर हा खरोखरीच अर्जुन असेल, तर माझें कामच झालें! अंगराजा, ह्यास आपण ओळखिलें म्हणजे सर्व पांडव ओळखिले जाऊन त्यांस पुनः बारा वर्षें वनवासांत काळ काढिला पाहिजे! बरें, जर हा अर्जुनाव्यतिरिक्त दुसरा कोणी क्लीबवेषधारी मनुष्य असेल, तर मी आपल्या निशित बाणांनीं त्यास रणभूमीवर मारून टाकीन!

वैशंपायन सांगतातः—राजा जनमेजया, दुर्योधनाचें तें भाषण श्रवण करून भीष्म, द्रोण, कृप व अश्वत्थामा ह्यांनीं त्याच्या त्या सामर्थ्याची प्रसंशा केली!

अध्याय चाळिसावा.

—:०:—

उत्तराला अस्त्रकथन.

वैशंपायन सांगतातः—राजा जनमेजया, इकडे शमी वृक्षाच्या समीप गेल्यावर, अर्जुनानें विराटाचा पुत्र उत्तर हा फार कोमल व संग्रामाविषयीं अनभ्यस्त आहे असें मनांत आणून त्यास ह्मटलें, "बा उत्तरा, माझ्या सांगण्यावरून हीं धनुष्यें लवकर खालीं काढ. बा, तुझीं हीं धनुष्यें माझें बल सहन करण्यास समर्थ नाहींत. अरे, ह्यांना मोठा भार सोसणार नाहीं, इतकेंच नव्हे, तर ह्यांच्यानें हत्तीसुद्धां मरणार नाहीं! बाबा, शत्रुमर्दनाचें काम मी

करूं लागल्यावर माझ्या हाताचे हिसकेसुद्धां ह्या धनुष्यांना सोसणार नाहींत ! ह्यास्तव, हे भूमिंजया (उत्तरा), ह्या पत्रांनीं भरलेल्या शमीवर चढ. बाबा, ह्या वृक्षावरच धर्मादिक पांडवांचीं धनुष्यें ठेविलेलीं आहेत. उत्तरा, अर्जुनाचें महाप्रबल गांडीव धनुष्यही या वृक्षावरच असून त्या शूर पांडवांचे शर, ध्वज व दिव्य कवचें येथेंच आहेत. बा उत्तरा, अर्जुनाचें तें एकटें गांडीव धनुष्य लक्षावधि धनुष्यांची बरोबरी करील व राष्ट्राची संपत्ति वाढवील ! त्याला कितीही ताण पडला तरी तें तुटणार नाहीं व तें ताडाप्रमाणें अवाढव्य आहे ! ह्याच्यापुढें कोणतींही इतर आयुधें अगदीं तुच्छ होत ! ह्याच्या योगें शत्रूचा नाश निश्चयानें व्हावयाचाच ! राजपुत्रा, ह्या दिव्य धनुष्यावर सुवर्णाचें काम केलें असून तें अगदीं गुळगुळीत व अव्रण आहे ! हे महाभारवाहक धनुष्य दिसण्यांत मनोहर, परंतु शत्रूंस सळो का पळो करून टाकणारें आहे ! त्याप्रमाणेंच इतर सर्व पांडवांचीं धनुष्येंही तशींच मोठीं बळकट व सुदृढ आहेत ! "

अध्याय एकेचाळिसावा.

—:०:—

अस्त्रारोपण.

उत्तर ह्मणालाः—हे बृहन्नले, ह्या वृक्षावर एक प्रेत बांधून ठेविलें आहे म्हणून ह्मणतात; तर म्यां राजपुत्रानें त्याला आपल्या हातानें कसा बरें स्पर्श करावा ? मी क्षत्रियकुलांत जन्मलेला असून महान् राजपुत्र व मंत्रयज्ञवेत्ता आहें. ह्यास्तव अशा प्रकारच्या वस्तूला स्पर्श करणें माझ्यासारख्यास उचित नाहीं. हे बृहन्नले, त्या शवाला स्पर्श केल्यास मी शववाहकाप्रमाणें अशुचि होईन आणि मग तुला सुद्धां माझ्याशीं संसर्ग करितां येणार नाहीं !

बृहन्नला म्हणालीः—हे राजेंद्रा, तुझ्याशीं संसर्ग करण्यास कोणतीही अडचण येणार नाहीं, तूं शुचिच राहाशील. बाबा, भिऊं नको. येथें शव वगैरे कांहीं नाहीं. हीं धनुष्यें आहेत. बाबा, मत्स्यराजाच्यासारख्या थोर कुलामध्यें जन्मलेल्या राजपुत्राच्या हातून मी भलतेंच कर्म कसें करवीन बरें ?

वैशंपायन सांगतातः—राजा जनमेजया, अर्जुनाचें हें भाषण श्रवण करून उत्तर रथांतून खालीं उतरला व निरुपाय होऊन शमी वृक्षावर चढला. नंतर शत्रुनाशक धनंजय रथांत उभा राहून उत्तरास म्हणाला, " बा उत्तरा, वृक्षाच्या शेंड्यापासून हीं धनुष्यें सत्वर खालीं काढ; उशीर लावूं नको. ह्यांचें वेष्टनही तूं लवकर काढून टाक. " राजा जनमेजया, नंतर उत्तरानें महापराक्रमी पांडवांचीं तीं महान् महान् धनुष्यें वृक्षावरून काढिलीं व त्यांच्या भोंवतालीं गुंडाळलेलीं पानें सोडून टाकून तीं आपल्याजवळ घेतलीं. नंतर त्यानें त्या धनुष्यांचीं सर्व बाजूंचीं बंधनें सोडिलीं, तेव्हां त्यांत गांडीव धनुष्य व दुसरीं चार धनुष्यें त्याच्या दृष्टीस पडलीं. राजा, सूर्याप्रमाणें देदीप्यमान अशीं तीं धनुष्यें सोडीत असतां, ग्रहांच्या उदयकालीं जशी प्रभा फांकते तशी प्रभा त्यांतून फांकूं लागली ! राजा, त्या धनुष्यांकडे पाहून उत्तरास जणूं काय सर्पच फोंफावत आहेत असें वाटलें व तो एकदम भयानें व्याकुल होऊन त्याच्या सर्व अंगावर रोमांच उभे राहिले ! राजा, नंतर त्या प्रचंड व देदीप्यमान धनुष्यांना स्पर्श करून उत्तर अर्जुनास असें बोलूं लागला.

अध्याय बेचाळिसावा.

—:०:—

उत्तराचे प्रश्न.

उत्तर म्हणालाः—हे बृहन्नले, ज्या ह्या धनुष्यावर सुवर्णाचीं शंभर सूक्ष्म चक्रें काढिलेलीं असून ज्याचीं अग्रें देदीप्यमान आहेत, असें हें उत्कृष्ट धनुष्य कोणत्या प्रख्यात वीराचें आहे? ज्याच्या पृष्ठभागावर सुवर्णाचे हत्ती काढलेले आहेत, व ज्याचा मध्यभाग व पार्श्व बाजू सुंदर आहेत, असें हें उत्तम धनुष्य कोणाचें? ज्याच्या पाठीवर शुद्ध सोन्याचे इंद्रगोप कीटक निरनिराळे काढिलेले दिसत आहेत असें हें उत्तम धनुष्य कोणाचें? ज्याच्यावर सुवर्णाचे तीन सूर्य काढिलेले असून त्यांचें तेज झळाळत आहे, असें हें उत्तम धनुष्य कोणाचें? आणि ज्याच्यावर कृष्णागरूचे शलभ काढिलेले असून त्यांवर सुवर्णाचे अलंकार आहेत व ज्याच्यावर जडावाचें कोंदणकाम केलें आहे, असें हें उत्तम धनुष्य कोणाचें? तसेंच, हे बृहन्नले, सुवर्णाच्या भात्यामध्यें असलेले व सर्व अंगांनीं पाजवलेले हे असंख्य लोमवाही नाराच बाण कोणाचे? त्याप्रमाणेंच, गृध्राचे पंख लाविलेले, शिळेवर धार केलेले, हळदीसारखे पिंवळे जरद दिसणारे व सबंध लोखंडाचे असे हे विपाठ नांवाचे विशाल बाण कोणाचे? तसेंच, ज्यावर पांच व्याघ्रांचीं चिन्हें आहेत, असें हें वराहाच्या कर्णासारखें दहा बाण धारण करणारें कृष्णवर्ण धनुष्य कोणाचें? त्याप्रमाणेंच हे विशाल, दीर्घ व अर्धचंद्राकृति असे रुधिर प्राशन करणारे सातशें नाराच बाण कोणाचे? ज्यांचीं पूर्वार्धें शुकाच्या पिसांसारखीं आहेत, ज्यांचीं उत्तरार्धें लोहाचीं आहेत, व जे शिळेवर लावून तयार केलेले आहेत, असे हे टोंकदार पिंवळे हेमपुंख बाण कोणाचे? आणि मोठा भार सहन करणारा, शत्रूंना अत्यंत भय देणारा, व ज्याचा पृष्ठभाग व मुख बेडकीप्रमाणें आहे, असा हा मोठा प्रचंड व दिव्य बाण कोणाचा? हे बृहन्नले, व्याघ्रचर्माच्या कोशांत ठेविलेला, सुवर्णाची चित्रविचित्र मूठ धारण करणारा, व ज्याला उत्तम फाळ आहे असा लहान लहान घंटांनीं युक्त असलेला हा बाण कोणाचा? तसेंच, सुवर्णाची मूठ असलेलें व गोचर्माच्या कोशांत ठेविलेलें असें हें अतिनिर्मल खड्ग कोणाचें? त्याप्रमाणेंच, पराक्रम गाजविणारें, निषध देशांत तयार होणारें, सुवर्णाची मूठ धारण करणारें, व अजचर्मकोशांत असलेलें हें खड्ग कोणाचें? तसेंच, ज्याचा आकार व मान अगदीं यथायोग्य आहे, व आकाशाप्रमाणें जें लकाकत आहे, असें अग्नितुल्य कोशामध्यें असणारें हें खड्ग कोणाचें? आणि त्याप्रमाणेंच, ज्यावर सुवर्णाचीं चिन्हें काढिलीं आहेत, शत्रूंनीं कितीही आघात केले तरी ज्याला मुळींच धक्का बसावयाचा नाहीं, सर्पाप्रमाणें ज्याचा स्पर्श प्राणघातक होईल, जें शत्रूंचे देह निश्चयानें विदारण करील, असें हें दिव्य खड्ग कोणाचें? हे बृहन्नले, हें मला सांग. हीं सर्व शस्त्रें पाहून मला मोठा विस्मय उत्पन्न झाला आहे, तर तूं सर्व कांहीं खराखरा प्रकार मला सांग.

अध्याय त्रेचाळिसावा.

—:०:—

आयुधवर्णन.

बृहन्नला म्हणालीः—हे उत्तरा, तूं मला प्रथम ज्या धनुष्याविषयीं विचारिलेंस, तें तिन्ही लोकांत प्रसिद्ध असलेलें अर्जुनाचें गांडीव धनुष्य होय. हें सर्व धनुष्यांमध्यें मोठें असून सुवर्णानें मढविलेलें आहे. हें एकटें लक्ष धनुष्यांची बरोबरी करून राष्ट्राचा अभ्युदय करणारें आहे. वास्तव अर्जुन हा ह्या धनुष्यानेंच

देवांशीं व मनुष्यांशीं युद्ध करितो. राजपुत्रा, ह्या धनुष्याला नानाप्रकारचे रंग दिले आहेत, हें अगदीं गुळगुळीत आहे; ह्यावर व्रण वगैरे मुळींच नाहींत; हें मोठें लांबलचक आहे; व ह्याची अगदीं अनादिकालापासून देव, दैत्य व गंधर्व प्रशंसा करीत आले आहेत. प्रथम एक सहस्र वर्षेंपर्यंत हें ब्रह्मदेवानें धारण केलें. नंतर पुढें तें प्रजापतीनें पांचशें तीन वर्षेंपर्यंत धारण केलें. त्याच्या मागून इंद्रानें पंचायशीं वर्षेंपर्यंत हें धारण केलें. नंतर सोम राजानें पांचशें वर्षें-पर्यंत तें आपणापाशीं ठेविलें. पुढें वरुणानें शंभर वर्षेंपर्यंत तें धारण केलें; आणि त्यानंतर अर्जुनानें पांसष्ट वर्षेंपर्यंत तें बाळगिलें. बा उत्तरा, हें मनोहर, विजयशाली आणि महा-दिव्य गांडीव धनुष्य वरुणापासून अर्जुनाला प्राप्त झालें आहे. हे राजपुत्रा उत्तरा, सुवर्णाच्या कोशांत असलेलें हें श्रेष्ठ धनुष्य भीमसेनाचें आहे. ह्यास देव व मनुष्य ह्यांज-कडून मोठा मान मिळतो. ह्या प्रचंड धनुष्याच्या साह्यानें कुंतीपुत्र भीमसेनानें संपूर्ण पूर्व दिशा जिंकली. हे विराटपुत्रा, इंद्रगोप कीटकांनीं शृंगारिलेलें हें मनोहर धनुष्य युधिष्ठिराचें आहे. तसेंच ज्यावर सुवर्णाचे सूर्य झळाळत आहेत असें हें अग्नितुल्य प्रज्वलित असणारें धनुष्य नकुलाचें आहे. त्याप्रमाणेंच, आकाशाप्रमाणें उज्वल दिसणारें व ज्यावर कृष्णागरूचे शलभ काढलेले असून सुवर्णाचे अलंकार आहेत, असें हें धनुष्य सहदेवाचें आहे. तसेच हे लोमवाही, सर्पासारखे भयंकर व वस्तऱ्यासारखे तीक्ष्ण असे बाण अर्जुनाचे आहेत. हे राजपुत्रा, शत्रूंशीं युद्ध चालू झाल्यावर हे शीघ्रगामी बाण कधींही संपत नाहींत. तसेच हे अर्धचंद्राकृति प्रचंड शर भीमसेनाचे आहेत. ह्यांची धार मोठी जलाल असून हे शत्रुक्षयाविषयीं मोठे प्रख्यात आहेत. तसेंच, ज्यांवर पंचव्याघ्रांचीं चिन्हें आहेत, असे हे हेमपुंख व हळदीसारखे पीतवर्ण दिसणारे पाजवलेले बाण नकुलाचे आहेत. राजपुत्रा, नकुलानें ह्या बाणसमुदायाच्या बळानेंच संपूर्ण पश्चिम दिशा जिंकिली. त्याप्रमाणेंच, ज्यांचा आकार सूर्याप्रमाणें आहे व ज्यांच्यावर चित्र-विचित्र काम केलें आहे, असे हे शत्रूंचा निःपात उडविणारे बाण सहदेवाचे आहेत. विराटपुत्रा, हे मोठे विशाल, तीन पर्वांचे, पाजविलेले व हेमपुंख बाण राजा युधिष्ठिराचे आहेत. त्या-प्रमाणेंच, ज्याचा पृष्ठभाग व मुख हीं बेडकी-प्रमाणें आहेत, असा हा लांबलचक व प्रचंड बाण अर्जुनाचा होय; ह्याच्या योगानें संग्रामांत मोठें लोकोत्तर कार्य घडतें. तसाच व्याघ्र-चर्माम्रध्यें असणारा हा भयंकर बाण भीमाचा आहे. त्याप्रमाणें, उत्कृष्ट फाळ असणारें, सुवर्णाची मूठ धारण करणारें व चित्रविचित्र कोशांत वास्तव्य करणारें हें खड्ग युधिष्ठिराचें आहे. तसेंच हे विराटपुत्रा, अजचर्मामध्यें असणारें हें महासमर्थ खड्ग नकुलाचें आहे आणि गोचर्मांत असणारें हें विशाल व अमोघ खड्ग सहदेवाचें आहे.

अध्याय चवेचाळिसावा.

—:०:—

अर्जुनपरिचय.

उत्तरानें विचारलें:—हे बृहन्नले, तर मग ज्यांवर सुवर्णाचीं कामें केलेलीं आहेत, अशीं हीं सुंदर आयुधें त्या महापराक्रमी वीरशिरोमणि पांडुपुत्रांचीं आहेत! बरें पण, पृथापुत्र अर्जुन, कुरुश्रेष्ठ युधिष्ठिर व भीम, नकुल व सहदेव हे कोठें आहेत? अखिल शत्रूंचा नाश करणारे ते सर्व महात्मे द्यूतांत राजभ्रष्ट झाल्यापासून त्यांचें कांहींच वर्तमान कळत नाहींसें झालें आहे. तशीच ती महाप्रख्यात साध्वी द्रौपदी कोठें

आहे बरें ? ती द्यूतानंतर पांडवांच्या मागोमाग लागलीच वनांत गेली, असें म्हणतात!

अर्जुनानें उत्तर केलें:—बा उत्तरा, मीच तो पृथापुत्र अर्जुन ! विराट राजाचा जो नवीन सभासद कंक, तोंच युधिष्ठिर होय. तुझ्या पित्याच्या पाकशाळेंचा अधिपति बल्लव हाच भीमसेन होय. अश्वशाळेवरील जो अधिकारी तोच नकुल होय. गोपाध्यक्ष हाच सहदेव होय आणि जिच्याकरितां कीचकांचा वध झाला ती सैरंध्री दासी हीच द्रौपदी होय !

उत्तर म्हणाला:—हे बृहन्नले, अर्जुनाचीं जीं दहा नांवें मीं पूर्वी ऐकिलीं आहेत, तीं जर तूं मला सांगशील, तर तुझ्या त्या सांगण्यावर माझा विश्वास बसेल.

अर्जुन म्हणाला:—हे विराटपुत्रा, जीं दहा नांवें तूं ऐकिलीं आहेस, तीं आतां मी तुला सांगतों, तर तूं तीं एकाग्र मनानें श्रवण कर. बा उत्तरा, माझीं तीं दहा नांवें—अर्जुन, फाल्गुन, जिष्णु, किरीटी, श्वेतवाहन, बीभत्सु, विजय, कृष्ण, सव्यसाची व धनंजय अशीं होत.

उत्तर म्हणाला:—हे बृहन्नले, अर्जुनाला हीं दहा नांवें कां प्राप्त झालीं, हें मला कळलेलें आहे. ह्यास्तव जर तें सर्व तूं मला कथन करशील, तर मी हें तुझें सर्व ह्मणणें खरें समजेन.

अर्जुन म्हणाला:—हे उत्तरा, मी सर्व देश जिंकून त्यांतील धन हरण करून आणिलें, व त्यामध्यें मी अधिष्ठित झालों, ह्मणून मला **धनंजय** असें नांव पडलें. तसेंच मला **विजय** असें म्हणण्याचें कारण हें कीं, संग्रामामध्यें मोठमोठ्या बलाढ्य शत्रूंवर मी चाल करून जातों व त्यांस जिंकिल्यावांचून माघारा वळत नाहीं. मी युद्ध करीत असतां माझ्या रथाला सुवर्णालंकारांनीं शृंगारलेले श्वेत वाहन (घोडे) असतात, म्हणून मला **श्वेतवाहन** असें नांव आहे. बा उत्तरा, माझा जन्म हिमालय पर्वताच्या पृष्ठभागीं दिवसास उत्तराफाल्गुनी नक्षत्रावर झाला ह्मणून माझें नांव **फाल्गुन** असें पडलें. तसाच पूर्वी मी महान् महान् दानवांशीं लढत असतां इंद्रानें माझ्या मस्तकावर सूर्याप्रमाणें देदीप्यमान असा **किरीट** घातला म्हणून मला **किरीटी** असें म्हणतात. बा विराटतनया, मी युद्ध करीत असतां कधींही बिभत्स (निंद्य) कर्म करीत नाहीं ह्मणून देवांमध्यें व मनुष्यांमध्यें मी **बीभत्सु** ह्या नांवानें विख्यात झालों आहें. मी गांडीव धनुष्याचें आकर्षण करूं लागलों ह्मणजे माझे दोन्ही हात एकसारखे चालतात ह्मणून मला **सव्यसाची** ह्मणतात. सर्व अंगांनीं समुद्रवलयांकित असलेल्या ह्या भूतलावर माझ्यासारखा वर्ण दुर्लभ आहे व मी नित्य निर्मल कर्म करितों, ह्यासाठीं मी **अर्जुन** ह्या नांवानें प्रसिद्ध आहें. तसाच मी इंद्रपुत्र मोठा बलाढ्य व अजिंक्य असल्यामुळें माझ्या वाटेस जाण्यास कोणीही समर्थ नाहीं, ह्मणून मला देवांत व मानवांत **जिष्णु** असें ह्मणतात. त्याप्रमाणेंच माझ्या पित्यानें माझें कृष्ण ह्मणून दहावें नांव ठेविलें त्याचें कारण असें कीं, माझा वर्ण बालपणीं उज्ज्वल व श्यामल असा असल्यामुळें त्याच्या योगानें माझ्या पित्याचें चित्त अतिशय आकर्षित होऊन तो मला **कृष्ण** (चित्तरंजन करणारा) असें ह्मणे[1] !

वैशंपायन सांगतात:—राजा जनमेजया, नंतर त्या विराटपुत्रानें आपल्या समीप असलेल्या त्या धनंजयाला अभिवंदन केलें आणि म्हटलें, " अर्जुना, मी भूमिंजय आहें व मला

१ " माझा वर्ण उज्ज्वल श्यामल असल्यामुळें व लहानपणीं मी नेहमीं मातींत खेळून अंग काळें करून घेत असल्यामुळें पित्यानें माझें दहावें नांव काका-कृष्ण असें ठेविलें. " असाही या श्लोकाचा कोणी अर्थ करितात, त्यांतही स्वारस्य आहे.

उत्तर असेंही म्हणतात. आज तुला पाहाण्याचा हा योग आला, हें मी आपलें सुदैव समजतों! हे महाबाहो लोहिताक्षा धनंजया, तुझें स्वागत असो! हे गजेंद्रशुंडातुल्यबाहुधारका, जें कांहीं अज्ञानानें मी तुला बोललों असेन, त्याची तूं क्षमा कर. तूं ज्या अर्थीं पूर्वीं मोठीं अचाट व दुर्घट कर्मे केलीं आहेस, त्या अर्थीं आतां मला भय म्हणून उरलें नाहीं व माझ्या मनांत तुझ्याविषयीं अत्यंत प्रेम उत्पन्न झालें आहे!

अध्याय पंचेचाळिसावा.

—:०:—

उत्तर व अर्जुन ह्यांचें संभाषण.

उत्तर म्हणालाः—अर्जुना, ह्या सुंदर रथावर आरूढ होऊन कोणत्या सैन्यावर चाल करून जावयाची तुझी इच्छा आहे तें मला सांग. म्हणजे मी तुला तिकडे घेऊन जातों.

अर्जुन म्हणालाः—हे पुरुषश्रेष्ठा, मी तुझ्यावर प्रसन्न झालों आहें; आतां तुला भय नाहीं. हे रणविशारदा, तुझ्या सर्व शत्रूंची मी आतां दाणदाण उडवितों. आतां तूं स्वस्थ अस आणि ह्या युद्धांत मी केवढें भयंकर कर्म करितों तें पहा. हे सर्व बाणभाते माझ्या रथावर बांध; आणि सुवर्णमंडित एक खड्ग बरोबर घे.

वैशंपायन सांगतातः—राजा जनमेजया, अर्जुनाचें भाषण श्रवण करून उत्तरानें फार त्वरा केली; आणि अर्जुनाचीं आयुधें घेऊन तो त्या शमीवृक्षावरून ताबडतोब खालीं उतरला.

मग अर्जुन म्हणालाः—हे उत्तरा, मीं आतां कौरवांबरोबर युद्ध करतों, व तुझ्या गाई जिंकून परत आणितों. आतां तूं अगदीं निर्भयपणें माझें सारथ्य कर. बाबारे, तुझें हें सारथ्याचें स्थान म्हणजे केवळ तुझें नगरच आहे असें आतां तूं समज. नगरांत जसा तूं स्वस्थ राहातोस, तसाच तूं येथें स्वस्थ रहा. नगरांत जसे रस्त्यांच्या बाजूंना विस्तृत प्रदेश असतात तसेच येथें चाकें, कणा, ध्वज वगैरे आहेत; नगराच्या भोंवतालीं असलेल्या कोटाप्रमाणें मी येथें असून माझे बाहु हीं त्या कोटाचीं द्वारें होत. रथाच्या तीन दांड्या व भाते हे जणू काय नगरांत प्रवेश न व्हावा म्हणून उभें केलेलें चतुरंग सैन्य आहे. नगरांतल्याप्रमाणें ह्या ठिकाणींही ध्वज फडकत आहेतच. धनुष्यांची प्रत्यंचा हीच येथें सरबत्ती देणारी तोफ होय. नगरांत जसें सर्वत्र दीपतेज विलसत असतें, तसा येथें क्रोध हा विलसत आहे; व रथचक्रांचा घडघडाट हाच येथील दुंदुभिध्वनि समजावा. हे वैराटे, मी हा आतां गांडीव धनुष्य ग्रहण करून युद्धार्थ सिद्ध आहें, ह्यास्तव आतां माझा शत्रूकडून पराभव होणें अशक्य होय, म्हणून तूं निर्भयपणें सारथ्य कर.

उत्तर म्हणालाः—अर्जुना, मी आतां ह्या शत्रूंना भीत नाहीं. तूं युद्धांत न डगमगणारा आहेस हें मी जाणतों. तूं संग्रामामध्यें प्रत्यक्ष केशवाची किंवा इंद्राचीही बरोबरी करशील ह्यांत संशय नाहीं. परंतु तुझी ही सद्यःस्थिति पाहून मात्र माझा जीव व्याकूळ होतो व मला मूढाला ह्या स्थितीचा कांहींच निश्चय होत नाहीं! अर्जुना, शूराच्या ठिकाणीं अवश्य असणारीं सर्व अंगें तुझ्या ठायीं उपलब्ध असतां, हें असें क्लीबत्व तुझ्या अंगीं कोठून आलें? कोणत्या कर्माचें हें फल आहे बरें? तूं क्लीबवेषानें संचार करीत असतां, तूं केवळ गंधर्वराज, देवेंद्र किंवा शंकरच असावास असें मला भासतें!

अर्जुन म्हणालाः—बा उत्तरा, मी ज्येष्ठ भ्रात्याच्या (युधिष्ठिराच्या) आज्ञेनें एक वर्षपर्यंत हें क्लीबव्रत आचरण करीत आहें. मी खरोखरी क्लीब नाहीं. मी धर्मनिष्ठ व परतंत्र आहें. माझें हें व्रत आतां समाप्त झालें आहे. ह्यास्तव इतउत्तर मी क्लीब नाहीं.

उत्तर म्हणाला:—हे नरोत्तमा, माझाही तर्क तूं क्लीब नसावास असाच होता; व माझा तर्क खरा झाला हा माझ्यावर तुझा मोठा अनुग्रह होय. हे रणधुरंधरा, अशा प्रकारचे पुरुष कधींही क्लीब असावयाचे नाहींत हें उघड आहे. आतां मला तुझें साहाय्य आहे, ह्यास्तव मी देवांबरोबर सुद्धां युद्ध करीन. माझी सर्व भीति पळाली; मी काय करूं तें सांग. शत्रु-रथांचा भंग करणाऱ्या अश्वांचें मी आतां निग्रहण करीन. मी गुरूपासून सारथ्यकर्म शिकलों आहें. हे पुरुषश्रेष्ठा, जसा इंद्राचा सारथि मातलि किंवा व वासुदेवाचा सारथि दारुक, तसा मी सारथ्यकर्मांत निपुण आहें असें समज. हे वीरपुरुषा अर्जुना, माझ्या रथाचे हे अश्व म्हणजे प्रत्यक्ष कृष्णरथाचेच अश्व होत. हा रथाच्या उजवे बाजूस जोडिलेला अश्व चालत असतां त्याचीं जमीनीवर पावलें पडतात तीं कृष्णरथाच्या सुग्रीव नामक अश्वाप्रमाणेंच दृग्गोचर होत नाहींत. हा वामभागीं जोडिलेला अश्व चालत डौलानें चालतांना ह्याचा वेग पाहून मला मेघपुष्पाचीच आठवण होते; तसाच हा सुवर्णालंकारांनीं श्रृंगारलेला मागच्या बाजूला डाव्या अंगास जोडिलेला अश्व शैब्य अश्वा-पेक्षांही वेगवान् भासत आहे; व हा मागल्या बाजूला उजव्या अंगास जोडिलेला अश्व बलाहक अश्वापेक्षांही अधिक पराक्रमी दिसत आहे! ह्यास्तव, पार्था, ह्या रथांत अधिष्ठित होऊन युद्ध करण्यास योग्य असा तूंच होस; ह्या रणभूमीवर ह्या अश्वांनीं तुझीच सेवा करावी हेंच श्रेयस्कर!

वैशंपायन सांगतात:—राजा जनमेजया, नंतर त्या वीरशिरोमणि अर्जुनानें आपल्या हातांतले चुडे व कर्णांतील सुवर्णमंडित कुंडलें काढून खालीं ठेविलीं. मग त्यानें भांग करून श्रृंगारलेले आपले काळेभोर केंस शुभ्र वस्त्रानें गुंडाळले. नंतर अंतःकरण एकाग्र करून व पूर्वाभिमुख होऊन त्या महाबाहूनें निर्मल चित्तानें त्या श्रेष्ठ रथावर सर्व अस्त्रांचें ध्यान केलें, तेव्हां त्या पांडुतनयापुढें सर्व अस्त्रदेवता हात जोडून म्हणाल्या, "हे वीरा, आम्ही सर्व उदार मनानें तुझें दास्य करण्यास सिद्ध आहों." तेव्हां, राजा, त्या अर्जुनानें त्यांस नमस्कार करून हस्तस्पर्श केला व म्हटलें, "देवतांनो, मला यथाप्रसंगीं तुमचें स्मरण व्हावें." असो; ह्याप्रमाणें अर्जुनानें अस्त्रांचा स्वीकार केला व प्रसन्नमुख होऊन गांडीव धनुष्याला प्रत्यंचा चढवून तो मोठ्या वेगानें धनुष्याचा टणत्कार करूं लागला! तेव्हां एका पर्वतावर दुसरा पर्वत आपटून प्रचंड आघात होत आहेत कीं काय असें वाटूं लागलें! त्या टण-त्कारांनीं भूमि हादरून हालूं लागली; चोहोंकडे सोसाट्याचे वारे सुरू झाले; मोठा उल्कापात होऊं लागला; दिशा धुंद झाल्या; ध्वजपताका आकाशांत उडाल्या; मोठमोठे वृक्ष उन्मळून त्यांनीं अंतरिक्ष व्यापलें; आणि ती सर्व स्थिति पाहून व गांडीवाचा वज्रानिपाताप्रमाणें गडगडाट ऐकून कौरवसैन्य भयभीत झालें!

उत्तर म्हणाला:—हे पांडवश्रेष्ठा, तूं तर येथें एकटा आहेस; तेव्हां शस्त्रास्त्रांत पारंगत असलेल्या ह्या अनेक महारथ कौरवांना युद्धा-मध्यें कसा जिंकशील बरें? पहा—ह्या कौर-वांना कितीं मदत आहे? तुला तर कोणाचीही मदत नाहीं! तेव्हां ह्या संग्रामामध्यें आपला कसा निभाव लागेल ह्याबद्दल माझें मन साशंक होऊन मी आपला भीतभीतच ह्या रथावर तुझ्या अग्रभागीं बसलों आहें!

अर्जुन म्हणाला:—बा उत्तरा, भिऊं नको. अरे, घोषयात्रेच्या प्रसंगीं मीं जेव्हां महापरा-क्रमी गंधर्वांशीं युद्ध केलें, तेव्हां मला कोणी मदत करण्याला होतें काय? त्याचप्रमाणें, देव-

दैत्यांनीं गजबजून गेलेल्या त्या भयंकर खांडव वनांत ज्या वेळीं मीं युद्ध केलें, त्या वेळीं मला कोणी मदत केली ? तसेंच, देवेंद्राकरितां महाबलिष्ठ पौलोम व निवातकवच ह्यांशीं मीं युद्ध केलें, तेव्हां माझ्या साहाय्यार्थ कोण होतें ? अथवा द्रौपदीच्या स्वयंवरप्रसंगीं जेव्हां मीं बहुत राजांबरोबर संग्राम केला, तेव्हां मला कोणीं मदत केली काय ? उत्तरा, गुरु द्रोण, इंद्र, कुबेर, यम, वरुण, अग्नि, कृप व लक्ष्मीपति कृष्ण आणि पिनाकपाणि शंकर ह्यांची जर म्यां सेव केली आहे, तर ' मी ह्या कौरवांशीं युद्ध करण्यास समर्थ होणार नाहीं ' अशी शंका घेणेंहीं अयुक्त होय ! बाबा, भिऊं नको; खुशाल रथ चालव ! त्वरा कर !

अध्याय शेचाळिसावा.

—:०:—

उत्पातदर्शन.

वैशंपायन सांगतातः—राजा जनमेजया, ह्याप्रमाणें उत्तराला सारथि करून अर्जुनानें शमीवृक्षाला प्रदक्षिणा केली व सर्व आयुधें घेऊन तो तेथून निघाला; परंतु त्यानें जातांना आपल्या रथावरील सिंहध्वज उतरून शमीवृक्षाच्या मुळाशीं ठेविला व नंतर तो रथ चालू झाला. मग अर्जुनानें वानरचिन्हानें युक्त अशा आपल्या पीतवर्ण ध्वजाचें मनामध्यें चिंतन केलें. राजा, अर्जुनाच्या रथावरील तो ध्वज ह्मणजे ब्रह्मदेवाची विचित्र मायाच होती! त्या ध्वजाचें पुच्छही दृग्गोचर झालें तरी शत्रुसैन्याची अगदीं लेधा उडून जाई ! असो; नंतर त्या महारथानें अग्नीच्या प्रसादानें प्राप्त झालेल्या आपल्या रथाचें ध्यान केलें; तेव्हां अग्नीनें तत्काळ तो रथ व ध्वज अर्जुनास प्राप्त व्हावा ह्मणून त्या त्या भूतांस आज्ञा केली असतां तो ध्वजयुक्त रथ आकाशांतून एकदम खालीं आला ! राजा, त्या रथावरील तयारी काय सांगावी. त्याचीं तीं अद्भुत चक्रें, अक्षय्य भाते, विलक्षण सामर्थ्य, आणि दिव्य व मनोहर रूप हीं अगदीं अपूर्व होतीं. अंतरिक्षांतून तो श्रेष्ठ रथ आपणाकडे येत आहे असें पाहून अर्जुनास मोठा आनंद झाला; व तो लागलीच त्यास प्रदक्षिणा करून त्यावर आरूढ झाला आणि तलत्राण व अंगुलित्राण चढवून आणि धनुष्य धारण करून तो उत्तर दिशेस निघाला. तिकडे जातांना त्यानें आपला देवदत्त नामक प्रचंड शंख जोरानें वाजविला; तेव्हां त्याचा तो भयंकर ध्वनि श्रवण करून शत्रूंचे देह रोमांचित झाले ! राजा, त्या समयीं तो हृदयविदारक शंखध्वनि ऐकून शत्रूंचीच गाळण उडाली असें नाहीं; तर त्या अग्निदत्त रथाच्या वेगवान् अश्वांनींही गुडघे टेंकले व उत्तर तर भयभीत होऊन मटकन् खालीं बसला ! तेव्हां अर्जुनानें स्वतः लगाम हातांत घेऊन घोडे सावरले व उत्तराला पोटाशीं धरून धीर दिला !

अर्जुन म्हणालाः—हे राजपुत्रा, भिऊं नको; तूं क्षत्रिय आहेस हें ध्यानांत धर. अशा ह्या प्रसंगीं घाबरून जाणें योग्य नाहीं! अरे, त्वां शंखांचे व नौबदींचे पुष्कळ शब्द ऐकिले आहेस; त्याचप्रमाणें सैन्यांमध्यें सज्ज असलेल्या पुष्कळ हत्तींच्या गर्जनाही त्वां ऐकिल्या आहेस; मग ह्या शंखाच्या ध्वनीनेंच तूं असा इतका घाबरून गेलास, व सामान्य जनाप्रमाणें तुझी मुद्रा अगदीं निस्तेज झाली, ती कां बरें ?

उत्तर म्हणालाः—अर्जुना, सैन्यांत सज्ज असलेल्या हत्तींचे, शंखांचे किंवा नौबदींचे ध्वनि मीं आजपर्यंत पुष्कळ ऐकिले आहेत खरे; परंतु आतां श्रवण केलेल्या शंखस्वनाप्रमाणें शंखस्वन मीं अद्यापि ऐकिलेला नाहीं. ह्या प्रकारचा ध्वज मी हा आज प्रथमच पाहात

आहे; व धनुष्याचा असा हा टणत्कारही आजच माझ्या कानीं पडत आहे! ह्यास्तव, ह्या शंखाच्या शब्दानें, धनुष्याच्या टणत्कारानें, रथाच्या घोषानें आणि ध्वजावर अधिष्ठित असलेल्या प्राण्यांच्या अमानुष गर्जनेनें मी अगदीं गांगरून गेलों आहें! मला आतां दिशांचें ज्ञान होत नाहीं! माझें मन गोंधळलें! हृदयामध्यें धडाडूं लागलें! व कानठाळ्या बसल्या!

असो; अशा स्थितींत कांहीं मार्ग क्रमिल्यावर अर्जुन म्हणालाः—उत्तरा, रथावर मोठ्या सावधगिरीनें बैस. पाय अगदीं सुस्थिर ठेव. अश्वांचे लगाम चांगले बळकट धर. मी आतां पुनः शंख फुंकीत आहें.

वैशंपायन सांगतातः—राजा जनमेजया, ह्याप्रमाणें उत्तराला सांगून अर्जुनानें पुनः शंख वाजविला; त्याबरोबर जणू पर्वतांचा चुराडाच झाला असें वाटून पर्वतांच्या गुहा, पर्वत व दिशा हीं सर्व दणाणून गेलीं व उत्तराचीही पुनः मुरकुंडी वळली! त्या शंखाच्या ध्वनीनें, रथाच्या धावांच्या घरघराटानें आणि गांडीवाच्या टणत्कारानें पृथ्वी थरथर कांपूं लागली! व अखेरीस अर्जुनाला उत्तरास पुनः सावध करावें लागलें!

इकडे द्रोण म्हणालेः—अहो, ज्या अर्थी रथाचा घडघडाट होत आहे, आकाशांत मेघ जमा होत आहेत व पृथ्वी थरथर कांपत आहे, त्या अर्थी आपल्याकडे येणारा हा वीर खचित अर्जुनावांचून दुसरा कोणी नाहीं! अहो, आपल्या शस्त्रांचें तेज नष्ट झालें, घोड्यांची मुद्रा बदलली, व अग्नीमध्यें इंधनें घातलीं तरी तो पेटत नाहींसा झाला! तेव्हां हें कांहीं सुचिन्ह नव्हे. अहो, मृगांचे कळप सूर्याकडे तोंड करून भयंकर शब्द करीत आहेत व कावळे आमच्या ध्वजांवर बसत आहेत, हें लक्षण बरें नव्हे. अहो, हे पहा पक्षी आम्हांला डावी घालून जात आहेत; तसाच हा कोल्हाही त्यास कोणीं मारिलेंसवरलें नसतां सैन्यांतून रडत रडत जात आहे; ह्यावरून आम्हांवर कांहीं तरी अरिष्ट येणार हें उघड होतें! तशीच, वीरांनो, तुमची स्वतःची स्थितिही महाभय सुचवीत आहे. हीं पहा तुमचीं गात्रें रोमांचित झालीं असून, त्यांवरून युद्धांत लवकरच क्षत्रियांचा मोठा संहार होणार ह्यांत वानवा नाहीं! हे पहा आकाशांतील तारे निस्तेज झाले! मृग व पक्षी केविलवाणे शब्द करूं लागले! तेव्हां ह्या सर्व उत्पातांवरून क्षत्रियांच्या निःपाताशिवाय दुसरा तर्क बसत नाहींत! हे प्रजापालका दुर्योधना, ह्या पहा तुझ्या सैन्यावर प्रदीप्त उल्का पतन पावत आहेत! अश्वादिक सर्व वाहनें खिन्न होऊन रडत आहेत! आणि तुझ्या सैन्यावर चोहोंकडून गिधाडें येऊन बसत आहेत! ह्यावरून अर्जुनाच्या बाणांनीं आपल्या सैन्यास पीडा झाल्याबद्दल हळहळत बसण्याचा तुझ्यावर खचित प्रसंग येणार! हें पहा तुझें सर्व सैन्य पराजय पावल्यासारखें दिसत आहे! ह्यांतील कोणीही युद्ध करण्यास तयार नाहीं! सर्वांची पांचावर धारण बसली आहे! ह्यास्तव गाई पाठवून देऊन व युद्धाची सर्व सिद्धता यथास्थितपणें करून सर्वांनीं मोठ्या तयारीनें रहावें, हें मला उचित दिसतें!

अध्याय सत्तेचाळिसावा.

—:०:—

दुर्योधनाचें भाषण

वैशंपायन सांगतातः—राजा जनमेजया, नंतर दुर्योधन त्या युद्धप्रसंगीं भीष्म, रथशार्दूल द्रोण व महारथ कृप ह्यांस म्हणाला, "द्रोणाचार्य व कृपाचार्य ह्यांना मीं व कर्णानें ही गोष्ट अनेक वेळां सांगितली आहे. परंतु

तेवढ्यावर न थांबतां तीच गोष्ट ह्या समयीं पुनः सांगतों. पहा—द्यूतामध्यें पराजित झालेल्या पांडवांनीं उघडपणें बारा वर्षेंपर्यंत वनांत रहावें व नंतर एक वर्ष कोणत्या तरी एका देशांत अज्ञातवास करावा, असा त्यांचा आमच्याशीं पण झाला आहे. अजून पांडवांनीं तो पण सिद्धीस नेला नाहीं; अद्यापि अज्ञातवासाचें तेरावें वर्ष संपलें नाहीं; आणि अशा स्थितींत अर्जुन आम्हांशीं युद्ध करण्यास आला आहे. तेव्हां पांडवांनीं पुनः बारा वर्षेंपर्यंत वनवास केला पाहिजे. आतां, राज्यलोभानें अंध झाल्यामुळें जर त्यांस हें भान राहिलें नसेल, किंवा कालगणनेविषयीं आमचीच समजूत चुकत असेल, तर ह्यांत जें कांहीं न्यूनाधिक झालें असेल तें जाणण्यास भीष्म समर्थ आहेत. जर पांडवांच्या अज्ञातवासाचा काल अजून समाप्त झाला नसेल, तर प्रस्तुत प्रसंगीं आपण विजयी झालोंच; पण जरी कदाचित् तो काल समाप्त झाला असला, तरीही पांडवांनीं अकस्मात् युद्धार्थ सिद्ध व्हावें हाही त्यांचा दोषच होय. कोणत्याही गोष्टीविषयीं जेव्हां दोन प्रकारचीं अनुमानें निघत असतात तेव्हां आपल्या मनांत जें अनुमान असतें, त्याच्या विरुद्ध कधीं कधीं वस्तुस्थिति असते. ह्यास्तव, प्रस्तुत समयीं कोणाची काय चुकी होत आहे ह्याचा नीट विचार व्हावा हें अवश्य होय. पहा—आतां अर्जुनास प्रकट व्हावें लागत आहे, ह्याचा आमच्याकडे कांहीं दोष आहे काय? आम्हीं उत्तरेकडील गाई हरण केल्यामुळें आमचें व मत्स्य देशांतील वीरांचें जर युद्ध सुरू झालें, तर त्यांत अर्जुनानें मध्यें कां यावें? असें करण्यांत कोणत्या पांडुपुत्राचा आमच्या हातून अपराध झाला बरें? अहो, आम्ही येथें त्रिगर्तांकरितां युद्ध करण्यास आलों आहों. त्यांनीं मत्स्य देशाच्या वीरांकडून आपणास फार पीडा झाली म्हणून सांगितलें, तेव्हां त्यांचें भय नष्ट करण्याकरितां मत्स्यसैन्याचा नाश करण्याची आम्हीं प्रतिज्ञा केली, हें वाजवीच झालें. विराट राजाच्या गाई हरण करण्याची कल्पना देखील त्या त्रिगर्तांचीच; मत्स्यांचें तें मोठें गोधन सप्तमीच्या दिवशीं तिसरे प्रहरीं हरण करावयाचें म्हणून त्या त्रिगर्तांनींच ठरविलें; आणि तिकडे विराट राजा त्या गाईंच्या मागून त्रिगर्तांबरोबर युद्ध करण्यास गेला म्हणजे इकडे अष्टमीच्या दिवशीं सूर्योदयीं ह्या गाई हरण कराव्या म्हणून आम्ही विचार ठरविला; तेव्हां ह्या सर्व व्यवसायांत आम्हांकडे कोणताही दोष नाहीं, हें उघड आहे. आतां तिकडे ते त्रिगर्त विराटाच्या त्या धेनु हरण करतील, कदाचित् त्यांचा पराजय होईल, अथवा कदाचित् आम्हांशीं दगा करून ते विराटाशीं तहही ठरवितील. त्यांनीं जरी कांहीं केलें, तरी आमची प्रतिज्ञा आम्हांस परिपूर्ण केली पाहिजे. आतां आम्हांशीं युद्ध करण्यास स्वतः विराट राजा येवो किंवा अर्जुन अथवा दुसरा कोणी वीर येवो, आम्हांला युद्ध हें केलेंच पाहिजे. अहो, ह्या समयीं आपणांशीं युद्ध करण्यास कदाचित् विराट राजाही येण्याचा संभव आहे. पहा—विराटाचें तें दिखाऊ सैन्य त्रिगर्तांपुढें जर टिकाव काढीनासें झालें असलें तर विराट राजा त्रिगर्तांचा पाठलाग करण्याचा नाद सोडून देऊन आपल्या सैन्यासुद्धां रात्रीं माघारा वळून आतां इकडे आला असेल. कांहींही असो, आपणांस युद्ध हें कर्तव्यच आहे. आपण केलेल्या प्रतिज्ञेकडे आपणांस पाठ कशी करतां येईल! ह्यास्तव, वीरहो, असें औदासीन्य उपयोगी नाहीं. आपण सर्वांनीं मोठ्या निकरानें लढलें पाहिजे. अहो, भीष्म, द्रोण, कृप, विकर्ण, अश्वत्थामा, अशांसारखे महान् महान् योद्धे जर ह्या समयीं असे गोंध-

ळून गेले, तर पुढें वाट काय? युद्धावांचून गति नाहीं, ह्यास्तव सर्वांनीं चित्ताचें स्वास्थ्य करावें. अहो, ह्या समयीं यम किंवा वज्रपाणि इंद्र हेही जरी आम्हांपासून ह्या गाई नेण्याकरितां युद्धास आले, तरी आम्ही माघार घेऊन हस्तिनापुरास जाणार नाहीं. ह्या वेळीं आम्ही सर्व धारातीर्थीं पतन पावलों तरी चालेल, पण आपली प्रतिज्ञा ही शेवटास नेलीच पाहिजे! अहो, आपल्या ह्या बाणांच्या तडाक्यांतून ह्या रणभूमीवर शत्रुपक्षाकडील कोणीही पदाति जिवंत राहील असें वाटत नाहीं; यदाकदाचित् जिवंत राहिले तर स्वार मात्र जिवंत राहातील!"

कर्णाचें भाषण.

राजा जनमेजया, दुर्योधनाचें हें भाषण ऐकून राधेय कर्ण त्याला म्हणाला, "दुर्योधना, द्रोणाचार्यांच्या भाषणाकडे लक्ष न देतां, आपण जशी मसलत पूर्वीं ठरविली आहे, तसें करण्यांत यावें. राजा, द्रोणाचार्यांचें मन कसें आहे, हें तुला माहीतच आहे. ह्यांची अर्जुनावर अधिक प्रीति असल्यामुळें ह्यांस अर्जुनाची प्रशंसा करणें व आपला तेजोभंग करणें हें मनापासून आवडतें! राजा, ह्या प्रसंगीं आपल्या सैन्याची फांकाफाक होणार नाहीं, ह्याविषयीं आपण विशेष दक्षता ठेविली पाहिजे. अरे, जरा एखादा घोडा खिंकाळला कीं द्रोणाचार्यांचें धैर्य गळलेंच म्हणून समजावें! ह्यास्तव ह्या ग्रीष्म ऋतूमध्यें महान् अरण्यांत कोणी नायक नाहीं म्हणून आपल्या सैन्याची दाणादाण होऊन तें शत्रूंच्या स्वाधीन होणार नाहीं अशी व्यवस्था झाली पाहिजे. राजा, नेहमीं द्रोणाचार्यांचें विशेष प्रेम त्या पांडवांवर आहे. त्या स्वार्थसाधु पांडवांनीं त्यांस आपल्याकडे ठेविलें आहे, व ह्यामुळेंच ते स्वतः पांडवांची प्रशंसा करीत असतात. असें नसतें तर केवळ अश्वांच्या खिंकाळण्यानें त्यांनीं पांडवांच्या स्तुतीला आरंभ केला असता काय? अरे, घोडे हे ठाणावर असतांना किंवा वाट चालतांना नेहमींच खिंकाळतात; वारेही नेहमींच वाहातात; देवेंद्राकडून पर्जन्याची वृष्टिही पाहिजे तेव्हां होते; व मेघांची गर्जनाही अनेक वेळां ऐकूं येते; तेव्हां ह्यांत अर्जुनाचें तें कर्तृत्व कोणतें? आणि त्याबद्दल प्रशंसा ती त्याची काय म्हणून करावी? असें करण्यांत द्रोणाचार्यांचें पांडवांविषयीं प्रेम व आम्हांविषयीं द्वेष किंवा केवळ आमच्याविषयीं संताप हेंच कारण असलें पाहिजे! अरे, आचार्य म्हटले म्हणजे ते कारुणिक व ज्ञानी असून त्यांच्या मनाला हिंसा वगैरे पापबुद्धि केव्हांही रुचावयाची नाहीं. तेव्हां महान् संकटाच्या वेळीं ह्यांची सल्ला काय उपयोगाची? असले हे ज्ञानी पुरुष मोठमोठ्या देवालयांमध्यें, गोष्टींच्या आखाड्यांमध्यें किंवा बागबगीचांमध्यें चांगले शोभतील. ह्यांनीं तेथें चित्रविचित्र गोष्टी सांगाव्या, अथवा विनोद करून लोकांना रंजवावें! अहो, असल्या ह्या पंडितांचें नैपुण्य यज्ञयागादि कर्में करण्यांत किंवा तीं कशीं करावीं हें सांगण्यांत दिसून येईल. दुसऱ्या याज्ञिकांचीं व्यंगें शोधण्यांत किंवा मनुष्यांच्या आचरणांतील दोष हुडकण्यांत ह्यांचा हातखंडा! तसेंच हत्ती, घोडे किंवा रथ ह्यांवर आरूढ होऊन फिरणें, किंवा गर्दभ, उंट, मेष ह्यांची चिकित्सा करणें ह्यांत हे चांगले पटाईत! त्याप्रमाणेंच गाई, रस्ते, नगरद्वारें, अन्नसंस्कार, अन्नदोष, इत्यादिकांची चर्चा करणें झाल्यास यांचा मोठा उपयोग होईल! परंतु प्रस्तुतसारख्या युद्धप्रसंगाच्या वेळीं ह्यांचा कांहींएक उपयोग नाहीं. ह्याकरितां, शत्रूंची प्रशंसा करणाऱ्या ह्या पंडितवर्यांच्या नादीं न लागतां, ज्या मसलतीनें शत्रूंचा विनाश करितां येईल, ती मसलत योजण्यांत यावी! आतां सभोंवतीं

करून कोटबंदोबस्त ठेवून गाई चालू करा व सैन्याची व्यवस्थित रचना करून युद्धास प्रवृत्त व्हा!

अध्याय अठ्ठेचाळिसावा.

—:०:—

कर्णाची बढाई.

कर्ण म्हणाला:—राजा दुर्योधना, भीष्मादि सर्व योद्धे भयभीत होऊन घाबरून गेल्यासारखे दिसत आहेत, व सर्वांचें मन चंचल झालें असून युद्ध करण्यास कोणीही खुषी दिसत नाहीं; म्हणून ह्या समयीं आपणांशीं युद्ध करण्यास आलेला मत्स्याधिपति विराट राजा असो किंवा अर्जुन असो, त्याचें मी निवारण करितों. राजा, समुद्र कितीही प्रक्षुब्ध असला तरी त्यास त्याची मर्यादा जशी पुढें येऊं देत नाहीं, तसा मी त्या विराटास किंवा अर्जुनास पुढें येऊं देणार नाहीं. राजा, माझ्या धनुष्यापासून सुटलेले अणकुचीदार बाण एकदां सर्पाप्रमाणें सरसर जाऊं लागले म्हणजे शत्रूंचा नाश केल्याशिवाय कधींही राहाणार नाहींत! हे पहा आतां माझे सुवर्णपुंख जलाल बाण मी इतक्या हस्तलाघवानें सोडितों कीं, वृक्षास लागून सोकणाऱ्या टोळधाडीप्रमाणें ते त्या अर्जुनास झांकून काढितील! ज्यांचे पिसारे बळकट बसलेले आहेत, अशा माझ्या बाणांवर प्रत्यंचेचे मोठमोठे प्रहार झाले म्हणजे असा मोठा ध्वनि होईल कीं, नौबदींचाच घोर ध्वनि होत आहे असें वाटेल! आज तेरा वर्षेपर्यंत स्वस्थ बसलेला अर्जुन युद्ध करण्याविषयीं अगदीं उत्सुक झालेला असेल, व तो ह्या युद्धामध्यें माझ्यावर प्रहार करील ह्यांत संदेह नाहीं; पण सत्पात्र ब्राह्मणाप्रमाणें गुणवान् असा त्या अर्जुनावर मी सहस्रावधि बाणांची वृष्टि करीन! राजा, हा महाधनुर्धारी अर्जुनाची त्रैलोक्यांत ख्याति आहे, पण मीही ह्या श्रेष्ठ वीरापेक्षां पराक्रमानें अणुमात्र कमी नाहीं! पहा—मी आज आपल्या गृध्रपक्ष सौवर्ण बाणांची सर्वत्र इतकी वृष्टि करितों कीं, अंतरिक्षांत सर्वत्र खद्योतच पसरले आहेत असें भासेल! राजा, आज मी अर्जुनाला समरांत मारून पूर्वीं कबूल केलेल्या तुझ्या अक्षय्य ऋणांतून मुक्त होतों! दुर्योधना, आज आकाशांत मध्यंतरीं तुटून इतस्ततः जाऊं लागलेल्या बाणांची अशी कांहीं गर्दी उसळलेली दिसेल कीं, जणू शलभांचे थवेच्या थवे अंतरिक्षांत संचार करीत आहेत! राजा, वज्राप्रमाणें ज्याचा स्पर्श कठीण, व इंद्राप्रमाणें ज्याचा पराक्रम लोकोत्तर, अशा त्या अर्जुनाला मी इतका पीडित करीन कीं, उल्कापातांत गजच सांपडला आहे असें वाटेल! राजा, ज्याप्रमाणें गरुड हा पन्नगास ओढून घेतो, त्याप्रमाणें मी आज त्या महाशस्त्रास्त्रवित् अतिरथ अर्जुनास जर्जर करून रथावरून ओढून घेईन! दुर्योधना, खड्ग, शक्ति व बाण ह्या इंधनांनीं चेतविलेल्या व शत्रूंस जाळण्यास उद्युक्त झालेल्या त्या दुर्धर्ष पांडवाग्नीस, अश्ववेगरूप पूर्व दिशेचा वायु, रथघोषरूप गर्जना व शररूप महान् जलधारा ह्यांनीं युक्त असलेला मी मोठा मेघ शांत करून टाकितों! राजा, ज्याप्रमाणें पन्नग वारुळांत प्रवेश करितात, त्याप्रमाणें माझ्या धनुष्यापासून सुटलेले सर्पतुल्य भयंकर बाण अर्जुनाच्या शरीरांत घुसतील! दुर्योधना, कर्णिकार वृक्षांनीं जसा पर्वत आच्छादून जावा, तसा आज अर्जुन माझ्या पाणीदार, रुक्मपुंख, अणकुचीदार व झगझगीत बाणांनीं आच्छादून जाईल! अरे, आज माझ्या पराक्रमाची अगदीं पराकाष्ठा होईल. जमदग्निपुत्र ऋषिश्रेष्ठ परशुरामापासून प्राप्त झालेल्या वीर्यवान् अस्त्रानें मी आज इंद्राशीं देखील युद्ध करीन! अरे, अर्जुनाच्या ध्वजावर अधिष्ठित असलेला वानर

माझ्या भल्ल बाणाच्या प्रहारानें व्याकूळ होऊन भयंकर आक्रोश करीत भूमीवर कोसळेल, आणि शत्रूच्या ध्वजावर असलेल्या भूतांची अशी कांहीं त्रेधा उडेल कीं, तीं दशदिशांस पळ काढतील! व पळतांना जो ध्वनि होईल तो अगदीं स्वर्गापर्यंत ऐकूं जाईल! मीं आज रथांतून अर्जुनाला खालीं पाडिलें म्हणजे तुझ्या हृदयांत फार दिवस खुपत असलेलें शल्य कायमचें निघून जाईल! कौरवहो, आज पराक्रमाचा हर्ष बाळगणाऱ्या अर्जुनाच्या रथाचे घोडे मारून त्यास मीं विरथ केलें म्हणजे तो सर्पाप्रमाणें सुस्कारे टाकीत आहे असें तुमच्या दृष्टीस पडेल! वीरहो, आज तुम्ही खुशाल गोधनें घेऊन चालते व्हा, अथवा रथावर स्वस्थ उभे राहून माझें युद्ध पहा!

अध्याय एकुणपन्नासावा.

—:०:—

कृपाचार्यांचें भाषण.

कृपाचार्य म्हणाले:—हे राधेया, युद्धासंबंधानें तुझें मत नेहमींच क्रूरपणाचें असतें. अरे, कार्याचें स्वरूप व त्याचा भावी परिणाम ह्यांकडे तूं मुळींच अवधान देत नाहींस! बा कर्णा, शास्त्रामध्यें अनेक उपाय श्रेयस्कर म्हणून सांगितले आहेत, परंतु त्या सर्वांमध्यें युद्ध हा उपाय अत्यंत कनिष्ठ व पापकारक म्हणून पुराणवेत्त्यांचा अभिप्राय आहे. अरे, कालदेशपरिस्थितीची अनुकूलता असेल तर युद्धापासून हित होतें, पण ती अनुकूलता नसल्यास त्यापासून हानि झाल्याशिवाय राहात नाहीं. बा कर्णा, कार्यामध्यें यश मिळणें हें कार्याच्या साधनांपेक्षां कालदेशाच्या स्थितीवरच विशेष अवलंबून असतें. पहा—रथकारानें (सुतारानें) एक बळकट रथ तयार केला, तर तेवढ्यावरच विसंबून राहून आपणांस विजय मिळेल असें शहाण्यास वाटेल काय? ह्यास्तव केवळ तुझ्या शौर्यावर (किंवा तुझ्या ह्या वल्गनांवर) भिस्त न ठेवतां सध्याच्या ह्या ग्रीष्म कालामध्यें अर्जुनाशीं युद्ध करण्यास उद्युक्त होणें हें सर्वथा अयोग्य आहे. यासाठीं, कर्णा, सर्व वस्तुस्थितीचा विचार करून पहातां प्रस्तुत प्रसंगीं अर्जुनाशीं युद्धप्रसंग करणें उचित नाहीं, असें मला वाटतें.

अरे, ह्या अर्जुनाचे सामर्थ्याचा नीट विचार करणें अवश्य आहे. हा पहा एकटा कौरवांवर चाल करून आलेला आहे; ह्या एकट्यानेंच खांडववनामध्यें अग्नीची तृप्ति केली; ह्या एकट्यानेंच पांच वर्षेंपर्यंत ब्रह्मचर्य आचरिलें; ह्या एकट्यानेंच सुभद्रेला रथांत घालून द्वैरथ युद्धासाठीं कृष्णाला पाचारिलें; ह्या एकट्यानेंच किरातरूपधारी शंकराशीं युद्ध केलें; ह्या एकट्यानेंच ह्या वनामध्यें जयद्रथानें हरण करून नेलेल्या द्रौपदीस परत जिंकून आणिलें; ह्या एकट्यानेंच पांच वर्षेंपर्यंत इंद्रसदनीं वास करून त्यापासून अस्त्रविद्या संपादिली; ह्या एकट्यानेंच शत्रूंना जिंकून कौरवांचें नांव राखिलें; ह्या एकट्यानेंच मोठ्या पराक्रमानें अवाढव्य सेनेचा पराजय करून गंधर्वराज चित्रसेनाला जिंकिलें; आणि देवांना दुर्जेय झालेल्या निवातकवच व कालखंज दानवांस ह्या एकट्यानेंच युद्धांत पाडिलें! कर्णा, ह्या प्रकारचा अद्वितीय पराक्रम त्या अर्जुनाचा आहे, हें नीट मनांत आण. अरे, पांडवांपैकीं प्रत्येक ह्या अर्जुनासारखा पराक्रमी आहे; त्यांतील एकेकट्यानें जसे राजे जिंकिले आहेत, तसे कोणकोणते राजे त्वां एकट्यानें जिंकिले आहेस तें सांग पाहूं!

अरे, अर्जुनाचा पराक्रम काय वर्णावा? समरभूमीवर अर्जुनाशीं युद्ध करण्यास प्रत्यक्ष इंद्रही समर्थ नाहीं! ह्याकरितां, जो त्या अर्जुनाशीं युद्ध करण्याची इच्छा करीत असेल, त्याचें मस्तक ताळ्यावर आणण्यास कांहीं तरी

औषध-उपचार केले पाहिजेत! कर्णा, उजवा हात वर करून अर्जुनाशीं युद्ध करण्याविषयीं तूं बोट दाखवीत आहेस, पण तूं हा चवताळलेल्या सर्पाच्या तोंडांत बोट घालून त्याची दाढ उपटण्याचाच विचार करीत आहेस! अथवा मदोन्मत्त झालेला हत्ती एकटा वनांत फिरत असतां अंकुश जवळ न घेतां त्यावर आरूढ होऊन तूं नगरांत प्रवेश करण्याचा प्रयत्न करीत आहेस! किंवा प्रज्वलित केलेल्या अग्नीमध्यें घृत, मेद व वसा ह्यांच्या आहुति देऊन त्या अग्नीच्या ज्वाला झपाट्यानें वर चालल्या असतां तूं आपल्या अंगाभोंवतीं घृतांत भिजविलेलें वस्त्र गुंडाळून त्या अग्नींतून चालत जाण्याची इच्छा करीत आहेस! परंतु, कर्णा, स्वतःला बांधून घेऊन व गळ्यांत मोठी शिळा अडकवून बाहुबलानें समुद्र तरून जाण्याची कोणी तरी इच्छा करील काय! व असें करण्यांत पराक्रम तो कोणता बरें! कर्णा, अर्जुनासारख्या अस्त्रविद्यानिपुण व पराक्रमी वीराशीं जो अस्त्रविद्याहीन व दुर्बल पुरुष युद्ध करण्यास तयार होईल, तो दुर्मति होय ह्यांत संदेह नाहीं! अरे, आपण तेरा वर्षेंपर्यंत घालवून दिलेला हा पुरुषसिंह पाशांतून मुक्त होऊन येथें आला आहे, ह्यास्तव हा आतां आपला सप्पा उडविणार! अरे, कूपांत असलेल्या अग्नीप्रमाणें गुप्तरूपानें राहाणाऱ्या ह्या अर्जुनाशीं आज अवचित प्रसंग पडल्यामुळें आपणांवर घोर संकट ओढवलें आहे! ह्याकरितां, कर्णा, एकट्यानें लढण्याचा जो विचार त्वां केला आहेस, तो रहित कर; आपण सर्व मिळून त्या रणमस्त वीराशीं युद्ध करूं! आतां सर्व सैन्यांनीं मोठ्या तयारीनें व्यूहरचना करून शत्रूशीं तोंड देण्यास सिद्ध व्हावें! कर्णा, आतां तूं साहस करूं नको; भीष्म, दुर्योधन, द्रोण, अश्वत्थामा, तूं व मी असे सर्व आपण पार्थाशीं गांठ घालूं! अरे, वज्रधारी इंद्राप्रमाणें युद्धार्थ सिद्ध झालेल्या पार्थाशीं आपण सहाही महान् वीर एकत्र होऊन लढलों तरच आपला टिकाव लागेल! ह्याकरितां सैन्यांची व्यवस्थित रचना करा; महान् महान् धनुर्धर सज्ज व्हा; म्हणजे देवेंद्राशीं लढण्यास जसे दानव समर्थ झाले, तसे आपण अर्जुनाशीं लढण्यास समर्थ होऊं!

अध्याय पन्नासावा.

--:०:--

अश्वत्थाम्याचें भाषण.

अश्वत्थामा म्हणालाः—कर्णा, अरे, बढाई मारण्यासारखें तें त्वां काय केलें आहे बरें? गाई तर अजून जिंकिल्याही नाहींत, किंवा त्या अजून हद्दीच्याही पलीकडे नेल्या नाहींत! त्या हस्तिनापुरास पोंचण्याची तर गोष्ट लांबच आहे! आणि अशा स्थितींत तूं आत्मश्लाघा करीत सुटला आहेस, ह्यास काय म्हणावें! कर्णा, थोर पुरुषांची रीत अगदीं निराळी असते. त्यांनीं अनेक लढाया जिंकिल्या व पुष्कळ धन मिळविलें, आणि मोठी प्रबळ सेना हस्तगत करून घेतली तरी ते आपल्या पराक्रमाची प्रौढी मिरवीत नाहींत! पहा—अग्नि कांहींएक वल्गना न करितां दहनक्रिया करितो, सूर्य स्वस्थपणें प्रकाश पाडितो, आणि पृथ्वीही निमूटपणें चराचर वस्तूंना धारण करिते!

कर्णा, ब्रह्मदेवानें चतुर्वर्णाचीं कर्में कोणतीं तीं सांगितलीं आहेत. तदनुसार, ज्याचें जें विहित कर्म असेल, तें त्यानें केलें असतां त्याच्या हातून चुकी होत नाहीं. भलत्याचें कर्म भलत्यानें केलें कीं असले हे प्रकार व्हावयाचेच! अरे, ज्यानें धन मिळवावें म्हणून शास्त्राज्ञा असेल त्यानें धनच मिळवावें. ब्राह्मणानें वेदाध्ययन करून यजन व याजन हीं करावीं; क्षत्रि-

यानें धनुर्वेदाचें अध्ययन करून फक्त यजन मात्र करावें, याजन करूं नये; वैश्यानें द्रव्य संपादून ब्रह्मकर्में करवावीं; आणि शूद्रानें मोठ्या नम्रतेनें आज्ञापरिपालन करून ब्राह्मणादिक पहिल्या तीन वर्णांची नेहमीं शुश्रूषा करावी. कर्णा, यथाशास्त्र वर्तन करणाऱ्या महाभाग्यवान् पुरुषांना ही अखिल पृथ्वी प्राप्त झाली तरी ते मर्यादेचें उल्लंघन करीत नाहींत. ते महात्मे आपल्या गुणरहित गुरूंचा देखील अवमान न करितां उलटा त्यांचा सत्कार करीत असतात! कर्णा, द्यूतांत राज्य मिळविणारा क्षत्रिय स्तुतीस कसा बरें पात्र होईल? परंतु हा दुर्योधन अशा प्रकारचा दुष्ट व दुराचारी आहे! अरे, कपटानें दुसऱ्याचा घात करणाऱ्या पारध्याप्रमाणें संपत्ति मिळवून कोणत्या विचारी पुरुषास त्याजबद्दल पुरुषार्थ वाटेल बरें!

बरें, कर्णा, अर्जुन, नकुल, सहदेव ह्यांना तूं कोणत्या द्वैरथ युद्धांत जिंकिलेंस व त्यांची संपत्ति हरण केलीस? अरे, तूं युधिष्ठिर व भीमसेन ह्यांचा कोणत्या संग्रामांत पराजय केलास व इंद्रप्रस्थ जिंकून घेतलेंस? त्याप्रमाणें, हे अधमा, ती एकवस्त्रा रजस्वला द्रौपदी कोणत्या युद्धांत जिंकून तुम्हीं सभेंत नेली बरें? कर्णा, पांडवांना तुम्हीं अगदीं दीन करून दास बनविलें, तेव्हां विदुरानें काय सांगितलें त्याची आठवण कर. अरे, 'ह्या द्यूतापासून तुमचा सर्वस्वी नाश होईल!' असें त्या समयीं विदुरानें सांगितलें नव्हतें का? अरे, धनार्थी मनुष्यानें चंदनाचें मुख्य मूळच तोडून टाकलें, सर त्यांत त्याचें हित होईल काय?

कर्णा, **मनुष्यें तर काय, पण कीड, मुंगी वगैरे इतर जीवजंतुही कांहीं विशिष्ट मर्यादेपर्यंतच दुःखें सहन करितात. त्या मर्यादेचें अतिक्रमण झालें तर तें त्यांस कधींही सहन होत नाहीं!** तद्वत्, द्रौपदीची हालअपेष्टा पांडव कधींही सहन करणार नाहींत. अरे, दुर्योधनादिक धृतराष्ट्रपुत्रांचा नाश करण्याकरितांच हा धनंजय प्रकट झाला आहे आणि इतक्याउपरही तूं आपलें पांडित्य चालविलेंच आहेस? अरे, हा जिष्णु आतां आपणां सर्वांना मारून सर्वच वैर संपवून टाकील! अरे, देव, गंधर्व, असुर व राक्षस ह्यांपैकीं कोणीही ह्याच्याशीं युद्ध करण्यास आले, तरी ह्याला भीतीचा स्पर्श होणार नाहीं! अरे, युद्धामध्यें ज्या ज्या वीरावर हा चाल करून जाईल, त्याला त्याला हा लोळवून, ह्या वृक्षावरून त्या वृक्षावर उड्डाण करणाऱ्या गरुडाप्रमाणें एकसारखा पुढेंपुढेंच सरसावत जाईल! अरे कर्णा, तुझा पराक्रम कोठें आणि त्या कुंतीपुत्र अर्जुनाचा पराक्रम कोठें! अरे, त्यास देवेंद्राप्रमाणें धनुर्विद्या अवगत असून तो वासुदेवाप्रमाणें युद्धनिपुण आहे; ह्यास्तव त्याची वाखाणणी कोण बरें करणार नाहीं! अरे, त्या लोकोत्तर वीराचें काय सामर्थ्य वर्णावें! तो देवांशीं देवांप्रमाणें युद्ध करितो, मनुष्यांशीं मनुष्यांप्रमाणें युद्ध करितो व शत्रूकडून अस्त्रादिकांचा प्रयोग झाल्यास आपणही तसल्याच आयुधांचा प्रयोग करितो! तेव्हां अर्जुनाची बरोबरी अमुक एक वीर करील म्हणून कसें म्हणावें?

कर्णा, 'पुत्राच्या खालोखाल शिष्य प्रिय' असें धर्मवेत्ते सांगतात. ह्यासाठीं ह्या गोष्टीवर लक्ष देऊनही द्रोणाचार्यांस अर्जुनच प्रिय आहे. कर्णा, ही वेळ मोठी आणीबाणीची आहे. ज्याप्रमाणें त्वां द्यूत केलें, इंद्रप्रस्थ हिसकावून घेतलें व द्रौपदीला सभेंत आणिलें, त्याप्रमाणेंच आतां अर्जुनाशीं युद्ध कर म्हणजे झालें! अरे, हा शकुनि मामा मोठा शहाणा असून क्षात्रधर्मीत मोठा पंडित आहे; ह्यासाठीं ह्या दुष्ट

द्यूत करणाऱ्या गांधार शकुनीनें आतां अर्जुनाशीं युद्ध करण्यास पुढें सरावें? अरे, अर्जुनाचें गांडीव धनुष्य कांहीं फासे फेंकीत नाहीं; फाशांतून दुद्वी चव्वा पडतात तसे गांडीवांतून चार दोन पडत नाहींत! गांडीवापासून तीक्ष्ण धारेचे अनेक प्रज्वलित बाणच बाहेर पडत असतात! हे गृध्रपुंख जलाल बाण मध्यंतरीं अडकून वगैरे न राहातां प्रत्यक्ष पर्वतांचेंही विदारण करितात! अरे, यम, वायु, मृत्यु किंवा वडवाग्नि ह्यांच्यापासूनही कदाचित् सुटका करून घेतां येईल, पण क्रुद्ध झालेल्या धनंजयापासून सुटका करून घेणें सर्वथा अशक्य होय! कर्णा, ज्याप्रमाणें शकुनि मामाच्या साहाय्यानें, त्वां तें द्यूत केलें, त्याप्रमाणें आतां त्याच शकुनीच्या साहाय्यानें सुरक्षित राहून अर्जुनाशीं संग्राम कर म्हणजे झालें! कर्णा, इतर योद्ध्यांनीं वाटेल तर अर्जुनाशीं लढावें, मी तर कांहीं लढणार नाहीं! जर ह्या गाई सोडविण्याकरितां मत्स्यराज विराट मागोमाग आला, तर मात्र आम्हीं त्याच्याशीं युद्ध केलें पाहिजे!

अध्याय एकावन्नावा.

—:०:—

आचार्यसांत्वन.

भीष्म म्हणालेः—अहो, अश्वत्थाम्याचें म्हणणें बरोबर आहे, व कृपाचार्यांनींही दूरवर दृष्टि देऊन योग्य तेंच सांगितलें आहे; परंतु कर्ण मात्र केवळ क्षत्रियाच्या कर्तव्यावर लक्ष देऊन युद्ध करण्याची इच्छा करीत आहे. परंतु विचारी पुरुषानें आचार्यांस दोष न देतां, देशकालावर दृष्टि पुरवून युद्ध करण्याचा किंवा न करण्याचा निश्चय ठरवावा, असें माझ्या मनास येतें. ज्यावर स्वारी करण्याला सूर्यासारखे प्रतापशाली पांच शत्रु आहेत, तो मनुष्य जर विचारी असेल, तर त्या शत्रूंचा अभ्युदय होत आहे असें पाहून त्याचें चित्त गोंधळल्याशिवाय राहाणार नाहीं! धर्मवेत्ते पुरुषही स्वार्थाच्या समयीं गोंधळून जातात असा सर्वत्र नियम दिसतो; ह्यास्तव, हे दुर्योधन राजा, तुला आवडत असेल तर मी असें सांगतों कीं, कर्णानें जें कांहीं म्हटलें आहे, त्यांत त्याचा हेतु आचार्यांची निंदा करावी हा नाहीं, तर त्यांस अधिक वीरश्री उत्पन्न करावी हाच होय. पित्याची निंदा श्रवण करून आचार्यपुत्रास क्रोध आला; हें वाजवीच आहे; परंतु कार्याच्या महत्वाकडे दृष्टि देऊन त्यानें आपला क्रोध शांत करावा. ज्या अर्थीं आतां कुंतीपुत्र प्रकट झाला आहे, त्या अर्थीं आपसांत विरोध वाढविण्याची ही वेळ नव्हे. म्हणून तूं, आचार्य व कृप ह्या सर्वांनीं जें कांहीं झालें असेल त्याची क्षमा केली पाहिजे. अहो, आदित्याच्या ठिकाणीं जशी प्रभा, तशी तुमच्या ठिकाणीं अस्त्रनिपुणता वास करीत आहे; सर्वथा अपकर्ष न पावणाऱ्या चंद्रकांतीप्रमाणें तुमच्या ठिकाणीं ब्राह्मण्य व ब्रह्मास्त्र हीं दोन्ही आहेत; चार वेद व क्षात्रतेज हीं एका व्यक्तीच्या ठिकाणीं असलेलीं कोठेंही आढळत नाहींत, पण तीं ह्या द्रोणाचार्यांच्या व अश्वत्थाम्याच्या ठिकाणीं एकत्र वास करीत आहेत! वेदान्त, पुराणें व पुरातन इतिहास ह्यांत पारंगत असलेल्या द्रोणाचार्यांपेक्षां एक जमदग्निपुत्र परशुराम मात्र अधिक आहे; ब्रह्मास्त्र व वेद हीं इतर कोठेंही एकत्र आढळणार नाहींत! ह्यास्तव ह्या समयीं आचार्यपुत्रानें क्षमा करावी. आपसांत फूट करण्याला हा योग्य काल नाहीं. आतां आपण सर्व एक होऊन पाकशासनि अर्जुनाशीं युद्ध करूं. अहो, ज्ञात्यांनीं सैन्याचे जे दोष कथन केले आहेत, त्यांत 'आपसांत

फूट असणें' हा मुख्य दोष म्हणून गणिला आहे !

अश्वत्थामा म्हणालाः—हे पुरुषश्रेष्ठा, आमच्या ह्या न्याय्य भाषणाला तुम्ही अगदीं नांवें ठेवूं नका. रागाच्या आवेशांत गुरूंनीं (माझ्या पित्यानें) अर्जुनाचे गुण वर्णन केले ह्यांत दोष तो कोणता? गुण हे शत्रूच्या ठिकाणीं असले तरी ते ग्रहण करावे, व दोष हे गुरूच्या ठिकाणीं असले तरी त्यांचा धिक्कार करावा; हरप्रयत्नानें पुत्राचें व शिष्याचें ज्यांत सर्वतोपरी कल्याण असेल तें त्यांस सांगवें.

दुर्योधन म्हणालाः—ह्या प्रसंगीं द्रोणाचार्यांनीं कर्णास क्षमा करावी. अशा समयीं शांति धरिल्याशिवाय उपाय नाहीं. द्रोणाचार्यांची आम्हांविषयीं भेदबुद्धि नसल्यामुळें, त्यांनीं जे उद्गार काढिले ते केवळ क्रोधाच्या आवेशांतच काढिले, ह्यांत संदेह नाहीं !

वैशंपायन सांगतातः—राजा जनमेजया, नंतर कर्ण, भीष्म व महात्मा कृप ह्यांसह दुर्योधनानें द्रोणाचार्यांची क्षमा मागितली.

द्रोणाचार्य म्हणालेः—अहो, शांतनव भीष्मांनीं प्रथम जें भाषण केलें, त्यानेंच माझा कोप नष्ट झाला आहे. मी प्रसन्नपणानें सांगतों कीं, ह्या वेळीं कांहीं तरी मसलत योजिली पाहिजे. जें केलें असतां अर्जुन हा साहसानें किंवा मोहानें रणभूमीवर दुर्योधनावर चाल करून येणार नाहीं, असें कांहीं तरी केलें पाहिजे. ज्या अर्थीं अर्जुन प्रकट झाला आहे, त्या अर्थीं पांडवांचा अज्ञातवास खास संपला आहे, ह्यांत वानवा नाहीं; आणि जर का त्यास आज गोधन मिळालें नाहीं, तर तो त्याचा खचित सूड घेईल. ह्मणून अशी कांहीं तरी युक्ति योजा कीं, अर्जुनाची व धृतराष्ट्रपुत्राची गांठ पडूं नये व आपल्या सैन्याचा पराभव होऊं नये. ह्याकरितां, हे गंगानंदना, पूर्वीं दुर्योधनानें पांडवांचा अज्ञातवास समाप्त झाला किंवा नाहीं ह्याजबद्दल जो प्रश्न केला आहे, त्याचा विचार करून यथावत् उत्तर द्यावें.

अध्याय बावन्नावा.

—:०:—

व्यूहरचना.

भीष्म म्हणालेः—कला, काष्ठा, मुहूर्त, दिवस, पक्ष, मास, नक्षत्रें, ग्रह, ऋतु आणि संवत्सर ह्यांच्या योगें कालाची गणना करितात. ह्या कालविभागानें कालचक्र फिरत असतें. कालगतीनें सूर्यचंद्रांच्या नाक्षत्रिक लंघनकालाशीं भेद पडत जातो तो नाहींसा करण्याप्रत्येक पांचवे वर्षीं दोन दोन महिने अधिक धरितात. ह्यास्तव पांडवांच्या तेरा वर्षांत पांच महिने व बारा दिवस जास्त होतात, असें मला वाटतें. ह्मणून पांडवांनीं आपली प्रतिज्ञा योग्य रीतीनें पार पाडिली आहे व हें जाणूनच अर्जुन या समयीं युद्धार्थ आला आहे, हें खचित ! पहा—सर्वच पांडव मोठे महात्मे; सर्वांसच धर्मार्थज्ञान उत्तम; आणि तशांत त्यांचा युधिष्ठिर हा राजा; मग त्यांच्या हातून धर्मलोप कसा होईल बरें ! अरे, ह्या निर्लोभ पांडवांनीं मोठी दुर्घट गोष्ट करून दाखविली! ते सामादि उपाय योजिल्याशिवाय एकदम राज्य घेण्यासाठीं उद्युक्त होणार नाहींत; ते मोठे विचारी आहेत; धर्मरक्षण हें ते प्रधान कर्तव्य मानितात; नाहीं तर त्यांनीं त्याच वेळीं पराक्रम करून दाखविला असता ! पण धर्मपाशानें बद्ध असलेले ते पांडव क्षात्रधर्मापासून मुळींच च्युत झाले नाहींत ! अरे, अर्जुन असत्य वर्तन करणार आहे, असें जो ह्मणेल त्याचा खचित नाश होईल ! अरे, पांडव मरणसुद्धां पतकरतील, पण अनृत त्यांस कधींही पतकरणार नाहीं ! अरे, त्या पांडवांना जी गोष्ट प्राप्त

व्हावयाची असेल ती गोष्ट यथाकालीं प्राप्त करून घेतल्याशिवाय ते कधींही राहाणार नाहींत! मग ती गोष्ट जरी प्रत्यक्ष वज्रधारी इंद्रानें रक्षण करून ठेविली असली, तरीही ते ती साध्य करून घेतील! कारण पांडवांच्या ठिकाणीं तसाच पराक्रम आहे! ह्याकरितां, आपणांस सर्वशस्त्रधरश्रेष्ठ अर्जुनाशीं युद्ध कर्तव्य आहे इकडे लक्ष पुरवून, जी गोष्ट हितावह असेल, व जी आजपर्यंत थोर लोकांनीं केली असेल ती लवकर करण्याविषयीं विचार ठरवा आणि ही गोष्ट शत्रूस कळूं देऊं नका.

हे कौरवेश्वरा दुर्योधना, युद्धामध्यें निश्चयानें आपणांस जय मिळेलच असें मला सांगवत नाहीं. धनंजय तर आला आहे हें खास. संग्राम सुरू झाला ह्मणजे जय किंवा अपजय अथवा उत्कर्ष किंवा ऱ्हास ह्यांपैकीं एक कोणाच्या तरी वांट्यास निश्चयानें येणार, ह्यांत संदेह नाहीं. ह्यासाठीं धर्माला अनुसरून जें कांहीं कर्तव्य असेल, तें लवकर कर. उशीर लावूं नको. अर्जुन अगदीं जवळ येऊन ठेपला!

दुर्योधन म्हणालाः—हे पितामह, मी पांडवांना राज्य देणार नाहीं. युद्धासंबंधीं जें कांहीं कर्तव्य इष्ट असेल, तें त्वरित करा.

भीष्म म्हणालेः—हे कुरुनंदना, तुला आवडेल तर माझें मत ऐक. जें श्रेयस्कर असेल तेंच मला सर्व प्रकारें तुला सांगणें आहे. बा दुर्योधना, तूं चतुर्थांश सैन्य बरोबर घेऊन हस्तिनापुरास जा. तसेंच चतुर्थांश सैन्य गाईंच्या रक्षणासाठीं देऊन गाईंची रवानगी कर. आम्ही राहिलेलें अर्धें सैन्य घेऊन अर्जुनाशीं युद्ध करितों. युद्ध करण्याच्या निश्चयानें अर्जुन येथें आला आहे; ह्यास्तव त्याच्याशीं मी, द्रोण, अश्वत्थामा, कृप व कर्ण असे सर्व मिळून युद्ध करितों. अरे, विराट राजा जरी पुनः आला किंवा इंद्रही जरी आला, तरी समुद्राच्या मर्यादेप्रमाणें मी त्याचें निवारण करीन.

वैशंपायन सांगतातः—जनमेजया, महात्म्या भीष्मांनीं जी सल्ला दिली, ती त्या सर्वांना रुचली व दुर्योधनानें पुढें तसेंच केलें. नंतर भीष्मांनीं दुर्योधनाची व गाईंची रवानगी केली; आणि मुख्य योद्ध्यांना व्यवस्थित उभें करून सैन्याचा व्यूह रचण्यास सुरुवात केली.

भीष्म म्हणालेः—अहो आचार्य, मध्यभागीं तुम्ही उभे रहा; तुमच्या उजवीकडेस अश्वत्थाम्यानें उभें रहावें; बुद्धिमान् शारद्वत कृपाचार्यांनीं दक्षिणभागाचें रक्षण करावें; सर्वांच्या पुढें कवच घालून कर्णानें उभें रहावें; आणि सर्व सैन्याच्या पाठीमागें मी उभा राहून सर्वांचें रक्षण करीन.

अध्याय त्रेपन्नावा.

—:०:—

गोनिवर्तन.

वैशंपायन सांगतातः—हे भारता, याप्रमाणें कौरवीय वीर व्यूह रचून उभे राहिल्यानंतर, आपल्या रथाच्या घोषानें अंतराल दणाणून सोडीत अर्जुन त्वरेनें जवळ येऊन ठेपला, तेव्हां त्याच्या ध्वजाचे अग्र कौरवीयांच्या दृष्टीस पडले; आणि त्याच्या रथाचा भयंकर शब्द व तो वरचेवर टणत्कार करीत असलेल्या गांडीव धनुष्याचाही शब्द त्यांच्या कानीं पडला. तो सर्व प्रकार अवलोकन करून आणि गांडीवधारी महारथ अर्जुन प्राप्त झाला आहे असें पाहून द्रोणाचार्यांनीं बोलण्यास आरंभ केला.

द्रोण म्हणालेः—पार्थाच्या ध्वजाचा हा शेंडा दुरूनच झळकत आहे; हा ऐकूं येत असलेला घोष त्याच्याच रथाचा आहे; आणि हा पहा तो वानरही गर्जना करीत आहे. ह्या श्रेष्ठ रथामध्यें बसलेला हा रथिश्रेष्ठ अर्जुन आपलें

वज्राप्रमाणें भयंकर शब्द करणारें श्रेष्ठ गांडीव धनुष्य उचलून धरीत आहे. हे पहा, दोन बाण माझ्या पायाशीं एकदम येऊन पडले आहेत; आणि दुसरे दोन माझ्या कानांस स्पर्श करून निघून गेले! यावरून, वनांत राहून अमानुष कर्म करून येथें आलेला हा अर्जुन मला प्रथम वंदन करून व नंतर कानीं लागून युद्धार्थ माझी अनुज्ञा मागत आहे. बुद्धिमान्, अतिशय उज्वल कांतीनें युक्त आणि बांधवप्रिय असा हा पांडुपुत्र धनंजय किती तरी दिवसांनीं आमच्या दृष्टीस पडला! असो; याजपाशीं रथ, शर, सुंदर तलत्राण, भाते, शंख, कवच, मुकुट, खड्ग आणि धनुष्य आहे; आणि त्या योगें हा पार्थ, स्रुचांनीं परिवेष्टित अशा तूप ओतलेल्या अग्नीप्रमाणेंच जणू काय दिसत आहे!

इकडे अर्जुन ह्मणालाः—हे सारथे, ही सेना बाणाच्या टप्प्यांत आली आहे, तेव्हां आतां घोडे जरा आवरून धर, ह्मणजे तो कुरुकुलाधम या सैन्यांत कोठेंसा आहे तें मी न्याहाळतों; आणि तो अतिमानी दृष्टीस पडतांक्षणींच ह्या सर्वांना सोडून देऊन त्याच्या मस्तकावर जाऊन आदळतों, ह्मणजे ह्या सर्वांचा आपोआपच पराजय झाल्यासारखा आहे! हे पहा, येथें द्रोणाचार्य सज्ज होऊन उभे आहेत, आणि त्यांच्या समीपच द्रौणि उभा आहे. शिवाय भीष्म, कृपाचार्य व कर्ण हे महाधनुर्धरही येथें आलेले दिसत आहेत. पण येथें राजा कांहीं दिसत नाहीं! मला वाटतें, तो जीव घेऊन गाईंसह दक्षिणमार्गानें पळून जात असावा. तेव्हां, उत्तरा, ह्या वीरांना येथेंच सोडून, तो दुर्योधन असेल तिकडे चल; मी तेथेंच युद्ध करीन. कारण, आमिषावांचून युद्धाची मजा नाहीं! तेव्हां त्याला जिंकून आपण गाई घेऊन पुनः परत येऊं.

वैशंपायन सांगतातः—अर्जुनाचें हें भाषण ऐकून उत्तरानें मोठ्या प्रयत्नानें ते घोडे आवरून धरले; आणि त्या भीष्मादि कुरुश्रेष्ठांकडून त्या घोड्यांचे लगाम वळवून, जिकडे दुर्योधन गेला होता तिकडे चालण्याविषयीं घोड्यांना इषारा केला. अशा प्रकारें वीरसमुदायाकडे दुर्लक्ष करून अर्जुन निघालासें पाहातांच कृपाचार्यांनीं त्याचा बेत ताडला, आणि ते ह्मणाले, "राजाशिवाय येथें थांबण्याचा कांहीं अर्जुनाचा विचार दिसत नाहीं; आणि तो फारच त्वरेनें तिकडे चालला आहे; तर आपण लवकर त्याच्या मागोमाग जाऊं या, चला. कारण तो अतिशय संतापलेला आहे, आणि अशा वेळीं रणांत त्याशीं एकाकी युद्ध करण्यास सहस्रनयन देव इंद्र, देवकीसुत कृष्ण किंवा पुत्रासह महारथी भारतद्वज द्रोणाचार्य ह्यांवांचून कोणी समर्थ नाहीं! तेव्हां समुद्रांत बुडणाऱ्या नावेप्रमाणें राजा दुर्योधन अर्जुनाच्या तडाक्यांत सांपडला असतां आपल्याला गाई किंवा पुष्कळ द्रव्य ह्यांशीं काय करावयाचें आहे? तर चला आधीं तिकडे जाऊं.

याप्रमाणें कृपाचार्य बोलत आहेत तों अर्जुन त्या दुर्योधनाच्या तुकडीजवळ जाऊन ठेपला; आणि आपलें नांव कळवून त्यानें लगेच टोळधाडीप्रमाणें बाणांची पेर करून ती सर्व सेना छावून सोडली! अशा प्रकारें अर्जुनाच्या शरौघानें आच्छादित झालेले ते योद्धे इकडेतिकडे पाहूं लागले तों भूमि व अंतरिक्ष यांपैकीं अर्जुनाच्या बाणांनीं भरून गेली नाहीं अशी तिळभरही जागा त्यांस दिसेना. तेव्हां लढाईंत भिडणाऱ्या त्या योद्ध्यांच्या मनांत पळून जाण्याची कल्पनाही आली नाहीं; आणि अर्जुनाचें तें हस्तलाघव पाहून ते त्याचीच प्रशंसा करीत राहिले! इतक्यांत शत्रूच्या अंगावर रोमांच उभे राहातील असा आपला

भयंकर शंख अर्जुनानें वाजविला; आणि आपल्या श्रेष्ठ धनुष्याचा टणत्कार करून, ध्वजावरील भूतगणांनाही महाशब्द करण्याविषयीं इषारा दिला. तेव्हां त्या रथाच्या चाकांच्या घरघराटानें, शंखाच्या शब्दानें, धनुष्याचा टणत्कारानें आणि ध्वजावर बसलेल्या त्या अमानुष भूतगणांच्या गर्जनेनें पृथ्वी हादरली! आणि तो भयंकर शब्द कानीं पडतांच गाई शेपट्या उभारून हंबरडा फोडूं लागल्या आणि दक्षिणेकडे परत वळल्या!

अध्याय चौपन्नावा.

—:०:—

कर्णपलायन!

वैशंपायन सांगतातः—याप्रमाणें स्वपराक्रमानें शत्रुसैन्याची दाणादाण उडवून देऊन गाई जिंकून घेतल्यावर युद्धाची इच्छा करणारा तो धनुर्धराग्रणी अर्जुन पुनः दुर्योधनावरच चालून गेला गाई वेगानें मत्स्य नगराकडे गेलेल्या पाहातांच अर्जुन कृतकार्य झाला असें कौरववीरांनीं जाणलें; आणि दुर्योधनावर चालून जाणाऱ्या त्या अर्जुनावर ते सर्व एकदम तुटून पडले. तेव्हां उत्तम प्रकारें तयार झालेलीं व ज्यांत बहुत ध्वज (रथी) आहेत अशीं तीं सैन्यें पाहून तो शत्रुहंता अर्जुन मत्स्यराजपुत्र उत्तराला हांक मारून म्हणाला, "सोन्याचे लगाम व सामान घातलेले हे आपले पांढरे घोडे सर्व सामर्थ्य खर्च करून तूं प्रयत्नानें ह्या इकडे वळीव; म्हणजे दुर्योधनाकडील ह्या मुख्य वीरसमुदायावर मी चाल करतों! हे राजपुत्रा, हत्ती हत्तीवर चाल करण्यास पाहातो त्याप्रमाणें हा दुरात्मा सूतपुत्र माझ्याशीं भिडण्याची इच्छा करीत आहे; तर दुर्योधनाच्या आश्रयावर उन्मत्त झालेल्या ह्या कर्णाकडेच प्रथम मला घेऊन चल."

अर्जुनाचें हें भाषण ऐकून, ज्यांच्या खोगिरांवर सोन्याचें काम केलेलें आहे अशा त्या मोठमोठ्या व वायुगति अश्वांच्या योगें त्या रथसेनेचा भेद करून तो विराटपुत्र अर्जुनास रणभूमीच्या मध्यभागीं घेऊन गेला. तेव्हां कर्णाची पाठ राखण्याचें मनांत आणून चित्रसेन, संग्रामजित्, शत्रुसह व जय हे महारथी विपाठ व विशिख बाण सोडीत, चालून येणाऱ्या अर्जुनास आडवे झाले. तेव्हां वन जाळून टाकणाऱ्या अग्नीप्रमाणें, धनुष्यरूप ज्वाला व शरवेगरूप ताप यांनीं युक्त अशा क्रुद्ध झालेल्या अग्नितुल्य पुरुषर्षभ पार्थानें तो कुरुश्रेष्ठांचा रथसमुदाय भस्मसात् करून टाकिला. याप्रमाणें तें तुंबळ युद्ध माजून राहिलें असतां, कौरवांतील श्रेष्ठ वीर विकर्ण हा विपाठसंज्ञक बाणांची पेर करीत करीतच रथासह भीमानुज कुंतीपुत्र अतिरथ अर्जुनावर चाल करून आला; तेव्हां त्यानें विकर्णाचें तें जांबूनद सुवर्णानें भूषित केलेलें आणि बळकट प्रत्यंचा असलेलें धनुष्य तोडून त्याचा ध्वजही हालवून खालीं पाडिला! आपला ध्वज पडलेला पाहातांच विकर्णानें घाईनें तेथून पोबारा केला; पण शत्रुंतपाला ही गोष्ट बिलकूल सहन झाली नाहीं. त्या वीरानें त्या अमानुष कर्मे करून शत्रूस ताप देणाऱ्या त्या अर्जुनावर बाणांचा वर्षाव करून त्यास पीडित करून सोडलें. याप्रमाणें त्या राजानें बाणांची झोड उडविलेली पाहून कौरवसेनेमध्यें विहार करीत असलेल्या त्या अर्जुनानें, शत्रुंतपाला, कवच छिन्नभिन्न करून टाकतील असे पांच बाण मारून दहांनीं त्याचे सारथ्यास यमद्वार दाखविलें. भरतर्षभ अर्जुनाचे ते बाण लागल्याबरोबर, वाऱ्यानें हादरून गेलेला वृक्ष पर्वतशिखरावरून कोसळून पडतो त्याप्रमाणें तो शत्रुंतप राजा गतप्राण होऊन भूमीवर पडला! तेव्हां पावसाळ्याचे आरंभीं सावटलीनें

मोठमोठीं अरण्यें (अरण्यांतील झाडें) कंपित होतात त्याप्रमाणें त्या नरश्रेष्ठ अर्जुनाच्या श्रेष्ठ पराक्रमानें रणांगणीं पराजित झालेले ते वीर भयभीत होऊन कांपूं लागले. सुंदर सुंदर पोषाख घातलेले ते नरवीर पार्थाच्या बाणांचे तडाखे बसतांच पटापट गतप्राण होऊन भूमीवर पडूं लागले. शिवाय दुसरेही पुष्कळ दानशूर व इंद्रतुल्य पराक्रमी योद्धे—वर सोन्याचें काम केलेलीं लोहमय कवचें घातलेलीं असल्यामुळें हिमालयावरील धिप्पाड हत्तीप्रमाणें दिसणारे—इंद्रपुत्र अर्जुनाकडून रणांत पराजित झाले. अशा प्रकारें समरभूमीवर शत्रूंचा सप्पा उडवीत तो गांडीवधन्वा वीर—ग्रीष्मांतीं अग्नि वन जाळीत सुटतो तसा—रणभूमीवर सर्वत्र संचार करूं लागला. वायु जसा वसंत ऋतूंत गळून पडलेलीं पानें आणि मेघ यांना उडवीत वाहूं लागतो, तसा तो रथांत बसलेला अतिरथी किरीटी अर्जुन आपल्या शत्रूंची धूळधाण उडवीत समरांगणावर वावरूं लागला. होतां होतां त्यानें सूर्यपुत्र कर्ण याच्या भावाच्या रथाला जोडलेले तांबडे लाल घोडे मारून टाकले; आणि मुकुट व माला धारण केलेल्या त्या महाधैर्यवान् संग्रामविजयी वीरानें एकाच बाणानें त्याचें मस्तक तोडून पाडिलें !

आपल्या भावाचा अशा प्रकारें वध झालेला पाहातांच, दांताळ हत्तीसारखा किंवा पोळावर धावणाऱ्या वाघासारखा तो कर्ण सामर्थ्याच्या जोरावर अर्जुनावर धावून आला; आणि तडाक्यासरशीं अर्जुनाला बारा पृषत्क बाण मारून व घोड्यांनाही वेध करून त्यानें विराटपुत्र उत्तराच्या हातावरही प्रहार केला. तेव्हां विचित्रपक्षवान् गरुड वेगानें सर्पावर तुटून पडावा त्याप्रमाणें चालून येणाऱ्या त्या सूतपुत्र कर्णाजवळ वेगानें जाऊन अर्जुन त्यावर तुटून पडला. याप्रमाणें कर्णार्जुनांची जुंपून राहिली असें पाहातांच, कशाही शत्रूला दाद न देणाऱ्या, महाबल व सर्व धनुर्धरांत श्रेष्ठ अशा त्या दोघां वीरांचें युद्ध ते सर्व कौरववीर तटस्थ होऊन पाहूं लागले.

असो; ज्यानें आपले अनेक अपराध केले तो कर्ण समोर आलेला पाहातांच अर्जुनाला फारच संताप आला, व त्यांतले त्यांतच आनंदही झाला; व घोर शरवृष्टि करून त्यानें अश्व, रथ व सारथि ह्यांसह कर्णास छावून सोडिलें. मग अर्जुनानें पृषत्क बाण मारून कौरवांकडील भीष्मप्रभृति योद्धे रथ, अश्व, गज ह्यांसुद्धां भरून काढले असतां, त्याच्या बाणांचे भयंकर तडाके बसूं लागल्यामुळें ते वीर मोठमोठ्यानें ओरडूं लागले. तेव्हां अर्जुनाच्या हातून सुटलेल्या बाणांचा आपल्या बाणांनीं प्रतिकार करीत तो धनुष्यबाणयुक्त महात्मा कर्ण ठिणग्या उडत असलेल्या देदीप्यमान अग्नीप्रमाणें अर्जुनशीं तोंड देऊन उभा राहिला. तेव्हां तलत्राण आणि प्रत्यंचा ह्यांचा टणत्कार करीत असलेल्या कर्णाची ते सर्व कौरववीर प्रशंसा करूं लागले; आनंदानें टाळ्या वाजवूं लागले; आणि शंख, नगारे, पणव वाजवूं लागले. मग, ज्याच्या रथाचे ध्वजावर पुच्छाची मोठी थोरली पताका आहे, व त्या ध्वजाचे ऊर्ध्वभागीं असलेल्या फळीच्या दोन्ही टोंकांवर भयंकर भूतें गर्दी करून बसलीं आहेत; आणि जो स्वतः गांडीवाच्या टणत्काराबरोबरच मोठ्यानें गर्जना करीत आहे, अशा त्या अर्जुनाला पाहून कर्णानें मोठ्यानें आरोळी दिली. तेव्हां अर्जुनानें रथ, सारथि व अश्व ह्यांसह कर्णावर पृषत्क बाणांचा वर्षाव करून त्याला त्राहि त्राहि करून सोडिलें; आणि भीष्म, द्रोण व कृप हे दृष्टीस पडतांच त्यांवरही बाणांचा पाऊस पाडिला. उलट कर्णानेंही अर्जुनावर मेघाप्रमाणें पृषत्क बाणांची

धार धरिली. तेव्हां किरीटमाली अर्जुनानेंही निसणावर घांसलेल्या पृषत्क बाणांनींच कर्णाला छावून सोडलें. अशा प्रकारें भयंकर शरवृष्टीच्या योगें त्या रणांत सारखी कत्तल उडून राहिली असतां व बाणांचा सारखा वर्षाव करीत असलेले ते रथी परस्परांच्या बाणवृष्टीनें आच्छादित होऊन गेले असतां, मेघाच्छादित चंद्र-सूर्यांप्रमाणें लोकांच्या दृष्टीस पडले. नंतर त्या चलाख कर्णानें तीक्ष्ण बाणांनीं अर्जुनाच्या चारही घोड्यांना वेध केला; मोठ्या रागानें तीन बाण त्याच्या सारथ्याला मारले; आणि लगेच त्याच्या ध्वजावरही तीन बाण टाकले. तेव्हां रणांत शत्रूला खडे चारणारा तो अर्जुन, निजला असतां डंवचून जागा केलेल्या सिंहाप्रमाणें कर्णानें मारलेल्या बाणांनीं क्षुब्ध झाला; आणि तो कुरुवंशजश्रेष्ठ गांडीवधन्वा सरळ जाणाऱ्या बाणांची झोड उठवीत कर्णावर धावून गेला; आणि बाण व अस्त्रें यांनीं ताडित झालेल्या त्या महात्म्यानें मनुष्यांना दुष्कर असें कर्म करून, सूर्य आपल्या किरणजालानें लोक भरून काढतो त्याप्रमाणें कर्णाचा रथ पृषत्क बाणांनीं भरून काढिला. नंतर, अंकुशानें टोंचलेल्या गजेंद्राप्रमाणें चिडलेल्या त्या अर्जुनानें भात्यांतून तीक्ष्ण भल्ल बाण घेऊन धनुष्याला जोडिले; आणि पुरापूर धनुष्य खेंचून त्या कर्णाच्या मर्मामर्मांवर प्रहार केला; आणि रणांत शत्रूस धूळ खावयास लावणाऱ्या त्या अर्जुनानें आपल्या गांडीव धनुष्यापासून सोडलेल्या विद्युत्तुल्य तीक्ष्ण बाणांनीं त्या रणभूमीवर कर्णाचे हात, पाय, कपाळ, कंठ व श्रेष्ठ अवयव विद्ध करून सोडिले. याप्रमाणें अर्जुनानें सोडलेल्या बाणांच्या योगानें पीडित झालेला तो कर्ण हत्तीनें पराभव केलेल्या हत्तीप्रमाणें दिसूं लागला; आणि अर्जुनाच्या बाणांनीं घाबरून गेलेल्या त्या वैकर्तनानें मोहरा फिरवून तेथून पाय काढिला!

अध्याय पंचावन्नावा.

—:०:—

अर्जुनाचा पराक्रम.

वैशंपायन सांगतातः—कर्णानें पोबारा केल्यावर दुर्योधनपुरोगम सर्व कौरववीर आपापल्या पथकासह एकामागें एक अर्जुनावर येऊन कोसळले. तेव्हां नानाव्यूहाकार असलेलें तें सैन्य चाल करून येत असतां, महासागराला मर्यादेंत ठेवणाऱ्या तीराप्रमाणें अर्जुनानें बाणांनीं त्यांच्या वेगाला आळा घातला. नंतर त्या रथिश्रेष्ठ बीभत्सु कौन्तेय श्वेतवाहनानें हंसत हंसतच दिव्य अस्त्र सोडीत पुढें पाऊल घातलें; आणि ज्याप्रमाणें सूर्य आपल्या किरणांनीं सर्व भूमि आच्छादित करतो, त्याप्रमाणें आपल्या गांडीव धनुष्यापासून बाण सोडून त्या पार्थानें दाही दिशा भरून काढिल्या. तेव्हां अर्जुनाच्या तीव्र बाणांनीं विद्ध झाली नाहीं अशी दोन बोटें देखील जागा गज, रथ, अश्व व वीरांचीं कवचें ह्यांवर उरली नाहीं. पार्थाच्या दिव्यास्त्रप्रयोगामुळें, उत्तराच्या व घोड्यांच्याही अंगीं शिक्षणाचें मर्म उत्तम प्रकारें बिंबून गेलें असल्यामुळें, आणि सुटत असलेल्या अस्त्रांच्या सामर्थ्यामुळें अनुभवास येऊं लागलेला तो अर्जुनाचा पराक्रम पाहून त्याचे शत्रुही मान डोलवूं लागले; आणि धडाडलेल्या अग्नीकडे पहावत नाहीं तद्वत् जणू प्रलयकालच्या अग्नीप्रमाणें प्रजा गट्ट करण्यास उद्युक्त झालेल्या त्या अर्जुनाकडे वर डोळा करून बघण्यास शत्रु समर्थ होतना. अर्जुनाच्या बाणजालांनीं आच्छादित झालेलीं तीं सैन्यें—पर्वतासमीप सूर्यकिरणांनीं व्याप्त झालेल्या प्रचंड मेघांप्रमाणें

शोभूं लागलीं. जनमेजया, अर्जुनाच्या शुभ बाणांनीं अनेक प्रकारें छिन्न झालेलीं तीं सैन्यें खच्ची केलेल्या अशोकवनाप्रमाणें शोभूं लागलीं. सुकून गळून पडलेलीं सोनचांफ्याचीं फुलें वाऱ्यानें उडून जातात त्याप्रमाणें अर्जुनाच्या बाणांचे तडाक्यांनीं छत्रें व पताका आकाशांत उडून जाऊं लागल्या. आपल्या सेनेच्या भीतीनें आधींच त्रासलेले घोडे अर्जुनानें जूं तोडून टाकल्यामुळें रथाच्या शिलक राहिलेल्या सांगाड्यांसह सैरावैरा दशदिशा धावूं लागले. अर्जुनानें कान, कक्षा, दांत, अधरोष्ठ व मर्मे-मर्मे ह्यांचे ठिकाणीं प्रहार करून त्या रणभूमी-वर हत्ती लोळविले, तेव्हां मेघांनीं नभस्तल भरून जावें त्याप्रमाणें त्या कुरुश्रेष्ठांकडील गत-प्राण झालेल्या गजांच्या शरीरांनीं ती भूमि छावून गेली. हे महाराजा, काल्गतीनें क्षय पावणारें हें चराचर जगत युगांतसमयीं ज्या-प्रमाणें तीव्र ज्वालांनीं युक्त असा अग्नि भस्म करून टाकतो, त्याप्रमाणें पार्थ त्या रणांगणाचे ठिकाणीं शत्रूंना भाजून काढूं लागला. नंतर, सर्व अस्त्रांचें तेज, गांडीव धनुष्याचा टणत्कार, ध्वजावर बसलेल्या अमानुष भूतगणांचा अट्टाहास, भ्यासूर शब्द करणाऱ्या त्या वानरांची गर्जना, आणि आपल्या देवदत्त शंखाचा भयंकर शब्द यांच्या योगें त्या बलवान् अरिमर्दन बीभत्सूनें दुर्योधनाच्या सैन्याची गाळण करून सोडिली! प्रथमतः केवळ दर्शनमात्रेंकरूनच अर्जुनानें शत्रूंचा शक्तिपात करून सोडला होता! नंतर, अवसान येण्याकरितां जरा मागें सरून तो वीर एकदम शत्रूंवर तुटून पडला; आणि आकाशांत संचार करणारे पक्ष्यांप्रमाणें आपल्या गांडीव धनुष्यापासून शत्रूंचें रक्तप्राशन करणारे असे तिखट अग्रांचे असंख्य बाण सोडून त्यानें दाही दिशा छावून टाकल्या. तेव्हां राजा, तीक्ष्ण तेजस्वी सूर्याच्या किरणां-प्रमाणें अर्जुनाचे ते असंख्य बाण दशदिशांस पसरले आहेत असें दिसूं लागलें.

याप्रमाणें अर्जुन शत्रूंवर धूम गाजवून राहिला असतां, त्याच्या रथाजवळ आलेल्या शत्रूचा व त्याचा सामना होण्याचा योग एक-दांच येत होता! कारण, एकदां अर्जुनाची गांठ पडली म्हणजे तेथून जिवंत सुटणें शक्य असेल तर त्याची पुनः गांठ पडावयाची गोष्ट कीं नाहीं? पण अर्जुन कोठें त्यांस जिवंत सोडीत होता! शत्रूची गांठ पडली रे पडली कीं त्याला रथावरून खालीं लोळवून अश्वांसह त्यानें त्याची परलोकीं पाठवणी केलीच! त्या बीभत्सूचे बाण जसे शत्रूशरीरांत न अडकतां पार निघून जावयाचे, तसा त्याचा रथही शत्रुसैन्यांत अप्रतिहत फिरत होता. याप्रमाणें तो अर्जुन महासागरांत क्रीडा करणाऱ्या अनंत फणांच्या नागाप्रमाणें शत्रुसेनेची सहज खळबळ उडवून देऊं लागला. याप्रकारें अर्जुन सारखी शरवृष्टि करूं लागला असतां, सदोदर ताण करणारा असा त्याच्या धनुष्याचा शब्द—पूर्वीं कधींही ऐकिला नाहीं असा—सर्व प्राण्यांच्या कानीं पडूं लागला. त्या रणांगणीं एकमेकांच्या अगदीं जवळ जवळ असे एका हारीनें उभे राहिलेले हत्ती अर्जुनाच्या बाणांनीं भरून गेल्यामुळें सूर्य-किरणांनीं व्याप्त झालेल्या मेघांप्रमाणें दिसूं लागले. डाव्याउजव्या—दोन्ही बाजूंनीं सारखे बाण सोडीत अर्जुन सर्वत्र संचार करीत असल्या-मुळें, त्याचें एकसारखें बिंदुकलीप्रमाणें वांकलेलें धनुष्य अलातचक्राप्रमाणें दिसूं लागलें. सुंदर वस्तूंशिवाय दृष्टि इकडे तिकडे मुळींच जात नाहीं, त्याप्रमाणें त्या गांडीवधन्व्याचे बाण निशाण सोडून अन्यत्र जात नव्हते. वनांत संचार करीत असलेल्या हजार हत्तींच्या मार्गा-प्रमाणें अर्जुनाच्या रथाचा मार्ग ऐसपैस झाला होता. अर्जुनाच्या बाणांचे सारखे

तडाखे बसूं लागले तेव्हां शत्रूंना वाटलें कीं, 'अर्जुनाला जय मिळावा म्हणून साक्षात् देवेंद्रच सर्व अमरांसह आमच्याशीं युद्ध करीत आहे! आणि तो एकसारखा शत्रूंचा सप्पा उडवीत चालला असतां कित्येकांना तर असेंही वाटूं लागलें कीं, 'अर्जुनरूपानें हा प्रत्यक्ष काळच आ पसरून प्रजा गट्ट करीत सुटला आहे!' अर्जुनाच्या प्रहारांनीं पडणारीं तीं कुरुसैनिकांचीं शरीरें अर्जुनानें प्रहार केलेल्या शरीरांप्रमाणेंच पडत होतीं, कारण, पार्थाच्या त्या पराक्रमाला उपमा त्याच्याच पराक्रमाची! धान्याचीं कणसें खुडावीं त्याप्रमाणें अर्जुनानें शत्रूंचीं शिरें तोडून पाडण्याचा सपाटा लाविला असतां त्याच्या भयानें कौरवीयांच्या कंबरा खचल्या! अर्जुनरूप वायूनें छिन्नभिन्न झालेल्या त्याच्या शत्रूंच्या शरीरांपासून रक्ताच्या चिळकांड्या उडूं लागल्यामुळें सर्व जमीन तांबडीलाल होऊन गेली! रक्तानें भिजलेले तेथील ते रणःकण वाऱ्यानें उडूं लागले असतां त्यांमुळें सुर्यकिरणेंही अतिशय आरक्त दिसूं लागलीं; आणि त्या योगें, संध्याकाळच्याप्रमाणें सूर्यासह आकाश तत्क्षणींच लाल दिसूं लागून, सूर्यही अस्ताला जाऊन नाहींसा झाला (अंधार पडला), तरी अर्जुन कांहीं परतणार नाहीं असा शत्रूंना अदमास वाटूं लागला.

नंतर, आपल्या पराक्रमाच्या घमेंडींत असलेल्या त्या सर्व धनुर्धरांना त्या अचिंत्यात्म शूरानें दिव्यास्त्रांनीं त्या समरभूमीवर ताडन केलें. त्यानें त्र्याहात्तर क्षुरप्र बाण द्रोणांवर टाकले, दुःसहाला दहा बाण मारले, द्रौणीवर आठ सोडले, बारांनीं दुःशासनास ताडन केलें, तिहींनीं शारद्वत कृपांस वेधिलें, शांतनव भीष्मांना साठांनीं प्रहार केला, दुर्योधनाचा शंभरांनीं समाचार घेतला, आणि शत्रूंची धूळधाण उडवून देणाऱ्या त्या अर्जुनानें कर्णाच्या कानावर एक कर्णि बाण मारून वेध केला. याप्रमाणें त्या सर्वास्त्रकोविद महाधनुर्धर कर्णाचा वेध करून अर्जुनानें त्याचा सारथि व अश्व यांची यमपुरीं पाठवणी केल्यामुळें तो विरथ झाला, तेव्हां सैन्याची पांगापांग झाली. याप्रमाणें तें सैन्य यःपलाय करीत आहे तरी अर्जुन आपला ठाण मांडून उभाच आहे असें पाहून उत्तरानें त्याचें मनोगत ओळखिलें आणि म्हटलें, "हे जिष्णो, ह्या सुंदर रथावर मज सारथ्यासह बसून आतां कोणत्या सेनेवर चाल करण्याची तुझी इच्छा आहे तें सांग, म्हणजे मी रथ घेऊन तिकडे चलतों."

अर्जुनानें सांगितलें:—ज्यांच्या रथाला शुभ असे तांबडे घोडे जोडलेले असून व्याघ्रचर्मानें परिवृत असे जे नीलध्वजाच्या आश्रयानें स्थित आहेत, ते हे कृपाचार्य पाहिलेसना? हें पहा त्यांचें श्रेष्ठ पथक! तिकडेच मला घेऊन चल; म्हणजे त्यांना मी आपलें शीघ्रास्त्रत्व दाखवितों. हा ज्यांच्या ध्वजावर सोन्याचा शुभ कमंडलु झळकत आहे, ते सर्व शस्त्रधरांमध्यें वरिष्ठ आचार्य द्रोण आहेत. हे मला तसेच सर्व शस्त्रधरांनाही सदैव मान्य आहेत. तेव्हां तूं तेथेंच रथाखालीं उतर, व ह्या सुप्रसन्न महावीराला प्रदक्षिणा करून मान दे, आणि फिरून रथावर चढ. कारण, बाबारे, हा सनातन धर्म आहे. प्रथम जर द्रोण मजवर प्रहार करतील, तरच मी त्यांवर हत्यार उचलीन; म्हणजे मर्यादा पालन केल्यामुळें ह्यांचा मजवर कोप होणार नाहीं. ह्यांच्या सन्निधच ध्वज फडकत आहे ज्यावर धनुष्य काढलेलें आहे तो? तो ह्या आचार्यांचा पुत्र महारथ अश्वत्थामा! हाही सर्वदा मला व तसाच सर्व शस्त्रधरांनाही मान्य आहे. याच्या रथाजवळ गेल्यावर तुला पुनः पुनः परत फिरावें लागेल! हा जो रथदलामध्यें सोन्याचें कवच घालून ताज्या दमाच्या

तिसऱ्या तुकडीसह उभा आहे, आणि ज्याच्या ध्वजाग्रावर सुवर्णमय हत्ती काढलेला आहे, तो हा धृतराष्ट्रात्मज श्रीमान् राजा दुर्योधन आहे, समजलास? तेव्हां, हे वीरा, शत्रुरथांचा चुराडा करून सोडणार हा आपला रथ त्याच्या समोर घेऊन चल पाहूं. कारण, हा रणमस्त वीर मोठा बलाढ्य असून, द्रोणाचार्यांचे जेवढे ह्मणून शिष्य आहेत त्या सर्वांत शीघ्रास्त्राविषयीं हा पहिला अशी याची मोठी आख्या आहे. तेव्हां यालाही आपलें अस्त्रकौशल्य थोडेंबहुत दाखविलें पाहिजे. हत्तीच्या साखळदंडाचें सुंदर चिन्ह ज्याच्या ध्वजावर आहे तो हा वैकर्तन कर्ण तुला मघां माहीत झालेलाच आहे! ह्या दुष्ट राधेयाच्या रथाजवळ गेलास ह्मणजे तूं डोळ्यांत तेल घालून बैस; कारण युद्धामध्यें हा मला नेहमीं पाण्यांत पहात असतो. निळ्या पताकेवर काढलेल्या सोन्याच्या पांच ताऱ्यांचा ध्वज असलेल्या रथावर हातीं भलें मोठें धनुष्य घेऊन व हस्तकवच घालून जो उभा आहे; सभोंवते पांच तारे व मध्यें सूर्य यांनीं सुशोभित झालेला तो ध्वज ज्याच्या श्रेष्ठ रथावर झळकत आहे; ज्याच्या मस्तकावर तें पांढरेंशुभ्र निर्मल छत्र शोभत आहे; मेघांच्या अग्रभागीं असलेला जणूं सूर्यच असा जो ह्या नानापताकाध्वजयुक्त मोठ्या थोरल्या रथदळाच्या बिनीवर उभा आहे; ज्यानें अंगांत घातलेलें सोन्याचें कवच चंद्रसूर्याप्रमाणें लखलखीत दिसत आहे; आणि ज्याचें सुवर्णमय शिरस्त्राण माझ्या मनाला क्षोभवून सोडीत आहे, तो हा राजतेजानें झळकत असलेला व दुर्योधनाच्या मर्जीप्रमाणें चालणारा आम्हां सर्वांचा पितामह शांतनव भीष्म आहे. सर्वांचा समाचार घेतल्यानंतर मग याशीं गांठ घालावयाची; म्हणजे मग मला कांहीं अडचण पडणार नाहीं. मात्र यांच्याशीं जुंपून राहिली ह्मणजे आपले घोडे फार सावधगिरीनें हांक हो!

राजा जनमेजया, याप्रमाणें अर्जुनानें सांगितल्यावर, जेथें कृपाचार्य अर्जुनाशीं दोन हात करण्याची इच्छा करून उभे होते, तिकडे त्या दक्ष उत्तरानें अर्जुनाला नेलें.

अध्याय छप्पन्नावा.

--:०:--

देवागमन.

वैशंपायन सांगतातः--ग्रीष्मकालाचे शेवटीं ज्याप्रमाणें मंदवातयुक्त ढग हळूहळू पुढें जातात, त्याप्रमाणें त्या कुरुश्रेष्ठ धनुर्धरांचीं सैन्यें हळूहळू पुढें सरसावत आहेत असें दिसूं लागलें. वर योद्धे बसलेले असे उमदे घोडे, आणि लखलखीत कवचें घालून व हातांत तोमर व अंकुश घेऊन हत्तींना चालवीत माहूत वर बसलेले असे हत्ती जवळ येऊन उभे राहिले. नंतर राजा जनमेजया, देवराज इंद्र विमानांत बसून विश्वेदेव, अश्विनीकुमार व मरुद्गण यांसह, जेथें तो शत्रुसमागम होऊन राहिला होता, तेथें येऊन पोहोंचला. तेव्हां देव, गंधर्व, यक्ष आणि महोरग ह्यांनीं गजबजून गेलेलें तें स्वच्छ आकाश ग्रहमंडलाप्रमाणें शोभूं लागलें. त्या ठिकाणीं त्या मानवयुद्धामध्यें होणाऱ्या अस्त्रप्रयोगांचें बल आणि कृपाचार्य व अर्जुन यांची गांठ पडल्यानंतर होणारें तें महाभयंकर युद्ध अवलोकन करण्याकरितां देव आपापल्या निरनिराळ्या विमानांत बसून तेथें आले. त्या वेळीं देवराज इंद्राचें जें आकाशगामी विमान तेथें झळकत होतें, त्याला एक कोट साधे खांब असून एक सोन्याचा व एक मणिरत्नखचित खांब होता; आणि तें इच्छागामी विमान सर्व रत्नांनीं भूषित केलेलें होतें. त्या विमानामध्यें इंद्रासह तेहतीस देव बसलेले असून गंधर्व, राक्षस, सर्प, पितर व महर्षिही

होते. त्याचप्रमाणें, राजा वसुमनस्, बलाक्ष, सुप्रतर्दन, अष्टक, शिबि, तसाच ययाति, नहुष, गय, मनु, पुरु, रघु, भानु, कृशाश्व, सगर व नल हे महातेजस्वी पुरुषश्रेष्ठही देवराजाच्या विमानांत बसलेले दिसत होते; अग्नि, शंकर, सोम, वरुण, प्रजापति, तसाच धाता, विधाता, कुबेर, यम व अलंबुष—उग्रसेनप्रभृति आणि तुंबुरु गंधर्व ह्यांचींही विमानें आपआपले योग्यतेप्रमाणें यथोचित स्थानीं झळकूं लागलीं. ह्याप्रमाणें, कौरवांचें व अर्जुनाचें तें युद्ध पाहाण्याकरितां सर्व देवगण, सिद्ध आणि महर्षि तेथें जमले. तेव्हां, जनमेजया, वनामध्यें वसंत ऋतूचे आरंभीं ज्याप्रमाणें सुगंधि पुष्पांचा दरवळ सुटतो, तसा त्या ठिकाणीं सर्व दिव्य पुष्पांचा चोहोंकडे घमघमाट सुटला; आणि देवांनीं धारण केलेलीं रत्नें, छत्रें, वस्त्रें, चामरें व माळा झळकूं लागल्या. जमीनीवरील धूळ पार बसून गेली; सर्व आकाश किरणांनीं व्याप्त झालें; आणि दिव्य सुगंध वाहून आणून वायुही योद्धयांस संतोषित करूं लागला. तेथें सुरोत्तमांनीं आणिलेलीं जीं विमानें आलीं होतीं, तीं नानाप्रकारच्या रत्नांनीं झळाळत असून त्यांच्या योगें आकाश चित्रविचित्र प्रकारें सुशोभित केलेलें व प्रकाशयुक्त असें दिसूं लागलें; आणि कमलांची माळ गळ्यांत घातलेला महातेजस्वी वज्रपाणि इंद्रही, सभोंवतींच्या देवसमुदायामुळें शोभूं लागला. तो त्या अनेक देवांसह तें महायुद्ध अगदीं लक्षपूर्वक पहात होता, पण त्याची कांहीं तृप्ति झाली नाहीं.

अध्याय सत्तावन्नावा.

—:०:—

कृपापयान!

वैशंपायन सांगतातः—कौरवांचीं तीं सैन्यें व्यूह रचून उभीं आहेत असें पाहून तो कुरुनंदन पार्थ उत्तराला हांक मारून ह्मणाला, " ज्यांच्या ध्वजावर जांबूनद सुवर्णाची वेदी काढलेली आहे, त्यांना उजवी घालून, शारद्वत कृपाचार्य आहेत तिकडे रथ घेऊन चल."

वैशंपायन सांगतातः—अर्जुनानें पूर्वीं सांगितलेलें सर्व क्रमशः उत्तराच्या लक्षांत होतेंच. त्यानें अर्जुनाचें हें भाषण ऐकून, सोन्याचे अलंकार घातलेल्या, व रागावल्यासारख्या दिसणाऱ्या आपल्या त्वरितगति व चंद्र किंवा रुपें यांप्रमाणें पांढऱ्या शुभ्र अशा घोड्यांना तिकडे चलण्याविषयीं ताबडतोब इषारा केला. सारथ्यकर्मामध्यें निपुण असलेल्या त्या उत्तरानें कौरवसैन्याच्या जवळ जाऊन पुनः ते वायुगति घोडे परत वळविले; आणि याप्रमाणें डावींउजवीं मंडलें घेत रथ चालवून, घोड्यांच्या खुब्या जाणणाऱ्या त्या उत्तरानें कौरवांची अक्कल गुंग करून सोडिली. नंतर कृपाचार्यांच्या रथाकडे रोंख धरून तो निर्भय व बलवान् विराटपुत्र प्रदक्षणिक वळला, आणि त्यांजपुढें दत्त म्हणून उभा राहिला. तेव्हां अर्जुनानें मोठ्यानें स्वतःचें नांव कळवून आपला भयंकर शब्द करणारा श्रेष्ठ देवदत्त शंख खूप जोरानें वाजविला. याप्रमाणें तो वीर्यवान् अर्जुन रणभूमीवर जोरानें शंख फुंकूं लागला असतां त्याचा नाद उलणाऱ्या पर्वताप्रमाणें भयंकर होऊं लागला! अर्जुनानें शेंकडों वेळां जरी फुंकिला असता, तरी तो शंख उलण्यासारखा नव्हता. अशा त्या शंखाचा ध्वनि ऐकून कौरवांनीं सैन्यासह त्याची वाहवा केली. त्या शंखाचा शब्द इतका मोठा झाला कीं, इंद्रानें सोडलेलें वज्र पर्वतावर आपटलें असतां त्याचा नाद व्हावा तसा होणारा त्याचा नाद आकाशांत दुमदुमून जाऊन पुनः त्याचा प्रतिध्वनि भूमीवर उठला! इतका प्रकार झाला,

तेव्हां बलपराक्रमशाली दुर्जय कृपाचार्यांना कांहीं तो शब्द सहन झाला नाहीं; आणि ते अर्जुनावर अतिशयच संतापले. नंतर अर्जुनावर अतिशय रागावलेल्या आणि युद्धाची इच्छा करणाऱ्या त्या वीर्यवान् महारथी कृपाचार्यांनीं लगेच आपलाही शंख घेऊन फुंकिला; आणि अशा प्रकारें आपल्या शंखाच्या शब्दानें त्रैलोक्य भरून काढून त्या रथिश्रेष्ठ कृपाचार्यांनीं लगेच आपलें प्रचंड धनुष्य घेऊन त्याच्या प्रत्यंचेचा टणत्कार केला. याप्रमाणें ते दोन्ही सूर्यासारखे वीर पवित्र्यांत उभे राहून युद्ध करूं लागले असतां शरदृतूंतील मेघांप्रमाणें शोभूं लागले.

नंतर, शत्रूंकडील वीरांचा विध्वंस करणाऱ्या त्या अर्जुनाला कृपाचार्यांनीं घाईनें तीक्ष्ण व मर्मभेदक अशा दहा बाणांनीं वेध केला. तेव्हां उलट अर्जुनानेंही आपलें लोकविश्रुत उत्कृष्ट गांडीव धनुष्य खेंचून कृपाचार्यांवर अनेक मर्मभेदक नाराच बाण टाकिले. पण खोल जखम करणारे ते पार्थाचे नाराच बाण येऊन लागण्याच्या पूर्वींच कृपाचार्यांनीं तीक्ष्ण बाणांनीं त्यांचे शेंकडों हजारों तुकडे केले. तेव्हां अतिशय संतप्त होऊन बाण सोडण्याचे अनेक अद्भुत प्रकार दाखवीत अर्जुनानें दशदिशा भरून काढिल्या, आणि त्या महारथी पार्थानें बाणांच्या घनदाट छायेनें आकाश व्याप्त करून टाकून शेंकडों बाणांनीं कृपाचार्यांसही झांकून टाकिलें. अग्निज्वालांसारखे ते तीक्ष्ण बाण लागतांच कृपाचार्य व्यथित होऊन अतिशय संतापले; आणि लगेच त्या अप्रतिम बलवान् पार्थाला दहा हजार बाण मारून त्यांनीं त्या रणभूमीवर मोठ्यानें आरोळी दिली. तेव्हां अर्जुनानेंही सोन्याचीं फळें लावलेले व पेरीं काढलेले असे चार तीक्ष्ण बाण गांडीव धनुष्याला जोडून त्या उत्कृष्ट बाणांनीं कृपाचार्यांच्या चारही घोड्यांना प्रहार केला; आणि फुस्करणाऱ्या सर्पांसारखे ते तीक्ष्ण बाण लागतांच घोडे एकदम भडकून जाऊन त्यांनीं कृपाचार्यांस रथांतून खालीं फेंकून दिलें! याप्रमाणें कृपाचार्य खालीं पडले तेव्हां त्यांवर प्रहार करण्याची चांगली संधि आली असतांही त्या शत्रुहंत्या कुरुनंदनानें त्यांची बूज राखण्याकरितां त्यांवर प्रहार केला नाहीं! परंतु कृपाचार्यांनीं पुनः रथावर बसून घाईघाईनें अर्जुनावर दहा कंकपत्रयुक्त बाण टाकिले. तेव्हां तीक्ष्ण भल्ल बाणानें अर्जुनानें त्यांचें धनुष्य तोडलें; आणि दुसऱ्या एका बाणानें त्यांचें हस्तकवच उडविलें. नंतर मर्मभेदक तीक्ष्ण बाणांनीं त्यांचें कवच छेदून पाडिलें. परंतु त्या पार्थानें त्यांच्या शरीरास पीडा दिली नाहीं. याप्रमाणें अर्जुनानें कवच छेदून टाकलें तेव्हां कवचाभावीं उघडें पडलेलें तें कृपाचार्यांचें शरीर कात टाकिलेल्या सर्पाप्रमाणें दिसूं लागलें.

असो; अर्जुनानें धनुष्य तोडून टाकिल्यावर कृपाचार्यांनीं दुसरें धनुष्य घेऊन त्याला प्रत्यंचा चढविली, तेव्हां लोकांना आश्चर्य वाटलें. परंतु अर्जुनानें पेरीं काढलेल्या बाणांनीं त्यांचें तेंही धनुष्य तोडून पाडिलें. याप्रमाणें त्या चलाख हाताच्या पांडुपुत्रानें त्यांचीं आणखीही पुष्कळ धनुष्यें तोडून टाकिलीं; तेव्हां धनुष्यें तुटूं लागलीं असें पाहून प्रतापी कृपाचार्यांनीं रथशक्ति उचलली आणि ती विजेसारखी शक्ति पार्थावर फेंकिली. परंतु उल्केसारखी ती स्वर्णभूषित शक्ति येत असतां त्या बुद्धिमान् अर्जुनानें दहा बाण मारून आकाशांतच तिचे दहा तुकडे करून ती भूमीवर पाडली, तों शक्ति फेंकून लगेहात धनुष्य सज्ज केलेल्या कृपाचार्यांनीं तीक्ष्णशा दहा भल्ल बाणांनीं अर्जुनाला वेध केला! तेव्हां त्या महातेजस्वी पार्थानें निसणावर

घांसलेले आणि अग्नीसारखे असे तेरा विशिख बाण कृपाचार्यांना मारिले; आणि पाठोपाठ एका बाणानें त्यांच्या रथाचें जूं तोडून दुसऱ्या चार बाणांनीं त्यांच्या घोड्यांनाही वेध केला; सहाव्या बाणानें त्यांच्या सारथ्याचें मस्तक धडापासून तोडून पाडिलें; त्या रणभूमीवर त्यानें तीन बाणांनीं त्यांच्या रथाचें त्रिवेणुक मोडून टाकिलें; त्या महारथानें दोहोंनीं रथाचा कणा मोडला; बाराव्या भल्ल बाणानें त्यांचा ध्वजही उलथून पाडून, त्या इंद्रतुल्य पराक्रमी फाल्गुनानें हंसतच तेरावा वज्रप्राय बाण कृपाचार्यांच्या छातींत खोंचला! याप्रमाणें धनुष्य तुटून जाऊन सारथि व अश्व मरून पडल्याकारणानें विरथ झालेल्या कृपाचार्यांनीं घाईघाईनें गदा उचलून ती अर्जुनावर भिरकावली; पण कृपाचार्यांच्या हातून सुटलेली ती उत्कृष्ट प्रकारें भूषित केलेली प्रचंड गदा अर्जुनानें बाण मारल्यामुळें परत फिरली! तेव्हां रागानें बेफाम होऊन गेलेल्या त्या कृपाचार्यांचा बचाव करण्याकरितां त्या रणांगणांत अनेक वीरांनीं अर्जुनाला चहूंकडून वेढून त्यावर बाणांची सारखी धार धरली. परंतु घोडे अप्रदक्षिण फिरवून त्या विराटपुत्र उत्तरानें शत्रूंचा निरोध करणारें यमकमंडल घेऊन वीरांचें निवारण केलें; तेव्हां त्या विरथ झालेल्या कृपाचार्यांस घेऊन ते नरर्षभ कुंतीपुत्र धनंजयापासून घाईघाईनें दूर पळून गेले!

अध्याय अठ्ठावन्नावा.

—:o:—

द्रोणपयान !

वैशंपायन सांगतातः—याप्रमाणें कृपाचार्यांना रणांतून दूर काढून नेल्यावर, तांबडे घोडे जोडलेल्या रथांत बसलेले अजिंक्य द्रोणाचार्य हातीं धनुर्बाण घेऊन श्वेतवाहनावर चालून आले; परंतु सुवर्णरथावर बसून जवळ आलेले ते गुरु दृष्टीस पडतांक्षणींच विजयिश्रेष्ठ अर्जुन उत्तरास ह्मणाला, "तुझें कल्याण असो. उत्तरा, श्रेष्ठ दंडावर उभारलेली आणि पताकांनीं भूषित केलेली ही सोन्याची वेदी ज्यांच्या ध्वजावर झळकत आहे, त्या ह्या द्रोणाचार्यांच्या सैन्यावर मला घेऊन चल. त्यांच्या त्या मोठ्या रथाला लाविलेले तांबडे घोडे रथ ओढण्यांत मोठे कुशल आहेत; त्यांची कांति तुळतुळीत पोवळ्याप्रमाणें आहे; त्यांचीं तोंडेंही तांबडींच आहेत; त्यांच्या मुद्रा आल्हादकारक आहेत; आणि तेजस्वी दिसत असलेले हे मोठे घोडे सर्व कौशल्यांत तरबेज झालेले आहेत. त्याचप्रमाणें ह्या प्रतापी, बलाढ्य, रूपसंपन्न, महातेजस्वी, आजानुबाहु भारद्वाजपुत्र द्रोणाचार्यांची पराक्रमाविषयीं त्रैलोक्यांत ख्याति आहे. हे बुद्धीनें शुक्राचार्यांसारखे असून विद्येंत बृहस्पतींप्रमाणें आहेत; आणि ह्यांचे ठिकाणीं चारही वेद, ब्रह्मचर्य, उपसंहारासह सर्व दिव्य अस्त्रें व पूर्ण धनुर्वेद हीं सदैव वास करीत आहेत; त्याचप्रमाणें, ह्यांचे ठिकाणीं नेहमीं क्षमा, दम, सत्य, सौजन्य, सरळपणा यांचें व दुसऱ्याही पुष्कळ गुणांचें नित्य वास्तव्य आहे. उत्तरा, अशा ह्या महाभाग्यवान् द्विजाशीं रणांत दोन हात करण्याची माझी इच्छा आहे, तर लवकर घोड्यांना इषारा करून मला त्या आचार्यांकडे घेऊन चल."

वैशंपायन सांगतातः—अर्जुनाचें हें भाषण ऐकून, सोन्याचे अलंकार घातलेले ते घोडे उत्तरानें द्रोणाचार्यांच्या रथाकडे हांकले. तो रथिश्रेष्ठ अर्जुन त्वरेनें आपल्यावर चालून येत आहेसें पाहातांच, एका मस्त हत्तीवर धावून जाणाऱ्या दुसऱ्या मस्त हत्तीप्रमाणें द्रोणाचार्य पार्थावर चालून गेले; आणि शंभर भेरींच्या

आवाजासारख्या आवाजाचा आपला मोठा शंख त्यांनीं फुंकिला; तेव्हां खवळलेल्या समुद्राप्रमाणें त्या सैन्याची खळबळ उडून गेली. नंतर त्या रणभूमीवर द्रोणाचार्यांचे ते तांबडे लाल उत्कृष्ट घोडे अर्जुनाच्या मनोजव पांढऱ्या शुभ्र घोड्यांशीं अगदीं मिसळून गेलेले पाहून लोकांना फार आश्चर्य वाटलें; आणि रथी, वीर, क्षत्र-गुणसंपन्न, कृतविद्य आणि मनस्वी असे ते आजिंक्य गुरुशिष्य द्रोणार्जुन रणाच्या अगदीं अघाडीवर परस्परांच्या जवळ येऊन ठेपलेले पाहून, ह्या उभयतांचें सख्य झालें तर द्रोणाचार्याभावीं हा अर्जुन आपली कणीक चांगलीच मऊ करील या भीतीनें कौरवांचें तें मोठें थोरलें सैन्य थरथर कांपूं लागलें!

नंतर, द्रोणाचार्यांच्या रथापाशीं जाऊन पोंचलेल्या त्या महारथ वीर्यवान् रथस्थ कुंतीपुत्रानें हर्षयुक्त होऊन हास्य करीत त्यांना अभिवंदन केलें; आणि तो शत्रुहंता महापराक्रमी कौंतेय नम्रतेनें व गोड वाणीनें म्हणाला, "ठरल्याप्रमाणें आम्हीं वनामध्यें वास्तव्य केलें असून आतां प्रतिपक्षी या नात्यानें प्राप्त झालेलें कर्तव्य बजावण्याची आमची इच्छा आहे. तेव्हां, हे समरदुर्जया, आपण आह्मांवर कोप करूं नये. हे निष्पाप, प्रथम आपण प्रहार केल्यावर मग आपल्यावर प्रहार करावा अशी माझी मनोदेवता लवते; तर हा माझा हेतु पूर्ण करणें आपल्याकडे आहे."

तेव्हां द्रोणाचार्यांनीं प्रथम अर्जुनावर विसांपेक्षां अधिक बाण मारिले; परंतु ते आपलेजवळ येऊन पोंचण्याचे आधींच त्या चलाख हाताच्या अर्जुनानें तोडून पाडिले. नंतर त्या पराक्रमी द्रोणाचार्यांनीं हजार बाण टाकून अर्जुनाचा रथ भरून सोडला; आणि आपलें अस्त्रकौशल्य दाखवीत त्या अमेय द्रोणांनीं निसणावर घांसलेले कंकपत्रयुक्त बाण मारून जणू अर्जुनाला चिडविण्याकरितांच त्याचे घोडेही व्याप्त करून सोडिले. याप्रमाणें द्रोणाचार्य दीप्ततेजस् बाण सोडूं लागले, तेव्हां मग त्यांची आणि अर्जुनाची चांगलीच लढाई जुंपली. दोघेही नामांकित पराक्रमी, दोघेही वायुसारखे वेगवान्, दोघेही दिव्यास्त्रज्ञ, आणि दोघेही उत्तम तेजस्वी असे ते वीर एकमेकांवर शरजालांचा वर्षाव करीत असतां त्यांनीं सर्व राजांची अक्कल गुंग करून सोडिली. इतकेंच नव्हे, तर तेथें दुसरे योद्धे आले होते त्यांनाही फार विस्मय वाटला; आणि ते द्रोणार्जुन फारच त्वरेनें बाण टाकूं लागले, तें पाहून तर त्यांनीं 'वाहवा, शाबास!' म्हणून त्यांची प्रशंसा केली. त्या समरभूमीवर असलेले इतर जन म्हणूं लागले कीं, "समरांत द्रोणांशीं चंग बांधून उभें राहाण्याची अर्जुनावांचून दुसऱ्या कोणाची प्राज्ञा आहे? अरेरे! हा क्षात्रधर्म किती भयंकर—कीं यामुळें अर्जुनाला प्रत्यक्ष गुरूशींही युद्ध करावें लागलें!"

इकडे ते दोघेही महाभुज व अपराजित वीर अतिशय खवळून जाऊन भिडून राहिले असतां त्यांनीं बाणांनीं एकमेकांस छावून टाकलें; नंतर सोन्याच्या पाठीचें आपलें भलें मोठें अवजड धनुष्य ताणून, संतप्त झालेल्या त्या भारद्वाजपुत्र द्रोणाचार्यांनीं अर्जुनास वेधिलें; निसणावर घांसलेल्या उज्वल बाणांचा अर्जुनाच्या रथावर मंडप करून सूर्यप्रभा झांकून टाकिली; आणि मेघ पर्वतावर वृष्टि करितो त्याप्रमाणें त्या महाबाहु महारथ द्रोणांनीं महा वेगवान् अशा तीक्ष्ण बाणांचा अर्जुनावर पाऊस पाडून त्याला पीडा केली. तेव्हां आनंदित झालेल्या त्या वीर्यवान् अर्जुनानें आपलें भारक्षम असें शत्रुघातक दिव्य व उत्कृष्ट गांडीव धनुष्य उचलून त्यापासून अद्भुत असें अनेक सोनेरी बाण सोडून तो द्रोणाचार्यांच्या बाणवृष्टीचें

निवारण करूं लागला; व रथावर बसून संचार करणाऱ्या त्या प्रेक्षणीय वीरानें आपलें अस्त्र-कौशल्य प्रकट करून सर्व बाजूंनीं सर्व दिशांस बाणांचें जणू छतच घालून टाकिलें. तेव्हां लोकांना फारच आश्चर्य वाटलें! त्या वेळीं धुक्यानें आच्छादित झाल्याप्रमाणें द्रोणाचार्य दिसेनातसे झाले; आणि उत्कृष्ट बाणांनीं भरून गेलेल्या त्या द्रोणांचें रूप चहूंकडून पेटलेल्या पर्वताप्रमाणें दिसूं लागलें. अशा प्रकारें त्या रणभूमीचे ठिकाणीं आपला रथ अर्जुनाच्या बाणांनीं छावून गेलेला पाहून द्रोणाचार्यांनीं आपलें मेघगर्जनेसारखा आवाज होणारें सर्वोत्कृष्ट व अग्निचक्रासारखें घोर धनुष्य प्रत्यंचेचा टणत्कार करून ताणिलें; आणि त्या रणभूमीचे ठिकाणीं शोभणाऱ्या त्या आचार्यांनीं अर्जुनाचे ते बाण तोडून पाडिले. तेव्हां पेटूं लागलेल्या कळकांप्रमाणें मोठा आवाज होऊं लागला; आणि त्या अतर्क्यस्वरूप द्रोणांनीं आपल्या अद्भुत धनुष्यापासून सोडलेल्या त्या सोन्याच्या पिसाऱ्याच्या बाणांनीं दिशा व सूर्यप्रभा छावून सोडली. नंतर सोन्याच्या पिसाऱ्याच्या व पेरीं काढलेल्या त्या आकाशगामी बाणांचे अनेक समुदाय अंतरालीं दिसूं लागले. द्रोणाचार्यांच्या धनुष्यापासून एकसारखे—एकाच्या पिसाऱ्यांत दुसऱ्याचें टोंक घुसून गेलें आहे असे—सुटत असलेले ते बाण ह्मणजे जणू काय आकाशांत एक लांबच लांब बाण पसरला आहे असें दिसलें! याप्रमाणें ते वीर मोठमोठे स्वर्णमय बाण सोडूं लागले असतां त्यांनीं आकाश जसें विजांनींच भरून सोडलें. त्यांनीं सोडलेले ते कंक व मयूर पक्ष्यांचे पिसारे लावलेले बाण शरदृतूंत आकाशांत खुशाल हिंडणाऱ्या हंसांच्या रांगांप्रमाणें शोभूं लागले. त्या महात्म्या द्रोणार्जुनांचें तें तुंबळ युद्ध वृत्रासुर आणि इंद्र यांच्याप्रमाणें अति घोर झालें. ज्याप्रमाणें हत्ती एकमेकांना दांतांच्या टोंकांनीं प्रहार करितात, त्याप्रमाणें पुरापूर धनुष्य खेंचून सोडिलेल्या बाणांनीं ते एकमेकांना प्रहार करूं लागले. याप्रमाणें अतिशय खवळून गेलेले ते वीर जरी एकामागून एक सारखीं दिव्य अस्त्रें सोडीत होते, तरी त्या रणांत शोभणाऱ्या त्या उभयतांमध्यें धर्मयुद्धच चाललें होतें.

असो; आचार्यश्रेष्ठ द्रोणांनीं जे निसणावर घांसलेले बाण अर्जुनावर टाकिले होते, त्यांचें त्या विजयिश्रेष्ठ अर्जुनानें तीक्ष्ण बाणांनीं निवारण केलें; आणि त्या पराक्रमी अर्जुनानें लगेच असंख्य बाणांनीं आकाश भरून टाकून प्रेक्षकांना आपलें अस्त्रकौशल्य दाखविलें. याप्रमाणें नरव्याघ्र उग्रतेजस्वी अर्जुनानें जरी झोड उठवून दिली होती, तरी त्या शस्त्रधरश्रेष्ठ आचार्यमुख्य द्रोणांनीं सन्नतपर्व बाणांनीं त्याशीं खेळत खेळतच युद्ध चालविलें होतें. त्या तुंबळ युद्धामध्यें फाल्गुन दिव्य अस्त्रांचा वर्षाव करूं लागला तेव्हां द्रोणांनीं दिव्य अस्त्रांनींच त्यांचें निवारण करून त्याला अडविलें. तेव्हां परस्परांचा सूड उगविणाऱ्या देवदानवांप्रमाणें त्या खवळून गेलेल्या योद्ध्यांची चांगलीच झडून राहिली. ऐंद्र, वायव्य, आग्नेय, इत्यादिकांपैकीं कोणतेंही अस्त्र द्रोणाचार्यांनीं सोडलें पुरे, कीं अर्जुनानें लगेच तें आपल्या अस्त्रानें वरचे वर हाणून पाडलेंच! याप्रमाणें युद्ध करितां करितां त्या महाधनुर्धर शूरांनीं एकमेकांवर तीक्ष्ण बाण टाकून आकाशांत घनदाट मंडप करून सोडला. अर्जुनानें सोडलेले बाण सैनिकांच्या शरीरांवर पडूं लागले असतां पर्वतावर आदळणाऱ्या वज्राप्रमाणें मोठा शब्द ऐकूं येऊं लागला. तेथें, राजा, रक्तानें न्हालेले हत्ती, घोडे व रथ हे फुललेल्या पळसांप्रमाणें दिसूं लागले. त्याप्रमाणें त्या द्रोणार्जुनांची हातघाई उडून राहिली असतां

बाहुभूषणांसह हात, मोठमोठे अद्भुत रथ, सुवर्णकवचें, मोडून पाडलेले ध्वज आणि पार्थाच्या बाणांचे तडाके बसल्यामुळें मरून पडलेले योद्धे पाहून तें सैन्य भेदरून गेलें. त्या दोघांनीं आपलीं भारक्षम धनुष्यें ताणून बाणांच्या माऱ्यानें परस्परांस झांकून टाकून अगदीं टेंकीस आणलें. हे भरतश्रेष्ठा, द्रोणार्जुनांचें तें तुंबळ युद्ध इंद्र आणि बलि यांच्याप्रमाणें झालें.

नंतर धनुष्यें ताणून सन्नतपर्व बाणांच्या योगें ते एकमेकांस इतके घायाळ करूं लागले कीं, त्यांनीं परस्परांचे प्राण घेण्याची जणूं पैजच लाविली आहे! तेव्हां अंतरिक्षांतून द्रोणप्रशंसापर असे शब्द ऐकूं आले कीं, " अहो, शत्रूंची धूळधाण करून सोडणारा हा महारथी अर्जुन दृढमुष्टि, महावीर्यवान् व सर्व देवदैत्यांनाही जिंकणारा आहे. अशा ह्या अर्जुनाशीं द्रोणांनीं युद्ध केलें हें फारच दुष्कर कर्म केलें" आणि समरप्रसंगींही अर्जुनाचें मनःस्थैर्य, त्याचें हस्तलाघव, त्याचें समरनैपुण्य, आणि कितीही अंतरावरून नेम मारण्याचें त्याचें कौशल्य पाहून द्रोणांनाही विस्मय वाटला! नंतर, हे भारता, क्रुद्ध झालेल्या त्या पार्थानें आपलें दिव्य गांडीव धनुष्य तोलून धरून त्या रणांत आपल्या बाहूंनीं खेंचिलें, तेव्हां त्यापासून टोळधाडीप्रमाणें सुटलेले बाणांचे थवेचे थवे पाहून ते सर्व विस्मित झाले; आणि त्यांनीं 'शाबास, शाबास!' म्हणून अर्जुनाची प्रशंसा केली. अर्जुनाचे बाण इतके भरून गेलेहोते कीं, वायूलाही त्यांमधून फिरकण्यास सवड नव्हती! भात्यांतून बाण घेणें, तो धनुष्याला जोडणें आणि सोडणें यांमध्यें वेळेचें अंतर म्हणून कसें तें मुळींच दिसेना. याप्रमाणें अतिशय घाईनें तें भयंकर अस्त्रयुद्ध सुरू झालें असतां अर्जुन अधिकाधिकच त्वरेनें आणखी आणखी बाण सोडूं लागला. नंतर जनमेजया, द्रोणाचार्यांच्या रथाच्या सभोंवार लक्षावधि नतपर्व बाण लागले; आणि याप्रमाणें तो गांडीवधन्वा द्रोणाचार्यांना बाणांनीं भरून काढूं लागला तेव्हां त्या सैन्यांत एकच हाहाःकार माजून राहिला! अर्जुनाच्या त्या शीघ्रास्त्रत्वाची इंद्रही प्रशंसा करूं लागला; आणि तेथें जमलेले गंधर्व आणि अप्सरा यांनींही त्याची प्रशंसा केली. तेव्हां रथयूथप अश्वत्थामा अनेक रथ बरोबर घेऊन अर्जुनाचें निवारण करण्याकरितां पुढें सरसावला. तोही महारथ अर्जुनाच्या त्या पराक्रमाची मनांतले मनांत प्रशंसा करीत होता; परंतु बाह्यतः तो अतिशय संतप्त झालेला होता. याप्रमाणें तो अत्यंत संतापलेला अश्वत्थामा वर्षणाऱ्या मेघाप्रमाणें हजारों बाणांची पेर करीत त्या रणांत अर्जुनावर धावून गेला, तेव्हां अर्जुनानेंही महाबाहु अश्वत्थाम्याकडे आपले घोडे वळविले; आणि द्रोणांनाही बाजूला जाण्यास वाट सोडली! याप्रमाणें वाट मिळाली असतां, अर्जुनाच्या भयंकर बाणांनीं कवच फुटून गेलेले आणि ध्वज पडलेले ते शूर आचार्य वेगवान् घोड्यांच्या साह्यानें त्वरेनें रणांतून दूर गेले!

अध्याय एकुणसाठावा.

----:०:----

अश्वत्थामा व अर्जुन यांचें युद्ध.

वैशंपायन सांगतातः—नंतर, हे महाराजा, त्या रणांत अश्वत्थामा अर्जुनावर चालून आला. तेव्हां मेघाप्रमाणें शरवृष्टि करीत सोसाट्याच्या वाऱ्यासारखा तो अश्वत्थामा येत असतां अर्जुनानेंही त्याचा आदर केला. मग शरजालांची वृष्टि करणाऱ्या त्या उभयतांची देवदैत्यांच्याप्रमाणें मोठ्या निकराची लढाई जुंपली. आकाश सर्व बाजूंनीं शरजालांनीं भरून गेल्यामुळें घनदाट सावली पडून सूर्यही दिसेनासा झाला, आणि वाऱ्याचेंही वाहणें बंद

पडलें. हे परपुरंजया, ते दोघे वीर एकमेकांवर प्रहार करूं लागले तेव्हां जळणाऱ्या कळकांसारखा ताडताड असा प्रचंड शब्द होऊं लागला! राजा, अर्जुनाच्या प्रहारांनीं अश्वत्थाम्याचे सगळे घोडे मरणाच्या पंथास लागल्यामुळें अगदीं भांबावून जाऊन त्यांना दिशाभूल झाली!

नंतर, रणांत वावरणाऱ्या त्या अर्जुनाचें बारीक छिद्र पाहून महावीर्यवान् द्रौणीनें एक क्षुर बाणानें त्याच्या धनुष्याची प्रत्यंचा तोडून टाकिली! त्याचें तें अमानुष कर्म पाहून देवांनींही त्याची वाहवा केली; आणि द्रोण, भीष्म, कर्ण, कृप ह्या महारथांनींही शाबास! शाबास! म्हणून त्याच्या त्या कृत्याची प्रशंसा केली.

नंतर द्रौणानें आपलें श्रेष्ठ धनुष्य खेंचून पुनः त्या रथर्षभ पार्थाच्या छातीवर कंकपत्र बाणांनीं प्रहार केला. मग महाबाहु अर्जुनानें मोठ्यानें हंसून घाईघाईनें आपल्या गांडीवाला नवी प्रत्यंचा लाविली; आणि अर्धचंद्राकृति वळण घेऊन, मत्तगजाशीं भिडणाऱ्या मत्तगजसमूहाधिपतीप्रमाणें तो अश्वत्थाम्याशीं भिडला, तेव्हां अलमदुनियेंत विख्यात असलेल्या त्या दोघां वीरांचें त्या समरांगणांत अंगावर रोमांच उभे राहातील असें घनघोर युद्ध माजून राहिलें. मस्ती आलेल्या हत्तींसारखे ते महावीर्यवान् वीर युद्ध करूं लागले असतां सर्व कौरव विस्मित होऊन त्यांकडे पाहूं लागले. मग त्या पुरुषश्रेष्ठांनीं रागानें जळत असलेले जणू सर्पच अशा सर्पाकार बाणांनीं एकमेकांस प्रहार करण्यास सुरुवात केली. महात्म्या पांडुपुत्राचे भाते अक्षय्य होते, यामुळें तो शूर कुंतीपुत्र रणांत पर्वताप्रमाणें अढळ उभा होता. परंतु युद्धांत अतिशय त्वरेनें बाण फेंकीत असल्यामुळें अश्वत्थाम्याचे बाण संपून गेले; तेव्हां अर्जुनाची त्यावर सरशी झालीसें दिसूं लागलें, हें पाहून कर्णानें आपलें प्रचंड धनुष्य अगदीं पुरापूर खेंचून टणत्कार केला, तेव्हां मोठाच हाहाःकार उडून गेला. तेव्हां जिकडून धनुष्याचा शब्द ऐकूं येत होता तिकडे अर्जुनानें नजर फेंकिली, तों राधेय दृष्टीस पडला! त्याला पाहातांच अर्जुनाचा क्रोध अधिकच वाढला; आणि क्रोधवश झालेला तो कुरुपुंगव कर्णाला ठार करण्याच्या इच्छेनें त्याकडे डोळे वटारून पाहूं लागला.

अस्तु; राजा, अशा प्रकारें अर्जुन अश्वत्थाम्याच्या बाणमर्यादेंतून निघून कर्णाकडे वळल्याचें पाहातांच हजारों वीर अर्जुनावर धावून आले; पण शत्रुजित् अर्जुनानें अश्वत्थाम्याचा नाद सोडून देऊन एकदम कर्णावरच चाल केली; आणि रागानें डोळे लालगुंज झालेला तो कुंतीपुत्र त्यावर धावून गेल्यानंतर, द्वैरथयुद्ध करण्याच्या इच्छेनें त्याला असें भाषण बोलला.

अध्याय साठावा.

—:०:—

कर्णपलायन!

अर्जुन म्हणतोः—कर्णा, 'अर्जुन रणांत माझी बरोबरी करण्यासारखा नाहीं,' इत्यादि पुष्कळ प्रकारें आपल्याच तोंडानें जी तूं आपली प्रौढी सभेमध्यें मिरविलीस, ती खरी करून दाखविण्याची वेळ येऊन ठेपली आहे. तेव्हां, कर्णा, आज या महासमरांत माझ्याशीं दोन हात केल्यानंतर आपला कमजोरपणा तुला चांगला कळून येईल;: आणि मग तूं कधींही अशा प्रकारें दुसऱ्याचा अवमान करण्याच्या भरीस पडणार नाहींस. अरे, धर्माचा उघड उघड त्याग करून तूं पुष्कळ कठोर भाषणें केलींस खरीं; पण तुला वाटतें त्याप्रमाणें हें युद्धाचें काम तुझ्या हातून रेटेलसें मला कांहीं

वाटत नाहीं. हे राधेया, तुझा माझा हा सामना होण्यापूर्वी कौरवांजवळ ज्या कांहीं लांब लांब बाता तूं झोडल्यास, त्या सर्व आज खऱ्या करून दाखव. हें पहा—दुष्ट कौरव पांचालीला सभेंत आणून तिचा छल करीत असतां तें तूं आनंदानें पहात बसला होतास, त्याचें आज तुला चांगलेंच फल मिळेल. हे राधेया, धर्मपाशानें जखडून गेल्यामुळें जो कोप मीं पूर्वी आवरून धरिला होता, त्याचा विजय आज तूं रणामध्यें पहा. हे दुर्मते, अरण्यामध्यें बारा वर्षे राहून जे कष्ट आम्हीं सोशिले, त्यांमुळें उत्पन्न झालेल्या क्रोधाचें फल आजच तुला मिळेल. हे, कर्णा, चल ये, होऊं दे तुझेमाझे दोन हात; आणि पाहूं दे तुझ्या या सर्व कौरवसैनिकांना ती मजा!

कर्ण उत्तर करतोः—पार्था, तूं तोंडानें जेवढें बडबडत आहेस, तेवढें खरें करून दाखव म्हणजे झालें. 'करणें थोडें आणि मचमच फार!' अशी जी म्हण आहे, तशांतलीच तुझी गोष्ट आहे. कारण, पूर्वी जें जें तूं सहन केलेंस, तें तूं निर्बल होतास म्हणून! पण आज जर तुझा कांहीं पराक्रम दिसून आला, तर मग आम्हीं तुझें ह्मणणें कबूल करूं. धर्मपाशानें जखडल्यामुळें पूर्वी सहन केलें असें तूं ह्मणतोस, पण आतां तरी तूं मोकळा आहेस कोठें? आतांही तूं बद्धच असून 'मी मोकळा आहें' असें उगीच मानीत आहेस! ठरल्याप्रमाणें जर तूं अरण्यांत राहिला आहेस, तर अशा प्रकारें धर्मार्थपालन करण्यांत कष्ट भोगिलेला तूं सांप्रत माझ्याशीं युद्ध करूं इच्छीत आहेस हें काय? पण, अर्जुना, माझी सारी भिस्त पराक्रमावर आहे; आणि तुझ्या कैवारानें प्रत्यक्ष इंद्र जरी रणांत माझ्याशीं येऊन भिडला, तरी मला त्याची बिलकूल दिक्कत वाटणार नाहीं. अर्जुना, माझ्याशीं सामना करण्याची ही बुद्धि नुकतीच तुला आठवली आहेसें वाटतें! बरें असो; आज तुझे आमचे दोन हात होतील, आणि मग कळून येईल तुला आमचें सामर्थ्य!

अर्जुन म्हणतोः—अरे! नुकताच कीं रे तूं रणांतून पळून गेला होतास? आणि म्हणूनच तर वांचलास! पण, कर्णा, तुझा धाकटा भाऊ तर केव्हांच यमाच्या भेटीस गेला! आणि अशा प्रकारें स्वतः तोंड चुकवून आपल्या भावाचा घात करवूनही आतां सज्जनांत मोठमोठ्या बाता सांगणारा पुरुष तुझ्यावांचून दुसरा कोण सांपडणार आहे?

वैशंपायन सांगतातः—असें बोलतच तो अपराजित बीभत्सु कवच फोडून जाणारे बाण टाकीत कर्णाजवळ येऊन ठेपला. तेव्हां मेघाप्रमाणें शरवृष्टि करणाऱ्या त्या अर्जुनाचा महारथ कर्णानेंही मोठ्या आनंदानें उलट शरवृष्टीनेंच सत्कार केला. नंतर चोहोंकडे भयंकर शरजालें पसरून कर्णानें अर्जुनाच्या घोड्यांवर, बाहूंवर आणि हस्तकवचावरही पृथक पृथक् बाण टाकून त्याला वेधिलें. पण अर्जुनाला तें मुळींच सहन न होऊन त्यानें बारीक टोंकाच्या नतपर्व बाणानें कर्णाचा भाता लटकावण्याची दोरी तोडून टाकिली! तेव्हां कर्णानें दुसऱ्या भात्यांतून बाण घेऊन अर्जुनाच्या हातावर वेध केला, त्यामुळें त्याची मूठ फुटून गेली! मग महाबाहु पार्थानेंही कर्णाचें धनुष्य तोडून टाकिलें; आणि त्यानें शक्ति सोडिली असतां तीही बाणांनीं फोडून टाकिली! तेव्हां कर्णाचे पुष्कळच पाठीराखे अर्जुनावर येऊन कोसळले; पण आपल्या गांडीवापासून बाण सोडून अर्जुनानें त्या सर्वांस यमपुरीस पाठविलें. नंतर आपलें भारक्षम धनुष्य पुरापूर खेंचून सोडिलेल्या तीक्ष्ण बाणांनीं अर्जुनानें त्याच्या घोड्यांना वेध केला, तेव्हां ते घोडेही मरून जमीनीवर पडले! मग दुसरा एक महातेजस्वी लखलखीत तीक्ष्ण

बाण घेऊन अर्जुनानें कर्णाच्या छातीवर मारिला, तो कर्णाचें कवच फोडून आंत खोल घुसला ! तेव्हां कर्णाला गाढ मूर्च्छा येऊन त्याला शुद्धबुद्ध उरली नाहीं ! अखेरीस त्या वेदना त्याला सोसवतना, तेव्हां युद्ध सोडून तो उत्तर दिशेकडे निघून गेला ! हें पाहून अर्जुन व महारथ उत्तर हे मोठमोठ्यानें आरोळ्या देऊं लागले !

अध्याय एकसष्टावा.

—:०:—

अर्जुनाचें दुःशासनादिकांशीं युद्ध.

वैशंपायन सांगतातः—याप्रमाणें कर्णाचा पराजय केल्यावर अर्जुन विराटपुत्र उत्तराला म्हणाला, " तो सुवर्णमय नीलध्वज दिसत आहे त्या सेनेकडे आतां आपला रथ वळीव. देवाप्रमाणें दिसत असलेले आमचे आजोबा शांतनव भीष्म हे माझ्याशीं युद्ध करण्याकरितां तेथें रथावर उभे राहिले आहेत ! "

राजा, अर्जुनाचें हें भाषण ऐकून रथ, गज, अश्व यांनीं चिकार भरून गेलेल्या त्या सेनेकडे पाहून, बाणांनीं घायाळ झाल्यामुळें आधींच घाबरून गेलेला तो उत्तर अर्जुनाला म्हणाला, " हे शूरा, हे तुझे वेगवान् घोडे आवरून धरण्यास आतां मला शक्ति नाहीं ! माझे प्राण कसे अगदीं कासावीस होत आहेत; आणि माझें मनही कसें अगदीं विव्हल होऊन गेलें आहे ! हें पहा—तुझ्या आणि कौरवांच्या दिव्य अस्त्रांचा प्रभाव नुकताच माझ्या अनुभवास आला आहे; आणि त्यांनीं दाही दिशा जणूं भरून काढल्या आहेत ! वसा, रक्त व मेद यांच्या घाणीनें माझें मस्तक फिरून गेलें असून माझें काळीज अगदीं फाटून गेलें आहे ! रणभूमीवर शूरांचा हा असला सामना मीं कधींच पाहिला नव्हता. भयंकर गदापात, तसाच शंखांचा शब्द, शूरांचा सिंहनाद, हत्तींचें ओरडणें आणि विजेच्या कडकडाटाप्रमाणें तुझ्या गांडीवाचा भयंकर शब्द ह्यांनीं माझें मन गोंधळून जाऊन माझे कान बहिरे होऊन गेले आहेत आणि स्मरणशक्ति नष्ट झाली आहे ! तूं एकसारखें अलातचक्राप्रमाणें मंडल घेत आणि आपलें गांडीव धनुष्य ताणीत फिरत आहेस, आणि त्यामुळें माझी नजर ठरत नसून काळीज तर जसें कांहीं उलून जात आहे ! क्रुद्ध झालेल्या शंकराप्रमाणें रणभूमीचे ठिकाणीं तुझें उग्र रूप आणि तूं युद्ध करीत असतां तो तुझा पराक्रम पाहून माझी अगदीं गाळण उडून गेली आहे ! मला डोळे असूनही भान नाहींसें झाल्यामुळें, तूं भात्यांतून बाण काढितोस केव्हां, ते धनुष्याला जोडितोस केव्हां, आणि ते उत्कृष्ट बाण सोडितोस केव्हां हें मला कांहींच समजेनासें झालें आहे ! माझा जीव अगदीं रडकुंडीस आला असून मला गरगर फिरावयास लागलें आहे ! आणि चाबूक व घोड्यांचे लगाम धरण्याची शक्ति मला आतां मुळींच उरली नाहीं ! काय करूं ? "

अर्जुन म्हणतोः—हे नरश्रेष्ठा, असा भितोस कां ? अरे, धीर धर ! तूंही ह्या युद्धामध्यें अत्यद्भुत अशीं कर्में केलीं आहेस कीं, हे राजपुत्रा, तुझें कल्याण असो. अरे, शत्रूंना खडे चारण्याविषयीं प्रसिद्ध असलेल्या मत्स्यकुलामध्यें तूं जन्मला आहेस, तेव्हां ऐनप्रसंगीं हें असलें हातपाय गाळणें तुला शोभत नाहीं ! राजपुत्रा, आतां मी रणामध्यें युद्ध करूं लागलों म्हणजे तूं छातीचा कोट करून रथावर बसून घोडे आवरून धर.

वैशंपायन सांगतातः—ह्याप्रमाणें भाषण करून तो महाबाहु नरसत्तम रथिश्रेष्ठ अर्जुन उत्तराला आणखी म्हणाला, " ह्या भीष्मसेनेच्या तोंडीं मला घेऊन चल, आणि लढाईत मी दिव्य अस्त्रांचा प्रयोग करून भीष्मांचें

धनुष्य आणि प्रत्यंचाही तोडून टाकतों तें पहा. सोन्याच्या पाठीचें माझें गांडीव धनुष्य अंतरिक्षांत मेघांतून निघणाऱ्या विजेप्रमाणें आज सर्व कौरवांच्या दृष्टीस पडेल! आज माझें शरसंधान पाहून, 'डाव्या का उजव्या—अर्जुन बाण सोडितो तरी कोणत्या हातानें?' असा हे येथें जमलेले सर्व शत्रु माझ्याविषयीं तर्क करीत राहातील! जिच्यांत रक्त हेंच पाणी, रथ हेच भोंवरे, आणि हत्ती हे नक्र अशी परलोकवाहिनी दुस्तर नदी मी आज निर्माण करितों. हात, पाय, शिर आणि पृष्ठभाग ह्यांनीं गर्द झालेलें हें कौरवारण्य मी आज सन्नतपर्व बाणांनीं खच्ची करून टाकतों! मज एकट्या धनुर्धारी वीराच्या योगानें ही कौरवी सेना रानांत लागलेल्या वणव्याप्रमाणें शेंकडों बाजूंनीं जळूं लागेल! माझ्या प्रहारांनीं विद्ध झालेलें हें सैन्य तेथल्या तेथेंच गिरक्या खात असलेलें तुझ्या दृष्टीस पडेल! आणि बाणांचा प्रयोग करण्याविषयीं माझ्या ठिकाणीं काय अद्भुत कौशल्य आहे तेंही मी तुला दाखवीन. सपाट प्रदेशांवर आणि खांचखळगे असलेल्या प्रदेशांवरूनही जात असतां तूं न गडबडतां रथावर बैस, म्हणजे आकाशाला टेंकलेला पर्वत जरी आड आला असला तरी तो मी आपल्या बाणांनीं फोडून टाकीन! मी पूर्वीं इंद्राच्या सांगण्यावरून शेंकडों हजारों कालखंजांना आणि पौलोमांना रणांत लोळविलें आहे. मला इंद्रापासून दृढमुष्टि, ब्रह्मदेवापासून हस्तकौशल्य व त्याच प्रजापतीपासून संकटकालीं कसें अद्भुत युद्ध करावें तें माहीत झालेलें आहे, समजलास! समुद्राच्या पलीकडे हिरण्यपुरांत राहाणाऱ्या उग्रधनुर्धारी साठ हजार महारथ राक्षसांचा मीं पराजय केलेला आहे. पुरानें वाढलेल्या पाण्याच्या योगानें नदीचे कांठ ढांसळतात, त्याप्रमाणें आज माझ्या वाढलेल्या क्रोधाच्या योगानें हा कौरवसमुदाय भूमीवर कोसळलेला तुझ्या दृष्टीस पडेल! ध्वज हेच वृक्ष, पत्ति हें तृण, रथी हे सिंहांचे कळप—अशा ह्या कौरववनाला मी आज अस्त्ररूप अग्नीनें आग लावून देईन! वज्रपाणि इंद्र असुरांचे धुडके धुडके उडवून देतो त्याप्रमाणें मी एकटा आज युद्धाकरितां धैर्यानें सज्ज होऊन उभ्या राहिलेल्या ह्या बलाढ्य कौरवांचे धुडके धुडके उडवून देईन! अग्नीपासून आग्नेयास्त्र, रुद्रापासून रौद्रास्त्र, वरुणापासून वारुणास्त्र, वायूपासून वायव्यास्त्र, आणि तशींच इंद्रापासून वज्रादि अनेक अस्त्रें मला मिळालेलीं आहेत. उत्तरा, तूं भिऊं नको, नरसिंहांनीं रक्षण केलेलें हें धार्तराष्ट्रांचें घोर वन मी आज समूळ उध्वस्त करून टाकतों!"

वैशंपायन सांगतात:—ह्याप्रमाणें अर्जुनानें उत्तराला आश्वासन दिलें, तेव्हां भीष्माच्या रक्षणाखालीं असलेल्या प्रचंड सैन्यांत तो शिरला. याप्रमाणें तो महाबाहु अर्जुन रणांत कौरवांची धूळधाण उडवून देण्याच्या इच्छेनें येत आहेसें पाहून दक्ष व क्रूरकर्मी भीष्म त्याला आडवे आले. तेव्हां अर्जुनानें त्यांच्या जवळ जाऊन आणि आपलें धनुष्य खेंचून सोनेरी फळांच्या बाणांनीं त्यांचा ध्वज मुळापासून उपटून खालीं पाडिला. तेव्हां तऱ्हेतऱ्हेचे पोषाख घातलेले, कृतविद्य आणि मनस्वी असे दुःशासन, विकर्ण, दुःसह आणि विविंशति हे चार योद्धे त्या महाधनुर्धर अर्जुनाजवळ आले; आणि त्यांनीं त्या भीमधन्व्या बीभत्सूचें निवारण केलें. दुःशासनानें एका भल्ल बाणानें विराटपुत्र उत्तराला जखमी करून दुसऱ्या एका बाणानें अर्जुनाला छातींत घाय केला! तेव्हां अर्जुनानें त्याच्याकडे मोर्चा फिरविला; आणि तीक्ष्ण धारेच्या व गिधाडांच्या पंखांच्या एका बाणानें त्याचें धनुष्य तोडिलें; आणि लगोलग पांच

बाणांनीं त्याच्या उरःस्थलीं घाय केला! तेव्हां पार्थाच्या त्यां बाणांनीं घायाळ झालेला तो दुःशासन रण सोडून पळून गेला! नंतर धृतराष्ट्रपुत्र विकर्णानें तीक्ष्ण व सरळ जाणाऱ्या व गिधाडांचीं पिसें लाविलेल्या बाणानें त्या परवीरघ्न अर्जुनाला वेध केला. तेव्हां त्यालाही अर्जुनानें एका नतपर्व बाणानें कपाळावर जखम केली. त्यामुळें तो तत्काळ घायाळ होऊन रथांतून उलथून पडला! नंतर आपल्या भावाची पाठ राखण्याच्या इच्छेनें दुःसह विविंशतीसह अर्जुनावर धावून आला आणि त्यांनीं त्याला तीक्ष्ण बाणांनीं छावून सोडिलें. परंतु अर्जुनानें दोन गृध्रपिच्छ तीक्ष्ण बाणांनीं त्या दोघांना एकदम वेध करून त्यांचे घोडे मारून टाकिले. तेव्हां त्या दोघां हताश्व व भिन्नांग धृतराष्ट्रपुत्रांजवळ रथ्यांसह सर्व पदाति धावून आले आणि त्यांनीं रथांत घालून लांब नेलें! तेव्हां तो किरीटमाली, लब्धलक्ष्य, महाबल, अपराजित, बीभत्सु कौन्तेय सर्व बाजूंनीं कौरवसैन्यावर तुटून पडला!

अध्याय बासष्टावा.

—:०:—

अर्जुनाचें तुंबळ युद्ध.

वैशंपायन सांगतातः—हे भारता, तेव्हां कौरवांचे ते सर्व महारथी एकत्र आणि सज्ज होऊन अर्जुनाशीं तोंड देऊं लागले असतां, धुक्यानें पर्वत झांकून जावे त्याप्रमाणें त्या अतर्क्यस्वरूप अर्जुनानें त्या सर्व महारथ्यांना बाणजालांनीं सर्व बाजूंनीं छावून सोडलें. तेव्हां मोठमोठे हत्ती ओरडूं लागले, घोडे खिंकाळूं लागले, आणि शंख व भेरी ह्यांचाही शब्द सुरू झाल्यामुळें फारच मोठा आवाज होऊं लागला. अर्जुनाचे शेंकडों हजारों बाण लोखंडी कवचें फोडून आणि नर व अश्व ह्यांचीं शरीरें भेदून जाऊं लागले. ह्याप्रमाणें तो अर्जुन त्या रणांत अत्यंत त्वरेनें एकसारखा बाण सोडीत असतां शरदृतूंन मध्यान्हसमयीं निर्मल किरणांनीं शोभणाऱ्या सूर्याप्रमाणें शोभूं लागला. अर्जुनाच्या बाणांनीं जेर झालेले रथी रथांतून उतरून आणि सादी घोड्यांवरून उतरून सैरावैरा धावूं लागले; आणि पदातींचीही तीच गत झाली. मोठमोठ्या योद्ध्यांचीं तांब्याचीं, लोखंडाचीं व रुप्याचीं कवचें बाणांनीं फुटून जाऊं लागल्यामुळें मोठाच अवाज होऊं लागला. तीक्ष्ण बाणांनीं गतप्राण झालेल्या अश्वारोह्यांच्या व गजारोह्यांच्या शरीरांनीं ती सर्व रणभूमि छावून गेली; आणि तशीच रथोपस्थांवरून पडणाऱ्या वीरांच्या योगेंही ती छावून जात असतां तो चापधारी धनंजय संग्रामांत जणू थयथय नाचूं लागला. विजेच्या कडकडाटाप्रमाणें गांडीवाचा घोष ऐकून सर्व सैन्यें त्रस्त झालीं आणि त्यांनीं त्या महारणांतून पाय काढिला. कुंडलें व शिरस्त्राणें घातलेलीं शिरकमलें आणि सोन्याच्या माळा त्या रणभूमीवर जिकडे तिकडे विखुरलेल्या दिसूं लागल्या. बाणांनीं छिन्नभिन्न झालेलीं गात्रें, तसेंच धनुष्यांसकट आणि कित्येक भूषणांसकट बाहु ह्यांच्या योगानें पृथ्वी आच्छादित झाल्यासारखी दिसूं लागली. हे भरतश्रेष्ठा, तीक्ष्ण बाणांनीं त्या रणभूमीवर मस्तकें टटाटट तुटून पडूं लागलीं, तेव्हां जणू आकाशांतून दगडांचा पाऊसच पडत आहे असें वाटलें! तेरा वर्षेंपर्यंत जखडून पडलेला तो रुद्रपराक्रमी अर्जुन आपलें रौद्रस्वरूप प्रकट करून कौरवांवर आपला क्रोधाग्नि पाखडण्याकरितां रणांत स्वैर संचार करूं लागला. अशा प्रकारें सैन्य जाळीत सुटलेल्या त्या अर्जुनाचा पराक्रम पाहून ते सर्व योद्धे दुर्योधनाच्या देखत हातपाय गाळून स्वस्थ उभे राहिले. ह्याप्रमाणें तें सर्व

सैन्य त्रस्त करून व महारथ्यांना उधळून लावून तो विजयिश्रेष्ठ अर्जुन खुशाल संचार करूं लागला; आणि, जनमेजया, युगांतीं कालानें उत्पन्न केलेल्या नदीप्रमाणें त्यानें एक घोर रक्तनदी उत्पन्न केली. त्या नदींत अस्थि हेंच शेवाळ, धनुर्बाण हीं होडगीं, योद्धयांच्या मस्तकांवरील केंस हेंच तीरांवरील हिरवें गवत व शेवाळ असून कवचें आणि शिरस्त्राणें ह्यांची त्या नदीमध्यें अगदीं गर्दी उडून गेली होती. लहान लहान हत्ती हींच जिच्यांतील कांसवें, मोठमोठे हत्ती हीं जिच्यांतील बेटें, मेद, रक्त व वसा हा जिचा प्रवाह, अशा त्या महाभयंकर उग्र नदीकडे पाहून अंगावर कांटाच उभा राही! तीक्ष्ण शस्त्रें हेंच मोठाले मगर होते, आणि तीरावर असलेल्या मांसभक्षक श्वापदांच्या कळपांनीं ती नादित झालेली होती. झळकणारे मोत्यांचे हार ह्याच तिच्यांतील उचंबळणाऱ्या लाटा आणि चित्रविचित्र अलंकार हेच तिच्यांतील बुडबुडे होते. शरसंघ हे मोठमोठे भोंवरे असून गज हेच त्या दुस्तर नदींतील नक्र होते. मोठमोठे रथ हींच तिच्यांतील मोठमोठीं बेटें असून शंख आणि दुंदुभि ह्यांच्या योगें ती नादित झालेली होती. अशा प्रकारची ही दुस्तर शोणितनदी पार्थानें उत्पन्न केली.

असो; अर्जुन युद्ध करीत असतां धनुष्याला बाण जोडितो केव्हां, धनुष्य ताणितो केव्हां आणि बाण सोडितो केव्हां हें कोणालाच कांहीं दिसेना.

अध्याय त्रेसष्टावा.

—:०:—

अर्जुनाचें तुंबळ युद्ध.

वैशंपायन सांगतातः—असा हा अर्जुनानें मांडिलेला प्रकार पाहून दुर्योधन, कर्ण, दुःशासन, विविंशति, पुत्रासह द्रोण व महारथी कृप हे क्षुब्ध झाले, आणि अर्जुनाला ठार करण्याच्या इच्छेनें आपल्या प्रबल व बळकट धनुष्याचा टणत्कार करीत पुनः त्यावर सरसावले. हें पाहून, हे भारता, पताका फडकत असलेल्या आपल्या सुर्यतुल्य तेजस्वी रथावर बसलेला तो वानरध्वज अर्जुन त्यांना तोंड देण्याकरितां पुढें झाला. तेव्हां कृप, कर्ण आणि श्रेष्ठ रथी द्रोण ह्यांनीं त्या महापराक्रमी अर्जुनाला दिव्यास्त्रांनीं अडविलें; आणि अर्जुनाला पीडा देण्याची इच्छा करणाऱ्या त्या वीरांनीं उत्तम प्रकारचीं बाणजालें सोडून, वर्षाकालाच्या मेघाप्रमाणें अर्जुनावर बाणांची धार धरिली; आणि अगदीं जवळ येऊन भिडलेल्या त्या युद्धनिपुण वीरांनीं आपल्या सरळ जाणाऱ्या असंख्य बाणांनीं संग्रामामध्यें त्या अर्जुनाला हांहां म्हणतां झांकून टाकिलें. त्याप्रमाणें त्या योद्धयांनीं अर्जुनावर दिव्य अस्त्रांचा इतका भडिमार केला कीं, अर्जुनाच्या अंगावरील दोन बोटें जागा देखील मोकळी राहिली नाहीं! तेव्हां महारथी अर्जुनानें हंसत हंसतच, सूर्योपम तेजस्वी दिव्य ऐंद्रास्त्र आपल्या गांडीवाचे ठिकाणीं योजिलें; आणि शरवर्षाव करून त्या सर्व कौरवांना त्यानें झांकून टाकिलें. तेव्हां तो किरीटमाली बलाढ्य अर्जुन शरांच्या योगें रश्मिवान् सूर्याप्रमाणें समरांत शोभूं लागला; आणि त्याचें तें गांडीव धनुष्य मेघांमधील विजेप्रमाणें, पर्वतावरील वणव्याप्रमाणें किंवा पसरलेल्या इंद्रधनुष्याप्रमाणें शोभूं लागलें. पर्जन्यवृष्टि होत असतां आकाशांत वीज चमकूं लागली म्हणजे ज्याप्रमाणें सर्व पृथ्वी आणि दिशा प्रकाशित होतात, त्याप्रमाणें त्या गांडीवाच्या तेजानें दाही दिशा भरून गेल्या; आणि, हे भारता, तें पाहून सर्व रथी व गज यांना मूर्च्छा आली; ते अगदीं स्तब्ध होऊन गेले; आणि निर्बुद्ध झालेल्या त्या वीरांना

कांहीं सुचेनासें होऊन त्यांनीं रणांतून पाय काढिला? याप्रमाणें, हे भरतवर्षभा, पराजित झालेलीं तीं सर्व सैन्यें जिवाची आशा सोडून बारा वाटा पळत सुटलीं.

अध्याय चौसष्टावा.

—:०:—

भीष्मापयान!

वैशंपायन सांगतात:—अशा प्रकारें योद्ध्यांचा सारखा सत्तम उडून राहिलेला पाहून भारतपितामह शांतनव भीष्म, सुवर्णभूषित श्रेष्ठ धनुष्य आणि मर्मभेदक असे तीक्ष्ण अग्रांचे प्रचंड बाण घेऊन धनंजयावर चालून आला. त्या वेळीं, मस्तकावर शुभ्र छत्र असलेला तो नरव्याघ्र सूर्योदयीं पर्वत शोभतो तसा शोभत होता. नंतर धार्तराष्ट्रांना उमेद यावी म्हणून त्यानें आपला शंख वाजविला; आणि उजव्या बाजूला वळून तो गांगेय बीभत्सूचें निवारण करूं लागला. याप्रमाणें पितामह आपल्यावर चाल करून येत आहेतसें पाहून त्या शत्रुवीरघ्न कौन्तेयाला फार समाधान वाटलें; आणि जलवृष्टीचा स्वीकार करणाऱ्या पर्वताप्रमाणें त्यानें भीष्मांचा स्वीकार केला. नंतर त्या वीर्यवान् भीष्मांनीं फुसकारणाऱ्या सर्पाप्रमाणें आठ महावेगवान् बाण पार्थाच्या ध्वजावर टाकिले, त्यांनीं अर्जुनाच्या ध्वजावर बसलेल्या प्रखरतेजस्वी वानराला आणि ध्वजाग्रीं बसलेल्या भूतगणांना वेध केला. तेव्हां अर्जुनानें रुंद धारेच्या एका मोठ्या भल्ल बाणानें भीष्मांचें छत्र छेदिलें, तों तत्काळ तें भुईवर पडलें! लगेहात अर्जुनानें भीष्मांच्या ध्वजावर बाण टाकून त्वरेनें त्यांचे अश्व, त्यांचा सारथि व पृष्ठरक्षक ह्यांनाही बाणांनीं जखमी केलें. तेव्हां भीष्मांना मुळींच हें सहन न होऊन, हा अर्जुन (पोर) आहे हें जाणत असूनही त्यांनीं त्या धनंजयाला दिव्य अस्त्रानें झांकून टाकिलें. तेव्हां उलट अर्जुनानेंही मोठ्या मेघाचा स्वीकार करणाऱ्या पर्वताप्रमाणें दिव्य अस्त्र सोडून भीष्मांचा सत्कार केला. तेव्हां त्या दोघांमध्यें अंगावर रोमांच उठविणारा असा भयंकर संग्राम झाला; आणि बलिवासवांच्यासारखें तें भीष्मार्जुनांचें युद्ध सर्व कौरववीर सैनिकांसह पाहूं लागले. त्या भीष्मार्जुनाच्या झटापटींत भल्ल बाणांत घुसलेले भल्ल बाण वर्षाकालीं अंतरिक्षांत चमकणाऱ्या काजव्याप्रमाणें चमकूं लागले. राजा जनमेजया, उजव्या व डाव्या दोन्ही हातांनीं बाण सोडणाऱ्या त्या अर्जुनाचें तें गांडीव धनुष्य फिरत्या अलातचक्राप्रमाणें दिसूं लागलें. नंतर, जलधारांनीं पर्वताला छावून सोडणाऱ्या मेघाप्रमाणें अर्जुनानें भीष्मांला शेंकडों तीक्ष्ण बाणांनीं आच्छादित केलें. परंतु उचंबळलेल्या समुद्राला मर्यादित करणाऱ्या तीराप्रमाणें एकाएकीं सुरू झालेली ती शरवृष्टि भीष्मांनीं बाणांनीं उडवून देऊन त्या अर्जुनाचें निवारण केलें. तेव्हां भीष्मांनीं उडवून दिलेलीं तीं अर्जुनाचीं शरजालें परत अर्जुनाच्याच रथावर येऊन पडलीं. नंतर लगेच अर्जुनाच्या रथावरून टोळधाडीप्रमाणें उसळलेली कनकपिच्छ शरांची वृष्टि भीष्मांनीं पुनः तीक्ष्ण बाणांनीं उडवून लाविली. तेव्हां ते सर्व कौरव म्हणाले, " शाबास, ठीक केली! अहो, बलवान्, तरुण, दक्ष आणि चलाख हाताच्या या धनंजयाशीं भीष्मांनीं युद्ध केलें हें त्यांनीं दुष्करच कर्म केलें! आणि खरेंच, रणांत अर्जुनाचा वेग सहन करण्यास शांतनव भीष्म, देवकीसुत कृष्ण किंवा आचार्यप्रवर महाबल भारद्वाज द्रोण ह्यांशिवाय दुसरा कोण समर्थ आहे!"

असो; अस्त्रांनीं अस्त्रांचें निवारण करीत ते महाबल भरतर्षभ रणक्रीडा करीत असतां जणू

सर्व प्राण्यांच्या दृष्टीला मोहित करूं लागले; आणि प्राजापत्य, तसेंच ऐंद्र, आग्नेय, दारुण रौद्र, कौबेर, वारुण आणि याम्य व वायव्य या अस्त्रांचा प्रयोग करीत ते दोघे महात्मे रणांत संचार करूं लागले असतां त्यांजकडे पाहून विस्मित झालेले सर्व प्राणी, 'हे महाबाहो अर्जुना, शाबास! भीष्मा शाबास!' असें बोलून आणखी म्हणाले, "भीष्मार्जुनांच्या समरांत हा जो महास्त्रांचा प्रयोग होत असलेला दिसत आहे, हा मनुष्यांमध्यें योग्य नाहीं!"

वैशंपायन सांगतातः—याप्रमाणें त्या सर्वास्त्रज्ञ वीरांमध्यें अस्त्रयुद्ध झालें आणि तें अस्त्रयुद्ध संपल्यावर पुनः शरयुद्ध सुरू झालें. नंतर अर्जुनानें भीष्मांच्या जवळ जाऊन वस्तऱ्यासारख्या तिखट धारेच्या एका बाणानें त्यांचें सुवर्णभूषित धनुष्य तोडून टाकिलें. पण डोळ्याचें पातें लवतें न लवतें तों महाबाहु भीष्मांनीं त्या रणांत दुसरें धनुष्य घेऊन तें सज्ज केलें; आणि क्रुद्ध झालेल्या त्या महारथानें धनंजयावर पुष्कळ बाण टाकिले. उलट अर्जुनानेंही शिळेवर घांसलेले अनेक तीक्ष्ण बाण भीष्मांवर टाकिले; आणि त्या महातेजस्वीं भीष्मांनीही पण उलट अर्जुनावर बाण सोडिले. राजन्, याप्रमाणें ते दिव्यास्त्रकोविद महात्मे तीक्ष्ण बाण सोडूं लागले असतां त्यांमध्यें सरसनिरस कोण हें मुळींच उमगेना. नंतर अतिरथी किरीटमाली कौंतेयानें त्याचप्रमाणें शूर भीष्मांनींही बाणांनीं दाही दिशा भरून काढिल्या. राजा, भीष्मांनीं त्या संग्रामांत अर्जुनावर तोड केली, उलट अर्जुनानेंही भीष्मांवर कडी केली; ती एक लोकांत गंमतच झाली! जनमेजया, अर्जुनानें जे भीष्मांचे शूर रथरक्षक मारिले, त्यांनीं अर्जुनाच्याच रथाभोंवतीं शयन केलें! नंतर श्वेतवाहन अर्जुनानें गांडीव धनुष्यापासून सोडलेले पुच्छयुक्त आणि रणभूमि शत्रुरहित करून सोडण्याची इच्छा करणारे बाण उसळूं लागले असतां, त्याच्या रथांतून सुटणारे ते सुवर्णपिच्छ बाण आकाशांत हंसपंक्तींप्रमाणें शोभूं लागले. तेव्हां अद्भुत प्रकारें बाणप्रक्षेप करणाऱ्या अर्जुनानें सोडलेलें तें दिव्य अस्त्र, युद्ध पहाण्याकरितां आकाशांत जमलेल्या सर्व देवांच्या व इंद्राच्या दृष्टीस पडलें. तें अद्भुत चित्रास्त्र पाहून संतुष्ट झालेला प्रतापवान् चित्रसेन गंधर्व इंद्राजवळ त्याची प्रशंसा करीत म्हणाला, "पार्थानें सोडलेले हे एकमेकांस जणू चिकटून जात असलेले बाण पहा! दिव्यास्त्रप्रयोग करणाऱ्या त्या जिष्णूचें हें चित्ररूप अस्त्र होय. ह्या अस्त्राचा प्रयोग मानव करीत नाहींत; कारण त्यांना हें ठाऊक नाहीं. हा पुराणप्रसिद्ध महास्त्रांचा विचित्र समागम येथें झाला आहे. अर्जुन भात्यांतून बाण घेतो, ते धनुष्याला जोडितो, आणि आपलें गांडीव खेंचून ते सोडितो, ह्या त्याच्या क्रियांमध्यें मुळींच अंतर दिसत नाहीं! आकाशांत तपणाऱ्या भरदुपारच्या सूर्याप्रमाणें या अर्जुनाकडे वर डोळा करून बघण्यासही हीं सैन्यें समर्थ होत नाहींत! तसेंच गांगेय भीष्मांकडेही पाहाण्याचें धाडस कोणी करीत नाहीं. हे दोघेही प्रख्यात पराक्रमी आहेत, दोघांचाही पराक्रम लोकविख्यात आहे, दोघेही एकमेकांच्या तोडीचे आहेत, आणि दोघे युद्धामध्यें सुदुर्जय आहेत!"

जनमेजया, चित्रसेन गंधर्वाचें हें भाषण ऐकून घेतल्यानंतर देवराज इंद्रानें त्या पार्थभीष्मसमागमाची, त्यांवर दिव्यपुष्पवृष्टि करून प्रशंसा केली! नंतर सव्यसाची अर्जुन प्रतिसंधान करून वेध करीत असतांही तिकडे लक्ष न देतां शांतनव भीष्मांनीं त्याच्या डाव्या बरगडींत प्रहार केला, तेव्हां त्या बीभत्सूनें

किंचित् हंसून एका रुंद धारेच्या गृध्रपिच्छ बाणानें सूर्योपम तेजस्वी भीष्मांचें धनुष्य छेदून टाकिलें; आणि कुंतीपुत्र धनंजयानें शत्रूला पराजित करण्याविषयीं प्रयत्न करणाऱ्या त्या भीष्मांच्या उरावर दहा बाण मारून जखम केली. तेव्हां ते महाबाहु युद्धदुर्धर्ष गांगेय त्या जखमेनें अतिशय पीडित होऊन रथाच्या दांडीचा आधार घेऊन बराच वेळ उभे राहिले! तें पाहून त्यांच्या सारथ्यानें रथाचे घोडे थोपवून धरिले; आणि—रथी मूर्छित झाला असतां त्याला रणांतून बाजूला घेऊन जावें हा उपदेश लक्षांत आणून, त्यानें त्या भीष्मांचें रक्षण व्हावें एतदर्थ त्यांना रणांतून काढून दूर नेलें!

अध्याय पांसष्टावा.

—:०:—

दुर्योधनपराभव.

वैशंपायन सांगतातः—लढाईची बीनी सोडून भीष्मांनीं पलायन केलेलें पाहातांच महात्मा दुर्योधन धनुष्य घेऊन पताका फडकावीत व मोठमोठ्यानें आरोळ्या देत अर्जुनावर येऊन पडला; आणि शत्रुगणांत खुशाल संचार करीत असलेल्या त्या भयंकर धनुष्य धारण करणाऱ्या उग्रवीर्य अर्जुनाला त्यानें आकर्ण धनुष्य खेंचून सोडलेल्या एका भल्ल बाणानें कपाळाचे मधोमध जखम केली! राजा, तो सुवर्णपिच्छाचा अतिशय बळकट बाण कपाळांत रुतून बसला, तेव्हां तो महत्कर्मा अर्जुन एका सुंदर शिखराच्या किंवा ज्यावर एक लांबच लांब कळक उभा आहे अशा पर्वताप्रमाणें शोभूं लागला. बाणानें कपाळ फुटून गेल्यामुळें त्यांतून सारखें ऊन ऊन रक्त निथळूं लागलें; आणि अर्जुनाच्या कपाळांत रुतून बसलेला तो सुवर्णपिच्छ बाणही त्यानें फार सुंदर दिसूं लागला. नंतर तो उग्रतेजस्वी दुर्योधन अर्जुनावर, आणि अलमदुनियेंत ज्याच्या तोडीचा कोणी वीर नाहीं असा तो अर्जुन दुर्योधनावर—याप्रमाणें ते अजमीढकुलोत्पन्न पुरुषप्रवीर एकमेकांवर चालून गेले. मग पर्वतासारखा धिप्पाड मस्त हत्तीवर बसलेला विकर्णही हत्तीच्या पावलांचें रक्षण करणाऱ्या चार रथांसह कुंतीपुत्र जिष्णूवर धावून आला. तें पाहून, अतिशय वेगानें येऊन पडणाऱ्या त्या हत्तीला अर्जुनानें पुरापूर धनुष्य खेंचून एका महावेगवान् अशा भल्या मोठ्या लोखंडी फळाच्या बाणानें गंडस्थळाच्या बरोबर मध्यावर प्रहार केला! तेव्हां पर्वत फोडून टाकणाऱ्या इंद्रानें सोडिलेल्या वज्राप्रमाणें तो अर्जुनानें सोडलेला गृध्रपिच्छ बाण हत्तीचें गंडस्थळ फोडून पार आंत घुसला! त्या जबर घायानें जखमी झाल्यामुळें तो गजराज अतिशय व्यथित होऊन थरथर कांपावयास लागला; आणि अगदीं गलितधैर्य होऊन, वज्राच्या तडाख्यानें पडणाऱ्या पर्वतशिखराप्रमाणें भुईवर कोसळला! याप्रमाणें हत्ती जमीनीवर लोळविलेला पाहातांच विकर्ण भिऊन जाऊन घाईघाईनें त्यावरून उतरला; आणि आठशें पावलें धावत जाऊन विविंशतीच्या रथावर चढला. अशा प्रकारें त्या मेघतुल्य व पर्वतप्राय धिप्पाड हत्तीचा वज्रप्राय बाणानें वध करून अर्जुनानें तशाच एका बाणानें दुर्योधानाचेंही छाताड फोडिलें. याप्रमाणें हत्ती ठार झाला, राजाच्या छातींत जबर जखम झाली, आणि पादरक्षकांसह विकर्णाचाही मोड झाला, असें पाहून गांडीवनिर्मुक्त बाणांनीं पीडित झालेल्या त्या प्रमुख प्रमुख वीरांनींही रणांतून पळ काढिला; आणि पार्थानें मारिलेला तो गज आणि पळत सुटलेले योद्धे पाहून दुर्योधनानें आपला रथ थांबविला; व अर्जुन नव्हता तिकडे तो पळून गेला. तो पराजित झालेला उग्ररूप शत्रुसह दुर्योधन

बाणानें जखमी झाल्यामुळें रक्ताच्या गुळण्या टाकीत त्वरेनें पळ काढीत आहेसें पाहून अर्जुनानें युद्धाच्या इच्छेनें दंड ठोकले; आणि म्हटलें, "अरे! कीर्ति आणि विपुल यश यांची मुळींच पर्वा न बाळगितां तूं रणांतून तोंड चुकवून पळ काढीत आहेस हें काय? अरे, तुझीं जयवाद्यें कोठें वाजत नाहींत तीं? राज्यभ्रष्ट केलेल्या युधिष्ठिरानें सांगितलेलें काम बजाविणारा मी तिसरा पृथापुत्र रणांत दंड ठोकून उभा आहें; तेव्हां, नरेंद्रा, हे धार्तराष्ट्रा, एकदां इकडे वळून मला तोंड तर दाखीव; आणि आपल्या द्यूतादि पूर्वकृत्यांचें स्मरण कर. अरे, पूर्वी तुझें ठेविलेलें नांव दुर्योधन आज या जगतांत फुकट कीं रे गेलें! कारण, युद्ध टाकून पळ काढणाऱ्या तुझ्या ठिकाणीं दुर्योधनता तर कोठें दिसतच नाहीं! आतां, दुर्योधना, तुझें रक्षण करील असा कोणी तुझ्या पुढें किंवा तुझ्या मागें तरी आहेसें मला दिसत नाहीं; तेव्हां, हे पुरुषप्रवीरा! आतां या युद्धांतून यःपलाय करून अर्जुनापासून आपल्या प्रिय प्राणांचें रक्षण कर कसा!"

अध्याय सहासष्टावा.

—:०:—

समस्त कौरवांचें पलायन.

वैशंपायन सांगतातः—राजा जनमेजया, ह्याप्रमाणें त्या महात्म्या अर्जुनानें धृतराष्ट्रपुत्र दुर्योधनाचीं निर्भर्त्सना करून त्यास युद्धार्थ आव्हान केलें, तेव्हां मदोन्मत्त हत्ती अंकुशप्रहारानें जसा मागें वळतो, तसा तो अतिरथ दुर्योधन अर्जुनाच्या वाक्प्रहारानें मागें वळला; आणि पादतलानें ताडन केलेला सर्प ज्याप्रमाणें प्रक्षुब्ध होऊन मोठ्या वेगानें धावून येतो, त्याप्रमाणें अर्जुनानें वक्षःस्थलीं ताडित केलेला तो हेममाली वीर दुर्योधन आपल्या रथासहित मोठ्या वेगानें अर्जुनावर धावून आला. ह्याप्रमाणें दुर्योधन माघारा फिरला असें पाहून कर्णही माघारा फिरला, व कांहीं वेळ स्तब्ध राहून दुर्योधनाच्या उत्तरेकडून त्याच्या मदतीकरितां पुढें सरला. नंतर, ज्याच्या अश्वांवर सुवर्णाचीं खोगिरें होतीं, असा शांतनव भीष्म त्वरेनें मागें परतला, व त्या प्रतापशाली महाबाहु वीरानें धनुष्यास प्रत्यंचा चढवून, दुर्योधनाच्या पाठीमागून, त्यावर अर्जुनाचे बाण येणार नाहींत अशी व्यवस्था ठेविली; आणि तदनंतर द्रोणाचार्य, कृपाचार्य, विविंशति व दुःशासन हे तत्काळ मागें फिरले; व ते सर्व आपापलीं प्रचंड धनुष्यें ताणून दुर्योधनाच्या पुढें बीनीवर उमे राहिले.

राजा जनमेजया, ह्याप्रमाणें तुडुंब भरून चाललेल्या पाण्याच्या लोंढ्यासारखीं तीं सर्व सैन्यें परत वळलेलीं पाहून एकट्या अर्जुनानें त्यांस ताप देण्यास आरंभ केला; व सूर्य जसा एकटा आपणावर चालून येणाऱ्या मेघपटलाला संतप्त करून सोडतो, तसें त्या वेगवान् धनंजयानें आपणावर चालून येणाऱ्या सैन्यसमूहाला संतप्त करून सोडिलें. राजा, त्या समयीं मोठें तुंबळ युद्ध सुरू झालें. ते सर्व कौरववीर दिव्य अस्त्रांनीं चहुंकडून अर्जुनावर तुटून पडले; आणि मेघ जसे पर्वतावर जलधारांची वृष्टि करितात, तशी त्या योद्धयांनीं अर्जुनावर शरधारांची वृष्टि केली. राजा, कुरुपुंगवांनीं ह्याप्रमाणें चोहोंकडून अर्जुनावर शरवृष्टि चालविली तरी त्या गांडीवधारी कुंतीपुत्राच्या मनाला लवलेश भीति शिवली नाही. त्यानें आपल्या शस्त्रानें प्रतिपक्षीयांच्या सर्व अस्त्रांचा नाश केला व अखेरीस संमोहन नामक अनिवार्य अस्त्राचा प्रयोग केला. नंतर महाबल अर्जुनानें आपले ते पाजवलेले सुपुंख बाण सर्व दिशांच्या व उपदिशांच्या ठिकाणीं भरून

टाकिले; आणि गांडीवाच्या टणत्कारानें शत्रूंचें मन व्यथित करून सोडिलें. मग अर्जुनानें आपला तो प्रचंड शंख हातांत घेऊन वाजविण्यास प्रारंभ केला, तेव्हां त्याचा तो गंभीर ध्वनि दशदिशांच्या ठिकाणीं भरून जाऊन पृथ्वी व आकाश हीं दणाणून गेलीं; आणि कौरवांची अशी कांहीं गाळण उडाली कीं, ते आपल्या हातांतलीं तीं प्रचंड धनुष्यें टाकून देऊन निश्चेष्ट होऊन मुर्च्छित पडले! ह्याप्रमाणें कौरवांची अवस्था पाहातांच अर्जुनाला उत्तरेच्या शब्दांची आठवण झाली व तो उत्तराला म्हणाला, "आतां शत्रुसैन्यांत जा व कौरव मुर्च्छित पडले आहेत तोंच द्रोणाचार्य व कृपाचार्य ह्यांचीं तीं पांढरीं शुभ्र वस्त्रें, तसेंच कर्णाचें तें सुंदर पिंवळें वस्त्र, आणि अश्वत्थामा व दुर्योधन ह्यांचीं तीं निळी वस्त्रें सैन्यांतून घेऊन ये! उत्तरा, शत्रूंच्या ह्या सैन्यांत एक भीष्म मात्र पूर्ववत् शुद्धीवर आहेत; कारण ह्या अस्त्राचा प्रतिकार कसा करावा हें त्यांस माहीत आहे. ह्यास्तव भीष्मांचे अश्वांना डावी घालून तूं भीष्मांच्या समोरूनच जा."

राजा जनमेजया, नंतर तो महात्मा विराटपुत्र उत्तर अश्वांच्या रश्मि हातांतून ठेवून रथांतून खालीं उतरला; आणि ह्या द्रोणादिक महारथ्यांचीं वस्त्रें हरण करून पुनः ताबडतोब आपल्या रथावर येऊन बसला. नंतर त्यानें सुवर्णालंकारांनीं शृंगारलेल्या आपल्या चारीही उत्कृष्ट अश्वांना चालण्याविषयीं इषारा करतांच ते श्वेतवर्ण अश्व कौरवांच्या ध्वजयुक्त सैन्याच्या मध्यांतून अर्जुनाचा रथ घेऊन पुढें चालते झाले. राजा, ह्याप्रमाणें तो नरवीर अर्जुन सर्व सैन्य मूर्च्छित करून निघून चालला असतां तें भीष्माला सहन झालें नाहीं. त्यानें लागलेच मोठ्या आवेशानें अर्जुनावर बाण टाकिले, परंतु त्यांपासून कांहींएक उपयोग न होतां उलट अर्जुनानें भीष्माच्या हयांवर बाण सोडून ते मारिले व दहा बाणांनीं प्रत्यक्ष भीष्मांनाही विद्ध केलें! ह्याप्रमाणें त्या रणभूमीवर अर्जुनानें भीष्मांचें निवारण केलें. त्यानें गांडीवाच्या साहाय्यानें भीष्मांच्या सारथ्यालाही विद्ध केलें; व मेघसमुदायाचें विदारण करून बाहेर पडणाऱ्या सूर्याप्रमाणें रथसमुदायाचें विदारण करून बाहेर पडलेला तो अद्वितीय वीर अर्जुन संग्रामामध्यें उभा राहिला!

जनमेजया, पुढें तें कौरवांचें सैन्य शुद्धीवर आलें; व त्यांतील वीरांनीं तो महेंद्रतुल्य अर्जुन पाहिला. त्या समयीं, शत्रूंच्या कचाट्यांतून मुक्त झालेला तो एकटा अर्जुन अवलोकन करून दुर्योधन मोठ्या लगबगीनें ह्मणाला, "वीरहो, हा असा कसा सोडलात! हा सुटणें योग्य नाहीं; ह्यास्तव ह्याचा पक्का समाचार घ्या!" राजा जनमेजया, ह्याप्रमाणें दुर्योधनाचे उद्गार श्रवण करून शांतनव भीष्म हंसून त्यास ह्मणाला, "अरे दुर्योधना, तूं आपलें तें विचित्र धनुष्य व बाण टाकून देऊन व पराकाष्ठेची शांति धरून बसला होतास, तेव्हां तुझें वीर्य व ज्ञान कोठें गेलें होतें? दुर्योधना, हा अर्जुन घातुक कर्म करणारा नव्हे; ह्याचें मन पापकर्म करण्यास केव्हांही उद्युक्त होणार नाहीं. अरे, त्रैलोक्याच्या प्राप्तीकरितां देखील हा स्वधर्म टाकणारा नाहीं; आणि ह्मणूनच ह्या समयीं हे सर्व वीर जिवंत राहिले आहेत! दुर्योधना, आतां अंत पाहू नको; लवकर कुरु देशाची वाट धर; आणि अर्जुनाला गाई जिंकून परत जाऊं दे. बाबा, ह्या प्रसंगीं दूरवर दृष्टि पोहोंचव; व वेडेपणानें स्वकीय संपत्ति दवडूं नको. सारांश, परिणामावर दृष्टि देऊन, जें हितकर दिसेल तेंच ह्यावेळीं केलें पाहिजे."

वैशंपायन सांगतातः—राजा जनमेजया, पितामह भीष्मांचें तें हितकारक भाषण श्रवण करून

दुर्योधनानें अर्जुनाला जिंकण्याची इच्छा सोडून दिली; व बाह्य संताप कमी करून सुस्कारे टाकीत तो स्वस्थ बसला! नंतर दुर्योधनाचें रक्षण करण्यास उद्युक्त असलेल्या त्या सर्व कौरववीरांनीं भीष्मांचें वचन श्रेयस्कर मानून व धनंजयरूप अग्नि भडकत चालला असें अवलोकन करून त्या रणभूमींतून माघार घेऊन परत जाण्याचा विचार केला! राजा जनमेजया, नंतर ते कौरववीर परत चालले असतां त्यांजकडे मोठ्या प्रसन्न मुद्रेनें अर्जुनानें अवलोकन केलें व क्षणभर निमूटपणें उभें राहून त्यांजकडे वळून शांतपणानें पुनः त्याशीं भाषण केलें. त्या समयीं त्यानें प्रथम वृद्ध पितामह शांतनव भीष्म व द्रोण गुरु ह्यांस मस्तकानें वंदन केलें; आणि अश्वत्थामा, कृपाचार्य व मोठमोठे सन्मान्य कौरववीर ह्यांस चित्रविचित्र बाणांनीं अभिवंदन केलें! नंतर त्या धनंजयानें दुर्योधनाचा रत्नखचित मुकुट शरविद्ध केला, आणि ह्याप्रमाणें मान्य वीरांची अनुज्ञा घेऊन गांडीव घोषानें त्रैलोक्य दणाणून टाकिलें; त्यानें एकाएकीं देवदत्त वाजविला असतां शत्रूंचीं अंतःकरणें एकदम विदीर्ण झालीं; आणि सर्वत्र हाहाःकार होऊन शत्रुसैन्यानें पळ काढिला! व ह्याप्रमाणें शत्रूंचा पूर्ण पराभव करून सुवर्णमालेनें युक्त असलेल्या ध्वजासह तो अर्जुन आपल्या देदीप्यमान तेजानें झळकूं लागला! राजा, त्या प्रसंगीं अर्जुन त्या पळत असलेल्या कौरवसैन्याकडे अवलोकन करून प्रसन्न मुद्रेनें उत्तरास म्हणाला, "उत्तरा, आतां अश्वांना परत फिरव; तुझ्या गाई जिंकल्या; शत्रु निघून गेले; आतां मोठ्या आनंदानें नगरास चल!"

असो; राजा जनमेजया, ह्याप्रमाणें त्या कौरवांचें व अर्जुनाचें मोठें अद्भुत युद्ध झालें, तें पाहून देवांनाही मोठा आनंद झाला; व ते अर्जुनाच्या त्या पराक्रमाची प्रशंसा करीत आपआपल्या भवनीं निघून गेले!

अध्याय सदुसष्टावा.

—:०:—

उत्तराचें नगरांत आगमन.

वैशंपायन सांगतातः—राजा, जनमेजया, ह्याप्रमाणें त्या महाविचारी अर्जुनानें युद्धामध्यें कौरवांना जिंकून विराट राजाकडे पुष्कळ धन आणिलें. इकडे कौरवांची दाणादाण होऊन धृतराष्ट्रपुत्र परत हस्तिनापुरास निघून गेल्यावर, कौरवांकडील जे सैनिक चोहोंकडे वनांत पळून गेले होते, ते वनांतून परत आले; आणि भीतीनें गांगरून जाऊन अर्जुनापुढें हात जोडून उभे राहिले! राजा, त्यांची ती दुर्दशा काय वर्णावी? त्यांचे केश मोकळे सुटले असून ते क्षुधेनें व तृषेनें अगदीं व्याकूळ झाले होते; आणि ते परदेशांत अशा विपन्न अवस्थेंत असल्यामुळें त्यांची चित्तवृत्ति अगदीं दीन झाली होती! असो; नंतर त्यांनीं अर्जुनास प्रणाम करून म्हटलें, "अर्जुना, आम्हांस तुझी काय आज्ञा असेल ती सांग!"

अर्जुन ह्मणालाः—सैनिकहो, तुमचें कल्याण असो. तुह्मीं खुशाल परत जा. अगदीं भिऊं नका. बाबांनो, मी आर्त झालेल्यांचा वध करूं इच्छीत नाहीं. मी तुह्मांला पूर्ण आश्वासन देतों.

वैशंपायन सांगतातः—राजा जनमेजया, ह्याप्रमाणें त्या अर्जुनाचें अभयवचन श्रवण करून त्याच्यापाशीं हात जोडून उभे असलेले ते सर्व योद्धे एकत्र होऊन त्यांनीं त्यास, 'अर्जुना, तुझें आयुष्य, यश व कीर्ति हीं वृद्धिंगत व्हावीं,' म्हणून आशीर्वाद दिले; आणि कुरुदेशाचा मार्ग धरिला. राजा, ह्याप्रमाणें शत्रूंस सोडून देऊन पुढें अर्जुन विराटनगराकडे जाण्यास

वळला. तेव्हां, जणू काय तो मदोन्मत्त गजच निर्धास्तपणें चालला आहे असें त्या कौरव-सैनिकांस वाटून त्याच्या समीप जाण्याची त्यांस छाती झाली नाहीं! अशा प्रकारें, जनमेजया, मेघपटलाप्रमाणें चाल करून आलेल्या त्या कौरवसैन्याचें निर्दलन करून टाकिल्यानंतर अर्जुनानें उत्तरास घट्ट कवटाळून म्हटलें, "बा उत्तरा, तुझ्या पित्याजवळ सर्व पांडव वास करीत आहेत ही गोष्ट तुला आतां माहीतच झाली आहे; ह्यास्तव तुला सांगतों कीं, तूं नगरांत परत गेल्यावर ह्या गोष्टीचा बभ्रा करूं नको; बाबा, तुझ्या पित्याला ही गोष्ट समजल्यास तो अगदीं भयभीत होऊन नाश पावेल! उत्तरा, 'कौरवांचें तें अफाट सैन्य मींच जिकिलें; शत्रूंपासून गाईही मींच सोडिवल्या!' असें तूं नगरांत प्रवेश केल्यावर पित्याजवळ सांग. सारांश, हे राजपुत्रा, येथें जें कांहीं घडलें तें सर्व तुझेंच कृत्य म्हणून निवेदन कर."

उत्तर म्हणालाः—अर्जुना, तूं जें कृत्य केलेंस, तें अगदीं अपूर्व होय. तें दुसऱ्या कोणाच्याही हातून होण्यासारखें नाहीं; मला तर तें करण्याची शक्ति नाहींच; तथापि जोंपर्यंत तुझी आज्ञा झाली नाहीं, तोंपर्यंत पित्यापाशीं मी तुझी परिस्फुटता करणार नाहीं.

वैशंपायन सांगतातः—राजा जनमेजया, ह्याप्रमाणें कौरवसैन्याचा पराभव करून त्यांजपासून गाई व इतर धन हिसकावून घेतल्यावर, बाणादिकांनीं क्षत झालेला तो विजयशाली अर्जुन श्मशानासमीप प्राप्त झाला; व पुनः शमीवृक्षाजवळ जाऊन उभा राहिला. तेव्हां तत्काळ तो अग्नितुल्य महाकपि भूतगणांसह अंतरिक्षांत उड्डाण करून निघून गेला व त्याचप्रमाणें इतर सर्व मायाही नष्ट झाली व पुनः उत्तराच्या रथावर सिंहध्वज झळकूं लागला! नंतर विराटपुत्रानें युद्धांत यशोवर्धन करणारें तें गांडीव धनुष्य, भाते व बाण त्या शमीवृक्षावर जेथल्या तेथें ठेविले व पुनः त्या महापराक्रमी अर्जुनाची सारथ्याचे जागीं योजना करून तो मोठ्या उल्हासानें आपल्या नगरास येण्यास सिद्ध झाला. इकडे तें लोकोत्तर कर्म करून शत्रुसंहारक अर्जुनानें सारथ्यकर्म स्वीकारण्यापूर्वीं पुनः आपल्या केशांची वेणी बांधिली, आणि तें पूर्वींचें बृहन्नलारूप धारण करून त्या महात्म्यानें अश्वांच्या रश्मि हातांत घेतल्या! अशा प्रकारें, तो विराटपुत्र उत्तर व कुंतीपुत्र अर्जुन हे पूर्वीं विराटनगरींतून जसे बाहेर पडले होते, तसेच पुनः त्या नगरींत प्रविष्ट झाले!

वैशंपायन सांगतातः—राजा जनमेजया, पराभव पावून शत्रूंच्या अधीन झालेले ते सर्व कौरव दीन होऊन युद्धापासून निवृत्त होऊन हास्तिनापुराकडे चालते झाले. इकडे विराटनगरास जात असतां मार्गांत अर्जुन उत्तराला म्हणाला, "महाबाहो वीरा राजपुत्रा उत्तरा, हे गाईंचे सर्व कळप गोपालांसह परत आलेले पाहिलेस का? आपण आतां अश्वांना विसावा देऊं आणि त्यांस पाणी पाजून व धुऊन तिसरे प्रहरीं नगरांत जाऊं. तूं आतां ह्या गोपालांस त्वरित नगरांत पाठव, व प्रिय वार्ता कळवून आपल्या जयाची प्रसिद्धि होऊं दे."

वैशंपायन सांगतातः—राजा जनमेजया, नंतर अर्जुनानें सांगितल्यावरून उत्तरानें मोठ्या त्वरेनें दूतांना आज्ञा केली; आणि 'विराट राजाचा विजय झाला, शत्रूंची दाणादाण उडाली, व गाई जिंकून आणिल्या!' म्हणून सर्वत्र जयघोष करण्याविषयीं त्यांस आज्ञा केली. राजा, ह्याप्रमाणें अर्जुन व उत्तर ह्यांची मसलत ठरून ते उभयतां पुनः शमीवृक्षाजवळ आले; व त्यांनीं मोठ्या आनंदानें पूर्वीं टाकिलेले अलंकार वगैरे फिरून आपल्या रथावर ठेविले;

आणि मग ते उभयतां वीर तिसरे प्रहरीं विराटनगरींत मोठ्या उल्लसित चित्तवृत्तीनें प्रविष्ट झाले.

अध्याय अडुसष्टावा.

—:०:—

विराटोत्तरसंवाद.

वैशंपायन सांगतातः—राजा जनमेजया, इकडे विराट राजा दक्षिण दिशेकडे गाई जिंकून परत आणण्यासाठीं मोठें सैन्य घेऊन गेला होता, तो तिकडे थोडक्याच काळांत विजयी होऊन चारही पांडवांसह मोठ्या आनंदानें परत मत्स्यपुरास आला. युद्धामध्यें त्रिगर्तांस जिंकून व सर्व गोधनें परत आणून राजधानीस आल्यावर पांडवांसह त्या विराट भूपतीचें तेज अधिकच झळकूं लागलें. त्याची ती दिप्त कांति पाहून आप्तसुहृदांस मोठा हर्ष झाला; व तो सिंहासनावर अधिष्ठित असतां पाडवांसह सर्व पराक्रमी वीर त्याच्या समीप बसले. राजा, त्या समयीं सर्व प्रधानमंडळ व ब्राह्मणसमुदाय राजासन्निध उभे राहिले आणि त्यांनीं राजाचा व सैन्याचा मोठा गौरव करून त्यांचा जयजयकार केला !

जनमेजया, नंतर मत्स्यराजानें सभेचें विसर्जन केलें; आणि प्रधानमंडळी व ब्राह्मणवर्ग ह्यांस जाण्यास आज्ञा देऊन ' उत्तर कोठें गेला ? ' म्हणून विचारिलें. तेव्हां राजवाड्यांतील स्त्रिया, मुली व अंत:पुरांतील लोक ह्यांनीं सर्व वर्तमान निवेदन केलें. त्यांनीं राजास कळविलें कीं, " इकडे कौरवांनीं गाई हरण केल्यामुळें राजपुत्रास मोठा संताप उत्पन्न झाला, आणि गाई हरण करावयास आलेल्या शांतनव भीष्म, कृप, कर्ण, दुर्योधन, द्रोण व अश्वत्थामा ह्या सहा अतिसारथ्यांना जिंकण्याकरितां बृहन्नलेला बरोबर घेऊन तो मोठ्या साहसानें कौरवसैन्यावर चालून गेला आहे ! "

वैशंपायन सांगतातः—राजा जनमेजया, विराट राजानें तें वर्तमान ऐकिलें तेव्हां त्यास मोठी काळजी उत्पन्न झाली. आपला पुत्र एक रथ बरोबर घेऊन व बृहन्नलेला सारथि करून कौरवसैन्यावर चालून गेला, तेव्हां मोठें तुंबळ रण माजलें असेल असें त्यास वाटून त्यानें सर्व प्रमुख मंत्र्यांना म्हटलें, " अमात्यहो, कौरव व तत्पक्षीय राजे त्रिगर्तांच्या समूळ पराभवाची वार्ता ऐकून कधींही स्वस्थ बसणार नाहींत; ह्याकरितां, त्रिगर्तांच्या युद्धांत ज्यांस कांहीं इजा झाली नसेल, अशा योद्धांनीं मोठ्या सैन्यानिशीं उत्तराच्या रक्षणार्थ तिकडे जावें. "

राजा, नंतर विराटाधिपतीनें चित्रविचित्र शस्त्रें व आभरणें ह्यांसह मोठमोठे योद्धे, अश्व, गज, रथ व पदाति बरोबर देऊन आपल्या पुत्राकडे ताबडतोब रवाना केले. तें चतुरंग सैन्य तिकडे जाऊं लागलें तेव्हां विराट राजा त्यांस मोठ्या लगबगीनें म्हणाला, " वीरहो, राजपुत्र जिवंत आहे कीं नाहीं ह्याचा लवकर शोध काढा. अहो, ज्याचा सारथि षंढ, तो जिवंत असेल असें मला वाटत नाहीं ! "

वैशंपायन सांगतातः—राजा जनमेजया, संतप्त झालेल्या विराट राजाचे ते उद्गार ऐकून धर्मराजा त्यास हंसून म्हणाला, ' हे नरेंद्रा, बृहन्नलानें तुझ्या पुत्राचें सारथ्य पतकरिलें असल्यास आज शत्रु तुझ्या गाई हरण करण्यास समर्थ होणार नाहींत! अरे, बृहन्नला सारथ्य करीत असतां सर्व राजे, कौरव, तसेच देव, असुर, सिद्ध व यक्ष हे जरी तुझ्या पुत्राशीं लढण्यास सिद्ध झाले, तरी त्यांचा पराभव करण्यास तुझा पुत्र समर्थ होईल! '

वैशंपायन सांगतातः—इतक्यांत जनमेजया, उत्तरानें जयवार्ता कळविण्याकरितां दूत पाठविले होते ते त्वरेनें विराटनगरीं प्राप्त

होऊन त्यांनीं उत्तराचा जय झाल्याबद्दल जाहीर केलें! नंतर मंत्र्यानें राजाला सर्व वृत्त कळविलें. तो ह्मणाला, " आपणांस उत्कृष्ट विजय मिळाला, कौरवांची दाणादाण झाली, व उत्तर नगरासमीप प्राप्त झाला आहे! तसाच तो सारथ्यासह खुशाल असून त्यानें गाईही जिंकून परत आणिल्या आहेत!

युधिष्ठिर ह्मणालाः—विराट राजा, तुझ्या पुत्रानें गाई जिंकून परत आणिल्या व कौरवांना पळवून लाविलें हें उत्तम झालें; पण तुझ्या पुत्रानें कौरवांना जिंकिलें ह्यांत मला अद्भुत मात्र कांहीं वाटत नाहीं! कारण ज्याचा सारथि बृहन्नला, त्यास जय हा मिळालाच पाहिजे!

वैशंपायन सांगतातः—राजा जनमेजया, आपल्या पराक्रमी पुत्राच्या विजयाची वार्ता श्रवण करून विराट राजाला अत्यंत आनंद होऊन त्याच्या शरीरावर रोमांच उभे राहिले! तें आनंदाचें वर्तमान सांगणाऱ्या दूतांना वस्त्रें अर्पण करून त्यानें मंत्र्यांना ह्मटलें, " नगरांतील राजमार्ग पताकांनीं अलंकृत करा. सर्व देवतांचें पुष्पोपहारांनीं अर्चन करा. वारांगना, कुमार व मुख्यमुख्य योद्धे ह्यांस सर्व प्रकारच्या वाद्यांसह माझ्या पुत्रास सामोरे पाठवा; मत्त गजावर आरूढ होऊन एका मनुष्यास घंटा वाजवीत लवकर सर्व चवाठ्यांवर माझा विजयघोष करण्यास आज्ञा करा; आणि मनोहर वस्त्रभूषणांनीं मंडित अशा उत्तरेला पुष्कळ मुलींसह राजपुत्रास सामोरें जाण्यास सांगा."

वैशंपायन सांगतातः—राजा जनमेजया, विराटाची अशी आज्ञा होतांच नगरांतील सर्व लोकांनीं आरत्या, दहीं, दूर्वा, वगैरे मांगलिक पदार्थ हातांत घेतले. त्याप्रमाणेंच नौबदी, तुताऱ्या, शंख, उत्कृष्ट अलंकार व वेष धारण केलेल्या शुभ स्त्रिया, आणि सूत व मागध ह्यांसह व मंगलवाद्यें, पणवसंज्ञक वाद्यें, जयसूचक वाद्यें, इत्यादिकांसमवेत ते सर्व लोक नगरांतून त्या विजयशाली महापराक्रमी विराटपुत्राला सामोरे गेले!

वैशंपायन सांगतातः—राजा जनमेजया, ह्याप्रमाणें तो महाबुद्धिमान् विराट राजा सैन्य, कन्या व शृंगाराभरणांनीं युक्त अशा गणिका पुत्रास सामोऱ्या पाठविल्यावर मोठ्या आनंदानें म्हणाला, 'सैरंध्रि, फांसे घेऊन ये; कंका, आतां द्यूत सुरू कर.' राजा, तें भाषण ऐकून पंडुपुत्र युधिष्ठिर विराट राजास म्हणाला, " राजा, हर्षित झालेल्या जुगाऱ्याबरोबर द्यूत खेळूं नये, असें मीं ऐकिलें आहे; तूं तर आज मोठ्या आनंदांत आहेस, ह्यास्तव तुझ्याबरोबर द्यूत खेळण्यास आज मला उल्हास वाटत नाहीं. आतां, तुझें मन मोडावें अशी मात्र माझी इच्छा नाहीं; ह्याकरितां, ह्याउपर द्यूत खेळण्याची तुझी मनीषा असल्यास सांग; मग माझी तयारी आहे."

विराट राजा म्हणालाः—कंका, द्यूतांत मी हरेन व त्यामुळें माझा आनंद नाहींसा होईल, हाच ह्यांतील हेतु ना? पण स्त्रिया, गाई, सुवर्ण किंवा दुसरी जी कांहीं धनदौलत मजपाशीं आहे, ती सर्व तुला देण्यास पात्र अशीच आहे. जें तुला देऊं नये, असें मजपाशीं सांप्रत कांहींएक नाहीं; ह्याकरितां, द्यूत खेळण्यापासून अमुक एक अपाय होईल असें मला वाटत नाहीं!

कंक म्हणालाः—हे मानदा राजेंद्रा, मग द्यूतच तें कशाला हवें? त्यापासून तुला काय लाभ? त्यांत बहुत दोष आहेत, ह्यास्तव तें वर्ज करावें. अरे, पंडुपुत्र, युधिष्ठिराची द्यूतानें कशी दुर्दशा झाली हें तूं ऐकिलें किंवा पाहिलें असशीलच! त्यानें तें मोठें समृद्ध राष्ट्र व देवतुल्य भ्राते आणि राज्य हीं सर्व

द्यूतांतच घालविलींना? ह्याकरितां मला तर द्यूत आवडत नाहीं; पण इतक्याउपरही तुला तें आवडत असेल तर खेळूं या!

वैशंपायन सांगतातः—राजा जनमेजया, नंतर कंक व विराट ह्यांचें द्यूत सुरू झालें. खेळतांना विराट राजा युधिष्ठिराला म्हणाला, 'पहा—माझ्या पुत्रानें युद्धांत त्या तसल्या कौरवांनाही जिंकून टाकिलें!' तेव्हां तो महात्मा युधिष्ठिर विराट राजाला म्हणाला, 'अरे, ज्याचा सारथि बृहन्नला, त्याला युद्धांत कसा बरें जय मिळणार नाहीं?'

जनमेजया, धर्मराजाचे हे उद्गार ऐकून मत्स्यराज संतापला व तो युधिष्ठिराला म्हणाला, 'हे अधमा, माझ्या पुत्राबरोबर त्या षंढाची प्रतिष्ठा सांगतोस काय? अरे, काय बोलावें व काय बोलूं नये ह्याचें तुला मुळींच ज्ञान नाहीं; तूं खचित माझा उपमर्द करीत आहेस! अरे, त्या भीष्मद्रोणादि सर्व वीरांना माझा पुत्र कां बरें जिंकणार नाहीं? हे ब्राह्मणा, तुझ्या मित्रत्वामुळें हा तुझा अपराध मी सहन करीत आहें, पण जर तुला जीविताची आशा असेल, तर असलें भाषण पुनः करूं नको!'

युधिष्ठिर म्हणालाः—राजा विराटा, ज्या सैन्यांत द्रोण, तसाच भीष्म, अश्वत्थामा, कर्ण, कृप, दुर्योधन भूपति व दुसरे अनेक महारथ आहेत, त्या सैन्याशीं युद्ध करण्यास प्रत्यक्ष देवेंद्र मरुद्गणांसह प्राप्त झाला असतां त्याचाही त्या एकत्र जुळलेल्या कौरवसैन्याशीं टिकाव लागणार नाहीं. राजा, त्या सैन्याशीं लढण्यास एक बृहन्नलाच समर्थ आहे. अरे, त्या बृहन्नलाचें सामर्थ्य काय वर्णावें. त्याच्या बाहुबलाची बरोबरी करील असा वीर मागेंही झाला नाहीं व पुढेंही होणार नाहीं! अरे, समरांगण दृष्टीस पडलें म्हणजे त्याला अतिशय आनंद होतो! त्यानें देव, दैत्य, मनुष्यें ह्यांचे मोठमोठे समुदाय कैक वेळां जिंकिले आहेत; तेव्हां अशा त्या बृहन्नलाच्या साहाय्यानें तुझा पुत्र कौरवांना कसा बरें जिंकिल्याशिवाय राहील?

विराट राजा ह्मणालाः—अरे ब्राह्मणा, असें बोलूं नको ह्मणून मी वरचेवर तुला सांगत असतांही अजून तूं असलें बोलणें बंद करीत नाहींस, पण नियंता नसल्यास बेबंदशाही माजून कोणीही धर्माप्रमाणें वागणार नाहीं; आणि एकच अनर्थ उद्भवेल!

वैशंपायन सांगतातः—राजा जनमेजया, ह्याप्रमाणें उद्गार काढून व 'पुनः असें बोलशील तर खबरदार!' असें ह्मणून निर्भर्त्सना करीत विराट राजानें युधिष्ठिराच्या मुखावर मोठ्या जोरानें फांसा हाणला; आणि त्याबरोबर त्याच्या नाकांतून रक्ताची धार लागली! परंतु तें रक्त भूमीवर पडण्याच्या आधींच युधिष्ठिरानें तें आपल्या ओंजळींत धरून जवळच उभ्या असलेल्या द्रौपदीकडे पाहिलें. तेव्हां धर्मराजाचा अभिप्राय जाणून त्या महासाध्वी द्रौपदीनें पाण्यानें भरलेलें तस्त हातीं घेऊन त्यांत तें रक्त धरिलें!

इकडे विजयशाली उत्तरास नगरांत आणण्याकरितां मंडळी सामोरी गेली होती ती परत येऊन पोंचली. ज्याच्यावर नानाप्रकारचीं सुगंधि द्रव्यें व पुष्पें लोक उधळीत आहेत, असा तो उत्तर मोठ्या आनंदानें मिरवत मिरवत नगराच्या समीप आला. मार्गांत पौरजनांनीं, स्त्रियांनीं व देशांतील लोकांनीं त्याचा मोठा जयजयकार चालविला होता. अशा प्रकारें तो राजपुत्र राजवाड्याच्या द्वारासन्निध येतांच त्यानें पित्याकडे द्वारपाळ पाठविला, व त्यानें लागलेंच ते वर्तमान विराट राजाला निवेदन केलें. तो राजाला ह्मणाला, "महाराज

बृहन्नलेसह राजपुत्राची स्वारी द्वारासमीप उभी आहे !"

जनमेजया, तें ऐकून मत्स्याधिपतीला मोठा आनंद झाला व तो आपल्या सारथ्याला म्हणाला, "अरे, त्या दोघांस लवकर आंत घेऊन ये; मी त्यांच्या भेटीची इच्छा करीत आहें!" नंतर कुरुश्रेष्ठ युधिष्ठिर त्या सारथ्याच्या कानास लागून हळूच म्हणाला, "हे महाबाहो, फक्त त्या उत्तराला आंत आण, बृहन्नलाला इकडे आणूं नको; कारण, जो माझ्या शरीरावर संग्रामाशिवाय व्रण करील किंवा रक्त काढून दाखवील, त्यास कधींही जिवंत ठेवणार नाहीं, असा त्यानें मोठा कडक नियम केलेला आहे ! ह्याकरितां, त्यानें मला ह्याप्रमाणें रक्तयुक्त अवलोकन केलें म्हणजे तो अतिशय संतापेल, आणि अमात्य, सैन्य व वाहनें ह्यांसुद्धां विराट राजाला येथच्या येथें ठार करून टाकील !"

वैशंपायन सांगतातः—राजा जनमेजया, नंतर विराट राजाचा ज्येष्ठ पुत्र भूमिंजय राजवाड्यांत प्रविष्ट झाला व त्यानें पितृचरणीं अभिवंदन करून कंकालाही नमस्कार केला. राजा, त्या समयीं तो निरपराधी कंक मनामध्यें स्वस्थ असून एकीकडे भूमीवर बसलेला होता व त्याच्या नासिकेंतून रुधिराचा ओघ चालला असून तो भुमीवर पडूं नये म्हणून सैरंध्री जपत होती. तें पाहून उत्तरानें मोठ्या लगबगीनें पित्यास विचारिलें, "राजा, ह्याला कोणीं ताडण केलें? हें पापकर्म करणारा कोण बरें?"

विराट राजा म्हणालाः—उत्तरा, ह्या कुटिलाला मींच ताडण केलें. ह्याला ही शिक्षा अगदीं अपुरी आहे. कारण तुझ्या शौर्याची प्रशंसा चालू असतां हा त्या षंढाची प्रशंसा करितो !

उत्तर म्हणालाः—राजा, हें तूं फार अयोग्य कर्म केलेंस. लवकर ह्याला प्रसन्न कर, नाहीं तर हें घोर ब्रह्मविष तुला समूळ जाळून टाकील!

वैशंपायन सांगतातः—राजा जनमेजया, पुत्राचें असें हें भाषण श्रवण करून, राष्ट्राची वृद्धि करणाऱ्या त्या विराट राजानें भस्माच्छादित अग्नीप्रमाणें गुप्तरूपानें राहिलेल्या कुंतीपुत्र युधिष्ठिराची क्षमा मागितली. तेव्हां 'क्षमा करावी' म्हणून विराट राजा प्रार्थना करीत असतां पंडुपुत्र युधिष्ठिर त्यास म्हणाला, "विराट राजा, अरे! तुला मीं केव्हांच क्षमा केली आहे; मला केव्हांच राग येत नाहीं! पण जर का माझ्या नासिकेंतील हें रक्त पृथ्वीवर पडलें असतें, तर तूं ह्या सर्व राष्ट्रासुद्धां नष्ट झाला असतास हें खचित! राजा, मीं तुला दोष देत नाहीं. बलिष्ठ व ऐश्वर्यवान् पुरुषाला भयंकर कर्म करण्याची इच्छा होणें हें साहजिकच आहे; मग तूं अविचारानें निरपराध्याला ताडण केलेंस ह्यांत कांहींच विशेष नाहीं!"

वैशंपायन सांगतातः—राजा जनमेजया, रक्त बंद झाल्यावर बृहन्नला आंत आली व तिनें विराट राजाला अभिवंदन करून कंकाला प्रणिपात केला. इकडे युधिष्ठिराची क्षमा मागितल्यावर विराट राजानें रणांतून विजयी होऊन आलेल्या उत्तराची बृहन्नलेच्या समक्ष प्रशंसा करण्यास प्रारंभ केला. तो म्हणाला, "हे कैकेयीनंदिवर्धना उत्तरा, आज तुझ्यामुळें मी पुत्रवान् झालों! बाबा, मला तुझ्यासारखा पुत्र आजपर्यंत झाला नाहीं व पुढेंही होणार नाहीं! अरे, जो सहस्रावधि ठिकाणीं एकदम नेम धरून अचूक बाण मारितो, त्या कर्णाशीं तुझा कसा बरें सामना झाला? तसाच, सर्व मानवलोकांमध्यें ज्याची बरोबरी कोणीही करूं

शकणार नाहीं, अशा त्या भीष्माशीं तूं कसें बरें युद्ध केलेंस? त्याप्रमाणेंच यादववीर, कौरव व सर्व क्षत्रिय ह्यांचे गुरु द्रोणाचार्य जे सर्व शस्त्रधारी योद्धयांत प्रमुख, त्यांच्याशीं तूं कसें रे रण केलेंस? तसेंच द्रोणाचार्यांचा पुत्र जो महाशूर व महाविख्यात अश्वत्थामा, त्याच्याशीं तुझें समर कसें झालें बरें? त्याप्रमाणेंच, ज्याला पाहातांक्षणींच सर्वस्व हिरावून घेतलेल्या वाण्याप्रमाणें शत्रु अगदीं निराश होतात, त्या कृपाचार्याशीं तूं कशी रे टक्कर दिलीस? आणि तसाच जो आपल्या महान् महान् बाणांनीं पर्वतालाही विंधून टाकितो, त्या राजपुत्र दुर्योधनाशीं तूं कसा बरें संग्राम केलास? उत्तरा, आमिष हरण करणाऱ्या व्याघ्राप्रमाणें त्या बलिष्ठ व विजयशाली कौरवांना युद्धामध्यें भयभीत करून व जिंकून तूं त्यांजपासून आपल्या गाई परत आणिल्यास, ह्यावरून माझ्या शत्रूंचा पूर्ण पराभव झाला आहे, व त्यामुळेंच हा सुखावह वायु वहात आहे!"

अध्याय एकुणसत्तरावा.

—:०:—

विराटोत्तरसंवाद.

उत्तर म्हणतोः—ताता, मीं गाई जिंकून आणिल्या नाहींत व शत्रूंचा पराभवही केला नाहीं. तें सर्व त्या कोणीं एका देवपुत्रानें केलें! मी भिऊन पळावयास लागलों असतां त्या देवपुत्रानेंच मला मागें फिरविलें; आणि तोच वज्रासारख्या सुदृढ देहाचा तरुण पुरुष रथांतील वीरस्थानीं उभा राहिला! त्या वीरानेंच त्या गाई जिंकून परत आणिल्या व कौरवांचा पराभव केला! तें सर्व त्या योद्धयाचें कर्म होय; तें मीं केलें नाहीं! कृपाचार्य, द्रोणाचार्य, अश्वत्थामा, भीष्म, दुर्योधन व कर्ण ह्या सहा रथ्यांना बाणांनीं विद्ध करून पराङ्मुख करणारा तोच देवपुत्र होय! त्याप्रमाणेंच गजारूढ होऊन आलेल्या विकर्णाला त्यानेंच पराजित केलें व भयभीत झालेल्या दुर्योधनालाही तोच महाबल देवपुत्र ह्मणाला कीं, 'हे कौरवात्मजा, तुझी आतां हस्तिनापुरांत धडगत दिसत नाहीं; ह्यासाठीं कोठें तरी भटकत राहून तूं आपला जीव वांचव! राजा, पलायन करून तुझी सुटका व्हावयाची नाहीं; म्हणून तूं युद्ध करण्यास सिद्ध हो! जर तूं विजयी झालास तर पृथ्वीचा उपभोग घेशील, व युद्धांत पतन पावलास तर स्वर्ग मिळविशील!' हे ताता, त्या देवपुत्राचे हे शब्द श्रवण करून भुजंगासारखा रथावर फणफणत तो नरशार्दूल दुर्योधन वज्रतुल्य शर सोडीत अमात्यांसह मागें वळला! तेव्हां हे आर्या, त्याला पाहून माझ्या अंगावर रोमांच उभे राहिले व मी लटलटां कापूं लागलों! परंतु, हे ताता, तें दुर्योधनाचें सिंहासारखें भयंकर सैन्य त्या देवपुत्रानें बाणांनीं उडवून दिलें आणि त्या सैन्याचीं वस्त्रें हरण करून त्यांजकडे पाहून तो हंसत उभा राहिला. ज्याप्रमाणें एका मत्त शार्दूलानें वनांत फिरणाऱ्या मृगांची दाणादाण करून सोडावी, त्याप्रमाणें त्या एकट्या वीरानें त्या सहाही रथ्यांची दाणादाण करून सोडिली!

विराट राजा ह्मणालाः—उत्तरा, तो महायशस्वी महाबाहु वीर देवपुत्र कोठें आहे? ज्यानें कौरवांनीं हरण केलेल्या माझ्या गाई युद्ध करून परत जिंकून आणिल्या, व ज्यानें माझ्या गाईचें व तुझें संरक्षण केलें, त्या महाबलवान् देवपुत्रास भेटावें व त्याचा गौरव करावा, अशी मला फार इच्छा झाली आहे.

उत्तर ह्मणालाः—हे ताता, तो देवपुत्र तेथेंच गुप्त झाला. तो उद्यां किंवा परवां प्रगट होईल असें मला वाटतें.

वैशंपायन सांगतातः—राजा जनमेजया, ह्या प्रमाणें उत्तर हा तेथें गुप्त वेषानें राहिलेल्या अर्जुनाबद्दल सांगत होता, तरी सेनापति विरा-टाला त्याची ओळख पटली नाहीं. नंतर महा-त्म्या विराट राजानें अनुज्ञा दिल्यावर, अर्जुनानें हरण करून आणिलेलीं वस्त्रें विराटाची कन्या उत्तरा हिला दिलीं. तेव्हां तीं नवीन व नाना-प्रकारचीं उंची वस्त्रें ग्रहण करून उत्तरेला मोठें समाधान वाटलें. राजा, नंतर युधिष्ठिरा-संबंधें पुढें जें कांहीं इष्ट कर्तव्य होतें, त्याची अर्जुनानें महात्म्या उत्तराशीं मसलत ठरविली आणि तदनुरूप सर्व कांहीं शेवटास नेलें; तेव्हां पांडवांना मोठा संतोष झाला.

वैवाहिकपर्व.

अध्याय सत्तरावा.

---:०:---

पांडवांची प्रकटता.

युधिष्ठिरवर्णन.

वैशंपायन सांगतातः—राजा जनमेजया, नंतर तिसरे दिवशीं त्या महारथ पांचही पंडुपुत्रांनीं स्नानें करून शुभ्र वस्त्रें परिधान केलीं; आणि सर्वालंकारांनीं मंडित होऊन योग्य कालीं अज्ञातवासाचें व्रत समाप्त केलें; व युधिष्ठिराला पुढें करून ते मत्त गजांप्रमाणें सभाद्वारासमीप झळकत उभे राहिले! मग त्यांनीं विराटसभेंत प्रवेश केला; व तेथें राजेलोकांच्या आसनांवर ते अधिष्ठित झाले! राजा, त्या समयीं जणूं स्थंडिलांवर अग्निच मूर्तिमंत बसले आहेत कीं काय, असा भास होत होता! ह्याप्रमाणें सभेंत पंडुतनय राजासनांवर अधिष्ठित असतां तेथें कांहीं वेळानें विराट राजा राजकार्यें करण्याकरितां आला; तेव्हां त्यानें त्या पांडवांकडे पाहिलें, आणि त्यांचें तें अग्नितुल्य देदीप्यमान तेज अवलोकन करून तो कांहीं वेळ मनन करीत राहिला; व मरुद्गणांनीं वेष्टित असलेल्या देवेंद्राप्रमाणें भीमादिक पंडुपुत्रांनीं वेष्टित असलेल्या प्रत्यक्ष देवरूप युधिष्ठिराकडे पाहून त्यास सक्रोध मुद्रेनें म्हणाला, "अरे, अक्षविद्येंत तूं प्रवीण असल्यामुळें मीं तुला ह्या सभेंत सभासद म्हणून बसण्याची परवानगी दिलेली आहे; आणि असें असतां तूं राजचिन्हें धारण करून राजासनावर बसलास हें काय?"

वैशंपायन सांगतातः—राजा जनमेजया, विराटाचें तें औपरोधिक भाषण श्रवण करून अर्जुनानें हंसत हंसत युधिष्ठिराच्या अधिकाराचें वर्णन केलें.

अर्जुन म्हणालाः—विराटाधिपा, ह्या पुरुषाचा अधिकार फारच मोठा आहे. अरे, इंद्राच्या अर्ध्या आसनावर बसण्यास हा योग्य आहे. हा ब्राह्मणांस फार पूज्य मानितो. हा मोठा ज्ञानी आहे. हा मोठा दाता व यज्ञकर्ता आहे. हा अगदीं सत्यसंध आहे. हा केवळ मूर्तिमंत धर्मच आहे. सर्व पराक्रमी पुरुषांमध्ये हा मुख्य आहे. लोकांत ह्याच्याप्रमाणें कोणीही बुद्धिमान् नाहीं. तपश्चर्येचें तर हें मुख्य निधान होय. ह्याला नानाप्रकारचीं अस्त्रें अवगत आहेत. सर्व स्थावरजंगम विश्वांत ह्याच्याप्रमाणें ज्ञानी कोणी झाला नाहीं व कोणी होणारही नाहीं. देव, असुर, मनुष्य, राक्षस, श्रेष्ठ श्रेष्ठ गंधर्व, व यक्ष, किन्नर व महोरग ह्यांपैकीं कोणाहीं ह्याची बरोबरी करणार नाहीं. हा दूरवर दृष्टि देणारा असून महातेजस्वी आहे. नगरांतील व देशांतील लोक ह्यावर फार प्रेम करितात. हा पांडवांमध्यें अतिरथी असून मोठा जितेंद्रिय आहे. यज्ञक्रिया व धर्माचरण हीं करण्यांत हा मोठा तत्पर आहे. ह्या राजर्षीची गणना महर्षींत केली तरी चालेल. ह्याची ख्याति तिन्ही लोकांत आहे. हा बलवान्, धैर्यवान्, दक्ष, सत्यवादी व इंद्रियजेता असून इंद्राप्रमाणें व कुबेराप्रमाणें धनवान् व निधिमान् आहे. महातेजस्वी मनूप्रमाणें हा लोकांचें रक्षण करणारा व तसाच प्रजांवर अनुग्रह करणारा आहे. हा कौरवेश्वर धर्मराज युधिष्ठिर होय. उदय पावणाऱ्या सूर्याच्या प्रकाशाप्रमाणें ह्याची कीर्ति नेहमीं लोकांत वाढत आहे. प्रातःकालीं सूर्याचे किरण जसे दशदिशांस पसरत असतात, तसें ह्याचें यश नेहमीं दशदिशांस पसरत आहे; हा जोंपर्यंत कुरु देशांत होता, तोंपर्यंत ह्याच्या स्वारीच्या मागून दहा हजार

वेगवान् हत्ती चालत असत; तसाच ह्याच्या पाठीमागून रथांचा लवाजमाही फार मोठा चालत असे. ज्यांना सुवर्णालंकारांनीं श्रृंगारिलें आहे असे उत्कृष्ट घोडे लावून तीस हजार रथ ह्याच्या स्वारीमागून जात असत. राजा, ऋषींनीं ज्याप्रमाणें इंद्राची स्तुति केली, त्याप्रमाणें, रत्नखचित व देदीप्यमान कुंडलें धारण केलेले आठशें सूत मागधांसह ह्याची स्तुति करीत असत. देव जसे धनाधिपति कुबेराच्या सेवेंत निमग्न असतात, तसे कौरव व इतर राजे दासांप्रमाणें ह्यांच्या सेवेंत सदोदीत निमग्न असत. राजा, स्वतंत्र किंवा परतंत्र असे सर्वच राजे ह्यानें आपले मांडलिक करून सोडिले होते. त्या सर्वांना वैश्यांप्रमाणें ह्यास कर द्यावा लागत असे. ह्या सदाचरणी राजाच्या आश्रयास अठ्यायशीं सहस्र महात्मे स्नातक असत. वृद्ध, अनाथ, अंधळे व पांगळे अशा मनुष्यांचें ह्यानें पुत्राप्रमाणें पालन केलें आहे. त्याप्रमाणेंच ह्या महात्म्यानें धर्माप्रमाणें प्रजेचें संगोपन केलें आहे. हा मोठा धार्मिक, जितेंद्रिय, शांत, दयाळू, ब्राह्मणभक्त व सत्यवादी राजा आहे. ह्याचें दुःसह तेज पाहून दुर्योधन, कर्ण, शकुनि आणि इतर तत्पक्षीय लोक तत्काळ तप्त होतात. हे नराधिपा, ह्याचे सर्व गुण वर्णन करणें अशक्य आहे. हा नेहमीं धर्मनिष्ठ व दयाशील असतो. तेव्हां हा महाराज नृपश्रेष्ठ युधिष्ठिर राजासनावर बसण्यास योग्य नाहीं, असें कसें ह्मणावें बरें ?

अध्याय एकाहत्तरावा.

—:०:—

उत्तरेच्या विवाहाविषयीं बोलणें.

विराट राजा ह्मणाला:—जर हा कुरुकुलोत्पन्न कुंतीपुत्र युधिष्ठिर आहे, तर मग ह्यांमध्यें ह्याचा बंधु अर्जुन तो कोणता? तसाच तो बलवान् भीमसेन कोणता? त्याप्रमाणेंच ते नकुल-सहदेव व ती यशस्विनी द्रौपदी कोणती? ते पृथापुत्र द्यूतांत जिंकले गेल्यापासून मला त्यांचें कांहींच वर्तमान कळलें नाहीं!

अर्जुन म्हणाला:—हे नराधिपा, हा जो तुझा बल्लव नामक आचारी आहे, तोच हा भयंकर वेग व पराक्रम ह्यांनीं शोभणारा भीमसेन होय. ह्यानेंच गंधमादन पर्वतावर क्रोधायमान् झालेल्या कुबेरसेवकांना मारून द्रौपदीकरितां दिव्य कमलें आणिलीं. राजा, त्या दुरात्म्या कीचकांचा वध करणारा गंधर्व तो हाच; व तुझ्या अंतःपुरांत व्याघ्र, ऋक्ष (अस्वलें) व वराह ह्यांचा वध हाच करीत असे. राजा, तुझ्या अश्वशालेवरचा जो अधिकारी झाला होता, तोच हा शत्रूंना जर्जर करणारा नकुल होय; आणि तुझा जो मुख्य गोपाल, तोच हा सहदेव समज. राजा, हे दोन्ही माद्रीपुत्र महारथ आहेत. हे मनोहर वेष व आभरणें धारण केलेले दोघेही भाग्यशाली सुंदर पुरुष भरतवंशांतील सहस्रावधि महारथ्यांमध्यें श्रेष्ठ आहेत. राजा, जिच्याकरितां कीचकांचा वध झाला, ती ही पद्मनयना सिंहकटि, चारुहासिनी जी सैरंध्रि, तीच द्रौपदी होय. हे महाराजा, मी स्वतः अर्जुन होय, ही गोष्ट उघडपणें तुला कळली असेलच. मी भीमापेक्षां लहान व नकुलसहदेवांपेक्षां वडील आहें. राजा, तुझ्या मंदिरांत आम्हीं मोठ्या सुखानें दिवस काढिले. आम्हीं तुझ्या गृहीं रहांत असतां, गर्भांत वास करणाऱ्या संततिप्रमाणें आमचें ज्ञान कोणासही झालें नाहीं!

वैशंपायन सांगतात:—राजा जनमेजया, अर्जुनानें ते पांच पांडव वीर अमुक अमुक म्हणून विराट राजाला सांगितले, तेव्हां उत्तरानें लागलाच अर्जुनाचा पराक्रम वर्णावयास

आरंभ केला; आणि प्रथम त्यानें पुनः ते पांचही पांडव विराट राजास दाखविले.

उत्तर म्हणालाः—हे ताता, जांबूनद सुवर्णापमाणें ज्याच्या देहाची कांति गौर आहे; महान् सिंहाप्रमाणें जो पुष्ट आहे; ज्याची नासिका मोठी आहे; ज्याचे नेत्र विशाल व विस्तृत आहेत; आणि ज्याचे नेत्रप्रांत ताम्र व दीर्घ आहेत, तो हा कौरवाधिपति युधिष्ठिर होय. हा मदोन्मत्त हत्तीप्रमाणें चालणारा, तापलेल्या सुवर्णाप्रमाणें शुद्ध गौरवर्ण असलेला, ज्याला विशाल व दीर्घ असे स्कंध आणि स्थूल व लांब असे बाहु आहेत, असा हा दुसरा पुरुष वृकोदर होय. ह्याच्या बाजूस मोठें धनुष्य घेऊन बसलेला, नीलकांति असलेला, गजेंद्राप्रमाणें शोभणारा, सिंहाप्रमाणें उन्नत स्कंध असलेला व ऐरावताप्रमाणें गमन करणारा हा कमलनेत्र वीर अर्जुन होय. तसेच राजाच्या समीप अधिष्ठित असलेले हे दोघे जुळे वीरपुंगव विष्णु व महेंद्र ह्यांची बरोबरी करणारे नकुल व सहदेव होत. बल, शील व रूप ह्यांमध्यें ह्यांचें साम्य सर्व भूमंडळावर कोणाच्याही ठिकाणीं आढळावयाचें नाहीं; आणि, राजा, ह्यांच्या बाजूला, जिचें सुवर्णोपम दिव्य शरीर आहे, जिचा प्रत्यक्ष मूर्तिमंत गौरवर्ण आहे, जिची अंगकांति नीलोत्पलाप्रमाणें आहे, व जी अगदीं लक्ष्मीप्रमाणें विलसत आहे, ती द्रौपदी होय !

वैशंपायन सांगतातः—राजा जनमेजया, ह्याप्रमाणें उत्तरानें पांचही पांडव विराट राजास निवेदन केल्यावर अर्जुनाचा पराक्रम त्यास सांगितला.

उत्तर म्हणालाः—हे ताता, सिंह ज्याप्रमाणें मृगांचा वध करितो, त्याप्रमाणें त्या ह्या अर्जुनानें शत्रूंचा वध केला. राजा, हाच त्या त्या श्रेष्ठ रथ्यांचा वध करीत त्या रथसमुदायामध्यें प्रविष्ट झाला. ह्यानेंच संग्राममध्यें सुवर्णाची झूल घातलेल्या एका महान् गजावर बाण टाकून त्याला ठार केलें; व तो खालीं पडतांच त्याचे दोन्ही दांत भूमींत घुसले ! ह्यानेंच गाई जिंकून आणिल्या व कौरवांना पळावयास लाविलें; आणि ह्याच्याच शंखनादानें माझ्या कानठाळ्या बसल्या !

वैशंपायन सांगतातः—राजा जनमेजया, उत्तराचें तें भाषण ऐकून, प्रतापशाली मत्स्याधिपतीस युधिष्ठिराला अपकार केल्याबद्दल फार वाईट वाटलें व तो म्हणाला, " बा उत्तरा, ह्या समयीं पांडुपुत्र धर्मराजाची कृपा संपादन करणें हेंच उचित होय; जर तुला मान्य असेल, तर अर्जुनाला उत्तरा समर्पण करावी, असें मला वाटतें. "

उत्तर म्हणालाः—ताता, हे महाभाग्यवान् पांडव श्रेष्ठ, वंद्य व मान्य असेच आहेत; ह्यास्तव ह्या पूजनार्हांचा सत्कार व्हावा, हें मला योग्य वाटतें.

विराट राजा म्हणालाः—बा उत्तरा, मीही खरोखरी संग्रामामध्यें शत्रूंच्या हातीं लागलों होतों, परंतु भीमसेनानें माझी सुटका केली व गाई परत जिंकून घेतल्या. ह्या वीरांच्या पराक्रमानेंच आह्मांस युद्धांत विजय मिळाला. ह्यामुळें आपण सर्व प्रधानादिकांसह व भ्रात्यांसहित या पांडवावतंस धर्मराजाचा प्रसाद जोडूं. बा उत्तरा, तुझें कल्याण असो. जर आम्हांपासून अज्ञानामुळें धर्मराजाला उद्देशून कांहीं वावगा शब्द गेला असेल, तर ह्या धर्मात्म्यानें त्याजबद्दल आम्हांस क्षमा करावी !

वैशंपायन सांगतातः—राजा जनमेजया, नंतर विराट राजानें मोठ्या आनंदानें आपल्या पुत्राचा विचार घेऊन पुढील कर्तव्याबद्दल निश्चय ठरविला; आणि राजदंड, कोश, नगरें, वगैरे सर्व कांहीं देऊन त्या महात्म्यानें

युधिष्ठिराला समस्त राज्य अर्पण केलें. त्या प्रसंगीं तो प्रतापशाली विराट राजा सर्व पांडवांना व विशेषेंकरून अर्जुनाला अनुलक्षून म्हणाला, "अहो, मी किती दैववान् बरें? आज माझें भाग्यच उदयास आलें!" नंतर त्यानें युधिष्ठिर, भीम, नकुल व सहदेव ह्यांच्या मस्तकांचें अवघ्राण करून त्यांस पुनःपुनः आलिंगन दिलें, तथापि त्याचें समाधान होईना. तेव्हां तो अखेरीस प्रेमातिशयानें उचंबळून जाऊन धर्मराजास म्हणाला, "अहो, आपण सर्वांनीं वनवास सुखरूपपणें पार पाडला व त्या अधम कौरवांस कळूं न देतां अज्ञातवासाचे दिवसही घालविले हें मोठें सुदैव होय. हें राज्य व इतर सर्व जें कांहीं माझें म्हणून आहे, तें सर्व मी पृथापुत्र धर्मराजाला अर्पण करीत आहें, तर पांडुपुत्रांनीं तें निःशंकपणें स्वीकारावें. माझी कन्या उत्तरा हिचा सव्यसाची धनंजयानें अंगीकार करावा; कारण तिला हाच पति योग्य होय."

राजा जनमेजया, ह्याप्रमाणें विराटाधिपतीची प्रार्थना श्रवण करून युधिष्ठिरानें अर्जुनाकडे पाहिलें, तेव्हां तो विराट राजास म्हणाला, "हे मत्स्येश्वरा, तुझ्या कन्येचा मी स्नुषा म्हणून स्वीकार करितों. आपणा मत्स्यभारतांचा वैवाहिक संबंध घडून येणें योग्य आहे!"

अध्याय बहात्तरावा.

—:०:—

उत्तरेचा विवाह.

विराट राजा म्हणालाः—हे पांडवश्रेष्ठा अर्जुना, मीं अर्पण केलेल्या ह्या माझ्या दुहितेचा भार्या ह्मणून स्वीकार करण्याची कां बरें इच्छा नाहीं?

अर्जुन ह्मणालाः—राजा, तुझी कन्या भार्यात्वानें स्वीकारणें मला उचित नाहीं. कारण तुझ्या अंतःपुरामध्यें मी रहात असल्यामुळें तुझी कन्या नेहमीं माझ्या दृष्टीपुढें असे; आणि तिनें गुप्तपणें व उघडपणें माझ्यावर पित्याप्रमाणें विश्वास ठेविला आहे. शिवाय राजा, गायनकलेंत निपुण असलेला मी नृत्याचा शिक्षक असल्यामुळें तुझ्या कन्येचें माझ्यावर अतिशय प्रेम होतें व ती मला नेहमीं गुरुप्रमाणें मानीत असे. हे विराट राजा, वयांत आलेल्या तुझ्या कन्येसह मीं एक संवत्सर घालविला आहे; ह्यास्तव तुझी कन्या जर मीं वरिली, तर तुझ्या किंवा लोकांच्या शंकेला मोठें स्थान मिळेल; ह्मणून स्नुषा ह्या नात्यानें अंगीकार करण्यास मीं तिला मागणी घालीत आहें. असें झालें ह्मणजे, इंद्रियजन व मनोनिग्रह करून मी शुद्ध राहिल्याचें सार्थक होईल व तुझ्या मुलीविषयींही लोकापवादास जागा राहाणार नाहीं. सारांश, मीं तुझ्या मुलीचा स्नुषा ह्मणून अंगीकार केल्यास मला, किंवा माझ्या पुत्राला अथवा तुझ्या कन्येला—कोणालाही कोणताच दोष न लागतां सर्व मिथ्यापवादाची पूर्ण मुक्ति अनायासें होणार आहे. हे शत्रुतापना विराटाधिपा, मी मिथ्यापवादास फार भितों, ह्यास्तव तुझी कन्या उत्तरा हिला मी आपली सून ह्मणून स्वीकारितों. राजा, माझा पुत्र सामान्य नाहीं. तो प्रत्यक्ष वासुदेवाचा भाचा असून जसा कांहीं देवकुमारच आहे. माझा पुत्र चक्रपाणि श्रीकृष्णाचा अत्यंत लाडका असून सर्व अस्त्रांमध्यें प्रवीण आहे. ह्यास्तव, राजा, माझा पुत्र आजानुबाहु अभिमन्यु हा तुला योग्य जांवई आणि तुझ्या कन्येला अनुरूप भर्ता होय!

विराट राजा ह्मणालाः—अर्जुना, ह्या प्रकारच्या तुझ्यासारख्या धर्मनिष्ठ व ज्ञानी पुरुषास हें उचितच होय. ह्याकरितां, हे कुंती-

पुत्रा, जें तुला संमत असेल, तें आतां तूं कर! ज्या अर्थीं माझा अर्जुनाशीं आप्तसंबंध घडत आहे, त्या अर्थीं माझे सर्व मनोरथ परिपूर्ण झाले असेंच मी मानितों.

वैशंपायन सांगतातः—राजा जनमेजया, ह्याप्रमाणें विराटाचें भाषण श्रवण करून कुंतीपुत्र युधिष्ठिरानें मत्स्यराजा व पांडव ह्यांमध्यें तो वैवाहिक संबंध सुमुहूर्तावर घडवून आणण्याविषयीं आपली मान्यता दिली. नंतर युधिष्ठिर व विराट राजा ह्यांनीं आपापल्या सर्व आप्तसुहृदांकडे व श्रीकृष्णाकडे निमंत्रणासाठीं दूत पाठविले. पुढें तेरावें वर्ष समाप्त झाल्यावर ते सर्वही पांडव विराटाच्या उपप्लव्य नगरांत प्राप्त झाले. नंतर पांडुपुत्र अर्जुनानें आनर्त देशाहून अभिमन्यु, कृष्ण व यादव ह्यांस आणविले; आणि युधिष्ठिरावर प्रेम करणारे काशिराज व शैब्य हे राजे बरोबर दोनदोन अक्षौहिणी सैन्य घेऊन तेथें आले. एक अक्षौहिणी सैन्यासह महाबल यज्ञसेन त्या ठिकाणीं प्राप्त झाला आणि द्रौपदीचे वीर पुत्र, अपराजित शिखंडी, व सर्वशस्त्रधरश्रेष्ठ पराक्रमी धृष्टद्युम्न हे सर्व तेथें जमा झाले. राजा जनमेजया, त्या ठिकाणीं जमलेले सर्वही राजे मोठे शूर असून धारातीर्थीं देह टाकण्यास तयार असे होते; सर्वही मोठमोठे यज्ञयाग करणारे असून विपुल दक्षिणा देणारे होते; आणि सर्वहीजण वेदमंत्रांनीं अवभृथस्नान करणारे असून पदरीं अक्षौहिणी सेना बाळगणारे होते. राजा, तेथें आलेल्या त्या भूपतींस अवलोकन करून महाधर्मनिष्ठ विराट राजानें सेवक, सैन्य व वाहनें यांसुद्धां त्या सर्वांचा यथाविधि मोठा आदरसत्कार केला; व त्यांस मोठ्या आनंदानें अभिमन्यूला आपली कन्या दिल्याचें (देण्याविषयीं निश्चय केल्याचें) निवेदन केलें. राजा, तेथें आलेल्या राजांमध्यें वनमाली भगवान् वासुदेव, बलराम, हृदीकपुत्र कृतवर्मा, युयुधान सात्यकि, अनाधृष्टि, अक्रूर, सांब आणि निशठ हे सुभद्रेसह अभिमन्यूला बरोबर घेऊन आले होते; तसेंच इंद्रसेनादिक सर्व सेवक एक वर्षपर्यंत पांडवांपासून दूर राहिले होते, ते आपआपल्या व्यवस्थित रीतीनें ठेविलेल्या रथांसह एकदम प्राप्त झाले होते. राजा, त्यांबरोबर त्या समयीं दहा हजार हत्ती, एक लाख घोडे, एक कोटि रथ आणि एक निखर्व पायदळ, इतकें सैन्य होतें. त्याप्रमाणेंच श्रीकृष्णाच्या मागोमाग वृष्णि, अंधक व भोज ह्या कुलांतील महान् महान् वीर तेथें प्राप्त झाले. नंतर श्रीकृष्णानें महात्म्या पांडवांना पृथक् पृथक् अनेक स्त्रिया, रत्नें व वस्त्रें अर्पण करून आहेर केला; व नंतर मत्स्याधिप विराट व पांडव ह्यांमध्यें विवाहसमारंभ यथाविधि सुरू झाला. विराटाच्या गृहीं शंख, दुंदुभि, संबळ, आडंबर वगैरे मंगलवाद्यें वाजूं लागलीं. लहानमोठ्या मृगांचा व शेंकडों मेध्य पशूंचा वध झाला. सुरा, मैरेय इत्यादिक पेयांची रेलचेल उडाली. गवई, कथेकरी, नट, भाट, सूत, मागध, इत्यादिक मंडळी स्तुतिपाठ गाऊं लागली; आणि मत्स्यकुलांतील सुंदर स्त्रिया रत्नाभरणांनीं मंडित होत्सात्या सुदेष्णेला पुढें करून तेथें आल्या. राजा, त्या स्त्रिया मोठ्या रूपसंपन्न व शृंगारभूषणांनीं अलंकृत अशा होत्या, तरी त्या सर्वांस द्रौपदीनें आपल्या रूपानें, कांतीनें व भाग्यानें मागें टाकिलें. नंतर, राजकन्या उत्तरा अलंकार वगैरे घालून महेंद्रकन्येप्रमाणें उभी होती, तिच्याभोंवतीं गराडा घालून त्या सर्व स्त्रिया उभ्या राहिल्या; आणि मग अर्जुनानें त्या उत्तरेचा अभिमन्यूकरितां अंगीकार केला. तसाच त्या ठिकाणीं इंद्रतुल्य रूपवान् कुंतीपुत्र महाराज युधिष्ठिर उभा होता त्यानेंही त्या विराटतनयेचा स्नुषा म्हणून स्वीकार

केला. ह्याप्रमाणें त्या सुंदर उत्तरेचा प्रतिग्रह केल्यावर युधिष्ठिरानें श्रीकृष्णाला पुढाकार देऊन तिच्याशीं महात्म्या अभिमन्यूचा विवाह करविला. नंतर विराट राजानें वायुतुल्य वेगाचे सात हजार घोडे, दोनशें निवडक हत्ती व विपुल धन अभिमन्यूला दिलें. तसेंच, अग्नीमध्यें यथाविधि हवन करून व ब्राह्मणांचें पूजन करून विराट राजानें आपलें राज्य, सैन्य, कोश वगैरे सर्व कांहीं पांडवांस देऊन आपणा स्वतांलाही त्यांस अर्पण केलें. विवाहसंस्कार पूर्ण झाल्यावर, इकडे धर्मराजानेंही श्रीकृष्णानें तेथें आणिलेलें सर्व धन ब्राह्मणांस वांटलें. हजारों गाई, विविध रत्नें, नानाप्रकारचीं वस्त्रें, श्रेष्ठ श्रेष्ठ अलंकार, वाहनें, शय्या आणि अनेक प्रकारचे स्वादिष्ट भक्ष्य, भोज्य, पेय वगैरे पदार्थ त्या समयीं युधिष्ठिरानें ब्राह्मणांस दिले; आणि जनमेजया, जिकडेतिकडे आनंदीआनंद होऊन तें विराटनगर मोठ्या उत्सवानें गजबजून गेलें !

श्रीमन्महाभारत.

उद्योगपर्व.

अध्याय पहिला.

मंगलाचरण.

ॐ

नारायणं नमस्कृत्य नरं चैव नरोत्तमम् ।
देवीं सरस्वतीं चैव ततो जयमुदीरयेत् ॥

ह्या अखिल ब्रह्मांडांतील यच्चयावत् स्थावर-जंगम पदार्थांच्या ठिकाणीं चिदाभासरूपानें प्रत्यास येणारा जो नरसंज्ञक जीवात्मा, नरसंज्ञक जीवात्म्यास सदासर्वकाळ आश्रय देणारा जो नारायण नामक कारणात्मा, आणि नरनारायणात्मक कार्यकारणसृष्टीहून पृथक् व श्रेष्ठ असा जो नरोत्तमसंज्ञक सच्चिदानंदरूप परमात्मा, त्या सर्वांस मी अभिवंदन करितों; तसेंच, नर, नारायण व नरोत्तम ह्या तीन तत्त्वांचें यथार्थ ज्ञान करून देणारी देवी जी सरस्वती, तिलाही मी अभिवंदन करितों; आणि त्या परमकारुणिक जगन्मातेनें लोकहित करण्याविषयीं माझ्या अंतःकरणांत जी स्फूर्ति उत्पन्न केली आहे, तिच्या साहाय्यानें ह्या भवबंधविमोचक जय म्हणजे महाभारत ग्रंथाच्या उद्योगपर्वास[1] आरंभ करितों. प्रत्येक धर्मशील पुरुषानें सर्वपुरुषार्थ-प्रतिपादक अशा शास्त्राचें विवेचन करितांना प्रथम नर, नारायण आणि नरोत्तम ह्या भगवन्मूर्तींचें ध्यान करून नंतर प्रतिपाद्य विषयाचें निरूपण करण्यास प्रवृत्त व्हावें, हें सर्वथैव इष्ट होय.

श्रीकृष्णाचें भाषण.

वैशंपायन सांगतातः---पांडव व तत्पक्षीय यादव हे अभिमन्यूचा विवाह उरकून आनंदित होत्साते, रात्रीं विसावा घेऊन प्रातःकालीं उठून विराटाच्या सभेंत गेले. ती सभा हिऱ्यांनीं व इतर रत्नांनीं चित्रविचित्र दिसत होती; व पुष्पांचा घमघमाट तेथें चालला होता; व बसण्यासाठीं आसनें मांडलीं होतीं. अशा

१ 'भारते सारमुद्योगं इति वृद्धानुशासनम्' सबंध भारतांत उद्योगपर्व हें सार आहे, असें वृद्धांचें म्हणणें आहे.

सभेंत ते सर्व राजे गेल्यावर, सर्व राजांना मान्य असे वृद्ध द्रुपद व विराट हे प्रथम आसनांवर बसले. नंतर आपल्या पित्यासह बलराम व कृष्ण हेही बसले. त्यांत कृष्ण हा युधिष्ठिरासह विराटाचे जवळ बसला व बलराम सात्यकीसह द्रुपदाचे सन्निध बसला. द्रुपदाचे सर्व पुत्र, भीमार्जुन, नकुलसहदेव, युद्धांत शूर असे प्रद्युम्न व सांब, आणि विराटपुत्रासह अभिमन्यु हेही बसले. नंतर रूपानें, बलानें व शौर्यानें थेट आपापल्या पित्यांसारखे असे द्रौपदीचे पांचही पुत्र सोन्याच्या उंची आसनांवर येऊन बसले. भडक पोषाक व अलंकार घालून ते महारथी बसले असतां, ती राजसभा निर्मल ग्रहनक्षत्रांनीं भरलेल्या आकाशाप्रमाणें चमकूं लागली. नंतर कांहीं वेळ ते जमलेले वीर परस्पर गोष्टी करून मुहूर्तभर चिंतन करीत कृष्णाकडेच टक लावून बसले. कृष्णानें त्यांच्या गोष्टी संपल्यासें पाहून, पांडवांचे कार्याकरितां त्यांना एकत्र मसलतींत घेतलें व उत्कृष्ट फल व अर्थगांभीर्य यांनीं युक्त असें भाषण सुरू केलें.

श्रीकृष्ण म्हणतातः—हे वीरहो, या युधिष्ठिराला शकुनीनें फांशांचे खेळांत लबाडीनें कसें जिंकिलें आणि त्याचें राज्य हरण केलें, व वनवासाची प्रतिज्ञा त्याजकडून कशी करविली, हें सर्व आपणांस माहीत आहेच. बरें, या सत्यनिष्ठ थोर पांडुपुत्रांनीं, अंगीं सर्व पृथ्वी जिंकण्याचें बल व अकुंठ रथ जवळ असतांही, केलेल्या प्रतिज्ञेला स्मरून सतत तेरा वर्षें वनवासरूपी उग्र व्रत कसें इमानानें पाळिलें, व विशेषतः हें शेवटलें वर्ष छपून राहून तुमच्याजवळच किती संकटानें काढिलें, हेंही आपण जाणतांच. आतां, दुसऱ्याचे दास होऊन व नानातऱ्हेचे क्लेश सोसून या महात्म्यांनीं जो वनवास सोशिला तो कशाकरितां म्हणाल, तर आपलें वडिलार्जित राज्य आपणांस मिळावें म्हणून. अशी एकंदरींत हकीकत आहे. तेव्हां, आतां आपण सर्व मिळून, ज्यांत धर्म व दुर्योधन या उभयतांचें कल्याण आहे असा योग्य, यशस्कर व धर्माला अनुकूल असा कांहीं उपाय योजा. धर्मराजाची बाजू अशी आहे कीं, अधर्मानें देवाचेंही राज्य मिळत असेल तरी त्याला त्याची इच्छा नाहीं; तेंच धर्मार्थीना संभाळून त्याला एखादें गांव मिळालें तरी तो संतुष्ट आहे. तुम्ही जाणतांच कीं, दुर्योधनानें धर्मराजाला कांहीं युद्धांत जिंकिलें नाहीं. केवळ कपटद्यूतांत हारवून त्याला असह्य क्लेश दिले; तरी पण धन्य त्या धर्माची, कीं तो दुर्योधनाचें कल्याणच चिंतीत आहे! बरें, या एकंदर पांडवांची इच्छा तरी, त्यांनीं स्वतः राजांना जिंकून मिळविलेला जो त्यांचा स्वसंपादित भाग दुर्योधनाकडे आहे, तोच मिळावा एवढीच आहे. त्या क्रूर दुर्जनांनीं राज्यपहाराचे इच्छेनें या पंडुबालांचा नानाउपायांनीं प्राणघात करण्याचा यत्न कसकसा केला तें आपणांस ज्ञात आहेच. यास्तव, दुर्योधनपक्षाचा लोभीपणा व धर्माची धर्मनिष्ठा, शिवाय त्या उभयतांचें नातें, हें सर्व नीट ध्यानांत घेऊन आपण एकत्र व पृथक् काय ती तोड ठरवा. दरम्यान माझें एक असें सुचविणें आहे कीं, पांडव हे सत्याला धरून शर्तीप्रमाणें वागलेले आहेत, इतक्यावरही जर कौरव त्यांच्याशीं गैर वागतील, तर ते त्यांचा नाश केल्यावांचून रहाणार नाहींत. कदाचित् पांडव थोडे, ते काय करणार, अशी कोणास शंका येईल, तर कौरव त्यांना वृथा छळताहेत असें दिसल्यास पांडवांचे आप्तस्नेही त्यांना मिळतील आणि त्यांच्या साहाय्यानें ते कौरवांचा वध करतील हें निश्चित! तथापि, दुर्योधनानें काय मनांत आणिलें आहे तें आपल्याला कळलेलें नाहीं, तेव्हां अशा स्थितींत आपण तरी तोड कशी काढणार? म्हणून माझें

ह्मणणें कीं, प्रस्तुत आपण कोणी तरी धर्मशील, पवित्र, कुलीन, सावध व बाणेदार असा दूत उभय पक्षांचा सलोखा करून धर्माला अर्धराज्य देवविण्याकरितां कौरवांकडे पाठवावा.

या प्रकारचें धर्मार्थयुक्त, गोड व निष्पक्षपातानें श्रीकृष्णानें भाषण केल्यावर, बलरामानें त्या भाषणाचें गौरव करून स्वतः बोलण्यास आरंभ केला.

अध्याय दुसरा.

—:०:—

बलरामाचें भाषण.

बलराम ह्मणतातः—सभ्यहो, धर्मार्थांना धरून राजा धर्म व दुर्योधन या उभयतांचेही हिताचें श्रीकृष्णानें केलेलें भाषण आपण ऐकिलें. वीर पांडव राज्याचें एकार्ध दुर्योधनाला वगळून, एकार्धच काय तें मागतात. तेव्हां दुर्योधनही त्यांना अर्धें राज्य देऊन, अर्ध्यांत आह्मांसह सुखांत राहील. कौरव सरळ वागून यांना राज्यार्ध देतील, तर पाडवांनींही संतुष्ट रहावें. कारण यांनीं शांत रहाण्यांतच प्रजेचें हित आहे. तेव्हां दुर्योधनाचें मत समजून घेऊन व धर्माचा अभिप्राय त्यास सांगून, उभयतांचें सख्य करण्याकरितां कोणी तरी तिकडे जावें, हें मलाही मान्य आहे. जो कोणी जाईल त्यानें कुरुश्रेष्ठ भीष्म, महात्मा धृतराष्ट्र, द्रोण, अश्वत्थामा, विदुर, कृप, शकुनि व कर्ण, बलवान् व नीतिज्ञ सर्व धृतराष्ट्रपुत्र व गांवांतील ज्ञानवृद्ध, वयोवृद्ध व धार्मिक असे संभावित लोक तेथें बोलावून आणून, त्यांस प्रणाम करून, धर्मराजाचा अभिप्राय सर्वांस निभ्रांत कळेल, असें भाषण करावें. त्यानें कांहीं झालें तरी कौरवांना चिडवून बोलूं नये. कारण कौरवांनीं तरी एका अर्थीं अंगच्या हिकमतीनेंच पांडवांचें द्रव्य हरण केलें आहे. तेव्हां त्यांना बोल लावणें गैर आहे. या धर्मालाच द्यूताची प्रीति, तीमुळें याचें राज्य गेलें. धर्माला द्यूताचें ज्ञान नसतांना, स्नेह्यांच्या नको ह्मणण्याला न जुमानितां त्यानें होऊन, द्यूतांत पटाईत अशा शकुनीशीं पैज लावून खेळ मांडिला. तेथें दुसरे शेंकडों खेळणारे होते त्यांना सोडून फार तर काय,—पण कर्णदुर्योधनांलाही सोडून शकुनीलाच धर्मानें बोलाविलें आणि हरला. पैजेनें खेळ लागल्यावर फांसा धर्माच्या उलट पडूं लागला तरीही तो हट्टानें अधिकच नादीं लागला आणि पराभव पावला, यांत शकुनीकडे काय बोल! ह्मणून, जाणाऱ्या दूतानें दुर्योधनाशीं नमूनच भाषण करावें. तशानेंच साधेल तर धर्माचें इष्ट साधेल. आपण सर्व कौरवपांडवांत युद्ध न व्हावें अशी इच्छा धरून दुर्योधनाशीं सामोपचारानें बोला! कारण, सामोपचारानें प्राप्त झालेली गोष्ट सुखास पडेल. युद्धानें फायदा व्हावयाचा नाहीं, अनर्थच होईल.

वैशंपायन म्हणतातः—बलराम याप्रमाणें बोलत असतां सात्यकि एकदम उसळला आणि रामाचे भाषणाची निंदा करून, रागानें पुढीलप्रमाणें बोलूं लागला.

अध्याय तिसरा.

—:०:—

सात्यकीचें भाषण.

(बलरामाचा निषेध!)

सात्यकि ह्मणालाः—पुरुषाचें जसें अंतर्याम असतें, तसें त्याचें भाषण उमटतें. तेव्हां हे बलरामा, तुझें जसें अंतर्याम, तसे तुझे बोल सहजच आहेत. पुरुषांमध्यें हे दोन पक्ष कायमचेच दिसून येतात. कांहीं शूर असतात,

तसेंच कांहीं म्याडही असतात. जशा एकाच वृक्षावर सफल व वांझ अशा दोन जातींच्या शाखा असतात, त्याप्रमाणें एकाच कुलांत शूर व नामर्द असे दोन्ही जातींचे पुरुष निपजतात. बलरामा, तूं असें बोललास म्हणून तुला मी दोष देत नाहीं; परंतु तुझें असलें भाषण ऐकून घेणाऱ्या या सभासदांस मी दोष देतों. कारण, धर्मराजाला थोडा तरी दोष ठेवणाराला निर्भयपणें या सभेंत हे लोक बोलूं देतात कसे? अरे, कसलेल्या जुगाऱ्यांनीं द्यूताविषयीं गैर-माहीत अशा धर्माला मुद्दाम बोलावून वाटेल तशा रीतीनें ठकवून जय मिळविला; आणि तो जय न्यायाचा होता असें तूं म्हणतोस, हें कसें व्हावें? सहजवृत्ति धर्मराजा भावांसह आपले घरीं पट मांडून बसला असतां, आणि हे तेथें जाऊन त्याला जिंकिते, तर ती गोष्ट निराळी होती; तो धर्म झाला असता. परंतु त्या क्षात्रधर्मनिष्ठ राजाला मुद्दाम बोलावून घेऊन ज्यांनीं कपटानें जिंकिलें, अशांजवळ बरेपणा कशाचा? केलेल्या प्रतिज्ञेप्रमाणें या युधिष्ठिरानें जर सर्व संकटें निमूट सोसून आपली बाजू पुरी करून दाखविली आहे, तर आतां हा दुर्योधनापुढें कां वांकेल? न्यायानें पहातां, त्यानें वनवास सोशिला, आतां वडिलांची गादी त्याला बिनतक्रार परत केली पाहिजे. तें कशाला? पण त्या पापी धार्तराष्ट्रांची सर्व संपत्ति हवी असली तरी देखील यानें नमून मागण्याचें कारण नाहीं! कारण, खरें पाहातां सर्वच राज्य पंडूचें, म्हणून पांडवांचें; अंध-पुत्रांचा मुळींच हक्क नाहीं! पांडवांनीं यथा-न्याय अज्ञातवास पुरा केला असतांही जे त्यांना 'आम्ही कांहीं कालापूर्वी पांडव ओळखिले!' म्हणून म्हणाले, त्यांना धर्मनिष्ठ कसें म्हणावें? व त्यांना राज्य लुबाडण्याची इच्छा नाहीं असें कसें मानावें?

भीष्म, द्रोण, विदुर अशांनीं समजूत घातली असतांही हे पांडवांचें वडिलार्जित राज्य त्यांना परत देण्यास तयार नाहींत. तेव्हां आतां मी त्यांची तीक्ष्ण बाणांनीं रणांत समजूत घालून त्यांना धर्माचे पायां पाडीन. यावरही ते विचारी युधिष्ठिरापुढें वांकणार नाहींत, तर सचिवांसह यमाचे घरीं जातील. रणोत्साहानें खवळून गेलेल्या सात्यकीपुढें त्यांनीं टिकाव धरणें म्हणजे वज्रापुढें पर्वतांनीं टिकाव धरण्या-प्रमाणेंच अशक्य आहे. युद्धामध्यें गांडीव-धन्वा अर्जुन, चक्रपाणि कृष्ण, क्रुद्ध झालेला मी, तसाच अजिंक्य भीमसेन, यांपुढें कोण ठरणार? तसेंच यम व काल याप्रमाणें तेजस्वी ते धनुर्धारी जुळे भाऊ व तेजस्वी किरीट व द्रुपद यांशीं तरी कोण तोंड देणार आहे? ज्याला प्राणांची पर्वा आहे असा कोण पुरुष तारुण्यानें मुसमुसणारे व बापांसारखेच धिप्पाड व बळकट अशा ह्या द्रौपदीपुत्रांपुढें व धृष्ट-द्युम्नापुढें निभाव काढूं शकेल? देवांनाही जड असा हा धनुर्धारी अभिमन्यु, तसेंच कालसूर्या-प्रमाणें व अग्नीप्रमाणें प्रखर जे गद, प्रद्युम्न व सांब, त्यांशीं सामना कोण करणार? सारांश, कर्ण व शकुनि यांसह दुर्योधनाला रणांत मा-रून आम्ही धर्माला राज्याभिषेक करूं. आत-तायी शत्रूंना मारिल्यानें कांहीं अधर्म होत नाहीं. पण शत्रूजवळ पदर पसरून भीक मागणें हा मात्र प्रकार धर्मविरुद्ध व अकीर्तिकर आहे. यासाठीं, धर्माचे मनांत जो हेतु असेल तो आपण सर्व निरालसपणें शेवटास न्या; म्हणजे धृतराष्ट्रानें आपण होऊन सोडलेलें राज्य धर्माला मिळेल. आज धर्मराजाला राज्य तरी मिळालें पाहिजे, किंवा सर्व प्रतिपक्षी युद्धांत मरण पावून त्यांनीं रणभूमीवर शयन तरी केलें पाहिजे!

अध्याय चौथा.

--:०:--

द्रुपदाचें सात्यकीस अनुमोदन.

द्रुपद म्हणालाः——महाबाहो सात्यके, तूं म्हणतोस असेंच हें होणार. दुर्योधन गोडीनें राज्य देणार नाहीं. पोरवेडा धृतराष्ट्र त्यालाच अनुसरेल. त्याचे अन्नाचे ओशाळे म्हणून भीष्म. द्रोण, व मूर्ख म्हणून कर्ण-शकुनि हे त्याप्रमाणेंच चालतील. बलरामाचें म्हणणें माझ्या समजुतीला पटत नाहीं. न्याय इच्छिणारानें प्रथम केलें पाहिजे तें हें:–

दुर्योधनाशीं मृदु मुळींच बोलतां कामा नये. कारण तो दुष्ट व पापबुद्धि आहे; तो मृदु भाषणानें वळणारा नाहीं. ह्या पापिष्ठाबरोबर नरमाईनें बोलणें म्हणजे गाढवाला गोंजारणें व गाईला तुडविणें अशांपैकींच ! आपण मृदु बोलायाला जावें तों पापी आपणास कमकुवत समजतात; व मूर्ख आपला पक्ष सिद्ध झालासें मानितात. आपण आतां हेंच करूं. सैन्य जुळविण्याचा यत्न करूं. आपल्या मित्रांकडे दूत पाठवूं, म्हणजे ते आपापलीं सैन्यें सिद्ध राखतील. हे विभो, शल्य, धृष्टकेतु, जयत्सेन व सर्व कैकेय यांकडे चलाख दूत पाठवा. नाहीं तर तो दुर्योधन आपलेपूर्वीच सर्वभर दूत पाठवील व सर्व राजांना अगोदरच आंखून ठेवील. कारण भले लोकांची रीत–पहिली प्रार्थना येईल ती मान्य करण्याची आहे. तेव्हां राजांकडे प्रथम बोलावणें पोंचविण्याची त्वरा करा. माझे मतीला वाटतें कीं, पुढें मोठा अवघड प्रसंग येणार आहे.

महाराज, आधीं शल्य व त्याचे अनुयायी राजे, तसाच पूर्वसमुद्रवासी भगदत्त, यांजकडे निमंत्रण धाडा. त्याप्रमाणेंच उग्र व तेजस्वी हार्दिक्य, अंधक, दीर्घव्रत, शूर आणि रोचमान् यांना बोलवा. बृहंत, राजा सेनाबिंदु, सेनाजित्, प्रतिविंध्य, चित्रवर्मा आणि सुवास्तुक याही राजांना आणवा. बाल्हीक, मुंजकेश, चैद्य, सुपार्श्व, सुबाहु, महारथी पौरव, शक, पल्हव आणि दरद देशांतील राजे; सुरारि, नदीज, राजा कर्णवेष्ट, नील, वीरधर्मा, वीर्यवान्, भूमिपाल, दुर्जय, दंतवक्र, रुक्मी, जनमेजय, आषाढ, वायुवेग, राजपूर्वपाली, भूरितेज, देवक, पुत्रांसह एकलव्य, कारूषक राजे, वीर्यवान् क्षेमधूर्ति, कांबोज, ऋषीक आणि पश्चिमानूप ह्या तीन देशांतील राजे, जयत्सेन, काश्य, पंचनद देशांतील राजे, क्राथपुत्र दुर्धर्ष, डोंगराळ मुलखांतील राजे, जानकि, सुशर्मा, मणिमान्य, अतिमत्स्यक, पांशुराष्ट्राधिप, धृष्टकेतु, तुंड, दंडाधर, बृहत्सेन, अपराजित, निषाद, श्रेणिमान्, वसुमान, बृहद्बल, महौज, बाहु, परपुरंजय, सपुत्र समुद्रसेन, उद्धव, क्षेमक, वाटधान, श्रुतायु, दृढायु, वायवान् शाल्वपुत्र, कुमार आणि युद्धदुर्मद कलिंगाधिपति यांचेकडे त्वरित दूत पाठवावे हें मला बरें वाटतें. हे राजा, हा माझा उपाध्याय विद्वान् ब्राह्मण आहे, याला धृतराष्ट्राकडे पाठवा; व दुर्योधन, राजा शांतनव (भीष्म), धृतराष्ट्र आणि रथिश्रेष्ठ द्रोण यांना काय निरोप पाठविणें तो याबरोबर सांगून पाठवावा.

अध्याय पांचवा.

—:०:—

श्रीकृष्णाचें द्वारकेस गमन.

श्रीकृष्ण ह्मणतातः——अतुलपराक्रमी धर्मराजाचा हेतु सिद्धीस नेणारें हें भाषण, सोमकांमधील धुरंधर जो द्रुपद त्याला शोभतें आहे. योग्य न्याय व्हावा अशी आपली इच्छा आहे, त्या अर्थी आपण प्रथम हेंच केलें पाहिजे. या वेळीं असें न करणाऱ्याकडे मूर्खपणा येईल. कारण कौरव-पांडव या दोघांशीं

आमचें नातें समानच असून ते दोघेही स्वतंत्र वागणारे आहेत. त्यांनाही विवाहाला आणिलें होतें, आह्मांलाही आणिलें होतें; आणि, हे द्रुपदा, आपणांलाही आणिलें आहे. विवाह झाला, आतां आपण आनंदानें आपापल्या घरीं परतूं. वयानें व ज्ञानानें आपण येथील सर्व राजांत अत्यंत वृद्ध आहां, आणि आम्ही सर्व आपल्या शिष्यांसारखे आहों यांत संदेह नाहीं. धृतराष्ट्र आपणांस सदा बहुमान देत असतो; व द्रोण आणि कृप हे उभय आचार्य तर आपले स्नेहीच आहेत. ह्यास्तव पांडवांचे कल्याणाचा काय तो निरोप आपणच पाठवा. आपण म्हणाल त्यांत आम्ही सारे आहों, हें खास समजा. कुरुश्रेष्ठ जर न्यायबुद्धीनें सख्य करील, तर भाऊबंदांची गोडी राहिल्यामुळें कुलक्षय होणार नाहीं. परंतु गर्वांध होऊन दुर्योधन जर आपलें ह्मणणें मानणार नाहीं, तर प्रथम इतरांस बोलावून घ्या आणि मागून आह्मांसही बोलवा. कारण, तसें झालें ह्मणजे, अमात्य व बंधु यांसह तो मूढ दुर्योधन या क्रुद्ध गांडीवधारी अर्जुनाचे हातून नाश पावेल.

वैशंपायन ह्मणतातः—यानंतर विराटानें अनुयायी व बंधु यांसह कृष्णाचा सन्मान करून त्याला आपले घराहून वाटेला लाविलें. श्रीकृष्ण द्वारकेला गेल्यावर युधिष्ठिरप्रमुख पांडव, व विराट राजा यांनीं संग्रामाची तयारी केली. प्रथमतः विराट व द्रुपद राजा यांनीं सर्व राजांकडे, बांधवांसहवर्तमान आपण आमचेकडे सहाय्य यावें, ह्मणून आमंत्रणें पाठविलीं; आणि त्याप्रमाणें पांडव, विराट द्रुपद यांचे शब्दाला मान देऊन बोलाविलेले सर्व राजे आनंदानें आले. पांडवांकडे मोठें सैन्य गोळा झालें असें कानीं येतांच, धार्तराष्ट्रांनींही आपले बाजूचे राजे जमविले. हे जनमेजया, कौरवपांडवांनिमित्त जेव्हां ते सर्व राजे बाहेर पडले, तेव्हां त्यांच्या चतुरंग सैन्यांचे योगानें सर्व पृथ्वी व्याप्त होऊन गेली. त्या वीरांचीं तीं सैन्यें जेव्हां ठिकठिकाणांहून येऊं लागलीं, तेव्हां वाटेंत पर्वत व अरण्यें यांसह ही भूदेवी जशी थरारूनच गेली! नंतर युधिष्ठिराचे मतानें वागणाऱ्या पांचाल राजानें आपला वयोवृद्ध व ज्ञानवृद्ध पुरोहित कौरवांकडे पाठविला.

अध्याय सहावा.

—:०:—

द्रुपदपुरोहिताचें हस्तिनापुरीं गमन.

द्रुपद ह्मणतोः—पुरोहित महाराज, या सजीवनिर्जीव ह्मणजे चराचर सृष्टींत, सजीव सृष्टि ह्मणजे प्राणी हे श्रेष्ठ होत. सजीवांत ह्मणजे प्राण्यांतही बुद्धियुक्त प्राणी श्रेष्ठ; बुद्धियुक्तांत पुनः मनुष्य श्रेष्ठ; मनुष्यांतही द्विज श्रेष्ठ; द्विजांत विद्वान् श्रेष्ठ; विद्वानांतही, ज्यांची बुद्धि स्थिर झाली ते ह्मणजे स्थितप्रज्ञ श्रेष्ठ; स्थितप्रज्ञांतही आचरण करणारे श्रेष्ठ; आचारवानांतही ब्रह्मवादी श्रेष्ठ होत; आणि आपण स्थितप्रज्ञांमध्यें श्रेष्ठ आहां, असा माझा समज आहे. शिवाय आपण कुलानें, वयानें व ज्ञानानें विशिष्ट असून बुद्धीनें शुक्र किंवा बृहस्पति यांसमान आहां. बरें, तो दुर्योधन कसा वागला तें आपणांस माहीत आहे; युधिष्ठिर कुंतीपुत्र कसा वागला तेंही आपणांस ठाऊक आहे. आपण जाणतच आहां कीं, धृतराष्ट्राला कळलें असूनही पांडवांना शत्रूंनीं ठकविलें; व विदुरासारख्यानें समजूत घातली असतांही धृतराष्ट्र दुर्योधनाच्याच बुद्धीनें वागत असतो. तसेंच शकुनीनें स्वतः द्युतनिपुण असून, धर्मराज शुद्ध, धर्मशील व खेळांत गैरमाहीत असें पारखूनच त्याला मुद्दाम खेळायाला बोलाविलें. सारांश, कौरवांनीं याप्रमाणें जर धर्मराजाला जाणून-

बुजून ठकविलें आहे, तर ते कांहीं झालें ह्मणून आपखुषीनें का पांडवांना राज्य परत देणार आहेत? नांवच नको. तेव्हां आपण तेथें जाऊन धृतराष्ट्राशीं धर्मार्थयुक्त भाषण करूं लागलां म्हणजे त्याच्या योद्ध्यांचीं मनें खचित आपलेकडे उलट खातील. बरें, विदुरही आपलें भाषण सिद्धीस नेण्याचा यत्न करून, भीष्म, द्रोण, कृपाचार्य इत्यादिकांत परस्पर फूट पाडील आणि याप्रमाणें एकदां सल्लागारांत फूट पडली, व लढवय्यांनीं उलट खाल्ली म्हणजे त्या सर्वांचा पुनः एकमेळ घालणें ही एक कौरवांना जबर कामगिरीच उभी राहील. इकडे पांडव हे एकदिलानेंच चालणारे आहेत, त्यांच्यांत कांहीं फूट नाहीं, तेव्हां त्यांना एवढी सवड सांपडली म्हणजे कौरवांचा पुनः एकमेळ पडे तों ते सैन्य व द्रव्य गोळा करून ठेवितील. कौरवांचे वीर तेथें विद्यमान असतांना तेथेंच आपण बरीचशी दिरंगाई लावीत बसलां, ह्मणजे माझी खातरी आहे कीं, कौरवांचे हातून झटपट सैन्याची उठावणी होत नाहीं. तेव्हां आपल्याला तिकडे पाठविण्यांत मुख्य मतलब हाच आहे, हें पूर्ण लक्षांत असावें.

ब्रह्मन्, आपल्यासारख्याच्या संगाचा महिमाच असा आहे कीं, धृतराष्ट्र जोंपर्यंत आपले संगतींत आहे व आपण त्याशीं धर्मयुक्त भाषण करीत आहां, तोंपर्यंत तो आपले ह्मणण्याप्रमाणें करील. आपण स्वतः धर्ममूर्ति आहां, तेव्हां आपण तत्पक्षीयांना धर्माच्या गोष्टी सांगूं लागलां, व त्यांतील जे कोंवळ्या मनाचे असतील त्यांचेपुढें पांडवांनीं सोसलेल्या हालअपेष्टांचें हृदयद्रावक वर्णन करूं लागलां, व तेथें जे वृद्ध असतील त्यांना राज्याच्या वांटणीसंबंधानें जुन्या लोकांचा कुलाचार असा असा असून कौरव हे त्याविरुद्ध वागतात, असें सांगूं लागलां, ह्मणजे त्या मंडळींत तेव्हांच मतभेद होऊन फळी पडेल, यांत मला तिलमात्र संशय नाहीं. बरें, आपल्याला वाटेल तसें वाटेल तितका वेळ आपण बोललां, तरी आपल्याला कोणाचेंही तेथें भय नाहीं. कारण, अगोदर आपण ब्राह्मण आहां, त्यांत वेदवेत्ते आहां, शिवाय इकडून वकील म्हणून जात आहां, व तशांत वयोवृद्ध आहां, तेव्हां आपण कांहीं बोललां तरी आपले वाटेस कोणी जाणार नाहीं. यास्तव आपण पुष्यनक्षत्रीं विजयमुहूर्तावर कुंतीपुत्र युधिष्ठिराचे कार्यसिद्धीकरितां कौरवांकडे त्वरित प्रयाण करा.

वैशंपायन म्हणतातः---याप्रमाणें महाशय द्रुपदानें सांगितल्यावर, तो विद्वान् व सदाचाराचें व नीतिशास्त्राचें रहस्य जाणणारा द्रुपद-पुरोहित, बरोबर शिष्यमंडळी घेऊन, पांडवांचें हित साधण्याकरितां कौरवांकडे गेला.

अध्याय सातवा.

—:०:—

दुर्योधनार्जुनांचें साहाय्ययाचनार्थ कृष्णाकडे गमन.

वैशंपायन सांगतातः---याप्रमाणें पांडवपक्षीयांनीं हस्तिनापुर नामक शहराला पुरोहित रवाना केल्यावर, ठिकठिकाणचे राजांकडेही दूत धाडिले. इतर ठिकाणीं दूत पाठवून, द्वारकेस मात्र कुंतीचा पुत्र पुरुषश्रेष्ठ अर्जुन हा स्वतः गेला. इकडे धृतराष्ट्रपुत्र दुर्योधनाचे गुप्त हेर, पांडव काय हालचाल करितात या टेहेळणीवर होतेच. त्यांजकडून दुर्योधनाला बातमी कळली कीं, वृष्णि, अंधक व शेंकडों भोज

१ द्रुपदाचें हें भाषण सभ्य असून पेंचदार मुत्सद्दीपण लक्षांत ठेवण्याजोगें आहे.

२ सिंहो यथा सर्वचतुष्पदानां। तथैव पुष्यो बलवानुडूनां। (ज्योतिषसार.)

यांस बरोबर घेऊन, बलरामासह कृष्ण पांडवांकडून द्वारकेस गेला. हें कानीं पडतांच तो थोडीच सेना बरोबर घेऊन वायूप्रमाणें वेगवान् असे निवडक घोडे रथाला जोडून द्वारकेस गेला. कुंतीपुत्र अर्जुनही त्याच दिवशीं त्या रम्य द्वारका नगरींत पोंचला. याप्रमाणें ते दोघेही पुरुषश्रेष्ठ कुरुनंदन द्वारकेंत पोंचले; पाहातात तों श्रीकृष्ण निजला होता; तथापि ते तसेच त्याजवळ जाऊन बसले. पैकीं दुर्योधन प्रथम आंत शिरला आणि श्रीकृष्णाच्या उशाशीं एका उच्चासनावर बसला. अर्जुन थोर मनाचा होता, तो पश्चात् आंत जाऊन प्रभूचे पायांपाशीं हात जोडून नम्रभावानें उभा राहिला. (दुर्योधनासारखा बसला नाहीं.) कांही वेळानें भगवान् जागे झाले तों किरीटी अर्जुन समोरच त्यांचे दृष्टीस प्रथम पडला; दुर्योधन पश्चात् !

नंतर श्रीकृष्णांनीं उभयतांचेंही स्वागत करून रीतिप्रमाणें सत्कार केला व आगमनाचें कारण विचारिलें. तेव्हां दुर्योधन हंसत हंसतच श्रीकृष्णाला ह्मणाला, "ह्या येत्या युद्धांत आपण मला साहाय्य द्याल ह्मणून मी आलों आहें. आतां, अर्जुनाचें व माझें दोघांचेंही आपलें मित्रत्व आहे, व दोघांशींही सारखेंच नातें आहे, हें खरें; पण आजचे दिवशीं आपलेकडे साहाय्ययाचनार्थ प्रथम मी येऊन पोंचलों आहें. पुरातन रीतीला धरून चालणारे जे सज्जन आहेत, त्यांचा परिपाठ--त्यांजकडे जो कोणी प्रथम येईल त्याचा प्रथम अंगीकार करण्याचा आहे. हे जनार्दना, आपण तर सर्व जगांत श्रेष्ठ व यावत् सज्जनांत पहिले व सदा मान्य आहां, तेव्हां ही सज्जनांची रीति तुम्हांस मान्य असलीच पाहिजे.

श्रीकृष्णांनीं उत्तर केलें:--दुर्योधना, तूं पूर्वीं आलास याविषयीं मला कसा तो संशय नाहीं; परंतु माझे दृष्टीस पडला कुंतीपुत्र अर्जुन पहिल्यानें ! तेव्हां तूं पहिल्यानें **आलास** म्हणून, व हा पहिल्यानें **दिसला** म्हणून मी उभयतांचा सारखाच बांधेल झालों. अतएव मीं दोघांनाही साह्य करण्यास कबूल आहें. परंतु "प्रवारणं तु बालानां पूर्वं कार्यं" म्हणजे 'लहानांची इच्छा प्रथम पुरवावी' अशी श्रुति आहे. तेव्हां पहिल्यानें पार्थाची समजूत मला काढिली पाहिजे. असो. मजजवळ साहाय्यकर्त्यांचे दोन वर्ग आहेत; एकांत नारायण याच नांवानें प्रसिद्ध व अंगगठणीनें थेट माझ्यासारखे असे लढाऊ दहा कोटि गोपाल आहेत; दुसऱ्यांत, संग्रामांत शस्त्र न उचलणारा अतएव युद्धाचे निरुपयोगी असा एकटा मी; असे दोन वांटे आहेत. यांपैकीं कोणता तरी एक एकाला मिळेल, उरलेल दुसऱ्याला मिळेल. तेव्हां, हे अर्जुना, या दोहोंमधून तुला जो वांटा अधिक पटत असेल, तो प्रथम तूं मागून घे. कारण, तुझी समजूत प्रथम काढिली पाहिजे, असा धर्म प्राप्त आहे.

वैशंपायन सांगतात:--याप्रमाणें कृष्णानें अर्जुनास सांगितलें असतां, अर्जुनानें युद्धांत शस्त्र न उचलणाऱ्या श्रीकृष्णालाच मागून घेतलें. तो श्रीकृष्ण कसा म्हणाल तर, नुसत्या क्षत्रियांत नव्हे तर देवदैत्यांतही अग्रगण्य, खरोखर जन्मरहित असतां केवळ मौजेनें मनुष्यरूप घेऊन या लोकांत आलेला, शत्रुहंता, साक्षात् अखिलभूताधिवास नारायणच! तो अर्जुनानें घेतला, व दुर्योधनानें तें दहा कोटि गोपसैन्य घेतलें. आपलेकडे हजारों हजार लढवय्ये आले व अर्जुनानें नुसता शस्त्रहीन कृष्णच घेतला हें पाहून दुर्योधनाला फारच आनंद झाला.

नंतर ती सर्व सेना घेऊन, तो बलाढ्य राजा दुर्योधन महाबली बलरामाकडे गेला, व

बलरामाला आपल्या येण्याचा सर्व हेतु त्यानें सांगितला. त्या वेळीं तो शूरवंशज बलराम त्याला म्हणाला, "हे नरश्रेष्ठा, विराटाचे घरीं लग्नाचे वेळीं मी जें काय बोललों, तें सर्व तुला माहीत आहेच; आणि तें सर्व तसतसें होणार. हे कुरुनंदना, तुझ्या हितासाठीं म्हणून मी आपल्याकडून श्रीकृष्णाला पुष्कळ दडपून बोललों. मीं त्याला पुनःपुनः सांगितलें कीं, आपले दोघेही सारखेच संबंधी आहेत, पांडवांचाच पक्षपात करण्याचें आपल्याला कांहीं कारण नाहीं; पण कृष्णाला माझें म्हणणें रुचलें नाहीं, आणि कृष्णावांचून एक क्षणही वेगळें राहाणें माझ्यानें होत नाहीं. तस्मात्, श्रीकृष्णाकडे पाहून अर्जुनालाही साहाय्य करावयाचें नाहीं आणि तुलाही नाहीं, असा माझा निश्चय झाला आहे. सारांश, मजकडे येऊन कांहीं उपयोग नाहीं. तथापि, हे दुर्योधना, सर्व राजांनीं पूजित अशा श्रेष्ठ भारतवंशांत तूं उत्पन्न झाला आहेस, तेव्हां मी एक नसलों ह्मणून कांहीं हरकत नाहीं, पण तूं येथून जाऊन आपल्या क्षत्रियधर्माला अनुसरून युद्ध कर."

वैशंपायन म्हणतातः—याप्रमाणें बलदेवानें सांगितल्यावर, दुर्योधनानें त्याला आलिंगन दिलें; व अर्जुनानें न्यस्तायुधच कृष्ण तेवढा उचलिला, त्या अर्थीं युद्धांत आपणास जय प्राप्त झालाच, असें तो मानूं लागला. नंतर तो तेथून कृतवर्मा राजाकडे गेला. त्यानें एक अक्षौहिणी सेना दिली. तीही बरोबर घेऊन तो कुरुनंदन त्या अवाढव्य सेनेनें परिवेष्टित होत्साता मोठ्या आनंदांत परत गेला. त्याला पाहून त्याचे मित्रांनाही आनंद झाला.

दुर्योधन गेल्यावर पीताम्बरधारी जगज्जनक श्रीकृष्ण अर्जुनाला ह्मणाला, "बा अर्जुना, मी तर युद्ध करीत नाहीं, असें असतां तूं जें मला पतकरिलेंस, तें काय हेतु मनांत धरून?"

अर्जुन ह्मणालाः—तूं लढत नसलास तरी त्या सर्व सैन्याचा नाश करण्यास समर्थ आहेस, यांत संशय नाहीं. मीही एकटा त्यांस मारीन, हें माझें सामर्थ्य आहे. पण तूं जगतांत नांवाजलेला यशस्वी आहेस. तेव्हां यश येणें, तें तुला येईल; आणि मला तर यशाची गरज आहे. म्हणून मीं तुला मागून घेतलें. आज बहुत दिवसांपासून माझा मानस हा आहे कीं, तूं माझें सारथ्य करावें. तस्मात् एवढा माझा हेतु तूं पुरवावा, ह्मणजे त्यांत सर्व आलें."

श्रीकृष्ण म्हणालेः—अर्जुना, तूं माझ्याशीं स्पर्धा करीत आहेस तें ठीकच आहे. मी तुझें सारथ्य करितों. चल, तुझा एकदांचा हेतु पुरा होऊं दे कसा!

वैशंपायन सांगतातः—हें ऐकून पार्थ आनंदित झाला व त्याच वेळीं यादवांनीं परिवेष्टित होत्साता श्रीकृष्णासह पुनः युधिष्ठिराकडे गेला.

अध्याय आठवा.

—:०:—

शल्याचें आगमन.

वैशंपायन सांगतातः—जनमेजया, दूतांचे तोंडचा निरोप ऐकून राजा शल्य हा बरोबर जंगी सेना व आपले महारथी पुत्र घेऊन पांडवांकडे निघाला. वाटेंत त्याचे सेनेचा तळ जवळजवळ दीड योजन ह्मणजे सहा कोस पडला; कारण त्याचें सैन्य तसेंच प्रचंड होतें. तो एक अक्षौहिणी सेनेचा मुख्य असून मोठा वीर्यवान् व पराक्रमी होता. तसेंच त्याचे हजारों हजार वीरही मोठे शूर, चित्रविचित्र कवचें घातलेले, रंगीबेरंगी ध्वज व धनुष्यें धारण करणारे, नानाप्रकारचीं भूषणें घातलेले, अनेक जातींचे रथांवर व वाहनांवर बसलेले,

विचित्र पुष्पमाला धारण केलेले, परोपरीचे तथापि स्वदेशी[1] अलंकार व पोषाख चढविलेले असे एकासारखे एक उत्तम क्षत्रिय असून सेनेंतले नायक होते. असली ती अफाट सेना घेऊन, प्राणिमात्राला सळो का पळो करीत व प्रत्यक्ष धरणीलाही जणूं कांपवीत तो शल्य मुक्कामामुक्कामानें वाटेंत सेनेला विसावा देत देत पंडुपुत्र युधिष्ठिराकडे चालला.

इतक्यांत, महारथी शल्य येत आहे ही बातमी दुर्योधनाला लागली, त्याबरोबर दुर्योधनानें स्वतः पुढें जाऊन शल्याचे स्वागताची तयारी केली. शल्याचे सत्कारासाठीं त्यानें रमणीय अशा प्रदेशांत निरनिराळ्या कारागिराकडून रत्नखचित व अलंकृत केलेले प्रशस्त सभामंडप उभारले. तशीच नानातऱ्हेचीं कुशल कारागिरांनीं केलेलीं क्रीडनकें ह्मणजे करमणुकीचीं साधनेंही तेथें ठेवविलीं. तेथें पुष्पें, मांसें, तशींच ओजेनें तयार केलेलीं भक्ष्यें व पेयें ठेविलीं होतीं. चित्ताचा उत्साह वाढविणारे असे निरनिराळ्या आकारांचे कुवे, तशाच विविध आकृतींच्या बावड्या, व जलमंदिरेंही बनविलीं होतीं. अशा त्या सभागृहांत शल्य येऊन पोंचतांच जेथें तेथें ठिकठिकाणीं दुर्योधनाचे सचिव देवाप्रमाणें त्याची पूजा करिते झाले. येतां येतां तो दुसऱ्या एका सभास्थानांत आला. तें स्थान तर देवसभेप्रमाणें देदीप्यमान असून, मनुष्यांना न मिळणाऱ्या व अत्यंत सुखावह अशा वस्तूंनीं भरलेलें होतें. तेथें येतांच शल्याला वाटलें कीं, आपण आज इंद्राहूनही अधिक आहों, इंद्र आपल्यापुढें काय पदार्थ आहे ? मग तो फार आनंदित होऊन तेथील सेवकांना विचारूं लागला कीं, "युधिष्ठिराच्या ज्या सेवकांनीं हे मार्गीतील सभामंडप तयार केले, त्यांना मजकडे घेऊन या. कारण ते बक्षीस देण्यास योग्य आहेतसें मला वाटतें. मी त्यांच्यावर प्रसन्न होऊन, आपखुषीनें त्यांना बक्षीस देणार आहें, करितां युधिष्ठिरानें त्याला अनुमोदन द्यावें."

शल्याचें तें भाषण ऐकून दुर्योधनाचे सेवकांस नवल वाटलें, व त्यांनीं तें सर्व दुर्योधनास सांगितलें. दुर्योधनानें जेव्हां ऐकिलें कीं, शल्य इतका प्रसन्न झाला आहे कीं, त्या भरांत तो आपला जीव देखील या सभाकारांवरून ओंवाळून टाकायाला तयार आहे, तेव्हां तो दडून होता तो उघड रीतीनें मामास[1] येऊन भेटला. मद्रराज शल्यानें दुर्योधनास पाहून व एवढा खटाटोप यानें आपणासाठीं केला असें ओळखून, त्याला दृढालिंगन दिलें; व प्रसन्न होऊन ह्मटलें, 'दुर्योधना, तुला जी इष्ट गोष्ट असेल ती मागून घे.' दुर्योधन म्हणाला, "ठीक आहे; हें आपलें बोलणें खरें करा आणि माझ्या पक्षाचे मुख्य सेनापति व्हा. एवढी मला देणगी द्या."

वैशंपायन सांगतातः—यावर शल्य म्हणाला, 'बरें, आणखी दुसरें काय तें बोल.' 'दुर्योधन ह्मणाला, 'सेनापत्य आपण स्वीकारिलें ? स्वीकारिलें ? स्वीकारिलें ? ' शल्य ह्मणाला, "दुर्योधना, स्वीकारिलें ! स्वीकारिलें ! ह्यांत संशय ठेवूं नको. हे पुरुषश्रेष्ठा, तूं आतां आपल्या राजधानीलाच जा. मी तेवढा शत्रुदमन युधिष्ठिराला भेटावयास जातों; व त्याला भेटून त्याच पावलीं परत येतों. कसें असलें तरी पुरुषश्रेष्ठ युधिष्ठिराला मला भेटलेंच पाहिजे." दुर्योधन ह्मणाला, "बरें आहे. पण पांडवांना भेटून त्वरित परत या. आह्मां

१ स्वदेशी पोषाख घालण्याचा संप्रदाय फार प्राचीनकालापासून भरतखंडांत होता असें यावरून उघड होतें.

१ शल्य हा माद्रीचा भाऊ—पांडवांचा मामा ह्मणून दुर्योधनाचाही मामाच.

सर्वांची भिस्त आपणावर आहे. आपण आह्मांला दिलेलें वरदान विसरूं नका." शल्य म्हणाला, "देव तुझें भलें करो. तूं आतां बिनघोर आपल्या नगरीं जा. मी असाच परत आलों समज." असें म्हणून त्यांनीं परस्परालिंगन केलें. याप्रमाणें शल्याला निरोप देऊन दुर्योधन आपल्या नगराला परतला, व त्याचें तें कृत्य निवेदन करण्याकरितां शल्य पांडवांकडे गेला.

मग उपप्लव्य नामक प्रदेशांत जाऊन, सैन्याचे छावणींत गेल्यावर, तेथें सर्व पांडव शल्याला आढळले. नंतर तो महाबाहु शल्य पांडवांना भेटला; व त्यांनीं दिलेल्या पाद्याचा, अर्घ्याचा व गाईचा त्यानें स्वीकार केला. मग त्यानें अत्यंत प्रेमानें कुशलप्रश्नपूर्वक युधिष्ठिराला, भीमार्जुनांला व त्याचे सख्खे भाचे माद्रीपुत्र नकुलसहदेव यांना क्षेमालिंगन दिलें व आसनावर बसून धर्मराजास ह्मटलें, "बा धर्मराजा, कसें काय? बरें आहे ना? हे विजयिश्रेष्ठा, तूं अरण्यवासांतून सुखरूप परत आलास, हें मोठें भाग्यच समजावयाचें. बाकी एकंदरींत, धर्मराजा, शाबास तुझी! निर्जन अरण्यांत या भावांना व सुकुमारी द्रौपदीला घेऊन तूं दिवस काढिलेस, हें एक अवघडच कर्म केलेंस. त्याचप्रमाणें अज्ञातवास काढिलास तो तरी अवघडच! मुळीं राज्यच गेलें, मग तुला सुखाचा लेश कोठून लागणार! सर्व दुःखच तेथें असणार हें उघडच आहे. असो; कांहीं खेद करूं नको. हें सर्व दुःख ज्या अर्थी तुला धार्तराष्ट्रांपायीं झालें आहे, त्या अर्थी, हे शत्रुमर्दना, तूं शत्रूला मारून सुखी होशील. तुला लोकव्यवहार सर्व कळतोच आहे; व म्हणूनच लोभमूलक असें तुझे ठिकाणीं कांहीं वसत नाहीं. हे भरतश्रेष्ठा, पुरातन राजर्षींच्या मार्गाचेंच तूं अनुकरण कर आणि दान, तप व सत्य यांचे ठायीं स्थिर रहा. युधिष्ठिरा, क्षमा, दम, सत्य, अहिंसा व अलौकिक व्यवहारचातुर्य हीं तुझे अंगीं आहेत. तूं वाणीचा मृदु व मधुर, ब्राह्मणभक्त, दानशील व धर्मनिष्ठ असून लोकांत आढळणारे नानातऱ्हेचे धर्म तुला विदित आहेत. फार काय, पण हें यावत् जगत् तूं जाणत आहेस. वनवासासारख्या महत्संकटांतून तूं पार पडलास हें मोठेंच सुदैव! हे राजश्रेष्ठा, माझें तरी भाग्य मोठें, म्हणूनच साक्षात् धर्मात्मा व धर्माचें भांडार असा तूं अनुयायांसह असल्या दुष्कर प्रतिज्ञेंतून उत्तीर्ण होऊन सुखरूप माझे दृष्टीस पडलास!"

वैशंपायन सांगतातः—हे जनमेजया, इतकें बोलल्यावर, वाटेंत दुर्योधनाची पडलेली गांठ, त्यानें केलेली आपली शुश्रूषा व आपण त्याला दिलेलें वरदान, हीं सर्व शल्यानें धर्मास निवेदन केलीं. तें ऐकून युधिष्ठिर शल्यास म्हणाला, "महाराज, दुर्योधनाला आपण प्रसन्न अंतःकरणानें साह्याचें वचन दिलें, ही फार चांगली गोष्ट केली. त्याबद्दल माझें कांहीं म्हणणें नाहीं. परंतु राजन्, एक मात्र गोष्ट आपल्या सारख्याला थोडीशी गैर असतांही मजकडे पाहून आपण केलीच पाहिजे, एवढी माझी विनंती आहे. ती गोष्ट कोणती म्हणाल तर ऐका. आपण संग्रामामध्यें इहलोकीं श्रीकृष्णाचे जोडीदार आहां. तेव्हां कर्णार्जुनांचें एकएकट्याचें युद्ध सुरू झालें, म्हणजे आपणास निःसंशय कर्णाचें सारथ्य करावें लागेल; आणि जर आपणास खरोखर माझे कल्याणाची इच्छा असेल, तर त्या वेळीं आपण अर्जुनाचा बचाव केला पाहिजे. त्याची युक्ति एवढीच कीं, आपण सूतपुत्र कर्णाचा तेजोभंग करावा, म्हणजे आम्ही जिंकली! मामा, हें करणें आपणासारख्याला योग्य नाहीं खरें; पण मजकरितां

एवढें आपण केलें पाहिजे. यापलीकडे माझें कांहीं मागणें नाहीं."

शल्य म्हणालाः—धर्मराजा, तुझें कल्याण असो. महात्मा कर्ण याची अर्जुनाशीं संग्रामांत गांठ पडली असतां मीं कर्णाचा तेजोभंग करावा म्हणून जें तूं मला सांगितलेंस, तें मला कबूल आहे. कर्ण मला कृष्णतुल्य समजतो; तेव्हां अर्जुनाशीं गांठ घालिते वेळीं मला कर्णाचा सारथि व्हावें लागेल ही गोष्ट ठरींव. मी सारथि झालों; आणि तो रणांत शस्त्र उचलण्याच्या ऐनरंगांत आला, म्हणजे त्या प्रसंगाला प्रतिकूळ व त्याला अहितकारक असें मी भाषण करीन. म्हणजे त्याचा पाणउतारा होऊन उत्साहभंग झाला कीं तुम्हांस तो तेव्हांच मारितां येईल. हें तुला मी सत्य सांगतों. बा युधिष्ठिरा, ही गोष्ट तर तूं मला सांगितली आहेस त्याप्रमाणें मी उठवीनिच; पण याखेरीजही माझे हातून तुझे कल्याणाची दुसरी जी साधेल ती गोष्ट करीन. कर्णापायीं तुझे फार हाल झाले आहेत, हें माझ्या पोटांत वागतें आहे. द्यूतामध्यें द्रौपदीसह तुला जें दुःख प्राप्त झालें, व कर्णानें केलेलीं जीं काळजाला घरे पडणारीं भाषणें तुला ऐकून घ्यावीं लागलीं; जटासुर व कीचक यांपासून जे क्लेश प्राप्त झाले, व एकंदरींत सती दमयंतीप्रमाणेंच सुंदरी द्रौपदीला जें जें दुःख सोसावें लागलें आहे, तें सर्व परिणामीं तुम्हांला, हे वीरा, सुखावह होईल. झाल्या गोष्टींमुळें तूं दीन होऊं नको. दैव बलवत्तर आहे. हे युधिष्ठिरा, **दुःखें हीं मोठ्यांनाच अधिक येतात;** साक्षात् स्वर्गस्थ देवांनाही दुःखांनीं सोडिलें नाहीं. फार काय, पण आमचे ऐकिवांत आहे कीं, प्रत्यक्ष देवराज इंद्रालाही भार्येसह फार दुःख भोगावें लागलें!

अध्याय नववा.

—:०:—

विश्वरूपाची उत्पत्ति व वध.

धर्मराज विचारतोः—हे राजश्रेष्ठा, भार्येसह देवेंद्रानें महद्दुःख सोशिलें तें कसें, तें ऐकण्याची माझी इच्छा आहे.

शल्य सांगतोः—हे धर्मा, स्त्रीसहित इंद्राला दुःख कसें प्राप्त झालें हा इतिहास फार प्राचीन काळीं घडलेला आहे, तो तूं ऐक.

पूर्वीं महातपस्वी देवश्रेष्ठ त्वष्टा नामक प्रजापति होता. इंद्राचें त्याचें वांकडें आलें. तेव्हां इंद्राला मारण्याकरितां त्वष्ट्यानें विश्वरूप नांवाचा पुत्र उत्पन्न केला. याला तीन मस्तकें असल्यामुळें त्यालाच **त्रिशिरा** असेंही म्हणत. हा मोठा तेजस्वी होता; व याचीं तीन मुखें अनुक्रमें सूर्य, चंद्र व अग्नि यांप्रमाणें तेजस्वी असून एका मुखानें तो वेदाध्ययन करीत असे, दुसऱ्यानें सुरापान करी, व तिसऱ्यानें सर्व दिशांकडे असें रोखून पाही कीं, जणू हा आतां या सर्व दिशांचा ग्रासच करितो असें भासे! असा तो त्रिशिरा इंद्रपद मिळविण्याची इच्छा करूं लागला. तो मोठा तपस्वी असून मृदु व जितेंद्रिय होता; व धर्माचरण व तप यांविषयीं सदा तत्पर असे. हे शत्रुमर्दना युधिष्ठिरा, त्याचें तपही मोठें तीव्र व दुष्कर असे.

असें त्याचें तीव्र तप, त्याचें वीर्य व सत्य हीं पाहून इंद्राला खेद झाला कीं, हा अतुल तेजस्वी त्रिशिरा आपलें पद खाचित बळकावील. आधींच याचें नांव विश्वरूप आहे; आणि हा जर तपादिकांनीं असाच वाढत राहिला, तर हा त्रिभुवनालाही ग्रासून टाकील. तर आतां हा विषयांच्या नादीं लागतो कसा? आणि हें तीव्र तप सोडितो कसा? याला काय युक्ति करावी? अशी बहुत वेळ मनांत विवंचना करून, शेवटीं त्या बुद्धिमान् इंद्रानें त्या त्वष्टृपुत्र विश्वरूपाल-

मोह घालण्यासाठीं अप्सरांना आज्ञा केली. तो अप्सरांना म्हणाला, "सुंदरीहो, तो त्रिशिरा जेणेंकरून विषयोपभोगांविषयीं लंपट होऊन राहील अशी त्वरित तजवीज करा. चला, चालूं लागा. आतां विलंब लावूं नका. हे सुश्रोणीहो, तुमचा वेष मदनोत्तेजकच आहे; तुमचीं शरीरें मोठीं बांधेसूद आहेत; तुम्हीं मनोहर पुष्पहार धारण केले आहेत; हावभाव-नखरा तर तुमच्या अंगप्रत्यंगीं पूर्ण भरलाच आहे; आणि तुम्ही सगळ्याजणी एकीसारख्या एक दिव्य लावण्याच्या ज्योतिच आहां. देव तुमचें कल्याण करो. तुम्ही जाऊन तेवढी त्या त्रिशिराला भुरळ घाला, आणि माझी भीति शांत करा. हे वरांगनाहो, सध्या माझें चित्त थारीं नाहीं, असें मला समजतें आहे. तर कसेंही करून माझें हें महाघोर भय, अबला होऊनही तुम्ही त्वरित नाहींसें करा!"

अप्सरा म्हणाल्याः—इंद्रा, हे बलदैत्यमर्दना, तुला जेणेंकरून त्या विश्वरूपाचें भय उरणार नाहीं, अशाच रीतीनें त्याला मोहपाशांत पाडण्याचा आम्ही यत्न करूं. सगळ्या जगताला नेत्रांनीं जणूं जाळितोच काय, असला जो तो एवढा उग्र तपोनिधि आहे, त्याला गुंगवून टाकण्याकरितां, हे देवा, आमचा ताफाचा ताफाच आम्ही घेऊन जातों; आणि त्याला आपले कह्यांत आणून, तुझी भीति दूर करण्याची खटपट करितों.

शल्य म्हणालाः—मग इंद्रानें अनुज्ञा दिली असतां त्या अप्सरा त्रिशिराकडे गेल्या; व त्या सुंदरी तेथें त्याला नानाप्रकारांनीं मोहित करूं लागल्या. त्यांनीं नित्य आपले निरनिराळे मोहक अवयव त्याचे दृष्टीस पाडावे, परंतु तो उग्र तपोनिधि त्या मोहिनींना पाहून कसा तो आनंद पावला नाहीं. कारण, पूर्वसागराप्रमाणें गंभीर असा तो विश्वरूप प्रथम इंद्रियें आपल्या पूर्ण ताब्यांत आणून मगच तपश्चर्येला बसला होता, तो त्यांना कशाचा बधतो! अप्सरांनीं आपली शिकस्त करून पाहिली, तरी तो कांहीं केल्या जेव्हां ढळेना, तेव्हां त्या निरुपाय होऊन इंद्राकडे परत गेल्या; आणि हात जोडून उभ्या राहून त्याला म्हणाल्या, "हे महाभागा, त्याच्या समोरच जाणें फार कठीण! तरी आम्हीं त्याशीं लगट करून आपली पराकाष्ठा केली, पण त्याचें धैर्य तिळभरही ढळत नाहीं. याकरितां आतां आपल्याला अन्य काय उपाय करावयाचा असेल तो करावा."

युधिष्ठिरा, इंद्रानें तें अप्सरांचें वाक्य ऐकून घेऊन, त्यांची रीतीप्रमाणें मान्यता करून त्यांस वाटेस लाविलें; आणि आपण त्रिशिराचे वधाचा उपाय चिंतीत बसला. याप्रमाणें गुपचूपपणें आपल्याशींच विचार केल्यावर त्या प्रतापी देवराजानें मनाशीं त्रिशिराला ठार करण्याचा निश्चय केला. 'मी आज यावर आपलें वज्रच सोडीन, म्हणजे हा तत्काळ नाश पावेल!' असा त्यानें मनाशीं पक्का बेत केला. "कारण," तो म्हणाला, "शास्त्रांचें सांगणें असें आहे कीं, आपण जरी बलवान् असलों, आणि शत्रु किती जरी दुर्बल असून वृद्धिंगत झाला असला, तर शहाण्यानें त्याची उपेक्षा करूं नये. तेव्हां त्रिशिराचा वध मीं करणें हें शास्त्रसंमत आहे, म्हणून मी त्याप्रमाणें करणार!" असें म्हणून, त्यानें दिसण्यांत मोठें विक्राळ, भयंकर व विस्तवासारखें जळजळीत असें तें आपलें वज्र नामक आयुध मोठ्या त्वेषानें त्या तीन डोक्यांच्या विश्वरूपावर सोडिलें. तें त्याला जबरच लागलें; व त्याच्या तडाक्याबरोबर, भग्न झालेल्या पर्वतशिखराप्रमाणें तो धाडकन् भुईवर कोसळला! परंतु त्याचें तें पर्वतप्राय विशाळ धूड पुढें पडलें असतांही, त्याच्या कांतीनें इंद्र दिपून

गेला व त्याला कांहीं स्वस्थता वाटेना. तो ह्मणाला, "हा मरून पडलासा दिसतो खरा, पण ह्याच्या देहावर इतकें उज्ज्वल तेज दिसत आहे कीं, तो सजीवसाच वाटतो. तीं पहा त्याचीं तीं तिन्ही विलक्षण मस्तकें! तो युद्धांत वध पावला तरी तीं सजीवशींच भासतात! आतां कसें करावें? आपल्याला तर याचें फार भय वाटतें!"

याप्रमाणें भीतीनें देहाचा थरकांप होऊन, आतां पुढें कसें करावें ह्मणून इंद्र जों विवंचनेंत उभा आहे, तों खांद्यावर कुऱ्हाड टाकून, त्या अरण्यांत त्रिशिरा जेथें मारून पाडिला होता तेथें एक सुतार आला. सुतार त्याजवळ येऊन ठेपलासें पाहून तो भयभीत इंद्र त्याला तत्काळ म्हणाला, "एवढें माझें ऐक, याचीं हीं मुंडकीं झटपट तोड!"

सुतार म्हणतोः—याचे हे खांदे फार मोठे आहेत. हे तुटतां तुटतां माझी कुऱ्हाड फुकट जायची, हें एक; दुसरें, असलें हें सज्जनांनीं निंद्य मानिलेलें कर्म करण्याला माझा हात वहात नाहीं!

इंद्र ह्मणालाः—तूं भिऊं नको. माझें म्हणणें ऐक. तुझी कुऱ्हाड नासणार नाहीं. माझे कृपेंकरून ती वज्राप्रमाणें बळकट होईल. पहा तर खरी!

सुतार ह्मणालाः—असलें अंगावर शहारे आणणारें कर्म करणारा तूं कोण आहेस ह्मणून मीं समजावें? तूं कोण आहेस तें खरेंखरें सांग; मला ऐकण्याची इच्छा आहे.

इंद्र म्हणतोः—सुतारा, मी देवांचा राजा इंद्र आहें. मी तुला सांगतों आहें तसें कर. मागेंपुढें पाहूं नको!

सुतार म्हणालाः—इंद्रा, असलें क्रूर कर्म करण्यास तुला लाज कशी वाटत नाहीं? आणि या ऋषिपुत्राचा वध केल्यानें तुला ब्रह्महत्येचें भय कसें नाहीं?

इंद्र उत्तर करितोः—हा बलाढ्य ऋषिपुत्र माझा वैरी असल्यामुळें मीं वज्रानें ठार केला आहे. याबद्दल पाप लागेल ह्मणतोस, तर पापक्षालनार्थ पश्चात् मी घोरतपःकरीन. हा मेला आहे तरी मी मनांत उद्विग्न असून मला याचें थरक भय वाटतें आहे. तस्मात् तूं एकदां याचीं मुंडकीं लवकर उडीव. मी तुझ्यावर मोठा अनुग्रह करीन. आजपासून लोक यज्ञांत पशूचें शिर तुला यज्ञभाग ह्मणून अर्पण करितील. आतां तर तुझा संतोष आहे ना? तर मग एकदां त्वरित माझ्या मनाजोगें कर पाहूं?

शल्य सांगतोः—हें ऐकून त्या सुतारानें इंद्राज्ञेवरून आपल्या कुऱ्हाडीनें त्या त्रिशिराचीं तीनही डोकीं तोडिलीं. तीं तोडितांच त्यांतून कपिंजल, तित्तिर व कलविंक (चिमणे) नामक पक्षी सर्वत्र उडाले. ज्या मुखानें तो वेदाध्ययन व सोमपान करीत असे, त्यांतून कपिंजल निघाले; ज्या मुखानें तो विश्वग्रास करितोसें भासे, त्यांतून तित्तिर निघाले; व जें सुरा पिणारें मुख होतें, त्यांतून कलविंक (चिमणे) व श्येन (ससाणे) निघाले. या प्रकारें तीं तिन्ही शिरें तुटून पडतांच इंद्र निश्चित झाला व मोठ्या आनंदानें स्वर्गास गेला. सुतारही आपल्या घरीं गेला. इकडे देवशत्रूंचा नाश करणारा इंद्र शत्रूला मारून आपणास कृतकृत्य मानूं लागला.

वृत्रासुराची उत्पत्ति.

इकडे, इंद्रानें आपल्या पुत्रास मारिलें हें ऐकतांच क्रोधानें लाल डोळे करून त्वष्टा प्रजापति म्हणाला, "नित्य तप करणारा, क्षमाशील दांत व जितेंद्रिय अशा माझ्या

पुत्राला निरपराध ज्या अर्थी इंद्रानें मारिलें आहे, त्या अर्थी इंद्राचा वध करण्यासाठीं मी आतां वृत्राला उत्पन्न करितों. लोकांना म्हणावें, माझें वीर्य व अद्भुत तपोबल तरी पहा; आणि त्या दुष्टबुद्धि देवेन्द्राला म्हणावें, तूंही तें पहाच!" असें म्हणून त्या क्रुद्ध झालेल्या कीर्तिमान् तपस्व्यानें तत्काळ स्नान केलें, व अग्नीमध्यें हवन करून वृत्र नामक घोर भयंकर पुत्र उत्पन्न करून त्याला म्हटलें, "हे इंद्रशत्रो, माझ्या सामर्थ्यानें तूं वृद्धिंगत हो." इतकें म्हणतांच, सूर्याग्नीप्रमाणें जाज्वल्य असा तो वृत्र जो वाढूं लागला तो थेट स्वर्गापर्यंत सर्व अवकाश त्यानें व्यापून टाकिला; आणि स्वर्गापर्यंत पोंचतांच, कालसूर्याप्रमाणें असह्यतेजस्वी तो त्वष्ट्याला म्हणाला, काय करूं तें सांगा." त्वष्ट्यानें सांगितलें, "इंद्राला मार!" इतकें ऐकतांच तो स्वर्गांत गेला. नंतर, हे युधिष्ठिरा, क्रोधानें खवळलेल्या त्या इंद्रवृत्रांचें अत्यंत घोर व सक्त युद्ध झालें. नंतर शंभर यज्ञ केलेल्या त्या इंद्राला त्या वीर वृत्रानें धरिलें, आणि रागाच्या तडाक्यांत त्याला मुरडून पिळवटून तोंडांत टाकलें! इंद्राला जेव्हां वृत्रानें गट्ट केलें, तेव्हां देव भांबावले. मग त्यांनीं वृत्राचा घात करणारी अशी जांभई उत्पन्न केली. त्या जांभईमुळें जेव्हां त्या वृत्राचा जाभडा वासून राहिला, तेव्हां बलशत्रु इंद्र अंग चोरून त्याच्या तोंडांतून निसटला! त्या दिवसापासून जांभई ही जीवांचे प्राणवायूचा आश्रय करून राहिली आहे.

इंद्र वृत्राचे तोंडांतून निसटला हें पाहून सर्व देवांना बहुत आनंद झाला. नंतर, हे भरतश्रेष्ठा, खवळलेल्या त्या इंद्रवृत्रांचें पुनः तुमुलयुद्ध झालें; व तें पुष्कळ कालपर्यंत चाललें होतें. तो बलाढ्य वृत्र जेव्हां रणांगणांत एकसारखा वाढूं लागला, तेव्हां त्वष्ट्याच्या तेजोबलानें ग्रस्त झालेला तो इंद्र युद्धांतून परत फिरला. तो फिरलासें पाहून देवांना फार वाईट वाटलें. मग, युधिष्ठिरा, त्वष्ट्याचे तेजानें मूढ झालेले देव इंद्रास मिळून ऋषींसह मसलत करूं लागले; व भयविव्हल होऊन, आतां पुढें काय करावें ही विवंचना करीत बसले; आणि वृत्रवधाच्या इच्छेनें मंदर पर्वताचे शिखरावर बसून, तेथून मनोमार्गानें, शाश्वत जो परमात्मा विष्णु त्याकडे गेले.

अध्याय दहावा.

—:०:—

वृत्रवध.

इंद्र म्हणतोः—देवहो, हें सर्व शाश्वत जगत् वृत्रानें व्यापून टाकिलें आहे. बरें, त्याचा संहार जेणेंकरून होईल असें मजजवळ कांहींच नाहीं. आजपर्यंत मी समर्थ होतों, पण प्रस्तुत अगदीं दीन होऊन गेलों आहें. आतां मीं तुमचें रक्षण किंवा कल्याण कसें करणार? मला तर तो अजिंक्यच वाटतो. एक तर तो महात्मा व तेजस्वी असून, युद्धामध्यें तर त्याचा पराक्रम बिनतोडच आहे. मनांत आल्यास देव, दैत्य व मनुष्य यांसह हें त्रिभुवनही तो गट्ट करण्यास समर्थ आहे. यासाठीं, हे स्वर्गवासीहो, प्रस्तुत प्रसंगीं मीं जो निश्चय केला आहे तो ऐका. आपण सर्व श्रीविष्णूचे निवासस्थानीं जाऊन त्या भगवंताला भेटून त्याच्यासह या कामीं विचार करूं, म्हणजे या दुष्टाचे वधाचा कांहीं तरी उपाय आपणांस सुचेल.

शल्य सांगतोः—याप्रमाणें इंद्र बोलला असतां, शरणागतवत्सल, महापराक्रमी व द्युतिमान् जो श्रीविष्णु त्याला ऋषिगणांसह ते समस्त देव शरण गेले; आणि वृत्राचे भयानें व्याकुळ झालेले ते सर्वजण विष्णूला म्हणाले,

" हे विष्णो आपण पूर्वी तीन पावलांनीं तीनही लोक व्यापून टाकिले होते. तसेंच, हे व्यापका, भाषण रणांत दैत्य मारिले व देवांस्तव अमृतही हिरावून आणिलें. महादैत्य बलीला बद्ध करून इंद्राला देवांचें आधिपत्य दिलें. आपण सर्व देवांचे प्रभु असून, आपणच हें चराचर विश्व विस्तारिलें आहे. हे श्रेष्ठ देवा, तूं देदीप्यमान आहेस व सर्व लोकांना वंद्य आहेस. हे देवदेवा, इंद्रासह या देवांचा आश्रय तूंच हो. हे दैत्यमर्दना, त्या वृत्रानें हें अखिल जगत् ग्रासून टाकिलें आहे."

श्रीविष्णु म्हणतातः—देवर्षिगणहो, तुमचें सर्वोत्कृष्ट कल्याण मला अवश्य केलेंच पाहिजे. तस्मात्, जेणेंकरून त्या वृत्राचा नायनाट होईल असा उपाय मी तुम्हाला सांगतों, ऐका. तो विश्वरूपधारी वृत्र जेथें असेल, तेथें तुम्ही ऋषींसह व गंधर्वांसह जा, आणि प्रथम त्याच्याशीं साम करा; म्हणजे मग त्याला तुम्ही जिंकाल. देवहो, मी गुप्त रूपानें इंद्राचे वज्रांत प्रवेश करीन व माझ्या तेजाच्या साह्यानें इंद्राचा जय होईल; तुम्ही कांहीं काळजी करूं नका. पण प्रथम ऋषि-गंधर्वांसहित त्या वृत्राकडे जाऊन त्याचें इंद्राशीं सख्य जुळवून द्या; उठा, वेळ लावूं नका.

शल्य सांगतोः—श्रीविष्णूनें याप्रमाणें सांगितलें असतां ते देव व ऋषि इंद्राला पुढें करून एकत्र मिळून वृत्राकडे आले. ते देवादि सर्वही तेजस्वीच होते; तरी ते जसे जवळ आले, तसा तो वृत्र चंद्रसूर्याप्रमाणें तिन्ही भुवनांना आपले तेजानें ग्रासून टाकितो कीं काय असा तेजानें धमधमणारा, व दाही दिशांवर तेज पाडणारा असा त्यांना भासला ! अशा वृत्राला इंद्रासह त्या सर्व देवांनीं अवलोकन केल्यावर ऋषि त्या वृत्राजवळ गेले, व त्याशीं गोडीनें बोलूं लागले. ते ह्मणाले, " हे अजिंक्या, तुझ्या तेजानें हें त्रिभुवन भरून गेलें आहे. तरी पण, हे बलाढ्या, इंद्रही तुला कांहीं हार जात नाहीं. तुम्हां दोघांचा हा झगडा आज कितीक तरी वर्षे चालू आहे. निकाल तर कांहींच लागत नाहीं. मात्र या तुमच्या लढाईपायीं आज इतकीं वर्षे देवदैत्यमनुष्यांसह सर्व प्रजेला सळो का पळो होऊन गेलें आहे. तेव्हां यांत कांहीं अर्थ नाहीं. हे वृत्रा, आमचें ह्मणणें असें आहे कीं, तुझें इंद्राशीं सख्य असावें. ह्मणजे त्यांत तुला सौख्य होऊन, शाश्वत इंद्रलोकीं वसति मिळेल."

हें ऋषींचें वाक्य श्रवण करून तो महाबली वृत्रासुर प्रथम त्या सर्व ऋषींना मस्तकानें प्रणाम करून म्हणाला, " ऋषीहो, आपण, हे गंधर्व—सर्वच आपण थोर आहां. आपण जें बोललां तें सर्व मीं ऐकिलें. हे निष्पापहो, आतां मी काय म्हणतों तेंही पण ऐका. तुम्ही सांगतां खरें पण माझा आणि इंद्राचा संधि व्हावा कसा ? आम्ही दोघेही जलाल तेजस्वी पडलों, आमचें पटावें कसें ? कारण, हे देवहो, दोन (विरुद्ध) तेजांचा मिलाफ होत नसतो ! "

ऋषि म्हणतातः—वृत्रा, तूं म्हणतोस तें खरें; पण असें आहे कीं, जन्मास येऊन एकवार तरी सत्समागमाची इच्छा धरावी. कारण, सत्समागमाचें सामर्थ्य असें विलक्षण आहे कीं, तो एकवार घडला म्हणजे पुढें यावज्जीव अखंड कल्याणच व्हावयाचें. तस्मात्, सत्समागमाची संधि आली असतां तिचा अतिक्रमण करूं नये; सत्संगतीचा आदरच करावा; मग पुढें काय होणें असेल तें होईल. जे विचारी लोक आहेत, ते तर विपत्कालीं सत्संगति हीच उत्तम संपत्ति असें मानतात. कारण, सत्संगतीनें तसेंच कोटकल्याण होत असतें; व यासाठीं विचारवंतानें सत्पुरुषाचा घात इच्छूं

नये. इंद्र हा सर्व सत्पुरुषांना मान्य आहे व महात्म्यांचें केवळ माहेरघर आहे. तो मोठा सत्यवादी, धर्मवेत्ता व कोणत्याही गोष्टीचा फार बारकाईनें विचार करून निर्णय करणारा आहे. कोणी त्याला बोल ठेवीसा वागणारा नाहीं. तस्मात् असल्या सत्पुरुषाशीं तुझा नित्य स्नेह असावा, अशी आमची फार इच्छा आहे. तर आमच्या ह्मणण्यावर विश्वास ठेवून संधी-विषयीं निश्चय कर. आतां दुसरातिसरा विचार मनांत आणूं नको.

शल्य सांगतोः—हें महर्षींचें वचन ऐकून तो तेजस्वी वृत्र त्यांना ह्मणाला, " आपण भगवान् तपस्वी आहां, तेव्हां मला अवश्य मान्य आहां. परंतु, देवहो, मी ह्मणतों तसें आधीं तुह्मी करीत असाल, तर मग ऋषि-श्रेष्ठांनीं मला जें कांहीं सांगितलें तें मी करीन. हे विप्रश्रेष्ठहो, देवांसहवर्तमान इंद्राचे हातून माझा वध कोणत्या शुष्क वस्तूनें होऊं नये, आर्द्र वस्तूनेंही होऊं नये; पाषाणानें होऊं नये, काष्ठानेंही होऊं नये; शस्त्रानेंही होऊं नये, अस्त्रानेंही होऊं नये; तसाच दिवसा होऊं नये, रात्रींही होऊं नये. हें पतकरत असेल तर इंद्राबरोबरचा तंटा मिटविण्याला मी कबूल आहें. " हे युधिष्ठिरा, यावर सर्व ऋषींनीं " ठीक आहे, पतकरिलें ! " म्हणून एकदम उत्तर केलें.

या प्रकारें इंद्राचा व वृत्राचा संधि झाला असतां वृत्र आनंदित झाला; व इंद्रालाही हर्ष होऊन, तेव्हांपासून वृत्राचे वधाविषयींचे उपाय चिंतण्यांत तो चूर होऊन राहिला. मनांत सदा उदास, आणि वृत्राचे वधाला फट सापडते कशी म्हणून नेहमीं छिद्र शोधण्यांत गुंतलेला तो इंद्र एके दिवशीं समुद्रतीरीं गेला असतां तेथें तो वृत्रासुर त्याचे दृष्टीस पडला त्या वेळीं सूर्यास्त होऊन दिवसरात्रीचा संधिकाल झाल्यामुळें विशेषतः समुद्रतीरीं ती वेळ फार भयंकर भासत होती. इतक्यांत वृत्राला दिलेल्या वरदानाचा विचार त्याचे मनांत येऊन तो आपल्याशीं म्हणाला, " या वेळीं ही भयंकर संध्या प्रवृत्त झाली आहे, या वेळीं दिवसही नाहीं आणि रात्रही नाहीं ! बरें, हा वृत्र माझें सर्वस्व हरण करणारा शत्रु आहे, याला तर अवश्य मारिलें पाहिजे. कारण हा मोठा धिप्पाड व बलाढ्य आहे. याला कसा तरी ठकवून आजच मी न मारीन तर माझें कल्याण होणार नाहीं " असा विचार करीत करीतच त्यानें विष्णूचें स्मरण केलें, तों समुद्रावर आलेला फेंसाचा पर्वतप्राय ढिगार त्याचे दृष्टीस पडला. तो पाहून इंद्र म्हणाला, " हा समुद्र फेन शुष्कही म्हणतां येत नाहीं, आर्द्रही नाहीं. बरें; हें कांहीं शस्त्रही नव्हे. तस्मात् हा मी वृत्रावर फेंकीन, म्हणजे क्षणांत त्याचा नाश होईल ! "

असें म्हणून त्यानें मोठ्या चलाखीनें आंत वज्र ठेवून तो फेन वृत्राचे अंगावर फेंकला व विष्णूनेंही तत्काळ त्या फेनांत प्रवेश करून त्या वृत्राचा नाश केला ! वृत्र जसा मरून पडला, तशा सर्व दिशा अंधकाररहित झाल्या ! कारण, तो होता तों त्यानें त्या सर्व रेधून टाकिल्या होत्या. सुखकारक वायुही सुटला आणि यावत् प्रजांना आनंद झाला. नंतर गंधर्व, यक्ष, राक्षस व महानाग यांसह देव तसेच ऋषिही नानास्तोत्रांनीं इंद्राची स्तुति करिते झाले. प्राणिमात्रानें इंद्राला नमन केलें, व त्यानेंही सर्वांचें सांत्वन केलें. मग शत्रूला मारून आनंदित झालेल्या त्या धर्मज्ञ इंद्रानें देवांसह त्या त्रिभुवनश्रेष्ठ श्रीविष्णूची पूजा केली.

याप्रमाणें देवांना भीति देणाऱ्या महावीर्य वृत्राचा वध झाला खरा, परंतु त्या वेळेपासून इंद्र अत्यंत खिन्न झाला. कारण, त्रिशिराला

मारलें होतें त्या एका ब्रह्महत्येनें तो आधींच बेजार होता; त्यांत आतां या वृत्राला लबाडीनें मारिलें ही भर पडली. तेव्हां असल्या पापांनीं ग्रस्त झालेला तो देवेन्द्र बेशुद्ध व वेडा झाला. त्यानें लोकांमध्यें वस्ती सोडली; व आंतल्या आंत तडफडणाऱ्या भुजंगाप्रमाणें तो लोकसीमेवर पाण्यांत दडून बसला. त्यामुळें तो कोठें आहे हेंही कोणाला ठाऊक पडेना. ब्रह्महत्येच्या भयानें पीडित होऊन या प्रकारें इंद्र नाहींसा झाला असतां सकल पृथ्वी निस्तेज दिसूं लागली; तिच्यावर झाडें उरलीं नाहींत; अरण्यें सुकून गेलीं; नद्यांचे प्रवाह बंद पडले; तळीं कोरडीं पडलीं; व अनावृष्टीमुळें प्राणिमात्र हळहळून गेलें! फार काय, सर्व देव व ऋषिहि अतिशय त्रस्त झाले! जगताला कोणी राजा नाहींसा झाल्यानें तें नानातऱ्हेच्या उपद्रवांनीं व्याप्त झालें. तेव्हां देवांना भीति पडली कीं, "आतां आपला राजा कोण होतो!" स्वर्गामध्यें देवर्षींनाही इंद्राचा विरह जाणवूं लागला. पण देवांचा राजा होण्याचें कोणीही मनांत आणीना.

अध्याय अकरावा.

—:०:—

नहुषाची इंद्रपदीं स्थापना.

शल्य सांगतोः—नंतर स्वर्गाधिपति देव व सर्व ऋषि म्हणाले, "हा नहुष राजा तेजस्वी आहे. याला देवराज्याचा अभिषेक करा. हा तेजस्वी तसाच यशस्वी असून सदा धर्मपरायण आहे." मग ते सर्व नहुषाकडे जाऊन त्याला 'आमचा राजा हो' म्हणून बोलले. तेव्हां, हे धर्मराजा, तो स्वहित पाहाणारा नहुष, पितृगणांसह तेथें आलेल्या ऋषींस व देवांस म्हणाला, "आपण मला म्हणतां खरें, पण मी दुर्बल आहें; आपल्यासारख्यांचें परित्राण करण्याची धमक माझे अंगांत नाहीं, बलवान् असेल तोच राजा होत असतो. तसलें अक्षय्य बल इंद्राचे अंगांत आहे. तस्मात् तो राजा होण्याला योग्य आहे." यावर ऋषींना पुढें करून सर्व देव त्याला उलट म्हणाले, "तूं दुर्बल असशील तर आम्ही आपलें तपोबल तुला देतों. त्या बलानें संपन्न होऊन तूं स्वर्गाचें राज्य पालन कर. मग तर झालें? राजा नसेल तर आम्हांला आपआपसांतच भय उत्पन्न होईल, यांत संदेह नाहीं. करितां देवराज्याचा अभिषेक करून घेऊन स्वर्गांत राजा हो. हे नहुषा, (आमचे वराचे योगानें) तुझ्या दृष्टीस देव, दानव, यक्ष, ऋषि, राक्षस, पितर, गंधर्व यांपैकीं कोणीही येवो, कीं त्याचें तेज तूं नुसत्या दृष्टिपातानेंच आपले ठिकाणीं ओढून घेशील व बलवान् होशील. अतएव धर्माला अग्रमान देऊन तूं सर्व लोकांचा अधिपति हो आणि साक्षात् ब्रह्मर्षि आणि देव यांचेंही स्वर्गांत रक्षण कर."

युधिष्ठिरा, यानंतर नहुषाला राज्याभिषेक होऊन तो स्वर्गांत राजा झाला व धर्माला संभाळून सर्व लोकांचें आधिपत्य चालवूं लागला. कोणाला न मिळणारा असला तेजोपकर्षणाचा अलभ्य वर मिळालेला, त्याशिवाय साक्षात् देवलोकांचें राज्य मिळालेलें, अर्थातच कांहीं दिवस धर्मबुद्धीनें राज्य करितो आहे तों त्याची बुद्धि चळली व मनांत विषयवासना प्रबल झाली! तेव्हां तो देवराज नहुष अप्सरांनीं व देवकन्यांनीं परिवेष्टित होत्साता नानातऱ्हेच्या क्रीडा करूं लागला. आज काय या देवाचे बागेंत, तर उद्यां दुसऱ्याच्या; आतां नंदनवनांत, तर घटकेनें एखाद्या उपवनांत; क्षणांत कैलासावर तर क्षणांत हिमालयाचे पृष्ठावर; घटकेंत मंदर पर्वतावर, तर घटकेंत श्वेत पर्वतावर; कांहीं वेळ सह्याद्रीवर, तर कांहीं वेळ महेन्द्र पर्वतीं; कधीं सुगंधि मलया-

द्वीवर; लहर लागल्यास निरनिराळ्या समुद्रांत, वेळेवर गंगादिक नद्यांतही त्या अप्सरांना व देवकन्यांना घेऊन नित्य नवे रंग तो करूं लागला. केव्हां कानाला आणि मनाला वेधणाऱ्या अशा परोपरीच्या दिव्य कथा ऐकत आहे; कधीं सर्व तऱ्हेचीं वाद्यें सुरू आहेत; कधीं मधुर सुरांत गायन होऊन राहिलें आहे; गंधर्वांचे व अप्सरांचे ताफेचे ताफे करमणूक करण्यासाठीं जवळ उभे आहेत; विश्वावसु गंधर्व, देवर्षि नारद हेही पायापाशीं हजर आहेत; वसंतादि सहाही ऋतु मूर्तिमंत होऊन देवराजाला वाटेल त्या तऱ्हेचें हवापाणी, फलपुष्पपल्लव निर्माण करून देऊन प्रसन्न करिताहेत; मनोहर, सुखावह, थंडगार व सुगंध अशी वाऱ्याची झुळूक सतत चालूच आहे, याप्रमाणें सर्व थाट बनून राहिला आहे, आणि तो दुष्टात्मा नहुष विलासांत दंग झाला आहे, अशांत इंद्राची प्रिय पट्टराणी देवी इंद्राणी सहज त्याचे दृष्टीस पडली. तिला पहातांच तो दुरात्मा सर्व सभासदांस म्हणाला, " ही देवी इंद्राणी जर आपल्याला इंद्राची स्त्री ह्मणविते, तर आजकाल मी देवांचा इंद्र असून, भूलोकचाही राजा आहें. असें असून ही मजकडे कां येत नाहीं? माझें ह्मणणें, हिनें आज विलंब न लावितां माझे घरीं यावें!"

हे त्याचे शब्द इंद्राणीनें ऐकिले, तेव्हां ती मनांत खिन्न होऊन देवगुरु बृहस्पतीला ह्मणाली, " हे ब्रह्मन्, मी आज आश्रयार्थ आपलेकडे आलें आहें; तस्मात् ह्या नहुषापासून माझें रक्षण करावें. आपण मला नेहमीं ह्मणत असतां की, 'इंद्राणि, तूं सर्वलक्षणसंपन्न आहेस; तूं देवराज इंद्राचे प्रीतींतली आहेस, तुला सुखाला काय कमी आहे? तूं **एकपत्नी** आहेस, पतिव्रता आहेस व तुला वैधव्य कधींच येणार नाहीं.' असें आपण मला पूर्वी बोललां आहां, तें बोलणें आज खरें करून दाखवा. हे भगवन्, आजपर्यंत आपण कधीं असत्य बोललां नाहीं; त्या अर्थी, हे द्विजश्रेष्ठा, ही आपली वाणी खरी झाली पाहिजे."

यावर, भयानें मूढ झालेल्या त्या इंद्राणीला बृहस्पति म्हणाले, " हे देवि, मी जें तुला बोललों आहें, तें खरेंच होईल, हा निश्चय समज. तुझा पति देवराज इन्द्र येथें आलेला तूं थोडक्यांतच पाहाशील. तूं नहुषाची कशी ती भीति बाळगूं नको. हें मी तुला खरेंखरें सांगतों. अल्पकालांत मी तुझी इंद्राशीं गांठ घालून देतों, स्वस्थ अस."

इकडे, इंद्राणी ही आंगिरस देवगुरु बृहस्पतीला शरण गेली, असें ऐकून राजा नहुष कोपला.

अध्याय बारावा.

—:o:—

नहुषाची दुर्बुद्धि.

शल्य सांगतोः—नहुष कोपला असें पाहून ऋषींसहित ते सर्व देव क्रोधामुळें उग्र दिसणाऱ्या त्या देवराजाला म्हणाले, " हे देवराज, आपण कोपाचा त्याग करावा. कारण आपण कोपल्यानें असुरगंधर्वकिन्नरउरगप्रभृति सर्वांना त्रास उत्पन्न होतो. तस्मात्, हे साधो, हा क्रोध सोडून द्यावा. आपलेसारखे थोर असे रागावत नसतात. हे सुरेश्वरा, इंद्राणी ही परक्याची स्त्री आहे. तस्मात् कृपा करा, आणि परस्त्रीसेवनरूप पापापासून आपलें मन परतवा. आपलें कल्याण असो. आपण आपल्यास देवराज म्हणवितां, आपण कोणी हलकेसलके नव्हे. तस्मात् सद्धर्मानें प्रजांचें पालन करा."

याप्रमाणें देवांनीं आपलेकडून पुष्कळ सांगितलें, परंतु कामवासनेनें वेडावलेला तो नहुष त्यांचे शब्द मानीना. तो उलट त्यांना

इंद्राला उद्देशून म्हणाला' "देवहो, तुम्ही माझा निषेध करितां, पण तुमच्या पूर्वींच्या इंद्रानें यशस्विनी ऋषिपत्नी अहल्या, घडधडीत तिचा नवरा जिवंत असतां बळजबरीनें भोगिली, त्याचें तुम्हीं कां निवारण केलें नाहीं? त्या इंद्रानें तर कित्येक निर्दयपणाचीं कृत्यें केलीं; कित्येक धर्मविरुद्ध अनन्वित कर्में केलीं; किती ठकबाजीचीं कामें केली; असें असतां त्याचें तुम्हीं निवारण केलें नाहीं; तस्मात् हें तुमचें बोलणें कांहीं उपयोगाचें नाहीं. त्या इंद्राणीनें माझ्या सेवेस सादर व्हावें, यांतच तिचें परम कल्याण आहे; आणि देवहो, अशानें तुमचेंही सदा कल्याण होईल." देव म्हणाले, "हे दिवस्पते, तुझी जर इच्छाच आहे, तर आम्ही इंद्राणी आणून देतों, पण एवढा तुझा क्रोध सोडून दे. हे वीरा, हे सुरेश्वरा, तूं प्रसन्न हो."

देवांचें बृहस्पतीशीं भाषण.

शल्य सांगतोः—हे भरतकुलोत्पन्ना युधिष्ठिरा, असें बोलून, ऋषींसह देव हे नहुषाचें तें अभद्र भाषण बृहस्पतीला व इंद्राणीला कळविण्याकरितां गेले. ते बृहस्पतीला म्हणाले, "हे विप्रेन्द्रा, हे सुरपूज्या, आम्ही जाणत आहों कीं, इंद्राणी आपल्या घरीं आश्रयार्थ आली व आपण तिला अभयवचनही दिलें आहे. तथापि, हे महाद्युते, गंधर्वांसह देव आणि ऋषि आपली विनवणी करीत आहेत, तस्मात् आपण एवढी इंद्राणी नहुषाला द्यावी. नहुष हा मोठा तेजस्वी असून आजकाल देवांचा राजा आहे, व (पहिल्या) इंद्रापेक्षांही अधिक आहे. तेव्हां या सुंदरी वरारोहेनें त्यालाच पति म्हणून वरावें."

धर्मा, देवांचें हें भाषण ऐकून इंद्राणीनें टपाटप डोळ्यांतून टिपें गाळिलीं; व दीन होऊन गळा काढून रडत रडत ती बृहस्पतीला म्हणाली, "हे देवपूज्या, मला तो नहुष पति नको आहे! हे ब्रह्मन्, मी आपल्याला शरण आलें आहें, तेव्हां या महत्संकटांतून आपण माझें रक्षण करा. मला दुसरा कोणी त्राता नाहीं!"

बृहस्पति म्हणतातः—हे इंद्राणि, मी शरणागताला टाकणार नाहीं, हा तर माझा दृढनिश्चय आहे. त्यांतून तूं धर्मनिष्ठ, सत्यनिष्ठ व जिच्या नखालाही कोणी नांव ठेवूं शकणार नाहीं असली पवित्र व स्तुत्य स्त्री आहेस; तुला तर नाहींच सोडणार! स्वभावतःच मी गैर गोष्ट करण्याची इच्छा करीत नाहीं. तशांत मी धर्मज्ञ, सत्यशील, धर्माज्ञा कोणती तें समजणारा, आणि विशेषेंकरून ब्राह्मण आहें, तेव्हां मी हें असलें भलतेंच करणार नाहीं! तस्मात्, हे देवहो, तुम्ही म्हणतां तसें करण्यास मी तयार नाहीं. तुम्ही आपले आलां तसे परत जा. ब्रह्मदेवानें पूर्वीं शरणागताला सोडणाऱ्याविषयीं काय म्हणून ठेविलें आहे तें ऐका. ब्रह्मदेवाचे म्हणण्याप्रमाणें, जो कोणी भयभीत होऊन आश्रयार्थ आपल्याकडे आलेल्याला शत्रूचे तावडींत देतो, त्यानें बी पेरलें असतां तें रोप उगवण्याचा काल आला असतांही रुजणार नाहीं, ऐन वर्षकालीं त्याचे शेतावर पाऊस पडणार नाहीं, आणि प्रसंगीं स्वतःला आश्रय मिळावा अशी इच्छा करण्याची त्यावर वेळ आली असतां त्याला कोणीही त्राता भेटत नाहीं! शरणागताचा त्याग करणारा अन्न खातो तें त्याचे अंगीं लागत नाहीं; तो शेवटीं दुर्बलचित्त होतो, व त्याची हालचाल बंद होऊन तो स्वर्गापासून भ्रष्ट होतो. त्यानें हविर्भाग दिला असतां देव त्याचा स्वीकार करीत नाहींत; त्याची संतति अकालींच मरते; त्याचे पितर नेहमीं स्थानभ्रष्ट असतात;

व इंद्रासह देव त्यावर वज्रप्रहार करितात हें मी जाणत आहें, यासाठीं या इंद्राणीला मी नहुषाच्या स्वाधीन करीत नाहीं. ही शची इंद्राची पट्टराणी व त्याच्या प्रीतींतली स्त्री म्हणून त्रैलोक्यांत गाजलेली आहे; हिला मिळून मी हातची देणार नाहीं. तस्मात्, देवहो, ज्यांत हिचेंही हित असेल व माझेंही असेल, अशी कांहीं गोष्ट सुचेल तर करा.

शल्य सांगतोः—त्या वेळीं गंधर्वांसह देवगुरु बृहस्पतीला म्हणाले, "हे गुरो, आपण म्हणतां ती गोष्ट कोणते प्रकारें नीट तडीस जाईल, त्याची मसलत आपणच आम्हांस सांगा." बृहस्पति ह्मणाला, "मला विचारितां तर या कल्याणी शचीनें नहुषाकडे जाऊन थोड्या वेळाची त्याजकडून सवड मागून घ्यावी. यांत तिचें हित होईल व आपलेंही होईल. कारण हे देवहो, या कालाचे पोटांत नेहमीं अनेक विघ्नें उत्पन्न होत असतात; आणि यामुळें **एखादें संकटाचें काम लांबणीवर टाकिलें म्हणजे मध्येंच कांहीं तरी प्रसंग उद्भवून तें संकट दूर होतें. अशा रीतीनें कालच प्रसंग पार पाडीत असतो.** शिवाय, वरप्राप्तीचे योगानें नहुष हा बलवान् होऊन गर्वानें चढला आहे. तेव्हां त्याचा विनिपात त्वरितच होणार, हें पक्कें समजा; व म्हणूनच मी ही युक्ति सुचवितों."

शल्य सांगतोः—याप्रमाणें त्या देवगुरूनें भाषण केलें असतां देव प्रसन्न झाले व म्हणाले, "हे ब्रह्मन्, सर्व देवांचे कल्याणाची ही आपण खाशी तोड सुचविली. हे द्विजश्रेष्ठा, आपण म्हणतां असेंच होणार. तस्मात् आतां या देवी इंद्राणीचें चित्त प्रसन्न करवावें, हें ठीक." असें म्हणून अग्निप्रमुख सर्वही देवलोकांचें हित व्हावें या इच्छेनें, मन स्वस्थ करून इंद्राणीला म्हणाले, "हे शचि, हें स्थावरजंगम जगत् तूं धारण केलें आहेस. तूं पतिव्रता व सत्यनिष्ठ आहेस; तेव्हां तूं निःशंक नहुषाकडे जा. तुला पाहातांच तो तत्काल तुजविषयीं कामुक होईल व त्वरित नाश पावेल, आणि हे देवि, आपल्या इंद्राला पूर्ववत् देवांचें अधिपत्य मिळेल."

याप्रमाणें ठरतांच, कार्य साधण्याकरितां म्हणून ती इंद्राणी लाजत लाजतच उग्र मुद्रेच्या नहुषाकडे गेली. ती तरुण व सुंदर आहे असें पाहातांच तो पापात्मा मदनविकारानें वेडा होऊन, अतिशय आनंदित झाला!

अध्याय तेरावा.

—०:*:०—

इंद्राणीनहुषसंवाद.

शल्य सांगतोः—नंतर देवराज नहुष इंद्राणीला पाहातांच म्हणालाः—हे सुहास्यवदने, मी तीनही लोकांचा स्वामी आहें. तस्मात्, हे उत्तमांगि, हे सुंदरि, मला पतिभावानें तूं वर." नहुष असें तिला म्हणतांच, वावटळींत जशी केळ कांपावी तशी ती पतिव्रता भयानें उद्विग्न होऊन कांपूं लागली; आणि मस्तकीं अंजलिपुट ठेवून ब्रह्मदेवाला मनोभावें नमन करून, तो उग्रमूर्ति जो देवराज नहुष, त्याला म्हणाली, "हे देवराजा, तूं म्हणतोस तें ठीक आहे. पण माझें केवळ इतकेंच मागणें आहे कीं, मला या कामीं थोडा कालावधि मिळावा. कारण, इंद्राला काय झालें आहे किंवा तो कोणीकडे गेला आहे, हें कांहींच कळत नाहीं, त्यामुळें ही एक जिवामागें धुसधूस राहाणार आहे. म्हणून मी म्हणतें कीं, या कामीं एकदां पुरा शोध करून मी बातमी काढतें; आणि त्याचा आतां थांग लागत नाहीं, असें एकदां झालें, म्हणजे

आपली निघोर तुझ्याचजवळ येतें. हें तुला मी सत्य सांगतें."

इंद्राणी याप्रमाणें बोलतांच नहुष खुष झाला, आणि तिला ह्मणाला, "हे सुश्रोणि, तूं मला ह्मणते आहेस तसें होऊं दे; परंतु त्याची एकदां निश्चित वार्ता समजली म्हणजे मात्र मजकडे यावयाचें या सत्य वचनाला विसरूं नको. मी तुझ्या सत्यावर विश्वासून राहिलों आहें."

नहुषानें याप्रमाणें बोलून तिला सोडितांच ती शुभांगी तेथून जी निघाली ती बृहस्पतीचे घरीं गेली. तेथें त्या यशस्विनीचें भाषण ऐकून, अग्निप्रमुख देव एकाग्रचित्त होऊन, इंद्र कोठें असावा याविषयीं विचार करूं लागले; आणि प्रभावशाली देवाधिदेव जो श्रीविष्णु, त्याला भेटून, भाषणामध्यें निपुण असलेले ते देव मनांत खिन्न होत्साते, श्रीविष्णूला म्हणूं लागले, "हे देवेशा, तूं सर्व जगाचा प्रभु व सर्वांचे आधीं झालेला, तूं आमचा आश्रय आहेस; आणि सर्व भूतांचें रक्षण करण्यासाठींच तूंही विष्णुस्वरूपाला धारण केलें आहेस. तुझ्या बळावर इंद्रानें वृत्रासुराला मारिलें असून, तेव्हांपासून तो देवेश्वर इंद्र ब्रह्महत्येच्या पापानें ग्रस्त झाला आहे. तस्मात्, हे देवगणप्रमुखा, त्याच्या सुटकेची तेवढी आज्ञा द्या."

देवांचें तें वचन ऐकून विष्णु बोलला, "इंद्रानें माझेंच यजन करावें, म्हणजे त्या वज्रधरास मी पापापासून पावन करून घेतों. इंद्रानें पवित्र अश्वमेध करून माझें यजन करावें, म्हणजे तो निर्भय होऊन देवांचें इंद्रत्व पुनरपि पावेल; आणि तो दुष्टबुद्धि नहुष आपल्या कृतीनेंच नाश पावेल. आतां, हे देवहो, थोडा वेळपर्यंत मात्र तुम्ही हें दुःख सावधपणें सहन करा, म्हणजे तुम्ही संकटांतून मुक्त झालांच असें समजा."

श्रीविष्णूची ती शुभ, सत्य व अमृततुल्य मधुर वाणी ऐकल्यावर, ऋषींसह व उपाध्यायासह तें सर्व देवमंडळ, जेथें इंद्र भयानें उदास होऊन लपला होता त्या जागीं गेलें. हे युधिष्ठिरा, मग त्या स्थळीं, ब्रह्महत्येच्या पापापासून पावन करणारा असा अश्वमेध नांवाचा मोठा यज्ञ इंद्रानें स्वतःस पावन करण्याकरितां केला; आणि त्या ब्रह्महत्येच्या दोषाचे भाग करून ते वृक्ष, नदी, पर्वत, पृथिवी, स्त्रिया आणि भूतें इतक्या ठिकाणीं विभागून देऊन, इंद्र हा निश्चित, निष्पाप व स्वतंत्र झाला; परंतु वरदानामुळें असह्य झालेल्या व भूतमात्राचें तेजोहरण करणाऱ्या त्या नहुषाला आपले गादीवर पाहून इंद्र कंप पावला व तो शचीपति पुनरपि कोठें नाहींसा झाला; आणि स्वकालाची प्रतीक्षा करीत तो कोणाच्याही दृष्टीस न पडतां इकडेतिकडे भटकत राहिला.

इंद्र नाहींसा झालासें पाहून इंद्राणी अतिशय शोकाकुल झाली व अति दुःखानें 'हे इंद्रा, हे इंद्रा!' म्हणून ओरडत विलाप करीत बसली. ती म्हणाली, "परमेश्वरा, मीं जर दान दिलें असेल, हवन केलें असेल, गुरूंचा संतोष केला असेल, आणि माझे ठिकाणीं जर सत्य वसत असेल, तर माझें एकभर्तृत्वच अखंड राहो. उत्तरायणामध्यें प्रवृत्त झालेल्या या दिव्य व पवित्र रात्रिदेवीला मी नमस्कार करितें, तिचे कृपेनें माझा एवढा एकभर्तृत्वाचा हेतु सिद्धीस जावो." असें म्हणून शुचिर्भूत राहून तिनें त्या स्थलीं रात्रिदेवीची उपासना केली तेव्हां सत्याचे बलानें व तिचे पातिव्रत्याचे पुण्यानें, तिनें संदेह निर्णय करणाऱ्या उपश्रुति नामक देवतेला हांक मारिली; व ह्मटलें, "जेथें माझा पति देवराज इंद्र असेल, तो देश मला दाखवि, तें पतिरूप सत्यनिष्ठेच्या बलानें माझें दृष्टीस पडूं दे."

अध्याय चौदावा.

—:०:—

इंद्राणीला शक्रदर्शन.

शल्य सांगतोः—नंतर ती उपश्रुति नामक देवी जेव्हां दृश्यरूप धारण करून इंद्राणीचे निकट आली, तेव्हां ती तरुण व रूपसंपन्न अशी देवता पुढें उभी पाहून, इंद्राणी तिचें पूजन करून तिला म्हणाली, " हे सुमुखि, तूं कोण आहेस ? तुला जाणावें अशी माझी इच्छा आहे. " उपश्रुति म्हणते, " हे देवि, मी उपश्रुति नामक देवता तुजजवळ आलें आहें. हे कल्याणि, तुझे सत्यनिष्ठेमुळें मी तुला दृश्य झालें आहें. तूं साध्वी असून मोठी यमनियमशील आहेस, म्हणून वृत्रहंता इंद्र मी तुला दाखवितें. देव तुझें कल्याण करो. मात्र त्वरित माझे मागोमाग चल, म्हणजे तो सुरेन्द्र तुझे दृष्टीस पडेल.

असें म्हणून ती उपश्रुति देवी चालूं लागली असतां इंद्रायणीही तिचे पाठोपाठ गेली. पुष्कळ देवांचीं अरण्यें, अनेक पर्वत व हिमाचल ओलांडून ती त्याच्या उत्तरेच्या बाजूला गेली. तेथून अनेक योजनें विस्तीर्ण अशा समुद्रांत जाऊन, त्यांतील बहुविध वृक्षवल्लींनीं भरलेल्या अशा एका महाद्वीपांत शिरली. तेथें नानातऱ्हेचे पक्ष्यांनीं गजबजलेलें; शंभर योजनें लांब, व तितकेंच रुंद असें एक दिव्य सरोवर तिचे दृष्टीस पडलें. हे भरतश्रेष्ठा धर्मा, भ्रमर ज्यांवर गुंजारव करीत आहेत अशीं हजारों पंचरंगी कमळें त्या सरोवरांत फुललीं होतीं; आणि त्या सरोवराचे बरोबर मध्यावर एक मोठी चांगली कमलिनी होती, व तिच्यावर उंच देठाचें व गौरवर्ण असें एक कमल विकासलें होतें. त्या कमलाचें नाल भेदून ती उपश्रुति त्या इंद्राणीसह त्यांत शिरली असतां त्या नालाच्या एका तंतूंत लपून राहिलेला इंद्र त्यांच्या दृष्टीस पडला. तो प्रभु इंद्र अत्यंत सूक्ष्मरूप घेऊन बसला आहेसें पाहून देवी इंद्राणीनें व उपश्रुतीनेंही सूक्ष्मरूपच धारण केलें. नंतर, इंद्रानें पूर्वीं केलेलीं प्रख्यात प्रशंसनीय कृत्यें त्याला ऐकवून इंद्राणीनें त्याची स्तुति केली. याप्रमाणें शचीकडून स्तुति होत असतां तो पुरंदर इंद्र इंद्राणीला म्हणाला, " तूं येथें काय हेतूनें आलीस ? व मी येथें आहें हें तुला समजलें कसें ? " यावर इंद्राणीनें नहुषाचें वर्तन त्याला कथन केलें. ती म्हणाली, ' स्वामिन्, त्रैलोक्याचें स्वामित्व प्राप्त झाल्यानें तो बलाढ्य नहुष गर्वानें फुगून गेला आणि तो दुष्ट क्रूर मला म्हणाला, ' मजजवळ ये ! ' तेव्हां प्रार्थना केली असतां त्यानें मला थोडीशी मुदत दिली आहे. हे प्रभो, या मुदतींत जर आपण माझें परित्राण न कराल, तर तो दुष्ट मला आपल्या तावडींत खचित नेईल ! हे इंद्रा, या प्रसंगामुळें मी इतकी लगबग तुजकडे आलें. हे दैत्यनाशना, आपल्या खऱ्या रूपानें प्रगट व्हा, आणि, हे महाबाहो, त्या पापबुद्धि क्रूर नहुषाला आपण ठार करून व आपलें पूर्वतेज धारण करून, देवांचें आधिपत्य पूर्वीप्रमाणें चालवा. "

अध्याय पंधरावा.

—:०:—

इंद्राणीचें नहुषाकडे गमन.

शल्य सांगतोः—याप्रमाणें शची भगवान् इंद्राला बोलली असतां तो उलट तिला म्हणाला, " प्रिये, हा पराक्रम करण्याचा वेळ नाहीं. नहुष अजून बलवत्तर आहे. हे कल्याणि, ऋषींनीं हव्यकव्यांचे भाग देऊन त्याचें सामर्थ्य फार वाढविलें आहे. ह्यास्तव, या कामीं मी एक युक्तीच योजणार आहें; मात्र ती तूं शेष-

टास नेली पाहिजे. हे शोभने, ही गोष्ट तूं अति गुप्त ठेविली पाहिजे. कोठें प्रगट करतां उपयोगी नाहीं. हे सिंहकटि, तूं नहुषाजवळ एकटी एकांतांत जाऊन त्याला म्हण कीं, ' हे जगत्पते नहुषा, तुला जर माझी गरज असली, तर तूं ऋषींचे यानांत बसून मजकडे ये. असें केलेंस ह्मणजे मी संतुष्ट होऊन तुझ्या अंकित होऊन राहीन. याकरितां माझी एवढी हौस पुरीव.' "

हे भरतश्रेष्ठा युधिष्ठिरा, याप्रमाणें देवराज इंद्रानें त्या आपल्या कमलनयना स्त्रीला उपदेश केला असतां, 'ठीक आहे' असेंम्हणून ती नहुषाकडे गेली. तिला पहातांच नहुष हर्षानें हंसत हंसतच तिला म्हणाला, "हे सुंदरि, तुझें स्वागत असो; तूं आलीस, मला फार बरें वाटलें. हे स्मितमुखि, तुझी काय आज्ञा आहे? हे कल्याणि, मी तुझे ठिकाणीं अनुरक्त आहें, तेव्हां माझा अंगीकार कर. हे मनस्विनि, तुझी इच्छा तरी काय? हे शुभांगि, तुझी जी कांहीं कामगिरी असेल, ती मी करीन. हे सुश्रोणि, तूं लाजूं नको; संकोच करूं नको; माझ्यावर विश्वास टाकून काय तें मन मोकळें करून सांग. हे देवि, मी सत्याची शपथ घेऊन तुला सांगतों कीं, तूं सांगशील तें मी करीन. यांत अंतर पडणार नाहीं. मी तुझे शब्दाबाहेर जाणार नाहीं!"

इंद्राणी म्हणाली, हे जगत्प्रभो, आपण मला जी मुदत दिली आहे, ती एकदां केव्हां सरते म्हणून मी वाटच पहात बसलें आहें. कारण, हे सुरश्रेष्ठा, तेवढी मुदत सरली कीं तूंच माझा नवरा होणार. कां कीं, इंद्राचा कोठें शोध लागतां दिसत नाहीं. हे देवराजा, प्रस्तुत माझ्या मनांत जें कार्य आहें तें आपण ऐकून ठेवा. हे राजन्, माझी एवढी हौस जर आपण पुरवाल, तर मी आपल्याशीं मोठ्या प्रेमानें बोलेन; आणि शेवटीं आपणाला वश होईन. पूर्वीचे इंद्राजवळ पुष्कळसे घोडे, हत्ती व रथ हीं वाहनें होतीं, तीं मीं पुष्कळ भोगिलीं आहेत. सांप्रत आपण पहिल्या इंद्रापेक्षांही जर अधिक पराक्रमी आहां, आणि नुसत्या दर्शनाबरोबर मोठमोठ्या देवसुरादि सर्वांचेंही जर आपण तेजोहरण करण्यास समर्थ आहां, तर आपलेसंबंधानें माझी आवड अशी आहे कीं, जें विष्णूला नाहीं, शंकराला नाहीं, कोणा देवाला नाहीं किंवा कोणा राक्षसाला नाहीं, असलें अपूर्व वाहन आपणाला असावें. हे विभो, माझी हौस ही आहे कीं, आजपर्यंत कधीं कोणीं वापरलें नाहीं असलें वाहन आपलें असावें; म्हणजे आपण पालखींत बसून मोठमोठ्या महाभाग ऋषींनीं आपल्याला वाहून न्यावें, हें मला आवडतें! आज आपलेपुढें तोंड देऊन उभा राहाण्यास कोणीही वीर्यवान् पुरुष समर्थ नाहीं, असे आपण पराक्रमी आहां. तेव्हां माझ्या अबलेच्या मनची एवढी हौस आपण पुरवावी, अधिक कांहीं माझें मागणें नाहीं!

शल्य सांगतोः—इंद्राणीनें याप्रमाणें नहुषाला सांगतांच नहुषाला आनंदाच्या उकळ्या फुटल्या; व तो सुरपति त्या निष्कलंकेला म्हणाला, "हे सुंदरि, तूं हें अपूर्व वाहन सांगितलेंस खरें! हे देवि, मला तर हें फार आवडलें! तुझ्या म्हणण्याप्रमाणें मी ऋषींचें वाहन करितों! मी तुझा केवळ ताबेदार आहें. तूं तरी मोठी चतुर—पात्र पाहूनच काम सांगतेस! कारण, ऋषींसारख्यांना पालखी वहावयास लावणें हें कर्म क्षुद्रसामर्थ्यवानाच्या हातून होणारें नव्हे. त्याला मजसारखाच पाहिजे. मी मोठा तपस्वी, बलाढ्य आणि भूत, भविष्य व वर्तमान यांवर सत्ता चालविणारा असून, चराचर विश्व माझ्या आधारावर स्थिर आहे. मी जर रागावलों तर हें विश्व क्षणांत

नाहींसें होईल. हे शुचिस्मिते, मी क्रुद्ध झालों असतां देव, दैत्य, गंधर्व, किन्नर, सर्प, राक्षस, किंवा यावत् सर्व लोकही पुरे पडणार नाहींत. नुसती दृष्टि ज्याच्याकडे टाकितों त्याचें तेज मी खेंचून घेतों, हें माझें अतुल सामर्थ्य आहे. तेव्हां तुझ्या सांगण्याप्रमाणें मी करूं शकेन, आणि करीनही ! ह्यांत तूं संदेह ठेवूं नको. हे मोहिनि, सप्तर्षि, तसेच सर्व ब्रह्मर्षि हे मला डोक्यावर वाहून नेतील. तूं माझें माहात्म्य व ऐश्वर्य तर पहा ! "

अग्निबृहस्पतिसंवाद.

शल्य सांगतोः—असें बोलून त्या सुंदरीला बिदा केल्यावर, तो ब्राह्मणांचा अनादर करणारा, बलवान् , मदमत्त व म्हणूनच वाटेल तसें वर्तन करणारा, दुष्टात्मा नहुष, तपश्चर्या करीत बसलेल्या ऋषींकडून आपली पालखी वाहविता झाला ! इकडे, नहुषानें वाटेस लावून दिल्यावर इंद्राणी बृहस्पतीकडे आली व त्याला म्हणाली, " नहुषानें मला दिलेली मुदत आतां अगदीं थोडी बाकी उरली आहे. करितां आपण इंद्राला त्वरित शोधून काढा. एवढी या भक्तावर आपण दया करा. " बृहस्पतीनें तिला म्हटलें, " ठीक आहे; त्या दुष्टबुद्धि नहुषाला तूं भिऊं नको. मी तुला सांगतों, हा नीच मनुष्य आतां फार वेळ टिकत नाहीं, हा गेलाच म्हणून तूं समज ! यानें महर्षींना वाहनाला लाविलें हा मोठाच अधर्म केला आहे ! हा अधर्म त्याचे नाशाला कारण निश्चयानें होईल, हें मी जाणून आहेंच. शिवाय, या दुष्टबुद्धीचा नाश व्हावा म्हणून मी स्वतंत्र यज्ञच करितों आहें; तूं भिऊं नको. देव तुझें कल्याण करो. मी इंद्राचा शोध लावितों ! "

नंतर त्या महातेजस्वी बृहस्पतीनें हुताशन प्रज्वलित करून इंद्रप्राप्त्यर्थ यथाविधि मोठा धडाक्याचा होम केला; आणि, युधिष्ठिरा, त्यानें अग्नीची प्रार्थना केली, ' हे भगवन् ' आपण इंद्राचा शोध लावावा. त्या वेळीं त्या होमकुंडांतून भगवान् हुताशन अद्भुत स्त्रीवेष धारण करून आविर्भूत झाला व बृहस्पतीला दर्शन देऊन तत्काळ तेथेंच अदृश्य झाला. नंतर मनोगतीनें दिशा, उपदिशा, पर्वत, अरण्यें, पृथ्वी व अंतरिक्ष हीं सर्व—डोळ्याची पापणी लवली नाहीं तों—धुंडून तो अग्नि बृहस्पतीजवळ येऊन म्हणाला; " हे बृहस्पते, मीं सर्व कांहीं धुंडिलें; परंतु इंद्र आढळत नाहीं. नाहीं म्हणायाला उदक तेवढें राहिलें आहे; पण तुला ठाऊकच आहे कीं, केव्हांही झालें तरी उदकांत शिरायाला मी इच्छीत नाहीं. कारण, हे ब्रह्मन् , माझी उदकांत गतिच चालत नाहीं; तेथें माझा उपाय नाहीं. करितां दुसरें तुझें काय करूं तें मला सांग. " बृहस्पति म्हणाला; ' हे द्युतिमंता, उदकांत शीर. ' अग्नि म्हणाला, " मी उदकांत प्रवेश करूं शकत नाहीं. तसें केल्यानें माझा नाशच होईल. हे देवगुरो, आपलें कल्याण असो. मी आपल्याला शरण आहें. आपण जाणतच आहां कीं, अग्नि हा उदकापासून उत्पन्न झाला, ब्राह्मणांपासून क्षत्रिय झाले; व दगडांतून लोखंड निघालें; म्हणून अग्नि, क्षत्रिय व लोह यांचें तेज इतर सर्वत्र जरी आपलें सामर्थ्य चालवितें; तरी आपापल्या उत्पत्तिस्थानाचे ठिकाणीं थंड पडतें ! नाहींसें होतें; त्याचें कांहीं चालत नाहीं ! "

अध्याय सोळावा.

—:०:—

बृहस्पतीचें अग्नीशीं भाषण.

बृहस्पति म्हणतातः—हे अग्ने, तूं सर्व देवांचें मुख आहेस. त्यांना दिलेलें हव्य त्यांकडे पोंचविणारा तूंच आहेस. तूं भूतमात्राचे

ठिकाणीं गुप्तरूपानें साक्षीप्रमाणें संचार करितोस. विद्वान् तुला एकरूप अद्वितीय असेंही म्हणतात. पुनः कोणी तुला त्रिविधही म्हणतात. हे हुताशना, तूं जर या जगताला अंगाबाहेर टाकिलेंस, तर तें तत्काळ नाश पावेल. ब्राह्मण तुला नमस्कार केल्यानें, स्वकर्मानें मिळविलेल्या शाश्वत पदाला स्त्रीपुत्रांसह जातात. हे अग्ने, तूंच हव्य पोंचविणारा आहेस व उत्कृष्ट हविही तूं आहेस. क्रतूंमध्यें यज्ञांनीं व सत्रांनीं तुझेंच यजन करीत असतात. हे हव्यवाहना, या तीन लोकांना तूंच उत्पन्न करून, क्षयकाल प्राप्त झाला असतां तूंच प्रज्वलित होऊन जाळून खाक करितोस. हे अग्ने, सर्व लोकांचें उत्पत्तिस्थानही तूंच व शेवटल्या विश्रांतीचा आधारही तूंच. हे अग्ने, विचारी लोक तुलाच मेघ म्हणतात; तुलाच विद्युतूही म्हणतात; आणि ज्वाला ह्या तुजपासूनच उत्पन्न होऊन सर्व भूतांना वाहून नेतात. हे अग्ने, सर्व उदक तुझेच ठिकाणीं सांठविलेलें असून, हें सर्व जगतूही तुझेच ठिकाणीं रहातें. हे पावका, सहजच तुला विदित नाहीं असें त्रिभुवनांत कांहींच नाहीं. सर्वजण आपापल्या उत्पत्तिस्थानाचा आश्रय करितात. यास्तव तूं न भितां उदकांत प्रवेश कर. तुझें सामर्थ्य मी सनातन वैदिक मंत्रांनीं वाढवीन.

याप्रमाणें स्तुति केली असतां, तो ज्ञानवान् व भाग्यवान् अग्नि प्रसन्न होऊन बृहस्पतीला याप्रमाणें उत्तम वाक्य बोलला, ' हे बृहस्पते, मी तुला इंद्र दाखवितों; हें मी तुला सत्य सांगतों. '

देवांचें कमलनालस्थ इंद्राकडे गमन.

शल्य सांगतोः—नंतर तो अग्नि समुद्र, सरोवरें, डबकीं वगैरे कांहीं न वगळतां, उदक मिळून जेथें जेथें होतें तेथें शिरला. जातां जातां, ज्या सरोवरांत इंद्र लपला होता तेथें तो पोंचला. तेथें जाऊनही, हे युधिष्ठिरा, त्यानें त्यांतील कमळन् कमळ शोधिलें. शोधितां शोधितां, कमलतंतूंत लपलेला इंद्र त्याला दिसला. नंतर तेथून झटपट परत येऊन, प्रभु इंद्र हा अणुप्रमाण शरीर धारण करून कमलतंतूचा आश्रय करून राहिला आहे, असें त्यानें बृहस्पतीला सांगितलें. तेव्हां बृहस्पति हा देव, ऋषि, गंधर्व व पुरातन कर्मदेव यांसह इंद्राकडे गेला; व त्या बलमर्दनाची त्यानें स्तुति केली कीं, " हे इंद्रा, तूं मोठा भयंकर नमुचि राक्षस मारिलास; तसाच शंबरासुर व बल या दोन महादारुण पराक्रमी राक्षसांचाही वध केलास. हे शतक्रतो, तूं वृद्धिंगत हो, अवसान धर, आणि सर्व शत्रूंचा उच्छेद कर. हे इंद्रा, ऊठ, कंबर बांध. हे देवर्षि तुजकडे मिळून आले आहेत, ह्यांकडे पहा. महेंद्रा, आजपर्यंत तूं शेंकडों दैत्य मारून लोकांचें रक्षण केलें आहेस. हे जगत्पते देवराजा, तुं यापूर्वी विष्णूच्या तेजानें प्रबल झालेला उदकाचा फेन घेऊन वृत्रासुराचा नाश केलास, सर्व भूतांमध्यें शरणागताचा आदर करणारा व स्तुतीस पात्र असा तूंच आहेस. हे इंद्रा, तूं सर्व भूतांचा आधार आहेस व देवांचें माहात्म्य तूंच वाढविलेंस. हे महेंद्रा, तूं बलाचा अवलंब करून, सर्व लोकांचें रक्षण कर. "

याप्रमाणें स्तुति झाली असतां तो इंद्र आस्ते-आस्ते वाढूं लागला; व आपले पूर्वीचे रूपाप्रत पावून बलवानही झाला; आणि तेथें असलेल्या देवगुरु बृहस्पतीला म्हणाला, " हे गुरो, त्वष्ट्याचा पुत्र जो विश्वरूप नामक बलाढ्य असुर, तो मीं मारिला; तसाच सर्व लोकांचा ज्यानें नाश चालविला होता असा प्रचंड शरीराचा वृत्रासुर तोही मारला. आतां आपली कोणती कामगिरी शिलक राहिली म्हणावी म्हणून आपण सर्व मला येथें धुंडीत आलां ? " बृहस्पति

म्हणाला, "नहुष नांवाचा मनुष्यांचा राजा देव व ऋषिगण यांचे तेजोबलानें देवराज्य पावला असून तो आतां आम्हां सर्वांस फार पीडा देत आहे." इंद्र म्हणतो, "हे बृहस्पते, मनुष्यांना दुर्लभ असें देवराज्य नहुषाला मिळालें कसें? अशी त्याचे अंगीं तपश्चर्या कोणती? किंवा एवढें वीर्य तरी कसलें आहे?"

बृहस्पति सांगतात:—हे इंद्रा, तूं जेव्हां महेंद्रपदाचा त्याग करून गेलास आणि मागें राजा कोणी उरला नाहीं, त्या वेळीं सर्व देवांना भीति पडली; व आपल्याला कोणी तरी इंद्राचें जागीं पाहिजे अशी त्यांनीं इच्छा केली. नंतर सर्व देव, पितर, ऋषि व मुख्यमुख्य गंधर्व मिळून नहुषाकडे गेले व त्याला म्हणाले, 'हे भुवनपालका, तूं आमचा राजा हो.' नहुष त्यांना म्हणाला, 'मी दुर्बल आहें; तुमचा राजा होण्याइतका समर्थ नाहीं. तेव्हां मलाच जर राजा करणें असेल, तर तुम्ही आपलें तप व तेज मला देऊन पुष्ट करा, मग मी राजा होईन.' याप्रमाणें नहुष देवादिकांना बोलल्यावर त्यांनींही त्याचे म्हणण्याप्रमाणें त्याला स्वतपानें व तेजानें वृद्धिंगत केलें, तेव्हां त्याची शक्ति प्रचंड वाढली व तो स्वर्गीतला राजा झाला. त्या दुष्टाला तीनही लोकांचें राज्य प्राप्त झाल्यामुळें तो फार माजला आहे व घोड्याबैलांप्रमाणें महान् महान् ऋषींना आपल्या वाहनाला जोडून सर्व लोकांत फिरत असतो. याचे दृष्टींत जहर भरलें आहे; व कोणी दृष्टीस पडो, त्याचें तेज तो आकर्षून घेत असतो. या त्याच्या सामर्थ्यामुळें यावत् देवही त्याला थरक भितात. कोणी त्याकडे डोळा करून पहात देखील नाहीं; आणि त्याचे भयानें बिचारे गुप्तरूपानें संचार करितात! बा इंद्रा, तूं देखील कधीं त्याच्या दृष्टीस पडूं नको हो. नाहीं तर तो तत्काल तुझें तेज खेंचून घेईल!

शल्य सांगतो:—तो अंगिरस् कुलांतील वरिष्ठ पुरुष बृहस्पति याप्रमाणें जों इंद्राशीं बोलत आहे, तों लोकपाल कुबेर, पुरातन देव सूर्यपुत्र यम, तसाच सोम व वरुण हे मिळून तेथें आले व इंद्राला म्हणाले, "सुदैवानें तूं विश्वरूप व वृत्रासुर या दोघांना मारून, आतां शत्रुरहित झाला असून तुझे शरीराला कोठें कांहीं दुखापत झाली नाहीं, व तूं आनंदांत आहेस असें आह्मी पहातों, हें मोठें भाग्यच समजावयाचें!" यावर इंद्रानेंही आपल्या बाजूनें प्रसन्न मनानें त्या लोकपालांची रीतीप्रमाणें भेट घेतली, व त्यांना उलट कुशलप्रश्न विचारिले. नंतर, नहुषासंबंधानें त्यांचे मनांत भेदबुद्धि उत्पन्न करण्याचे भावनेनें तो त्यांना म्हणाला, "हे लोकपालहो, तो नहुष देवांचा राजा झाला आहे, तो मोठा भयंकर आहे. तस्मात् आपण सर्वांनीं मला त्याचे उलट साहाय्य दिलें पाहिजे!" त्यावर लोकपाल म्हणाले, "हे प्रभो, तो नहुष दिसण्यांत मोठा भ्यासूर असून, त्याचे दृष्टींत विष भरलें असल्यामुळें आम्ही त्याला थरक भितों. आतां तूंच जर त्या नहुषाचा पाडाव करशील, तरच हे इंद्रा, आम्हांला यज्ञांत हविर्भाग मिळेल!" इंद्र म्हणाला, 'तुम्ही म्हणतां असेंच होवो. आजच वरुण, यम, कुबेर या आपणांस माझ्यासह राज्याभिषेक होवो, म्हणजे सर्व देव मिळून आपण त्या घोरदृष्टि शत्रु नहुषाचा पराजय करूं.' त्यावर अग्नि हा इंद्राला म्हणाला, 'इंद्रा, मी तुझें साह्य करितों, पण मला यज्ञांत भाग दे!' इंद्र म्हणाला, 'ठीक आहे. हे अग्ने, तुलाही भाग मिळेल. आजपासून मोठ्या यज्ञांत इंद्र आणि अग्नि या दोघांना मिळून एक आहुति मिळत जाईल, तेव्हां त्यांत अर्ध तुला आलाच.'

शल्य सांगतो:—याप्रमाणें विचार झाल्यावर, पात्रापात्र पाहून वर देणाऱ्या त्या भग-

वान् इंद्रानें कुबेराला सर्व यक्षांचें व संपूर्ण द्रव्याचें यमाला पितरांचें, आणि वरुणाला उदकाचें आधिपत्य दिलें.

अध्याय सतरावा.

—:०:—

नहुषभ्रंश.

शल्य सांगतोः—यांप्रमाणें त्या लोकपालांसह व त्या देवांसह तो बुद्धिमान् इंद्र नहुषाच्या नाशाचा उपाय चिंतीत बसला आहे तों तेथें तपोनिष्ठ भगवान् अगस्त्य दृष्टीस पडले. अगस्त्यांनीं त्या इंद्राचा गौरव करून म्हटलें, "हे इंद्रा, विश्वरूप व वृत्र यांचा वध करून तूं सुदैवानें भाग्याला चढलास हें ठीक आहे. तसेंच, हे पुरंदरा, तुझ्या भाग्याचें जोरानें नहुषही देवराज्यापासून आज भ्रष्ट झाला आहे; आणि हे बलशत्रो, सुदैवानें मी आज तुला हतशत्रु असा पहात आहें! इंद्र म्हणतो, 'महर्षे, आपलें स्वागत असो. मी आपल्या दर्शनानेंच फार आनंदित झालों आहें. आपण कृपा करून माझें एवढें पाद्य, अर्घ्य, आचमनीय व ही गाय यांचा स्वीकार करावा.'

शल्य सांगतोः—नंतर तो मुनिश्रेष्ठ पूजन होऊन आसनावर बसल्यावर, त्या ब्राह्मणोत्तमाला तो इंद्र आनंदित होऊन विचारूं लागला—हे द्विजोत्तमा, तो पापबुद्धि नहुष स्वर्गापासून कसा भ्रष्ट झाला तें आपण मला सांगावें,अशी माझी इच्छा आहे.

अगस्त्य म्हणतातः—हे इंद्रा, तो बलानें उन्मत्त झालेला दुष्ट दुराचरणी नहुष स्वर्गापासून कसा च्युत झाला, ती प्रियवार्ता मी तुला सांगतों, ऐक. हे विजयश्रेष्ठा इंद्रा, महाभाग देवर्षि, तसेच निष्पाप महर्षि हे त्या पापाचरणी नहुषाचा भार वाहतांना अगदीं थकून गेले असतां त्यांनीं त्याला एक संशय विचारला. त्यांनीं त्याला विचारलें कीं, 'हे वासवा, गाईच्या प्रोक्षण, उपाकरण, मारण, इत्यादि संस्कारांसंबंधीं जे मंत्र वेदांत सांगितले आहेत, ते तुला मान्य आहेत कीं नाहींत?' त्यावर, तमानें व्याप्त ज्याची बुद्धि झाली आहे अशा त्या नहुषानें 'मला प्रमाण नाहींत!' म्हणून उत्तर दिलें. तेव्हां ऋषि त्यास म्हणाले, "अधर्माचे ठिकाणीं प्रवृत्त झालेला तूं धर्माला मानीत नाहींस; परंतु आम्हांला तरी ते मंत्र प्रमाण आहेत असें पुराणमहर्षींनीं सांगितलें आहे. अगस्त्य म्हणतात—इंद्रा, तो त्या मुनींबरोबर या प्रश्नासंबंधीं तंडत असतां, त्या अधर्ममूढानें माझे मस्तकाला लाथ लाविली आणि त्यामुळें तो राजा निस्तेज व भ्रष्टभाग्य झाला! नंतर मी अतिशय व्याकूळ होऊन, मोहानें ग्रस्त झालेल्या त्या नहुषाला म्हटलें, 'हे राजा, ज्या अर्थीं पूर्वजांनीं केलेल्या व ब्रह्मर्षींनीं आचरिलेल्या निर्दोष कर्माला तूं दोष देतोस, आणि ज्या अर्थीं तूं माझ्या मस्तकाला लाथ लाविलीस, व ज्यापुढें तुझेसारख्यानें उभें राहणेंही कठिण अशा ब्रह्मतुल्य महर्षींना, हे मूर्खा, घोड्याबैलांप्रमाणें आपली पालखी वहावयास लाविलें आहेस, त्या अर्थीं तूं निस्तेज होऊन तुझा सत्यनाश होवो! तुझे पुण्याचा क्षय झाला आणि पापाचे वृद्धीमुळें तूं स्वर्गराज्यापासून भ्रष्ट झाला आहेस! आतां तूं भूलोकीं जाऊन, घोर सर्पाचें रूप धारण करून, दहा सहस्र वर्षेंपर्यंत हिंडशील; आणि तेवढीं वर्षें पुरीं झालीं म्हणजे पुनः स्वर्गलोक तुला दिसेल. जा!' याप्रमाणें, हे शत्रुमर्दना, तो दुरात्मा देवराज्यापासून भ्रष्ट झाला. हे इंद्रा, तो ब्राह्मणांचा कांटा सुदैवानें उपटला. आतां आपला उत्कर्ष आहे. हे शचीपते, महर्षि तुझी स्तुति

करीत आहेत, तुझे शत्रु पराजित झाले आहेत व तूं इंद्रियांचाही जय केला आहेस. आतां तूं स्वर्गांत चल आणि लोकांचें पूर्ववत् पालन कर.

शल्य सांगतोः—नंतर महर्षिगणांनीं परिवेष्टित व आनंदित झालेले देव, व पितर, क्षय, भुजंग, राक्षस, गंधर्व, देवकन्या, तसेच सर्व अप्सरांचे समूह, सरोवरें, नद्या, पर्वत, समुद्र हे सर्व, हे धर्मराजा, एकत्र मिळून इंद्राला म्हणाले, "हे शत्रुघ्ना, तूं मोठा भाग्याचा! विचारी अगस्त्य मुनींनीं सुदैवानें पापात्मा नहुष स्वर्गांतून भ्रष्ट केला व मृत्युलोकीं सर्प करून टाकिला, हें मोठेंच तुझें सुदैव! आतां तूं खुशाल निष्कंटक राज्य भोग.

अध्याय अठरावा.

—:०:—

शल्याचें दुर्योधनाकडे गमन.

शल्य सांगतोः—गंधर्व व अप्सरांचे समुदाय यांनीं इंद्राची अशी स्तुति केल्यावर सुलक्षण अशा गजेंद्र ऐरावतावर बसून वृत्रहंता प्रभु इंद्र हा सर्व देवांनीं, अप्सरांनीं व गंधर्वांनीं वेढलेला, महातेजस्वी अग्नि, महर्षि बृहस्पति, यम, वरुण व धनपति कुबेर यांसह स्वर्गास गेला. तेथें त्या शतयज्ञ करणाऱ्या देवराजाची इंद्राणीशीं गांठ पडली, तेव्हां त्याला फार आनंद झाला. नंतर तो आपला नित्याप्रमाणें राज्यकारभार पाहूं लागला. कांहीं वेळानें तेथें भगवान् अंगिरा मुनि आले व अथर्ववेदोक्त मंत्रांनीं त्यांनीं इंद्राचें पूजन केलें. तेणेंकरून इंद्र प्रसन्न झाला व त्यानें त्या अंगिरस् मुनींना वर दिला कीं, "अथर्वांगिरस् हें नांव अथर्ववेदांत प्रसिद्ध होईल; म्हणजे अथर्ववेदाचा ऋषि अथर्वांगिरस् असें प्रख्यात होईल; व याला प्रमाण हेंच तुम्हीं म्हटलेलें अथर्ववाक्य! कारण 'यस्य वाक्यं स ऋषिः' अशी परिभाषा आहे. शिवाय तुम्हाला यज्ञांतही हविर्भाग मिळेल." याप्रमाणें अथर्वांगिरसांचा गौरव करून शतक्रतु देवराजानें त्यांना बिदा केलें. नंतर सर्व देव व तपोधन ऋषि यांचीही त्यानें मानमान्यता केली; आणि तो आनंदित होऊन राजधर्मानुसार प्रजांचें पालन करिता झाला. हे युधिष्ठिरा, या रीतीनें साक्षात् स्वर्गाधिपति इंद्रानें स्वभार्येसह दुःखें सोशिलीं, व शत्रूचे वधाची प्रतीक्षा करीत अज्ञातवासांत काळ काढिला. तेव्हां, हे राजेंद्रा धर्मा, तुला महात्म्या बंधूंसह व भार्या द्रौपदीसह घोर अरण्यांत दुःख सोसावें लागलें म्हणून तूं खेद करूं नको. ज्याप्रमाणें वृत्राला मारून महेन्द्राला राज्य मिळालें, तसेंच, हे भरतकुलोत्पन्ना धर्मा, तुलाही मिळेल. ज्याप्रमाणें तो ब्रह्मद्वेष्टा पापबुद्धि दुराचारी नहुष अगस्त्याचे शापाचे तडाक्यांत सांपडून हजारों वर्षें लोळत पडला, त्याप्रमाणेंच, हे शत्रुनाशका, कर्णदुर्योधनादिक दुरात्मे जे तुझे शत्रु, ते त्वरितच नाश पावतील; आणि नंतर, हे वीरा, आपल्या भ्रात्यांसह व या द्रौपदीसह आसमुद्र या पृथ्वीचें तूं राज्य भोगशील. हें **इंद्रविजय** नांवाचें उपाख्यान वेदाला मान्य आहे. ज्या राजाला जय मिळावा अशी इच्छा असेल, त्यानें सैन्यें सज्ज होऊन राहिलीं असतां हें ऐकावें; आणि, हे विजयिश्रेष्ठा, म्हणूनच या वेळीं हें मीं तुला ऐकविलें. कारण, युद्धप्रसंगीं महात्म्यांची स्तुति केली असतां त्यांचें तेज वाढत असतें. हे युधिष्ठिरा, हें प्रस्तुतचें युद्ध म्हणजे दुर्योधनाचे अपराधामुळें व भीमार्जुनांचे बळामुळें होणारा यावत् क्षत्रियवर्गाचा कुलक्षयच होय!

हें **इंद्रविजय** नांवाचें आख्यान जो कोणी नियमस्थ राहून पठन करितो, त्याचें सर्व पाप निर्धूत होऊन तो स्वर्ग जिंकितो व इहलोकीं व परलोकीं आनंदांत असतो. त्याला शत्रूपासून

भय प्राप्त होत नाहीं, किंवा तो मनुष्य निपुत्रिक रहात नाहीं. त्याला कोणतेंही संकट येत नाहीं व त्याला दीर्घ आयुष्य प्राप्त होतें. जिकडेतिकडे त्याचा जयच होतो; त्याचा पराजय कोठेंही होत नाहीं!

वैशंपायन सांगतातः—हे जनमेजया, याप्रमाणें शल्यानें धर्मराजाला धीर दिल्यावर, धर्मनिष्ठांत वरिष्ठ जो धर्मराज, त्यानें शल्याचें यथाविधि पूजन केलें; व शल्याचे भाषणावर तो महाबाहु कुंतीपुत्र युधिष्ठिर मद्रराज शल्याला ह्मणाला, "आपण कर्णाचें सारथ्य करणार हें निश्चितच आहे. तेव्हां त्या वेळीं कर्णाचा तेजोभंग व अर्जुनाची स्तुति करण्यास विसरूं नका, हेंच पुनः शेवटचें सुचविणें आहे." शल्य ह्मणाला, "हे धर्मा, ही गोष्ट तर मी तूं सांगतो आहेस अशीच करणार; पण हीखेरीजही तुझे कल्याणाचें माझेकडून जें कांहीं होईल तें मी करीन."

वैशंपायन सांगतातः—हे वीरा जनमेजया, यानंतर मद्रराजा शल्य कुंतीपुत्रांचा निरोप घेऊन आपले सैन्यासह दुर्योधनाकडे गेला.

अध्याय एकुणिसावा.

—:०:—

पुरोहितसैन्यदर्शन.

वैशंपायन सांगतातः—तदनंतर सात्वत यादवांतील महारथी वीर सात्यकि जंगी चतुरंग सैन्य बरोबर घेऊन युधिष्ठिराकडे आला. त्याचे योद्धे मोठे शूर असून निरनिराळ्या मुलखांतून गोळा झाले होते; व त्यांच्याजवळ नानातऱ्हेचीं आयुधें होतीं; यामुळें त्यांनीं त्या सेनेला विशेष शोभा आणिली होती. परशु, भिंदिपाल, शूल, तोमर, मुद्गर, परिघ, यष्टि, पाश, लकलकीत तरवारी, खड्ग, धनुष्यें यांचे समुदाय व नानातऱ्हेचे बाण हीं सर्व आयुधें तेल लावून चोळून काढलीं असल्यामुळें चमकत होतीं, यामुळें तें सैन्य अक्षय शोभिवंत दिसत होतें. शस्त्रादिकांची काळसर छब व तींत स्वर्णालंकारांची पीतवर्ण लकेर असल्यानें, त्या एकंदर सैन्याला विद्युल्लतेसह असलेल्या मेघाची शोभा आली होती. हे जनमेजया, सात्यकीचें हें एवढें एक अक्षौहिणी सैन्य, परंतु तें युधिष्ठिराच्या एकूण सैन्यांत समाविष्ट होतांच, सागरांत ज्याप्रमाणें एखाद्या क्षुद्र नदीचा मागमूस लागत नाहीं, त्याप्रमाणें कोठच्या कोठें समजेनासें गडप झालें. सात्यकीप्रमाणेंच, चेदिवंशांत प्रख्यात व बलवान् असा धृष्टद्युम्न हा अनुपम तेजस्वी अशा पांडवांकडे एक अक्षौहिणी सेना घेऊन आला. तसाच मगधदेशाधिपति महाबली जरासंधाचा पुत्र जयत्सेन हाही एक अक्षौहिणी सेना घेऊन आला. हे राजेन्द्रा, त्याचप्रमाणें सागराचे आसपासचे प्रदेशांत राहाणारे नानाप्रकारचे योद्ध्यांनीं परिवेष्टित पांड्यही येऊन मिळाला. त्या एकंदर मिळालेल्या सेनासमूहापैकीं त्या पांड्याचें सैन्य बल व उत्तम पोषाख यांनीं युक्त असल्यामुळें फारच प्रेक्षणीय दिसत होतें. द्रुपदाची सेनाही शोभिवंतच दिसत होती. कारण, एक तर तिच्यांत नानादेशांहून आलेले शूर पुरुष होते; व दुसरें—द्रुपदाचे महारथी असे पुत्रही होते. मत्स्य देशांतील लोकांचा राजा सेनानायक विराट हाही डोंगराळ मुलखांतील राजे बरोबर घेऊन पांडवांकडे आला. याशिवाय त्या महात्म्या पांडवांकडे इकडून तिकडून सेना आल्या. सर्व मिळून पांडवांकडे सात अक्षौहिणी सेना जमली. कौरवांशीं युद्ध करण्याला अत्यंत उत्सुक व नानारंगांचे ध्वजपताकांनीं गजबजून गेलेल्या त्या सात अक्षौहिणी पाहून, पांडवांना फार आनंद झाला.

पांडवांप्रमाणें कौरवांकडेही सेना येऊन त्यांस आनंदित करित्या झाल्या. राजा भगदत्त एक अक्षौहिणी सेना घेऊन दुर्योधनाकडे आला. त्याचें तें सैन्य चीन व किरात येथील योद्ध्यांनीं भरलें असल्यामुळें सुवर्णमय दिसत असून, कर्णिकार-(पांगारा) वनाप्रमाणें अप्रवेश्य दिसत होतें. हे जनमेजया, याप्रमाणेंच शूर भूरिश्रवा व शल्य हे दोघेही निरनिराळे एकएक अक्षौहिणी सैन्य घेऊन आले. हार्दिक्य कृतवर्मा हा भोज, अंधक व कुकुर यांसह येऊन मिळाला; त्यानेंही एक अक्षौहिणीच सैन्य बरोबर आणिलें. त्याचे सैन्यांतल्या त्या पायांपर्यंत लोंबणाऱ्या पुष्पमाला घालणाऱ्या शूर सैनिकांच्या योगानें तें सैन्य, मत्तगज क्रीडा करीत असतां जसें वन दिसावें तसें दिसलें. याशिवाय सिन्धु, सौवीर वगैरे देशांत राहाणारे जयद्रथप्रभृति राजे जसे कांहीं पर्वतांना कांपवीतच दाणदाण करीत आले. वाऱ्यानें चाळविल्यामुळें आकाशांत मेघ जसे नानातऱ्हेच्या आकृति धारण करितांना दिसतात, त्याप्रमाणें त्यांची ती सेना बहुरूपी दिसत होती. हे जनमेजया, याशिवाय शक व यवन यांना घेऊन कांबोजाधिपति सुदक्षिण हाही एक अक्षौहिणीसह प्राप्त झाला. त्याचा तो वीरसमूह टोळधाडीसारखा दिसत होता; पण तो कौरवसेनेला येऊन मिळतांच तींतच लपून गेला. माहिष्मती नामक नगरींत वास्तव्य करणारा नील राजा, हातीं नीलवर्ण आयुधें धारण करणाऱ्या व दक्षिण देशामध्यें वास्तव्य करणाऱ्या वीर्यवान् योद्ध्यांसह तेथें आला. प्रचंड सैन्यानें परिवेष्टित असे अवंति देशांतले राजे विंद आणि अनुविंद आपआपल्या बरोबर एक एक अक्षौहिणी घेऊन दुर्योधनाला मिळाले. तसेच सख्खे भाऊ असे पांच शूर कैकय राजे, अक्षौहिणी बरोबर घेऊन दुर्योधनाकडे धांवतच आले, यामुळें त्याला आनंद झाला. हे भरतश्रेष्ठा जनमेजया, याशिवाय झुंजार मोठमोठ्या राजांच्या ठिकठिकाणांहून थोड्या-फार सेना मिळून तीन अक्षौहिणींची भर झाली. एकंदरींत सर्व मिळून दुर्योधनाकडे अकरा अक्षौहिणी जुळल्या. त्यांचे ध्वज चित्रविचित्र रंगांचे फडकून राहिले होते व सर्वही सैनिक पांडवांशीं दोन हात करण्याची वाट पहात होते. याप्रमाणें जेव्हां तें अवाढव्य सैन्य तेथें येऊन लोटलें, तेव्हां त्या हस्तिनापुरांत, एकंदर सैन्यांचें तर नांवच नको—पण सेनेंतले तुकड्यांचे मुख्यमुख्य अधिकारी होते त्यांना देखील पुरेशी रहाण्यास जागा मिळण्याची मोठी मारामार पडली. बाकी एकंदर सैन्याचा पडाव म्हटला तर त्यानें पंचनद, कुरुजांगल, रोहितकारण्य, मरुभूमि, अहिच्छत्र, कालकूट, गंगातीर, वारण, वाटधान व यामुन पर्वत हे सर्व धनधान्यसमृद्ध व विस्तीर्ण प्रदेश पूर्ण व्यापून टाकिले होते. याप्रमाणें तेथें येऊन दाटलेलें तें सर्व सैन्य, द्रुपद राजानें कौरवांकडे पाठविलेल्या पुरोहितानें समक्ष पाहिलें.

संजययानपर्व.

अध्याय विसावा.

--:०:--

पुरोहिताचें भाषण.

वैशंपायन सांगतातः—तो द्रुपदाचा पुरोहित कौरवांकडे जाऊन पोंचला, तेव्हां धृतराष्ट्र, भीष्म व विदुर यांनीं त्याचा सत्कार केला. पुरोहितानें प्रथम, पांडवांकडील सर्व कुशल आहेत, असें सांगून, व पांडवांचे वतीनें कौरवांकडील सर्वांच्या प्रकृति ठीक आहेतना, म्हणून प्रश्न करून, नंतर ते सर्व सेनाधिकारी तेथें जुळले असतां, त्यांमध्यें त्यानें भाषण आरंभिलें, "सभ्यहो, आपण सर्व आज पुरातन कालापासून चालत आलेला शाश्वत राजधर्म काय आहे तो जाणतच आहां. असें असतांना मी जें कांहीं त्याच संबंधानें बोलत आहें, त्यांतला मुख्य हेतु इतकाच कीं, या कामीं तुमचे तोंडचीं अभिप्रायादाखल दोन वाक्यें ऐकावयास सांपडावीं. सर्वांस हें महशूर आहे कीं, धृतराष्ट्र आणि पंडु हे एकाचेच पुत्र; अर्थातच बापाचे मिळकतीवर या उभयतांचा हक्क बरोबरीचाच आहे. त्याप्रमाणें धृतराष्ट्राचे पुत्रांना पितृधनापैकीं त्यांचा आठ आण्यांचा हिस्सा मिळालाही आहे. पांडूचे मुलांना तेवढा पितृधनापैकीं त्यांचे हक्काचा आठ आण्यांचा वांटा मिळाला नाहीं हें कसें! वास्तविक आठ आण्यांचा भाग पांडवांचा असतांना तो धृतराष्ट्रानें त्यांना न देतां कसा दाबून ठेविला, तेंही आपणां सर्वांस विदित आहेच. नुसता वांटा दाबून ठेवूनच कौरव राहिले नाहींत; तर भाऊबंदकीची किटकिटच शिलक नको म्हणून त्यांनीं अनेक वेळां अनेक उपायांनीं पांडवांचा समूळ प्राणघात करण्याचाच यत्न केला. परंत पांडवांची पुण्याई केवळ मंद नव्हे म्हणूनच इतक्याही कचाटांतून ते जिवंत उरले आहेत, कौरवांचे हातून त्यांना मृत्यूचे घरीं पाठविणें बनलें नाहीं! कौरवांनीं वडिलार्जिताचा वांटा त्यांना दिला नाहीं, तथापि पांडवांनीं स्वपराक्रमानें नवीन राज्य संपादन करून तें वाढविलें. परंतु या क्षुद्रबुद्धि धृतराष्ट्रपुत्रांनीं शकुनीला साह्य घेऊन तेंही त्यांजपासून कपटानें हिरावून घेतलें. पुत्रांनीं एक कपट केलें, पण या वृद्ध धृतराष्ट्रानेंही त्या कृतीला आपली संमति देऊन तेरा वर्षेपर्यंत त्यांना घोर अरण्यांत राहावयास लाविलें. अगोदर सभेंत त्या पांडव वीरांनीं स्त्रीसह नाहीं तशी छळणा सोशिली असून, पुढें अरण्यांतही त्यांना नानातऱ्हेचे भयंकर क्लेश सोसावे लागले. वनवास झाल्यावर पुढें विराटाचे घरीं अज्ञातवास! तोही, ज्याप्रमाणें पापी प्राणी पापाचें फलरूप दुःख भोगण्यासाठीं शापादिकांनीं एखाद्या स्वतंत्र नीच योनींत जन्मांतर पावून तें भोगतात, त्याप्रमाणें बिचाऱ्यांना बृहन्नट, बल्लव, सैरंध्री इत्यादिरूप वेषांतरें म्हणजे जशीं काय जन्मांतरें घेऊनच सोसावा लागला! परंतु हें सर्व दुःख पाठीमागें टाकून म्हणजे विसरून, व त्याचप्रमाणें कौरवांचीं सर्व पापकर्में बाजूला ठेवून, ते कुरुवंशजश्रेष्ठ पांडव धृतराष्ट्रपुत्र कौरवांशीं सामना करावा अशी इच्छा धरितात. आपण सर्व स्नेहीवर्गांतलेच आहां. तेव्हां माझी विनंती इतकीच कीं, ही पांडवांकडील हकीकत लक्षांत घेऊन व दुर्योधनाचेंही वर्तन लक्षांत आणून, आपण सर्व सुहृज्जनांनीं दुर्योधनाचें मन पांडवांकडे वळवावें. पांडव झुंजार आहेत, कांहीं कमी नाहींत, तथापि कौरवांशीं युद्ध करण्यास ते इच्छीत नाहींत. तर, लोकांचा नाश न होतां, आपलें आहे तें आपणांस मिळावें, एवढीच ते इच्छा करितात.

दुर्योधनाचा हेतु कदाचित् लढाई जुंपावी असाच असला, तरी तो आपण मनावर घेऊं नये; त्यांत दुर्योधनाचा खचित नाशच आहे. कारण पांडव हे बलाढ्य आहेत; आणि कौरवांशीं झगडावयाला अगदीं एका पायावर तयार अशी सात अक्षौहिणी सेना धर्मराजाजवळ जय्यत उभी आहे; केवळ धर्मराजानें 'हूं' म्हणून लढण्याची आज्ञा देण्याचीच वाट पहाते आहे! या सात अक्षौहिणींशिवाय धर्माकडे सात्यकि, भीमसेन व बलिष्ठ जावळे भाऊ नकुल-सहदेव ह्या असाम्या असल्या आहेत कीं, एकएकटीच हजार अक्षौहिणीला भारी आहे. आणखी काय सांगूं? पण या तुमच्या अकराही अक्षौहिणी एका बाजूला, आणि तो महाबाहु अर्जुन एकटा एका बाजूला, तरी एकट्या सैन्याला तो पुरून उरेल. बरें, यावत् सेनेला एकटा पुरून उरणारा जसा अर्जुन आहे, तसाच त्याचे तोलाचा वीर महातेजस्वी दीर्घबाहु श्रीकृष्ण हा आहे. मला तर वाटतें कीं, एक तर पांडवांकडील सेनेचें आधिक्य, दुसरा अर्जुनाचा लोकोत्तर पराक्रम, व तिसरा श्रीकृष्णाचा मुत्सद्दीपणा, ह्या तीन गोष्टी डोळ्यांपुढें आल्यावर कोणीही शहाणा पांडवांशीं तोंड द्यावयाला धजणार नाहीं. एकंदरींत अशी हकीकत आहे. तेव्हां म्हणणें एवढेंच कीं, आपण धर्माला व आपल्या वचनाला संभाळून, पांडवांना जें कांहीं देणें असेल तें द्यावें. आतां आपण या कामीं वेळ मात्र दवडूं नये."

अध्याय एकविसावा.

—:०:—

भीष्म व कर्ण यांचीं भाषणें.

वैशंपायन सांगतातः—त्या द्रुपद-पुरोहिताचें तें वचन ऐकून, ज्ञानवृद्ध व महातेजस्वी भीष्म त्या पुरोहिताचा गौरव करून, व समयाकडे लक्ष देऊन उचित तें बोलले. भीष्म म्हणाले, "हे ब्रह्मन्, सर्व पांडव श्रीकृष्णासह सुखरूप आहेत ही मोठी आनंदाची गोष्ट आहे. त्याप्रमाणेंच, त्यांना साहाय्यही भरपूर मिळालें आहे, त्या भावांची धर्माचे ठिकाणीं आस्था आहे, धर्माला सोडून वागण्याचें त्यांच्या मनांत नाहीं, आणि कौरवांशीं सख्यच करण्याची त्यांची इच्छा आहे. कौरवबांधवांशीं युद्ध करण्याची नाहीं, ह्या सर्व गोष्टी सुदैवानें फार चांगल्या आहेत; व आपण हें जें कांहीं बोललां तें सर्व खरेंच बोललां यांत शंका नाहीं. मात्र एवढेंच कीं, आपलें बोलणें फार झोंबेसें तिखट होतें; पण मला वाटतें, आपण ब्राह्मण असल्यामुळें तें तसें असावें. पांडवांना प्रथम येथें नगरांत व पश्चात् वनांत कौरवांनीं दुःख दिलें यांत संशय नाहीं; व पित्याचें सर्व धन वास्तविक धर्मानें त्यांचें आहे यांतही भ्रांत नाहीं. किरीटी म्हणजे अर्जुन हा महारथी, अस्त्रविद्येंत निष्णात व बलाढ्य आहे. त्या धनंजयाशीं युद्धांत टिकाव धरण्याला प्रत्यक्ष इंद्रही समर्थ नाहीं, मग इतर धनुर्धाऱ्यांची कशाला वार्ता? तीनही लोकांत तो केवळ एक वीर आहे. ह्या सर्व गोष्टी मला मान्य आहेत."

भीष्म जों असें बोलत आहेत तों उद्धटपणानें त्यांच्या भाषणाला रागारागानें मध्येंच हाणून पाडून व दुर्योधनाकडे पाहून कर्ण बोलला, "हे ब्रह्मन्, आपण बोललां यांतील अमुक एक गोष्ट कोणालाही माहीत नाहीं अशी नाहीं; मग पुनःपुनः तेंच तें बोलण्यांत अर्थ काय? आम्हीं कोणता अधर्म केला? शकुनीनें धर्मराजाला दुर्योधनासाठीं उघड उघड द्यूतांत जिंकिलें, व त्या वेळीं युधिष्ठिरानेंच आपखुषीनें करार केला, व त्या कराराला अनुसरूनच तो अरण्यांत

गेला, यांत आम्हीं त्याला क्लेश दिले ते कसें? आतां तो जो पितृधनाचा वांटा मागतो आहे, तो मात्र त्या कराराला अनुसरून नाहीं. कारण तेरा वर्षें मरण्याचे पूर्वीं ते उघडकीस आले; त्यामुळें त्याचा करारच पुरा झाला नाहीं; आणि मूर्खासारखा मत्स्य व पांचाल यांच्या बळावर नसती मागणी करितो आहे. परंतु, हे ब्रह्मन्, पांडवांचे पराक्रमाला भिऊन म्हणाल तर दुर्योधन पांडवांना राज्याचा चौथा हिस्सा देखील देणार नाहीं, मग अर्ध्याची वार्ता कशाला? धर्मबुद्धीनें म्हणाल तर संपूर्ण पृथ्वीही तो शत्रूला देऊन टाकील! पांडवांनीं गमविलेलें वडिलार्जित राज्य पुनः प्राप्त व्हावें अशी जर ते इच्छा करीत असतील, तर त्यांना त्यांचे प्रतिज्ञेप्रमाणें पुनः वनाचा आश्रय करून तेवढीं वर्षें काढूं द्या. तेवढा काल काढल्यावर त्यांनीं निर्भयपणें दुर्योधनाच्या मांडीवर देखील वाटेल तर डोकें ठेवून पडावें, त्यांच्या केंसाला धक्का लागणार नाहीं! परंतु निवळ मूर्खपणानें अधर्मानें राज्य परत मिळावें ही बुद्धि त्यांनीं धरूं नये. इतक्याउपरही धर्माला फांटा देऊन जर ते पांडव कौरवांशीं युद्ध करावयास पहात असतील तर त्यांची जेव्हां इकडल्या निवडक कुरुवीरांशीं समरांत गांठ पडेल, तेव्हां मग हे माझे बोल त्यांना स्मरतील!"

भीष्म म्हणतातः—हे राधापुत्रा, तुझ्या ह्या नुसत्या बडबडीला घेऊन काय करावें? अरे, एकट्या अर्जुनानें ज्या वेळीं समरांत सहा रथ्यांना पराजित केलें, त्या वेळच्या त्याच्या कर्माची आठवण धर! फजितखोरा, तुझें सामर्थ्य अजून दृष्टीस पडावयाचें का राहिलें आहे? अर्जुनाकडून कितीदां तरी तूं जिंकिला गेला आहेस, आणि त्या त्या वेळीं तुझे कर्तबगारीचा प्रकाश आम्हीं पाहिलाच आहे! माझ्या मतें, हा थोर ब्राह्मण आम्हांला सामोपचारानें जसें सांगत आहे, तसें आम्हीं करावें हें योग्य. असें जर आम्हीं करणार नाहीं, तर तो अर्जुन आम्हांस युद्धांत जेर करून धूळ खावयास लावील ही गोष्ट निश्चित समजा!

वैशंपायन सांगतातः—भीष्मांचे या बोलण्याला धृतराष्ट्रानें संमति देऊन व त्यांचा राग घालवून त्यांना प्रसन्न करून घेतलें; व कर्णाची निंदा करून त्यास म्हटलें, "कर्णा, शंतनुपुत्र भीष्म यांनीं जें आतां भाषण केलें, तें सर्वांशीं आमच्या हिताचें आहे, व पांडवांच्याही हिताचें आहे; इतकेंच नव्हे, तर सर्व जगताचेही हिताचें आहे. आतां मी विचार करून संजयाला पांडवांकडे पाठवितों; व त्यानेंही वेळ न गमावितां त्वरित पांडवांकडे जावें."

नंतर धृतराष्ट्रानें त्या द्रुपदपुरोहिताचा योग्य सत्कार करून त्याला पांडवांकडे लावून दिलें; व संजयाला सभेंत बोलावून त्याशीं असें भाषण केलें.

अध्याय बाविसावा.

—:०:—

धृतराष्ट्रसंदेश.

धृतराष्ट्र म्हणालाः—संजया, पांडव हे उपप्लव्य नगराला आल्याची बोलवा आहे. तस्मात् तूं त्यांजकडे जाऊन त्यांची पूसतपास करून त्यांचा अभिप्राय समजून घे; आणि अजातशत्रु जो धर्म त्याचा गौरव कर. सुदैवानें, तूं आलास तो योग्य वेळींच आलास, हें फार ठीक झालें. हे संजया, पांडवांना

१ नीलकंठ पंडितांनीं येथें "हे धर्मा, तूं स्वस्थानीं परत आलास हें मोठें सुदैव असें म्हणून तूं धर्माचा सत्कार कर" असा अर्थ केला आहे, परंतु त्याला 'इति' एवढ्या पदाचा तोटा पडतो म्हणून तो आम्हीं घेतला नाहीं.

आम्हीं सर्व कुशल आहों म्हणून सांग. बाबा, पांडव हे असत्यापासून दूर रहाणारे, परोपकारी व सज्जन आहेत; आणि म्हणूनच, वास्तविकपणें असल्या कष्टमय वनवासाला ते पात्र नसतांही, तसला वनवास सोसून पुनः परत आले नाहींत तोंच, आमची दुष्ट कृति मनांत न बाळगितां, आमच्याशीं सख्य करण्यास तयार झाले आहेत. हे संजया, माझे डोळ्यांपुढें हे सारे लहानाचे मोठे झाले; पण त्यांनीं म्हणजे कधीं तरी खोटें वर्तन केलें आहे, असें मला मिळून कसें तें आढळलें नाहीं. अरे, या लेंकरांनीं स्वतःच्या बाहुबलानें यावत् संपत्ति संपादन केली असून ती सर्व बिचाऱ्यांनीं मजजवळच आणून दिली. मी आपल्याकडून नेहमीं डोळ्यांत तेल घालून शोधितों आहें, पण या पांडवांना मी म्हणेन एका शब्दानें निंदीन, तर असा कांहीं त्यांचे कृतींत मला दोषच आढळत नाहीं. केव्हांही पहा, ते जें काम करतील तें धर्मार्थाला धरून असावयाचें; केवळ विषयोपभोगाचे लालसेनें धर्मार्थाला झुगारून त्यांनीं सुखाची व प्रिय वस्तूची पाठ कधींही धरिलेली आढळत नाहीं, धैर्यानें व ज्ञानबलानें उष्ण, शीत, तहान, भूक, तशीच झोंप, आळस, क्रोध, हर्ष व अनवधान या सर्वांस जिंकून, ते पांडव धर्मार्थाला अनुसरून वागण्याचाच यत्न ठेवतात. संकटसमयीं ते मित्रांना द्रव्यसाह्य करितात. शिवाय त्यांविषयींचा स्नेह अतिपरिचयानेंही मंदावत नाहीं. योग्यतेनुरूप दुसऱ्याचा मान राखून स्वतःचा मतलब साधण्याचें त्यांचें धोरण असल्यामुळें, या आमच्या अजमीढाचे पक्षांत हा पापी, द्वेषबुद्धि व मूर्ख असा दुर्योधन, व त्याहूनही हलकट असला हा कर्ण हे दोघे वजा करून, त्यांचा द्वेष करणारा असा कोणीही नाहीं. हे दोघे कर्ण व दुर्योधन मात्र सुख व प्रियोपभोग यांचीही पर्वा न धरणाऱ्या त्या पांडवांचें पित्त खवळवीत असतात. पांडव जिवंत असतां त्यांचा भाग हिरावून घेणें शक्य आहे असें जर कोणी मूर्ख सांगेल, तर हा आमचा आरंभशूर (प्रसंगशूर नव्हे!) व विषयसुखाची इच्छा करणारा मूढ दुर्योधन तें मोठें सुदैव मानितो. पण याला असें समजत नाहीं कीं, साक्षात् श्रीकृष्ण, त्याप्रमाणेंच अर्जुन, भीमसेन, सात्यकि, नकुल-सहदेव आणि सृंजय, असलाले वीर ज्या अजातशत्रूचे अनुयायी आहेत त्याचा भाग त्याला युद्धापूर्वीच देऊन टाकणें हें चांगलें. डाव्याउजव्या दोन्ही हातांनीं सारखाच मारा करणारा तो सव्यसाची अर्जुन हातांत गांडीव घेऊन रथावर बसला पुरे, कीं तो एकटाच सर्व पृथ्वी उडवून देईल! आणि त्रैलोक्याधीश महात्मा विजयी श्रीकृष्णही अजिंक्यच आहे. कोणी भोगकाम असोत कीं मोक्षकाम असोत, त्यांना ज्यावांचून उभ्या लोकांत अन्य गति नाहीं, असा जो सर्ववरिष्ठ श्रीकृष्ण, त्याचेपुढें कोण मनुष्य उभा रहाणार! पतंगाप्रमाणें शीघ्रगामी व मेघगर्जनेप्रमाणें सणाणणारे बाणांची सारखी पेर करणाऱ्या त्या अर्जुनानें रथावर बसून केवळ एकट्यानें सर्व उत्तर दिशा व उत्तरकुरुप्रदेश हे जिंकिले. त्याप्रमाणेंच त्या सव्यसाचीनें त्या राजांचें द्रव्य हरण करून द्रविडराजांना तर आपले सेनेमागें यावयास लाविलें. तसेंच आणखी त्या गांडीवधारी अर्जुनानें इंद्रासहित सर्व देवांचा खांडववनांत पराजय करून तें वन अग्नीला अर्पण केलें व पांडवांचे कीर्तीचें मान वाढविलें!

गदा धारण करणारांत भीमाचे तोडीचा कोणीच नाहीं. हत्तीवर बसणाराही त्याचेसारखा अन्य नाहीं. बरें, रथाचे कामांतही हा अर्जुनाहून न्यून नाहीं असें म्हणतात; आणि त्याच्या बाहूंच्या शक्तीचें माप तर दहा हजार

हत्तींचें आहे. शिवाय तो युद्धकलेंत सुशिक्षित असून मोठा वेगवान् व अपराधाची कधींही क्षमा न करणारा असा असल्यामुळें, त्याशीं जर हे वैर करतील तर या क्षुद्र कौरवांना तो तेव्हांच उभे जाळील! प्रत्यक्ष इंद्रही त्याला बलानें युद्धांत जिंकण्यास समर्थ नाहीं.

मनाचे चांगले, बलानें विशिष्ट, हाताचे चलाख, विशेषतः बंधु अर्जुनानें मोठ्या काळजीनें पढविलेले, आणि श्येनपक्ष्याप्रमाणें शत्रुपक्ष्यांना जर्जर करणारे असे ते माद्रीचे दोघे पुत्र शत्रूंची बाकी उरूं देणार नाहींत. भीष्मद्रोणांसारखे वीर ज्यांत आहेत तें हें आमचें सैन्य कांहीं कमी नाहीं हें खरें; तरी पण पांडवांशीं गांठ पडली असतां तें नाहींच असें मी समजतों. त्या पांडवांमध्यें असलेला तो वेगवान् धृष्टद्युम्न तर या कामीं एकटाच पुरे. कारण मी असें ऐकितों कीं, तो सोमकश्रेष्ठ धृष्टद्युम्न अमात्यांसह पांडवांसाठीं जीव देण्यास देखील तयार होऊन त्यांना येऊन मिळाला आहे! तोही राहो, पण तो वृष्णिवंशजश्रेष्ठ श्रीकृष्ण ज्यांचा पुढारी आहे, त्या पांडवांतील युधिष्ठिराशीं कोण टिकणार?

एक वर्षपर्यंत पांडवांशीं ज्याचा सहवास झाला व गोग्रहणकालीं पांडवांनीं ज्याचें कार्य साधून दिल्यामुळें जो त्यांचा केवळ सवंगडी बनला, असा तो मत्स्यदेशाधिपति विराट राजा पुत्रांसह पांडवांचे हितार्थ उद्युक्त असून युधिष्ठिराचे ठिकाणीं त्याची फारच निष्ठा आहे, असें माझे ऐकण्यांत आहे. तसेच ते महाधनुर्धारी पांचजण बंधु पूर्वीं आपलेकडे होते, परंतु कैकय देशांत पाऊल टाकण्याची त्यांना बंदी झाल्यामुळें कैकयांपासून पुनः राज्य हिसकावून घेण्याचे इच्छेनें ते आतांशे पांडवांचे मेळांतच राहातात. राजेरजवाड्यांकडून पांडवांकडे जेवढे मिळून वीर जमले आहेत, तेवढे सर्व शूर, भक्तिमान् व प्रेमळ असून पांडवांचे कार्याला तन-मन-धन अर्पण केलेले व धर्मराजावर अवलंबून राहाणारे आहेत असें ऐकितों. डोंगरकांठीं व दुसऱ्या बिकट प्रदेशीं राहाणारे, कुलानें व जातीनें पृथ्वींत शुद्ध असले योद्धे, तसेच नानातऱ्हेचीं आयुधें धारण करणारे असे जोरकस म्लेंच्छही पांडवांचें कार्य अंगीकारून त्यांना येऊन मिळाले आहेत. सर्व लोकांत श्रेष्ठ, वीर्यानें व तेजानें अप्रतिम, युद्धांत केवळ इंद्राचे तोडीचा असा महात्मा राजा पांड्य बरोबर अनेक शूर योद्धे घेऊन पांडवांचे कार्यार्थ त्यांजकडे आला आहे. द्रोण, अर्जुन, श्रीकृष्ण, कृपाचार्य व भीष्म यांजपासून जो अस्त्रविद्या शिकला आहे म्हणून ऐकितों, व जो कृष्णपुत्र प्रद्युम्नाचे तोडीचा आहे असें म्हणतात, तो सात्यकि तर पांडवांचे कार्यानिमित्त कंकण बांधून उभा आहे, असें ऐकितों. नानातऱ्हेच्या खटपटी करणारे ते चेदि आणि करूषक राजे एकत्र जुळले आहेत. या चेदींमध्यें, सूर्याप्रमाणें प्रकाशणारा, केवळ अग्नीप्रमाणें तेजानें जळणारा, कांतिमान्, युद्धांत अहार्य, सर्व पृथ्वींतील धनुर्धाऱ्यांत श्रेष्ठ असा जो शिशुपाल होता, त्याला, पांडवांची कीर्ति व मान्यता वाढविणाऱ्या कृष्णानें राजसूय यज्ञाचे वेळीं आगाऊ मसलत करून मोठ्या नेटानें तडाक्यास चिरडून टाकिलें; व यावत् क्षत्रियांचा उत्साहभंग करून सोडिला! शिशुपाल असातसा शूर नव्हता; करूषकप्रभृति सर्व राजे त्याचा गौरव करीत असत; आणि ज्याला सुग्रीव अश्व जोडले आहेत अशा रथांत बसून जेव्हां असह्य कृष्ण आला, तेव्हां सिंहाला पहातांच मृगाची त्रेधा होते तशी शिशुपालाखेरीज इतर सर्व राजांची तिरपीट उडाली. शिशुपाल मात्र प्रत्यक्ष कृष्णाशीं द्वैरथयुद्धांत सरशी करावयाची उमेद धरून मोठ्या वेगानें कृष्णावर

चाल करून आला. परंतु कृष्णाचे हातानें तो वध पावून गतप्राण होत्साता, वाऱ्यानें उपटून टाकिलेल्या कर्णिकारवृक्षाप्रमाणें भुईवर आडवा पडला!

संजया, याप्रमाणें पांडवांचे हिताकरितां श्रीकृष्णानें केलेले पराक्रम जे दूतांनीं मला कळविले, ते ऐकून त्या विष्णूचीं सर्व अद्भुत कर्में माझे डोळ्यांपुढें उभीं रहातात आणि माझे मनाला कशी ती शांति वाटत नाहीं! तो वृष्णिकुलसिंह कृष्ण ज्यांचा पुढारी आहे, त्यांपुढें दुसरा कोणीही शत्रु टिकणार नाहीं; आणि ते दोघे कृष्ण एकाच रथावर चढले आहेत हें ऐकल्यापासून तर भयानें माझे हृदयाचा थरकांप होत आहे. हा माझा मंदबुद्धि पुत्र त्यांशीं जर युद्धांत गांठ न घालील, तरच त्याची धडगत आहे. एरवीं, इंद्रविष्णूंनीं दैत्यसेना दग्ध करून टाकिली, त्याप्रमाणें, संजया, हे कृष्णार्जुन सर्व कौरवांना जाळून टाकितील. माझ्या मतें अर्जुन हा इंद्रतुल्य पराक्रमी आहे; आणि वृष्णिकुलोत्पन्न वीर कृष्ण हा तर सनातन विष्णुच आहे. अजातशत्रु युधिष्ठिर हा तेजस्वी असून मर्यादशील व धर्मप्रिय आहे. त्याला दुर्योधनानें इतकें ठकविलें तरी त्यानें विवेकानें मन आवरूनच धरिलें आहे म्हणून ठीक आहे; नाहीं, तर तो जर का रागावेल तर या माझ्या पोरांना भाजूनच काढील! हे सूता, कृष्ण, अर्जुन, भीम किंवा नकुलसहदेव यांनाही मी इतका भीत नाहीं, पण राजा युधिष्ठिर क्रोधानें लाल झाल्याचें ऐकिलें म्हणजे मात्र मला सारखा धाक सुटतो. कारण, तो मोठा तपस्वी व ब्रह्मचर्यानें चालणारा असल्यानें, तो नुसता मनांत संकल्प आणील तर तो तत्काल सिद्धीस जाईल; आणि संजया, आज तो योग्य कारणानें क्रुद्ध झाला आहे, हें पाहून मला फारच धास्ती पडली आहे.

यासाठीं, संजया, मीं पाठविलें आहे म्हणून तूं रथांत बसून सत्वर पांचाल राजाच्या छावणींत जा; आणि धर्माला कुशलप्रश्न करून पुनःपुनः त्याशीं प्रेमानें भाषण कर. तसाच, बापा संजया, वीर्यवंतांत अग्रणी महाभाग कृष्ण याला भेटून तूं माझे नांवानें कुशलप्रश्न कर; आणि 'धृतराष्ट्र हा पांडवांशीं सख्य करण्यास इच्छितो आहे,' असें त्याला कळीव. कारण, सूता, कृष्ण हा ज्ञानी असून पांडवांचे कार्याविषयीं सतत झटत असतो व पांडवांना केवळ आत्म्याप्रमाणें प्रिय आहे. यामुळें, त्यानें कांहींही सांगितलें असतां युधिष्ठिर त्याचा शब्द मोडणार नाहीं. बा संजया, ते एकत्र जुळलेले पांडव, सृंजय, जनार्दन, विराट, सात्यकि, तसेच ते द्रौपदीचे पांचही पुत्र या सर्वांना माझे सांगण्यावरून कुशलप्रश्न कर. हे संजया, जेणेंकरून पांडवांना चेव न चढेल व युद्धावर पाळी येणार नाहीं, असें भारतांना व इतर सर्वांनाही हितावह समयोचित भाषण तूं त्या सर्व राजांसमक्ष कर.

अध्याय तेविसावा.

—:०:—

युधिष्ठिरप्रश्न.

वैशंपायन सांगतातः—धृतराष्ट्र राजाचें तें भाषण ऐकून घेऊन, त्या अमिततेजस्वी पांडवांना भेटण्यासाठीं संजय उपप्लव्य नगरास गेला; आणि तेथें प्रथम कुंतीचा पुत्र राजा युधिष्ठिर याला गांठून व सर्वांआधीं त्याला अभिवंदन करून आनंदानें म्हणाला, "हे राजा, इंद्रतुल्य पराक्रमी असा तूं कुशल असून तुला इतर राजांची साथ फार चांगली आहे हें मी मोठें भाग्य समजतों. विचारी व वृद्ध अंबिकापुत्र धृतराष्ट्र यानें, तुझी प्रकृति ठीक आहेना? म्हणून माझे तोंडीं विचारिलें

आहे. बरें, भीम कुशल आहेना? तसेच पांडवश्रेष्ठ धनंजय व दोघे माद्रीपुत्र क्षेम आहेतना? त्याप्रमाणेंच ती द्रुपदराजकन्या सत्यव्रता वीरपत्नी बिचारी कृष्णा—जिच्या ठिकाणीं तूं कल्याणेच्छु सर्व इष्ट काम पावतोस ती—पुत्रासह कुशल आहेना?"

युधिष्ठिर म्हणतोः—हे गावल्गणपुत्रा संजया, तुझें स्वागत असो. तुला पाहून आम्हांला फार आनंद झाला. हे विद्वन्, मी स्वतः माझ्या बंधूंसह कुशल आहें असें तुला कळवितों. हे सूता, कुरुवृद्ध धृतराष्ट्राची खुशाली आम्हांलाही बहुतां दिवशीं कळली; आणि, संजया, तुझें साक्षात् दर्शन झाल्यानें प्रेमामुळें प्रत्यक्ष धृतराष्ट्राचेंच आज दर्शन झालें असें मी मानितों. पण, संजया, महाबुद्धिमान्, सर्वधर्मज्ञ, विचारी व अत्यंत वृद्ध असे आमचे आजोबा भीष्म खुशाल आहेतना? आणि त्यांची आम्हांविषयीं प्रेमवृत्ति पूर्ववत् आहेना? हे संजया, विचित्रवीर्याचा पुत्र महात्मा धृतराष्ट्र हा पुत्रांसह कुशल आहेना? तसाच तो ज्ञाता प्रतीपाचा पुत्र महाराज बाल्हीकही खुशाल आहेना? तसेच सोमदत्त, भूरिश्रवा, सत्यनिष्ठ शल, पुत्रासह द्रोण आणि विप्रश्रेष्ठ कृपाचार्य हे सर्व महाधनुर्धारी हातींपायीं नीट आहेतना? बाबारे, हे सर्वही मोठे बुद्धिमान्, शास्त्रपरिष्कृतमति व उभ्या पृथ्वींतल्या धनुर्धाऱ्यांत अग्रणी असून या सर्वांचा कौरवांवर फार लोभ आहे; पण त्या लोभाप्रमाणें दुर्योधनादिक त्यांचा योग्य मान राखितातना? बा संजया, धृतराष्ट्राचे दासीचा पुत्र महाबुद्धिवान् युयुत्सु, आणि तो मंदमति दुर्योधन ज्याचा आज्ञाधारक आहे तो दुर्योधनाचा अमात्य कर्ण, हे दोघे क्षेम आहेतना? हे संजया, भरतवंशजांच्या आया, वृद्ध स्त्रिया, स्वयंपाकणी बाया, नोकरांच्या बायका, मुली, सुना, त्यांचे पुत्र, भाचे, बहिणी, नातू, नाती यांच्या मनांत कौरवांविषयीं कांहीं पाप आलें नाहींना? बरें पण संजया, तुमचा राजा पूर्वींप्रमाणें ब्राह्मणांना उपजीविका देण्याविषयीं दक्ष आहेना? निदान मीं जे ब्राह्मणांना भूभाग अग्रहार दिले आहेत, त्यांचा तर तो अपहार करूं पहात नाहींना? धृतराष्ट्र, तसेच त्याचे पुत्र हे ब्राह्मणांची अमर्यादा करणारांना शिक्षा दिल्यावांचून राहात नाहींना? आणि त्याचप्रमाणें, स्वर्गास जाण्याचा केवळ मार्ग असें जें ब्राह्मणांना वृत्तिदान, त्याविषयीं ते हयगय करीत नाहींतना? असें विचारण्याचें कारण एवढेंच कीं, ब्राह्मणपरिपालन हें ब्रह्मदेवानें ह्या जीवलोकांत यशाचें आणि परलोकाची वाट दाखविणारें साधन म्हणून निर्माण केलें आहे; आणि याच्या आड येणारा लोभरूपी दोष जर ते मूर्ख धार्तराष्ट्र आवरून धरीत नसतील तर खचित कौरवांचा सत्यनाश होईल. तसेंच पुत्रांसह धृतराष्ट्र हा आपल्या अमात्यवर्गाला वेतन वेळचे वेळीं पोंचवितोना? नाहीं तर तें अमात्यमंडल बाहेरून कौरवांशीं स्नेहभाव दाखवून अंतर्यामीं त्यांचे वाईटाची इच्छा धरून एकमतानें शत्रूला भेद देऊन त्याचे गुप्त आश्रयानें उपजीविका नाहींना करीत? बा संजया, त्या कौरवांपैकीं कोणीही पांडवांविषयीं वाईट गोष्ट बोलत नाहींतना? निदान अश्वत्थामा, द्रोण गुरु व कृपाचार्य हे तर आम्हांला नांवें ठेवीत नाहींतना? सर्व कौरव मिळून सपुत्र धृतराष्ट्राला 'पांडवांशीं शम कर' म्हणून सांगत असतातना?

बरें, दस्युगण एकत्र जुळलेले पाहून, युद्धांतील म्होरक्या अर्जुनाचें, व त्या गांडीवधरानें धनुष्याची दोरी आकर्ण खेंचून सोडलेल्या व मेघाप्रमाणें गर्जत जाणाऱ्या सरळ

बाणांचें त्यांना स्मरण होतें काय? संजया, मीं तर अर्जुनाहून अधिक किंवा त्याचे तोडीचाही दुसरा कोणी योद्धा पाहिला नाहीं. कारण चांगले तरतरीत धारेचें, घांशीव व पिसें लाविलेले एकसष्ट बाण जो एकाच वेळीं सोडितो, त्याचें हस्तकौशल्य काय सांगावें? बा संजया, तृणयुक्त प्रदेशांत संचार करणाऱ्या मदमत्त हत्तीप्रमाणें संग्रामामध्यें हातीं गदा घेऊन शत्रुसमुदायास कांपवीत इतस्ततः भरारी मारणाऱ्या भीमाची त्यांना आठवण होते काय? कलिंग देशचे योद्धे एका जुटीनें लढण्यास आले असतां डावेउजवे हातांनीं बाण फेंकून ज्या एकट्यानें त्यांना संग्रामांत जिंकिलें, त्या महाबल सहदेवाची त्यांना स्मृति आहे काय? तसेंच, पूर्वी शिबि व त्रिगर्त यांना जिंकण्यासाठीं नकुलाला पाठविलें असतां, संजया, तुझ्यादेखतच ज्यानें सर्व पश्चिम बाजूची बाजूच माझे ताब्यांत आणिली, तो नकुल त्यांचे ध्यानांत आहे काय? गैरमसलत करून घोषयात्रेला निघालेल्या कौरवांचा द्वैतवनांत पराजय झाला असतां शत्रूंच्या तावडींत सांपडलेल्या त्या मूर्खांना भीमसेन व अर्जुन यांनीं सोडविलें, व माद्रीपुत्राचे पाठीशीं भीम, व अर्जुनाचे पाठीशीं (प्रेरक) मी असतां तो गांडीवधारी शत्रूंना हांकून लावून सुखरूप परत आला, त्याची आठवण बुजाली नाहींना? हे संजया, ही मी जी आमच्या पराक्रमांची आठवण देतों आहें, यांतला उद्देश असा आहे कीं, बहुधा आम्हांला दंडच हातीं घ्यावा लागेल; एरवीं नुसत्या सामोपचारानें दुर्योधन हा सुखानें वठणीवर येईलसें दिसत नाहीं, म्हणून सर्व उपायांनीं त्याला जिंकण्यास आम्ही समर्थ आहों, हें त्वां लक्षांत ठेवावें.

अध्याय चोविसावा.

—:०:—

संजयाचें भाषण.

संजय म्हणतोः—युधिष्ठिरा, कौरव, त्यांचे स्वजन व भीष्मांसारखे कौरवप्रमुख यांबद्दल मला कुशल विचारिलेंस, तर ते सर्व कुशलच आहेत. हे पांडवा, दुर्योधनाजवळ पोक्त सज्जन असेही आहेत, आणि दुष्टबुद्धिही आहेत. अरे, दुर्योधन स्वशत्रूंना देखील अन्न देत असतो, मग ब्राह्मणांना दिलेल्या भागांचा अपहार तो कसा करील बरें? आतां तूं दंडाची गोष्ट काढिलीस, पण माझें म्हणणें असें कीं, पूर्वीं त्यांनीं तुम्हांला अपकार केला असूनही जर तुम्ही शांत राहिलां तर आतां तुम्ही त्यांवर दात धरणें हें कांहीं योग्य नाहीं. आपला द्रोह न करणाराचा घात करणें असला हा खाटकाचा तुमचा क्षात्रधर्म आहे, पण तो बरा नव्हे. तुह्मी सरळ चालीचे असतांना पुत्रांसह धृतराष्ट्र जर तुमचा द्रोह करील, तर मित्रद्रोहाचें पाप तो भोगील! बाकी खरें म्हणशील तर, हे अजातशत्रो, म्हाताऱ्या धृतराष्ट्राला पोरांचें करणें पसंत नाहीं. तो मनांतले मनांत पुष्कळ तडफडतो; दुःख करितो; व ब्राह्मण मिळाले असतां, ‘ सर्व पातकांत मित्रद्रोहासारखें घोर पातक नाहीं ’ हेंही त्यांचे तोंडून त्याचे कानीं पडत असतें. त्याला संग्रामासंबंधानें तुझें, जयशाली अर्जुनाचें व शंखभेरी वाजूं लागल्या असतां त्या भीमसेनाचेंही स्मरण होतें. समरांत अढळ व एकसारखा रणांत बाणांचा पाऊस पाडणारे व युद्धांगणांत चारही दिशांना सारखे व्यापून टाकणारे ते महावीर नकुलसहदेवही त्याचे स्मरणांतून गेले नाहींत. धर्मा, तुझ्यासारख्या सर्वधर्मयुक्तालाही जर असह्य संकटें सोसावीं

लागलीं आहेत, तर कोणाही पुरुषाचे नशीबीं पुढें काय संकट ओढवेल, हें सांगतां येणें अशक्यच असें मला वाटतें. यास्तव, हे धर्मराजा, तूं वारंवार दु:खांनीं तावला आहेस, करितां तूंच विवेकानें त्यांच्याशीं सख्य कर. कारण, हे अजातशत्रो, तुम्ही सर्व भाऊ इंद्रतुल्य असूनही भोगेच्छेस्तव धर्माचा मार्ग सोडणारे नाहींं, असा तुमचा लौकिक आहे, इकडे तूं बघ; आणि, धर्मा, हे धार्तराष्ट्र, पांडव, सृंजय व इतरही जुळलेले राजे या सर्वांनाच सुख प्राप्त व्हावें म्हणून विवेकानें तूंच होऊन साम कर. हे धर्मराजा, पुत्र व अमात्य यांसमक्ष तुझ्या चुलत्यानें जो रात्रीं मजजवळ तुला निरोप सांगितला आहे, तो ऐकून घे.

अध्याय पंचविसावा.

--:०:--

धृतराष्ट्रसंदेशकथन.

धर्मराजा म्हणतो:—हे संजया, पांडव, सृंजय, कृष्ण, सात्यकि, विराट हे सर्व जुळले आहेत. तस्मात्, धृतराष्ट्रानें जें कांहीं तुला शिकवून पाठविलें असेल, तें आतां बोल.

संजय म्हणतो:—कौरवांचे कल्याणाची इच्छा मनांत धरून मी जें आतां पुढें भाषण करणार आहें, तें सर्वांनीं ऐकावें म्हणून मी धर्म, भीम, अर्जुन, नकुलसहेदव, शौरी कृष्ण, सात्यकि, चेकितान, विराट, पांचालपति वृद्ध द्रुपद, पार्षत धृष्टद्युम्न आणि द्रौपदी या सर्वांनाही आमंत्रण देतों आहें; कृपा करून सर्वांनीं लक्ष द्यावें. शमाला धृतराष्ट्राचें सर्वांशीं अनुमोदन आहे व म्हणूनच त्यानें मला इतक्या त्वरेनें रथांत घालून आपणांकडे पाठविलें आहे. करितां भ्राते, पुत्र व स्वजन यांसहित धृतराष्ट्र राजानें जो निरोप आपणांस पाठविला आहे, तो आपणांस रुचो व तेणेंकरून शम होवो, इतकीच माझी प्रार्थना आहे. पांडवहो, आकृति, सदयता, सरलता या गुणांनीं तुम्ही संपन्न असून मोठे कुलीन, दयाळू, उदार, भिडस्त आणि कर्मांचा निर्णय जाणणारे असे आहां. सज्जनहो, तुम्हांजवळ प्रचंड सेना आहे व युद्धांत तुम्ही शत्रूला ठार कराल ही गोष्ट खरी, पण माझे मतें युद्धासारखें हीन हिंस्र कर्म तुम्हांला शोभत नाहीं. कारण, तुमचे अंत:करणांत सौजन्यच तसें आहे. बाबांनो, तुमच्यासारख्या निर्मलांनीं यत्किंचित्ही हीनकर्म केलें, तर शुभ्र परीटघडीच्या वस्त्रावर ज्याप्रमाणें बिंदुमात्रही काजळाचा डाग विशेष उठून दावतो, त्याप्रमाणें तें फार ढळढळीतपणें नजरेस येणार आहे! जें कर्म पाप, नरक व सर्वशून्यरूप कुलक्षय याला कारण, आणि अतएव ज्यांत जय होणें हें पराजयासारखेंच आहे, असलें हें युद्धरूप हिंस्र कर्म कोण जाणता कसल्याही प्रसंगीं करण्यास तयार होईल? ज्यांनीं स्वजातीला साह्य केलें आहे, ज्यांच्यापासून कुरुकुलाचा निश्चयानें उत्कर्षच होणार, व लोकापवाद आल्यास तसलें जीवितच जे त्यागण्यास सिद्ध होतात, असे जे तेच धन्य, तेच स्नेही, तेच बंधु! हे पांडवहो, याप्रमाणें घोषयात्राप्रसंगीं कौरवांना तुम्हींच असला धन्यतेचा मार्ग दाखवून दिला असून, तेच तुम्ही जर आज युद्धाचा निश्चय करून व सर्व शत्रूंना मारून विजयी होऊन रहाल, तर तें ज्ञातिवध करून तुमचें जगणें मरणासमानच होणार आहे! इंद्रासहित देव जरी कोणाला साह्य झाले, तरीही त्यांच्यानें केशव, चेकितान, धृष्टद्युम्न आणि सात्यकि असे जर तुम्हांकडे आहेत तर तुमचा पराजय होणें शक्य नाहीं हें उघड आहे. बरें, कौरवही कांहीं कमी नाहींत. ज्याच्याकडे भीष्म, द्रोण, कर्ण,

अश्वत्थामा, शल्य व कृप असून इतरही भूपति आहेत, त्या धृतराष्ट्रपुत्रांच्या प्रचंड सैन्यांशीं प्राणाची आशा बाळगणारा तरी कोणीही तोंड देणार नाहीं! एतावता, दोन्ही पक्ष प्रबल आहेत व रणधुमाळीही यथास्थित माजेल, हें सर्व खरें; परंतु कोणताही पक्ष यशस्वी झाला, तरी, ज्यानें जातिसंहारच होणार असले युद्धांत जय होवो वा पराजय होवो, मला मिळून त्यांत कल्याण दिसत नाहीं. छे पण, मला असली शंका घेण्याचें कारणच नाहीं; कारण, माझी खातरी आहे कीं, जें कर्म धर्मार्थाला सोडून असेल, तें एखाद्या नीचकुलोत्पन्न पुरुषाप्रमाणें पांडव केव्हांही आदरणार नाहींत; आणि म्हणूनच मी पांचालाधिपति वृद्ध द्रुपद व श्रीकृष्ण यांची प्रसन्नता संपादून त्यांना नमन करितों, व हात जोडून आपणां सर्वांस शरण येऊन मागतों कीं, कोणीकडून तरी कुरु आणि सृंजय यांचें कल्याण होईलसें करा! हें माझें मागणें अशा तऱ्हेचें नाहीं कीं, जे वासुदेव किंवा अर्जुन कधींही पतकरणारच नाहींत. कृष्णाचा स्वभाव तर मला ठाऊक आहे. माझ्यासारख्या दीन याचकासाठीं वेळ पडल्यास तो प्राण देखील देईल, मग इतर वस्तूंची कथा काय? ही खुबी मला माहीत आहे, म्हणून जाणूनच मी भीष्मपुरःसर राजा धृतराष्ट्राचें 'या कामीं शांति उत्तम' म्हणून मत आहे तें सिद्धीस जावें याकरितां आपणां सर्वांपुढें हें बोलतों आहें!

अध्याय सव्विसावा.

—:०:—

युधिष्ठिराचें भाषण.

युधिष्ठिर म्हणतोः—संजया, तूं जो इतकी युद्धाची भीति धरून बसला आहेस, तें असें युद्धसूचक माझें कोणतें वाक्य तूं ऐकिलेंस? अरे बाबा, युद्धापेक्षां अयुद्धच चांगलें हें सर्वसंमतच आहे; आणि युद्धावांचून जर इष्टार्थलाभ होत असेल, तर युद्ध करण्याला तयार होईल असा कोण असेल? हे संजया, मनांत जी जी इच्छा येईल ती ती कर्म न करितांच आयती सिद्ध होऊं लागली, तर कोणीही पुरुष कर्म करणार नाहींच. पण इच्छा सिद्धीस जात नसली तरी देखील मला पक्कें ठाऊक आहे कीं, तो प्रथम घे म्हटल्या युद्धासारखा अवघड उपाय न योजितां त्याहून सुलभ व सुखाचा असाच उपाय योजील. अरे बाबा, सुखासुखीं युद्धाची उचल कोण करील? तर देवांचा ज्याला शाप झाला असेल तोच करील; दुसरा करणार नाहीं. पांडवांना सुखाची इच्छा आहे, नाहींशी नाहीं; आणि म्हणूनच ते कर्म करितात. परंतु त्यांचे कर्म करण्यांत व इतर जे इंद्रियसुखांचे मार्गे लागलेले जीव त्यांचे कर्मांत अंतर आहे. ते लंपट जीव दुःख समूळ नाहींसें होऊन सुखच आपणांला व्हावें अशी इच्छा करितात; पांडवांचें तसें नाहीं. पांडव असें मानितात कीं, कर्म तेथून कष्टसाध्य, अतएव दुःखरूपच असणार; परंतु जें कर्म धर्माचे उत्कर्षाला व लोकांचे कल्याणाला कारण होईल तें कष्टमय असलें तरी सुखस्वरूप मानून त्याचा सुखबुद्धीनें आदर करावा. विषयी जिवांची स्थिति पाहातां, कामचिंतन हें त्यांच्या शरीराला खराब करीत असतें. एवढेंच जर ते सोडतील तर त्यांना दुःख करावें लागणार नाहीं. आधींच चेतलेला अग्नि असावा, आणि त्यांत इंधनें टाकावीं, म्हणजे त्याचें बल अधिकाधिकच वाढतें; त्याप्रमाणें, इच्छित विषयाची जों जों प्राप्ति होत जावी, तों तों तद्विषयक इच्छा प्रशांत न होतां घृताचे योगानें वाढणाऱ्या अग्नीप्रमाणें ती अधिकाधिकच चेततें. मी म्हणतों याला दुसरें लांबचें उदाहरण नको. या

धृतराष्ट्राचीच पहा आमच्यासकट म्हटली तरी किती भोगसंपत्ति होती! तथापि तिनें त्याची तृप्ति न होतां आम्हांस त्यानें हांकून लाविलें. बाकी त्याची पुण्याई जबर यांत शंका नाहीं; आमचेंच भाग्य मंद! कारण, आपण होऊन तंटा उभारून त्यांत यशस्वी होणें हें, ज्याचे पदरीं पुण्यसंग्रह त्यालाच साधतें, अन्यास नाहीं; आणि कौरवांनीं होऊन कुरापत काढून आम्हांला वाटेस लाविलें त्या अर्थी त्यांची पुण्याई अधिक म्हटलीच पाहिजे. पुण्याईशिवाय तंट्यांत यश नाहीं. तसेंच सुंदर गायन, पुष्पांचा सुगंध, सुगंधि उटणीं व बहुमोल वस्त्रें हीं पुण्यहीनाला मिळत नाहींत; आणि हीं सर्व तो आजकाल भोगीत आहेच; त्या अर्थी दुर्योधन पुण्यवान् आहे हें उघड आहे. बाकी शरीरांतील अंतरात्म्याला क्लेश देणारी ही विषयेच्छा, जे अबुध ह्मणजे मूर्ख आहेत अशांचेच ठायीं असते; आणि दुर्योधनाहून दुसरा मूर्ख तो कसा असतो? बा संजया, हा तुझा दुर्योधन राजा संकटस्थितींत असतां तींतून पार पडण्यासाठीं दुसऱ्याचे सामर्थ्यावर अवलंबून रहातो; आणि जसे आपण स्वहिताविषयीं दक्ष रहातों तसेंच दुसरे आपल्या हिताविषयीं आहेत असें मानितों, हें बरें नव्हे. उष्णकाळांत तृणानें भरलेल्या अशा अरण्यांत जवळ असलेला अग्नि टाकून देऊन तो वायुवेगामुळें भडकला असतां त्यांतून सुखरूप बाहेर पडूं पाहाणाऱ्या पुरुषाला जशी शोक करण्याची पाळी येते, तशी याची गत झाली आहे. संजया, आजकाल धृतराष्ट्राला पूर्ण वैभव प्राप्त असतांही तो रडतोच आहे, ह्याचें कारण काय? याचें कारण—दुष्टबुद्धि, कुटिल, मूर्ख, गैरमसलती आणि मूढ अशा पुत्राचे तो नादीं लागला आहे हें! अरे, विदुर हा यथार्थ वक्त्यांमध्यें श्रेष्ठ असतां, एखाद्या अयथार्थ भाषण करणाऱ्या शत्रूप्रमाणें दुर्योधन त्याचे भाषणाचा असत्कार करून अधर्मच जोडितो; आणि पुत्राचे मर्जीप्रमाणें वागणारा हा धृतराष्ट्र तर जाणूनबुजून अधर्मांत शिरतो. अरे, काय तरी नवल सांगावें? विदुरासारखा बुद्धिमान्, कुरुकुलाचा हितचिंतक, बहुश्रुत, वक्ता आणि सुशील, पण पुत्रलोभामुळें धृतराष्ट्रानें कौरवांच्या हिताच्या मसलतींत त्याला मान दिला नाहीं; आणि, हे संजया, दुसऱ्याची मानखंडना करणारा, स्वतःला मान इच्छिणारा, मत्सरी, क्रोधी, धर्मार्थाला सोडून वागणारा, दुर्भाषण करणारा, क्रोधवश जे कर्णादि त्यांचे नादानें वागणारा, विषयलंपट, दुष्टांनींच पूजिलेला, शिक्षणास अपात्र, करंटा, दीर्घद्वेषी, मित्रद्रोहीं आणि पापबुद्धि अशा पुत्राचें प्रिय इच्छिणाऱ्या त्या धृतराष्ट्र राजानें पुत्राचे नादीं लागून धडधडीत उघडच्या डोळ्यांनीं धर्मकामाला फांटा दिला! बा संजया, मी द्यूत खेळत असतांना, विदुर इतकें ज्ञानपूर्ण भाषण करूनही धृतराष्ट्रपुत्रापासून प्रशंसा पावला नाहीं, तेव्हांच मीं आपले मनांत गांठ घातली कीं, या कौरवांचें वाटोळें होण्याचा वेळ जवळ आला! हे सूता, कौरव ज्या वेळेपासून विदुराचे बुद्धीनें वागेनातसे झाले, तेव्हांपासूनच त्यांना अडचणी येऊं लागल्या. जोंपावेतों मिळून ते विदुराचे बुद्धीनें चालत होते, तोंपर्यंत त्यांचे राष्ट्राची भरभराटच होत होती. विदुरासारख्या मुत्सद्याला सोडून या द्रव्यलोभी दुर्योधनानें प्रस्तुत मुत्सद्दी कोण केले आहेत ते मी सांगतों, ऐक. पहिला दुःशासन, दुसरा शकुनि आणि तिसरा कर्ण! कां? पाहिलीना कशी याची अक्कल कोणीकडे गेली आहे ती! अशी एकंदरींत आहे तिकडली स्थिति; आणि म्हणून तुझ्या सूचनेप्रमाणें कुरुसंजयांचें उभयपक्षीं कुशल कसें होईल हें मी आपल्याशीं तपासून

पहातों आहें; पण मला कांहीं लाग दिसत नाहीं.

कारण, हें उभयपक्षीं कुशल व्हावें कसें? मुळीं दूरदृष्टि विदुराला धृतराष्ट्रानें काढून लावून दुसऱ्याचें ऐश्वर्य लुबाडून घेतलें; आणि या सर्व पृथ्वीचें निर्वैर सार्वभौमत्व आपणाकडे असावें अशी पुत्रासह धृतराष्ट्र इच्छा धरून आहेच. मी वनांत निघून गेलों असतां माझी संपत्ति देखील जो आपलीच म्हणून समजूं लागला, त्याचे ठिकाणीं तुझ्या सांगण्याप्रमाणें शम करण्याची इच्छा असणें हें निवळ असंभाव्य आहे. बाकी युद्धांत त्यांची दशाच होणार आहे हें तुला सांगून ठेवितों. कर्णाला अशी घमेंड आहे कीं, गृहीतशस्त्र अर्जुनाला आपण युद्धांत जिंकूं. परंतु हा निवळ भ्रम आहे. कारण, आजपर्यंत कितीदां तरी मोठमोठीं रणें माजलीं होतीं, परंतु त्या वेळीं कोठेंही कर्णानें कौरवांचा बचाव केल्याचें आढळलें नाहीं. अर्जुनापरता दुसरा धन्वी कोणी नाहीं, ही गोष्ट कर्णही जाणून आहे; दुर्योधनही ओळखून आहे; द्रोणांलाही माहीत आहे; पितामह भीष्मही समजून आहेत; आणि इतर जे कोणी कौरव आहेत तेही जाणतात. तसेंच, तो शत्रुदमन अर्जुन विद्यमान असतां दुर्योधनाला राज्य कसें कसें मिळालें हें सर्व कौरवांना व एकत्र जमलेल्या इतर सर्व राजांनाही माहीत आहे. असें असूनही, चार हात लांब धनुष्य धारण करणाऱ्या व धनुर्विद्येंत निपुण अशा अर्जुनाला समरांत गांठून पांडवांची राज्यावरची राहिलेली सत्ता उडवून टाकणें शक्य आहे, असें दुर्योधन समजत आहे. पण तुला खरें सांगूं? अर्जुनाच्या गांडीवाचा टणत्कार संग्रामांत कानीं पडला नाहीं तोंच हे धार्तराष्ट्र जिवंत आहेत; आणि दुर्योधनाला आपला हेतु सिद्धीस गेलाच असें वाटतें आहे, तें तरी भीमसेनाला रागावलेला पाहिलें नाहीं तोंवरच! बा सूता, भीमसेन, अर्जुन, नकुल आणि सहनशील वीर सहदेव हे जिवंत आहेत तोंपर्यंत साक्षात् देवेंद्रही आमचें ऐश्वर्य हिरावून घेण्याचें मनांत आणणार नाहीं. हे संजया, पुत्रांसह त्या वृद्ध राजाचे मनांत वेळींच जर हा विचार आला, तर पांडवांचें कोपानलानें धृतराष्ट्रपुत्र दग्ध होणार नाहींत. हे संजया, आह्मांला जे क्लेश पडले आहेत ते तूं जाणतोसच आहेस. तसेंच, कौरव आह्मांशीं पूर्वी कसे वागले आहेत आणि त्या वेळीं त्यांशीं आम्ही कसें वागलों हेंही तुला विदित आहेच. वास्तविक आतां त्याचे शब्द ऐकण्याची सोय उरली नाहीं. परंतु, हे संजया, केवळ तुजकडे पाहून मीं हें बोलगें ऐकून घेतलें. बाकी इतकें झालें तरी देखील पूर्वी मी वागत होतों तसेंच वागावें व तुझ्या म्हणण्याप्रमाणें शांति घ्यावी या गोष्टींना मी कबूल आहें. चला, मी दुसरें कांहीं मागत नाहीं. मला केवळ इंद्रप्रस्थाचें राज्य द्या आणि मग दुर्योधनाला भरतवंशजश्रेष्ठ म्हणून हस्तिनापुरांत मुख्य राजा या नात्यानें खुशाल राज्य करूं द्या.

अध्याय सत्ताविसावा.

—:०:—

संजयाचें भाषण.

संजय ह्मणतोः—हे पंडुपुत्रा, तुझें कोणतेंही करणें सदा धर्माला धरून असतें अशी लोकांत तुझी प्रसिद्धि आहे व माझा समक्ष अनुभवही तोच आहे. तेव्हां माझें ह्मणणें इतकेंच कीं, जीवित हें मोठ्या वेगानें निघून जाणारें, व अशाश्वत असें आहे, इकडे लक्ष देऊन, क्रोधानें कौरवांचा नाश करूं नको. हे अजातशत्रो, कौरव जर युद्धावांचून तुला स्व-

भाग देत नाहींत असें झालें, तर माझें म्हणणें, तूं अंधक आणि वृष्णि यांचे राज्यांत भिक्षा मागून निर्वाह करावा, हें उत्तम; परंतु युद्ध करून राज्य मिळविणें हें बरें नव्हे. अगोदर मनुष्याचें आयुष्य अत्यल्प; तेंही पुनः नेमांतले नसून चंचल व दुःखमय आहे. तेव्हां एवढा कुलक्षय करून राज्य मिळवून तें असें भोगावयाचें तरी किती दिवस? शिवाय युद्धानें ज्ञातिक्षय करून मिळविलेलें राज्य तुमच्यासारख्यांच्या कीर्तीला योग्य नाहीं. तस्मात्, हे पंडुपुत्रा, हें युद्धरूपी पाप तूं मनांत आणूं नको. हे नरेंद्रा, धर्माला विघ्न आणण्याला मूळ कारण ह्या विषयेच्छा, आणि ह्या तर बहुतेकांचे ठिकाणीं चिकटून असतात. परंतु जो बुद्धिमान् मनुष्य आहे तो मुळांतच त्यांचा उच्छेद करून टाकितो व लोकांत निष्कलंक कीर्तीस पात्र होतो. हे पृथानंदना, या लोकीं ही द्रव्यतृष्णा जी आहे, तीच मनुष्याचे बंधाला कारण आहे; आणि तिचा आदर करणाऱ्यांचा मुळीं धर्मच बाधित होतो. यासाठीं, ज्याचे ठिकाणीं खरें ज्ञान उत्पन्न झालें, तो ज्ञाता पुरुष या द्रव्यतृष्णेला फेंकून देऊन, केवळ धर्माचीच कांस धारितो आणि सुख पावतो; आणि तोच कामवासनेनें लसलसणारा पुरुष शेवटीं अर्थापासूनही भ्रष्ट होतो. बा युधिष्ठिरा, शहाणा पुरुष सर्व कर्मांत धर्म श्रेष्ठ समजून त्याचा अवलंब करितो व तेणेंकरून सूर्यासारखा प्रतापशाली होऊन चमकत रहातो. तोच पापबुद्धि धर्महीन पुरुष सर्व पृथ्वीचें राज्य प्राप्त होऊनही दुःखीच रहातो. हे धर्मा, तूं वेद म्हटला आहेस, ब्रह्मचर्य पाळलें आहेस, आणि परलोक श्रेष्ठ समजून तेथील अखंड काळ सुख प्राप्त होण्याकरितां यज्ञादिकांनीं ईश्वराराधन करून दानादिकांनीं ब्राह्मणसंतर्पणही केलें आहेस. इतकेंच नाहीं, तर त्या कामीं तूं आत्मार्पणही केलें आहेस. जो पुरुष निरंतर स्रक्चंदनवनितादि उपभोग्य वस्तु व पुत्रादिक प्रियवस्तु यांच्या नादीं राहून योगाभ्यासाला उपयोगीं पडणारें इंद्रियदमनादिक केव्हांच करीत नाहीं, त्याचे जवळचा वित्तक्षय झाला म्हणजे त्याचे सुखाचीं साधनें नाहींतशीं होतात; आणि कामवासनेचे अनावर वेग तर त्याला आंतून टोंचीतच असतात; आणि मग तो सदैव दुःखांतच लोळत राहातो. त्याचप्रमाणें परलोकावर विश्वास न ठेवणारा जो मूढ पुरुष आत्मानुसंधान न करितां अधर्माचाच आदर करितो, तो मूर्ख मनुष्य देहत्यागानंतर परलोकीं जाऊन तापांतच दिवस काढितो.

या लोकीं तुम्ही पुण्यकर्में करा अथवा पापकर्में करा, त्यांचा परलोकीं नाश न होतां तीं कायमच असतात; फार काय, पण इहलोकींचें पापपुण्य कर्त्याचे पूर्वीं परलोकीं हजर होतें आणि कर्ता त्याचे मागून तेथें जातो. हे धर्मा, ज्यांमध्यें बहुत दक्षिणा द्यावी लागते असल्या यज्ञांतही न्यायानें मिळविलेलें आणि श्रद्धेमुळें ज्याला अत्यंत पवित्रपणा आला आहे असें स्वादिष्ट व सुरस अन्न तूं ब्राह्मणांना दिलेंस. अशा तऱ्हेची तुझी सत्कर्माविषयीं ख्याति आहे. हे पृथानंदना, मेल्यानंतर परलोकीं कोणतेंही कार्य करितां येत नाहीं, काय करणें तें या कर्मभूमीमध्येंच केलें जातें. करितां शहाणे येथेंच उभयलोकसाधक धर्माचरण करीत असतात; आणि तूंही, थोरांनीं ज्याची अतिशय प्रशंसा केली आहे असें परलोकीं तुझें कल्याण करणारें अद्भुत पुण्यकर्म केलें आहेस. प्राणी एकदां हा लोक सोडून परलोकीं गेला म्हणजे त्याला तेथें जरा नाहीं; मृत्यु नाहीं; भय नाहीं; क्षुधातृषा नाहीं; किंवा कोणतेंही मानसिक दुःख नाहीं. केवळ इंद्रियांची तृप्ति करणें, यापलीकडे त्याला दुसरा

व्यवसाय नाहीं. आपल्याला तर असलें इंद्रियतृप्तिकारक परंतु नश्वर असें कर्मफल प्राप्त व्हावें अशी इच्छा नाहीं; आणि तुलाही माझें हेंच सांगणें आहे कीं, क्रोधजन्य नरक आणि हर्षजन्य स्वर्ग या कोणत्याही लोकाची जेणेंकरून चिरकाल प्राप्ति होईल असलें कर्म तूं जोडूं नको; तर मोक्षार्थ योगाभ्यास कर. हे राजा, तुझ्या ज्ञानबलाचे योगानें तुझा कर्मक्षय होण्याचा समय आला आहे, म्हणजे तूं बहुतेक कृतार्थ झाल्यासारखाच आहेस, हें खरें; तथापि सत्य, दम, ऋजुता आणि दया हीं तूं सोडूं नको. तुला कालमापनाला कांहीं साधन पाहिजे तर अश्वमेध, राजसूय व इतर याग हे करीत रहा. टाकूं नको; परंतु युद्धासारखे पापकर्माचे वाऱ्याला देखील इतउत्तर उभा राहूं नको.

हे पांडवहो, जर द्वेषबुद्धीनें असलें गोत्रवधरूप पातक तुम्ही करणार असाल, तर तुम्ही दीर्घकाळ दुःखांतच वनामध्यें वास करणें हेंच ठीक. बंधुवधाची जर तुम्हांला इच्छा असेल, तर दुर्योधनानें तुम्हांला वनवासाला धाडिलें हा त्याचा धर्मच झाला असें म्हटलें पाहिजे; म्हणजे त्यामुळें इतके दिवस तरी बंधुवध टळला! बाकी, गोत्रवध करावा हेंच जर तुम्हांला इष्ट होतें, तर तुम्हीं विनाकारण इतकीं वर्षें तरी वनांत हाल कां सोशिले? तुम्ही वनांत न जातां राज्य हिसकून घेऊन स्वस्थ बसावयाचें. हें सैन्य तुमचे ताब्यांत होतेंच; शिवाय, हे युधिष्ठिरा, तुझे सचिव नेहमीं तुझ्या आज्ञेंत होतेच; बरें, जनार्दन, वीर सात्यकि, मत्स्यराजा, सपुत्र रुक्मरथ, शत्रूवर प्रहार करणाऱ्या अशा पुत्रांसहित विराट, आणि तूं पूर्वीं जिंकलेले राजे यांनींही तुझेच पक्षाचा आश्रय केला असता. तुला प्रथमपासूनच भल्याभल्यांचें साहाय्य होतें. शिवाय तूं स्वतः तेजस्वी व बलवान् असून कृष्णार्जुनांचे जोडीचें तुला पाठबळ! तेव्हां रंगमंडपांतच तूं त्या वेळीं मुख्य शत्रूंचा वध करून दुर्योधनाचा गर्वनाश करूं शकतास. असें असतांही, धर्मा, आज तेरा वर्षें स्वतः वनांत हाल काढून व तितक्या काळांत शत्रूचे सैन्याला वाढूं देऊन, आणि आपले साहाय्यकर्ते कमी झाल्यानंतर आतां तूं वेळ निघून गेल्यावर युद्धाचा विचार मनांत आणितोस, ह्या करण्याला काय म्हणावें? हे पंडुपुत्रा, कधीं कधीं युद्धाला गेल्यानें अज्ञ किंवा अधर्मज्ञही दैवयोगानें ऐश्वर्यास चढतो; आणि त्याचे उलट, शहाणा व धर्मज्ञ असूनही कांहीं न करितां स्तब्ध बसून राहिला तर ऐश्वर्यापासून दूर होतो!

हे युधिष्ठिरा, अधर्माकडे तुझे मनाची प्रवृत्ति नाहीं; व क्रोधावेशानें तूं कधीं पापकर्म केलेलें नाहीं. असें असून, सांप्रत तूं जें हें तुझ्या ज्ञानाला न शोभणारें असें हिंस्र कर्म करण्याचें योजिलें आहेस, त्यांत तुझा मतलब तरी काय? हे महाराजा, क्रोध हा कसा आहे म्हणशील, तर व्याधीवांचून तोंड कडू करणारा, माथेशूळ उठविणारा, कीर्तीचा नाश करणारा आणि शेवटीं पापरूप फल देणारा असा आहे. दुर्जन यास गिळूं शकत नाहींत, तथापि सज्जन यास गिळतात, त्याचें कांहीं चालूं देत नाहींत. तस्मात् तूंही याला गिळून टाक आणि थंड हो. पापकर्म हाच ज्याचा परिणाम आहे असल्या त्या क्रोधाची कोण शहाणा इच्छा करील? तुझ्यासारख्याला राज्यभोगांपेक्षां क्षमाच अधिक भूषणावह आहे. बा पृथानंदना, तूं युद्धानें राज्य मिळवूं पाहातोस खरा, पण त्यांत शान्तनव भीष्म मारला जाणार, पुत्रासह गुरु-द्रोण मारला जाणार, कृप, शल्य, सौमदत्ति, विकर्ण, विविंशति, कर्ण आणि दुर्योधन वध पावणार हें उघड आहे. मग अशाअशांचा प्राणघात करून जें तुला सुख मिळणारें आहे

तें असें आहे तरी कसलें तें मला सांग तर खरें ! बाबा, ही समुद्रवलयांकित पृथ्वी जरी तूं मिळविलीस, तरी जरा, मृत्यु, इष्ट, अनिष्ट, सुख, दुःख हीं मिळून तुला सुटलीं नाहींत. हें जर तूं जाणीत आहेस. तर, हे बुद्धिमंता, तूं युद्ध करूं नको. कदाचित् तुझ्या जवळच्या-च्या मर्जीकरितां या प्रकारचें कर्म तूं करूं इच्छितोस असें असेल, तर तें कर्म त्यांजकडे-सच सोंपवून तूं दूर सर. पण, बाबा, असलें हिंस्र कर्म करून, तूं अर्चिरादि देवमार्गापासून भ्रष्ट होऊं नको, एवढेंच तुजजवळ मागणें आहे.

अध्याय अठ्ठाविसावा.

—:०:—

आपद्धर्मकथन.

युधिष्ठिर म्हणतोः—हे संजया, कर्मांत धर्म श्रेष्ठ हें जें तूं म्हणालास तें निःसंशय सत्य आहे. पण माझें म्हणणें इतकेंच कीं, मी धर्मानें वागतों आहें किंवा अधर्मानें वागतों आहें हें अगोदर नीट पाहून मग तूं मला दोष दे. बाबा, कांहीं ठिकाणीं वस्तुतः अधर्म धर्माचें रूप धारण करितो, कांहीं ठिकाणीं सर्व धर्म अधर्मरूपच दिसतो आणि कोठेंकोठें धर्म-रूपानेंच धर्म असतो, असे धर्माच्या आविर्भावाचे तीन प्रकार आहेत; आणि जे खरे पंडित आहेत तेच मोठ्या अकलेनें यांतील भेद ओळखितात, इतरांस ओळखत नाहीं. पहा बरें, कोणी दांभिक जारणमारणादि अधर्मानुष्ठानें करीत असतांही, लोक त्यांना धार्मिक समजतात; बरें, दत्तासारखे अवधूत रागद्वेषरहित उत्तम धार्मिक असतां त्यांनीं उन्मत्त पिशाचवृत्ति धारण केली असल्यामुळें त्यांस प्राकृत हे धर्मभ्रष्ट समजतात; आणि वसिष्ठादिकांना मात्र जसेच्या तसेच म्हणजे धार्मिकच समजतात; असे तीन प्रकार आहेत. बा संजया, ही कर्माकर्ममीमांसा[1] फार गहन आहे. सरळ मार्ग म्हटला म्हणजे चारही वर्णांनीं श्रुतीनें लावून दिलेलीं विशिष्ट कर्में आचरणें हा त्या त्या वर्णाचा खरा धर्म. जसा ब्राह्मणांचा अध्ययनादि; क्षत्रियांचा शौर्यादि; वैश्यांचा कृष्यादि; व शूद्रांचा सेवादिक. असें जरी खरें, तरी या जगांतून कधींही नाहींतसे न होणारे धर्म आणि अधर्म हे स्थितिपरत्वें त्याच कर्मांचे ठिकाणीं संभवतात. उदाहरणार्थ, ब्राह्मणानें क्रयविक्रय करणें हा संकट नसतां अधर्म आहे, परंतु निर्वाहच होत नसेल तर अशा आपत्कालीं तोच त्याला धर्म होय. या रीतीनें परस्पर वर्णांच्या क्रियांचा विपर्यास होतो व स्थितिभेदानें तीच क्रिया धर्मरूपवतीच अधर्मरूप मानिली जाते. मात्र आद्यवर्ण जो ब्राह्मण, त्याचें कर्म विपत्तींतही इतर वर्णांना धर्म्य होत नाहीं. उदाहरणार्थ, विपत्तींतही क्षत्रियाला किंवा वैश्याला वेदाध्यापन करून पोट भरणें विहित नाहीं. असो; हे संजया, असला हा आपद्धर्म काय आहे तें मी तुला सांगतों, समजून घे.

शास्त्रविहित उपजीविकेचें साधन नष्ट झालें असतां, त्या विपन्न पुरुषानें, जेणेंकरून वर्णाश्रम-धर्मविहित कर्म संपादितां येईल असल्या अन्य साधनांचाही अवलंब करावा. परंतु, संजया, उपजीविकेचें विहित साधन असूनही आपद्धर्मा-प्रमाणें चालणारा, आणि आपत्तींत असूनही आपद्धर्माप्रमाणें न चालणारा हे दोघेही निंदेस पात्र होत. तस्मात्, आम्हीं पूर्वीं एकचक्रा नगरींत भिक्षा मागितली त्याप्रमाणेंच आतांही अंधक आणि वृष्णि यांचे राज्यांत भिक्षा मागून रहा पण युद्ध करूं नका, असा जो तूं आम्हांस उपदेश करितोस तो चुकीचा आहे.

---

१ किं कर्म किमकर्मेति कवयोप्यत्र मोहिताः
(भगवद्गीता अ० ४ श्लो० १६.)

तेव्हां भिक्षा न मागणें अधर्म होता, आतां युद्ध सोडून भिक्षा मागणें हा अधर्म होतो. करितां तसें करितां येत नाहीं. शास्त्रानें आपत्कालीं जरी अन्य वर्णाचे वृत्तीचा आश्रय करावा म्हणून सांगितलें आहे, तरी तें तेवढ्या कालापुरतेंच आहे; सदा नाहीं; हा अभिप्राय ब्रह्मदेवानें ब्राह्मणांचा नाश न व्हावा या हेतूनें, आपत्कालीं अन्य साधनांचा अवलंब करणारे ब्राह्मणांना तदंतीं प्रायश्चित्त सांगितलें आहे, यावरून स्पष्ट होत आहे. आपद्धर्म सर्वकालिक विहित असता तर प्रायश्चित्ताचें कारण नव्हतें. तस्मात्, हे संजया, विपत्कालीं आम्हीं भीक मागितली हाही धर्मच झाला, आणि आतां आम्हीं युद्ध करणें हाही पण धर्मच आहे; करितां यांत दोषास्पद कांहींच नाहीं. याचे उलट प्रकार जर आढळले, तर मात्र तूं आम्हांस खुशाल दोष दे. बाबारे, अखंड भिक्षावृत्ति ही मनाचा नाश करून हृदयग्रंथीचा भेद करण्याचे खटपटीस जे लागले, अशांना विहित धरली आहे; ती देखील सज्जनांचे ठिकाणीं. याखेरीज जे म्हणजे जे ब्राह्मण नाहींत किंवा ज्ञानान्वेषणांत गुंतले नाहींत, त्यांनीं आपापल्या वर्णविहित कर्मानेंच निर्वाह करणें प्रशस्त. बा संजया, माझे पूर्वज म्हणजे बाप, आजे, पणजे आणि त्यांच्याही पलीकडले निपणजे वगैरे मोठमोठाले ज्ञानान्वेषी व कर्मसंन्याशी होऊन गेले; तथापि, मी म्हणतों हाच त्यांचा मार्ग होता. आणि ज्या अर्थी मी त्यांना पूज्य मानणारा आहें, त्या अर्थी मलाही दुसरा मार्ग मान्य नाहीं.

हे संजया, या पृथ्वींत जेवढें मिळून द्रव्य आहे ते, तसेंच देवांचें आणि त्यापलिकडे असुरादिकांचें जें द्रव्य आहे तें सर्वही मला अधर्मानें मिळूं लागलें—फार काय, अधर्मानें प्रजापतिलोक, स्वर्गलोक किंवा ब्रह्मलोकही मिळूं लागेल तरी मी त्यांची इच्छा करणारा नाहीं, हें तूं पक्कें समज. आतां मला पुसशील तर मी सामालाही कबूल आहें आणि युद्धालाही आहें; परंतु दोन्ही गोष्टी तर एकत्र संभवत नाहींत. कोणती तरी एक साधेल. तेव्हां ज्या अर्थी सामाला मी नाकबूल झाल्यानें निंद्य होईल किंवा युद्ध केल्यानें माझी स्वधर्महानि होईल (असें तुझें मत आहे), त्या अर्थी याचा उलगडा श्रीकृष्णानेंच सांगावा. कारण, श्रीकृष्ण हा धर्माधीश, कुशल, नीतिमान् ब्राह्मणांचा उपासक व विवेकशील असून महाबलाढ्य अशा अनेक क्षत्रियांवर व भोज देशांतील राजांवर सत्ता चालवीत असून मोठा यशस्वी आहे; आम्हां उभय पक्षांचाही हितचिंतक आहे; व त्याच्या शब्दाबाहेर जाणारा येथें कोणीच नाहीं. हा सात्यकि, हा चेदि, तसेच हे अंधक, वार्ष्णेय, भोज, कुकुर, सृंजय इत्यादि सर्वच राजे, कृष्णाचे मताप्रमाणें वागणारे असल्यामुळें शत्रूंचा निग्रह करून मित्रांना आनंद देण्यास समर्थ झाले आहेत. तसेच वृष्णि-अंधक-उग्रसेनप्रभृति मोठें ऐश्वर्य भोगणारे यादव; विचारी, सत्यनिष्ठ, बलाढ्य व इंद्रतुल्य आहेत तरी त्यांचा मार्गदर्शक कृष्णच आहे. हा काश्य बभ्रु इतक्या उत्तम वैभवास चढला याचें कारण, कृष्णाला भाऊ समजून त्याचे आज्ञेंत तो वागतो आणि ग्रीष्मान्तीं मेघ ज्याप्रमाणें जलवृष्टिरूपानें प्रजांचें इष्टकाम पुरवितो, त्याप्रमाणें वासुदेव सतत त्याच्यावर इष्ट वस्तूंचा जणों पाऊस पाडीत असतो हेंच. सारांश, बा संजया, हा केशव अशा तऱ्हेचा आहे. हा विद्वान् असून, अमुक कर्माचें फल अमुकच होणार हें याला निश्चयानें कळतें. बरें, तो आमचा आवडता असून साधूंत श्रेष्ठ आहे, तेव्हां त्याचे शब्दाबाहेर मी जाणार नाहीं; त्यानें काय तें सांगावें.

अध्याय एकुणतिसावा.

—:०:—

श्रीकृष्णाचें भाषण.

श्रीकृष्ण म्हणतातः—हे संजया, या पांडवांचा नाश होऊं नये, यांचा उत्कर्ष व्हावा, व यांना प्रियप्राप्ति व्हावी, अशी मी इच्छा करीत असतों. त्याचप्रमाणें, बहुपुत्र धृतराष्ट्राचीही वृद्धि व्हावी अशीच माझी इच्छा आहे. नेहमीं माझ्या मनांत येतें कीं, " बाबाहो, शांति धरा. " ह्यापलीकडे यांना दुसरें कांहीं सांगू नये. बरें, राजा धृतराष्ट्रालाही शांति प्रिय आहे असें माझ्या कानीं येतें; आणि मला ही गोष्ट मान्य आहे हें तर मी पांडवांसमक्षच सांगतों आहें. बाबा, खरें म्हणशील तर धर्मराजानें राज्याचे कामीं दुर्घट अशी शांति आजपर्यंत धारण केली. असें असतां अजूनही जर पुत्रांसह धृतराष्ट्र त्याविषयीं साभिलाषच आहे, तर या उभयतांचा कलह कां बरें माजणार नाहीं? तूंच सांग. हे संजया, मी किंवा युधिष्ठिर केव्हांही धर्माला सोडून वागल्याचें तुला माहीत नाहीं. असें असतांना, धैर्यानें स्वकर्मपालन करणाऱ्या आणि यथाशास्त्र कुटुंबांत राहाणाऱ्या युधिष्ठिराला धर्मलोप केल्याचा जो तूं पूर्वीं दोष दिलास तो काय म्हणून?

बा संजया, " कोणाचा द्रोह न करितां, पवित्र राहून शुद्ध अशा स्थलीं वेदाध्ययन करीत कुटुंबांतच रहावें. " अशी या कामीं शास्त्राज्ञा स्पष्ट आहे, तरीही जाणत्या ब्राह्मणांतही याविषयीं निरनिराळीं मतें आहेत. कोणी म्हणतात, ' कर्मानेंच परलोकप्राप्ति होते; ' कोणी म्हणतात, ' कर्मत्यागपूर्वक ज्ञानानेंच होते. ' असें जरी आहे तरी, ही गोष्ट कोणालाही कबूल केलीच पाहिजे कीं, विद्वान् झाला तरी भक्ष्यभोज्य पदार्थ खाल्ल्यावांचून कांहीं त्याची तृप्ति होत नाहीं; आणि ब्रह्मवेत्ते संन्याशी झाले तरी त्यांना गृहस्थाकडे भोजन शास्त्रानें विहित आहे. कर्माला साधक ज्या विद्या असतील त्याच फलद्रूप होतात, इतर होत नाहींत. बरें, कर्माचें फल या हातचें या हातीं देखील येतांना दृष्टीस पडतें. उदाहरणः—तान्हेल्यानें पाणी पितांच त्याची तृष्णा शमते. कर्म आणि संन्यास हे दोन्ही जरी विहित असले, तरीही कर्माधार जो गृहस्थाश्रम तोच संन्यासापेक्षां श्रेष्ठ आहे. कारण, संन्यासादि अन्याश्रमांत साधणारें जें जें ज्ञान, तें गृहस्थाश्रमांत ही साधणें हें जनकादिकांच्या उदाहरणांवरून स्पष्ट दिसत आहे; परंतु गृहस्थाश्रमांत साधणारें स्वतःचें, पितरांचें व यति वगैरेंचें व अन्य अतिथींचें पोषण ह्या गोष्टी संन्यास, ब्रह्मचर्य इत्यादि आश्रमांत साध्य नाहींत; अतएव, कर्म व ज्ञान या उभयांचाही साधक जो गृहस्थाश्रम तोच श्रेष्ठ हें सिद्ध आहे; आणि हा गृहस्थाश्रम सांग संपादितां यावा हाच धर्मराजाचा सदा हेतु आहे. असें असतां, हे संजया, तूं त्याला ' भिक्षा माग, पण राज्य कमवूं नको ' म्हणून जो उपदेश करितोस, तो बरा कसा मानावा?

कर्मप्रशंसा.

बाबा संजया, ज्ञान झालें तरी कर्मासहितच विहित आहे; व अज्ञानेंच आपोआप हळूहळू कर्माचा उच्छेद होत जातो, असा खरा प्रकार आहे; असें असून, एकाएकीं कर्म फेंकून देऊन (कर्म-) संन्यासच बरें श्रेयस्कर आहे, असें जो म्हणत असेल, त्याचें ज्ञान फार कोतें आहे व तो हें केवळ कांहीं तरी बरळतो आहे असें समजावें. बा संजया, कर्माची योग्यता किती म्हणून सांगावी! स्वर्गीत हे जे देव झळकतात ते कर्माच्याच योगानें; या लोकीं रात्र आणि दिवस करणारा

सूर्य जो सतत दक्ष राहून वेळचे वेळीं उगवतो तें कर्माचेंच सामर्थ्य; चंद्रही दक्षतेनें मास, पक्ष, नक्षत्र, योग वगैरे करितो तो तरी कर्माचाच प्रभाव; इंधनें घातलीं असतां एकसारखा जळून अग्नि लोकांना प्रकाश देतो हें तरी कर्मच; त्याचप्रमाणें, ही पृथिवी माता केव्हांही न चुकतां एवढा विशाल भार नेटानें सोसते हें तरी कर्माचेंच प्राबल्य; नद्या सदा तत्पर राहून आपले पात्रांतून सत्वर उदक वाहून नेतात आणि जलानें भूतमात्राची तृप्ति करितात हाही कर्माचाच प्रकार; दशदिशा व अंतरिक्ष दणाणून टाकून मेघ तत्परतेनें वृष्टि करितो हा कर्माचाच पराक्रम; सर्व देवतांमध्यें आपणास श्रेष्ठत्व मिळावें असें जेव्हां बलशत्रु इंद्राला वाटलें, तेव्हां त्यानें तरी सुखाचा व मनाला प्रिय वाटणाऱ्या वस्तूंचा त्याग करून ब्रह्मचर्यव्रत पालन केलें, आणि या रीतीनें कर्माच्या बलानेंच देवांचें अग्रेसरत्व संपादिलें; व अजूनही इंद्र नेहमीं उद्युक्त राहून सत्य धर्माचें परिपालन करीत असतो, आणि दम, क्षांति, समता व प्रिय या सर्वांचें अवलंबन करितो, म्हणूनच मुख्य देवराज्य त्याचेकडे आहे. बृहस्पति जो देवांचें गुरुत्व पावला तो तरी कर्मानेंच. कारण, त्यानें सुखाचा त्याग करून व इंद्रियांचें संयमन करून शुद्ध व एकाग्र अशा मनानें ब्रह्मचर्य आचरण केलें. स्वर्गलोकीं जीं नक्षत्रें चमकत आहेत तीं कर्मामुळेंच. एकादशरुद्र, द्वादश-आदित्य, अष्टवसु, विश्वेदेव, यमराजा, वैश्रवण, गंधर्व, यक्ष, अप्सरा हीं सर्व कर्माचे तेजानेंच प्रकाशतात. तसेच तेथील ऋषि जे आहेत, ते ब्रह्मविद्या, ब्रह्मचर्य व कर्मसेवन करीत असल्यानेंच स्वर्गांत चमकून राहिले आहेत.

हे संजया, विप्रश्रेष्ठ, क्षत्रिय, वैश्य इत्यादि सर्व लोकांचा कर्माचरण हाच विहित धर्म आहे, हें तुला माहीत असून व तूं शहाण्यांत शहाणा असून, कौरवांचे कल्याणासाठीं पांडवांचे हातपाय जखडून धरण्याची खटपट कां चालविली आहेस? अश्वमेधराजसूयादि यज्ञ व वेद यांचे ठिकाणीं तर युधिष्ठिराचा सतत मनोयोग असून हत्ती, घोडे, रथ, शस्त्रास्त्रें, धनुष्य, कवच यांतही याचें लक्ष आहे असें तूं समज. सारांश, हा धर्मपरही आहे आणि युद्धपरही आहे. तस्मात्, प्रथम अहिंसारूपी जें श्रेष्ठांचें आचरण त्याविषयीं भीमसेनाला कबूल आणून मग कौरवांचा वध न करितां स्वतःला राज्यप्राप्ति करून घेण्याचा जर कांहीं उपाय या पांडवांना सुचेल, तर यांनीं आयतें धर्मरक्षणरूप पुण्य जोडिल्यासारखें होईल. बरें, युद्ध करणें हें यांचे कुलाचें परंपरागत कर्तव्यच आहे. तेव्हां तें यथाशक्ति करीत असतां दैवयोगानें कदाचित् त्यांना मृत्यु आला, तरी तो प्रशंसनीयच होणार आहे. आतां, हे संजया, 'शमच करावा' असेंच जर तुझें मत असेल, तर युद्ध करण्यांत राजांचें धर्मरक्षण आहे किंवा युद्ध न करण्यांत आहे, याचा उलगडा तूं सांगशील तो मी ऐकतों.

पण, हे संजया, उत्तर देण्यापूर्वीं चारही वर्णांचे विभाग व तत्तद्विहित कर्म, तसेंच स्वकर्म व पांडवांचें कर्म हीं सर्व लक्षांत घेऊन मग अमुक बरें, अमुक वाईट, अशी स्तुतिनिंदा तुला काय करणें ती कर. चतुर्वर्णांचे विहित धर्म म्हणजे असे आहेतः—ब्राह्मणानें वेदाध्ययन, यजन, दान, मुख्यमुख्य तीर्थयात्रा, अध्यापन, याज्ययाजन आणि विहितप्रतिग्रह हीं कर्में करावीं. क्षत्रियानें दक्षतेनें यथाधर्म प्रजेचें परिपालन करून दान द्यावें, यज्ञयाग करावे, वेदाध्ययन करावें आणि स्त्रीपरिग्रह करून पुण्यकर्म करीत गृहस्थाश्रमांतच असावें. म्हणजे अशा धर्मानें वागणारा जो क्षत्रिय,

तो त्या धर्मबलानें पुण्यसंग्रह करून त्या योगें ब्रह्मलोकास जातो. **वैश्यानें** वेदाध्ययन करून शेतकी, गोरक्षण, व्यापार यांच्या योगानें वित्तसंचय करावा आणि सावधगिरीनें मिळविलेले द्रव्याचें रक्षण करावें; ब्राह्मण व क्षत्रिय या उभय वर्णांचें प्रिय करून, धर्मनिष्ठ व पुण्यशील होऊन गृहस्थाश्रमांत रहावें. **शूद्रानें** ब्राह्मणांची सेवा व वंदन करावें; वेद पढूं नये; यज्ञाचीही त्याला मोकळीक नाहीं; व सतत उद्योगांत राहून दक्षतेनें हितसाधन करावें. हाच पुरातन शूद्रधर्म शास्त्रांत सांगितला आहे. या चारही वर्णांचें राजानें मोठ्या काळजीनें परिपालन करावें आणि सर्व वर्णांची आपापल्या धर्माकडे प्रवृत्ति करावी. विषयलंपट न होतां प्रजांचे ठिकाणीं समानबुद्धि ठेवावी आणि कामबुद्धीनें अधार्मिकांना अनुसरूं नये. हे संजया, ज्ञानानें त्या दुर्योधनापेक्षां अधिक असून सर्वधर्मज्ञ जर कोणी असेल तर, प्रजांचें पालन करून त्यांना वागविण्यास युधिष्ठिरच योग्य आहेत, व त्याचे ठिकाणीं अधर्माचा लेशही नाहीं, असें त्याला समजून येईल.

युद्धाची उत्पत्ति.

हे संजया, क्षत्रियांत जें हें मूळ युद्धरूप कर्म निर्माण झालें, त्याचा हेतु, दैवदुर्विपाकानें एखादा दुष्टबुद्धि राजा बलसंपन्न झाल्यानें दुसऱ्याचें ऐश्वर्य लुबाडायला पाहूं लागला असतां त्याचा प्रतिकार करितां यावा हा होय; आणि या युद्धाबरोबरच कवच, शस्त्रें व धनुष्य हीं उत्पन्न झालीं. हीं साधनें व युद्धकला हीं इंद्रानें दस्यूंचा वध करण्यासाठीं उत्पन्न केलीं. त्या अर्थी, जे दस्यु ह्मणजे प्रजापीडक आहेत अशांचा वध केल्यानें पुण्यच लागतें; आणि, हे संजया, हा दुर्योधन दस्युच नव्हे काय? कारण, या कौरवांनीं धर्माची ओळख मुळींच सोडिली असून सदा अधर्माचरणांत हे पुरे वाकब झाले आहेत; व पांडवांचें ऐश्वर्य, स्त्री वगैरे हरण करण्याचें मोठें घोर पाप हे करीत आहेत; परंतु हें कांहीं बरें नाहीं. अशांचें दस्यूंप्रमाणें युद्धानेंच पारिपत्य केलें पाहिजे, दुसरी तोड नाहीं. हे संजया, तूंच पहा कीं, कांहीं कारण नसतां हा वृद्ध धृतराष्ट्र आपले पुत्रांचे मदतीनें, पांडवांना न्यायानें प्राप्त झालेलें राज्य बळकावीत आहे. बरें, हे सर्व कौरवांचे अनुयायीही त्यालाच अनुसरतात; सनातन राजधर्म काय आहे, इकडे कोणीच लक्ष पुरवीत नाहींत. बा संजया, दुसऱ्याचें द्रव्य त्याला न कळत नेणारा किंवा धडधडीत त्याचे समक्ष जबरीनें लुबाडून नेणारा, हे दोघेही चोरच आणि सारखेच अपराधी होत असें शास्त्र आहे; आणि तूंच परता सांग कीं, चोरांत व या दुर्योधनांत भिन्नपणा कोणता? कौरवांनीं कपटानें पांडवांचा भाग हिरावला असून, आपण न्यायानेंच तो घेतला असें लोभामुळें दुर्योधन मानितो व त्या क्रुद्ध दुर्योधनाचे नादानें वागणारा धृतराष्ट्रही त्या भागाची इच्छा धरितो. न्याय म्हटला म्हणजे पांडव वनवासांतून परत येततों त्यांचा भाग हा कौरवांकडे निवळ ‘ठेव’ ह्मणून ठेविलेला होता; तो ते परततांच त्यांचा त्यांना देऊन टाकावयाचा; तो न टाकितां, हे परके तो दाबून ठेवितात, हा कां? बाबारे, हा भाग ह्मणजे पांडवांचें वडिलार्जित पद आहे; आणि त्यासाठीं भांडतांना त्यांची प्राणहानि झाली तरी त्यांत सुकीर्तिच आहे. कारण, परराज्य हरण करण्यापेक्षां वडिलार्जिताची योग्यता अधिक मानली आहे. तस्मात्, हे संजया, तूं सर्व राजांसमक्ष ह्या कुरुवंशांतले हे सनातन राजधर्म कथन कर.

अरे, या दुर्योधनानें मदामुळें, मृत्यूच्या तावडींत देण्यासाठीं हे मूर्ख कौरव एकत्र मिळविले आहेत, हें केवढें दुष्कर्म? आणि या कौर-

यांनीं सभेंत जें वर्तन केलें तें तर याहूनही पापरूप होय. पहा बरें, स्वभावानें व वर्तनानें चोख, व यशस्विनी अशी जी पांडवांची आवडती स्त्री द्रौपदी, ती त्या सभेंतून निघून जात असतां त्या कामातुर दुःशासनानें अडवून धरिली आणि भीष्मप्रभृतींनींही त्या कामीं डोळेझांक केली! हेच जर तेथें जुळलेले लहानमोठे सर्व कौरव त्या दुष्ट दुःशासनाचें निवारण करिते, तर त्यांत धृतराष्ट्रानें माझें हित केलेंसें झालें असतें; आणि त्याचे पुत्रांचेंही हित झालें असतें. कारण आजचा हा नाशाचा प्रसंग त्यांवर येता ना. परंतु दुःशासनानें रीतीविरुद्ध द्रौपदीला सासरेमंडळी तेथें बसली असतां तशा सभेंत ओढून नेलें. बरें, सभेंत गेल्यावरही तिनें दीन होऊन काकुळतवाणी सर्वांकडे पाहिलें; पण एका विदुराशिवाय तिला दुसरा कोणी वाली मिळाला नाहीं. त्या सभेंत इतके अन्य राजेही मिळाले होते, परंतु दुर्बलपणामुळें एक देखील उलट बोलूं शकला नाहीं. एका विदुरानें मात्र धर्मबुद्धीनें प्रेरित होऊन त्या मूर्ख दुःशासनाचा उघड उघड निषेध करून, खरा धर्म कोणता तो सांगितला.

हे संजया, तूं या वेळीं युधिष्ठिराला धर्मोपदेश करण्याची इच्छा करितोस, पण त्या वेळीं सभेंत हा अधर्म चालला असतां त्या दुःशासनाला धर्म शिकविण्याचें कोठें तुला सुचलें नाहीं? असो; सभेंत गेल्यावर द्रौपदी बायको होऊन तिनें हें शुद्ध व दुर्घट असें धर्मोपदेशाचें काम केलें; व समुद्राचे प्रवाहांतून पार नेणाऱ्या नौकेप्रमाणें तिनें आपल्या वर्तनाच्या बळानें स्वतःस व स्वपतीस संकटांतून पार पाडिलें! हे संजया, त्या सभेंत द्रौपदी सासरेमंडळीजवळ उभी असतां, सूतपुत्र कर्ण तिला म्हणाला, 'हे द्रौपदि, तुला येथून परत घरीं जावयाला मार्ग नाहीं. तूं आतां बटीक झाली आहेस; तर निमूट दुर्योधनाचे घरीं चल. पांडव जिंकिले गेले त्या अर्थीं ते आतां तुझे पति उरले नाहींत; यासाठीं, हे सुंदरि, तूं आतां दुसरा पति कर!' याप्रमाणें हाडें फोडून काळजांत जाऊन घुसणारा अत्यंत तीव्र व घोर असा हा शब्दरूपी बाण कर्णाचे मुखांतून सुटून अर्जुनाचे हृदयांत तेव्हां जो शिरला, तो अद्यापि तेथें तसाच स्थिर आहे; निघाला नाहीं. तसेंच, पांडव कृष्णाजिनें परिधान करूं लागले असतां, 'हे सर्व नपुंसक आहेत; यांचा अवतार संपला; आतां हे चिरकाल नरकांत पडणार!' अशा तऱ्हेचीं कडू भाषणें दुःशासनानें केलीं. कर्णाचें तें भाषण, दुःशासनाचें हें भाषण! आतां शकुनीचें ऐक. द्यूतामध्यें नकुलही पणांत जिंकिलासें पाहून शकुनि छलबुद्धीनें धर्मराजाला म्हणाला, 'युधिष्ठिरा, तुझे मनाला आनंदविणारा तुझा कनिष्ठ भ्राताही पराभूत झाला, आतां तुजजवळ दुसरें तर कांहीं पणाला लावण्यास उरलेलें दिसत नाहीं; पण तेवढी तुझी स्त्री द्रौपदी आहे, ती आतां पणाला लाव आणि खेळ!'

हे संजया, याप्रमाणें द्यूतकालीं जीं निंद्य भाषणें झालीं, ती सर्व तूं जाणीत आहेसच. असें जरी आहे, तरी हें सर्व बिनसलेलें शमाचें कार्य सुधारण्यासाठीं मीं स्वतःच कौरवांकडे जावें म्हणून पहातों आहें. पांडवांचा मतलब न गमावितां, कौरवांमध्यें शम करण्यास जर मी समर्थ झालों, तर मोठें फलदायक पुण्यकर्म माझे हातून घडलेसें होईल आणि कौरवही मृत्यूचे पाशांतून सुटतील. अर्थपूर्ण, शांतियुक्त व धर्म आणि राजनीति यांस धरून असल्यामुळें रमणीय, असें माझें भाषण जर ते नीट लक्षपूर्वक चित्तांत धरितील, व या कामासाठीं मी अंगें आलों आहें हें पाहून माझें पूजन करतील, तर त्यांत कौरवांचें हित होईल;

असें ते न करतील तर, स्वकर्मानेंच दग्ध होत असलेल्या त्या पापमूर्ति कौरवांचे हातांत रथी अर्जुन व युद्धार्थ सज्ज झालेला भीमसेम यांनीं नरोटी दिलीच असें समज. पांडव पराजित झालेले पाहून, हा दुर्योधन त्यांना अत्यंत क्रूर व कठोर भाषणें बोलत असतो; पण वेळ येईल तेव्हां भीमसेन हातांत गदा घेऊन या भाषणांची त्याला चांगली आठवण देईल. हे संजया, दुर्योधन हा एक क्रोधरूप वृक्ष आहे; कर्ण त्याचें खोड आहे; शकुनि फांदी आहे; दुःशासन हें त्या वृक्षाचें जोमदार फळफूल आहे; आणि अविवेकी धृतराष्ट्र राजा हें त्याचें मूळ आहे. आतां इकडेही, युधिष्ठिर हा एक धर्मरूप वृक्ष आहे; अर्जुन त्याचा सोट आहे; भीमसेम ही शाखा आहे; नकुलसहदेव हीं जोरदार फलपुष्पें आहेत; आणि मी, वेद व ब्राह्मण त्या वृक्षाचीं मुळें आहों. हे संजया, आपल्या शंभर पुत्रांसह धृतराष्ट्र हेंच कोणी अरण्य आहे आणि पांडव हे त्यांतील वाघ आहेत. तेव्हां ज्या वनांत आयते वाघ आहेत असलें वन तुम्ही उजाड करूं नका, किंवा व्याघ्रांनाही वनांतून नाहींतसे करूं नका. कारण, वनाश्रयावांचून वाघ मारला जातो व व्याघ्ररहित वन असलें म्हणजे लोक तें तोडून फस्त करितात. करितां व्याघ्रानें वन राखावें व वनानें व्याघ्र राखावे, हा अन्योन्यरक्षणाचा प्रकार श्रेयस्कर होय. हे संजया, धृतराष्ट्रपुत्र हे वेलींप्रमाणें आहेत, आणि पांडव हे शालवृक्ष आहेत. मोठ्या वृक्षाच्या आश्रयावांचून वेल वाढत नाहीं; तस्मात् पांडवांचे आश्रयानें त्यांनीं असावें, यांत त्यांचें कल्याण आहे. पांडव म्हणशील तर शुश्रूषेलाही तयार आहेत आणि ते अरिमर्दन युद्धालाही तयार आहेत. तस्मात् धृतराष्ट्राला योग्य दिसेल तें त्यानें करावें. सारांश, धर्मानें वागणारे महात्मे पांडव शमालाही कबूल आहेत आणि युद्धालाही समर्थ आहेत. तस्मात्, हे ज्ञानी संजया, तूं कौरवांना अशीची अशी हकीकत सांग.

अध्याय तिसावा.

—:०:—

युधिष्ठिरसंदेश.

संजय म्हणतोः—हे नृपश्रेष्ठा पंडुपुत्रा युधिष्ठिरा, मला निरोप दे, मी आतां जातों. माझें मन क्षुब्ध झालें असल्यामुळें, त्या आवेशांत माझे वाणींतून कांहीं गैरशब्द तर गेले नाहींतना? कारण, मला भरांत भान राहिलें नाहीं. पण तसे गेले असल्यास मला सर्वांनीं माफी करावी. श्रीकृष्ण, भीम, अर्जुन, नकुल, सहदेव, सात्यकि, चेकितान ह्यांचाही मी निरोप मागतों. हे राजेहो, आपणां सर्वांचें कल्याण असो. आपण सर्वही मज गरीबावर दयार्द्रदृष्टि ठेवा.

युधिष्ठिर म्हणतोः—हे ज्ञानवंता संजया, आम्हां सर्वांचा तुला निरोप आहे; तूं सुखानें परत जा; तुला अप्रिय असें आमचे हातून झालेलें तुला स्मरत नाहींना? असल्यास क्षमा कर. कौरवांप्रमाणेंच आम्ही सर्व पांडवही तुला मोठा शुद्ध मनाचा व सभ्य असा मध्यस्थ समजतों. वर्तनाचा चोख, वृत्तीनें समाधानी, वाणीचा गोड आणि यथार्थ भाषण करणारा असला तूं दूत आम्हांला फार आवडतोस. तुझी मति कधीं गोंधळत नाहीं; तुला कोणी टाकून बोललें तरी तूं रागावत नाहींस; तूं मर्मभेदक, कर्णकटु, नीरस किंवा वारेमाप असें बोलला नाहींस. हे सूता, आम्ही तर तुझें भाषण धर्मार्थयुक्त व प्रेमळ होतें असेंच समजत आहों. तूंच आम्हांला अत्यंत प्रिय दूत आहेस; करितां तूंच इकडे येत जा, किंवा दुसरा कोणी येणें तर एक विदुर; तिसरा मात्र कोणी

नको. तूं तर पूर्वीपासून आमचे वारंवार पाहाण्यांतला असून अर्जुनाचा जिवश्चकंठश्च असा मित्र आहेस.

बा संजया, आतां तूं येथून जाऊन लवकरच शुद्धवीर्य, सदाचारयुक्त, कुलीन, धार्मिक, वेदाध्ययन करणारे असे जे वंद्य ब्राह्मण असतील, तसेच निरंतर वनाचा आश्रय करून राहाणारे जे तपस्वी किंवा भिक्षु असतील, त्या सर्वांसमीप जाऊन, माझे नांवानें त्यांस अभिवादन कर. तसेंच वृद्ध असतील त्यांना माझे नमस्कार सांगून इतरांना तूं कुशल विचार. हे सूता, धृतराष्ट्राचा पुरोहित, तसेच त्याचेकडील ऋत्विज, आचार्य हे एकत्र असतां त्यांना भेटून ज्याच्या त्याच्या योग्यतेप्रमाणें माझे नांवानें कुशलप्रश्न कर. जे कोणी वृद्ध, विवेकी, सुशील, बलवान्, आमची स्तुति करणारे, यथाशक्ति धर्माचरण करणारे असे द्विजेतर तेथें असतील; तसेच जे व्यापारधंद्यावर उदरनिर्वाह करणारे, व राष्ट्रांत आपआपलें स्थान रक्षण करून राहाणारे अधिकारी असतील, त्या सर्वांना मी कुशल आहें म्हणून प्रथम सांग आणि पश्चात् त्यांना कुशलप्रश्न कर. हे संजया, नीतिज्ञ, दुसऱ्यांस आज्ञा करण्यास योग्य, ज्यांनीं वेदाध्ययनासाठीं ब्रह्मचर्य पालन केलें व वेदाध्ययनानंतर ज्यांनीं मंत्र, उपचार, प्रयोग व संहार अशा चार[1] पादांनीं युक्त जो धनुर्वेद त्याचेंही अध्ययन केलें, असे जे आमचे आवडते प्रसन्नवृत्ति आचार्य द्रोण, त्यांना तूं अभिवंदन कर. त्याप्रमाणेंच ब्रह्मचर्यपालनपूर्वक वेदाध्ययन करून पुनः ज्यानें चदुष्पाद धनुर्वेदाचें अध्ययन केलें, असा गंधर्वपुत्राप्रमाणें पराक्रमी जो गुरुपुत्र अश्वत्थामा, त्यालाही कुशल पूस. हे संजया, महारथी व आत्मज्ञान्यांत वरिष्ठ असे जे शारद्वत कृपाचार्य, त्यांच्या घरीं जाऊन, फिरफिरून माझे नांवानें त्यांचे पाय धर. शौर्य, दया, तप, प्रज्ञा, शील, विद्या, बल आणि धैर्य हीं ज्यांचे ठिकाणीं मूर्तिमंत वसत आहेत, त्या कुरुश्रेष्ठ भीष्म पितामहाचे पाय धरून मी कुशल आहें म्हणून सांग. हे संजया, कौरवांचा पुढारी, बहुश्रुत, विचारी, वृद्धांची सेवा करणारा असा जो वृद्ध राजा अंध धृतराष्ट्र, त्यालाही अभिवादन करून माझें आरोग्य निवेदन कर. नंतर, मंद, मूर्ख, कपटी व पापी असा जो सांप्रत सर्व पृथ्वीवर अधिकार चालविणारा धृतराष्ट्राचा ज्येष्ठ पुत्र दुर्योधन, त्याला कुशलप्रश्न कर. पुढें, मूर्खत्वादिकांत दुर्योधनाचे जोडीचा जो कौरवांत अत्यंत शूर दुःशासन, त्यालाही कुशल विचार. भरतकुलोत्पन्नांत शम व्हावा यापलीकडे ज्याची दुसरी कांहींही इच्छा नाहीं, असा जो विवेकी व साधुशील बाल्हीकाधिपति, त्याला तूं अभिवादन कर. अनेक श्रेष्ठ गुणांनीं युक्त, विज्ञानवान्, कोमल व स्नेहास्तव क्रोध सहन करणारा जो सोमदत्त त्याला वंदन करावें असें मला वाटतें. हे संजया, आमचा बंधु, व माझा मित्र मोठा धनुर्धारी व रथी असा सर्व कौरवांत अत्यंत मान्य जो सौमदत्ति, त्याला अमात्यांसह कुशलप्रश्न कर. याशिवाय कौरवांकडे जे कोणी ठळकठळक तरुण असतील—कीं जे आम्हांला मुलगे, नातू किंवा भाऊ शोभतील अशांना त्याच्या त्याच्या योग्यतेप्रमाणें बोलून तूं कुशलप्रश्न कर.

वशाति, शाल्वक, केकय, अंबष्ठ, त्रिगर्त, वगैरे चारी दिशांकडील शूर राजे, तसेच सज्जन, सुशील, सदाचार असें पर्वतप्रदेशांतील राजे मिळून जे कोणी पांडवांशीं लढण्यासाठीं

[1] विश्वामित्रकृत धनुर्वेदांत १ दीक्षापाद, २ संग्रहपाद, ३ सिद्धपाद आणि ४ प्रयोगपाद असे चार पाद सांगितले आहेत. नीलकंठांनीं मंत्र, उपचार, प्रयोग व संहार अशीं नांवें दिलीं आहेत.

राजा दुर्योधनानें एकत्र केले असतील, त्या सर्वांना कुशल विचार. माहुत, रथी, घोडेस्वार, पादचारी आणि इतरही आर्यांचे मोठमोठे समुदाय यांना मी कुशल आहें असें प्रथम सांगून मग कुशलप्रश्न कर. त्याचप्रमाणें राजाचे खजिनदार, द्वारपाल, सेनानायक, जमाखर्ची कारकून व मोठ्या महत्त्वाचे कामांचा विचार करणारे अमात्य यांसही कुशलप्रश्न कर. जो मोहरहित, ज्ञानी, सर्वधर्मज्ञ, युद्धाविषयीं पराङ्मुख व कौरवांत केवळ देवासारखा, अशा त्या युयुत्सूला, बाबा संजया, तूं कुशलप्रश्न कर. जो द्यूतांत निपुण, ठकविद्येंत पटाईत, फांशांचा शोकी, व जुगारांत अद्वितीय आणि युद्धांत देवरथालाही अजिंक्य, अशा चित्रसेनाला कुशल विचार. फांशांचे खेळांत बिनजोड, फसवून द्रव्यहारण करणारा, पर्वतदेशांत राहाणारा, आणि त्या दुष्टबुद्धि दुर्योधनाची वाहवा करणारा जो गांधारराजा शकुनि, त्यालाही कुशल विचार. अजिंक्य अशा पांडवांशीं जो योद्धा एक रथानेंच सामना करण्याचा उत्साह धरितो, व जो त्या मूढ धृतराष्ट्रपुत्रांना अधिकच मोहांत पाडितो, त्या अप्रतिम वैकर्तन कर्णाला, हे संजया, तूं कुशल विचार. जो आमचा भक्त, गुरु, भर्ता, पिता, माता, मित्र, मंत्री सर्व कांहीं आहे, असा जो अगाधबुद्धि दीर्घदर्शी विदुर, त्याला, बा संजया, कुशलप्रश्न कर.

बा संजया, ज्या स्त्रिया वृद्ध, तशाच ज्या सद्गुणी आहेत, त्या सर्व आम्ही मातेचे ठिकाणीं मानितों. तेव्हां तूं वृद्धांसहवर्तमान असल्या पतिव्रतांची भेट घेऊन त्यांना माझा नमस्कार सांग. 'तुमचे पुत्र कुशल असून तुमच्याशीं नीट प्रेमानें वागतात ना?' ह्मणून त्यांस प्रथम विचारून, मग मी पुत्रांसह कुशल आहें म्हणून सांग. आमच्या बंधुवर्गांच्या ज्या भार्या म्हणून तुझे ध्यानांत येतील, त्यांना 'तुह्मी सुरक्षित, पवित्र, निर्दोष व दक्ष अशा घरांत असतां ना? हे कल्याणीहो, तुह्मी श्वशुरांशीं सौम्य व हितावह अशीच वृत्ति ठेवितां ना? तसेंच जेणेंकरून तुमचे पति तुह्मांला अनुकूल राहातील असेंच वर्तन त्यांशीं राखितां ना?' अशा प्रकारें माझे कुशलप्रश्न कर. ह्यापुढें, हे संजया, मोठ्या कुलांतून आलेल्या, पतिव्रता व लेंकुरवाळ्या अशा तिकडे आमच्या सुना तुला आढळतील त्यांना एके ठिकाणीं भेटून, युधिष्ठिरानें प्रसन्न मनानें तुह्मांला कुशल विचारिलें आहे, म्हणून सांग. आणि हे संजया, आमच्या ज्या माहेरवाशिणी असतील त्यांना तूं घरांत जाऊन खुशाली विचार; आणि त्यांना पोटाशीं धरून 'तुह्मांला चांगले तुमचे मनाजोगे नवरे मिळोत आणि तुह्मीही त्यांच्या मनाप्रमाणें वागत्या व्हा.' ह्मणून माझे आशीर्वाद दे. अलंकार, वस्त्रें, सुगंधि द्रव्यें धारण करून ज्या सदा सुखविलासांत मग्न राहाणाऱ्या, ज्यांचें दर्शन व वाणी हीं मनोहर, आणि ज्या दृष्टिरमणीय, अशा ज्या तिकडील वेश्या त्यांनाही तूं कुशल विचार.

कुरूंच्या ज्या दासी, जे दास व त्यांचे आश्रयाला असणारे जे अनेक कुबडे, लंगडे वगैरे असतील त्यांना 'मी कुशल आहें' ह्मणून सांगून नंतर त्यांचेंही कुशल विचारून घे. त्यांना तूं विचार कीं, धृतराष्ट्रपुत्र दुर्योधन तुमच्याशीं पूर्वीप्रमाणेंच वागतो ना? तुम्हांला खायालाप्यायाला यथास्थित मिळतें ना? त्यांतही, तुमच्यापैकीं जे व्यंग, दुबळे, खुजे आहेत, त्यांना दयाळू धृतराष्ट्र पोटाला देतो?" तसेंच तिकडे जे अन्ध व वृद्ध आहेत व हत्तीखान्यांत जे बरेचसे लोक आहेत त्यांना मी कुशल आहें असें सांगून शेवटीं त्यांची खुशाली विचार; व त्यांना सांग कीं, दुःखदायक अशा उपजीविकेला तुम्ही भिऊं नका.

जन्मांतरीं तुह्मीं कांहीं तरी पापकर्म केलें होतें त्याचें फल तुम्हीं भोगिलें. पण आतां तुमचें नष्टचर्य संपलें असें समजा. मी आतां शत्रूंचा निग्रह व मित्रांवर अनुग्रह करून अन्नवस्त्रांनीं तुम्हांला पोशीन. तसेंच दुर्योधनाला म्हणावें, मीं ब्राह्मणांना दिलेलीं वतनें जशींच्या तशींच आहेत, त्यांत तुझे अधिकारी ढवळाढवळ करीत नाहींत, तूं त्यांवर योग्य नजर ठेवीत असतोस; व तीं यथारूप चालवीत असतोस, असें मला ऐकीव.

हे संजया, जे कोणी अनाथ, दुर्बल व मूढ असल्यामुळें सदा मनांतल्या मनांतच बेत करून स्वस्थ बसतात, असल्या कमकुवत लोकांनाही तूं माझे नांवानें कुशल विचार, तसेच चारही दिशांकडून जे कोणी आश्रयार्थ दुर्योधनापाशीं येऊन राहिले असतील असल्यांची तूं भेट घे, आणि त्या योग्य लोकांस कुशल व अभ्युदय यांविषयीं प्रश्न कर. त्याप्रमाणेंच चहूं बाजूंनीं गोळा झालेले दुर्योधनाचे जे दूत त्यांना कुशलप्रश्न प्रथम करून नंतर माझी खुशाली सांग.

हे संजया, वास्तविक पाहातां दुर्योधनाकडे जे वीर मिळाले आहेत त्यांचे तोडीचे दुसरे वीर पृथ्वींत नाहींत; परंतु उपयोग काय होणार? धर्माचें फल मात्र निश्चयानें मिळत असतें (तसें शौर्याचें मिळतेंच असें नाहीं) आणि शत्रूचा निःपात करण्याला माझें धर्माचरण हेंच मोठें बळकट साधन आहे. हे संजया, एवढें एक माझें भाषण त्या दुर्योधनाचे तूं कानीं घाल. त्याला म्हणावें, “ शत्रुरहित होऊन मी एकटा सर्व कुरुराज्यावर सत्ता चालवीन ही जी इच्छा अक्षयीं तुझे अंतःकरणाला त्रास देत असते, ती सिद्धीस जाण्याला कांहीं मार्ग नाहीं. कारण, तुझें इष्ट साधेल असे आम्ही वागणार नाहीं. तस्मात्, हे भरतश्रेष्ठ वीरा, माझें इंद्रप्रस्थ मला दे; नाहीं तर युद्धास तयार हो. तिसरी गोष्ट नाहीं! ”

अध्याय एकतिसावा.

—:०:—

युधिष्ठिरसंदेश.

युधिष्ठिर म्हणतोः—हे संजया, साधु असो, असाधु असो, बाल असो, वृद्ध असो, बलहीन असो, बलाढ्य असो; सर्वांना ईश्वर आपल्या ताब्यांत ठेवीत असतो. पूर्वजन्मींच्या कर्मांचें फल देणारा ईश्वर, त्याला अपेक्षा दिसेल त्याप्रमाणें मूर्खाला पांडित्य देतो किंवा पंडितालाही मूढ करून टाकितो, हें लक्षांत ठेव. आमचें बल किती आहे हें जाणण्याची ज्याला इच्छा असेल त्याला तूं तें खरें खरें सांग. झालें, आतां तुला कांहीं गुह्य विचार कळविणें असेल तर तो तूं आनंदानें मला जशाचा तसा कळीव, आणि नंतर, संजया, कुरूंकडे जाऊन महाबल जो धृतराष्ट्र त्याचे पाय धरून त्याला अनामयप्रश्न कर, आणि सर्व कौरवमंडळाचे मध्यभागीं तो बसलेला पाहून तूं त्याला म्हण, ‘ हे राजा, तुझ्याच पराक्रमानें पांडव हे सुखांत नांदत आहेत. हे शत्रुमर्दना, तुझ्याच कृपेनें त्यांना राज्य मिळालें. करितां तूंच त्यांना त्यांच्या राज्यावर बसव आणि त्यांची कांहीं हानि होऊं लागली असतां त्यांचेकडे लक्ष पुरवीत जा. ’ हें संजया, त्याला हें सर्व ब्रह्मांड जरी एकट्याला मिळालें तरी तें त्याला पुरेसें होणार नाहीं; इतकी जीवाची भोगतृष्णा अमर्याद आहे. त्यापेक्षां आपण उभयपक्ष एकत्र जुटीनेंच दिवस काढूं म्हणजे कौरवांना शत्रुचे तावडींत जावयाचा प्रसंग येणार नाहीं. धृतराष्ट्राप्रमाणेंच पितामह शांतनव भीष्मांना माझें नांव घेऊन वंदन करून आमच्या त्या आजोबांना सांग कीं ‘ शंतनूचा

वंश बुडत होता तो आपण वांचविला. हें जर खरें, तर आपल्याला सुचेल त्या युक्तीनें कौरव व पांडव हे उभयपक्षीय आपले नातू परस्पर प्रीतीनें नांदतील असें करा.' त्याप्रमाणेंच कौरवांना मसलत सांगणारा जो विदुर त्याला म्हण कीं, "हे साधो, युधिष्ठिराविषयीं जर तुझी हितबुद्धि आहे, तर 'युद्ध करूं नका' असेंच तूं कौरवांना सांग.'

अनंतर, क्रोधी राजपुत्र दुर्योधन हा कुरुमंडळीमध्यें बसलासें पाहून, त्याचें पुनःपुनः सांत्वन करून, त्याला माझा निरोप सांग कीं, हे दुर्योधना, ही निष्पाप द्रौपदी सभेंत आली असतां तूं तिची अवहेलना केलीस, ह्यामुळें आम्हांला अत्यंत दुःख झालें; परंतु आमचे हातून कौरवांचा वध न व्हावा म्हणून आम्हीं तें सर्व दुःख पोटांत घातलें. याप्रमाणेंच पांडव समर्थ असूनही त्यांनीं पूर्वीं व सांप्रत तुमच्यापायीं अनेक क्लेश सहन केले आहेत ते तुम्हां कौरवांना माहीत आहेतच. कृष्णाजिनें वेढायला लावून आम्हांला तुम्हीं जें रानांत हाकलून लाविलें तें सर्व दुःख आम्हीं सोशिलें, त्यांतला हेतु तरी आमचे हातून कुरूंचा वध न व्हावा हाच. तसेंच, कुंतीलाही न जुमानितां दुःशासनानें तुझ्या अनुमतीनें द्रौपदीची वेणी खसकावली, पण तेंही आम्हीं मनास आणिलें नाहीं, याचें कारण तरी आमचे हातून तुमचा वध न व्हावा हेंच. हे सुयोधना, आतां तरी आमचा योग्य वांटा आम्हांला मिळाला पाहिजे. याकरितां हा परद्रव्याबद्दलचा अधाशीपणा तूं सोड. असें केल्यानें, हे राजा, सर्वत्र शांति होऊन आपणां उभयतांत प्रेम वाढेल. आमचें नुकसान झालें तरी शम व्हावा हीच आमची उत्कट इच्छा असल्यामुळें, आम्हांला तूं सर्व राज्याचा एखादा तुकडा दिलास तरी पुरे. आम्ही पांच भाऊ आहों; तर फार नको, एकेकाला तूं एकेक गांव दे म्हणजे पुष्कळ. अविस्थल, वृकस्थल, माकन्दी, वारणावती हीं चार आणि तुला वाटेल तें कोणतें तरी पांचवें गांव दे म्हणजे आमचा संतोष आहे. कारण, हे संजया, आमचें पहाणें हें आहे कीं, ज्ञातींत सर्वत्र शांतता असावी; भावाभावांचा मेळ असावा; पितापुत्रांचा मिलाफ रहावा; आणि पांचाल आणि कौरव यांनीं हंसतखेळत एकत्र चालावें. हे दुर्योधना, सर्व कुरुपांचालांना अक्षत पहावें आणि प्रसन्न मनानें सर्वांनीं शम करावा, ही माझी फार इच्छा आहे. हे संजया, तूं जाणतोसच आहेस कीं, शमाला मी तयार आहें व युद्धालाही पुरा पडेसा आहें. धर्म व अर्थ हे मला पुरेसे कळतात आणि शमासारखा सौम्य उपायही मला मान्य आहे. बरें, युद्धासारख्या भयंकर उपायालाही मी सिद्धच आहें!

अध्याय बत्तिसावा.

—:०:—

संजयधृतराष्ट्रसंवाद.

वैशंपायन म्हणतात–:महात्म्या धृतराष्ट्राचे आज्ञेप्रमाणें सर्व कांहीं कामगिरी बजावून, युधिष्ठिराचा निरोप घेऊन संजय तेथून निघाला, आणि हस्तिनापुरास येऊन तसाच राजवाड्यांतील अंतःपुराशीं येऊन द्वारपालाला म्हणाला, "हे द्वारपाला, मी संजय पांडवांकडून आलों आहें म्हणून राजा धृतराष्ट्राला सत्वर वर्दी दे. धृतराष्ट्र जर जागा असेल तर त्याला असें सांग, म्हणजे त्याचे कानीं जातांच मी आंत जाईन. कारण, मला तसेंच कांहीं अति निकडीचें काम आहे." यावर द्वारपाल धृतराष्ट्राकडे जाऊन म्हणाला, "महाराज, आपणांस वंदन असो. हा संजय दूत पांडवांकडून येऊन आपल्या भेटीच्या इच्छेनें दारीं

उभा आहे. ह्याला काय ती आज्ञा व्हावी."
धृतराष्ट्र म्हणतोः—मी कुशल व हातींपायीं नीट आहें, असें संजयाला सांगून त्याला त्वरित आंत घेऊन ये. तो आला हें फार ठीक झालें. संजयाला भेटण्याची मजकडून केव्हांही मनाई नसून, तो दाराशींच थबकून कां राहिला आहे?

वैशंपायन ह्मणतातः—नंतर, बुद्धिमान्, शूर व कुलीन अशा पुरुषांचा ज्यावर पहारा आहे अशा अंतर्गृहांत राजाज्ञेनें गेल्यावर, सिंहासनस्थ धृतराष्ट्राला हात जोडून संजय म्हणाला, 'हे भूपते, मी संजय वंदन करितों. मी पांडवांकडून जाऊन आलों आहें. विवेकी युधिष्ठिरानें तुला प्रथम अभिवंदन सांगून नंतर कुशल विचारिलें आहे. तसेंच मोठ्या आनंदानें त्यानें तुझे पुत्रांसही कुशल विचारिलें असून, तुझे मुलगे, नातू, स्नेही, सचिव व तुझ्या आश्रयानें रहाणारे इतर लोक यांशीं तूं संतुष्ट आहेसना? ह्मणून तुला प्रश्न केला आहे.'
धृतराष्ट्र ह्मणतो, "हे संजया, अजातशत्रु युधिष्ठिराचें अभिनंदन करून मी तुला विचारितों कीं, बंधु, पुत्र व अमात्य यांसह तो कुशल आहेना?"

संजय म्हणतोः—धर्मराजा सर्वांसह कुशल असून, पूर्वीचें त्याचें जें कांहीं द्रव्य वगैरे तुझ्यापाशीं आहे तें त्याचें त्याला मिळावें अशी तो इच्छा करितो आहे. तो निर्मलपणें धर्मार्थांचें अवलंबन करणारा असून, उदार, बहुश्रुत, सर्वज्ञ व सुशील असा आहे. युधिष्ठिराला, द्रव्यसाध्य यज्ञादि धर्मापेक्षां दया हा धर्म वरिष्ठ वाटतो; व ज्यांत अधर्म नाहीं व हानि नाहीं अशाच सुखांची व प्रियवस्तूंची त्याचे मनाला आवड आहे. असला धर्मशील युधिष्ठिर अशा पेंचांत पडलेला पाहून मला तर वाटतें कीं, कळसूत्री तमाशांतील, सुतांत ओंवलेल्या लांकडाच्या बाहुलीप्रमाणें, मनुष्य हा ईश्वरप्रेरणेनुरूप चालत असतोः त्याला स्वातंत्र्य नाहीं. मनुष्याचे कर्तबगारीपेक्षां ईश्वराची करणी वरचढ आहे असें मी मानितों; व हाच सिद्धांत तुझें हें अवर्णनीय, घोर आणि नरकाला नेणारें कर्म पाहूनही दृढ होतो. वरिष्ठ शत्रु जोंपर्यंत विघ्न करण्याचें लांबणीवर टाकितो आहे, तोंपर्यंतच तुझ्यासारख्या मनुष्याचीं प्रशंसा होत असते. सर्प ज्याप्रमाणें देहावरील निरुपयोगी झालेली जीर्ण त्वांचा बिळाचे तोंडीं टाकून देऊन पुनः नव्या कांतीनें चमकत रहातो त्याप्रमाणें युधिष्ठिर हा पापाचें सर्व गांठोडें तुझ्या दारीं ठेवून, अकृत्रिम अशा आचरणानें शोभतो आहे. हे राजा, धर्मार्थाला धरून असणारें जें थोरांचें चरित, त्याला सोडून तुझें वर्तन आहे, हें नीट लक्षांत आण. अरे, अशा वर्तनानें इहलोकीं तर तुझी निंदा चाललीच आहे आणि पुढल्या लोकींही यापासून नरकप्राप्तिच होणारी आहे. अरे, पांडवांचे सामर्थ्यावांचून अन्य कोणाला जें प्राप्त करून घेतां आलें नसतें असें जें पांडवांनीं मिळविलेलें राज्यादि, तें आपल्याला असावें असें पोरांचे नादीं लागून तूं इच्छितोस; पण, हे भारतश्रेष्ठा, हें करणें तुला शोभत नाहीं; याचे योगानें तुझी पृथ्वीभर अधर्माप्रमाणें मोठीच दुष्कीर्ति होणार आहे. हीनबुद्धि, हीनबल, अशिक्षित, अकुलीन, निर्दय, दीर्घद्वेषी व युद्धकलेंत अनिपुण, अशा प्रकारच्या पुरुषांचा विपत्ति आश्रय करिते; आणि जो कुलीन, बलाढ्य, यशस्वी, बहुश्रुत, जितेंद्रिय, दुसऱ्याला न दुखवितां निर्वाह करणारा व स्वार्थपरमार्थांची सांगड घालून चालणारा, तोच भाग्यास चढत असतो. तूं कुलीन आहेस पण फळ काय? तुझी प्रवृत्ति अनृताकडे; तेव्हां तुझें भाग्य टिकावें कसें? नाहीं तर भीष्मांसारखे श्रेष्ठ सल्लागार ज्याच्याजवळ असून जो स्वतः विचारी, विपत्तींतही

धर्माधर्माला न सोडणारा व शहाणा आहे आणि सर्व प्रकारच्या मसलतींनीं जो भरला आहे, अशानें इतकें सांगितल्यावरही असें दुष्ट कर्म करावें काय? परंतु तुझे दैवाचा योगच असा कीं, भीष्मादिकांना विचारितो आहे कोण? कर्ण, शकुनि हे तुझे मंत्री! असले हे तुझे कर्तव्यदक्ष मंत्री नित्य एकत्र जमून, पांडवांना राज्य परत द्यावयाचें नाहीं असा बळकट निश्चय करीत असतात. परंतु समजून रहा, हा निश्चय म्हणजे कौरवांच्या क्षयाचें बीज आहे. एकाएकीं या सर्व कौरवांची निपोताशांति व्हावी असाच जर ईश्वरी संकेत असेल, तर तुझ्या पापाचरणानें चिडीस जाऊन युधिष्ठिर तुझे नाशास प्रवृत्त होईल, आणि गोत्रवधाचें सर्व पाप तुझ्या माथीं मारून आपण निष्पाप राहील; व तुझी मात्र लोकांत निंदा होईल!

हे महाराजा, देवांना गम्य किंवा साध्य नाहीं असें काय बरें आहे? तूंच पहा, अर्जुन हा परलोक पाहाण्यासाठीं या जडदेहासह वर गेला व तेथें देवांनाही मान्य झाला. तेव्हां हें कृत्य मनुष्याचें नव्हे, यांत कांहीं संदेह नाहीं. हे शौर्यादिगुण पूर्वकर्माप्रमाणें न्यूनाधिक होणारे आहेत व संपत्ति आणि विपत्ति ह्या सदा अस्थिर आहेत असें पाहून, व कर्माच्या पूर्वकारणपरंपरेचा अंत लागेना म्हणून सर्व कांहीं गोष्टींचें कारण कालस्वरूप परमेश्वराहून अन्य नाहीं, असें मानून बलिराजा स्वस्थ राहिला. हे राजा, नेत्र, कर्ण, नासिका, त्वचा आणि जिव्हां हीं पंचज्ञानेंद्रियें तृष्णेचा क्षय होईल तेव्हांच पूर्ण तृप्त होतात. याकरितां, लाभालाभांचे वेळीं अढळ बुद्धि राखणाऱ्या दुःखहीन पुरुषानें हीं इंद्रियें विषयांपासून परावृत्त करून सुखी व्हावें. त्यांना इष्ट विषय देऊन तृप्त करण्याचे नादीं लागूं नये; तसें होणें अशक्य आहे. त्यांचें निवर्तन हाच खरा सुखप्राप्तीचा उपाय होय. परंतु कांहीं लोकांना हें म्हणणें मान्य नाहीं. ते म्हणतात, देवायत्त कांहीं नाहीं, सर्व कर्मायत्त आहे. पुरुषानें चांगलें कर्म केलें असतां चांगलें फल प्राप्त होतें. पहा बरें, मातापित्यांपासून प्राणी कर्माच्या योगानेंच उत्पन्न होतो, आणि वाढतो तोही भोजनरूप कर्मच यथाविधि केल्यानें.

हे राजा, प्रिय-अप्रिय, निंदा-स्तुति, सुख-दुःख हीं द्वंद्वें पुरुषाला आपली केव्हां ना केव्हां प्राप्त व्हावयाचींच. एवढेंच नव्हे, पण मौज हीं आहे कीं, अपराधी म्हणून एकजण एका पुरुषाची निंदा करीत असतो, आणि त्याच पुरुषाची दुसरा सदाचरणी म्हणून प्रशंसा करीत असतो; आणि मी तुला असा दोष देतों आहें कीं, कौरवपांडवांत कलह लागल्यानें सर्व प्रजाजनांचा क्षय होईल, करितां पांडवांचें राज्य पांडवांना देऊन टाक. आणि हें जर माझें सांगणें तुला मान्य न होईल, तर अग्नि ज्याप्रमाणें तृण दग्ध करून टाकितो त्याप्रमाणें कृष्णानुयायीं अर्जुन तुझ्या अपराधास्तव सर्व कौरवांना जाळून टाकील! हे राजा, द्यूतकालीं पांडवांना (कपटानें) जिंकिल्यामुळें आपण कृतकृत्य झालोंसें मानून त्याविषयीं पुत्राचे नादानें उभ्या लोकांत काय तो तूं एकटा शामाला नाकबूल झालास; पण आतां त्याचा परिणाम पहा. हे कुरुश्रेष्ठा, ही पृथ्वी पडली अफाट, तूं पडलास दुर्बल, आणि त्यांतून तूं खऱ्या आप्तांना केलेंस दूर व अनाप्तांस केलें आहेस जवळ! तेव्हां या समृद्ध राज्याचें तुझ्या हातून रक्षण होणें अशक्य आहे. असो; हे नरश्रेष्ठा, रथाच्या वेगानें माझें शरीर खिळखिळें होऊन मी अगदीं थकून गेलों आहें. करितां मला अनुज्ञा होईल तर मीं

आतां जाऊन बिछान्यावर पडतों. प्रातःकाळीं सर्व कौरव एकत्र जमून अजातशत्रूचा निरोप ऐकतील.

धृतराष्ट्र म्हणालाः—हे सूतपुत्रा, माझी तुला अनुज्ञा आहे. तूं आतां घरीं जा आणि शयन कर. उदयीक तुझ्याच तोंडून अजातशत्रूचा निरोप हे सर्व कौरव सभेंत जमून ऐकतील.

प्रजागरपर्व.

अध्याय तेहतिसावा.

—:०:—

विदुरनीति.

वैशंपायन सांगतात:—महाप्राज्ञ धृतराष्ट्र द्वारपालाला म्हणाला, 'मला विदुराला भेटावयाची इच्छा आहे. करितां त्याला येथें सत्वर घेऊन ये. विलंब लावूं नको.' धृतराष्ट्रानें पाठविलेला तो दूत विदुरास म्हणाला, 'महाराज, धृतराष्ट्र आपल्याला भेटूं इच्छितात.' याप्रमाणें निरोप समजतांच विदुर राजवाड्यांत आला आणि 'मी आलों आहें म्हणून धृतराष्ट्राला सांग,' असें द्वारपालाला म्हणाला. द्वारपाल आंत जाऊन धृतराष्ट्रास म्हणतो, 'हे राजेंद्रा, आपल्या आज्ञेप्रमाणें विदुर दारीं आले असून आपले पायांचें दर्शन घ्यावें अशी त्यांची इच्छा आहे. तर त्यांनीं काय करावें ती मला आज्ञा व्हावी.' धृतराष्ट्र म्हणतो:—विदुराचे दर्शनाला मी केव्हांही प्रतिकूल नाहीं. करितां त्या महाज्ञानी विदुराला सत्वर आंत घेऊन ये. द्वारपाल विदुराकडे येऊन म्हणतो:—विदुरा, बुद्धिमान् राजा धृतराष्ट्राचे अंतर्गृहांत चलावें. आपणाला भेटीचा केव्हांही प्रतिबंध नाहीं, असें महाराज मला म्हणाले.

वैशंपायन सांगतात:—हे राजा, तदनंतर विदुर धृतराष्ट्राचे अंतर्गृहांत गेला आणि विवंचनेंत पडलेल्या त्या राजाला हात जोडून म्हणाला, 'हे महाप्राज्ञ, मी विदुर तुझ्या आज्ञेवरून आलों आहें. कांहीं कामगिरी असेल तर हा मी तयार आहें. मला आज्ञा कर.' धृतराष्ट्र म्हणतो:—हे विदुरा, संजय पांडवांकडून मघांशीं आला व माझी यथास्थित निंदा करून घरीं गेला. आतां युधिष्ठिराचा निरोप तो उदयीक कुरुसभेंत सांगणार आहे. त्या कुरुवीराचें काय तें म्हणणें आजच मला न समजल्यानें मला फार हुरहुर लागली आहे, माझे अंगाची आग चालली आहे, आणि मला कशी ती झोंप शिवत नाहीं. बाबा विदुरा, आमच्यांत तूंच धर्म व अर्थ या उभयांत निपुण आहेस. तरी माझ्या ह्या उन्निद्र व संतप्त स्थितींत मला जें कांहीं हितावह असेल तें सांग. पांडवांकडून जेव्हांचा संजय आला तेव्हांची माझे मनाला बरोबर स्वस्थता नाहींशी झाली व माझीं सर्वच इंद्रियें अस्वस्थ झालीं आहेत; कारण उदयीक तो काय सांगतो आणि काय नाहीं हीच मोठी चिंता माझे मनाला लागून राहिली आहे.

विदुर म्हणतो:—राजा, झोंप कोणाकोणाला येत नाहीं म्हणशील तर, जो हीनसाधन असून ज्यावर बलिष्ठ शत्रूनें स्वारी योजिली आहे अशा दुर्बळाला; ज्याचें सर्वस्व चोरीस गेलें त्याला; विषयलंपटाला; आणि चोराला;—या चौघांना. हे प्रजानाथ, या महादोषांपैकीं तर एखादा दोष तुझ्यांत नाहींना? किंवा तूं दुसऱ्याचें द्रव्य लुबाडायाला पहात असल्यानें तर अस्वस्थ झाला नाहींस? धृतराष्ट्र म्हणतो:—बा विदुरा! या आमच्या राजर्षिवंशांत सर्वमान्य ज्ञानी असा काय तो तूंच आहेस. तेव्हां तुझें धर्मयुक्त व अत्यंत कल्याणकारक असें भाषण ऐकण्याची माझी इच्छा आहे. विदुर म्हणतो:—धर्मराजा, हा जन्मतः राजलक्षणांनीं युक्त असल्यामुळें त्रैलोक्याचाही स्वामी (तूं कांहीं केलेंस तरी) होईल. वास्तविक पहातां तूं न्यायी असतास तर त्याची प्रार्थना करून त्याला राज्य देणें रास्त होतें. परंतु तूं त्याला वनांत हांकून लाविलेंस आणि आतां चिंतेंत पडला

आहेस. तूं जरी धर्मज्ञ व धर्मशील असलास, तरी युधिष्ठिराच्या थेट उलट लक्षणें तुझ्या ठिकाणीं असून तुझ्या डोळ्यांतली ज्योत विझली असल्यामुळें धर्मशास्त्राप्रमाणें राज्यभाग घेण्यास तूं अपात्र आहेस. तथापि युधिष्ठिर राज्यहीन राहून अनेक क्लेश सहन करीत आहे, याचें कारण—त्याचे ठिकाणीं अक्रौर्य, दयालुत्व, धर्मबुद्धि, सत्य, पराक्रम हे गुण आहेत व तो तुझ्या वडीलपणाकडे पहातो. हें त्याचें थोरपण आहे. पण दुर्योधन, शकुनि, कर्ण व दुःशासन यांवर राजसत्ता टाकून आपल्याला बरे दिवस येण्याची तूं इच्छा करितोस हें मात्र तुझें निवळ खुळेंपण आहे. (कारण ही मूर्खांची चौकडी आहे. यांत खरा शहाणा किंवा पंडित एकही नाहीं; व अशांचे हातून उघडच राज्याचा उत्कर्ष न होतां विध्वंस मात्र होईल.) असो;

पंडित कोणास म्हणावें

तें ऐक. बा धृतराष्ट्रा, आत्मज्ञान, सदुद्योग, सहिष्णुता आणि धर्मनिष्ठा यांच्या बळकटीमुळें जो पुरुषार्थापासून भ्रंश पावत नाहीं, त्याला खरा शहाणा किंवा पंडित म्हणावें. जो सर्वमान्य अशींच कर्में करितो, निंद्य तीं करीत नाहीं, जो ईश्वर, परलोक इत्यादिकांविषयीं आस्तिकबुद्धि बाळगितो व गुरु, वेदवाक्य यांवर विश्वास ठेवितो, तो पंडित जाणावा. क्रोध, हर्ष, परावज्ञा, लज्जा, ताठा, मीपणा हे पुरुषार्थाची हानि करणारे दोष ज्याचे अंगीं वसत नाहींत, तो पंडित म्हटला जातो. ज्याचें उद्दिष्ट कार्य किंवा तत्संबंधीं संकेत आगाऊ दुसऱ्यास न कळतां कार्य तडीस गेल्यावर लोकांना समजतें; शीत, उष्ण, भीति, आसक्ति, उत्कर्ष किंवा अपकर्ष हीं ज्याचें कार्याची हानि करूं पावत नाहींत, तो पंडित म्हटला जातो. ज्याची बुद्धि संसारांत गढली असतांही धर्म व अर्थ यांना अनुसरूनच चालते व कामापेक्षां अर्थाला (व अर्थापेक्षां धर्माला) अधिक मान देते, तो पंडित. जे शहाणे पुरुष आहेत ते आपल्या आवांक्यांत असेल तेंच काम करूं पाहातात; आरंभिलेलें यथाशक्ति तडीस लावितात (सोडीत नाहींत); आणि त्या कामांत कोणालाही तुच्छ मानीत नाहींत. शहाण्याची पहिली ओळखण ही आहे कीं, कोणतीही गोष्ट ज्याला सांगतांच समजते तथापि दृढतेसाठीं तो ती बराच वेळ ऐकून घेतो, व ऐकिल्यावर मनाशीं पक्का उलगडा करून (ती साध्य वाटल्यास) मग हातीं घेतो, नुसत्या हुक्कीसरसा तीमागें धांवत नाहीं; आणि दुसऱ्याचे कामांत कोणीं प्रश्न केल्याशिवाय बोलत नाहीं. खरे अक्कलवाले मनुष्य आहेत ते अप्राप्य वस्तूची वांछा करीत नाहींत; गेल्या वस्तूबद्दल शोक करीत नाहींत; व संकट आलें असतां गोंधळून जात नाहींत. कोणत्याही गोष्टीचा मनाशीं पूर्ण निर्णय करूनच जो तिला हात घालितो व आरंभिलेल्या गोष्टींत अडखळून न रहातां ती पल्ल्यास पोंचवितो; जो आपला वेळ सदा उपयोगीं लावतो व मन ताब्यांत ठेवितो, तो शहाणा म्हटला जातो. हे भरतश्रेष्ठा, पंडित जे आहेत ते श्रेष्ठ कर्मांचे ठायींच आसक्ति ठेवितात; व ऐश्वर्यप्राप्तीचींच कर्में हातीं घेतात आणि त्यांना दुसऱ्याचे बऱ्याची अदेखाई नसते. आपला कोणीं गौरव केला म्हणून जो फुगत नाहीं; अपमान केला म्हणून जाजवतही नाहीं; गंगेच्या डोहासारखा जो गंभीर असतो, तो शहाणा खरा. वस्तुमात्रांतलें जो सार ओळखतो; कोणत्याही कार्याची घटना नीट समजतो; व त्या कार्याची साधनसामग्रीही ठीक जाणतो, तो माणसांत शहाणा समजावा. ज्याच्या वाणीचा ओघ अस्खलित चालतो, ज्याला अनेक मौजेच्या गोष्टी माहीत असतात,

जो मोठा तर्कराज व समयस्फूर्तिसंपन्न असून ग्रंथाचा अर्थ तेव्हांच बोलून जातो, तो पंडित खरा. आपल्या बुद्धिवैभवाला शोभेल अशी जो विद्वत्ता संपादन करितो व संपादलेल्या विद्वत्तेला अनुरूप अशी जो बुद्धीची प्रवृत्ति ठेवितो; व शिष्टांची मर्यादा सोडून जो वागत नाहीं, तो पंडित ही संज्ञा पावतो. आतां

मूर्ख कोणास म्हणावें

तें ऐक. अक्षरशत्रु असून घमेंडखोर, पदरीं दमडी नसून मोठमोठ्या कृत्यांचे संकल्प बांधणारा, आणि निंद्य कर्मानें द्रव्यलाभ इच्छिणारा (द्यूतानें जसा दुर्योधन) अशाला विद्वान् लोक मूर्ख संज्ञा देतात. आपला धंदा सोडून जो बाजारच्या भाकरी भाजीत बसतो, व स्नेह्याच्या कामांत लबाडी करितो, त्याला मूर्ख म्हणतात. आपल्याविषयीं भक्तिहीनांस (कर्णादिकांस) जो ओढतो व भक्तियुक्तांस (पांडवांस) जो दूर लोटतो आणि बलवंताशीं (युधिष्ठिराशीं) जो वैर मांडितो, त्याला मूढमति म्हणतात. अमित्राशीं मित्रत्व करितो, मित्राशीं शत्रुत्व धरून त्याचा घात करितो, आणि दुष्टकर्माचा अंगीकार करितो, त्यास मंदमति म्हणतात. अंगीकार करण्यास उचित अशीं कार्यें दुसऱ्यावर लादून आणखी ज्याच्या-त्याच्याबद्दल संशय धरितो व ताबडतोबीचे कामांत चेंगटपणा लावीत बसतो, तो हे भरतश्रेष्ठा, मूर्ख समजावा. पितरांचें श्राद्ध करीत नाहीं, देवांची पूजा करीत नाहीं, व जो निर्मळ मनाचा मित्र जोडीत नाहीं किंवा ज्याला असा कोणीच आढळत नाहीं, तो मूर्खबुद्धि समजावा. न बोलावितां परगृहीं जातो, कोणी न पुसतां मात सांगतो, ठकाशीं विश्वास धरितो, तो नराधम मुढबुद्धि! आपण तसाच असून दुसऱ्याला नांवें ठेवितो, आणि अधिकारावांचून गुरकावतो, तो पहिल्या प्रतीचा मूर्ख समजावा. आपलें बलाबल न पाहतां, धर्मार्थांची पर्वा न करितां, आणि इकडची काडी तिकडे न करितां दुष्प्राप्य अशी वस्तु मिळावी म्हणून इच्छा धरितो, तो मूर्ख म्हटला जातो. अयोग्य शिष्याला पढवीत बसतो, आपल्यावर लक्ष नाहीं अशाची सेवा करितो व कृपणाची कांस धरितो, तो मूर्ख होय. महान् अर्थ, विद्या किंवा ऐश्वर्य प्राप्त झाल्यानेंही ज्यास गर्व होत नाहीं तो पंडित; अर्थात् गर्व होतो तो मूर्ख. जो परिवाराला सोडून एकटाच उंची खाणें खातो, एकटाच उत्तम वस्त्रें वापरतो, तो नुसता मूर्ख नव्हे तर दुष्ट म्हटला पाहिजे.

एकटा पापकर्मे करून द्रव्य मिळवितो, त्यावर चैन दहाजण करितात. परंतु चैन करणारे सुटून जातात आणि कर्ता तेवढा पापानें लिप्त होतो!

धनुर्धरानें सोडलेला बाण एकालाच मारील, वेळीं मारणारही नाहीं; परंतु एकाद्या शहाण्या मुत्सद्द्यानें लढविलेली युक्ति राजासह सर्व राष्ट्राची राखरांगोळी करील! एवढें सामर्थ्य बुद्धीचें आहे!

एकीनें (एका बुद्धीनें) दोहोंचा (कार्य व अकार्य यांचा) निर्णय करून, चहूंनीं (साम, दाम, दंड, भेद या चार उपायांनीं) तिघांस (शत्रु, मित्र व उदासीन यांस) आपलेसें करावें; आणि पांच (पंचज्ञानेंद्रियें) जिंकून, सहा (संधि, विग्रह, यान, आसन, द्वैध आणि आश्रय हे सहा उपाय) समजून घेऊन व सात (स्त्री, द्यूत, मृगया, पान, निष्ठुर भाषण, निष्ठुर दंड व द्रव्याचा अपव्यय हीं सात) सोडून सुखी व्हावें. [दुसरा अर्थः—एकाच बुद्धीनें दोहोंचा (नित्य आणि अनित्य वस्तूंचा) निर्णय करून चहूंनीं (शम, दम, उपरम, श्रद्धा यांहीं) तिहींना (काम, क्रोध, लोभ) यांना ताब्यांत ठेवून, पांचांना (शब्द,

स्पर्श, रूप, रस, गंध या पंचाविषयांस) जिंकून सहांची (अशन, पिपासा, शोक, मोह, जरा आणि मृत्यु यांची) किंमत ओळखून सात (पंच इंद्रियें, मन व बुद्धि हीं सात) नाहीं-तशीं करून सुखी हो.] विष किंवा शस्त्र यानें एकाचाच वध होतो, परंतु मसलत फसल्यास राजा, प्रजा व राष्ट्र या सर्वांचा नाश होतो. (करितां राजकीय मसलती सदा गुप्त असाव्या.) एकट्यानेंच गोडगोड पदार्थ (दृहांत बसून) खाऊं नये; महत्कार्यांचा विचार एकट्यानेंच कधीं करूं नये; एकट्यानेंच प्रवास करूं नये; सारे निजले असतां एकट्यानेंच जागत बसूं नये. हे राजा, समुद्र तरण्याला जशी नौका त्याप्रमाणें हा संसार उल्लंघून स्वर्गलोकीं चढून जाण्यास सोपानभूत असें सत्य हें एकच अनन्य साधन आहे. पण त्याची तुझी नीटशी ओळख नाहीं, (तुला कपट प्रिय आहे.)

क्षमाप्रशंसा.

क्षमाशीलांचा (धर्मराजाप्रमाणें) एक आणि केवळ एकच दोष आहे, दुसरा आढळत नाहीं. तो दोष एवढाच कीं, क्षमाशीलाला लोक दुर्बळ समजतात. परंतु शहाण्यानें क्षमा हा क्षमाशीलाचा दोष समजूं नये. क्षमा हें एक मोठें बल आहे. दुर्बल असतील त्यांना क्षमा हा गुण असून समर्थ असतील त्यांना तें एक भूषण आहे. क्षमा हें जगतांत एक मोठें वशीकरण आहे. असें काय आहे कीं जें क्षमेनें साध्य होत नाहीं? क्षमारूप खड्ग ज्याचे हातांत आहे त्याचें दुर्जन काय करणार? तृणरहित जागीं अग्नि पडला असतां आपेंआपच विझून जातो. मात्र क्षमाहीन पुरुष स्वतःस व दुसऱ्याला त्रास उत्पन्न करितो. धर्म हेंच कल्याणाचें उत्कृष्ट साधन आहे; क्षमा हीच उत्तम शांति आहे; (क्षमाशीलाचें मन सदा शांत असतें;) विद्येसारखें समाधान नाहीं व अहिंसेसारखें सुखसाधन दुसरें नाहीं.

बिळांत पडून राहणाऱ्या जीवांस ज्याप्रमाणें सर्प गट्ट करितो, त्याप्रमाणें शत्रूशीं विरोध न करणारा राजा, व पर्यटन न करणारा संन्यासी या दोघांस ही भूमि गिळते. कठोर भाषण न करणारा व दुष्टांची (शकुनीसारख्यांची) पूजा न करणारा, हे दोघे या लोकीं योग्यतेस चढतात. हे नरशार्दूला, एकानें पूजिलेसें पाहून त्यालाच पूजिणारे लोक (जसा दुर्योधनानें पूजिलेल्या कर्णास पुजणारा तूं) व एक स्त्री कोणा पुरुषावर फिदा झालेली पाहून त्यावरच फिदा होणाऱ्या दुसऱ्या स्त्रिया, हे दोन वर्ग दुसऱ्याचे विश्वासावर चालणारे होत. यांना स्वतःची अक्कल नसते. दरिद्याची महत्वाकांक्षा व असमर्थाचा क्रोध हे त्यांचे ठिकाणीं शरीरशोषण करणारे दोन तीव्र कंटकच समजावे. संसारी असून निरुद्योगी राहणारा व संन्यासी होऊन उठाठेवी करणारा या दोघांचेंही, विपरीत आचरणामुळें, जगांत हसें होतें. हे राजा, समर्थ (युधिष्ठिराप्रमाणें) असून क्षमाशील, व दरिद्री असून दानशूर, हे दोघे स्वर्गाच्याहीवर चढून बसतात. कुपात्रीं (दुर्योधन) अर्पण व सत्पात्रीं (युधिष्ठिर) अदान हे न्यायागत द्रव्याचे विनियोगांत दोन दोषच होत. अदाता धनिक व अतपस्वी दरिद्री या दोघांना गळ्यांत घट्ट शिळा बांधून पाण्यांत जिते बुडवावे. हे भरश्रेष्ठा धृतराष्ट्रा, योगनिष्ठ संन्यासी व युद्धांत सामना देऊन वध पावलेला योद्धा हे दोघे सूर्यमंडल भेदून वर जातात.

हे भरतश्रेष्ठा, वेदवेत्ते असें समजतात कीं, साम, दान व युद्ध असे हे अनुक्रमें उत्तम, मध्यम व कनिष्ठ उपाय होत. हे राजा, जगांत तीन प्रकृतींचे लोक असतात. उत्तम, मध्यम व अधम. त्यांची योजना त्यांचे त्याचे

योग्यतेप्रमाणें तद्नुरूप कर्मांत करावी. उत्तम कर्मांत उत्तमाची इत्यादि. परंतु तूं कर्णासारखे अधमांची श्रेष्ठ कामीं योजना केलीस. हे राजा, भार्या, दास व पुत्र या तिहींना मालकींचा पैसा असा नाहीं. कारण, त्यांनीं मिळविलेला पैसा तीं ज्यांच्या अंकित असतात त्याचा. (सारांश, दुर्योधनाची सबब कां सांगतोस ? तुझ्या मनांत पांडवांना राज्य देणें असेल, तर तुझा अधिकार आहे.) बाबारे, परद्रव्यहरण, परस्त्रीधर्षण आणि स्वऱ्या कल्याणेच्छूचा परित्याग हे तीन दोष नाशकारक आहेत. (आणि तीनही तुमचे ठिकाणीं आहेत.) काम, क्रोध आणि लोभ हे पुरुषाचा आत्मघात करून त्याला नरकाचा दरवाजा दाखविणारे आहेत. करितां शहाण्यानें या त्रयीचा त्याग करावा. हे धृतराष्ट्रा, शत्रूला (युधिष्ठिराला) संकटांतून काढणें या एका गोष्टीचें फल वरप्रदान, राज्यदान व पुत्रप्राप्ति या तिहींचे तोडीचें आहे. ज्यानें आपली एकवार सेवा केली आहे, जो सांप्रत करीत आहे व जो ' मी आपला आहें ' असें आपल्यास म्हणतो, या तिघांस, ते आपलेकडे आश्रयार्थ आले असतां, आपण अडचणींत असलों तरीही उपेक्षूं नये.

बलाढ्य राजानेंही जीं चार कर्मे वर्जावीं म्हणून पंडितांनीं म्हटलें आहे, तीं हीं समजावीं: अल्पमति, चेंगट, हर्षानें तरळणारे व तोंडपुजे या चौघांशीं सल्लामसलत करूं नये. बा धृतराष्ट्रा, तुझ्यासारख्या संपन्न गृहस्थाचे घरीं वृद्ध, स्वजाति, खालावलेला कुलीन, दरिद्री मित्र व निपुत्रिक बहीण हीं चार असावीं (कारण, वृद्ध कुलाचार सांगतो, कुलीन मुलांबाळांना चांगलें वळण लावितो, मित्र हिताची गोष्ट सांगतो व बहीण संसाराला जपते.) हे राजा, इंद्रानें प्रश्न केला असतांना पुढील चार गोष्टी सद्यःफलदायक आहेत म्हणून बृहस्पतीनें त्यास सांगितल्या, त्या तूंही ऐक, देवतांचा संकल्प, बुद्धिमानांचें बुद्धिवैभव, विद्वानांचा विनय व पापी लोकांचा नाश या त्या चार गोष्टी. हे राजा, अग्निहोत्र, मौन, वेदाध्ययन व यज्ञ हीं चार कर्मे स्वभावतः अभयप्रद आहेत; परंतु तींच दंभार्थ केली असतां भयावह होत.

हे भरतश्रेष्ठा, पिता, माता, अग्नि, आत्मा आणि गुरु हे पांच अग्निच होत. पुरुषानें यांची यत्नपूर्वक सेवा करावी. देव, पितर, मनुष्य, संन्यासी व अतिथि या पांचांचे पूजेपासून पुरुषास लोकांत निर्मल यश मिळतें. बाबारे, तूं कोठेंही जा, मित्र, शत्रु, उदासीन, आश्रित व सेवक हे पांच तुझ्यामागें असणारच. पंचेंद्रिययुक्त मनुष्याचें एक इंद्रिय जरी सछिद्र असलें, तरी तेवढ्यानें, पखालींतून जसें पाणी गळून जातें, त्याप्रमाणें त्या एकाच इंद्रियावाटें त्याचे सर्व बुद्धीचा लय होतो.

निद्रा, तन्द्री, भय, क्रोध, आलस्य आणि दीर्घसूत्रता हे सहाही दोष अभ्युदयेच्छु पुरुषानें टाकावे. न पढविणारा अध्यापक, अध्ययनहीन ऋत्विज, प्रजारक्षण न करणारा राजा, अप्रियभाषणी भार्या, गांवालाच धरून रहाणारा (वनांत न जाणारा) गुराखी व रानांत राहणारा नापित हीं सहा समुद्रांतील फुटके नावेप्रमाणें घातक किंवा निरुपयोगी म्हणून टाकून द्यावीं. सत्य, दान, उद्योग, निर्मात्सर्य, क्षमा आणि धैर्य या सहा गुणांचा पुरुषानें कधींही त्याग करूं नये. हे राजा, सर्वदा धनप्राप्ति आणि आरोग्य, आपले आवडीची तशीच प्रिय भाषण करणारी बायको, आज्ञाधारक पुत्र व द्रव्य देणारी विद्या, हीं सहा इहलोकींचीं सुखें आहेत. आपले देहाचे ठिकाणीं अखंड वास करणारे जे कामादि षड्रिपु,त्यांच्यावर जो आपला पगडा बसवितो, त्या विजितेंद्रिय

पुरुषाला पापाचाही संपर्क होत नाहीं; मग अनर्थाचें नांव तरी कोठून? परंतु तुझे क्रोधलोभादि उभे आहेत म्हणून तुला दुःख आहे. चोर, वैद्य, तरुण स्त्रिया, याजक, राजा आणि पंडित या सहांची अनुक्रमें गाफील मनुष्य, रोगी, कामिजन, यजमान, तंटेखोर आणि मूर्ख या सहांवर उपजीविका चालते. अशा मासल्याचा सातवा मात्र कोणी आढळत नाहीं. (पांडव हे पंडित आहेत, ते तुझ्या मूर्ख पुत्रांचें राज्य घेतील, हें उघड आहे.) एक घटकाभरही हयगय झाली असतां गुरें, सेवा, शेतकी, भार्या, विद्या व शूद्रस्नेह हीं फुकट जातात. पुढील सहाजण पूर्वोपकृत्यास विसरतातः पढून तयार झालेले शिष्य गुरूला; बायको हातीं आलेले तरुण, आईला; निष्काम पुरुष स्त्रीला; कृतकार्य पुरुष कार्यसाधकाला; तरून गेलेले नौकेला; व बरे झालेले रोगी वैद्याला. (सगळें राज्य हातीं आल्यानें तूं स्वतःस कृतकार्य मानून पांडवांस विसरलास.) हे राजा, आरोग्य, अनृणत्व, अप्रवास, सत्संगति, स्वाधीन जीविका, व निर्भय वसति हीं इहलोकींचीं सहा सुखें होत. हेवेखोर, छिद्रान्वेषी, असंतुष्ट, संतापी, नित्यशंकित व परभाग्यावर उपजीविका करणारा हे सहा सदा दुःख भोगतात.

स्त्रिया, द्यूत, मृगया, मद्यपान, कठोर भाषण, कडक शिक्षा व द्रव्याची उधळपट्टी हे सात दोष राजानें टाकावे; कारण यांचे पायीं अनर्थ उद्भवतात व यामुळें बस बसलेले राजांचें देखील उन्मूलन होतें.

ज्याचे घडे भरत आले त्याला अगोदर पुढील आठ चिन्हें होऊं लागतात. तो प्रथम ब्राह्मणांचा द्वेष करूं लागतो; त्यांशीं विरुद्ध होतो; ब्रह्मस्व हरण करितो; ब्राह्मणांना मारूं पहातो; त्यांची निंदा त्याला गोड लागते; व प्रशंसा रुचत नाहीं; मोठ्या कार्यांतही त्याला ब्राह्मणांची आठवण होत नाहीं; व ब्राह्मणांनीं त्यापाशीं याचना केली असतां तो त्यांची हेटाळणी करितो. करितां शहाण्यानें हे आठ दोष असें समजून घेऊन त्यांचा त्याग करावा. हे भरतश्रेष्ठा, मित्रांचा समागम, अलोट द्रव्यप्राप्ति, पुत्राचें आलिंगन, मैथुनांत स्त्रीपुरुषांचा एककालीं वीर्यपात, उचित समयीं प्रिय भाषण, आपल्या संवगड्यांत म्होरकेपणा, इष्ट वस्तूचा लाभ, व चारचौघांत मानसंमान—ह्या लोकांत विद्यमान असणाऱ्या आठ गोष्टी दुग्धांतील नवनीताप्रमाणें हर्षाचें सार होत; व ह्याच स्वसुखाला खरोखर कारण होतात. बुद्धि, कुलीनता इंद्रियजय, विद्या, पराक्रम, मितभाषित्व, यथाशक्ति दान व कृतज्ञता या आठ गुणांनीं पुरुषाचें तेज फांकतें.

या शरीररूपी गृहाला नऊ दारें आहेत; (२ नेत्र, २ नाकपुड्या, २ कर्णरंध्रें, १ मुख, १ मलद्वार, १ मूत्रद्वार.) सत्व, रज आणि तम हे तीन खांब आहेत; पंचविषय हे याचे पांच साक्षी आहेत; व याचा धनी जीवात्मा तो आंत वास करितो. असलें हें घर जो विद्वान् जाणतो तो ब्रह्मवेत्ता होय. हे राजा धृतराष्ट्रा, (मद्यपानानें) धुंद, गाफील, वायचळलेला, भागलेला, रागावलेला, भुकेला, उतावळा, लोभी, भितरा व कामातुर हे दहाजण धर्म ओळखीत नाहींत. तस्मात् शहाण्यानें ह्यांशीं प्रसंग ठेवूं नये.

सुलक्षण राजा.

याविषयीं असुरश्रेष्ठ सुधन्वा यानें स्वपुत्रास सांगितलेला एक पुरातन उपदेश तुला सांगतों. जो राजा काम आणि क्रोध यांचा त्याग करितो; स्वधनाचा सुपात्रीं व्यय करितो; कोणत्याही दोन गोष्टींतील सरसनिरसपणाचा भेद जाणतो; शास्त्राध्ययन करितो; व कोणतेंही

काम रहळत पडूं देत नाहीं, त्याची आज्ञा सर्वजण प्रमाण मानितात. आपल्याबद्दल लोकांचा विश्वास कसा उत्पन्न करावा हें जो जाणतो; ज्यांचे अपराध त्याचे पूर्ण नजरेंत आले त्यांस जो दंड करितो; व तोही दंड अपराधाचे मानानें माफक असाच करितो; किंवा योग्य दिसल्यास क्षमाही करितो, अशा राजाच्या लक्ष्मी अखंड स्वाधीन असते. कोणा अति दुबळया मनुष्याचाही जो अवमान करीत नाहीं; शत्रूचे छिद्रान्वेषणाविषयीं दक्ष राहून जो त्यांशीं बहुत विचारानें वागतो; बलवानाशीं विरोध करण्याचे जो भरीस पडत नाहीं; व योग्य समय दिसला असतां तरवार गाजविल्यावांचून रहात नाहीं, तो राजा शहाणा समजावा. कोणेही वेळीं पेंचांत सांपडला म्हणून जो खेद मानीत नाहीं; परंतु सावधपणें नेटानें उद्योग चालू ठेवितो; वेळप्रसंगीं दुःख निमूटपणें सोसतो, तो महात्मा राज्याचें जूं वाहाण्याला सर्वथा समर्थ होय; व अशाचे शत्रु जिंकिले गेलेच म्हणून समजावें.

सुखी, शहाणा व सन्मान्य कोण?

घर सोडून जो व्यर्थ वणवण करीत नाहीं; पापी लोकांशीं सख्य ठेवीत नाहीं; परस्त्रीचे वाटेस जात नाहीं; दंभ, चौर्य, पैशुन्य व मद्यपान यांपासून जो अलग राहतो, तो सदा सुखी असतो. जो धर्म, अर्थ किंवा काम यांचें सेवन क्षुब्धचित्तानें करीत नाहीं; प्रश्न केला असतां जो खरें तेंच सांगतो; एवढ्यातेवढ्याकरितां जो भांडत बसत नाहीं; आपला कोणीं मान ठेविला नाहीं म्हणून जो रुसत नाहीं, तोच शहाणा. जो दुसऱ्याचा मत्सर करीत नाहीं, दयाच करितो; आपण दुर्बल असतां दुसऱ्याशीं विरोध करीत नाहीं; केव्हांही अमर्याद बोलत नाहीं; व कोणी उलट बोलल्यास क्षमाच करितो, त्याची सर्वत्र प्रशंसाच होते. दुसऱ्याचे डोळ्यांवर येईल असा वेष धारण करीत नाहीं; आपल्या पराक्रमाचा टेंभा मिरवून दुसऱ्याला तुच्छ करीत नाहीं; चिंवचिंवून गेला असतांही जो दुसऱ्यास कडू शब्द बोलत नाहीं अशाच्या सर्वजण सर्वदा भजनीं असतात. मिटलेलें भांडण उकरून काढीत नाहीं; उत्कर्ष झाला म्हणून चौघांत वर छाती काढून चालत नाहीं; अपकर्ष झाला म्हणून तोंडही लपवीत नाहीं; आपण निकृष्ट स्थितीला आलों आहों या सबबीवर जो भलती गोष्ट करीत नाहीं, त्याला सज्जन उत्कृष्ट शीलाचा असें म्हणतात. स्वतःचें बरें झालें म्हणून जो आनंदानें वेडा होत नाहीं, तसेंच दुसऱ्याचें वाईट झालेंसें पाहून ज्याला गुदगुल्या होत नाहींत; कोणतीही वस्तु आपल्या हातीं उचलून दुसऱ्याला दिल्यावर मग तिजबद्दल जो पस्तावा करीत बसत नाहीं, त्यालाच थोर व भला म्हणतात. जो भिन्नभिन्न देशाचार, भिन्नभिन्न भाषासंकेत व निरनिराळे जातिधर्म यांचें पूर्ण ज्ञान संपादून त्यांतील सरसनिरस समजतो, तो जेथें जाईल तेथें चौघांत पुढें येतो. दंभ, मोह, मत्सर, पापकृत्य, राजाला अप्रिय गोष्ट किंवा पुरुष, चहाडी, समुदायाशीं वैर, व मद्यपी, उन्मत्त व दुर्जन यांशीं वाद एवढ्या गोष्टी जो टाळतो, तो श्रेष्ठ होय.

दान, होम, देवताराधन, मंगलकार्यें, आणि जनापवाद टाळण्यासाठीं जो नित्य विविध प्रायश्चित्तें करितो, त्याचा उत्कर्ष देवता आपण होऊनच करितात. विवाह, मैत्री, व्यवहार

१ 'न दुर्बलः प्रातिभाव्यं करोति' हा पाठ आम्हीं धरिला आहे. कित्येकांनीं 'न दुर्बलप्रातिभाव्यं करोति' असा धरिला आहे, त्यांतूनही समंजस अर्थ निघतो; परंतु वरील पाठ पुष्कळांनीं घेतला असलेमुळें आम्हीं तोच कायम केला आहे.

आणि हिताच्या गोष्टी जो आपल्या बरोबरीच्यांशीं करितो,—हीनाशीं करीत नाहीं, व विशिष्ट गुणी असतील त्यांचा सत्कार करितो, त्या विचक्षण पुरुषाचे बेत योग्य प्रकारें सिद्धीस जातात. आश्रितांना वांटून देऊन मग जो माफक खाणें खातो, पुष्कळ मेहनत करून थोडी झोंप घेतो, व शत्रूंनींही याचना केल्यास त्यांस देतो, त्या जितेंद्रिय पुरुषाकडे अनर्थ ढुंकून पहात नाहींत. ज्याची मसलत गुप्त राहून हेतूप्रमाणें सर्व बजावणी असल्यामुळें ज्यानें योजिलेला कोणताही अपकार किंवा इतर कार्यभाग हा किंचितूही कोणास समजत नाहीं, त्याची कामगिरी फसत नाहीं. जो भूतमात्राला शांति मिळावी म्हणून यत्न करितो, जो सदा सत्य व मृदु भाषण करितो, आणि चित्त निर्मळ राखून दुसऱ्याचा गौरव करितो, तो अस्सल खाणींतील उंची हिऱ्याप्रमाणें आपल्या जातींत झळकतो. आपलें दुष्कर्म दुसऱ्याचे ध्यानांत आलें नाहीं तरी जो आपण होऊनच त्याबद्दल मनांत ओशाळतो, तो निर्मळ व दक्ष पुरुष सर्व लोकांचा गुरु होऊन अपरिमित तेजस्वी सूर्याप्रमाणें स्वतेजानें झळकूं लागतो.

हे अंबिकानंदना, वनांत जन्म झालेले शापदग्ध पांडूचे हे इंद्रतुल्य पांच पुत्र तूंच वाढविलेस व पढविलेस. ते तुझ्या आज्ञेबाहेर जाणारे नाहींत. करितां त्यांचा योग्य हिस्सा त्यांना देऊन टाक आणि आपल्या पुत्रांसह खुशाल आनंदानें सुख भोग. मग देव किंवा मनुष्य,—कोणीही तुजसंबंधें कुतर्क घेणार नाहीं.

अध्याय चौतिसावा.

—:०:—

विदुरनीति.

धृतराष्ट्र म्हणतोः—बा विदुरा, आमच्यांत तूं धर्मार्थांत मोठा कुशल आहेस. मला झोंप येत नसून चिंतेनें माझे शरीराचा भडका चालला आहे; अशा स्थितींत मला उचित उपाय सांग. हे उदारमते, युधिष्ठिराला पथ्यकारक असून कौरवांनाही जें श्रेयस्कर असेल, तें विचारपूर्वक मला नीट सारें सांग. माझे हातून आजपर्यंत घडलेलीं पापें मला खात असून पुढेंही पापाचरणाबद्दल दुःखें भोगावीं लागणार या विचारानें माझें मन अगदीं व्याकूळ झालें आहे; आणि म्हणून, हे चतुरा तुला मी मोठ्या काकळुतवाणी प्रश्न करीत आहें; तर युधिष्ठिराचे मनांत काय आहे, तें मला जसेंच्या तसेंच सांग.

विदुर म्हणतोः—ज्याची फसगत होऊं नये अशी आपली इच्छा असेल, त्याला उचित गोष्ट न विचारतांही सांगावी. मग ती शुभ असो वा अशुभ असो; त्याला रुचो वा न रुचो; राजा, या न्यायाला अनुसरून, जें कौरवांना हितकारक होईल असें श्रेयस्कर व धर्मानुसार भाषण मी करीत आहें, तें नीट ऐकून घे.

कार्याकार्यविचार.

हे भरतश्रेष्ठा, जीं कर्में लबाडीचीं असून अयोग्य उपायांनींच सिद्धीस जाणारीं आहेत, तीं साध्य दिसलीं तरी त्यांत मन घालूं नको. त्याचप्रमाणें, योग्य साधनांचा अवलंब करून एकादें प्रशस्त कर्म आपण करीत असतां तें जरी फसलें, तरी शहाण्यानें त्याबद्दल आपलें मन ग्लान होऊं देऊं नये. व्यवहारांत पुष्कळदां, कांहीं कर्मांत, एका मुख्य कर्माचे अंगभूत,

अनुगामी अशा अनेक क्रिया असतात. याकरितां शहाण्यांनीं अगोदर या अनुषंगिक क्रियापरंपरेचा पूर्ण निर्णय करून, व त्या कर्माचा परिणाम व तें करण्याविषयींची आपले अंगची उभारी किती, हें ध्यानांत आणून मग तें साध्य दिसल्यास करावें; नाहीं तर सोडून द्यावें. आपलीं ठाणीं, नफा, तोटा, खजिन्यांतील शिलक, लोकस्थिति व दंड यांचें निश्चित प्रमाण ज्याला माहीतही नाहीं, तो राज्यावर टिकत नाहीं. परंतु जो राजा या बाबतींत साधार व सप्रमाण माहिती करून घेऊन धर्म व अर्थ यांचें ज्ञान करून घेण्याविषयीं उद्युक्त रहातो, तो राज्य सदैव भोगितो. राज्य हस्तगत झालें त्या अर्थी आपण निर्भय व कृतकृत्य झालों असें समजून कोणी रस्ता सोडून वागणूक करूं नये; कारण, कितीही सुंदर रूप असलें तरी जरा ज्याप्रमाणें त्याचा नाश करिते, त्याचप्रमाणें अन्यायी वर्तन गजांतलक्ष्मीचाही ऱ्हास करितें. लालची मासा हा मिष्ट आमिषानें आच्छादित लोहगळ गिळतो, परंतु तो आपला प्राण घेईल या परिणामाकडे लक्ष देत नाहीं. यासाठीं सुखेच्छूनें, जें आपणास सुखानें खातां येईल, खाल्लयावर नीट रीतीनें पचेल, व पचून प्रकृतीस हितावह होईल, असेंच खाणें खावें. (पांडवांचें राज्य तुम्हीं गिळलें तरी तुम्हांस पचणार नाहीं. सबब शहाणे असाल तर तें परत द्या.) जो कोणी वृक्षाचीं कच्चींच फळें तोडितो, त्याला धड त्यांचा मधुर रसही मिळत नाहीं व पुढील बीजाचाही नाश होतो. परंतु जो कोणी यथाकाल परिपक्क झालेलें फल घेतो, त्याला त्या फलापासून रस मिळून शिवाय बीज मिळतें, व त्यापासून पुनःही फल मिळतें. मधुमक्षिका ज्याप्रमाणें पुष्पाला राखून मधुबिंदूचें ग्रहण करिते, त्याचप्रमाणें शहाण्यानें मनुष्यानां न दुखवितां त्यांपासून अर्थग्रहण करावें. माळी ज्याप्रमाणें बागांतील झाडांचें फूलफूल तें वेंचितो पण त्यांचें मूळ दुखवीत नाहीं त्याप्रमाणें शहाण्या राजानें प्रजेशीं वागावें. कोळसे पाडणारा लोणारी मुळावरच कुऱ्हाड घालतो, त्यांतला न्याय करूं नये. हें काम केल्यास नफानुकसान काय, न केल्यास काय, याप्रमाणें कोणत्याही कार्याचा उभय बाजूंनीं पूर्ण विचार करून मग तें कार्य इष्ट दिसेल तर करावें, नाहींपेक्षां करूं नये. कांहीं गोष्टी सदाच अशा असतात कीं, त्यांसंबंधें केव्हांही कितीही खटपट केली तरी ती फुकट जाते; अशांना शहाण्यानें हातच घालूं नये.

कोणता राजा लोकप्रिय होतो ?

जो राजा प्रसन्न झाल्यानें कांहीं लभ्यांश नाहीं, रागावल्यानें कांहीं हानिही नाहीं, असला मळमळीत राजा प्रजेला रुचत नाहीं. यास दृष्टांत नपुंसक पति स्त्रियांस आवडत नाहीं! कांहीं गोष्टी अशा आहेत कीं, मुळारंभीं त्यांबद्दल एकदां थोडीशी मेहेनत घेतली कीं त्यांपासून फार मोठें फल प्राप्त होतें. अशा गोष्टी, शहाणा असेल तो तत्काळ हातीं घेतो; दिरंगाई करून त्यांत विघ्नें येततों थांबत नाहीं. जो राजा केव्हांही प्रेमपूर्ण व सरळ अशाच दृष्टीनें प्रजेकडे पहातो, तो नुसता बसून असला तरी देखील प्रजा त्यावर अनुरक्त असतात.

फुलांनीं भरला असला तरी फळ दिसूं नये, फळ दिसलें तरी सहज हातास येऊं नये, व पिकलें नसलें तरी पिकलेंसें दिसावें, म्हणजे अशा झाडाचा नाश केव्हांही होत नाहीं. (राजानें सदा आश्रितांस पुष्पित वृक्षांप्रमाणें प्रसन्न दिसावें, पण द्रव्यादिदानानें म्हटल्या द्रव्यादिदानानें फलित होऊं नये; कदाचित् फलित झाल्यास तें फल आयासावांचून त्यांचे हातीं लागूं नये;

व अंगांत दम नसला तरी बाहेरून दमदारीनें वागावें, म्हणजे त्याला सहसा धक्का बसत नाहीं.) कृति, वाणी, मन व नेत्र या चार प्रकारांनीं जो लोकांना प्रसन्न ठेवितो, त्याला लोकही राजी असतात.

अधर्मी राजा.

मृगव्याधास पाहून ज्याप्रमाणें मृग त्रस्त होतात, त्याप्रमाणें, ज्यापासून भूतमात्राला त्रास होतो अशाचे हातीं समुद्रान्त पृथ्वीचें राज्य मिळालें असलें तरीही तो नाश पावतो. जरी हक्कानें वडिलार्जित राज्य मिळालेलें असलें, तरी वायु जसा मेघांचा नाश करितो, तसा अन्यायानें वागणारा राजा स्वकर्मानें त्या राज्याचा नाश करितो. पहिल्यापासून सज्जनांनीं आचरलेल्या धर्मानें चालणाऱ्या राजाचे कारकीर्दींत, ही द्रव्यपूर्ण पृथ्वी प्राणिमात्राची कल्याणवृद्धि होईल अशा रीतीनें वृद्धि पावते. परंतु तोच जर धर्म झुगारून देऊन अधर्मानें चालेल, तर तीच पृथ्वी अग्नींत टाकिलेल्या चर्माप्रमाणें आकुंचित होते.

परराष्ट्राचा चुराडा उडविण्याचे कामीं जशी दक्षतेनें बिनकसूर मेहनत राजेलोक करितात, तशीच मेहनत स्वराज्याचे पालनाविषयीं केली जावी. न्यायानें राज्य मिळवावें व न्यायानेंच तें पाळावें; कारण न्यायार्जित लक्ष्मी जात नाहीं किंवा कमी होत नाहीं.

सारदृष्टि.

दगडांतून जसें सुवर्ण घेतात, तसें बरळणारा माथेफिरू किंवा बडबडणारें पोर यांचे भाषणांतून देखील सार तें घेत असावें. शेतांत गळलेले धान्यकण वेंचून त्यावर निर्वाह करणाऱ्या मनुष्याप्रमाणें शहाण्यानें सुभाषितें, सूक्ति व सदाचरण याचा संग्रह करावा.

पशु वासानें पहातात; ब्राह्मण वेदबलानें पहातात; राजे हेरांचे द्वारानें पहातात; आणि इतर लोक चर्मचक्षूंनीं पहातात.

नम्रता.

नाठाळ गाईला मार फार बसतो; परंतु जी गाय मुखानें धार देते तिला कोणी बोटही लावीत नाहीं. तापल्यावांचून जें लवतें त्याला कोणी तापवीतही नाहीं; जी काठी अंगचीच बांकदार असते, तिला वळविण्यासाठीं कोणी शेकीत नाहीं. हाच दाखला डोळ्यांपुढें ठेवून, आपल्याहून बलाधिक असेल त्याशीं शहाण्यानें नमून चालावें; कारण जो बलवंतापुढें नम्र होतो, तो इंद्रालाच नमन करितो असें समजावें.

वस्तुपरत्वें रक्षण.

पशूंचा हितकर्ता (रक्षक) पर्जन्य; राजाचे मंत्री; स्त्रियांचे पति; आणि ब्राह्मणांचे वेद. सत्यानें धर्माचें रक्षण होतें; अभ्यासानें विद्येचें, अभ्यंगस्नानादिकानें अंगकांतीचें; सद्वर्तनानें कुलाचें; वेळोवेळीं मोजमाप केल्यानें धान्याचें; रपेटीनें घोड्याचें; वारंवार पहाणीनें जनावरांचें व हलक्या किमतीच्या वस्त्रानें स्त्रियांचें (कारण उंची वस्त्रें दिल्यानें सहजच चौघांचे नजरेपुढें नाचावेंसें वाटतें.) रक्षण करावें.

दुर्वृत्त.

विदुर म्हणतोः—मला वाटतें कीं, मोठ्या कुलांत जन्मूनही, बदचलनी असेल तर केवळ कुलासाठीं म्हणून त्याला मान मिळूं नये. अगदीं कनिष्ठ जातींत कां जन्मेना, तो जर सद्वृत्त असेल तर तो अधिक मानावा. ज्याला दुसऱ्याचें वित्त, रूप, वीर्य, कुल, गोत्र, सुख, सुदैव, सन्मान हीं पहावत नाहींत, तो सदाचा रोगी समजावा. (कारण दुसऱ्याचें बरें पाहिलें कीं याचा पोटशूळ उठलाच. मग चैन कोठून?) याला अशी भीति असेल कीं आपले हातून नको ती गोष्ट होईल. किंवा पाहिजे ती होणार

नाहीं, किंवा आपली मसलत भलतेच वेळीं फुटेल, त्यानें अंमल चालवूं नये. विद्या, धन आणि उच्च कुल ह्या तीन गोष्टी गर्विष्ठांना **मद** (उन्माद) उत्पन्न करितात, परंतु उलट सज्जनांचे ठिकाणीं त्याच **दम** (मद—नम्रता) उत्पन्न करितात. वेळप्रसंगीं सज्जनांनीं दुर्जनाची साह्यार्थ याचना केली असतां, दौर्जन्याबद्दल स्वतःची प्रसिद्धी असूनही कार्य करून देण्याचे पूर्वींच नुसत्या याचनेनेंच आपणास तो सज्जन समजूं लागतो. ज्ञान्यांना, संतांना व दुर्जनांनाही तारण साधुच आहेत, पण साधूंना दुर्जन तारक होत नाहींत.

शीलप्रशंसा.

झळक पोषाक असेल त्याचा सभेंत आदर होतो; ज्याचे घरीं दुभत्याची चंगळ त्याची मिष्टान्नाची हौस पुरते; ज्याचेपाशीं चांगलें वाहन आहे त्याला रस्ता म्हणजे कांहींच नाहीं; आणि ज्याचें **शील** उत्तम त्यानें सर्वच जिंकलें समजावें. मनुष्याला मुख्य शील होय. तें ज्याजवळ नाहीं, त्याला बंधु, द्रव्य व जीवित यांचा तरी काय उपयोग !

भोजन.

राजा, श्रीमंतांचे भोजनांत मांस प्रधान असतें; मध्यमांच्या गोरस; आणि दरिद्र्यांच्या तेल. परंतु खरें पाहातां, श्रीमंतांपेक्षांही अधिक चमचमीत अन्न दरिद्री खातात असेंच म्हटलें पाहिजे; कारण, त्यांना भूक वखवखून लागत असल्यानें त्यांचें कदन्नच त्यांना अमृताप्रमाणें लागतें. पण श्रीमंतांना मुळीं भुकेचे नांवानें रड! मग कसेंही अन्न असलें तरी गोड कसें लागावें? राजा, जगांत पहावें तों बहुधा श्रीमंतांना अग्निमांद्य असतें; पण तींच दरिद्यानें लांकडें खाल्लीं तरी देखील जिरतात!

कनिष्ठ लोकांना भय उपासमारीचें; मध्यमांना मृत्यूचें; व उत्तमांना अवमानाचें. मद्यपानादि जे कांहीं मद आहेत, त्या सर्वांत ऐश्वर्यमद अति खराब; कारण, ऐश्वर्यमत्त मनुष्य सफाई बुडाल्यावांचून डोळे उघडीत नाहीं!

इंद्रियजयमाहात्म्य.

ज्याप्रमाणें नक्षत्रांना सूर्यादि ग्रह ताप देतात, त्याप्रमाणें विषयांचे ठिकाणीं मोकळीं सोडलेलीं इंद्रियें लोकांना ताप देतात. स्वभावतःच आत्म्याला ओढून भलतीकडे नेणाऱ्या या पंचेंद्रियांचे नादीं जो लागला, त्याचीं दुःखें शुक्लेंदुवत् वृद्धिंगत होत असतात. स्वतः मनोनिग्रह न करितां जो अमात्यांना अंकित करूं पहातो, व अमात्य अंकित न करितां शत्रूला जिंकूं पाहातो, तो अखेरीस निरुपाय होऊन नाश पावतो. यासाठीं, प्रथम जो आपले मनालाच शत्रू समजून जिंकितो व नंतर अमात्यांना आणि त्यानंतर शत्रूंना जिंकूं इच्छितो, त्याची विजयेच्छा विफल जात नाहीं. जितेंद्रिय, मनोनिग्रही, अपराध्यांनाच दंड करणारा, व कोणतीही गोष्ट विचारपूर्वक करणारा, असा जो बुद्धिमान् पुरुष, त्याला लक्ष्मी सोडीत नाहीं. हे राजा, पुरुषाचें शरीर हाच कोणी रथ, आत्मा हा सारथि, इंद्रियें हे अश्व होत. याकरितां, घोडे चांगले शिकवून नरम आणलेले असले म्हणजे रथांत बसणारा ज्याप्रमाणें मार्गांतून सुखानें जातो, त्याचप्रमाणें, जो शहाणा सावधपणें इंद्रियें आपल्या ताब्यांत ठेवितो, तो खुशाल आयुष्य क्रमण करितो. पण हींच इंद्रियें जर स्वाधीन नसलीं, तर, ज्याप्रमाणें बेफाम चालणारे उद्दाम घोडे अडाणी सारथ्याला खाड्यांत घालतात, त्याप्रमाणें तीं पुरुषाचा वेळेस प्राणनाश देखील करावयास सोडीत नाहींत. ज्या मूर्खानें इंद्रियें

१ सांप्रत याचीही महागाईच आहे!

जिंकिलीं नाहींत, तो दुःखाला सुख, अर्थाला अनर्थ आणि अनर्थाला अर्थ समजतो. धर्मार्थांना झुगारून देऊन जो इंद्रियांचा गुलाम बनला, तो लवकरच वैभव, जीवित, द्रव्य व स्त्रीपुत्र यांसही मुकतो. संपत्ति मात्र ज्याच्या स्वाधीन आहे, परंतु इंद्रियें स्वाधीन नाहींत, तो इंद्रियांच्या पराधीनतेमुळें ऐश्वर्यापासूनही भ्रष्ट होतो. मन, बुद्धि आणि इंद्रियें हीं दाबांत ठेवून आपण आपणालाच ओळखावें. कारण, आपले आपणच मित्र आहों व आपणच शत्रूही आहों. पैकीं ज्यानें आपणच होऊन आपल्याला जिंकिलें, तो आपलाच आपण मित्र होय; व जिंकिलें नसेल तर तोच त्याचा शत्रु होय. कारण, शत्रुत्व व मित्रत्व हे दोन्ही भाव निश्चयानें आपले बुद्धीचेच ठिकाणीं राहातात. बारीक भोंकांचे जाळ्यांत गुरफटलेले दोन लठ्ठ मासे ज्याप्रमाणें जाळ्याचे धुडके उडवितात, त्याप्रमाणें काम व क्रोध हे आपल्या बुद्धीचा ठार लोप करितात. जो राजा धर्मार्थांकडे नीट लक्ष पुरवून मग युद्धाची जुळवाजुळव करितो, तो साधनसंपन्न राजा सदा सुख भोगितो. मनाचे प्रेरणेनें चालणाऱ्या पंचेंद्रियरूप आत्मगत शत्रूंना न जिंकितां जो बाहेरील शत्रूंस जिंकूं पहातो, त्याचा शत्रु पाडाव करितात. (रावणासारखे) पराक्रमी राजे ऐश्वर्यविलासांचे योगानें इंद्रियजयाविषयीं असमर्थ होऊन (सीताहरणासारखीं) अनुचित कृत्यें करून बंधांत पडल्याचें आढळतें.

वाळल्याचे संगतीनें जसें ओलेंही जळतें, तसा पाप्याचे संगतीनें निष्पापालाही प्रसंगीं दंड होतो; तस्मात् पाप्याशीं मिलाफ ठेवूं नये. आपापल्या पांच विषयांकडे उडी घेणारे पंचेंद्रियरूप आत्मगत शत्रु यांना मोहामुळें जो मनुष्य दाबांत ठेवीत नाहीं, त्याला आकाबाई ग्रासते. निर्मात्सर्य, सरळपणा, शुद्धता, संतोष, प्रिय भाषण, दम, सत्य व शांति हे गुण दुष्टांचे ठिकाणीं वसत नाहींत. त्याचप्रमाणें, हे भरतश्रेष्ठा, आत्मज्ञान, शांति, सहिष्णुता, अखंड धर्मनिष्ठा, वाक्यसंयम व गुप्तदान हीं नीचांचे ठिकाणीं नसतात. निष्ठुर भाषण व निंदा करून मूर्ख लोक ज्ञात्यांचे लचके तोडीत असतात. पण अशानें ज्ञात्यांचें पाप त्या मूर्ख वक्त्यांवर लोटतें व ज्ञाते पापमुक्त होतात. हिंसा हें दुष्टांचें बल, दण्ड करणें हें राजांचें, पतिशुश्रूषा स्त्रियांचें व क्षमा हें गुणवानांचें बल होय.

बरेंवाईट भाषण.

हे राजा, मौन पाळणें फार दुर्घट आहे असें म्हणतात, तें खरें; पण मला वाटतें, अर्थपूर्ण व चमत्कारयुक्त असें पुष्कळसें बोलतां येणें तर कोणालाही शक्यच नाहीं. हे राजा, गोड वाणीनें किती तऱ्हेचे तरी फायदे होतात; तेच, द्वाड वाणीनें अनर्थ ओढवतात. बाणांनीं विद्ध झालेलें किंवा कुऱ्हाडीनें तोडलेलें अरण्य पुनः वाढून पूर्ववत् होतें. परंतु निंदायुक्त दुर्भाषणानें पाडलेला व्रण केव्हांही भरून येत नाहीं. कर्णि, नालीक वगैरे बाण शरीरांतून बाहेर काढतात, परंतु वाग्बाण हा बाहेर काढतां येतच नाहीं. तो एकदां काळजांत घुसला कीं तेथेंच कायम सलत रहातो. वाग्बाणांचा असा कांहीं स्वभावच आहे कीं, ते तोंडांतून सहज सुटले तरी इकडेतिकडे न जातां अचूक दुसऱ्याच्या मर्मांतच जाऊन रुततात; आणि मग तो जखमी मनुष्य रात्रंदिवस तळमळत पडतो. ह्यासाठीं शहाण्यानें हे वाग्बाण केव्हांही वापरूं नये.

देवांच्या मनांत ज्या पुरुषाचा नाश करावा असें येईल, त्याची ते अगोदर बुद्धि हिरावून घेतात, म्हणजे मग सहजच त्याला सर्वच विपरीत दिसूं लागतें आणि याप्रमाणें विनाशकाल

जवळ येऊन बुद्धि कलुषित झाली म्हणजे त्या पुरुषाला अन्यायच न्यायसा भासून तो त्याच्या हृदयांतून केव्हांही दूर जात नाहीं. हे भरतश्रेष्ठा, या ह्मणण्याप्रमाणेंच प्रस्तुत तुझ्या पुत्रांची बुद्धि विपरीत झाली आहे; आणि पांडवांशीं विरोध असल्यामुळें तूंही त्यांना जाणीत नाहींस. हे धृतराष्ट्रा, हा तुझा शिष्य युधिष्ठिर हा तेजानें, बुद्धीनें व दैवानें तुझ्या सर्व पुत्रांहून किती तरी वरिष्ठ आहे; आणि धर्मार्थांचें रहस्य जाणता असून त्रैलोक्याचा राजा होण्याला योग्य अशीं त्याचे अंगीं राजलक्षणें आहेत. सबब त्याला राजा कर. हे राजा, धर्मनिष्ठांत अग्रणी जो युधिष्ठिर, तो दया, अक्रोध व तुझे वडीलपणाविषयीं पूज्य बुद्धि या तीन कारणांनीं विविध क्लेश निमूटपणें सहन करीत आहे !

अध्याय पसतिसावा.

—:०:—

केशिनीचें आख्यान.

धृतराष्ट्र ह्मणतो:—विदुरा, तुझें हें धर्मार्थयुक्त भाषण मला आणखी ऐकीव. कारण तूं मोठें मनोरंजक व चतुराईचें भाषण करीत असल्यामुळें, कितीही ऐकिलें तरी माझी तृप्ति होत नाहीं.

विदुर म्हणतो:—पृथ्वीवरील यावत् तीर्थांत स्नान करणें आणि भूतमात्राचे ठिकाणीं समदृष्टि ठेवणें या दोन्ही गोष्टी सारख्याच श्रेयस्कर होतील; किंबहुना समदृष्टिच अधिच ठरेल. यासाठीं, हे राजा, तूं उभय पुत्रांचे (कौरवपांडवांचे) ठिकाणीं समदृष्टि ठेव. (पांडवांनाही राज्य दे; त्यांचें भूमिहरण करूं नको) म्हणजे इहलोकीं परमलौकिक मिळवून, मरणोत्तर स्वर्ग पावशील. हे नृवरा, जोंपर्यंत इहलोकीं मनुष्याची पुण्यकीर्ति गाइली जात आहे, तोंपर्यंत त्याची स्वर्गांत मान्यता होत राहाते. या कामीं, केशिनीबद्दल विरोचनाचा सुधन्व्याशीं झालेला संवाद दृष्टांतादाखल सांगत असतात, तो ऐक.

हे राजा, केशिनी नामक कोणीएक अप्रतिम रूपवती राजकन्या उत्तम निवडक पुरुष पति मिळावा या इच्छेनें स्वयंवरार्थ सिद्ध झाली. तिचे प्राप्तीची लालसा धरून विरोचन नामक कोणी दानव तिजकडे आला. तेव्हां त्या दैत्यश्रेष्ठाला ती केशिनी म्हणाली, " हे विरोचना, ब्राह्मण श्रेष्ठ कीं दैत्य श्रेष्ठ? मला वाटतें कीं ब्राह्मण श्रेष्ठ. एरवीं सुधन्वा तुझ्याबरोबर एकासनावर कां बसत नाहीं ? "

विरोचन म्हणतो:—हे केशिनि, याचें कारण हें नव्हे; तर आम्ही कश्यप प्रजापतीचे वंशज असल्यामुळें आम्ही सर्वोत्तम आहों; व हे लोक निःसंशय आमचे असल्यामुळें येथें देव किंवा ब्राह्मण यांना मुळींच मान नाहीं.

केशिनी उत्तर करितेः—हे विरोचना, या स्वयंवरमंडपांतच आपण दोघे या गोष्टीचा प्रत्यय पाहूं. अंगिपुत्र सुधन्वा प्रातःकालीं येथें येणार आहे. त्या वेळीं तुम्ही दोघांनीं एकदमच येथें यावें अशी माझी इच्छा आहे.

विरोचन म्हणतो:—हे कल्याणि, हे भीरु, तूं जसें म्हणतेस तसेंच करीन. उदयिक सुधन्वा आणि मी एकत्रच तुझ्या दृष्टीस पडूं !

विदुर सांगतो, मग, हे राजश्रेष्ठा, रात्र जाऊन सूर्योदय होतांच, केशिनीसह विरोचन जेथें बसला होता तेथें त्यांच्या जवळच सुधन्वा येऊन ठेपला. राजा, तो ब्राह्मणश्रेष्ठ आलासें पाहून, केशिनीनें त्याचें उठून स्वागत करून त्याला आसन, पाद्य व अर्घ्य दिलीं. (इतक्यांत विरोचनानें आपल्या स्वर्णसिंहासनावर बसण्याची सुधन्व्याला विनंती केली, तेव्हां) सुधन्वा

म्हणाला, " हे प्ऱ्हादपुत्रा, तुझ्या ह्या हिरण्मय श्रेष्ठ आसनाला नुसता स्पर्श करून तुझे विनंतीचा मी स्वीकार करितों; बाकी, तुझ्याबरोबर मी या आसनावर बसणार नाहीं!

विरोचन (उपहासानें) म्हणतोः—ठीकच आहे! सुधन्व्या, तूं ब्राह्मण पडलास. तेव्हां एखादें मळकट दर्भासन किंवा कूर्चासनच तुला योग्य! माझ्यासह स्वर्णासनावर बसण्याची तुझी योग्यताच नाहीं!

सुधन्वा उत्तर करितोः—बापलेंक, दोन ब्राह्मण, दोन क्षत्रिय, दोन वृद्ध वैश्य किंवा दोन शूद्र, या दोघांनीं एका आसनावर बसण्यास हरकत नाहीं. याखेरीज मात्र कोणीं परस्परांचे आसनांवर बसूं नये. अरे, मी आसनावर बसलों असतां तुझा बाप प्ऱ्हाद हा खालीं माझे पायांशीं उभा राहून माझी सेवा करीत असे. पण तूं पडलास लहान व घरीं चैनींत लाडांत वाढलेला! तुला ह्या शिष्टांचे रीतीची माहिती कोठून असणार!

विरोचन म्हणतोः—हे सुधन्वन्, सुवर्ण, गाई, अश्व किंवा माझी असुरराज्यांतील सर्व संपत्ति हीं पणाला लावून, आपण कोणा जाणत्या पुरुषाकडून या प्रश्नाचा उलगडा करवूं.

सुधन्वा म्हणतोः—बा विरोचना, तुझें सुवर्ण, गाई, घोडे तुलाच लखलाभ असोत. आपण प्राणांचीच पैज लावून जाणत्यांना हा प्रश्न विचारूं.

विरोचन म्हणतोः—ठीक, पण प्राण पणाला लावून आपण जावयाचें कोणाकडे? कारण, मी देवांचे किंवा मनुष्यांचे तर सावलीस देखील उभा राहाणार नाहीं!

सुधन्वा म्हणतोः—प्राणपण करून आपण तुझे बापाकडेच जाऊं. मग तर झालें? कारण, प्रत्यक्ष पुत्रासाठीं देखील प्ऱ्हाद असत्य भाषण करणार नाहीं ही माझी खातरी आहे!

विदुर सांगतोः—याप्रमाणें दोघांची चुरस पडली असतां ते दोघे प्राणपण करून, प्ऱ्हाद होता तेथें गेले. त्यांस येतांना पाहून प्ऱ्हाद म्हणतो, " आजपर्यंत जे कधींही एकत्र चालले नव्हते, ते हे दोघे चवताळलेल्या सर्पांसारखे एकाच मार्गानें इकडे येत आहेत! असो; हे विरोचना, यापूर्वीं तुमचा केव्हांही सहचार नसतां, आजच तुम्ही सोबतीनें चाललां आहां हें कसें? तुझी सुधान्व्याशीं मैत्री तर नाहीं जडली?"

विरोचन म्हणतोः—मैत्री कशाची? त्याचा व माझा प्राणपण लागला आहे. हे प्ऱ्हादा, आम्ही तुला खरें पुसावयास आलों आहों; करितां अनृत मात्र बोलूं नको.

प्ऱ्हाद म्हणतो—हे सुधन्वन्, तूं ब्राह्मण असल्यामुळें आम्हांस पूज्य आहेस. सेवकांस म्हणतो,) अरे, या ब्राह्मणासाठीं उदक, मधुपर्क व एक पुष्ट शुभ्रवर्ण गव्य घेऊन या.

सुधन्वा म्हणतोः—उदक, मधुपर्क हीं मला वाटेंतच पोंचलीं. प्ऱ्हादा, मी प्रश्न विचारीत आहें, याचें तूं खरें उत्तर मात्र दे. प्रश्न इतकाच कीं, ब्राह्मण श्रेष्ठ कीं विरोचन (दैत्य) श्रेष्ठ?

हा प्रश्न ऐकून प्ऱ्हादाला मोठें संकट पडलें. तो म्हणाला, " महाराज, आपण दोघे तर प्राणपण करून निर्णय विचारण्यासाठीं येऊन उभे राहिलां. पण एक पक्ष माझा पुत्र, दुसरा आपलेसारखा श्रेष्ठ ब्राह्मण. तेव्हां अशा स्थितींत आमच्यासारख्यानें आपल्या वादाचें उत्तर तरी कसें द्यावें? कारण एकीकडे पुत्रघात दुसरीकडे ब्रह्मघात?"

सुधन्वा म्हणतोः—तुझा तो एकुलता पुत्र आहे, तर गाय किंवा जी म्हणून दुसरी कोणती तुझी आवडती वस्तु असेल ती तूं त्यालाच दे. हे प्ऱ्हादा, आम्हा दोघांचा तंटा

पडला आहे; तर या कामीं सत्य निर्णय असेल तो तुला सांगितलाच पाहिजे; तूं बुद्धिमान् म्हणून आम्हीं निर्णयार्थ तुजकडे आलों आहों.

प्रऱ्हाद म्हणतोः—हे सुधन्वन्, मी असें विचारितों कीं, जो वादाचा खरा किंवा खोटा कांहींच निकाल देत नाहीं, किंवा खोटा निकाल देतो, त्यांची स्थिति कशी होते?

सुधन्वा म्हणतोः—सवतीपैकीं नावडतीला, जुगारांत ठोकर लागलेल्याला, व जिवाजड ओझें वाहिल्यानें ज्याचें अंग आंबून गेलें आहे अशा हमालाला जशी रात्र काढावी लागते, तशीच भलता न्याय देणाराला काढावी लागते. आपलेच शहरीं तुरुंगांत पडलेला, भुकेनें व्याकूळ झालेला, व दाराबाहेर तोंड काढतांच शत्रूंनीं गांठलेला जें दुःख पावतो, तें दुःख खोटी साक्षी देणारास प्राप्त होतें. सामान्य जनावरासाठीं खोटें बोलल्यास पांच पूर्वज नरकांत पडतात; गाईसाठीं बोलल्यास दहा; अश्वासाठीं शंभर; आणि मनुष्यासाठीं हजार! सुवर्णासाठीं अनृत बोलणारा हा झालेल्या व होणाऱ्या वंशजांस नरकांत घालतो; आणि भूम्यर्थ बोलणारा तर यावत् सर्वांचाच घात करितो. यास्तव, हे प्रऱ्हादा, भूमितुल्य जी केशिनी, तिच्याकरितां तूं अनृत बोलूं नको.

प्रऱ्हाद म्हणतोः—हे विरोचना, सुधन्वाचा पिता अंगिरा ऋषि हा मजपेक्षां, हा सुधन्वा तुजपेक्षां व याची माता तुझ्या मातेपेक्षां, श्रेष्ठ आहे. यास्तव यानें तुला जिंकिलें आहे; व हा तुझे प्राणांचा मालक आहे, हा न्याय ठरला. आतां हे सुधन्वन्, मला हा एकच पुत्र आहे, तेव्हां त्वां हा मला कृपा करून द्यावा, अशी माझी विनंती आहे.

सुधन्वा म्हणतोः—हे प्रऱ्हादा, ज्या अर्थीं तूं न्यायासच अनुसरलास, पुत्रलोभानें अनृत बोलला नाहींस, त्या अर्थीं मी संतोषानें हा दुर्लभ पुत्र तुला परत देतों. हे प्रऱ्हादा, हा मीं तुला परत दिलाच. आतां यानें माझे देखतच कुमारी केशिनीचे (लग्नांतील रीतीप्रमाणें) हळदीनें पाय धुवावे. (तिला वरावें, मला इच्छा नाहीं !)

विदुर म्हणतोः—हे धृतराष्ट्रा, भूम्यर्थ अनृताचें केवढें पाप आहे तें तूं ऐकिलेंसच. तस्मात् पुत्राचें हित व्हावें म्हणून खरें न बोलतां, भूम्यर्थ (राज्यार्थ) अनृत बोलून पुत्र व अमात्य यांसह नाश पावूं नको. बाबा, देव जे कोणा पुरुषाचें रक्षण करितात, ते कांहीं गुराख्यासारखे हातांत काठी घेऊन पाठीशीं उभे राहून करीत नाहींत. तर त्याला सद्बुद्धीचें बल देतात. इतकाच त्यांतला अर्थ! बाबारे, पुरुष जों जों दुसऱ्याचें बरें मनांत आणितो, तों तों त्याचे सर्व हेतु सफल होऊं लागतात, हा सिद्धांत समज. कपटानें वागणारा जो ठक आहे, तो मोठा वेदवेत्ता असला तरी वेद त्याला पापापासून तारीत नाहींत. पंख फुटलेले पक्षी जसे घरटें सोडून जातात, तसेच वेद त्याला अंतकालीं सोडून जातात. मद्यपान, कलह, समाजशत्रुत्व, पतिपत्नींचा वियोग करणें, ज्ञातींत भेद वाढविणें. राजा, ज्याचा द्वेष करितो त्याची संगति, नवराबायकोचें भांडण, व निंद्य मार्ग हीं सोडून द्यावीं, असें शहाणे सांगतात. सामुद्रिक, खोटें माप देणारा वाणी, शलाकेनें शकुन सांगून दुसऱ्यांस फसविणारा, वैद्य, मित्र, शत्रु व नट या सातांची साक्ष घेऊं नये. अग्निहोत्र, मौन, अध्ययन व यज्ञ हीं स्वभावतः कल्याणप्रद खरीं, पण दंभार्थ केलीं असतां तींच घातक होतात. घरास आग लावणारा, विष देणारा, कुंडगोळकांबरोबर अन्नव्यवहार करणारा, सोमलताविक्रयी, बाण वगैरे आयुधें करणारा,

चहाड, मित्रद्रोही, परस्त्रीसेवक, गर्भपात करविणारा, गुरुपत्नीशीं गमन करणारा, द्विज होऊन मद्य पिणारा, अतिक्रूर, कावळ्याप्रमाणें दुसऱ्याच्या दुःखावर टोंचणारा, परलोकादि न मानणारा, वेदनिंदक, सर्व व्यापाऱ्यांपासून पळीपसा धान्य घेणारा, वेळीं मुंज न झालेला, कर्षक, आणि समर्थ असून शरणागताला मारणारा हे सर्व ब्रह्मघ्नाचे तोडीचेच पातकी होत.

तृणज्वालेनें अंधारांतील वस्तु समजते; वर्तनावरून मनुष्याचे धार्मिकपणाची पारख होते; घेवदेवींत त्याचा चोखपणा कळतो; भयप्रसंगीं शूर समजतो; विपत्कालीं धैर्यवानांची परीक्षा होते; संकटांत मित्राची व आपत्कालीं शत्रूची पारख होते. जरा रूपाचा नाश करिते; आशा धैर्याचा ध्वंस करिते; (आशा तेथें भय.) मृत्यु प्राण हरण करितो; मत्सर धर्माचरणाला कमीपणा आणितो; क्रोध संपत्तीची हानि करितो; (रागा रागा भीक मागा.) नीचसेवा शीलाची घाण करिते; कामवासनेनें लज्जा नष्ट होते (कामातुराणां न भयं न लज्जा.) आणि अहंपणानें सर्वांचेंच वाटोळें होतें. शुद्धाचरणापासून लक्ष्मी उत्पन्न होऊन मर्दुमकीनें ती वाढते; दक्षतेनें ती मूळ धरिते; व मनोनिग्रहानें तिला स्थैर्य येतें. बुद्धि, कुलीनता, इंद्रियनिग्रह, अध्ययन, पराक्रम, मितभाषित्व, यथाशक्ति दान व कृतज्ञता या आठ गुणांनीं पुरुष तेजाला चढतो. हे राजा, हे आठही गुण मोठेच खरे, पण राजकृपारूप एकाच गुणानें हे आठही गुण मनुष्याचे पदरीं आलेसें भासतें. राजा, ह्या मर्त्यलोकांत दिसून येणाऱ्या पुढील आठ गोष्टी स्वर्गाच्या निदर्शक आहेत. यांपैकीं चार सज्जनांचे अंगीं स्वाभाविक असतात, आणि दुसऱ्या चार ते यत्नानें अंगीं आणितात. पहिल्या चार म्हणजे यज्ञ, दान, अध्ययन आणि तप; व दुसऱ्या चार—दम, सत्य, आर्जव (सरळपणा) व अक्रूरता. यजन, अध्ययन, दान, तप, सत्य, क्षमा, दया व अलोभ असा अष्टविध धर्माचा मार्ग सांगितला आहे. यांपैकीं पहिलीं चार कोणी दंभार्थही करितात; परंतु दुसरीं चार मात्र खरे सज्जनावांचून अन्यत्र आढळत नाहींत. जींत वयोवृद्ध (अनुभवी) लोक नाहींत, ती सभाच नव्हे; जे वृद्ध होऊन धर्म सांगत नाहींत, ते वृद्धच नव्हत; बरें, ज्यांत सत्य नाहीं तो धर्मच नव्हे; व ज्यांत कपटाचा मिलाफ आहे तें सत्यच नव्हे. सत्य, सौम्यरूप, अध्ययन, देवतोपासन, कुलीनता, शील, बल, धन, शौर्य आणि मौजदार भाषणशैली हीं दहा स्वर्गप्राप्तीला हेतु आहेत.

पापपुण्य.

जों जों पुण्य करावें, तों तों पुण्याकडेच अधिकाधिक प्रवृत्ति वाढते; जों जों पाप करावें तों तों पापाचीच प्रवृत्ति जोरावते; करितां, शुद्धाचारसंपन्नानें पापाचे वाटेस जाऊं नये. पुण्यवान् पुण्य करीत राहून पुण्याचेंच फल भोगितो; व पापी पापच करीत राहून पापाचेंच फल अनुभवितो. पापाचे पुनरावृत्तीनें बुद्धिभ्रंश होतो; व बुद्धि भ्रष्ट झाल्यानें मनुष्य अधिकाधिकच पापें करीत सुटतो. याचे उलटपुण्यानें सद्बुद्धि वाढते, व सद्बुद्धीमुळें पुनःपुनः मनुष्याचे हातून पुण्यच घडतें. पुण्य करून पुण्यात्मा पुण्यलोकांसच पावतो. यासाठीं पुरुषानें स्वस्थ अंतःकरणानें पुण्याचेंच आचरण करीत रहावें. मत्सरी, पुनःपुनः मर्मीं घाव घालणारा, निष्ठुर, वैरकर्ता, कपटी व ठक यांस पापाचरणामुळें अल्पकालांतच महद्दुःख प्राप्त होतें. परंतु निर्मत्सर विवेकी पुरुष सर्वदा चांगल्याच गोष्टी करीत असल्यानें त्यावर महत्संकट येत नाहीं व तो ज्याला त्याला प्रिय होतो. विद्वानाशीं गांठ पडली असतां त्या

पासून कांहीं तरी विद्या उचलिल्यावांचून राहात नाहीं तो पंडित समजावा; कारण पंडितालाच धर्म व अर्थ हे उभय साधून सुखानें राहातां येतें.

सावधगिरी.

जेणेंकरून रात्र सुखांत काढतां येईल अशी गोष्ट दिवसभर खपून करीत असावें; व पावसाळ्यांत चतुर्मास जेणेंकरून स्वस्थ बसायाला सांपडेल ती गोष्ट आठमाही खपून साधावी; जेणेंकरून वार्धक्यांत निघोर रहावयास सांपडेल, तें पूर्ववयांत संपादन करावें; आणि मरणोत्तर जेणेंकरून सुखानें वास होईल, ती गोष्ट आयुष्यभर खपून साध्य करावी.

अन्नाची प्रशंसा तें पचल्यानंतर करावी; सर्व तारुण्य निर्दोष गेल्यावर उत्तरवयांत स्त्रीची; लढाई मारून आल्यावर शिपायाची; व तत्त्वज्ञानाला पोंचल्यावर तपस्व्याची प्रशंसा करावी. अन्यायार्जित द्रव्यानें कोणी एखादें छिद्र (कुकर्म) लपवूं गेल्यास, तें छिद्र न बुजतां, उलट नवीन मात्र पडतें. जितचित्त आहेत त्यांचा गुरु हा शास्ता; दुष्टांचा शासनकर्ता राजा होय; आणि गुप्त पातक्यांचा यम. ऋषींचें, नद्यांचें, महात्म्यांचें, कुळांचें व स्त्रियांच्या दुराचरणाचें मूळ धुंडून काढण्याच्या खटपटींत शहाण्यानें पडूं नये. राजा, ब्राह्मणपूजेविषयीं दक्ष, दानशूर, स्वजातीशीं सरळ वागणारा आणि शीलवान् असा क्षत्रिय दीर्घकाल राज्य करितो. ही पृथ्वी सुवर्णपुष्पांनीं भरली आहे; पण तीं फुलें शूर, कृतविद्य किंवा सेवादक्ष या तिघांशिवाय अन्यांस मिळत नाहींत. ज्या कर्मांत बुद्धीचें साह्य विशेष, तीं सर्व कर्मांत श्रेष्ठ होत; ज्यांत बाहुबलाची विशेष अपेक्षा, तीं मध्यम; झांकून करावींशीं वाटतात तीं नीच; व ज्यांमुळें डोक्यावर भार पडतो तीं चौथ्या प्रतीचीं!

धृतराष्ट्रा, दुर्योधन, शकुनि, दुःशासन व कर्ण मूर्खचतुष्टयावर राज्यभार सोंपवून तूं आपला उत्कर्ष व्हावासें इच्छितोस, तेव्हां तुला काय म्हणावें? अरे, सर्वगुणसंपन्न पांडव पुत्रांनीं पित्याशीं वागावें तसे तुजशीं वागतात, त्या अर्थीं तूंही त्यांना पुत्रांसमान वागव.

अध्याय छत्तिसावा.

—:o:—

आत्रेयोपदेशकथन.

विदुर म्हणतोः—या कामीं साध्य व आत्रेय मुनि यांचा एक पुरातन संवाद आमचे ऐकिवांत आहे. शुचिव्रत आत्रेय मुनि हंसरूपानें संचार करीत असतां, साध्य नामक देवांनीं त्यांना पूर्वीं प्रश्न केला. साध्य म्हणतात, “ हे महर्षे, आम्ही साध्यदेव आहों. आपले विद्वत्तेचा थांग आम्हांस नीट लागत नाहीं. तथापि आपण विचारी व बुद्धिमान् आहां असें आम्ही मानितों; याकरितां, ज्ञानी कोणास म्हणतात यासंबंधीं आपली उदार व रमणीय अशी वाणी आपण आम्हांस ऐकवावी.

वाक्पारुष्यनिषेध.

हंस (आत्रेय) म्हणतातः—हे देवहो, ही तुमची कामगिरी मीं पतकरिली, ऐका. धैर्य, इंद्रियजय व सत्यप्राप्त्यर्थ ध्यानधारणादि योगवृत्ति यांचा अवलंब करून, आत्मा व अंतःकरण या चिज्जडांची जी अज्ञानामुळें गुंती पडली आहे ती उलगडावी; आणि सर्व इष्टानिष्ट वेदनांचा आत्म्याचे ठिकाणीं लय करावा. आपल्यास कोणीं शिव्याशाप दिले तरी आपण उलट देऊं नये. कारण, जो शाप निमूट ऐकून घेतो, त्याचे अंतःकरणाची नुसती तळमळच शाप देणाराचा राख करते, व त्याचें कांहीं पुण्य असलें तर तें मात्र ऐकून घेणारास प्राप्त होतें. कोणास शिव्याशाप देऊं नये; कोणाचा अवमान करूं नये; मित्रद्रोह

करूं नये; पतिताची सेवा करूं नये; अहंकार नसावा; नीच वर्तन करूं नये; कठोर व सक्रोध वाणी वर्ज करावी; कठोर वाणी ही पुरुषांचीं मर्में, अस्थि, हृदय आणि प्राण इतक्यांना जाळिते; यासाठीं धर्माचे ठिकाणीं विसावा मानणाऱ्या पुरुषानें कठोर वाणीचा केव्हांही स्वीकार करूं नये. मर्मकंतक, क्रूर, कठोर वाणीचा आणि शब्दरूप कंटकांनीं मनुष्यांना टोंचणारा पुरुष सर्व लोकांत कपाळकरंटा म्हणावा; आणि कठोर वाणीचे रूपानें तो आपले मुखांत साक्षात् मृत्यूलाच वागवीत आहे असें समजावें. याकरितां, जर दुसरा कोणी सूर्याग्निवत् दाहक अशा वाग्बाणांनीं आपणास जाळीत असेल, तरी याप्रमाणें मर्मभेद होत असतां किंवा दाह होत असतां शहाण्यानें तो निमूट सोसून घ्यावा व तो दुसरा आपलें पुण्यच वाढवीत आहे असें मानावें. शुभ्र वस्त्र ज्याप्रमाणें द्यावा तो रंग घेऊन उठतें; त्याप्रमाणें साधु, असाधु, तपस्वी किंवा चोर यांपैकीं ज्याची संगत मनुष्य धरितो तसा तो बनतो, हें लक्षांत ठेवून सत्संगति करावी. स्वतःची निंदा कितीही झाली तरी जो निंदकाची उलट निंदा करीत नाहीं किंवा करवीत नाहीं; स्वतःला कोणीं घाय केला असतांही उलटून प्रहार करीत किंवा करवीत नाहीं; इतकेंच नव्हे, तर त्या दुर्वृत्ताला शासन करावें इतकेंसुद्धां मनांत आणीत नाहीं, अशाची आपणास स्वर्गांत संगति घडावी म्हणून देव देखील इच्छा करितात. मौन हें भाषणाहून श्रेष्ठ म्हटलें आहे; पण मौनापेक्षां सत्य भाषण श्रेष्ठ; केवळ सत्यापेक्षां, सत्य असून प्रिय तें श्रेष्ठ; आणि याचे वरची पायरी म्हणजे सत्य व प्रिय असून धर्मानुकूल भाषण ही होय.

विषयविनिवृत्ति.

मनुष्य ज्याशीं लगट करितो, ज्याची सेवा करितो, किंवा स्वतः ज्या प्रकारचा होऊं इच्छितो, तसा तो होतो. पुरुष जितका जितका विषयांपासून दूर राहील, तितका तितका तो दुःखाचे तावडींतून सुटतो; आणि या प्रकारें सर्वच विषयांपासून दूर झाल्यास त्याला दुःखाचा स्पर्शही होत नाहीं. असें सांगून आत्रेय वनांत गेले.

अशा विनिवृत्त पुरुषावर कोणी उपरदवडा करीत नाहीं व तोही दुसऱ्यावर करूं पहात नाहीं. तो कोणाशींच वैर करीत नाहीं, कोणाचा सूड घेत नाहीं, निंदास्तुति सारखींच लेखतो, व शोकही करीत नाहीं आणि हर्षही करीत नाहीं.

त्रिविध पुरुष.

जो सर्वांचाच उत्कर्ष इच्छितो, नाश कोणाणाच इच्छीत नाहीं; व जो सत्यवादी, कोंवळे मनाचा व जितेंद्रिय, तो **उत्तम पुरुष** होय. जो खोटें बोलून दुसऱ्याचें मन राखीत नाहीं; दुसऱ्याची कोरडी समजूत घालीत नाहीं, तर वचन दिल्यास तें पुरें करितो; व दुसऱ्याचीं छिद्रें ज्याच्या ध्यानांत असतात, तो **मध्यम** पुरुष होय. ज्याला कितीही ठेंचलें किंवा मारिलें तरी जो वळणावर येत नाहीं, किंवा डूक सोडीत नाहीं; जो सदा क्रोधाधीन असतो व केलेले उपकार स्मरत नाहीं; ज्याचें कोणाशींच पटत नाहीं आणि ज्याची बुद्धि दुष्ट असते, तो **अधम**वृत्ति जाणावा. या वर्गांतलाच दुःशासन आहे. स्वतःचें मन पापी असल्यामुळें ज्याला दुसऱ्यानें बरें केलें तरी पटत नाहीं व जो सन्मित्रांना धिक्कारितो, तो पुरुष अधम समजावा. ज्याला मिळून स्वोत्कर्षाची इच्छा असेल, त्यानें बनेल तों उत्तमाची सेवा करावी; तसाच वेळ पडल्यास

मध्यमांची करावी; पण अधमांची मात्र केव्हांही करूं नये. निंद्य उपायांचे जोरावर द्रव्य प्राप्त होऊं शकतें खरें, परंतु सततोद्योग, बुद्धिमत्ता व पौरुष यांवांचून सत्कीर्ति किंवा महाकुलीनांची योग्यता पुरुषाला प्राप्त होत नाहीं.

धृतराष्ट्र म्हणतोः—धर्मार्थनिष्ठ व बहुश्रुत जे देव, ते देखील महाकुलीनांची वांछा करितात, त्या अर्थी, हे विदुरा, महाकुलें कोणतीं हा माझा प्रश्न तूं सांग.

सत्कुलें.

विदुर सांगतोः—तप, दम, वेदाध्ययन, यज्ञ, पवित्र विवाह, सतत अन्नदान व सदाचरण हे सात गुण जेथें उत्तम प्रकारें वसतात, तीं कुलें थोर होत. ज्यांचें वर्तन निर्दोष असून जन्महेतु जीं मातापितरें त्यांस दुःखद नसतें; जे आपखुषीनें धर्माचरण करितात; व खोट्या मार्गाकडे न जातां विशेष कीर्ति मिळविण्याची ज्यांची इच्छा असते, तीं कुलें थोर होत.

दुष्कुलें.

यज्ञयाग न केल्यानें, प्रतिषिद्ध विवाह कल्यानें व वेदोच्छेद केल्यानें सत्कुलेंही भ्रष्ट होतात. देवाचे द्रव्याचा अपहार केल्यानें, ब्राह्मणाचें द्रव्य हरण केल्यानें, व ब्राह्मणाची अमर्यादा केल्यानें सत्कुलेंही दुष्कुलें होतात. ब्राह्मणांची पायमल्ली व ब्राह्मणांची निंदा केल्यानें आणि ठेव बुडविल्यानें सत्कुलेंही दुष्कुलत्वाला पोंचतात. गुरेंढोरें, कुटुंबांत पुष्कळ माणसें, व विपुल द्रव्य अनुकूल असतांही वर्तनाचे बाजूनें जर हीनत्व असेल, तर तीं कुलें उच्च कुलांत गणिलीं जात नाहींत. पण तींच गरीब स्थितींत असलीं तरी वर्तनानें जर थोर असतील, तर त्या कुलांची गणना सत्कुलांत होऊन शिवाय तीं लौकिकासही चढतात. द्रव्याची मोठीशी पर्वा नको; तें जात असतें व येतही असतें; परंतु वर्तनाचें तसें नाहीं. एकदां अब्रू गेली कीं पुनः येत नाहीं. यासाठीं पुरुषानें वृत्तरक्षणाविषयीं द्रव्यरक्षणापेक्षांही अधिक काळजी घेतली पाहिजे. द्रव्यानें खालावला म्हणून तो आमचे मतें खालावला नव्हे; पण वर्तनानें एकदां खालावला तो कायमचा बुडाला. विद्या, घोडे, शेती, संपत्ति यांची कितीही समृद्धि असो, चलन जर चांगलें नाहीं, तर अशीं कुलें प्रतिष्ठेस चढत नाहींत. आमच्या कुलांत, आपसांत, वैर करणारा कोणीही नसो; हरामखोरीनें दुसऱ्याचें द्रव्य हरण करणारा राजा किंवा अमात्य आमच्यांत नसो; तसाच मित्रद्रोही, वंचक, खोटा, आणि पितर, देव, अतिथि यांस भाग दिल्यापूर्वीं जेवणारा पुरुष आम्हांत न निपजो. जो कोणी ब्राह्मणहिंसक किंवा ब्राह्मणद्वेष्टा असेल, किंवा जो शेती करील, तो आमचे कुटुंबांत न यावा.

१ ‘ यश्च नो निर्वपेत् कृषिम् ’ याचा अर्थ कांहीं भाषांतरकारांनीं ‘ शेतकीला कोणत्याही प्रकारें अडथळा आणणारा ’ असा केला आहे, व कांहींनीं ‘ जो कृषिकर्मास मदत करणार नाहीं ’ असा केला आहे. शेतकीचा उत्कर्ष इच्छिणाऱ्या किंवा शेतकीवरच जेथें मुख्यतः निर्वाह आहे अशा भरतखंडांत राहाणाऱ्या भाषांतरकारांस हा अर्थ गोड वाटणें सहज आहे. परंतु एक तर हा अर्थ पदांतून निघण्यास थोडी मेहनत पडते. दुसरें, सर्वमान्य टीकाकार चतुर्धर याला हा संमत नाहीं. तिसरें, शेतकी जरी मनुष्यमात्राला प्राणरक्षणार्थ अवश्य, अतएव मान्य असणें स्वाभाविक असलें, तरी आमचे शास्त्रांत वर्णाश्रमधर्मव्यवस्थेंत, ब्राह्मण किंवा क्षत्रिय यांचें ‘ कृषि ’ हें स्वभावज कर्म म्हणून मानिलें नाहीं (भगवद्गीता अ. १८ श्लो. ४३). तें वैश्यकर्म आहे. व आपत्कालाशिवाय जो कोणी अन्य वर्णांस विहित अशा कर्माचा अवलंब करितो तो गर्ह्य होतो (प्रकृतिस्थश्चापदि वर्तमान उभौ गर्ह्यौ भवतः संजयैतौ–संजययानपर्व—अध्याय २८ श्लोक ४). यास्तव, ‘ शेतकी करणारा आमचे (कौरव–क्षत्रिय) कुळांत न जन्मावा ’ असें विदुरानें म्हणणें

[पुढें चालू.]

सद्वृत्तलक्षण.

हे राजा, सज्जनाचे घरीं केव्हांही कोणीही अतिथि आल्यास, बसावयास गवताची चटई, उतरावयास जागा, प्यावयास पाणी, आणि स्वागताचे मधुर शब्द, एवढ्यांची तरी उणीव असत नाहीं; आणि हे ज्ञानवान् धृतराष्ट्रा, धर्मनिष्ठ व पुण्यशील पुरुषांनीं अतिशय आस्थेनें या चारच गोष्टी जरी अतिथीस दिल्या, तरी तेवढ्यानें त्याचा सत्कार घडतो. परंतु, हे राजा, ज्याप्रमाणें स्यंदनवृक्षाचें (टेंभुरणीचें) लांकूड बारीक असलें तरी भार सहन करील तसा इतर वृक्षांचे काष्ठांना होत नाहीं, त्याप्रमाणें हा पहीपाहुण्याचा खांद एकोप्यानें राहाणारे महाकुलीन असतील तेच काढूं जाणत, इतरांचें तें सामर्थ्य नव्हे.

मित्र व कृतघ्न.

जो रागावेल कीं काय म्हणून दहशत वाटत असते, व ज्याशीं साशंकवृत्तीनेंच वागावें लागतें, तो मित्र या संज्ञेस पात्रच नाहीं. पित्याप्रमाणें निर्भयपणें ज्याशीं लगटीनें वागावयास सांपडतें, तोच मित्र होय. इतर नुसते संबंधी म्हणावे; ते मित्र नव्हत. जो आपणाशीं संबंध नसतां मित्रत्वानें वागतो, तोच खरा बंधु, तोच खरा मित्र, तोच आपला आधार व निदानींची गतिही तोच. जो स्वभावतः चंचलचित्त असतां वृद्धांची सेवाही करीत नाहीं, (वृद्धसेवेनें चित्तस्थैर्य येतें असा भाव.) त्या अनिश्चितवृत्तीच्या पुरुषाचे संग्रहीं मित्र फार वेळ टिकत नाहींत. हंस शुष्क सरोवर सोडून जातात त्याप्रमाणेंच चंचलचित्त, अविवेकी व इंद्रियांचा दास बनलेल्या पुरुषाला लक्ष्मी सोडून जाते. ढग क्षणांत उठतात, क्षणांत नष्ट होतात तशी दुर्जनांची वृत्ति क्षणिक असते; ते कांहीं कारण नसतां रागावतात व तसेच कारणावांचूनच प्रसन्न होतात; मिळून नियम असा कांहींच नाहीं. मित्रांनीं त्यांचा सत्कार केला व त्यांची कामगिरी करून दिली असूनही जे उलट त्या मित्रांचे कामीं पडत नाहींत, असले कृतघ्न मेले असतां, कोल्हींकुत्रीं देखील (दुर्गुण लागेल या भीतीनें) त्यांचें प्रेत खात नाहींत! आपलेपाशीं द्रव्य असो नसो, मित्राला शब्द

[मागील पानावरून पुढें चालूं.]

गैर होत नाहीं, असें आम्हांस वाटतें. चौथें. कृषीवांचून जरी गत्यंतर नसलें, तरी कृषिकर्म करणाराला महान् दोषच सांगितला आहे. मात्र 'सहजं कर्म कौंतेय सदोषमपि न त्यजेत्' या भगवदुक्तीप्रमाणें, ज्या वर्णांचें तें विहित कर्म असेल त्यांना हरकत नाहीं. इतर वर्णांस तें अधर्म्यच मानिलें पाहिजे.

'यश्च नो निर्वपेत् पितॄन्' असाही पाठ आहे. याचा अर्थ ' जो कोणी पितरांना पिंड देणार नाहीं ' (तो आमचे कुळांत नसावा).

१ या ठिकाणीं " स्यंदन " म्हणजे रथ समजून एका प्रसिद्ध भाषांतरकारांनीं ' रथ सूक्ष्म जरी असला तरी भार ओढून नेण्यास समर्थ असतो; परंतु इतर वृक्षांची गोष्ट तशी नाहीं ! ' असा अर्थ केला आहे, परंतु रथ आणि वृक्ष यांच्यांत जर साजात्यच नाहीं. तर विशेषत्वाला अवश्य जें व्यावर्तन तें करावें कसें हें आह्मांस गूढ आहे. शिवाय, ' स्यंदन ' याचा कांहींसा अपरिचित, तथापि कोशकारांस मान्य असा वृक्षविशेष (तिवसा, टेंभुरणी) ह्मणून अर्थ निघंटांत स्पष्ट दिला आहे; व टेंभुरणीचें लांकूड विशेष चिवट व भक्कम असतें; ह्याच्या हत्यारांना मुठी, कोयत्यांना थरूं वगैरे अजूनही आपण करितों. याखेरीज, सूक्ष्म हें विशेषण रथाला फारसें गोड दिसत नाहीं व परिपाठांतही नाहीं. बरें, टेंभुरणीचे लांकडाला तर तें सहज साजतें; कारण, टेंभुरणीचें झाड फार मोठें नसतें व लांकूडही त्याच मानानें बारीकच असतें, माल तें विलक्षण चिवट व खंबीर असतें. तिसरी गोष्ट- ' रथत्व ' आणि ' भारसहत्व यांचे अव्यभिचारी साहचर्य आहे असें आह्मांस वाटत नाहीं. रथ ही कांहीं सहजसिद्ध वस्तु नव्हे. कुचके लांकडांचें गाडें उभारलें तर तें भारानें मोडेल. परंतु प्रकृत वृक्षाचे ठिकाणीं मात्र हा गुण सहज आहे. एतावता, वृक्षपक्षीं सर्वथा निर्दोष अर्थ संभवत असतां रथ हा अर्थ स्वीकारणें अयोग्य आहे.

टाकून पहावा; कारण मागून पाहिल्याखेरीज मित्रत्वाचे भरींव-पोंचटपणाची परीक्षा होत नाहीं.

शोकसंताप.

संतापानें रूप उतरतें; संतापानें बलहानि होते; संतापानें ज्ञान नष्ट होतें; व संतापानें रोग जडतो. नुसत्या शोकानें इष्टप्राप्ति तर होत नाहींच पण हें शरीर मात्र जळतें आणि अर्थात् मग शत्रूंना आनंद होतो; याकरितां, धृतराष्ट्रा, शोकाचे ठायीं मन ठेवूं नको. जन्म-मरण, ऱ्हास-वृद्धि, हीं मनुष्याच्या मागें पुनःपुन आहेतच. त्याप्रमाणेंच, वारंवार त्याला दुसऱ्या-जवळयाचना करावी लागते. बरें; दुसरेही त्यांच्या जवळ मागतात. तसाच तो दुसऱ्यांबद्दल कितीदां शोक करितो, व दुसरेही त्याजबद्दल अनेकदां शोक करितात. सारांश, सुख-दुःख, लाभ-हानि, उत्कर्ष—अपकर्ष, जन्म मरण, हीं द्वंद्वें आळीपाळीनें सर्वांचे वांट्यास यावयाचींच; तेव्हां शहाण्यानें यांबद्दल हर्षही मानूं नये किंवा शोकही करूं नये. मन आणि पंच-ज्ञानेंद्रियें हीं सहाही चंचल आहेत. त्यांपैकीं जें जें फाजील वाढेल (विषयासक्त होईल) त्याच्या त्याच्या द्वारें पुरुषाची बुद्धि दर-दिवस फुटक्या घड्यांतील पाण्याप्रमाणें भ्रंश पावत असते.

धृतराष्ट्र म्हणतोः—सूक्ष्मधर्मबंधनांनीं बांधलेला हा धर्मराजा, काष्ठांत गुप्त असलेल्या अग्नीप्रमाणेंच केवळ होय. याला मीं कपटानें वागविलें आहे, त्या अर्थीं तो युद्ध करून माझे मूर्ख पुत्रांचा फडशा पाडील ही गोष्ट खचीत! यामुळें हें सर्व जगत् मला उदास भासत आहे; व माझें मन सदासर्वदा उद्विग्न रहातें. यासाठीं हे बुद्धिमंता विदुरा, मला अशा पदाची वाट सांग कीं, जेथें भय किंवा अस्थैर्य नाहीं; सर्व शांतिरूपताच आहे.

विदुर म्हणतोः——हे निष्पापा, ज्ञान, तप, इंद्रियदमन व लोभत्याग यांशिवाय तुला शांति प्राप्त होईलसें मला दिसत नाहीं. आत्मज्ञानानें पुरुषाचें संसारभय नाहींसें होतें. तपोबलानें ब्रह्मपदाची प्राप्ति होते. गुरुशुश्रुषेनें ज्ञान प्राप्त होतें; व (चित्तवृत्तिनिरोधरूप) योगानें शांति मिळते. शांति प्राप्त झाल्यावर, जे मोक्षाकांक्षी पुरुष असतात ते पुण्यफलाची पर्वा न करितांच दान व वेदाध्ययन करितात; आणि रागद्वेषांपासून मुक्त होऊन भूतलावर संचार करितात. चांगल्या अध्ययनाचें, उत्तम युद्धाचें, सत्कर्माचें व योग्य तपाचें अंतीं सुख मिळतें.

ज्ञातिविरोध.

आपले जातीशीं जे फाटून वागतात, त्यांना मऊ व प्रशस्त बिछान्यावरही झोंप लागत नाहीं; स्त्रियांचे समागमांतही त्यांना गोडी लागत नाहीं; किंवा भाट, बंदिवान् वगैरे स्तुतिपाठ करीत असतांही त्यांना आनंद होत नाहीं; त्यांचे हातून धर्माचरण होत नाहीं; त्यांना सुख लागत नाहीं, त्यांचा गौरव होत नाहीं व शांति त्यांना रुचत नाहीं; कोणीं त्यांचे पथ्याची गोष्ट सांगितली तरी ती त्यांस रुचत नाहीं, त्यांचा योगक्षेमहीं नीट चालत नाहीं, व सर्व वाटोळें झाल्याशिवाय त्यांचा विरोध थांबत नाहीं! धेनूचे ठिकाणीं दूध वगैरेंची समृद्धि, ब्राह्मणाचे ठिकाणीं तपःसमृद्धि, स्त्रियांचे ठायीं अविचार, त्याचप्रमाणें ज्ञातीपासून विरोध हें सर्वदा संभवनीय आहे असें समजून चालावें. पुष्कळसे एकजात सूक्ष्मही तंतु एकत्र चिकटून राहिले असतां (फाटून राहिले असतां नव्हे) मोठ्या धक्क्यालाही दाद देत नाहींत; हीच गोष्ट सज्जनांना (पांडवांना) लागू आहे. पांडव हे तुझेच कुलतंतु होत. त्यांचें तूंच पालन केलें होतेंस. असें असतां आज बहुत वर्षें ते तुझ्या पुत्राचे दुष्टपणामुळें वनवासांत महान् कष्ट

सोशीत असूनही अक्षत उरले आहेत व म्हणूनच सज्जनांना उपमास्पद झाले आहेत. हे भरतश्रेष्ठा, ज्ञातींची गोष्ट काष्ठांसारखी आहे. एकत्र लागून असल्यास प्रकाशित होतात, पृथक् असल्यास ठिकचेठिकाणीं धुमसून नष्ट होतात ! हे धृतराष्ट्रा, गाई, ब्राह्मण, स्त्रिया आणि स्वजाति यांवर जे तरवार गाजवितात, ते पिकल्या फळाप्रमाणें ठिकाणचे धपदिशीं खालीं पडतात. भूमींत खोल खोल मुळें गेल्यानें बलवान् झालेलाही वृक्ष एकटा जर असेल, तर एका क्षणांत वायूचे योगानें खोडासह उलथून पडतो. परंतु जे वृक्ष एकत्र वाढून जुटीमुळें ज्यांना बळकटी आली आहे, ते एकमेकांचे आश्रयबलानें कसल्याही वेगवान् वायूला दाद देत नाहींत. याचप्रमाणें एकाकी मनुष्य बहुगुणी असला तरी तो सहज उलथितां येईल असें त्याच्या शत्रूला वाटतें. सरोवरांतील कमलांप्रमाणें एकमेकांच्या जोरानें व आश्रयानें राहाणाऱ्या ज्ञाति उत्कर्ष पावतात. ब्राह्मण, गाई, जाति, अर्भकें, स्त्रिया, अन्नदाता व शरणागत यांचा वध करूं नये.

क्रोधव्याधि.

द्रव्य किंवा आरोग्य यांपैकीं ज्याजवळ कांहींच नाहीं, त्या मनुष्याचे गुणाची माती होते; विशेषतः व्याधिग्रस्त मनुष्य तरी मेल्यासारखेच समजावे. त्यांचें द्रव्यही व्यर्थ आहे. तुला हा क्रोधरूपी महाव्याधि जडल्यामुळें तूं फुकट गेला आहेस. याकरितां, हे महाराजा, हा एवढा क्रोधरूप व्याधि तूं गिळून टाकून सुखी हो. कारण, यामुळें शरीर अविकृत असतांही तोंड कडू होतें, मस्तकशूळ उद्भवतो, दुष्कर्म करावेंसें वाटतें, अंगाची आग आग होते, तोंडाला कोरड पडते, व सर्वत्र सुया टोंचल्यासारख्या वेदना होतात, असला हा क्रोध आहे. फक्त सज्जनच याला गिळूं जाणतात, दुर्जनांच्यानें तें होत नाहीं. तूं सज्जन आहेस तर एवढा गीळ आणि शांत हो. रोगपीडितांना फळांची चव नसते. विषयोपभोगांतील खरी रुचि त्यांना लाभत नाहीं, ते सदा दुःखांत मरत असतात, आणि ऐश्वर्याचे भोग किंवा सौख्य हीं त्यांना कशीं तीं कळत नाहींत.

बाबा धृतराष्ट्रा, द्यूतांत द्रौपदी तुझे पुत्रांनीं जिंकिलेली पाहून मीं तेव्हांच तुला सांगितलें कीं, सुज्ञ लोक द्यूतांत मन घालीत नाहींत, यासाठीं दुर्योधनाला तूं द्यूतापासून निवृत्त कर; परंतु त्वां ऐकिलें नाहीं, आणि आतां हळहळत बसलास व मला उपाय पुसतोस ! आपण करूं तें कोणी सौम्यपणें सहन करितो म्हणून त्याला पीडा देणें हें कांहीं बलाचें भूषण नव्हे. धर्म फार सूक्ष्म आहे व तो मोठ्या नेटानें पाळला पाहिजे. पांडवांस त्यांचा भाग देणें हा धर्म आहे, तो तुम्हीं पाळावा. क्रूर पुरुषाचे ठिकाणीं असलेली संपत्ति त्वरित लयास जाते; तीच सौम्य पुरुषाचे हातीं वृद्धि पावून पुत्रपौत्रांपर्यंत भोगते. याकरितां, कौरवांनीं पांडवांना संभाळावें, पांडवांनीं कौरवांची बाजू राखावी; व यांचे शत्रुमित्र तेच त्यांचे, व यांचें कार्य तेंच त्यांचें, याप्रमाणें दोघांनीं एकजीव होऊन सुखसमृद्धींत रहावें, अशी तजवीज तूं कर. हे अजमीढ वंशोद्भवा, आज तूं सर्व कौरवकुलाचा मुख्यमेढा आहेस. सर्व कुरुकुल तुझ्या आधीन आहे. यासाठीं, वनवासानें काहून गेलेल्या त्या अल्पवयी पृथापुत्रांना तूं पोटाशीं धर आणि आपले वडीलपणाला शोभेसें कांहीं करून दाखीव. हे कुरुश्रेष्ठा, तूं पांडुपुत्रांशीं संधि कर; तुम्हां दोघांत शत्रूंना फट मिळूं देऊं नको. पांडव बिचारे खऱ्याला धरून राहाणारे आहेत. ते

वांकडे जावयाचे नाहींत. करितां तूं आपल्या दुर्योधनाला वैर टाकून स्वस्थ बसण्यास लाव, म्हणजे तुला सुखशांति प्राप्त होईल.

अध्याय सदतिसावा.

—:०:—

मूर्खांचीं लक्षणें.

विदुर म्हणतो:—हे राजेंद्रा, स्वायंभुव मनूनें पुढील सतरा पुरुष हे मुष्टींनीं आकाश ताडन करणारे, पावसाळ्यांत दिसणारें इंद्रधनुष्य लववूं पाहाणारे किंवा कवडासा पकडणारे (ऊर्फ मूर्ख) म्हणून वर्णिले आहेत. १ अशिष्यास पढविणारा, २ अल्पसंतोषी, ३ शत्रूशीं वारंवार संबंध ठेवणारा, ४ स्त्रियांना बाळगून आपलें कल्याण होईलसें मानणारा, ५ अपात्राशीं याचना करणारा, ६ बढाई मारणारा, ७ थोर कुलांत जन्मून अयोग्य कर्म करणारा, ८ स्वतः दुर्बल असून बलवंताशीं सदा विरोध करणारा, ९ भक्तिहीनास उपदेश करणारा, १० भलत्या गोष्टीवर डोळा ठेवणारा, ११ सासरा होऊन सुनेशीं थट्टामस्करी करणारा, १२ सुनेच्या माहेरच्यांकडून संकटांतून मुक्त होऊनही त्यांचेपासून मान्यतेची इच्छा करणारा, १३ परस्त्रीचे ठिकाणीं किंवा दुसऱ्याचे शेतांत बीजाधान करणारा, १४ स्वस्त्रीवर ऊठपाय तोंड सोडणारा, १५ एखादी वस्तु घेऊन कानावर हात ठेवणारा, १६ मागावें तेव्हां कोणाला कांहीं देऊन सहनशीलतेची बढाई मिरविणारा, व १७ खोट्याला खरें ठरविणारा;—या सतराजणांना यमदूत फांस घालून नरकाकडे खेंचून नेतात.

खऱ्याशीं खरें, लबाडाशी लबाडीचें, याप्रमाणें जशास तसें वर्तन ठेवणें हा न्याय आहे. वार्धक्य रूपाचा, आशा धैर्याचा, मृत्यु प्राणांचा, मत्सर धर्मबुद्धीचा, काम लज्जेचा, नीचसेवा वर्तनाचा, क्रोध लक्ष्मीचा, आणि अभिमान सर्वस्वाचा नाश करितो.

आयुर्हानीचें कारण.

धृतराष्ट्र म्हणतो:—पुरुष हा शतायु म्हणून सर्व वेदांत वर्णिलें असून पुरापूर आयुष्य कोणाचेच वांट्यास येत नाहीं याचें कारण काय?

विदुर म्हणतो:—देव तुझें भलें करो. अमर्याद अभिमान, अमर्याद भाषण, मोठमोठे गुन्हे करणें, क्रोध, अप्पलपोटेपणा व मित्रद्रोह या सहा कारणांनीं आयुष्य घटतें. हीं सहा कारणें तीक्ष्णखड्गरूप होऊन प्राण्यांचीं आयुष्यें खंडित असतात व हीं मनुष्यांचा प्राणनाश कालापूर्वींच करितात,—मृत्यु करीत नाहीं. स्नेह्याचे स्त्रीशीं तसाच गुरुपत्नीशीं गमन करणारा, रजोदर्शन झालेल्या स्त्रीशीं लग्न लावणारा, ब्राह्मण असून दारू पिणारा, ब्राह्मणांवर हुकूम चालविणारा, त्यांचे उपजीविकेचा नाश करणारा, त्यांना दास्य करूं लावणारा, व शरणागताची मान कापणारा हे सर्व ब्रह्मघ्नतुल्य होत. अशांचा संसर्ग झाला असतां शुद्ध्यर्थ प्रायश्चित्त करावें अशी वेदाज्ञा आहे.

गुरुवाक्याप्रमाणें चालणारा, न्यायानें वागणारा, उदार, यज्ञशेष भक्षण करणारा, कोणाला न दुखविणारा, अनर्थकारक कृत्यांत न पडणारा, उपकार स्मरणारा, सत्यनिष्ठ व सौम्य वर्तनाचा—असा ज्ञानी पुरुष स्वर्गाप्रत जातो. हे राजा, गोड वाटेलसें बोलणारे पुरुष हवे तेव्हां सुकाळाचे सांपडतात, मात्र कडू असलें तरी कल्याणाचें असें बोलणारे दुर्मिळ व ऐकून घेणारेही तितकेच दुर्मिळ. जो केवळ धर्मावर नजर देऊन राजाच्या आवडनावडीची पर्वा न राखितां, अप्रिय परंतु खऱ्या हिताचा उपदेश राजास ऐकवितो, तोच राजाचा खरा साह्यकर्ता. सर्व कुलाचे कल्याणासाठीं त्यांतील एका

पुरुषाचा त्याग करावा; (तूं दुर्योधनाचा त्याग कर.) सगळे गांवासाठीं एक कुटुंब वाळीत टाकावें; देशासाठीं एक गांव वगळावा; आणि आत्महितार्थ सर्व पृथ्वीवरही पाणी सोडावें. संकटकाळासाठीं द्रव्य राखून ठेवावें, द्रव्य खर्चीं घालूनही स्त्रीस राखावें; व द्रव्य आणि दारा या दोहोंनाही खर्चीं घालून स्वतःचें रक्षण करावें. द्यूत हें वैरास कारण म्हणून पूर्वकल्पीं अनुभव आला आहे. यासाठीं बुद्धिमान् पुरुषानें गमतीसाठीं देखील द्यूत खेळूं नये. हे प्रतीपवंशज राजा, द्यूतसमयींच मीं तुझा याप्रमाणें निषेध केला होता; परंतु आसन्नमृत्यु रोग्याला औषध रुचत नाहीं त्याप्रमाणेंच माझें सांगणें तुला रुचलें नाहीं. हे राजा, पांडवरूपी मनोहरपिच्छयुक्त मयूरांचा त्वां कौरवरूप कावळ्यांकडून पराजय करविला; परंतु, हे नरेंद्रा, सिंह सोडून कोल्ह्यांना कवळणाऱ्या, तुला प्रसंग गुजरेल तेव्हां रडूं येईल.

सेवकांशीं वर्तन.

बाबा, आपले हिताविषयीं दक्ष व आपल्यावर भक्ति करणाऱ्या चाकरावर जो धनी केव्हांही रागावत नाहीं, त्या धन्यावर चाकरही विश्वास ठेवितात व संकटकालीं त्याला सोडीत नाहींत. सेवकांचे पोटाला चिमटा देऊन, परराज्य किंवा द्रव्य संपादण्याचे भरीस पडूं नये. कारण अशानें आपले परिचारकांना फसवून उपाशीं मारल्यानें, ते अनुरक्त असले तरी उलटतात आणि मालकाला दगा देतात. यासाठीं आपणास जीं कार्यें कर्तव्य असतील त्या सर्वांची गणती करून व आपला जमाखर्च नीट तपासून व सेवकांचा पगार ठरवून मग योग्य असे मदतनीस ठेवावे. कारण, ज्याला योग्य व भरपूर मदत असेल तोच दुष्कर कर्में करितो. धन्याचा अभिप्राय समजून घेऊन जो काळजीपूर्वक त्याचीं सर्व कामें करितो, जो वर्तनाचा उदार व स्वामिनिष्ठ असून स्वतःचें सामर्थ्य जाणतो व धन्याला नेहमीं हिताचीच गोष्ट सांगतो, तो केवळ आत्मबिंब समजून धन्यानें त्याला कृपादृष्टीनें वागवावें. जो आज्ञा ऐकत नाहीं; काम सांगूं लागलें असतां उलट बरकशी लावतो; आपल्या अकलेची ज्याला घमेंड असून जो धन्याच्या उलट बोलतो, त्याला क्षणाचा विलंब न करितां काढून लावावा. निगर्वी, जोरकस, चलाख, दयाळू, सौम्य, फितुर न होणारा, निरोगी व सयुक्तिक भाषण करणारा या आठ गुणांनीं युक्त असेल तो दूत योग्य असें म्हणतात.

विचारी मनुष्यानें अवेळीं दुसऱ्याचे घरांत बेधडक जाऊं नये, चवाठ्यावर रात्रीं छपून राहूं नये, व राजाचा जिच्यावर डोळा आहे त्या स्त्रीचा अभिलाष धरूं नये. चांडाळचौकडीकडून ज्याचे कान फुंकिले गेले आहेत अशानें आपणास कांहीं गोष्ट सांगितली असतां आपण त्याचा उघड निषेध करूं नये, किंवा 'तुजवर माझा विश्वास नाहीं' असें त्यास सांगूं नये; तर कांहीं तरी निमित्त करून आपण त्या प्रसलतींतून दूर व्हावें. भिडस्त राजा, व्यभिचारि स्त्री, राजसेवक, पुत्र, भ्राता, विधवा, लहान मुलांची आई, सेनेवर निर्वाह करणारा व नोकरींतून दूर केलेला एवढ्यांशीं व्यवहार वर्ज करावा. प्रज्ञा, कुलीनता, विद्या, इंद्रियनिग्रह, पराक्रम, मितभाषित्व, यथाशक्ति दान व कृतज्ञता या आठ गुणांनीं पुरुष तेजाला येतो. परंतु राजानें एखाद्यावर कृपा केली असतां, हे गुण त्याचे ठिकाणीं नसून, राजकृपा नामक एका गुणाचे जोरावरच ते आहेतसे मानिले जातात.

स्नानाचे गुण.

बल, कांति, कंठशुद्धि, स्पष्टोच्चार, मृदु त्वचा, सुवास, शुचिर्भूता, संपत्ति, सौकुमार्य

आणि उंची स्त्रिया ह्या दहा गोष्टी स्नानशीलास प्राप्त होतात.

मितभोजनाचे गुण.

आरोग्य, दीर्घायुष्य, बल, सुख व निकोप संतति, ह्या पांच गोष्टी मिताहारी मनुष्यास प्राप्त होत असून, त्याची अधाशी ह्मणून कोणी निंदा करीत नाहीं, ही गोष्ट सहावी होय. आळशी. खादाड, कोणास न आवडणारा, कपटी, दुष्ट, कालदेश न जाणणारा, व अभिष्ट वेष धारण करणारा अशाला घरांत राहूं देऊं नये. मोठ्या संकटांतही पुरुषानें कृपण, निंदक, मूर्ख, वनवासी, ठक, हलकटांना मानणारा, निष्ठुर, दावेदार व कृतघ्न इतक्यांशीं तोंड वेंगाडूं नये. बैदेखोर, निष्काळजी, खोटा, भक्तिहीन, निःस्नेह व घमेंडखोर या सहा नीचांशीं संबंध ठेवूं नये. माणूसबळाशिवाय पैसा मिळत नाहीं; पैशावांचून माणूसबळ मिळत नाहीं. याप्रमाणें या दोन गोष्टी परस्परांवर अवलंबून रहातात, व एकीवांचून दुसरी सिद्ध होत नाहीं. पुत्र उत्पन्न करून त्यांचें अध्यापनादिकरून उतराई होऊन, त्यांचे पोटापाण्याची कांहीं तजवीज लावून, मुलींची चांगले स्थळीं योजना केल्यावर अरण्यांत राहून ब्रह्मचिंतन करण्याची हाव धरावी. प्राणिमात्रास हितावह व स्वतः आपणास सुखावह असें जें कर्म असेल तेंच ईश्वरार्पणबुद्धीनें करावें. कारण सर्व इष्ट हेतु सिद्धीस जाण्याला या जातीचेंच कर्म मूळ साधन होय. धनवृद्धि, पराक्रम, तेज, सात्त्विकपणा, उद्योग आणि दृढनिश्चय हीं सहा ज्याचे ठिकाणीं आहेत त्याला पोट कसें भरेल ही चिंता करणें नलगे.

हे राजा, पांडवांशीं विरोध करण्यामध्यें किती दोष आहेत ते तूंच पहा. इंद्रासहित देवांना या गोष्टीपासून क्लेश होतो आहे, पुत्राशीं वैर होत आहे, तूं सदाकदा उदासीन राहातोस, लोकांत तुझी अपकीर्ति झाली आहे, आणि तुझ्या शत्रूंना आनंद झाला आहे. हे इंद्रतुल्य धृतराष्ट्रा! तूं, भीष्म, द्रोण आणि युधिष्ठिर यांचा कोप वृद्धीस गेला असतां आकाशांत तिरकस उगवणाऱ्या शेंडेनक्षत्राप्रमाणें या सर्व जगताचा नाश करून टाकील. याकरितां अशी वेळ न येऊं देतां, तुझे शंभर पुत्र, कर्ण आणि पांच पांडव यांनीं एकत्र होऊन या सागरान्त सर्व पृथ्वीवर राज्य करावें. राजा, माझ्या मतें तुझे शंभर पुत्र एखाद्या अरण्याप्रमाणें असून पांडव हे त्यांतील वाघ आहेत. यासाठीं तूं सव्याघ्र वनही तोडूं नको किंवा व्याघ्रही तेथून जातीलसें करूं नको. कारण वाघांवांचून वनाला सुरक्षितपणा नाहीं व वनावांचून वाघांनाही नीट सोय नाहीं. सारांश, व्याघ्र वनास राखितात व वन वाघांस राखितें; व म्हणून त्यांची एकत्र स्थिति परस्परांस हितावह आहे.

दुष्ट बुद्धीचे लोक दुसऱ्याचे दोष जाणण्याला जितके उत्सुक असतात तितके चांगले गुण जाणण्याला नसतात. उत्कृष्ट अर्थसिद्धि व्हावी अशी ज्याची इच्छा असेल, त्यानें पहिल्यापासूनच धर्मानें वागावें. कारण अमृत जसें कधींही स्वर्गाला सोडून जात नाहीं, तशी धर्माला सोडून अर्थसिद्धि रहात नाहीं. ज्याचें चित्त पापापासून पराङ्मुख होऊन पुण्यकर्माकडे शिरलें, त्याला (मायारूप) प्रकृति व (महदादि) विकृति हें सर्व समजलें, जो योग्य कालीं धर्म, अर्थ व काम यांचें सेवन करितो, त्याला या त्रिवर्गाचें फल परलोकीं व इहलोकींही मिळतें. राजा, जो हर्ष आणि क्रोध यांचे उठलेले वेग दाबूं शकतो, व जो संकटांत गोंधळून जात नाहीं, त्याला लक्ष्मी प्राप्त होते. हे राजा, पुरुषांचें बल पांच तऱ्हेचें

आहे, तें मजपासून ऐकून घे. बाहु-बल, अमात्य-बल, द्रव्य-बल, वडिलांपासून चालत आलेलें कुल-बल आणि या सर्वांचा ज्यांत समावेश होतो तें बुद्धि-बल हीं पांच उत्तरोत्तर वरिष्ठ आहेत.

ज्याला महान् अपकार करण्याचें सामर्थ्य आहे अशाशीं वैर करून, आपण त्यापासून दूर आहों त्या अर्थीं सुरक्षित आहों, असा विश्वास धरूं नये. स्त्रिया, राजे, सर्प, वेदाध्ययन, धनी, शत्रु, विषयभोग व आयुष्य यांचा विश्वास शहाण्यांनीं धरूं नये. बुद्धिरूप बाणानें व्यथित झालेल्या पुरुषाला वैद्य, औषधें, होम, मंत्र, पुण्यकृत्यें, आथर्वणवेद किंवा सिद्ध रसायनें हीं उपयोगीं पडत नाहींत. सर्प, अग्नि, सिंह व कुलीन पुत्र यांचीं मनुष्यानें अवज्ञा करूं नये. कारण हे सर्व फार तेजस्वी आहेत. लोकांत अग्निरूप प्रचंड तेज काष्ठाचे ठिकाणीं गुप्त असतें, तें दुसऱ्यानें चेतविलें नाहीं तोंपर्यंत काष्ठाला जाळीत नाहीं. परंतु तेंच घर्षणादिकांनीं उद्दीपित केलें असतां नुसत्या काष्ठाला जाळून न राहातां आसपासचें सर्व अरण्य व इतर सर्व वस्तु यांची तेव्हांच राख करून टाकितें. याप्रमाणेंच, अग्निसम तेजस्वी सत्कुलोत्पन्न पांडव हे बाह्यतः क्षमाशील व आकार झांकून आहेत तरी ते काष्ठांत पडून राहाणाऱ्या अग्नीप्रमाणें आहेत. हे राजा, माझ्या मतें पुत्रांसह तूं एखाद्या लतेप्रमाणें आहेस, व पांडव हे मोठ्या शालवृक्षाप्रमाणें आहेत. (तस्मात् तूं त्यांचा आश्रय कर. कारण,) महावृक्षाच्या आश्रयावांचून लता वृद्धिंगत होत नाहीं. हे अंबिकापुत्रा, तुझा पुत्र वनस्थानीं असून पांडव हे सिंहस्थानीं आहेत. तेव्हां परस्परांच्या आश्रयाविरहित राहाण्यांत दोघांचाही नाश आहे हें लक्षांत आण.

अध्याय अडतिसावा.

—:०:—

अतिथिसत्कार.

विदुर म्हणतोः—वृद्ध पुरुष समीप आला असतां तरुणाचा जीव वर येऊं लागतो; आणि त्या वृद्धाचें उत्थापन व अभिनंदनपूर्वक स्वागत केल्यानें तो खालीं पडतो. विचारी गृहस्थानें, आपले घरीं साधु पुरुष अतिथि येतांच, प्रथम त्याला बसण्यासाठीं आसन द्यावें; मग उदक आणून त्याचे पाय धुवावे; नंतर कुशलप्रश्न करून व स्वस्थिति त्याला कळवून आदरानें त्यास भोजन द्यावें. यजमानाचा लोभीपणा किंवा कृपणता, व दान दिल्यास आपले श्रीमंतीचा बोभाट होईल कीं काय ही भीति हीं पाहून मंत्रवेत्ता पुरुष ज्याचे हातचें उदक, मधुपर्क व गाय यांचा स्वीकार करीत नाहीं, त्या गृहस्थाचें जगणें व्यर्थ आहे, असें थोर म्हणतात.

वैद्य, शस्त्रकार, ब्रह्मचर्यापासून ढळलेला, चोर, मद्यपि, गर्भपात करविणारा, सेवेवर निर्वाह करणारा, व वेदविक्रय करणारा इतके-नुसतें पाणी देण्याचे देखील एरवीं योग्य नाहींत, तथापि हेच अतिथीचे नात्यानें आपले घरीं आले असतां त्यांचें प्रेमानें स्वागत करावें.

अविक्रेय पदार्थ.

लवण, शिजलेलें अन्न, दहीं, दूध, मध, तेल, तूप, तीळ, मांस, फळें, कंद, भाज्या, रंगीत वस्त्र, सर्व प्रकारचीं सुगंधि द्रव्यें, व गूळ इतके पदार्थ (त्रीवर्णांनीं) विकूं नयेत. (परंतु हे विकणारा अतिथि म्हणून आल्यास त्याचें स्वागत करावें.)

भिक्षुलक्षण.

ज्यानें क्रोध व शोक सोडिले; मातीचें ढेंकूळ, दगड आणि सोनें हीं तिन्ही ज्याला एकाच किमतीचीं वाटतात; जो कोणाशीं

स्नेहही करीत नाहीं व वैरही करीत नाहीं; निंदा किंवा स्तुति यांपासून जो पराङ्मुख रहातो; जो सुखदुःखांस समान लेखतो आणि उदासीनाप्रमाणें रहातो, तो खरा भिक्षु होय. देवभात, मुळें, इंगुदी वगैरे भाज्या यांवर निर्वाह करणारा, जितेंद्रिय, अग्निकार्याविषयीं दक्ष, व वनांत राहूनही अतिथिसत्काराविषयीं तत्पर, तो सर्वांत श्रेष्ठ व पुण्यवान् तपस्वी होय.

विश्वास.

बुद्धिमानाला अपकार करून, आपण त्यापासून अंतरावर आहों या विश्वासावर कोणीं जाऊं नये. कारण, बुद्धिमानाचे बुद्धिरूप हात लांब असतात, व त्याला त्रास देणाराचा तो दुरूनही फडशा पाडूं शकतो. अविश्वासू मनुष्यावर तर विश्वास ठेवूंच नये; पण विश्वासू असेल त्यावरही अतिशय विश्वास ठेवूं नये. कारण, अशानें ठगा करण्याचें मनांत आणिल्यास तो (पूर्ण माहितगार असल्यानें) आपला समूळ नाश करून टाकील. पुरुषानें कोणाचा मत्सर करूं नये; स्वस्त्रीचें रक्षण करावें; मिळेल तें आश्रितांना वांटून द्यावें; गोड बोलावें, स्त्रियांशींही गोड व मोकळेपणें बोलावें, परंतु त्यांच्या मुठींत जाऊं नये.

स्त्रियांचा मान.

स्त्रिया ह्या गृहस्थाच्या गृहलक्ष्म्या म्हणून म्हटलें आहे. याकरितां त्यांस विशेषच जपावें. त्या आपले घरांत झळकणाऱ्या पवित्र ज्योतिच आहेत असें समजून, अशा भाग्यवान् स्त्रियांचा सन्मान करून त्यांस प्रसन्न ठेवावें.

गृहव्यवस्था.

पित्याला अंतःपुरावरील अधिकार (बायकांवरील देखरेख) सांगावा; आईला स्वयंपाकघराची व्यवस्था सांगावी; गाईगुरांवर, आपलेप्रमाणें काळजी घेणारा असेल तो नेमावा; व शेतावर मात्र जातीनिशीं जावें. नोकराकडून दुकानदारी करवावी व पुत्रांकडून ब्राह्मणसेवा करवावी. उदकापासून अग्नीची उत्पत्ति; ब्राह्मणापासून क्षत्रियाची, दगडांतून लोखंडाची; यांचें सर्वगामी तेज स्वतःचे उत्पत्तिस्थानीं आलें कीं शांत होतें. सत्कुलांत उत्पन्न झालेले सज्जन अग्नितुल्य तेजस्वी असतांही काष्ठांत दडून असणाऱ्या अग्नीप्रमाणें बाहेरून शांत व गूढाकारच रहातात.

मंत्ररक्षण.

ज्याची मसलत घरच्यांना किंवा दारच्यांना कळत नाहीं; मात्र चारचक्षूंनीं जो शत्रूची मसलत जाणून राहातो, तो राजा चिरकाल ऐश्वर्य भोगितो. धर्म, अर्थ, किंवा काम या त्रिवर्गसंबंधीं कोणतीही योजलेली गोष्ट अगोदर कोणास बोलून न दाखवितां केल्यावरच जो दुसऱ्याचे दृष्टीस पाडितो, त्याची मसलत बाहेर फुटत नाहीं. पर्वतपृष्ठावर चढून, किंवा वाड्यांत एकांतस्थलीं जाऊन, किंवा जेथें गवतही उगवलें नाहीं अशा अरण्यांत (कारण, गवतांत दडूनही कोणी कदाचित् ऐकेल.) जाऊन मसलत करावी, म्हणजे बाहेर फुटणार नाहीं. हे भरतश्रेष्ठा, सुहृदावांचून इतराला आपला अस्सल बेत कळवूं नये. सुहृद असूनही जर अपंडित आहे, किंवा पंडित असूनही त्याचे तोंडांत तीळ भिजत नाहीं तर त्यालाही सांगूं नये. एवंच, राजानें मनुष्याची पुरी पारख केल्याशिवाय कोणालाही आपला मंत्री करूं नये. कारण, द्रव्येच्छेची पूर्ति व मंत्ररक्षण हीं दोन्ही मंत्र्याचे आधीन असतात. ज्याचीं धर्मार्थकाम यासंबंधीं कोणतींही कृत्यें प्रत्यक्ष जवळचे सभासदांसही सिद्ध झाल्यावर समजतात, तो राजा श्रेष्ठ होय; व अशाची कार्यसिद्धि हटकून होते. जो राजा मोहामुळें अप्रशस्त कार्यें हातीं घेतो, त्याचीं तीं कार्यें

फसतात व त्यांबरोबर तोही प्राणास मुकतो. परंतु जीं कार्यें प्रशस्त आहेत तीं करण्यापासून सुखच होतें; तीं न केल्यानें मात्र पश्चात्ताप होतो, असें सुज्ञ लोकांचें मत आहे. अनधीत विप्र ज्याप्रमाणें श्राद्धीं ब्राह्मण सांगण्यास योग्य नाहीं, त्याप्रमाणेंच, (संधि, विग्रह, यान, आसन, द्वैधीभाव व समाश्रय) ह्या सहा गुणांची ज्याला चांगली माहिती नाहीं, तो मसलत ऐकण्यास योग्य नाहीं. हे राजा, स्वस्थिति, नफानुकसान, व हे षड्गुण ह्यांचें पूर्ण ज्ञान असून, शीलानें जो सर्वत्र पूज्य आहे, अशाचे पृथ्वी स्वाधीनच समजावी. ज्याचा क्रोध किंवा प्रसन्नता हीं वृथा जात नाहींत—क्रुद्ध झाल्यास शासन करितोच, प्रसन्न झाल्यास बक्षीसही देतोच, कोणतेंही कृत्य स्वतः करून पुढें त्यावर पुनःपुनः देखरेख ठेवितो, व खजिन्याची जबाबदारी जो स्वतः संभाळतो, त्याला ही द्रव्यपूर्ण पृथ्वी सर्वदा द्रव्यदात्रीच होते.

राजानें मुख्यतः छत्र व राजपदवी एवढ्यावर स्वतः तुष्ट राहून संपत्ति सेवकांस वांटून द्यावी; आपणच गिळंकृत करूं नये. ब्राह्मणाचें वर्म ब्राह्मणच ओळखितो; बायकोचें वर्म नवऱ्यालाच ठाऊक असतें; अमात्याची परीक्षा राजालाच असते; पण राजाला ओळखणारा त्याचा तोच. ठार करण्यास योग्य असा शत्रु तावडींत सांपडला असतां जिवंत सोडूं नये. सामर्थ्य नसेल तेव्हां वध्य अशा शत्रूपुढेंही डोकें खालीं करावें; परंतु सामर्थ्य प्राप्त होईल तर त्याला ठार करण्यास मागेंपुढें पाहूं नये. कारण, तो जिता हातचा सुटला असतां लवकरच मोठें भय उत्पन्न होतें. देवता, ब्राह्मण, राजे, वृद्ध, बाल, रोगी यांशीं प्रसंग पडला असतां क्रोध आवरून धरावा. विनाकारण कलह करण्यांत मूढ लोकांस मौज वाटते; परंतु शहाण्यानें त्या भरीस पडूं नये. कारण कलह न केल्यानें कार्यहानि न होतां, शिवाय लोकांत कीर्तीही होते. नेभळा नवरा जसा स्त्रियांना नकोसा वाटतो, त्याचप्रमाणें ज्याचे क्रोध-प्रसाद उभयही विफल, असला मिशामिशीत धनी लोकांनाही रुचत नाहीं. बुद्धिमानास म्हणजे पैसा मिळतोच आणि मूर्खास मिळतच नाहीं, असा कांहीं नियम नाहीं परंतु लोकांतील स्थित्यंतराचें रहस्य बुद्धिमानच जाणतो, मूर्ख जाणत नाहीं. विद्या, शील, वय, बुद्धि, धन आणि कुल यांनीं जे वरिष्ठ, अशांचा मूर्ख मनुष्य नेहमीं अवमानच करितो. दुराचारी, मूर्ख, मत्सरी, अधार्मिक, रागीट व तोंडाचा द्वाड अशावर संकटें तेव्हांच गुदरतात. वंचनाशून्यत्व, दान करणें, केलेला करार अबाधित पाळणें, व जपून बोलणें एवढ्या गोष्टींनीं प्राणिमात्र आपल्या बाजूला वळवितां येतात. ज्याचे बोलण्यांत तफावत येत नसून जो दक्ष, कृतज्ञ, बुद्धिमान् व सरळ चालीचा असतो, अशाजवळ पैसा नाहींसा झाला तरीही लोक गोळा होतात. धैर्य, शांति, इंद्रियनिग्रह, शुचिर्भूतपणा, दया, अकठोर वाणी व मित्राविषयीं द्रोह न करणें या सात गोष्टी लक्ष्मीलाही पुष्टि आणितात. सेवकांस कांहीं न देतां आपलेच पोळीवर तूप ओढणारा, दुष्ट, कृतघ्न, बेशरम, अशा राजाचें, हे धृतराष्ट्रा, तोंड पाहूं नये. स्वतः दोषी असून जो घरांतील निरपराधी मनुष्यांस खवळवितो, त्याला सर्पयुक्त गृहांत राहाण्याप्रमाणें रात्रौ झोंप लागत नाहीं. हे धृतराष्ट्रा, जे बिघडले असतां आपल्या योगक्षेमाला व्यत्यय येईलशी भीति आहे, अशांचें नेहमीं देवतांप्रमाणें कृपासंपादनच करीत असावें. स्त्रिया, उन्मत्त, पतित व मूर्ख या चौघांच्या हातीं ज्या गोष्टी गेल्या, त्यांत बहुधा फसगतच समजावी. जेथें मिळून स्त्रिया, धूर्त किंवा बाल यांचा अंमल आहे, तेथील लोक नदींतील दगडी नावेप्रमाणें सफाई बुडतात. हे राजा, जे निव्वळ कामावर नजर

ठेवून चालतात, फाजील भानगडींत पडत नाहींत, अशांना मी शहाणे समजतों. कारण फाजील भानगडींत पडणारे ते अतिप्रसंगी होत. द्यूतकार, बंदिजन आणि कुलटा हींच ज्याची स्तुति करितात, तो मनुष्य जिवंत असून नसल्यासारखाच समजावा. राजा, त्या अमिततेजस्वी धनुर्धारी पांडवांना टाकून तूं सर्व ऐश्वर्य दुर्योधनाला दिलें आहेस खरें; परंतु ऐश्वर्यमदानें मूढ झालेला बलिराजा ज्याप्रमाणें त्रैलोक्याचे राज्यापासून भ्रष्ट झाला त्याप्रमाणें दुर्योधन लवकरच ऐश्वर्यभ्रष्ट झालेला तूं पहाशील.

अध्याय एकुणचाळिसावा.

—:०:—

विदुराचें भाषण.

धृतराष्ट्र म्हणतोः--बा विदुरा, कळसूत्री बाहुलीप्रमाणें मनुष्य हा विधात्यानें दैवाचे हातीं ठेविला आहे अमुक एक गोष्ट करणें, अमुक एक न करणें हें त्याच्या मुळींच हातीं नाहीं. तस्मात् मला दोष न देत बसतां तुला उपदेशाची काय गोष्ट सांगणें ती सांग. मी ऐकावयास तयारच बसलों आहें. मला बोल लावणें मात्र अन्याय आहे.

विदुर म्हणतोः—अप्रासंगिक भाषण स्वतः देवगुरूनें केलें तरीही त्याचे शहाणपणाला नांवें ठेवितात व त्याचा उपहास करितात. मग माझी कथा काय ? पण तूं होऊन मला सांगितलेंस म्हणून मी बोलतों आहें, हें लक्ष्यांत ठेव. आतां, मी प्रिय वाटत नसेन ही गोष्ट निराळी. कोणी दानानें प्रिय होतो; कोणी गोड बोलण्यानें आवडता होतो; कोणी मसलतीचे जोरावर प्रिय होतो; परंतु या तिन्ही निमित्तांवांचून जो प्रिय वाटेल, तोच खरा प्रिय होय. माझें बोलणें निरपेक्ष आहे. हें तुला प्रिय वाटेल, तर तुझें कल्याण आहे. परंतु जो आपणास नावडता असतो, तो साधु, बुद्धिमान् किंवा पंडित असला तरी तसा भासत नाहीं. कारण, नावडतीचें मीठ आळणी म्हणून म्हणच आहे. त्याप्रमाणेंच आवडतीची सर्व करणी मनुष्याला गोडच वाटत असते. तोच न्याय माझे बोलण्यासंबंधें होत आहे. असो; हा दुर्योधन जन्मास येतांच मीं तुला बजाविलें कीं, हे राजा, या पोराला टाकून दे. कारण, या एकाला टाकिल्यानें शंभर पुत्रांचा अभ्युदय होईल; न टाकिल्यानें तेवढ्यांचाही नाश होईल. परंतु तूं कोठें ऐकिलेंस ! बाबा, आजच्या ह्या उत्कर्षानें फुगूं नका, हा उत्कर्ष पुढील क्षयाचें पूर्वरूप आहे, असें समजा. ज्यापासून पुढें क्षय आहे अशा उत्कर्षापेक्षां, जीपासून पुढें उत्कर्ष आहे अशी क्षीण स्थिति (पांडवांप्रमाणें-) च अधिक श्रेयस्कर समजावी. धृतराष्ट्रा, कोणी गुणानें (पांडव) श्रीमंत असतात, कोणी द्रव्यानें (कौरव) असतात; परंतु गुणहीन असून केवळ द्रव्यानें श्रीमंत असतील अशाचा संग्रह करूं नको.

धृतराष्ट्र म्हणतोः—विदुरा, तूं जेवढें बोलत आहेस तें सर्व परिणामीं हितावत व शहाण्यांना संमत असेंच आहे; आणि जिकडे धर्म तिकडेच जय हें तत्त्व मलाही कबूल आहे. तथापि, पुत्राला दूर करण्याला छाती होत नाहीं, याला काय करूं?

विदुर म्हणतोः—(तुझा पुत्रलोभ तुझ्या दृष्टीनें क्षम्य होईल, परंतु त्यामुळें सर्व लोकांचा नाश होणार याकडे तूं अलक्ष्य करणें न्याय्य नव्हे.) जो खरा गुणसंपन्न आणि विनयशील आहे, तो अल्पही सर्वजनिक हानीकडे दुर्लक्ष करीत नसतो. (आणि तूं तर पुत्राकडेच पहातोस, लोकहानीकडे पहात नाहींस, याला काय म्हणावें ?)

त्याज्य पुरुष.

परनिंदेंत गढलेले; परदुःखोत्पादनार्थ झटणारे; सदा उठून परस्परांत विरोध माजविण्याविषयीं खटपट करणारे; ज्यांचें नुसतें दर्शनही दोषावह असतें; ज्यांशीं सहवास घडल्यास मोठेंच भय उत्पन्न होतें; ज्यांपाशीं पैशाची देवघेव करणें मोठें अनर्थकारक असतें; दोघांत वितुष्ट आणणें हा ज्यांचा स्वभावच पडला; जे विषयलंपट, निर्लज्ज व ठक; जे पापकर्मांतले पक्के बेरड; ज्यांचेबरोबर सहवास करणें निंद्य मानिलें आहे; व याशिवाय ज्यांमध्यें दुसरे अनेक दोष आहेत, अशा मनुष्यांचा त्याग करावा. (त्यांशीं मैत्री करूं नये.) कारण, अशा पुरुषांची मैत्री कारण संपतांच नाहींशी होऊन, तीबरोबर सर्व प्रेम, मैत्रीचें फल व स्नेहसौख्य यांची त्यांचे ठिकाणीं ओळखही रहात नाहीं. इतकेंच नव्हे, तर त्यांचें यत्किंचितूही वांकडें झालें असतां ते आपले अब्रूवर उठतात, व आपलें वाटोळें करण्याविषयीं कंबर बांधितात; आणि मोहामुळें, तें केल्याशिवाय त्यांना चैन पडत नाहीं. तस्मात् , असल्या नीच, दुष्ट, विशृंखल लोकांशीं संगतीचा प्रसंग आल्यास, बुद्धिपूर्वक पूर्ण विचार करून त्यांचें दुरूनच परिवर्जन करावें.

ज्ञातिसत्कार.

जो कोणी दरिद्री, दीन किंवा व्याधिपीडित अशा आपल्या जातभाईवर कृपा करितो, त्याचे पशुपुत्र वृद्धिंगत होऊन त्याला अक्षय श्रेय प्राप्त होतें. ज्याला आत्मकल्याणाची इच्छा असेल त्यानें स्वज्ञातींना हातभार लावावा, हा न्याय आहे. यासाठीं, हे राजा, (पांडवांसह) तुझ्या कुलाची वृद्धि होईल असेंच नीट आचरण कर. हे राजा, जो ज्ञातीचा सत्कार करितो, त्याचें कल्याण अवश्य होतें. यासाठीं, स्वज्ञाति गुणहीन असले तरी त्यांचें रक्षण करावें. मग (पांडवांसारखे) गुणी असून शिवाय तुझ्या कृपेची आशा करणारे असतील, त्यांबद्दल सांगणेंच नको. तस्मात् , हे नृपते, वीर पांडवांवर कृपा कर. हे प्रभो, त्यांच्या निर्वाहाकरितां त्यांना थोडेबहुत गांव दे म्हणजे पुरे. तेवढ्यानें तुझी लोकांत वाहवा होईल. बाबा, तूं कुटुंबांत वडील आहेस, त्या अर्थी पुत्रांचें शासन करणें तुजकडे आहे. मींही हिताची गोष्ट सांगितली पाहिजे. (आणि माझें कर्तव्य मी करितों आहें.) मी तुझा खरा हितेच्छु आहें, हें ध्यानांत ठेव. बाबारे, कल्याणेच्छूनें जातीशीं विरोध करूं नये; परंतु आपले सुखोपभोगांत ज्ञातींना वांटेकरी करावे. एकत्र जेवणखाण, एकत्र गप्पाटप्पा, व परस्परप्रेम हीं एका कुटुंबांतील मनुष्यांचीं कर्तव्यें आहेत; विरोध करणें हें नव्हे. बाबा, ज्ञातिच तारतात, ज्ञातिच मारतात—सद्वृत्त असल्यास तारतात, दुराचरणी असल्यास मारतात. यासाठीं, हे राजा, पांडवांशीं नीट वाग. त्यांचें पाठबळ मिळाल्यास शत्रूची टाप तुजपुढें चालणार नाहीं. आपण श्रीमंत होऊन जो स्वज्ञातीला हलाखींत ठेवितो, तो विषारी बाणानें मृगवध करणाऱ्या पारध्याप्रमाणें त्यांचे पापाचा अधिकारी होतो. हे राजश्रेष्ठा, युद्ध जुंपून पांडव मेले किंवा तुझे पुत्र मेले, तरीही ती गोष्ट ऐकून तुला हळहळ वाटेलच वाटेल; याकरितां वेळींच नीट विचार कर. जीवित जर क्षणभंगुर आहे, तर शहाण्यानें, खाटेला खिळल्यावर जी गोष्ट आपल्या मनाला खात राहील ती प्रथमच करूं नये. नीतिशास्त्रकर्त्या शुक्राचार्यांवांचून, वर्तनांत चुकत नाहीं असा कोणीही पुरुष नाहीं. परंतु चूक लक्ष्यांत आल्यावर अवशेष कामीं सावधगिरीनें वागणें हें शहाण्याचें लक्षण आहे. हे राजा, दुर्योधनानें जर पूर्वीं पांडवांचें अकल्याण केलें आहे, तर त्याचा प्रतिकार वडीलपणें तूं करणें योग्य

आहे. यास्तव राजा, तूं पांडवांना राज्यावर बसव; म्हणजे चौघांत तुझें तोंड उजळ होऊन विवेकी लोकही तुला मान देऊं लागतील.

विचारी पुरुषांचे वाक्यांचा फलदृष्ट्या विचार करून मग जो कार्यास प्रवृत्त होतो, त्याला चिरकाल यश मिळतें. मोठ्या चतुरांनीं जरी ज्ञान सांगितलें तरी त्यांतून समजून घ्यावयाचें तें जर घेतलें नाहीं, किंवा समजून त्याप्रमाणें वर्तन केलें नाहीं, तर तें ज्ञान सांगणें विफल आहे. (हीच दशा माझे उपदेशाची होत आहे.) पाप हेंच ज्याचें फल आहे असल्या कर्माला जो हात घालीत नाहीं, तो उदय पावतो. परंतु पूर्वीं केलेल्या पापाचा विचार न करितां पापच करीत रहातो, तो दुर्बुद्धि पुरुष अगाध व विषम अशा कर्दमांत (नरकांत) ढकलला जातो.

शहाण्यानें मसलत फुटण्याच्या ह्या सहा वाटा ओळखून ठेवाव्या; व आपली अखंड अर्थवृद्धि व्हावी अशी इच्छा असल्यास, त्यांना सर्वदा जपत जावें. मद्यपान, निद्रा, शत्रूकडील गुप्त हेरांबद्दल अज्ञान असणें, आपले मुद्रेचे विकार, दुष्ट मंत्र्यावर विश्वास आणि गचाळ बातमीदार हीं सहा मंत्रभेदाचीं द्वारें. हे राजा, हीं सहाही द्वारें ओळखून त्यांबद्दल जो खबरदारी राखितो, आणि धर्म, अर्थ, काम या त्रिवर्गाचें सेवन करितो, तो शत्रूचे डोक्यावर पाय देतो. बृहस्पतीसारख्यांना देखील शास्त्राध्ययनावांचून किंवा वृद्धांचे सेवेवांचून धर्मार्थांचें यथार्थ ज्ञान होणें शक्य नाहीं. समुद्रांत पडलें तें गेलें, न ऐकणाराला केलेला उपदेश फुकट गेला, अविचारी पुरुषाचें शास्त्राध्ययन विफल व अग्नीवांचून नुसत्या राखेंत दिलेली आहुति व्यर्थ, असें समजावें.

मैत्री.

मनाशीं चांगला खल करून, बुद्धीनें अनुभवून, वारंवार कानांनीं बोलणें ऐकून घेऊन, डोळ्यांनीं वर्तन पाहून आणि पुरापूर माहिती करून घेऊन शहाण्यांशीं मैत्री करावी. सर्वांशीं नमून वागल्यानें पूर्वींचे अकीर्तीवर पांघरूण पडतें; पराक्रमानें अनर्थाचें निवारण होतें; क्षमा क्रोधाला सर्वदा कुंठित करिते; व शरीरावरील अशुभ चिन्हें हीं धर्माचरणानें झांकलीं जातात. हे राजा, भोग्यवस्तुसामग्री, जन्मस्थान, घरदार, आचरण, भोजन आणि पोषाख यांवरून मनुष्याच्या कुलाची परीक्षा करावी. इष्टभोग्यवस्तु जवळ आली असतां तिची उपेक्षा करणें जीवन्मुक्तालाही दुष्कर आहे, मग विषयासक्ताचें नांवच नको. शहाण्यांची संगति करणारा, विद्वान्, धार्मिक, डोळ्यांना हवासा, वाणीचा गोड व बहुमित्र अशा स्नेह्याचें परिपालन करावें. कुलीन असो वा अकुलीन असो, जो मर्यादा सोडून वागत नाहीं, धर्माची अपेक्षा राखितो, जो वृत्तीनें सौम्य व अकार्याविषयीं सलज्ज असतो, तो शंभर कुलीनांहूनही अधिक होय. ज्यांचें मनाशीं मन व बुद्धीशीं बुद्धि मिळून जाऊन हितगुजाचे कामींही एकरूपता असते, अशांचा स्नेह नाहींसा होत नाहीं. दुष्ट व अनियंत्रित वृत्तीच्या मनुष्याची मैत्री, तृणाच्छादित गर्तेप्रमाणें, शहाण्यानें टाळावी. कारण ती घातक होते. गर्विष्ठ, मूर्ख, तापट, साहसी व धर्मलंड अशाशीं शहाण्यानें स्नेह करूं नये. कृतज्ञ, धार्मिक, प्रामाणिक, थोर मनाचा, दृढभक्ति, जितेंद्रिय, स्थितीनें वागणारा व आपणास न सोडणारा असा मित्र जोडावा.

विषयांपासून इंद्रियें आवरून धरणें हें मृत्युपेक्षांही अधिक दुःखदायक आहे, आणि इंद्रियांचीं अत्यासक्ति तर देवांना देखील अधःपातास नेणारी आह. भूतमात्रीं दया, अनसूया, क्षमा, धैर्य व मित्रांविषयीं आदरबुद्धि हीं

विद्वानांचे मतें आयुर्वृद्धिकारक आहेत. कोणत्याही गोष्टीचा अन्यायामुळें बिघाड झाला असतां दृढनिश्चयपूर्वक न्यायाचरणानें ती पुनः पूर्वरूपास आणणें, हें थोर पुरुषाचें व्रत होय. भावी अनर्थाचा प्रतिकार जाणणारा, वर्तमानासंबंधीं दृढ निश्चय ठेवणारा व येऊन गेलेल्या अनर्थाबद्दल शोक न करितां उर्वरित कार्य जाणणारा पुरुष अर्थापासून भ्रष्ट होत नाहीं. कायावाचामनेंकरून पुरुष ज्या विषयाचें वारंवार सेवन करितो, तोच विषय (बरा किंवा वाईट) त्याला अखेरीस खेंचून आपलेकडे नेतो. यासाठीं मनुष्यानें सद्विषयाचाच व्यासंग करावा. मंगल वस्तूंचा स्पर्श, साधनांची अनुकूलता, विद्वत्ता, उद्योग, सरळपणा व सज्जनांचें वारंवार दर्शन हीं कल्याणकारक आहेत.उद्योगाची कास न सोडणें हेंच लक्ष्मीचें, लाभाचें, आणि कल्याणाचें मूळ आहे; सततोद्योगी पुरुष थोरवीस चढतो व अक्षय्य सुख भोगतो. हे राजा, दुसऱ्यावर अधिकार चालविण्याची हांव ज्याला आहे, त्यानें सदा सर्वत्र क्षमा करणें यासारखी लक्ष्मीकारक व हितावह गोष्ट दुसरी नाहीं. अशक्तानें सर्वांशीं क्षमा धरावी; समर्थानें धर्मबुद्धीस्तव तिचा अवलंब करावा; आणि ज्याची लाभहानि समान आहे त्यानेंही क्षमा करणें हितावहच आहे. ज्या सुखाचे सेवनानें पुरुष धर्मार्थांपासून भ्रष्ट होत नाहीं, तें सुख त्यानें आतृप्ति सेवावें. तथापि मूर्खाप्रमाणें इंद्रियें केवळ मोकळीं सोडूं नयेत. दुःखाकुल, उन्मत्त, नास्तिक, आळशी, अजितेंद्रिय व निरुत्साह अशांजवळ लक्ष्मी रहात नाहीं. जो सरळ बुद्धीमुळेंच अयोग्य गोष्ट करण्यास लाजतो, अशाला मूर्ख लोक दुर्बळ समजून त्याच्या वाटेस जातात. अतिशिष्ट, अतिउदार, अतिशूर, अतितपस्वी आणि ज्ञानाभिमानी पुरुषाला भिऊन संपत्ति जवळ येत नाहीं. लक्ष्मी ही अतिगुणवानापाशींही नसते, तशीच अत्यंत गुणहीनापाशींही रहात नाहीं; सारांश, ही गुणांवरही संतुष्ट नाहीं व गुणहीनताही तिला रुचत नाहीं; उन्मत्त व अंध गाईप्रमाणें ही अधेंमधें कोठें तरी रहाते. अग्निहोत्र पाळणें हें वेदाध्ययनाचें सार्थक्य होय; सुशीलपणा आणि सद्वर्तन हें अध्ययनाचें फल होय; रतिसुख आणि पुत्रप्राप्ति हीं स्त्री केल्याचें सार्थक होय आणि दान व उपभोग करणें हें धनाचें चीज होय. अन्यायार्जित द्रव्यानें जो मरणोत्तर स्वर्ग देणारीं कृत्यें करितो, त्याला, तें द्रव्य कुमार्गानें संपादित असल्यामुळें, त्या कर्मांचें फल प्राप्त होत नाहीं. निबिड अरण्य, दाट झाडी, डोंगरकडे, अवघड प्रसंग, घोंटाळा आणि उगारलेलें शस्त्र यांची दमदार मनुष्याला भीति वाटत नाहीं. उद्योग, आत्मसंयमन, दक्षता, हुशारी, धैर्य, समयस्फूर्ति व विचारपूर्वक कार्यारंभ करणें हीं उदयास येण्याला पुरुषास कारण होतात. तपस्व्यांचें तप हेच बल; ब्रह्मवेत्त्यांचें ब्रह्म हेंच बल; पीडा देणें हाच दुष्टांचा पराक्रम आणि क्षमा करणें हीच गुणी लोकांची शक्ति आहे. उदक, कंदमूळ, फळ, दूध, तूप, ब्राह्मणांची इच्छा, गुरूची आज्ञा आणि औषध या आठ गोष्टींच्या स्वीकारानें उपवासादि व्रतांचा भंग होत नाहीं. जें आपल्याला प्रतिकूल तें दुसऱ्यालाही करूं नये, हें थोडक्यांत सर्व धर्माचें सार आहे. याहून अन्य प्रवृत्ति होणें हें केवळ विषयवासनेचें फळ समजावें. शांतीनें क्रोध जिंकावा, सौजन्यानें दुर्जनास जिंकावें, दानानें कृपणास व सत्यानें असत्यास जिंकावें. स्त्रिया, ठक, आळशी, भीरु, रागीट, पराक्रमाचा डौल मारणारा, चोर, कृतघ्न आणि नास्तिक यांवर विश्वास ठेवूं नये. जो वृद्धांना नेहमीं मान देऊन त्यांशीं सहवास करितो, त्याची कीर्ति, आयुष्य

यश आणि बल हीं सदैव वाढत असतात. अति कष्ट सोसून, किंवा धर्माचा अतिक्रम करून, किंवा शत्रूच्या पाया पडून ज्या गोष्टी मिळण्याजोग्या असतील त्यांत मन घालूं नये. विद्याहीन पुरुष, संततिहीन मैथुन, उपजीविकारहित प्रजा व राजहीन राष्ट्र हीं शोचनीय होत. प्रवासानें मनुष्याला, उदकानें पर्वताला, असंभोगानें स्त्रियांना व निष्ठुर भाषणानें मनाला कृशत्व प्राप्त होतें. अनध्ययनानें वेदाला व व्रतहीनत्वानें ब्राह्मण्याला मलिनता येते. अनृत भाषणानें पुरुषाला कालिमा येते. आणि बाल्हीक देश हा सर्व पृथ्वीला मलिनता आणितो. उत्कटेच्छा ही साध्वी स्त्रीला कमीपणा आणणारी आहे; प्रवास हा स्त्रियांना दूषित होण्यास कारण आहे; रुप्याच्या मिश्रणानें सुवर्णाला, कथलानें रुप्याला, शिशानें कथलाला, व मातीनें शिशाला मलिनता म्हणजे हीनपणा येतो. पुष्कळ निजून झोंपेची, कामतृप्तीनें स्त्रियांची, इंधनानें अग्नीची व यथेच्छ पानानें सुरेची खोड तोडण्याच्या भरीस शहाण्यानें पडूं नये. ज्यानें दानानें मित्र, युद्धानें शत्रु व अन्नपानानें स्त्री अंकित करून घेतली, त्याचें जीवित सफल समजावें.

हे धृतराष्ट्रा, उदरनिर्वाह हजार रुपये असल्यानेंही होतो व शंभर असले तरीही होतो. अमुक स्थितींत म्हणजे उपजीविका होत नाहीं असें नाहीं; मग सगळें राष्ट्र आपणच गट्ट करण्याविषयींची लसलस तूं सोडून दे कशी ! या पृथ्वीवरील धनधान्य, सुवर्ण, पशु व स्त्रिया हीं सर्व जरी एकट्याला मिळाली, तरी देखील मनुष्याची तृप्ति होत नाहीं, हें पाहून शहाणा त्यांबद्दल मोह पावत नाहीं. हे राजा, पुनः एकवार मी तुला बजावून सांगतों कीं, तुझे पुत्र आणि पांडव यांबद्दल तुझे मनांत जर खरोखरच समानभाव असेल, तर पुत्रांना आणि पांडवांना तूं सारखेंच वागव.

अध्याय चाळिसावा.

—:०:—

विदुराचें भाषण.

विदुर म्हणतोः—जो सज्जनांनीं पाठ थोपटिली असतांही अभिमानास न चढतां किंवा आपली शक्ति न गमवितां सोईनें साधेल तेंच काम करितो, त्या भल्या माणसाला तत्काल यशःप्राप्ति होते. कारण, सज्जन प्रसन्न झाले असतां सुखाला तोटा नाहीं. मोठ्या लाभाची गोष्ट खरी, परंतु ती अधर्मानें प्राप्त होणारी आहे असें पाहतांच, दुसरा कोणी आड न आला तरी जो आपणच तिजपासून परावृत्त होतो, तो कात टाकलेल्या सर्पाप्रमाणें मोठ्या दुःखांतून सुटून सुखानें झोंप घेतो. खोट्या कर्मांनीं उदयास येणें, राजाच्या कानांत दुसऱ्याची चहाडी सांगणे, आणि गुरूशीं लबाडी करणें हीं पातकें ब्रह्महत्येच्या तोडीचींच आहेत. मत्सर हा प्रतिमृत्युच होय. फाजील बोलणें हें लक्ष्मीला घातकारक होय. दुर्लक्ष्य, गडबड व आत्मश्लाघा हे तीन विद्येचे शत्रु आहेत. आळस, मदमोह, चापल्य, भाकडकथा, ताठा, घमेंड आणि दुसऱ्यास विद्या न सांगणें हे विद्यार्थ्यांचे ठिकाणीं सात दोष मानिले आहेत. सुखाची इच्छा असेल त्याला विद्या कशी मिळेल ? व विद्या पाहिजे असेल त्याला सुख कोठून मिळेल ? अर्थात् सुखार्थी असेल त्यानें विद्येवर पाणी सोडावें व विद्यार्थी असेल त्यानें सुखांवर पाणी सोडावें. काष्ठांनीं अग्नीची, नद्यांनीं महासागराची, भूतमात्रांनीं मृत्यूची व पुरुषसंगानें स्त्रियांची तृप्ति होत नाहीं. आशा धैर्याचा नाश करिते, मृत्यूमुळें समृद्धीचा क्षय होतो, क्रोधानें संपत्ति नष्ट

होते, कृपणतेनें यशोहानि होते, दुर्लक्ष्य केल्यामुळें गुराढोरांची नासाडी होते, आणि एकटा ब्राह्मण खवळला असतां सर्व राष्ट्राचीच हानि होते.

संग्राह्य वस्तु.

शेळया, कांसें, रुपें, मध, जहरमोहरा, पाखरें, वैदिक ब्राह्मण, कुलांतील वृद्ध पुरुष व खालावलेला कुलीन इतक्या गोष्टी, हे राजा, तुझ्या घरीं सदा असाव्या. शेळया, बैल, चंदन, वीणा, आरसा, मध, तूप, लोखंड, ताम्रपात्र, दक्षिणावर्ती शंख, शालिग्राम, गोरोचन ह्या मंगलकारक वस्तु देव, ब्राह्मण आणि अतिथि यांच्या सत्कारार्थ घरांत बाळगाव्या असें मनूचें सांगणें आहे.

धर्माचें अहेयत्व.

बा धृतराष्ट्रा, सर्वांत श्रेष्ठ, अत्यंत पुण्यकारक व प्रशंसनीय अशी एक गोष्ट मी तुला सांगतों, ती हीच कीं, कामामुळें, भयामुळें, लोभानें किंवा प्राणरक्षणार्थही धर्माचा त्याग तूं केव्हांही करूं नको. कारण, धर्म हा शाश्वत असून सुख व दुःख हीं अनित्य आहेत; त्याप्रमाणेंच जीव हा नित्य असून त्याला कारणीभूत जें अज्ञान तें मात्र अनित्य आहे. याकरितां, जें अनित्य आहे तें टाकून, जें नित्य आहे त्यालाच धरून राहून तूं संतोष मान. कारण, संतोष हा सर्व लाभांत श्रेष्ठ लाभ होय. अरे, धनधान्यांनीं भरलेल्या पृथ्वीचें आधिपत्य करूनही मोठमोठे पराक्रमी राजे, राज्यें व विपुल भोग्य वस्तु टाकून मृत्यूच्या जबड्यांत सांपडले हें लक्षांत आण. राजा, कष्ट सोसून लहानाचा मोठा केलेला पुत्र मृत झाला असतां मनुष्यें त्याला आपले घरांतून उचलून दूर नेतात; केंस मोकळे सोडून कांहीं वेळ त्यासाठीं काकळुतवाणीं रडतात; व शेवटीं काष्ठाप्रमाणें त्याला चितेंत ठेवून देतात! मेल्या माणसाचें द्रव्य भलताच कोणी खातो; पक्षी आणि अग्नि त्याच्या शरीरांतील सप्तधातु फस्त करून टाकितात; व तो प्राणी पुण्य व पाप या दोहोंनींच परिवेष्टित होऊन परलोकास जातो. पुष्पफलहीन वृक्षाला सोडून ज्याप्रमाणें पक्षी जातात, त्याप्रमाणें मृत पुरुषाला स्मशानांत टाकून पुत्र, मित्र आणि ज्ञाति परत येतात. ज्ञातींनीं अग्नींत टाकून दिल्यावर त्या पुरुषानें स्वतः आचरलेलें (बरेंवाईट) कर्मच त्याजबरोबर जातें. याकरितां पुरुषानें आस्ते आस्ते सद्धर्माचा संग्रह करीत राहावें. ह्या लोकाच्या वर अधोभागीं इंद्रियांना जबरदस्त भूल घालणाऱ्या तमानें भरलेला एक नरक आहे, तो तुला प्राप्त न होईल अशा रीतीनें तूं चाल.

जीवनदी.

राजा, हें माझें सर्व भाषण ऐकून घेऊन त्याप्रमाणें तूं जर सर्वांशीं वागशील, तर इहलोकीं तुझी उदंड कीर्ति होऊन शिवाय तूं उभयलोकीं निर्भय होशील. हे भरतश्रेष्ठा! जीव हीच एक नदी आहे; धर्म हा तिचा उतार आहे; सत्य म्हणजे ब्रह्म यापासून तिचा उगम आहे; धैर्य हें तिचें तीर आहे; व दया ही तिच्यांतील लाट आहे. हिच्यांत स्नान केल्यानें पुण्यकर्मी पुरुष पवित्र होतो; आणि सर्वथा लोभहीन जीवित हेंच पुण्य होय. हे राजा! काम व क्रोध हे जिच्यांतील नक्र आहेत; पंचेंद्रियें हें जिच्यांतील उदक आहे; व जन्ममरणाचे खटके हीं जिच्यांतील धोक्यांचीं स्थलें आहेत, अशा या संसाररूप नदीला ज्ञानमय नौकेचा आश्रय करून तूं तरून जा. कोणती गोष्ट करावी व कोणती करूं नये याविषयीं जो ज्ञानवृद्ध, धर्मवृद्ध, विद्यावृद्ध व वयोवृद्ध अशा आप्तांचा विचार त्यांना खुष करून पुसून घेतो व त्याप्रमाणें वागतो, तो

कधींही घोंटाळ्यांत पडत नाहीं. कामवासना आणि अधाशीपणा यांचें धैर्यानें संयमन करावें. दृष्टीनें हातपायांचें रक्षण करावें; मनानें डोळे व कान ताब्यांत ठेवावे; आणि कृतीनें मन व वाणी यांना मर्यादेंत ठेवावें.

चतुर्वर्णांचे धर्म.

नेहमीं वेळच्या वेळीं स्नानसंध्या करणारा, नित्य यज्ञोपवीत धारण करणारा, नित्य वेदाध्ययन करणारा, पतिताचें अन्न वर्ज करणारा, सत्य भाषण व गुरुसेवा करणारा ब्राह्मण हा ब्रह्मलोकापासून च्युत होत नाहीं. वेदाध्ययन, अग्निहोत्र, यज्ञयाग हीं कर्में करून गाई आणि ब्राह्मण यांकरितां शुद्ध अंतःकरणानें शस्त्र उचलून जो क्षत्रिय संग्रामांत वध पावतो, तो स्वर्गास जातो. वेदाध्ययन करून योग्य प्रसंगीं ब्राह्मण, क्षत्रिय व आपले आश्रित यांना धनाचा योग्य विभाग देऊन, गार्हपत्य, आहवनीय व दक्षिणाग्नि या तीन अग्नींचा पवित्र धूम सेवन केल्यानें, इहलोक सोडून गेल्यानंतर वैश्य हा स्वर्गसुखाचा उपभोग घेतो. ब्राह्मण, क्षत्रिय व वैश्य यांची यथाधिकार सेवा करून त्यांस तुष्ट करणारा शूद्र दुःखरहित व पापमुक्त होऊन देहत्यागानंतर स्वर्गसुखें भोगतो. हे धृतराष्ट्रा! याप्रमाणें चारी वर्णांचा हा धर्म मीं तुला सांगितला. हा सांगण्यांत माझा काय हेतु आहे तो तूं समजून घे. हेतु इतकाच कीं, राज्य नसल्यामुळें पांडुपुत्र युधिष्ठिर हा क्षात्रधर्मापासून च्युत होत आहे, याकरितां त्याला राज्य देऊन राजधर्मसंपन्न कर.

धृतराष्ट्र म्हणतोः—सख्या विदुरा, तूं मला नित्यशः जें पढवितोस, तें सर्व खरें आहे; आणि तुझ्या सांगण्याप्रमाणें वागावें अशीच मला बुद्धि होते. परंतु पांडवांसंबंधीं मनांत आणिलेली ही बुद्धि दुर्योधनाची भेट होतांच उलट खाते, याला काय करूं? सारांश, कोणाही प्राण्याला दैवाचें अतिक्रमण करितां येणें शक्य नाहीं; दैव हेंच खरें असून, पुरुषयत्न त्यापुढें व्यर्थ आहे, असें मी मानितों!

सनत्सुजातपर्व.

अध्याय एकेचाळिसावा.

—:०:—

विदुरकृत सनत्सुजातप्रार्थना.

धृतराष्ट्र म्हणतोः—विदुरा, तुझें बोलणें मौजदार आहे. मला तें सदा ऐकावेंसेंच वाटतें. आतां नीति सांगतां सांगतां, प्रसंगानें, वाणीला अगोचर जें ब्रह्म त्याविषयीं तुझ्या बोलण्यामध्यें थोडीशी चुणूक येऊन गेली. तेवढ्यानें त्यासंबंधें अधिक ऐकावें अशी मला उत्कंठा झाली आहे. यास्तव तत्संबंधीं सांगण्याचें तुजजवळ कांहीं शिलक असेल तर सांग. मी कान देऊन बसलों आहें.

विदुर म्हणतोः—हे धृतराष्ट्रा, (तूं अतिशय शोकाकुल झाला आहेस; व मृत्यूचें तुला भय वाटत असून तत्तरणोपाय सांपडेल तर पहावा या बुद्धीनें तूं मला प्रश्न करितो आहेस, हें मी समजलों. तर या कामीं) ब्रह्मदेवाचा मानसपुत्र शाश्वतकुमाररूपधारी सनत्सुजात म्हणून मुनि आहे, तो चांगला माहितगार आहे. कारण, मृत्यु नाहींच अशी त्याची प्रतिज्ञाच आहे! या अर्थीं, तो बुद्धिमच्छ्रेष्ठ मुनिच तुझ्या मनांतील गूढ व उघड उघड सर्व प्रश्नांचा उलगडा सांगेल.

धृतराष्ट्र म्हणतोः—बा विदुरा, तूं जें सनत्सुजाताचें नांव घेतोस, तें कां? तो जें सांगणार तें तत्त्व तुला पूर्ण माहीत नाहीं काय? मला तर वाटतें कीं, तुझे ज्ञानाची पुंजी शेष आहे, तस्मात् तूंच उरलेलें ज्ञान मला सांग.

विदुर उत्तर करितोः—हे राजा, तूं म्हणतोस तें खरें; परंतु मी शूद्रयोनींचे ठिकाणीं जन्मलों असल्यामुळें, नीतीसारख्या लौकिकीं विषयापलीकडील जें ब्रह्मज्ञान, तद्विषयक उपदेश करण्याचा माझा अधिकार नाहीं! शिवाय, माझी पक्की खातरी आहे कीं, ब्रह्मविद्येसंबंधानें कुमार सनत्सुजात यांचें ज्ञान परिनिष्ठित आहे; व ब्राह्मणयोनींत ज्याचा जन्म झाला, त्यानें परमगुह्याचाही उपदेश केला तरी त्याला देव नांवें ठेवीत नाहींत; यासाठीं मी सनत्सुजातांकडे बोट दाखविलें.

धृतराष्ट्र म्हणालाः—ठीक आहे. परंतु या स्थलीं या देहानें त्यांची भेट कशी घडावी, तें मला सांग. तूंच त्यांना आणशील तर होईल.

वैशंपायन सांगताततः—जनमेजया, हें ऐकून विदुरानें त्या स्तुत्यचरित पुरातन ऋषींचें चिंतन करितांच विदुराचा आशय जाणून त्यांनीं तत्काल विदुरास दर्शन दिलें. तेथें प्रकट होतांच विदुरानें शास्त्रविधीप्रमाणें त्यांचा सत्कार केला; आणि ते विश्रांति घेऊन स्वस्थ बसल्यावर विदुर त्यांना म्हणाला, "भगवन्, धृतराष्ट्राचे मनांत कांहीं शंका उद्भवली आहे, परंतु तिचें समाधान मीं बोलणें योग्य नाहीं. याकरितां, कृपा करून आपण त्याला समाधान सांगा. म्हणजे ज्या योगानें लाभ-हानि, प्रिय-अप्रिय, जरा-मरण, भय-अक्षांति, क्षुधा-तृषा, मद-ऐश्वर्य, अनास्था-आळस, कामक्रोध, क्षय-वृद्धि किंवा तद्धेतुभूत पाप-पुण्य ह्या विकारांची धृतराष्ट्राला बाधा होणार नाहीं, व सर्व दुःखांपासून तो मुक्त होईल, असा उपदेश आपण याला करा, एवढीच नम्र विनंती आहे.

---

१ विदुरासारख्या ज्ञात्याचें हें मर्यादापालन आजकालच्यांना उदाहरणीय आहे.

अध्याय बेचाळिसावा.

—:०:—

श्रीमच्छंकराचार्यांचा उपोद्धात.

भगवान् भाष्यकार हे, भाष्यारंभीं, शिष्टसंप्रदायाप्रमाणें मंगलाचरणरूपानें, निखिलांधकाराचा ध्वंस करण्याविषयीं समर्थ आहे तेज ज्याचें, अशा त्या सृष्टीच्या आदिकारणभूत पूर्णानंदमय पुराणपुरुष श्रीविष्णूस ॐकारपूर्वक नमस्कार करून, व त्याचप्रमाणें ब्रह्मवेत्त्या आचार्यांस नमस्कार करून, ब्रह्म जाणूं इच्छिणारांना अनायासें ज्ञान व्हावें म्हणून थोडक्यांत तथापि स्पष्ट रीतीनें या सनत्सुजातसंहितेचें विवरण करण्याची प्रतिज्ञा करून म्हणतातः—

वस्तुतः जीवात्मा हा चिदानन्दरूप अद्वितीय परब्रह्मस्वरूपच आहे. परंतु त्यालाच धरून असणारी व त्यालाच भासणारी जी अविद्या (अज्ञान), तिच्या योगानें हा जीवात्मा आपल्या स्वाभाविक अद्वितीय सच्चिदानंदात्मक ब्रह्मस्वरूपाला मुकून देहादिकांचेच ठिकाणीं आपलेपणा मानूं लागतो; आणि यामुळें एकही पुरुषार्थाची प्राप्ति त्यास होईनाशी होऊन सर्व तऱ्हेचे अनर्थ मात्र त्याजवर ओढवूं लागतात. ते अनर्थ ओढवूं लागले असतां त्यांचा परिहार होऊन इष्टार्थप्राप्ति व्हावी म्हणून कांहीं लौकिक किंवा वैदिक उपाय तो योजूं लागतो. परंतु हे सर्व उपाय अविद्या, वासना आणि कर्म यांनींच कल्पिलेले असल्यामुळें, त्यांच्या अवलंबनानें, परमपुरुषार्थ जो मोक्ष तो हातीं यावयाचा दूरच राहून रागद्वेषादि रिपु एखाद्या मगराप्रमाणें त्याला दाढेंत धरून जन्ममरणपरंपरारूप अपार संसारसमुद्रांत खेंचून नेतात; आणि मग तो भांबावून जाऊन, भोंवऱ्यांत सांपडलेल्या वस्तूप्रमाणें देव, मनुष्य, पशु, पक्षी इत्यादि नानाविध योनींत पुनःपुनः गिरक्या मारूं लागतो. अशा गिरक्या मारितां मारितां, त्याच्या पदरीं जर कांहीं पुण्याचा संग्रह झाला, तर त्या योगानें तो थोडासा शुद्धीवर येतो; आणि मग काम्यकर्मांची कांस सोडून वेदाज्ञेला अनुसरून फलापेक्षारहित केवळ ईश्वरार्पण बुद्धीनें विहितानुष्ठान करूं लागतो. मग त्या अनुष्ठानबलानें त्याचे रागद्वेषादि मल दूर होऊन त्याची दृष्टि साफ होते. नंतर यावद्भोग्य विषयांचें क्षणभंगुरत्व त्याचे नजरेस येऊन उभय लोकांतील भोगांविषयीं त्याची अप्रीति होते; व उपनिषदांत इतका ओरडून सांगितलेला जीवात्म्याचा स्वयंब्रह्मभाव काय आहे तो अनुभवावा म्हणून त्याला लालसा उत्पन्न होते. ती झाली असतां तो निवृत्तिमार्गाला वळतो; व शम, दम इत्यादि साधनें साधून ब्रह्मवेत्त्या आचार्याकडे जातो. तेथें वेदांतश्रवण करितां करितां 'अहं ब्रह्मास्मि' म्हणजे 'मी जीवात्मा ब्रह्मरूपच आहें.' इत्यादि-वाक्यद्वारा आपले ब्रह्मत्वाची ओळख त्याला मिळते. तसें झालें म्हणजे अज्ञान व त्याचीं कार्यें हीं त्याजवळून पळ काढितात; आणि तो केवल ब्रह्मरूप होऊन रहातो. एवढें त्यानें केलें म्हणजे कर्तव्याची परमसीमा त्यानें गांठली. मग त्याला कर्तव्य मिळून कांहीं राहिलें नाहीं; व त्याला सांगावयाला वेदान्त-

१ आमचा उपक्रम भारताचें अर्थात् मूळाचें भाषांतर देण्याचा आहे; तथापि विषयाची गहनता व योग्यता जाणून, परमकारुणिक जगद्गुरु श्रीमच्छंकराचार्य यांनी मुमुक्षु जनांसाठीं एवढ्याच भागावर भाष्य लिहिलें, त्या अर्थी आमच्या वाचकांसही असल्या गहन विषयाची समजूत केवळ शब्दार्थापलीकडे कांहीं अंशीं तरी खुलासेवार मिळावी हें इष्ट वाटून, भाष्याचाही फायदा वाचकांस मिळावा असा यथामति यत्न केला आहे. तरी अशा तऱ्हेच्या प्रतिज्ञातिक्रमाबद्दल वाचक नाराज होणार नाहींत, अशी आशा आहे. विषय परमगहन असल्यानें, त्यांत शिरकाव सुखानें व्हावा म्हणून प्रथम भाष्यकारांचा अप्रतिम उपोद्धात होईल तो शब्दशः दिला आहे. अन्यत्र भाष्याचा सारसंग्रह केला आहे.

शास्त्रापाशीं शिलक असें कांहीं उरलें नाहीं. तेथें जीवात्म्याची धाव संपली आणि वेदान्तशास्त्राची मर्यादा खुंटली. हाच सर्व प्रकार प्रकृत संहितेंत सनत्सुजातांनीं पायरीपायरीनें (धृतराष्ट्राला) दाखवून दिला आहे.

विदुराच्या स्पष्टोक्तीमुळें स्वतःच्या दुष्कृतीचा परिणाम डोळ्यांपुढें टळटळीत उभा राहिल्यानें पूर्वीं सांगितल्याप्रमाणें धृतराष्ट्र मोहशोकांनीं ग्रस्त झाला असतां, ' तरति शोकमात्मवित् ' म्हणजे ' ब्रम्हवेत्ता शोकाला तरून जातो ' हें वेदान्तवाक्य त्याला स्मरून ' ब्रह्मज्ञानावांचून शोक दूर होणें अशक्य आहे ' असें समजून, विदुरास त्यानें तद्विषयक प्रश्न केला. परंतु विदुरानें शूद्रयोनित्वामुळें ब्रह्मविद्योपदेश देण्यास आपण अनधिकारी आहों असें सांगितलें. तथापि, धृतराष्ट्राची जिज्ञासा तृप्त व्हावी हा उदार हेतु त्याचे ठिकाणीं पूर्ण वसत असल्यामुळें, अधिकारिद्वारा तें काम करविण्याचें त्यानें योजिलें; व सनत्कुमारांनीं छांदोग्य उपनिषदांत नारदाला या विद्येचा उपदेश केलेला त्याचे कानीं असल्यामुळें, सनत्कुमाराहून या कामीं अधिक समर्थ कोणी नाहीं असें वाटून, योगबलानें त्यानें सनत्सुजातांस धृतराष्ट्रापुढें आणून उभें केलें; व त्यांचा सत्कार करून, चिंतेचें कारण सांगण्यासाठीं म्हणून आपणच धृतराष्ट्राचा संशय त्यांचे कानीं घातला. धृतराष्ट्रानेंही ती गोष्ट मान्य केली. सनत् म्हणजे सनातन ब्रह्म त्याचे मनापासून ज्ञानवैराग्यादिकांनीं युक्त जो कुमार निर्माण झाला त्याला सनत्सुजात असें म्हटलें आहे.

धृतराष्ट्राचा प्रश्न.

वैशंपायन सांगतातः—हे जनमेजया, विदुरानें याप्रमाणें सनत्सुजातांची प्रार्थना केली असतां, त्याचे बोलण्याला महात्म्या धृतराष्ट्रानें सादर अनुमति देऊन, पूर्णानंदस्वरूप जें अद्वितीय ब्रह्म, त्यासंबंधें उत्तम ज्ञान प्राप्त करून घ्यावें या इच्छेनें सनत्सुजातांस एकांतीं प्रश्न केला.

धृतराष्ट्र म्हणालाः—हे मुने, मीं विदुरप्रभृतींचे मुखानें असें ऐकिलें आहे कीं, आपले मतें मृत्यु म्हणून नाहींच. असाच आपण आपले शिष्यास उपदेश करीत असतां. हें जर खरें, तर छांदोग्य श्रुतींत स्पष्ट सांगितलें आहे कीं, **मृत्युनिवृत्त्यर्थ** देव व असुर यांनीं ब्रह्मचर्य

१ छांदोग्यः, सप्तम प्रपाठक, प्रथम खण्ड.

१ सामवेदीय छांदोग्य उपनिषदांतील अष्टम प्रपाठकांतील सातव्या खंडापासून बाराव्या खंडापर्यंत हा मजेदार इतिहास आहे. देव व असुर यांचे अनुक्रमें अधिपति इंद्र व विरोचन, या दोघांनीं आपआपल्या मंडळीला सांगितलें कीं, ' शोक, जरा, मृत्यु, क्षुधा, तृषा इत्यादिकांपासून मुक्त असून सत्यकाम सत्यसंकल्प असा आत्मा म्हणून कांहीं आहे, त्याचें ज्ञान झाल्यानें जीवास अजरामरत्व येऊन सर्वोत्मतेचा लाभ होतो असें आमचे कानीं आलें आहे. याकरितां आह्मी हा आत्मा म्हणजे काय याची ओळख करून घेण्यासाठीं जातों.' असें म्हणून मंडळीच्या अनुमतीनें दोघेही गुरु प्रजापति यांचे घरीं जाऊन प्रथम बत्तीस वर्षें ब्रह्मचर्यानें राहिले. बत्तीस वर्षें लोटलीं तेव्हां प्रजापतीनें त्यांना येण्याचा हेतु विचारिला. तो त्यांनीं कळवितांच त्यानें सांगितलें कीं, " नेत्रामध्यें जो द्रष्टा दिसतो, तोच आत्मा. " त्यावरून त्यांनीं आरशांत, उदकांत वगैरे आपली छाया पाहून त्या छायेलाच आत्मा मानिलें. त्यांची समजूत चुकीची आहे असें पाहून प्रजापतीनें देहावर वस्त्रालंकार घालून पुनः पहा म्हणून त्यांस सांगितलें. त्याप्रमाणें करून आपण कृतार्थ झालों असें मानून विरोचन आपले मंडळीकडे परत गेला; व ' गड्याहो, देह हाच आत्मा होय ' असा त्यास उपदेश करूं लागला. इंद्राचें समाधान न झाल्यानें तो गुरुगृहीं एकंदर एकशें एक वर्षें राहिला. तेव्हां अखेरीस गुरुकृपा होऊन त्याला वास्तविक आत्मस्वरूप समजलें व तो कृतार्थ झाला.

पालन करून गुरुगृहीं वास केला, या दोन गोष्टींचा मेळ कसा पडावा ? मृत्यु जर नाहींच, तर हे ब्रह्मचर्यादि उपाय देवासुरांनीं तन्निरासार्थ कशाला योजिले ? आणि ज्या अर्थी योजिल्याचा स्पष्ट उल्लेख आहे, त्या अर्थी मृत्यूचें अस्तित्व सिद्ध आहे; आणि आपण तर मृत्यु नाहींच असें बेधडक म्हणतां व लोकांस शिकवितां ! याला काय म्हणावें ? या दोहोंपैकीं कोणतें खरें ? मृत्यु आहे कीं नाहीं हें मला निर्विवाद सांगावें.

सनत्सुजातांचें उत्तर.

सनत्सुजात सांगतात:—राजा, मृत्यु हा खरा असून ब्रह्मचर्यादि कर्मसामर्थ्यानें त्याचा परिहार करावा लागतो ही गोष्ट खरी, किंवा मृत्यु म्हणून वास्तविक नाहींच, ही गोष्ट खरी, असे दोन पक्ष तूं मजपुढें मांडिलेस, ते मी समजलों. आतां या दोहींचें उत्तर मी तुला सांगतों, तें नीट ऐक. हीं दोन मतें परस्पर केवळ विरुद्ध दिसतात, त्या अर्थी यांतील कोणतें तरी एक खोटें असलेंच पाहिजे, अशी शंका करूं नको. हे दोनही पक्ष स्थितिभेदानें किंवा दृष्टिभेदानें खरे असून, आज अनादि कालापासून जगतांत चालू आहेत; व त्यांत तत्वतः विसंगति नाहीं. कारण, मृत्यु म्हणून वास्तव नाहींच. यामुळें त्याचें अस्तित्व व नास्तित्व ह्या दोन्ही कल्पना आहेत व त्या निरनिराळ्या दृष्टीनें खऱ्या आहेत. जे कोणी ज्ञाते मृत्यु आहे म्हणून म्हणतात, त्यांचे बोलण्याचा अर्थ तरी मृत्यु म्हणजे वाघोबा किंवा बागुलबोवा यांसारखा कोणी मूर्तिमान् आहे, असा नसून, देहादि अनात्म वस्तूंचे ठिकाणीं आत्मत्व भासविणारा जो मोह तोच मृत्यु असा आहे; आणि या मोहापासून जे दूर आहेत त्यांना अर्थातच हा मृत्यु नाहीं. परंतु माझे समजुतीप्रमाणें, अनात्म वस्तूंचे ठिकाणीं आत्मत्वबुद्धिरूप मोह हाच मृत्यु, ही पंडितांची व्याख्याही बरीचशी अलीकडील पायरीचीच आहे. थेट दृष्टि पोंचल्याची ही व्याख्या नव्हे. माझ्या दृष्टीनें मृत्यूची खरी व्याख्या म्हणशील तर, प्रमाद म्हणजे जीवात्मा जो सच्चिदानंदलक्षण सहज वास्तविक भाव, त्यापासून ढळणें किंवा च्युति पावणें हाच मृत्यु होय. कारण, पंडितांचा जो अनात्म्याचे ठिकाणीं आत्मभावरूप मोह, त्याचेंही हा प्रमादच मूळ कारण आहे. जीवांना देहादि अनात्म वस्तूंचे ठायीं जो आत्मभास होतो, तो जीवांची ह्या मूळ स्वरूपावरून दृष्टि चळली म्हणून झाला. ती जर न चळतां सच्चिदानंदस्वरूपीं स्थिर असती, तर हा मोहच उत्पन्न न होता. सारांश, हा मोह या प्रमादाचें कार्य आहे. यापर्यंत मृत्यूचा पल्ला पोंचण्याचें कारणच नाहीं. प्रमाद झाला तेथेंच मृत्यु झाला. उन्हें गेलीं कीं दिवस संपला हें म्हणण्यापेक्षां सूर्य मावळला कीं दिनान्त झाला हें म्हणणें जसें अधिक व्यवस्थित किंवा तात्विक दृष्टीचें ठरेल, तसाच प्रकार हा होय. उन्हें नाहींतशीं होण्याला जर सूर्यास्त कारण आहे, तर सूर्यास्त हेंच दिनान्ताचें अधिक नेटकें कारण म्हणणें वाजवी आहे. असो; अशा अर्थानें मी प्रमादाला मृत्यु म्हणतों; आणि अर्थातच प्रमादाचा प्रतियोगी जो अप्रमाद म्हणजे स्वस्वरूपाचे ठिकाणीं अढळ स्थिति, तोच अमृत्यु—अमृतत्व किंवा मोक्ष होय. श्रुतीमध्येंही स्वरूपावस्थान हाच मोक्ष असें म्हटलें आहे.

असुर (असु म्हणजे प्राण, इंद्रियें इत्यादिकांचे ठिकाणीं रमणारे ते असुर अर्थात् आत्मज्ञानहीन विषयासक्त प्राणी) हे प्रमादामुळें नाश किंवा मृत्यु पावले; आणि सुर (स्वरूपाचें ठायीं रमणारे अर्थात् आत्मवेत्ते) हे अप्रमादामुळें म्हणजे स्वरूपास धरून राहिल्यामुळें

ब्रह्मभूत झाले. हाच मृत्यु आणि अमृत्यु. कारण मृत्यु हा कांहीं एखादे वाघासारखा कोणी शरीरी असून तो जंतूंना गट्ट करितो अशांतला प्रकार नाहीं. तो केवळ कार्यानुमेय आहे. त्याचें स्वरूप मिळून समजतच नाहीं. आत्म्याविषयीं अज्ञान हाच मृत्यु व आत्मस्वरूपावस्थान हाच मोक्ष, एवढें काय तें म्हणतां येतें; व यावरून मृत्यूचा निरास किंवा मोक्षाची प्राप्ति ही कर्मसाध्य किंवा कर्म-ज्ञानसाध्य नाहीं. कर्माचें (आणि तेंही निष्काम किंवा फलत्यागयुक्त कर्माचें) सामर्थ्य चित्तशुद्धिद्वारा ज्ञानप्राप्तीची योग्यता आणून देणें एवढेंच आहे; म्हणजे मोक्षप्राप्तीविषयीं कर्म हें परंपरेनें उपकारक आहे; प्रत्यक्ष समर्थ नाहीं. कर्ममिश्र[1] ज्ञानांतही हें सामर्थ्य नाहीं. हें सामर्थ्य निवळ ज्ञानाचें म्हणजे आत्मज्ञानाचें आहे, किंवा आत्मज्ञान हाच मोक्ष होय.

असा जरी खरा सिद्धांत आहे, तरी ([2]तूं शंका केल्याप्रमाणें) मृत्यूविषयीं विलक्षण विलक्षण कल्पना लोकांत प्रचलित आहेत. कोणाचें म्हणणें मृत्यु ह्मणजे ' यम ' हा मरणरहित व स्वस्वरूपाचे ठिकाणीं संचार करणारा असून जीवांचे बुद्धीचे ठिकाणीं लीन असतो. कोणाचें म्हणणें हा मृत्यु म्हणजे वैवस्वत यम पितृलोकाचें राज्य करीत असून चांगल्यांस चांगले व वाईटांस वाईट रीतीनें वागवितो, असेंही आहे; पण हें कांहीं नव्हे. मीं सांगितलेला जो प्रमाद तोच मृत्यु होय. कसा म्हणशील तर हा प्रमाद (स्वरूपाविषयीं अनवधान किंवा दुर्लक्ष्य) प्रथम अहंकाररूपानें परिणत होतो; म्हणजे स्वस्वरूपाचा विसर होऊन देहादि अनात्म वस्तूंकडे दृष्टि वळल्यानें प्रथम त्या देहादिकांबद्दलच अहंभावना ह्मणजे अहंकार उत्पन्न होतो. हा अहंकार ह्मणजे स्वस्वरूपाविषयींचें दृढावलेलें अज्ञानच होय. असो; हा अहंकार बळकट झाला म्हणजे त्याचें कामस्वरूपानें रूपांतर होतें. किंवा हा अहंकारच कामरूप बनतो असें समज. या कामाचाच विषयाशीं संबंध घडला असतां प्रसंगपरत्वें त्यांतून क्रोध, लोभ, मोह हे निपजतात. उदाहरणार्थ—कामाला व्यत्यय आला किंवा अपाय झाला, (त्याचे इच्छेआड कांहीं आलें) कीं मनुष्याला क्रोध[1] येतो. यापासून पुढें मोह होतो व अखेरीस मनुष्याचा नाश होतो. एतावता, अहंस्वरूपाप्रत पावलेला प्रमाद म्हणजे स्वरूप-विषयक अज्ञान, तें जीवाला मी ब्राह्मण, मी क्षत्रिय, मी स्थूल, मी कृश, मी अमक्याचा पुत्र, अमका माझा नातू इत्यादि प्रकारें मी व माझें यांचें झट मागें लावून पुरुषाला रागद्वेषादिकांचे गोत्यांत घालितें; आणि मग फलतः त्या पुरुषाचे हातून श्रुतिस्मृतिविरुद्ध आचरण होऊन तो घसरत जातो व नाश पावतो; आत्मस्वरूपाची प्राप्ति त्याला होत नाहीं.

याप्रमाणें अहंकार व तज्जन्य विकार या रूपानें परिणत होणाऱ्या प्रमादरूपी यमाच्या किंवा मृत्यूच्या तावडींत प्राणी मूढ होऊन

१ कर्मानें किंवा कर्ममिश्रित ज्ञानानें मोक्षप्राप्ति कशी होत नाहीं, या प्रश्नाचा उलगडा शास्त्रीय रीतीनें शंकासमाधानपूर्वक फारच विशद व विस्तृतरूपानें बृहदारण्यकोपनिषदांतील तिसऱ्या अध्यायाच्या तिसऱ्या ब्राह्मणावरील भाष्यांत शंकराचार्यांनीं केला आहे तो पहावा.

२ येथें सावित्र्युपाख्यानांत ' यम ' सत्यवानास नेण्यास प्रत्यक्ष आला होता हें कसें? अशी धृतराष्ट्रानें शंका घेतल्याचें आचार्यांनीं गृहीत धरून, त्यावर हें सनत्सुजातांचें उत्तर आहे, असें दर्शविलें आहे.

१...कामात् क्रोधोभिजायते। क्रोधाद्भवति संमोहः संमोहात् स्मृतिविभ्रमः॥ स्मृतिभ्रंशात् बुद्धिनाशो बुद्धिनाशात्प्रणश्यति॥

(श्रीमद्भगवद्गीता, अ. २ श्लोक. ६३.)

सांपडले म्हणजे चौऱ्यायशींच्या फेऱ्यांत पडतात. कारण, इहलोकीं त्यांचें देहावसान झालें म्हणजे धूमादिमार्गानें परलोकीं जाऊन तेथें कर्मफलाचा जोर संपेपर्यंत ते वास्तव्य करितात. जोर संपतांच पुनः आकाशादिक्रमानें[1] खालीं येऊन नवीन देह धारण करण्यास या मृत्युलोकीं येऊन पडतात. त्या अवस्थेंत देव म्हणजे इंद्रियें हीं त्यांच्या भोंवतीं जमतात; आणि त्या इंद्रियांच्या संगतीमुळें पुनः विषयासक्ति प्रबल होऊन तद्द्वारा पुनः त्यांस मृत्यु झपाटतो. या प्रकारें, प्राण्यांची सुटका या फेऱ्यांतून न होतां पुनः पुनः त्यांस गोतेच बसतात. सारांश, आत्मस्वरूपाचे अज्ञानामुळें हा संसार उद्भवतो; व समुद्रांत पडलेल्या पुरुषाला ज्याप्रमाणें नक्रादि जलजंतु इतस्ततः ओढूं लागले असतां तो व्याकुल होऊन जातो, त्याप्रमाणें संसारांत पडलेल्या पुरुषाची हे रागद्वेषादिक त्रेधा त्रेधा उडवून अखेर त्याला खाड्यांत घालतात; आणि याप्रमाणें हें चक्र अखंड चालू असतें.

प्रमाद हा मृत्यु कसा, हें तुला समजून सांगितलें. आतां, भाषणाचे आरंभीं, देवासुरांचीं उदाहरणें देऊन, कर्मयोगानें मृत्यूचा निरास होऊन अमृतत्व कसें प्राप्त होतें, अशी तुझी शंका होती, तिचें निराकरण सांगतों तें ऐक. बहुधा प्रवृत्तींतील जीवांचीं सर्व कर्में फलाकांक्षेनें केलेलीं असल्यामुळें, मृत्युलोकीं त्यांचें देहावसान झालें तरी हा कर्मबंध व मृत्यु चुकत नाहींत. ह्या लोकीं जीवमान असतां केलेल्या कर्मांचीं फळें भोगण्यासाठीं त्यांना स्वर्गादि लोकांकडे जावें लागतें. तेथें तें फल भोगून झालें म्हणजे क्षीणपुण्य होऊन पुनः या लोकीं ते येतात. असें रहाटगाडगें चालू रहातें. यामुळें या कर्मबंधनांतून सुटून मृत्यूचे पार होणें म्हणजे अमृतत्व किंवा मोक्ष मिळणें, हें त्यांचे वांट्यास येत नाहीं. कारण, अमृतत्वप्राप्तीला अवश्य जो सदर्थयोग (आपल्या सच्चिदानंद ब्रह्मतत्त्वाचें अपरोक्षज्ञान) तो त्यांना घडत नसल्यामुळें, मूढ राहून हे देहधारी विषयोपभोगांचे इच्छेनें आकृष्ट होऊन सर्वत्र भ्रमत राहतात. आंधळा ज्याप्रमाणें उच्च, नीच, सकंटक अशाही प्रदेशांतून भ्रमतो, त्याचप्रमाणें हे विवेकहीन जीव उच्च-नीच व दुःखमय योनींत फेऱ्या करितात. हा सर्व घात होण्याला कारण—विषयांविषयीं सत्यबुद्धि व तत्संबंधीं लालसा. कारण, विषयच ज्याला असत्य वाटतात, त्याचे इंद्रियांची विषयांचे ठिकाणीं प्रवृत्ति होत नाहीं; आणि इंद्रियें विषयपराङ्मुख असलीं म्हणजे तीं आत्माभिमुख सहजच होतात व आत्माभिमुख झाल्यानें मोहाची निवृत्ति होऊन अपरोक्षानुभव त्यांस सहजच होतो. परंतु जे कोणी विषय सत्य मानितात, (आणि असेच बहुतेक !) अशांचीं इंद्रियें सर्वदा विषयाभिमुख असल्यानें महामोहग्रस्त होतात व प्रत्यग्भूत आत्मस्वरूपाचें त्यांना स्मरणही नाहींसें झाल्यामुळें, आणि केवळ शब्दादि मिथ्याभूत विषयसंभोगानें मन ग्रस्त झाल्यामुळें, या विषयांचेच चिंतनांत सर्वत्र निमग्न होऊन फलतः विषयसेवनांतच ते सदा गुंतून रहातात. कारण, विषयांच्या उपभोगानें विषयेच्छा तृप्त न होतां घृतयुक्त अग्नीप्रमाणें अधिकाधिकच भडकत जाते व तेणेंकरून पुरुष अविद्याकल्पित शब्दादि विषयांनीं अधिकाधिकच बद्ध होतो व अर्थातच त्याच्या संसाराच्या येरझारा संपत नाहींत.

पुरुष विषयासक्त होण्याचें मूळ कारण पाहूं जातां, विषयसंसर्ग व विषयचिंतन किंवा

---

१ आकाशापासून वायु, वायूपासून अग्नि, अग्नीपासून उदक, उदकापासून पृथ्वी, पृथ्विपासून ओषधि, ओषधीपासून अन्न, अन्नापासून रेत आणि रेतापासून पुरुष.

विषयाचें ध्यान हें पुरुषाचा प्रथम घात करितें. कारण, विषयाचें ध्यान करितां करितां त्याचे ठायीं आसक्ति जडते. आसक्ति जडली कीं तद्विषयक काम त्या पुरुषाला विषयरसाचे सन्निध नेऊन गिरकींत घालतो. कामाचे तावडींत गेल्यावर प्रसंगीं क्रोधही आपला डाव साधून घेतो. सारांश, विषयध्यान, काम व क्रोध या तिहींचे दाढेंत सांपडलेल्या बालिशांना हे तिघे मृत्यूचे गर्तेंत फेंकून देतात. मात्र विषयांचें मिथ्यत्व ओळखून त्यांपासून अलिप्त रहाणारे जे कोणी विवेकी पुरुष, ते धैर्यानें म्हणजे विवेकबलानें मृत्यु तरून जातात. कसे म्हणशील तर, विवेकी पुरुष असें पहातात कीं, विषय उसळ्या मारून मारून पुनः खालीं पडणारे, अनित्य, अशुचि व दुःखमय आहेत. असें त्यांचे ध्यानांत वागलें म्हणजे ते मूढाप्रमाणें विषयांचे गुलाम न होतां स्वतंत्र रहातात. असें झालें असतां मृत्यूची टाप त्यांवर मुळींच चालत नाहीं. उलट ते मृत्यूचेही मृत्यु किंवा काळाचेही काळ बनतात; व मृत्यु जसा इतरांना भक्षण करितो, तसे मृत्यूलाच ते गिळून जातात. अशा पुरुषांना विद्वान्, आत्मवेत्ते, कवि अशा संज्ञा आहेत.

आतां, विषयासक्त कामानुसारी पुरुष नाश कसे पावतात म्हणशील तर ऐक. दृढाभिध्यानानें त्यांचें विषयांशीं तादात्म्य होऊन जातें.—जसें अग्निकाष्ठांचें. परंतु आतां सांगितल्याप्रमाणें विषय पडले नश्वर. अर्थात् काष्ठनाशाबरोबर तद्वत अग्नि जसा नाश पावतो, त्याचप्रमाणें हे विषयानुसारी कामी जीव नश्वर विषयांचे संगतीनें आपणही नाश पावतात. याचे उलटपक्षीं, जो विवेकबुद्धीचे जोरावर विषयांना लाथेवर उडवून देतो, त्याचे मागची सर्वच कर्मांची कटकट मिटते. तो इहजन्मीं किंवा जन्मांतरीं केलेल्या पुण्यपापादि सर्व कर्मांचा उच्छेद करून मोकळा होतो व सर्वदुःखातीत होतो. खरें बोलूं जातां, भूतांचा हा देह अविद्याकल्पित असून विष्ठा, मूत्र, कृमि, कफ, पूयशोणित, इत्यादिकांनीं भरला असल्यामुळें प्रत्यक्ष नरकच आहे. असें असतांही मूढ जीव तो मोठा सुंदर, मनोहर आहे असें मानून त्याचा लोभ करितात, व त्या लोभापायीं त्यामागें धांवत सुटून शेवटीं आंधळा खड्डयांत पडावा तसे नरकगर्तेंत पडतात.

हे क्षत्रिया धृतराष्ट्रा, स्त्रियादिकांचे देहांचे ठिकाणीं सुखबुद्धि ठेवून जे विषयांध त्यांमागें धांवतात आणि विषयातिरिक्त स्वात्मभूत परमात्म्याला जाणीत नाहींत किंवा त्याचें ज्ञान करून देणाऱ्या अध्यात्मशास्त्राचें अध्ययन करीत नाहींत, अशांचा देह पेंढा भरलेल्या वाघाप्रमाणें फुकट आहे. इतकेंच नव्हे, तर अशा विषयी जीवाचा क्रोधानें, मोहानें, भयानें व लोभानें अंतरात्मा व्याप्त झालेला असल्यामुळें, तो अंतरात्माच त्यांचा प्रत्यक्ष मृत्यु होय; आणि, हे धृतराष्ट्रा, अशा प्रकारें क्रोधलोभमोहभयादिकांनीं ग्रस्तच तुझा आत्मा दिसतो आहे. त्या अर्थीं माझ्या मतें तुझा मृत्यु तुझ्या हृदयांत आहे.

मृत्यूचें नुसतें नांव ऐकूनच त्याला भिऊन जाऊन धृतराष्ट्र व्याकूळ झाला होता आणि आतां तर आपण त्याच्या हृदयांतच मृत्यु उभा आहे म्हणून त्यास सांगितलें; आतां तर तो अगदींच गोंधळून जाईल असें वाटून, परम कारुणिक भगवान् सनत्सुजात म्हणालेः—बाबारे, याप्रमाणें क्रोधादिरूपानें परिणत होणारा व जीवांस जन्ममरणाचे अनर्थपरंपरेंत ढकलणारा हा प्रमादच मृत्यु आहे हें ओळखून मुमुक्षूनें क्रोधलोभादिकांचा परित्याग करावा व साचि-

१ ध्यायतो विषयान् पुंसः संगस्तेषूपजायते।
संगात् संजायते कामः कामात् क्रोधोऽभिजायते।

दानंदरूप स्वरूपावस्थितीनें रहावें, म्हणजे त्याला मृत्यूचें भय वाटणार नाहीं. इतकेंच केवळ नव्हे, तर मृत्यूचे आटोक्यांत आलेले जीव ज्याप्रमाणें नाश पावतात त्याप्रमाणें असल्या ज्ञानी पुरुषाचे आटोक्यांत गेल्यानें मृत्युच स्वतः मरण पावतो.

(कर्में हीं बंधाला कारणीभूत असून ज्ञानच मोक्षसाधन आहे असें सनत्कुमारांनीं स्पष्ट सांगितलें असतांही धृतराष्ट्राचा कर्माभिमान नाहींसा न होऊन तो पुनरपि सनत्कुमारांना प्रश्न करितो.)

धृतराष्ट्र म्हणतोः—आपण तर एक ज्ञान धरून बसलां, आणि कर्माची डाळ मुळींच शिजूं देत नाहीं. परंतु श्रुतीमध्यें असें चकचकीत सांगितलें आहे कीं, ज्योतिष्टोमादि यज्ञांच्या योगानें धार्मिक पुरुषांना उत्तम व पवित्र लोक प्राप्त होतात, व हे लोक पुण्यमय व शाश्वत असून मोक्षरूपच आहेत, असेंही वेद सांगतात. हें जो जाणतो त्याची कर्माकडे प्रवृत्ति झाल्यावांचून कशी बरें राहील? अर्थात् कर्माचे योगानें मोक्षप्राप्ति होते असा जर या श्रुतिवाक्यांचा स्पष्टाभिप्राय आहे, तर एवढी ज्ञानाचीच प्रतिष्ठा ती काय ?

सनत्कुमार म्हणतातः—तूं म्हणतोस तें खरें आहे. कर्ममार्ग परंपरेनें मोक्षाला उपकारभूत होतो ह्मणून वेद हे कर्मानें श्रेष्ठ सुख व मोक्ष प्राप्त होत असल्याचें बोलतात व अज्ञानी लोक या मार्गानें जातात. परंतु ज्ञानी हा, कर्माचे अंगीं साक्षात् मुक्तिहेतुत्व नसून केवळ क्रममुक्तित्व आहे म्हणून त्या मार्गानें किंवा दुसऱ्या उपासनादि आडमार्गांनीं न जातां, आपणच परमात्मा आहों असें ज्ञानानें जाणून परब्रह्मरूपच होऊन रहातो व पुनः या सृष्टींत येत नाहीं.

धृतराष्ट्र म्हणतोः—ज्ञानानें जीव ब्रह्मरूप होतो याचा अर्थ, जीव मूळचा ब्रह्म नसून ज्ञानबलानें त्याची ब्रह्मरूप परिणति होते, असें मानणें सयुक्तिक होत नाहीं. कारण, अन्यास अन्यरूप येतच नाहीं; यामुळें आकाशादिक्रमानें सर्व सृष्टि उत्पन्न करून तींत जीवसंज्ञेनें फिरत असणारा हा परमात्माच आहे असें म्हणणें भाग येतें. परंतु या कामीं एक शंका येते कीं, परमात्म्याचें श्रुत्यादिकांनीं असें वर्णन केलें आहे कीं, तो जन्ममरणविकाररहित आहे; आणि जीवाला तर हे विकार आहेत. शिवाय परमात्मा स्वतंत्र आहे असेंही वर्णन आहे. मग असल्या पुराणपुरुषाची या जन्ममरणरूप संसाराचे ठिकाणीं प्रेरणा तरी कोण करितो? बरें, कोणाची प्रेरणा नसतां तो केवळ आपण होऊनच हें जगड्व्याळ विश्व उभें करितो असें म्हणावें, तर असें करण्याची त्याला गरज काय पडली होती? विश्व नसतें तर त्याचें काय अडलें होतें? किंवा विश्व निर्मिल्यानें त्याला कोणतें सुख प्राप्त झालें? या सर्व शंकांचें समाधान आपणांसारख्या ज्ञात्यांनीं मला नीटपणें सांगावें, एवढी माझी विनंती आहे.

सनत्कुमार म्हणतातः—हे राजा, जीवात्मा व परमात्मा हे भिन्न नाहींत हीच गोष्ट खरी; व जो या दोहोंत भेद मानितो तो महापातकी होतो असें श्रुतींत स्पष्ट म्हटलें आहे. तेव्हां जीव हाच परमात्मा आहे, हीच गोष्ट प्रमाण आहे. आतां, यावर तूं म्हणशील कीं, असें म्हणावें तर परमात्मा एक असून जीव अनेक आहेत हें कसें? तसेंच परमात्मा क्लेशरहित असून जीव तर दुःखानें गांजून गेलेले दिसतात, इतकें जीव-परमात्म्यांत विरुद्धधर्मत्व असूनही जीव हाच परमात्मा कसा म्हणावा? तर या शंकेचें उत्तर असें आहे कीं, जीव हा परमात्माच खरा; परंतु तो अनादि मायारूप

उपाधींमुळें नानारूप दिसतो व तीमुळेंच दुःखादि भोगितो. याला दृष्टांतः—शंभर जलपात्रें भरून ठेविलीं असतां शंभर ठिकाणीं चंद्रबिंबें दिसतात, व पात्रांतील जल प्रचलित झालें असतां तीं बिंबें कंपित होतात; तथापि या सर्व बिंबांना मूलभूत जो आकाशस्थ चंद्र तो एकच आहे, व पात्रगत बिंबकंपनानें तो कंप पावत नाहीं, ह्या दोनही गोष्टी निर्विवाद आहेत; व म्हणून मायोपाधिगत परमात्म्याचें जीवरूपानें नानात्व किंवा दुःखात्मक मूलभूत परमात्म्याच्या अद्वितीयत्वाचें किंवा क्लेशराहित्याचें बाधक होत नाहीं हें सिद्ध झालें. आतां ही माया, म्हणून कोण आहे म्हणशील, तर ही परमात्म्याचे ठिकाणीं असणारी एक अनादिसिद्ध शक्ति आहे. हिच्या योगानें परमात्मा हें विश्व निर्माण करितो; किंबहुना परमात्मा कांहींच करीत नसून ही त्याची मायाशक्तिच हें सर्व विश्व निर्माण करिते असा वेदाचा अभिप्राय आहे. मात्र ही माया परमेश्वराश्रयिणीच आहे, तद्भिन्न नाहीं, हेंही वेदांनीं सांगून ठेविलें आहे; व मायाकृत नानात्व मानण्यांत परमेश्वराचें वर्चस्व कांहीं कमी होत नाहीं व जीवपरमात्मैक्याच्या कल्पनेलाही धक्का पोंचत नाहीं.

जीवाचें परमात्मैक्य समजून घेतल्यावर धृतराष्ट्र पुनरपि कर्माकडे वळून म्हणतोः—हे मुने, या लोकीं पहावें तों कांहीं मोक्षाकांक्षी लोक मुळींच कर्माचरण करीत नाहींत, कर्मसंन्यास घेतात; दुसरे कांहीं अग्निष्टोमादि कर्मेंच करितात. तेव्हां या दोनही पक्षांचा उलगडा कसा? जे करीत नाहींत त्यांच्यावर पापाचा पगडा चालतो असें म्हणावें? किंवा जे कर्में करितात त्यांच्या पापाचा कर्मसामर्थ्यानें नाश होतो, असें म्हणावें? किंवा उभयतांचें तुल्यबल होऊन परस्पर नाश पावतात?

सनत्सुजात म्हणतातः—या पापपुण्यात्मक कर्मांचा उलगडा असा आहे कीं, जो ज्ञानी आहे तो उभयविध करीत असतांही त्याला त्या कर्मांचा बाध होत नाहीं. कारण ज्ञानरूप अग्नीनें ज्ञान्याचीं अशेष कर्में-बरीं तशींच वाईटभस्मसात् होतात; आणि जो अज्ञानी आहे त्याचे कर्मांची वजाबाकी न होतां शुभ व अशुभ अशा उभयही कर्मांचीं सुखदुःखात्मक फलें त्याला पृथक् भोगावींच लागतात. तो मरून परलोकीं गेला म्हणून बंधांतून सुटला असें नव्हे. त्याचें कर्म तेथें दत्त म्हणून त्यांचे पुढेंच असतें. तें भोगल्यावांचून त्याला गत्यंतरच नाहीं. आतां, पुण्यकर्म असलें तर त्याला अप्सरादि दिव्यभोग प्राप्त होऊन सुख लागेल. पापकर्मानें केवळ दुःख भोगावें लागेल, इतकेंच. एक सोनेरी बिडी, एक लोखंडी बिडी, इतकेंच फार झालें तर अंतर. पण बंधनदृष्टीनें पहातां दोन्ही बिड्यांचें स्वरूप एकच. त्याच न्यायानें काम्य कर्म तेथून बंधाला कारण, मग तें बरें असो वाईट असो. शिवाय, उभयही कर्मांचें फल अस्थिर व क्षयशील असतें; परंतु फलाकांक्षारहित केवळ ईश्वरार्पणबुद्धीनें जो शहाणा मनुष्य सकल कर्में करितो, तो मात्र सत्कर्मबलानें आपल्या पापाचा झाडा करितो; व याच कारणामुळें असल्या मनुष्याचें निरपेक्ष कर्म हें विषयी जीवांनीं केलेल्या सकाम कर्मापेक्षां अधिक जोरदार किंवा मूल्यवान् म्हटलें पाहिजे. एतावता, तुझ्या तीन प्रश्नांचीं उत्तरें पुरीं करणारे तीन वर्ग आहेत. एक ज्ञानी किंवा आत्मसाक्षात्कारी, दुसरा कर्मी परंतु सकल कर्में निष्काम बुद्धीनें करणारा; व तिसरा, विषयीसर्वथा फलाकांक्षेनें काम्यच कर्में करणारा. यांत पहिल्याला म्हणजे ज्ञान्याला शुभ व अशुभ कशींही कर्में असलीं तरी बाधक होत नाहींत, किंवा त्यानें केलीं तरी त्यांचा जमाखर्च नाहीं.

दुसऱ्याचीं मात्र सत्कर्में पापाचा नाश करितात म्हणजे त्याच्या कर्मांची वजाबाकी होते; आणि तिसरा जो विषयी, त्याचे कर्मांची वजाबाकी न होतां त्याला त्यांचीं फलें जशींचींतशींच भोगावीं लागतात. असा हा सकाम व निष्काम कर्त्यांत भेद किंवा तारतमभाव आहे. शिवाय, या दोन वर्गांत दुसरें एक तारतम्य आहे. तें असें कीं, जसे बलाढ्य पुरुष परस्परांत बलाविषयीं स्पर्धा करितात, त्याचप्रमाणें काम्य कर्में करणारे विषयी जीव एकमेकांत चढाओढ करितात. एक म्हणतो, तूं पांच यज्ञ केलेस तर मी पंचवीस करीन, म्हणजे मी पांचपट भोग भोगीन. तुला एकटी उर्वशीच भोगायाला मिळेल तर माझ्या सेवेंत पांचपट अप्सरा रहातील, व तुजपेक्षां पांचपट काल मी भोग भोगीन; इत्यादि. आणि असें म्हणून कधींकधीं ते कर्माचरणाची परिसीमा करितात. परंतु त्यांनीं कितीही केलें, काम्यकर्मांच्या मेरुप्राय राशी जरी पाडल्या तरी त्यांना मोक्षप्राप्ति किंवा ज्ञानप्राप्तीदेखील होणें नाहीं. ते इहलोक सोडल्यावर धूमादि मार्गांनीं जाऊन तेथें प्रकाशमान होतात इतकेंच. परंतु जे विषयाकृष्ट नसल्यामुळें अनित्यफलदायक ज्योतिष्टोमादि कर्मांविषयीं स्पर्धा न करितां फलाविषयीं अनासक्त राहून केवळ ईश्वरार्पणबुद्धीनें यज्ञादि कर्में करितात, त्यांचीं कर्में कर्त्यांना विषयभोग संपादन करून देण्याचे कामीं खर्चीं न पडतां, त्यांचे चित्तशुद्धीला कारणीभूत होऊन परंपरेनें ज्ञानप्राप्तीला व अंतीं मोक्षप्राप्तीला हेतुभूत होतात. अर्थात् असले ब्राह्मण कर्मद्वारानेंच ज्ञान संपादून आध्यात्मिक, आधिदैविक व आधिभौतिक या दुःखत्रयीच्या, किंवा सत्त्व, रजस् व तम, या त्रैगुण्याच्या, आणि जाग्रत्, स्वप्न, सुषुप्ति या अवस्थात्रयाच्या पलीकडे असणाऱ्या त्रिविष्टप स्वर्गाला जाऊन, पूर्णब्रह्मानंदांत निमग्न होतात. आतां

ज्ञानेच्छु पुरुषाचें आचरण कसें असावें

तें तुला सांगतों. वेदवेत्त्या लोकांनीं जिज्ञासूचें आचरण फार व्यवस्थित रीतीनें सांगून ठेविलें आहे. त्यांतील पहिली महत्वाची गोष्ट ही कीं, जेणेंकरून स्त्रीपुत्रादि आंतर म्हणजे घरांतील व आप्तमित्रादि बाहेरचे जन हे ह्या ज्ञान्याकडे फारसें मन देणार नाहींत, अशा रीतीनें व अशा स्थलीं त्यानें असावें. होईल तों सर्वांशीं फटकून वागावें. कारण, लोभांत किंवा आंतड्याच्या माणसांच्या पाशांत पडल्यास त्याचे मनाला नाहीं नाहीं तसे ओढे लागून त्याचें चित्त स्थिर रहाणार नाहीं. आप्तस्वकीयांचे चिंतेपासून दूर रहाणें इष्ट आहे, तसेंच उदरभरणादि अन्य चिंताही त्याचे मनोलयाचा भंग करतील. याकरितां, ज्या प्रदेशीं त्याला उदरंभरणाची चिंता पडणार नाहीं, अर्थात् वर्षाकालीं जसें उदक व तृण सर्वत्र विपुल असतें त्याप्रमाणें जेथें अन्नपानांची समृद्धिच समृद्धि असेल तेथें त्यानें रहावें. म्हणजे निर्वाहार्थ त्याला ताप पडणार नाहीं, व चित्तस्वास्थ्य बिघडणार नाहीं. तिसरी गोष्ट—आपलें खरें सामर्थ्य प्रकट न करितां वेड्यासारखें कोठें तरी निजलें, कोणाकडे तरी जेवलें, कांहीं तरी पांघरलें, अशा रीतीनें वागलें असतां अशाला खुळा समजून जेथील लोक त्याचा सन्मान न करितां उलटी हेटाळणी करतील किंवा त्याला भय दाखवितील, अशा लोकांचे आसपास त्यानें रहावें. अर्थात् लोक त्याचा तिरस्कार किंवा अवमान करीत असल्यानें त्याचें चित्त त्यांचे ठिकाणीं गुंतणार नाहीं, आत्मगत राहूं शकेल, हा यांतील हेतु. चौथी गोष्ट—त्यानें अन्न ग्रहण करणें तर अशा गृहस्थाचे घरचें करावें कीं, आपला अतिथि समर्थ

आहेसें कळलें नसतांही जो त्याला ताप देत नाहीं, किंवा त्याचे वस्तूचा किंवा ब्राह्मणाचे द्रव्याचा अपहार करीत नाहीं. अर्थात् सन्मार्गानें द्रव्य मिळवून आल्या अतिथीला अक्लेश रीतीनें अन्न देणारा, अशाचेंच अन्न त्यानें घ्यावें. कारण अशाचे घरचें अन्न सज्जनांना मान्य आहे. पांचवी गोष्ट—या प्रकारें निर्वाह करून, स्वतःची करामत गुप्त ठेवून अलग असावें; आणि चारचौघांत बसल्यानें आपले हातीं कांहींएक लागणार नाहीं ही मनांत पक्की गांठ घालावी. कारण, त्यानें पक्कें समजावें कीं, असें केल्यावांचून म्हणजे आप्तस्वकीय व इंद्रियवर्ग व त्यांचे विषय यांजकडे पाठ फिरविल्यावांचून निर्लिंग म्हणजे अनुमानादिकांना अगम्य, अचल, व्यापक, असंग, सर्वद्वंद्वरहित व स्वतःप्रमाण असें जें आंतरात्मस्वरूप, तें त्याला कधींही समजणार नाहीं. विषयेंद्रियांपासून पराङ्मुख झालें तरच आत्मरूपाशीं अभिमुख होतां येईल; एरवीं नाहीं.

आत्म्याचें यथार्थ ज्ञान संपादणें हें पुरुषाचें कर्तव्य.

हे राजा, आत्म्याचें यथार्थ ज्ञान संपादणें हें प्रत्येक पुरुषाचें कर्तव्य आहे. परंतु तें न करून म्हणजे अत्यंत सूक्ष्म, अचल, शुद्ध, द्वंद्वातीत व सच्चिदानंद लक्षण आत्मा असतांना तो यथार्थ दृष्टच्या न ओळखून जो आत्म्याला कर्ता, भोक्ता, सुखी, दुःखी, स्थूल, कृश, अमक्याचा पुत्र, अमक्याचा पिता, इत्यादि प्रकारें समजतो, तो मोठा अपराधी होय. या प्रकारें आत्म्याच्या सत्यस्वरूपाचा ज्यानें अपलाप केला, त्या चोरानें असतील नसतील तेवढीं सर्व पातकें केलीं, असें समजावें. सारांश, शहाण्यानें देहेंद्रियादिक अनात्म वस्तु आहेत असें ओळखून आणि अज्ञात राहून, परमात्म्याचे ठिकाणीं लय लावून रहावें. असें करण्यांत हित काय म्हणशील तर देहद्वय व इंद्रियें यांचें जो आत्मत्वानें आदान म्हणजे ग्रहण करीत नाहीं, त्याला एक तर संसाराचे क्लेश होत नाहींत; दुसरें, कामक्रोधादिकांचा उपद्रव होत नाहीं; व तो शिष्ट म्हणून विद्वानांना संमत होतो. बाकी, ज्ञात्यानें शिष्ट असावें, परंतु शिष्टाप्रमाणें वागूं नये. जडाप्रमाणें वागावें; कारण जो ज्ञाता आपलें सामर्थ्य गुप्त राखीत नाहीं, परंतु तें प्रकट करून त्यावर उपजीविका करितो, त्याला ओकून टाकिलेले अन्नावर निर्वाह करणाऱ्या कुत्र्याची उपमा दिली आहे. शिवाय, असें करणें त्याच्या हानीला कारण होतें.

योग्यांची प्रशंसा.

हे धृतराष्ट्रा, असले योगी जरी आपलें सामर्थ्य गुप्त ठेवून राहिले, तरी त्यांची वास्तविक योग्यता फारच मोठी आहे. जाया, पुत्र, द्रव्य, इत्यादि मानुष वित्त किंवा लौकिकी संपत्ति जरी त्यांजवळ नसते, तरी अहिंसा, सत्य, अस्तेय, ब्रह्मचर्य, इत्यादि वैदिक संपत्ति त्यांजपाशीं विपुल असल्यामुळें, तिच्या जोरावर ते लोकांना हालवून सोडतात व त्यांचा कोणीही अतिक्रम करूं शकत नाहीं. ते केवळ ब्रह्माचें शरीरच बनून जातात. कदाचित्, कोणी अशी शंका घेईल कीं, खंडोगणती तीळ, तांदूळ, तूप जाळून यजमानाचा मनोरथ पूर्ण करणाऱ्या उंची उंची देवतांचें जे यजन करितात अशांची योग्यता योग्यांपेक्षां अधिक किंवा

१ नित्यमज्ञातचर्या मे इति मन्येत ब्राह्मणः । ज्ञातीनां तु वसन्मध्ये नैव विद्येत किंचन ॥ ह्या श्लोकाचा आणखीही एक अर्थ आचार्यांनीं केला आहे, तो असा. ज्ञाति म्हणजे इंद्रियादिक यांच्या घोटाळ्यांत न पडतां, अज्ञात म्हणजे अतींद्रिय जें ब्रह्म त्याचे ठिकाणीं नित्य म्हणजे अखंड चर्या म्हणजे समाधिरूप निष्ठा ठेवून राहाणें मला अवश्य आहे, असें समजून त्यानें वागावें.

त्यांच्या तोंडीची तरी असली पाहिजे. तर, हे राजा, तुला स्पष्टच सांगतों कीं, यज्ञकर्त्या यजमानाला तर मुळीं **देवपशु** म्हटलें आहे. कारण, तो यज्ञीय देवतांचा केवळ पशूप्रमाणें कामकरीच बनतो. तेव्हां असल्या देवपशूची योग्याशीं किंवा ब्रह्मवेत्त्याशीं तुलना तर शक्यच नाहीं. पण हा यजमान ज्यांचे प्रीत्यर्थ इतकें तीळतूप जाळतो, त्या देवताही ब्रह्मज्ञान्याच्या पासंगाला येत नाहींत.

हे राजा, योग्याची ही अत्युच्च योग्यता कानाला बहुत गोड वाटते. पण, बाबा, ही संपादणें व संभाळणें फार कठीण आहे. विषयांपासून विनिवृत्त होऊन अंतर्निष्ठ झालेला योगी बाह्यतः मूढवत् दिसला असतां स्थितप्रज्ञ पुरुषाचीं लक्षणें ओळखणारे ज्ञाते त्याला मान देतील, तसेच त्याला न ओळखणारे व्यवहारी जीव त्याचा अपमान करतील; पण मानानें त्यानें चढून जाऊं नये, किंवा अपमानानें संतप्तही होऊं नये. तर त्यानें असें मानावें कीं, उन्मेष व निमेष म्हणजे डोळ्यांचे पापण्यांची उघडझांप हा जसा सहजस्वभाव आहे, त्यांत विशेष लक्षांत धरण्याजोगें कांहीं नाहीं, तसाच मान व अपमान करणें हा लोकांचा सहजस्वभावच आहे. ज्ञाते स्वभावतःच दुसऱ्याचा सन्मान करितात; तसेच मूढ, शास्त्रहीन व धर्मज्ञानविधुर लोक दुसऱ्याचा अपमानही स्वभावतःच करितात. यास्तव, या दोहोंचेंही महत्व तितकेंच असें मनांत घेऊन दोहोंविषयींही उदासीन रहावें. त्यानें हेंही एक वर्म पक्कें ध्यानांत ठेवावें कीं, मान व मौन हीं एकत्र रहात नाहींत. हा लोक मानाचा असून परलोक (ब्रह्मरूप) मौनाचा आहे. अर्थात् मानाचे नादीं लागलें असतां या नश्वर लोकाचे तावडींत गेलोंच समजावें; आणि ब्राह्मी स्थिति इष्ट असेल तर मान झुगारून देऊन मौनाचाच अवलंब करून रहाणें अवश्य आहे. बाबा धृतराष्ट्रा, त्यानें असें समजावें कीं, मानाचा ज्यांत वास आहे अशा प्रपंचाचा अंगीकार केल्यानें लौकिकी श्री म्हणजे संपत्ति प्राप्त होते. परंतु ही ब्राह्मी श्रीला अपाय करिते. कारण, प्रपंचांत लांचावलेल्या मूर्खाचें आनंदस्वरूपिणी ब्राह्मी-श्री ही मुखावलोकन देखील करीत नाहीं. ही ब्राह्मी श्री जर प्राप्त व्हावयास पाहिजे, तर या लौकिकी मार्गानें जाऊन कांहींएक फायदा होणार नाहीं. या श्रीच्या प्राप्तीचीं द्वारेंच निराळीं आहेत. ज्ञात्यांचे सांगण्याप्रमाणें हीं बहुतप्रकारचीं असून मोठीं अवघड व मानमोहांना प्रतिबंधक अशीं आहेत. तीं द्वारें कोणतीं म्हणशील तर **सत्य** म्हणजे भूतांना हितावह व यथार्थ असें भाषण; **आर्जव** म्हणजे सरळपणा; **ऱ्ही** म्हणजे अकार्य करण्याविषयीं लज्जा; **दम** म्हणजे अंतःकरणाची उपरति; **शौच** म्हणजे मल व कल्मष यांचें प्रक्षालन; आणि **विद्या** म्हणजे ब्रह्मविद्या. याप्रमाणें ब्राह्मी लक्ष्मीचीं हीं सहा द्वारें आहेत.

अध्याय त्रेचाळिसावा.

—:०:—

मौनादींचें गुणदोषवर्णन.

(गताध्यायीं, हा लोक मानाचा आणि परलोक मौनाचा या प्रकारें सनत्सुजातांनीं मौनाची थोरवी गाईलेली ऐकून) धृतराष्ट्र म्हणतो, " हे मुने, हे विद्वन्, आपण मौनाची इतकी वाखाणणी करितां, तर हें मौन कोणत्या पुरुषाला प्राप्त होतें? शिवाय, अगोदर मौन या शब्दाचे अर्थ मला दोन भासतात; एक, वाणीचा उपरम किंवा असंभाषण व दुसरा आत्मस्वरूप. तर या दोहोंपैकीं खरा कोणता? तिसरा-आपल्याला प्रकृत स्थलीं यांतील कोणता

अर्थ इष्ट? चौथा प्रश्नः—मौनाच्या ह्या दोन जातींत कांहीं परस्पर उपकार्योपकारक संबंध आहे काय? म्हणजे, वाग्यमरूप मौनाचे योगानें पुरुषाला आत्मस्वरूपरूप मौन प्राप्त होतें? किंवा अन्य साधनांची अपेक्षा आहे? पांचवा प्रश्नः—हें मौन कोणत्या रीतीनें आचरतात? हे मुने, हें सर्व मला कथन करा.

सनत्सुजात उत्तर करितातः—हे राजा, या ठिकाणीं 'मौन' हा शब्द परमात्मवाचक आहे; आणि परमात्म्याला 'मौन' ही संज्ञा देण्याचा हेतु असा कीं, प्रत्यक्ष वेदही मनासह या परमात्म्याचे ठिकाणीं प्रवेश करूं शकत नाहींत. अर्थात् परा, पश्यंति, मध्यमा व वैखरी या चारही वाणींच्या आटोक्याबाहेर परमात्मरूप असल्यानें तें अशब्द आहे, अतएव मौनसंज्ञित आहे. हा स्वतः शब्दातीत असून सर्व शब्दांचें आदिकरण आहे; वेद शब्दाची देखील उत्पत्ति या परमात्म्यापासूनच झाली. समुद्रावर तरंग उठावा तसा वेद शब्द त्या ज्ञानोदधीचे ठिकाणीं उठला. आतां तूं म्हणशील, मन, वाणी, अन्येंद्रिय या कोणाचाच जर रिघाव परमात्मरूपाचे ठिकाणीं होत नाहीं, तर मग याची ओळखच पडते कशी? याचा थांग लागतो कसा? तर, हे राजा, आमचा अनुभव असा आहे कीं, तो ज्ञानमय असून केवल प्रकाशमयत्वानें प्रतीयमान होतो. हा मी तुला स्वानुभव सांगत आहें; त्या अर्थीं माझे सांगण्यावर अविश्वास करूं नको.

वेदाची उत्पत्ति पवित्र परमात्म्यांतूनच आहे, असें सुजातांचे तोंडून ऐकिल्यामुळें धृतराष्ट्रानें प्रश्न केला कीं, संविद्रूप व प्रकाशमय अशा निर्मल परमात्मस्वरूपांतून ज्या पक्षीं वेदांची उत्पत्ति आहे, त्या पक्षीं वेदांचे अंगीं पापक्षालनाचें सामर्थ्य विशिष्ट असलें पाहिजे. पापाचरण करीत असतांही कोणी द्विजाति ऋक्, यजुस्, साम या त्रयीचें अध्ययन करीत असेल, तर त्याला पापाचा लेप बहुधा होऊं नये असे वाटतें. तर आपण कृपा करून, हा लेप होतो किंवा न होतो, याचा निर्णय सांगावा.

सनत्सुजात म्हणतातः—हे राजा, माझें म्हणणें तुला कांहींसें चमत्कारिक वाटेल खरें, परंतु मी अनृत भाषण करीत नाहीं; तुला सत्यच सांगतों कीं, तीनही वेद कोणी पढला आहे, परंतु त्याचें आचरण जर धड नाहीं, तर तें नुसतें अध्ययन पापापासून त्याचा बचाव करीत नाहीं, हें पक्कें समज. पुरुष जर मनाचा खोटा आहे आणि धर्माचें आचरण केवळ कपटी व दांभिकपणें करीत आहे, तर त्याच्या देहांत वेद वास करीत असले तरी त्याचें तारण करीत नाहींत. त्याचा मरणकाळ आला म्हणजे, पंख फुटलेले पक्षी आपलें घरटें सोडून जसे दूर उडून जावे, तसे सर्व वेद त्या मायिक पुरुषाला सोडून जातात. त्याचें कांहींएक कल्याण करीत नाहींत!

हें उत्तर ऐकून धृतराष्ट्रानें पुनः शंका घेतली कीं, वेद जर वैदिकाचें पापापासून रक्षण करीत नाहींत, व अंतकालीं त्याला टोला देऊन चालते होतात असें आपण साफ सांगतां, तर आज पुरातन कालापासून घरोघर हे द्विजाति घसे कोरडे पडत तों ही वेदपठनाची वटवट किंवा कटकट कशाकरितां करीत असतात?

सनत्कुमार म्हणतातः—हे राजा, निषिद्धाचरण किंवा पापाचरण करणाराला वेदप्रलपन

१ यतो वाचा निवर्तंते अप्राप्य मनसासह। न तत्र चक्षुर्गच्छति, न वाक् गच्छति, नो मनो॥

२ यद्वाचानभ्युदितं येन च वागभ्युद्यते। तदेव ब्रह्मत्वं विद्धि।

३ तद्देवा ज्योतिषां ज्योतिरायुर्होपासतेऽमृतम्।

पापापासून तारीत नाहीं हें जरी खरें, तरी तेवढ्यानें वेदाभ्यास निरर्थक आहे किंवा वेदांची योग्यता सामान्य आहे, असें मात्र समजणें चुकीचें आहे. वेदांची योग्यता खरोखरच अनन्यसाधारण व अलौकिक आहे. कारण, वेद म्हणजे दुसरें कांहीं नाहीं, तर परमात्मस्वरूपाचें ज्ञान करून देणारें अत्युत्कृष्ट साधन आहे. स्वर्गादिकांहून इतर जो मोक्ष नामक पुरुषार्थ तेंच वेदांचें खरें प्रमेय आहे. वेदांत कर्मकलाप व उपासना यांचें निरूपण केलें आहे खरें; पण त्याचा हेतु तरी काम्यकर्माला प्रोत्साहन किंवा प्राधान्य देण्याचा नव्हे. मोक्षसिद्धीला हेतुभूत जें ज्ञान तें प्राप्त होण्याची पात्रता चित्तशुद्धि झाल्यावांचून पुरुषाचे ठिकाणीं येणें शक्य नाहीं; आणि ही चित्तशुद्धि निष्कामकर्म व उपासना यांच्या बलावांचून होत नाहीं; असें असल्यामुळें वेदांना कर्म व उपासना या मार्गांचें कथन करावें लागलें. परंतु तेवढ्यावरून वेदांचें कर्मपरत्व किंवा उपासनापरत्व न समजतां अव्यभिचारी मोक्षपरत्वच सिद्ध आहे. कारण कर्म व उपासना हीं मोक्षहेतुभूत ज्ञानाचीं साधनें या दृष्टीनें वेदांनीं त्यांचा आदर केला आहे. स्वर्गादि लोकांचें जरी श्रुतींत वर्णन आहे, तरी स्वर्गादि लोक परमपुरुषार्थ नाहींत, ते आनंदशून्य आहेत, असें स्पष्ट सांगितलें आहे; व आत्मवेत्त्याला मोक्षप्राप्ति आणि आत्मज्ञानशून्याला आत्मविनाश व अनर्थप्राप्ति म्हणून स्पष्ट सांगितलें आहे. अर्थात्, वेदाचा कटाक्ष आत्मज्ञान करून देण्याकडेच आहे. सारांश, मोक्षरूप परमपुरुषार्थाची प्राप्ति व संसाररूप अनर्थाची निवृत्ति करून देणारे वेदच आहेत. दुसरी गोष्ट, वेदांत अध्यारोप व अपवाद या दोन युक्तींनीं परमात्मस्वरूपाचेंच वर्णन आहे. परमेश्वराच्याच मायाकल्पित नामादि विशेषरूपांनीं हें विश्व भासमान होत आहे. हें मूर्तामूर्त जगत परमात्म्याचेंच स्वरूप आहे. आकाशापासून पृथ्वीपर्यंत हें पंचतत्त्वात्मक विश्व त्याचेंच कार्यरूप आहे, इत्यादि श्रुतींनीं, अध्यारोपप्रसंगीं विश्वाचें ब्रह्मत्व प्रतिपादित करून, मग अपवादप्रसंगीं ‘ नेति नेति ’ इत्यादि वाक्यांनीं परमात्म्याचें विश्ववैलक्षण्य कथन करून त्याच्या खऱ्या खऱ्या स्वरूपाची ओळखण सांगितली आहे; व वेदांनीं जें हें आत्मस्वरूपाचें वैलक्षण्य सांगितलें आहे, तें अनुभवसिद्ध आहे असें महानुभाव मुनींचेंही म्हणणें आहे. ज्या ठिकाणीं भेदाचा अभाव आहे; जें केवळ सत्तारूप आहे; जें शब्दांना अगोचर असून केवळ स्वतःलाच समजणारें आहे, तेंच ब्रह्म, तेंच परमात्म्याचें अनुपम अरूप स्वरूप. तें विश्वरूपाहून वेगळें आहे. असें पराशर मुनींनीं सांगितलें आहे. सारांश, असले वेद अनादरास कधींही पात्र नव्हत, हें उघड आहे. त्यांचें पठन करणारे त्यांचा यथार्थ उपयोग करून घेत नाहींत, हा वेदांचा दोष किंवा कमीपणा नव्हे.

वेदामध्यें कृच्छ्रचांद्रायणादि तपें, व ज्योतिष्टोमादि याग यांचें वर्णन केलें आहे, त्याचा तरी हेतु, हीं कर्में ईश्वरार्थ करून तद्द्वारा पुण्य संपादावें, व ह्या पुण्यबलानें पापक्षय होऊन पुरुष प्रकाशमय ब्रह्मरूपाला जावा हाच; म्हणजे पुरुषाला मोक्षप्राप्ति करून देण्याचाच आहे; संसाराचे घोंटाळ्यांत घालण्याचा नाहीं. परंतु पुष्कळ लोक या साधनांचा दुरुपयोग करितात. केवळ ईश्वरार्पणबुद्धीनें त्यांचा अवलंब न करितां, इंद्रियभोग्य अशा फलाकांक्षेनें त्यांचें अनुष्ठान करितात. मग अर्थातच वासना तशीं फळें या लौकिक न्यायाप्रमाणेंच तें यज्ञादि कर्म बरोबर घेऊन स्वर्गादिकांचे ठिकाणीं इंद्रियोपभोग भोगून पुन-

१ द्वे वाव ब्रह्मणोरूपे. २ आत्मनः आकाशः संभुतः

रपि अवशिष्ट कर्मबलानें संसारांत येऊन पडतात; ही गोष्ट खरी; पण हा दोष त्या साधनांचा किंवा साधनें सांगणाराचा नव्हे. अर्थात् हा वेदाचा दोष नव्हे, उपयोगकर्त्यांचा आहे.

साधनांचा उपयोग करणाराच्या योग्यतेप्रमाणें फलांत भेद पडतो, याचें, हे राजा, तुला दुसरें उदाहरण सांगतों. केवळ भोगेच्छेनें जे कोणी येथें तपादिक आचरतात, त्यांना त्या तपादिकांचें फल परलोकीं भोगावयास सांपडतें; परंतु भोगानें तें क्षीण होतें. पण जो शहाणा मनुष्य निव्वळ ब्रह्मप्राप्त्यर्थ ईश्वरार्पणबुद्धीनें तपाचरण करितो, त्याचें तप अतिशय समृद्ध होत जातें व केव्हांही क्षय पावत नाहीं. (अनात्मवेत्ते व विषयाभिलाषी यांचे तपाचा हिशेब सरळ व्याजानें होतो, असें मानिलें, तर आत्मवेत्त्यांचे तपाचा चक्रवाढ व्याजानें होतो; किंवा अनात्मवेत्त्यांचा गणितश्रेढीनें होत असला तर आत्मवेत्त्यांचा भूमितिश्रेढीनें चढत जातो असें समज.)

धृतराष्ट्र प्रश्न करितोः—केवल तेंच तप समृद्ध व ऋद्ध अशा दोन प्रकारांनीं कसें फलित होतें, याचा उलगडा, हे मुने, मला सांगा.

सनत्कुमार सांगतातः—तेंच तप जेव्हां दोषहीन असतें, तेव्हां त्याला केवल म्हणतात; व तेंच मोक्षाला साधनीभूत होतें, आणि त्याला केवल अशी संज्ञा देतात. परंतु तेंच सदोष असलें म्हणजे त्याचें फल समृद्ध न होतां ऋद्ध होतें, अर्थात् कमी प्रतीचें येतें. हे राजा, तपाची योग्यता अशीतशी नव्हे, तूं जें मला विचारितो आहेस, तें सर्व तमोमूलकच आहे. वेदवेत्ते तरी इहलोक सोडून गेल्यावर जे मोक्षाला मिळतात, ते निष्कलमष तपाच्याच सामर्थ्यानें.

धृतराष्ट्र म्हणतोः—मुने, मीं निष्कलमष तपाची योग्यता आपले मुखानें ऐकिली. परंतु निष्कलमष म्हणजे कलमषरहित असा जर अर्थ आहे, तर निष्कलमषत्वाचा पुरापूर बोध होण्यास तपाचें कलमष तें कोणतें, हें पूर्णपणें समजलें पाहिजे. म्हणजे त्याचा परिहार करून निष्कलमष तपाचें आचरण करितां येईल, व मग त्या निष्कलमष तपाचे बलानें सनातन व गुह्य असें जें ब्रह्म तें मला ज्ञात होईल.

सनत्सुजात म्हणतातः—ठीक आहे; तुझी जिज्ञासा इतकी उत्कट आहे, तर मी तुला तपाचें कलमष म्हणजे दोष कोणते ते सांगतों. आणि तपाचे गुण कोणते तेही सांगतों. सारांश, तपाच्या साधक व बाधक अशा दोन्ही बाजू तुला सांगतों, म्हणजे तुला पूर्ण ज्ञान होईल. हे राजा, तपाचे क्रोधादि बारा विकार, तशींच संभोगादि सात नृशंस कर्में, असे एकंदर एकूणीस दोष आहेत. तसेच वेदशास्त्रांत सविस्तर कथन केलेले आणि ब्राह्मणांना विदित असलेले ज्ञानादिक बारा गुण आहेत. हे सर्व आतां क्रमानें ऐक. क्रोध, काम, लोभ, मोह, विवित्सा, अकृपा, असूया, मान, शोक स्पृहा, ईर्ष्या व जुगुप्सा, हे बारा दोष होत. हे महागुणी मनुष्यानें सदा वर्ज करावे. यांचीं लक्षणें ऐक. **१ क्रोध** म्हणजे आपले मनोरथाचा किंवा कामाचा भंग झाल्यानें जो अंतःकरणाचा एक प्रकारचा विक्षेप होतो तो. याच्या बाह्य खुणा अशा आहेत कीं, याचे योगानें मनुष्य ताडनआक्रोशादि करितो व त्याचे शरीराला स्वेद व कंप प्राप्त होतात. **२ काम** म्हणजे स्त्रीप्रभृतींचा अभिलाष. **३ लोभ** म्हणजे परद्रव्याचा अपहार करण्याची इच्छा, किंवा न्यायार्जित स्वधनाचा सत्पात्रीं विनियोग करण्याविषयीं अनिच्छा; तिलाही लोभ म्हणतात. **४ मोह** म्हणजे उचित कृत्य कोणतें व अनुचित कोणतें याविषयीं विवेकाचा अभाव. **५ विवित्सा** म्हणजे

विषयरस जाणण्याची इच्छा. ६ **अकृपा** म्हणजे परवेदनानभिज्ञता किंवा ७ असूया म्हणजे दुसऱ्यांच्या चांगल्या गुणांचे ठिकाणीं दोषारोप करणें किंवा दुसऱ्याचे गुणांची अदेखाई करणें. ८ **मान** म्हणजे मीच मोठा असें मानणें. ९ **शोक** म्हणजे इष्ट वस्तूच्या वियोगामुळें उत्पन्न होणारा व अप्रतिकार्य असा एक प्रकारचा अंतःकरणाचा विक्षेप. रोदन, चिंतन इत्यादि या शोकाचीं चिन्हें होत. १० **स्पृहा** म्हणजे विषयभोगाची लालसा. ११ **ईर्ष्या** म्हणजे परोत्कर्षासहिष्णुता. १२ **जुगुप्सा** म्हणजे परनिंदा किंवा बीभत्सपणा. हे बारा दोष, ब्रह्मप्राप्ती व्हावी अशी ज्याला इच्छा असेल, त्यानें वर्जावे. कारण, हे राजेंद्रा, व्याध ज्याप्रमाणें मृग केव्हां जाळ्यांत सांपडेल म्हणून टपून बसलेला असतो, तसे हे बारा दोष पुरुषमात्राचे टपणीस बसलेले असतात. छिद्र दिसलें कीं त्यांनीं आंत प्रवेश केलाच असें समजावें. ह्याकरितां ज्ञानेच्छु पुरुषानें अत्यंत दक्ष राहून यांचा केव्हांही अंतःकरणांत शिरकाव होऊं देऊं नये. कारण, हे मोठे घातक आहेत. यांतील एकट्याचा प्रवेश झाला तरी तेवढ्यानें मनुष्याचा सर्वनाश होतो. अतएव यांची छाया देखील पडूं देऊं नये.

आतां सात नृशंसें सांगतों. १ **संभोगसंवित्** म्हणजे विषयोपभोगाचें ठिकाणीं व्यग्रबुद्धि. २ **द्विषमेधमानत्व** म्हणजे प्राण्यांना अप्रिय अशीं कर्में करून तद्द्वारा वृद्धि पावणें. ३ **दत्तानुताप** म्हणजे दान दिल्यावर पस्तावत बसणें. ४ **कार्पण्य** म्हणजे दमडीचे लाभासाठींही पाहिजे तसा अवमान सोसून रहाणें. ५ **अबलीयस्त्व** म्हणजे ज्ञानबलराहित्य. ६ **वर्गप्रशंसा** म्हणजे इंद्रियवर्गाची प्रशंसा करणें. ७ **वनिताविद्वेष** म्हणजे आपल्यावांचून जिला अन्य आश्रय नाहीं अशा भार्येचा द्वेष करणें. हीं सात नृशंसें म्हणजे दुष्ट किंवा क्रूर कर्में होत. हीं त्या बारा दोषांप्रमाणेंच घातक आहेत. यासाठीं जिज्ञासूनें यांनाही थारा देतां कामा नये.

आतां ब्राह्मणाला मोक्षसाधनभूत बारा गुण सांगतों. १ ज्ञान, २ सत्य, ३ दम, ४ श्रुत, ५ अमात्सर्य, ६ ऱ्ही, ७ तितिक्षा, ८ अनसूया, ९ यज्ञ, १० दान, ११ धृति, १२ शम.

१ **ज्ञान** म्हणजे तत्वार्थबोधन. २ **सत्य** म्हणजे प्राण्यांना हितकर असून यथार्थ असें भाषण. ३ **दम** म्हणजे मनाचें आकलन. ४ **श्रुत** म्हणजे अध्यात्मशास्त्राचें श्रवण. ५ **अमात्सर्य** म्हणजे कोणाचेंही बरें पाहून समाधान वाटणें. ६ **ऱ्ही** म्हणजे अकार्य करण्याविषयीं लज्जा. ७ **तितिक्षा** म्हणजे शीतोष्ण, सुखदुःख इत्यादि द्वंद्वें सहन करण्याचें सामर्थ्य. ८ **अनसूया** म्हणजे दुसऱ्याचें उणें बाहेर न काढणें. ९ **यज्ञ** म्हणजे अग्निष्टोमादि महायज्ञ. १० **दान** म्हणजे ब्राह्मणादिकांस द्रव्य देणें. ११ **धृति** म्हणजे इंद्रियांना भुरळ पाडण्याचे विषय सन्निध असतांही इंद्रियें विषयाभिमुख न होऊं देतां खेंचून धरण्याचें सामर्थ्य. १२ **शम** म्हणजे अंतःकरणाची उपरति. ह्या बारा गुणांपासून जो केव्हांही दूर होत नाहीं, अर्थात् हे बाराही गुण ज्याचे अंगीं रहातील, तो तर या सर्व पृथ्वीचें राज्य करील. हे सर्व गुण नसून यांपैकीं दम, त्याग व अप्रमाद हे दोन किंवा तीन जरी असले तरी त्यांच्या बलानें पुरुष क्रमशः विशिष्टज्ञानसंपन्न होऊन शेवटीं ब्रह्मवेत्ता होतो. पण हे दोन तीन तरी दोषरहित व पूर्ण असले पाहिजेत. यासाठीं यांचें पूर्ण ज्ञान तुला व्हावें म्हणून यांना बाधक गोष्टी कोणत्या त्या तुला सांगतों.

दमाचे दोष.

ज्यांच्यापैकीं एकाचेंही अवलंबन केलें असतां दमाची हानि होते असे दमाचे अठरा दोष आहेत. १ **अनृत** म्हणजे अयथार्थ भाषण. २ **पैशुन** म्हणजे दुसऱ्याला दोष लावण्यासंबंधीं भाषण. ३ **तृष्णा** म्हणजे विषयाभिलाष. ४ सर्वांशीं उलट वागणें हें **प्रातिकूल्य** ५ **तम** म्हणजे अज्ञान. ६ **अरति** म्हणजे यदृच्छेनें प्राप्त झालेल्या गोष्टींत संतोष न मानणें. (कोणी रति असें पद मानून स्त्रीसंभोगेच्छा असा अर्थ करितात.) ७ **लोकविद्वेष** म्हणजे लोकांस चीड येईलसें वर्तन करणें. ८ **अभिमान** म्हणजे कोठेंही कोणाशीं नमून न वागणें. ज्याला प्राकृतांत ताठा म्हणतात. ९ **विवाद** म्हणजे भांडखोरपणा. १० **प्राणिपीडन** म्हणजे आपलें पोट भरण्यासाठीं दुसऱ्याचा जीव घेणें. ११ **परीवाद** म्हणजे दुसऱ्याचे तोंडावर त्याचे दोष सांगणें. १२ **अतिवाद** म्हणजे निरर्थक बडबड करणें. १३ **परिताप** म्हणजे व्यर्थ हळहळ करीत बसणें. १४ **अक्षमा** म्हणजे शीतोष्णादि द्वंद्वांविषयीं असहिष्णुता. १५ **अधृति** म्हणजे विषयांचे ठिकाणीं इंद्रियांचें चांचल्य. १६ **असिद्धि** म्हणजे धर्म, ज्ञान, वैराग्य यांची अप्राप्ति. १७ **पापकृत्य** म्हणजे शास्त्रप्रतिषिद्धाचरण. १८ **हिंसा** म्हणजे अविहित हिंसा. या अठरा दोषांपासून मुक्त जो दम तो खरा दम; तोच ब्रह्मप्राप्तीला उपकारक. आतां **दम** याचे उलट 'मद' आहे आणि अर्थातच दमाचे दोष म्हणजे बाधक गोष्टी त्या मदाच्या साधक किंवा उत्तेजक, व दमाचे जे गुण म्हणजे साधक ते मदाचे दोष म्हणजे हानिकारक गोष्टी होत. हे मदाचे दोष अर्थातच अनृतादि दमदोषांचीं उलट रूपें म्हणून अठराच आहेत. ते १ सत्य, २ अपैशुन्य, ३ संतोष, ४ आनुकूल्य, ५ ज्ञान, ६ अरति, ७ लोकप्रियत्व, ८ निरभिमानिता, ९ अविवाद, १० अप्राणिपीडन, ११ अपरिवाद, १२ अनतिवाद, १३ अपरीताप, १४ क्षमा, १५ धृति, १६ सिद्धि, १७ विहिताचरण, १८ अहिंसा.

आतां तुला त्यागाविषयीं सांगतों. त्याग सहा प्रकारचे आहेत. यांपैकीं तिसरा फार दुष्कर आहे. परंतु तो का एकदां साधला, कीं आध्यात्मिक, आधिदैविक व अधिभौतिक या तीनही प्रकारचे दुःखांपासून पुरुष मुक्त झालाच असें समजावें. अशा पुरुषानें सर्वच कांहीं जिंकिलें. ह्या सहा त्यागांच्या एकंदर तीन जोड्या आहेत. याचना करणाऱ्या सत्पात्र पुरुषाला पुत्रदान देणें किंवा द्रव्यदान करणें, ही **एक जोडी. दुसरी जोडी** म्हणजे इष्टापूर्त. यांपैकीं श्रौतादि कर्मांत देवांना उद्देशून जें दान देणें तें **इष्टच**. स्मृत्युक्त कर्मांत दिलेलें दान तें **पूर्त.** आतां **तिसरी जोडी** म्हणजे कनक आणि कांता यांचा त्याग. अंतःकरणशुद्धि झाल्यामुळें द्रव्य व वनिता यांचें अनित्यत्व लक्षांत घेऊन द्रव्यलोभ व स्त्रीविषयक काम यांची उपेक्षा ही तिसरी दुक्कल सर्वांत कठीण आहे, पण या सहाही त्यागांत कनक व कांता हेच दोन त्याग मुख्य त्याग आहेत. हे सहा त्याग ज्याचे अंगीं रहातात तो पुरुष अप्रमादी म्हटला जातो.

आतां या अप्रमादाचे किंवा प्रमादराहित्याचेही साधक आठ गुण आहेत. ते असेः १ **सत्य** म्हणजे यथार्थ भाषण. २ **ध्यान** म्हणजे सूर्यमंडलमध्यवर्ती नारायण किंवा अन्य कोणत्याही शुभ आधाराचे ठिकाणीं तेलाचे धारेप्रमाणें अखंड चित्ताची लय लागून रहाणें. ३ **समाधान** म्हणजे प्रणवाचे योगानें अखिल विश्वाचा उपसंहार करून सच्चिदानंदरूप अद्वितीय सहज ब्रह्मच आपण आहों असें समजून

त्या समजाचे ठिकाणीं अढळ राहाणें. ४ चोद्य म्हणजे मी कोण, कोणाचा व कोठून आलों हा शोध. ५ दृष्ट व श्रुत म्हणजे प्रत्यक्ष डोळ्यांनीं पाहिलेले किंवा कानांनीं वर्णन ऐकिलेले पदार्थांविषयीं अभिलाषबुद्धि नसणें. ६ अस्तेय म्हणजे द्रव्यापहार किंवा आत्मापहार[1] न करणें. ७ ब्रह्मचर्य म्हणजे स्त्रीचें दर्शन[2], स्पर्शन, तिशीं क्रीडा, गुह्य भाषण, तिचें वर्णन, तिजबद्दल संकल्प, तिचे प्राप्तीविषयीं खटपट व प्रत्यक्ष संभोग, अशीं मैथुनाचीं आठ अंगें सांगितलीं आहेत. या आठही मैथुनांगांपासून अलिप्त रहाणें; व ८ असंग्रह म्हणजे पुत्र, भार्या, शेतवाडी, इत्यादिकांचा ममत्वबुद्धीनें स्वीकार न करणें; हे आठ गुण.

हे राजेंद्रा, हे आठही गुण अति अगत्याचे आहेत. यांचा तूं आदर कर; आणि या सर्वांतही सत्य प्रमुख असल्यामुळें तें तर तुझ्या नखशिखांत वसूं दे. तूं केवळ तद्रूप होऊन जा. सत्याचें सामर्थ्य केवळ लोकोत्तर आहे. हे सर्वही लोक सत्याचे आधारावर उभे आहेत. सत्याचेच ठिकाणीं अमृताचें म्हणजे मोक्षाचें अधिष्ठान आहे.

हे राजा, पूर्वीं क्रोधादि जे दोष सांगितले, ते सर्व दूर टाकून मग इहलोकीं पुरुषानें तपोरूप व्रताचरण करावें. प्रत्यक्ष विधात्यानें देखील असेंच केलें आणि सज्जनांचेंही अत्युच्च व्रत सत्य हेंच होय. मागें तूं तेंच तप ऋद्ध व समृद्ध कसें होतें, म्हणून विचारिलेंस, त्याचें उत्तर एवढेंच कीं, आतां सांगितलेले क्रोधादि द्वादश व नृशंसादि सात दोष नसून ज्ञानादि गुण त्यांत असले म्हणजे तेंच तप समृद्ध किंवा अनंतफलदायी होतें, आणि तसें नसलें म्हणजे तेंच तप केवल ऋद्ध म्हणजे सान्त फलदायी होतें. हे राजेंद्रा, तूं मला इतकें जें विचारितो आहेस, त्या सर्वांचें मी तुला थोडक्यांत उत्तर देतों. मी जें उत्तरांत तुला सांगणार आहें तें अत्यंत शुद्ध, पाप हरण करणारें व जन्म, मृत्यु आणि जरा यांचा नाश करणारें आहे. तें काय म्हणशील तर फलाभिलाषरहित तपोव्रताचरण करणें, अर्थात् अतीत, अनागत व वर्तमान असे त्रैकालिक विषय यांपासून, तसेंच मन व पंचेंद्रियें यांपासून निवृत्त होऊन रहाणें हेंच सुख व हीच मुक्ति ही खूण ठेव.

ब्राह्मण कोणास म्हणावें ?

धृतराष्ट्र म्हणतोः---ब्राह्मणाला ब्राह्मणत्व वेदाचे जिवावर आलें असें दिसतें. पण या गोष्टीचा खरा उलगडा मला पडत नाहीं. कारण, पहावें तों वेद अनेक आहेत. निदान आख्यानें म्हणजे इतिहास-पुराण हे धरून पांच वेद आहेत; आणि ब्राह्मण म्हणून प्रतिष्ठा मिरविणारांत हे पांचही वेद जाणणारे कोणी आहेत; कोणी चार वेद जाणणारे म्हणजे चतुर्वेदी आहेत; कोणी त्रिवेदी; कोणी द्विवेदी; कोणी एकवेदी आहेत; आणि कोणी तर एकही ऋचा जाणत नसून ब्राह्मणांत मोडतात. तेव्हां यांपैकीं खरा ब्राह्मण कोण ? तसेंच या अनेक किंवा पांच वेदांनीं जें वेद्य म्हणून सांगितलें, तेंही अनेक प्रकारें सांगितलें आहे व अनेकजण त्यांतून अनेक सिद्धांत काढितात. कोणी सविशेषाद्वैतपक्षच श्रेष्ठ म्हणतात; सांख्य व मीमांसक यांसारखे निरीश्वरपक्षाचें मंडन करितात; पांतजलादि हे जीव, ईश व जगत् अशीं तीन वेद्यें मानितात; औडुलोमादिक दोन समजतात. त्यांचे मतीं कार्यदृष्टीनें पाहातां भेद

१ योऽन्यथा संतमात्मानमन्यथा प्रतिपद्यते ।
किं तेन न कृतं पापं चौरेणात्मापहारिणा ॥

२ दर्शनं स्पर्शनं केलिः कीर्तनं गुह्यभाषणम् ।
संकल्पोऽध्यवसायश्च क्रिया निर्वृत्तिरेवच ॥ १ ॥
एतन्मैथुनमष्टांगं प्रवदंति मनीषिणः ।
विपरीतं ब्रह्मचर्यमेतदेवाष्टलक्षणम् ॥ २ ॥

(ब्रह्म व जगत्) सत्य आहे; कारणदृष्टीनें पहातां अभेद सत्य आहे. जसें, कार्य या दृष्टीनें पहातां अलंकार हा सुवर्णाहून भिन्न आहे, परंतु कारणदृष्टीनें पाहातां डागिना म्हणून सोन्याहून वेगळा कांहीं नाहीं; अर्थात् सुवर्णाशीं अलंकाराचा अभेदच आहे. याच-प्रमाणें ईश व जगत् यांचा कार्यदृष्टीनें व कारण-दृष्टीनें भेद सत्य व असत्यही आहे असें मानितात. कोणी मायावादी आहेत, ते माया म्हणून कांहीं बाधयोग्य म्हणजे सान्त तथापि सत्त्व किंवा असत्त्व म्हणजे आहे किंवा नाहीं हें ज्याबद्दल कांहीं म्हणतां येत नाहीं असें एक वेद्य मानितात; आणि सहावा पक्ष ब्रह्मा-द्वैतवादी यांचाः—ते ब्रह्माशिवाय कांहींच मानीत नाहींत. असे हे सहा पक्ष आहेत. तेव्हां यांतील खरा कोणता समजावा ? व या भिन्न-भिन्न पंथांपैकीं कोणाला सत्य सांपडलें म्हणावें ? तसेंच यांतील कोणत्या मतानें चालणाऱ्या पुरुषाला ब्राह्मण म्हणावें ?

या प्रकारें वेदांचें व वेदप्रतिपादित वेद्यांचें अनेकत्व आढळतें. तर यांपैकीं खरें कोणतें समजावें, व असें अनेकत्व कां, आणि या अनेकांपैकीं कोणतें जाणणारास ब्राह्मण म्हणावें, हें मला सांगा.

सनत्कुमार म्हणतातः—हे राजेन्द्रा, तुला अशी शंका येणें सहज आहे. आतां हिचें समाधान ऐक. वेद अनेक झाले आहेत व त्या अनेक वेदांचे पंचवेदी, चतुर्वेदी, त्रिवेदी, इत्यादि अभिमानीही अनेक आहेत व सर्वच आपणांस ब्राह्मण म्हणवितात, अशी वस्तुस्थिति खरी आहे. परंतु ही उत्पन्न होण्याचें मूळ कारण म्हणशील तर एक वेदाचे अज्ञानामुळें हे अनेक वेद झाले; व त्याच एक वेदांतील जें एक अद्वितीय सत्यस्वरूप तत्त्व, तें न ओळखिल्या-मुळें अनेक वेद्यें झालीं व त्यांचे अनेक अभिमानी झाले. बाकी वेद या शब्दाचा अर्थ ज्ञान असा आहे; आणि एक वेद म्हणजे ऋक् किंवा साम असें न समजतां एक म्हणजे अद्वितीय असें सत्यस्वरूप ब्रह्म त्याचें ज्ञान असा अर्थ समजावा; आणि ह्या अद्वितीय सत्य-स्वरूपाची ओळख न पटल्यामुळें अनेक वेद म्हणजे अनेक सिद्धांत व मतें झालीं. ऋक्, साम इत्यादिकांना वेद ही संज्ञा आहे. कारण ते वेद्य म्हणजे ज्ञानस्वरूप जें ब्रह्म तत्प्राप्त्यर्थ विचार करितात; अथवा सद्भाव साधून देतात; किंवा ज्ञानाला हेतुभूत होतात; अथवा ब्रह्मा-धीन परमात्म्याची प्राप्ति करून घेतात; किंवा ब्रह्मस्वरूपाला जाऊन पोंचतात; अथवा आवरण-युक्त ब्रह्माच्या लाभाला साधनीभूत होतात. अशा अनेक दृष्टींनीं त्यांना वेद असें म्हणतात. परंतु वास्तविक वेद म्हणजे आतां म्हटल्या-प्रमाणें सत्यस्वरूप अद्वितीय ब्रह्माची प्रतीति; आणि खरा वेदवेत्ता किंवा ब्राह्मण म्हणजे या आपल्या सच्चिदानंदस्वरूप स्वाभाविक ब्रह्म-भावाला अखंड चिकटून रहाणारा तो. परंतु, हे राजेन्द्रा, असा पुरुष एखादा; अर्थात् खरा ब्राह्मण विरळा !

बाबारे, अनेक संकल्प करावे आणि सफळ एकही होत नाहीं, अशी जी सांसारिक जीवांची फजिती होते, तिचें कारण हेंच कीं, ते जीव सत्यस्वरूपापासून भ्रष्ट असतात. त्याची ओळख त्यांनीं टाकलेली असते. तसेंच ते यज्ञादि कर्मांचे अवडंबरांत पडतात. यानें कारण व हीं अनेकविध कर्में उत्पन्न होण्याचेंही कारण सत्यस्वरूप ब्रह्माविषयीं अज्ञान हेंच होय. हेंच अज्ञान या संसाराचें मूळ आहे. हें अज्ञान जोंपर्यंत गेलें नाहीं म्हणजे आपणच परमात्मस्वरूप आहों असें पुरुषाला जोंपर्यंत अपरोक्षज्ञान झालें नाहीं, तोंपर्यंत, समुद्रांत पडलेल्या प्राण्याची सुसरी जशी ओढाताण

करितात तशीच रागद्वेषादिक विकार पुरुषाची ओढाताण करून त्याला सत्यसंकल्पापासून भ्रष्ट करितात. पुरुष याप्रकारें भ्रष्ट झाला म्हणजे मग तो स्वर्ग, पशु, अन्न, इत्यादि नश्वर गोष्टी प्राप्त करून घेण्याचेच नादीं लागतो आणि चौऱ्यायशींचे चरकांत सांपडतो. यास्तव सत्य, ज्ञान, अनंत, इत्यादि लक्षणांनीं युक्त जें ब्रह्म त्यापासून जो कधीं ढळत नाहीं, तोच खरा ब्राह्मण असें तूं समज. नुसते भाराभर पोथ्या तोंडानें खडाखड म्हणणारे ते ब्राह्मण नसून वाचाळ किंवा बहुभाष असें समजावें

यावरून धृतराष्ट्र शंका करितो कीं, सत्यस्वरूप ब्रह्माचें ज्ञान ज्याला झालें तो तेवढा खरा वेदवेत्ता, खरा ब्राह्मण; इतर सारे वाचाळ, असें आपलें म्हणणें तें ठीक. पण आधीं वेदापासून या सत्यस्वरूपाचें ज्ञान होणें शक्य ठरेल तेव्हां वेद जाणिल्यानें ब्राह्मणत्व येईल. मग वेदांचे योगानें ब्रह्मज्ञान होणार कसें? हा मोठा प्रश्न आहे. आडांतच पाणी दिसत नाहीं तर पोहऱ्यांत यावें कोठून ?

सनत्सुजात म्हणतातः—हे मनुष्येंद्रा, अशी शंका धरूं नको. वेद हे इतर कोणत्याही साधनाची अपेक्षा न धरितां स्वतंत्रतेनेंच त्या परमात्म्याचे रूपाची सिद्धता करून देण्यास समर्थ आहेत. या कामीं ‘ सर्वे वेदा यत्पदमामनन्ति’ ही श्रुति व ‘ वेदैश्च सर्वैरहमेव वेद्यः ’ हें गीतावाक्य प्रमाण आहे. वेद मध्यंतरीं कांहीं जरी बोलले, तरी यावत् वेदांचा कटाक्ष मोक्षाकडे किंवा ब्रह्मप्रतिपादनाकडेच आहे. ब्रह्मव्यतिरिक्त सर्व कांहीं अनित्य, अशुचि व असुखस्वरूप असल्यानें पुरुषार्थ या संज्ञेस पात्र नाहीं, हें वेदांनीं पुरें ओळखिलें असल्यामुळें, वेद असल्या गोष्टींविषयीं तात्पर्य न ठेवितां मोक्षप्रतिपादनाकडेच ओढ घेतात; व यासाठीं परमपुरुषार्थरूप, परमपुरुषार्थसाधक व परमपुरुषार्थप्रतिपादक या तीनही नात्यांनीं वेदच ब्रह्मज्ञानाला आधारभूत किंवा प्रमाणभूत आहेत, आणि म्हणूनच हें ओळखणारे वेदाचें यथार्थ अध्ययन करून ब्रह्मस्वरूपालाच मिळाले; संसारांत पडले नाहींत !

यावर धृतराष्ट्र कदाचित् अशी शंका घेईल कीं, वेदाचें जर तुम्ही असें वर्णन करितां, तर मग ‘ यतो वाचो निवर्तंते ’ म्हणजे वाणींचीही मजल त्या रूपापर्यंत पोंचत नाहीं, अशी श्रुतीची ब्रम्हरूपकलनाचे असामर्थ्याविषयीं स्वतःचीच साक्ष आहे, ही कशी? हें मनांत आणून तिचा निरास करण्यासाठीं सनत्सुजात म्हणतातः—हे राजा, मीं जरी वेदाचें असें स्तोत्र गाइलें, तरी त्यावरून ऋगादि वेदांपैकीं कोणत्याही वेदाला, शब्दांना अगोचर जो चित्स्वरूप परमात्मा, त्याचें ज्ञान झालेलें नाहीं, व होणेंही नाहीं. कारण, वेद हे वर्णात्मक असल्यानें अर्थातच जड आहेत; आणि परमात्मा ज्ञानस्वरूप असल्यानें तिमिरानें प्रकाशाला आलिंगन देणें हें जसें असंभाव्य आहे तसेंच वेदांना परमात्म्याचें ज्ञान होणें अशक्य आहे. परमात्म्याचें तर दूर राहो; पण प्रपंचाचें देखील ज्ञान जडाला होत नसतें. कारण, कशाचेंही ज्ञान असो, तें जडाला होणेंच नाहीं. ज्ञान म्हटलें म्हणजे तो संविद्रूपाचाच अधिकार. आणि म्हणूनच ज्ञानरूपी परमात्म्याचें किंवा या प्रपंचाचें ज्ञान झालें तरी तें चित्कलेला होतें; आणि ज्या चित्कलेला संविद्रूप परमात्म्याचें ज्ञान झालें, त्याला निखिल ब्रह्मांडाचेंही ज्ञान झालें असें समजावें. या म्हणण्याला ‘ आत्मनो वा अरे दर्शनेन ० विज्ञानेन सर्वमिदं विदितम्’ ‘ एकविज्ञानेन सर्वं विज्ञातं ’ म्हणजे एक आत्मरूप जाणिल्यानें अशेष ब्रह्मांडाचें ज्ञान होतें इत्यादि श्रुतिच आधार आहेत. सारांश, जड वेदांना परमात्म्याचें

स्वतः ज्ञान नाहीं. तसेंच, जो जीव ह्या दृश्य प्रपंचाचे रहाटींत पडला असेल त्यालाही सत्यस्वरूप परमात्म्याचें ज्ञान होणें नाहीं. ज्याला वेदाचें ज्ञान होतें त्यालाच प्रपंचाचेंही होतें; परंतु नुसत्या वेदज्ञाला किंवा प्रत्यक्ष वेदांना परमात्म्याचें ज्ञान होत नाहीं. तथापि, मौज अशी आहे कीं, ज्या ब्राह्मणांनीं परमात्म्याला जाणिलें आहे, त्यांनीं त्याला वेदांच्याच योगानें जाणिलें आहे. हें कोडें काय? असें तुला वाटेल. पण कोडें कांहीं नाहीं. ज्याप्रमाणें वृक्षाची फांदी स्वतः जड व अजाण असतांही तिच्या आधारानें किंवा सुमारानें आकाशांतील प्रतिपच्चंद्राची अत्यंत सूक्ष्म कोर लक्षांत येते, त्याचप्रमाणें, वेद जरी जड असून परमात्मरूपाविषयीं स्वतः अप्रत्यय आहेत, तरी त्यांतील, 'तत्त्वमसि, अहं ब्रह्मास्मि, अयमात्मा ब्रह्म' इत्यादि उपनिषद्वाक्यांवरून जहदजहल्लक्षणेनें वेदवेत्त्यांस परमात्मस्वरूपाचा बोध होतो. एतावता, वेद हे परमात्मरूपदर्शनाला मार्गदर्शी किंवा साधनीभूत आहेत; व यासाठीं त्यांचें एवढें महत्त्व मानिलें जाणें वास्तविकच आहे. बाकी, शब्दांना अगोचर अशा परमपुरुषार्थरूप अविनाशी परमानंदस्वरूपाचें प्रत्यक्ष ज्ञान वेदांस नाहीं असेंच मननशील मुनि म्हणतात व तेंच अनुभवसिद्ध आहे.

हे राजेन्द्रा, वेदांच्या ह्या योग्यतेमुळें, त्या वेदांतील ब्रह्मप्रतिपादनाचा प्रकार समजून सांगणारा देखील ब्राह्मणच होय. कारण, असला पुरुष पुत्रेषणा, वित्तेषणा व लोकेषणा यांचा त्याग करून अखंड ब्रह्मचिंतनरूप मौनाचा अवलंब करून शेवटीं आत्मस्वरूपाचा अपरोक्ष साक्षात्कार होऊन कृतकृत्यच होतो.

हे धृतराष्ट्रा, येथवर 'ब्राह्मण कोण?' या तुझ्या प्रश्नाचें उत्तर झालें. आतां तूं ज्या अर्थीं ब्राह्मण कोण हें समजून घेणें एवढें महत्त्वाचें मानितोस, त्या अर्थीं हें ब्राह्मण्य अंगीं येण्यास काय उपाय करावा किंवा कसें वर्तन ठेवावें, तें तुला सांगतों. ज्याला आत्मप्राप्ति व्हावी अशी इच्छा असेल, त्यानें पहिल्यानें ही गोष्ट पक्की ओळखावी कीं, हीं देहेंद्रियादिक व हे सर्व विषय हीं आत्मज्ञानाला विरुद्ध किंवा घातक आहेत; यांचे नादीं लागलें असतां आत्मप्रत्यय कधींही येणें नाहीं. असें ओळखून आणि त्याप्रमाणें या सर्वांचा तिरस्कार करून उपनिषद्वाक्यांचे आश्रयानें या देहेंद्रियादि सर्वांचाही साक्षी जो आत्मा त्याची प्राप्ति करून देण्याचे नादीं लागला म्हणजे त्याला अभ्यासानें आपणच परमात्मा आहों असा आत्मप्रत्यय होतो. अर्थात् तो ब्राह्मणत्वास पोंचतो. पण याला अभ्यास पाहिजे, उपासना पाहिजे. ती इतकीच कीं, इंद्रियें विषयांपासून पराङ्मुख करून व मनानेंही विषयांचें ध्यान किंवा स्मरण सोडून देऊन केवळ शांतपणें मौन धरून आत्म्याची उपासना करीत रहावें. म्हणजे निर्लेप ब्रह्म उपासकाला अभिमुख होतें; आणि अभिमुख झालें म्हणजे दृढाभ्यासानें त्या पुरुषाला अज्ञानरूप तमाचा ज्याला स्पर्शही नाहीं असलें स्वयंप्रभ परमात्मस्वरूप प्रतीत होतें.

मुनि कोण ?

हे राजा, ब्रह्मचिंतनाला तूष्णीभाव किंवा मौन हें आवश्यक आहे असें मीं सांगितलें, हें मौन जो कोणी पाळितो त्यास मुनि म्हणावें. केवळ गृहत्याग करून अरण्यांत जाऊन राहिला म्हणून तो मुनि होत नाहीं. ब्रह्मचिंतनार्थ मौन धरतील तेच मुनि समजावे व अशा चिंतकांपैकीं ज्याला अविनाशी आत्म्याचा साक्षात्कार झाला तो श्रेष्ठ मुनि होय. तोच ब्राह्मणही होय.

वैयाकरण कोण ?

हे राजेंद्रा, लौकिकांत शब्दव्युत्पत्ति जाणणारास वैयाकरण म्हणण्याचा प्रघात आहे; परंतु खरा वैयाकरण म्हणजे असला शब्दपंडित नव्हे. वैयाकरण या शब्दाची व्युत्पत्ति 'व्याकरोति इति वैयाकरणं' म्हणजे जो सर्व अर्थ प्रकट करितो तो. अर्थात् सर्व कांहीं प्रकट होण्याचें मूळ ब्रह्म असल्यामुळें, जें सर्व गोष्टी व्याकृत करितें म्हणजे आविर्भूत करितें तें वैयाकरण; म्हणून ब्रह्मालाच वैयाकरण म्हणतात; व तीच संज्ञा ब्रह्म जाणणारालाही लावितात. सारांश, वैयाकरण ही संज्ञा ब्रह्माला व ब्राह्मणाला लावितात.

सर्वज्ञ कोण ?

हे राजा, सर्वज्ञ ही संज्ञाही असल्या ब्राह्मणालाच आहे. अनात्मभूत चराचर वस्तूंचें अवलोकन करणाराला फार झालें तर सर्वद्रष्टा म्हणावें; परंतु सर्वज्ञ म्हणूं नये. सत्यादि लक्षणांनीं युक्त जें ब्रह्म, त्याचे ठिकाणीं मनोलय करून सर्व कांहीं जो आत्मत्वानें अनुभवितो, तोच 'सर्वज्ञ' या संस्थेस पात्र होय.

हे क्षत्रिया, पूर्वीं सांगितलेल्या ज्ञानादि द्वादश गुणांचा आश्रय करणाराला ब्रह्मज्ञान होतें खरें; परंतु त्यालाही वेदांताचें श्रवण, मनन, इत्यादि आवश्यक आहेच. आतां हें कसें तें मी तुला सांगतों.

अध्याय चवेचाळिसावा.

—:०:—

ब्रह्मविद्याप्राप्त पायवर्णन.

धृतराष्ट्र म्हणतोः—हे भगवन् , ज्या अर्थीं आपण कृपाळू होऊन, या कार्यसमाकुल प्रपंचांत कधींही ऐकावयास न सांपडणारी, अत्यंत गहन अर्थानें भरलेली व नानाप्रकारची सर्वोत्कृष्ट ब्रह्मकथा सांगण्यास प्रवृत्त झालां आहां, त्या अर्थीं माझी आपणांस आग्रहपूर्वक एवढीच विनंती आहे कीं, माझे शंकेचें पूर्ण निरसन करून मला तत्काल कृतकार्य करून सोडावें.

सनत्सुजात म्हणतातः—बाबारे, तुझी उत्कंठा योग्य कामीं आहे खरी; आणि मजसारखा निरूपणकर्ता मिळाला हें पाहून तुला मोठा आनंद झाला आहे व आतां ब्रह्म आपले हातीं लागेल अशा उत्कंठेनें तूं माझ्या गळीं पडत आहेस, हेंही मी जाणतों. परंतु, बाबारे, ज्या ब्रह्माच्या प्राप्त्यर्थ तूं इतका आतुर झाला आहेस, तें ब्रह्म उतावीळ पुरुषाला प्राप्त होणारें नाहीं. 'पी हळद आणि हो गोरी !' अशांतला प्रकार या ब्रह्मप्रतीतीचा नाहीं. तें काम हळूहळू , धीरानें व नेटानें करावें लागतें. ज्यामध्यें अनुकूल-प्रतिकूल असे संकल्पविकल्पात्मक अनेक तरंग क्षणांत उठतात असें जें आंतरिंद्रिय मन, त्याचा निश्चय हेंच जिचें रूप आहे अशा बुद्धीचे ठिकाणीं लय केला पाहिजे. म्हणजे विषयसंगतीनें होणारें मनाचें चांचल्य साफ नाहींसें करून तें अंतर्मुख करून निश्चयरूप बनविलें पाहिजे म्हणजे त्यालाच बुद्धि म्हणतात. याप्रमाणें मन मुरून किंवा मारून निश्चयात्मक बुद्धीचा उदय होईल तेव्हां ब्रह्मविचाराला लागण्याचें पहिलें साधन हातीं आलें असें समजावें. कारण, ब्रह्म ही वस्तु अखंड चिंतनावांचून मिळणारी नव्हे; आणि जोंपर्यंत मन विषयांच्या थपडा खात इतस्ततः हेलकावत आहे, तोंपर्यंत अखंड चिंतनाला लागणारा चित्ताचा सतत एक दिशेलाच नेटानें वाहणारा ओघ संभवत नाहीं. यासाठीं प्रथम मनाचा बळी बुद्धिरूप देवीचे पायांपाशीं पाडून तिला प्रसन्न केली पाहिजे. ती प्रसन्न झाली

१ अनेन जीवेनात्मनानुप्रविश्य नामरूपे व्याकरवाणि इति श्रुतिः.

म्हणजे अखंड चिंतनाचें सामर्थ्य अंगीं येईल. तें आलें म्हणजे मग त्याला बळकटी आणणारीं इतर साधनें आहेत त्यांचा आश्रय केला पाहिजे.

ब्रह्मचर्याची अवश्यकता.

हे राजा, ज्या सत्यस्वरूप ब्रह्मविद्येसंबंधीं तूं मला प्रश्न करीत आहेस, ती सर्व विद्यांत पहिली म्हणून तिला आद्यविद्या म्हटलें आहे. कारण, सर्व जगताला आदिकारण जें ब्रह्म तत्संबंधीं ही विद्या असल्यामुळें, हिला आद्यविद्या असें नांव दिलें आहे. ही विद्या अलौकिक आहे; तसाच हिचा प्रभावही लोकोत्तर आहे. ही प्राप्त झाली असतां पुरुष मर्त्यलोकाचा त्याग करितात; आणि ब्रह्मचर्यादि-व्रतपालनपूर्वक गुरुकुलीं वास करून व गुरुशुश्रूषेनें गुरुप्रसाद प्राप्त करून ज्यांनीं घेतला आहे अशा गुरूच्या लाडक्या शिष्यांच्याच ही हातीं लागते व त्यांजवळ ती अक्षय रहाते.

धृतराष्ट्र म्हणतोः—हे विद्वन्, ब्रह्मविद्या हस्तगत करून घेण्याला ब्रह्मचर्याची आपण इतकी अवश्यकता सांगतां, त्या अर्थीं हें ब्रह्मचर्य तरी कसें असतें, तें मला सांगा.

सनत्कुमार म्हणतातः—ठीक आहे, सांगतों. तुझा प्रश्न फार महत्त्वाचा आहे. ब्रह्मचर्याचें सामर्थ्य खचित असाधारण आहे. जे कोणी आचार्याच्या म्हणजे गुरूच्या सन्निध जाऊन ब्रह्मचर्यपालनपूर्वक त्याची मनोभावानें शुश्रूषा करितात, ते त्याच्या पोटांत शिरून त्याची कृपा संपादितात व त्या कृपाबलानें याच लोकीं पंडित होतात, आणि देहत्यागानंतर सत्यस्वरूप ब्रह्मालाच मिळतात. जे इहलोकीं सर्व काम जिंकून प्रतिक्षणीं ब्रह्माचेच ठिकाणीं मन निश्चल करून रहातात, तेच, मोळ नामक गवत उकलणारे लोक ज्याप्रमाणें त्या मोळांतून काडी वेगळी करितात त्याप्रमाणें विवेकबलानें अन्नमय, प्राणमय, मनोमय, विज्ञानमय व आनंदमय या पांचही कोशांतून किंवा आवरणांतून आत्म्याला उगवून घेतात आणि मोठ्या नेटानें त्याची उपासना करून तद्रूप होतात.

गुरूची योग्यता.

हे भारता, शिष्यानें आचार्याचे किंवा गुरूचे पोटांत शिरावें म्हणून मीं सांगितलें तें म्हणणें कांहीं तरी नव्हे. खरोखर, मातेच्या उदरांत आल्याशिवाय जसा बालकाचा संभव नाहीं, तसेंच गुरूचे पोटांत शिरल्याशिवाय शिष्य कृतकार्य होत नाहीं. मला वाटतें, मातापितर हे जनक म्हणून म्हटले जातात, पण ते केवळ हें नश्वर शरीर मात्र देतात; परंतु गुरूचें जनकत्व याहूनही अधिक सार्थ आहे. कारण आईबापांनीं दिलेला स्थूलसूक्ष्म देह अशाश्वत आहे. परंतु गुरु हा सत्य म्हणजे परमार्थरूप व अमृत म्हणजे विनाशरहित जें सच्चिदानंदरूपी ब्रह्म तेंच शिष्याला करून सोडतो. अर्थात् असल्या अविनाशी व सत्यरूप जन्म देणाऱ्या गुरूचें जनकत्व अधिक श्रेष्ठ होय. गुरु हा शिष्याला पूर्णानंदस्वरूप ब्रह्मच करून सोडितो. अशाचे उपकार केवळ अनिर्वाच्य आहेत. याकरितां शिष्यानें या गोष्टीचें सदा स्मरण ठेवावें व गुरुद्रोह केव्हांही करूं नये; व सदा दक्ष राहून प्रत्यक्ष देवाप्रमाणें गुरूची शुश्रूषा करावी; त्याचें नित्य वंदन करावें; त्यावर पराकाष्ठेचें प्रेम ठेवावें; व गुरु सांगेल तें आस्थेनें ऐकत जावें; म्हणजे असा शिष्य गुरुकृपेस पात्र होतो.

---

१ त्वं हि नः पिता योऽस्माकमविद्यायाः परं पारं तारयसि । (प्रश्नोपनिषदि.)

२ यस्य देवे परा भक्तिर्यथा देवे तथा गुरौ । तस्यैते कथिता ह्यर्थाः प्रकाश्यंते महात्मनः । (श्रुतिः)

चतुष्पाद् ब्रह्मचर्य.

याप्रमाणें गुरूवर देवाप्रमाणें निष्ठा ठेवून, मानापमान गुंडाळून ठेवून व क्रोधादि सर्व वर्जून बाह्यांतर शुचि राहून गुरुप्रसाद संपादणें हा ब्रह्मचर्याचा पहिला पाद होय.

गुरूप्रमाणेंच गुरुपत्नी व गुरुशिष्य यांशीं वागणें हा द्वितीय पाद. गुरूनें आपणावर केलेले उपकार आठवून व वेदप्रतिपादित मोक्षरूप परमार्थ जाणून, गुरूनें आपणास पोटांत घेऊन ज्ञानरूप दुसरा जन्म देऊन कृतार्थ केलें असें नित्य मनांत वागवून गुरूशीं कृतज्ञ रहाणें व गुरूला प्रसन्न ठेवण्यांतच आपली कृतार्थता आहे असें मानणें, हा ब्रह्मचर्याचा तिसरा पाद होय. आणि प्राण व धन खर्ची घालून काया, वाचा, मन यांच्या द्वारें गुरूचें प्रिय करणें हा ब्रह्मचर्याचा चतुर्थ पाद होय.

चतुष्पदी विद्या.

याप्रमाणेंच विद्येचेही चार पाद किंवा भाग कल्पिले असतां, शिष्याला गुरूपासून एक पाद विद्या मिळते; दुसरा पाद शिष्य स्वबुद्धिबलानें संपादितो; तिसरा पाद, कालगतीनें त्याचे बुद्धीला परिपक्वता झाली असतां प्राप्त होतो; आणि चौथा, सहाध्यायी लोकांशीं तत्त्वविचाराबद्दल वाटाघाट करीत बसल्यानें मिळतो.

असें जरी खरें, तरी चारही पादांतील आद्यपादाची म्हणजे गुरूपासून प्राप्त होणाऱ्या पादाची योग्यता सर्वांत श्रेष्ठ आहे. हा आद्यपाद प्राप्त झाल्यावांचून पुढील तीन फुकट आहेत. ज्ञानादिक जे बारा गुण पूर्वीं सांगितले, ते पुरुषाचे केवळ स्वरूप होत व पूर्वोक्त षड्विध त्याग आणि सत्यध्यानादि ज्या अवांतर गोष्टी सांगितल्या त्या पुरुषाचीं अंगें होत. हें स्वरूप, हीं अंगें, तसेंच विषयज्ञानाचा तिरस्कार व धर्माचें अनुष्ठान करण्याचें सामर्थ्य ह्या सर्व गोष्टी आचार्यसमागम असेल तरच फलप्रद होतात; एरवीं होत नाहींत. गुरुशुश्रूषारूप ब्रह्मचर्य–शिष्याला आपणच ब्रह्म आहों असें अपरोक्षज्ञान करून देण्याचे रूपानें फलद्रूप होतें.

ब्रह्मचर्याची योग्यता.

हे राजेंद्रा, ब्रह्मचर्याची योग्यता असामान्य आहे. या ब्रह्मचर्याचेच योगानें देवांना देवत्व प्राप्त झालें. ऋषिही याचेच बलानें असे महाभाग बनले. गंधर्वांना व अप्सरांना देखील या ब्रह्मचर्यामुळेंच दिव्यरूप प्राप्त झालें. फार काय, पण जगत्प्रकाशक सूर्य देखील या ब्रह्मचर्याचेच योगानें उदयास येतो. रसायनांतील एकच त्रैलोक्यचिंतामणीची मात्रा जशी अनुपानभेदानें अनेक रोगांवर चालते, त्याप्रमाणें हें ब्रह्मचर्य इष्टवस्तुसंयोगानें वाटेल तें फल देण्यास समर्थ होतें. हें इंगित ओळखून देवांनीं ब्रह्मचर्यानें देवत्व संपादिलें. एतदर्थ गुरुसन्निध राहून ब्रह्मचर्य आचरावें म्हणजे ब्रह्मप्राप्ति होते. हे राजा, यावरून तुझे लक्षांत आलेंच असेल कीं, ब्रह्मचर्यावांचून ज्ञान नाहीं व ज्ञानावांचून परमात्मस्वरूप अनंतलोकाची प्राप्ति होणें शक्य नाहीं. कर्माचे योगानें कर्मठांना जे लोक प्राप्त होतात अशी तुझी कल्पना आहे, ते पितृलोक किंवा देवलोक असले नश्वर लोक असतात. शाश्वत अनंतलोक कर्मानें केव्हांही प्राप्त होतच नाहीं हें पक्कें समजून कर्मपरता सोडून दे.

धृतराष्ट्र म्हणतोः—ठीक आहे. आपलें म्हणणें मीं स्वीकारलें. ज्ञानावांचून ब्रह्मप्रतीति नाहीं, कबूल. पण आतां आपण मला एवढी

---

१ आचार्यात्पादमादत्ते, पादं शिष्यः स्वमेधया। कालेन पादमादत्ते, पादं स ब्रह्मचारिभिः॥

१ तमेव विदित्वा अतिमृत्युमेति । नान्यः पंथा विद्यतेऽयनाय। (श्रुतिः)

खूण सांगा कीं, ज्ञानबलानें जें व्यापक व अविनाशी ब्रह्म विद्वानाला प्रतीयमान होतें, त्याचें रूप कसें असतें? तें ब्रह्म का पांढरें, का तांबडें, कीं काळें, कीं निळें, कीं धुरकट, कीं कसल्या रंगाचें असतें? व त्याचें अधिष्ठान कोणतें?

ब्रह्माचें रूप व अधिष्ठान.

सनत्सुजात उत्तर करितातः—राजारे, ब्रह्म न पांढरें, न तांबडें, न काळें, न निळें, न धूम्रवर्ण. तसेंच तें न पृथ्वीच्या आधारावर न अंतरिक्षाचे! हें पांचभौतिक देहालाही धरून नाहीं. समुद्राचे पाण्याचा, नक्षत्रांचा, विजेचा किंवा मेघांचाही तें आश्रय करीत नाहीं. किंवा वायु, देवता, चंद्र किंवा सूर्य यांचेही ठिकाणीं तें दृष्टीस पडत नाहीं. मग तें राहातें तरी कोणाचे आधारावर? असें पुसशील, तर तें केवळ आपलेच सामर्थ्यावर उभें आहे, अन्य कोठेंही व कोणाचेही आधारावर तें नाहीं. पांचभौतिकरूप प्रपंचांत नसलें तरी, वेदांत असेल, असें तूं म्हणशील, तर तसेंही नाहीं. तें ऋग्वेदांत नाहीं, यजुर्वेदांत नाहीं, अथर्वांत नाहीं किंवा निर्मल सामांतही नाहीं; किंवा बृहद्रथ व रथंतर सामांतही नाहीं. तर पूर्वोक्त ज्ञानसत्यप्रभृति द्वादशगुणांनीं युक्त जो महाव्रत ब्राह्मण सांगितला त्याचे ठिकाणीं आहे. आहे खरें; पण तें घटादिकाप्रमाणें विशिष्टाकारवान् नाहीं. ह्याचें मोजमाप नाहीं. केवळ आत्मत्वानेंच तें स्वतःचे ठिकाणीं असल्याचें अनुभवास येतें. तें सर्वव्यापी असल्यानें त्याला कोणी व्यापूं शकत नाहीं. असें आहे तरी तें परमाणूहूनही सूक्ष्म आहे, आणि हिमालयापेक्षांही मोठें आहे. अज्ञानरूप अंधकाराचे टप्यापलीकडे आहे, व प्रलयकालीं सर्व जगत् त्याचे ठायीं लीन होतें. तें प्रकाशमय आहे व हें स्थूलसूक्ष्मात्मक निखिल जगत् त्याचे ठिकाणीं प्रकाशरूपानें स्थित असून तें तद्रूपानेंच आहे असें आत्मवेत्ता ज्ञानबलानें पाहातो. हें सर्व जगत् त्या ब्रह्माचे ठिकाणीं स्थित आहे हें ज्यांचे दृष्टीस आलें, ते मुक्तच झाले असें समजावें.

१ स भगवन् कस्मिन्प्रतिष्ठित इति। स्वेमहिम्नीति। (श्रुतिः)

अध्याय पंचेचाळिसावा.

—:०:—

पूर्वोक्तदोषत्याग-गुणग्रहवर्णन.

सनत्सुजात म्हणतातः—हे राजा, ब्रह्मसाधकाला ग्राह्य गुण कोणते व त्याज्य दोष कोणते, याची थोडी ओळख मीं तुला पूर्वाध्यायीं सांगितलीच आहे, पण प्रस्तुत अध्यायांत त्याहूनही सविस्तर रीतीनें सांगतों. हे राजेंद्रा, शोक, क्रोध, लोभ, काम, मान, निद्रालुता, परोत्कर्षासहिष्णुता, मोह, असंतोष, स्नेह, असूया व जुगुप्सा हे बारा दोष मनुष्याचा प्राणघात करणारे असून यांपैकीं एकेकटाही मनुष्याजवळ येऊं पहात असतो, व यांपैकीं एकाच्या किंवा अधिकांच्या तडाक्यांत मनुष्य सांपडला असतां मूर्ख बनून जाऊन पापाचरण करूं लागतो.

आशाखोर, उग्र, कठोर, पोटांत दंश धरणारा, बढाईखोर आणि वाचाळ हे सहा घातुक जाणावें. अशांना संपत्ति प्राप्त झाली असतां ते दुसऱ्याला मान देत नाहींत, अवमान करितात.

संभोगांतच सदा लक्ष ठेवून त्यासाठीं कसलाही विषम प्रसंग सोसण्यास तयार होणारा, अतिमानी, दान देऊन सांगत सुटणारा, कृपण, दुर्बल, बढाईखोर व आपणावर अवलंबून असणाऱ्या स्त्रीचा द्वेष करणारा हेही सातजण दुष्ट पापीच समजावे.

धर्म, सत्य, तप, दम, आमात्सर्य, ऱ्ही, तितिक्षा, हीं ब्राह्मणाचीं बारा महाव्रतें होत. या बारांपासून जो च्युत होणार नाहीं, तो या सर्व पृथ्वीचें पालन करील. या बारांपैकीं तीन, दोन किंवा एकही गुण कोणाचे ठिकाणीं असेल तर त्याला अमुक वस्तु माझीच आहे असला अप्पलपोटेपणा शिवणार नाहीं. दम, त्याग व अप्रमाद यांचे ठिकाणीं मोक्ष रहातो व हे तीन गुण ब्रह्मनिष्ठ ब्राह्मणांत आढळून येतात.

परदोषकीर्तन—मग तें खऱ्या दोषांचें असो किंवा आरोपितांचें असो, ब्राह्मणाला चांगलें नाहीं. हें जे करितात त्यांनीं नरकांत अक्षय स्थान मिळविलें असें समजावें.

परदारगमन, प्रतिकूलाचरण, असूया, मिथ्या भाषण, काम, क्रोध, पारतंत्र्य, निंदा, राजद्वारीं चहाडखोरी (पैशुन्य), अर्थहानि, विवाद, मात्सर्य, प्राणिपीडन, ईर्षा, हर्षातिरेक, कार्याकार्यविवेकशून्यता, अमर्याद भाषण व अखंड परद्रोह हे अठरा मदाचे आनुषंगिक दोष होत. पूर्वीं हे दमाचे बाधक म्हणून सुचविले होते, परंतु मदाचे सहचारी या दृष्टीनें वर्णिले नव्हते, ते आतां सांगितले. हे सर्वही निंद्य असून मदाचे ठिकाणीं सर्वदा दिसून येतात. याकरितां शहाण्यानें मूळ मदालाच थारा देऊं नये, म्हणजे हे आपोआपच दूर रहातील.

मित्रत्वाचे गुण.

आपले स्नेह्याच्या सुखानें सुखी होणें; दुःखानें दुःखी होणें; आपले विशेष आवडीची व दुसऱ्याला न द्यावीशी जरी एखादी वस्तु स्नेह्यानें मागितली तरी ती त्यास लोभ न धरितां देणें; उदाहरणार्थ—संकटसमयीं मित्राला आपलें वैभव, आपलें पुत्र, फार काय—आपली स्त्री देखील निर्मल अंतःकरणानें अर्पण करणें; आपली संपत्ति मित्रास दिल्यावर तो आपला उपकृत या दृष्टीनें त्याकडे न रहाणें; केवळ स्वतःचे श्रमानें प्राप्त होईल तेवढ्यावरच निर्वाह करणें; आणि मित्रहितार्थ स्वहितावर देखील पाणी सोडण्यास तयार होणें—हे सहा गुण असतील तेथेंच खरें मित्रत्व समजावें.

जो पुरुष धनसंपन्न असून हे गुण अंगीं बाळगतो, तोच गुणवान्, दाता व सत्त्ववृत्ति समजावा. असला पुरुष शब्दादिक पंचविषयांपासून आपलीं इंद्रियें विनिवृत्त करूं शकतो. आतां हें विषयांचें इंद्रियांपासून विनिवर्तन करण्याचें तप उंची खरें, तरी तें ज्ञानाप्रमाणें इहलोकीं मोक्ष देणारें नव्हे. त्याचे साह्यानें—संकल्पबलानें ऊर्ध्वगति किंवा स्वर्गप्राप्ति होते इतकेंच. ह्या जातीचें तप, तीव्र वैराग्य अंगीं नसल्यामुळें धैर्यभ्रष्ट होणारांचे उपयोगी. यज्ञांची प्रवृत्ति मूळ सत्याचे आकलनानें होत असल्यानें, कोणी सत्यसंकल्पपूर्वक मनानेंच यज्ञ करितात, कोणी वाणीनें, तर कोणी कर्मद्वाराही करितात. परंतु यांतील पहिला यज्ञ वरिष्ठ अधिकाऱ्याचा, दुसरा मध्यमाचा आणि तिसरा प्राकृताचा असें समजावें. ब्रह्माला सगुण समजून भजणारे जरी सत्याचाच अवलंब करितात, तरी निर्गुण समजून भजणाराचे ठिकाणीं सत्यसंकल्पादिकांचा उत्कर्ष अधिक होतो.

हे राजा, हे योगशास्त्राचे सिद्धांत आहेत. इतर शास्त्रें केवळ वाणीचे विकार आहेत असें समज. योगशास्त्र तशांतलें नव्हे. हें मोठें यशास्य म्हणजे यशोरूप जें ब्रह्म त्याची प्राप्ति करून देणारें आहे. ज्ञात्यांचें म्हणणें असें आहे कीं, सर्व कांहीं योगाधीन आहे. हें रहस्य जे जाणतात ते मृत्युरहित होतात. सद्गुरूनें हें योगशास्त्र सच्छिष्याला पढवावें; कारण सच्छिष्यांचें खरें हित साधून देणारें याहून दुसरें कांहींच नाहीं. हे राजा, तुझी कर्मप्रवणता

पाहून तुला मी पुनर्वार बजावून सांगतों कीं, कोणी कितीही उंची कर्म करो, कितीही आहुति देवो, किंवा यज्ञ करो, ज्ञान न होतां, केवळ कर्म करीत सुटणाऱ्या अविद्वान् कर्मठाला अखेरीस मोक्ष मिळणार नाहींच; पण अतिश्रेष्ठ आनंद देखील मिळणार नाहीं हा सिद्धांत समज. यास्तव स्तुतिनिंदेबद्दल हर्षरोष सोडून देऊन मनाची सर्व हालचाल बंद करून मुमुक्षूनें शांतपणें एकतानतेनें ब्रह्मशोधन करीत रहावें. हे क्षत्रिया, ब्रह्मप्राप्तीला कोठें जावें लागत नाहीं. बसल्या बैठकीं जर कोणी ज्ञानार्जनाचा केवळ हेतु मनांत धरून वेदांचें गुरूक्त मार्गानें पद्धतवार परिशीलन करील, आणि वेदांत सांगितलेल्या वादांचें अध्यारोपदृष्टि, व्यामिश्रदृष्टि आणि अपवाददृष्टि या दृष्टित्रयाचा पायरीपायरीनें उपयोग करून मनन करील, तर कालगतीनें त्याचें ज्ञान परिपक्क होऊन त्यास निखालस येथचे यथें ब्रह्मप्राप्ति होईल. हें माझें सांगणें कांहीं तरी नव्हे, प्रतीतीस येणारें आहे.

अध्याय शेचाळिसावा.

—:०:—

ब्रह्मस्वरूपवर्णन व ज्ञानयोगाचें महत्त्व.

सनत्सुजात म्हणतातः—हे राजेंद्रा, ब्रह्म कसें आहे म्हणून तूं विचारिलें होतेंस, व मींही तुझ्या प्रश्नाचें अंशतः उत्तर दिलें; तथापि तूं श्रद्धावान् असल्यामुळें, योगिजनांनाच ध्यानगम्य होणाऱ्या ब्रह्माचें मी पुनरपि अधिक विस्तारानें वर्णन सांगतों.

हे राजा, आत्मज्ञानी पुरुष ज्ञानयोगानें आपलेच ठिकाणीं जें ब्रह्म पाहातात, तें ब्रह्म शुद्ध म्हणजे अविद्यादि-दोषरहित आहे; तें सर्व वस्तुजातांचें प्रकाशक असल्यामुळें स्वतः ज्योतिरूप आहे; तें फारच उज्ज्वल आहे; त्याला 'महद्यशे' अशी संज्ञा आहे; इंद्रादि देव त्याची उपासना करितात; सूर्य त्याचे योगानें प्रकाशतो; आणि असल्या या सनातन भगवंताचें दर्शन ज्ञानयोगयुक्तांनाच होत असतें.

हे राजा, या शुद्ध ब्रह्मापासून हिरण्यगर्भसंज्ञक ब्रह्माची उत्पत्ति झाली; व तें हिरण्यगर्भ ब्रह्म उत्पन्न झाल्यावर या शुद्ध ब्रह्माचेच योगानें वृद्धिगत होऊन विराटस्वरूपाला पावलें. सूर्यादि सर्व ज्योतींपैकीं, ज्याला परप्रकाशाची अपेक्षा नाहीं इतकेंच नव्हे, तर जें ब्रह्मांडांतील आत्मव्यतिरिक्त सर्व ज्योतींना स्वतेजानें प्रकाशमान करितें, असलें हें शुद्ध ब्रह्म आहे व हें सनातन भगवत्स्वरूप ज्ञानी जनांच्याच दृष्टीस पडतें.

राजेंद्रा, हें ब्रह्म पूर्ण आहे म्हणजे याला देशतः, कालतः व वस्तुतः परिच्छेद म्हणजे इयत्ता किंवा मर्यादा नाहीं. (देशपरिच्छेदरहित म्हणजे अमुकच ठिकाणीं आहे व अमुकच ठिकाणीं नाहीं, असें ज्याबद्दल सांगवत नाहीं तें; कालपरिच्छेदरहित म्हणजे अमुकच वेळीं आहे, होतें किंवा असतें आणि अमुक काळीं नाहीं, नव्हतें, नसतें किंवा नसेल असें ज्याबद्दल विधान करितां येणें शक्य नाहीं तें; व वस्तुपरिच्छेदरहित म्हणजे अमुक वस्तूंत आहे

---

१ अध्यारोप, २ व्यामिश्र आणि ३ अपवाद या तीन दृष्टि मानिल्या आहेत. अध्यारोपदृष्टि ही परिणामवाद्यांची होय. हीप्रमाणें पहातां ब्रह्म हेंच जगदाकारानें परिणत झालें आहे. जगताचें अनिर्वचनीयत्व मानणारी म्हणजे खरें म्हणवत नाहीं व खोटेंही म्हणवत नाहीं असें मानणें ही व्यामिश्रदृष्टि आणि प्रज्ञानघन ब्रह्मावांचून कांहींच नाहीं, हा संसार केवळ मिथ्या होय, ही अपवाददृष्टि. अर्थात् क्रमानें या तीन दृष्टि प्राप्त झाल्या असतां, सर्व संशय दूर होऊन आत्मस्वरूपाचा सत्यबोध होतो.

१ तस्य भासा सर्वमिदं विभाति ।

२ न तस्येशे कश्चन तस्य नाम महद्यशः ।

३ येन सूर्यस्तपति तेजसेद्धः ।

आणि अमुक वस्तूंत नाहीं असें ज्याविषयीं म्हणवत नाहीं तें.) या प्रकारें हें ब्रह्म परिच्छेदत्रयरहित म्हणून पूर्ण असें म्हटलें जातें. ही ब्रह्माची पूर्णता लोकविलक्षण आहे. कारण, या पूर्णब्रह्मस्वरूपापासून पृथक् भासणारें जें जीवस्वरूप, तेंही ज्ञान्याच्या दृष्टीनें याप्रमाणेंच पूर्ण असें आहे. बरें, या पूर्णजिवस्वरूपापासून पूर्ण वेगळें काढिलें असतां बाकी पूर्णरूपानेंच उरतें; म्हणजे जीवरूपानें असणाऱ्या पूर्णपरमात्म्यापासून म्हणजे देहेंद्रियांत भरून राहिलेल्या जीवरूपांतून साक्षिभूत जें आत्मरूप तें वेगळें काढिलें असतां तें मूलभूत पूर्णानंदरूपानेंच उरतें, असलें हें आश्चर्यकारक भगवत्स्वरूप योग्यांच्याच अनुभवास येतें.

हे राजा, आकाशांत ज्याप्रमाणें अवकाश म्हणजे पोकळी रहाते, किंवा गंगेवर जसे तरंग उठतात, त्याचप्रमाणें हें चराचर विश्व ब्रह्माचेच ठिकाणीं उदय पावून तेथेंच लीन होत असतें, व ही मौज योग्यांना पहावयास सांपडते.

हे क्षत्रिया, परमात्म्यापासून प्रथम अप् म्हणजे उदक अर्थात् तदुपलक्षित सूक्ष्मपंचभूतें उत्पन्न झालीं; या सूक्ष्मांपासून स्थूलभूतपंचक झालें. अर्थात् भूतपंचकात्मक स्थूलदेह निर्माण झाला. या देहरूपानें स्थित असणाऱ्या उदकांतील अंतरिक्षांत म्हणजे हृदयाकाशांत दिशा व उपदिशा व्यापून दिव्यरूप जीवात्मा व परमात्मा हे दोघेही रहातात. पैकीं जीवात्मा हा आपण सच्चिदानंद ब्रह्म आहों हें न जाणतां देहादिकांचे ठिकाणीं आत्मभावना धरून रहातो व यामुळें कर्मफलानुरूप सुखदुःखात्मक जड देह धारण करितो; म्हणून तो पृथ्वीला धरून असतो असें म्हणतात; आणि परमात्मा अलिप्त राहून आपल्या दिव्य ज्योतिरूपानेंच असतो, म्हणून तो दिव्य लोकाचें किंवा स्वर्गाचें धारण करितो असें म्हणतात. असा हा स्वमायेनें स्वतःला प्राणादिकांशीं संयुक्त करून व त्यांत ओतप्रोत भरून जाऊन साक्षित्वानें रहाणारा जो सनातन भगवान्, त्याचें दर्शन योग्यांवांचून अन्यांना नाहीं.

हे राजा, अविनाशी आणि अव्ययकर्मा जो ईश्वर, त्याचें त्रैलोक्यरूपी शरीर हाच कोणी रथ होय; आणि जीव हा या रथाचें चक्र समज. इंद्रियें हे घोडे होत. हे घोडे एरवीं ह्या जीवाला विषयरूप गर्तेंत नेऊन फसवितात. परंतु बुद्धिरूप सारथ्यानें त्यांचा लगाम खेंचून वळविले असतां तेच या प्रज्ञावान् जीवाला अजरामर पूर्णानंदस्वरूप ब्रह्माचे ठिकाणीं नेऊन सोडितात. ज्या परब्रह्माकडे इंद्रियें जीवाला नेतात, त्याचें सनातन रूप योग्याचेच नजरेस येतें.

या परमात्म्याचें रूप केवळ निरुपम आहे. त्याला सादृश्य मिळून कोठेंही नाहीं. चर्मचक्षूंनीं हें कधींही कोणाला दिसत नाहीं. बुद्धि, मन व हृदय या करणांनीं विवेकी त्याचा शोध लावितात. तें ज्यांना सांपडलें ते अमरच होतात; आणि हें भाग्य योग्यांव्यतिरिक्त अन्यांचें नाहीं.

पंचकर्मेंद्रियें, पंचज्ञानेंद्रियें, मन व बुद्धि मिळून बारा इंद्रियें—या चंचल व तेजोयुक्त

---

१ पूर्णमदः पूर्णमिदं पूर्णात्पूर्णमुदच्यते । पूर्णस्य पूर्णमादाय पूर्णमेवावशिष्यतें । (बृहदारण्यकश्रुतिः)

अर्थः—पूर्णमदः म्हणजे ‘ तत्त्वमसि ’ यांतील ‘ तत् ’ शब्दनिर्दिष्ट जगत्कारण ब्रह्म; पूर्णमिदं म्हणजे ‘ त्वंपद ’ निर्दिष्ट प्रत्यगात्मस्वरूप किंवा जीवस्वरूप ब्रह्म; आतां हीं उभयही रूपें पूर्ण शब्दवाच्य कशीं, अशी शंका राहूं नये म्हणून ‘ पूर्णात्पूर्णमुदच्यते ’ म्हणजे पूर्ण कारण-ब्रह्मापासूनच जीवस्वरूप निघालें असल्यानें तेंही पूर्णच आहे. याप्रमाणें तत्त्वं पदांनीं निर्दिष्ट होणाऱ्या ब्रह्माचें पूर्णरूप घेतलें असतां म्हणजे तत्त्वं पदांचें शोधन केलें असतां बाकी पूर्णब्रह्मच अवशिष्ट रहातें. अर्थात् तत्वमसि या महावाक्याचा पूर्णार्थ अनुभविणारा पूर्णब्रह्मस्वरूपच होतो.

द्वादशेंद्रियांचे समुदाय विषयरूपी मध चाखण्यासाठीं उडच्या घेत असतात; आणि अशा इंद्रियसमुदायांचे जे पुरुष दास बनतात ते घोर संसारांत सांपडतात. परंतु ज्याच्या तेजानें हीं इंद्रियादि चालतात त्या भगवंताला योगीच पहातात.

भ्रमर ज्याप्रमाणें एक पंधरवडा मध जमवीत राहून तो संचित मध दुसरे पंधरवड्यांत खात रहातो, त्याचप्रमाणें हाही भ्रमर म्हणजे संसारांत भ्रमण करणारा जीव एक जन्मांत संचित केलेल्या कर्माचा उपभोग पुढील जन्मांत घेतो. आतां कोणी म्हणेल कीं, कर्म हें जर नश्वर आहे, तर त्याचें फलही तत्स्वभावच असावें; तें पुढील जन्मापर्यंत टिकावें कसें? तर याचें असें समाधान आहे कीं, भूतमात्राचे अंतर्यामीं रहाणारा जो परमेश्वर, तो तें जमेस धरून त्या त्या हिशोबानें प्रत्येक प्राण्याकरितां पुढील जन्मीं अन्नपानादि उपभोगाची योजना करूनच ठेवितो; आणि असला हा कर्मफलरक्षक जो अंतर्यामीं परमात्मा, त्याची भेट योग्यांनाच होते. (धृतराष्ट्राला कदाचित् अशी शंका येईल कीं, जीव—भ्रमर अशाच घिरट्या घालीत अनंतकाल रहावयाचे किंवा यांची केव्हां सुटका होते? ही शंका गृहीत धरून सनत्सुजात म्हणतातः—) हितावह व रमणीय पर्णांनीं युक्त अशा अश्वत्थाचे ठिकाणीं पक्षरहित असून भ्रमत असतात; परंतु भ्रमतां भ्रमतां त्यांना पंख फुटले म्हणजे मग ते वाटेल तसे आनंदानें उड्डाण घेतात. अर्थात् ज्ञानरूप पंख न फुटलेले अज्ञ जीव या पांचभौतिक देहरूपी अश्वत्थाचा आधार धरून भ्रमत असतात; परंतु याप्रमाणें फिरतां फिरतां हितावह व रमणीय अशा वेदरूप पर्णांची प्राप्ति जेणेंकरून होईल म्हणजे वेदांचा लाभ जेथें होईल अशा ब्राह्मणादि देहाची प्राप्ति झाली असतां, मग विषयरूप मधांतच चिकटून न पडतां, वेदांच्या साह्यानें ज्ञानरूपी पक्ष प्राप्त होऊन या भ्रमणांतून सहज मुक्त होतात. जीव ज्याचे ज्ञानानें मुक्त होतात, त्या सनातन भगवंताचें दर्शन योगीच घेऊं पावतात.

हे धृतराष्ट्रा, आतां तुला योगांतील समाधीचा त्रोटक मार्ग सांगतों. योगकालीं प्राण अपानाला गिळितो; चंद्रमा प्राणाला ग्रासतो; चंद्रमाला सूर्य गिळितो व सूर्याला परमात्मा खाऊन टाकितो; म्हणजे समाधिकालीं प्रथम अपानाचा प्राणांत लय करावा; मग प्राणाचा मनांत; (मनाची देवता चंद्र आहे) मनाचा बुद्धीचे ठिकाणीं, आणि बुद्धीचा परमात्म्याचे ठिकाणीं लय करावा. सारांश, स्वाभाविक सच्चिदानंदस्वरूप ब्रह्मरूपानेंच रहावें. हा सोहळा योग्यांना अनुभवितां येतो.

परमात्म्याला हंस असें म्हणतात. कारण, अविद्या व तत्कार्य यांचें तो हनन करितो. हा हंस ऊर्ध्वगामी (संसारापलीकडे) आहे. तथापि ह्या संसाररूपी उदकांतून तो आपला एक पाय केव्हांही बाहेर काढीत नाहीं. हा पाय म्हणजेच जीव; व परमात्मा सदा जीवरूपांत असतोच. असें कां म्हणून म्हणशील, तर जीव हा सतत यजनशील आहे. त्याची जर तो उपेक्षा करील म्हणजे अनंत रूपांनीं भिन्न होऊन त्यांत शिरून जर तो न राहील, तर सगळीच मौज नाहींशी होईल. मग संसारही नाहीं आणि मोक्षही अर्थातच नाहीं. पण ही मौज अखंड रहावी म्हणून एक पादानें[१] परमात्मा संसारांतच फिरत असतो. याप्रमाणें जीवरूपानें एकपादरूप व परमात्मा या नात्यानें त्रिपादरूप रहाणाऱ्या भगवंताची भेट योग्यांनाच घडते.

---

१ पादोऽस्य विश्वाभूतानि त्रिपादस्यामृतं दिवि।
त्रिपादूर्ध्व उदैत्पुरुषः पादोस्येहा भवत्पुनः॥

हे राजा, संसारांत पडलेला परमात्मा लिंगदेहरूपी उपाधीचा आश्रय करून अंगुष्ठा-एवढा म्हणजे अतिलहान किंवा मर्यादित रूप घेऊन जीवात्मा या सरणींत वापरत रहातो. तथापि खरें पाहातां तो स्तुत्य, आद्य व आपलेच कृतींत शिरून तद्रूप झालेला तेजस्वी परमात्माच होय, हें अविवेकी ओळ-खीत नाहींत. परंतु या सनातन भगवंताला योगी पहातात.

इंद्रियांचें अनर्थकारित्व.

बिळांत रहाणारा सर्प जसा केव्हांच सुळ-दिशीं बिळाबाहेर पडून माणसाचे देहांत विष घालितो आणि त्याला मारून पुनरपि चट्कन् परत जाऊन बिळांत दडून रहातो, त्याचप्रमाणें नेत्रश्रवणादि बिळांमध्यें शयन करणारीं हीं इंद्रियें हळूच बाहेर पडतात आणि विषयरूपी विषाचा संचार मनुष्याच्या देहांत आपल्या वर्तनानें करवून पुनरपि आपले बिळांत दडून रहातात. इकडे तो विषयविषग्रस्त झालेला मनुष्य मूढ म्हणजे नष्टसंज्ञ होतो व विषयांव्य-तिरिक्त त्याला कांहीं सुचेनासें होतें. याप्रमाणें विषयरूपानें पडणारा हा गर्भवास, जन्म, जरा, मरण, इत्यादि लक्षणांनीं युक्त मोह—जीवांचे संसाराला कारण होतो परंतु योगी ह्या इंद्रि-यदत्त विषाला दाद देत नसल्यानें अर्थातच मोह पावत नाहींत आणि यामुळें त्यांची ज्ञानदृष्टि साफ राहून ते त्या सनातन भगवं-ताला पहातात.

जो मूढ मनुष्य आपले ठिकाणीं विद्यमान असलेल्या आत्मरूपाला ओळखीत नाहीं, तो संसाररूप गर्तेंत लोळत रहातो. हे राजा, देहादिकांपासून भिन्न असणारें व सूर्यादि सर्व ज्योतींना प्रकाश करणारें आत्मस्वरूप टाकून जो विषयांचाच उपभोग घेत रहातो, तो मनुष्य नव्हे, निव्वळ गर्दभ होय. अशा या विषयी गाढवाला ज्याची कल्पना देखील नाहीं, असलें तें सनातन भगवद्रूप योगी अवलोकन करितात.

हे राजा, या आत्मस्वरूपाचे ठिकाणीं पंक्ति-प्रपंच नाहीं. मनुष्य शमदमादिसाधनसंपन्न असो अथवा साधनहीन असो, तसाच तो मुक्त असो वा बद्ध असो, या सर्वही अवस्थांत आत्मस्वरूप मनुष्याचे ठिकाणीं सारखेंच अ-सतें. परंतु जे साधनसंपन्न—जे ज्ञानी असतात ते ह्या परब्रह्मरसाचा आतृप्ति आस्वाद घेत रहातात. हें भाग्य योग्यांशिवाय नाहीं.

हे राजा, कर्माची किंमत ज्ञानाचे पासंगाला देखील लागणार नाहीं. या आत्मज्ञानाचे बलानें पुरुष इह-पर हे दोन्ही लोक व्याप्त करून ब्रह्माप्रत जातो; मग त्यानें अग्नीला आहुति दिली असो वा नसो. अशी ज्ञानाची योग्यता आहे. याकरितां, तूं ही कर्मप्रवणता सोडून ज्ञानाचा अवलंब कर; म्हणजे, तूं ज्याला इत-का भीत आहेस तें मर्त्यत्व तुझ्या गळ्यांत न घालितां, अज्ञानांधकाराहून जो परमात्मा त्याची प्राप्ति, हें ज्ञान तुला करून देईल. प्राप्तिचशी काय, पण 'प्रत्यक्ष' प्रज्ञान म्हणजे ब्रह्म हीच संज्ञा तुला प्राप्त होईल, हें प्रज्ञानस्वरूप ब्रह्म विवेकी पुरुषांना प्राप्त होतें. अर्थात् हें योग्यां-ना साक्षात् दृष्ट आहे.

याप्रमाणें प्रज्ञानैकरस होऊन रहाणारा महान् आत्मा म्हणजे साक्षात् ब्रह्मच होतो. अग्नीला गिळून म्हणजे कारणकार्यपरंपरेचा आत्म्याचे ठिकाणीं लय करून जो त्या प्रज्ञानैकरस स्वरूपाला ओळखितो, तो या ठिकाणीं नाश पावत नाहीं; कारण ज्ञानी पुरुषांच्या आत्म्याला उत्क्रांति नाहीं. परंतु हा लाभ योग्यांनाच!

---

१ उदस्मात्प्राणा उत्क्रामंतीति ।
आहोऽस्मिन्नेतिनेतीति होवाच याज्ञवल्क्यः।

(पुढें चालू.)

हे राजा, ज्ञानी पुरुषाचा सदासर्वदा सत्कारच होतो. अशाला जन्ममरणरूपी बंधच नाहीं, मग अमृतत्व किंवा मोक्ष मिळतो हें तरी म्हणणें व्यर्थच आहे. राजेंद्रा, कौतुक हें आहे कीं, या परमात्म्याचें सत्यस्वरूपच सत्य व अनृत म्हणजे पारमार्थिक व प्रातिभासिक सत्य या उभयांचें अधिष्ठान आहे. सदसताची योनि म्हणजे प्रभवस्थान एक सत्स्वरूपच आहे. हें कसें म्हणशील तर पहाः—आपणांस रज्जूचे ठिकाणीं भ्रांतीनें सर्पाचा भास होतो; पुढें भ्रमनिरास होतांच सर्पत्वभास नष्ट होऊन रज्जुस्वरूपच प्रतीत होतें. आतां यांतील सर्पभास हें अनृत होय; कारण सर्प खोटा ठरतो, व रज्जु हें सत्य होय, हें निर्विवाद आहे. अर्थात्, रज्जुत्व व सर्पत्व हीं एकमेकांचीं विरोधी आहेत. परंतु त्या दोघांनाही आधारभूत तेंच सत्य रज्जुरूप आहे. सर्पत्व हें जरी अनृत, तरी तें भासत होतें. रज्जुरूप सत्याचेच अंगावर, रज्जुच नसती तर सर्पभ्रांति येती कोठून? अर्थात्, अनृत सर्पत्वाला व सत्य रज्जुत्वाला, त्याच सत्यरूपी रज्जूचा आधार आहे. याचप्रमाणें हा मिथ्या संसारही त्या सत्यस्वरूप ब्रह्माचेच जिवावर आहे. याचे तळाशीं ब्रह्माचें अंग आहे, म्हणूनच याला प्रातिभासिक सत्यत्व तरी आलें आहे. एरवीं कोठून येतें? असो. शहाण्याला करावयाचें तें इतकेंच कीं, सर्पभास नाहींसा करून रज्जूला रज्जुरूपानेंच पहात रहावयाचें. यांत सर्व समज. हे राजा, ही दृष्टि योग्यांना लाभली असल्यामुळें ते सदाच या सनातनस्वरूप भगवताला पहात असतात.

हे भूपाला, हा जीवभूत परमात्मा ही आकाशादि पुरुषदेहापर्यंत सृष्टि निर्माण करून तींत प्रविष्ट होऊन हृदयाकाशांत अंगुष्ठपरिमाण होऊन रहात असलेला प्राकृतांच्या दृष्टोत्पत्तीस येत नाहीं. परंतु जो जन्मरहित व चराचरांचा आत्मा आहे. रात्रंदिवस दक्ष राहून जो पुरुष या हृदयस्थितीला आत्मत्वानें ओळखितो, तो विद्वान् निर्मल होऊन कृतार्थ होतो. हे क्षत्रिया, त्या सत्यस्वरूपापासूनच ही सृष्टि झाली म्हणून मीं संक्षेपतः सांगितलें, त्यावरून तुझे लक्षांत आलेंच असेल कीं, वायु, अग्नि, सोम, प्राण, प्रलय हे त्यांतूनच झाले. बाकी, सर्व कांहीं त्यापासूनच झालें असून तें संख्यातीत असल्यानें,—तें सांगत बसण्याची कोणालाच शक्ति नसल्यानें, अधिक परिगणन करीत बसत नाहीं. असो; ज्यापासून हें सर्व कांहीं झालें, त्या परमात्म्याला योगी पहातात.

सर्वांचें अधिष्ठान तेंच ब्रह्म असून मुक्तीचें कारण व कीर्तिही तेंच आहे. हें त्रैलोक्यही त्याजपासूनच. भूतांचे उत्पत्तिलयही त्याचेच ठिकाणीं होतात. प्रकाशमान जीव व ईश्वर हे दोनही देव, पृथ्वी, स्वर्ग, दिशा व ब्रह्मांड यांना ब्रह्मच धारण करीत आहे. ब्रह्मापासूनच दिशोपदिशा व नद्या यांची उत्पत्ति झाली. हे राजेंद्रा, असलें हें ब्रह्म केवळ अनंत आहे. याचा अंत लावण्याच्या आकांक्षानें कोणी सहस्रावधि पंख लावून व अत्यंत शीघ्र मनोगतीचा अवलंब करून अनेक वर्षें भरारी मारीत सुटला तरी या सर्वकारणस्वरूप ब्रह्माचा अंत कधीं लागणार नाहीं. ह्या परमात्म्याचें स्वरूप डोळ्यांनीं केव्हांही दिसत नाहीं. तथापि ज्यांचे ठिकाणीं सत्वाचा प्रकाश चांगला पडला आहे ते त्याला पहातात. अर्थात् रागद्वेषादि मलरहित विवेकी पुरुष त्याचें आकलन करितो. हें आकलन ज्यांना झालें ते अमृतत्व पावलेच.

[मागील पानावरून पुढें चालू.]
अत्रैव समवलीयंते।
न तस्य प्राणा उत्क्रामंति।
ब्रह्मैव सन् ब्रह्माप्येति।

देहेंद्रिययुक्त भिन्नभिन्न सर्व भूतांचे ठिकाणीं ज्याची अभेद आत्मबुद्धि ठसावली, त्याला मग दुःख, शोक, भय हीं कोठून उरणार ? सारांश, असला पुरुष दुःखशोकातीत अशा ब्रह्मानंदांतच असतो. हे राजा, अशी सार्वत्रिक आत्मबुद्धि ज्याची ठसावली, त्या ज्ञात्या ब्राह्मणाला वैदिक कर्मादिकांचें कसें तें प्रयोजन उरलें नाहीं. उघडच आहे;—सर्व बाजूंनीं तुडुंब भरलेला अफाट जलाशय ज्यानें गांठला, त्याला डबक्याची अपेक्षा काय ? हे राजेंद्रा, ही विश्वदृष्टि प्राप्त झालेल्या माझा स्वानुभव मी तुला सांगतों. या अनुभवाप्रमाणें तुझी आई मी आहें; बापही मीच आहें; आणि याहून आश्चर्य कीं, तुझा पुत्रही मीच आहें ! फार काय सांगूं ? हें जें कांहीं आहे नाहीं, या सर्वांचा आत्मा मीच आहें. प्रत्येक कुटुंबांतील वृद्ध पितामह, पिता व पुत्र या तीनही पिढ्या मीच आहें. तुम्ही सारेही माझ्या आत्म्याचे ठिकाणीं आहां; तथापि नवल हें कीं, खरें पाहातां तुम्ही माझे ठिकाणीं नाहीं व मीही तुमचे ठिकाणीं नाहीं !

हे राजा, जरी माझे ठिकाणीं तुम्ही नाहीं आणि तुमचे ठिकाणीं मी नाहीं, तरी माझा आत्माच या सर्व जगताला आधार असून या अखिल विश्वाची उत्पत्ति त्यापासूनच झाली, ही गोष्ट मात्र निःसंशय. पटांत जसा तंतु ओतप्रोत भरून आहे तसाच मी विश्वरूपांत आत्मरूपानें भरून आहें, तथापि जन्महीन आहें. अशा मला जो पंडित अहर्निश सावधपणें अवलोकन करितो तो मुक्त होतो. हे राजेंद्रा, माझ्या ह्या आत्मस्वरूपानुभवानें पहातां मी सूक्ष्माहून सुक्ष्म असून माझें मन रागद्वेषादिविकाररहित अर्थात् निर्मल आहे; आणि मी सर्व प्राण्यांच्या हृत्कमलाचे ठिकाणीं वसति करून आहें. हे राजा, हा केवळ माझा एकट्याचाच अनुभव नसून, वामदेवादि जे मत्सदृश अन्य ब्रम्हवेत्ते झाले त्यांचाही अनुभव हाच आहे कीं, परमात्मा हृत्कमलाचे ठिकाणींच आहे !

१ द्वितीया द्वैभयंय भवति। तत्र को मोहः कः शोक एकत्वमनुपश्यतः।

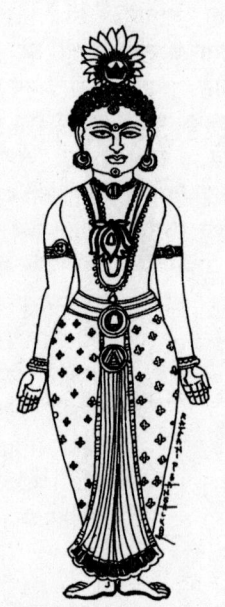

यानसंधिपर्व.

अध्याय सत्तेचाळिसावा.

—:०:—

संजयाचें सभेंत आगमन.

वैशंपायन सांगतातः—याप्रमाणें सनत्सुजात मुनि व बुद्धिमान् विदुर यांच्याशीं संभाषण करण्यांत धृतराष्ट्राची रात्र निघून गेली. रात्र सरतांच, संजयाला भेटून त्याचे तोंडांतून पांडवांकडील धर्मार्थयुक्त उत्तर ऐकण्यासाठीं कौरवांकडील राजे वगैरे सर्वजण सभास्थानीं प्राप्त झाले. त्यांत भीष्म, द्रोण, कृप, शल्य, कृतवर्मा, जयद्रथ, अश्वत्थामा, विकर्ण, सोमदत्त, बाल्हिक, महाज्ञानी विदुर व महारथी युयुत्सु हे सर्वही शूर धृतराष्ट्राला पुढें करून सभेंत शिरले. दुःशासन, चित्रसेन, शकुनि, दुर्मुख, दुःसह, कर्ण, उलूक, विविंशति हे क्रोधी दुर्योधनाला पुढें करून, इंद्रसभेंत जाणाऱ्या देवांप्रमाणें त्या सभेंत प्रविष्ट झाले. ती सभा फार विस्तीर्ण असून सफेती देऊन शुभ्र केली होती; तिचे चौक सोन्याचे असल्यानें ती सुशोभित दिसत होती; चन्दनोदकाचे सडे शिंपले होते; व चंद्राप्रमाणें तिची प्रभा असल्यानें ती अतिमनोहर दिसत होती. तीमध्यें स्वर्णमय, काष्ठमय, रत्नमय व हस्तिदंती अशीं आसनें जिकडे तिकडे व्यवस्थित मांडिलीं असून त्या आसनांवरून सरपोस घातले होते. हे जनमेजया, अशा त्या सभेंत, अर्गळेप्रमाणें दीर्घ व दृढ ज्यांचे बाहु होते असे ते राजे जेव्हां शिरले, तेव्हां ती सभा सिंहांनीं युक्त पर्वतगुहेप्रमाणें शोभूं लागली. ते महाधनुर्धारी व सूर्यतुल्य तेजस्वी सर्वजण सभेंतील त्या चित्रविचित्र आसनांवर बसतांच, द्वारपाल पुढें येऊन म्हणाला, ' आपण शीघ्रगामी अश्वांनीं युक्त जो रथ पांडवांकडे पाठविला होता, तोच इकडे भरधाव येतो आहे, त्या अर्थीं आपला दूत संजय हा आला. '

द्वारपाल इतकें बोलतो आहे तोंच तो कुंडलधारी संजय तेथें येऊन थडकला; व सत्वर रथांतून उतरून श्रेष्ठ राजांनीं भरलेल्या त्या सभेंत गेला, आणि म्हणाला, " मी पांडवांकडे जाऊन परत आलों आहें. पांडवांनीं तुम्हां सर्वांचे वयाचे प्रमाणानें अभिनंदन केलें आहे; वृद्धांना त्यांनीं नमस्कार सांगितला आहे; समान वयाच्यांना वयस्यांचे रीतीनें विचारिलें आहे; व तरुणांना आशीर्वाद सांगितले आहेत. आतां तिकडला निरोप ऐकण्यापूर्वीं, इकडून धृतराष्ट्रानें मला पढवून तिकडे पाठविलें असतां पांडवांना मी काय बोललों, तें, हे भूपहो, तुम्ही ऐका. "

अध्याय अठ्ठेचाळिसावा.

—:०:—

अर्जुनवाक्यनिवेदन.

धृतराष्ट्र म्हणतोः—हे संजया, या सर्व राजांसमक्ष मी तुला असें विचारितों कीं, तो दुष्टांचा काळ, योद्ध्यांचा अग्रणी आणि कधींही न खचणारा धनंजय काय बोलला, तें तूं मला प्रथम सांग.

संजय सांगतोः—युद्धाविषयीं उद्युक्त झालेला, स्वतःचें बाहुबल पूर्णपणें ओळखणारा, निर्भय व बुद्धिमान् असा महात्मा अर्जुन युधिष्ठिराचे संमतीनें केशवासमीप जें बोलला, तें दुर्योधनानें नीट कान देऊन ऐकावें. तो मला म्हणाला, " हे संजया, तो दुर्भाषण करणारा, दुष्ट, मंदमति सूतपुत्र कर्ण सदा माझ्याशीं युद्ध करण्याची इच्छा करीत असतो; पण त्याची मर्यादा भरली असें तूं समज; आणि आम्हांशीं लढण्याकरितां तिकडे राजे जुळले

असतील त्यांसह व अमात्यांसह दुर्योधन सभेंत असतांना, त्या कर्णाचे कानीं जाईल अशा रीतीनें माझें हें समग्र भाषण दुर्योधनाला ऐकीव." ज्याप्रमाणें वज्रधर इंद्राचें भाषण सर्व देव आस्थेनें ऐकतात, त्याप्रमाणेंच आरक्तकमलनेत्र गांडीवधर अर्जुनानें केलेलें तें यथार्थ भाषण संजयांनीं उत्सुकतेनें श्रवण केलें. तो म्हणाला, "अजमीढवंशांत उत्पन्न झालेल्या युधिष्ठिराला धार्तराष्ट्र दुर्योधन जर राज्य देत नसेल, तर खचित या धृतराष्ट्रपुत्रांनीं, ज्याचें फळ त्यांना अजून मिळालें नाहीं असलें कांहीं तरी पाप केलें आहे असें तूं समज. कारण भीमार्जुन, नकुलसहदेव, वासुदेव, धृष्टद्युम्न, शिखंडी, सदा शस्त्र उचलून तयार असणारा सात्यकि, व अपकार करण्याचें नुसतें मनांत आणिल्यानें जो उभय लोक दग्ध करून टाकील असा इंद्रतुल्य युधिष्ठिर, अशांशीं युद्धांत गांठ घालण्याचें जर दुर्योधन मनांत आणील, तर पांडवांना संपूर्णच राज्य मिळालें असें तूं समज. मग हें अर्धें राज्य तरी कशाला? संजया, तूं दुर्योधनाला म्हणावें कीं, आम्हांला अर्धें राज्य देण्याची एवढी देखील मेहेरबानी आमचेखातर करूं नको. तुला खुमखुम आहे, तर एकदां युद्धालाच उभा रहा, म्हणजे फार ठीक होईल. धर्मनिष्ठ युधिष्ठिराला तूं वनांत घालविल्यानें दुःखशय्येवर पडावें लागलें, त्याअर्थीं दुर्योधनाला म्हणावें, तिच्याहून शतपट दुःखदायक अशी शेवटली प्रेतशय्याच तुला प्राप्त व्हावी हें नीट! अरे, ह्या अन्यायी दुष्ट दुर्योधनानें विनय, ज्ञान, तप, इंद्रियजय, शौर्य व धर्मत्राणरूपी धन यांनीं युक्त असलेल्या पांडवांना जसें ग्रासून टाकिलें आहे; आणि आमचा हा धर्मराजा नम्रता, सरलता, तप, दम, धर्मत्राण आणि बल यांहीं युक्त असतां कपटानें फसला जाऊन, केवळ सत्यप्रतिज्ञत्वामुळें दीर्घकालपर्यंत तसाच क्लेश सहन करीत बसला आहे. परंतु हा पवित्र मनाचा युधिष्ठिर आज कित्येक वर्षेंपर्यंत दाबून ठेवलेला आपला क्रोध, मन बिथरल्यामुळें जेव्हां कौरवांवर सोडील, तेव्हां धृतराष्ट्रपुत्र दुर्योधनाला युद्ध आरंभल्याबद्दल पश्चात्ताप होईल. युधिष्ठिराचा क्रोध एकदां का प्रज्वलित झाला, म्हणजे इंधनांमुळें भडकलेला अग्नि ज्याप्रमाणें उष्णकाळीं तृण दग्ध करितो, त्याप्रमाणेंच नुसत्या दृष्टिपातानें कौरवांची सेना जाळून फस्त करील! हातांत गदा घेऊन रथारूढ झालेला, प्रचंड वेगवान्, निष्ठुर व क्रोधरूपी विष ओकणारा भीमसेन जेव्हां रणांगणीं दृष्टीस पडेल, तेव्हां दुर्योधनाला युद्धाबद्दल पस्तावा होईल. दुर्योधनाला फार घमेंड आहे खरी, परंतु अंगांत चिलखत चढवून सेनेच्या अघाडीं उभा राहून मृत्यूप्रमाणें शत्रुसेनेंतील वीरांचा पटापट फडशा उडवीत भीमसेन चालला म्हणजे पांडवपक्षाला देखील त्याचें भय वाटेल आणि दुर्योधन तर वचनाचें स्मरण होऊन जीभ चावील! गंडस्थलें फोडून टाकिल्यामुळें घागरीवारी रक्त ओकत आहेत अशा पर्वतशिखरप्राय हत्तींचीं धुडेंच्या धुडें भीम भिरकावून देतो आहे असें जेव्हां दुर्योधन पाहील तेव्हां त्याला युद्धाचा अनुताप होईल. तो भीमरूपी भीमसेन गाईंचे कळपांत शिरलेल्या सिंहाप्रमाणें धार्तराष्ट्रमंडळांत शिरून जेव्हां एकेकाला ठार करण्याचा तडाका लावील, तेव्हां दुर्योधनाचें मन त्यालाच खाईल. महासंकटींही निर्भय गांठ पडतांच शत्रुसैन्यास चिरडणारा, केवल एक रथाच्या साह्यानें अप्रतिम अशा अनेक रथांना व पदातिगणांना गदेनें चुरडून टाकणारा, शिंक्यावर लोंबत ठेविलेलें खड्ग घेऊन वेगावेगानें हत्तींशीं लढणारा, आणि अस्त्रविद्येंत पुरा असा भीमसेन जेव्हां का एखाद्या लांकुडतोड्याप्रमाणें दुर्योधनाचे सेनेंत

कचाकची चालवील, तेव्हां दुर्योधनाचे डोळे उघडतील! अग्नीनें जाळलेल्या गवतारू घरांच्या गांवाप्रमाणें धृतराष्ट्रपुत्रांची, व वीज पडून जळलेल्या पिकलेल्या धान्याप्रमाणें स्वसैन्याची भीमसेनानें आपल्या शस्त्राग्नीनें अवस्था केली असून, प्रमुख वीरांचा वध झाल्यामुळें व कोणी शूर योद्धा शिलक न उरल्यामुळें भयविव्हल होऊन व तोंड फिरवून आपलें विपुल सैन्य युद्धापासून परततें आहे असें जेव्हां दुर्योधन पाहील, तेव्हां आपण युद्धाची पाळी आणिली ही मोठी चूक केली असें त्याचें मन त्याला खाईल!

" तो अजब युद्ध करणारा महारथी नकुल जेव्हां सहज सहज परवीरांच्या मुंडक्यांचे ढीग घालील, व रथ्यांच्या राशी पाडील, तेव्हां दुर्योधनाचे डोळ्यांवरचा धूर उतरेल! लहानपणापासून सुखांत वाढला असूनही वनवासांत दीर्घकाल दुःखशय्येवर पडावें लागलें, हें समजून नकुल जेव्हां क्रुद्ध सर्पाप्रमाणें विष ओकूं लागेल, तेव्हां आपण युद्धापर्यंत मजल आणिली हें गैर केलें असा दुर्योधनाचे देहांत उजेड पडेल. हे सूता, युधिष्ठिरानें जे जे राजे लढाईसाठीं बोलाविले, ते ते त्यासाठीं प्राण देण्याला तयार आहेत. ते जेव्हां शुभ्र रथांत बसून दुर्योधनाचे सैन्यावर घोंघावत चाल करून येतील, तेव्हां त्याला आपण हें कोठचें युद्ध आरंभिलें असें होईल. वयानें बाल परंतु अस्त्रनिपुण असल्यामुळें प्रौढ वीरांप्रमाणें भासणारे ते द्रौपदीचे शूर पांच पुत्र जिवाची पर्वा न धरितां जेव्हां कौरवांवर तुटून पडतील, तेव्हां दुर्योधनाला चुरचूर लागेल. शिकविलेले अश्व जोडलेला, सोन्याचे तारेनें अटलेला, खंबीर कण्याचा आणि न अडखळतां चालणारा अशा रथावर बसून अस्त्रनिपुण सहदेव जेव्हां बाणांचे वर्षावानें राजांचीं मुंडकीं तडातड उडवूं लागेल, आणि इतक्यांत एकच आकांत माजला असतां, तशांत नानाप्रकारचे मंडळांनीं अलातचक्राप्रमाणें दाही दिशांना झडपतो आहे असें जेव्हां दुर्योधन पाहील, तेव्हां त्याच्या डोळ्यांपुढें काजवे येतील. मर्यादशील, चतुर, सत्यवादी, महाबल, सर्वधर्मज्ञ व तुंबळ गर्दीतही चलाखी करणारा वेगवान् सहदेव शकुनीवर चालून जात असतां असतां वाटेंत कितीकांचे धुडके उडवून देईल. शूर, दीर्घबाणधारी, अस्त्रनिपुण, रथयुद्धांत कुशल व सर्पाप्रमाणें हलहलयुक्त (असह्य) असे द्रौपदीचे पुत्र चाल करून येतांना पाहून दुर्योधनाला अनुताप झोंबेल. मेघाप्रमाणें शत्रूंवर बाणांचा पाऊस पाडणारा, शत्रूंचे वीर मारणारा, शस्त्रविद्येंत निपुण तो कृष्णतुल्य अभिमन्यु जेव्हां कुरुसैन्यांत घुसेल, तेव्हां दुर्योधनाला युद्धाबद्दल खेद होईल. वयानें बाल परंतु वीर्यानें प्रौढ व इंद्रतुल्य शस्त्रप्रवीण तो सुभद्रापुत्र कृतांताप्रमाणें शत्रुसैन्याला झडपतो आहे असें जेव्हां आढळेल, तेव्हां दुर्योधनाला युद्ध आरंभून फसल्यासारखें होईल. वयानें तरुण, बलानें सिंहतुल्य, युद्धांत सराईत आणि अतिशय चलाख असे प्रभद्रक राजे जेव्हां धार्तराष्ट्रांचा भूस उडवतील, तेव्हां दुर्योधनाचे डोळ्यांत अंजन पडेल. ते वयोवृद्ध महारथी द्रुपद आणि विराट पृथक् पृथक् सैन्य घेऊन जेव्हां ससैन्य धार्तराष्ट्रांचा समाचार घेतील. तेव्हां दुर्योधनाची भूल उतरेल.

" अस्त्रविद्येंत कसलेला तो खाष्ट म्हातारा द्रुपद जेव्हां रथावर चढून तरुण तरुण वीरांचीं मुंडकीं बाणांनीं तोडून रास करील, तेव्हां दुर्योधन शुद्धीवर येईल. सज्जन मत्स्यांसह परवीरघ्न विराट जेव्हां शत्रुसैन्यांत शिरेल, तेव्हां दुर्योधन आपले मनांत चडफडेल. सदय व सुवृत्त असा विराटाचा ज्येष्ठ पुत्र जेव्हां पांडवांकरितां कवच घालून पुढें रथ दडपीत येईल

तेव्हां दुर्योधनाला दे माय होऊन जाईल. सज्जनांत श्रेष्ठ असा कुरुमुख्य भीष्म एकदां शिखंडीचे हातून रणांत पराभूत झाला म्हणजे त्यामागें आमचे शत्रु युद्धाला उभे ठरत नाहींत हें तुला निश्चित सांगतों. कवच घातलेला शिखंडी फुलांप्रमाणें वीरांचीं शिरकमळें तोडून राशी करीत व आपल्या दिव्य अश्वांचे पायांचे टापांखालीं रथांचा चुराडा करीत भीष्माचार्यांवर जेव्हां चालून जाईल, तेव्हां दुर्योधनाला त्रिभुवन आठवेल. द्रोणांनीं ज्याला गुह्य अस्त्र सांगितलें आहे असा धृष्टद्युम्न सृंजयांच्या सेनेच्या तोंडींच झळकतांना दृष्टीस पडेल, तेव्हां दुर्योधनाला आपण मोठें मूर्खपण केलेंसें वाटेल. शत्रूंचा मारा सहन करणारा तो अनुपम सेनापति धृष्टद्युम्न बाणांनीं धार्तराष्ट्रांचा चूर करीत द्रोणावर जेव्हां येऊन पडेल, तेव्हां ही युद्धाची अवदशा मला कोठून सुचली असें दुर्योधनाला होऊन जाईल. विनयशील, धीमान्, बलवान्, विवेकी, लक्ष्मीवान् आणि सोमकांत मुख्य असा तो श्रीकृष्ण ज्यांचा पुढारी आहे, त्यांशीं शत्रूंनीं काय तोंड द्यायचें आहे ? आणखी, ' हे संजया, तूं राज्याची आशा धरूं नको ' असें दुर्योधनाला सांग. कारण, त्याला म्हणावें, युद्धाचे कामीं सर्व लोकांत अद्वितीय, निर्भय, अस्त्रनिपुण, विशालवक्षा, दीर्घबाहु, उत्कृष्ट अस्त्रज्ञ, महाबल, दीर्घधन्वा महारथी असा जो शिनीचा नातू सात्यकि, तो आम्हीं मंत्री केला आहे. मी हूं म्हणण्याचाच अवकाश, कीं हा सात्यकि मेघाप्रमाणें शरवृष्टि करून शत्रूंकडील मुख्य वीरांना झांकून टाकील, तेव्हां दुर्योधनाची निशा उतरेल. तो दीर्घबाहु दृढधन्वा सात्यकि नुसता मनांत युद्धाचा निश्चय करितो तोंच, सिंहाचा वास आल्यानें गाई जशा सैरावैरा धांवतात तसे शत्रु त्यापासून पळत सुटतात ! तो चलाख हाताचा अस्त्रनिपुण सात्यकि पर्वत फोडून सर्व लोकांचाही संहार करण्यास समर्थ आहे व आकाशांतील सूर्याप्रमाणें चमकत असतो. लोक म्हणतात कीं, कृष्णाजवळ आश्चर्यकारक, सूक्ष्म व नीट समजावून घेतलेल्या अशा अस्त्रांचा मोठा संग्रह आहे; पण या कामीं कृष्णाप्रमाणेंच सात्यकिही सर्व गुणांनीं संपन्न आहे. चार शुभ्रवर्ण अश्व जोडलेला सात्यकीचा सोनेरी रथ जेव्हां युद्धांत दुर्योधनाचे दृष्टीस पडेल, तेव्हां तो अजितेंद्रिय मूर्ख दुर्योधन तोंडांत मारून घेईल.

" स्वर्ण व रत्नें यांनीं झळकणारा, शुभ्राश्वयुक्त, ध्वजावर मारुती असलेला, आणि श्रीकृष्णानें अधिष्ठित असा माझा रथ दृष्टीस पडेल तेव्हांही त्या मूर्खाची तीच गत होईल. रणांत मी गांडीवाची दोरी ओढूं लागलों असतां तिचा तो वज्रप्रहारतुल्य टणत्कार जेव्हां दुर्योधनाचे कानांत शिरेल आणि बाणवृष्टीमुळें पडलेले अंधःकारांत गाईंचे कळपाप्रमाणें दाही दिशा पांगून जातांना त्याचें सैन्य जेव्हां तो पाहील, तेव्हां तो दुर्मति व दुःसहाय दुर्योधन टिपें टाकील. मेघापासून निघणाऱ्या विद्युत्कणांप्रमाणें भयप्रद व घोर रूप, तीक्ष्णाग्र, पिच्छयुक्त, मर्मभेदक व अस्थिच्छेदक असे बाणांचे थवेचे थवे माझ्या गांडीव धनुष्याचे दोरीपासून सुटून अश्व, गज व कवच घातलेले योद्धे यांनाही ग्रासीत आहेत असें जेव्हां दुर्योधन पाहील, तेव्हां तो ' हाय बाप ' करील. शत्रूंनीं सोडिलेले बाण माझ्या बाणांनीं उलट शत्रूंवरच जाऊन पडत आहेत किंवा माझ्या पृषत्क बाणांनीं तिरके तुटून मध्येंच मोडून पडत आहेत असें जेव्हां तो मूर्ख पाहील, तेव्हां डोळ्यांपुढें झिणझिण्या येतील. माझ्या हातून सुटलेले रुंद फळाचे बाण, पक्ष्यांनीं झाडांवरून फळें तोडून टाकावीं त्याप्रमाणें जेव्हां तिकडल्या उमेदवारांचीं मस्तकें

राशीवारीं खालीं पाडतील, तेव्हां तो दुर्योधन तोंडांत माती घालील. रथांवरून, गजांवरून, अश्वांवरून भले भले योद्धे खालीं पडतांना किंवा बाणांच्या योगानें पाडिले जातांना जेव्हां दुर्योधन पाहील तेव्हां तो आपले ठिकाणीं बोटें चावील. शत्रूच्या अस्त्राच्या टप्यांत येण्यापूर्वीच जागचे जागीं भीतीनें मरून पडणारे व युद्धांत हातपाय न हालवितां स्तब्ध राहिलेले वीर जेव्हां चौफेर त्याच्या दृष्टीस पडतील तेव्हां त्याला दु:खानें घेरी येईल. आ वासून बसलेल्या काळाप्रमाणें, अग्नीसारख्या बाणांचे वृष्टीनें मी जेव्हां रथी आणि पदाति यांचे समुदायांसह शत्रूंना फेंकून देईन तेव्हां त्या मूर्खाचा तडफडाट होईल. दाही दिशांना भरारणाऱ्या माझ्या रथाच्या धुळीनें व्याकुळ होऊन, गांडीवाचे योगानें घायाळ झालेलें स्वसैन्य जेव्हां अवलोकन करील, तेव्हां तो मूर्ख हायहाय करीत बसेल. दिशाभूल झालेलें, घायाळ, मूर्च्छित, तान्हेलें, भयविव्हल असून ज्यांतील गज, अश्व, राजे, वीर हे मारले गेले आहेत, ज्यांतील वाहनें थकलीं आहेत, जें दु:खानें ओरडत आहे, ज्यांतील सैनिकांचे केश, अस्थि व डोक्याच्या कवट्या जिकडे तिकडे पसरल्या आहेत व स्वर्गप्राप्त्यर्थ केलेल्या वाजपेय यज्ञांत प्रजापति देवतेला वाहिलेल्या सतरा पशूंप्रमाणें ज्याची अवस्था झाली आहे, असें सैन्य त्याच्या दृष्टीस पडेल, तेव्हां त्या मंदमतीला हुरहूर लागेल. जेव्हां माझ्या रथावरील गांडीव, कृष्ण, पांचजन्य शंख, उत्तम अश्व, अक्षय्य भाते, देवदत्त शंख आणि मी त्यांच्या दृष्टीस पडूं तेव्हां तो धृतराष्ट्रपुत्र हळहळूं लागेल. एकत्र जुळलेल्या चोरट्यांचा उच्छेद करण्याकरितां व युगांतसमय आल्यामुळें हें युग संपवून दुसरें धर्मयुग प्रवृत्त करण्याकरितां, अग्नीप्रमाणें मी जेव्हां कौरवांना जाळीन, तेव्हां धृतराष्ट्र आपले पुत्रांसह छाती बडवून घेईल. भ्राते, सैन्य व सेवक यांसह भ्रष्टैश्वर्य व हतगर्व होऊन क्रोधाचे आधीन असणारा तो अल्पबुद्धि घायाळ होऊन जेव्हां कांपूं लागेल, तेव्हां त्याला कृतकर्माविषयीं चुटपूट लागेल.

"हे संजया, मी एकदां पूर्वाह्णीं संध्यावंदन व जपजाप्य उरकून बसलों असतां कोणीएक ब्राह्मण मला मनोहर वाणीनें म्हणाला, 'हे पार्था, तुला मोठें दुष्कर कर्म करावयाचें आहे; हे सव्यसाचिन्, तुला शत्रूशीं लढावयाचें आहे. तर तुझी इच्छा असल्यास, वज्रपाणी इंद्र हरिसंज्ञक अश्वांच्या रथांत बसून रणांत तुझ्या अग्रभागीं शत्रूचें कंदन करीत जाईल किंवा सुग्रीव नामक अश्वांनीं युक्त रथासह भगवान् कृष्ण तुझ्या पाठीमागें राहून तुझें रक्षण करील. (यांपैकीं तुला वाटेल तें एक मागून घे.) असें तो ब्राह्मण बोलला असतां, प्रस्तुत युद्धांत वज्रकर इंद्रापेक्षां श्रीकृष्णच मला साहाय्य मीं मागून घेतला; आणि चोरांचा उच्छेद करण्यासाठींच तो मला मिळाला आहे. तेव्हां चोरांचा वध करणें हें माझें उचितकर्तव्यच दैवतांनीं लिहून ठेविलें होतें असें वाटतें. कृष्णानें अंगें युद्ध न करितां, नुसत्या मनानें अमुक पुरुषाचा जय होवो असें चिंतिलें असतां तो पुरुष, इंद्रासह सर्व देव त्याचे शत्रु होऊन उभे राहिले तरी त्यांना देखील जिंकील, मग बिचारे मनुष्य शत्रु असतील तेथें जयाची भ्रांतीच नको. अत्यंत शूर व तेजस्वी अशा कृष्णाला जो कोणी युद्धानें जिंकूं पाहील, तो जलानें भरलेला अपरंपार महासागर पोहून पार जाऊं पाहील, किंवा बिनमोज उंच व शिलांच्या राशी ज्यावर आहेत अशा शुभ्र कैलासपर्वताचाही चापटीनें चुराडा करील. (अर्थात् त्याच्या हाताच्या मात्र नखांसह चिंध्या होतील, पर्वताला तर कांहीं देखील भंग होणार

नाहीं हें सांगणें नकोच.) तो भडकलेला अग्नि नुसत्या हातानें विझवील, व चंद्रसूर्य तळहातानें झांकून धरील, किंवा देवांजवळून अमृत हिसकावून घेईल, असेंच म्हटलें पाहिजे. हा वासुदेव सामान्य नव्हे. यानें केवळ एक रथ साहाय्य असतां युद्धांत सर्व भोजांचा बलात्कारानें नाश करून, तेजानें झगमगणारी रुक्मिणी बायको करून आणिली; जिच्या ठिकाणीं पुढें महात्मा रौक्मिणेय निपजला. यानें तडाक्यासरशीं गांधार राजांना चुरडून व नग्नजिताच्या सर्व पुत्रांना जिंकून, त्यांनीं बंधांत ठेविलेला देवांनाही शिरोभूषण योग्य जो सुदर्शन राजा, तो मुक्त केला. यानें छातीचे थडकेबरोबर पांड्य राजाला ठार केलें. आणि कलिराजाची लढाईत चांगली कणीक मऊ केली. यानें जी एकदां वाराणशी नगरी जाळिली, ती पुढें कित्येक वर्षसमूह लोटत तोंपर्यंत अनाथच होती. इतरांस अजिंक्य अशा एकलव्य नामक निषादराजाचा युद्धांत समाचार घ्यावा अशी कृष्णाची फार इच्छा होती. परंतु कृष्णाची गांठ पडतांच, पर्वतावर प्रहार केल्यानें जंभासुर राक्षस जसा आपणच मरून पडला, तशी त्या एकलव्याची गति झाली. त्याप्रमाणेंच, उग्रसेनाचा अत्यंत दुष्ट पुत्र जो कंस, तो वृष्णि व अंधक यांमध्यें सभेंत बसला असतांना त्याला केवळ बलरामाला सहाय घेऊन कृष्णानें चीत केलें व त्याचें राज्य उग्रसेनाला दिलें. यानें आकाश-संचारी व मायेच्या बलानें निर्भय असणाऱ्या अशा सौभ राजाशीं युद्ध केलें; आणि युद्धांत सौभराजाचे दारांत शतघ्नी नामक शक्ति अंगावर येत असतां ती चेंडूसारखी हातावरच झेलली. असल्या अवचटाशीं मनुष्य कोण टिकणार? प्राग्ज्योतिष नामक इतरांना अगम्य व अत्यंत अभेद्य असें एक असुरांचें नगर होतें. यांत महाबळी भूमिपुत्र नरकासुर अदितीचीं रत्नमय कुंडलें हिरावून नेऊन राहिला होता. मृत्यूचें भय ज्यांना नाहीं असे देवही इंद्रासह त्याला युद्धांत जिंकूं शकले नाहींत. मग त्यांनीं श्रीकृष्णाचा तो पराक्रम, तें बल, तें अनिवार्य अस्त्र पाहून व त्याचा स्वभाव ओळखून, त्या चोराला मारण्याचे कामीं कृष्णाचीच योजना केली. त्याबरोबर, तो सर्व सिद्धींचा ईश्वर कृष्ण दुष्कर प्रतिज्ञा करिता झाला. ज्यांच्या टोंकाला तीक्ष्ण सुरे लावलेले आहेत असे पाश छेदून निर्मोचन पुरांतील सहा हजार राक्षस त्यानें मारिले. पुढें मुर व ओघरक्ष या दोघां राक्षसांना मुरगळून, तो निर्मोचन नगरावर चालून गेला. तेथेंच त्या महाबलाढ्य नरकासुराशीं ह्या अतिबलाढ्य कृष्णाचें युद्ध होऊन, वाऱ्यानें उलथून टाकिलेल्या कर्णिकार वृक्षाप्रमाणें, कृष्णाचे तडाक्यानें तो गतप्राण होऊन भुईवर पडला आहे. याप्रमाणें मूर व नरक यांना मारून व तीं कुंडलें घेऊन लक्ष्मी व कीर्ति यांसह तो अतुलप्रभाव कृष्ण परत आला असतां, त्यानें युद्धांत केलेलें तें घोर कर्म पाहून प्रसन्न झालेल्या देवांनीं त्याला वर दिले कीं, ‘ युद्धांत तूं कधीं थकणार नाहींस; आकाश व उदक यांचे ठिकाणीं तुझी गति अकुंठ राहील; व तुझ्या शरीरावर शस्त्र चालणार नाहीं. ’ असा वर मिळाल्यावर कृष्ण कृतार्थ झाला.

“ या प्रकारचा महाबलाढ्य व अमेय जो वासुदेव त्याचे ठायीं जयादि गुणसामुग्री सदा सिद्धच आहे. परंतु अशा ह्या असह्य व अगाधवीर्य वासुदेवाला हा दुर्योधन जिंकण्याची आशा करून आहे. ह्या दुरात्म्या दुर्योधनाचा वासुदेवावर सदा डोळा आहे; पण आमचेकडे पाहून वासुदेव तें सहन करितो आहे. त्या दुष्टाची अशी इच्छा कीं, कृष्णाची आणि माझी

झकमक उडून वितुष्ट यावें व कृष्णावरचें पांडवांचें प्रेम नाहींसें व्हावें. पण, त्याला म्हणावें, याचें उत्तर कुरुक्षेत्रांत आपली गांठ पडल्यावर तुला समजेल.

" रणांत आल्यावर पितामह शांतनव, गुरु द्रोण, अश्वत्थामा व अप्रतिवीर कृपाचार्य यांना वंदन करून, मी राज्यार्थ युद्ध आरंभीन. जो दुर्बुद्धि पांडवांशीं युद्ध करील त्याचें मरण ओघासच आलें असें मी समजतों. ज्या दुष्टांनीं खोटा खेळ खेळून, पांडवांनीं भर बारा वर्षें वनांत काढून शिवाय एक वर्ष अज्ञातवासांत लपून काढावें असें ठरविलें, ते दुष्ट धार्तराष्ट्र, आम्ही जिवंत असतां, सुखांत राज्य करतील हें कसें संभवावें? इंद्रादि देवांचें साहाय्य मिळून त्यांनीं आम्हांला युद्धांत जिंकिलें असतां, अधर्मच धर्माहून बलवान् असें होईल, व पुण्याचरणांत कांहीं अर्थच नाहीं असें होईल. इहलोकांत प्राण्यांना कर्माचें फलच प्राप्त होत नसेल किंवा आम्ही दुर्योधनाहून हीनबलच असूं, तर गोष्ट वेगळी. एरवीं कृष्णसाहाय्यानें अनुयायांसह दुर्योधनाचा वध करीन अशी माझी उमेद आहे. हे राजा, केलेलें कर्म जर निष्फळ होत नसेल, आणि सत्कर्म जर वायां जात नसेल, तर राज्य परत न देणें हें प्रस्तुतचें व वनांत आम्हांस काढून लावणें हें पूर्वीचें कर्म—हीं पहातां दुर्योधनाचा पराजयच झाला पाहिजे.

" हे कौरवहो, मी तुमचे तोंडावर स्पष्ट सांगतों कीं, युद्ध न केल्यास कदाचित् धार्तराष्ट्र राहातील, परंतु युद्ध केलें असतां मात्र त्यांतील एकही शिलक उरणार नाहीं, हा निश्चय समजा. कर्णासह सर्व धार्तराष्ट्रांस मारून कौरवांचें संपूर्ण राज्य मी जिंकणार ! तेव्हां कौरवांना म्हणावें, त्यापूर्वी कांहीं इच्छा असतील त्या पुरवून घ्या. आणि स्वतःला उपभोग्य अशा ज्या तुमच्या लाडक्या बायका असतील त्यांचाही शेवटचा भोग घेऊन रहा. आमच्यापाशीं वृद्ध, बहुश्रुत, सुशील, कुलीन, वर्षफल वर्तविणारे, ज्योतिषांत प्रवीण, नक्षत्रयोगांचीं निश्चित फलें जाणणारे, दैवांतलें बरें-वाईट समजणारे, दिव्य प्रश्न, मुहूर्त व सर्वतोभद्रादि शकुनचक्रें जाणणारे असे ब्राह्मण आहेत, ते सांगत आहेत कीं, कुरुसृंजयांचा मोठाच क्षय होणार असून पांडवांचा जय होणार आहे. शत्रूंचा निग्रह करण्यासाठीं बद्धकंकण झालेला युधिष्ठिरही असेंच मानितो; आणि दिव्य दृष्टीनें भूतभविष्य जाणणारा वृष्णिसिंह जनार्दनही निःसंशय ' असेंच घडणार!' असें म्हणतो. मीही चित्त स्थिर करून पहातां मला तेंच भविष्य दिसत आहे. माझी योगदृष्टि निर्विकार आहे व तींत ' युद्धांत धार्तराष्ट्र मरणार ' असेंच दिसतें आहे. कारण, हात न लावितांच माझें गांडीव दीर्घ होत आहे; त्याची दोरी न ताणतांच थरारते आहे; व भात्याचे तोंडांतून बाण एकसारखे उसळून बाहेर जाऊं पहात आहेत. म्यानांत तरवार ठरत नाहीं,—जीर्ण त्वचा टाकून बाहेर पडणाऱ्या सर्पाप्रमाणें ती लकाकत वर येत आहे, आणि ध्वजाचे ठिकाणीं तर, ' हे अर्जुना, तूं युद्धार्थ आपला रथ जोडणार तरी कधीं?' म्हणून मोठे उग्र शब्द होत आहेत. रात्रौ कोल्हे कुई माजवीत असतात; हरिण, कोल्हे, मोर, कावळे, गिधाडें, बगळे, तरस आणि सोनेरी पिसांचे पक्षी हे, आपल्या मागें शुभ्राश्वांचा रथ लागलासें पाहून पुढें पळत आहेत. तस्मात्, एकटा मी शरांचा वर्षाव करीत सर्व राजांस यमलोकास पाठवीन. स्थूणाकर्ण, पाशुपत महास्त्र, ब्रह्मास्त्र, इंद्रानें मला दिलेलें अस्त्र, इत्यादि भिन्न अस्त्रें घेऊन मी शत्रुवधाविषयीं कृतनिश्चय होऊन भरारां बाण

सोडूं लागलों असतां ग्रीष्मकालीन दावाग्नीप्रमाणें प्रजाजनांपैकीं एक देखील शेष उरूं देणार नाहीं व कौरवांना मारीन त्या वेळीं शांत होईन, असा माझा पक्का निश्चय झाला आहे. म्हणून, हे संजया, तूं त्यांना सांग. हे सूता, इंद्रासह देवांनाही जे युद्धांत अजिंक्य, अशा पांडवांशीं हा दुर्योधन दांडगाईनें लढाईवर येतो आहे. तेव्हां त्याला ही केवढी तरी भूल आहे पहा बरें ! असो; वृद्ध शांतनव भीष्म, कृपाचार्य, सपुत्र द्रोण, बुद्धिमान् विदुर हे सर्व जें बोलत आहेत तेंच होवो, आणि सर्वही कौरव दीर्घायु होवोत ! "

अध्याय एकुणपन्नासावा.

--:०:--

नरनारायणाख्यान.

वैशंपायन सांगतातः—हे जनमेजया, ते सर्व राजे सभेंत जुळले असतां भीष्म दुर्योधनास म्हणाले, " पूर्वीं एकदां बृहस्पति व उशना ब्रह्मदेवाकडे गेले. त्याप्रमाणेंच इंद्रासह मरुत्, अग्नीसह वसु, आदित्य, साध्य, स्वर्गांतील सप्तर्षि, विश्वावसु गंधर्व, अप्सरांचे शुभ समुदाय, लोकवृद्ध पितामह ब्रह्मदेवाला नमस्कार करून जवळ गेले व त्याला गराडा घालून भोंवतीं बसले. त्या सर्वांचें मन व तेज स्वतेजानें आकर्षण करणारे पुराण देव नरनारायण नामक ऋषि सर्वांना सोडून दूर होते. त्यांकडे पाहून, ब्रह्मदेवास बृहस्पतीनें विचारिलें कीं, ' आपली परिचर्या न करणारे असे हे दोघे कोण, तें आम्हांस सांगावें. '

ब्रह्मदेव म्हणतातः—द्यावापृथिवीला द्योतित करणारे व तेजानें झळकणारे असे हे दूर बसलेले तपस्वी नरनारायण ऋषि होत. हे जीवलोकापासून ब्रह्मलोकाप्रत प्राप्त झाले आहेत. हे स्वतःचे तपःसामर्थ्यानें या ऊर्जितावस्थेस आले असून हे मोठे बलाढ्य व पराक्रमी आहेत. स्वकर्मानें यांनीं सर्व लोकांस आनंद दिला आहे. हे बृहस्पते, हे शत्रुमर्दन महाप्राज्ञ ऋषि वस्तुतः एक असतां, असुरवधार्थ दोन ठिकाणीं झाले आहेत. देव व गंधर्व यांची पूजा करितात.

वैशंपायन सांगतातः—हें ऐकून बृहस्पतिपुरःसर देवगणांना बरोबर घेऊन देवेंद्र त्या नरनारायणांसमीप गेला आणि त्या वेळीं चालू असलेल्या देवासुरयुद्धांत देवांना भय पडलें असल्यामुळें त्यानें त्यांशीं वर मागितला; व त्यांनीं ' बरें आहे, माग ' असें म्हणतांच, ' आमचें साह्य करावें ' असें इंद्रानें म्हटलें. त्यावर ' तुझे इच्छेप्रमाणें आम्ही करूं ' असें ते इंद्रास म्हणाले व त्यांचे साहाय्यानें इंद्रानें दैत्य दानवांचा पराजय केला. त्यांपैकीं नरानें पौलोम व कालखंज नामक हजारों शत्रूंना मारिलें. जंभासुर हा देवांना गिळितोसें पाहून अर्जुनानें (नरानें) फिरत्या रथावर बसून बाणानें त्या जंभाचें डोकें उडविलें. समुद्राचे परतीरीं साठ हजार निवातकवचांना रणांत जिंकून त्यांचें हिरण्यपुर यानें उध्वस्त केलें. या महावीरानेंच इंद्रादि देव पराभूत करून अग्नीस खांडववन देऊन संतुष्ट केलें. याप्रमाणेंच नारायण ऋषीनें शेंकडों हजारों हजार शत्रूंचा संहार केला आहे.

भीष्म म्हणतातः—दुर्योधना, प्रस्तुतचे कृष्णार्जुन हेच पूर्वदेव या संज्ञेनें प्रसिद्ध असलेले नरनारायण होत, असें नारदानें मला सांगितलें आहे. हे मनुष्यलोकांत आले आहेत, तरी सुरासुरांनाही अजिंक्य आहेत. ह्यांपैकीं कृष्ण तोच नारायण व अर्जुन तोच नर होय. हीं दोन्ही रूपें एकाच देवाचीं आहेत. तपःसामर्थ्यानें यांना शाश्वत लोक प्राप्त होत असून, कोठेंही युद्धाचा समय आला म्हणजे

पुनःपुनः त्या त्या स्थळीं ते अवतीर्ण होतात. 'युद्ध हेंच यांचें कर्तव्य होय' असें नारदांनींच मला सांगितलें व हें एकंदर आख्यानही त्यांनींच सांगितलें. हे दुर्योधना, युद्धामध्यें जेव्हां शंख, चक्र, गदा धारण केलेला केशव, व भयंकर अस्त्रें धरणारा अर्जुन हे एक रथावर बसलेले पहाशील, तेव्हां या माझ्या शब्दांचें तुला स्मरण होईल. माझें वचन तूं न ऐकशील तर कौरवांचा क्षय जवळच आला असें समज. बाबा, तुझी बुद्धि धर्मापासूनही भ्रष्ट झाली आणि अर्थापासूनही झाली असें दिसतें. तूं माझा उपदेश न घेशील, तर तुझ्या पक्षाकडील हजारोंजणांचा वध झाल्याचें तुला ऐकूं येईल. कारण, सर्व कौरव तुझेच मताप्रमाणें चालणार; आणि तूं तर परशुरामानें शाप दिलेल्या त्या नीचकुलोत्पन्न कर्णाचे, सुबलपुत्र शकुनीचे व त्या क्षुद्रबुद्धि पापिष्ट दुःशासनाचेच मतानें एकटा चालतोस हें बरें नव्हे. अशानें कुलक्षय होईल!

कर्ण म्हणतोः––हे पितामह, आपण जें मला बोललां, तें आपणांसारख्या वृद्धाला बोलणें उचित नाहीं. मी क्षात्रधर्माचे ठायीं दृढ आहें, स्वधर्मापासून च्युत झालों नाहीं. आपण जी माझी निंदा आरंभिली, तें माझें असें गैरवर्तन तरी आपण कोणतें पाहिलें? धार्तराष्ट्रांच्या तर पहाण्यांत माझें केव्हांही आणि कोणतेंही दुराचरण नाहीं. असेल तर त्यांनीं सांगावें. बरें, दुर्योधनाचेंही मी कधीं वाईट करीत नाहीं. आतां मी युद्धाची सल्ला देतों, ही न्यायाचीच आहे. कारण, आपल्याशीं आजपर्यंत जे विरुद्ध होते त्यांशीं आतां सख्य करणें शहाण्याचें काम आहे काय? कोणींही सांगावें! शिवाय, युद्धाचा एवढा बाऊ तरी कसला? मी एकटा सर्व पांडवांना रणांत कंठस्नान घालीन. मला धृतराष्ट्राचें यावत् प्रिय केलें पाहिजे, तसेंच दुर्योधनाचेंही केलें पाहिजे कारण, तो तर आजकाल राजा आहे!

वैशंपायन सांगतातः––हे जनमेजया, हें कर्णाचें भाषण ऐकून, शांतनव भीष्म धृतराष्ट्राला पुनरपि हांक मारून म्हणाले, "हे धृतराष्ट्रा, हा कर्ण रोजरोज 'मी पांडवांना मारीन' म्हणून फुशारक्या मारीत असतो, पण याला त्यांचे नखाची तरी सर आहे काय? तुझ्या दुष्ट पुत्रांवर जो आतां गहजब गुजरणार आहे ती सगळी या मूर्ख सूतपुत्राची करणी असें तूं पक्कें समज. याचेच आश्रयानें त्या शत्रुमर्दक देवपुत्रांचा या तुझ्या मंदमति पुत्रानें अपमान केला. बरें, त्या पांडवांपैकीं एकेकट्यानें पूर्वी जीं अचाट कर्में केलीं आहेत, तसें यानें एखादें तरी केलें आहे काय? विराटनगरांत अर्जुनानें जेव्हां पराक्रम करून प्रिय भ्रात्याचा वध केला तेव्हां यानें काय केलें? अर्जुनानेंच या सर्व कौरवांवर चाल करून यांचीं वस्त्रें हिसकावून घेतलीं, त्या वेळीं कर्ण तेथें नव्हता काय? आतां हा पोळासारखा डुरकण्या फोडितो आहे, तो घोषयात्राप्रसंगीं तुझ्या पुत्राला गंधर्वांनीं ओढिलें तेव्हां कोठें होता? खरोखर, त्या प्रसंगीं भीम, महात्मा अर्जुन व नकुल-सहदेव यांनींच जमून त्या गंधर्वांचा पराजय केला. हे राजा, देव तुझें भलें करो, पण सदा धर्मार्थांचा लोप करणाऱ्या ह्या घमेंडखोरानें फार रे असल्या खोट्या फुशारक्या मारिल्या आहेत! त्यांत कांहीं अर्थ नाहीं! या बढायांवर विश्वास ठेवील तो फसेल."

याप्रमाणें भीष्मांचें भाषण ऐकून, थोर मनाचे द्रोण धृतराष्ट्राला संमानपूर्वक राजांसमक्ष म्हणाले, "हे राजा, भरतश्रेष्ठ भीष्मांनीं जें तुला सांगितलें, तसेंच तूं कर. हे धनलोभी कर्णादि–यांचे बोलण्याप्रमाणें तूं चालूं नको. युद्धापूर्वींच पांडवांशीं सख्य करावें हें उत्तम,

असें मला वाटतें. संजयानें जें अर्जुनाचें बोलणें आपणांस सांगितलें, तें तो खरें करील असा माझा निश्चित समज आहे. कारण, त्रैलोक्यांत अर्जुनाचे तोडीचा धनुर्धर नाहीं. ”

इतकें यथार्थ भाषण भीष्मद्रोणांनीं केलें, परंतु त्याचा अनादर करून धृतराष्ट्र पहिल्याप्रमाणेंच संजयाला पांडवांची हकीकत पुसत राहिला. भीष्मद्रोणांशीं जेव्हां धृतराष्ट्र धड बोलेनासें दिसलें, तेव्हांच कौरवांची जीविताविषयीं निराशा झाली.

अध्याय पन्नासावा.

—:०:—

संजयाचें भाषण.

धृतराष्ट्र विचारितोः—हे संजया, आमचे प्रेमास्तव आमचेकडे प्रचंड सेना जुळल्या आहेत, हें ऐकून तो धर्मनंदन युधिष्ठिर काय म्हणाला? त्यानें युद्धाची तयारी काय काय चालविली आहे? व त्याच्या पुतण्यांपैकीं त्याची आज्ञा झेलण्याच्या उत्कंठेनें त्याचे तोंडाकडे कोण पहात असतात? तसेंच, मूर्खांनीं छळ करून कोपविलेल्या त्या धर्मनिष्ठाचें ‘ युधिष्ठिरा, शमच कर, युद्ध नको ’ म्हणून युद्धापासून कोणी निवारण करितात काय?

संजय म्हणतोः—राजा, तुझें कल्याण असो. पांडवांसह पांचाल युधिष्ठिराचे तोंडाकडे पहात असतात व त्याची आज्ञा सर्वत्र चालते. तो येत आहेसें पाहून पृथक् उभे राहिलेले पांचालाचे व पांडवांचे रथसमुदाय त्याचें अभिनंदन करितात. पांचाल तर त्या तेजस्वी युधिष्ठिराचा उदय पावणाऱ्या तेजोराशि सूर्याप्रमाणें सत्कार करितात. गवळी, धनगर यांपर्यंत सुद्धां लोक त्याचें कल्याण इच्छीत आहेत. पांचाल, केकेय, मत्स्य हे तर त्याचा ष चिंतितातच. फार काय सांगूं? ब्राह्मण, क्षत्रिय आणि वैश्य यांच्या कन्या युद्धार्थ सज्ज झालेल्या त्या अर्जुनाला पहाण्याकरितां खेळत खेळत येत असतात!

धृतराष्ट्र विचारतोः—हे सूता, पांडव जे आमच्याशीं युद्धाला उभे राहिले आहेत, ते कोणाचे बळावर? धृष्टद्युम्नाचें सैन्य त्यांना साह्य आहे? किंवा सोमकांचें आहे?

वैशंपायन सांगतातः—हा प्रश्न कानीं येतांच, संजय त्या भरल्या सभेंत पुनःपुनः दीर्घ सुस्कारे सोडीत सुटला व जसा कांहीं चिंतेंत पडल्यासारखा झाला; व इतक्यांत कांहीं निमित्त नसतां केवळ दैवयोगानें त्याला मूर्च्छेनें घेरलें. हें पाहून त्या राजसभेंत विदुर बोलला, ‘ हे महाराजा, हा सूत मूर्च्छित होऊन भुईवर पडला आहे! हा एक शब्दही बोलत नसून केवळ बेशुद्ध पडला आहे व याची नाडीही मंदावत चालली आहे! ’ हें ऐकून धृतराष्ट्र म्हणाला, ‘ या संजयानें युद्धाला सिद्ध झालेले ते व्याघ्रतुल्य पांडव पाहिले असावे, व त्यामुळें प्रश्नाबरोबर ते डोळ्यांपुढें येऊन याला धडकी भरली असावी! ’

वैशंपायन सांगतातः—इतक्यांत संजय शुद्धीवर येऊन ‘ मी सावध आहें ’ असें म्हणून मंडळीला धीर देऊन सभेंत धृतराष्ट्रास म्हणालाः—हे राजाधिराज, विराटाचे घरीं कोंडून पडावें लागल्यामुळें कृश झालेल्या त्या महारथी पांडवांना मीं पाहिलें. हे राजा, त्यांनीं कोणाचे दमावर लढाईची उभारणी केली आहे तें ऐक. त्यांना पहिलें साहाय्य वीर धृष्टद्युम्नाचें, दुसरें साहाय्य अजातशत्रु युधिष्ठिराचें. हा युधिष्ठिर रोषामुळें, भयामुळें, लोभामुळें, द्रव्यासाठीं किंवा वादांत प्रतिपक्षाला चकविण्यासाठीं देखील सत्याला सोडीत नाहीं; आणि धर्माचे कामीं मोठमोठे धर्मनिष्ठही त्याला प्रमाण मानितात. तिसरें—पृथ्वींत ज्याची

बाहुबलांत बरोबरी करणारा कोणी नाहीं; ज्यानें सर्व राजे आपले धनुष्यानें आपले बसांत आणिले; व काशी, अंग, मगध व कलिंग येथील राजांना युद्धांत जिंकिलें; जतुगृहांतून निसटून बाहेर आल्यावर त्या मनुष्य खाणाऱ्या हिडिंबाचे तावडींतून ज्यानें चारही पांडवांस सोडवून राखिलें; तसेंच सिंधुदेशचा राजा जयद्रथ यानें द्रौपदीस बलात्कारानें रथांत घातलें, त्या वेळीं पांडवांची बाजू ज्यानें राखिली; वारणावतांत एकत्र झालेल्या पांडवांना ज्यानें दग्ध होत असतां सोडविलें; द्रौपदीचें मन राखण्याकरितां ज्यानें बिकट आणि भीषण अशा गंधमादन पर्वतावर जाऊन क्रोधवश नामक राक्षसांचा संहार केला; व ज्याचे बाहूंचे ठिकाणीं लक्षावधि हत्तींचें बल भरलेलें आहे, अशा त्या **भीमसेनाचे** आधारावर ते पांडव दंड थोपटून उभे राहिले आहेत.

केवळ कृष्णाचें साह्य घेऊन ज्यानें इंद्राशीं युद्ध करून स्वपराक्रमानें अग्नीला तुष्ट केलें; ज्यानें प्रत्यक्ष देवाधिदेव उमापति शंकराला युद्धांत संतुष्ट केलें; ज्यानें हातांत धनुष्य उचलून सर्व लोकपालांस जिंकिलें, त्या विजयी **अर्जुनाच्या** बळावर ते पांडव तुमच्याशीं सामना देण्यास तयार झाले आहेत.

ज्यानें म्लेंच्छसमूहांनीं व्यापिलेली पश्चिमदिशा जिंकिली आणि जो आश्चर्यकारक योद्धा कित्येक दिवस तिकडेच युद्धांत रमला, त्या दर्शनीय व प्रचंड धनुर्धारी वीर **नकुलाचे** हिंमतीवर ते तुमच्याशीं सलामी ठोकण्यास सिद्ध झाले आहेत.

ज्यानें युद्धांत काशी, अंग, मगध व कलिंग यांस जिंकिलें; ज्याचे वीर्याची बरोबरी करणारे पृथ्वीवर अश्वत्थामा, धृष्टद्युम्न, रुक्मी व प्रद्युम्न हे काय ते चौघेजणच आहेत, असा जो माद्रीला आनंद देणारा धाकटा **सहदेव**, त्याचे मदतीवर ते तुमच्याशीं घोर युद्ध माजविण्यास तयार झाले आहेत.

पूर्वजन्मीं काशीराजाची कन्या असतांना, मरणोत्तर अन्य जन्मीं तरी भीष्माचा आपल्या हातून वध व्हावा म्हणून जिनें खडतर तपश्चर्या केली, आणि या जन्मीं पांचाल द्रुपदाचे पोटीं येऊन दैवयोगानें जी पुरुष बनली, व यामुळें ज्याला स्त्रिया आणि पुरुष या उभयतांचेही गुणदोष कळतात; आणि ज्यानें कलिंग देश काबीज केला, असा तो युद्धांत अजिंक्य व शस्त्रनिपुण पांचाल शिखंडी–ज्याला भीष्माच्या वधार्थच यक्षानें पुरुषत्व दिलें, त्या भीषण धनुर्धारीचे जिवावर पांडवांनीं तुम्हांशीं दंड थोपटले आहेत.

कैकेय देशांतील पांच धनुर्धारी राजपुत्र परस्पर भ्राते असून, जे युद्धार्थ कवचें घालून तयार आहेत, त्यांचे बाहुबलावर पांडवांनीं तुमच्याशीं दोन हात करण्याचें मनांत आणिलें आहे. ज्याचे बाहु लांब असून जो त्वरित अस्त्रें सोडणारा, धैर्यवान् व अमोघ पराक्रम असा वृष्णिवीर युयुधान, त्याचे जोरावर पांडव तुमच्याशीं टक्कर देण्यास धजावत आहेत. अज्ञातवासरूप संकटकालीं पांडवांना ज्यानें आश्रय दिला, त्या विराटाचे पाठबळावर पांडव तुमच्याशीं युद्धाला सरसावत आहेत. वाराणशींतील महारथी योद्धा काशीपति याच्या भिस्तीवर पांडव तुमच्याशीं तोंड देणार आहेत. वयानें बाल, परंतु पराक्रमानें अजिंक्य व सर्पासारखे दुःस्पर्श असे जे महात्मे पांच द्रौपदीपुत्र, त्यांच्या भरंवशावर तुमच्याशीं पांडवांनीं संग्राम मांडिला आहे. वीर्यानें जो श्रीकृष्णतुल्य व इंद्रियजयानें युधिष्ठिरतुल्य, अशा त्या अभिमन्यूचे हिंमतीवर ते तुम्हांशीं भिडणार आहेत. वीर्यास ज्याला प्रतिमाच नाहीं; आणि संग्रामांत रागावला असतां जो शत्रूला नको

नको करून सोडणारा महायशस्वी शिशुपालपुत्र चेदिराज धृष्टकेतु—जो एक अक्षौहिणी सेनेसह पांडवांस मिळाला, त्याच्या उमेदीवर तुमच्याशीं पांडवांनीं युद्धाचें कंकण बांधिलें आहे. देवांचा ज्याप्रमाणें इंद्र, त्याप्रमाणें जो पांडवांचा आश्रय, अशा त्या वासुदेवाचे आश्रयबलानें पांडव तुमच्याशीं सलामी देणार. त्याप्रमाणेंच चेदिपतीचा भाऊ शरभ हाही करकर्षासह त्यांस साह्य आहे; त्याचे धमकीवर पांडव तुमच्याशीं झुंझ करूं पहात आहेत. जरासंधाचा पुत्र सहदेव आणि जयत्सेन हे दोघे जे युद्धांत केवळ अप्रतिम रथी आहेत, ते पांडवांकरितां लढण्यास उद्युक्त झाले आहेत. तसाच महाजाज्वल्य द्रुपद हा बरोबर जंगी सेना घेऊन, पांडवांकरितां जिवावर उदार होऊन युद्धार्थ त्यांना साह्य झाला आहे. याशिवाय पूर्व व उत्तर या दिशांकडले शेंकडों राजे धर्मराजाला सामील झाले आहेत. त्यांचे विश्वासावर धर्मराज युधिष्ठिर शस्त्र उचलून तुमच्याशीं खडा आहे.

अध्याय एकावन्नावा.

—:०:—

धृतराष्ट्राचें भाषण.

(भीमभयकथन.)

धृतराष्ट्र म्हणतो:—युद्धार्थ उत्कंठित झालेले तूं इतके वीर सांगितलेस, पण माझ्या मतें हे सर्व एका बाजूला आणि एकटा भीम एका बाजूला! मोठा हरिण वाघाला भितो तसा मी त्या अमर्षण क्रुद्ध भीमाला चळचळां कांपतों. दीर्घ आणि उष्ण सुसकारे टाकीत मी रात्रीच्या रात्री जागून काढितों. सिंहाचे भयानें अशी एखाद्या क्षुद्र पशूची दशा व्हावी, तशी या भीमापुढें माझी दशा झाली आहे. तेजानें तो प्रतिइंद्र आहे. त्याशीं युद्धांत टिकेल असा या सगळ्या सेनेंत मला तर कोणी दिसत नाहीं. तो कुंतीपुत्र क्षमा कशी ती ओळखीत नाहीं, आणि त्यानें एकदां दांत धरिला कीं तो पक्का. थट्टेंत देखील ज्याला कधीं हंसूं येत नाहीं; जो सदाच गुर्मींत; वक्र दृष्टीनें पहातो व मोठ्या स्वरानें गर्जत असतो; ज्याचा सपाटा अनिवार, उत्साह मोठा, बाहु दीर्घ व बल अद्भुत, तो ह्या माझ्या मूर्ख पुत्रांचा युद्धानें अंत करील. कारण, हा गदापाणि कुरुश्रेष्ठ वृकोदर युद्धामध्यें हट्टास पेटलेल्या ह्या माझ्या पुत्रांना दंडपाणि यमच होय. त्याची ती आठ कोनांची, सुवर्णालंकृत, लोहमयी भयंकर गदा उगारलेल्या ब्रह्मदंडाप्रमाणें माझे मनापुढें दिसते आहे. बलवान् सिंह मृगांचे कळपांत निर्भय फिरतो त्याप्रमाणें भीम आमच्या सैन्यांतून फिरेल. पोरपणीं देखील तो सदा मोठा तडफदार, खादाड, क्रूर, पराक्रमी व माझ्या सर्व पुत्रांच्या सर्वदा विरुद्ध असा असे. त्या वयांत देखील त्यानें माझे दुर्योधनादि पुत्र झोंबींत गजाप्रमाणें मर्दून टाकावे. हें स्मरलें म्हणजे माझें काळीज थरारतें. सदाकदा त्याच्या बलाची माझे पोरांना जाचणूक असे; आणि आम्हां कौरवपांडवांत फळी पडायाला तरी हाच भीमपराक्रमी भीम कारण! क्रोधानें खवळून जाऊन नर, गज, अश्व यांची सैन्येंच्या सैन्यें तो गिळतोच आहेसा मी माझे अग्रभागीं त्याला पहातों आहें. अस्त्रविद्येंत द्रोणगुरुतुल्य, वेगांत वायुवेगतुल्य आणि क्रोधांत रुद्रतुल्य अशा त्या शूर व क्रोधी भीमसेनाचा युद्धांत पराभव करण्यास कोण समर्थ आहे तें, हे संजया, तूंच सांग बरें? त्या शत्रुमर्दक भीमानें पोरपणींच माझे पुत्र ठार केले नाहींत, थोडा विचार केला, हाच मी मोठा लाभ समजतों. ज्यानें अचाटबळी यक्षराक्षस युद्धांत लोळविले, त्याचेपुढें कोण मानव तग काढणार? एवढासा पोर

होता, पण तेव्हां सुद्धां तो माझे दाबांत राहिला नाहीं. आतां तर माझे पोरांनीं त्रासविला आहे. आतां माझें ऐकेल हें शक्यच नाहीं. तो मोठा निःस्नेह व रागीट,—त्याचे दोन तुकडे केले तरी तो कोणापुढें मान वांकवायाचा नाहीं, कीं कोणाला शरण जायाचा नाहीं! सदा भिंवया चढवून मारक्या बैलासारखा रोंखून पाहाणारा हा वृकोदर कशाचा शांत होणार! तो शूर, तसाच बलानेंही अप्रतिम आहे; वर्णानें गोरा-पान आणि काठीनें ताडासारखा उंच आहे; व प्रमाणानें अर्जुनाहीपेक्षां टीचभर अधिकच आहे. वेगानें घोड्यांना मागें टाकितो, व बलानें हत्तींना मागें टाकितो. त्याचें भाषण कधींही स्पष्ट नाहीं; डोळे मदिरेप्रमाणें आरक्त असा तो मध्यम पांडव (धर्मार्जुनांचे मधला) फार बलाढ्य आहे; आणि आज आपल्याला तो रूपानें व वीर्यानें जसा दिसतो आहे, तसाच हुबेहूब तो होईल म्हणून व्यास मुनींनीं लहान-पणींच मला सांगितलें होतें. त्याचा आज बरो-बर परिचय आला. तो निर्दय, नित्यक्रुद्ध व प्रहार करणारांत श्रेष्ठ असा भीम लोहदंडानें रणां-गणांत रथ, गज, मनुष्य आणि अश्व यांचा चुराडा उडवील. असल्या त्या क्रोधी भीमाचा, तो लहानपणीं माझे मर्जीविरुद्ध वागूं लागला म्हणून मीं अवमान केला आहे. जिला कोठेंही वांक नाहीं, जिच्या बाजू चांगल्या आहेत, जिचा नाद शंभर गदांचे नादाबरोबर आहे, जी शेंक-डों जणांस एका तडाक्याबरोबर मारिते, अशी ती सोन्यानें मढविलेली प्रचंड लोहमय गदा माझ्या पुत्रांना कशी सोसेल? होडगें वगैरेंची गति न चाले असा अपार व अगाध आणि शररूपी दंशक जंतूंनीं भरलेला हा भीमसेन-रूपी दुस्तर सागर, बापा संजया, हे माझे मूर्ख पुत्र तरूं पाहात आहेत. हे मूर्ख स्वतः-लाच शहाणे समजतात आणि मी घसा फोडून सांगतों तें मानीत नाहींत. पण या मूर्खांना मधाचें पोळें तेवढें दिसतें; पायांखालचा तुटका कडा दिसत नाहीं. सिंहाशीं तोंड द्यावयाला ज्याप्रमाणें मृग जातात, त्याप्रमाणें दुर्दैवाचे फेऱ्यांत सांपडलेले हे माझे मूर्ख पुत्र त्या नर-रूपी मृत्यूशीं प्रसंग करणार आहेत! त्याची ती शिंक्यावर ठेविलेली चार हात लांब, सहा कोनांची, अमितवेग व दुःसह स्पर्श यांनीं युक्त असलेली गदा माझे पुत्रांना कशी सहन होईल? तो एकदां गदा गरगरावून हत्तींचीं गंडस्थळें फोडूं लागला, जिभल्या चाटूं लागून क्रोधाचा वेग अनावर झाल्यानें डोळ्यांतून टिपें टाकूं लागला, हत्तींवर रोख धरून चाल करूं लागला, व भयंकर गर्जना करूं लागला असतां, प्रतिगर्जना करणाऱ्या गजांवर चवता-ळून तुटून पडूं लागला असतां, आणि रथ-मार्गांत घुसून निवडक वीरांना पाहून प्रहार करूं लागला असतां, चेतलेल्या अग्नीसारख्या त्या भीमाच्या तडाक्यांतून माझे पुत्र जिवंत राहातील काय? तो हातीं गदा घेऊन थय-थयाट करीत जेव्हां सैनिकांना पळायाला लावून रस्ता काटीत चालेल, त्या वेळीं प्रलय-कालचा देखावा डोळ्यांपुढें उभा करील. तो वृकोदर, पुष्पित वृक्षांना मुरगळीत ज्याप्रमाणें मतंगज वनांत शिरतो, त्याप्रमाणें सेना तोडीत संग्रामांत शिरेल. तो पुरुषव्याघ्र रथांतील पुरु-षांना मारून ते रथ, रथी, सारथि, हय, ध्वज यांहीं रहित करून, घोडेस्वारांना मारीत मारीत, पाणथळ तीरावरील वृक्षांना उपळून टाकणाऱ्या गंगौघाप्रमाणें माझ्या पुत्रांची सेना उलथी पाडील. हे संजया, भीमसेनाच्या धाकानें माझे पुत्र, सेवक व साह्य करणारे राजे हे दाही दिशा पळत सुटतील.

बाबा, या भीमाचा पराक्रम अतुलच खरा. अरे, मगधदेशाधिपति जरासंधानें ही सर्व पृथ्वी

पादाक्रांत करून तिला फार ताप दिला होता. केवळ सुदैवच म्हणून भीष्मांच्या **सामर्थ्यामुळें** कौरव व आपल्या **युक्तिबलामुळें** अंधक आणि वृष्णि हे तेवढे त्याच्या रट्टयांतून बचले. परंतु असल्याही बलाढ्य वीराला या बाहुशाली भीमानें, कृष्णासह त्याचे अंतःपुरांत शिरून, शस्त्रावांचून केवळ अंगबलानेंच ठार केलें, याहून अधिक तें काय ? बहुत दिवस जथून राहिलेलें विष ज्याप्रमाणें सर्प एकवारच ओकितो, त्याप्रमाणें दीर्घ काल सांठलेलें त्याचें तेज तो एकदमच माझ्या पुत्रांवर सोडील. देवश्रेष्ठ इंद्र ज्याप्रमाणें वज्रानें दानवांचा वध करितो, त्याप्रमाणें तो भीमसेन गदेनें माझ्या पुत्रांचा वध करील. ज्याचा वेग व पराक्रम परमतीव्र, असह्य व अनिवार्य, असा तो वृकोदर लालगुंज डोळे करून जसा कांहीं इकडे धांवतच येत आहे असा मला दिसतो. त्यापाशीं गदा नसो, धनुष्य नसो, रथ नसो, कवच नसो, त्याच्या नुसत्या बाहुबलापुढेंच कोणाचा टिकाव निघत नाहीं !

मला जशी भीमाच्या पराक्रमाची ओळख आहे, तशीच या भीष्म, द्रोण व कृपाचार्य यांना आहे. परंतु ते खरे थोर आहेत. ते सज्जनांचें व्रत जाणतात; व धारातीर्थीं देहपात व्हावा असा त्यांचा हेतु आहे, म्हणूनच ते माझ्या पुत्राच्या सेनेच्या अग्रभागीं उभे राहाणार आहेत. बाबारे, पांडवांचा जय होणार हें मला धडधडीत आज दिसतें आहे, तरी मी आपल्या पुत्रांना युद्धापासून विनिवृत्त करीत नाहीं, त्या अर्थीं दैवापुढें पुरुषाचें कांहीं चालत नाहीं, असेंच म्हटलें पाहिजे. भीष्म, द्रोण, कृप, हेही महाधनुर्धर माझे पुत्रांचे बाजूनें लढणार, याचा अर्थ--त्यांना युद्धानें स्वर्ग प्राप्त करून घेणें आहे म्हणून ते क्षात्रयश रक्षिण्यासाठीं संग्रामांत प्राणत्याग करणार! एरवीं त्यांना कौरव तसेच पांडव. दोघेही भीष्मांचे नातू व द्रोण आणि कृप यांचे शिष्य आहेत. परंतु या तीनही वृद्धांना आमचेकडून दान, यज्ञ यांसंबंधीं कांहीं आश्रय मिळतो, त्याची फेड करावी म्हणूनच ते आमचे बाजूनें लढणार. कारण, ते खरे आर्य असल्यामुळें कृतज्ञ आहेत. शिवाय, क्षात्रधर्माचे जे कोणी कैवारी आहेत ते असें म्हणतात कीं, जो मिळून जातीचा क्षत्रिय म्हणवितो, त्यानें हातीं शस्त्र घेऊन रणांगणीं पडावें हाच त्याला प्रिय व श्रेयस्कर मार्ग. सारांश, भीष्मद्रोणांचा जरी आधार आहे तरी तो केवळ याच दृष्टीनें असल्यामुळें, पांडवांशीं जे म्हणून युद्ध करूं पहात आहेत त्या सर्वांकरितां मला फार दुःख होत आहे. जें टळावें म्हणून विदुर आमचे कानींकपाळीं ओरडत होता, तें भय शेवटीं येऊन ठेपलेंच.

हे संजया, कोणाचें म्हणणें आहे कीं, ज्ञानानें दुःखाचा नाश होतो. पण मला हें संमत नाहीं. तितकें जोरदार दुःख असलें म्हणजे ज्ञानालाही दडपून टाकितें. जीवन्मुक्त ऋषि देखील लौकिक व्यवहारांत पडले असतां सुखानें सुखी होण्याला व दुःखानें दुःखी होण्याला मुळींच रहात नाहींत. मग पुत्र, राज्य, स्त्रिया, नातू, बंधु, इत्यादि हजारों संबंधानें मोहांत गुंतलेल्या पुरुषाची गोष्ट काय सांगावी ? मी अशा कांहीं जबरदस्त फेऱ्यांत पडलों आहें कीं, याचा पुढें प्रतिकार कसा करावा हें मला सुचत नाहीं. जों जों विचार करितों तों तों कौरवांचा निश्चित नाशच मला स्पष्ट दिसतो. हें महत्प्राणसंकट द्यूतामुळें कौरवांवर ओढवणार आणि हें (द्यूताचें) पाप माझ्या द्रव्यलोभी मूर्ख पोरानें लोभास्तव केलें. मला वाटतें कीं, हें जें सर्व क्षत्रियांचा संहार करणारें युद्धरूप प्राणसंकट ओढवतें आहे, तें कोणाही व्यक्तीचें कृत्य नसून,

अतर्क्यगति कालाचा 'संहार' हा प्रत्येक युगांतींचा नियमच आहे, त्या नियमान्वयेंच तें होणार आहे; व चाकांत रुतून बसलेल्या धावेप्रमाणें, या कालचक्राचे फेऱ्यांत सांपडलेल्या पुरुषाला निसटतां येणें नाहीं! हे संजया, आतां मी काय तरी करूं? कसें करूं? कोठें जाऊं? कालाचे तावडींत सांपडलेले हे कौरव ठार होणार! आणि, बाबा संजया, माझे शंभरही पुत्र मारले जाऊन त्यांच्या स्त्रियांचे विलाप ऐकण्याचें माझ्या कपाळीं अवश्य येणार! यासाठीं मला आतांच मरण्याचा तरी कांहीं उपाय सुचीव. उष्णकालांत वायूनें चेतलेला अग्नि ज्याप्रमाणें तृण जाळून टाकितो, त्याप्रमाणेंच अर्जुनाचे मदतीनें हा गदापाणि भीमसेन माझ्या पुत्रांचा वध करील!

अध्याय बावन्नावा.

—:०:—

धृतराष्ट्राचें भाषण.

(अर्जुनभयकथन.)

धृतराष्ट्र म्हणतोः—केव्हांही ज्याच्या तोंडून अनृत वाणी आम्हीं ऐकिली नाहीं आणि धनंजय ज्याचा लढवय्या आहे, तो धर्म त्रैलोक्यदेखील हस्तगत करील. मी रात्रंदिवस आपल्या मनाशीं शोधून पहातों आहें, पण युद्धांत त्या गांडीवधारी अर्जुनावर रथ घेऊन जाईल असा योद्धा मला दिसत नाहीं. तो गांडीवधन्वा हृदयभेदक असे कर्णि, नालीक जातीचे बाण सोडूं लागला असतां त्यावर उलट चालून जाणारा त्याचे तोडीचा कोणी दिसत नाहीं. समरांत अजिंक्य, अस्त्रांत निपुण, बलिश्रेष्ठ नरवर वीर कर्ण व द्रोण हे जर अर्जुनावर गेले, तर लोकांत मात्र जय कोणत्या पक्षाचा होतो याविषयीं बराच संदेह उत्पन्न होईल; कारण, हे सर्वच अस्त्रवेत्ते, शूर, लब्धप्रतिष्ठ असून, एक वेळ इंद्राचें ऐश्वर्य सोडून देतील पण जयाकांक्षा सोडणार नाहींत, असले कट्टे योद्धे आहेत, व यामुळें परस्परांचें रण तर तुंबळ माजेल आणि कोणाचाच पराजय कांहीं केल्या होणार नाहीं; इकडले हे दोघे तरी, नाहीं तर तिकडला अर्जुन तरी मरेल, तेव्हां हें युद्ध शमेल, ही गोष्ट खरी. परंतु आमचे पक्षाला जय येईल असें मला वाटत नाहीं. कारण ह्या दोघांपैकीं कर्ण कोमल मनाचा व गाफिल आहे आणि द्रोणाचार्य फार वृद्ध असून अर्जुन त्यांचा शिष्य आहे. उलटपक्षीं तिकडे अर्जुन हा समर्थ, बलवान्, दृढधन्वा आणि श्रमाला दाद न देणारा असा आहे; आणि त्याला कोणी मारता तर नाहींच, पण जिंकणारा देखील नाहीं. त्याला जो या माझ्या मूर्ख पुत्रांचा राग आला आहे तो शांत होणार कसा? दुसरेही वीर अस्त्रनिपुण आहेत, पण कधीं ते जिंकितात कधीं हरतात. मात्र निश्चयेंकरून केव्हांही जयच व्हावयाचा ही गोष्ट अर्जुनासंबंधानें तेवढी ऐकूं येते. तेहतीस वर्षें होऊन गेलीं, अग्नीला खांडववन देऊन त्यानें तृप्त केलें आणि सर्व देवही पराजित केले. बा संजया, शीलानें आणि वर्तनानें सारखाच असणारा श्रीकृष्ण ज्याचा युद्धांत सारथि आहे, त्याचा इंद्राप्रमाणें जय ठरलेलाच समज. आम्ही ऐकतों कीं, अर्जुनाचे रथावर तीन तेजेंच एकत्र झालीं आहेत. दोघे कृष्ण (कृष्ण व अर्जुन) आणि तिसरें गांडीव धनुष्य. बरें, दुर्योधनाचे तंत्रानें चालणारे हे आमचेकडील मूर्ख लोक हें ध्यानांत घेत नाहींत कीं, आपल्याकडे गांडीवासारखें धनुष्यही नाहीं; अर्जुनासारखा योद्धाही नाहीं; किंवा कृष्णासारखा सारथिही नाहीं; आणि आपण पांडवांशीं लढणार काय? हे संजया, आका-

शांतील अग्निमय वीजही डोक्यावर पडून वेळेस कांहीं शिलक ठेवील; परंतु अर्जुनानें सोडिलेले ते बाण कांहीं—कांहीं शिलक म्हणून ठेवणार नाहींत. त्या अर्जुनाचें युद्धचापल्य काय म्हणून सांगावें ? बाणांचा तर तो सारखा पाऊस पाडितो; आणि त्याचे हातावर नजर ठरत नाहीं. बाण सोडणें, मारणें व तेणेंकरून शत्रूंच्या शरीरांपासून मस्तकें वेगळीं करणें या तिन्ही क्रिया जशा कांहीं तो एका कालींच करितो आहे असें भासतें. गांडीवापासून उत्पन्न होणारें व सर्व दिशांनीं प्रदीप्त राहाणारें हें बाणमय तेज माझ्या मुलांचे सैन्याला युद्धांत जाळणारना ! ती आमची कौरवसेना अर्जुनाचा रथघोष ऐकूनच भयविव्हल झाली आहे व अनेक प्रकारें क्लेश पावत आहेशी मला दिसत आहे ! वायूनें उत्तेजित झालेला प्रचंडज्वालायुक्त दावाग्नि ज्याप्रमाणें तृण दग्ध करितो, त्याप्रमाणें तो अर्जुन माझे लोकांना दग्ध करील. तो किरीटी आपलें धनुष्य सज्ज करून समरांत तीक्ष्ग असे बाणसमूह टाकूं लागला असतां, विधात्यानें निर्मिलेल्या सर्वनाशक मृत्यूप्रमाणें तो अनुल्लंघनीय होईल आणि घरबैठ्या मला कुरुसैन्याचे छेद-भेद पला यनादि नानाप्रकार वारंवार कानीं येतील. एतावता, कौरवांचा नाश जवळ जवळ येत आहे !

अध्याय त्रेपन्नावा.

—:०:—

धृतराष्ट्राचें भाषण.

धृतराष्ट्र म्हणतोः—ज्याप्रमाणें सर्वही पांडव पराक्रमी असून जयाविषयीं उत्सुक आहेत, त्याप्रमाणें त्यांकडील पुढारीही जिवावर उदार होऊन जय मिळविण्याविषयीं निश्चयच करून राहिले आहेत. हे संजया, तूंच तर मला सांगितलेंस कीं, आमचे शत्रूकडे पांचाल, केकय, मगध, मत्स्य व वत्स हे अत्यंत पराक्रमी राजे आहेत. तसेंच, जो इंद्रासह या सर्व लोकांस इच्छामात्रें आपल्या अंकित करून टाकील असा तो जगत्कर्ता बलवान् कृष्णही पांडवांना जय मिळवून देण्याविषयीं विडा उचलून राहिला आहे. शिनिपुत्र सात्यकि—ज्यानें अर्जुनापासून यावत् अस्त्रविद्या अतित्वरित घेतली, तो बियासारखी बाणांची पेर करीत रणांत उभा राहाणार आहे. तसाच महास्त्रवेत्ता, क्रूरकर्मा, महारथी धृष्टद्युम्न पांचाल हा माझे सैन्याशीं रण करणार. बा संजया, युधिष्ठिराचा क्रोध, अर्जुनाचा पराक्रम व नकुलसहदेव व भीम यांची मला भेदरी बसली आहे. त्या मानवेंद्र पांडवांनीं रणामध्यें अस्त्ररूपी अलौकिक जाळें पसरलें असतां त्यांतून माझें सैन्य पार जाऊं शकणार नाहीं, म्हणून मी एवढा ओरडून सांगत आहें.

बा संजया, पांडुनंदन युधिष्ठिर हा दर्शनीय, विवेकी, लक्ष्मीवान्, धर्मात्मा, धारणशक्ति व परिपक्व बुद्धि यांनीं युक्त असून, त्यावर वेदाध्ययनाचें तेज खेळतें आहे. मित्रांची व सचिवांची, व युद्धोद्युक्त महारथी सासरे, भाऊ, शिपाई यांची त्याला नामी साथ आहे. कृपाळू, उदार, विनीत व सत्यपराक्रमी असा हा पुरुषश्रेष्ठ मोठा धीराचा असून त्याची मसलत फुटणारी नाहीं. शिवाय तो बहुश्रुत, जितेंद्रिय, संस्कृतमति व वृद्धांची सेवा करणारा आहे. अशा त्या सर्वगुणसंपन्न व अग्निसम तेजस्वी युधिष्ठिरावर चाल करून जाईल, तो चेतलेल्या अग्नीवर झेंपावणाऱ्या मूर्ख पतंगाप्रमाणें मरूं पहातो असेंच समजावें. मीं धर्मराजाला कपटानें वागविलें आहे. आजपर्यंत तो स्वस्थानींच कोंडून ठेवलेल्या अग्नीप्रमाणें जागींच दबून होता; परंतु आतां तो युद्धमिषानें माझे

पुत्रांचा फडशा पाडील. याकरितां, हे कौरवहो, समजून घ्या, पांडवांशीं युद्ध न कराल तें चांगलें; कारण युद्ध केल्यास एकूण वंशाचा सफाई क्षय होईल, हें निश्चित समजा. हाच माझा सर्वोत्तम अभिप्राय आहे व यानेंच मला शांति वाटते. याकरितां पहा, तुम्ही जर युद्धाचा बेत रहित करण्यास कबूल व्हाल, तर त्यांशीं सलोखा करण्याची खटपट मी करितों. अमुक एक गोष्टीनें आम्हांस क्लेश होतील असें म्हटल्यावर युधिष्ठिर आमची उपेक्षा करणार नाहीं,---तो ती गोष्ट सोडून देईल. प्रस्तुत युद्धाचे कामीं तरी मीच अधर्मानें ह्या युद्धाला कारण होतों आहें म्हणून तो मला नांवें ठेवीत असतो. यावरून, आपणच प्रार्थना केली असतां तो युद्ध खास करणार नाहीं. इकडे, हे कौरवहो, लक्ष द्या.

अध्याय चौपन्नावा.

—:०:—

संजयाचें भाषण.

संजय म्हणतो:—हे धृतराष्ट्रा, तूं हें म्हणतोस असेंच खरें. यावत् क्षत्रकुलाचा युद्धांत गांडीवानें विध्वंस होणार आहे. परंतु तूं शाहाणा असून व अर्जुनाची सर्व खुबी तुला माहीत असून तूं नेहमीं पोरांच्या कह्यांत वागतोस हें कां? तें मला नीट कळत नाहीं. तूं आतां शमाचें बोललास, परंतु ही तुझी बुद्धि कायम रहाणार नाहीं. कारण, पांडवांचा अपराध करण्याचें तुझें अंगवळणच पडलें. मूळ तरी या पांडवांना तूंच वाईट रीतीनें वागविलेंस. खरें पहातां तूं याचा वडील चुलता म्हणजे पिताच; आणि पिता कोणास म्हणावें? तर लेंकरांविषयीं ज्याचें हृदय सर्वापेक्षां प्रेमळ असून जो सुविनीत व संयमी तो व त्यानें सर्वदा पालितांचें हितच करावें, हा त्याचा धर्म होय. (तुझ्यासारखा) द्रोह करणारा पुरुष गुरु म्हणजे वडील किंवा पिता या संज्ञेस पात्र नाहीं. हे राजा, द्यूतांत पांडवांचा पराजय होऊन, त्यापासून कौरवांनीं 'अमुक जिंकिलें, अमुक मिळविलें' अशा एकावर एक बातम्या तुझे कानीं पडूं लागल्या, तेव्हां त्या ऐकून तुला एखाद्या पोराप्रमाणें गुदगुल्या होत होत्या; व पांडवांना तुझे पुत्र कठोर भाषणें बोलत असतां तूं तिकडे कानाडोळा केलास. पण दुःखविलेले पांडव आतां सर्वच राज्य जिंकून घेतील हा धक्का तुझे लक्षांत नाहीं. हे धृतराष्ट्रा, तुझें वडिलार्जित राज्य म्हणजे जांगलासहित कुरुप्रदेश, हें तुझ्या स्वाधीन होतें. इतकें असूनही, पांडवांनीं स्वपराक्रमानें जेवढा प्रदेश मिळविला तोही तूं आपलेकडेसच ओढिलास. पांडवांनीं बाहुबलानें भूमि जिंकल्याचें तुला जेव्हां निवेदन केलें, तेव्हां हा पराक्रम आपणच केला असें तूं मानिलेंस; ही तुझी न्यायबुद्धि!

हे महाराजा, तुझे पुत्र गंधर्वांचे हातीं सांपडून जेव्हां अपार विपत्समुद्रांत बुडूं लागले, तेव्हां त्यांना अर्जुनानेंच सोडवून परत आणिलें. द्यूतांत पराजित होऊन पांडव जेव्हां वनांत जाऊं लागले, तेव्हां एखाद्या पोराप्रमाणें तुला वरचेवर आनंदाच्या उकळ्या फुटूं लागल्या. पण तूं हें ध्यानांत आणिलें नाहींस, कीं अर्जुन एकदां असंख्य जलाल बाणांची पेर करूं लागला कीं, समुद्र रिते पाडील. मग मांसरक्ताचे बनलेल्या मनुष्यांची कथा किती? बाण सोडणारांत अर्जुन पहिली प्रत, धनुष्यांत गांडीव सर्वश्रेष्ठ; भूतमात्रांत कृष्ण श्रेष्ठ, आयुधांत सुदर्शन अग्रेसर; व सर्व ध्वजांत कपीच्या योगानें झळकणारा तो अर्जुनाचा ध्वज श्रेष्ठ. याप्रमाणें सर्वच पहिले प्रतीची सामुग्री ज्यावर आहे, असा तो रथ

शुभ्र अश्व जोडून रणांत उभा राहिला म्हणजे योजिलेल्या कालचक्राप्रमाणें तो शेंकडों लोकांचा संहार करील. हे राजा, भीम व अर्जुन असले पट्टे ज्याचे योद्धे, तो राजा झालाच पाहिजे. तूं निखालस समज कीं, ही सर्व पृथ्वी आज त्याची आहे.

भीमसेनाच्या हातून बहुतेक ठार झालेली व म्हणूनच ठकत चाललेली तुझी सेना पाहूनच दुर्योधनप्रभृति तुझे पुत्र क्षय पावतील. तुझे पुत्रांना व त्यांचे अनुयायांना भीमार्जुनांचा पराक्रम पाहूनच धडकी भरेल; तेव्हां ते भीमार्जुनांवर जय कसा मिळविणार? आजच पांचाल, केकय आणि मत्स्य तुला मानीत नाहींत. शाल्वेय, शूरसेन हे तर सर्वच तुला तुच्छ मानितात. त्या पांडवांचे पराक्रम व बुद्धि ही त्यांना पटल्यामुळें ते सारे त्यांचेच बाजूला मिळाले आहेत, व युधिष्ठिरावर त्यांचें प्रेम असल्यामुळें तुझ्या पुत्रांशीं ते सदा विरोध करितात. धर्मनिष्ठ, अतएव वधाला अयोग्य अशा पांडवांना ज्यानें अन्यायानें क्लेश दिले, व अजूनही जो त्यांचा द्वेष करितो आहे, असा तो पापी पुरुष—तुझा पुत्र, त्याच्या अनुयायांसह, बनेल त्या युक्तीनें खोड्यांत घातला पाहिजे ! आणि, हे महाराजा, आतां तूं दुःख करणें योग्य नाहीं. कारण, द्यूताचे समयींच बुद्धिमान् विदुर व मी तुझ्या कानींकपाळीं ओरडलों; पण तूं मानिलें नाहींस, आणि आतां पेंचांत आलास म्हणून पांडवांना आठवून विलाप करितोस, परंतु हें सर्व आतां व्यर्थ आहे !

अध्याय पंचावन्नावा.

—:०:—

दुर्योधनाचें भाषण.

दुर्योधन म्हणतोः—महाराज, आपणांला भिण्याचें कारण नाहीं व आम्हांबद्दल शोकही करण्याचें कारण नाहीं. हे विभो, आम्ही बलाढ्य आहों, आणि शत्रूला युद्धांत जिंकण्यास समर्थ आहों, याबद्दल मीं पूर्वींच निर्णय केला आहे. कारण मला एकदां असें कळलें कीं, आम्हीं वनांत काढून लाविलेल्या पांडवांना इंद्रप्रस्थाचे आसपासच, परराष्ट्रोत्साहक असें प्रचंड सैन्य बरोबर घेऊन मधुसूदन मिळाला; त्याप्रमाणेंच केकय, धृष्टकेतु, धृष्टद्युम्न व इतरही अनेक महारथ राजे मिळाले; आणि सर्व मिळून कौरवांसह तुझी निंदा करूं लागले; व कृष्णाजिनें नेसून बसलेल्या युधिष्ठिराचा संमान करून तुझा समूळ संतानोच्छेद करण्याचा हेतु मनांत धरून, राज्य परत घ्यावयाचें, अशी प्रतिज्ञा त्या कृष्णप्रमुख सर्वांनीं तेथें केली.

हें ऐकतांच, आतां आपले ज्ञातीचा क्षय होतो, अशी मला भीति पडून, हे भरतश्रेष्ठा, भीष्म, द्रोण व कृप यांस मीं म्हटलें, 'पांडव तर कराराप्रमाणें चालतील, त्याबद्दल कांहीं नाहीं. परंतु श्रीकृष्ण हा आमचा पूर्ण वंशोच्छेद व्हावा अशी इच्छा धरून आहे. त्या अर्थीं, विदुर वजा करून, मत्संबंधीं आपण सर्व बळी पडणार असें मला वाटतें. धृतराष्ट्र हा कुरुवंशजश्रेष्ठ व धर्मज्ञ आहे, त्याला एक ते मारणार नाहींत. बाकी आम्हां सर्वांचा सत्यनाश करून जनार्दन हा युधिष्ठिराला कौरवांचें एकछत्री राज्य देणार असें स्पष्ट दिसत आहे. तेव्हां अशा प्रसंगीं आपलें उचित कर्तव्य कोणतें समजावें ? प्रणिपात किंवा पलायन किंवा प्राण देऊन शत्रूंशीं लढाई करणें,

या तिहींपैकीं कोणता उपाय बरा ? उलट तोंड द्यावें तर आपल्याला अपयश खात्रीनें येणार. कारण, युधिष्ठिराच्या मुठींत सर्व राजे आहेत. आमच्यावर उभ्या राष्ट्राची अप्रीति आहे; आमचे स्नेहीही आम्हांवर रागावले आहेत; आणि सर्व राजांनीं व स्वजनांनींही आमचा सर्वतः धिक्कार केला आहे. यामुळें युद्धांत तर जय येणेंच नाहीं. त्या अर्थी प्रणिपात करावा, म्हणजे प्रणिपातानें हा कुलक्षयही होणार नाहीं व कायमचा संधि होईल, असें म्हणाल, तर ही गोष्ट मला पटली. पण या कामीं एकच हरकत आहे. ती ही कीं, माझ्या अंध पित्यानें आजपर्यंत मजसाठीं अनंत दुःखें व कष्ट सोशिले आहेत; व आतां आम्हीं पांडवांचे पायां पडणें म्हणजे पित्याला खालीं पहावयास लावणें आहे. तेव्हां काय करावें ? [हे तात, आपण जाणतांच आहां कीं, माझे हिताकरितां आपले पुत्रांनीं शत्रूंचा अपराध केला आहे. यामुळें ते महारथ पांडव, अमात्यांसह धृतराष्ट्र महाराजांचा कुलोच्छेद करून आपल्या वैराची फेड करितील यांत संदेह नाहीं.]'

हे भरतश्रेष्ठा, त्या माझ्या बोलण्यावरून, मी मोठ्या विवंचनेंत पडलों असून माझीं इंद्रियेंही व्यथित झालीं आहेत, असें पाहून भीष्म, द्रोण, कृप आणि अश्वत्थामा हे मला म्हणाले, "शत्रूंचा आपण द्रोह केला म्हणून कांहीं, हे शत्रुतापना, तुला भ्यावयास नको. आम्ही युद्धास उभे राहिलों असतां पांडव आह्मांस जिंकण्यास समर्थ नाहींत. फार काय, पण आम्ही एकेक सर्व राजांना जिंकूं. त्यांना असे पुढें तर येऊं द्या, म्हणजे तीक्ष्ण बाणांनीं त्यांची घमेंडच उतरतों. पहा तर खरी. पूर्वी पिता (शंतनु) मृत झाला असतां क्षुब्ध झालेल्या भीष्मानें एकट्यानें सर्व राजे जिंकिले व त्यांपैकीं शेंकडों ठार मारिले; मग उरलेले भिऊन या देवव्रताला शरण आले. तोच भीष्म शत्रूंना जिंकण्यास अर्जुनही चांगला खंबीर आहे; आणि शिवाय आम्ही त्याला मदत आहों. तेव्हां, दुर्योधना, ही तुझी भीति दूर होऊं दे."

सारांश, अमिततेजस्वी भीष्मादि यांनीं तेव्हांच मला त्यांचा कृतसंकल्प याप्रमाणें सांगून ठेविला आहे. पूर्वी ही सर्व पृथ्वी शत्रूंना वश होती, परंतु आज ती गोष्ट उरली नाहीं. पांडव आजकाल पांख तुटलेल्या पक्ष्यांप्रमाणें साधनहीन व हीनबल झाले आहेत. ते आज आह्मांस युद्धांत जिंकूं समर्थ नाहींत. आज सर्व पृथ्वी कसें झालें तरी आमचे ताब्यांत आहे. शिवाय सुखांत व दुःखांत आमच्याशीं ज्यांचा एकजीव आहे असे राजे आम्हीं मदत मिळविले आहेत. हे भरतश्रेष्ठा, आपण ऐकून ठेवा कीं, हे राजे मजसाठीं वेळ पडल्यास समुद्रांत शिरतील किंवा अग्नींत देखील उडी घेतील. तेव्हां मला शत्रूंचें कांहींच वाटत नाहीं. पण अर्जुनानाची बढाई ऐकून भीत व दुःखित होऊन, एखाद्या माथें फिरलेल्या माणसासारखें आपण भलभलतें बडबडत आहां, हें पाहून मात्र त्या राजांना हंसूं येतें आहे. महाराज, या राजांपैकीं एकएकटा 'आपण सर्व पांडवांना भारी आहों' असें आपल्या ठिकाणीं समजून आहे. तस्मात् आपल्याला ही भीति प्राप्त झाली आहे ती दूर सारा. माझी समग्र सेना जिंकणें हें इंद्राचेंही काम नव्हे. स्वयंभू ब्रह्माही या अक्षय्य सेनेचा ध्वंस करण्यास असमर्थ आहे. आपण असें पहा कीं, वास्तविक नगर मागावयाचें सोडून, युधिष्ठिर पांच खेडींच आपणांपाशीं मागत आहे, हें कां ? तर उघडच तो माझ्या सैन्याला व पराक्रमाला वचकतो आहे. कुंतीपुत्र

१ हा श्लोक प्रक्षिप्त असावासें वाटतें.

वृकोदर मोठा जबरदस्त आहे म्हणून जें आपण समजतां आहां, तीही भूल आहे. अर्जुन माझें सामर्थ्य आपल्या लक्षांत नाहीं. गदायुद्धामध्यें माझे तोडीचा आजमित्तीस उभ्या पृथ्वींत कोणीच नाहीं, पूर्वींही होऊन गेला नाहीं आणि पुढेंही होणें नाहीं. मी मोठ्या आस्थेनें व कष्टानें पूर्ण विद्या संपादन केली आहे; व तिचे जोरावर मला भीमाचा बाऊ वाटत नाहीं, किंवा दुसऱ्याही कोणाचा नाहीं. महाराज, देव आपणांस सुखी राखो. मी जेव्हां बलरामाजवळ शिकण्यासाठीं रहात होतों, तेव्हांच त्यानें निर्णय केला कीं, 'गदेमध्यें दुर्योधनाला जोडी नाहीं.' सारांश, मी गदायुद्धांत बलरामतुल्य असून शक्तीनें तर सर्व पृथ्वींत कोणासही भारी आहें. तुम्हांला वाटतें आहे, परंतु युद्धांत माझे गदेचा तडाखा भीमाला सोसणार नाहीं. हे राजन्, मी क्रुद्ध होऊन भीमाला गदेचा एकच तडाखा मारीन, पण त्याबरोबर यमाचें दारच दाखवीन. एकदां हातीं गदा घेऊन भीमानें मला युद्धांत गांठावेंच म्हणून मी कित्येक दिवस मनांत इच्छा करून आहें. युद्धांत माझे गदेचा प्रहार होण्याचा विलंब, कीं भीम देहाच्या चिंध्या होऊन धरणीवर गतप्राण पडेल. माझ्या गदेच्या एका घावानें हिमालय पर्वताचेही तुकडे तुकडे उडतील, ही गोष्ट भीमसेन जाणून आहे, व कृष्णार्जुनही जाणून आहेत. एतावता, दुर्योधनतुल्य गदायुद्धांत कोणी नाहीं ह्याविषयीं कोणालाही भ्रम नाहीं. तस्मात् ही भीमसेनाची भीति सोडून द्या. संगरांत गांठ पडूं द्या कीं, मी त्याला तेव्हांच उडवितों. आपण अगदीं खेद करूं नये. भीमसेनाला एकदां मीं लोळविला कीं, मग अर्जुनाचा समाचार घ्यायला त्याचे तोडीचे किंवा त्याचेहून सरस असे अनेक रथी आहेत. ते अर्जुनाला हां हां म्हणतां उडवून देतील. हे महाराज, भीष्म, द्रोण, कृप, द्रौणि, कर्ण, भूरिश्रवा, प्राग्ज्योतिषपुरचा राजा, शल्य, सिंधु देशाचा राजा, जयद्रथ, यांपैकीं एकएकटा पांडवांना पुरा आहे. मग हे सर्व एकत्र झाल्यावर, एका क्षणांत पांडवांना यमसदनास पोंचवितील हें कशाला सांगायाला हवें? असें असतां, समग्र राजांची सेना एकट्या अर्जुनालाच जिंकूं शकणार नाहीं, असें जें आपणांस वाटतें आहे, त्याचा हेतु काय तो कळत नाहीं. भीष्म, द्रोण, द्रौणि आणि कृप यांनीं बाणसमूहांनीं व्यापून टाकिला असतां व्याकूळ होऊन अर्जुन यमलोकीं जाईल. हे महाराजा, पितामह भीष्म शंतनूपासून ब्रह्मर्षीसारखा तेजस्वी उत्पन्न झाला आहे. तो देवांना देखील दुःसह आहे. त्याचा वध करणारा कोणीच नाहीं. कारण, त्याचे पित्यानें प्रसन्न होऊन त्याला वर दिला कीं, 'तुझी इच्छा नसेल तर तुला मरण येणार नाहीं.' भरद्वाज ब्रह्मर्षीपासून द्रोणामध्यें द्रोणांची उत्पत्ति झाली आहे; आणि, हे महाराजा, त्या द्रोणांपासून उत्कृष्ट अस्त्रज्ञ अश्वत्थामा उत्पन्न झाला आहे. आचार्यश्रेष्ठ श्रीमान् कृपही महर्षि गौतमांपासून शरस्तंबांत (बरूचे बेटांत) उत्पन्न झाले आहेत; व ते केवळ अवध्य आहेत, असें मी समजतों. ज्याची माता, पिता व मातुल हीं अयोनिसंभव आहेत असा शूर अश्वत्थामा, तोही माझे बाजूनें उभा आहे. महाराज, हे चौघेही देवतुल्य महारथी- युद्धांत इंद्रालाही व्यथित करतील. यांपैकीं एकएकाकडेही अर्जुन नुसता वर डोळा करूनही पाहूं शकणार नाहीं. मग हे सारे नरव्याघ्र एकत्र झाले असतां अर्जुनाला नामशेष करतील यांत काय संदेह?

माझे मतें भीष्म, द्रोण आणि कृप यांचेच तोलाचा कर्ण आहे. साक्षात् परशुरामानेंही कर्ण आपले तोडीचा आहे असें स्वमुखानें कबूल करून त्याला घरीं येण्यास अनुज्ञा दिलेली

आहे. कर्णाचीं जन्मसिद्धच मनोहर कवच-कुंडलें होतीं, तीं इंद्रानें इंद्राणीसाठीं त्या शत्रु-तापनापासून मागून घेतलीं व त्यांबदला कर्णाला परमभयंकर व अवंध्य अशी एक शक्ति दिली. अशा त्या अमोघ शक्तीनें जो संरक्षित कर्ण त्याचे तडाख्यापुढें अर्जुन कशाचा जगणार? हातावर ठेविलेल्या फळाप्रमाणें, हे राजा, आमचा जय उघड आमच्या हस्तगत दिसत आहे. तसाच शत्रूंचा पूर्ण पराजय होणार हेंही स्पष्टच आहे. हा भीष्म एका दिवसांत दहा लाख सैन्य मारण्यास समर्थ आहे. द्रोण, द्रौणि, कृप हे धनुर्धारी त्याच्या तोलाचे आहेत; आणि हे शत्रुतापना, संशप्तक[1] नामक क्षत्रियसमुदायही तसेच पराक्रमी आहेत. सारांश, अर्जुनाला आम्ही मारूं, प्रसंगीं तो आम्हांस मारील; तथापि अर्जुनवधाविषयीं कृतप्रतिज्ञ जे माझेकडचे राजे आहेत, ते आपण अर्जुनाला पुरून उरेसे आहों असें मानितात. असें असून आपल्या-लाच पांडवांचें एवढें भय काय हेतूनें वाटतें आहे? हे शत्रुतापना, आपल्याला पांडवांचे बलाची जर पूर्ण माहिती आहे म्हणतां, तर मी एकदां भीमसेनाला चीत केल्यावर मग शत्रूंपैकीं युद्धाला कोण पुढें येण्यासारखा उरला तो मला सांगा तरी? येऊनजाऊन ते पांच भाऊ, धृष्टद्युम्न आणि सात्यकि हे सात असामी म्हणजे शत्रूच्या सैन्याचें सर्व काय तें सार असें लोक समजतात. आतां आपल्याकडे असले निवडक योद्धे किती आहेत ते तरी पहा. भीष्म, द्रोण, कृप, द्रौणि, वैकर्तन, कर्ण, सोमदत्त, बाल्हिक, प्राग्ज्योतिषाधिप, शल्य, विंद, अनुविंद, जयद्रथ, दुःशासन, दुर्मुख, दुःसह, श्रुतायु, चित्रसेन, पुरुमित्र, विविंशति, शल, भूरिश्रवा आणि आपला लाडका पुत्र विकर्ण, इतके हे योद्धे झाले. बरें, सैन्य म्हटलें तरी आमचें दहा आणि एक अकरा अक्षौहिणी; आणि शत्रूचें सात म्हणजे उघडच किती तरी कमी! असें असतां आमचा पराजय कां म्हणून होईल? बृहस्पतीचें सांगणें आहे कीं, आपलेपेक्षां शत्रूचें बल एकतृतीयांशानें कमी पाहून त्याशीं युद्ध करावें. या म्हणण्याप्रमाणें माझें सैन्य शत्रुसैन्यापेक्षां तृतीयांशानें अधिक आहेच. शिवाय, शत्रुसैन्यापैकीं बरेंचसें सैन्य निरुपयोगी आहेसें मला दिसतें आहे; आणि आपलें संख्येनें अधिक असून गुणांनींही अधिक युक्त आहे. तस्मात्, हे भरतश्रेष्ठा, या सर्व गोष्टींवरून माझें सैन्य बलानें वरिष्ठ आहे व पांडवांचें हीन आहे, हें ध्यानांत ध्या; आणि पांडव आम्हांस मारतील असल्या नसत्या भ्रमांत पडूं नका.

हे जनमेजया, याप्रमाणें धृतराष्ट्राप्रत बोलून तो शत्रुकुलजेता दुर्योधन, पांडवांकडील माहिती समजून घेण्यास हा योग्य काल आहे असें जाणून जिज्ञासेनें संजयास प्रश्न करिता झाला.

अध्याय छपन्नावा.

—:०:—

संजयाचें भाषण.

दुर्योधन म्हणतोः—हे संजया, काय तें सात अक्षौहिणी सैन्य मिळालें असून, हा युधिष्ठिर अनुयायी राजांसह युद्धाची उत्कंठा बाळगितो यांत याचा हेतु तरी काय?

संजय म्हणतोः—हे राजा, तो युद्धेच्छु युधिष्ठिर फारच आनंदित दिसत असून, भीमार्जुन व नकुलसहदेव हेही निर्भय दिसतात. आपल्याला प्राप्त झालेला (अस्त्रसंबंधी) मंत्र कसा काय चालतो हें पहावें म्हणून त्या बीभत्सूनें दशदिशा प्रकाशमान करणारा असा

[1] मारूं किंवा मरूं अशा या वीरांनीं शपथा केल्यामुळें हें नांव.

आपला दिव्य रथ जोडिला, त्या वेळीं विद्युल्लतेनें युक्त अशा मेघाप्रमाणें दिसणाऱ्या त्या सज्ज झालेल्या अर्जुनाकडे आम्हीं पाहिलें. अर्जुनानेंही सर्व बाजूंनीं विचार करून हंसत मला म्हटलें 'हें संजया, हें आमचें पूर्वरूप पाहिलेंना ? आम्हीं लढाई मारणार हें एवढ्यावरूनच निश्चित समजा !' असो. अर्जुनानें जें मला सांगितलें तें खरेंच असें मीही समजतों.

दुर्योधन म्हणतोः—हे संजया, नुसत्या फांशांच्या लढाईंत देखील हार जाणाऱ्या त्या पांडवांची तूं एवढी प्रशंसा करितोस आणि त्यांचें अभिनंदन करीत आहेस, त्या अर्थी अर्जुनाच्या रथाला अश्व कसे आहेत आणि ध्वज कसा आहे तें तर बोल.

संजय म्हणतोः—हे प्रजानाथ, विश्वकर्मा, इंद्र व प्रजापति यांनीं अनेक दैवी मायेच्या योगानें बहुमोल व दिव्य अशा लहानमोठ्या चित्रविचित्र अनेक आकृति निर्माण करून त्या ध्वजावर ठेविल्या. शिवाय भीमसेनाच्या संतोषाकरितां वायुपुत्र हनुमान आपली प्रतिमा त्या ध्वजावर ठेवणार आहे. त्या ध्वजानें सर्व दिशांना उभें, तिरकें एक योजनपर्यंत व्यापून टाकिलें होतें, व विश्वकर्म्यानें त्यांत अशी कांहीं युक्ति केलेली आहे कीं, वृक्षांच्या गर्दींत सांपडला असतांही तो ध्वज अडकून रहात नाहीं! ज्याप्रमाणें आकाशांत इंद्रधनुष्य शोभत असतें, त्याचा अमुक एक म्हणून वर्ण नसतो, आणि मला तर तें काय आहे हेंच समजत नाहीं, तसलाच तो ध्वज विश्वकर्म्यानें केला आहे. यामुळें त्याचें रूप अनेक आकारांचें दिसतें आणि अमुकच प्रकारचें म्हणून निश्चित सांगतां येत नाहीं. ज्याप्रमाणें चमकदार असे नानाप्रकारचे वर्ण धारण करून अग्निधूम्र अंतराल व्यापून वर जातो, आणि त्याचा कशाला भार होत नाहीं किंवा तो रोधिला जात नाहीं, त्याप्रमाणेंच त्या ध्वजाची स्थिति आहे.

आतां **अश्वांचें वर्णनः**—अर्जुनाचे रथाला चित्रसेन गंधर्वानें दिलेले उत्तम दिव्य अश्व जोडिले आहेत. ते वर्णानें शुभ्र व वेगानें वायुतुल्य असून त्यांची कोणतीही गति स्वर्ग, पृथ्वी किंवा अंतराल यांत कमी होत नाहीं; आणि कितीदां जरी ते अश्व मारिले गेले तरी, पूर्वींच्या वरप्रभावानें, त्याच प्रतीचे नवेनवे शेंकडों अश्व त्यांच्या जागीं येत असतात. युधिष्ठिराचे रथालाही तसेच अमर व त्याचे पराक्रमाला शोभण्यासारखे थोराड, बळकट व शुभ्र असे अश्व आहेत. भीमसेनाच्या रथाला जोडलेले अश्व सप्तर्षींप्रमाणें तेजस्वी असून, वायुतुल्य वेगवान् आहेत. वीर अर्जुनानें मोठ्या प्रीतीनें—आपल्याही अश्वांपेक्षां सरस असून कबऱ्या रंगाचे व पाठीवर तित्तिरपक्ष्याचे रंगाचे असे सहदेवाला अश्व दिले आहेत. ते आपल्या धन्याची स्वारी मोठ्या आनंदानें नेत असतात. हे अजमीढवंशोद्भवा दुर्योधना, वृत्रशत्रु इंद्राला ज्याप्रमाणें हरिसंज्ञक अश्व वाहतात, त्याप्रमाणें इंद्रानें दिलेले चलाख, तिखट व बळकट असे अश्व नकुलाचा रथ ओढितात. उमरीनें व पराक्रमानें याच अश्वांच्या बरोबरीचे असून मोठे वेगवान् व विचित्राकृति असे चित्ररथानें दिलेले धिप्पाड अश्व सौभद्र, द्रौपदेय वगैरे कुमारमंडळीचे रथ वहात असतात.

अध्याय सत्तावन्नावा.

—:०:—

संजयाचें भाषण.

धृतराष्ट्र प्रश्न करितोः—हे संजया, पांडवांचे हिताकरितां माझे पुत्राचे सेनेशीं लढण्यास तयार असे प्रेमास्तव पांडवांकडे मिळालेले कोण कोण तुला आढळले ?

संजय उत्तर करितोः—अंधक व वृष्णि यांमधील मुख्य कृष्ण आलेला मीं पाहिला. तसेच चेकितान व युयुधान सात्यकि हे दोघे मोठे अभिमानी महावीर ह्मणून प्रख्यात असून पृथक् पृथक् एकएक अक्षौहिणी सेना घेऊन पांडवांचे आश्रयास आले आहेत. पांचालराज द्रुपद हा सत्यजित् व धृष्टद्युम्न हे ज्यांत पुढारी आहेत अशा आपल्या दहा पुत्रांना घेऊन एक अक्षौहिणी सेनेसह आला आहे. त्यानें सैन्यांतील सर्व लोकांना उंची पोषाक दिले असून, शिखंडी त्याचे रक्षणास आहे; आणि तो आल्याचें पांडवांना मोठें भूषण आहे. शंख व उत्तर हे उभय पुत्र, सूर्यदत्त व मदिराक्षप्रभृति वीर व इतर पुत्र, भ्राते यांसह पृथ्वीपाल विराट एक अक्षौहिणी सेना घेऊन आला आहे. मगधदेशाधिपति जरासंधाचा पुत्र सहदेव आणि चेदिपति धृष्टकेतु हेही एकएक अक्षौहिणी सेना घेऊन आले आहेत. तसेच ते आरक्तवर्ण ध्वजांनीं युक्त असे पांचही केकय भाऊ अक्षौहिणीसहित पांडवांना मदत आले आहेत. सारांश, जे पांडवांसाठीं दुर्योधनाचे सेनेशीं युद्ध करतील असे हे इतके वीर तेथें जमलेले मीं पाहिले.

जो मानुष, देव, आसुर व गांधर्व व्यूह जाणितो, तो महारथ धृष्टद्युम्न सेनानायक आहे. हे राजा, शांतनव भीष्म हा शिखंडीचा भाग ठरविला असून, प्रहार करणाऱ्या मत्स्यवीरांसह विराट त्याला साहाय्य करणार आहे. बलवान् जो मद्रराज शल्य, तो युधिष्ठिराचा वांटा ठरला आहे. कोणी म्हणत होते कीं, 'आमच्या मतें ही जोडी बरोबर नाहीं.' पुत्रांसह व शंभर भ्रात्यांसह दुर्योधन आणि पूर्व व दक्षिण या दिशांचे राजे हा भीमसेनाचा वांटा ठरला आहे. वैकर्तन कर्ण, अश्वत्थामा, विकर्ण, जयद्रथ आणि स्वतःला शूर समजणारे जे कोणी अजिंक्य असतील, ते सर्व अर्जुनानें आपलेकडे घेतले आहेत. महाधनुर्धारी पांच राजपुत्र केकय भाऊ हे उलटपक्षीय केकयच आपला भाग समजून त्यांशीं संग्राम करितील. मालव, शाल्वक व त्रिगर्ताधिप संशप्तक हाही केकयांचा वांटा ठरला आहे. दुर्योधनाचे व दुःशासनाचे सर्व पुत्र व बृहद्बल राजा हे सर्व अभिमन्यूनें आपले वांट्यास घेतले आहेत. ज्यांचे ध्वजांवर सोनेरी काम केलें आहे ते महाशूर द्रौपदेय धृष्टद्युम्नाला पुढें करून द्रोणांवर चाल करणार आहेत. चेकितान हा सोमदत्ताला द्वैरथयुद्धांत गांठूं पहातो आहे; आणि युयुधान हा कृतवर्मे भोजाशीं लढणार आहे. रणांत आरोळ्या फोडून दणदणाट करणारा असा तो माद्रीपुत्र सहदेव यानें तुझा श्यालक जो शकुनि तो घेतला आहे. कैतव्य उलूक आणि सारस्वतगण हा नकुलाचा वांटा योजिला आहे. हे राजा, यांशिवाय जे कोणी राजे संगरांत पुढें होतील, त्यांना त्यांना नांव घेऊन पांडुपुत्रांनीं वांटून घेण्याचें ठरविलें आहे. या प्रकारें पांडवांनीं तुझ्या सैन्याशीं भाग ठरवून, स्वसैन्याची वांटणी केली आहे, ती तुला कळविली. आतां तुम्हां बापलेकांना काय करणें असेल तें कालहानि न करितां करा.

धृतराष्ट्र म्हणतोः—काय करणार ? हे माझे कपटद्यूत खेळणारे सर्व मूर्ख पुत्र, ह्यांची जर रणांत भीमाशीं गांठ होणार आहे, तर हे मेलेच असें मी समजतों. तसेंच जे आमचेकडे भूपति आले आहेत, त्यांना, यज्ञांत मारल्या जाणाऱ्या पशूला ज्याप्रमाणें यजमान पूर्वीच उदक सिंचून ठेवितो, त्याप्रमाणें कालधर्मानें सिंचून ठेविलें आहे; व पतंग ज्याप्रमाणें अग्निमुखांत होरपळतात, तशी यांची गांडीवरूप अग्नींत होळी होईल. आम्हीं ज्यांशीं वैर मांडिलें आहे, त्या महात्म्या पांडवांनीं आमची सेना पळवून

लाविलीच असें मी समजतों. तिला आतां मदत करण्याला कोण कोण बरें जाणार? मला तर फार कठीण दिसतें आहे. कारण, पांडवांकडील सर्वचजण अतिरथी, शूर, कीर्तिमान् , प्रतापी सूर्याग्नींसमान तेजस्वी व युद्धविजयी असे असून, युधिष्ठिर त्यांचा नायक, श्रीकृष्ण त्यांचा रक्षक, आणि अर्जुन व भीम हे त्यांचे योद्धे आहेत. शिवाय नकुल-सहदेव, पार्षत धृष्टद्युम्न, सात्यकि, द्रुपद, सानुज धृष्टकेतु, पांचाल उत्तमौजा, अजिंक्य युधामन्यु, शिखंडी, क्षत्रदेव तसाच विराटपुत्र उत्तर, काशीपति, चेदिपति, मत्स्य व सर्व सृंजय, विराटपुत्र बभ्रु आणि प्रभद्रक पांचाल, हे सर्व पांडवांकडील वीर आहेत. हे सर्व रणधीर आहेत. त्यांचे मर्जीविरुद्ध इंद्रही त्यांचें राज्य घेऊं शकणार नाहीं; व ते पर्वतांचा देखील चुराडा करतील. असल्या त्या सर्वगुणसंपन्न व अलौकिक प्रतापवान् वीरांशीं, हे संजया, मी ओरडत असतांही हा माझा दुष्ट पुत्र लढूं पहातो आहे याला कसें करावें?

दुर्योधन म्हणतोः—आम्ही उभयतां एकाच जातीचे आहों; बरें, दोघेही भूमिचरच आहों. असें असून, पांडवांचाच केवळ जय होईल, असें जें आपण मानितां, तें कां? भीष्म, द्रोण, कृप, कर्ण, जयद्रथ, सोमदत्त, अश्वत्थामा, ह्या महातेजस्वी धनुर्धरांना देवांसह इंद्रही युद्धांत जिंकण्यास शक्त नाहीं. मग पांडवांचें नांव कशाला घेतां? हे तात, हे माझे बाजूचे सर्वही राजे मोठे आर्य, शूर व सशस्त्र असून, मजसाठीं पांडवांना पिडण्यास समर्थ आहेत. पांडव माझ्या योधांकडे नुसतें पहाण्यासही समर्थ नाहींत. स्वतः मीच पुत्रांसह पांडवांशीं रणांत लढण्याइतका पराक्रमी आहें. हे भरतश्रेष्ठा, माझें प्रिय इच्छिणारे जे राजे आहेत, ते सर्व, दोरीनें हरिणबाल खेंचून धरावे त्याप्रमाणें पांडवांना धरतील; पांडवांसह पांचाल आपला दीर्घ रथसमूह घेऊन शरजालानें पळत सुटतील.

धृतराष्ट्र म्हणतोः—हे संजया, हा माझा पुत्र एखाद्या उन्मत्त पुरुषाप्रमाणें कांहीं तरी बरळतो आहे, यांत अर्थ नाहीं. एकट्या युधिष्ठिराला हा जिंकू शकणार नाहीं; मग सर्वांची वार्ता कशाला? यशस्वी व धर्मज्ञ असे जे महात्मे पांडव, त्यांचें व त्यांच्या पुत्रांचें सामर्थ्य काय तें भीष्म मात्र खरें खरें जाणून आहेत; व म्हणून त्यांशीं लढाई करण्याचा विचार ह्यांना रुचला नाहीं. असो; हे संजया, पांडवांची हालचाल काय चालू आहे तें आणखी तूं मला सांग. ते पांडव जातीचेच तडफदार आहेत; पण त्यांना आणखी आगींत तूप ओतल्याप्रमाणें कोण चेतवीत असतो?

संजय उत्तर करितोः—हे भारता, धृष्टद्युम्न हें काम सदैव करीत असतो. तो त्यांना म्हणतो, ' भरतश्रेष्ठहो, युद्ध करा, युद्धाला डरूं नका. दुर्योधनानें निवडलेले जे कोणी राजे, ज्यांत शस्त्रांची एकच दाटी होऊन राहिली आहे अशा युद्धांत येतील, त्या सर्वांना, ते कसेही खवळले तरी त्यांच्या अनुयायांसह, उदकांत तिमि नामक मत्स्य जसा इतर क्षुद्र माशांना गट्ट करितो, तसा मी एकटाच गट्ट करीन! तीरमर्यादा ज्याप्रमाणें भीषण समुद्राला रोंखून धरिते, त्याप्रमाणें भीष्म, द्रोण, कृप, कर्ण, द्रौणि, शल्य, सुयोधन यांसही मी अडवून धरीन, त्यांना पुढें हालूं देणार नाहीं!'

हें भाषण ऐकून युधिष्ठिर त्याला म्हणाला, " धृष्टद्युम्ना, आम्ही पांडव व पांचाल हे तुझ्याच वीर्यावर व धैर्यावर भिस्त ठेवून आहों. या संग्रामांतून तूंच आम्हांस कडेला लाव. हे महाबाहो, मी जाणून आहें कीं, तूं क्षात्रधर्माचें पूर्ण पालन करणारा असून, कौरवांना जिंकि-

ण्यास एकटाच समर्थ व पुरेसा आहेस. युद्धेच्छु कौरव रणांत पुढें सरसावून आले असतां, तूं जें काय करशील, तेंच आमचें खरें कल्याण आहे. नीतिशास्त्रवेत्ते म्हणतात कीं, जो शूर पुरुष स्वपक्षाचे इतर सर्व सैनिक पराजित होऊन पळून जाऊं लागले किंवा शरण जाऊं लागले तरीही एकटाच आपला पराक्रम गाजवीत शत्रूसमोर उभाच असतो व स्वपक्षाला पुनः धीर उत्पन्न करितो, अशाला, दुसरे हजारों लोक देऊन विकत घ्यावें. हे नरश्रेष्ठा, तूं ह्या मासल्याचाच पराक्रमी व शूर वीर आहेस आणि रणांत आम्ही भयार्त झालों असतां आमचें रक्षण तूंच करशील यांत संदेह नाहीं. ”

संजय म्हणतो:—धर्मात्मा युधिष्ठिर याप्रमाणें बोलत असतां, धृष्टद्युम्न निर्भयपणें मला बोलला, “ हे सूता, दुर्योधनाचे मुलुखांतील सर्व लोकांना, त्याचे योद्ध्यांना, बाल्हिकांसह कौरवांना, वृद्धवृद्ध प्रातिपेयांना, कर्णाला, द्रोणाला, सपुत्र जयद्रथाला, दुःशासनाला, विकर्णाला, राजा दुर्योधनाला व भीष्मांला, विलंब न करितां, त्वरित जाऊन सांग कीं, ‘ बापहो, युधिष्ठिराशीं तुम्हीं सामोपचारानेंच वर्तावें; तेणेंकरून देवरक्षित अर्जुन तुमचा वध करणार नाहीं. तुम्ही युधिष्ठिराला त्वरित अर्धराज्य देऊन, त्या लोकप्रसिद्ध पांडुनंदनाची प्रार्थना करा. यांत तुमचें कल्याण आहे. कारण, अमोघपराक्रमी सव्यसाचीचे तोडीचा दुसरा कोणीही योद्धा नाहीं. त्या गांडीवधन्व्याचा दिव्य रथ देवतांनीं अधिष्ठित आहे; आणि यास्तव मनुष्याचे हातून तो जिंकिला जाणें नाहीं, हें नीट समजून घ्या; आणि शहाणे असाल तर युद्धाची गोष्ट मनांत आणूं नका. ”

अध्याय अठ्ठावन्नावा.

—:०:—

धृतराष्ट्रदुर्योधनसंवाद.

धृतराष्ट्र म्हणतो:—युधिष्ठिर हा बाळपणापासूनच क्षात्रतेजानें युक्त व ब्रह्मचर्य पाळणारा आहे; आणि मी ओरडत असतांही, माझे हे मूर्ख पुत्र अशाशीं युद्ध आरंभणार! तेव्हां करावें काय तरी? बाबा दुर्योधना, हा युद्धाचा नाद सोड. अरे, कशीही स्थिति आली तरी युद्ध करणें हें कोणी प्रशस्त समजत नाहीं. तुझे साचिवांसह तुझ्या निर्वाहाला अर्धराज्य पुरें होईल. करितां नसती हांव धरूं नको आणि न्यायाप्रमाणें पांडवांचें अर्ध पांडवांना दे. महात्मे पांडुपुत्र यांशीं तूं शम करावास हेंच करणें धर्माला अनुसरून आहे, असें सर्व कुरु समजतात. बा वत्सा, ही तुझी सेनाच नीट बघ. हा तुझा मूर्तिमान् मृत्यु आहे. परंतु तुला मात्र हें उमगत नाहीं, अशी तुला भूल पडली आहे. मला तर युद्धाची इच्छा नाहींच; या बाल्हिकालाही नाहीं; भीष्म, द्रोण, अश्वत्थामा, सोमदत्त, शल, कृप, सत्यव्रत, पुरुमित्र, जय, भूरिश्रवा, इत्यादि—ज्यावर, शत्रूंनीं ताप दिला असतां कौरव निवारणार्थ अवलंबून राहाणार, ह्यांनाही युद्ध करणें पसंत नाहीं. असें असतां, बाबा, तुला एकट्यालाच तें कसें बरें वाटत असेल तें वाटो. बाकी मी समजतों आहें कीं, तूं स्वेच्छेनें युद्ध करीत नाहींस; कर्ण, दुःशासन व पापात्मा शकुनि हे तुझे प्रवर्तक आहेत !

दुर्योधन म्हणतो:—महाराज, मी जो युद्धार्थ शत्रूंस बोलवीत आहें, तो आपण, द्रोण, द्रौणि, संजय, भीष्म, कांबोज, कृप, बाल्हिक, सत्यव्रत, पुरुमित्र, भूरिश्रवा किंवा तुम्हांपैकीं इतर कोणी यांवर अवलंबून बोला-

वीत नाहीं. हे तात, मी व कर्ण या आम्हीं दोघांनीं हा रणयज्ञ मांडिला आहे; व युधिष्ठिराला यज्ञांतील पशु नेमून आम्ही दोघांनीं यज्ञदीक्षा घेतली आहे. रथ ही या रणयज्ञांतील वेदी होय; खड्ग हा स्रुवा, गदा ही स्रुक्, कवच हें सद्, चार अश्व हे ऋत्विज, बाण हे दर्भ व यश हेंच हवि होय. हे राजा, याप्रमाणें आम्ही दोघे आत्मयज्ञानें सूर्यपुत्र यमाला उद्देशून हा रणांत याग करून विजय मिळवूं व हतशत्रु व राज्यश्रीसंपन्न होऊन परत येऊं. बाबा, मी, कर्ण व माझा भाऊ दुःशासन हे तिघेच पांडवांना मारून युद्धांत पार करूं. पांडवांना मारून या सर्व पृथ्वीचा मी तरी उपभोग घेईन, नाहीं तर मला मारून पांडव तरी घेतील. हे राजा, जीवित, राज्य व सर्व धन यांवरही मी पाणी सोडीन. परंतु हे स्थिरवैभवा राजा, पांडवांसहित मी कधींही रहाणार नाहीं. हे सन्मान्या, तीक्ष्ण सुईचें अग्र भूमीवर टोंचिलें असतां जेवढी मृत्तिका त्यावर येईल, तितकाही भूमीचा अंश मी पांडवांना देणार नाहीं!

धृतराष्ट्र म्हणतोः—बापहो, दुर्योधनाची तर मीं आशाच सोडिली आहे; परंतु यमसदनीं जाणाऱ्या या मूर्खाचें तुम्हीही सर्व अनुसरण करणार म्हणून तुम्हांबद्दल मला वाईट वाटत आहे. रुरूंच्या कळपांतून व्याघ्र ज्याप्रमाणें उत्कृष्ट उत्कृष्ट मृगांचा वध करितात, त्याप्रमाणें ते श्रेष्ठप्रहारी पांडव तुम्हांपैकीं निवडक वीरांना उडवतील! मला कांहीं विपरीतच चिन्ह दिसतें आहे. ही भारतीसेनारूपी सुंदर स्त्री अस्ताव्यस्त पडली असून, त्या दीर्घबाहु सात्यकीनें तिच्या अंगावर हात टाकून तिला धरून चुरली आहे. युधिष्ठिराचें बल आधींच पुरापूर आहे; पण तशांतही शिनिपुत्र सात्यकि विजांप्रमाणें बाणांची पेर करीत रणांत उभा राहून त्यांत भर टाकणार आहे; मोठमोठ्या योद्ध्यांच्या सेनेच्या अग्रभागीं भीमसेन उभा राहील; आणि किल्ल्याच्या तटासारखा निर्धास्त जो भीमसेन, त्याचाच सर्वजण आश्रय करितील. बाबा, गंडस्थळें फुटून रक्तबंबाळ झालेल्या, भग्नदंत आणि पर्वतप्राय प्रचंड हत्तींचीं धुडें जेव्हां भीम रणांत लोळवील, तेव्हां कोसळलेल्या पर्वतांप्रमाणें त्या राजांची दशा पाहून भीमाचे अंगझटीस जाण्याची तुला भीति वाटेल आणि मग माझे शब्द आठवतील. अग्नींत दिलेल्या आहुतींप्रमाणें गज, हय, रथ यांसह भीमसेनानें सैन्य खाक केलेलें पहाशील, तेव्हां माझे शब्द तुला स्मरतील व पश्चात्ताप होईल. बाबारे, पांडवांशीं वेळींच शम न कराल, तर पुढें मोठें भय तुम्हांवर येणार आहे. मग तुम्ही भीमसेनाच्या गदेनें ठार होऊन शम पावाल, दुसरें तर कांहीं नाहीं. बा दुर्योधना, तोडून टाकिलेल्या एखाद्या महारण्याप्रमाणें जेव्हां भीमानें लोळविलेलें कौरवसैन्य तूं पहाशील, तेव्हां माझे शब्द स्मरून तुला पस्तावा होईल!

वैशंपायन सांगतातः—हे जनमेजया, याप्रमाणें दुर्योधनाला बोलून व त्याप्रमाणेंच सर्व राजांना सांगून, पुनरपि तो धृतराष्ट्र संजयाला विचारूं लागला.

अध्याय एकुणसाठावा

—:०:—

श्रीकृष्णवाक्यकथन.

धृतराष्ट्र म्हणतोः—हे महाबुद्धिमंता, कृष्णार्जुन काय बोलले तें मला सांग. तुझें भाषण ऐकण्याची मला इच्छा आहे.

संजय म्हणतोः—हे राजा, कृष्णार्जुन मला कसे दिसले व ते मला काय म्हणाले, तें तुला

सांगतों, ऐक. हे राजा, त्या मानवरूपधारी देवांना माझ्या भेटीचा उद्देश कळविण्याकरितां त्यांच्या अंतःपुरांत जाऊन, हात जोडूत, शुद्ध मनानें त्यांच्या पादाग्रांकडे पहातच मी उभा राहिलों. त्या अंतःपुरांत अर्जुन, कृष्ण, द्रौपदी व रुसकी सत्यभामा या चौघांशिवाय दुसरे कोणाचाही प्रवेश नाहीं. न अभिमन्यूचा, न नकुलसहदेवांचा. त्या वेळीं ते दोघेही मधुर मद्य पिऊन तर्र होते व त्यांचे अंगाला चंदनाची उटी असून, गळ्यांत पुष्पमाला होत्या. नेसूं उंची वस्त्रें होतीं व दिव्य अलंकारांनीं ते भूषित होते. अनेक रत्नांनीं चित्रित केलेला सुवर्णमय विस्तीर्ण पलंग असून त्यावर नानाप्रकारचीं आच्छादनें घातलीं होतीं. त्या पलंगावर ते शत्रुमर्दक उभय कृष्ण पहुडले होते. केशवाचे दोन्ही पाय अर्जुनाचे मांडीवर मला दिसले; आणि अर्जुनाचा एक पाय द्रौपदीच्या मांडीवर आणि दुसरा सत्यभामेच्या! अर्जुनानें मला पाहून पडल्यापडल्याच एक सोन्याची चौकी मला बसण्याकरितां पायानें पुढें केली; तिला नुसता स्पर्श करून मी खालीं भुईवर बसलों. चौकी ढकलून अर्जुनानें जेव्हां पाय मागें घेतले, तेव्हां तळव्यावर ऊर्ध्व रेषा असलेले ते शुभलक्षणी पाय माझे दृष्टीस पडले. शालवृक्षांतून वर आलेल्या दोन जांगड सोटांप्रमाणें ते दोघेही सरळ आणि लांबलचक, तरुण, धिप्पाड व सांवळे रंगाचे कृष्णार्जुन एकाच पलंगावर पडलेले पाहून माझी बोबडीच वळली. ते कृष्णार्जुन केवळ इंद्रविष्णुच आहेत. परंतु भीष्मद्रोणांचे आश्रयामुळें व कर्णाचे फुशारकीमुळें या मूर्ख दुर्योधनाच्या हें लक्षांत येत नाहीं. असले वीर ज्याच्या आज्ञेंत आहेत त्या धर्मराजाच्या मनांतला बेत सिद्धीस जाणारच असा माझा त्यांना पाहातांच निश्चय झाला.

असो; अन्नपानादिकांनीं व अन्य प्रकारें माझा सत्कार झाल्यावर, मी बसलों असतां, मस्तकीं अंजली जोडून उभयतांना इकडला निरोप कळविला. धनुष्याचे दोरीचे ज्याला घट्टे पडले आहेत अशा त्या आपल्या हातानें श्रीकृष्णाचा तो शुभलक्षण पाय वांकवीतच अर्जुनानें कृष्णाला मजकडे लक्ष देण्यास सांगितलें असतां, तो सर्वालंकारभूषित इंद्रतुल्य पराक्रमी श्रीकृष्ण इंद्रध्वजाप्रमाणें तद्दिशीं उठला व बसून बोलूं लागला. वक्त्यांतील अग्रणी अशा त्या वासुदेवानें जें भाषण केलें, तें आल्हादकारक, स्पष्ट, धार्तराष्ट्रांना भय देणारें, प्रथम मृदु व नंतर दारुण असें होतें. संभाषणास पात्र अशा त्या वासुदेवाचें जें भाषण मीं श्रवण केलें तें इष्टार्थानें युक्त, सुसंस्कृत वर्णोच्चारानें युक्त व श्रवणोत्तर अंतःकरण वेधणारें असें होतें.

वासुदेव म्हणाला, " हे संजया, कुरुश्रेष्ठ भीष्म, व द्रोण हे ऐकत असतां विचारी धृतराष्ट्राला तूं हा निरोप सांग. हे सूता, आमच्या सांगण्यावरून तूं वृद्ध असतील त्यांस अभिवंदन व आम्हांहून तरुण असतील त्यांस कुशलप्रश्न करून नंतर निरोप सांग. तो असाः—हे कौरवहो, तुम्ही नानाप्रकारचे यज्ञ करून घ्या; विप्रांना दक्षिणा वांटा; बायकापोरांबरोबर आनंद करून घ्या; कारण तुम्हांवर मोठें भय आलें आहे. करितां सत्पात्रीं दान करा, कामेच्छा पुरवून पुत्र निर्माण करून ठेवा; कोणा प्रियजनाचें कल्याण करणें असेल तर वेळींच करून घ्या; पुढें फावणार नाहीं. कारण, राजा युधिष्ठिर विजयप्राप्तीची त्वरा करितो आहे. बा संजया, सभेंत जेव्हां त्या दुष्टांनीं या सती कृष्णेला छळिलें, तेव्हां मी दूर असतांही 'हे गोविंदा, धांव, तुझ्यावांचून अन्य त्राता नाहीं.' अशा प्रकारें माझें स्मरण करून, मला हिनें ऋणी करून ठेविलें आहे; आणि त्या दिवसापासून हें ऋण वाढीस लागून फारच वाढलें

आहे. त्यामुळें हें आतां फेडल्याशिवाय माझें मन स्वस्थ होत नाहीं; आणि हें फेडणें म्हणजे कौरवांचा वध करणें ओळीस आलें हें तूं समजतोसच. अरे, दुःस्पर्श व तेजोमय गांडीव हें ज्याचें धनुष्य आहे, आणि प्रत्यक्ष माझी ज्याला साथ आहे, अशा सव्यसाची अर्जुनाशीं तुम्हीं विरोध मांडिला आहे. ज्याला कालानें घेरलें आहे असा पुरुष वर्जून इतर कोणीही मत्सहाय अर्जुनाशीं युद्धाची इच्छा धरणार नाहीं. बाबारे, अर्जुनाला जो कोणी युद्धांत जिंकील, तो हा भूगोल हातावर झेलील, आपल्या क्रोधानें सर्व जनांचें भस्म करील, किंवा देवांना स्वर्गांतून खालीं पाडील, असें समज. देव, दैत्य, मनुष्य, यक्ष, गंधर्व, पन्नग यांपैकीं मला असा कोणीही दिसत नाहीं कीं, जो युद्धांत अर्जुनावर चढाव करील. या म्हणण्याला दुसरा दाखला नको. विराटनगरांत एकटा तो हजारोंशीं लढला, हें त्याचें अद्भुत कर्म आपले ऐकिवांत आहेच. सारांश, विराटनगरांत एकट्यानें जर तुमचा मोड करून तुम्हांला दाही दिशा लाविलें, तर त्याच्या पराक्रमाचें एवढें उदाहरण पुरें आहे. बाबारे, अर्जुनाप्रमाणें बल, वीर्य, तेज, शीघ्रबुद्धि, हस्तचापल्य, सहिष्णुता आणि धैर्य हीं अन्यत्र नाहींत." यथाकाल वृष्टि करणारा इंद्र ज्याप्रमाणें (मेघ-) गर्जनेनें लोकांना आनंदवितो, त्याप्रमाणें श्रीकृष्ण हा आपल्या मेघगंभीर वाणीनें अर्जुनाचा हर्ष वृद्धिंगत करीत करीत संजयाला बोलला. श्रीकृष्णाचें तें भाषण ऐकून मग त्या श्वेताश्व किरीटी अर्जुनानें अंगावर रोमांच उभे करणारें असें लांबच लांब भाषण केलें.

अध्याय साठावा.

—:०:—

धृतराष्ट्रकृत गुणदोषविवेचन.

वैशंपायन सांगतातः—संजयाचें हें भाषण ऐकून अंध राजा धृतराष्ट्र त्या भाषणांतील गुणदोषांचें मनन करूं लागला. मग यथामति सूक्ष्मपणें गुणदोषांचा विचार केल्यावर, स्वपुत्रांचा जय इच्छिणारा तो बुद्धिमान् धृतराष्ट्र उभय पक्षांचे बलाबलाचा विचार करून शत्रूचे सामर्थ्याची मनाशीं बरोबर तपासणी करूं लागला. तींत, पांडवांकडे दैवी व मानुषी या उभय शक्ति व उभय तेजें अशा चार गोष्टी अनुकूल असून, कौरवांना काय ती एक मानुषी शक्ति, व तीही शत्रूपेक्षां कितीतरी कमी आहे, हें लक्षांत येऊन तो दुर्योधनाला म्हणालाः— बाबा दुर्योधना, तुझ्याविषयीं मला जी ही चिंता जडली आहे, ती केव्हांही दूर होत नाहीं; आणि हा माझा केवळ तर्क नव्हे, ह्या देहींचा खराखुरा अनुभव तुला मी सांगतों आहें. बाबारे, प्राणिमात्र अपत्यांचे ठिकाणीं पराकाष्ठेचें प्रेम करितात; त्यांचें प्रिय करितात व यथाशक्ति त्यांचें हित करितात. हा जो अपत्यांसंबंधानें पितरांचा स्वभाव, तोच उपकृत सज्जनांचा उपकर्त्यांसंबंधानें भाव बहुधा पहाण्यांत येतो. सज्जनांवर कोणींही उपकार केला असतां त्यावर ते बहुगुणित प्रत्युपकार करण्याची इच्छा धरितात, आणि म्हणूनच, खांडववनांत अर्जुनानें केलेले उपकार स्मरून या भयंकर कौरवपांडवीय संग्रामामध्यें अर्जुनाचें साह्य अग्नि करील. शिवाय, पांडवांनीं त्यांचेपासून जन्म घेतला आहे, यामुळें पांडवांनीं आमंत्रण दिलें असतां अपत्यप्रेमास्तव यम, वायु, इंद्र वगैरे देव पांडवांना अनेक रीतींनीं मदत करतील, व भीष्म, द्रोण, कृप

इत्यादिकांचे भयापासून पांडवांचें रक्षण करण्याकरितां विद्युल्लतेप्रमाणें प्रखर क्रोध प्रकट करितील. आणि याप्रमाणें त्या अस्त्रनिपुण, वीर्यवान्, नरव्याघ्र पांडवांना या देवांचें साह्य मिळाल्यावर, त्यांकडे कोणाही मानवाला नुसतें अवलोकन देखील करवणार नाहीं. अजिंक्य, उत्कृष्ट व दिव्य असें ज्याचें गांडीव धनुष्य आहे; वरुणानें दिलेले, दिव्य व सदैव बाणांनीं भरलेले असे अक्षय्य ज्याचे भाते; धूमाप्रमाणें अप्रतिबंधगति असा हनुमान ज्याचे ध्वजावर; चतुरंत पृथ्वीमध्यें अतुल असा रथ; ज्याची आरोळी प्रचंड मेघाप्रमाणें कानीं येते; ज्याचा शब्द विजेचे गडगडाटाप्रमाणें शत्रूंचा थरकांप करणारा; ज्याचें वीर्य अमानुष आहे असें लोकांनीं ठरविलें आहे व देवांचाही रणांत जेता म्हणून ज्याला राजेलोक ओळखितात; डोळ्यांचें पातें लवलें नाहीं तोंच जो पांचशें बाण भात्यांतून काढून जोडून दूर सोडून देतो. पण कोणाची दृष्टि काम करीत नाहीं ही ज्याची चलाखी; जो अमानुषवीर्य राजांसही युद्धांत अजेय असा रथी आहे, असे भीष्म, द्रोण, कृप, द्रौणि, शल्य व इतर उदासीन लोकही म्हणतात; जो एकाच दमानें पांचशें बाण सोडितो; बाहुवीर्यानें जो सहस्रार्जुनतुल्य व पराक्रमानें इंद्रविष्णूंप्रमाणें आहे, तो महाधनुर्धर पांडव ह्या महासंग्रामरूप गर्दीमध्यें सारखा ज्याला त्याला हाणून पाडीतच चालला आहेसा मला दिसत आहे. बाबा दुर्योधना, अहोरात्र माझ्या डोळ्यांपुढें हें सारें उभें आहे आणि कौरवांना शम कसा प्राप्त होईल ही सारखी काळजी वाटत असल्यामुळें मला कशी ती झोंप शिवत नाहीं, कीं, सुखास पडत नाहीं! मला तर वाटतें कीं, कौरवांचा अतिभयंकर क्षय होण्याचा आरंभ अगदीं जवळ येऊन ठेपला आहे; आणि ह्या विरोधाचा अंत करणें जर इष्ट असेल, तर पांडवांशीं ‘ शम ’ करण्याशिवाय दुसरा त्याला कोणताही उपाय नाहीं. सारांश, बा दुर्योधना, केव्हांही पांडवांशीं ‘ शम ’ असावा हेंच मला रुचतें, विरोध करणें मला संमत नाहीं. कारण, कौरवांपेक्षां पांडव हे सदा अधिक बलाढ्य आहेत, असा माझा अभिप्राय आहे.

अध्याय एकसष्टावा.

—:०:—

दुर्योधनाचें भाषण.

वैशंपायन सांगतातः—हे जनमेजया, पित्याचें हें भाषण ऐकून, मूळचाच क्रोधी तो दुर्योधन अतिशयच क्रोध आणून पुनरपि बोलला, “ हे राजसत्तमा, पांडवांना देव साह्य असल्यामुळें पांडव हे अजिंक्य आहेत, असें समजून आपण भीति धरितां, ती भीति सोडून द्या. देव हे राज्येच्छु व विरोधी पांडवांना कधींही साह्य होणार नाहींत. द्वैपायन व्यास, महातपस्वी नारद व जामदग्न्य राम यांनीं मला पूर्वीं असें सांगितलें आहे कीं, देवांना जें देवत्व प्राप्त झालें त्याचें कारण ते राग, किंवा द्वेष यांशीं कधीं संबंध ठेवीत नाहींत, व लोभबुद्धीनें किंवा द्रोहबुद्धीनें कोणत्याही पदार्थाचा आदर करीत नाहींत. म्हणून, हे भरतश्रेष्ठा, देव हे मनुष्यांप्रमाणें कामानें, क्रोधानें, लोभानें किंवा द्वेषानें कोणतेही कामास प्रवृत्त होत नाहींत. त्या अर्थीं अग्नि, वायु, यम, इंद्र व अश्विन हे जेव्हां आपली देवरीति सोडून मनुष्याप्रमाणें अभिलाषबुद्धीनें पांडवांची बाजू घेतील, तेव्हांच पांडवांचा दुःखनाश होईल. परंतु ते जर खरे देव आहेत, तर असें ते करणारच नाहींत. हें मीं आतां सांगितल्यासारखेंच आहे. करितां ही देवसाह्याची चिंता आपण मुळींच करूं नये. हे भरतश्रेष्ठा, द्वेष

जे आहेत ते शमादि दैविक गुणांची सतत अपेक्षा करितात; (कामक्रोधादि आसुरी गुणांची करीत नाहींत.) हे देव जर कामाधीन होऊन लोभद्वेषांचा अवलंब करतील, तर वेद-प्रमाणावरून मी स्पष्ट असें सांगतों कीं, त्यांचें करणें जयास जाणार नाहीं.

" अग्नीचें तुम्ही म्हणतां, परंतु समस्त लोकांना वेढून जाळूं पहाणारा प्रचंड अग्निही मीं अभिमंत्रण केलें असतां शांत होतो. बरें, देव ज्या कांहीं परमतेजानें युक्त आहेत, तें तेज माझे ठिकाणींही आहे. पृथ्वी किंवा गिरि-शिखरें उलत असलीं तर सर्वांदेखत अभिमंत्र-णानें मी स्थिर करीन. या चराचर व जड-चेतन जगताचे नाशार्थ उत्पन्न झालेला, पाषाण-वृष्टि करणारा व सोसाट्याचा वायु मी भूत-दयेमुळें हमेषा माझ्या मंत्रसामर्थ्यानें सर्वांसमक्ष शांत करीत असतों. मंत्रसामर्थ्यानें मी जलाचें स्तंभन केलें असतां रथ, पदाति त्यावरून निःशंक चालून जातात. सारांश, दैवी आणि आसुरी गोष्टींचा प्रवर्तक एकटा मी आहें. मी जेव्हां सैन्य बरोबर घेऊन कोणाही कार्याचे उद्देशानें बाहेर पडतों, त्या वेळीं माझे रथाचे अश्व आपोआप इष्ट प्रदेशाकडे मला घेऊन जातात. माझे देशांत सर्पादि भयंकर प्राणी ठाव धरीत नाहींत; व हिंस्र प्राणीही कोणाची हिंसा करीत नाहींत. कारण, मंत्राच्या योगानें मीं त्यांचें नियमन केलें आहे. हे राजा, माझे राज्यांत लोकांचे इच्छेनुरूप पर्जन्य पडतो; माझ्या सर्व प्रजा धार्मिक आहेत; आणि माझे राज्यांत (अतिवृष्टि, अनावृष्टि, शलभ, मूषक, शुक व परचक्र) या सहाही ईति नाहींत. मीं ज्यांचा द्वेष केला त्यांना राखण्याच्या नादीं अश्विन, वायु, अग्नि, मरुद्गणांसह इंद्र किंवा यमधर्मही पडत नाहीं. मी म्हणतों याचा प्रत्यय दूर नाहीं. माझे शत्रूंना हे देव जर पाठीं घालूं शकते, तर मग पांडव तेरा वर्षें दुःखांत काढिते ना. मी खरेंच सांगतों कीं, मीं ज्याशीं वैर मांडलें त्याला राखण्याला देव, गंधर्व, असुर किंवा राक्षस यांपैकीं कोणीही शक्त नाहीं. मित्र किंवा शत्रु यांसंबंधीं बरें किंवा वाईट मीं कांहींही मनांत आणिलें आणि तें फसलें, असें पूर्वीं कधींच झालें नाहीं. हे शत्रुमर्दना, अमुक एक गोष्ट होईल असें मीं म्हटलें आणि ती झाली नाहीं असें अद्याप कधींच झालें नाहीं, म्हणून मला ' सत्यसंध ' म्हणतात. हें माझें माहात्म्य सर्वत्र विश्रुत आहे, व सर्वांनीं समक्ष पाहिलेलेंही आहे. या वेळीं जें मीं येथें वदून दाखविलें तें तुला धीर यावा म्हणून,—आत्मप्रशंसेकरितां नव्हे. हे राजा, मीं कधींच आजपर्यंत आत्मश्लाघा केली नाहीं. कारण, आत्मश्लाघा करणें सज्जनाचें काम नव्हे. तूं लवकरच ऐकशील कीं, पांडव, मत्स्य, सकैकय पांचाल, सात्यकि व वासुदेव यांना मीं जिंकिलें आहे. नद्या ज्याप्रमाणें समुद्राची गांठ पडली असतां नाहींतशा होतात, त्याप्रमाणेंच माझ्याशीं गांठ पडली असतां हे सर्व अनुयायांसह नाश पाव-तील. माझी बुद्धि, माझें तेज, वीर्य, बल, माझी विद्या, आणि माझें योगसामर्थ्य हीं सर्वच त्यांच्यापेक्षां विशिष्ट आहेत. भीष्म, द्रोण, कृप, शल्य आणि शल यांना अस्त्रांसंबंधीं जी कांहीं माहिती आहे, ती सर्व मला एकट्याला आहे ! "

याप्रमाणें बोलून, युद्धाविषयीं आपली उत्सु-कता प्रगट करणाऱ्या दुर्योधनाची सर्व कर्तब-गारी समजून घेऊन तो शत्रुतापन धृतराष्ट्र संजयाला पूर्वप्रस्तुत अर्जुनमाहात्म्यासंबंधेंच प्रश्न करूं लागला.

अध्याय बासष्टावा.

—:०:—

कर्ण-भीष्मसंवाद.

वैशंपायन सांगतातः—याप्रमाणें तो धृतराष्ट्र पार्थासंबंधें अतिशयच चौकशा करीत बसला आहे असें पाहून, त्याकडे लक्ष न पुरवितां, कौरवांचे सभेंत दुर्योधनाला आनंदवीत कर्ण बोलला कीं, " मीं पूर्वीं, 'ब्राह्मण आहें' असें परशुरामास मिथ्या सांगून त्यापासून ब्रह्ममय अस्त्र संपादन केलें व माझें कपट समजल्यावर 'अंतकालीं हें तुला स्फुरद्रुप होणार नाहीं ' एवढेंच काय तें त्या अस्त्रासंबंधें परशुरामानें मला बजाविलें. खरें पहातां, माझा अपराध मोठा होता आणि तो महाप्रखर तेजस्वी माझा महर्षि गुरु समुद्रासह पृथ्वीही दग्ध करण्यास समर्थ होता. असें असतां, त्यानें मला फार उग्र शाप दिला नाहीं, याचें कारण, त्याचें अंतःकरण मीं आपल्या पराक्रमानें व गुरुशुश्रूषेनें प्रमादित केलें होतें. एतावता, माझे अंतकालापर्यंत त्या अस्त्राचा प्रभाव बिनहरकत चालण्याची सवड आहे; त्या अर्थीं मी अर्जुनाशीं लढण्यास समर्थ आहें, व त्याचे वधाची जबाबदारी मीं आपले माथीं घेतली असें समजा. एका क्षणांत त्या महर्षीची कृपा संपादन करून, पांचाल, करूषक, मत्स्य व पुत्रपौत्रांसह पार्थ यांस मारून मी सर्व लोकांना शस्त्रानें जिंकून हस्तगत करून घेईन. पितामह, द्रोण व सर्व मुख्य मुख्य राजे तुझ्यासमीपच राहूं दे. मी काय तें मुख्य सैन्य घेऊन जाऊन पांडवांस मारितों. हें ओझें मीं पतकरिलें ! "

याप्रमाणें कर्ण बोलत असतां भीष्म त्याला म्हणाले, " हे कर्णा, कसल्या रे ह्या बढाया मारितोस? कालानें तुझी बुद्धि विपरीत झाली आहे. अरे, तुला हें कसें समजत नाहीं, कीं तुझ्यासह प्रधानबल एकदां नष्ट झालें, कीं हे धार्तराष्ट्र वध पावल्या सारखेच झाले! (करितां स्वतःचा जीव राख, धोक्यांत घालूं नको !) अरे! केवल कृष्णाचें साह्य घेऊन खांडववन अग्नीकडून भक्षवितांना धनंजयानें जें कर्म केलें त्याचे श्रवणाबरोबरच पांडवांशीं वैर करण्यासंबंधानें बांधवांसह तूं मनाला आवरून धरणें उचित होतें. इंद्रानें तुला दिलेल्या शक्तीचा तुला भरंवसा आहे, परंतु रणांगणीं श्रीकृष्ण आपले सुदर्शनाचे एका तडाख्यानें तिचे तुकडे करून जाळून टाकील, हें तूं अवलोकन करशील. उंचीं पुष्पें घालून सदा मोठ्या आस्थेनें पुजून ठेविलेला जो तुझा सर्पमुख बाण आहे, तो, हे कर्णा, पांडवांचे बाणवृष्टीनें छिन्न होऊन तुझ्याबरोबरच नाश पावेल. बा कर्णा, बाणासुर, नरकासुर व तुजसारखे व तुजहूनही वरिष्ठ अशा वीरांचा तुमुल युद्धांत वध करणारा जो वासुदेव, तो अर्जुनाचा पाठीराखा आहे ! "

कर्णाचा शस्त्रन्यास.

कर्ण म्हणतोः—खरोखर, भीष्मांनीं वर्णन केल्याप्रमाणें—नव्हे, त्याहूनही सरस महात्मा वृष्णिपति आहे, हें मीही मानितों. परंतु भीष्म मला जें कठोर भाषण बोलले आहेत, त्याचा परिणाम त्यांनीं ऐकून घ्यावा. हीं मीं शस्त्रें खालीं ठेविलीं. आतां युद्धांत किंवा तत्संबंधीं सभेंत भीष्मांच्या मी दृष्टीस पडणार नाहीं. भीष्मांना म्हणावें, आपला अवतार शांत झाला म्हणजे आपले पश्चात् माझें सामर्थ्य काय आहे हें सर्व भूमिपाल या लोकीं पहातील!

वैशंपायन सांगतातः—याप्रमाणें बोलून तो महाधनुर्धर कर्ण सभा सोडून स्वगृहीं गेला. नंतर, हे जनमेजया, भीष्म हंसतच राजांसमक्ष दुर्योधनाला म्हणाले, " एकूण कर्ण सत्यप्रतिज्ञ खराच! आवंत्य, कालिंग, जयद्रथ, चेदि, बाल्हीक वगैरे पहात उभे असतां मी

नेहमीं शत्रूकडील हजारच नव्हे, पण दहा दहा हजार योद्धे मारीन म्हणून यानें कितीदां तरी पतकर घेतला आहे; आणि आतां प्रसंग डोकीवर येऊन ठेपला तेव्हां कमकुवत अंग काढून घेतो! केवढें सत्यप्रतिज्ञत्व हें. त्याला म्हणावें, फुकाचें काम नाहीं! आतांच तमाशा पहाल कीं, भीमसेन हा आपले तोडीस तोड व्यूहरचना करून सटासट मुंडकीं तोडून कसा लोकक्षय मांडील! या गोष्टीला डरून स्वारीनें ही युक्ति योजिली. पण म्हणावें, ज्या वेळीं निर्दोष अशा भगवान् परशुरामासन्निध 'मी ब्राह्मण आहें' असें खोटें बोलून अस्त्र संपादन केलें, त्या क्षणींच त्या नराधम कर्णाचा धर्म व तप हीं नष्ट झालीं!"

वैशंपायन सांगतातः—हे जनमेजया, याप्रमाणें भीष्मांनीं भाषण केलें असतां, व शस्त्रें ठेवून कर्ण गेला असतां, धृतराष्ट्राचा मंदमति पुत्र भीष्मांशीं बोलूं लागला.

अध्याय त्रेसष्टावा.

—:०:—

विदुराचें भाषण.

दुर्योधन म्हणतोः—हे पितामह, पांडव व आम्ही या सर्वांचेंच मनुष्ययोनींत तुल्य जन्म झालें असतां, सर्वांशीं केवळ पांडवांचाच जय होईल असें आपण मानितां, याला हेतु काय? पांडव व आम्ही वीर्यानें, पराक्रमानें, वयानें, बुद्धीनें, विद्येनें, अस्त्रनैपुण्यानें, वीरसमूहानें, चापल्यानें व कौशल्यानें समतोल आहों; व सर्वही एकाच जातीचे व मनुष्ययोनींतलेच आहों. असें असतां, हे पितामह, पार्थाचाच जय होणार हें आपणांस कसें समजलें? आपण ध्यानांत ठेवा कीं, मी जो युद्ध आरंभणार, तो आपण, द्रोण, कृप, बाल्हिक किंवा अन्य राजे यांच्या पराक्रमावर आरंभणार नाहीं. मी, वैकर्तन कर्ण व भ्राता दुःशासन हे तिघे पांचही पांडवांना समरांत तीक्ष्ण बाणांनीं वधणार; आणि, राजा, प्रचुरदक्षिणायुक्त महायज्ञ करून, द्रव्य व गाई देऊन मी ब्राह्मणांचा संतोष करीन. हरिणशावांना पारधी ज्याप्रमाणें जाळ्यांत वेढतात, किंवा नाविकाविरहित लोक पाण्यांत जसे भोंवऱ्यांत सांपडतात, त्याप्रमाणें गजरथांनीं व्याप्त झालेल्या शत्रूंना पाहून माझे वीर जेव्हां त्यांना आपल्या बाहूंनीं कवटाळतील, तेव्हां त्यांकडे पाहून पांडव व केशव हे गर्व सोडतील!

(दुर्योधनाचें हें भाषण ऐकून विदुराला भीति पडली कीं, हा उद्दाम आहे, हा मूर्खपणानें कुलक्षय करील. म्हणून तो दमाची प्रशंसा करण्याचे उद्देशानें बोलूं लागला.)

विदुर म्हणतोः—सिद्धांतदर्शी वृद्ध यांचें या कामीं असें म्हणणें आहे कीं, 'दम' हाच सर्वांचा व विशेषतः ब्राह्मणाचा सनातन धर्म असून, हेंच त्याचें परमकल्याण आहे. जो पुरुष इंद्रियदमनपूर्वक दान, तप, वेदाध्ययन व ज्ञान संपादन करितो, त्याला तीं सफल होतात व क्षमा व मोक्ष हीं त्यालाच प्राप्त होतात. दमानें तेजोवृद्धि होते. दम अत्यंत पापशोधक आहे; आणि म्हणून दमाच्या योगानें तेजोवृद्धि व पापहानि होऊन पुरुषास ब्रह्मपदप्राप्ति होते. हिंस्र पशूंप्रमाणेंच दमरहित पुरुषांपासून सर्व दुनियेला त्रास होत असतो; आणि म्हणूनच अशांच्या नियमनासाठींच ब्रह्मदेवानें ही क्षत्रियजाति निर्माण केली. ब्रह्मचर्यादि चारही आश्रमांत दम हें अतिश्रेष्ठ व्रत आहे असें ज्ञानी लोकांचें म्हणणें आहे. आतां दमाचें लक्षण सांगतों, हे राजेंद्रा, क्षमा, धैर्य, अहिंसा, समता, सत्य, सरलता, इंद्रियजय, धीर, मृदुता, मर्यादा, शांतवृत्ति, औदार्य, क्रोधरहितत्व, संतोष आणि श्रद्धा, या सर्व गुणांच्या समुच्चयाला

दम अशी संज्ञा आहे; आणि हे गुण ज्यापाशीं असतात, त्या पुरुषाला दान्त असें म्हणतात. असला पुरुष काम, लोभ, गर्व, क्रोध, सुस्ती, आत्मस्तुति, मान, ईर्प्या व शोक यांचें सेवन करीत नाहीं. तो सरळ, अकपट व शुद्ध असतो. तो निर्लोभ अल्पसंतुष्ट स्त्रीचिंतन-पराङ्मुख असून समुद्राप्रमाणें गंभीर असतो असें शास्त्रांत वर्णिलें आहे. सद्वर्तनी, सुशील व शुद्धवृत्ति अशा त्या विद्वानाला आत्मज्ञान होतें; व इहलोकीं संमान पावून, मरणोत्तर तो सद्गतीला जातो. ज्याला भूतमात्रांत कोणाचेंही भय वाटत नाहीं व कोणा प्राण्यालाही ज्यापासून भय प्राप्त होत नाहीं, तोच पुरुषश्रेष्ठ परिपक्व-बुद्धि म्हणून म्हटला जातो. भूतमात्राचें हित करणाऱ्या त्या जगन्मित्र पुरुषापासून कोणासही त्रास होत नाहीं. तो आत्मज्ञानानेंच तृप्त असून शांत व समुद्रवत् गंभीर असतो. पूर्वकर्मफल व सदाचरण यांचाच अवलंब करून शांत, दान्त पुरुष आनंदांत राहातो. अथवा असला जितेंद्रिय पुरुष आत्मज्ञानानें तृप्त होऊन येथें कांहींच कर्म न करितां केवळ कालाची वाट पाहात राहातो व शेवटीं ब्रह्मभावास मिळतो. पक्षी आकाशांत गमन करितात, पण त्यांचा गमन-मार्ग जसा कोठें आकाशावर उमटलेला दिसत नाहीं, त्याप्रमाणेंच, अपरोक्षज्ञानानें तृप्त झालेल्या मुनीचा मार्ग इतराना उमगत नाहीं. घरदार सोडून जो मोक्षाचीच आकांक्षा धरून राहातो, त्यासाठीं स्वर्गामध्यें अक्षय्य व दिव्य अशीं स्थानें तयार होऊन राहातात.

अध्याय चौसष्टावा

—:०:—

विदुराचें भाषण.

(एकीचें सामर्थ्य.)

विदुर म्हणतोः—हे धृतराष्ट्रा, जुने लोकांचे तोंडून आम्हीं अशी एक गोष्ट ऐकिली आहे कीं, कोणीं एका फांसेपारध्यानें पक्षी धरण्या-करितां भूमीवर एक जाळें पसरून ठेविलें. त्यांत एकत्र उडणारे दोन पक्षी सांपडले; परंतु तें जाळेंच घेऊन ते उडून गेले. ते आकाशांत गेलेसें पाहून, तो पारधी खेद न करितां त्यांमागें धावूं लागला. तो याप्रमाणें पक्ष्यांकरितां धावत असतां, आह्निक उरकून स्वाश्रमांत बसलेल्या कोणा एका मुनीनें त्याला पाहिलें; व पक्षी आकाशांत आणि पारधी भुई-वरून त्यांचा पाठलाग करितो आहे, हा विचित्र प्रकार पाहून त्या पारध्याला म्हटलें 'अरे, हें तुझें करणें काय? पक्षी अंतराळांत, आणि तूं धरणीवरून त्यांचा पाठलाग करितो आहेस?' पारधी म्हणतोः—हे दोन पक्षी एक विचारानें उडत आहेत, म्हणून हें माझें जाळें ते नेत आहेत; परंतु ते जेथें आपसांत भांडतील तेथें ते खातरीनें माझे हातांत सांपड-तील, असें मी समजतों. विदुर सांगतोः—इतक्यांत, मृत्यूनें पछाडलेले ते दोघे पक्षी भांडूं लागले, व झगडतच ते दुर्बुद्धि धरणीवर पडले. त्याबरोबरच त्यांना न कळत त्या पार-ध्यानें त्यांना पकडलें. सारांश, जे ज्ञाति अर्थासाठीं आपसांत कलह करितात, ते कल-हापायीं, या पक्ष्यांप्रमाणें शत्रूचे तावडींत सां-पडतात. ज्ञातिकार्यें म्हटलीं म्हणजे एकत्र भोजन, एकत्र भाषण, कुशलप्रश्न व परस्पर भेटी हीं होत. परस्पर-विरोध हें ज्ञातीचें के-व्हांही उचित कर्तव्य नव्हे. योग्य कालीं, निर्मल मनानें, जे ज्ञातिबंधु एकमेळानें वृद्धाची शुश्रूषा करितात, ते, सिंहानें राखिलेल्या अरण्याप्रमाणें शत्रूला अजिंक्य असतात. हे भरतश्रेष्ठा, जे सदा अर्थप्राप्ति होऊनही कृप-णासारखे वागतात, ते आपली संपत्ति शत्रूंचे पदरांत घालतात असें समजावें. हे धृतराष्ट्रा,

ज्ञातींची गोष्ट जळत्या लांकडांप्रमाणें आहे. एकत्र झाल्यास जोरानें प्रज्वलित होतात, आणि पृथक् राहिल्यास जागचे जागीं धुमसून जातात.

लोभाचा परिणाम.

हे कुरुश्रेष्ठा, मी तुला दुसरी एक गोष्ट सांगतों. ती मीं गंधमादन पर्वतावर पाहिली तीही ऐकून घे, आणि मग तुला बरें दिसेल तसें कर. सिद्धगंधर्वांनीं आश्रय केलेल्या, चमकणाऱ्या ओषधिसमूहानें भरलेल्या, व चौफेर वेलींनीं वेढिल्यामुळें कुंजाप्रमाणें भासणाऱ्या त्या उत्तरेकडील गंधमादन पर्वतावर आम्ही एकदां मंत्रतंत्र व ओषधि जाणणारे देवतुल्य ब्राह्मण व किरात यांसह गेलों होतों. तेथें एका अवघड कड्यावर लागलेलें पीतवर्ण, मक्षिकांनीं गोळा करून ठेविलेलें मधाचें घागरीएवढें मोठें पोळें आम्हीं पाहिलें. तो मध कुबेराच्या विशेष आवडीचा असल्यामुळें त्याचे भोंवतीं सर्पांची राखण होती. त्या मधाचें सामर्थ्य अलौकिक होतें. त्याच्या पिण्यानें पुरुष अमर होतो, अंधळा डोळस होतो व वृद्ध तरुण होतो, असें त्या ओषधिज्ञ ब्राह्मणांनीं आम्हांस सांगितलें. तें ऐकतांच ते किरात त्या मधाच्या लोभानें तसल्या त्या सर्पयुक्त बिकट गिरिगुहेंत शिरले व प्राणास मुकले. तीच गत तुझ्या पुत्राची आहे! ह्याला एकट्याला अखंड पृथ्वीचें राज्य पाहिजे आहे. या मूर्खाला मध तेवढा डोळ्यांपुढें दिसतो आहे, पण पायांखालचा कडा दिसत नाहीं! ह्या दुर्योधनाचे मनांत सव्यसाची अर्जुनाशीं रणांगणांत युद्ध करावयाचें आहे; पण मला तर याचे अंगांत तशांतलें तेज किंवा सामर्थ्य दिसत नाहीं. तूं असें पहा कीं, रथांत बसून ज्या एकट्यानें सर्व पृथ्वी जिंकिली, भीष्मद्रोणांसारखे जपून चालणारे वीरही ज्यानें भयभीत करून विराटनगरींत पराजित केले, त्याचेपुढें तुमचें काय चालणार? तो वीर केवळ तुझा अभिप्राय समजेपर्यंत दुर्योधनाला क्षमा करून आहे. द्रुपद, विराट व क्रुद्ध झालेला अर्जुन हे वायुयुक्त अग्नीप्रमाणें समरांगणांत कांहीं शिलक ठेवणार नाहींत. तस्मात्, हे धृतराष्ट्रा, राजा युधिष्ठिराला गोंजारून अंकावर घे आणि समजीव; युद्धावर मजल येऊं देऊं नको. कारण, दोघांचें युद्ध सुरू झालें म्हणजे त्यांत कोणाही पक्षाचा निव्वळच जय होत नाहीं. (जय झाला तरीही त्याबरोबर नुकसानीही होतेच.) याकरितां युद्धाचा विचार प्रशस्त नाहीं!

अध्याय पांसष्टावा.

—:०:—

धृतराष्ट्राचें भाषण.

(हें विदुराचें भाषण ऐकून घेऊन) धृतराष्ट्र दुर्योधनास म्हणाला, " हे पुत्रा, मी जें तुला बोलतों आहें, तें नीट समजून घे. गैरमाहीत पांथस्थाप्रमाणें भलत्याच वाटेला योग्य मार्ग म्हणून तूं समजत आहेस. पांचां पांडवांचें तेज हरण करण्याची तुझी वांछा—चराचराला आधारभूत जीं आकाशादि पंचमहाभूतें त्यांचें तेज हरण करण्याचे वांछेइतकीच हास्यास्पद आहे. परमधर्मनिष्ठ जो कुंतीपुत्र युधिष्ठिर, त्याला तूं जिंकूं पहात आहेस, पण ही गोष्ट तूं मेल्यावांचून, इहलोकीं तरी तुला सिद्ध होणें नाहीं. रणभूमिवरील केवळ कृतांत अशा अतुलबल भीमाला तूं धमकी घालीत आहेस, परंतु हें तुझें करणें महावायूला एखाद्या वृक्षानें अडविण्याची धमकी घालण्यांतलेंच आहे. पर्वतसमूहांतील मेरूप्रमाणें सर्व शस्त्रधरांत श्रेष्ठ जो गांडीवधन्वा अर्जुन, त्याशीं कोण शहाणा लढाईला जाईल? देवेंद्राचे वज्राप्रमाणें जो

शत्रूंवर बाण टाकितो, तो पांचाल धृष्टद्युम्न आज कोणाचीं बरें खांडें करणार नाहीं? अंधक आणि वृष्णि यांत परममान्य, आणि पांडवांचे हिताविषयीं तत्पर असा तो अजिंक्य सात्यकि तुझ्या सेनेचा विध्वंस करील. तीनही लोकांत ज्याला प्रतिमा नाहीं अशा त्या कमलनेत्र कृष्णाशीं कोण ज्ञाता युद्ध करील? कृष्णाचें अर्जुनावर प्रेम किती आहे म्हणून सांगावें! गृहिणी, ज्ञाति, बंधु, आत्मा आणि ही पृथ्वी हीं सारीं कृष्णाला एकीकडे आणि अर्जुन एकटा एकीकडे! आत्मनिग्रही अर्जुन जिकडे तिकडेच अजिंक्य वासुदेवही असावयाचा, आणि ज्या सैन्यांत वासुदेव तें सैन्य सर्व पृथ्वीलाही असह्य होय!

"यासाठीं, बाबारे, तुझ्याविषयीं कळवळा बाळगणारे व यथार्थ भाषण करणारे जे सज्जन, त्यांचे बोलाबाहेर तूं जाऊं नको; आणि वृद्ध शांतनव भीष्म हे तुझे पितामह आहेत, त्यांचें बोलणें ऐकून घे. मीही कौरवांचें हित पाहाणारा असून तुला इतकें सांगतों आहें तें मनापासून ऐक. शिवाय द्रोण, कृप, विकर्ण व महाराज बाल्हिक यांसही तूं मजप्रमाणेंच मान दे. कारण हे सर्वही धर्मज्ञ असून तुजवर सारखेंच प्रेम करितात. विराटनगरांत तुझ्यादेखत गाई तेथेंच सोडून देऊन, तुझ्या भ्रात्यांसह तुझें सैन्य अर्जुनापुढें संत्रस्त होऊन बारा वाटा पळालें; हें उदाहरण, आणि त्याच नगरींत एकट्या अर्जुनानें तुम्हां सर्वांचा फज्जा उडविला म्हणून जें अद्भुत ऐकिलें तें—हीं दोन उदाहरणें (तुझे डोळे उघडण्याला) पुरे आहेत. तूं असें पहा कीं, एकट्या अर्जुनानें इतकें केलें, मग ते सारे भाऊ मिळाल्यावर कांहींचे बांहींच करून सोडतील. सारांश, तूं या भ्रात्यांना ओळख, आणि त्या युधिष्ठिराला त्याचें राज्यार्ध देऊन त्याची संभावना कर!"

अध्याय सहासष्टावा.

—:०:—

संजयाचें भाषण.

वैशंपायन सांगतातः—याप्रमाणें दुर्योधनाला बोध करून महाज्ञानी व भाग्यशाली धृतराष्ट्र पुनरपि संजयाला म्हणाला, 'हे संजया, आतां जें कांहीं अवशिष्ट राहिलें तें म्हणजे कृष्णवाक्यानंतर अर्जुन तुला काय बोलला तें मला सांग. तें ऐकण्याचें मला फार कौतुक वाटतें.

संजय म्हणतोः—वासुदेवाचें हें भाषण ऐकून तो अजिंक्य कुंतीपुत्र अर्जुन त्या कालीं वासुदेव ऐकत असतांच म्हणाला, "हे संजया, पितामह भीष्म, धृतराष्ट्र, द्रोण, कृप, कर्ण, महाराज बाल्हिक, द्रौणि, सोमदत्त, शकुनि, दुःशासन, शल, पुरुमित्र, विविंशति, विकर्ण, चित्रसेन, राजा जयत्सेन, अवन्तींचे विंदानुविंद, कौरवांतील दुर्मुख व दुःसह, सिंधुराज, भूरिश्रवा, भगदत्त, जलसंध हे, आणि जे कोणी अन्य राजे कौरवांचे प्रीत्यर्थ तिकडे युद्धार्थ मिळाले आहेत, त्यांना मरणाची आवड आली आहे, व पांडवक्रोधरूपी दीप्ताग्नींत त्यांची आहुति देण्यासाठीं दुर्योधनानें त्यांना मोठ्या आदरानें बोलावून आणिलें असें वाटतें!—ते एकत्र बसले असतां त्यांना यथान्याय अभिवंदन व कुशलप्रश्न कर; आणि या राजांसमोर क्रोधी, दुर्बुद्धि, लोभी, पापात्मा व पाप्यांचें आश्रयस्थान असा जो राजपुत्र दुर्योधन, त्याला अमात्यांसमक्ष हें माझें समग्र वचन ऐकीव."

याप्रमाणें मला थापून ठेवून, तो बुद्धिमान् पार्थ आपले दीर्घ व आरक्त नेत्र फिरवून व वासुदेवाकडे दृष्टिपात करून, धर्मार्थयुक्त भाषण करूं लागला, तो म्हणाला, हे 'संजया, मधुमर्दन महात्म्या श्रीकृष्णाचें व्यवस्थित भाषण तूं

लक्षपूर्वक ऐकिलें आहेस तें, तसेंच मी बोलत आहें तें, हीं दोन्हीं भाषणें तूं सर्व राजे जुळले असतां सांग. त्यांना म्हणावें, बाणांचे घर्षणानें उत्पन्न झालेल्या अग्नीचा ज्यांत धूम्र आहे, व रथांचे धावांचा टणत्कार हाच ज्यांतील मंत्रघोष आहे, अशा महासंग्रामरूप यज्ञांत अस्त्रबलानें पुढें सरणाऱ्या धनुष्यरूपी वणव्यानें जेणेंकरून तुमचा होम न केला जाईल अशी तजवीज तुम्ही सर्व मिळून करा. शत्रुमर्दन युधिष्ठिराचा सत्तेचा वांटा त्याचे इच्छेप्रमाणें तुम्ही न द्याल, तर तीक्ष्ण शरांचे योगानें अश्व, गज, पदाति यांसह मी तुम्हांला अशुभ अशा दक्षिण दिशेला पोंचवीन!'

हे देवकांति धृतराष्ट्रा, या भाषणानंतर मी अर्जुनाचा व चतुर्भुज वासुदेवाचा निरोप घेऊन व त्यांना वंदन करून, तो महत्वाचा निरोप तुजप्रत पोंचविण्याकरितां सत्वर इकडे निघून आलों.

अध्याय सदुसष्टावा.

—:०:—

व्यास व गांधारी यांचें आगमन.

वैशंपायन सांगतातः—धृतराष्ट्रपुत्र दुर्योधनाला जेव्हां तें संजयाचें वाक्य रुचेना, आणि सर्वच मुग्ध बसले, तेव्हां सभेंतील राजेमंडळी उठून चालती झाली; आणि, हे राजा, ते सर्व पार्थिव उठून जाऊन त्या सभेंत एकांत झाला असतां, धृतराष्ट्र संजयाला पुसूं लागला. कारण, इतकें झालें तरी धृतराष्ट्र पुत्रांचे अधीन असून त्यांचे कल्याणाची इच्छा करीतच होता, व याकरितां आपलें सैन्य, परसैन्य व पांडव यांचे बलाबलांचा निश्चय समजणें त्याला इष्ट वाटलें. धृतराष्ट्र म्हणतोः—हे संजया, आपले सैन्यांत सार व टाकाऊ जें कांहीं असेल तें मला सांग. बरें, पांडवांकडीलही सर्व कांहीं माहिती तुला पुरापूर आहेच. त्या अर्थी त्यांच्यांतही सरस कोणतें आणि निरस कोणतें हें मला सांग. तूं सिद्धांती, धर्मार्थकुशल व सर्वज्ञ असून उभय पक्षांकडील सारासार जाणणारा आहेस. करितां या प्रस्तुतच्या युद्धांत लढाईला उभे राहिले असतां कोण नाहींतसे होतील?

संजय म्हणतोः—हे राजा, या शून्यस्थानीं तुला एकट्याला मी कांहीं उत्तर देत नाहीं; कारण तेणेंकरून तुझे ठिकाणीं मजबद्दल असूया उत्पन्न होईल. याकरितां, हे अजमीढवंशोद्भवा, तुझा तहातपस्वी पिता व्यास व पत्नी गांधारी यांस येथें आणीव. हीं दोघें न्यायनिपुण असून, तुझे असूयेचें अपमार्जन करितील. तस्मात् ह्यांचे निकट, केशव व पार्थ यांचें जें काय मत आहे तें सर्व मी तुला सांगेन.

वैशंपायन सांगतातः—या बोलण्यावरून, विदुर हा व्यास व गांधारी यांस घेऊन त्वरित सभेंत आला. नंतर गांधारी, संजय व पुत्र धृतराष्ट्र यांचे पृथक् अभिप्राय समजून घेऊन, महाज्ञानी कृष्णद्वैपायन मुनि म्हणाले, 'बा संजया, धृतराष्ट्रानें फार चांगला प्रश्न केला आहे. करितां हा जितकें तुला विचारील तितकें सर्व याला सांग. कारण वासुदेव आणि अर्जुन यांचे ठिकाणीं ज्या ज्या गोष्टी वसत आहेत त्या तुला यथावत् ज्ञात आहेत.

अध्याय अडुसष्टावा.

—:०:—

संजयाचें भाषण.

संजय सांगतोः—अर्जुन व वासुदेव हे परमपूज्य धनुर्धारी सारखेच ब्रह्मस्वरूप आहेत. स्वतःचें कांहीं काम नसतां, हे केवल जगत्कार्यार्थ प्रकट झाले आहेत. हे प्रभो, त्या विवेकी वासुदेवानें ज्या उद्देशानें तें आपलें सुदर्शन सोडिलें असतें, तत्सिद्ध्यर्थ तें त्याच्या-

च मायाशक्तीनें आर्तीभोंती पांच हात जागा सोडून फिरत रहातें. कोणाचेंही सारासार बल किती आहे तें पाहाण्यासाठींच हें सर्वत तेजोमय असें चक्र निर्मिलें आहे. हें पांडवांना फार प्रिय आहे व तें कौरवांचा सफाई नाश करणार आहे. या चक्राचेच योगानें महाबल वासुदेवानें शंबरासुर, कंस व शिशुपाल यांस जसें कांहीं खेळतां खेळतां मारिलें. हा विशिष्टात्मा व जितेंद्रिय वासुदेव केवळ मनःसंकल्पानें पृथ्वी, अंतरिक्ष व स्वर्गही आपले सत्तेखालीं आणूं शकतो. हे राजा, पुनःपुनः पुनःपुनः तूं उभय पक्षांकडील सारासारबलासंबंधें मला प्रश्न करीत असतोस, पण मी तुला थोडक्यांत सांगतों तें एक. सर्व जग एका पारड्यांत आणि जनार्दन एका पारड्यांत घातला असतां, सारदृष्टीनें जनार्दन अधिक भरेल. एकटा जनार्दन संकल्पमात्रानें या अखिल जगाची राख करून टाकील; परंतु सगळें जग एकत्र झालें तरी जनार्दनाची राख त्याचे हातून होणें नाहीं. बाबारे, जेथें मिळून सत्य, धर्म, सरळपणा व अकार्याबद्दल लज्जा हीं राहातात, तेथें हा कृष्ण असतो; आणि जिकडे कृष्ण तिकडेच जय, हा सिद्धांत! सर्वांतर्यामी पुरुषोत्तम लीलेनेंच जणू स्वर्ग, पृथ्वी व अंतरिक्ष यांचे व्यापार चालवीत असतो. तो लोकांना भूल घालून, पांडवांचे मिषानें तुझ्या अधर्मनिष्ठ मूढ पुत्रांना जाळूं पाहात आहे. भगवान् केशव हा स्वशक्तीनें कालचक्र, जगच्चक्र व युगचक्र हीं तीन अहर्निशी फिरवीत आहे. बाबा, तुला खरें खरें सांगतों कीं, आयुष्य, मृत्यु व हें चराचर जगत् हीं केवल एकट्या त्या भगवंताचे सत्तेखालीं आहेत. शेतकरी ज्याप्रमाणें स्वतः लाविलेलें शेत स्वतः कापतो, त्याप्रमाणें हा महायोगी श्रीहरि सर्व जगताचा पालक असूनही स्वतःच त्याचे संहारार्थ कृत्यें करितो, व त्यासाठीं आपल्या मायेच्या योगानें लोकांना फसवितो. परंतु जे मानव त्यालाच शरण जातात, ते मात्र त्याच्या मायेनें मोह पावत नाहींत.

अध्याय एकुणसत्तरावा.

—:०:—

दुर्योधनाला गांधारीचा उपदेश.

धृतराष्ट्र म्हणतोः—हे संजया, माधव हा सर्व लोकांचा महेश्वर आहे हें तूं कसें जाणतोस आणि याला मी कां जाणीत नाहीं, तें मला नीट सांग. संजय म्हणतो, 'राजा, ऐक. याचें कारण हेंच कीं, तुझे ठिकाणीं ज्ञान नाहीं, आणि मजपासून तें कधींच नाहींसें होत नाहीं. जो ज्ञानहीन अतएव अंधःकारांत बुडालेला, तो केशवाला ओळखीत नाहीं. बाबारे, ज्ञानाचे (श्रुतीचे) सामर्थ्यानें मी असें ओळखितों कीं, मधुसूदन हा तिन्ही काळांत असणारा, सर्वकर्ता, स्वयंभू, द्युतिमान् व भूतमात्राचें उत्पत्तिलयस्थान आहे.' धृतराष्ट्र म्हणतो, 'हे गवल्गणपुत्रा, ज्या भक्तीचे बलानें तूं या मधुसूदनाचें त्रिकालवर्तित्व ओळखितोस, ती असली तुझी स्थिरभक्ति तरी त्याचे ठिकाणीं कोणती आहे?'

संजय सांगतोः—तुझें कल्याण असो, मी कपटाचें किंवा दांभिक धर्माचें अवलंबन न करितां केवळ निर्मल अंतःकरणानें त्यावर श्रद्धा ठेवून, शास्त्राचे साह्यानें जनार्दनाला ओळखितों.

हें ऐकून धृतराष्ट्र म्हणतो, "बाबा दुर्योधना, संजय हा आपल्याला भलतें सांगणारा नाहीं. करितां त्याच्या म्हणण्याप्रमाणें इंद्रियाधिपति जनार्दनाकडे तूं शरण जा." दुर्योधन उत्तर करितो, 'अर्जुनाचे सख्याचें निमित्त सांगून तो जर सर्व लोकांना मारणारच असला, तर अशाला आज मी शरण जात नाहीं.' धृतराष्ट्र

म्हणतो, 'गांधारि, हेवेखोर, दुष्ट, डौली व हितेच्छूची गोष्ट न ऐकणारा हा तुझा दुर्मति पुत्र नरकाची जोड करीत आहे.' तेव्हां गांधारी म्हणते, "दुर्योधना, तुला ऐश्वर्याची हांव सुटल्यामुळें, तूं वडिलांचे म्हणण्याबाहेर जात आहेस. परंतु, हे मूर्खा, भीमसेनाचा तडाका बसून तुझ्या वैऱ्यांचा आनंद व माझा शोक वृद्धिंगत करीत बाप, आई, ऐश्वर्य आणि प्राण यांना सोडून जाण्याची वेळ येईल तेव्हां वडिलांचे हे शब्द तुला स्मरतील."

हा प्रकार पाहून व्यास म्हणाले, "राजा धृतराष्ट्रा, संजयासारखा ज्या अर्थी तुझा दूत आहे, त्या अर्थी कृष्णाला तूं प्रियच आहेस. परब्रह्म पुराणपुरुष जो हृषीकेश त्याला हा संजय पूर्ण ओळखितो. हा तुला कल्याणाचा मार्ग दाखवील, व एकाग्रचित्तानें तूं याचें म्हणणें ऐकशील तर हा तुला मृत्युरूप महद्भयापासून सोडवील. हे धृतराष्ट्रा, हर्षक्रोधादि बहुविध विकारांच्या पाशांनीं जखडलेले पुरुष स्वकीय धनावर संतुष्ट राहात नाहींत; व परधनेच्छेनें मूर्ख बनून स्वकर्मदोषानें अंधळ्या म्होरक्यामागून जाणाऱ्या अंधळ्यांच्या माळेप्रमाणें पुनःपुनः मृत्यूच्या गचक्यांत पडतात. जेवढे मिळून विवेकी पुरुष आहेत, त्यांचा 'आत्मज्ञान' हा एकच मार्ग आहे. तो मार्ग त्यांना परब्रह्मप्राप्ति करून देतो. त्या मार्गाचें माहात्म्य असें आहे कीं, त्याची ओळख झालेला महात्मा पुरुष मृत्यूला उल्लंघून जातो, व पुनश्च संसारांत आसक्त होत नाहीं.'

हें ऐकून धृतराष्ट्र म्हणतोः—बा संजया, मला असा सर्वथा निर्भय मार्ग दाखीव कीं, ज्या मार्गानें मी परमेश्वराकडे गेलों असतां मला उत्तम सिद्धि प्राप्त होईल.

संजय म्हणतोः—हे धृतराष्ट्रा, जनार्दन हा जितात्मा आहे, यामुळें अजितात्म—ज्यानें आत्मा जिंकिला नाहीं अशा पुरुषाला हा कधींच प्राप्त होणार नाहीं (हें उघडच झालें); आणि आत्म्याला जिंकणें तर त्या कामीं इंद्रियनिग्रहाखेरीज यागादि अन्य उपाय व्यर्थ आहेत. इंद्रियनिग्रह कसा करावा म्हणशील तर, (विषयसान्निध्यानें) इंद्रियें अनावर होत असतात;—अशा वेळीं मोठ्या दक्षतेनें त्यांच्या इष्ट विषयांचा त्याग करावा. इंद्रियनिग्रह साधून लक्षपूर्वक शास्त्रविहित कर्माचरण करून, हिंसापराङ्मुख राहिल्यानें, निःसंशय ज्ञानोद्भव होतो. (आणि ज्ञानोद्भव हाच मोक्ष.) यासाठीं, हे राजा, निरालसपणें इंद्रियनिग्रहाविषयीं तत्पर रहा; व मनालाही सत्त्वापासून ढळूं देऊं नको. तें इकडेतिकडे धावूं लागलें असतां त्याला आवरून धर. मनासह सर्वेंद्रियांचा स्थिर निग्रह ह्यालाच सद्विप्र ज्ञानसाधन म्हणतात. किंबहुना, हेंच ज्ञानसाधन आहे आणि हाच ब्रह्मप्राप्तीचा मार्ग व ह्यानेंच विवेकी लोक जात असतात. हे राजा, इंद्रियें अजित ठेवून मानवांना केशव प्राप्त होणें नाहीं. चित्तवृत्तीचा निरोध व वेदांतशास्त्राचें ज्ञान यांच्या योगानें, वशी परमेश्वर प्रसन्न होऊन आत्मतत्त्वाचा बोध करितो.

अध्याय सत्तरावा.

—:०:—

श्रीकृष्णनामकर्मकथन.

धृतराष्ट्र म्हणतोः—संजया, मी पुनरपि तुला प्रश्न करितों आहें म्हणून कंटाळा करूं नको. मला त्या कमलनयन पुरुषोत्तमाचीं नामें व कर्में समजून सांग. कारण त्या ज्ञानानें मला त्याची प्राप्ति होईल अशी आशा आहे.

संजय म्हणतोः—हे राजा, वस्तुतः केशव

हा वाणीस व मनासही अगोचर आहे, त्याचें पूर्ण वर्णन करणें शक्य नाहीं. तथापि त्याचे पवित्र नामांचा अर्थ (व्युत्पत्त्यर्थ) मीं ऐकिला आहे, त्या अर्थी त्यासंबंधीं मला जें कांहीं थोडेंबहुत समजत आहे, तें तुला सांगतों. त्याला **वासुदेव** म्हणतात; कारण तो सर्व भूतांचें वसतिस्थान आहे व तो तेजस्वी (देव) आहे; किंवा भुवनाला मायेचें आवरण घालणारा असून देवांचें उत्पत्तिस्थान आहे. तो विश्वव्यापक असल्यामुळें त्याला **विष्णु** म्हणतात. **मा** म्हणजे स्वचित्तवृत्तिः तिचें मौन, ध्यान व योग यांचे साधनांनीं तो **धावन** करितो म्हणून त्याला **माधव** म्हणतात. मधु दैत्याला मारणारा हा मधुसूदन **मधु** म्हणजे पृथिव्यादि चोवीस तत्त्वांत भरून राहातो, म्हणून त्यास **मधुहा** असें म्हणतात. कृषि हा शब्द सत्तावाचक आहे आणि ण हा सुखवाचक आहे; आणि त्या सात्वत विष्णूचे ठिकाणीं सत्ता व सुख यांचा संयोग असल्यामुळें त्याला **कृष्ण** असें म्हणतात. नित्य, अक्षय व अव्यय असें जें हृदय**पुंडरीक** म्हणजे हृत्कमल तें त्याचें शाश्वत स्थान आहे, म्हणून त्याला **पुंडरीक** म्हणतात. (दस्यु-) जन म्हणजे प्रजापीडक, त्यांचें अर्दन म्हणजे पीडन करितो, म्हणून त्यास **जनार्दन** म्हणतात. ज्या अर्थी तो **सत्त्वा**पासून च्युत नाहीं किंवा सत्त्व त्यापासून दूर होत नाहीं, त्या अर्थी त्याला **सत्त्वत** किंवा **सात्त्वत** म्हणतात. **वृष** म्हणजे धर्म, त्याचें **भासन** करितो तो **वृषभ** म्हणजे **वेद**; तो आहे **ईक्षण** म्हणजे ज्याच्या ज्ञानाचें द्वार, त्याला **वृषभेक्षण** म्हणतात. हा सेना जिंकणारा कृष्ण कोणाही **जनका**पासून जन्म पावत नाहीं, म्हणून याला अज म्हणतात. देव म्हणजे इंद्रियें यांचें प्रकाशन किंवा दमन करणारा म्हणून त्या प्रभूला **दामोदर** म्हणतात. हृषीक म्हणजे वृत्तिसुख ह्याचा **ईश** म्हणजे स्वामी तो **हृषीकेष.** तो आपल्या **बाहूंनीं** स्वर्ग व भूमि यांचें धारण करितो म्हणून त्यास **महाबाहू** म्हणतात. तो **जातु** म्हणजे केव्हांही **अधः** म्हणजे संसारांत **क्षीयते** म्हणजे पडत नाहीं, म्हणून त्यास **अधोक्षज** म्हणतात. **नराचें अयन** म्हणजे आश्रय तो आहे म्हणून त्यास **नारायण** असें म्हणतात. **पुरु** म्हणजे सर्व कांहीं परिपूर्ण करणारा असून तो **सः** म्हणजे सर्व प्राणी ज्याचे ठिकाणीं लीन होतात असा आहे, म्हणून तो पुरुष झाला; आणि पुरुष असून उत्तम आहे म्हणून त्याला **पुरुषोत्तम** असें म्हणतात. जगत्कारणरूप जें **असत्** म्हणजे अव्याकृत किंवा सूक्ष्म, व **सत्** म्हणजे कार्य किंवा परिणामरूप जें स्थूल, त्या सर्वांचे उत्पत्तिलय त्याचे ठिकाणीं असल्यामुळें, व सर्व विश्वाचें त्याला सर्वदा ज्ञान असल्यामुळें, त्याला **सर्व** म्हणतात. सत्याला कृष्ण हा रत्न आहे व सत्य त्याच्या आधारावर राहातें म्हणून; व व्यावहारिक सत्याहून सत्यतर तो गोविंद आहे म्हणून **सत्य** असें त्याचें नांवच ठेविलें आहे. हा देव सर्वत्र विक्रम म्हणजे गमन करणारा आहे, म्हणूनही त्यास **विष्णु** म्हणतात, आणि सर्वांना जिंकणारा म्हणून त्याला **जिष्णु** म्हणतात. तो शाश्वत म्हणजे क्षय किंवा **अंत** यांनीं रहित असल्यानें त्याला **अनंत** म्हणतात. गो म्हणजे इंद्रियें यांचा तो प्रकाशक, म्हणून त्याला **गोविंद** म्हणतात. वस्तुतः हें जगत् **अतत्त्व** म्हणजे मिथ्या असतां तो आपल्या **सत्तास्फूर्तिदानानें तत्त्व** म्हणजे सत्य करितो आणि या योगानें लोकांना मोह उत्पन्न करितो. असा हा नित्यधर्मरूप भगवान् महाबाहु अच्युत, कौरवांचा क्षय न व्हावा म्हणून दयाबुद्धीनें तुह्मांकडे येणार आहे.

अध्याय एकाहत्तरावा.

—:०:—

धृतराष्ट्रकृत कृष्णवर्णन.

धृतराष्ट्र (अंध) म्हणतोः—हे संजया, भग-
वान् वासुदेव कृष्ण इकडे येणार आहे म्हणून
तूं सांगतोस त्यावरून जे डोळस आहेत
त्यांचें धन्य भाग्य असें मला वाटतें. कारण,
आपल्या चित्स्वरूपानें चमकणारा व दशदिशा
प्रकाशित करणारा तो वासुदेव त्यांना अगदीं
जवळून पहावयास सांपडेल. शत्रूंना क्षुब्ध
करून त्यांना मारून त्यांचें यश हरण कर-
णारा, शत्रुघातक, यादवांचा मुख्य नायक तो
त्रिभुवनैकवीर स्पृहणीय महात्मा वृष्णिश्रेष्ठ
येथें सात्वतरूपानें प्रकट होऊन सृंजयांना
मान्य व सुखावह, अभ्युदयेच्छूंना ग्राह्य आणि
मुमूर्षांना अग्राह्य अशी अनिंद्य व प्रेमळ वाणी

पांडवांचे हितार्थ उच्चारून माझे पुत्रांना
मोह घालीत असतां एकत्र जमलेले सर्व
कौरव त्याला पाहातील, हें त्यांचें लहानसहान
भाग्य नव्हे !

हे संजया, त्या वासुदेवाला डोळे भरून
पाहाण्याचें जरी माझे कपाळीं नाहीं, तरी
अत्यंत पुरातन, ऋषि, आत्मज्ञ, वेदनिधि,
अरिष्टनेमि, गरुड, सुपर्ण, प्रजादुःखहर्ता, जग-
ताचा आधार, यतींना सुगम, सहस्रशीर्ष,
पुराणपुरुष, आदिमध्यान्तहीन, अनन्तकीर्ति,
कर्मबीजांचा धारक, अजन्मा, शाश्वत, परात्पर,
अशा त्या वासुदेवाला मी शरण जात आहें.
सारांश, त्रैलोक्यनिर्माणकर्ता, देव, असुर,
नाग, राक्षस यांचा जनक, राजे व विद्वान्
यांतील श्रेष्ठ असा जो उपेंद्र विष्णु, त्याचे
चरणीं मी लीन आहें.

———————

भगवद्यानपर्व.

अध्याय बहात्तरावा.

—:०:—

युधिष्ठिरकृष्णसंवाद.

वैशंपायन सांगतातः—संजय कौरवांकडे परत गेल्यावर इकडे युधिष्ठिर हा यादवकुलावतंस जो दाशार्हवंशज श्रीकृष्ण त्याला म्हणाला, " हे मित्रवत्सला, आमच्यासारख्या मित्रांना साह्य करण्याची जी वेळ ती हीच आहे. प्रस्तुतसारख्या बिकट प्रसंगांतून आम्हांस पार पाडील असा तुजवांचून दुसरा मला कोणीही आढळत नाहीं. पोकळ ताठा धरणाऱ्या त्या ससचिव धृतराष्ट्रपुत्रावर अंगीं चालून जाण्याविषयीं जी आम्हीं कंबर बांधिली आहे, ती सगळी तुझ्याच जिवावर आहे. हे शत्रुमर्दना, तूं ज्याप्रमाणें पडेल त्या त्या संकटांत वृष्णींना संभाळतोस त्याप्रमाणेंच आम्हां पांडवांचेंही रक्षण करणें तुजकडेच आहे. तस्मात्, प्रस्तुतच्या जबरदस्त संकटांतून तूंच आम्हांला तार."

श्रीकृष्ण म्हणतातः—हे महाबाहो युधिष्ठिरा, चिंता करूं नको. हा पाहिलास मी तुमचे साह्यार्थ चंग बांधून उभाच आहें. तुझे मनांत काय बोलावयाचें असेल तें निःशंकपणें बोल. तूं जें म्हणून मला सांगशील, तें सर्व मी पुरें करीन, हा विश्वास ठेव.

युधिष्ठिर म्हणतोः—श्रीकृष्णा, तुझ्यासारख्याला मीं सांगावयाचें तें काय? संजयानें मला निरोप सांगितला तो तूं ऐकलासच. त्यावरून, सपुत्र दुर्योधनाचा डाव काय आहे, तो तुझ्या लक्षांत आलाच असेल. खरें म्हणशील तर संजयानें जें काय मला सांगितलें तें सर्व म्हाताऱ्या धृतराष्ट्राचें मत आहे. दुर्योधन उगाच आड लपावयाला जागा आहे. बाकी, निरोपावरून धृतराष्ट्राचें हृदय अगदीं उघडें झालें आहे, दूताचें सांगणें कांहीं तरी पदरचें असूं शकत नाहीं. त्याला मालकाचे शब्दच सांगणें भाग आहे. तसें न करील तर त्या दूताचें डोकें जाईल. तस्मात् संजयाचे शब्द प्रमाण आहेत; व त्यांवरून पहातां, आम्हांला आमचें राज्य न देतां, आम्ही शांति धरावी, असा म्हातारबोवांचा कावा दिसतो. ठीकच आहे! मनाचा खोटा आणि धनासाठीं प्राण देणारा धृतराष्ट्र दुसरें काय इच्छिणार? पण त्यानें कांहीं आपले वडीलपणाकडे तरी पहावें. पण तेंही नाहीं. आम्हीं बारा वर्षें वनवास व एक वर्ष अज्ञातवास काढिला, तो केवळ धृतराष्ट्राचे शब्दावरून. कारण, हे कृष्णा, आम्हांला असें वाटलें कीं, धृतराष्ट्र आपला करार पाळील; व आमचें राज्य आम्ही सुटल्यावर आम्हांला परत करील. व या विश्वासावर आम्ही करारापलीकडे एक पाऊलभरही गेलों नाहीं, याबद्दल महान् महान् ब्राह्मण साक्षी आहेत. इतके खरेपणानें आम्हीं त्याची आज्ञा पाळली असूनही पुनः आमचे तोंडाला पानेंच पुसणार व कोरडी शांति धरा म्हणून सांगणार, या प्रकाराला म्हणावें काय? पुत्रप्रेम व पारतंत्र्याची सबब करून हा लोभी म्हातारा आमचे अंशाचा अपहार करूं पहातो. पण आपले वडीलपणाकडे किंवा धर्माकडे अगदींच कसा पहात नाहीं! दुर्योधन एक मूर्ख झाला म्हणून यानें त्याचे नादीं कां लागावें? पण तें कांहीं नव्हे. तो मूळचाच लोभी आहे व आपले पोळीवर तूप ओढण्याचा त्याचा सदा स्वभावच आहे. त्यांतून तो दुर्योधनासारख्याचे ओंजळीनें पाणी पिऊं लागला आहे. तेव्हां ठकबाजीशिवाय दुसरें त्याला काय दिसणार? हे कृष्णा, वास्तविक अर्धें राज्य मला असावयाचें, तो मी माझ्या मित्रांना किंवा माझ्या जन्मदात्या

मातेलाही पोटाला घालण्याला महाग झालों आहें, ह्याहून अधिक कष्टावस्था ती कोणती उरली? बरें, मी किती थोड्यांत संतुष्ट आहें! काशी, चेदि, पांचाल, मत्स्य व तूं अशांचें मला पाठबल असून, 'अविस्थल, वृकस्थल, माकन्दी, वारणावत, हीं चार आणि दुसरें भलतेंसें एक ठिकाण—एकूण पांच गांव मला द्या; **नगरें** नाहींतच तर पांच **गांव** द्या, त्यांतच आम्ही आपले भाऊ एकत्र राहूं; मग आम्ही युद्धावर येत नाहीं, व आमचेकरितां भरतकुलाचाही क्षय नको.' इतक्या गरीबीचें व समाधानाचें मीं मागणें केलें असतांही त्या दुष्ट दुर्योधनाला कबूल नाहीं. भीष्मांसारख्यांनीं सांगितलें, पण त्यांनाही तो भीक घालीत नाहीं. सारी मालकी आपली असें मानून तो कोणालाच पुसत नाहीं, व धृतराष्ट्राला हें खपतें आहे. तेव्हां, हे कृष्णा, याहून आम्हांस अधिक दुःखकारक तें काय उरलें?

लोभाचा परिणाम.

युधिष्ठिर म्हणतो:—कुलीन व वृद्ध पुरुषही परद्रव्याची हाव बाळगूं लागला म्हणजे लोभाची छाप त्याच्यावर बसून त्याची न्यायान्यायबुद्धि लोपते; ती लोपली म्हणजे पुढें त्याची लज्जा नष्ट होते; लज्जा सुटली कीं धर्मभ्रंश होतो; धर्मभ्रंश झाला कीं लक्ष्मीचा ऱ्हास होतो; आणि लक्ष्मी गेली म्हणजे त्या पुरुषाचा वध होतो; कारण

निर्धनता

हा पुरुषाचा वधच होय. निर्धन पुरुष जिवंत असून मेल्यासारखाच असतो. कारण, हे कृष्णा, पुष्पफलरहित वृक्षाला सोडून ज्याप्रमाणें पक्षी जातात, त्याप्रमाणें द्रव्यहीन मनुष्याला त्याचे ज्ञाति, स्नेही, ब्राह्मण, इत्यादि सर्व सोडून जातात. बा कृष्णा, शवाला सोडून जसे प्राण जातात, तसे माझा एखाद्या पतिताप्रमाणें त्याग करून ज्ञाति जातात, हें मरणच नव्हे तर काय? ज्या अवस्थेंत आजला जेवण नाहीं व उद्यांही मिळेलसें दिसत नाहीं, त्या स्थितीहून क्लेशावह अवस्था दुसरी नाहीं असा **शंबराचा** अभिप्राय आहे.

धन हाच श्रेष्ठ धर्म होय असें म्हणतात. सर्व काय तें धनावर अवलंबून आहे. ज्यांजवळ धन तेच दुनियेंत खरे जिवंत आहेत; द्रव्यहीन पुरुष ते मेलेले समजावयाचे. याकरितां, आपल्या मनगटाच्या जोरावर जे कोणी दुसऱ्याला त्याचे धनावरून दूर ओढितात ते धर्म, अर्थ व काम यांसमवेत त्या पुरुषाला ठार करितात.

धनहानीचा परिणाम.

याप्रमाणें धननाश झाला असतां कित्येकांनीं जीव दिले आहेत; कोणी देशोधडीला लागले; कोणी अरण्यांत चालते झाले; व कोणी अंगाला राख फांसून परागंदा झाले ते तिकडेच नाश पावले. कोणी चिंध्या फाडूं लागले, तर कोणी आयतेच शत्रूंच्या तावडींत सांपडले. दोन दमड्या दृष्टीस पडाव्या म्हणून कोणी दुसऱ्याचे जोडे उचलायला तयार होतात. सारांश, हे कृष्णा, पुरुषाला निर्धनता ही मरणाहीपेक्षां अधिक दुःखदायक आहे. कारण, धनहानि झाली कीं तिबरोबर पुरुषाचे धर्म, काम हे ठार होतात, आणि मग तें पुरुषाचें जिणें काय? देहधर्मानें येणारें मरणही सर्वांचीच सारखी वाट आहे, ती टाळून कोणीही जाऊं शकत नाहीं; व ती सार्वत्रिक असल्यानें तिचें इतकें वाटतही नाहीं. पण ही निर्धनता कठीण. त्यांतले त्यांतही, हे कृष्णा, जो जन्मतःच दरिद्री आहे त्याला निर्धनता इतके क्लेश देत नाहीं. परंतु प्रथम संपत्ति हातीं येऊन व तिच्यामुळें सुखांत वाढून मग एकदम दमडीला महाग होतो, त्याचें दुःख खरो-

खरच सांगून समजणारें नाहीं. असला पुरुष रागादि स्वदोषांनीं विपद्ग्रस्त झाला असतां स्वतःस दोष न देतां इंद्रांसह देवांस त्याबद्दल दोष देतो. अशाचें दुःख दूर करण्याचे कामीं शास्त्रांचा देखील इलाज चालत नाहीं. मग तो नोकरचाकरांवर संतापतो व स्नेह्यांचा हेवा करूं लागतो. याप्रमाणें जेव्हां तेव्हां त्याला संताप येतां येतां शेवटीं त्याचें माथें फिरून तो वेडा होतो. मग वेडांत नसतीं नसतीं दुष्ट कर्मे करूं लागतो. मग त्याच्या पापकर्मांनीं संकराला पुष्टि येते. संकर म्हणजे पापाची पराकाष्ठा व नरकाचा दरवाजाच होय. सारांश, असला पुरुष जर वेळीं डोळे न उघडील तर तो नरकगर्तेंत पडलाच म्हणून समजावें.

विवेकप्रभाव.

डोळे उघडणें म्हणजे विवेक करणें होय. कारण, पुरुषाची विवेक हीच जागृति मानिली आहे. विवेकरूपी डोळे ज्याचे उघडले असतील तोच तरेल, कारण, पुरुषाचे ठिकाणीं विवेकाचा उदय झाला म्हणजे तो अन्यत्र न धावतां शास्त्रांचाच विचार करूं लागतो. शास्त्रपरिचयानें त्याची मति धर्मोन्मुख होते; व धर्मोन्मुख झाली कीं अकर्म अरण्याविषयीं त्याला शरम वाटूं लागते. कारण, अकार्यपराङ्मुखता हाच धर्माचा प्रधानभाग आहे. असो; अकार्यपराङ्मुख झाला म्हणजे तो पापाचा तिट्कारा करूं लागतो; आणि पापाचा द्वेष पडला म्हणजे तो लक्ष्मीचें कृपापात्र होतो व मनुष्य जोंपर्यंत लक्ष्मीचें कृपापात्र आहे तोंपर्यंतच तो ' पुरुष ' या संज्ञेस पात्र असतो. त्याची धर्मनिष्ठा अढळ रहाते; अंतःकरणाची चलबिचल होत नाहीं; आलें कार्य त्याला पार पाडितां येतें; अधर्माकडे त्याचें मन जात नाहीं; व पापाचरण तो करीत नाहीं. ज्याला ऱ्ही म्हणजे अकार्य करण्याविषयीं लज्जा नाहीं किंवा ज्याचे ठिकाणीं विवेक नाहीं, तो नपुंसक होय. त्याला वैदिकधर्माचा अधिकार नाहीं; जसा शूद्र तसाच तो. परंतु जो ऱ्हीमान् आहे, तो देवांचें, पितरांचें व आपलें स्वतःचें परिपालन करितो; व त्या पुण्याचे योगानें मोक्षास जातो. मोक्षप्राप्ति ही पुण्यकर्माची परिसीमा आहे.

असो; हे मधुसूदना, हा सर्व प्रकार तूं माझे ठिकाणीं प्रत्यक्ष पाहिलाच आहेस. माझें राज्य गेलें व अशा हालांत मीं दिवस काढिले. त्या अर्थी, आतां कोणत्याही न्यायानें पाहिलें तरी संपत्ति घालविणें आम्हांस योग्य नाहीं. मग ती मिळविण्याचे खटपटींत आमचे प्राण जरी खर्चीं पडले तरी चांगलेंच. प्राणव्ययानेंही आम्ही संपत्ति मिळविण्यास कमी करणार नाहीं, हें खरें. तथापि, होतां होईल तों कौरवांनीं व आम्हीं साम करून शांतपणें तिचा उपभोग घ्यावा हा माझे मतें उत्तम पक्ष होय.

युधिष्ठिराची युद्धाविषयीं अनिच्छा.

हे कृष्णा, आम्हीं कौरवांना ठार करून राज्य हिसकून घेणें म्हणजे क्रूरपणाची कमालच होय, व असें करणें नाशाचाच पाया होय. हे माधवा, ज्यांचा आपला कांहीं संबंध नाहीं व जे अनार्य आहेत असे शत्रु असले तरी बनेल तों त्यांचा वध करूं नये; मग अशा कौरवांसारख्यांचा वध करणें कसें प्रशस्त होईल? कारण, कौरवपक्षीय म्हणजे आमचे अति जवळचे आप्तसंबंधी! शिवाय त्यांतील कांहींजण आमचे मित्र, गुरु व वडीलही आहेत; आणि अशांचा वध करणें म्हणजे पापाचा कळस करणें होय, शिव! शिव! या युद्धांत कोणतें बरें चांगलें आहे?

क्षात्रधर्मनिंदा.

हर! हर! हा क्षत्रियांचा धर्म म्हणजे मूर्तिमंत पापच आहे. परंतु आम्ही क्षत्रिय-

कुलांत उत्पन्न झालों आहों तेव्हां वाईट वाटून उपाय काय ? त्यांत कितीही पाप असलें तरी तो आमचा स्वधर्म असल्यामुळें आम्हांस तो चुंबीत पाळिलाच पाहिजे. कारण, आम्हीं क्षात्रवृत्ति सोडून अन्यवृत्ति धरणें शास्त्रदृष्ट्या निंद्य आहे; तेव्हां काय करावें! चतुर्वर्णांपैकीं शूद्र हे त्रिवर्णांचे सेवेवर पोट भरितात; वैश्य व्यापारधंदा करून उपजीविका करितात; बरें, ब्राह्मणांनीं आपलें भिक्षापात्र पसंत केलें; आणि आम्ही क्षत्रिय मात्र दुसऱ्याच्या माना कापून पोट भरितों ! हाय ! हाय ! कोण नाकारा तरी क्षत्रियधर्म हा ! हे कृष्णा, ज्याप्रमाणें एक कुत्रा दुसऱ्या कुत्र्याला फाडून खातो किंवा एक मासा दुसऱ्या माशाला गट्ट करितो, तसा एक क्षत्रिय दुसऱ्या क्षत्रियाला ठार करून आपला निर्वाह करितो ! आणि हाच आमचा धर्म पिढ्यानपिढ्या चालत आला आहे, हें तूंच पहा.

युद्धापासून होणारे अनर्थ.

हे कृष्णा, युद्ध म्हटलें म्हणजे सदासर्वदा कलह उभा असून सारखी प्राणहानि चालत असते. यास्तव, मला युद्ध करणेंच तर, केवळ ही राजनीति आहे एवढ्यावर नजर देऊनच मी करणार. युद्धांत जयपराजय हे प्राण्यांचे खुषीवर अवलंबून नाहींत; व जगणें-मरणें हेही जीवांचे मर्जीवर नाहीं. इतकेंच नव्हे तर, हे यदुश्रेष्ठा, वेळ आल्यावांचून सुख किंवा दुःखही प्राप्त होणें नाहीं. बाकी युद्धांतील प्रकार पाहाण्याची सोय नाहीं. कधीं एकटाच शेंकडोंना मारितो; कधीं शेंकडों मिळून एकट्याला मारितात. एखादे वेळीं एखादी भागुबाई मोठ्या शूराचें नाक उतरते; समर्यी अपेशी मनुष्य मोठ्या विजयी योद्ध्यास वांकवितो. त्याचा कांहींच नियम नाहीं. एक गोष्ट मात्र निश्चित आहे. दोघांचाही जय किंवा दोघांचाही पराजय, असें मात्र कधींही पाहाण्यांत येत नाहीं. पण युद्धांतून पळ काढिला तरीही यशोहानि, द्रव्यहानि व प्राणहानि हीं दृष्टीस येतातच. सारांश, युद्ध हें सर्वस्वी पापाचें घरच आहे. युद्धांत शस्त्र दुसऱ्यावर उगारून कोणीही उभा राहो, तो म्हणजे उलट ठोका खाणार नाहीं, असा कोण निश्चिय सांगेल ? बरें, आपण ठोका खाल्ल्यावर मग 'आप मेला जग डुबाला' या म्हणीप्रमाणें कोणाचाही जय किंवा पराजय झाला तरी त्याचें आपल्याला काय ? शिवाय, हे कृष्णा, पराभूत होऊन जगणें हें मरणापेक्षां काडीभरही अधिक चांगलें नव्हे. बरें, पराजयाचें एक वेळ असो, पण विजय झाला तरी काय ? विजय झाला तरीही युद्धामुळें आप्तनाश, द्रव्यनाश, इत्यादिरूपानें विजयी पक्षाचा कांहीं लहानसहान खराबा होत नाहीं. हा एकटा जरी अजिंक्य असला, तरी युद्धाच्या आणीबाणींत इतर लोक त्याचे पुत्रमित्रादि जिवलगांचा तरी प्राण घेतात; आणि मग तो एकटा निशाण फडकवीत जरी घरीं आला तरी सुख काय ? घरीं यावें तों पोटचे पुत्र, पाठचे भाऊ हे दृष्टीस पडत नाहींत, व जातिबलही कमी पडतें. मग अशाला जीविताचा व सर्व गोष्टींचा वीटच येतो. बरें, जे कोणी धैर्यवान्, विनीत, सज्जन, कनवाळू तेच युद्धांत मारले जातात. अर्धवट पोरसोर ते बचावतात. शिवाय, मोठें शौर्य गाजवून शत्रूला चिरडिला तरी ही गोष्ट जिवाला खातच असते व शत्रुवधाचा परिणाम दुःखदायकच होतो. इतकें सोसूनही, शत्रु म्हणजे निःशेष होतो असें नाहीं. कोणी ना कोणी तरी शत्रुपुढच्यापैकीं शिलक उरतातच. मग हे लोक आस्ते आस्ते लोक जमवून संधि साधून पुनः आपल्यावर उठतात, व वैर एकदांचें कायम नाहींसें व्हावें या इच्छेनें पूर्वशत्रूचा कसा तो शेष उरूं देत

नाहींत. याप्रमाणें युद्धांत जय मिळाला तरी त्यापासून

वैर

उत्पन्न होतें; व ज्याचा पराजय होईल तो तर अक्षय तळमळतच असतो. परंतु जो जय व पराजय हे दोन्हीं सोडून उदासीन रहातो त्याला मात्र सुखाची गार झोंप येते. परंतु एकदां वैर उत्पन्न झालें म्हणजे त्या पुरुषाला सर्पयुक्त गृहांत वास करणाऱ्याप्रमाणें केव्हांही चैन पडत नाहीं व सुखाची झोंप येत नाहीं. बरें, जो शत्रूचीं पाळेंमुळें खणून काढितो, त्याचीही यशोहानि होऊन, लोकांत कायमची नाचक्की होते. वैर एकदां सुरू झालें कीं, तें पिढ्यानपिढ्या विझत नाहीं. कारण, कुलांत लहानसहान तरी कोणी पुरुष उभा असला कीं, त्याला पूर्ववैराचें वृत्त सांगणारे तयार असतातच. एतावता, वैरानें वैर केव्हांही शांत न होतां, घृतानें अग्नि चेतावा त्याप्रमाणें अधिकाधिकच पेटत रहातें. डोळ्यांत तेल घालून शत्रूचें छिद्रच पहात बसणाराला तें सांपडत नाहीं असें होत नाहीं; कारण मनुष्यकृतींत छिद्र हें अपरिहार्यच आहे. बरें, छिद्र दिसलेंच म्हणजे त्याचा फायदा घ्यावासा वाटतोच. एवंच, अंगीं वीर्यवत्ता असून छिद्रान्वेषित्व आहे अशाचे ठिकाणीं हृदयाला पीडा करणारा हा वैररूपी आधि निरंतर उभा असतोच. एक तर आपण होऊन मनानें सोडूनच दिला तर तो शमतो किंवा मरणानें शमतो. आतां शत्रूचा सफा बीमोड करून टाकिला असतां उत्कृष्ट शांति प्राप्त होईल खरी, परंतु कोणाचाही समूळ उच्छेद करणें म्हणजे हलकें का क्रूर कर्म आहे? बरें, राज्याचें मुळींच नांवही सोडून देऊन बसलें तर एक पक्षीं शांति होईल; पण ती शांति कशाची? तें दुहेरी मरण! कारण, मीं मागें म्हटल्याप्रमाणें निर्धनता हा प्रत्यक्ष मृत्युच; व दुसरें, आपण राज्य सोडिलें तरी शत्रूंनीं जर दुष्टबुद्धि सोडलेली नाहीं, तर ते आपणांस सुखासुखीही त्रास देतील ही जिवाला अक्षयीं धाकधूक रहाणार हें तरी एक मरणच.

सारांश, राज्य सोडणें आम्हांला संमत नाहीं, व कुलक्षय व्हावा हेंही इष्ट नाहीं. तस्मात्, अशा स्थितींत शत्रूच्या हातींपायीं पडूनच आपला अंश मागून घेण्यानें जी शांति होईल तीच अधिक श्रेयस्कर होय. आतां, युद्धासारखा उभयतः अनिष्ट प्रसंग न यावा या सदिच्छेनें सामादि अन्य उपायांनीं तडजोड पाडण्याची आपलेकडून होईल तितकी खटपट करीत असतांहीं प्रतिपक्ष न ऐकल आणि सामादि सौम्य उपाय हाणून पाडील, तर मग हत्यार उचलणें हा विधि ठरलेलाच आहे. मग मात्र पराक्रम न करितां पडून राहाणें बरोबर नाहीं. सामोपायाला शत्रूनें हाणून पाडिलें म्हणजे मग मोठा दारुण प्रसंग गुदरतो; व त्या प्रसंगांत कुत्र्याच्या भांडणाचींच सर्व लक्षणें पंडितांना दिसून येतात. ध्वजांचें फडकणें हेंच शेपटी हालवणें, परस्पर धिक्कार करणें हेंच भोंकणें, दांतओंठ खाणें हेंच दांत विचकणें, सिंहनाद करणें हेंच जाबडा फाडून मोठ्यानें भोंभावणें, बैठक मारणें हेंच भुईवर लोळणें, गुरकावणें हेंच गुरगुरणें, याप्रमाणें श्वानकलहाचीं सर्व लक्षणें युद्धापूर्वी होऊन मग युद्ध जुंपतें. युद्धांतही श्वानाप्रमाणेंच जो अधिक बलवान् असतो तो दुसऱ्याचे तोंडचा तुकडा हिसकावून घेऊन आपण खातो. हाच हुबेहूब प्रकार माणसांचाही होतो; त्यांत कांहींएक अंतर नसतें; व म्हणूनच पंडित युद्धाला निंद्य मानितात. तस्मात्, उचित मार्ग म्हटला म्हणजे बलवंत असतील त्यांनीं एक तर दुर्बलांकडे लक्षच देऊं नये, किंवा त्यांशीं

विरोध करूं नये (सख्य करावें). कारण, दुर्बल असतो तो नमूनच असतो.

आपल्याकडे कमीपणा घेऊनही प्रणिपात करूं; व त्यांनीं आम्हांशीं विरोध सोडून सख्य करावें, म्हणजे सर्व अनर्थ टळतील. कांहीं झालें तरी धृतराष्ट्र हा राजा, वृद्ध व आमचा पितृव्य असल्यामुळें त्याला मान देणें व त्याच्या पायां पडणें हें आमचें उचित कर्तव्यच आहे; व त्याप्रमाणें प्रणिपात करण्यास आमची तयारीच आहे. परंतु धृतराष्ट्राचे ठिकाणीं पुत्राचें वेड आहे विशेष! आणि त्यामुळें तो दुर्योधनाचे मुठींत असल्यानें आमचा प्रणिपात पतकरणार नाहीं. ही एकडे मेख आहे. युद्ध मला निंद्य वाटतें; व प्रणिपात ते स्वीकारणारे नाहींत. अशा उभयतोमुख विपत्तींत तोड काय योजावी, हें, हे माधवा, तुजवांचून दुसरें कोणाला विचारावें? तूंच आमचा आवडता, आमचा हितेच्छु; व कोणत्याही कृत्याचा पल्ला पाहून त्याचा आगाऊ निश्चय ठरविण्यास समर्थ असा तुझ्याशिवाय आमचा दुसरा सुहृद् कोणी नाहीं. सबब, हे माधवा, सद्यःप्रसंगीं आमचें उचित कर्तव्य कोणतें व कोणत्या उपायांनीं आमची धर्मार्थहानि होणार नाहीं, हें तूंच सांग.

वैशंपायन सांगतातः—याप्रमाणें धर्मराजानें विनंति करितांच जनार्दन धर्मराजाला म्हणाला, "तुम्हा दोघांचेंही कल्याण व्हावें हा हेतु मनांत धरून मी जातीनिशीं कुरुसभेंत जातों. तुमचा मतलब न गमवितां जर तेथें माझे हातून साम सिद्धीस गेला, तर मलाही मोठें पूर्वसुकृत उपयोगीं पडलें असें होईल. कारण, त्या योगानें क्षुब्ध झालेले कौरव, सृंजय, पांडव, धार्तराष्ट्र किंबहुना सर्व पृथ्वी मृत्यूचे जबड्यांतून सोडविण्याचें मला श्रेय मिळेल. तस्मात् मी स्वतः सामार्थ तिकडे जातों हीच ह्या प्रसंगीं तोड." धर्मराज म्हणतो, 'सख्या कृष्णा, तूं खुद्द कौरवांकडे जावें हें मला पसंत नाहीं. कारण, तूं कशीही बरी गोष्ट सांगितलीस तरी तो दुर्योधन तुझें ऐकणार नाहीं. बरें, जमलेले राजे त्याचेच लगामी असल्यामुळें तेही त्याचे होस हो मिळवितील व तुझा बहुमोल शब्द व्यर्थ खालीं पडेल, हें मला गोड लागत नाहीं. यासाठीं आपला शब्द खालीं पाडणारांचे बैठकींत तूं जाऊं नको. कारण, हे माधवा, तुझा अवमर्द होऊन आम्हांला द्रव्य, देवत्व किंबहुना देवराज्य जरी मिळालें तरी नको. मग आमच्या नुसत्या सुखार्थ तुझा अपमान आम्हांस कसा रुचावा? करितां तूं अंगें जाऊं नको.'

श्रीकृष्ण म्हणतातः—हे युधिष्ठिरा, दुर्योधनाची दुष्टबुद्धि मी पक्की ओळखून आहें. तो बरी गोष्ट ऐकणार नाहीं, हें मी समजूनच आहें. पण माझे जाण्याचा उद्देश इतकाच कीं, आपली भलाई आपण केली म्हणजे सर्व लोकांत राजेमंडळीला आपल्यावर बोल ठेवितां येणार नाहीं. बरें, माझा ते अवमर्द किंवा घात करतील ही भीति तुला नको. तेथें आहेत तेवढे राजे एकजुटीनें एकदम जरी मजवर घसरले तरी मी क्षणांत तितक्यांची चटणी करून टाकीन. मृगांत शिरण्याची सिंहाला डर कशाला? मीं बेतच केला आहे कीं, तेथें जर का ते माझ्याशीं यत्किंचित् गैर वागले, तर यावत् कौरवांची तेथल्या तेथेंच तीन चिमट्या राख करून टाकावी! तेव्हां त्या कामीं तूं बेफिकीर रहा. एतावता, हे पार्था, मी तेथें जाणें निरर्थक होणार नाहीं. कदाचित् आपले मनाप्रमाणें सामही होईल. नच झालें तरी निदान आपण लोकापवादांतून तरी मुक्त होऊं."

युधिष्ठिर म्हणतोः—हे कृष्णा, ठीक आहे. जशी तुझी मर्जी. तूं खुशाल कौरवांकडे जा. गेल्यासारखा काम फत्ते करून सुरक्षितपणें

परत माझ्या दृष्टीस पड म्हणजे मीं मिळविली. हे जनार्दना, भरतवंशजांमध्यें साम असावा या इच्छेनें तूं कौरवांकडे जात आहेस, तर तेथें असें भाषण कर कीं, आम्ही सर्व निर्मळ मनानें एकत्र आनंदांत राहूं. तूं आमचा भाऊ आहेस, मित्रही आहेस आणि मला व अर्जुनाला आवडता आहेस आणि तुझ्या सद्भावनेविषयीं शंकेला जागा नाहीं. तस्मात्, तुझें कल्याण असो, व आमचे कल्याणप्राप्त्यर्थ तूं कुरुसभेत जा. तूं आम्हांला जाणतोस, कौरवांना जाणतोस, आमचा इष्टार्थ जाणतोस व बोलावें कसें हेंही जाणतोस; तस्मात् म्हणणें इतकेंच कीं, आमच्या पथ्यावर पडेल असें दुर्योधनाशीं बोल. हे केशवा, सामासंबंधीं असो किंवा इतर असो, जें जें भाषण धर्मयुक्त असून आम्हांस हितकारक असेल तें तें तूं बोल.

अध्याय त्र्याहात्तरावा.

—:०:—

कृष्णाची युद्धाविषयीं शिफारस.

श्रीकृष्ण म्हणतातः—बा धर्मा, मीं संजयाचेंही बोलणें ऐकिलें व तुझेंही ऐकिलें; व तुझा आणि त्यांचा एकूण अभिप्राय ओळखून आहें. तुझी बुद्धि धर्मास धरून आहे व युद्ध न करितां जें कांहीं अल्पस्वल्प तुला मिळेल तेंच पुष्कळ मानून तूं संतुष्ट राहाण्यास कबूल आहेस. उलटपक्षीं, त्यांचा भर युद्धावर आहे; युद्धावांचून ते तिळाएवढी मृत्तिका देखील तुला देत नाहींत. म्हणजे, युद्ध न केल्यास तुमचे कपाळीं भिक्षांदेहीवांचून कांहीं नाहीं हें बसले जागींच मला उघड दिसतें आहे. आतां तुला एक वेळ भिक्षावृत्ति कबूल असली तरी देखील क्षत्रियानें आमरण नैष्ठिक ब्रह्मचर्य (व तदनुषंगी भैक्ष्य) पाळणें हें शास्त्रविहित नाहीं. 'क्षत्रियानें भिक्षा मागूं नये' असें सर्वही आश्रमीयांचें म्हणणें आहे. क्षत्रिय म्हटला कीं यानें रणांगणांत उभें रहावें, हाच त्याचा शाश्वतधर्म विधात्यानें ठरविला आहे. युद्धांत जय झाला किंवा न झाला तरी त्यानें युद्धच केलें पाहिजे. दीनासारखी याचना करणें हा क्षत्रियाचा धर्म नाहीं. बा युधिष्ठिरा, असा 'घाल ग बाई जोगवा!' म्हणून कोठें पोट भरत असतें? हे महाबाहो, तूं पराक्रमी असून असा दीन कां होतोस? ऊठ तरवार गाजव आणि वाटेल तर सगळेंच राज्य घे. सामाची आशा कसली धरून बसला आहेस! हे शत्रुमर्दका, धार्तराष्ट्र हे एक तर अतिशय लोभी आहेत; दुसरे, बहुत दिवस ते एकत्र असल्यानें त्यांची परस्पर पक्की गट्टी असून शिवाय त्यांना स्नेह्यांचें व सैन्याचें पाठबळ चांगलें आहे. अशा स्थितींत ते तुझ्याशीं समेट करितील असा रंग मला तरी दिसत नाहीं. उघडच आहे; भीष्म, द्रोण, कृप अशासारख्यांचे जोरावर ते मस्त आहेत. ते साम कशाचा पतकरतात! हे धर्मा, मी तुला उघड सांगतों कीं, जोंपर्यंत मिळून तूं यांशीं असा नरमाईनें वागशील, तोंपर्यंत हें तुझें राज्य अधिक अधिकच लुबाडतील. दयेस्तव, दैन्यास्तव किंवा धर्मार्थास्तव तुझी इच्छा पूर्ण करण्यास कौरव तयार होणार नाहींत.

हे पांडवा, मी म्हणतों याला पुरावा दुसरा नको. भीष्म, द्रोण, बुद्धिमान् विदुर, ब्राह्मण, साधु, राजे, आणि सारे नगरवासी लोक, कौरवांतील मुख्य मुख्य अशांसमक्ष, तुझ्यासारख्या दानशील, मृदु, जितेंद्रिय, धर्मिष्ठ व आचारपरायण राजाला द्यूतांत ज्यांनीं कपटानें फसविलें तरी ज्या दुष्टांना स्वतःच्या नीच कर्माची शरम वाटली नाहीं, लखलखीत लंगोटी घालून वनवासासारखी दुष्कर प्रतिज्ञा तुम्हीं अंगीकारिली असतांही ज्यांच्या डोळ्याला

पाणी आलें नाहीं; ते तुझ्याशीं साम कशाचा करितात? आणि असल्या प्रतीचें ज्यांचें शील व आचरण दुष्ट आहे, अशांची तूं तरी कींव कसली करीत बसला आहेस? अरे, वाटेल त्यानें खेटर चढवावें अशा लायकीचे ते लोक, अशांना 'मी कसा मारूं! मी कसा मारूं?' हें तूं काय घोकीत बसला आहेस? ऊठ नी ठेंचून टाक कसा. तुला हत्यार उचलावयाला नवें निमित्त नको आहे. जुनीं पुष्कळ आहेत. तुला स्मरत नाहीं का? हर्षानें चढून जाऊन आपल्या कनिष्ठ भ्रात्यांसहित तुझ्या बंधूंसमक्ष तुला अयोग्य शब्दांनीं तो टोंचून बोलला कीं, 'आतां एथें पांडवांच्या मालकीचें म्हणून कांहीं कांहीं उरलें नाहीं. त्यांचें नुसतें नांव किंवा गोत्र तर--तर तें देखील येथें शेष राहात नाहीं. त्यांचे अंगची रग तर माझेपुढें जिरलीच आहे. आतां ते नुसते जिवंत आहेत; पण पुरापूर तेरा वर्षें हालअपेष्टांत निघावयाचीं आहेत, तेव्हां इतक्या दीर्घ काळांत त्यांचा ठार मोड होऊन, ते मातीला मिळतील. पुनः परत येतात कशाचे आणि त्यांचें येथें नांव निघतें कशाला!' असो. दुसरी गोष्ट—द्यूत प्रवृत्त झालें तेव्हां दुष्ट दुःशासनानें देवी द्रौपदीला केश धरून अनाथाप्रमाणें फरफरत सभेंत नेली; व भीष्मद्रोणांसमक्ष 'अरे ही गाय रे गाय' (म्हणजे गाईप्रमाणें पाहिजे त्या पुंगवानें भोगावी, हा त्या दुष्टाचा भाव!) म्हणून वारंवार ओरडला. तुझे बंधु त्याचें तेथेंच पारिपत्य करण्याइतके प्रचंड पराक्रमी होते; परंतु तूं त्यांच्या आड आलास त्यामुळें ते धर्मपाशांत जखडले जाऊन त्यांनीं कांहीं हालचाल केली नाहीं. असो; तूं वनांत निघून गेल्यावरही, हे वदुसरे कठोर शब्द उच्चारून स्वज्ञातीमध्यें तो आपली बढाई मारीत असतो; व श्रोत्यांपैकीं सज्जन ते तुला निरपराध कष्ट पडल्याचें ऐकून कंठ भरून येऊन सभास्थानीं रडतात. राजे, ब्राह्मण कोणी याला बरें पहात नसून सभासद तर या दुर्योधनाची तेथें उघड निंदा करितात; आणि, हे शत्रुदमना, कुलीनाची निंदा म्हणजे मरणच. एक वेळ मरण पुरवलें; पण सर्व जीवितच कष्टमय करून सोडणारी निंदा पुरवत नाहीं. हे राजा, त्या निर्लज्जाची जेव्हां पृथ्वीवरील सर्व राजांनीं निंदा केली तेव्हां तो मेलाच म्हणावयाचा. तो नुसता नांवाला मात्र उभा आहे. परंतु याप्रमाणें सर्वजननिन्दित ज्याचें चरित्र आहे, तो केवळ पारानें थांबवून धरलेल्या मुळें तुटलेल्या वृक्षाप्रमाणें समजावा. त्याला पालथा घालण्याला कांहींच आयास नाहीं. हा नीच दुर्बुद्धि सर्पाप्रमाणें ज्याला साधेल त्यानें ठार करण्यास योग्य आहे. याकरितां, हे शत्रुघ्ना, तूं बेशक याचें कंदन कर. नसत्या शंका काढीत बसूं नको.

हे निष्पापा, पिता धृतराष्ट्र व पितामह भीष्म यांशीं तूं नमून वागणें हें सर्वथा तुलाही योग्य आहे व मलाही रुचतें आहे. बाकी, इतर ज्या कोणाचें दुर्योधनाचे दुष्टपणासंबंधीं द्विधा मत असेल अशांना मी भेटून त्यांची भ्रांति उडवून टाकीन. मी सर्व राजांपुढें तुझ्या पुरुषोचित गुणांचें स्तोत्र गाईन व त्याचे मात्र जे दोष आहेत तेवढ्यांचा पाढा वाचीन. हितावह आणि धर्मार्थयुक्त भाषण मी तेथें करूं लागलों असतां, तें ऐकून ते ठिकठिकाणचे सर्वही राजे 'तूं धर्मात्मा व सत्यवचनी आहेस' अशी त्यांची खातरी पटून तुला अनुकूल होतील व तो केवळ लोभबुद्धीनें वागतो हें ओळखून रहातील. चारी वर्णांचे बालवृद्ध वैगेर सर्व वयाचे व खेड्यांतले तसेच शहरांतले जे जे कोणी मिळतील, ते सर्व गांठून त्यांसमक्ष मी त्याची निर्भर्त्सना करीन. तूं

शमच व्हावा असेंच म्हणत असल्यानें तुला तेथें कोणी नांवें ठेवणार नाहींत; परंतु सर्व राजे त्या पितापुत्रांची मात्र छिः थू उडवतील. आणि याप्रमाणें त्याचे दुर्वर्तनाची लोकांना चिळस येऊन तो सर्वांना नकोसा झाला, म्हणजे तो मेलाच समजा. मग, हे राजा, तुझ्याकरितां मीं केलें पाहिजे असें कोणतें काम शिल्लक राहिलें? याप्रमाणें, मी कौरवांकडे जाऊन, तुमचा मतलब न गमवितां त्यांशीं सख्य करण्याची खटपट चालवीत, एकीकडे त्यांच्या काय काय हालचाली आहेत त्याही निमूटपणें डोळ्यांखालीं घालून येईन. सारांश, तेथें जाऊन युद्धासंबंधीं त्यांची तयारी पाहून येतों व तुझा जय व्हावा म्हणून तुजकडे परत येतों.

सामाचें आपलें निमित्त आहे. बाकी, शत्रूशीं सामना द्यावयाचा हीच माझी सर्वथा इच्छा आहे; व मला तशीं चिन्हेंही दिसूं लागलीं आहेत. रात्र पडावयाचे सुमारास मृग व पक्षी हे हत्ती-घोडे यांमध्यें येऊन मोठ्यानें ओरडतात व कसेसेच विद्रूप दिसतात. अग्निही अनेक विक्राळ आकृति दाखवितो आहे. यावत् मनुष्यलोकाचा संहार करणारा काळ नजीक येऊन ठेपला नसता तर अशीं चिन्हें होतीं ना. तेव्हां संहार जवळ आला ही खातरी असूं द्या. यासाठीं शस्त्रास्त्रें, यंत्रें, कवचें, रथ, हत्ती, घोडे हीं सर्व तयार ठेवावीं व योद्ध्यांनींही कंबरा बांधाव्या; आणि आपापले रथ, हत्ती, घोडे यांनिशीं हजर असावें. हे नरेंद्रा, तुला जी मिळून युद्धसामुग्री मिळवावयाची असेल ती संपूर्ण अगदीं जय्यत ठेव. कारण, हे पांडवश्रेष्ठा, पूर्वीं समृद्ध असलेलें जें तुझें राज्य द्यूतांत दुर्योधनानें घेतलें, तें तो जिवंत राहून बरे बोलानें तुला परत देईल याची तूं आशाच करूं नको. युद्ध हाच यावर उपाय. करितां मी जाऊन येतों तों सज्ज रहा :

१ मृगाः शकुंताश्च वदन्ति घोरं । हस्त्यश्वमुख्येषु निशामुखेषु । घोराणि रूपाणि ...... याचा अर्थ बहुमतानें आम्हीं वर दिल्याप्रमाणें केला आहे. तथापि, मृग, पक्षी हे विक्राळ ओरडतात; व हत्ती, घोडे यांचीं रूपें भ्यासुर दिसतात, अशीं पृथक् दोन वाक्यें करणें आम्हांस अधिक समंजस वाटतें.

अध्याय चौऱ्याहत्तरावा.

—:*:—

भीमाची शमपरता.

भीमसेन म्हणतोः—बाबा, कृष्णा, जिकडून कुरुवंशजांत शांति राहील असेंच तेथें तूं भाषण कर; युद्धाचा बाऊ दाखवून उगीच त्या मूर्खाला बिथरवूं नको. तो जातीचाच हितशत्रु, कुर्रेबाज व हट्टी असून हल्लीं तर त्याचें माथें फिरूनच गेलेलें आहे; तेव्हां असल्याशीं चढाईचें भाषण न करितां त्याला सोईसोईनें चुचकारून घे. तो मूळचाच चोराप्रमाणें दुष्ट मनाचा; त्यांत संपत्तीचा त्याला माज चढला असून पांडवांशीं त्यानें तेढ धरिली आहे. तो अदूरदर्शी, निष्ठुर, परनिंदानिपुण, क्रूरकर्मा, पापबुद्धि, कपटप्रिय, दीर्घद्वेषी व उपदेशानें न वळणारा असा आहे. तो मरेल, पण लवणार नाहीं; व आपला हेका सोडणार नाहीं. तेव्हां, हे कृष्णा, अशाशीं समेट माझ्या मतें दुष्करच होय. खोट्याची त्याला आवड, धर्माशीं त्याचें वाकडें, आणि हितेच्छूंशींही तो विपरीत वागतो व त्यांचें म्हणणें हाणून पाडून त्यांचीं मनें दुखवितो. गवतांत दडून बसणाऱ्या सापाप्रमाणें तो स्वभावाचाच दुष्ट असून क्रोधाधीन झाल्यानें सहज सहज पापें करीत असतो. त्या दुर्योधनाचें सैन्य किती, त्याचा स्वभाव कसा, शील कसें, त्याचें बल काय, पराक्रम केवढा, हें सर्व तुला माहीत आहेच. पूर्वीं कौरवांनीं व आम्हीं आपल्या मुलांबाळांसह व आप्तबंधूंसह मोठ्या

आनंदानें, इंद्रप्रमुख मरुद्गणांप्रमाणें सुखांत दिवस काढिले. परंतु आतां दुर्योधन महाराजांची कारकीर्द झाली. अतां मात्र, हिमकालाचे अंतीं वणव्यानें जशी जंगलांची रांगोळी होते, त्याप्रमाणें या बाबाच्या माथेफिरूपणामुळें सर्व कुरुकुलाची खाक होणार !

हे मधुसूदना, धर्माचा ऱ्हास होण्याचा काल आला म्हणजे वैभवदीप्तीनें जणूं काय जळणाऱ्या अशा असुरांमध्यें कोणी तरी कलिपुरुष उत्पन्न होऊन ज्ञाति, बांधव, सुहृद् या सर्वांचा सत्यनाश करून टाकीत असतो. याप्रमाणें ज्यांनीं कुलनाश केले असे इतिहासप्रसिद्ध अठरा राजे आहेत. ते हेः—हैहयांत मुदावर्त; नीपांत जनमेजय; तालजंघांत बहुल; कृमींत उद्धत व वसु हे दोन; सुवीरांत अजबिंदु; सौराष्ट्रांत रुषर्धिक; बलीहामध्यें अर्कज; चिनांत धौतमूलक; विदेहांत हायग्रीव; महौजसांत वरयु; सुंदरवंशांत बाहु; दीप्ताक्षांत पुरूरवा; चेदिमत्स्यांत सहज; प्रवीरांत वृषध्वज; चंद्रवत्सांत धारण; मुकुटांत विगाहन; आणि नंदिवेगांत शम. याप्रमाणें हे अठराजण युगांतसमयीं आपापल्या कुलामध्यें कुलांगार उत्पन्न झालेले प्रसिद्ध आहेत. आतांही द्वापरयुगाचा शेवटच आला आहे, तेव्हां कलिप्रेरणेनें असला हा पापबुद्धि नीच दुर्योधन या आमच्या कुरुकुलांत कुलांगार तर निपजला नसेल ना ? मला तर असेंच वाटतें. तस्मात्, हे उग्रवीर्या कृष्णा, या दुष्टाशीं धर्म-अर्थ-कामयुक्त व हितकर असें मृदु व आस्ते आस्तेच भाषण कर. उगाच तो खवळेल असें त्याला फार टाकून बोलूं नको. बाबा कृष्णा, आम्ही सारे खालीं नाक करून त्याचे दास होऊन त्याचे मागें जावयास कबूल आहों, पण कलीपासून आमच्या या भरतकुलाचा नायनाट न व्हावा. कौरवांशीं आम्हीं तिऱ्हाइतांप्रमाणें उदासीन रहावें असें जरी करून आलास तरी चालेल; पण कलहापायीं कुलक्षय केल्याचा डाग कुरुकुलाला न लागावा. हे कृष्णा, वृद्ध पितामह भीष्म व इतर जे सभासद असतील त्यांना असें सांग कीं, आम्हीं भावांभावांनीं प्रेमानें वागावें व दुर्योधनानें शांति धरावी, अशी तजवीज करा. मी याप्रमाणें करतों आहें; युधिष्ठिराला हीच गोष्ट मान्य आहे; आणि अर्जुनाचे ठिकाणीं दया फार असल्यामुळें त्याला तर युद्धाची इच्छा नाहींच !

अध्याय पंचाहत्तरावा.

—:०:—

भीमाची उठावणी.

वैशंपायन सांगतातः—पूर्वीं कधींही ऐकिलें नाहीं इतक्या नरमाईचें हें भाषण भीमाचें तोंडून ऐकून, महाबाहु केशवाला, एकादा पर्वत वजनांत हलका यावा किंवा विस्तव गार लागावा त्याप्रमाणें नवल वाटून, तो बलरामानुज शार्ङ्गधारी कृष्ण हंसत हंसतच, वायूनें अग्नि चेतवावा त्याप्रमाणें आपल्या शब्दांनीं त्या कृपाविष्ट झालेल्या भीमाला उत्तेजित करीत म्हणाला. " बा भीमसेना, तूं आज हें काय बोलत आहेस ? एरवीं पहावें तों वधांतच आनंद मानणाऱ्या त्या क्रूर धृतराष्ट्रपुत्रांना मर्दून टाकण्याच्या हौसेनें तूं सदा युद्धाचीच प्रशंसा करीत असतोस. हे शत्रुमर्दना, या युद्धाचे वेडापायीं तुला कधीं झोंप नाहीं,—तूं अक्षयीं जागा; आणि निजलासच तर उपडा पडूनच असतोस तुझें केव्हांही बोलणें उग्र, शांतिरहित व क्रोधयुक्त असावयाचें; तुझा क्रोध तुला अनावर झाल्यानें तुझा आंतून भडका पेटून, धुमसणाऱ्या अग्नीप्रमाणें तुझे सुसकारे देखील उष्ण असतात; व तो राग तुझा तुला झेंपेनासा होऊन मग भारानें दडपलेल्या एखाद्या

दुबळ्याप्रमाणें तूं एका कोपऱ्यांत जाऊन पडतोस; व हें कारण ज्यांना ठाऊक नाहीं ते तुला माजोरी, बेपर्वा म्हणून नांवें देखील ठेवितात! अरे, तूं केव्हांही चालावयाचा म्हणजे, कडकडा फांद्या मोडून व मुळांसकट मोठमोठे वृक्ष उपटून सर्व अरण्य उध्वस्त करीत सुटलेल्या मत्तगजाप्रमाणें पृथ्वीवर दाणदाण पाय आपटीतच धांवावयाचा! कधीं चौघांत येऊन गमतीनें बसणें तुला रुचत नाहीं. दिवस असो रात्र असो, दुसऱ्या कोणाचें वारें न घेतां, एकीकडे रागानें धुसफुसत पडून काळ घालवितोस; व एकांतात एकाएकीं मध्येंच विक्षिप्ताप्रमाणें हंसतोस, मध्येंच रडतोस, कधीं कधीं गुडघ्यांत मान घालून डोळे मिटून घुम्यासारखा प्रहरानुप्रहर बसून राहतोस; पुनः उसळी आली कीं भुंवया चढवून दांतओठ खात सुटतोस! याप्रमाणें आम्ही तुला नेहमीं पहातों. असला कांहीं तुझ्या क्रोधाचा विचित्र प्रकार आहे. कधीं कधीं तूं "त्या हट्टी दुर्योधनाला गांठून या गदेनें मी ठार करणार, व तेजोयुक्त किरणांनीं प्रातःकालीं सूर्याचें उदय पावणें, व सायंकाळीं अस्तास जाणें, यांत जसा कधींही ढळ होत नाहीं, त्याप्रमाणें माझ्या या बोलण्यांत ढळ होणार नाहीं, !" अशा रीतीनें सत्याची शपथ करून आपल्या भ्रात्यांसमक्ष गदेला हात घालतोस! हा तुझा परिपाठ असतां, हे शत्रुतापना भीमा, 'शम' करावा ही बुद्धि आज तुला कोठून आली! अरे, तुझ्यासारख्याला युद्धाचे भय वाटूं लागलें, त्या अर्थीं, अगोदर युद्धासाठीं कितीही हुटहुटले असले तरी युद्धाची वेळ येऊन ठेपली म्हणजे योद्ध्यांचीं मनें उलट खातात असें म्हणावयाची पाळी आली!

"भीमा, मला वाटतें, तुला झोंपेंत व जागेपणीं आतांशीं कांहीं विपरीत चिन्हें भासूं लागलीं असावीं; आणि म्हणूनच संधि करण्याची इच्छा तुला झाली. अरे, या प्रकाराला काय म्हणावें? नपुंसकाला जशी मर्दुमकीची चीड असावी, तसें काय तुला झालें? मला वाटतें, तुला मोहानें गांठलें व त्यामुळें तुझें मन चकलें; छाती धडधडूं लागली; अवसान खचत चाललें; तुझे पायही मोडले व मर्दुमकीचा आवेश कसा तो उरला नाहीं; आणि म्हणूनच तूं 'शमा' ची इच्छा करूं लागलास! नाहीं तरी मनुष्याचें चित्त वावटळींत सांपडलेल्या शेंवरीच्या कापसाप्रमाणें अति चंचल आहे. त्याचा कांहीं नियम नाहीं. तुझी ही बदललेली बुद्धि, गाईला मनुष्यवाणी फुटण्याप्रमाणें विलक्षण वाटत असून, नौकारहित पुरुषांप्रमाणें पांडवांना निराशासमुद्रांत बुडवीत आहे. बा भीमसेना, तुझ्यासारख्यानें असें आपल्या नांवाला न शोभणारें नेभळें भाषण करणें हें मला पर्वतानें स्थानभ्रष्ट होण्याइतकें आश्चर्यकारक वाटत अहे. अरे, तूं हें काय मांडलेंस? आजपर्यंत तूं काय करीत आलास, कसल्या कुळांत जन्मलास, इकडे पाहून तरी युद्धाला ऊठ. नीट स्वस्थ होऊन अवसान धर, असा कंबर मोडून काय बसलास? हे शत्रुमर्दना, तूं क्षत्रिय आहेस. असें मलूल पडून रहाणें तुला शोभत नाहीं. अरे, अस्सल क्षत्रिय म्हटला म्हणजे आपल्या हिंमतीनें जी वस्तु मिळविली नाहीं तिचा उपभोग घेत नसतो. तो स्वपराक्रमानें मिळवून खातो, आणि तूं कौरवांपुढें पदर पसरूं पाहातोस, याला काय म्हणावें? तर हें खुळेंपण सोड आणि युद्धाला ऊठ."

अध्याय शहात्तरावा.

—:०:—

भीमाचें स्वपराक्रमवर्णन.

वैशंपायन सांगतातः—याप्रमाणें वासुदेवाचें

त्रें उपरोधिक भाषण ऐकतांच तो तापट व मानी भीमसेन एकाद्या पाणीदार घोड्याप्रमाणें उसळून म्हणाला, "हे अच्युता, माझे बोलण्यांतला भाव वेगळाच असून तूं नाहीं तीच शंका घेऊन बसला आहेस. अरे, माझा पराक्रम अढळ असून माझा भर सर्वांशीं युद्धावर आहे हें इंगित आज इतके दिवस माझेबरोबर घालवून तुला ठाऊक नाहीं काय रे? किंवा अथांग डोहांत वरवर पोहणाऱ्याला जसा तळचा ठाव लागत नाहीं, तसा माझे मनाचा ठाव तुला लागला नाहीं, आणि म्हणूनच मला असलें नाहीं नाहीं तें बोलत आहेस! एरवीं, हे कृष्णा, या भीमसेनाला ओळखून असणारा कोण पुरुष असें तुझ्यासारखें भलतें बोलेल? परंतु, स्वस्तुति करणें जरी भद्रांचें काम नाहीं तरी, ज्या अर्थीं तुझा गैरसमज होऊन माझ्या काळजाला घरे पाडीसें तूं मला बोलला आहेस, त्या अर्थीं तुझा गैरसमज दूर व्हावा म्हणून मीं आपले बलाची याद तुला देतों, ऐक.

"माझें बल व माझा पराक्रम यांची बरोबरी शत्रूला होणें नाहीं. हे कृष्णा, इकडे बघ—निराधार, अचल, अनंत व भूतमात्राला मातृस्थानीय असे हे सर्व प्रजेला आधारभूत भूलोक व स्वर्गलोक आहेतना? समज, कांहीं कारणानें हे एकाएकीं उसळून दोन दगडांप्रमाणें एकमेकांवर आपटण्याचे बेतांत आले, तर हा भीम त्यांवरील चराचरांसह हे दोन गोल दोन हातांत दाबून दूर दूर ठेवील! अडसराप्रमाणें घट्ट व पल्लेदार असणाऱ्या या माझ्या बाहूंमधील अंतर केवढें आहे, तें तर तूं बघ. यांत सांपडल्यावर जिवंत सुटेल असा मला तरी कोणी दिसत नाहीं. माझे तावडींत जो सांपडला त्याला सोडविण्यास हिमालय, समुद्र व बलहंता इंद्र हे तिघेही पराक्रमानें समर्थ नाहींत. जे मिळून क्षत्रिय खुमखुमीनें पांडवांशीं भिडण्यास येतील त्यांना नुसत्या पायांनेंच मी चिरडून भुईंत गाडून टाकीन! शस्त्रास्त्रें तरी हवींत कशाला? अच्युता, तुला माझा पराक्रम ठाऊक नाहीं असें नाहीं. मी शेंकडों राजे पादाक्रांत करून कसे दास करून ठेविले आहेत ते तूं जाणतोस. कदाचित्, प्रभातसूर्याच्या प्रकाशाप्रमाणें माझ्या ह्या जगत्प्रसिद्ध परक्रमाचीही तुला ओळख नसलीच, तर थोडा धीर धर. एकदां युद्धाचा रामरट्टा चालू होऊं दे, म्हणजे मग पाहून घे माझा प्रभाव. धरलेली खपटी उचकटून एकादें खर डिंवचावें तसा व्यर्थ तूं मला टोंचीत आहेस. पण विश्वास ठेव, मीं वर्णन केल्यापेक्षांही माझा पराक्रम अधिक आहे. घनघोर युद्ध सुरू होऊन जिकडे तिकडे कचाकचीचा दिवस आला असतां रथ, हत्ती, स्वार, मोठमोठे क्षत्रिय वीर यांचा रागावून फडशा पाडतांना, व निवडक योद्ध्यांना ओढओढून लोळवितांना तुझ्या व सर्व लोकांच्या मी दृष्टीस पडेन. माझा मेंदूही कमकुवत झाला नाहीं किंवा माझे काळीजही धडधडत नाहीं. अलमदुनिया जरी खवळून उठली तरी मला कशी ती भीति वाटत नाहीं. सारांश, मी नपुंसक बनलों नाहीं. आमचे भरतवंशजांचा उच्छेद न व्हावा, एवढ्याचसाठीं माझे अंतःकरणांत दया उत्पन्न होऊन मी सर्व तऱ्हेचे क्लेश सहन करण्यास तयार झालों व कसेंही करून 'शम' कर म्हणून तुला सांगितलें, हें माझें कनवाळूपण होय, भळूपण नव्हे, समजलास?'

अध्याय सत्याहत्तरावा.

—:o:—

श्रीकृष्णाचें भीमाप्रत भाषण.

श्रीकृष्ण म्हणतातः—बा भीमा, मी जें बोललों तें तुझी निंदा करण्याकरितां किंवा

आपलें पांडित्य दाखविण्याकरितां किंवा मला राग आला म्हणून किंवा कांहीं तरी बोलावें यासाठीं मी बोललों नसून, तुझा भाव काय आहे तो समजून यावा म्हणून केवळ प्रेमानें बोललों. तुझी थोरवी, तुझी ताकद आणि तुझी कर्तबगारी हीं मला पूर्णपणें माहीत असून मी तुझा अवमान कसा करीन? हे पांडवा, तूं स्वमुखानें वर्णन केलेंस त्याचे हजारपट गुण तुझ्यांत आहे असें मी मानितों. सर्व मित्रबांधवांनीं व सर्व राजांनीं संमानित अशा ज्या थोर कुळांत तूं जन्मला आहेस त्याला शोभेसाच तूं आहेस. (परंतु, तूं युद्धाला माघार घेऊं लागलास म्हणून मीं तुला चिथविलें.)

दैव किंवा पुरुषप्रयत्न.

हे वृकोदरा, या लोकांत दैव आणि पुरुषयत्न यांपैकीं कोण बलवान् हा निर्णय समजावा अशी सर्वांना जिज्ञासा असल्यामुळें, त्याचा निर्णय ठरविण्याविषयीं पुष्कळ शहाणे धडपड करून राहिले आहेत; परंतु तो विषयच असा संशयात्मक आहे कीं, त्याचा निभ्रांत व समाधानकारक उलगडा कोणाच्यानें करवत नाहीं. कारण, पहावें तों जी कृति एक वेळ पुरुषाच्या कार्यसिद्धीला कारण होते, तीच दुसरे वेळीं कार्यहानीला कारण होते. एवंच, पुरुषयत्न सफल होतोच असें म्हणण्याला संदेह आड येतो. बरें, कोणत्याही गोष्टींतील दोष पूर्वीं जाणणारे ज्ञानी लोक असें असें होईल म्हणून भाकीत करून ठेवितात आणि पुढें पाहावें तों वायूच्या गतीप्रमाणें ती गोष्ट भलतेच दिशेला जाते. मोठ्या विचारानें व न्यायानें एकादें कर्म पुरुषानें आरंभून तें मोठ्या काळजीनें चालविलें असतांही दैवाच्या फटकाऱ्यानें पालथें पडतें. बरें, त्याचे उलट, सहजसिद्ध दैवकृत कर्माचा पुरुषयत्नानेंही प्रतिकार घडतो. जसें शीत, उष्ण, वृष्टि, क्षुधा, तृषा यांचें पुरुषयत्नानें निवारण होतें. तसेंच, प्रारब्धाहून अन्य जें पुरुषाचें संचितकर्म तेंही पुरुषाला आड येतें असें नाहीं. कारण, त्याच्या नाशाविषयीं श्रुति-स्मृतींत उपाय सांगितले आहेत. एतावता, दैव किंवा संचित यांचाही जोर पुरुषयत्नापुढें सदा चालतोच असें म्हणतां येत नाहीं. शिवाय, हे पंडुनंदना, पुरुषकर्म (यत्न) सोडून नुसत्या दैवाच्या हवाल्यावर बसल्यानें मनुष्यांचा उदरनिर्वाह होत नाहीं. करितां, दैव आणि पुरुषप्रयत्न या दोघांचे आनुकूल्यानें सिद्धि होत असते. हा विचार पोटांत वागवून पुरुषानें कार्यास प्रवृत्त होत असावें; आणि असा ज्याचा समज ठाम झाला तोच बेधडक कामाला हात घालितो. कारण, त्यानें त्यांतली गोम पूर्वींच ओळखिली असल्यामुळें, काम फसलें तरी तो दुःख मानीत नाहीं; बनलें तथापि हर्षानें खुलून जात नाहीं. आणि, हे भीमसेना, हाच सिद्धांत प्रस्तुत प्रकरणींही मला अनुमत आहे. म्हणजे शत्रूंशीं युद्ध केल्यास जयच प्राप्त होईल असें म्हणतां येत नाहीं. (कारण, केवळ पुरुषकारानें सिद्धि होत नाहीं.) बरें, नाहींच होणार असेंही नाहीं. (कारण दैवाची साथ न मिळेल कशावरून ?) सारांश, माझे बोलण्याचा मथितार्थ एवढाच कीं, पुरुषानें यत्न करीत असावें. केवळ दैव फिरलें असें म्हणून निस्तेज, विषण्ण किंवा ग्लान होऊन बसूं नये.

असो; हे पांडुनंदना, उदयीक मीं धृतराष्ट्राकडे जातों आणि तुमचा मतलब न गमवितां बनेल तिकडून समेट करण्याची खटपट तर करितोंच. त्यांनीं समेट पतकरला, तर मला उदंड यश प्राप्त होईल; तुमची इच्छा सफल होईल; आणि त्यांचेंही कोटकल्याण होईल. पण ते जर माझें बोलणें न मानितां आपलाच हेका धरून बसतील, तर युद्धरूप

घोरकर्मावांचून या कामीं दुसरी तोडच उरली नाहीं. आणि मग, हे भीमसेना, या युद्धाचें सर्व ओझें तुजवर ठेविलें आहे. म्हणजे तूं जसा कांहीं रथ, आणि अर्जुन हा मानेवर जूं घेणारा म्हणजे अश्व, याप्रमाणें तुम्हीं दोघां बंधूंनीं इतर सर्व मंडळी आपल्याबरोबर ओढून नेली पाहिजे. युद्ध सुरू झालें म्हणजे मी होणार अर्जुनाचा सारथि. कारण मी सारथिच व्हावें असा अर्जुनाचा हेतु आहे. एरवीं, मला म्हणजे युद्धाची हौस नाहीं असें नाहीं. असो; असा घाट ठरला आहे. परंतु तूं जेव्हां मघाशीं अगदींच नेभळें बोलणें बोलूं लागलास, तेव्हां मला तुझे संकल्पाविषयीं शंका आली व म्हणून तुझें तेज उद्दीप्त करण्यासाठीं मी तसें बोललों.

अध्याय अठ्याहत्तरावा.

—:०:—

अर्जुनाचें श्रीकृष्णाप्रत भाषण.

अर्जुन म्हणतोः—हे कृष्णा, प्रस्तुत कामीं जें काय बोलावयाचें, तें धर्मराजानें प्रथमच बोलून संपविलें आहे. तथापि, हे शत्रुमर्दना, तुझें आतांचें भाषण ऐकून मला सुचलें आहे तें मी बोलतों. धृतराष्ट्राचे लोभामुळें म्हणा किंवा आमच्या दैन्यामुळें म्हणा, या कामीं 'शम' हा सुखसाध्य नाहीं असा तुझा समज आहे. केवळ पुरुषप्रयत्न तूं विफल मानितोस; व प्राक्कर्माची साथ असल्याशिवाय एकाकी पुरुषकारानें फलप्राप्ति होत नाहीं असें म्हणतोस. हें जें तूं बोललास तें तसेंच खरें; तथापि यावरून, अमुक एक गोष्ट असाध्य आहे असें यत्नापूर्वींच भाकीत करणें रास्त नाहीं. शिवाय कुरुकुलाला रसातळाला मिळविणारें हें युद्धरूप संकट आम्हांला अपरिहार्य आहे असें जरी तुझें मत असलें तरी मी असें म्हणतों कीं, ज्यांपासून कांहीं फलनिष्पत्ति होत नाहीं अशींही कर्में लोक करीत असतातच. कारण, कोणीं सांगावें? वेळीं सुयंत्रित रीतीनें एकादें काम बजाविलें असतां सफल होतेंही! तस्मात्, कृष्णा, जेणेंकरून कौरवपांडवांचें कल्याण साधेल असाच तूं त्यांशीं वाग व शमार्थ यत्न कर. देव व दैत्य या उभयतांचाही हितकर्ता जसा प्रजापति, तसा तूं आम्हां उभयतांचा आहेस. तस्मात् कौरव व पांडव या उभयतांचाही तूं रोग काढून टाक. आमचें हित करणें तुला दुष्कर नाहीं, अशी माझी खातरी आहे. अशा रीतीनें तूं हातीं कार्य घेतल्यासारखें त्याचें चीज होईल; व मनापासून झटशील तर तूं जातांक्षणींच इष्टप्राप्ति करून घेशील. याखेरीज, दुसराही कांहीं त्या दुष्टात्म्यासंबंधें तुझे मनांत डाव असला, तर तोही साधेल. तुझ्या जाण्यानें एक तर त्याचें-आमचें कल्याण व्हावें, किंवा तुझा हेतु असेल तो तरी पुरा व्हावा. कारण, कृष्णा, तुझा विचार आम्हांस प्रमाण आहे. धर्मराजाचें वैभव ज्या चांडाळाला पाहवलें नाहीं, तो दुरात्मा पुत्रबांधवांसह वधाला पात्र नाहीं असें नाहीं. धर्मराजाचें वैभव सदुपायांनीं हातीं येण्याचा जेव्हां रस्ता दिसेना, तेव्हां द्यूतासारखे निंद्य उपाय योजून तें त्या कपटपटूनें हरण केलें. आतां, द्यूतार्थ धर्मराज गेला म्हणून कोणी त्याला दोष देतात; परंतु क्षत्रियकुलांत उत्पन्न होऊन कोणीं सामन्याला हांक मारल्यावर, प्राणनाशाचीही पाळी असली तरी खरा धनुर्धर आहे त्यानें माघार घेणें उचित आहे काय? हे वृष्णिकुलोद्भवा, त्यानें आम्हांस कपटानें जिंकिलें व आम्ही वनांत निघून गेलों हें पाहून टाळ्या पिटल्या, त्या मितीलाच तो माझ्या हातून वध पावण्यास पात्र झाला. आतां त्याचे वधाबद्दल न्यायानें शास्त्रार्थ ठरवावयाचा नाहीं! हे कृष्णा, तूं आमचा मित्रच असल्यानें आमच्या-

खातर तूं कांहीं खटपट करण्याचें मनांत आणणें हें म्हणजे कांहीं दुनियेवेगळें आहे असें नाहीं. तुझा तो धर्मच आहे. प्रश्न एवढाच आहे कीं, तुझा उद्योग सामादि मृदु उपायांनीं सफल होतो, किंवा युद्धासारख्या क्रूर उपायाचीच पाळी येते, किंवा सामादि उपायांच्या प्रार्थनेंत वेळ घालवीत न बसतां ताबडतोब त्यांना पार करून टाकावें हीच गोष्ट तुला अधिक रुचत असेल, तर तसेंही कर; विचार करीत बसूं नको. कारण, या पापबुद्धीनें सभेमध्यें द्रौपदीची कसकशी गांजणूक केली, ती तूं जाणतोच आहेस. बाकी आम्हीं त्याचा तोही अपराध पोटांत घातला हा प्रकार वेगळा. हे माधवा, मला तर वाटतें कीं, दुर्योधनानें आम्हांशीं सुतीं वागणें हें खडकावर बीज उगवण्याइतकेंच अशक्य आहे! तस्मात् जें मिळून तुला रुचत असेल आणि ज्यांत पांडवांचें हित असेल, तेंच तूं सत्वर कर; आणि आम्हीं कांहीं करावेंसें असेल तर तेंही लगेच सांगून ठेव.

अध्याय एकुणऐशींवा.

—:०:—

श्रीकृष्णाचें भाषण.

श्रीकृष्ण म्हणतात:—हे महाबाहो अर्जुना, तुझें म्हणणें यथार्थ आहे. मी उभयतांचें कल्याणच करीन. मी दूत म्हणून जात आहें, त्या अर्थी संधि साधणें किंवा युद्धावर वेळ आणणें हें माझ्या हातीं आहे, हीही गोष्ट खरी. तथापि, माझें इतकेंच म्हणणें आहे कीं, मी झटूनही सिद्धि होईलच होईल, असें कांहीं म्हणतां येत नाहीं.

दैवसाह्य.

कारण, तूं असें पहा कीं, शेतकऱ्यानें मेहनत करून जमीन कितीही बिनदोष व सरस बनविली असली, तरी पर्जन्यावांचून फल देणार नाहीं. कोणी म्हणतील कीं, पाऊस नसेना, आम्ही तिला वर पाणी देऊन पिकवूं; म्हणजे तर केवळ पुरुषयत्नाची सिद्धि ठरली कीं नाहीं? तर बाबा, पाणी देणें हा जरी पुरुषप्रयत्न खरा, तरी पाणी देऊनही जर दैवानें शोष पडला तर काय करणार? यासाठींच प्राचीन महात्म्यांनीं विचारपूर्वक असा सिद्धांत ठरविला आहे कीं, लोकहित हें दैव व पुरुषकार या उभय कारणांचे मिलाफावर अवलंबून आहे. सारांश, पुरुषप्रयत्नाची मी आपलेकडून पराकाष्ठा करीन; परंतु दैवाची जी बाजू राहिली, ती मात्र कोणतेही प्रकारें माझे हातची नाहीं, हें उघड आहे.

तो दुरात्मा धर्मभय व लोकभय हीं दोन्ही गुंडाळून ठेवून वागत असतो, आणि असल्या पापकर्माबद्दल त्याचें मन त्याला कधीं खातही नाहीं. शिवाय मामा शकुनि, स्नेही कर्ण आणि बंधु दुःशासन हे त्याचे मंत्री त्याच्या पापबुद्धीला उत्तेजनच देत असतात. अशी आहे तेथील स्थिति! तेव्हां तुमचें राज्य तुम्हांला खुषीनें देऊन टाकून तो म्हणजे तुमच्याशीं गोडीनें वागेल, याची आशाच नको. अनुयायांसह ह्या दुर्योधनाचा वध केल्याशिवाय तुम्हांला इष्टप्राप्ति होणें नाहीं. धर्मराज तरी राज्याचें नांव सर्वस्वी सोडून देऊन केवळ त्याचे पायां पडून रहावयास तयार आहे असें नाहीं. बरें, तो दुष्ट पदर पसरल्यानें राज्य देतो हें शक्य नाहीं. तस्मात् धर्मराजाचा निरोप त्याला कळवावासेंच मला वाटत नाहीं. शम करावयाचा जो हेतु धर्मराजानें दाखविला, त्याला तो कोणत्याही प्रकारें कबूल होणार नाहीं. तथापि, मी त्याला निरोप कळविणार तो केवळ एवढ्याच आशयानें कीं, त्यानें तो अमान्य केला म्हणजे अनायासेंच तो लोकमतानेंही वध्य होईल. अर्जुना, तो दुरात्मा मला तर वध्य आहेच.

कारण, पोरपणीं त्यानें सदा तुम्हांला त्रास दिला; पुढें त्या दुष्टानें तुमचें वडिलार्जित राज्य गिळंकृत केलें; व युधिष्ठिराचें स्वार्जित वैभवही पाहून त्या पाप्याचे अंगची लाही होऊं लागली. अर्जुना, तुझ्याविषयीं माझे मनांत भेदबुद्धि उत्पन्न करण्याची त्यानें अनेक वेळां खटपट केली, परंतु त्याच्या त्या दुष्ट हेतूला मीं थारा दिला नाहीं.

हे महाबाहो, त्यांचें अत्यंत इष्ट काय आहे तें तूं जाणतोसच; आणि हरउपायांनीं मी धर्मराजाचें कल्याणच करीन हेंही तूं समजतोस. असें असून, अर्जुना, आज एखाद्या गैरमाहितांप्रमाणें मजबद्दल शंका काढीत कां बसला आहेस? अरे, तुझ्यापासून मीं कांहीं तरी चोरून ठेविलें आहे काय? दुष्टसंहार करून भूभार हरण करावा म्हणून तर मी स्वर्गांतून भूतलावर प्रकट झालों, हें दिव्य रहस्यही तुला अवगत आहे. मग शत्रूशीं शम करा, हें वेड्यासारखें काय सांगत बसला आहेस? हें कधीं तरी होईल काय? आतां, कायेनें व वाणीनें मजकडून होईल तें मी करीन. बाकी शत्रूशीं सख्य होईल अशी मला आशा नाहीं. कारण, हा सख्याचा उपदेश आज कांहीं नवा नाहीं. गतवर्षी गोग्रहणाहून परततांना वाटेंत भीष्मांनीं हीच प्रार्थना त्याला केली होती. पण त्यानें कधीं ऐकिली ? फार काय, पण तुम्हांला राज्याचा एक वीतभर तुकडा एक क्षणभर म्हणाल तरी देखील तो संतोषानें देणार नाहीं. तेव्हां भाकीत काय तें समजतेंच आहे; व तूं मनांत आणिलेंस तेव्हांच ते पराभूत झाले आहेत. तथापि, धर्मराजाची आज्ञा आहे त्याप्रमाणें मला सर्वथा वागलें पाहिजे; व तो दुष्ट आणखी काय कुकर्म करितो त्यावरही लक्ष ठेविलें पाहिजे.

अध्याय ऐशींवा.

—:०:—

नकुलाचें भाषण.

नकुल म्हणतोः—हे माधवा, धर्मज्ञ व उदार धर्मराजानें तुला अनेक गोष्टी सांगितल्या व त्या तूं ऐकिल्यास. धर्माचें मत जाणून भीमसेनानेंही शमार्थ अभिप्राय दिला व पुढें स्वपराक्रमाचेंही वर्णन केलें. त्याउपर अर्जुन बोलला, तेंही तूं ऐकिलेंस; व तुझें स्वतःचें मत काय तेंही तूं उघड उघड अनेकदां सांगितलेंस. परंतु माझें म्हणणें असें कीं, ह्या सर्वही गोष्टी बाजूला सारून, तेथें गेल्यावर शत्रूचें मत काय पडतें तें ऐकून, घेऊन मग जें समयाला अनुरूप दिसेल तें तूं कर. येथें आगाऊ ठरविलेल्या एकतर्फी मतांनाच धरून बसूं नको.

मतभेद.

मतांचें काय? जसजसें निमित्त फिरेल तसतसें मनुष्याचें मतही फिरत असतें. यासाठीं मनुष्यानें केव्हांही ठाम मतावर न जातां वेळेचा रंग पाहून वागत असावें. आपण एखाद्या गोष्टीचा विचार एक तऱ्हेनें करून ठेवावा आणि पहावें तों ती गोष्ट भलतेच तऱ्हेनें घडून येते. हे पुरुषोत्तमा, या लोकांत मनुष्याच्या बुद्धि अनिश्चित आहेत. आज एक तर उद्यां दुसरीच, असा प्रकार आढळतो. आमचेचसंबंधानें पहासना? आम्ही वनांत असतां आमच्याबद्दल लोकांची बुद्धि निराळी होती; अज्ञातवासांत तीहून निराळी झाली आणि अज्ञातवासांतून आम्ही बाहेर पडून प्रसिद्ध झाल्यावर आणखी तिसरीच झाली. आमचा स्वतःचाही हाच मासला! कारण, आम्ही वनांत फिरत होतों तेव्हां आतांइतकी राज्यावर आमची आसक्ति नव्हती.

हे वीरा, आम्ही वनवासांतून परतल्याचें ऐकून, तुझ्या कृपेनें हें सात अक्षौहिणी सैन्य

आमचे साह्यार्थ आलें आहे. अचिन्त्य बल व पराक्रम यांनीं युक्त असे हे पुरुषव्याघ्र हातांत शस्त्र घेऊन रणांत उभे राहिलेले पाहून कोणाचें काळीज फाटणार नाहीं बरें? म्हणून सुचविणें इतकेंच कीं, पहिल्या तोंडीं गरीबीचें भाषण करून, त्यानें नच ऐकिलें तर अखेर जरबीचें भाषण करावें. म्हणजे तो मूर्ख दुर्योधन घाबरणार नाहीं. बाकी माधवा, युधिष्ठिर, भीमसेन, अजिंक्य अर्जुन, सहदेव, मी, तूं, बलराम, सात्यकि, विराट व त्याचे पुत्र, सामात्य द्रुपद, धृष्टद्युम्न, विक्रमशाली काशिराज, चेदिपति धृष्टकेतु, अशांशीं कोणता रक्तमांसाचा पुतळा युद्धांत उभा राहील? म्हणून तूं जातांच धर्मराजाची इष्टसिद्धि निःसंशय होईल. हे पुण्यपुरुषा, तूं बोलूं लागलास म्हणजे खरें हित कशांत आहे तें विदुर, भीष्म, द्रोण व बाल्हिक यांच्या ध्यानांत तेव्हांच येईल; कारण, ते मोठे बुद्धिमान् आहेत; ते पापी दुर्योधनाची त्याच्या अमात्यांसह समजूत घालून त्याला वाटेवर आणतील. जनार्दना, तुझ्यासारखा वक्ता आणि विदुरासारखा श्रोता, अशी जोड मिळाल्यावर अशी कोणती गोष्ट आहे कीं जी घसरत असतां तुम्ही वाटेवर आणूं शकणार नाहीं?

अध्याय एक्यायशींवा.

—:०:—

सहदेव व सात्यकि यांचें भाषण.

सहदेव म्हणतोः—हे शत्रुमर्दना कृष्णा, होईल तिकडून संधि करावा म्हणून युधिष्ठिरानें तुला सांगितलें तें ठीकच आहे. कारण, असें करणें हा सनातन धर्मच होय. परंतु माझें ऐकशील तर, जिकडून युद्ध जुंपेल असाच यत्न तूं कर. कौरव आम्हांशीं सख्याला कबूल असले तरी देखील तूं युद्धाचें जुळीव. कारण, कृष्णा, त्या प्रकारें सभेंत द्रौपदीची केलेली दशा मीं डोळ्यांनीं पाहिली असून दुर्योधनाला ठार केल्यावांचून माझा कोप कसा बरें शांत व्हावा? धर्मराज, भीम, अर्जुन हे जरी धर्मनिष्ठ असले तरी मी धर्म झुगारून देऊन दुर्योधनाला युद्धांत गांठणारच!

सात्यकि म्हणतोः—हे महाबाहो कृष्णा, महाविचारी सहदेव बोलला तेंच खरें. या दुर्योधनाला जेव्हां आम्ही पार करूं तेव्हांच सहदेवाचा व माझा राग थंडावेल. वनांत पांडवांनीं कृष्णाजिनें व वल्कलें परिधान केलेलीं पाहातांच तुलाही कौरवांचा संताप आला होता तो तूं विसरलास काय? सारांश, हे पुरुषोत्तमा, हा शूर माद्रीपुत्र सहदेव आतां जें बोलला तेंच आम्हां सर्व योद्धयांना मान्य आहे.

वैशंपायन सांगतातः—बुद्धिमान् सात्यकि याप्रमाणें बोलतांच चारी बाजूंनीं 'होय, होय! असेंच, असेंच!' असें म्हणून सर्व वीरांनीं मोठ्यानें सिंहनाद केला. ज्यांनीं त्यांनीं त्या सात्यकीचे भाषणाची वाहवा केली; व 'भले शाबास! भले शाबास!' असें म्हणून सात्यकीला आनंदित केलें.

अध्याय ब्यायशींवा.

—:०:—

द्रौपदीचें भाषण.

वैशंपायन सांगतातः—धर्मराजाचें तें धर्मार्थयुक्त भाषण ऐकून, जिचे लांबसडक आणि काळेभोर केश पाठीवर पडले आहेत व शोकानें जी कृश झाली आहे, अशी ती द्रौपदी सहदेव व सात्यकि यांची वाहवा करून व भीमसेन अद्यापिही सुस्तच बसलेला पाहून अश्रूंनीं डोळे भरून जाऊन म्हणाली, "हे दाशार्हा कृष्णा, तूं धर्मज्ञ आहेस. कपट करून पांडवांना सामात्य दुर्योधनानें सुखावरून कसें ओढिलें

तें तुला विदित आहे. पुढें संजयाला एकांतांत धृतराष्ट्रानें काय उपदेश केला तोही तूं जाणतोस. धर्मराजानें संजयाला काय सांगितलें तेंही तुला माहीत आहे. 'अविस्थल, वृकस्थल, माकन्द, वारणावती आणि कोणतें तरी पांचवें गांव आम्हांस द्यावें, असें तूं दुर्योधन व त्याचे स्नेही यांना सांग.' असा निरोप संजयाबरोबर शमेच्छु श्रीमान् युधिष्ठिरानें दुर्योधनास पाठविला, परंतु त्याला कबूल झाला नाहीं. म्हणून, तूं तेथें जाऊनही राज्य न देतां कोरडेंच सख्य करण्याची दुर्योधनाची इच्छा असेल तर मात्र कबूल होऊं नको. कारण, सर्वतोपरी नुकसान सोसून सख्य करण्याचें एवढें काय अडलें आहे? दुर्योधनाचें सैन्य कसेंही भयंकर व क्षुब्ध असलें तरी सृंजयांसह पांडव त्याचा फन्ना उडविण्याला समर्थ आहेत. सामानें किंवा दामानें ज्यांशीं उपयोग होत नाहीं अशा शत्रूंचीं जीवितेच्छूनें हाडें नरम करावीं हाच त्याचा शास्त्रार्थ! तस्मात्, हे अच्युता, पांडव व सृंजय यांसह तूं आतां शत्रूंवर यमदंडच फेंक. हें करणें पांडवांना अनुरूप होईल; तुलाही यशस्कर होईल; आणि तसेंच सर्व राजमंडलाला सुखावह होईल. जो मिळून धर्मनिष्ठ क्षत्रिय आहे, त्यानें लोभाविष्ट क्षत्रिय किंवा (ब्राह्मणेतर) अक्षत्रियही पाहिला असतां ठार करावा. ब्राह्मण मात्र कसलाही पातकी असला तरी अवध्य आहे. कारण, ब्राह्मण हा सर्व वर्णांचा गुरु असून आयत्या दिलेल्या उत्तम वस्तूंचा प्रथम उपभोग घेणारा आहे. हे जनार्दना, धर्मशास्त्रज्ञांचें असें मत आहे कीं, अवध्याचा वध करण्यांत जितका दोष आहे, तितकाच वध्याची उपेक्षा करण्यांत आहे. तस्मात्, कृष्णा, तूं पांडव, यादव व ससैनिक सृंजय यांकडे असला दोष न येईल असा वाग.

"हे कृष्णा, तूं माझ्या विश्वासाचा म्हणून एकदां सांगितलेलीच गोष्ट पुनः तुझ्याशीं बोलतें. बा कृष्णा, मजसारखी दुर्दैवी सौभाग्यवती स्त्री पृथ्वींत तरी दुसरी कोणी असेल का? मी यज्ञवेदींतून जन्मलेली, द्रुपद राजाची कन्या, धृष्टद्युम्नाची बहीण, आणि प्रत्यक्ष तुझी आवडतीसखी! महात्म्या पांडुराजाची सून होऊन मी अजमीढवंशांत आलें व इंद्रतुल्य पराक्रमी पांच पांडवांची पट्टराणी झालें. पांच पांडव वीरांपासून मला शूर असे पांच पुत्रही झाले. हे पांचही धर्मानें तुला अभिमन्यूसारखेच आहेत. असें माझें ऐश्वर्य असून, हे कृष्णा, (माझ्या माहेरचे) पांचाल, (सासरचे) पांडव, तसेच सर्व यादव व विशेषतः तूं जिवंत असतांना पांचा पांडवांचे डोळ्यांसमोर त्यानें माझे केंस धरून मला भरसभेंत फरफरत न्यावी, व त्या चांडाळांची बटीक होऊन मला चौघांदेखत तेथें उभें रहावें लागावें अं! इतकें झालें तरी पांडव आपले टकमक पहातच स्वस्थ बसले. पुरुषासारखे पुरुष, पण एकालाही संताप आला नाहीं. तेव्हां मीं त्या विषमप्रसंगीं 'हे गोविंदा, माझी लाज राख.' म्हणून मनांत तुझा धावा केला. ते समयीं मामंजी धृतराष्ट्र मला म्हणाले, 'हे पांचालि, वर माग; वर देण्यास तूं माझे मतें योग्य आहेस!' तेव्हां 'पांडवांना दास्य नसावें, व त्यांचे रथ आणि आयुधें त्यांपाशीं असावीं.' असा मीं वर मागून घेतला. या रीतीनें मीं आपल्याकडून यांना दास्यांतून मुक्त केलें असतां पुनरपि वनवास यांच्या कपाळीं आलाच व अजूनही हे पडच घेणार! तेव्हां हें मी कुठवर सोसावें?

"हे जनार्दना, अशा या प्रकारचीं मला झालेलीं सर्व दुःखें तूं जाणून आहेस. तर, हे कमलाक्षा, पति, ज्ञाति व बांधव यांसह तूं माझें रक्षण कर. कृष्णा, भीष्म व धृतराष्ट्र या दोघां-

चीही धर्मदृष्टीनें पाहिलें तर मी सून होत असून मला जबरीनें बटीक बनवावी काय ? हे कृष्णा, इतकी माझी दैना करून-संवरूनही क्षणभर तरी दुर्योधन जिवंत आहे, त्या अर्थी अर्जुनाच्या धनुष्मत्तेला व भीमाच्या बळाला धिक्कार असो! सारांश, कृष्णा, तुझे मनांतून जर मजवर खरीच कृपा करणें असेल, व मी जर कृपापात्र असेन तर तुझ्यांत असेल नसेल तेवढा राग या धार्तराष्ट्रांवर झाड!"

वैशंपायन सांगतात:—असें बोलून, पेडला असूनही मृदु, अग्राला कुटिल, फारच दर्शनीय-काळाकाळाभोर, सर्व सुगंधांनीं सुवासित, सर्वलक्षणसंपन्न व भुजंगाप्रमाणें लांबच लांब व तुळतुळीत असा आपला केशपाश डावे हातीं धरून ती कृष्णापांगी, कमलनयना, वरारोहा, गजगामिनी कृष्णा त्या पुंडरीकाक्ष कृष्णाजवळ येऊन डोळ्यांत आंसवें आणून म्हणाली, "बा कृष्णा, तूं संधि करूं पहात आहेस, पण इकडे बघ, दुःशासनानें आंसडा मारलेला हा माझा केशपाश कांहीं झालें तरी तुझ्या स्मरणांतून जाऊं देऊं नको! हे कृष्णा, आज दीन झालेले भीमार्जुन जरी संधि करूं पहात असले तरी चिंता नाहीं; माझे वृद्ध बाबा आपल्या महारथी पुत्रांसह लढाईला उभे रहावयाला खंबीर बसले आहेत. शिवाय, हे मधुसूदना, माझे सत्त्वे एकासारखे एक पांच महावीर आहेत, ते अभिमन्यूला पुढें करून कौरवांशीं झुंजतील. अरे, जर करितां माझे वेणीला आंचके देणारा तो दुःशासनाचा काळाकुट्ट हात छिन्नभिन्न होऊन रक्तानें व धुळीनें माखलेला माझे दृष्टीस पडला नाहीं, तर, बाबा कृष्णा, माझे मनाला शांति कुठून प्राप्त होणार? पेटलेल्या अग्नीप्रमाणें हा संताप पोटांत ठेवून प्रसंगाची वाट पहात बसतां बसतां आज माझीं तेरा वर्षें लोटलीं! हे आमचे भीम महाराज! यांना आज धर्म आठवला आहे! पण यांच्या त्या वाग्बाणांनीं पीडिलेलें माझें हृदय जसें कांहीं शतधा होतें आहे!"

असें बोलून ती विशालनयना पीनश्रोणी द्रौपदी अश्रूंनीं कंठ दाटून येऊन सकंप व गद्गदस्वरानें रडूं लागली, तेव्हां द्रवीभूत अग्नीप्रमाणें तिच्या डोळ्यांतील कढत कढत अश्रूंचा तिच्या त्या परस्परसंलग्न अशा पुष्टस्तनांवर सारखा वर्षावच चालला होता. शोकानेंच तिच्या काळजाचें पाणी होऊन तेंच नेत्रांवाटे लोटतें आहे काय असा भास झाला! त्या वेळीं महाबाहु कृष्ण तिचें सांत्वन करीत तिला म्हणाला, "कृष्णे, कौरवांच्या स्त्रिया रडतांना तूं लवकरच पहाशील. हे भीरु, ज्यांच्यावर तूं इतकी संतापली आहेस, त्या भरतस्त्रिया ज्ञाति, बांधव, इत्यादिकांचे मरणानें हतमित्र व हीनबल होऊन आतां तूं रडत आहेस अशा ढसढसां रडतील. तूं पहा तर खरी! धर्माची आज्ञा घेऊन ह्याच भीमार्जुननकुलसहदेवांचे साह्यानें, विधात्यानें ठरविलेल्या नियमानुसार, खुद्द मी कौरवांचा संहार करीन. मग तर झालें? अग धृतराष्ट्रपुत्रांचे घडे भरलेच आहेत. माझें म्हणणें अमान्य करण्याचाच अवधि आहे. तेवढें झालें कीं मरून ते भुईवर पडून कोल्ह्या-कुत्र्यांना मेजवानी मिळालीच समज. हिमालय पर्वत ढळेल, पृथ्वीचे शतधा तुकडे होतील, सर्व नक्षत्रांसह आकाश खालीं कोसळेल, परंतु माझें बोलणें व्यर्थ जावयाचें नाहीं, हें मी तुला खरें खरें सांगतों! यासाठीं, कृष्णे, आपलें रडणें आवर. शत्रूला मारून राज्यपदावर चढलेले तुझे पति थोडक्यांतच तुझे दृष्टीस पडतील."

अध्याय त्र्यायशींवा.

—:o:—

श्रीकृष्णाचें प्रस्थान.

अर्जुन म्हणतो:—हे कृष्णा, आज-

मित्तीला एकंदर कौरवांना तुझ्याहून वरिष्ठ मित्र दुसरा नाहीं. तूं दोन्ही पक्षांचा संबंधी असून दोघांचेही प्रेमांतला आहेस. धार्तराष्ट्राचा पांडवांशीं निर्मल स्नेह जमवून देणें तुला उचितही आहे व शक्यही आहे. हे पुंडरीकाक्षा शत्रुघ्ना, तूं त्या आमच्या खुनशी भावाकडे जा आणि शमार्थ जें बोलणें तें बोल. तूं धर्मार्थ-युक्त, निर्दोष व कल्याणकारक असें भाषण करीत असूनही त्या मूर्खाला हिताची गोष्ट पत-करली नाहीं, तर मग त्याच्या कपाळीं असेल तें तो भोगील.

श्रीकृष्ण म्हणतातः—धर्माला न सोडतां आपलें हित व कौरवांचें कुशल जींत असेल ती गोष्ट साधण्याकरितां हा मी कौरवांकडे निघालोंच समज.

वैशंपायन सांगतातः—हें बोलणें संपलें तों रात्रीचा अंधकार नष्ट होऊन निर्मल आका-शांत भगवान् सहस्ररश्मि आपल्या कोमल किरणांनीं तपूं लागला. शरदृतु संपून नुकतीच गुलाबी थंडी पडूं लागली होती. शेतांत जिकडे तिकडे पिकांची समृद्धि उभी असल्या-मुळें अलमदुनिया आनंदांत होती. महिना कार्तिकाचा असून त्या दिवशीं ‘प्रस्थाने कीर्तिदं शुभ’ असें आयतेंच रेवती नक्षत्र असून मैत्रमुहूर्त[१] होता. अशा वेळीं, ऋषींचे मंगलशब्द श्रवण करणाऱ्या इंद्राप्रमाणें ब्राह्मणांचे सत्य, पवित्र व मंगलस्वरयुक्त मंत्र-घोष कानीं घेत घेत तो सात्वतोत्तम जनार्दन स्नान केला; व शुचिर्भूत होऊन अलंकार धारण करून सर्व पौर्वाह्णिक कृत्य आटोपल्या-वर त्यानें सूर्योपस्थान व अग्निपूजन केलें. नंतर वृषभाचे पृष्ठभागास स्पर्श करून, ब्राह्म-णांना वंदन करून, अग्नीला उजवी घालून, पुढें ठेविलेल्या दूर्वा, लाह्या वगैरे शुभ वस्तूं-कडे पहात पहात युधिष्ठिराचें वाक्य मनांत आणून जवळ असलेल्या शिनिपौत्र सात्यकीला म्हणाला, “शंख, चक्र, गदा, भाते, शक्ति, व इतर सर्व आयुधें रथांत तयार ठेवा, कारण दुर्योधन, कर्ण व शकुनि हे मनाचे दुष्ट आहेत; आणि आपण बलवान् असलों व शत्रु दुर्बलही असला तरी शहाण्यानें गैरसावध राहूं नये.” याप्रमाणें चक्रगदाधारी भगवान् कृष्णाचा अभिप्राय समजतांच त्याचा रथ सज्ज करण्याकरितां त्याचे पुढारी सेवक धांवतच गेले.

भगवंताच्या रथाचें वर्णन.

तो रथ चेतलेल्या कालाग्नीप्रमाणें दीप्तिमान्, आकाशांत भराऱ्या घेणाऱ्या वायूप्रमाणें शीघ्रगति, व दोहोंबाजूंला चंद्रसूर्याकार दोन चाकांनीं फारच खुलत असून, कृत्रिम अर्ध-चंद्र, पूर्णचंद्र, मृग, पक्षी, मात्स्य, नानाप्रकार-चीं पुष्पें व मणिरत्नें यांनीं सर्वभर चित्रित केला होता. तो आंतून ऐसपैस असून बाहेरून बालसूर्याप्रमाणें झळकत असल्यानें दिस-ण्यांत मोठा रमणीय होता. त्याचे प्रत्येक अवयवाला सुवर्ण व रत्नें जडलीं होतीं. आंत सर्व साहित्य सिद्ध ठेविलें असून तो व्याघ्र-चर्मानें मढविला होता. त्यावर उत्तम ध्वज-पताका फडकत होत्या व शत्रूला तो केवळ

१ मैत्रमुहूर्त—ज्योतिषशास्त्रांत दिवसाचे व रात्रीचे तीस तीस घटका कालाचे, दोन दोन घट-कांचा एक, असे पंधरा भाग पाडिले असून, प्रत्येक भागाला मुहूर्त असें म्हणतात. यांपैकीं उजाडल्या-पासून जो तिसरा मुहूर्त येतो त्याला ‘मैत्रमुहूर्त’ अशी संज्ञा दिली आहे.

१ राजकारणाचे धामधुमींत किंवा ऐनयुद्धाचे गर्दींत देखील कृष्णार्जुनप्रभृति मंडळी स्नानसंध्यादि कर्मांची उपेक्षा करीत नसत, असें भारतांत सर्वत्र आढळतें. ही गोष्ट आजकालच्या शेंडी झाडून--प्रसंगीं अस्नातही--पानावर बसणारांनीं डोळ्यांपुढें ठेव-ण्याजोगी आहे.

अगम्य होता. शत्रूंचें यशोहरण करून याद-वांना आनंद देणाऱ्या त्या अशा प्रकारच्या रथाला, स्नान घालून निर्मळ केलेले, सुलक्षण व अलंकृत असे शैब्य, सुग्रीव, मेघपुष्प व बला-हल असे चार घोडे त्या सेवकांनीं जोडिले, त्या रथाची घरघर देखील कानाला फार गोड लागे. त्याचे ध्वजाचे ठिकाणीं पक्षिपति गरुड असल्यानें श्रीकृष्णाचे माहात्म्याला जणूं आण-खीच भर पडली.

अशा त्या मेरुशिखराप्रमाणें तुंग व मेघ किंवा दुंदुभि यांप्रमाणें मांसल ध्वनीनें युक्त, व विमानाप्रमाणें संकल्पाबरोबर वाटेल तेथें जाणाऱ्या रथावर तो शूरकुलोद्भव श्रीकृष्ण चढला, व सात्यकीला रथावर घेऊन त्यानें रथ चालू केला. घोषानें पृथ्वी व अंत-रिक्ष हीं दुमदुमून टाकणाऱ्या त्या रथावर बसून परमात्मा चालूं लागतांच तत्काल आकाश अगदीं निरभ्र झालें; मंद, मधुर व अनुकूल वायु वाहूं लागला; धूळ उडेनाशी झाली; मंगलसूचक पशुपक्षी प्रसन्न मुद्रेनें वासु-देवाच्या प्रयाणकालीं त्याचे उजवे बाजूनें बरोबर येऊं लागले; करकोंचे, सुतारपक्षी व हंस हे मंगलसूचक शब्द करीत करीत मधु-सूदनाबरोबर येऊं लागले; समंत्रक आहुतींनीं मोठमोठाले होम ज्यांत दिले जात आहेत असा पावक अग्नि निर्धूम होऊन त्याच्या ज्वाला उजवे बाजूकडे वाहूं लागल्या; आणि वसिष्ठ, वामदेव, भूरिद्युम्न, गय, क्रथ, शुक्र, नारद, वाल्मिकि, मरुद्गण, कुशिक, भृगु इत्यादि देवर्षि व ब्रह्मर्षि एकत्र मिळून याद-वांना सुख देणाऱ्या या इंद्रानुज कृष्णाला उजवी घालून चालले.

युधिष्ठिराचा निरोप.

याप्रमाणें त्या महाभाग व साधु ऋषि-जनांनीं संमान केल्यानंतर श्रीकृष्णानें कौर-वांचे गृहाची वाट धरिली. तो जाऊं लागला असतां कुंतीपुत्र युधिष्ठिरही त्याच्या मागोमाग गेला. तसेच भीमार्जुन, माद्रीपुत्र नकुलसह-देव, पराक्रमी चेकितान, चेदिपति धृष्टकेतु, द्रुपद, काशिराजा, महारथ शिखंडी, धृष्टद्युम्न, सपुत्र विराट, केकय, इत्यादि क्षत्रियही त्या क्षत्रियश्रेष्ठाच्या मागोमाग कार्योद्देशानें गेले. नंतर, जो काम, भय, लोभ, किंवा द्रव्येच्छा यांसाठीं कधींही अन्याय करणार नाहीं; जो निर्लोभ आणि स्थिरबुद्धि असून जो सर्व प्राण्यांचा नियामक, सनातन देवाधिदेव, सर्व भूतांत वरिष्ठ, ज्ञानी, धर्मज्ञ आणि धैर्यवान् अशा त्या सर्वगुणसंपन्न व श्रीवत्सलांच्छन केशवाला आलिंगन देऊन तेजस्वी युधिष्ठिर सर्व राजां-समक्ष त्याचे गुण गाऊन त्याला निरोप सांगूं लागला, "हे कृष्णा, जी अबला होऊन ज्या माउलीनें आम्हांस लहानाचे मोठें केलें, जी सदा आमच्या कल्याणासाठीं उपासतापास-स्वस्त्ययनें करीत असते; देव, अतिथि व गुरु-जन यांचे सेवेंत जी सदा तत्पर असून ज्या सुतवत्सलेला आम्हां पुत्रांचें फारच वेड; आणि, हे शत्रुमर्दना, समुद्रांत तारणाऱ्या नौकेप्रमाणें जिनें आम्हांला दुर्योधनकृत प्राण-संकटांतून बचावलें; व खरोखर जी दुःखास पात्र नसतांही केवळ आमच्या पायीं जिनें सदैव दुःखेंच सोशिलीं, त्या आमचे मातेला सर्वांआधीं कुशल विचार. बिचारी पुत्रशोकांत अगदीं बुडाली असेल! तिला आमचें नांव घेऊन अभिवादन कर व कडकडून भेट आणि तिला फिरफिरून धीर दे. अरेरे! बिचारी माउली लग्न झाल्या दिवसा-पासून सासरचा जाच काढिते आहे; व अप-मानास योग्य नसतांही ते करितील तो तो अपमान उघडे डोळ्यांनीं पाहून तसेच हाल काढिते आहे. बा अरिमर्दना कृष्णा, अरे!

असा काळ कधीं येईल का, कीं जेव्हां हें सर्व दुःख नाहींसें होऊन माझे जन्मदुःखी मातेला मी सुख देईन? कृष्णा, तुला काय रे सांगूं! कोण तिचें तें पुत्रप्रेम! आम्ही जेव्हां वनांत जाऊं लागलों, तेव्हां बिचारी दीन होऊन आमचे मागें धांवत येऊं लागली; आणि आम्ही तिला तशीच रडत सोडून वनांत चालते झालों! हे आनर्त देशानें पूजिलेल्या केशवा, पुत्रसंबंधीं दुःखांनीं इतकी बळकट गांजल्यावरही ती न मरतां सुदैवानें जिवंत असलीच, तर, कृष्णा, माझे नांवानें तिला अभिवंदन कर. त्याचप्रमाणें, हे कृष्णा, कुरुश्रेष्ठ धृतराष्ट्र, वृद्ध वृद्ध द्विज, भीष्म, द्रोण, कृप, राजा बाल्हीक, अश्वत्थामा, सोमदत्त व सर्व भारत यांस वंदन कर; आणि कौरवांचा मुत्सद्दी, अगाधबुद्धि, मर्मज्ञ, महाज्ञानी विदुर यास कडकडून भेट."

अर्जुनाचा निरोप.

यापमाणें, सर्व राजांसमक्ष श्रीकृष्णास निरोप सांगून, त्याची अनुज्ञा होतांच त्याला प्रदक्षिणा घालून युधिष्ठिर परतला. परंतु कृष्णसखा अर्जुन त्या परवीरघ्न अपराजित दाशार्ह पुरुषश्रेष्ठ श्रीकृष्णाबरोबर तसाच जात राहून त्यास म्हणाला, "हे विभो, संधीची मसलत ज्या वेळीं आम्हीं पतकरली, त्या वेळीं अर्धराज्य दिल्यास संधि, असा आम्हीं ठराव केला, हें सर्व राजांस महशूर आहे. याकरितां तुला बजवावयाचें इतकेंच कीं, या ठरावाप्रमाणें तो जर आमचें अर्धे राज्य आमचा कोणतेही प्रकारें अवमान न करितां आदरानें व निर्लोभबुद्धीनें आम्हांस देईल, तर मग, हे महाबाहो, माझ्या मनाजोगें होईल आणि कौरवांचेंही प्राणसंकट टळेल. परंतु तो सदुपायद्वेष्टा जर हें न करितां दुसरें तिसरें कांहीं म्हणेल, तर त्याला माझा चकचकीत निरोप सांग कीं, सर्व क्षत्रियांची मी होळी केल्याशिवाय आतां राहात नाहीं."

वैशंपायन सांगतातः—याप्रमाणें अर्जुन बोलतांच वृकोदर भीमाला गुदगुल्या झाल्या; आणि असा कांहीं आवेश चढला कीं, त्यापायीं घडोघडी त्याचें सर्वांग थरारूं लागलें व त्या भरांत तो मोठमोठ्यानें डुरकण्या फोडूं लागला. अर्जुन युद्ध करणार हें ऐकून असलें कांहीं विलक्षण स्फुरण त्याचे अंगीं आलें! त्या वेळच्या त्याच्या त्या डुरकण्या कानीं पडतांच भोंवतींचे योद्धे लटलट कांपूं लागले; आणि अश्वादि वाहनें तर मूत्रपुरीषोत्सर्ग करूं लागलीं! असो. याप्रमाणें केशवाला बोलून व आपला निश्चय कळवून त्याची अनुज्ञा होतांच त्याला कडकडून भेटून अर्जुन परत फिरला.

महर्षींची भेट.

मग सर्व राजे परतले असतां, शैब्य व सुग्रीव नामक अश्व ज्याला जोडिले होते अशा रथांत बसून, जनार्दन मोठ्या खुषींतच रस्त्याला लागला. आधींच ते परमेश्वराच्या रथाचे घोडे, आणि दारुकासारखा सारथि; मग काय पुसावें? दारुकानें इषारा देतांच जसे काय [1]अस्मान घेऊं लागले आणि पायांपुढली वाट तर त्यांच्या एका ढेंगेंतच आटून गेलीसें वाटलें. मार्गांत ब्रह्मतेजानें झळकणारे असे महर्षि दुतर्फा उभे असलेले पाहातांच तो महाबाहु जनार्दन तत्काल रथाखालीं उतरला व त्या ऋषींस यथान्याय अभिवंदन करून, 'हे महाभागहो, लोकांचें बरें आहे ना? धर्मक्रिया अविघ्न चालू आहेत ना? क्षत्रियादि तीनही वर्ण ब्राह्मणांच्या आज्ञेंत वागतात ना?' इत्यादि प्रश्नांनीं त्यांचें पूजन करून तो पुनरपि मोठ्या सत्कारानें म्हणाला, 'समर्थांच्या स्वाऱ्या कोणीकडे निघाल्या? आज ही इकडे वाट कोठें फुटली?

१ मार्ग पितात काय व आकाश गिळतात काय, असा शब्दार्थ आहे.

आपली कोणती कामगिरी आहे ? आणि मला कोणती सेवा करण्याची आज्ञा आहे ? आज कोणता हेतु मनांत धरून आपण भूतलावर आलां ?'

हे प्रश्न ऐकून, देवेंद्र व दैत्येंद्र या उभयांचाही मित्र जामदग्न्य ऋषि पुढें येऊन मधुसूदनाला आलिंगन देऊन म्हणाला, "हे दाशार्हा, पुण्यशील देवर्षि, बहुश्रुत ब्राह्मण, राजर्षि व महान् तपस्वी हे तुला फार मान देतात. यांनीं पुराणकालीं देवदैत्यांच्या सभा, झटापटी, वगैरे पुष्कळ पाहिल्या आहेत. परंतु तोच नमुना आज भूतलावरही बनून राहिला आहे. हें एकत्र गोळा झालेलें सर्व क्षत्रियमंडळ, सर्व राजे, सभासद व सत्यस्वरूप तूं जनार्दन—असा हा अपूर्व देखावा पहावा; आणि, हे शत्रुमर्दना केशवा, कौरवसभेमध्यें राजांदेखत तूं जें धर्मार्थयुक्त भाषण करशील तेंही ऐकावें या हेतूनें आम्ही चाललों आहों. हे माधवा, त्या सभेंत भीष्मद्रोणांसारखे समर्थ, महामति विदुर व यदुश्रेष्ठ तूं, असले असले थोर एकत्र होणार. तेव्हां अशांचीं सत्य, हितावह व अमानुष अशीं वाक्यें कानीं पडावीं अशी आम्हांस लालसा आहे. बरें आहे; तुला आमचा आतां निरोप आहे. तुझा रथ चालूं दे. तूं निर्विघ्न जा. आम्ही आतां तुला तेज व बल यांसह दिव्यासनावर बसलेला असा सभेंतच पाहूं."

अध्याय चौऱ्यायशींवा.

—:०:—

श्रीकृष्णाचें प्रयाण.

वैशंपायन सांगतातः—महाबाहु देवकीपुत्र जाऊं लागला असतां, त्याजबरोबर, शत्रूचे वीरांना पाणी पाजणारे असे हत्यारबंद दहा महारथी, एक हजार पायदळ, एक हजार स्वार, शेंकडों सेवक व विपुल अन्नसामुग्री होती.

जनमेजय विचारतोः—तो महात्मा मधुसूदन मार्गानें कसकसा गेला, व वाटेंत त्याला शकुन काय काय झाले, तें मला ऐकवावें.

वैशंपायन सांगतातः—तो महात्मा श्रीकृष्ण जात असतां वाटेंत त्याला जीं जीं शुभाशुभ चिन्हें झालीं, तीं तूं सर्व मजपासून ऐक. आकाशांत ढग नसतांही विजा लवूं लागल्या व गडगडाट होऊं लागला; पाठोपाठ पाऊस कोसळूं लागला; तरीही आकाशांत मेघांचें नांव नाहींच! सिंधु व दुसऱ्या सहा—एकूण सातही नद्या पूर्ववाहिनी असतां पश्चिमेकडे वाहूं लागल्या; दाही दिशा फिरून गेल्या; कशाचाच कांहीं उमज पडेना. जिकडे तिकडे आगीचे लोळ उठले व धरणीकंप होऊं लागले; भरून ठेवलेले कुंभ व जलाशय यांतील पाणी आपोआप उसळून बाहेर सर्वभर सांडूं लागलें; सर्वदूर धुरोळा माजून दिशा किंवा उपदिशा ओळखतनाशा झाल्या व सर्व जगत् जणूं काय अंधारांत गडप झालें! आकाशांत सर्वत्र शब्द मात्र उठावा आणि बोलतो कोण हें तर दिसूं नये, असला एक अद्भुत चमत्कार सर्व मुलुखभर होऊन राहिला. हस्तिनापुराला तर पश्चिम व दक्षिण या दोन्ही दिशांकडून वारा झोडून काढीत होता; व विजेच्या गर्जनेनेंच वृक्षांचे समूहचे समूह मोडून पडत होते. मात्र वृष्णिपति श्रीकृष्ण ज्या मार्गानें जात असेल तेथें वायु सुखकर वहात असून, सर्व कांहीं उजवें होतें. पुष्पांची व विशेषतः कमलांची वृष्टि होत होती. मार्ग सरळ व सुखाचा असून त्यांतले दर्भकंटक सर्व दूर झाले होते. वाटोवाट हजारों ब्राह्मण त्या धनदायक वासुदेवाचीं स्तोत्रें गाऊन द्रव्य व मधुपर्क यांहीं त्याची पूजा करीत होते. सुवासिनी स्त्रिया मार्गांत

उधळून या सर्व भूतांचें कल्याण करणाऱ्या वासुदेवावर सुगंधि वनपुष्पें उधळूं लागल्या.

वाटेंत, मनाला संतोष देणारीं व नानातऱ्हेचे पशूंनीं युक्त अशीं रमणीय खेडीं, तशींच अनेक नगरें व राष्ट्रें ओलांडून, जेथील लोक परमधार्मिक व सुखी होते अशा सर्व तऱ्हेच्या धान्यांनीं समृद्ध शालिभवनाला तो प्राप्त झाला. त्या विष्वक्सेन भगवानाला पहाण्याच्या उत्कंठेनें, शुद्ध मनाचे, नित्यतुष्ट व भारतराजांनीं रक्षित असल्यामुळें शत्रूपासून निर्भय व प्रसन्नवृत्तीचे असे उपप्लव्य-पुरवासी जनांचे थवेच्या थवे अगोदरच कृष्णाच्या वाटेस येऊन बसले होते. दीप्ताग्नितुल्य तेजस्वी, परमपूज्य व सर्वप्रियत्वामुळें सर्व देशाचा अतिथि तो भगवान् जवळ येतांच त्याचें त्यांनीं पूजन केलें. शत्रुनाशन केशव वृकस्थलाला पोंचला तों प्रसृतकिरण सूर्य आकाशांत रक्तवर्ण दिसूं लागला. तें पाहातांच तत्काल रथांतून उतरून व रथ सोडावयास सांगून, शुचिर्भूत होऊन कृष्ण संध्यावंदनार्थ बसला. इकडे दारुकानें घोडे सोडून, रीतिप्रमाणें त्यांना थापटून थोपटून त्याच्या वाद्यापट्टे सोडून त्यांना खुले केलें. परंतु इतर सर्व गोष्टींकडे फारसें लक्ष न देतां भगवान् इतकेंच म्हणाला कीं, 'आपण धर्मराजाच्या कामगिरीसाठीं निघालों आहों, त्या अर्थीं आज रात्रीं येथेंच मुक्काम करावा असा मानस आहे.' असा प्रभूचा मानस समजतांच नोकरांनीं रहावयाचे जागेची व खाण्यापिण्याची सर्वोत्कृष्ट सोय लाविली. हे जनमेजया, या गावांत जे कोणी कुलीन, शिष्ट, सभ्य आणि धर्मनिष्ठ असे प्रमुख प्रमुख ब्राह्मण होते, ते त्या शत्रुमर्दक हृषीकेशाचे भेटीस आले; व चालीप्रमाणें त्यांनीं प्रभूची मंगलाशीर्वादयुक्त पूजा केली. सर्व लोकांनीं पूज्य अशा त्या प्रभूची पूजा केल्यानंतर रात्रौ निवासार्थ त्यांनीं आपलीं रत्नखचित गृहें प्रभूला निवेदन केलीं. प्रभूनेंही 'बरें आहे,' म्हणून योग्यतेप्रमाणें त्यांच्या विनंतीला मान दिला; व उभ्या उभ्या त्यांचा घरीं जाऊन त्यांसह तो परत आपल्या मुक्कामावर आला. नंतर त्या ब्राह्मणांना प्रभूनें चमचमीत मेजवानी दिली व आपणही त्यांसह भोजन करून, ती रात्र तेथेंच सुखानें घालविली.

१ सकल जगताला धर्माचें वळण देणाऱ्या प्रभूचा स्वतः धर्मातिक्रम होऊं न देण्याविषयींचा कटाक्ष सर्वथा उदाहरणीय आहे.

अध्याय पंचायशींवा.

—:०:—

श्रीकृष्णसत्काराची तयारी.

वैशंपायन सांगतातः—इकडे मधुसूदन, आपलेकडे येत आहे अशी वार्ता दूतमुखांतून धृतराष्ट्रानें ऐकतांच त्याचे अंगावर रोमांच उभे राहिले; व सत्कारपूर्वक महाबाहु भीष्म, द्रोण, संजय व बुद्धिमान् विदुर यांस एकत्र बोलावून त्यांसमक्ष तो सहामात्य दुर्योधनास म्हणाला, "हे कुरुनंदना, आज एक अपूर्व व नवलाची गोष्ट कानीं येत आहे. घरोघर स्त्रिया, मुलें, वृद्ध हेंच बोलून राहिलीं आहेत. कोणी मोठ्या अगत्यानें ही गोष्ट दुसऱ्यांस सांगत आहेत; कोणी एकत्र जमून ह्याबद्दलच खल करीत आहेत; व जिकडे तिकडे सभास्थानीं व चवाठ्यांवर परोपकारी लोक हीच गोष्ट बोलत आहेत. सारांश, दशार्हवंशोद्भव पराक्रमी कृष्ण पांडवांचे कार्यार्थ इकडे येणार, हें निश्चित. तो मधुसूदन सर्व प्रकारें आपणांस मान्य व पूज्य आहे. तो भूतमात्राचा प्रभु आहे आणि लोकांचें सर्व जीवित त्यावर अवलंबून आहे. त्या माधवाचे ठिकाणीं धैर्य, वीर्य, प्रज्ञा व तेज हीं वसत

आहेत. तोच सनातन धर्मरूप आहे. याकरितां दुर्योधना, त्या नरश्रेष्ठाचा सत्कार कर. कारण त्याचे पूजनानें सौख्य व अपूजनानें दुःख प्राप्त होत असतें. बाबारे, तुझ्या सत्कारानें तो शत्रुमर्दन दाशार्ह संतुष्ट झाला, तर सर्व राजांसमक्ष त्यापासून आपला सर्व कार्यभाग साधून घेतां येईल. याकरितां त्याचे सत्काराची आजचे आज तजवीज लाव. सर्व भोग्य वस्तूंनीं संपन्न अशा त्याचे मुक्कामांच्या जागा वाटोवाट तयार कर. सारांश, हे गांधारीपुत्रा, जिकडून त्याची मर्जी तुजवर प्रसन्न होईल तो उपाय कर. कां पितामह, आपलें मत काय आहे ?"

धृतराष्ट्राच्या या म्हणण्याला भीष्मप्रभृति सर्वांनींच माना डोलविल्या; व 'फार नामी' असें म्हटलें. या गोष्टीला सर्वांचाच रुकार पडलासें पाहून दुर्योधनानें रमणीय सभास्थानें व वसतिगृहें तयार करण्याचा हुकूम केला. नंतर सेवकांनीं कामाची वांटणी करून घेऊन ठिकठिकाणीं रम्य रम्य अशा जागा पाहून नवरत्नखचित अशा अनेक सभा तयार केल्या. त्यांत ठेवण्यासाठीं बहुत सोईस्कर व सुखावह अशीं विचित्र आसनें, स्त्रिया, सुगंधि द्रव्यें, अलंकार, तलम वस्त्रें, उंची उंची पेयें व भक्ष्य व भोज्य आणि सुगंधि पुष्पें दुर्योधनानें दिलीं होतीं. विशेषतः वृकस्थल या गांवीं इतर सर्वांपेक्षांही रमणीय अशी बहुरत्ननिर्मित मनोहर सभा श्रीकृष्णनिवासार्थ दुर्योधनानें बनविली होती. याप्रमाणें मनुष्याचे योग्यतेपलीकडे केवळ देवांनाच उपभोग्य अशीं स्थानें निर्माण करून दुर्योधनानें धृतराष्ट्रास 'आज्ञेप्रमाणें तयारी आहे !' म्हणून कळविलें. परंतु दाशार्ह कृष्ण असल्या रमणीय त्या सभा व तीं विविध रत्नें यांकडे नुसती नजरही न टाकितां थेट कुरुगृहींच गेला !

अध्याय शायशींवा.

—:०:—

श्रीकृष्णसंमानाची तयारी.

धृतराष्ट्र म्हणतोः—हे विदुरा, जनार्दन उपप्लव्याहून इकडे यावयास निघाला आहे. आज वृकस्थलीं त्याचा मुक्काम आहे आणि उद्यीक तो येथें येणार अशी बातमी आहे. विदुरा, जनार्दन हा आहुकवंशाचा अधिपति, सर्व सात्वतांचा पुढारी, महापराक्रमी, महासत्व व उदारबुद्धि, विस्तीर्ण व समृद्ध अशा वृष्णिराष्ट्राचा मालक व रक्षक आणि तीनही लोकांचा पूर्वज आहे. आदित्य, रुद्र व वसु हे ज्याप्रमाणें बृहस्पतीचे उपदेशानें चालतात, त्याचप्रमाणें वृष्णि व अंधक हे या माधवाचे सांगीप्रमाणें वागतात. तस्मात्, हे धर्मज्ञा विदुरा, तुझ्यासमक्ष असल्या महात्म्या दाशार्हाची मी स्वतः पूजा करणार आहें. पूजासमयीं मी काय अर्पण करणार तें माझें तोंडून ऐकून घे आणि तयार ठेव.

बॅल्क जातींपैकीं अस्सल प्रतीचे एकरंगी व सर्वांगसुंदर चार चार घोडे जोडलेले सुवर्णमय सोळा रथ; मदामुळें ज्यांचीं गंडस्थळें सदाच उललेलीं, व नांगराचे फाळांप्रमाणें ज्यांचे दांतांचे सुळके, असे लढाऊ आठ हत्ती प्रत्येक आठ आठ सेवकांसह मी त्याला अर्पण करीन. शुभलक्षणी, स्वर्णकांति व अनुपभुक्त अशा शंभर दासी व तितकेच दास मी त्याला देईन. डोंगरी (काबुली ?) लोकांनीं आणिलेले मेंढरांच्या लोंकरीचे ऊबदार व सुखस्पर्श

---

१ बाल्हीकदेश पुराणकालापासून घोड्यांविषयीं प्रसिद्ध आहे.

२ मुळांत 'अप्रजातानां' म्हणजे मुलें न झालेल्या असें पद आहे; तथापि त्यांतील भाव वांझोट्या किंवा गर्भिणी असा नसून, अविद्धयोनि असाच घेणें प्रशस्त वाटून, अनुपभुक्त असें भाषांतर केलें आहे.

असे दहा हजार कपडे व चीन देशांतील आठ हजार अजिनेंही मी त्यास नजर करीन. कारण, या सर्वांचाही उपभोग घेण्यास केशव योग्य आहे. रात्रंदिवस तेजानें झगमगणारा असा हा निर्मळ हिराही मी केशवाला वाहीन; कारण तो त्यालाच खुलतो. खेंचरें जोडून एका दिवसांत छप्पन्न कोस जाणारी मजजवळ एक गाडी आहे. तीही मी त्याला देणार आहें. शिवाय, त्याबरोबर जितकीं माणसें व जनावरें असतील, त्यांच्या जरूरीचे आठपट शिधा नित्य पुरवीत जाईन. दुर्योधनाखेरीज माझे इतर मुलगे, नातू हे अलंकार घालून व उज्ज्वल रथांत बसून श्रीकृष्णाला सामोरे जातील. सुंदर अलंकार घातलेल्या अशा शुभांगी श्रेष्ठ श्रेष्ठ कलावंतिणी त्या महाभाग केशवाला सामोऱ्या पाठवा. आपले नगरांतीलही ज्या कोणी शुभलक्षण गरती मुली श्रीकृष्णाला पाहाण्यासाठीं जातील, त्यांनीं बुरखे न घेतां जावें म्हणून आज्ञा द्या. सारांश, उदय पावणाऱ्या सूर्याला ज्याप्रमाणें लोक पहातात, त्याप्रमाणें त्या तेजोनिधि केशवाला पाहाण्यासाठीं स्त्री, पुरुष, बाल यांसह उभें शहर जाऊं दे. सर्वभर ध्वज व पताका उभारा आणि पाणी शिंपडून धूळ न उडेल असे रस्ते करा. दुःशासनाचा वाडा दुर्योधनाचे वाड्यापेक्षांही चांगला आहे; याकरितां आज तो सत्वर झाडूनझुडून शृंगारून तयार ठेवा. या वाड्याचे आसपास सुंदर सुंदर मोठमोठे वाडे असल्यानें त्याला फारच शोभा आली असून तो मंगलकारक, रमणीय व सर्व ऋतूंत उत्पन्न होणाऱ्या पदार्थांनीं भरलेला आहे. माझ्या व दुर्योधनाचे संग्रहीं जी जी मिळून वस्तु केशवाचे उपभोगालायक असेल, ती ती बिनहरकत त्याला द्या; पुनः मला विचारण्याचें काम नाहीं.

अध्याय सत्यायशींवा.

—:०:—

विदुराची स्पष्टोक्ति.

विदुर म्हणतोः—हे राजा, तूं मूळच सज्जन, लोकमान्य, लोकपूजित व त्रैलोक्यांत श्रेष्ठ आहेस. त्यांतून तूं आतां उत्तरवयांत असून तुझे विचार परिपक्व व स्थिर झाले आहेत. तेव्हां अशा स्थितींत तूं जें बोलशील तें शास्त्राला किंवा तर्काला अनुकूल असलेंच पाहिजे. तुझ्या प्रजाजनांचा तर असा पक्का ग्रह झाला आहे कीं, चंद्राचे ठिकाणीं कला, सूर्याचे ठिकाणीं प्रभा, किंवा महासागरांत मोठ्या लाटा, त्याप्रमाणें धर्म तुझे ठिकाणीं अक्षय्य उभा आहे. हे राजा, तुझी प्रजा सदैव तुझ्या गुणांवरच संतुष्ट आहे. यासाठीं आपल्या बांधवांसह गुणांचें रक्षण कर, सरळपणा धर, पोरकट बुद्धीला लागून पुत्र, पौत्र, सुहृद् या सर्वांचा नाश करून घेऊं नको.

हे राजा, तूं आपलेकडून कृष्णाला पुष्कळशी नजर करूं पहातो आहेस; परंतु तो कृष्ण याशिवाय आणखी असेल नसेल तें किंबहुना सर्व पृथ्वीही अर्पण करण्यास योग्य आहे. तेव्हां अशाचा मी मोठा सत्कार करितों आहें असें तुला वाटण्याजोगें कांहीं नाहीं. त्यांतून, मी छातीला हात लावून शपथेवर सांगतों कीं, हें तुझें देणें धर्मबुद्धीचें किंवा कृष्णविषयक प्रेमबुद्धीचें नसून, हे उदारा! ही सर्व ठकबाजीनिवळ कपटविद्या आहे! तूं आपला हेतु किती जरी चोरून ठेविलास, तरी तुझ्या बाह्य कृतीवरूनच मीं तुझें अंतरंग ओळखिलें आहे. पांडव पांच भाऊ होऊन काय ते पांचच गांव मागत आहेत; पण ते त्यांना देऊन तुला त्यांशीं सख्य करावयाचें नाहीं! द्रव्याची लालूच दाखवून कृष्णाला आपलासा करावा, व पांडवां-

तून फोडावा, हा सारा तुझ्या पोटांतला डाव, आणि त्यासाठीं एवढी कृष्णाची सरबराई, हें मी ओळखून आहें! परंतु तुला खरें खरें सांगतों कीं; द्रव्य देऊन, इतर खटपटी करून किंवा नालस्त्या सांगून हा कृष्ण अर्जुनापासून वेगळा होणार नाहीं! कृष्णाचें थोरपण मी जाणतों. त्याचें पांडवावरील दृढ प्रेमही मला माहीत आहे. त्यावरून मी तुला सांगतों कीं, धनंजय त्याला जीव कीं प्राण आहे. तूं हजार केलेंस तरी धनंजयाला तो सोडणार नाहीं. तूं कितीही पुढें पुढें केलेंस तरी पाय धुण्याकरितां लोटाभर पाणी आणि चालीचे कुशलप्रश्न यां-पलीकडे जनार्दन तुझ्या कशाकडे नुसता पहाणार देखील नाहीं! बा धृतराष्ट्रा, तुला खरोखर मनापासूनच जर श्रीकृष्णाचें आतिथ्य करणें असेल, तर त्याचा हा रस्ता नव्हे. तो मानाला पात्र आहे यांत शंकाच नाहीं. तेव्हां तुला खरें आतिथ्य करणें असेल तर तें थोड्यांत आहे. कुरूंचें कल्याण व्हावें या हेतूनें केशव तुम्हांकडे येत आहे. दुर्योधन व पांडव यांचा स्नेह व्हावा असा त्याचा मुख्य उद्देश आहे. तस्मात्, या उद्देशाला साधक म्हणून जी गोष्ट केशव सांगेल तिला कबूल हो, म्हणजे केशवाचें आतिथ्य झालें, आणि यांत अवघड किंवा गैर तें काय आहे? पांडवांचा तूं पिता आहेस, ते तुझे पुत्र आहेत; तूं वृद्ध आहेस, ते बाल आहेत; आणि ते तुझ्याशीं पुत्रांप्रमाणें वागत आहेत, त्या अर्थीं तूंही त्यांशीं पित्या-प्रमाणें वाग. संपलें! त्याला एवढीं आड-वळणें कशाला?

अध्याय अठ्ठायशींवा.

—:०:—

कृष्णबंधनाचा उद्देश.

दुर्योधन म्हणतोः—कृष्णासंबंधें विदुर जें बोलला तें अगदीं खरें आहे. कृष्णाचें प्रेम पांडवांवर आहे; आणि कांहीं केलें तरी तो त्यांपासून हिरावला जाणार नाही. यासाठीं, महाराजांनीं जें अनेक प्रकारचें द्रव्य सत्कारार्थ देण्याचें मनांत आणिलें आहे, तें त्याला मुळींच देऊं नये. केशव त्या सत्कारास पात्र नाहीं, असें माझें म्हणणें नाहीं. परंतु या कामाची ही वेळ नव्हे, व हें स्थळही नव्हे. आपण करावयाला जाऊं प्रेमबुद्धीनें, आणि कृष्ण म्हणेल 'हे भयानें माझा सत्कार करितात!' आणि या प्रकारें आपले कृतीची होईल अवमानना; आणि, हे तात, माझा तर असा ठराव आहे कीं, ज्यांत आपला अपमान होईल तें कृत्य क्षत्रियानें कदापि करूं नये. तो विशाललोचन कृष्ण त्रैलोक्यांतही पूज्यतम आहे हें मी जाणून आहें. परंतु तूर्त कारस्थानाचें धोरणच असें आहे कीं, त्याला कांहींही देऊं नये. संग्राम सुरू झालाच. आतां एकदां झडलीच पाहिजे; त्याशिवाय निभत नाहीं!

वैशंपायन सांगतातः—दुर्योधनाचें हें भाषण ऐकून कुरुवृद्ध भीष्म धृतराष्ट्र राजाला म्हणाले, " तुम्ही सत्कार करा किंवा असत्कार करा, जनार्दन कांहीं रागावत नाहीं. त्याचा अवमान करण्याचें तुमचें तोंड नाहीं व अवमान करणें योग्यही नाहीं. अमुक एक गोष्ट करावयाची म्हणून एकदां त्यानें मनांत धरिली म्हणजे कोणाच्यानें कोणत्याही उपायांनीं ती अन्यथा होणें शक्य नाहीं. याकरितां, तूं शहाणा असशील तर मनांत कांहीं किंतु न बाळगितां महाबाहु वासुदेव म्हणेल तें कबूल कर; आणि

या वासुदेवासारख्या तीर्थाचा (तारण करणाराचा) आश्रय करून पांडवांशीं सख्य साधून घे. धर्मात्मा जनार्दन बोलेल तें धर्मार्थाला धरूनच बोलेल. यासाठीं बांधवांसह तूं त्याशीं प्रियच बोल. ”

दुर्योधन म्हणतातः—जिवांत जीव आहे तों या संपूर्ण पृथ्वीचा पांडवांसह मी उपभोग घेईन हा तर प्रकार घडणेंच नाहीं. परंतु या कामीं थोड्यांत काम देणारी अशी एक मोठी कामगिरी मी मनांत आणिली आहे. पांडवांची एवढी उडी घेऊन जाऊन काय ती या कृष्णाचे जिवावर. तेव्हां तो अनायासें उद्यां आपले तावडींत आला म्हणजे मुसक्या आंवळून येथेंच त्याला अटकेंत ठेवितों म्हणजे पांडवांच्या नांग्या मोडल्या! मग सर्व पृथ्वी, यादव आणि पांडवही माझ्या अंकित होतील. करितां विनंती इतकीच कीं, आपली मसलत त्याला कळूं नये व आपल्याही अंगावर उलटूं नये, अशी कांहीं तोड असेल तर ती मला सांग.

वैशंपायन सांगतातः—श्रीकृष्णासंबंधीं दुर्योधनाचे ते भयंकर उद्गार ऐकून अमात्यांसह धृतराष्ट्र दुःखी व खिन्न झाला; आणि दुर्योधनास म्हणाला, ‘ हे प्रजापालका, असें नको रे बोलूं! अरे, हा सनातन धर्म नव्हे. अरे, एक तर केशव हा दूत म्हणून इकडे येत आहे. शिवाय तो आपला नातेवाईक, आवडता व कौरवांसंबंधीं निष्पापबुद्धीचा, अशाला खोड्यांत घालावा हें तुझें म्हणणें तरी काय?

भीष्म म्हणतातः—बा धृतराष्ट्रा, या तुझे मूर्ख पुत्राची बुद्धि विपरीत आहे. इष्टमित्र त्याला बऱ्याची गोष्ट सांगत असतां ती न ऐकून हा अनर्थांत शिरतो याला काय म्हणावें? बरें, तूंही सुहृदांचा उपदेश झुगारून, हा पाप्यांचा सोबती व स्वतःपापी रस्ता सोडून चालला असतां त्याचीच वाट धरतोस! तुम्हां बापलेकांना अवदशा तरी काय आठवली आहे? अरे, कोणत्याही कामांत न हुकणाऱ्या त्या कृष्णाशीं गांठ तर पडूं दे, कीं अमात्यांसह तुझा हा पोर एका क्षणांत नाहींसा होईल! शिव! शिव! या दुष्ट, धर्मलंड, क्रूर पाप्याचे हे अनर्थयुक्त बोल कानीं घेण्याची माझी कशी ती सोय नाहीं!

हे जनमेजया, असें म्हणून तो सत्यविक्रम कुरुवृद्ध भीष्म अतिशय संतापून उठला आणि सभास्थान सोडून चालता झाला!

अध्याय एकुणनव्वदावा.

—:०:—

श्रीकृष्णाचा विदुरगृहीं प्रवेश.

वैशंपायन सांगतातः—इकडे श्रीकृष्ण हा प्रातःकालीं उठून सर्व आह्निक उरकून ब्राह्मणांची अनुज्ञा घेऊन हस्तिनापुराकडे निघाला. तो महाबाहु निघालासें पाहून वृकस्थलवासी सर्व जन त्याला निरोप देऊन आपले घरीं परतले. दुर्योधन शिवाय करून भीष्म, द्रोण व कृपप्रभृति धृतराष्ट्रपक्षाचे सर्व लोक अलंकारादि घालून कृष्णाला नगराबाहेर सामोरे आले. हे जनमेजया, त्या हृषीकेशाला पहाण्याचे हेतूनें नगरवासी लोकही बहुत लोटले होते; नानाप्रकारचे वाहनांतून कित्येक होते, कित्येक पायींच होते. नंतर, शुद्धाचरणी भीष्म, तसेच द्रोण व धृतराष्ट्रपुत्र यांची मार्गांत गांठ होऊन त्यांचे घोळक्यांतच कृष्ण शहरांत शिरला. कृष्णाचे सत्कारार्थ नगरी शृंगारिलेली होती. राजमार्गही अनेक उत्कृष्ट वस्तूंनीं खचला होता. वासुदेवाला पाहाण्याच्या उत्कंठेमुळें घरांत मिळून कोणी ठरला नाहीं. बायकापोरें, म्हातारेकोतारे चटसारे मार्गांत उभे राहून त्याचे पोवाडे गात होते. हे राजा, तो

हृषीकेश नगरांत प्रवेश करणार, त्या कालीं मोठमोठाले वाडे, पण सुंदर स्त्रियांनीं अगदीं त्रिफुल्ल झाले होते: व भुईवरच्यांना वाटे, भारानें हे डुलतातच कीं काय ! वासुदेवाचे रथाचे घोडे कसले चलाख, पण करितात काय ? राजमार्गांत मुंगीला रीघ नाहीं इतकी माणसांची गर्दी ! त्यामुळें ते थबकत चालले. सफेता देऊन शुभ्र केलेल्या व चौफेर सज्जांनीं शोभणाऱ्या त्या धृतराष्ट्राचे वाड्याचे तीन चौक ओलांडून तो शत्रुमर्दन कमलनयन कृष्ण धृतराष्ट्राकडे गेला. कृष्ण जवळ येतांच महायशस्वी प्रज्ञाचक्षु धृतराष्ट्र भीष्मद्रोणांसह उठून उभा राहिला. कृपाचार्य, सौमदत्ति, महाराज बाल्हिक हेही कृष्णाच्या सत्करार्थ उठले. नंतर कृष्णानें धृतराष्ट्राची भेट घेऊन त्याचा व भीष्मांचा शब्दांनीं बहुमान केला. न्यायानें ओळीस आल्याप्रमाणें प्रथम त्यांचा सन्मान करून नंतर वयाचे अधिकारानुसार त्या माधवानें इतर राजांच्याही भेटी घेतल्या. त्यापुढें द्रोण, अश्वत्थामा, बाल्हिक, यशस्वी कृपाचार्य व सोमदत्त यांनाही जनार्दन भेटला. धृतराष्ट्राचे आज्ञेवरून, तेथें मांडलेल्या एका चरकीं धरून साफ केलेल्या, भव्य व विस्तीर्ण अशा स्वर्णसिंहासनावर श्रीकृष्ण बसला. बसतांच धृतराष्ट्राचे पुरोहितांनीं चालीप्रमाणें जनार्दनाकरितां मधुपर्क, गाय व उदक हीं आणिलीं. आतिथ्य झाल्यावर, भोंवतीं बसलेल्या कौरवमंडळीशीं त्यानें आपले नात्याला शोभेशी नोकीझोंकीची थट्टा केली; आणि धृतराष्ट्राकडून अर्चन—पूजन करून झाल्यावर त्याचा निरोप घेऊन, तो शत्रुमर्दन त्या कौरवसभेंतील सर्वांना न्यायाप्रमाणें भेटून रमणीय अशा विदुरगृहाला निघून गेला.

विदुर सर्व मंगल वस्तु बरोबर घेऊन भगवंताला सामोरा आला; व नानातऱ्हेचे संकल्प मनांत धरून भक्त ज्याजवळ येतात अशा त्या जनार्दनाचें पूजन करून म्हणाला, 'हे कमलनयना, तुझ्या दर्शनानें मला जें सुख झालें आहे तें मीं तुला स्वमुखानें काय सांगावें ? सर्वांतर्यामीच तूं आहेस, त्या पक्षीं तूं जाणतोच आहेस.' सर्व धर्म जाणणाऱ्या विदुरानें, कृष्णाचें आतिथ्य होतांच पांडवांकडील खुशाली त्या मधुसूदनाला पुसली; व त्या सर्वसाक्षी दाशार्हानें त्या सज्जन, धर्मार्थनिष्ठ, अक्रोध, धीमान् व पांडवप्रिय विदुराला पांडवांची इत्थंभूत हकीकत सांगितली.

अध्याय नव्वदावा.

—०:०—

कुंतीचा विलाप.

वैशंपायन सांगतात:—याप्रमाणें अपराह्णीं विदुराची गांठ घेऊन तो शत्रुमर्दन पितृभगिनी कुंतीकडे गेला. प्रसन्नसूर्यतुल्य तेजस्वी कृष्ण आलासें पाहून ती धांवतच पुढें आली; आणि मुलांची आठवण होऊन त्याचे गळ्याला मिठी घालून ओक्साबोक्शीं रडूं लागली. फार दिवसांनीं आपले सत्त्वशील मुलांचा संवगडी दृष्टीस पडल्यानें कुंतीचे नेत्रांवाटे अश्रु लोटले. तोंड सुकून गेलें आहे, अश्रूंमुळें कंठ दाटून आलाच आहे, अशा स्थितींत वीरवर कृष्णाचें तिनें स्वागत केलें व तो बसल्यावर ती त्याला म्हणाली, "हे कृष्णा, बाळपणापासून गुरुजनांचे शुश्रूषेंत तत्पर असून एकमेक स्नेही आहेत, व सगळ्यांचा एक विचार असल्यानें एकमेकांला मान्यही आहेत; चारचौघांत वागण्यायोग्य असतां कपटानें राज्यभ्रष्ट केले जाऊन जे वनांत निघून गेले; ज्यांचे हर्षक्रोधही गैरशिस्त नाहींत; जे मोठे ब्राह्मणभक्त व सत्यवादी; प्रतिज्ञापालनार्थ जे

सुखाचा, प्रिय वस्तूंचा व रडणाऱ्या माझाही त्याग करून वनांत चालते झाले; आणि जातांना माझें हृदय आपलेबरोबर घेऊन गेले, त्या माझ्या पुत्रांनीं, केशवा, ते वनवासाला योग्य नसतांही सिंह, व्याघ्र, गज अशांनीं भरलेल्या घोर अरण्यांत दिवस तरी कसे काढले? पोरपणींच बापापोरके झाल्यामुळें मीं एकटीनेंच त्यांना मोठ्या लाडिकपणानें वाढविलें; आणि आईबापांपैकीं एकही जवळ नसून माझे बाळ भयानक अरण्यांत कसे तरी टिकले? बा केशवा, बाळपणापासून माझे पांडवांना शंख, नगारे यांचे घोष, मृदंग, अलगुजी यांचे आवाज, हत्तींचें गरजणें किंवा घोड्यांचें खिंकाळणें किंवा रथांचे धावांची घरघर ऐकून जागें होण्याची संवय. शंख, नगारे वाजून राहिले आहेत, वीणा, वेणु चालू आहेत, अशांतच ब्राह्मण स्वस्तिवाचनपूर्वक आशीर्वाद देत आहेत, स्तोत्रें गात आहेत, अशा थाटांत माझे बाळ अंथरुणांतून उठावयाचे. सत्कृत व मान्य बंदिजन ज्यांचें स्तुतिपाठांनीं अभिनंदन करितां करितां राजवाड्याचे शेवटच्या मजल्यावर रंकु मृगांच्या सुखकारक चर्मावर निजले असतां जे जागे व्हावयाचे, हा ज्यांचा थाट, त्यांना कधीं संवय नाहीं असे ते महारण्यांतील क्रूर श्वापदांचे भ्यासूर शब्द ऐकून झोंप तरी कशी आली असेल? मृदंग, भेरी, नगारे झडताहेत, शंख भोंभावत आहेत, किन्नऱ्यांचा कोमल ध्वनि गुंगतो आहे, स्त्रिया मधुर स्वरांनीं गीतें गात आहेत, बंदी, मागध, भाट स्तुतिपाठ गाऊन राहिले आहेत, अशा बडेजावांत ज्यांची झोंप खुलावयाची, ते रानांत कोल्हेकुईनें जागे व्हावे अं !

" बा कृष्णा, माझा तो विनयशील, सत्यनिष्ठ, धैर्यवान्, निग्रही, दयाभूत, कामक्रोध स्वाधीन ठेवून सज्जनांचे मार्गानें जाणारा, अंबरीष, मांधाता, ययाति, नहुष, भरत, दिलीप, शिबि या पुरातन राजर्षींचें जड जूं ज्यानें मानेवर घेतलें आहे, जो स्वभावानें व वर्तनानें चोख असून धर्मज्ञ, सत्यप्रतिज्ञ, त्रैलोक्याचा पति होण्याइतका योग्य, अजातशत्रु, शुद्धस्वर्णाप्रमाणें कांतिमान्, धर्माचरण, अध्ययन व वर्तन या गोष्टींनीं सर्वही कुरूंत श्रेष्ठ, प्रियदर्शन दीर्घबाहु युधिष्ठिर कसा आहे?

" बरें, कृष्णा, ज्याला दहा हजार हत्तींचें बळ असून जो महाबली वायुसारखा वेगवान् आहे; जो सदा रागांतच असतो; भावांचा जो आवडता असून प्रियकर्ताही आहे; ज्ञातीसह कीचक, हिडिंब व बक यांना ज्या शूरानें ते क्रुद्ध असतांही ठार केलें; जो पराक्रमांत इंद्रतुल्य, बलांत वायुतुल्य, क्रोधांत रुद्रतुल्य व प्रहार करणारांत अग्रेसर आहे; जो एवढा रागीट, एवढा बलाढ्य व असला खुनशी असूनही मोठा संयमी असल्यामुळें रागद्वेष सर्व आवरून धरून वडील भावाचे सदा आज्ञेंत राहातो; जो मोठे मनाचा, पाणीदार, व तेजाचा केवळ पुंज, आणि नुसत्या मुद्रेनें देखील जो भिवविणारा व ज्याचे बाहू परिघाप्रमाणें दीर्घ व दृढ आहेत, असा तो माझा बालशाली मधला पांडव वृकोदर कसा आहे?

" हे कृष्णा, ज्याला दोनच बाहू असून जो इतिहासप्रसिद्ध सहस्रबाहु कार्तवीर्यार्जुनाशीं स्पर्धा करितो; जो एका झटक्यांत पांचशें बाण सोडितो; अस्त्रप्रयोगांत जो कार्तवीर्याचे तोडीचा, तेजानें सूर्यासारखा, इंद्रियदमनांत महर्षीसारखा, सहनशीलतेंत धरणीसारखा व पराक्रमांत प्रतिइंद्र होय; ज्यानें स्ववीर्यानें कौरवांना मोठें उज्वल असें सार्वभौमत्व मिळवून दिलें; सर्व पांडव ज्याच्या बाहुबलावर अवलंबून आहेत; जो अमोघवीर्य पांडव सर्व रथ्यांमध्यें श्रेष्ठ आहे; ज्याशीं संग्रामांत तोंड

देऊन कोणीही जिवंत परत येऊं शकत नाहीं; हे अच्युता, जो सर्व प्राण्यांना जिंकणारा असून विष्णूप्रमाणें स्वतः अजिंक्य आहे, आणि देवांचा जसा इंद्र तसा जो पांडवांचा मुख्य मेढा आहे, असा तो तुझा भाऊ व मित्र माझा अर्जुन कसा आहे?

"कृष्णा, सर्व भूतांवर दया करणारा, भिडस्त, अस्त्रपटु, मृदु, सुकुमार, धार्मिक, माझा आवडता, शूर, महाधनुर्धर, संग्रामांत शोभणारा, ब्राते ज्याच्या सद्वर्तनाची तारीफ करितात, जो बंधुसेवेंत तत्पर असून विशेषतः जो ज्येष्ठ बंधूचे उत्कर्षाविषयीं झटणारा व माझे आज्ञेंत वागणारा माद्रीपुत्र सहदेव, त्याची, हे वार्ष्णेया, मला हकीकत सांग.

"बा कृष्णा, सुकुमार, अल्पवयी, शूर, देखणा, सर्व भावांना केवळ देहाचे बाहेर असणारा दुसरा प्राणच असा प्रिय, महाबली, महाधनुर्धर आणि पक्का लढवय्या असा माझा ऐषआरामांत वाढलेला वत्स नकुल कुशल आहे ना? हे महाबाहो कृष्णा, जो सुख भोगण्यासच पात्र असून दुःखाचें वारें लागण्यास सर्वथा अयोग्य, असा माझा सुकुमार महारथी नकुल पुनः माझे दृष्टीस पडेल ना? वीरा, तो क्षणभर डोळ्यांआड झाला असतां ज्या मला धीर निघेनासा होत असे, ती मी अजून जिवंत आहें पहा!

"हे जनार्दना, कुलीन, रूपस व सद्गुणी अशी माझी सून द्रौपदी माझे पोटचे पुत्रांपेक्षांही मला प्रिय आहे. जी सत्यवादिनी पुत्रलोकाहून पतिलोकाला अधिक मान देत असून आवडते पुत्रांना सोडून जी पतिसेवानिरत आहे; जी मोठ्या कुलांत उत्पन्न झाली असून जिची कोणतीही इच्छा विफल होत नाहीं अशी जी यशस्विनी आहे, ती सर्वकल्याणी देवी द्रौपदी कशी आहे? अरे अग्नितुल्य असह्यतेजस्वी, शूर व प्रहारी असे तिचे पांच पति सन्निध असून बिचारी दुःख भोगिते आहे! हे अरिंदमा, पुत्रादिकांहीं वियुक्त झालेल्या या सत्यवादिनी द्रौपदीला आज चौदा वर्षांत मीं पाहिलें नाहीं. बाबारे, द्रौपदीसारख्या सद्वर्तनी स्त्रीलाही जर अक्षय्य सुख मिळत नाहीं, तर असें म्हटलें पाहिजे कीं, पुण्यकर्म करूनही मनुष्याला सुख मिळतेंच असें नाहीं. द्रौपदीपेक्षां मला युधिष्ठिर, अर्जुन, नकुल, सहदेव किंवा भीमही अधिक प्रिय नाहीं. असें असतां, क्रोध व लोभ यांचे आधीन झालेल्या त्या नीचानें माझी द्रौपदी रजस्वला असतां खेंचून आणवून सासऱ्यांचे जवळ आणून उभी केली! त्या वेळीं तिच्या देहाभोंवतीं केवळ एक सुडकें असतां तिला सभेंत उभी केलेली असून सर्व कौरव तिजकडे टकमकां पाहात होते, त्या वेळेपेक्षां अधिक दुःख मला पूर्वीं कधींही झालें नव्हतें. तो प्रकार पाहून तेथें असलेले धृतराष्ट्र, महाराज बाल्हिक, कृप, सोमदत्त, तसेच कौरव यांचींही तोंडें उतरून गेलीं खरीं; तथापि ह्या सभेपैकीं विदुर तेवढा मी पूज्य मानितें. कारण, वर्तनानेंच मनुष्य थोर ठरत असतो—धनानें किंवा विद्येनें नाहीं. हे कृष्णा, ह्या खोल व उदारबुद्धि महात्म्या विदुराचें शील हेंच भूषण सर्वांवर छाप ठेवून आहे, यांत शंका नाहीं!"

वैशंपायन सांगतातः—बिचारी कुंती दुःखानें पोळली होती. परंतु गोविंद आला हें पाहातांच तिला अत्यानंद झाला आणि मग तिनें त्याजवळ आपले सर्व दुःखाची कहाणी सांगितली. ती म्हणाली, "हे अरिंदमा, अक्षद्यूत व मृगवध हीं पूर्वींही राजांनीं वाईट कर्में केलीं; परंतु त्यांपासून त्यांना सुख झालें काय? तथापि, तेंही एक वेळ राहो. पण धृतराष्ट्रपुत्रांनीं भर-

१ कुंतीचें हें थोरपण ध्यानांत ठेवण्याजोगें आहे.

सभेंत वृद्ध कौरवांसमक्ष द्रौपदीच्या हलकट रीतीनें ज्या विटंबना केल्या, त्या माझ्या हृद्याला जशा कांहीं डाग देऊन राहिल्या आहेत ! याशिवाय माझे मुलांची हद्दपारी, वनवास, अज्ञातवास, वृत्तिनिरोध इत्यादि अनेक दुःखें मीं अनुभविलीं आहेत. हींच दुःखें मी पुत्रांबरोबर असतें तर इतकीं दुःसह झालीं नसतीं; पण तेंही सुख माझे कपाळीं नाहीं. असो; दुर्योधनानें आम्हांला फांसांत पाडल्याला आज चौदा वर्षें झालीं; आणि सुखोपभोगानें पुण्यफलाचा क्षय होतो हें जर खरें, तर त्याचेच उलट दुःखभोगानें पाप सरत असलें पाहिजे. अर्थात् आम्हीं जर इतकें दुःख भोगिलें आहे, तर आतां आमचें पाप सर्व संपलें असलें पाहिजे व यापुढें आम्हांस सुख मिळालेंच पाहिजे. बा कृष्णा, मी तुला शपथेवर सांगतें, हे जावेचे आणि हे माझे अशी प्रतारणा मी कौरवपांडव यांत केव्हांही केली नाहीं; आणि हें जर देवाचे घरीं रुजू असेल, तर त्या सत्याचे बळावर, हे कृष्णा, मी लवकरच तुला प्रस्तुतचे संग्रामांतून शत्रु मारून विजयश्रीला वरून पांडवांसह परत आलेला पाहीन. माझ्या पांडवांवर युद्धांत शत्रूची सरशी होणें शक्यच नाहीं; कारण, पांडवांचें सर्वच कांहीं अलौकिक आहे.

" या पांडवांचे घरांत येऊन मला अतिशय दुःखें सोसावीं लागलीं; परंतु या सर्वांबद्दल मी आपले बापाला दोष देतें;—स्वतःलाही घेत नाहीं किंवा दुर्योधनालाही देत नाहीं; कारण, एखादा उदार पुरुष मनाला कांहीं न वाटतां हातचा पैसा कोणालाही देऊन टाकितो त्याचप्रमाणें माझ्या बापानें म्हणजे तुझ्या सख्ख्या आजानें मला मी अगदीं पोरवय—केवळ हातांत चेंडू घेऊन खेळणारी असतांच आपला स्नेही राजा कुंतिभोज याला दत्तक देऊन टाकली ! याप्रमाणें बापानें माझा अव्हेर केला, इकडे सासरच्यांनीं तोच प्रकार केला ! यामुळें मी सदानीकदा दुःखानें पोळलें आहें ! अशा स्थितींत मी जगून तरी फल काय ? असो. मला एक आशा आहे; अर्जुनाचे पाळीला मी बाळंत झालें त्या वेळीं सुवेरांतच मला उद्देशून सायंकाळीं आकाशवाणी झाली कीं, ' हा पुत्र पृथ्वी जिंकील, याचें यश स्वर्गास पोंचेल, हा धनंजय कौरवांना घोर संग्रामांत मारून विजयी होत्साता बंधूंसह तीन अश्वमेध करील ! ' ह्या वाणीला मी दोष देण्यास समर्थ नाहीं. त्या महात्म्या जगत्स्रष्ट्या धर्मरूपी कृष्णाला माझा नमस्कार असो. धर्म हाच प्रजेचा आधार आहे. तेव्हां धर्मांत जर कांहीं राम असेल, तर, हे वृष्णिवंशजा, आकाशवाणीनें मला सांगितलें तें खरें होईल व तूंही तें सारें तसतसें घडवून आणशील. बा माधवा, वैरानें, द्रव्यहानीनें किंवा वैधव्यानें देखील मला इतकें दुःख झालें नाहीं. परंतु हें पुत्रांवियुक्त जगणें मला केवळ जिती जाळतें आहे. अरे बाबा, तूंच पहा कीं, माझा एवढा वीरशिरोमणि गांडीवधारी अर्जुन असून तो जर माझ्या दृष्टीस पडेना, तर माझे हृदयाला थंडावा यावा कसा ? अरे, एक नाहीं, दोन नाहीं, आज चौदा वर्षें झालीं, माझा युधिष्ठिर, धनंजय, ते दोघे जावळे, किंवा भीम—कोणी रे माझे डोळां पडले नाहींत ! मेल्यांचें श्राद्ध करण्याची लोकांत चाल आहे, पण खरें पहातां माझे मुलांना मी, व मला माझे मुलगे मेल्यासारखेच नाहींत तर काय ? "

कुंतीचें पांडवांस युद्धार्थ प्रोत्साहन.

कुंती म्हणतेः—हे माधवा, धर्मात्मा राजा युधिष्ठिर याला सांग कीं, तुझा (क्षात्र-) धर्म फार कमी पडत चालला आहे. आतां तरी हें व्यर्थ खूळ पुरे कर. वासुदेवा, मजसारखी दुसऱ्यानें धर्माचा

दिलेला तुकडा खाणारी हिला धिक्कार असो! दुसऱ्याचे दारीं दीन होऊन पोट भरण्यापेक्षां मरण बरें; असें धर्माला सांगितल्यावर त्या अर्जुनाला व युद्धार्थ सदा सिद्ध असलेल्या वृकोदराल सांग कीं, क्षत्रियस्त्री ज्या कारणासाठीं पुत्रांना जन्म देते त्याचा समय येऊन ठेपला आहे. अशी संधि आली असूनही तुम्ही जर ती वांया दवडाल, तर आजपर्यंत लोकमान्य असलेले भले तुम्हीं मोठें पातक करितां, असें होईल; आणि असलें पाप तुमचे पदरीं आलें असतां, मी तुमचा कायमचा त्याग करीन. तशी वेळ आली असतां पुरुषानें प्राण देखील दिला पाहिजे. क्षात्रधर्मरत अशा त्या माद्रीपुत्रांना सांग कीं, जीवितापेक्षांही पराक्रमाची कमाई तुम्ही अधिक समजा. हे पुरुषोत्तमा, क्षात्रधर्मानें रहाणाऱ्या पुरुषाचे मनाला पराक्रमाचे कमाईनें सदा आनंद होत असतो. कृष्णा, तुझा मित्र अर्जुन मोठा शस्त्रधरांत श्रेष्ठ म्हणून वाखाणिलेला आहे, त्याला सांग कीं, तुझ्या हातून जर कांहीं होत नसेल तर द्रौपदीसारख्या बांगड्या तरी भर! कृष्णा, तुला ठाऊकच आहे कीं, भीमार्जुन जर एकदां खवळले तर केवळ यमच आहेत; साक्षात् देवांना देखील ते शेवटची गति देतील. द्रौपदी सभेंत उभी असतां तिला दुःशासन व कर्ण यांनीं हृदयभेदक भाषणें केलीं हा भीमार्जुनांचाच अवमान नव्हे काय? कुरुमुख्य पहात असतां मानी भीमसेनावर दुर्योधन चढाव करून गेला, पण त्याचें फल त्याच्या आतां दृष्टीस पडेल. कारण, भीमाचा स्वभाव मोठा अढीखोर आहे. एकदां कां कोणाबद्दल त्याच्या मनांत वांकडें आलें, कीं मग त्या वैऱ्याची निपोताशांति केल्यावांचून त्या शत्रुमर्दकाचा राग मिळून थंडा होणें नाहीं! बा कृष्णा, कौरवांनीं माझ्या पुत्रांचें राज्य हिसकून घेतलें, त्यांना द्यूतांत जिंकिलें, त्यांना वनांत हांकून लाविलें; परंतु या गोष्टीमुळें मला फारसें दुःख झालें नाहीं. पण ती नवीतरणी महासाध्वी द्रौपदी रजस्वला असतां एका सुडक्यानिशीं भरसभेंत दुष्टांनीं उभी केली व तिला तडातड टाकून बोलले, तें मला फार सलतें आहे. ती रजस्वला सुंदरी सदा क्षात्रधर्माला जागणारी असून व तिचे पांच नाथ (पति) तेथें विद्यमान असूनही ती अनाथासारखी उभी होती! बा मधुसूदना, बलिष्ठ बलराम, महारथ प्रद्युम्न व मधुरिपु तूं हे तिचे व माझे पुत्रांचे कैवारी असतांना व अजिंक्य भीमसेन आणि शत्रूला पाठ न दाखविणारा अर्जुन हे तुम्ही सारे उभे असतांना मला असलें तीव्र दुःख सोसण्याची पाळी यावी काय रे?

वैशंपायन सांगतातः—त्या समयीं, पुत्रदुःखानें ग्रस्त झालेली व शोक करणारी आपली आत जी कुंती तिचें सांत्वन त्या पार्थसख्या कृष्णानें केलें.

कुंतीचें सांत्वन.

कृष्ण म्हणालाः—आत्या, आज तुझ्यासारखी भाग्यवान् स्त्री या लोकांत दुसरी कोण आहे? पहा बरें. मूळ तूं महाकुलीन शूर राजाचे पोटीं आलीस, तेथून पुढें या अजमीढवंशांत येऊन पडलीस; म्हणजे एका सरोवरांतून दुसऱ्या सरोवरांत यावें, त्याप्रमाणेंच तूं एका थोर कुळांतून दुसऱ्या कुळांत आलीस. बरें, सासरींही तूं सर्वांची मालकीण झालीस. तुला मोठी सुलक्षणी समजून पति तुला अतिशय मान देत असे. तूं वीराची पत्नी असून पुढेंही तुझ्या पोटीं असले शूर पुत्र निपजले. सारांश, तुझ्या थोरपणांत कोठेंही कमीपणा आला नाहीं. तूं सर्वगुणांनीं युक्त आहेस. तस्मात्, तुझ्यासारख्या शहाण्या स्त्रीनें सुखदुःखादि द्वंद्वें हीं सहनच केलीं पाहिजेत. तुझे मुलगे कांहीं कमी

समजूं नको. तूं म्हणशील, अजून ते पडूनच आहेत, तर तसें नव्हे; निद्रा-तंद्रा, क्रोध-हर्ष, क्षुधा-तृषा, शीत-उष्ण या सर्वांना न जुमानतां तुझे पुत्र सर्वदा वीरसुखाला लुब्ध होऊन बसले आहेत. ते महाबलाढ्य असून, त्यांची उडी फार मोठी आहे. थोड्याथोडक्यानें त्यांचा संतोष होणार नाहीं. कारण; **खरे धीरपुरुष असतात ते कोणती तरी एक तड पत-करतात; एक ते पराकाष्ठेचे हाल तरी काढितात, नाहीं तर अमानुष असे भोग तरी भोगतात.** नीचसुखाविषयीं लंपट असणारे पुरुष मात्र मध्यस्थितींत समाधान मानितात. परंतु तुझ्या पुत्रांसारखे जे मनस्वी आहेत, त्यांच्या दृष्टीनें सुख म्हणजे कोणती तरी कडेलोट स्थिति (अत्यंत निकृष्ट किंवा अत्यंत उत्कृष्ट) आणि दुःख म्हणजे मध्यस्थिति होय. तस्मात्, ते आज जरी पडून आहेत तरी ते गाजवतील त्या दिवशीं सार्वभौमत्वच मिळवितील ही तूं गांठ बांधून ठेवून स्वस्थ रहा. असो; द्रौपदीसह पांडवांनीं तुला अभिवंदन सांगितलें असून त्यांचें कुशल तुला सांगून परत तुझें आरोग्य विचारण्यास सांगितलें आहे. थोडा धीर धर. लवकरच तुझे पुत्र शत्रूला मारून, जयश्री मिळवून, सर्व पृथ्वीचे मालक होऊन, सिद्धमनोरथ होत्साते सुरक्षित तुझे दृष्टीस पडतील.

ह्याप्रमाणें कृष्णानें सांत्वन केलें असतां, पुत्रदुःखानें विव्हल झालेली कुंती अज्ञानजन्य मोह दाबून ठेवून जनार्दनाला म्हणाली, "हे महाबाहो मधुसूदना, धर्मलोप होऊं न देतां व कपट न करितां त्यांचे हितार्थ जें जें तुला इष्ट वाटेल तें तें करीत चल. हे कृष्णा, तुझें सामर्थ्य, सत्यनिष्ठा, कुलीनता, मित्रांशीं अलौकिक बुद्धि व पराक्रम हीं मी सर्व जाणून आहें. बा, आमच्या कुलांतला धर्म तूंच, सत्य तूंच, तप तूंच, आमचा त्राता तूंच, परब्रह्म तूंच, सर्व कांहीं तुझ्या आधारावर आहे. तूं जें बोलशील तें खरें करशील, हा मला भरंवसा आहे."

वैशंपायन सांगतातः—इतकें बोलणें झाल्यावर, तो महापराक्रमी गोविंद कुंतीला प्रदक्षिणा करून व तिचा निरोप घेऊन, दुर्योधनाचे घराकडे जावयास निघाला.

अध्याय एक्याणवावा.

—:०:—

दुर्योधनाचें कुटिल भाषण.

वैशंपायन सांगतातः—कुंतीचा निरोप घेऊन व तिला प्रदक्षिणा घालून, अरिंदम कृष्ण हा थेट इंद्राचे वाड्याप्रमाणें परम शोभायमान् व विचित्र आसनांनीं युक्त अशा दुर्योधनगृहांत शिरला. द्वारपालांनीं त्याला प्रतिबंध केला नाहीं. मग वाड्याचे तीन चौक ओलांडून, सजलमेघांनीं शोभायमान् असणाऱ्या गिरिशिखराप्रमाणें अत्युच्च व लक्ष्मीनें झळकणाऱ्या अशा प्रासादशिखरावर तो महायशस्वी कृष्ण गेला. तेथें हजारों राजे व कौरव यांचे मध्यभागीं सिंहासनावर बसलेला महाबाहु धार्तराष्ट्र त्यानें पाहिला. दुर्योधनाचे जवळच दुःशासन, कर्ण व सुबलपुत्र शकुनि हे आसनस्थ दिसले. दाशार्ह कृष्ण जवळ येतांच महायशस्वी दुर्योधन अमात्यांसह कृष्णाचे संमानार्थ उभा राहिला. मग अमात्यांसह दुर्योधनाची भेट घेऊन वयाप्रमाणें इतर राजांच्याही भेटी केशवानें घेतल्या; आणि नानाविध आस्तरणें घातलेला असा मोठा सुशोभित स्वर्णमय मंचक तेथें होता त्यावर तो बसला. तेव्हां दुर्योधनानें गाय, मधुपर्क, उदक, आपलीं मंदिरें व राज्य हीं त्या जनार्दनाला अर्पण केलीं; व प्रसन्न सूर्याप्रमाणें तेजस्वी तो गोविंद तेथें बसला असतां राजांसह सर्व कौरव त्याचे सेवेंत हजर राहिले. नंतर विजयिश्रेष्ठ केशवाला दुर्योधनानें

भोजनाचें निमंत्रण दिलें, परंतु त्यानें तें नाकारिलें. हें पाहून, तो कुरुकुलोत्पन्न दुर्योधन त्या राजसभेंत कर्णाशीं कानगोष्ट करून, तोंडीं मृदु परंतु पोटीं लबाडीचें असें कृष्णाशीं भाषण करूं लागला. तो म्हणाला, " हे जनार्दना, तुझ्याकरितां मीं असले असले भक्ष्य व पेय पदार्थ, वस्त्रें व शय्यादि आणिलीं असतां तूं त्यांचा स्वीकार करीत नाहींस याला काय म्हणावें ? हे माधवा, असें करण्याचें मला तर कांहीं कारण दिसत नाहीं. कारण, तूं आपणाला पांडव व कौरव या उभय पक्षांचाही साह्यकर्ता व उभयतांचेही कल्याणाविषयीं तत्पर म्हणवितोस. शिवाय, माझा पिता धृतराष्ट्र याचा तूं नातेवाईक असून आवडताही आहेस. हे गोविंदा, धर्म व अर्थ यांचें खरें खरें रहस्य तुला अगवत आहे. असें असतां माझे सत्काराचा अव्हेर कां, याचें कारण, हे चक्रधरा, तुझे मुखांतून ऐकावें अशी मला इच्छा झाली आहे "

वैशंपायन सांगतातः—या प्रकारें दुर्योधनानें प्रश्न करितांच, आपला दीर्घ व मांसल असा बाहु उभारून, मोठ्या खणखणीत व अभिनव-मेघसदृश गंभीर शब्दानें, न गोंधळतां वर्णलोप न करितां, किंवा अशुद्ध उच्चार न करितां, अस्खलित वाणीनें एकजात खड्या सुरांत तो महात्मा कमलनेत्र श्रीकृष्ण प्रसंगोचित व मुद्देसूद रीतीनें दुर्योधनास बोलला, " हे भरतश्रेष्ठा, मालकाची कामगिरी घेऊन येणारे जे मजसारखे दूत आहेत, त्यांची रीत म्हटली म्हणजे ते ज्या कार्यासाठीं आले तें कार्य त्यांचे मनाप्रमाणें आधीं सिद्धीस गेल्यावर मग कोणीही सत्कारानें दिलेलें भोजन किंवा पूजन यांचा ते प्रसन्न मनानें स्वीकार करीत असतात. अर्थात्, मी ज्या हेतूनें तुजकडे आलों आहें, तो अगोदर सफल कर; आणि मग हवें तितकें माझें आणि वाटेल तर माझ्याबरोबरचे लोकांचेंही आराधन कर. मी तें मोठ्या आनंदानें पतकरीन."

हें भाषण ऐकतांच दुर्योधन म्हणाला, " हे मधुसूदना, आमच्याशीं असें तेडेंबाकें चालणें तुला शोभत नाहीं. तुझी कामगिरी साधो कीं फसो, त्याचें काय ? आम्ही आपले प्रेमभावानें तुझें आराधन करावयाला जातों, आणि तूं मात्र आमची कशी ती डाळ शिजूं देत नाहींस. असें कां असावें ? हे गोविंदा, तुझें आमचें कांहीं वैर नाहीं किंवा लढाई जुंपली नाहीं. तेव्हां या गोष्टीचा तूं पूर्ण विचार कर आणि असले शब्द पुनः तोंडांतून काढूं नको. ते तुला शोभत नाहींत ! "

भगवंताचें स्पष्टोत्तर.

वैशंपायन सांगतातः—याप्रमाणें दुर्योधनानें ठपकारितांच जनार्दनानें दुर्योधनाचे बगलबच्च्यांकडे व दुर्योधनाकडे कांहींसें खोंचून पाहून हंसत हंसत म्हटलें, ' बाबानो, तुम्ही कांहीं म्हणा. काम, क्रोध, द्वेष, द्रव्येच्छा, छलवाद किंवा लोभ यापायीं मी केव्हांही धर्माचा त्याग करणार नाहीं. मला धर्मशास्त्रांवरून असें कळतें कीं, परान्नग्रहण दोन प्रकारें विहित आहे. एक—आपल्यावर प्रेम करणाऱ्यानें आग्रह केला असतां, किंवा दुसरें—आपण विपत्तींत असल्यानें अन्नाला महाग झालों असतां. पण यांपैकीं एकही प्रकार येथें लागू पडत नाहीं. कारण, तूं आम्हांवर खरी प्रीति करीत नाहींस; बरें, आम्हीही अन्नाला मोताद झालों नाहीं ! मग तुजकडे कसें जेवावें ? तूंच सांग. तुझें आमच्यावर प्रेम नाहीं इतकेंच नव्हे, तर उलट एक प्रकारें आमच्याशीं द्वेष आहे. कसा तो पहा. कांहींएक कारण नसतां तूं जन्मापासून पांडवांचा द्वेष करितोस. खरें म्हटलें तर पांडव

बहुगुणी, धर्मनिष्ठ व तुझ्याशीं गोडीनें वागत आहेत व त्यांना बोल लावण्याला कोणालाही जागा नाहीं. असें असतां तूं सुखासुखीं त्यांचा द्वेष करितोस हे तुला शोभत नाहीं; आणि असल्या धर्मनिष्ठ पांडवांचा ज्या अर्थी तूं द्वेष करितोस, त्या अर्थी तूं माझाच द्वेष करितोस. कारण, दुर्योधना, त्या धर्मपरायण पंडुपुत्रांशीं मी एकजीव असल्यानें, जो त्यांचा द्वेष्टा तो माझा द्वेष्टा व जो त्यांचा अनुवर्ती तो माझाही अनुवर्ती, हे तूं खास समज. शास्त्राप्रमाणें पाहातां जो पुरुष कामक्रोधादि विकारांचा गुलाम होऊन मोहानें गुणवंतांशीं द्वेष करितो व त्याला हाणून पाडण्याचा यत्न करितो, तो पुरुषाधम होय. गुणसंपन्न अशा स्वज्ञातीकडे जो दोषदृष्टीनें किंवा अपहारदृष्टीनें पहातो, त्या अदान्त व क्रोधवंश पुरुषापाशीं लक्ष्मी फार वेळ नांदत नाहीं. उलटपक्षीं, आपल्याला मनांतून आवडत नसेल तरी ते (ज्ञाति) गुणसंपन्न आहेत असें पाहून जो त्यांस प्रियवर्तनानें आपलेसे करून घेतो, त्याची कीर्ति दीर्घकाल टिकते. असो; तुम्ही जरी हे नानाविध पदार्थ मजसाठीं प्रेमपूर्वक तयार केले म्हणून म्हणतां, तरी मी तुम्हांस स्पष्टच सांगतों कीं, हा सर्व प्रकार कपटाचा व दुष्टांच्या मसलतीनें केला असल्यामुळें, या पदार्थांचा स्वीकार करूं नये. या कौरवमंडळांपैकीं एकट्या विदुरानें दिलेलेंच अन्न भक्षण करावें, अशी माझी मति वाहाते!"

याप्रमाणें त्या परोत्कर्षसहिष्णु दुर्योधनाला खडखडीत जबाब देऊन तो मानी आजानुबाहु श्रीकृष्ण त्याच्या शुभ्र मंदिरांतून निघून महात्म्या विदुराचे घरीं वसतीला गेला. तो विदुरगृहीं असतां द्रोण, कृप, भीष्म, बाल्हिक व कौरव हे त्याकडे गेले आणि त्या पराक्रमी लक्ष्मीपति कृष्णाला म्हणाले, 'हे वृष्णिकुलोद्भवा, आम्ही आपलीं रत्नसंपूर्ण मंदिरें तुला अर्पण करितों.' त्यावर त्या महातेजस्वी मधुसूदनानें कौरवांस उत्तर केलें, 'तुम्ही सर्व आलां तसे परत जा. मला तुमची सर्व पूजा पोंचली.'

मग कौरव स्वगृहीं परतल्यावर विदुरानें प्रयत्नानें सर्व प्रकारच्या प्रियवस्तु अर्पण करून भगवंताचा सत्कार केला; आणि शुद्ध व रुचिकर असे अनेक भोज्य व पेय पदार्थ प्रभूपुढें प्रेमपूर्वक आणून ठेविले. श्रीकृष्णानें ते पदार्थ व दक्षिणा प्रथम जवळ असलेल्या वेदवेत्त्या ब्राह्मणांना देऊन त्यांचें संतर्पण केलें; आणि नंतर, इंद्र ज्याप्रमाणें आपले मरुद्गणांसह बसतो, त्याप्रमाणें आपल्या सर्व अनुयायांस पंक्तीला घेऊन मोठ्या थाटांत भगवंतांनीं विदुरानें आणिलेलीं तीं शुचिर्भूत व हितावह अशीं बहुविध अन्नें परमप्रीतीनें भक्षिलीं.

अध्याय ब्याणवावा.

—:०:—

विदुराचें भाषण.

वैशंपायन सांगतातः—मग भोजनोत्तर श्रीकृष्ण स्वस्थ मजेंत बसले असतां रात्रौ विदुर त्यांस म्हणाला, "हे केशवा, तूं इकडे आलास खरा, पण ही गोष्ट नीट झाली नाहीं. कारण, हा दुर्योधन एक तर मतिमंद व क्रोधी असून धर्मार्थाला सोडून वागणारा, दुसऱ्याचा अवमान करून स्वतःचा तोरा मिरविणारा, वृद्धांची आज्ञा बुद्धिपुरःसर उल्लंघिणारा, धर्मशास्त्राला न जुमानणारा, महामूर्ख, दुष्ट व हट्टी असा आहे. हे जनार्दना, त्याला कल्याणाचे मार्गाकडे वळवितां येणें शक्य नाहीं. तो विषयलंपट असून त्याला शहाणपणाची मोठी घमेंड आहे, कोणाचा मिळून त्याला विश्वास नाहीं. मित्रांचा देखील तो द्रोह करितो. त्याचे हातून कोणाचें काडीचें हित व्हावयाचें नाहींच, पण इतरांनीं

त्याचें हित केलें असतां त्याची त्याला कशी ती जाण नाहीं. धर्माला तर त्यानें धाब्यावरच बसविलें आहे. खोट्याची त्याला सारी आवड. तो मूळचा मूढ असून त्यानें आपले मनाची संस्कारांनीं कमावणीही केली नाहीं, यामुळें त्याचीं इंद्रियें कशीं तीं त्याच्या कह्यांत नाहींत. तो मोठा आचरट व सर्वदा मनसोक्त वागणारा असून, ज्या त्या कामांत त्याची धरसोड, एक निश्चय मिळून नाहीं. हे आणि या प्रकारचे दुसरे अनेक दोष त्याचे अंगीं खिळले असल्यामुळें, तूं त्याला कितीही त्याचे कल्याणाची गोष्ट सांगितलीस, तरी दुरभिमानानें तो ती पतकरणार नाहीं. शिवाय भीष्म, द्रोण, कृप, कर्ण, अश्वत्थामा व जयद्रथ यांच्या जिवावर तो फार उड्या मारीत असल्यामुळें तुझी सामाची गोष्ट त्याला कशी ती पटणार नाहीं. हे जनार्दना, कर्णासहित या धृतराष्ट्रपुत्रांच्या मनानें असें पक्कें घेतलें आहे कीं, भीष्मद्रोणादि आपले म्होरक्ये असतां, युद्धांत पांडव आपलेकडे नुसता वर डोळा करून पाहूं शकणार नाहींत. तो कसला मूर्ख व अविचारी आहे तो तूं पहाः केवळ बारा मुलुखांतून त्यानें सेना गोळा केली आहे, एवढ्यानेंच तो आपल्याला कृतार्थ समजत आहे! इतकें देखील नको; त्या दुर्बुद्धीला खास वाटतें कीं, आपलेकडील एकटा कर्ण पांडवांना चीत करील! हे केशवा, असल्या घमेंडींत जो आहे, तो तुझी शमाची गोष्ट स्वीकारील कशी? तूं आपलेकडून कौरवपांडवांचें उत्तम भ्रातृप्रेम असावें अशी इच्छा धरून शमाविषयीं मोठी खटपट करीत आहेस, परंतु तुला यश येण्याची आशा मला तर कशी ती दिसत नाहीं. कारण, दुर्योधनाशिवाय इतर धार्तराष्ट्रांचेही मतीनें असाच निश्चय केला आहे कीं, 'उचित असूनही पांडवांना एक सुतळीचा तोडा देखील आपखुषीनें परत द्यावयाचा नाहीं.' हा जर त्यांचा निश्चय आहे, तर, हे केशवा, अशांचे ठिकाणीं तुझा उपदेश विफल होणार आहे. हे मधुसूदना, जेथें बरे—वाईट बोल एकाच किंमतीनें विकतात, त्या ठिकाणीं शहाण्यानें आपला शब्द खर्चू नये. कारण बहिऱ्यापुढें गाणें, तशांतला हा न्याय होणार! हे माधवा, द्विजानें चांडाळाशीं संवाद करणें जसें विहित नव्हे, तसेंच असल्या अजाण, मूढ व अमर्याद धृतराष्ट्रपुत्राशीं तूं भाषण करणें योग्य नव्हे. कारण, मी तुला सांगतों, हा दुर्योधन मुर्ख असून शिवाय स्वबलाविषयीं घमेंडींत आहे; अशाशीं तुझें बोलणें, 'उपड्या घड्यावर पाणी आणि मूर्खास कहाणी' या म्हणीप्रमाणें फुकट जाणार आहे. हे कृष्णा, बोलणें तर दूर राहो, पण तुझ्यासारख्यानें त्या चांडाळांचे बैठकींत जावें हें देखील मला गोड लागत नाहीं. अरे, ते एकासारखे एक हलकट, दुष्ट व दुर्बुद्धि पडले, अशांपुढें मांडी ठोकून त्यांचे उलट तूं बोलणार! पण, बाबा, मला तर हें ठीक दिसत नाहीं. बा कृष्णा, त्या दुर्योधनाला वृद्धांपुढें नुसतें वांकणें देखील ठाऊक नसून त्याचे डोळ्यांवर संपत्तीचा धूर चढला आहे व अंगांत तारुण्याचा ताठा भरला आहे. शिवाय, दुसऱ्याचें बरें होतेंसें पाहातांच त्याचा पोटशूळ उठतो. अशानें तुझा हितोपदेश कसा बरें ऐकावा? हे माधवा, तुजबद्दल त्याचें मन बिलकूल शुद्ध नाहीं. यास्तव, तूं कितीही नेटानें व जीव तोडून जरी त्याला कांहीं सांगितलेंस, तरी त्याप्रमाणें तो वागणार नाहीं. हे जनार्दना, त्या एकंदर बंधूंना आपले बलाविषयीं असा तम आहे कीं, कांहीं बेसुमार! त्यांना वाटतें, सर्व देवांसह इंद्रही आजकाल आपलेपुढें युद्धांत टिकणार नाहीं! सारांश, अशा तऱ्हेचे जे घमेंडखोर व कामक्रोधांचे

दास, असल्यांपुढें तूं कितीही चतुराईचें व जोरदार भाषण केलेंस तरी त्याची निखालस माती होईल. म्हणून मी पुनःपुनः म्हणतों कीं, तूं अशांकडे जाऊं नको व बोलूंही नको.

"अरे, त्या मूर्खांचे एकएक चार पाहून हंसूं येतें! आपली सारी सेना भोंवतीं उभी करून रथ, घोडे व हत्ती यांचा आपले भोंवतीं कोट करून तो आपण मध्यें उभा राहातो आणि मोठ्या डौलानें म्हणतो कीं, 'आज मला कोणाचेंही भय उरलें नाहीं. ही सर्व पृथ्वी माझे केवळ मुठींत आहे! या सर्व पृथ्वीचें निष्कंटक सार्वभौमत्व संपादण्याची जो उमेद धरून आहे; व (प्रसंगानें) दुसऱ्याची वस्तु केवळ आपले कबज्यांत असल्यानेंच ती निर्विवाद आपले मालकीची आहे असें मानण्याइतका जो मूढ आहे, अशाशीं सख्य जुळणें केवळ अशक्य होय. मला तर वाटतें कीं, ही पृथ्वी, कालचक्राच्या फेऱ्यांत सांपडून नाश पावण्याची मुदत येऊन ठेपली असल्यामुळें, तीवरील सर्व क्षत्रिय राजांसहित दुर्योधनाला साह्य होऊन पांडवांवर उठले आहेत. हे सर्वही राजे तुझे पूर्वींच वैरी असून तूं यांचें सत्व हरण केलें आहेस; आणि तुझ्या भीतीस्तव या सर्वांनीं एकजुटीनें धार्तराष्ट्रांचा आश्रय केला असून कर्णाशीं त्यांचा मोठाच मिलाफ आहे. जिवावर उदार होऊन दुर्योधनासमेत पांडवांशीं झुंजण्यास जे एका पायावर उभे आहेत, अशांमध्यें उपदेशार्थ तूं जाणें मला तरी पसंत नाहीं. हे कृष्णा, तूं शूर असलास तरी एकटा; आणि ते असंख्य असून सर्वही दुष्ट व तुझ्याशीं शत्रुत्व करणारे; अशांमध्यें तूं कसा बरें जातोस? आतां तूं असें म्हणशील कीं, मला त्यांचें कसलें भय? तर मीही समजून आहें कीं, तुझा प्रभाव पौरुष व बुद्धि हीं लोकोत्तर असून तूं युद्धांत देवांनाही असह्य आहेस. परंतु, हे माधवा, म्हणतातना, 'अतिस्नेहः पापशंकी!' या न्यायानें पांडवांप्रमाणें तजवर माझें निःसीम प्रेम असल्यानें प्रेम, बहुमान व स्नेहबुद्धि यांहीं प्रेरित होऊन मी तुला 'तिकडे जाऊं नको' असें म्हणतों आहें. हे कमलाक्षा, तुला पाहिल्यानें मला जें प्रेमाचें भरतें आलें तें मी स्वमुखानें कोठवर सांगूं? तूं सर्व प्राण्यांचा अंतरात्माच आहेस, त्या अर्थीं तूं तें जाणतोच आहेस."

अध्याय त्र्याण्णवावा.

—:०:—

श्रीकृष्णाचें भाषण.

वैशंपायन सांगतातः—भगवान् पुरुषोत्तमानें विदुराचें तें विशेष आग्रहाचें भाषण ऐकून घेतलें व त्याचें अभिनंदन करून त्याला म्हटलें, "विदुरा, तुझें सांगणें ठीकच आहे. एखाद्या महाज्ञानी किंवा महाविवेकी पुरुषानें जसें बोलावें, किंवा माझ्यासारख्या स्नेह्याला तुझ्यासारख्यानें जें सांगणें उचित, असलें धर्मार्थयुक्त सत्य व तुला शोभेसेंच भाषण तूं केलेंस. आईबापें ज्याप्रमाणें कळवळ्यानें लेंकराला हिताची गोष्ट सांगतात, त्याप्रमाणेंच तूं मला समयोचित, योग्य व तथ्य असाच उपदेश केलास, यांत संशय नाहीं. तथापि, माझे येण्यांत हेतु काय तो लक्ष देऊन ऐक. हे विदुरा, दुर्योधन हा दुरात्मा आहे व त्याचे अनुयायी क्षत्रिय मला पाण्यांत पहात आहेत, हें जाणूनबुजूनच मी कौरवांकडे आलों आहें. याचें कारण काय म्हणशील तर, ही पृथ्वी बहुधा तिजवरील अश्व, गज, रथ, इत्यादि बलासह नाश पावण्याच्या बेतांत आहे. कदाचित् माझे यत्नानें हा अनर्थ टळला आणि पृथ्वी मृत्यूचे दाढेंतून बचली, तर मला अगाध पुण्य लागेल. कारण माझी अशी खातरी आहे कीं,

कोणीही मनुष्य यथाशक्ति धर्मकार्याला हातभार लावीत असतां कार्यसिद्धि जरी झाली नाहीं तरीही त्याला शुभयत्नाबद्दल पुण्य मिळतेंच मिळतें. बरें, मनुष्याचे मनांत कितीही काळेंबेरें असलें आणि कृति जर तो तशी करून दाखवीत नाहीं, तर त्याला पापाचें फळ भोगावें लागत नाहीं, असें धर्मवेत्ते समजतात. यासाठीं, हे विदुरा, युद्धांत नाश पावण्याच्या थरास आलेल्या कौरव-सृंजयांचें सख्य जुळविण्याची मी निष्कपटपणें खटपट करणार आहें. कारण, हें कुलक्षयकर युद्धरूपी महत् संकट कर्ण आणि दुर्योधन यांचेच कृतीमुळें कौरवांवरच ओढवत असून हे सर्वजण त्यांचेच अनुयायी बनले आहेत. यामुळें अर्थात् हेही सर्व नाश पावतील. हा अनर्थ टळावा म्हणून माझा यत्न आहे.

"हे विदुरा, मी असें न करीन तर मजकडे दोष येईल. कारण, तूं जाणतोसच कीं, संकटांत फसलेल्या मित्राला जो पुरुष यथाशक्ति साह्य करीत नाहीं, अशा निर्दय पुरुषाला पंडित हे मित्रघातकी असें समजतात; आणि जो पुरुष अकार्यांत गुंतणाऱ्या मित्राला परावृत्त करण्याचा शक्त्यनुसार यत्न करीत असतो, व वेळ पडली तर त्याला शेंडी धरून देखील मागें ओढण्याला कमी करीत नाहीं, अशाला कोणीही बोल ठेवूं शकत नाहीं. हा न्याय मनांत धरून मी आलों आहें. म्हणून, दुर्योधन व त्याचे सल्लागार यांनीं माझें धर्मार्थयुक्त, शुभ, हितावह व समर्थ असें भाषण ऐकावें हें बरें. कारण, हे विदुरा, धार्तराष्ट्र व पांडव व पृथ्वीवरील सर्व क्षत्रिय यांचें कल्याण निष्कपटपणें करण्याच्या संकल्पानें मी आलों आहें व त्या कामीं मी यथाशक्ति झटेन. आतां, मी त्याचे हिताविषयीं झटत असून दुर्योधनानें जरी मजबद्दल शंका घेतली, तरी त्यांतही मला संतोषच आहे. कारण, अल्पायासानेंच मी आपल्या कर्तव्यरूप ऋणापासून मुक्त होईन. पण मी जर आपल्याला कौरवांचा मित्र म्हणवीत आहें, तर यत्न हा मला केलाच पाहिजे. यश येवो न येवो; पण मग मूढ, धर्मलंड व माझ्या वाईटावर असणारे अशांना, 'कृष्ण समर्थ असूनही त्यानें खवळलेल्या कौरवपांडवांचें निवारण सुद्धां केलें नाहीं,' असें म्हणण्याला तोंड उरणार नाहीं. पंडितांचेंही म्हणणें आहे कीं, स्वज्ञातींत परस्परविरोध उत्पन्न झाला असतां जो मध्यें पडून शमाविषयीं आपली पराकाष्ठा करीत नाहीं, तो खरा मित्र नव्हे. सारांश, उभयतांचा मतलब साधावा या उद्देशानें ज्या अर्थी मीं आलों आहें, त्या अर्थी आल्यासारखा मी शक्य तेवढा यत्न करीन आणि निदान लोकापवादांतून तरी मुक्त होईन. माझ्या धर्मार्थयुक्त व हितावह अशाही भाषणाचा मूर्ख दुर्योधन जर अनादर करील, तर त्याचे नशीबीं असेल तें तो भोगील.

"हे महात्म्या विदुरा, पांडवांचा मतलब पुरापूर साधून जर मला कौरवांशीं सलोखा करितां आला, तर मलाही महत्पुण्य लागेल व बिचारे कौरवही यमदाढेंतून सुटतील. मी आपलेकडून कोणालाही न दुखवितां धर्मार्थाला धरून नीतियुक्त व गोड असेंच भाषण करीन. पण तें जर त्या धृतराष्ट्रपुत्रांना न रुचेल व मी शमार्थ त्यांकडे आलों असूनही माझा जर ते अनादर करतील, तर त्यांना म्हणावें, गांठ माझ्याशीं आहे. मी एकदां रागावलों म्हणजे मग पृथ्वीवरील सर्वही राजे एक जुटीनें पुढें आले तरी, सिंहापुढें इतर श्वापदांची जशी दशा होते, तशी त्यांची दुर्दशा होईल!"

वैशंपायन सांगतातः—याप्रमाणें भाषण करून तो यादवांना सुख देणारा वृष्णिप्रदीप कृष्ण मऊ मऊ अशा बिछान्यावर पडला.

अध्याय चौऱ्याण्णवावा.

—:०:—

श्रीकृष्णाचा सभाप्रवेश.

वैशंपायन सांगतात:—या प्रकारें गोष्टी सांगण्यांतच त्या उभय बुद्धिमान् पुरुषांची ती शुभ व तारकांचे तेजानें रमणीय अशी शरदृतूंतील रात्र केव्हांच निघून गेली. पैकीं महात्म्या विदुराची गेली विचित्र व धर्मार्थयुक्त अशीं कृष्णाचीं भाषणें ऐकण्यांत, आणि निष्काम व अतुलतेजस्वी कृष्णाची गेली योग्य व समयोचित अशा गोष्टी सांगण्यांत. रात्र संपतांच, रागदारींत निपुण व सुरस अशा सूतमागधांचे स्तुतिपाठानें व शंख, दुंदुभि यांचे गजरानें श्रीकृष्ण जागा झाला. मग सर्वसात्वतप्रणी दाशार्ह कृष्णानें प्रथम आवश्यक तें प्रातःकार्य केलें नंतर प्रथमतः स्नान करून जपजाप्य केल्यावर त्यानें अग्नीला आहुति दिली; आणि मग गंधादि अलंकार धारण करून तो सूर्योपस्थानार्थ उभा राहिला. तो अजिंक्य दाशार्ह कृष्ण याप्रमाणें संध्या करीत असतांना दुर्योधन व शकुनि हे त्याकडे आले व त्याला म्हणाले, "हे कृष्णा, धृतराष्ट्र, भीष्मप्रमुख कौरव व सर्व राजे सभेंत आले असून स्वर्गांत इंद्राची देव, तशी सभेंत तुझी ते सर्व प्रतीक्षा करीत आहेत."

हें भाषण ऐकून घेऊन श्रीकृष्णानें फारच गोड व सौम्य शब्दांनी त्या उभयतांचें अभिनंदन केलें. इतक्यांत लखलख सूर्योदय झाला. त्या क्षणीं त्या जनार्दनानें ब्राह्मणांना सुवर्ण, विविध रत्नें, वस्त्रें, गाई, अश्व, इत्यादि दानें दिलीं. इतक्यांत सारथि दारुकानें जवळ येऊन त्या दाशार्हाला वंदन केलें; व उंची घोडे जोडलेला व क्षुद्र-घंटांनीं युक्त असा प्रशस्त व पांढराशुभ्र रथ तयार करून आणिला. सर्व रत्नांनीं शृंगारलेला प्रचंड व मेघाप्रमाणें गंभीर घोष करणारा आपला रथ आलासें समजतांच, अग्नि व ब्राह्मण यांना प्रदक्षिणा घालून, कौस्तुभ मण्याच्या धारणानें झळकतच तो यदुनंदन रथावर चढला. त्याच्या रक्षणार्थ भोंवतीं यादव असून, बरोबर कौरवांचा घोळकाही होताच. सर्व प्राण्यांत श्रेष्ठ व बुद्धिमंतांत वरिष्ठ असा कृष्ण रथारूढ होतांच मागोमाग धर्मज्ञ विदुरही त्याचे रथांत बसला. शकुनि व दुर्योधन हे दुसऱ्या एका स्वतंत्र रथांत बसून त्या शत्रुतापनाचे मागें चालले. सात्यकि, कृतवर्मा व वृष्णींकडील इतर रथी हे कोणी घोड्यांवर, कोणी हत्तींवर, कोणी रथांत अशा प्रकारें कृष्णाचे पाटोपाठ चालले. हे जनमेजया, त्या वेळीं त्या मंडळीचे ते सुवर्णमंडित, व मेघाप्रमाणें धडधड आवाज करणारे, आणि उंची घोडे जोडलेले नानाप्रकारचे रथ फारच शोभिवंत दिसूं लागले.

श्रीकृष्णाची स्वारी येणार म्हणून राजमार्ग अगोदरच झाडूनलोटून व पाणी शिंपून तयार ठेविला होता. त्या राजमार्गाला किती तरी राजर्षींचे पाय लागले असतील! अशा त्या मार्गांत उज्ज्वल कांतीनें झळकणारा तो कृष्ण नेमल्या वेळीं येऊन दाखल झाला. मग तो राजमार्गांतून जाऊं लागतांच त्यापुढें मोठमोठे नगारे झडूं लागले, शंख वाजूं लागले व इतरही नानाप्रकारचीं वाद्यें वाजूं लागलीं. लोकविश्रुत योद्धे व सिंहतुल्य पराक्रमी तरणे बांड वीर त्या शूरकुलोत्पन्न कृष्णाचे रथाचे भोंवते चालले होते व दुसरेही कैक वीर चित्रविचित्र गमतीदार पोषाख घालून व तरवारी, भाले, वगैरे आयुधें धरून श्रीकृष्णाचे पुढें चालले होते. पांचशें हत्ती व हजारों रथ त्याचे मागून येत होते. हे शत्रुमर्दना जनमेजया, त्या जनार्दनाला पाहाण्याकरितां मुलेंबाळें, म्हातारेकोतारे, स्त्रियापुरुष या सर्वांसह

ती कौरवराजधानी त्या राजमार्गांतच येऊन लोटली होती. दुतर्फा घरांचे सज्जे हे चपलस्वभाव तरुणींनीं फुलून राहिले असल्यानें त्यांचे भारानें तीं घरें डुलतात कीं काय, अशीं भासत होतीं !

मार्गांत कौरवांकडून जागोजाग सत्कारपूजा चालली आहे, मधुर मधुर कथा कानीं पडत आहेत, अशा थाटांत शांतपणें नगराची शोभा पहात पहात व सर्वांचा ज्याच्या त्याच्या योग्यतेप्रमाणें उलट सत्कार करीत भगवंताची स्वारी कौरवांचे सभास्थानाशीं येऊन थडकली. सभाद्वारांत पोंचतांच बरोबरचे लोकांनीं शंख, वेणु, इत्यादि वाद्यांचे गजरांनीं एकवार दशदिशा भरून सोडल्या. मेघांचे गडगडाटाप्रमाणें गंभीर असा रथाचा घोष कानीं पडल्यावरून श्रीकृष्ण समीप ठेपला असें सभेमध्यें असलेल्या परमतेजस्वी राजांना समजतांच त्यांना कृष्णागमनानें असा कांहीं हर्ष झाला कीं, तो पोटांत न मावून त्यामुळें ते जसे कांपूं लागले. सभाद्वाराशीं येऊन पोंचतांच, कैलासशिखराप्रमाणें शुभ्र, उत्तुंग व विशाल अशा रथांतून उतरून आणि विदुर व सात्यकि यांचे हातांत हात घालून, तेजानें जणूं जळणाऱ्या व नवमेघकांति अशा त्या इंद्रभवनतुल्य सभागृहांत तो शिरला. शिरतांच, आदित्यापुढें नक्षत्रें त्याप्रमाणें भगवंताचे तेजापुढें सभेंतील सर्व कुरुमंडळाचें तेज लोपून गेलें. सभेंत शिरतांना भगवंताचे अग्रभागीं कर्णदुर्योधन होते व पाठीशीं सर्व वृष्णि व कृतवर्मा हे होते. दाशार्ह कृष्ण आलासें समजतांच त्याचे सत्कारार्थ यशस्वी धृतराष्ट्र राजा भीष्मद्रोणादि मंडळीसह आपले आसनावरून उठून उभा राहिला. मुख्य लोकपाल राजा धृतराष्ट्रच उठला तेव्हां सभामंडपांतील हजारों राजेही सर्वभर उठून उभे राहिले. सर्व बाजूंनीं सुंदर व सुवर्णानें शृंगारिलेलें असें एक आसन धृतराष्ट्राचे आज्ञेवरून तेथें भगवानासाठीं आणून ठेविलें होतें. धर्मज्ञ भगवानानें प्रथम धृतराष्ट्र, भीष्म व द्रोण यांशीं हंसत हंसत चार गोष्टी बोलून मग इतर राजांशींही त्यांचे वयोधिकाराप्रमाणें भाषण केलें. जनार्दन सभेंत आला असतां कौरव व इतर राजे या सर्वांनीं फारच उत्तम रीतीनें त्याचा सन्मान केला. तो सन्मान घेत त्या राजमंडळींत तो शत्रुजेता कृष्ण उभा असतां, अंतरिक्षवासी नारदप्रभृति ऋषि त्याचे दृष्टीस पडले. त्यांस पहातांच शांतनव भीष्मांला त्यानें हळूच सुचविलें कीं, " हे नारदप्रभृति ऋषि आपली ही पृथ्वीवरील सभा पहाण्याकरितां आले आहेत. याकरितां त्यांस पुढें होऊन आमंत्रण द्या आणि त्यांना आसनें देऊन परमादरानें त्यांचा सत्कार करा. असले हे जितेंद्रिय आसनांवर बसले नाहींत तोंपर्यंत इतर आपणा कोणालाही आसनांवर बसतां येणार नाहीं. याकरितां अगोदर यांचा सत्कार करा. "

कृष्णाचे सुचनेवरून भीष्म सभाद्वाराकडे पहातात तों ऋषिमंडळी दाराशीं उभी दिसली. त्याबरोबर ' आसनें आणा ! ' ' आसनें आणा ' म्हणून भीष्मांनीं मोठ्या गर्दीगर्दीनें चाकरांस आज्ञा केली. आज्ञेबरोबर सेवकांनीं मोठमोठीं, प्रशस्त झळझळीत व स्वर्णरत्नमंडित अशीं अनेक आसनें तेथें हजर केलीं. त्या आसनांवर ते महर्षि येऊन बसले; आणि त्यांनीं अर्घ्यपाद्यादि पूजेचा स्वीकार केल्यावर, श्रीकृष्ण स्वस्थानीं बसला व राजेही आपापले आसनांवर बसले. दुःशासनानें सात्यकीला एक निवडक आसन दिलें व विविंशतीनें कृतवर्म्याला एक स्वर्णमय चौरंग दिला. शरीरानें धिप्पाड व स्वभावानें असहिष्णु असे कर्ण व दुर्योधन हे

दोघेही एकाच आसनावर, कृष्णाचे बरेचसे जवळच बसले. गांधारराज शकुनि पुत्रासह एकासनावर बसला. त्याचे संरक्षणार्थ गांधार देशचे लोक त्याचे भोंवते उभे होते. महामति विदुर कृष्णाचे आसनाला लागूनच शुभ्राजिनाच्छादित अशा रत्नमय आसनावर बसला. तो दाशार्ह भगवान् बहुत दिवसांनीं दृष्टीस पडल्यामुळें, अमृत पुरेसें होत नाहीं त्याप्रमाणें त्या राजांचें त्याकडे पाहाणें पुरेसेंच होईना. जवसाच्या पुष्पाप्रमाणें शोभिवंत असा तो पीतांबरधारी भगवान् सुवर्णीत बसविलेल्या हिऱ्याप्रमाणें त्या सभेच्या मध्यस्थानीं झळकत होता. सर्व प्रेक्षकांची मनोवृत्ति त्याकडेसच लागून राहिल्यामुळें सभेंत जिकडे तिकडे शांतता झाली. कोणीही कोठें हूं कीं चूं करीना.

अध्याय पंचाण्णवावा.

—:०:—

कृष्णशिष्टाई.

वैशंपायन सांगतातः—हे राजा, याप्रमाणें ते सर्वही राजे आसनांवर गुपचूप बसले असतां, धृतराष्ट्राकडे पाहून, वर्षारंभींचे मेघाप्रमाणें सर्वांचे कान भरून जातील असल्या मोठ्या व गंभीर स्वरानें तो कृष्ण बोलूं लागला. त्या वेळीं त्याचे सुंदर दांत मुखकमलाला फारच शोभवीत होते.

कृष्ण म्हणालाः—हे भरतश्रेष्ठा धृतराष्ट्रा, कौरवपांडवांचा समेट व्हावा व उभयपक्षीं वीरांची प्राणहानि टळावी, एवढें मागणें तुजपाशीं मागण्याकरितां मी आलों आहें. यापरती तुझ्या हिताची दुसरी कांहींएक गोष्ट मला तुला सांगावयाची नाहीं. कारण तूं ज्ञाताच आहेस. मीं तुला सांगावें असें काय आहे? तूं जाणतोसच कीं, हें कुरुकुल म्हटलें म्हणजे आज सर्व राजकुलांत अग्रगण्य असून विद्या, सद्वर्तन व अन्य सद्‌गुण यांविषयीं याचा मोठा लौकिक आहे. या कुरुवंशजांमध्यें सत्य, क्षमा, भरळपणा, निरुपद्रवीपणा, परदुःख पाहून कळवळा, परसुखार्थ यत्न व परतापहरणाविषयीं कळकळ, हे स्पृहणीय गुण इतरांपेक्षां विशिष्ट रीतीनें वास करितात अशी प्रसिद्धि आहे. असलें हें सुप्रसिद्ध कुल असतांना, हे धृतराष्ट्रा, विशेषतः तुझ्या पायीं या कुलाचे नांवालौकिकाला न शोभणारें असें प्रस्तुतसारखें विपरीत वर्तन या कुलाकडून व्हावें हें कोणत्याही प्रकारें उचित नाहीं. मी तुलाच ठपका कां देतों म्हणशील तर, हें उघडच आहे कीं, तूं या कुलांतील श्रेष्ठ असल्यामुळें या कुलांतील कोणीही उघड किंवा छपूनही गैर गोष्ट करीत असतील तर त्यांस आकळून रस्त्यावर आणणें तुझें कर्तव्य आहे; आणि ही गोष्ट जर प्रमाण, तर दुर्योधनप्रभृति तुझेच पुत्र धर्म व अर्थ यांना झुगारून देऊन, व केवळ द्रव्याचे पाठीं लागून, हलकटांसारखे कोणाचीही मर्यादा न राखितां आपल्या प्रत्यक्ष भावांशीं दुष्टाव्यानें वागतात; आणि हा सर्व प्रकार तुला कळूनवळून सुरू आहे, हें त्यांत विशेष!

पण, हे कुरुश्रेष्ठा, मी तुला बजावून सांगतों कीं, तुझ्या पुत्रांना ही जी बुद्धि झाली आहे ही चांगली नाहीं. ही भयंकर आग तुझेच पुत्र आपल्या हातीं चेतवीत आहेत, पण तूं पक्कें समज, तूं जर वेळींच हिचा उपशम न करशील, तर नुसत्या तुझ्या पुत्रांचीच नव्हे, तर सर्व पृथ्वीची हिच्यापायीं राख होणार आहे. आपल्या कुळाची धूळधाण व्हावी अशी दुर्वासना जर तुझे ठिकाणीं नसेल, तर ही आग शांत करणें शक्य आहे. पांडवांशीं सख्य कर म्हणजे ही आग विझली. बरें, तुझ्या मनांतून कर्तव्य असेल तर पांडवांशीं शम

होणें कांहीं अवघड नाहीं, असा माझा निःसंशय अभिप्राय आहे. तुला शम करणेंच तर फार खोलांत मुळींच पडायाला नको. तूं आणि मी दोघे मिळालों म्हणजें झालें. मग ही गोष्ट आपल्या दोघांचे हातांतली आहे. तूं आपले पुत्रांना ताळ्यावर आण म्हणजे पांडवांना मीं आकळलेंच समज. संपलें, विझली आग! बरें, तुझ्या पुत्रांनीं आपल्या अनुयायांसह तुझी आज्ञा ऐकावी यांत त्यांचें अत्यंत कल्याणच आहे; पुत्र तुझे आज्ञेंत वागण्यांत तुझेंही हित आहेच आहे; पांडवांचेंही आहे; आणि तुझ्या पुत्रांनीं तुझ्या आज्ञेंत रहावें अशी सदिच्छा धरून शमाविषयीं झटणाऱ्या माझेंही हित आहे. एतावता, शमामध्यें चौघांचेंही हित आहे. उलटपक्षीं पांडवांशीं वैर केल्यानें कांहीं म्हटल्या कांहीं फायदा होणार नाहीं, इकडे लक्ष पुरवून, हे नरनाथा, तूं सख्य खर. तसें केलेंस म्हणजे हेच पांडव तुझे सहाय होतील. बाबा, पांडवांसारखे पाठिंबे यत्न करून देखील मिळायचे नाहींत. ते तूं आपलेसे करून घेतलेस म्हणजे त्यांचे बळावर तूं निर्घोर धर्मार्थसंग्रह कर. पांडवांचा तुझ्यावर पहारा असतांना प्रत्यक्ष देवेंद्रही तुझ्या वाटेस जाऊं शकणार नाहीं, मग इतर राजेरजवाड्यांचें नांव कशाला?

हे भरतश्रेष्ठा, भीष्म, द्रोण, कृप, कर्ण, विविंशति, अश्वत्थामा, विकर्ण, सोमदत्त, बाल्हिक, जयद्रथ, कलिंग, कांबोज, सुदक्षिण, युधिष्ठिर, भीमसेन, अर्जुन, नकुल, सहदेव, प्रतापी सात्यकि व महारथी युयुत्सु असले अलौकिक योद्धे ज्याच्या पुठ्यांत आहेत, त्याशीं जो युद्ध करण्यास उभा राहील त्याला अवदशा आठवली असेंच समजावें. हे शत्रुमर्दना, कौरव व पांडव या दोघांची बळकटी तुला मिळाली म्हणजे पृथ्वीचें अकंटक चक्रवर्तित्व तुझें आहे असें समज; आणि असें झालें म्हणजे तुझ्या बरोबरीचे भूपति तुझ्याशीं स्पर्धा सोडून देतील व तुजहून आज अधिक बलाढ्य आहेत ते देखील तुझा स्नेह संपादतील. सारांश, तुला शत्रु मिळून कोणी उरणार नाहीं; आणि याप्रमाणें पुत्र, पौत्र, पितृव्य, बंधु व सुहृद् हे सर्वच तुझे हितैषी बनून तुझें रक्षण करूं लागले असतां, राजा, तुझी कालक्रमणा फार सुखानें होईल. म्हणून मी म्हणतों कीं, पांच पांडवांना पूर्वींप्रमाणें गौरवून पुढाकार देशील तर अखिल पृथ्वीचा उपभोग तुला खास मिळेल; आणि तुझे पुत्र व पांडव या सर्वांचें बळ तुला मिळालें असतां, पाहिजे तो शत्रु असो, तूं त्याला तेव्हांच पादाक्रांत करशील. सारांश, राजा, पांडवांशीं सख्य करण्यांत तुझाच सर्वांशीं फायदा आहे. राजन्, युक्ति फार थोडी आहे. तुझ्या मुलांची व त्यांचे सोबत्यांची नीट समजूत घालून त्यांना पांडवांशीं उजू वागण्यास सांग म्हणजे झालें. मग तुम्ही कोणी कांहीं आयास करूं नका. पांडव जगज्जय करितील आणि तूं आयताच बसल्या ठिकाणीं त्यांनीं संपादिलेल्या राज्याचा उपभोग घे. याहून अधिक हित तें कोणतें इच्छितोस? करितां संधि कर.

राजा, संधि न करशील तर ओघानेंच युद्धावर गोष्ट येणार; आणि युद्धांत तर अतोनात हानि होईल हें उघड दिसत आहे. असें असतां, हे महार जा, युद्धावर पाळी आणून उभयपक्षांचा संहार करविण्यांत तुझ्या पदरीं कोणतें पुण्य पडणार? समज, पांडवांनीं संग्रामांत तुझे पुत्र मारिले, किंवा तुझ्या पुत्रांनीं पांडव मारिले तर यांतून कोणताही प्रकार घडला तरी तुला कोणतें सुख मिळणार आहे तें मला उलगडून सांग! तूं म्हणत असशील कीं, ‘गोष्ट अजून दूर आहे,’ तर

ही चूक आहे. पांडव व कौरव हे दोघेही शूर व शस्त्रास्त्रनिपुण असून युद्धाविषयीं अगदीं खुमखुमले आहेत. आतांच शम करून तूं उभयतांना निवारलेंस तर ठीक आहे, नाहीं तर अनर्थ गुजरलाच समज. याकरितां, शहाणा असशील तर शम करून महत्संकटांतून उभयतांनाही राख. शूर अशा कौरवपांडवांची लढाई जुंपून उभयपक्षांकडील रथी–महारथी युद्धांत परस्परांचे हातून मारिले गेलेले पाहाण्याची पाळी आम्हांवर येऊं नये. हे राजश्रेष्ठा, मी पुनःपुनः तुला विनवितों याचें कारण असें आहे कीं, हें युद्ध म्हणजे केवळ कौरवपांडवांचेंच नव्हे, तर या युद्धांत पृथ्वींतील अशेष राजे गोळा झाले आहेत; आणि लढाई जुंपून ते का एकदां हट्टाला पेटले, कीं पृथ्वीवरील गोरगरीब प्रजांसुद्धां सर्वांचा संहार केल्याशिवाय रहाणार नाहींत. परंतु तूं जर मनावर घेशील, तर ही असंख्य जीवांची हकनाहक होणारी प्राणहानि अजीबात टळेल. सर्व किल्ली तुझे हातांत आहे. म्हणून मी तुजजवळ एवढें मागणें मागतों कीं, तूं भूपाल म्हणवितोस त्या अर्थीं या भूमिचें अनर्थापासून रक्षण कर; आणि जेणेंकरून ह्या प्रजा प्राणास न मुकतील अशी तजवीज कर. एक तूं शुद्धीवर येशील तर कोणाचे केंसालाही धक्का न लागतां सर्व अक्षत शिलक राहातील. येथें जमलेले सर्वही राजे निर्मल, उदार, अकार्यविमुख, थोर, सत्कुलोत्पन्न व परस्पर-सहाय असे आहेत. असल्या लायक लोकांना नसता अनर्थ ओढवून खर्चीं घालूं नको. यापेक्षां हे सर्वहीजण विरोध सोडून प्रेमळ मनानें एकत्र पानभोजन करून आनंदानें सुखरूप आपापल्या घरीं परत जातील असें कर. तूं एवढें यांना बोलाविलें आहेस, त्या पक्षीं पुष्पमाला, वस्त्रालंकार वगैरे देऊन यांचा बहुमान कर; व हे अनायासें एकत्र मिळाले आहेत ही संधि साधून परस्परांचा कांहीं आपसांत रोष, द्वेष असल्यास तो मोडून टाकून सर्वांना हातांत हात घालून घरीं रवाना कर. यापूर्वीं तूं पांडवांवर प्रेम करीत होतास; आणि आतां तुझ्या आयुष्याचा शेवटला प्रहर येऊन पोंचला अशा वेळीं तूं त्यांवर फिरतोस, हें तुला शोभत नाहीं. करितां ही बुद्धि सोडून पांडवांवर पूर्ववत् प्रेम करून त्यांना आपलेजवळ ओढ; आणि असें करणें तुझा धर्मच आहे. कारण, पोरपणींच ते बापापरके झाले; आणि तूंच त्यांना लहानाचे मोठे केलेंस. वस्तुतः तूंच त्यांना पिता होस. तरी हा न्याय मनांत घेऊन त्यांचें व स्वपुत्रांचें समदृष्टीनें पालन कर. अरे, हे तूं पाणी घातलेले रोपे आहेत, यांवर कुऱ्हाड घालूं नको, यांना राख. तुजशिवाय जर त्यांना कोणी वडील नाहीं, तर विशेषतः संकटसमयीं तरी तूं त्यांचें आस्थेनें रक्षण करणें उचित आहे. असें न करण्यानें तुझी निश्चित धर्महानि व अर्थहानि होईल. याकरितां पांडवांना पाठ देऊं नको.

हे महाराजा, मी तुला कांहीं पदरचें सांगत नाहीं. पांडवांनीं तुला मजपाशीं ह्याच अर्थाचा निरोप पाठविला आहे. रीतीप्रमाणें तुला प्रथम अभिवंदन सांगून व तुझी कृपा याचून त्यांनीं असें सांगितलें आहे कीं, ‘ आपण आमचे वडील, आपण आमचे पिता, इकडे नजर देऊन आपले आज्ञेप्रमाणें आम्हीं आपल्या अनुयायांसह आज हीं बारा वर्षें निर्जन अरण्यांत काढिलीं; व तसेंच हें तेरावें वर्ष वसतींत पण उघडकीस न येतां स्वजनांसह काढिलें. या सर्व कालांत आम्हांस अत्यंत विपत्ति भोगावी लागली. परंतु, किती झालें तरी धृतराष्ट्र आमचा पिता आहे, तो वचनभंग कालत्रयींही करणार नाहीं, त्याचे आज्ञेप्रमाणें आम्हीं हीं तेरा वर्षें काढिलीं असतां

तो आमचें राज्य आम्हांस निःसंशय परत देईल, या विश्वासावर आम्ही हालअपेष्टांत दिवस काढिले; आणि कितीही दुःख झालें तरी आपण घालून दिलेल्या ठरावाबाहेर काडीभर चाललों नाहीं! आम्ही बोलतों हें खरें कीं खोटें या कामीं शेंकडों सद्ब्राम्हण साक्षी आहेत, ते आपली खातरी करतील. असो; आतां आमचें म्हणणें मिळून इतकेंच कीं, आम्हीं जर आपल्या परी करार पुरा केला आहे, तर आज तेरा वर्षें आला तो दिवस नवीं नवीं दुःखें सोसून आम्हीं करार पुरा केला इकडे लक्ष देऊन, आपणही आपलें वचन पुरें करा; —आमचा राज्यांश आम्हांस परत द्या. आपण धर्म व अर्थ हे पूर्णपणें जाणतां, त्या अर्थीं योग्य रीतीनें आमचा आतां परामर्श घेणें हें आपणांस उचित आहे. आपण आमचे वडील आहां; व आपल्या वडीलपणावर नजर पोंचवूनच आम्हीं हे अनेक क्लेश सोसले. तस्मात्, आपणही आमच्याशीं आईबापांप्रमाणें वागावें. हे भरतश्रेष्ठा, गुरूशीं शिष्य ज्या आदरबुद्धीनें वागतो, त्या बुद्धीनें आम्ही आपणांशीं वागत आलों, त्या अर्थीं आपणही आपले थोरवीला शोभेल असेंच वर्तन करावें. आपण आमचे पिता आहां आणि आम्ही जर गैरवाटेनें जाऊं लागलों तर आम्हांस वाटेवर आणणें हा आपला अधिकार आहे. याकरितां, आपणही धर्ममार्गानें चाला आणि आम्हांसही ठिकाणीं बसवा.'

सभासदांचें कर्तव्य.

हे भरतश्रेष्ठा, तुझे पुत्रांना या सभासदांसही निरोप सांगितला आहे कीं, 'आपणांसारखे धर्मज्ञ सभासद असतांना आपणांसमक्ष आम्हांसंबंधानें अन्याय होणें योग्य होणार नाहीं. कारण, ज्या सभासदांदेखत अधर्माकडून धर्माची व असत्याकडून सत्याची पायमल्ली होते, त्या सभासदांना धर्मशास्त्रांत धिक्कार सांगितला आहे. ज्या सभेंत धर्म अधर्मानें व्यथित होत असतांही तेथील सभासद धर्माचे अंगांत रुतलेलें तें अधर्माचें शल्य उपटून धर्म मोकळा करीत नाहींत, त्या सभासदांचे बोकांडीं तें शल्य येऊन बसतें असें शास्त्र म्हणतें. अर्थात्, धर्मज्ञ सभासद जर आपले देखत अन्याय होऊं देतील, तर त्या अन्यायाचें पाप त्यांच्या माथीं आहे. एवढेंच नव्हे, तर नदी ज्याप्रमाणें तटस्थ वृक्षांचीं पाळेंमुळें खणून त्याचा नाश करिते, त्याप्रमाणें असल्या तटस्थ सभासदांचा (अधर्मानें गांजलेला) धर्म सर्वनाश करितो. याकरितां प्रस्तुतचे धर्मज्ञ सभासदांनीं अधर्म होऊं देऊं नये, एवढी त्यांस विनंती आहे'

हे भारतवतंसा, पांडव मोठेधर्मभक्त आहेत. त्यांचा सर्व भर धर्मावर आहे. कसेंही संकट आल तरी त्यांना वाटतें कीं, आपण धर्मानें तरूं, व यामुळें ते संकटांतही सदाकदा धर्माकडे डोळे लावून धर्माचेंच ध्यान करीत निमूट बसतात. स्वार्थ साधणें तरी तो धर्मानेंच साधावा अशी त्यांची उमेद असते. अशांच्या तोंडून भलतें बाहेर येणेंच नाहीं. मला तरी असें वाटतें कीं, त्यांनीं जो निरोप तुला सांगितला आहे, तो सत्य, न्याय व धर्म यांना धरूनच आहे; आणि तूं सत्याला स्मरशील तर या त्यांच्या निरोपावर, 'मी तुमचा अंश तुम्हांला देतों,' याखेरीज दुसरें तिसरें उत्तर देण्याची तुझी सोयच नाहीं. मी हें केवळ पक्षपातानें बोलत असेन, तर येथें हे इतके राजे बसले आहेत—हे तुझे हितैषी आहेत, यांनीं धर्मार्थ मनांत आणून स्पष्ट सांगावें कीं, मी सत्य बोलतों कीं अन्यथा. हे पुरुषश्रेष्ठा, अकारण क्रोधाधीन होऊं नको, शांत हो, पांडवांशीं सख्य धर आणि या क्षत्रियांना मृत्युपाशांतून सोडव. यांचे फुकट बळी पाडूं

नको. पांडवांना न्यायानुसार वडिलार्जित राज्याचा वांटा देऊन टाक; आणि कृतार्थ होऊन आपल्या पुत्रांसह खुशाल वाटेल तसे सुखविलास भोग.

हे नरपते, युधिष्ठिराला अजातशत्रु म्हणतात हें ध्यानांत ठेव. सज्जनांचा मार्ग सोडून तो केव्हांही जात नसतो. बरें, तुझ्याशीं व तुझे पुत्रांशीं त्याचें वर्तन किती तरी उदार आहे तें तुला ठाऊकच आहे; तें विसरूं नको. तूं इतका त्याला जाळला पोळलास, त्याला हांकून लावलास, तरी पुनरपि तो तुझ्याच पायांशीं आला, हें त्याचें सालसपण पहा. तूं व तुझ्या पुत्रांनीं त्याला इंद्रप्रस्थाला काढून लाविलें, तरी तेथें जाऊनही त्यानें सर्व राजे जिंकून तुला अनुकूल करून दिले; पण तुझ्याबाहेर मिळून तो कसा तो गेला नाहीं. याप्रमाणें तो इमानानें व निर्मळपणानें वागत असतांही, त्याचें धनधान्य, चीजवस्त व त्याचा सर्व मुलूख लुबाडण्याच्या बुद्धीनें शकुनीनें त्याशीं कपट मांडिलें त्या कपटापायीं सर्वस्वहानि होऊन अखेरीस त्याची अर्धांगी द्रौपदी भरसभेंत तुझ्या पुत्रांनीं त्याचे डोळ्यांदेखत फरफर ओढिली, छळली, तथापि तो मिळून आपल्या क्षत्रधर्मापासून बालाग्रही ढळला नाहीं. धन्य त्याचें गांभीर्य ! खराखराच थोर तो !

हे भारता, मी पक्षपात करण्याला आलों नाहीं. तुझें व त्यांचें असें दोघांचेंही कल्याण व्हावें अशी माझी फार फार इच्छा आहे. मला तरी एवढी उठाठेव कां म्हणशील तर, तुमच्या कलहानें अलमदुनियेची होळी होईल असें मला स्पष्ट दिसत आहे. तस्मात्, असला हा घोर अनर्थ न ओढवावा, आणि या बिचाऱ्या प्रजा धर्माला, अर्थाला, सुखाला आणि प्राणाला सुखासुखीं मुकूं नयेत, एवढ्याकरितां मी मुख्यतः इतक्या झख्या खातों आहें. तर ही नाशकारक बुद्धि तूं सोडून दे. हे राजा, तुझ्या या पुत्रांची लोभबुद्धि अमर्याद, वाढली असून तीपायीं ते अनर्थाला अर्थ समजत आहेत; आणि खऱ्या स्वहिताला अहित समजत आहेत. अशांना आवरून ताळ्यावर आण. आतां मी फार कांहीं लांबवीत नाहीं. तुला मोजक्या शब्दांत सारांश सांगतों. शत्रुमर्दन पांडव तुझे शुश्रूषेलाही तयार आहेत, तसेच जरूर तर युद्धालाही कंबर कसून सिद्ध आहेत. या दोहोंपैकीं तुला पटत असेल तें पतकर.

वैशंपायन सांगतातः—श्रीकृष्णाच्या ह्या भाषणाचीं यावत् राजांनीं मनांतले मनांत तारीफ केली; परंतु पुढें होऊन तसें स्पष्ट बोलून दाखविण्याची कोणाची छाती होईना.

अध्याय शहाण्णवावा.

—:०:—

परशुरामाचें भाषण.

वैशंपायन सांगतातः—महात्म्या केशवानें याप्रमाणें भाषण केलें असतां सर्व सभासद थरारून जाऊन स्तिमित होऊन बसले. कोणीच बोलण्याला पुढें कसा येत नाहीं म्हणून जो तो आपल्या मनाशींच विचार करीत बसला. याप्रमाणें सर्व राजमंडल स्तब्ध बसलेलें पाहून जमदग्निपुत्र परशुरामानें त्या कौरवसभेंत भाषण केलें:—हे राजा, मी तुला दृष्टांत म्हणून एक खरीखुरी घडलेली गोष्ट सांगतों, तीवर पूर्ण विश्वास ठेवून तूं ऐक; आणि ती तुला बरीशी वाटल्यास तींतून आपले कल्याणाचा बोध तूं घे.

दंभोद्भवाख्यान.

पुरातन काळीं दंभोद्भव नांवाचा एक सार्वभौम राजा होऊन गेला. आमचे असें ऐकिवांत आहे कीं, तो अखिल पृथ्वीचें राज्य करीत

होता. तो मोठा बलाढ्य व महारथी होता. त्याचा नित्यसंप्रदाय असे कीं, रात्र सरून प्रात:काल झाला रे झाला कीं ब्राह्मण व क्षत्रिय यांस त्यानें प्रश्न करावा कीं, 'चतुर्वर्णीपैकीं मजहून सरस किंवा निदान माझ्या तोडीचा असा कोणी शस्त्रधर वीर आहे काय?' स्वबलदर्पानें तो उन्मत्त झाला असल्यानें त्याला दुसरें तिसरें कांहीं सुचतच नसे. कोणीही भेटो, त्याला हाच प्रश्न करीत तो सर्वभर फिरत असे. याप्रमाणें आत्मश्लाघा करीत तो फिरत असतां, कोणी कोणी विद्वान्, सर्वत: निर्भय व धीराचे ब्राह्मण त्याच्या ह्या मूर्खपणाबद्दल त्याची खडखडीत कानउघाडणी करण्यास मागें पहात नसत. तथापि तो वैभवमदानें बेताल झाला असल्यानें, ब्राह्मणांनीं पुन:पुन: झाडला असतांही आपला क्रम सोडीना. कोणीही ब्राह्मण भेटो, त्याला त्याचा प्रश्न हा ठेवलेलाच. अखेरीस त्याच्या ह्या वर्तनानें अगदीं पिसाळून जाऊन कांहीं आत्मसाक्षात्कारी व तपस्वी अशा ब्राह्मणांनीं त्या फुशारखोराला साफच सांगितलें कीं, 'हे राजा, संग्रामांत हजारोंचा एकदमच समाचार घेणारे असे दोन पुरुषश्रेष्ठ आहेत, त्यांच्या तूं पासंगाला देखील लागणार नाहींस!' याप्रमाणें ब्राह्मणांनीं दडपून सांगतांच त्यानें त्यांस उलट विचारिलें कीं, 'तुम्ही म्हणतां ते असे वीर तरी कोण? ते आहेत कोठें? त्यांचा जन्म कोठें? त्यांचा धंदा काय? तें मला कळूं द्या.' ब्राह्मणांनीं उत्तर केलें, "आमच्या ऐकण्यांत असें आहे कीं, 'ते दोघे पुरुष म्हणजे नरनारायणच मनुष्यलोकीं अवतीर्ण झालेले असून गंधमादन पर्वतावर खडतर व आनिर्वाच्या तपश्चर्या करीत राहिले आहेत, तुला जर एवढी खुमखुम आहे तर जा, त्यांशीं सामना कर."

हे शब्द त्याला सहन न होऊन तो प्रचंड षडंग सैन्य (रथ, गज, अश्व, पदाति, उष्ट्र व शकट) बरोबर घेऊन तत्काल त्याकडेस जाण्यास निघाला. जातां जातां बिकट आणि भयंकर अशा गंधमादन पर्वतावर तो पोंचला; व तेथें त्यानें बारकाईनें शोध चालविला असतां, तहानभुकेनें वाळून जाऊन शरीराचा सांपळा झालेले व थंडी, वारा, ऊन्ह यांनीं अगदीं सुकून गेलेले असे ते नरोत्तम एका दाट गढींत तपस्या करीत बसलेले त्याला आढळले. त्यांना पाहातांच तो त्यांजवळ गेला आणि अभिवंदन करून त्यांस त्यानें अनामय प्रश्न केला. तपस्व्यांनींही फल, मूल, आसन, उदक वगैरे देऊन राजाचा प्रथम सत्कार करून 'आपले येण्याचा उद्देश काय?' म्हणून राजास विचारिलें, तेव्हां त्यानें पूर्वोक्त कहाणी त्यांस सांगितली. तो म्हणाला, "मीं माझ्या बाहुबलानें सर्व पृथ्वी जिंकिली असून सर्व शत्रु मारून टाकिले. आतां माझ्याशीं युद्ध करण्यास कोणीही उरला नसल्यामुळें, तुमच्याबरोबर दोन हात करावे या इच्छेनें मी इतका दूर या पर्वतावर आपले दारीं चालून आलों आहें. माझी फार दिवसांपासूनची ही इच्छा आहे. करितां आपण कृपा करून मज अतिथीला हीच भिक्षा घालून आतिथ्यधर्म संपादावा एवढें काय तें मागणें आहे."

नरनारायण म्हणाले, 'हे राजश्रेष्ठा, या आमचे आश्रमांत (युद्धाला प्रेरक अशा) क्रोध व लोभ या विकारांचें वारें देखील नाहीं. मग युद्ध कशाचें? शस्त्र तरी कोठूनचें आणि तुझ्याशीं तेढ बांधणारा प्रतिस्पर्धी तरी कोठून आणावा? पृथ्वीवर अनेक क्षत्रिय पडले आहेत, तिकडे कोणाकडे तरी जा आणि आपली युद्धलालसा पुरी करून घे.' परशुराम म्हणाले, धृतराष्ट्रा, याप्रमाणें ते सामोपचारानें त्याचें

निवारण करीत असतां तो पुनःपुनः आग्रहानें त्यांच्या गळीं पडूं लागला. तरीही त्या तपोनिधींनीं त्याच्या अतिप्रसंगाबद्दल त्याला अनेक वेळां क्षमा करून त्याला शांत करण्याचा व त्याची समजूत घालण्याचा शिकस्त प्रयत्न केला. पण तो मिळून कसा तो आपला हेका सोडीचना. असें जेव्हां झालें तेव्हां शेवटीं त्या त्यांतील नरसंज्ञक ऋषीनें हातांत मूठभर बरूच्या काड्या घेऊन दंभोद्भवाला म्हटलें, "हे क्षत्रिया, तुला युद्धाची फारच खुमखुम आली आहे, त्यापक्षीं आतां युद्धास सिद्ध हो. तुझ्याजवळ असतील नसतील तीं सर्व शस्त्रास्त्रें तयार ठेव आणि तुझी ही सर्व प्रचंड सेना नीट युक्तीनें रच, व माझ्यापुढें उभा राहा. म्हणजे मी तुझी एकदांची भुजकंडू निववूनच टाकितों." दंभोद्भव म्हणाला, 'हे तापसा, मजसारख्या योद्ध्यावर टाकण्याला हें बरूचें मिंटच योग्य अस्त्र आहे असें तुला वाटत असलें तरी माझी हरकत नाहीं. कोणीकडून तरी युद्धेच्छा पुरवून घेण्यासाठींच मी आलों आहें. तुझी मर्जी असल्यास अशानेंही मला युद्ध कबूल आहे. तुझा विचार तूं नीट कर म्हणजे झालें.' असें बोलून त्या तपस्व्याचा वध करण्याच्या इच्छेनें त्या दंभोद्भवानें व त्याचप्रमाणें त्याच्या सैनिकांनींही चौफेर सारखा बाणांचा पाऊस पाडून त्याला जसा कोंडून टाकिला; परंतु तो याप्रमाणें शत्रूचे शरीराच्या चिंध्या चिंध्या करून टाकणारे असे एकावर एक भयंकर बाण वर्षून राहिला असतांही त्याची पर्वा न करितां त्या बाणांना कसपटाप्रमाणें लेखून मुनि आपला त्याच्या सैन्यावर काड्याच फेंकीत राहिला. अखेरीस त्या अचूक वेध करणाऱ्या अजिंक्य मुनीनें मोठें भयंकर व अप्रतीकार्य असें ऐषिकास्त्र सोडिलें. त्याबरोबर एक अद्भुतच चमत्कार दृष्टीस पडला. अस्त्रमोक्षाबरोबर मुनीच्या योगमायाबलानें त्या सर्व सैनिकांचे डोळे, नाक, कान काड्यांनीं विद्ध होऊन अगदीं भरून गेले; व सर्व सैन्याला याप्रमाणें व्यापून आसपास सर्व अंतरिक्षही त्या बरूच्या योगानें शुभ्र होऊन राहिलें. असा अतर्क्य प्रभाव दृष्टीस पडतांच त्या दंभाची घमेंडीच जिरली. मग तत्काल मुनीच्या पायां पडून 'माझें कल्याण असावें' म्हणून तो प्रार्थना करूं लागला.

त्या कालीं, हे राजा शरणागतांवर सदैव कृपा करणाऱ्या त्या मुनीनें त्याला म्हटलें, "ठीक आहे. तुला अभय आहे. परंतु पुनः असें करूं नको. ब्राह्मणांविषयीं पूज्यबुद्धि ठेव आणि धर्मनिष्ठ हो. अरे, तुझ्यासारख्या क्षात्रधर्माला स्मरणाऱ्या शूरानें, खरें म्हटलें असतां, असला परपीडेचा प्रकार केव्हां सुद्धां मनांत आणूं नये. तुला ही एक गोष्ट बजावून ठेवितों कीं, कोणी लहान भेटो, भारी भेटो, स्वबलाचे घमेंडीवर त्याला धिक्कारूं नको. अहंकार, लोभ, मोह सर्व सोडून जितेंद्रिय, मनोनिग्रही व क्षमाशील राहून मोठ्या विचारानें, सौम्य रीतीनें व दयार्द्र दृष्टीनें प्रजांचें पालन करीत जा, आणि बलाबल न जाणतां आजच्याप्रमाणें कोणाचीही खोडी काढूं नको. आतां तूं माझ्या अनुज्ञेनें खुशाल परत जा, आणि पुनः असें करूं नको. जे कोणी ब्राह्मण तुला भेटतील त्यांना आम्हीं कुशल पुसलें आहे म्हणून सांग." याप्रमाणें मुनींनीं निरोप दिल्यावर तो राजा त्यांचें पादवंदन करून स्वपुरास गेला व अतिशयच धर्मानें वागूं लागला.

हे धृतराष्ट्रा, त्या नरमुनीनें हें जें कर्म केलें तें तर अद्भुत खरेंच, पण नारायण मुनीचें सामर्थ्य तर त्याच्याहीपेक्षां किती तरी पटींनीं अधिक आहे; आणि हेच नरनारायण हल्लींचे पार्थ-केशव होत. यासाठीं तुला उघडून

सांगतों कीं, जोंपर्यंत अर्जुनानें आपल्या श्रेष्ठ गांडीवाला बाण जोडला नाहीं, व जोंपर्यंत त्यानें काकुदीक, शुक, नाक, अक्षिसंतर्जन, संतान, नर्तक, घोर आणि आस्यमोदक हीं आठ अस्त्रें योजिलीं नाहींत, तों तूं दुरभिमान टाकून अर्जुनाकडे जा. कारण हीं आठ अस्त्रें म्हणजे क्रमशः काम, क्रोध, लोभ, मोह, मद, मान, मत्सर व अहंकार या आठ विकारांचींच पर्यायस्वरूपें म्हटलीं जातात. यांनीं वध केल्यावर, कोणी कसाही मनुष्य असो, तो मरण पावावयाचाच. यांचा प्रयोग झाला असतां कोणी मनुष्य उन्मत्त होतात; कोणी बेशुद्ध होतात; कोणी झोंपेनें घोरत पडतात तर कोणी उलथेपालथे तडफडत लोळतात; कोणाला ओकारी लागते; कोणाच्या हाग्यामुत्या चळतात; कोणी सारखे रडतच बसतात; तर कोणी आपले हंसतच सुटतात. असले नानाप्रकारें हाल हाल होऊन मनुष्य मरतात, पण त्या तडाक्यांत कोणी वांचत मिळून नाहीं. हे धृतराष्ट्रा, अर्जुन हा युद्धांत अजिंक्य आहे हें निराळें वर्णून तरी कशाला दाखविलें पाहिजे? चराचरांचा निर्माणकर्ता, सर्व लोकांचा सत्ताधीश व सर्व कृत्यें जाणणारा परमात्मा नारायण ज्याचा जिवलग मित्र आहे, व वज्रदेही हनुमान् ज्याच्या ध्वजावर आहे, व जो जातीनेंही युद्धांत अतुलच आहे, अशा त्या विजयी वीर अर्जुनाचा मारा संग्रामांत सहन करणारा या त्रिभुवनांत तरी कोणी सांपडेल काय? या कुंतीपुत्र धनंजयाचे अंगांत असंख्य गुण आहेत, याची तुला ओळख आहेच; आणि अशाला जोडीदार त्याहूनही विशिष्टगुणी जनार्दन मिळाला आहे. म्हणजे मी ज्यांचें उपाख्यान सांगितलें ते पुरुषोत्तम नर-नारायणच हे अर्जुन-केशव वीर आहेत. हें जर तूं पक्कें ओळखिलें आहेस आणि माझे सत्यतेबद्दल जर तुला तिळप्राय शंका नसेल व पांडवांशीं फूट राखण्यांत आपलें कल्याण नाहीं हें जर तुझे मनानें खास घेतलें असेल, तर युद्धाचा विचार सोडून दे आणि थोर मन करून पांडवांचा स्नेह संपाद. बा भारतोत्तमा, तुमचें हें कुरुकुल या लोकांत थोर मानिलें जात आहे, तर त्याचा हा थोरपणा कायम राख. यासाठीं तूं खऱ्या स्वहिताचा नीट विचार करून चाल म्हणजे तुझें निःसंशय कल्याण होईल, हा माझा आशीर्वाद आहे.

अध्याय सत्याण्णवावा.

—:०:—

कण्वाचें भाषण.

वैशंपायन सांगतातः—याप्रमाणें जामदग्न्याचें भाषण ऐकून मुनिवर भगवान् कण्वांनींही त्या कुरुसभेंत दुर्योधनाला उद्देशून भाषण केलें. कण्व म्हणालेः—ज्याप्रमाणें लोकस्रष्टा ब्रह्मदेव हा अक्षय व अविनाशी आहे, त्याचप्रमाणें ते भगवान् नरनारायण ऋषि आहेत. सर्व देवांमध्यें विष्णुच काय तो अजिंक्य, अविनाशी सनातन, शाश्वत व ईश्वर आहे. त्याशिवाय, बाकी सर्व——चंद्र, सूर्य, पृथ्वी, जल, वायु, अग्नि, आकाश, ग्रह, तारागण हीं निमित्तानें नाश पावणारीं आहेत. जगताचे क्षयाबरोबर हीं सर्व त्रैलोक्यांतून नष्ट होतात, व उत्पत्तीसमवेत पुनःपुनः उत्पन्न होतात. मोठ्यांची ती ही दशा, मग इतर जे मनुष्य, पशु, पक्षी, कृमि, कीटकादि तिर्यक् योनींतील सर्व प्राणी व जीवलोकांत संचार करणारे यावत् सर्व प्राणी हे तर क्षणभंगुरच आहेत. त्यांतही विशेषतः राजेलोकांचें आयुष्य लक्ष्मीचे उपभोगांत हां हां म्हणतां क्षीण होतें आणि ते पुनरपि नवा जन्म घेऊन पापपुण्यांचीं फळें भोगण्यासाठीं नव्या उमेदीनें प्राप्त होतात. एतावता, इतरां-

पेक्षां राजेलोकांचे कपाळीं जन्ममरणाचे हिसके जास्त. याकरितां तुला सांगतों कीं; युद्धावर बारी आणून या सर्व राजांना तरुणपणींच असते आयुष्यांत मृत्युमुखीं घालून इतक्यांत हिसके मारावयास लावूं नको. धर्मपुत्र युधिष्ठिराशीं सख्य कर आणि कौरव व पांडव या उभयतांना मिळून पृथ्वीचें पालन करूं दे. यांत तुला अधिक शोभा आहे. हे दुर्योधना, तूं बलवंत असलास तरीही ' बलवान् काय तो मी आहें ' अशी घमेंड ठेवूं नको. बाबारे, म्हण आहे, ' बहुरत्ना वसुंधरा ! ' त्याप्रमाणें पहावें तों पृथ्वीवर शेरास सव्वाशेर आढळतातच. शिवाय तुला सांगून ठेवितों कीं, ज्यांच्या स्वतःचेच मनगटांत जोर आहे असे (पांडवांसारखे) लोक हे भोंवतीं मिळविलेलें बल (सैन्य) यास बल (उपयुक्त सामर्थ्य) असें समजतच नाहींत. यामुळें तुझी जी या असंख्य सैन्यावर भिस्त आहे ती पांडवांपुढें व्यर्थ आहे. पांडवांचा पराक्रम अमानुष म्हणजे केवळ दैविक आहे. त्यांशीं स्वबलाचे घमेंडीवर स्पर्धा करण्यांत तुझी अखेर चांगली होणार नाहीं हें पक्कें समज. याविषयीं मी तुला एक पुरातन इतिहास सांगतों, तो ऐक.

मातलीची कथा.

त्रिलोकाधिपति इंद्राचा मातलि म्हणून एक प्रख्यात सारथि आहे. त्याचे कुलांत एकच कन्या निपजली, परंतु रूपाविषयीं तिची सर्व लोकांत प्रख्याति होती. ती केवळ देवरूपिणीच होती. तिचें ' गुणकेशी ' असें सुप्रसिद्ध नांव होतें. लावण्यानें व शरीरानें इतर सर्व स्त्रियांवर तिची ताण होती. ती उपवर झाली असतां, ' हिचा दानसमय आला, हिला आतां वर शोधिला पाहिजे ' असें वाटून तो स्वस्त्रीसह या वरयोजनेचे विचारांतच गढून राहिला. तो म्हणाला, ' मीं आपल्याकडून देवलोक आणि मनुष्यलोक हे उभयही मनुष्यदृष्टीनेंच शोधून पाहिले, पण असल्या रत्नाला अनुरूप असा कोणीच वर मला आढळत नाहीं. कसें करावें ? खरेंच, शीलानें थोर, योग्यतेनें उंची, विशेष नांवलौकिकवान् आणि (मजप्रमाणें) अंतःकरणाचे कोमल, अशांच्या कुलांत कन्या उपजूं नये हें चांगलें. कारण अशा ठिकाणीं कन्या जन्मली असतां मातृकुल, पितृकुल व पतिकुल—या तीन सत्कुलांना ती घोंटाळ्यांत घालते. '

कण्व सांगतातः—याप्रमाणें उद्गारून त्यानें पुनरपि देव, दैत्य, मनुष्य, गंधर्व व असंख्य ऋषि हे सर्वही तपासून पाहिले, परंतु त्यांपैकीं कोणीही वर म्हणून त्याला पटेना. तेव्हां रात्रौ आपल्या सुधर्मा नामक भार्येसह खलबत करून वरार्थ नागलोकीं गमन करावें असा त्या मातलीनें विचार ठरविला. तो म्हणाला, ' माझ्या लाडक्या गुणकेशीच्या रूपाला शोभेल असा वर देव किंवा मनुष्य यांत तर आढळत नाहीं; पण बहुधा नागांत सांपडेल. कारण, नागांची कोमलपणाविषयीं व रूपाविषयीं फार ख्याति आहे. याकरितां नागलोकीं जावें. ' असा भार्येसह संकेत करून तिला उजवी घालून, तिचा निरोप घेऊन व कन्येचें मस्तक हुंगून तो भूतलांत शिरला.

अध्याय अठ्ठ्याण्णवावा.

—:०:—

वरुणलोकवर्णन.

कण्व सांगतातः—मातलि जात असतां, महर्षि नारद हे वरुणाची भेट घ्यावी म्हणून निघाले होते, त्यांची व त्याची सहजवृत्ति गांठ पडली. तेव्हां नारदांनीं त्यास विचारिलें, ' हे सूता, तूं कोणीकडे चाललास ? स्वतःची कामगिरी आहे ? किंवा स्वामी इंद्राची कांहीं आज्ञा

आहे ? ' याप्रमाणें मार्गीत नारदांनीं प्रश्न करितांच मातलीनें त्यांना कच्ची हकीकत सांगून आपला उद्देश कळविला. तो ऐकून नारद त्याला म्हणाले, ' नामी गोष्ट. मीही जलाधिपति वरुणाला भेटावें म्हणून स्वर्गाहून निघालों आहें; तुलाही पातालाकडे जाणें आहे. तेव्हां आपण दोघे जमूनच जाऊं. मी तुला हें सर्व भूतल बारकाईनें दाखवून तेथील सर्व हकीकत तुला सांगतों. कदाचित् एखादा अनुरूप वर येथेंही बारीक तपासाअंतीं मिळेल. नाहीं कोणीं म्हणावें ? ' याप्रमाणें बोलून ते उभयतां भूतलीं उतरले, तों लोकपाल जलाधिपति वरुण त्यांना भेटला. वरुणानें देवर्षीला योग्य असा नारदाचा सत्कार केला; व मातलीचा इंद्राप्रमाणें सत्कार केला. मग ते दोघेही प्रसन्न होऊन ' आम्हांला कांहीं कामाची अन्यत्र जरूरी आहे. ' असें वरुणाला सांगून त्याचा निरोप घेऊन नागलोकाला गेले.

भूगर्भांतील सर्व प्राण्यांची पूर्ण माहिती नारदांस होतीच तेव्हां त्यांनीं खडान्‌खडा त्या सारथ्याला ती माहिती सांगितली. नारद म्हणाले, ' हे मातले, जलाधिपति वरुण तर तूं पुत्रपौत्रांसह पाहिलासच. आतां त्या वरुणाचें सर्व प्रकारें शुभ व सर्व उपभोग्य वस्तूंनीं समृद्ध असें हें स्थान पहा. त्या महाज्ञानी अपांपति वरुणाचा हा कमलाप्रमाणें सुंदर नेत्रांचा पुष्कर नामक पुत्र आहे, हा शीलानें, वर्तनानें व शुचिर्भूतपणानें इतरांहून विशिष्ट असल्यामुळें बापाचा विशेष आवडता आहे. हा मोठा देखणा व मनोहर असल्यामुळें सोमकन्येनें ह्याला पति वरिलें आहे. ह्या सोमकन्येला 'ज्योत्स्नाकाली' असें म्हणतात. रूपानें ही केवळ प्रतिलक्ष्मीच आहे. या पुष्कराला अदितिही आपला ज्येष्ठ व श्रेष्ठ पुत्र असें मानिते. असो; हे इंद्रमित्रा, हें वरुणाचें कनकमय सुराभवन (दारू ठेवण्याचें घर) पहा. हें हातीं लागल्यामुळें तर देवांना सुर[1] ही संज्ञा प्राप्त झाली. हे मातले, इकडे पहा, त्या देवांनीं युद्धांत दैत्यांचीं राज्यें जिंकून त्या दैत्यांपासून हिसकून घेतलेल्या सर्व प्रकारच्या आयुधांच्या राशी अजून झळकत आहेत. हीं आयुधें अक्षय्य असून केवळ वीरांनींच वापरलेलीं, व सोडली असतां सोडणाराच्या हातीं आपोआप परत येऊन बसणारीं अशीं अद्‌भुत आहेत. याच ठिकाणीं पूर्वीं दिव्यास्त्र-धारण-कर्ते राक्षसजातीय व दैत्यजातीय वीर देवांनीं जिंकिले. या वारुण डोहांत हा प्रचंड ज्वालांनीं युक्त अग्नि सदैव जागृत असतो; आणि याच निर्धूम अग्नीचे दीप्तीनें विष्णूचें सुदर्शन अभिव्याप्त आहे. लोकसंहारार्थ राखून ठेविलेला हा गांडीमय चाप तेथें आहे. यावर देवांची सतत रखवाली असते. गांडी म्हणजे गेंडा नामक पशु—त्याच्या पाठीच्या कण्याचा हा केला असल्यामुळें याला गांडीव धनुष्यही म्हणतात. त्याचा चमत्कार असा आहे कीं, जसजसें कार्य उत्पन्न होईल तसतसें सामर्थ्य याचे ठिकाणीं प्रकट होतें; वेळ पडल्यास शंभर किंवा हजार धनुष्यांचें सामर्थ्य निश्चित येतें. हें प्रचंड आयुध ब्रह्मवादी ब्रह्मदेवानें निर्माण केलें. हें राक्षसतुल्य जे उद्धट आणि अदम्य राजे त्यांना देखील शासन करितें. राजांना तर हें सुदर्शन चक्रापेक्षांही अधिक भयंकर भासतें. हें महाभाग्यदायक धनुष्य वरुणाचे पुत्र वापरीत असतात. येथें छत्रीधरांत ही वरुणाची छत्री आहे, हिजपासून बर्फासारख्या थंडगार पाण्याचा सर्वदा मेघाप्रमाणें चौफेर वर्षाव होत असतो. छत्रापासून वर्षणारें हें

१ म्हणजे भूपृष्ठ नव्हे.

१ सुराप्रतिग्रहाद्देवाः सुरा इत्याभिविश्रुताः (रामायणम्.)

पाणी चंद्राप्रमाणें स्वच्छ असतांही गडद अंधकारानें व्याप्त असल्यामुळें जनदृष्टीस येत नाहीं. हे मातले, या प्रकारच्या अनेक दर्शनीय वस्तु तेथें आहेत. परंतु, सर्वांचें वर्णन करीत बसल्यास तुझ्या मुख्य कार्याला नसता अडथळा होईल, म्हणून आतां अधिक न सांगतां आपण असेंच येथून चालूं.

अध्याय नव्याण्णवावा.

—:०:—

पातालवर्णन.

नारद सांगतातः—आपण आतां पातालांत आलों. या नगरांत दैत्यदानव राहातात. हें नागलोकाच्या अगदीं मध्यस्थानीं आहे. पृथ्वीवर संचार करणारे जे कोणी प्राणी पाण्याच्या लोटाबरोबर येथें येतात, ते आंत शिरतांना भयभीत होऊन मोठा आर्तनाद करितात. जलाहार करणारा आसुराग्नि येथें सदाही धडकलेला असतो. याला देवांनीं मोठ्या यत्नानें जखडून मर्यादित केलें आहे; नाहीं तर हा सर्व समुद्र व लोकही भस्म करिता; आणि ही मर्यादा हा अग्निही जाणून आहे. शत्रूंना मारल्यावर विजयी देवांनीं पिऊन उरलेलें अमृत येथेंच ठेवून दिलें आहे; व या कारणानेंच येथून अन्य ठिकाणीं चंद्राला क्षयवृद्धि दृष्टोत्पत्तीस येतात. अदितीचा पुत्र विष्णु हें नामरूपात्मक जगत् वेदवाणीनें भरून काढण्याकरितां हयग्रीव नामक अवतार वेळोवेळीं येथेंच धारण करून प्रकट होतो. या पुराला **पाताल** असें नांव देण्याचें कारण असें कीं, जेवढ्यामिळून वरिष्ठ जलमूर्ति आहेत, तेवढ्यांपासून **अलं** म्हणजे प्रचुर असा जलाचा **पात** म्हणजे प्रवाह किंवा स्राव येथें होत असतो. जगत्कल्याणेच्छु ऐरावत नामक हत्ती येथूनच उदक नेऊन मेघांत ठेवितो आणि त्याचाच मग इंद्र पाऊस पाडितो. नानाप्रकारचे व नानारूपांचे तिमि नामक जलचर, चंद्रप्रकाशपान करून येथील जलांतच वसति करितात. या पातालपृष्ठाचा आश्रय करून राहाणारे असे पुष्कळ प्राणी आहेत कीं, जे दिवसा सूर्यकिरणांमुळें मरण पावत असतां, रात्रौ पुनः जिवंत होऊन उठतात. या स्थलीं चंद्र नित्य उदय पावून आपल्या किरणरूप करांनीं येथील अमृतास स्वतः स्पर्श करून मग आपल्या करस्पर्शानें जीवांना जगवितो. काल फिरल्यामुळें इंद्रानें ज्यांचें राज्य हिसकून घेऊन ज्यांस खोड्यांत टाकून दिलें आहे असे ते धर्मनिष्ठ दैत्य येथेंच राहातात. याच ठिकाणीं भूतपति महेश्वरानें प्राणिमात्राच्या अभ्युदयार्थ महत्तप केलें. जीव जाई तों वेदांची घोकंपट्टी केल्यामुळें ज्यांचे अंगावर लवभरही मांस उरलें नाहीं, तथापि ज्यांनीं वेळेवर जें स्थळ असेल तेथेंच पडावें, कोणी खाऊं घालील तें खावें व कोणी अंगावर टाकील तेंच पांघरावें अशा तऱ्हेचें **गोव्रत** आचरण करून स्वर्ग प्राप्त करून घेतला, असले महर्षि येथें असतात. तसेच सुप्रतीकाच्या वंशांत जन्मलेले ऐरावण, वामन, कुमुद व अंजन नामक श्रेष्ठ दिग्गज येथेंच आहेत. इतके लोक मीं तुला दाखविले, यांमधून एखादा तरी गुणांनीं तुला जांवई पटतो काय तें मला विचार करून सांग. पटत असेल तर मग त्याकडे जाऊन खटपट करून मी त्याला तुझ्या वतीनें आपलासा करितों. स्वतेजानें डोळे दिपवून टाकणारें हें अंडें सृष्टीच्या उत्पत्तीपासून येथें उदकांत टाकिलेलें आहे. हें उकलतही नाहीं किंवा इकडे तिकडे हालतही नाहीं. हें कधीं उत्पन्न झालें, किंवा याचा स्वभाव काय, हें मीं कधींही कोणालाही सांगतांना ऐकिलें नाहीं. तसेंच याचे आईबापांची कोणासही माहिती नाहीं. हे मातले, इतकें मात्र ठाऊक

आहे कीं, प्रलयकालीं यांतून प्रचंड अग्नि उत्पन्न होऊन चराचरासह त्रैलोक्य भस्म करून टाकितो.

नारदांचें भाषण ऐकून मातलि म्हणाला, ' येथें मला कोणीही पसंत पडत नाहीं, याकरितां विलंब न लावितां अन्यत्र चला.

अध्याय शंभरावा.

—:०:—

हिरण्यपुरवर्णन.

नारद म्हणतात.—नानाप्रकारच्या कपटशक्तींसह संचार करणाऱ्या दैत्यदानवांचें अतिप्रसिद्ध जें निवासस्थान तें हें. याला हिरण्यपुर म्हणतात. हें पातालाला लागूनच आहे. मयासुरानें प्रथम याचा मनांत नकाशा काढिला आणि मग विश्वकर्म्यानें मोठ्या मेहनतीनें त्याबरहुकूम हें निर्माण केलें. या नगरांत पूर्वकालीं देवांनीं अनेक वर दिलेले, मोठे तेजस्वी व हजारों माया करणारे असे दानव राहातात. इंद्र, वरुण, यम, कुबेर किंवा दुसऱ्याही कोणाला हे दानव दाद देत नाहींत. हे मातले, या ठिकाणीं कालखंज, विष्णुपदोद्भव दैत्य, नैर्ऋत, यातुधान, व ब्रह्मदेवाचे चरणापासून उत्पन्न झालेले असुर राहातात. तसेंच, हे मातले, ज्यांच्या दाढा विक्राळ, वेग भयंकर व वाऱ्यासारखा प्रचंड पराक्रम असून ज्यांच्या अंगीं मायाशक्ति पूर्ण वसत आहे, असले युद्धाची गुर्मी न जिरलेले निवातकवचसंज्ञक दानव येथें राहातात. तुला माहीतच आहे कीं, इंद्राची देखील त्यांचे वाटेस जाण्याची छाती नाहीं. कारण, हे मातले, यांनीं अनेकदां तूं, तुझा पुत्र गोमुख, व पुत्रांसह शचीपति देवेंद्र यांचा मोड केल्याचें तुला स्मरत असेलच. आतां या नगरांतील हीं घरें पहाः—हीं सर्व शिल्पशास्त्राचे नियमांनुसार बांधलीं असून माणसांनीं गजबजलीं आहेत. यांतील कांहीं घरें रुप्याचीं आहेत; कांहीं सोन्याचीं, कांहीं वैदूर्य मण्यांचीं, कांहीं सुंदर पोवळ्यांचीं, कांहीं स्फटिकांचीं, कांहीं सूर्यकांत मण्यांचीं, तर कांहीं हिऱ्यांनीं झळकत आहेत. कांहीं मृण्मयशीं दिसतात, कांहीं पद्मरागमण्यांचींही दिसतात. इतर कांहीं एकजात दगडी, तर दुसरीं केवळ लांकडीचशीं दिसतात. कांहीं सूर्यासारखीं चमकत आहेत; कांहीं पेटलेल्या अग्नीप्रमाणें उज्ज्वल दिसत आहेत; कांहीं रत्नजालामुळें चित्रविचित्र दिसत आहेत व एकूण सारीं उंच व भक्कम आहेत. यांचा देखावा कसा आहे, यांचे बांधणीत मालमसाला काय काय घातला आहे, किंवा यांत सामान काय आहे, हें सांगतां येणें अशक्य आहे. हीं मोठ्या चतुर कारागिरांकडून बांधविलीं असून, यांचीं सर्व मापें शास्त्रोक्त प्रमाणांत आहेत. आतां दैत्यांचीं हीं क्रीडास्थानें पाहा: यांतील या रमणीय शय्या, हीं बहुमोल रत्नखचित आसनें व पात्रें, हे मेघकांति क्रीडाशैल, तसेंच त्यांवरून वहात येणारे हे पाण्याचे झरे, व इच्छेस वाटतील तशीं फलपुष्पें धारण करणारे फिरते वृक्ष—अशा येथें कौतुकमय अनेक वस्तु आहेत. तर, हे मातले, असल्या रमणीय स्थळीं तरी तुला कोणी वर पटतो काय? बोल. नसेल तर तुझी इच्छा असल्यास अन्य भूप्रदेशीं जाऊं.

मातलीनें उत्तर केलें, ' हे देवर्षे, देवांना न रुचणारी अशी गोष्ट मला करणें उचित नाहीं. हे बंधु—देवदैत्य—यांचें तर सदान्कदा वैर बांधलेलेंच आहे. असें असतां, देवांच्या शत्रुपक्षाशीं संबंध करणें मला कसें रुचावें? हे महर्षे, आपण अन्यत्र जाऊं, तेंच चांगलें. कारण, खरें म्हटलें तर मीं या दानवांचें तोंड देखील पाहूं नये. या हिंसावृत्ती दानवांना इष्ट

काय, तें मी पुरें ओळखितों आहें. यांचा मला कसा तो संबंध नको. उलट, आपले उदार अंतःकरणाचीही मला पूर्ण ओळख आहे. त्या अर्थी आपणांस अन्यत्र गमनाची तसदी देण्यास मला कशी ती शंका वाटत नाहीं. तस्मात् आपण अन्यत्र चलूं.

अध्याय एकशेंएकावा.

—:०:—

सुपर्णलोकवर्णन.

नारद म्हणतातः—मातले, आपण आतां या सुपर्णलोकास आलों. हा सर्पभक्षक पक्ष्यांचा मुलूख आहे. येथील या पक्ष्यांना वाटेल तसला अवचट पराक्रम करणें, पाहिजे तेथें पाहिजे तितक्या झपाट्यानें उडून जाणें, किंवा लागेल तितका प्रचंड भार उचलणें, या गोष्टींनीं कसे ते श्रमच होत नाहींत. हे सारथे, काश्यपपत्नी विनतेच्या वंशाची वृद्धि करणाऱ्या गरुडाच्या सुमुख, सुनामा, सुनेत्र, सुवर्चस्, पक्षिराट सुरुच् आणि सुबल या सहा पुत्रांचा हा सर्व वेलविस्तार आहे. या सहाजणांनीं आपली संतति फारच झपाट्यानें वाढविली. एकंदरींत काश्यपगोत्रोत्पन्न कुलीन गरुडपक्ष्यांचीं हजारों हजार कुलें उदयास आलीं आहेत. येथील सर्वही पक्षी श्रीमान् असून श्रीवत्सलांच्छनानें युक्त आहेत; व सर्वहीजण संपत्ति संपादितां यावी या उद्देशानें अंगांत धमक बाळगून आहेत. हे आचारानें क्षत्रिय असून मोठे निर्दय व सर्पभक्षक आहेत, आणि हे ज्ञातिक्षयकर्ते असल्यामुळें यांना ब्राह्मण्य मिळत नाहीं! हे मातले, साक्षात् परमात्मा विष्णूनीं या कुलाचा अंगीकार केला असल्यानें हें कुल परमश्लाघ्य आहे. या कुलांतील पक्ष्यांचें दैवत विष्णु; विष्णुच यांचा काय तो आधार; ह्यांच्या हृदयांत सदासर्वदा विष्णूचाच वास असून, यांची अखेर उडी विष्णूकडेच. याकरिता या कुलांतील ठळक ठळक पक्ष्यांचीं नांवें सांगतों, तीं ऐक. सुवर्णचूड, नागाशी, दारुण, चंडतुंडक, अनिल, अनल, विशालाक्ष, कुंडली, पंकजित, वज्रविष्कंभ, वैनतेय, वामन, वातवेग, दिशाचक्षु, निमष, अनिमिष, त्रिराव, सप्तराव, वाल्मीकि, दीपक, दैत्यद्वीप, सरिद्वीप, सारस, पद्मकेतन, सुमुख, चित्रकेतु, चित्रबर्ह, अनघ, मेषहृत, कुमुद, दक्ष, सर्पान्त, सोमभोजन, गुरुभार, कपोत, सूर्यनेत्र, चिरांतक, विष्णुधर्मा, कुमार, परिबर्ह, हरि, सुस्वर, मधुपर्क, हेमवर्ण, मालप, मातरिश्वा, निशाकर, दिवाकर. हे मातले, गरुडपुत्रांपैकीं हे केवळ उदाहरणार्थ म्हणून संक्षेपतः मुख्य मुख्य ते तुला सांगितले. येथील जे नांवलौकिकवान् व बलाढ्य आहेत अशांपैकीं हीं थोडीं नांवें आहेत. अशांतही तुला कोणी पसंत नसेल, तर, हे मातले, चल आपण अन्यत्र जाऊं. आतां मी तुला अशाच प्रदेशाला घेऊन जातों कीं, तेथें तुला खातरीनें वर आढळेल.

अध्याय एकशें दुसरा.

—:०:—

रसातल वर्णन.

नारद म्हणतातः—हे मातले, आपण हे आतां या रसातल नामक सातवे भूमितलाला आलों. येथें अमृतापासून निर्माण झालेली सर्व धेनूंची मूळ माता सुरभि नामक धेनु राहाते. पृथ्वींतील सारभूत अशा षड्रसांचेंही सार घेऊन बनलेला असा एक अनुपम रसच दुग्धरूपानें सतत तिच्या कांसेंतून गळत असतो. पूर्वीं ब्रह्मदेव आतृप्ति अमृतपान करून ढेंकरा देऊं लागले असतां त्याच्या मुखांतून ही निर्दोष सुरभि उत्पन्न झाली. मग तिचे कांसेंतून दुधाच्या धारा ज्या नेटानें वाहूं

लागल्या, त्यांच्या योगानें भूतलावर एक मोठा दुधाचा डोहच झाला. तोच हा परमपवित्र मानलेला क्षीरसमुद्र; शुभ्र फेनानें हा जसा कांहीं फुललेलाच दिसतो! याच्या तीरापर्यंत सभोंवार हा फेनाचा वेढा आहे. या फेनाचा देखावा इतका कांहीं मनोहर दिसतो कीं, कित्येक मुनि त्याचें स्वनेत्रांनीं जणूं पानच करितात कीं काय, इतक्या उत्कंठेनें त्याकडे पहात असतात. तसेंच ते निर्वाहार्थही त्या फेनाचेंच सेवन करितात व यामुळें ते 'फेनप' या नामानें प्रसिद्ध आहेत. हे फेनप इतके उग्र तप करितात कीं, देव देखील त्यांना वचकून असतात. हे मातले, या सुरभीपासून झालेल्या दुसऱ्या चार धेनु चारी दिशांना असतात. त्या दिशांच्या पालक व आश्रयभूत त्याच आहेत. पूर्व दिशेला धारण करणारी जी या सुरभीची लेंक आहे, तिचें नाम सुरूपा असें आहे. दक्षिणेला हंसिका व वरुणाचे दिशेला म्हणजे पश्चिमेला सुभद्रा आहे. ही सुभद्रा महासमर्थ असून विश्वांतील वाटेल तें रूप धरणारी आहे. हे मातले, ऐलविलाची (कुबेराची) म्हणून प्रसिद्ध अशी जी धर्माला अनुकूल उत्तर दिशा, तिचें धारण करणाऱ्या धेनूचें नांव सर्वकामदुधा असें आहे.

हे मातले, देव आणि असुर या दोघांनीं मंदर पर्वताची रवी करून या सौरभींचें दुधानें मिश्र झालेल्याच समुद्रांतील उदकाचें मंथन करून त्यांतून वारुणी (सुरा), लक्ष्मी आणि अमृत, अश्वरत्न उच्चैःश्रवा व कौस्तुभ नामक श्रेष्ठ मणि हीं रत्नें काढिलीं. ही एकटीच सुरभि सुधाहारी नागांना सुधारूप, स्वधाहारी पितरांना स्वधारूप, अमृताहारी देवांना अमृतरूप दुग्ध आपले कांसेंतून पुरविते. या रसातलांत राहाणारांनीं करून ठेविलेली एक जुनी म्हण जगतांत ऐकूं येते व ती विचारी लोकांनाही मान्य आहे. ती म्हण अशीः 'रसातलांतील वास जितका सुखावह आहे, तितका नागलोक, स्वर्गलोक किंवा त्रिविष्टप[1] विमानांतही नाहीं.'

अध्याय एकशें तिसरा.

—:०:—

नागलोकवर्णन.

नारद सांगतातः—मातले, देवेंद्राची जशी अमरावती राजधानी, तशीच ही सर्पांची भोगवती नामें राजधानी होय. हिचें वासुकि सर्प पालन करून आहे. आपल्या तपःसामर्थ्यानें प्रभावयुक्त पृथ्वीचें मस्तकीं अखंड धारण करणारा लोकप्रसिद्ध नाग शेष हा येथें आहे. धवलगिरीप्रमाणें याचा भव्य आकार असून नाना दिव्य भूषणांनीं तो मंडित आहे. हा अतिशय बलाढ्य असून याला हजार डोकीं आहेत व याच्या प्रत्येक मुखांतील जिव्हा म्हणजे केवळ अग्निज्वालाच आहेत. येथें नानारूपांचे व नानाविध भूषणांनीं अलंकृत असे सुरसेचे पुत्र नाग खुशालपणें नांदत आहेत. संख्येनें ते हजारों हजार आहेत. त्यांचे देहांवर मणि, स्वस्तिक, चक्र, कमंडलु, वगैरे चिन्हें असून ते स्वभावानें सर्वच मोठे भयंकर आहेत. त्यांमध्यें कांहींना हजार, तर कांहींना पांचशें, तर कोणाला शंभर, अशीं मस्तकें आहेत. कांहीं द्वितुंड, कांहीं पंचतुंड व कांहीं सप्ततुंडही आहेत. या नागांचीं शरीरें मोठीं जगड्वाळ व विशाल असून एकेकजण पर्वताएवढें वेटोळें घालितो. येथें सहस्रावधि, लक्षावधि व कोट्यवधि म्हटलें तरी चालेल—इतके एकच वंशांतले नाग आहेत. हे सर्व कोठवर सांगावे? पण त्यांपैकीं श्रेष्ठ श्रेष्ठ तुला सांगतों.

१ त्रिविष्टप आणि विमान असे दोन लोक कोणी मानतात.

श्रेष्ठ नाग.

वासुकि, तक्षक, कर्कोटक, धनंजय, कालीय, नहुष, कंबल व अश्वतर हे दोघे, बाह्यकुंड, मणि, आपूरण, खग, वामन, ऐलपत्र, कुकुर, कुकुण, आर्यक, नंदक, कलश, पोतक, कैलासक, पिंजरक, ऐरावत, सुमनोमुख, दधिमुख, शंख, नंद, उपनंद, आप्त, कोटरक, शिखी, निष्ठूरिक त्तित्तिरि, हस्तिभद्र, कुमुद, मत्स्यपिंडक, पद्मसंज्ञक दोघे, पुंडरीक, पुष्प, मुद्गरपर्णक, करवीर पीठरक, संवृत्त, वृत्त, पिंडर, बिल्वपत्र, मुषिकाद, शिरीषक, दिलीप, शंखशीर्ष, ज्योतिष्क, अपराजित, कौरव्य, धृतराष्ट्र, कुहुर, कृशक, विरजा, धारण, सुबाहु, मुखर, जय, बधिर, अंध, विशुंडि, विरस, सुरस हे आणि दुसरे असंख्य नाग कश्यपाचे संततीपैकीं आहेत. यांतून, हे मातले, तुला कोणी वर रुचेल तर पहा.

कण्व म्हणतातः—मातलीनें त्या नागांपैकीं एकाकडे अन्यग्र चित्तानें कांहीं वेळ सारखी टक लाविली, व तो प्रसन्न होऊन महर्षि नारदांना म्हणाला, ‘ कौरव्य व आर्यक यांच्या अग्रभागीं हा जो देखणा व तेजस्वी नाग बसला आहे, हा कोणाचा बरें कुलनंदन आहे ? याचा बाप कोण ? आई कोण ? व हा कोणत्या वंशाचा ध्वजभूत होऊन राहिला आहे ? हे देवर्षे, विनय, धैर्य, रूप व वय यांच्या योगानें हा माझ्या अगदीं मनांत भरून राहिला आहे. माझ्या गुणकेशीला हा सर्वथा योग्य वर होय. ’

कण्व सांगतातः—सुमुख नागाला पाहून मातलि मनांत आनंदित झाला, हें अवलोकन करून नारदांनीं त्याला सुमुखाचें माहात्म्य, जन्म व कर्म हीं सर्व निवेदन केलीं. नारद म्हणाले, ‘ हा नागराजा सुमुख ऐरावताच्या वंशांतला आहे. हा आर्यक नागाच्या पुत्राचा पुत्र व वामन नागाच्या कन्येचा पुत्र होय. हे मातले, याचा बाप चिकुर नामक होता. पण नुकताच तो गरुडानें मारिला. ’ हें ऐकून मातलि प्रसन्न मनानें नारदांस म्हणाला, “ हे तात, हा नागश्रेष्ठ मला जांवई पटला. मी याच्यावर प्रसन्न आहें. माझी प्रियकन्या खास यालाच द्यावयाची. तर हा योग जुळवून आणण्याचा आपण कृपा करून यत्न करा. ”

अध्याय एकशें चौथा.

—:०:—

वरप्रार्थना.

(मातलीची ती विनंती अंगिकारून) नारद सुमुख नागाचा पितामह जो आर्यक नाग त्याला म्हणालेः—आर्यका, हा गृहस्थ इंद्राच्या प्रीतींतला मित्र असून त्याचा मंत्री व सारथिही आहे. याचें नांव मातलि. हा पवित्र, शीलवान्, गुणवान्, तेजस्वी, वीर्यवान् व बलाढ्य असा आहे. प्रत्येक युद्धांत इंद्राच्या बहुतेक जवळ जवळ याचा पराक्रम दिसून येतो. देवदैत्यांच्या युद्धप्रसंगीं सहस्र अश्व जोडिलेला इंद्राचा उत्तम विजयी रथ हा नुसत्या मनोयोगानेंच आवरून धरितो. कोणाही शत्रूवर प्रथम हा अश्वांसह चाल करून गेल्यावर मग इंद्र त्या शत्रूला बाहूंनीं जिंकितो. कोणालाही अगोदर हा प्रहार करील तेव्हां मागून इंद्र त्यावर हात चालवितो. अशी याची योग्यता आहे. रूपानें जगतांत अप्रतिम, सत्यनिष्ठ, सुशील व गुणवती अशी याची गुणकेशी नामानें प्रसिद्ध एक कामनीय कन्या आहे. हे देवतुल्य तेजस्वी आर्यका, त्या कन्येला वर योजण्यासाठीं हा मातलि त्रैलोक्य धुंडून आला; पण तुझा नातू सुमुख हा काय तो जांवई त्याचे मनास आला आहे. हे भुजंगोत्तमा, याशीं संबंध जर तुला ठीक रुचत असेल तर मग विलंब करूं नको. चहूंदिशीं

याची कन्या अंगीकारण्याचा निश्चय ठरव. श्रीविष्णूचे कुटुंबांत जशी लक्ष्मी किंवा अग्नीची जशी स्वाहा, तशी ही सुंदरी गुणकेशी तुझे कुलांत नांदो. इंद्राला जशी इंद्राणी तशीच तुझे पौत्राला सर्वथा अनुरूप अशीच ही गुणकेशी आहे, याकरितां तूं आपले नातवाकरितां हिला पतकर. सुमुखाला जरी पिता नाहीं, तरी तुजबद्दल व तुमच्या ऐरावतकुलाबद्दल आमचा बहुमान असल्यामुळें आम्ही याला वरीत आहों. सारांश, सुमुख हा शील, पवित्रता, इंद्रियदमन, इत्यादि गुणांनीं मंडित पाहून हा मातलि आपले पायीं चालत येऊन आपली कन्या यास देण्यास तयार झाला आहे; तर तूंही त्याचे शब्दाला मान द्यावास हें योग्य आहे.

कण्व सांगतातः—हें नारदांचें भाषण ऐकून आर्यक नारदांस म्हणाला, " हे महर्षे, आपलें भाषण ऐकून मला अत्यानंद झाला आहे व आपलें म्हणणें मला वास्तविक पहातां अत्यंत मान्य आहे, हें मीं सांगावयास कशाला पाहिजे ? मातलि हा जर प्रत्यक्ष इंद्राचा जिवलग मित्र आहे, तर अशाशीं संबंध घडावा असें कोणाला बरें वाटणार नाहीं ? तेव्हां या कामीं मीं कसें तें अनमान केलें नसतें. परंतु कांहीं कारणानें सांप्रत मी अगदीं दीन व दुर्बल होऊन गेलों असल्यामुळें मी फार चिंतेंत आहें. माझ्यानें सहसा रुकार देववत नाहीं. हे दिव्य मुने, तें कारण हेंच कीं, या सुमुखाला जन्म देणारा याचा तात म्हणजे माझा मुलगा हा गरुडानें नुकताच गट्ट केला असल्यामुळें आम्ही कुटुंबांतील सर्वजण फार दुःखित आहों. अजून आमचे डोळ्यांचें पाणी सुद्धां खळलें नाहीं. बरें, एवढ्यानेंही झालें नाहीं. माझे पुत्राला खाऊन परत जातां जातां गरुड पुनः अशी प्रतिज्ञा करून गेला आहे कीं, एक महिन्यानें सुमुखालाही मी गट्ट करीन. गरुडाचा निश्चय अढळ आहे हा आम्हांला पुरा अनुभव आहे. यामुळें तो बोलून गेला आहे तसें निश्चित घडून येईल. सारांश, माझा पुत्र गट्ट करूनचे करून पुनः आणखी माझे नातवालाही आमंत्रण देऊन गरुड गेला असल्यामुळें माझा सर्व आनंद मावळून मी अति दुःखी आहें. माझा नातू काळाचे जबड्यांत सांपडला आहे असें जर धडधडीत मी पाहातों, तर गुणकेशीसारखी सुंदरी माझी सून व्हावी अशी इच्छा मी कोणते प्रकारें करूं, तें आपणच सांगा ? माझेसाठीं असल्या रत्नाचें जन्माचें मातेरें करण्याचें मला धैर्य होत नाहीं, याबद्दल मला क्षमा असावी."

कण्व सांगतातः—हें ऐकून मातलि आर्यकाला म्हणाला, " हे आर्यका, तें कसेंही असो. माझा निश्चय तर ठाम झाला तो झाला. तुझे पुत्राचा पुत्र सुमुख हा मी आपला जांवई तर केलाच. आतां तुझे मनाला जो धक्का आहे तो दूर करण्यासाठीं मी इतकेंच सुचवितों कीं, या तुझे पौत्रानें मी व नारद यांसह त्रिलोकाधिपति इंद्राचें दर्शन घ्यावें, म्हणजे मग बाकीची कामगिरी मजकडे लागली. याचें खरें शिलकी आयुष्य किती आहे ह्याचा शोध करून गरुडाला हाणून पाडण्याची मी तजवीज करितों. त्या कामीं तुम्ही निश्चित असा. इंद्रदर्शनार्थ सुमुख मात्र मजबरोबर द्या आणि मग सुखानें रहा. देव तुमचें कल्याण करो."

असें बोलून सुमुखाला बरोबर घेऊन ते तिघेही तेजोनिधि देवेंद्राकडे गेले, तों कर्मधर्मसंयोगानें चतुर्भुज भगवान् विष्णुही इंद्रासह तेथेंच बसलेले दृष्टीस पडले. त्या उभयतां देवांस पाहून नारदांनीं मातलीसंबंधीं इत्थंभूत सर्व वृत्तांत त्यांस सांगितला.

वैशंपायन सांगतातः—राजा, तो वृत्तांत कानीं पडतांच इंद्राला विष्णु म्हणाले, ' याला

अमृत पाजा आणि देवांप्रमाणें अमर करून सोडा. म्हणजे मग गरुडाचें काय चालतें तें पाहूं. हे पुरंदरा, हे सुमुख, मातलि व नारद तुमची आशा करून मोठ्या उमेदीनें तुम्हांकडे आले आहेत, त्या अर्थीं आपण यांचे मनोरथ पूर्ण करा.' असें विष्णूंनीं इंद्रास सांगितलें, परंतु गरुड हा महान् पराक्रमी व भगवंतांचें वाहन आहे ही गोष्ट मनांत आणून इंद्र विष्णूंस म्हणाला, 'एवढें काम आपणच करावें.' त्यावर विष्णु इंद्राला म्हणाले, 'असें कां! आपण सचराचर सर्व लोकांचे अधिपति आहां. आपण कोणालाही कोणती गोष्ट दिली असतां तिचे आड येण्याची कोणाची छाती आहे?' हें ऐकून, बल व वृत्र या असुरांना मारणाऱ्या इंद्रानें सुमुखाला पुष्कळसें आयुष्य दिलें; अमृत कांहीं पाजिलें नाहीं. तथापि, विपुल आयुष्य मिळालेंसें पाहून तो सुमुख खराखुराच सुमुख (आनंदी मुद्रेचा) झाला; आणि मग गुणकेशीशीं मनाप्रमाणें विवाह करून स्वगृहास परत गेला. नारद व आर्यक यांनाही फार आनंद झाला आणि तेजस्वी इंद्राचें गौरव करून तेही स्वस्थानीं परत गेले.

अध्याय एकशें पांचवा.

—:०:—

मातलिवरान्वेषण.

कण्व सांगतातः—इंद्रानें सुमुख नागाला दीर्घायुष्य दिल्याचें सर्व वृत्त महाबल गरुडाचे कानीं गेलें. त्या वेळीं त्रैलोक्याला आपल्या पक्षांच्या प्रचंड वातानें रोधून टाकून मोठ्या रागांतच तो पक्षिश्रेष्ठ इंद्राकडे गेला आणि त्याला म्हणाला, "हे भगवन्, मला न जुमानितां आपण माझे पोटावर पाय आणिले हें काय? आपणच मला यथेच्छ वर्तनाची आपले वरानें मोकळीक दिली आणि आपणच आपले वचनापासून ढळतां याला काय म्हणावें? सर्व भूतपति सृष्टिकर्ता ब्रह्मदेव यानें आमच्या जातीला सर्प हा स्वाभाविकच आहार लावून दिला आहे; यांत आमचेकडे कांहीं बोल नाहीं असें असतां आपण माझे तोंडचा घांस काढितां, हा काय चमत्कार? त्यांतूनही, मी या सुमुख नागाची या खेपेस निवड करून त्याला केव्हां खावयाचा त्याबद्दल दिवस देखील ठरवून टाकिला होता. हे देवाधिदेवा, माझे मागें पोरांबाळांचें लेंढार फार मोठें आहे; व या वेळीं या नागावर या सर्व परिवाराचें पोषण करण्याचा मीं नेम केला होता. बरें, एकदां एक नाग आंखून ठेवल्यावर तो सोडून दुसरा मारणें मजसारख्याला प्रशस्त वाटत नाहीं. कारण, अशा वर्तनानें माझी किंमत नाहींशी होईल, आणि आपण तर असा फंद मांडिला आहे! आपण देवेंद्र आहां; आपणास कोणी बोलावें? परंतु, स्पष्ट पुसाल तर, आपला खेळ होतो पण माझा व माझे परिजन व सेवक यांची यामुळें उपासमार होऊन जीव जातो. याकरितां मी सहकुटुंब सहपरिवार आपले नांवानें आपलेसमक्ष प्राण देतों. चला, मग आपण तरी खूष व्हा. ठीकच आहे. आपण मजपाशीं असें वागावें, यांत आपला कांहीं अपराध नाहीं. सर्व दोष माझाच आहे. कारण, त्रिभुवनाचा ईश्वर होण्याचा माझे अंगांत जोम असूनही जर मीं दुसऱ्याची गुलामगिरी पतकरली, तर मजसारखा आत्मघातकी कोण? असलें आत्मघातासारखें महत्पाप करणाराला वास्तविक पहातां आपण प्रस्तुत दिलें याहूनही कडक प्रायश्चित्त पाहिजे! असोः आपण खुशाल त्रैलोक्याचें राज्य करा. आपण या संकटाचे परिहारार्थ कदाचित् विष्णूकडे जाण्यास मला सांगत असाल तर मी साफ सांगतों कीं, आपण

शाश्वत त्रिलोकाधिपति असतांना विष्णूचें मला कांहीं कारण नाहीं.

" बरें, हे वासवा, आपण तर राजेच आहां, पण मीही कोणी तरी आहें. माझीही जननी (आपली तशीच) दक्षाचीच कन्या असून कश्यपच माझा पिता आहे. मीही सहज त्रैलोक्याचा भार वाहाण्याची अंगांत धमक बाळगून आहें. माझेंही बल विपुल असून प्राणिमात्राला केवळ असह्य आहे. दैत्यांशीं जो संग्राम झाला, त्यांत मीही अचाट कामगिरी केली. श्रुतश्री, श्रुतसेन, विवस्वान्, रोचनामुख, प्रस्रुत व कालकाक्ष असले दैत्य मींही मारिले. एवढा समर्थ मी असूनही आपल्या कनिष्ठ बंधूचे (विष्णु उपेंद्र) ध्वजस्थानीं राहून त्याची काळजीपूर्वक सेवा करितों व त्याला खांद्यावर वाहून नेतों, यामुळें माझी अशी पायमल्ली करण्याचें आपणास सुचलें. पण आपण हें लक्षांत आणिलें पाहिजे होतें कीं, आपल्या भावाला सहपरिवार मी जर वाहून नेत आहें, तर मी तसाच कोणी तरी विशिष्टसामर्थ्यवान् असेन! खरें पाहातां माझे-इतका भार सहन करणारा व मजहून बळकट आज त्रिभुवनांत कोणीच नाहीं. असें असूनही, हे वासवा, आपण माझी अवज्ञा करून माझ्या अन्नावरून मला काढून लाविलें, यामुळें माझी मोठीच मानहानि झाली आहे. मला कोणी पुसेनासें झालें आहे. एकंदरींत आपले बंधूंची इमानानें नोकरी केल्याबद्दलची मला आपण उभयतांनीं चांगलीच बक्षिशी दिली! मी आपले बळाबद्दल पोकळ घमेंडी करितों किंवा खरेंच माझें बळ तसें आहे, याचा प्रत्यय दूर नको. विष्णो, आपणच याची साक्ष आहां. आदितीचे उदरीं जेवढे मिळून बलवान् व पराक्रमी पुत्र जन्मले, तेवढ्या सर्वांहून आपण अत्यंत बलवान् आहां, ही गोष्ट तर प्रमाण आहे; आणि आपल्याला मी माझ्या पंखाचे एका कोंपऱ्यावर बसवून तेव्हांच फुलासारखे झेलीत नेतों, मला तिळभरही श्रम होत नाहींत, यावरूनच आपण शांत मनानें क्षणभर विचार करा कीं, आपल्या उभयतांत अधिक बलवान् कोण ? "

कण्व म्हणतातः—भगवंतांनीं पाहिलें तों, तें गरुडाचें भाषण वाढत वाढत अखेरीस फारच भयंकर झालें. प्रत्यक्ष आपणालाही त्यानें तुच्छ करून टाकिलें! हा प्रकार बरा नव्हे, असें भगवंतांस वाटून चक्रधर भगवान् विष्णु त्या अक्षोभ्य गरुडालाही खिजवावें या उद्देशानें म्हणाले, 'हे गरुडा, तूं काय तो आपल्यालाच बलाढ्य समजत असून आम्हांला केवळ कसपट समजतोस. परंतु, हे पक्ष्या, असली बढाई निदान आमचेपुढें तरी करूं नको. अरे, तुझी कथा काय? हें सर्व त्रैलोक्यही माझ्या शरीराचा भार वाहाण्यास असमर्थ आहे. खुळ्या, तुला हें कोठें ठाऊक आहे कीं, माझा भार मीच तोलून धरीत असून तुला देखील मीच वाहून नेत असतों. मी म्हणतों याचा परिचय आपण आतांच येथें पाहूं. हा माझा उजवा हात मी तुझ्या अंगावर ठेवितों, एवढ्याचाच भार तूं सहन कर, म्हणजे मग ह्या तुझे बढाईंत कांहीं अर्थ आहे असें मी समजेन. ' असें म्हणून श्रीविष्णूंनीं गरुडाचे स्कंधावर आपला उजवा हात ठेविला. त्याबरोबर तो गरुड भारानें व्याकूळ होऊन विवळूं लागला व अखेरीस बेशुद्ध होऊन मूर्च्छितच पडला! त्या वेळीं गरुडाचे असें प्रत्ययास आलें कीं, सर्व पर्वतांसह अखिल पृथ्वीचा जेवढा भार, तेवढा हस्तरूपी विष्णुशरीराच्या एका शाखेचाच आहे. तरी बलवत्तर विष्णूंनीं हात हलकेच ठेवला होता, मुद्दाम रेटून किंवा जोरानें दिला नव्हता; आणि म्हणूनच त्या अच्युताच्या

हातून त्या गरुडाचे प्राण तरी वांचले. तथापि त्या हाताच्या दडप्यानें व्याकूळ होऊन जाऊन त्या पक्ष्यानें तेव्हांच पंख गाळिले; व सर्वांगीं खिळखिळा व विव्हल होऊन तोंड वासून तो बेशुद्धींत खालीं पडला. मग क्षणभरें कांहींसा शुद्धींत येऊन विवळत विवळत अति दीनपणानें श्रीविष्णूला मस्तकानें प्रणाम करून तो विनतापुत्र म्हणाला, 'हे भगवन्, निखिल जगताचें मूर्तिमान् सारच कीं काय असा आपला हा बाहु आपण सहज लीलेनें माझे अंगावर ठेविला, पण तेवढ्यानें मी ठार चेंगरून जाऊन अगदीं जमीनदोस्त होण्याचे बेतांत आलों. आतां मला माझे गर्वोक्तीबद्दल क्षमा असावी. किती झालें तरी मी मंदमति, आपले ध्वजावर राहाणारें एक पांखरूं! माझें सामर्थ्य तें किती असणार ? आपल्या बलाच्या असह्य दीप्तीनें मी अगदीं होरपळून जाऊन विव्हल झालों आहें; मला कांहींच सुचत नाहीं. हे प्रभो, आपले शिकस्तीचे बलाचा मला आजपर्यंत अनुभव नव्हता व यामुळेंच माझें वीर्य केवळ अतुल आहे असें मी मानीत होतों; परंतु आतां माझी भ्रांति दूर झाली !'

नंतर त्या भगवंतानें त्या गरुडावर कृपा केली; व 'पुनः अशी घमेंड करूं नको' म्हणून त्याला मोठ्या प्रेमानें सांगून पायाच्या अंगठ्यानें त्या सुमुखाला गरुडाच्या छातीवर उडवून दिलें; व त्या दिवसापासून, हे राजा, गरुड त्या सर्पासह असतो.

कण्व म्हणतातः—हे दुर्योधना, या रीतीनें तो महायशस्वी बलाढ्य विनतापुत्र गरुड विष्णूचे बलानें चिरडून जाऊन हतगर्व झाला. तोच प्रकार तुझा होणार आहे. हे वत्सा, गांधारीपुत्रा, जोंपर्यंत त्या वीर पांडवांशीं समरांगणांत तूं गांठ घातली नाहींस, तोंपर्यंतच तूं जिवंत आहेस, हें समज. भीम महाबली प्रत्यक्ष वायुवीर्यज आहे; त्याचा तडाका सर्वांत कठीण आहे. धनंजयही इंद्रपुत्रच आहे. तेव्हां अशी जोडी रणांत कोणाचें बरें कंदन करणार नाहीं ? अरे, विष्णु हाच केशव, भीम हा वायु, अर्जुन हा इंद्र, युधिष्ठिर हा यमधर्म आणि नकुल-सहदेव हे अश्विनौदेव, याप्रमाणें ही दरोबस्त देवमंडळी आहे. हिजकडे तूं वांकडा डोळा करून पाहाण्याची उमेद कशाच्या जोरावर धरितोस सांग पाहूं ? शहाणा असशील तर आतां हा तुझा विरोध पुरे झाला. हे राजपुत्रा, तूं पांडवांशीं सख्य कर. तुझ्या सुदैवानें तीर्थ-(तारक-) स्वरूपी वासुदेवाची गांठ पडली आहे, तर त्याचे द्वारा आपले कुलाचें तारण कर. नाश करूं नको. मीं तुला कांहीं तरी सांगितलें असें नाहीं. त्या वेळचा तो विष्णूचा प्रभाव समक्ष डोळ्यांनीं पाहाणारे नारद मुनि हे येथें विद्यमानच आहेत; व कृष्णस्वरूपानें तोच गदा-चक्रधर विष्णूही येथें आहे.

वैशंपायन सांगतातः—कण्वाचें हें भाषण ऐकून दुर्योधनानें सुस्कारा सोडिला व कपाळाला आठ्या चढवून आणि कर्णाकडे पाहून तो खदखदां हंसूं लागला. कण्वांसारख्याचे शब्द तुच्छ करून व गजशुंडाकार आपली मांडी हातानें थोपटून तो दुर्मति कण्वांस म्हणाला, 'हे मुने, ईश्वरानें मला ज्याकरितां निर्माण केलें असेल, माझे हातून जें कांहीं होणार म्हणून ठरलेलें असेल, आणि जी मिळून माझी गति व्हावयाची असेल, तदनुसारच मी वागेन ! मग ही व्यर्थ वटवट कशाकरितां चालविली आहे ?'

अध्याय एकशें सहावा.

—:०:—

गालवचरित.

जनमेजय प्रश्न करितोः—हट्टानें आपले हातीं अनर्थ ओढवणारा; परद्रव्याविषयीं लालची; वाईट तेवढ्या गोष्टी करण्यांत गढलेला; प्रत्यक्ष आत्मघातासही उद्युक्त झालेला; स्वज्ञातीला दुःख देणारा; बंधूंचे दुःखाला भर घालणारा; स्नेह्यांना क्लेश देणारा व शत्रूंचा आनंद वाढविणारा असला हा दुर्योधन अयोग्य मार्गानें जात असतांही त्याचे कुलांतील बांधवांनीं त्याचें निवारण कसें केलें नाहीं ? बरें, बांधव राहिले, तरी त्याचे कल्याणाची इच्छा बाळगणारे स्नेही वगैरे होते त्यांनीं किंवा निदान पितामह व्यास यांनीं किंवा भीष्म यांनीं तरी त्याला कसें वळविलें नाहीं ?

वैशंपायन सांगतातः—हे राजा, त्याला सांगण्यांत कोणीं कसर केली नाहीं. व्यासांनीं सांगितलें; भीष्मांनींही शक्य तेवढें सांगून पाहिलें; फार काय पण, नारद महर्षींसारख्या त्रयस्थानें देखील आपल्याकडून परोप्रकारीं सांगितलें; परंतु कोणाचेंही त्यानें ऐकिलेंच नाहीं. नारदांनीं त्याला काय सांगितलें, तें श्रवण कर.

नारद म्हणालेः—बा दुर्योधना, बऱ्याची गोष्ट खऱ्या कळवळ्यानें सांगणारा स्नेही दुर्लभ; तसाच बऱ्याची गोष्ट निर्मळ मनानें व प्रेमानें ऐकणारा भला श्रोताही दुर्मिळच! असला जिव्हाळ्याचा स्नेही कसल्याही बिकट प्रसंगीं आपले जवळ उभा असतो; पण बांधव तशा वेळीं पाय धरीत नाहींत. याकरितां, हे कुरुनंदना, असल्या जिव्हाळ्यानें सांगणाऱ्यांचा उपदेश ऐकावा, हें मला प्रशस्त दिसतें. असल्यांचा उपदेश लाथडून शहाण्यानें हट्टास पेटूं नये. कारण हट्टाचा परिणाम फार घातक होतो. असल्या हट्टानें महर्षि गालव फजीत झाला. यासंबंधानें एक जुनी गोष्ट सांगत असतात, ती ऐक.

विश्वामित्रास ब्राह्मणत्वप्राप्ति.

पूर्वीं विश्वामित्र ऋषि उग्र तपस्या करीत बसले असतां त्यांची कसोटी पाहाण्याकरितां म्हणून प्रत्यक्ष धर्म सप्तर्षींपैकीं एकाचें म्हणजे भगवान् वसिष्ठाचें रूप घेऊन क्षुधित होऊन भोजन मिळावें म्हणून विश्वामित्राचे आश्रमाला गेला. क्षुधित अतिथि पाहातांच विश्वामित्रानें मोठ्या लगबगीनें उंची तांदुळाचा भात शिजत ठेविला, परंतु अतिथीनें शिजे तों वाट पाहिली नाहीं. दुसऱ्या तपस्व्यांकडे तो अतिथि गेला व त्यांनीं दिलेलें अन्न त्यानें भक्षण केलें. इतक्यांत विश्वामित्रही कढत कढत अन्न घेऊन त्याकडे आला. त्याला अतिथि म्हणाला, 'माझें भोजन झालें. आतां तूं असाच उभा राहा.' आणि आपण तेथून निघून गेला.

हे राजा, इकडे तो महातेजस्वी व शुद्धव्रत विश्वामित्र मुनि दोहों हातांनीं ती चरुस्थाली डोक्यावर धरून केवळ वायु भक्षण करून, एखाद्या खांबाप्रमाणें स्थिर व निचेष्ट रीतीनें आपले आश्रमाचे वळचणीलाच उभा राहिला. त्या स्थितींत त्याच्या गालव नामक शिष्यानें, विश्वामित्र हा आपला गुरु आहे, हें मनांत आणून व तो सर्वमान्य आहे इकडे पाहून, त्याची मर्जी संपादावी म्हणून, व अंगच्या कळवळ्यानें—अशा चारही उद्देशांनीं त्याची फार काळजीपूर्वक शुश्रूषा केली. या प्रकारें बराबर एक शतक लोटलें, तेव्हां भगवान् धर्म पुनः पूर्ववत् वसिष्ठ मुनींचें रूप घेऊन भोजनार्थ विश्वामित्राकडे आले. पाहातात तों धीमान् विश्वामित्र महर्षि केवळ वायु भक्षण करून व भाताची तपेली डोक्यावर धरून तसाच उभा आहे. मग धर्मानें तो कढत कढत व ताजा भात खाल्ला व 'हे विप्रर्षे, मी फार संतुष्ट

झालों!' असें म्हणून तो निघून गेला. याप्रमाणें भगवान् धर्माच्या वचनामुळें आपलें क्षत्रियत्व दूर होऊन आपणास 'ब्राह्मणत्व' प्राप्त झालें असें पाहून विश्वामित्र फार प्रसन्न झाला व त्या आनंदांतच आपल्या प्रिय शिष्य गालवाचे शुश्रूषेनें व भक्तीनें प्रसन्न होत्साता त्याला म्हणाला, "वत्सा गालवा, तुझे भक्तीनें मी फार संतुष्ट झालों आहें. आतां तुला इष्ट असेल तिकडे तूं खुशाल जा." हें ऐकून गालवाचेंही समाधान झालें व मोठ्या प्रेमानें व मधुर वाणीनें तो आपल्या महातेजस्वी गुरूला म्हणाला, "महाराज, आपल्याला मीं गुरुदक्षिणा काय द्यावी तें मला सांगा. कारण,

दक्षिणेचें माहात्म्य

फार मोठें आहे. हे मानदा, कोणतेंही कर्म दक्षिणेनें सफल होत असतें. दक्षिणा देणाराचेंच कर्म संपूर्ण होतें. येथें ऋतु केला असतां, दक्षिणा द्यावी तेव्हांच त्या ऋतूचें फल कर्त्यास स्वर्गांत प्राप्त होतें. दक्षिणा ही सर्वारिष्ट शमन करणारी आहे असें म्हणतात. याकरितां मीं आपणास गुरुदक्षिणा दिल्यावांचून तसें जाणें मला प्रशस्त वाटत नाहीं. म्हणून माझी एवढीच विनंती आहे कीं, 'आपणांसाठीं मी कोणती वस्तु आणावी' ती मला आज्ञा व्हावी." गालवानें शुश्रूषेनेंच आपणास आपलेंसें केलें आहे, आतां त्याजपाशीं दक्षिणा मागण्याचें कारण उरलें नाहीं हें लक्षांत घेऊन विश्वामित्र त्याला म्हणाले, "बा गालवा, तुझे शुश्रूषेनेंच मला सर्व कांहीं पावलें; निराळें दक्षिणेचें प्रयोजन उरलें नाहीं. याकरितां तूं आतां तसाच जा!" याप्रमाणें विश्वामित्रांनीं पुनःपुनः त्याला सांगितलें. तथापि गालव आपला हेका न सोडितां 'काय देऊं? काय देऊं?' असें म्हणत डोकें फोडीत तेथें बसला. सांगितलेलें न ऐकतां गालव आपलाच थाया घेऊन बसलासें पाहून, शेवटीं विश्वामित्रांनाही कांहींसा झटका आला, व त्या झटक्यांत ते म्हणाले, 'ठीक आहे, ज्यांचा एकच कान काळा असून प्रभा केवळ चंद्रासारखी आहे, असे आठशें अश्व मला आणून दे. हं, उठ. आतां वेळ लावूं नको.'

अध्याय एकशें सातवा.

—:०:—

गालवाचा शोक.

नारद सांगतातः—विश्वामित्र बुद्धिमानच, त्यांनीं त्या मूर्ख शिष्याची खोड मोडेल अशीच खुबीदार मागणी मागितली. ती ऐकतांच गालवाचे तोंडचें पाणी पळालें. त्याला अन्नपाणी जाईना, झोंप लागेना, धडपणें बसणेंही सुचेना. तो एकसारखी हाय घेऊन बसला. चिंतेनें व शोकानें पालीसारखा फटफटीत पडला. शोकानें त्याचें अंतर्याम जसें करपून गेलें. केवळ अस्थिचर्मरूप तो उरला; आणि, हे दुर्योधना, अहर्निश ढसढसां रडून विलाप करूं लागला. तो म्हणालाः—आतां गत कशी करावी? माझ्या गांठीं दमडी नाहीं, माझा कोणी गबर मित्रही नाहीं. असें असतां चंद्रकांति आठशें अश्व मला मिळावे कोठून? आणि अश्व जर मिळण्याचा मार्ग दिसेना, तर मला भोजन तरी कसें रुचावें? आणि सुखाची तरी आशा कशी वाटावी? फार तर काय, मुळीं जीविताचीच आशा तुटली. कारण जगून तरी माझा उपयोग काय? यासाठीं मी समुद्राचे परतीरीं किंवा पृथ्वीच्या अति दूर प्रदेशांत जाऊन देह ठेवितों; कारण माझें जीविताचें फल काय? (मजसारखा) निर्धन, अकृतार्थ, फलभोगहीन व दुसऱ्याचे ऋणानें ओझेली अशाला श्रम केल्यावांचून सुख कोठून व्हावें?

कृतघ्नाची स्थिति.

सुहृदांचे द्रव्यावर चैन करून व ' इष्ट वस्तु देतों ' असें त्यांना अभिवचन देऊन, तें वचन पुरें करण्यास जो समर्थ होत नाहीं अशानें जगण्यापेक्षां मरणें बरें. ' मी तुझें अमुक एक काम करीन ' असें वचन दिल्यावर तें आपलें कर्तव्य झालें. तें कर्तव्य जर आपण न बजावूं, तर मिथ्याभाषणरूप दोषानें आपलें दानयज्ञादि सर्व सुकृत जळून खाक होतें. अनृत बोलणाराला रूप, संतति किंवा आधिपत्य हीं देखील प्राप्त होत नाहींत, मग शुभगति कोठून मिळणार ? कृतघ्नाला यश कोठून मिळणार ? आश्रय तरी कोण देणार ? सुख कोठून लाभणार ? कारण कृतघ्न म्हटला म्हणजे सर्वजण त्याला अविश्वसनीय मानितात; आणि कृतघ्नाला त्याचे पापाबद्दल प्रायश्चित्त देखील नाहीं. असला पापी द्रव्यहीन पुरुष फार वेळ जगतच नाहीं. मग दहांचें पोषण करण्याचें भाग्य अशाचे कपाळीं कोठून यावें ? सारांश, दुसऱ्यानें केलेल्या उपकाराची नासाडी करणारा जो पापी कृतघ्न, त्याचा खचित खचित सत्यनाश होतो !

मी तर गुरूपासून आपलें कार्य साधून घेऊन परत गुरूला दिलेलें वचन पूर्ण करीत नाहीं, त्या अर्थी मी पापी, कृतघ्न, क्षुद्रबुद्धि व ठार खोटा ठरलों. असो; एकवार अश्वप्राप्तीस्तव आपलेकडून शिकस्तीचा यत्न करून पहावयाचा आणि त्यांत यश आलें नाहीं तर तत्काल प्राण द्यावयाचा, हाच आतां निश्चय. बरें पण, आतां यत्न तरी काय करावा ? कोणावर शब्द टाकावा ? देवांवर टाकावा, तर आजपर्यंत मी कधींही त्यांजपाशीं याचना केली नाहीं, व यामुळेंच यज्ञ चालला असतां देव मला मान देतात. तेव्हां अशांशीं याचना करण्यानें आपला बोज नाहींसा होईल, ही पंचाईत आहे. तर आतां सतरा पंधरा विचार न करितां त्रैलोक्यनायक, ज्ञानवंतांत श्रेष्ठ, सर्वांचा आधार, सर्व सुरासुरांचे सुखोपभोगाचा उगम असा अक्षर, सर्वव्यापी, योगिसत्तम, देवाधिदेव जो कृष्ण त्याचेंच नम्र होऊन दर्शन घ्यावें, असें मला वाटतें.

याप्रमाणें जों आपल्याशीं बोलतो आहे, तों त्याचा जिवलग मित्र विनतानंदन गरुड त्याजकडे आला; व गालवाचें इष्ट कार्य करावें हा हेतु मनांत धरून प्रसन्नपणें त्याला म्हणाला, ' मुने, तुला मी आपला मित्र समजतों; आणि जे खरे मित्र आहेत, त्यांपैकीं जर एकाचा काल अनुकूल आहे तर त्यानें आपल्या विपद्ग्रस्त मित्राला साह्य करावें, असा सुहृन्मान्य धर्म आहे. हे विप्रा, प्रभूचे कृपेनें आज मला वैभव अनुकूल आहे. शिवाय तुझें साह्य करण्याचे कामीं मी इकडे येण्यापूर्वीं माझे मालकाची म्हणजे विष्णूची प्रार्थना केली, त्या वेळीं त्यानें कृपाळू होऊन माझ्या मनाप्रमाणें मला मोकळीक दिली. यामुळें आतां तुला कांहीं संकट उरलें नाहीं. अश्वशोधनार्थ तूं आतां मजबरोबर चल. मी तुला पोटांतलें पाणी न हालवितां तूं म्हणशील त्या प्रदेशाला—वाटेल तर पृथ्वीचेही पलीकडे—जिकडे सांगशील तिकडे घेऊन जातों. तर आतां ऊठ कसा; विलंब करूं नको.

अध्याय एकशें आठवा.

--:०:--

पूर्वदिशेचें वर्णन.

गरुड म्हणाला:- --हे गालवा, सर्व ज्ञानाचें आदिकारण जो परमात्मा, त्याची मला सांगी आहे, त्यामुळें मला अगम्य असें कांहीं नाहीं. यास्तव आतां कोणती दिशा धुंडण्याला प्रथम चलावयाची तुझी इच्छा आहे हें मला सांग. हे द्विजश्रेष्ठा, कोणते दिशेला चलूं ? पूर्वेला कीं

दक्षिणेला, कीं पश्चिमेला किंवा उत्तरेला? अथवा तुला पसंती करितां यावी म्हणून मी प्रथम या दिशांचें क्रमशः वर्णन करितों, तें ऐकून घे आणि मग सांग.

ही पहा पूर्व दिशा. सर्व विश्वाला प्रकाशित करणारा भगवान् सूर्य या दिशेला प्रथम उगवतो; याच दिशेला संध्यासमयीं साध्य नामक देवगण तप करीत असतात; सकल जगताला व्यापून टाकणारी जी बुद्धि, तिची प्रातः संध्यासमयीं सवितृतेजोरूपानें या दिशेपासूनच लोकांचे ठिकाणीं चोदना होते; यज्ञविधि सुयंत्र चालावे म्हणून त्यावर देखरेख ठेवणारे अग्नीषोमदैवतरूपी धर्माचे दोन नेत्र याच दिशेला प्रतिष्ठित झाले आहेत; या दिशेला हवन केलें असतां तें शुद्ध हवनद्रव्य सर्व दिशांना पोंचतें. हे द्विजश्रेष्ठा, हीच दिशा दिवसाचें द्वार (आरंभ) व त्याप्रमाणेंच पितृलोकाचाही मार्ग होय. कश्यपाच्या स्त्रिया-दक्ष प्रजापतीच्या कन्या त्या प्रथम या दिशेलाच संतति प्रसवल्या आणि ती कश्यपाची औरस संतति पुढें वाढलीही त्याच दिशेला; सर्व देवांच्या भाग्याचें मूळ हीच दिशा; हे द्विजर्षे, इंद्राला देवराज्याचा अभिषेक ह्याच दिशेला झाला; देवांनींही येथेंच तपःसंचय केला; फार पूर्व म्हणजे प्राचीन काळीं सर्वांच्या पूर्वीं म्हणजे अगोदर हीच दिशा देवांनीं व्यापिली होती; यामुळें, हे ब्रह्मन्, हिला पूर्व असेंच म्हणतात; आणि म्हणूनच कोणाहीकरितां ही पूर्व दिशाच प्रशस्त असें म्हणतात. सुखेच्छु पुरुषांनीं सर्व देवकार्यें याच दिशेला करावीं असें सांगतात. जगत्स्रष्ट्या ब्रह्मदेवांनीं पूर्वीं याच दिशेला वेदाध्ययन केलें; सवित्यानें सावित्री (गायत्री) मंत्राचा उपदेश ब्रह्मवेत्त्यांना याच दिशेला केला. हे द्विजसत्तमा, सूर्यानें याज्ञवल्क्याला यजुर्वेद याच ठिकाणीं दिला. सोमालाही येथेंच वर मिळाल्यानें, देव यज्ञांत सोमपान करितात. याच ठिकाणीं तृप्ति पावून हव्यवाहन करणारे अग्नि आपले उत्पत्तिस्थानीं म्हणजे सोम, आज्य व पयोरूप जल यांत पुनः प्रविष्ट होतात. याच दिशेनें पाताळांत प्रवेश करून वरुणानें संपत्ति मिळविली. पूर्वमन्वंतरांतील वसिष्ठ निमिशापानें निधन पावून मित्रावरुणांच्या यज्ञसमयीं याच दिशेला उत्पन्न होऊन प्रतिष्ठा पावला. ॐकार म्हणजे प्रणव याचे अनेक पोटभेद येथेंच झाले. धूम्रपान करणाऱ्या ऋषींनीं पूर्वीं यज्ञाचा धूम्र येथेंच सेवन केला. वराहादि अनेक वनपशु इंद्रानें याच दिशेला प्रोक्षण करून दैवतांना यज्ञभाग म्हणून ठरवून टाकिले. जे कोणी दुष्ट व कृतघ्न असे मनुष्य किंवा दैत्य असतील, त्यांचें आयुष्यहरण सविता याच ठिकाणीं उदय पावून संतापानें करीत असतो. त्रैलोक्य, स्वर्ग व सुख यांचें प्रवेशस्थान हेंच असून दिशांचा अग्रभागही हीच दिशा आहे. याकरितां तुझी इच्छा असेल तर या दिशेला शिरूं, कारण मी आतां तुझ्या आज्ञेंत आहें आणि तुला प्रिय असेल तें मला कर्तव्य आहे. यासाठीं, हे गालवा, झट्दिशीं काय तें बोल, म्हणजे भरारी मारलीच समज, किंवा थांब, दुसऱ्याही दिशेचें वर्णन ऐक.

अध्याय एकशें नववा.

—:०:—

दक्षिण दिशेचें वर्णन.

गरुड म्हणतोः—ही दुसरी दिशा पहा. पूर्वकालीं ही दिशा सूर्यानें गुरुदक्षिणा म्हणून आपले गुरूला (कश्यपाला) वेदोक्त रीतीनें अर्पण केली, ह्या कारणानें हिला दक्षिणा असें म्हणतात. या लोकत्रयाचे पितृगण या दिशेलाच राहातात; आणि, हे द्विजा, उष्मप

नांवाचे उष्णान्नभोजी पितृदेवांचीही वसति येथेंच ऐकितों. विश्वेदेवही पितरांसह येथेंच रहातात व तेणेंकरून त्यांचें लोकांत पूजन होऊन त्यांना यज्ञांत इतर देवांचे बरोबरीनें भाग मिळूं लागले. हे द्विजा, हें धर्माचें दुसरें द्वार असें म्हणतात; व या दिशेला अगदीं त्रुटीलवा—पर्यंतही सूक्ष्म कालगणना केली जाते. येथें देवर्षि, राजर्षि व पितृलोकांतील ऋषि सर्वदा सुखानें वास करितात. मृत जीवांचे पूर्वजन्मांतील धर्म, कर्म व सत्याचरण यांचा निवाडा चित्रगुप्त येथेंच वाचून दाखवितात. सान्त किंवा क्षयशील अशा कर्मांनीं प्राप्त होणारी हीच दिशा. हे द्विजश्रेष्ठा, बहुतेक प्राणी ज्या दिशेला पोंचतात ती हीच दिशा; कारण, ही दिशा अज्ञानी जीवांचे वांट्यास दिली आहे; व यामुळें येथें सुखलाभ होत नाहीं. ज्यांनीं आत्मनिग्रह केला नाहीं अशा प्राण्यांना मरणोत्तर दुःख देण्यासाठीं त्यांना प्रतिकूलचारी असे हजारों हजार राक्षस उत्पन्न करून ठेविले आहेत; आणि मरणोत्तर त्यांशीं गांठ अपरिहार्य आहे. हे द्विजा, मन व बुद्धि यांना मोहून टाकणाऱ्या अशा मनोहर गाथा गंधर्वजन या दिशेला मंदर पर्वतावरील कुंजांत व विप्रर्षींचे आश्रमांत गात असतात. याच दिशेकडील गाथा व सामगायन ऐकण्यांत रैवत नामक दैत्य इतका गर्क होऊन गेला कीं, त्याला किती काळ लोटला याचें भानच नाहींसें झालें. मग बऱ्याच काळानें ठिकाणीं येऊन तो स्वराज्याला गेला; परंतु दरम्यान त्याची स्त्री, अमात्य व राज्य हीं सर्व नष्ट झालीं होतीं. तें पाहून मग तो पुनः वनांतच गेला. येथेंच सावर्णि मनु व यवक्रीताचा पुत्र यांनीं मर्यादा घालून ठेविली आहे, तिचें उल्लंघन करून सूर्य पलीकडे जात नाहीं. येथें पुलस्त्य त्र महात्मा रावण यानें तपाचरण करून देवांपासून अमरत्व मागून घेतलें. या दिशेला आल्यामुळेंच वृत्र हा इंद्राचें शत्रुत्व करूं लागला. याच ठिकाणीं सर्व प्राण्यांचे प्राण येऊन पुनः पंचधा होतात. हे गालवा, पापकर्मी लोक येथेंच पचत पडतात. नरकगामी लोकांना लागणारी वैतरणी नदीही याच दिशेला आहे. प्राण्यांच्या सुखदुःखांची अखेर येथें होते. या दिशेला वळून सूर्य उत्कृष्ट रसानें युक्त अशा जलवर्षावाला कारण होतो; आणि पुनः उत्तर दिशेला जाऊन थंडी पाडितो. हे गालवा, मी पूर्वीं एकदां क्षुधाकुल होऊन भक्ष्यशोधनार्थ फिरत असतां याच ठिकाणीं मला भले सनाटे दोन हत्ती आणि कांसव परस्परांत झगडत असतांना सांपडले. चक्रधनु नामाचे महर्षि याच दिशेला सूर्यापासून निर्माण झाले. यांना कपिलदेव म्हणत असत व या कपिलांनींच सगरपुत्र दग्ध केले. याच स्थळीं शिव नामक सिद्धांनीं वेदांत पारंगतता संपादून वेदाध्ययनाचे बळानें मोक्ष मिळविला. वासुकि, ऐरावत व तक्षक या नागांनीं रक्षित अशी भोगवती नामक नागराजधानी याच दिशेला आहे. प्रत्यक्ष सूर्य किंवा अग्नि यांनाही अभेद्य असें दारुण तम येथें अंतकालीं प्राप्त होत असतें. हे गालवा, तुझा मी प्रस्तुत परिचारक बनलों आहें. म्हणून तुला विचारितों कीं, हा मार्ग तुला पसंत आहे काय? तुला जर या दिशेला जाणें असेल तर मला सांग. नाहीं तर दुसऱ्या दिशेचें—पश्चिमेचें—वर्णन ऐक.

अध्याय एकशें दहावा.

—०:०—

पश्चिमदिशावर्णन.

गरुड सांगतोः—ही पश्चिम. ही दिक्पाल सलिलराज वरुणाची आवडती दिशा असून, त्याचें आदिम व कायमचें वसतिस्थान आहे. दिवसाच्या पश्चात् भागीं सूर्य आपण होऊन

आपले किरण सोडून देतो; व यावरूनच, हे द्विजश्रेष्ठा, हिला पश्चिमा असें नांव पडलें. भगवान् कश्यपांनीं जलांचा रक्षक व जलचरांचा राजा म्हणून वरुणाला येथें अभिषिक्त केलें. तमोहंता चंद्र या ठिकाणीं वरुणाचे सर्वही षड्रसांचें पान करून शुक्लपक्षाचे आरंभीं पुनः तरुण होतो. वायूनें बांधून मागें हटविलेले दैत्य वायूच्या तडाक्यानें जर्जर होऊन दीर्घ निश्वास सोडीत येथेंच निद्रा करीत आहेत. याच दिशेला अस्त नामाचा पर्वत आपल्या प्रियमित्र सूर्याचें स्वागत करितो, आणि त्या दोघांची भेट झाली म्हणजे सायंकालचे संध्येला आरंभ होतो. दिनान्त होतांच जीवलोकाचे आयुष्याचें अर्ध हरण करण्याकरितांच कीं काय रात्र आणि निद्रा या दोघीजणी येथून निघून सर्व जीवलोकाला व्यापितात. या ठिकाणींच गर्भवती दिति देवी निद्रित असतां इंद्रानें तिचे उदरांत शिरून एके गर्भाचे (एकुणपन्नास) तुकडे करून तो गर्भ विकृत केला; त्यापासूनच हे मरुद्गण उत्पन्न झाले. हजारों वर्षें धुंडीत बसल्यानें ज्याचा पत्ता लागत नाहीं असें हिमाचलाचें मूळ समुद्रविलीन शाश्वत मंदर पर्वताला येथेंच येऊन मिळतें. सुवर्णगिरि व स्वर्णकमलें यांनीं युक्त असें येथें एक समुद्रासारखें अति विशाल सरोवर आहे. या सरोवराचे तीरीं येऊन सुरभि धेनु दुधाची धार सोडीत असते. चंद्रसूर्यांला गिळूं पाहाणाऱ्या व सूर्यसम तेजस्वी राहूचें धड याच ठिकाणीं समुद्राचे मध्यभागीं दृष्टीस पडतें. अदृश्य व अप्रमेय असून सदा तरुण अशा सुवर्णशिर नामक मुनीचें वेदगायन येथें मोटभर ऐकावयास सांपडतें. सूर्यानें ' थांब, थांब ' अशी आज्ञा केल्यामुळें हरिमधस् ऋषीची ध्वजवती नामक कन्या मध्येंच थबकून राहिली ती येथेंच. हे गालवा, वायु, अग्नि, उदक व आकाश हीं चारही महाभूतें येथें दिवसरात्र सुखस्पर्शच असतात. येथूनच सूर्याची गति तिरकी वळते. याच ठिकाणीं नक्षत्रादि खस्थ सर्व ज्योति सूर्यमंडलांत प्रविष्ट होतात आणि अठ्ठावीस दिवसपर्यंत सूर्याबरोबर फिरून, चंद्राचा संयोग होतांच पुनरपि सूर्यापासून बाहेर पडतात. सागराची सतत पूर्ति करणाऱ्या सर्व नद्यांचा उगम येथूनच; आणि त्रैलोक्याला पुरवठा पाडणाऱ्या जलाचा सांठा येथीलच सागरांत असतो. याच दिशेला पन्नगपति अनंत व उत्पत्तिलयरहित भगवान् विष्णु यांचें अप्रतिम वसतिस्थान आहे. अग्निमित्र वायूचेंही वसतिस्थान येथें व महर्षि कश्यप आणि मारीच ह्यांचींही स्थानें येथेंच आहेत. द्विजश्रेष्ठा गालवा, ह्या पश्चिम मार्गाचें हें मीं तुला थोडेंसें दिग्दर्शन केलें आहे. एवढ्यावरून तुला काय बुद्धि होते? इकडे जावयाचें काय? बोल; म्हणजे जाऊं, नाहीं तर आतां उत्तरेचें वर्णन ऐक.

१ भागवत, षष्ठस्कंध अध्याय १८.

अध्याय एकशें अकरावा.

--:०:--

उत्तरदिशावर्णन.

गरुड सांगतोः—हे गालवा, ही उत्तर. हिला उत्तर म्हणण्याचें सबळ कारण असें आहे कीं, या दिशेला पुरुष पापांतून उत्तीर्ण म्हणजे मुक्त होऊन मोक्षाचा उपभोग घेतो; याप्रमाणें या मोक्षदानामुळें इतर सर्व दिशांहून ही उत्कृष्टतर समजूनही हिला उत्तर असें म्हणतात. अत्युत्कृष्ट सुवर्णाच्या खाणी याच दिशेला असून, पूर्व आणि पश्चिम दिशांमधून जाणारा स्वर्गाचा मार्ग हाच आहे. हे द्विजश्रेष्ठा, या श्रेष्ठ उत्तर दिशेचे ठिकाणीं क्रूर, अवशेंद्रिय व अधार्मिक अशा लोकांना थारा मिळत

नाहीं. नारायणरूपी कृष्ण व श्रेष्ठनररूप जिष्णु आणि शाश्वत ब्रह्मा हे बदरिकाश्रमीं रहातात ते याच दिशेला. प्रलयकालीन अग्नी-प्रमाणें तेजस्वी असा मूळपुरुष महेश्वर आपल्या उमारूप प्रकृतीसह याच दिशेला हिमाचलावर सतत राहातो. नरनारायणखेरीज-करून इतर मुनिगण, इंद्रासह देव, गंधर्व, यक्ष किंवा सिद्ध यांपैकीं कोणाचेही तो दृष्टीस पडणें शक्य नाहीं. सहस्रशीर्षा, सहस्राक्ष, सहस्रपात् असा अव्यय अद्वितीय लक्ष्मीपति विष्णु येथून मायाबलानें सर्व विश्वाचें निरीक्षण करीत असतो. याच ठिकाणीं चंद्राला द्विजराज्याचा अभिषेक झाला. हे ब्रह्मज्ञा, आकाशांतून भ्रंश पावलेली गंगा याच ठिकाणीं महादेवांनीं स्व-शिरीं धारण करून मनुष्यलोकाला दिली. महे-श्वर पति मिळावा म्हणून देवी पार्वतीनें याच स्थळीं तप केलें; आणि काम, (शंकराचा) क्रोध, आणि पर्वत (हिमवान्) व उमा यांचें खरें स्वरूप याच ठिकाणीं चमकलें. हे गालवा, यक्ष, राक्षस आणि गंधर्व यांचा अधि-पति म्हणून कुबेराला कैलासावर जो अभिषेक झाला तो याच दिशेला. कुबेराचें चैत्ररथ नांवाचें रम्य उद्यान व वैखानसांचा आश्रम येथेंच आहे; आणि येथें मन्दाकिनी, गंगा व मंदर पर्वत हेही आहेत. केळीचे खुंटांमुळें हिरवेंगार दिसणारें सौगंधिक वन येथेंच असून राक्षस त्यावर रखवाली आहेत. इच्छिलेलें देणारे कल्पवृक्षही येथेंच आहेत. स्वच्छंद फिर-णाऱ्या परंतु सर्वदा संयमशील अशा सिद्धांचीं यथेच्छ उपभोग घेण्याचीं त्यांच्या योग्य वि-मानें इकडेच आहेत. प्रसिद्ध सप्तर्षि व अरुं-धती हीं ह्याच दिशेला असून स्वाति नक्षत्रा-चीही स्थिति व उदय येथेंच धरतात. यज्ञाचा आश्रय करून पितामह ब्रह्मदेव सतत याच दिशेला राहातो. चंद्र. सूर्य व नक्षत्रादि स्वस्थ ज्योति याच दिशेभोंवतीं घिरट्या घालीत असतात. हे द्विजोत्तमा, धाम-नामक सत्यवादी व महानुभाव मुनि याच ठिकाणीं गंगाद्वाराचें रक्षण करीत असतात. त्यांची मूर्ति, मुद्रा, हिंडणेंफिरणें, आचरलेलें तप व त्यांचे इच्छे-प्रमाणें त्यांना प्राप्त होत असणारे सेवनाचे हजारों पदार्थ हे कोणाही स्थूलदृष्टीला दिसत नाहींत. हे विप्रोत्तमा, मनुष्य जसाजसा हें स्थान ओलांडून अधिकाधिक पलीकडे जातो, तसतसा तो तिकडेच लीन होऊं लागतो. हे द्विजर्षभा, देव नारायण किंवा जयशाली अ-क्षय्य नर या दोघांशिवाय कोणीही आजपर्यंत या ठिकाणीं पोंचूं शकला नाहीं. कुबेराचें कै-लास नामक जें प्रसिद्ध वसतिस्थान तें येथेंच आहे. येथेंच विद्युत्प्रभा नामक दहा अप्सरा उत्पन्न झाल्या. हे ब्रह्मन्, त्रैलोक्य पादाक्रांत करितेसमयीं त्रिविक्रमस्वरूपी विष्णूनें या उत्तर दिशेलाच आपलें पद उठवून ठेविलें आहे. त्याला विष्णुपद म्हणतात. हे विप्रर्षे, मरुत्त नामकराजानें उशीरबीज नामक स्थळीं यज्ञ केला तो येथेंच; व जांबूनद नांवाचें सरोवर म्हणतात, तेंही येथेंच. हिमालयांतील पवित्र व निर्मल अशी सुवर्णाची खाण याच ठिकाणीं जीमूत नामक ऋषीपुढें प्रकट झाली. ब्राह्मणां-जवळ सांठलेलें जें मिळून विपुल व सुख-परिणामी उत्तम धन होतें, तें सर्व आपलें नांवानें प्रख्यात असावें असा जीमूतानें वर मागितल्यामुळें त्या दिवसापासून तें धन ' जैमूत ' या संज्ञेनें प्रसिद्ध आहे. हे गालवा, दररोज सकाळसंध्याकाळ अष्टदिक्पाल या ठिकाणीं ' कोणाचें कांहीं कार्य आहे काय ?' म्हणून उच्चस्वरानें पुसत असतात.

हे द्विजश्रेष्ठा, याप्रकारें ही दिशा इतर गुणांनींही श्रेष्ठ (उत्तम) असल्यामुळें हिला उत्तर असें म्हणतात; आणि कोणतेंही सत्कर्म

करणें झाल्यास हीच दिशा उत्कृष्ट मानिली आहे. असो; बा गालवा, याप्रमाणें मीं तुला क्रमशः चारही दिशांचें वर्णन सांगितलें. आतां यांपैकीं कोणते दिशेला जाण्याची तुझी इच्छा आहे? हे ब्रह्मन्, या सर्व दिशा व सर्व पृथ्वी तुम्हांला दाखविण्याचा मी विडाच उचलला आहे. मला कांहीं कंटाळा नाहीं. याकरितां आपण माझे खांद्यावर स्वार होऊन चला कसे.

अध्याय एकशें बारावा.

—::—

पूर्वदिशेस गमन.

गालव म्हणतोः—हे गरुडा, हे नागेंद्रशत्रो, हे सुपर्णा, हे विनतानंदना, हे तार्क्ष्या, जेथें अग्निषोमरूपी धर्माचे दोन चक्षु प्रतिष्ठित आहेत तिकडेस म्हणजे पूर्वबाजूला मला घेऊन चल. एक तर या दिशेचेंच तूं प्रथम वर्णन केलेंस. दुसरें, येथें सत्य व धर्म यांची वसति असून सर्व देवतांचेंही या दिशेला सान्निध्य असल्याचें तूं मला नीटपणें सांगितलें आहेस; आणि, हे अरुणबंधो, या सर्व देवतांचें पुनः दर्शन व्हावें व समागमही व्हावा अशी माझी इच्छा आहे.

गरुडाचा असह्य वेग.

नारद सांगतातः—हें ऐकून गरुड त्या ब्राह्मणाला म्हणाला, ' माझे स्कंधावर आरूढ हो. ' त्यावरून तो ब्राह्मण गरुडस्कंधीं चढला; आणि गरुडानें भरारी मारिली असतां त्याला म्हणाला, ' हे नागाशना, तूं मार्ग क्रमीत असतां तुझें हें रूप प्रातःकालीन सहस्ररश्मि बालसूर्याप्रमाणें शोभायमान् दिसत आहे. हे पक्षिराजा, तुझ्या पंखांच्या वाऱ्याच्या झपाट्यामुळें उमळून तुझ्या पाठोपाठ चाललेले हे वृक्ष बरोबर निघाले आहेत कीं काय अशी त्यांची गति दिसते. हे आकाशगामी पक्षिराजा, सागर, पर्वत, वनें, उपवनें यांसह ही सर्व पृथ्वी आपले पक्ष्यांच्या वायूचे तडाक्यानें तूं बरोबरच ओढून नेत आहेस कीं काय असें वाटतें. तुझ्या या पंखांच्या झडपीपासून उसळणाऱ्या प्रचंड वाहुटळीमुळें समुद्रांतील उदक हें त्यांतील मत्स्य, सर्प, नक्र इत्यादि जलचरांसह थापेसरसें उडून आकाशांत नेऊन सांठविलेंसें वाटतें (इतकेंच उंच उडतें)! व या वायूचे तडाक्यानें एकसारख्या तोंडाचें व रूपांचे तिमि, तिमिंगल व अन्यजातीय मत्स्य, तसेच माणुसतोंड्ये, घोडतोंड्ये किंवा हत्तीतोंडचे असे अनेक जलचर यांची एकच खळबळ उडाली आहे. या महासागरांच्या गर्जनांनीं तर माझ्या कानठळ्या बसून गेल्या; मला कांहीं ऐकूं येईना, कांहीं दिसेना, किंवा मी कशाकरितां चाललों याचेंही मला भान होईना, असें झालें आहे. सारांश, मला तुझा झपाटा सोसत नाहीं; आणि हा असाच चालला तर मी बिचारा ब्राह्मण मरून जाईन. यासाठीं, ही ब्रह्महत्या होईल इकडे लक्ष पुरवून कृपा करून थोडा हळू हळू चाल. कारण, प्रस्तुत या वेगाचे भिरीरीमुळें माझे डोळ्यांपुढें अंधेरी आली असून, न मला सूर्य दिसे, न दिशा, न आकाश! डोळ्यांपुढें सर्वदूर जसा कांहीं काळोख झाला आहे. तूं एवढा जवळ, पण तुझें देखील शरीर दिसत नाहीं. फक्त जातिवंत रिसाप्रमाणें चमकणारे तुझे डोळे तेवढे दिसतात. खुद्द माझें शरीरही मला दिसत नाहीं. एवढें मात्र दिसतें कीं, पावलोपावलीं तुझ्या देहांतून विजेच्या ठिणग्या उडतात आणि गपकन् माझी दृष्टि दिपवून थंड होतात. असा प्रकार झाला आहे! याकरितां, हे विनतासुता, बाबा, ही तुझी असह्य गति कांहीं तरी आवरून धर छे, नको पण. किती सांगावें? तरी तुझें तें कांहीं जात नाहीं. माझेंही कांहीं इतकें जाण्यावांचून

अडलें नाहीं. याकरितां तूं आपला कृपा करून मागें फीर. हा रगाडा मला झेंपत नाहीं. मीं एक कर्णानें श्याम असे चंद्रकांति आठशें अश्व गुरूला देऊं केले, त्यांच्या प्राप्तीचा तर मार्ग दिसेना, आणि म्हणूनच मला हा स्वतःचे प्राणत्यागाचा मार्ग (सुदैवानें) दिसला म्हणावयाचा ! आणि तसेंच खरें. कारण, स्वतः मजपाशीं अल्पही धन नाहीं, धनाढ्य असा कोणी माझा मित्र नाहीं. बरें, पुष्कळ द्रव्य असूनही हें संकट टळण्यांतलें नाहीं. तेव्हां मरण हीच याला तोड उरली ! तुझे साह्यानें इष्टप्राप्ति होईलशी आशा वाटत होती, पण येथेंच माझी मुरकुंडी वळली. तेव्हां आतां आशा कशाची ? याकरितां म्हणतों कीं, मरण हेंच फल असेल, तर तें असे हालहाल होऊन तरी नको. मला आपला खालीं उतर, म्हणजे याहून अधिक सोईनें तरी मी मरेन ! ”

नारद सांगतातः—याप्रमाणें तो गालव काकुळतवाणी फार फार जेव्हां बोलूं लागला, तेव्हां त्या विनतानंदनानें हंसत हंसतच त्याला जातां जातां उत्तर केलें, ‘ हे ब्राह्मणा, ज्या-अर्थीं तूं आत्मत्यागाचा विचार मनांत आणितोस, त्या अर्थीं तूं मला पुरा पंडित दिसत नाहींस. अरे, आपल्या कृतीनें का देहावसान किंवा काल होत असतो ? बाबा, काल हा प्रत्यक्ष परमेश्वरस्वरूप व स्वतंत्र आहे. तुला असें जर करणें होतें तर पूर्वींच कां मला उलगडून सांगितलें नाहींस ? म्हणजे मी रिकाम्या भरीस पडलों नसतों. असो; चिंता करूं नको. धीर सोडूं नको. तुला इष्टप्राप्ति खचीत होईल, असा प्रशस्त उपाय आहे. शांत हो. येथें सागरतीरीं हा ऋषभ नामक पर्वत आहे, यावर हे गालवा, विसावा घे; आणि येथें भोजन केल्यानंतर आपण परत फिरूं.

अध्याय एकशें तेरावा.

—:०:—

शांडिली ब्राह्मणीची गोष्ट.

नारद सांगतातः—नंतर ते विप्र आणि पक्षी असे दोघेही ऋषभ पर्वताचे शिखरावर उतरले. तेथें शांडिली नामक तपोनुष्ठानपरायण ब्राह्मणी यांचे दृष्टीस पडली. सुपर्णानें तिला अभिवादन केलें, गालवानेंही तिला वंदन केलें; तिनेंही ‘ या ’ म्हणून त्यांचें स्वागत केलें; आणि नंतर ते आसनांवर बसले. मग तपस्विनीनें त्यांस, मंत्रपूर्वक ज्यांतून देवतांना बलि दिला आहे असें सुसंस्कृत अन्न आणून दिलें व त्यांनीं तें भक्षण केलें. मग आतृप्ति भोजन झाल्यानें अन्नाचा अंमल येऊन ते तेथेंच झोंपीं गेले. एक मुहूर्तानें गरुड जागा झाला, आणि आतां आपला मार्ग धरावा म्हणून मनांत आणितो तों आपले पंख गळून जाऊन केवळ मुख व चरण यांनीं युक्त असा एक मांसाचा लोळाच आपण बनलों आहों असें त्याचे दृष्टीस पडलें ! त्या स्थितींत त्यास पाहून गालवालाही फार वाईट वाटून तो त्यास म्हणाला, ‘येथें आल्याचें हें काय रे बाबा, तुला बक्षीस मिळालें? तुझे पंखच गळाले. आतां आपली येथें बैठी तरी किती काळ होणार ? धर्मविरुद्ध कांहीं भलतीच गोष्ट तर तूं मनांत नाहीं आणलीस? कारण, असली जबरदस्त शिक्षा ज्या अर्थीं तुला झाली, त्या अर्थीं तुझ्याकडून कांहीं हलकासलका धर्मातिक्रम झालेला नसावा. काय तें खरें बोल.’

गरुड म्हणालाः—बा गालवा, मी दुसरा तिसरा तर कांहीं व्यभिचार केला नाहीं; पण ज्या स्थलीं सृष्टिकर्ता प्रजापति, देवाधिदेव सनातन विष्णु, धर्म व यज्ञ हे आहेत, त्या स्थलीं ह्या तपस्विनी सिद्धेनें असावें या हेतूनें मीं हिला तिकडे घेऊन जाण्याचें मनांत आणलें होतें. (इतकें बोलून तो ब्राह्मणीकडे

पाहून म्हणालाः—) हे भगवति, केवळ तुझें प्रिय करावें या बुद्धीनें मीं हा विचार मनांत आणिला होता. कारण मला तुजबद्दल कळवळा वाटला. परंतु तें तुला रुचलें नाहींसें दिसतें. त्या अर्थीं मी नम्रपणें तुझी कृतापराधाबद्दल क्षमा मागतों. माझी योजना तुला इष्ट वाटली नाहीं, गोष्ट वेगळी; पण मीं ही गोष्ट केवळ तुजविषयीं पूज्यबुद्धि असल्यामुळें मनांत आणिली होती. आतां यांत मीं बरें केलें असो वा वाईट केलें असो, तूं आपल्या थोरपणाकडे पाहून मला क्षमा करावीस हें योग्य आहे.

ही प्रार्थना ऐकून ती तापसी संतुष्ट झाली व त्या विप्रेंद्राला व पक्षींद्राला म्हणाली, " बाबांनो, भिऊं नका. बा सुपर्णा, तूं भीति सोड. तूं माझ्या प्रसादानें पूर्ववत् सुपर्ण (उत्तम पंखांनीं युक्त) झालासच समज. बेटा, तूं माझी निंदा केलीस आणि मला तर निंदा कशी ती खपत नसते. जो कोणी माझी निंदा करील तो पापी तत्काल पुण्यलोकापासून भ्रष्ट होईल. माझे ठिकाणीं कोणतेंही गैर लक्षण नाहीं; व माझ्या नखाला देखील नांव ठेवण्याला कोणाला जागा नाहीं, अशा चोख रीतीनें मीं आचाराचें पालन केलें आणि यामुळें मला इतकी उत्तम तपःसिद्धि प्राप्त झाली आहे. बाबारे ! सदाचाराची थोरवी किती गावी ! सदाचारानें अरिष्टें टळतात व धर्म, अर्थ व वैभव यांचें साफल्यही सदाचार असेल तरच होतें; असो. हे खगेंद्रा, तूं दीर्घायु हो. मी संतुष्ट आहें. आतां येथून तुला इष्ट असेल तिकडे जा. मात्र माझी निंदा करूं नको; व केव्हांही कोणाही स्त्रियांची निंदा करूं नको. आतां तूं पूर्ववत् बलवीर्ययुक्त होशील. " ती इतकें बोलत आहे तों गरुडाला पहिल्याहीपेक्षां अधिक बळकट पंख आले आणि शांडिलीची अनुज्ञा होतांच तो गालवास पाठीवर घेऊन योजिलेल्या कार्यासाठीं इष्ट वाटेल तिकडे गेला. परंतु, पाहिजे होते तसे घोडे त्याला मिळाले नाहींत.

इतक्यांत, विश्वामित्र वाटेंत भेटला व गरुडासह गालवाला पाहून वाटेंतच थबकला; आणि तो वाक्पटु महर्षि गरुडासमक्ष गालवाला म्हणाला, ' हे ब्राम्हणा, तूं आपण होऊन जी वस्तु मला देऊं केलीस ती भरून पावण्याची मुदत खरें पाहातां झाली. याउपर तुझें काय म्हणणें असेल तें सांग. मला तेंही मान्य आहे. इतके दिवस मीं वाट पाहिली तशीच आणखीही पाहीन. पण, बा गालवा, जेणेंकरून तुला इष्टार्थप्राप्ति होईल तो मार्ग शोधून काढ. विश्वामित्राचे हे शब्द ऐकून गालव परम दीन व दुःखित झाला. तें पाहून गरुड त्याला म्हणाला, ' हे गालवा, विश्वामित्र आतां माझेसमक्षच बोलला, त्या अर्थीं तुझी स्थिति माझे ध्यानांत पूर्णपणें येऊन चुकली. तुला उतराई झालेंच पाहिजे. गुरूला पूर्ण दक्षिणा दिल्यावांचून तुला स्वस्थ बसतां येणार नाहीं. याकरितां, चल, आपण इष्टशोधनार्थ दुसरे कोठें तरी जाऊं. '

अध्याय एकशें चौदावा.

—:o:—

धनाची उत्पत्ति व महती.

नारद सांगतातः—नंतर पक्षिश्रेष्ठ सुपर्ण त्या दीन झालेल्या गालवाला म्हणाला, ' धनावांचून आपली इष्टसिद्धि होणें नाहीं. हें धन म्हणजे पृथ्वीचे रजःकण अग्नीनें पक्क होऊन वायूनें विशोधित केले म्हणजे त्यांतून धातुरूपानें निघतें तें सर्व हें भूमीचें सारभूत असून, आपल्या शुद्ध तेजानें जगताचें चित्त हरण करितें. म्हणजे हें हिरण्यमय आहे असें पाहून याला हिरण्य असें म्हणतात. हें सर्व जीवांचें

धारण-पोषण करितें म्हणून यालाच धन अशीही संज्ञा आहे. या तीनही लोकांत हें धन अक्षय्य भरून आहे. शुक्रवारीं पूर्वाभाद्रपदा किंवा उत्तराभाद्रपदा या नक्षत्रांचा योग आला असतां, शुक्र म्हणजे अग्नि कुबेराच्या कोशवृद्धचर्थ म्हणून, मनुष्यांना प्रिय असें हें धन नेमानें देत असतो. यासाठीं धनार्थी मनुष्यानें उक्त योगावर अग्नीची धनार्थ प्रार्थना करावी. या योगावर मिळालेलें धन नित्य टिकतें; कारण, त्याचें रक्षण कुबेर व त्या नक्षत्रांच्या अज आणि अहिर्बुध्न्य नामक अभिमानिनी देवता या करीत असतात. सारांश, धन हें फार दुर्लभ आहे. तें असें बसून मिळणारें नाहीं, आणि धनप्राप्तीवांचून तर तुला अश्वप्राप्ति होणेंच नाहीं. याकरितां तूं धनार्जनार्थ यत्न कर; व यासाठीं, जो राजा प्रजापीडन न करितां आपले मनोरथ पूर्ण करील, अशा कोणा तरी राजर्षिवंशजानवळ मागणी कर. सोमवंशांत उत्पन्न झालेला कोणीएक राजा माझा मित्र आहे व त्याचें वैभव सर्व पृथ्वीवर विश्रुत आहे. तस्मात्, आपण त्याकडेच जाऊं. हा राजा म्हणजे सत्यपराक्रमी राजर्षि नहुषपुत्र ययाति होय. त्याला हें कांहीं मोठें संकट नव्हे. त्याची संपत्ति कुबेराच्या तोलाची होती, असें मला माहीत आहे. मी तर त्याला सांगेनच, आणि शिवाय तूंही जातीनें प्रार्थना कर, म्हणजे निःसंशय तो तुला द्रव्य देईल; आणि याप्रमाणें दानद्रव्यानें तूं गुरुदाक्षिणा देऊन अनृणी हो कसा. याचना करण्यापलीकडे तुला कांहीं दगदग नाहीं. मग तर झालें ?'

ययातीची भेट.

याप्रमाणें बोलत बोलत व समर्पक रीतीनें मागणी कशी करावी याचा विचार करीत करीत, प्रतिष्ठान नामक नगरींत राजा ययातीकडे ते येऊन पोंचले. ययातीनें त्यांचा "अर्घ्यपाद्यादिकांनीं सत्कार केला. त्याचा स्वीकार केल्यावर, राजानें गरुडास आगमनकारण विचारिलें. तेव्हां तो विनतापुत्र म्हणाला, "हे नाहुषा, हा तपोनिधि गालव माझा मित्र आहे. हा हजारों वर्षें विश्वामित्रांचा शिष्य होता. नंतर विश्वामित्रांनीं याला जाण्याची अनुज्ञा दिली असतां, गुरूचे उपकाराची फेड करावी या बुद्धीनें हा महाभाग आपण होऊन गुरूला म्हणाला कीं, ' मी तसा जाणार नाहीं. आपल्याला कांहीं तरी गुरुदक्षिणा देईन तेव्हांच जाईन. ' गुरूनें 'मी संतुष्ट आहें, मला दक्षिणा नको ' म्हणून बहुत वेळ याचें निवारण केलें, पण हा कांहीं केल्या आपला आग्रह सोडीना. तेव्हां गुरूला थोडासा याचा रागच आला; आणि याजवळ वैभव अत्यल्प आहे हें ओळखून याची खोड तोडण्यासाठीं गुरूनें याला म्हटलें, ' ठीक आहे. देतोसना? देच तर. एक कर्णानें श्याम व चंद्राप्रमाणें कांतिमान् आणि शुभ्र असे एकजात आठशें अश्व, गुरूला मानीत असशील तर आणून दे. ' याप्रमाणें तपोधन विश्वामित्रानें जेव्हां याला झटक्यांत सांगितलें, तेव्हां आपले हातून याप्रकारें फेड व्हावी कशी, या चिंतेमुळें हा अत्यंत शोकाकुल होऊन गेला. विवंचना करितां करितां, तूं धनिक व उदार आहेस असें ध्यानांत येऊन मोठ्या आशेनें हा तुला शरण आला आहे. तूं याला याचे प्रार्थनेप्रमाणें भिक्षा दे, म्हणजे तेणेंकरून हा गुरुदाक्षिणा देऊन टाकून निश्चिंत होईल आणि मग स्वस्थ चित्तानें तुझ्या कल्याणाकरितां तपश्चर्या करील. हे राजर्षे, तूं कांहीं कमी नाहींस. तूंही तुझ्या परी पूर्ण तपस्वीच आहे. तथापि हा ब्राह्मणही स्वतपाचा अंश तुला देईल. हे भूपते, अश्वदानाचें पुण्य फार आहे. अश्वाचे अंगावर जितके केश अस-

तील तितकीं वर्षें त्या दानकर्त्याला वाजिलोकांत वास घडतो. दाता व प्रतिग्रहीता हे तुम्ही दोघेही सत्पात्र आहां. तस्मात्, शंखांत[1] दूध ओतावें त्याप्रमाणें या सत्पात्राचे ठिकाणीं तूं द्रव्यन्यास कर."

अध्याय एकशें पंधरावा.

—:०:—

ययाति स्वकन्या देतो.

नारद सांगतातः—या प्रकारचें गरुडाचें तें तथ्य व उत्तम भाषण तो हजारों यज्ञ करणारा उदार व दानशूर काशीपति ययाति लक्षपूर्वक ऐकत होता. तें ऐकून त्याचा आपले मनाशीं पूर्ण विचार करून व त्यासंबंधें आपला निश्चय कायम करून मग तो म्हणाला, "हे मित्रा तार्क्ष्या, सूर्यवंशांतील सर्व राजे सोडून ज्या पक्षीं तुजसारखा प्रिय मित्र व केवल तपाची प्रत्यक्ष मूर्ति असा हा सद्ब्राह्मण असे दोघेही तुम्ही मजकडे येऊन इतकी योग्य कामीं याचना करितां, त्या पक्षीं माझे जन्माचें साफल्य झालें. आपल्यासारख्या निष्पापांचे आगमनानें माझे कुलाचा व देशाचाही उद्धार झाला, हा आपला मजवर मोठा अनुग्रह आहे. हे तार्क्ष्या, तूं माझा प्रिय मित्र आहेस, त्या अर्थीं खरी गोष्ट तुला उघडून सांगण्यास कांहीं हरकत नाहीं. पूर्वीं मी फार धनसंपन्न होतों, असें तुला माहीत होतें; परंतु सांप्रत मजपाशीं तसें धन उरलें नाहीं. माझें सर्व वित्त सरून गेलें आहे. तथापि तुझ्यासारख्याची खेप फुकट जावी अथवा या विप्रर्षीची आशा विफल व्हावी हें मला बरें वाटत नाहीं. याकरितां, जरी मला प्रत्यक्ष द्रव्य अनुकूल नाहीं, तरी जिच्या द्वारानें तुमचा इष्टार्थ सिद्ध होईल अशी कांहीं वस्तु मी तुमच्या स्वाधीन करितों; तुम्हांला तसे परतवीत नाहीं. तसें करण्यांत माझी फार हानि आहे. शास्त्रांत असें सांगितलें आहे कीं, आपलेकडे मोठ्या आशेनें याचक येऊन तो अकृतार्थ परत गेला असतां आपलें कुल दग्ध करितो. हे विनतानंदना, कोणाचेही आशेचा विघात करणें, किंवा कोणीं 'दे' म्हणून प्रार्थना केली असतां त्याला साफ 'नाहीं' म्हणणें याहून दुसरी कोणतीही गोष्ट जगतांत अधिक पापावह नाहीं. सत्पात्र अतिथि हताश व अकृतार्थ परतला असतां त्याची इच्छा सफल न करणाऱ्याचा वंशोच्छेद होतो. तस्मात्, स्वतःचे मातृपितृवंश, तसेच भर्त्याचे मातृ-पितृवंश, याप्रमाणें चार वंश कायम राखणारी, सर्व धर्मक्रियांना पुष्टि आणणारी, (धर्मपत्नीत्वानें) देवपुत्रांप्रमाणें सुलक्षण, व सौंदर्यामुळें देवासुरमनुष्यांचेंही सर्वदा मन वेधणारी अशी ही माझी अल्पवयी **माधवी** नामक प्रियकन्या तुला देतों. हिच्याबद्दल तुम्हांला आठशें वाजी तर काय, पण सगळें राज्य म्हणाल तरीही राजे लोक द्यावयास तयार होतील. याकरितां ही तुम्ही घ्या. फक्त एकच माझी विनंती आहे. ती अशी कीं, हिचे ठिकाणीं होणाऱ्या पुत्रावर तो माझा वंशवर्धन म्हणून माझा हक्क असावा."

राजाचे विनंतीवरून गालव व गरुड यांनीं ती कन्या बरोबर घेतली व 'काम झाल्यावर आम्ही तुला पुनः येऊन भेटूं.' असें म्हणून ते तेथून निघाले. 'अश्वप्राप्तीचें हें साधन तुला मिळालें, तुझें काम झालें; आतां मी येतों.' असें म्हणून गालवाचा निरोप घेऊन गरुड स्वस्थलीं परतला. पक्षिराज निघून गेल्यावर गालव त्या कन्येसह असतां, हिला घेऊन असलें शुल्क देण्यास समर्थ असा कोण पाहावा म्हणून आपल्याशीं चिंता करूं लागला. तों

[1] शंख हा पवित्र व शुभ्र व दूधही तसेंच, म्हणून ही उपमा.

इक्ष्वाकुवंशज राजश्रेष्ठ हर्यश्व राजा त्याचे ध्यानास आला. हर्यश्व हा त्या वेळीं अयोध्येंत राज्य करीत असून मोठा बलाढ्य होता. त्याजपाशीं चतुरंग सैन्य जय्यत होतें. धनधान्यांचीं भांडारें पूर्ण असून, सर्व नागरिकांवर त्याचें प्रेम असे. ब्राह्मणांचा तो मोठा आवडता होता; आणि इंद्रियनिग्रह करून संतानप्राप्त्यर्थ उत्कृष्ट तप करीत होता. त्याजकडे जाऊन तो ब्राह्मण गालव म्हणाला, " हे राजेंद्रा, संतानानें कुलवृद्धि करणारी ही माझी कन्या आहे. हे हर्यश्वा, तूं संतत्यर्थ इतका प्रयत्न मांडिला आहेस, त्या पक्षीं माझी ही कन्या मोल देऊन घे आणि हिला आपली भार्या कर. म्हणजे तुझा हेतु सफल होईल. हिचें मूल्य काय तें मी तुला सांगतों तें ऐक, आणि काय तो निश्चय कर. "

अध्याय एकशें सोळावा.

—:०:—

हर्यश्वास माधवी देतो.

नारद सांगतातः—गालवाच्या त्या भाषणाचा बहुत वेळ विचार करून, अनपत्यतेमुळें दुःखी झालेला तो हर्यश्व राजा दीर्घ व उष्ण असा सुस्कारा टाकून गालवाला म्हणाला, ' गालवा, ही कन्या तर निःसंशय सुलक्षण आहे. सामुद्रिकांत सांगितल्याप्रमाणें जे सहा[1] अवयव उन्नत असावे ते हिचे त्याप्रमाणें उन्नत आहेत; जे सातें[2] भाग सूक्ष्म असावे ते तसे सूक्ष्म आहेत; जे तीनें[1] गंभीर असावे ते तीन गंभीर आहेत; आणि जे पांचें[2] आरक्त असावे ते तसे आरक्त आहेत. एकंदरींत, भल्या भल्या देवांनीं आणि असुरांनींही हिजकडे पाहातच राहावें अशी ही रूपस व गीतादि गांधर्वविद्येंत निपुण व बहुशुभलक्षणसंपन्न आहे. हिला संतति बहुत होईल. फार तर काय, पण चक्रवर्ती अशा पुत्रालाही प्रसवण्यास ही समर्थ दिसते. या अर्थीं मला ही तर पाहिजे. पण तूं हिचें मूल्य सांगशील तें मात्र माझ्या वैभवाकडे पाहून माझ्या अवसानांत असेल असें सांग; भलतेंच माझ्या ऐपतीबाहेर सांगूं नको.'

गालव उत्तर करितोः—स्वदेशांत जन्मलेले, बांधेसूद, चंद्राप्रमाणें तेजस्वी व शुभ्र आणि एका कानाला कृष्णवर्ण असे आठशें अश्व माझे प्रथम स्वाधीन कर, म्हणजे ही विशालनयना कल्याणी तुझे मी स्वाधीन करतों; आणि मग, अग्नींना प्रसवणाऱ्या अरणीप्रमाणें तुझ्या पुत्रांची ही जननी होईल.

नारद सांगतातः—त्या माधवीला पाहातांच काममोहित झालेला तो राजर्षि हर्यश्व गालवाची ही मागणी ऐकून कांहींसा विरस झाला व दीनवाणीनें त्याला म्हणाला, ' हे विप्रर्षे, माझे अश्वशाळेंत तसे घोडे शेंकडों आहेत; परंतु तुला इष्ट आहेत तशा जातीचे काय ते दोनशेंच घोडे मजजवळ आहेत. पण यासाठीं मी तुला असें म्हणतों कीं, दोनशेंच घोडे घेऊन तूं मला कांहीं कालपर्यंत ही कन्या दे. हिचे ठिकाणीं एक पुत्र उत्पन्न करून मी ही तुला परत देईन. पण कसेंही करून एवढी माझी लालसा तूं पूर्ण कर.' हे

---

१ दोन पायांचे तळवे, दोन हातांचे तळवे व दोन स्तन हे उचललेले असावे, हा एक पक्ष; दुसरे पक्षीं स्तनद्वय, नितंबद्वय व नेत्रद्वय हे सहा उन्नत असावे; तिसरे पक्षीं (काशिखंडोक्त) छाती, कुशी, केश, खांदे, हात व मुख हीं सहा उन्नत असावीं.

२ त्वचा, केश, दंत, करांगुलि, पादांगुलि व त्या अंगुलींचीं पेरें हीं सात सूक्ष्म असावीं.

१ स्वर, मन आणि नाभि—हीं तीन गंभीर असावीं.

२ हातांचे तळवे, डोळ्यांचे कोंपरे, ताळू, जिव्हा व अधरोष्ठ—हे पांच भाग आरक्त असावे.

राजाचे शब्द ऐकून ती कन्या गालवाला म्हणाली, 'हे ब्राह्मणा, अन्य तरुणींप्रमाणें प्रसूतीनें माझी यौवनहानि होणार नाहीं. कारण मला एका ब्रह्मनिष्ठानें वर दिला आहे कीं, मी कितीदांही प्रसूत झालें तरी दर प्रसूतीचे अंतीं पुनरपि कुमारीच होऊन राहीन. याकरितां मी म्हणतें कीं, हे दोनशें उत्तम अश्व तूं घे आणि या राजाला मला दे. या रीतीनें चौघां राजांना मला दे, म्हणजे माझ्या पायीं तुझी आठशें अश्वांची भरपाई होईल; बरें, मलाही चार पुत्र होतील. म्हणून मी म्हणतें कीं, आले आहेत हातीं तेवढ्यांचाच तरी गुरूकरितां संग्रह करून ठेव. हे विप्रश्रेष्ठा, याप्रमाणें मला सुचलें तें तुला सांगितलें, याप्रमाणें चाल. नाहीं तर मग तुला रुचेल तसें कर.' कन्येनें याप्रमाणें सांगतांच गालव मुनि त्या हर्यश्वाला म्हणाला, 'ठीक आहे. ही कन्या तूं घे आणि चतुर्थांशच मूल्य तूं देतोस त्या अर्थीं हिचे ठिकाणीं एकच पुत्र उत्पन्न कर.'

मग राजर्षि हर्यश्वानें गालवाचें अभिवंदन करून त्या कन्येचा स्वीकार केला. नंतर यथाकालीं यथाप्रदेशीं कराराप्रमाणें तिजपासून त्याला एक हवा होता तसा सुलक्षण पुत्र त्यानें उत्पन्न केला. त्या पुत्रापाशीं अष्ट वसूंपेक्षांही अधिक धन असल्याकारणानें व तो ब्राह्मणांना विपुल वसु म्हणजे धन देणारा निघाल्यानें त्याला वसु असेंच म्हणत. पुढें तो वसुमना या नांवाचा प्रख्यात राजा झाला. इकडे कराराची मुदत संपतांच तो बुद्धिमान् विप्र गालव राजा हर्यश्वाकडे आला. त्या वेळीं राजा फार प्रसन्नचित्त दिसला. त्याला गालव म्हणाला, 'हे राजा, या माधवीपासून तुला हा सूर्यासारखा तेजस्वी पुत्र झाला. आतां माझी वस्तु मला परत कर. कारण, हे नृपश्रेष्ठा, पुढील भिक्षेसाठीं दुसरा कोणी तरी राजा गांठण्याची वेळ झाली.' राजर्षि हर्यश्वानें, आपलेपाशीं आणखी अश्व नाहींत हें लक्षांत आणून व आपल्या पुरुषार्थाकडे व वचनाकडे नजर देऊन, माधवी गालवाचे स्वाधीन केली. हर्यश्वाचें नजर दिपून जाण्यासारखें राजवैभव होतें, तथापि त्याचे मोहास न गुंततां माधवीही तें टाकून निघाली आणि मनांत संकल्प करितांच पुनः पूर्ववत् कुमारी होऊन गालवाचे पाठोपाठ चालली. मग " तूर्त हे घोडे तुजपाशींच राहूं देत." असें हर्यश्वाला विनवून, त्या माधवी कन्येसह तो गालव दिवोदास राजाकडे गेला.

अध्याय एकशें सतरावा.

—:०:—

दिवोदासास माधवी देतो.

गालव वाटेंत माधवीला म्हणाला:—दिवोदास या नांवाचा मोठा बलशाली व समर्थ काशि-राज भीमसेनाचा पुत्र आहे, त्याकडे आपण जाऊं. हे कल्याणि, तूं कोमल आहेस. हळूहळू चल. तूं कांहीं दुःख मानूं नको. मी तुला भलत्याकडे नेत नाहीं. तो राजा मोठा धार्मिक असून सत्य व इंद्रियदमन यांविषयीं तत्पर आहे.

नारद सांगतात:—तो गालव ऋषि दिवोदासाकडे गेला असतां राजानें त्याचा रीतीप्रमाणें सत्कार केला. त्यानंतर गालवानें संततीचे कामीं राजाला (माधवीचे स्वीकाराविषयीं) आग्रह केला.

त्या वेळीं दिवोदास म्हणाला, 'हे विप्रा, मीं ही सर्व हकीकत पूर्वींच ऐकिली आहे. मग आतां पालहाळ लावण्यांत काय हशील आहे? या कन्येचा वृत्तांत कानीं येतांच ही आपल्याला असावी अशी मला इच्छा झाली, आणि

इतके राजे सोडून तूं ज्या अर्थीं मजकडेसच आलास त्या अर्थीं माझा हेतु पूर्ण होण्याचें मला लक्षण निःसंशय दिसत आहे. असो. लांबीरुंदी लावण्याचें काम नाहीं. अश्वांचे बाबतींत हर्यश्वाची जी अनुकूलता तीच माझी ही आहे. यास्तव मीही त्याचप्रमाणें दोनशें अश्व तुला देतों आणि या कन्येचे ठिकाणीं एक पृथ्वीपति पुत्र निर्माण करितों.' त्याचें बोलणें मान्य करून ब्राह्मणानें त्याला कन्या दिली व राजानेंही विधिपूर्वक तिचा स्वीकार केला.

माधवीचा विधिपूर्वक स्वीकार केल्यावर, प्रभावतीचे ठिकाणीं जसा रवि; स्वाहेच्या ठायीं वन्हि; इंद्राणीचे ठायीं इंद्र; रोहिणीचे ठिकाणीं जसा चंद्र; धूमोर्णेसह यम; गौरीचे ठायीं वरुण; ऋद्धीचे ठिकाणीं कुबेर; लक्ष्मीचे ठिकाणीं नारायण; जान्हवीचे ठायीं उदधि; रुद्राणीचे ठायीं रुद्र; वेदीचे ठायीं पितामह; अदृश्यन्तीचे ठिकाणीं वासिष्ठ; अक्षमालेशीं वसिष्ठ; सुकन्येचे-ठायीं च्यवनभार्गव; संध्येशीं पुलह; वैदर्भीचे ठायीं अगस्त्य; सावित्रीचे ठिकाणीं जसा सत्यवान्; पुलोमेच्या ठिकाणीं भृगु; अदितीचे ठायीं जसा कश्यप; रेणुकेचे ठिकाणीं अर्चीक; हैमवतीचे ठिकाणीं कौशिक; तारेचे ठायीं बृहस्पति; शतपर्वेशीं जसा शुक्र; पृथ्वीचे ठायीं जसा पृथ्वीपति; उर्वशीचे ठिकाणीं पुरूरवा; सत्यवतीचे ठायीं ऋचीक; सरस्वतीचे ठिकाणीं जसा मनु; शकुंतलेचे ठिकाणीं दुष्यंत; धृतीचे ठिकाणीं सनातनधर्म; दमयंतीचे ठायीं नलराजा; सत्यवतीचे ठिकाणीं नारद; जरत्कारूचे ठिकाणीं जसा जरत्कारु; प्रतीच्येसह पुलस्त्य; मेनकेचे ठिकाणीं ऊर्णायु; रंभेसह जसा तुम्बुरु; शतशीर्षेचे ठायीं वासुकि; कुमारीचे ठायीं धनंजय; सीतेचे ठायीं जसा राम किंवा रुक्मिणीचे ठायीं जसा कृष्ण रममाण होतो, त्याप्रमाणें तो दिवोदास राजा त्या माधवीचे ठिकाणीं रत झाला असतां, तिला प्रतर्दन नांवाचा एक मुलगा झाला.

पुत्र होतांच तो त्रिकालज्ञ गालव दिवोदासाकडे आला व कराराप्रमाणें मुदत भरली असें पाहून म्हणाला, 'राजा, तुझा समय पुरा झाला. आतां एवढी माधवी माझी मला परत कर. हे घोडे तूर्त तुजजवळच राहूं दे. म्हणजे मी दुसरे कोणाकडे तरी ही कन्या विकण्यासाठीं जातों !'

दिवोदासही मोठा धर्मात्मा व सत्याला धरून राहाणारा असल्यामुळें त्यानें गालवानें मागतांच कराराप्रमाणें माधवी त्याला परत केली.

अध्याय एकशें अठरावा.

—:०:—

उशीनरास माधवी देतो.

नारद सांगतात:—माधवीही सत्यप्रतिज्ञ होती. समय भरतांच दिवोदासाचे वैभवाचा लोभ सोडून आपलें पूर्ववत् कौमार्य धारण करून ती गालवाकडे आली. गालव आपल्या कामाच्या विचारांत गढलाच होता. तो तसा विचार करीतच औशीनर राजाला भेटण्यासाठीं भोजनगराला गेला. तेथें जाऊन तो त्या अमोघपराक्रमी राजाला म्हणाला, 'हे राजा, ही कन्या तुला दोन पुत्र देईल; व हिचे स्वीकारानें चंद्रसूर्यतुल्य तेजस्वी दोन पुत्र होऊन तूं उभय लोकीं कृतार्थ होशील. हे अखिलधर्मज्ञ राजर्षे, हिचें मूल्य काय तें एक कानानें काळे व चंद्रकांति असे चारशें अश्व दे म्हणजे झालें. वास्तविक बोलूं जातां मला घोड्यांशीं काय करावयाचें आहे ! ही सारी खवदव माझे गुरूकरितां आहे. याकरितां तुला हें शुल्क देतां येण्याजोगें असेल तर मग डोळे मिटून तूं माझें म्हणणें ऐक. अशी संधि पुनः मिळा-

वयाची नाहीं. यथेष्ट संतान देणारी ही कन्या आहे, असा दोनदांचा अनुभव आहे. तुला अपत्य नाहीं, याकरितां अशीचा स्वीकार करून दोन पुत्र साधून घे; आणि पुत्ररूपी नौकेनें स्वतःचें व आपल्या पितरांचें तारण कर. अपत्यहीन पुरुषांना जशी नरकप्राप्तीची किंवा स्वर्गभ्रंशाची भीति आहे तशी पुत्रवानाला नाहीं.' हें आणि या प्रकारचेंच आणखी बरेंसचें गालवाचें भाषण ऐकून उशीनरानें त्याला प्रत्युत्तर केलें, 'हे ब्राह्मणा, तुझें सर्व कांहीं बोलणें जसेंचें तसेंच मीं ऐकिलें व मला तें मनांतून पटलें असून या गोष्टीविषयीं माझे मनाचा कल पूर्ण आहे. परंतु कसें करावें? दैव बलवान् आहे, त्यापुढें आपले संकल्पाचें काय चालणार? कारण, मजपाशीं तसे हजारों घोडे आहेत; परंतु तुला पाहिजेत त्या जातीचे सारे दोनशेंच आहेत. त्यामुळें दोन पुत्रांची आशा विफल आहे. म्हणून इतरांनीं जो मार्ग स्वीकारला तोच स्वीकारून, मी हिचे ठायीं एकच पुत्र उत्पन्न करीन. हे द्विजश्रेष्ठा, बाकी राहिलेल्या दोनशें घोड्यांचे मूल्याबद्दल द्रव्य तुझे पदरांत टाकून तुझी भरपाई मला करितां येण्याजोगी आहे. परंतु मी असें मानितों कीं, राजा या नात्यानें प्रजेपासून जो मी पैसा घेतों तो माझ्या शहरांतील व देशांतील मिळून ज्या यावत् प्रजा आहेत त्यांचेच परत कामीं लावण्यासाठीं आहे; मी आपली खासगी चैन त्या पैशावर करणें न्याय्य नव्हे. हे धर्मनिष्ठा, जो राजा परक्याच्या म्हणजे प्रजाजनांच्या द्रव्याची मन मानेल त्या रीतीनें उधळपट्टी मांडितो, त्याला धर्मदृष्ट्या पुण्यप्राप्ति होत नाहीं; व लौकिकदृष्ट्या त्याची अपकीर्ति होते. याकरितां एकच पुत्र उत्पन्न करण्यासाठीं ही देवगर्भतुल्य दिव्य कुमारी मला दे. मी या अटीवर हिचा स्वीकार करितों.'

१ हा विचार प्रत्येक लहानमोठ्या राजानें ध्यानांत ठेवण्याजोगा आहे.

याप्रमाणें त्या कन्यापरिग्रहासंबंधें त्या उशीनरानेंच भवति न भवति केल्यावर गालवानें सत्कारपूर्वक त्या राजाला ती कन्या अर्पण केली व आपण वनांत निघून गेला. इकडे ती दिव्य कन्या हातीं येतांच, एखादा पुण्यशील ज्याप्रमाणें लक्ष्मीचा यथेच्छ उपभोग घेतो, त्याप्रमाणें त्या राजानें पर्वताच्या गुहा, नद्यांचे प्रवाह, विचित्र उद्यानें, वनें, उपवनें, रमणीय राजमंदिरें, वाड्यांच्या वरल्या गच्च्या, अति उंच हवाशीर अशा हवेल्या व आदबशीर आणि थंडगार अशीं गर्भगृहें, इत्यादि अनेक रमणीय स्थळीं त्या सुंदरीचा उपभोग घेतला. योग्य काल होतांच त्याला बालसूर्याप्रमाणें तेजस्वी असा एक पुत्र झाला. शिबि या नांवानें जो राजश्रेष्ठ प्रख्यात झाला, तोच हा. हे दुर्योधना, इतक्यांत गालव वनांतून आला व कराराप्रमाणें माधवीला परत घेऊन चालला, तों वाटेंतच त्याला गरुड भेटला.

अध्याय एकशें एकुणिसावा.

---:०:---

सहस्र अश्वांची गोष्ट.

नारद सांगतातः---भेट पडतांच हंसत हंसतच गरुड गालवाला म्हणाला, 'हे ब्रह्मन् आपलें नशीब उदयास आलें. आपली इच्छा पूर्ण झाली असावी, असा रंग दिसतो. कसें काय?' गरुडाचा प्रश्न ऐकून गालव म्हणाला, 'तीनचतुर्थांश कामगिरी झाली, आतां एकच चतुर्थांश राहिली आहे. त्याचे चिंतेंत आहें.' वक्तृश्रेष्ठ सुपर्ण म्हणाला, गालवा, या कामीं नसती दगदग करूं नको, ती सफल व्हावयाची नाहीं; कारण याहून अधिक अश्व मुळीं लोकांतच नाहींत, हें मला पक्कें माहीत आहे. पूर्वी

कान्यकुब्ज देशांत गाधि नामक राजा होता. त्याला सत्यवती नांवाची कन्या होती. ऋचीकानें तिला स्त्री करण्याकरितां मागणी घातली. त्या वेळीं गाधीनें, ' एक कर्णानें श्याम व चंद्रप्रभ शुभ्र असे एक सहस्त्र अश्व आणून दे आणि कन्या घे ' असें ऋचीकाला सांगितलें.

' ठीक आहे पहातों. ' असें म्हणून ऋचीक वरुणलोकीं गेला. तेथें अश्वतीर्थ नामक स्थळीं त्याला इष्ट सहस्त्र अश्व मिळाले. ते आणून त्यानें गाधीला दिले व कन्या घेतली. हे गालवा, पुढें गाधीनें पुंडरीक नामक यज्ञ केला, त्या वेळीं ते सहस्त्र अश्व ब्राह्मणांना दान दिले. त्या ब्राह्मणांपासून या तीन राजांनीं—एकेकानें दोनशें अश्व विकत घेऊन ठेविले होते. बाकी चारशें शिलक असावयाचे, परंतु वितस्ती नदीचे उतारांतून जात असतांना प्रवाहाचे वेगानें ते वाहून गेले. हे गालवा, यावरून तुझे ध्यानांत येईल कीं, याहून अधिक अश्व मिळणें अशक्यच आहे. मग वृथा शीण कां ? आतां याला युक्ति अशी कर. हे सहाशें घोडे आणि उरल्या दोनशें घोड्यां-ऐवजीं ही कन्या विश्वामित्राला अर्पण करून कृतकृत्य हो आणि काळजींतून मोकळा हो.

गरुडाचा हा उपदेश गालवाला रुचला. मग ते अश्व व कन्या यांसह तो गरुडाला बरोबर घेऊनच विश्वामित्राकडे गेला; आणि नम्रपणें म्हणाला, ' हे गुरो, आपण मागितल्या-पैकीं हे सहाशें अश्व आणि उरल्या दोनशां-ऐवजीं ही कन्या—ह्यांचा कृपाळूपणें स्वीकार व्हावा. तिघां राजर्षींनीं हिचे ठिकाणीं तीन धर्मशील पुत्र निर्माण केले आहेत, आपणही आणखी एक उत्कृष्ट पुत्र हिचे ठायीं उत्पन्न करावा. म्हणजे या रीतीनें आपले आठशें अश्व आपल्यास पुरे करून दिल्यासें होऊन मी आपला उतराई होईन आणि वनांत तपश्चर्येंकरितां निघून जाईन. '

गरुडासह तो गालव व तसली ती सुंदर कन्या पाहून विश्वामित्र म्हणाला, ' हे गालवा, असें होतें तर ही कन्या प्रथमच मला कां नाहीं दिलीस ? आयते वंशवर्धक चार पुत्र तरी मला झाले असते ! असो; झालें तें झालें. हे घोडे माझे आश्रमाभोंवते सोडून दे आणि एक पुत्रफल प्राप्त होई तों मी हिंचा स्वीकार करितों.' असें म्हणून ती कन्या स्वीकारून तो महातेजस्वी विश्वामित्र तिशीं रममाण झाला आणि कालेंकरून ' अष्टक ' नांवाचा पुत्र त्या माधवीचे ठिकाणीं त्यानें उत्पन्न केला. पुत्र होतांच विश्वामित्रांनीं त्याला धर्मोपदेश करून सर्व द्रव्य व ते अश्व त्याचे स्वाधीन केले. नंतर तो अष्टक चंद्रपुराप्रमाणें दिव्य अशा नगरास निघून गेला, मग विश्वामित्रांनीं ठरावा-प्रमाणें ती कन्या गालवाचे स्वाधीन केली आणि आपण तपश्चर्येकरितां वनांत गेले.

याप्रमाणें गरुडासमक्ष गुरूची दक्षिणा देऊन टाकिल्यावर गालवालाही संतोष झाला; आणि आपलें संकट या कन्येमुळें निवारण झालें हें पाहून तिजवर प्रसन्न होऊन तो तिला म्हणाला, " हे वरारोहे, तुला एक पुत्र दानपति झाला; दुसरा एक शूर झाला; तिसरा धर्मिष्ठ व सत्यनिष्ठ झाला आणि चौथा यज्ञ-याग करणारा—असे चार पुत्र तुला झाले. हे सुमध्यमे, या पुत्रांचे द्वारानें तूं आपल्या पित्याचें, यांना उत्पन्नकर्त्या चार राजांचें, व एक प्रकारें माझेंही तारण केलेंस, म्हणून तूं धन्य आहेस. आतां चल तुझे बापाकडे जाऊं. ' असें म्हणून त्या सर्पाशन सुपर्णाला निरोप देऊन, गालव कन्येसह ययातीकडे गेला, आणि त्याची ठेव त्याला परत करून आपण तपा-करितां निघून गेला.

हे राजा दुर्योधना, या गालवाचे इतिहासावरून, दुराग्रहामुळें कसकसे नसते क्लेश सोसावे लागतात तें लक्षांत आण आणि सर्वजण निवारण करीत असतां हा भलताच हट्ट घेऊन बसूं नको. असो; या सुंदरी माधवीचा व ययातीचाही इतिहास बहुत रमणीय व बोधप्रद आहे तोही ओघासारखा सांगतों, ऐक.

अध्याय एकशें विसावा.

—:०:—

माधवीची तपस्या.

नारद सांगतात:—ब्रह्मनिष्ठाचे वरप्रभावामुळें चार पुत्र प्रसवूनही ती माधवी अनाघ्रात कलिकेप्रमाणेंच अक्षतयौवना कुमारीच होती. यामुळें ययातिराजाला हिचा स्वयंवरविधीनें विवाह करावा, अशी पुनरपि इच्छा झाली. मग गंगायमुनांच्या संगमासन्निध असलेल्या एका आश्रमांत जाऊन त्यानें कन्येला पुष्पमाला घालून रथांत बसविलें; आणि यदु व पूरु हे तिचे दोघे भाऊ तिला रथांत बसवून वरयोजनेसाठीं त्या आश्रमांतून सर्वत्र दूर फिरवूं लागले. त्या गंगायमुनासंगमावरील वनांत नाग, यक्ष, मनुष्य, गंधर्व, मृग, पक्षी, पर्वत, वृक्ष व वनचर यांचा समुदाय मिळाला होता. अठरापगड जाती ज्यांत आहेत असल्या देशांचे अधिपति व ब्रह्मस्वरूप ऋषिजन यांनींही तें वन गजबजून गेलें होतें. अशा त्या वनांतून ते यदु व पुरु वरदृष्टीनें प्रत्येक योग्य पुरुषाचें वर्णन करीत करीत आपल्या बहिणीला घेऊन सर्वभर फिरले. परंतु त्या सुंदरीनें त्या सर्वांची उपेक्षा करून ‘ वन ’ हाच आपला पति म्हणून त्याचा अंगकार केला; अर्थात् कोणताही पुरुष वर न स्वीकारितां वनवास अंगीकार करून तपस्येचा निश्चय केला. हे दुर्योधना, मग ती ययातिकन्या रथांतून उतरून आपल्या उभय बंधूंचा नमस्कारपूर्वक निरोप घेऊन पुण्यवनांत गेली आणि तपाचरण करूं लागली. उपासतापास, नानाप्रकारच्या दीक्षा, व्रतें, नियम, इत्यादिकांचे योगानें शरीर लघु करून व चित्त निर्विकार करून ती मृगवृत्तीनें राहूं लागली. वैदूर्य रत्नाचे अंकुराप्रमाणें हिरवीगार व तेजस्वी असून कांहीं तिखट कांहीं गोड अशीं कोमल कोमल तृणें खाऊन आणि पवित्र सरितांची शुद्ध, स्वच्छ, रुचिकर व थंडगार अशीं उदकें प्राशन करून सिंह, व्याघ्र, रीस, इत्यादि हिंस्र श्वापदांनीं वर्जित, दावाग्निरहित अशा गर्द व निर्जन अरण्यांतून वनचारिणी हरिणीप्रमाणेंच हरिणांचे कळपांबरोबर फिरून व पूर्ण ब्रह्मचर्य पालन करून तिनें विपुल तपाचरण केलें.

इकडे, प्राचीन राजांचे वळणानें चालणारा तो पुण्यशील ययाति हजारों वर्षें राज्यसुख भोगून कालगतीनें परलोकवासी झाला. पुरु व यदु हे सत्पुत्र पोटीं येऊन ते वंशाचा उत्कर्ष करीत होते, यामुळें ययाति मर्त्यलोकीं सुख भोगून स्वर्गांतही प्रतिष्ठा पावला. तो महर्षितुल्य राजा ययाति स्वर्गीत गेल्यावर त्याचा बहुत मान होऊन स्वर्गांतील अत्युत्तम सुखें तीं त्याला भोगावयास मिळूं लागलीं. अशाही सुखोपभोगांत कित्येक हजार वर्षें निघून गेलीं. परंतु, काल हा बहुगुणी आहे, तो एकत्र रहात नसतो. कालाचे गतीनेंच स्थित्यंतरें उत्पन्न होतात. मनुष्यांचे स्थितींत—वृत्तींत पालट पडतात. तोच प्रकार ययातीचा कालगतीनें झाला. कोणे एके वेळीं समृद्ध व परमपूज्य असे अनेक राजर्षि बसले असतां, गर्वानें व अज्ञानानें चित्त व्याप्त होऊन त्या राजर्षींसमक्ष त्यानें सर्व मनुष्य, देव व ऋषि यांचा मनांत धिक्कार केला. बलहंत्या इंद्रानें त्याला ओळ-

खिलें व सर्व राजर्षींनीं तर याचा उघड उघड फारच धिक्कार केला; आणि त्या नहुषपुत्र ययातीकडे पाहून त्याजबद्दल विचार सुरू झाला. ते स्वर्गवासी एकमेकांमध्यें विचारपूस करूं लागले कीं, 'हा कोण ? कोणा राजाचा पुत्र ? हा स्वर्गांत कोणत्या प्रकारें आला ? कोणत्या आचरणानें हा सिद्ध बनला ? यानें तपश्चर्या तरी कोणत्या ठिकाणीं केली ? स्वर्गांत याची माहिती कशा प्रकारची आहे ? बरें, हा ओळखीचा तरी कोणाच्या आहे ?' स्वर्गाचे देवडीवरील रखवालदार, तसेच पुण्यशीलांना विमानांत घालून स्वर्गास आणून पोंचविणारे विमानपाल, व स्वर्गांतील सभेंतील स्थानपाल या सर्वांना त्या राजर्षींनीं विचारलें कीं, हा स्वर्गांत कसा, कोणाच्या हुकुमानें, केव्हां आला, वगैरे, वगैरे. पण ज्यांनीं त्यांनीं आम्हांला कांहीं माहिती नाहीं म्हणून कानावर हात ठेविले. सारांश, सर्वांच्याच बुद्धीला कांहीं चमत्कारानें मोह पाडून कोणालाच त्याबद्दल कांहीं माहिती नाहीं असें दिसून आलें. पण इतकें मात्र झालें कीं, एका मुहूर्तांत ययाति राजा निस्तेज झाला.

अध्याय एकशें एकविसावा.

—:०:—

ययातीचें स्वर्गपतन.

नारद सांगतात:—या प्रकारें ययाति निस्तेज होऊन, बसलेल्या आसनावरून खालीं पडला व एकंदरींत स्वर्गांतून त्याचें ठाणें उठलें. हें पहातांच त्याचें काळीज चर्र झालें; शोकाग्नीनें त्याला ग्रासिलें; त्याच्या अंगावरील पुष्पमाला कोमेजून गेल्या; त्याची शुद्धबुद्ध गेली; मुकुट व बाहुभूषणेंही गळून पडलीं; हातापायांचा गळाठा झाला; माथें घुमूं लागलें; धड वस्त्राची देखील शुद्ध राहिली नाहीं; अलंकार गळून पडले, तिकडे लक्ष नाहीं; कोणी स्वर्गवासी त्याकडे पाहीना; व तो उलट त्यांकडे पुनः पुनः पाहूं लागला असतां ते कधीं त्याचे दृष्टीस पडत, कधीं दृष्टीस न पडत, अशी टाळाटाळ करूं लागले. त्यामुळें तो फारच गोंधळून जाऊन केवळ उदास झाला; आणि स्वर्गांतून घसरण्याचे बेतांत आला असतां विचार करूं लागला कीं, 'स्वर्गांतून जो असा मी स्थानभ्रष्ट झालों, तो कां ? असा पुण्यक्षयकारक कुविचार तरी माझे मनांत कोणता आला ?' याप्रमाणें तो मनाशीं विचार करीत आहे व निराधार होऊन स्वर्गांतून भ्रष्ट होऊन खालीं घसरत आहे, हा तमाशा स्वर्गांतील राजे, अप्सरा व गंधर्व हे त्याविषयीं कळवळा न करितां किंवा पुढें न येतां बसल्या ठिकाणाहूनच पहात होते.

इतक्यांत, क्षीणपुण्य पुरुषांना स्वर्गांतून ढकलून देण्याच्या कामावरील अधिकारी पुरुष देवेंद्राच्या आज्ञेनें पुढें येऊन त्या ययातीला म्हणाला, "हे ययाते, विचार कशाचा करितोस ? आणि विस्मय कसला करितोस ? तुझ्या पतनाचें कारण हेंच कीं, तूं अति मदमत्त झालास. तूं म्हणजे ज्याचा अवमान केला नाहींस असा स्वर्गांत एकही पुरुष उरला नाहीं. यामुळें—या मानीपणामुळें—तूं स्वर्गांत राहाण्यास नालायक ठरलास व भ्रष्ट झालास. तूं या दोषामुळें इतका हीनतेज झाला आहेस कीं, कोणी तुला ओळखीत नाहीं ! याकरितां तुला हेंच शासन कीं, तूं आतां येथून भ्रष्ट हो, आणि मर्त्यलोकांत जाऊन पड !" हें ऐकतांच ययाति प्रार्थनापूर्वक त्या अधिकाऱ्याला त्रिवार म्हणाला, 'मी पडणारच तर निदान सज्जनांमध्यें तरी पडावें इतकेंच मागणें आहे !' असें म्हणून तो ज्ञानी ययाति आतां आपण येथून घडाडून कोणत्या प्रकारें, कोणत्या

मार्गानें, कोठें जाऊन पडणार म्हणून विचार करूं लागला. विचार चालूच आहे तों, नैमिषारण्यांत प्रतर्दन, वसुमना, उशीनरपुत्र शिबि व अष्टक असे चौघे राजे इंद्राला संतुष्ट करण्याकरितां वाजपेय यज्ञ करीत बसले होते, त्यांच्या यज्ञकुंडांतील धुराचा लोट थेट स्वर्गद्वाराला जाऊन पोंचला होता, किंवा तो स्वर्गापासून भूमीपर्यंत ठेपलेला जणूं गंगेचा ओघच वाहात होता, त्या ओघांत पडून धूमाचें अवघ्राणन करीत करीत तो पृथ्वीपति ययाति, श्रीमान्, लोकपालतुल्य व ज्यांनीं अनेकदां अवभृथ नामक यज्ञसमाप्तीचीं स्नानें केलीं होतीं, अशा आपल्या नातवांमध्यें येऊन पडला. नातवांमध्यें पडला म्हणा, किंवा होमद्रव्यांचा विनियोग करणाऱ्या त्या राजसिंहरूपी प्रचंड अग्नींतच तो क्षीणपुण्य होऊन पडला असें म्हणा.

असो; स्वर्गभ्रष्ट झाला तथापि तो झळकसच होता. तेव्हां त्याला पडतांना पाहून ते सर्व राजे म्हणाले, " आपण कोण? कोणाचे कोण? कोणा देशाचे किंवा नगराचे पालक आहां? किंवा कोणी यक्ष, राक्षस, गंधर्व किंवा देव आहां? कारण, आपण मनुष्यरूप तर नाहीं. तेव्हां आपण कोण आहां व येथें येण्यांत आपली इच्छा काय आहे?"

ययातीनें उत्तर केलें:—मी ययाति नामक राजर्षि आहें. पुण्यक्षय झाल्यानें मी स्वर्गांतून खालीं पडलों. खालीं पडतांना, 'सज्जनांमध्यें पडावें' असा वर मागून घेतल्यामुळें मी तुमच्यांत येऊन पडलों आहें.

राजे म्हणाले:—ययाते, सत्संगाची तूं जर इतकी आवड धरिलीस, तर त्या आवडीचें चीज होऊं दे. आम्ही केलेल्या सर्व यज्ञांचें व धर्माचरणाचें फल तूंच घे.

ययाति म्हणाला:—सज्जनहो, तुम्ही म्हणतां खरें; परंतु मी हाडाचा क्षत्रिय आहें, दुसऱ्यानें दिलेल्या दानाचे प्रतिग्रहावर पुष्ट होणारा ब्राह्मण नव्हे. शिवाय, आपलेसाठीं दुसऱ्याचें पुण्य खर्चीं घालण्याकडे माझे मनाचा कल नाहीं.

नारद सांगतात:—या प्रकारें राजांचा व ययातीचा संवाद चालू आहे तों मृगांसह संचार करितां करितां माधवी सहजगति त्या स्थळीं येऊन पोंचली. तिला पाहातांच राजांनीं अभिवंदन करून विचारिलें कीं, 'माते, इकडे काय उद्देशानें आलीस? आम्हीं तुझी कोणती आज्ञा सिद्धीस न्यावी? हे तपोधने, आम्ही तुझे पुत्र आहों, यास्तव आम्हांला तुजकडून कांहीं तरी आज्ञा असावी.'

मुलांचें तें भाषण ऐकून माधवीला फार आनंद झाला. मग तिनें पुढें येऊन प्रथम आपला पिता ययाति याला वंदन केलें, आणि नंतर आपले पुत्रांचे मस्तकांस हातानें स्पर्श करून ती ययातीला म्हणाली, " बाबा, हे कोणी परके नाहींत; हे माझे पोटचे पुत्र आहेत. अर्थात् तुमचे सत्तेचे नातू आहेत. हे आपला उद्धार करतील. पुरातन कालापासून दौहित्रांनीं मातामहांचा उद्धार केल्याचें आढळून येतें. याकरितां यांचें पुण्य स्वीकारण्यास आपण शंकूं नये. मीही आपली कन्याच आहें. मृगवृत्तीनें राहून मींही बहुत पुण्यसंचय केला आहे. त्यांतील अर्धें पुण्य आपण घ्या. अपत्यांनीं संपादिलेल्या पुण्याचे फलभागी आज म्हणजे आपणच नव्यानें होत आहां असें नाहीं. हा सर्वांचाच मार्ग आहे. अपत्यार्जित पुण्याचा भाग पूर्वजांना हक्कानें घेतां येतो, म्हणून तर जे ते नातू व्हावे म्हणून इच्छा करीत असतात. याकरितां आपण खुशाल आमचें पुण्यफल घ्यावें."

असें माधवीचें भाषण ऐकतांच ते सर्व

राजे आपल्या मातेच्या पायां पडले; आणि नंतर आजालाही नमस्कार करून उंच, प्रेमळ व अति मनोवेधक अशा शब्दांनीं आपल्या स्वर्गच्युत मातामहाला आपलें पुण्य घेऊन स्वोद्धार करण्याविषयीं मोठ्या आग्रहानें व दणक्यानें विनंती करूं लागले. इतक्यांत गालवही तेथें आला, व ' माझेही पुण्याचा अष्टमांश घेऊन तूं स्वर्गाला जा, ' असें ययातीला म्हणाला.

अध्याय एकशें बाविसावा.

---:o---

ययातीचें पुनः स्वर्गारोहण.

नारद सांगतातः—वास्तविक पाहातां ययाति भूतलावर पडावयाचा; परंतु, हा अमुक अशी ओळख पटून त्या सज्जनांनीं त्याचा अंगीकार करितांक्षणीं त्यांच्या पुण्यानें तो भूतलास स्पर्शही न करितां, दिव्य पुष्पांच्या माळा, दिव्य वस्त्रें, दिव्य अलंकार, दिव्य सुगंध यांनीं युक्त होऊन स्वर्गोन्मुख होऊन निश्चित झाला. तो स्वर्गाभिमुख वळतांच, ' दानपति ' या संज्ञेनें लोकांत प्रख्यात असलेला त्याचा वसुमना नांवाचा दौहित्र सर्वांआधीं मोठ्यानें ओरडून म्हणाला कीं, ' कोणत्याही वर्णानें अनिंद्य अशा तऱ्हेचें लोकप्रिय वर्तन करून जें कांहीं पुण्य मीं संपादिलें आहे; तसेंच दानशीलता, क्षमाशीलता आणि अग्न्याधानादि श्रौतधर्माचरण करून जें कांहीं फल माझे वांट्यास आलें असेल, तें सर्व, हे मातामहा, मी आपणास देतों. तें आपणास प्राप्त होवो. '

त्याचें भाषण सरतांच क्षत्रियश्रेष्ठ प्रतर्दनही म्हणाला कीं, 'क्षत्रियकुलांत उत्पन्न होऊन युद्धादि क्षात्रधर्मांचें यथावत् पालन करून मीं ' वीर ' ही संज्ञा संपादन केली. यासंबंधानें जें कांहीं पुण्य माझे पदरीं आलें असेल; तसेंच मी अक्षयीं धर्मनिष्ठ असल्यामुळें जें सुकृत सांठविलें असेल, तें सर्व आपणास देतों; तें आपले गांठीं पडो. '

नंतर उशीनरपुत्र शिबि मोठ्या मधुर वाणीनें म्हणालाः—बाल, स्त्रिया, खेळगडी इत्यादिकांशीं हास्यविनोद, थट्टामस्करी वगैरे करितांना, तसेंच द्यूतादि व्यसनांत, पडत्या काळांत किंवा संग्रामांत प्राणहानीची पाळी आली असतांही मीं असत्य भाषण म्हणून केलें नाहीं; हें जर खरें असेल, तर या माझ्या सत्याचे पुण्यानें आपण स्वर्गास जा. हे राजा, एक वेळ मी प्राण, राज्य आणि सुखोपभोग यांचा देखील त्याग करीन; पण सत्याचा त्याग कालत्रयींही करणार नाहीं. अशी अव्यभिचारी जर माझी सत्यप्रीति असेल, तर त्या सत्याचे जोरावर आपण स्वर्गास जा. सत्याचे योगानें मीं धर्म, अग्नि व इंद्र हे संतुष्ट केले आहेत. हें जर खरें असेल, तर या माझ्या सत्याच्या बळानें आपण स्वर्गीं चढा.

नंतर कुशिकवंशोद्भव माधवीपुत्र राजर्षि अष्टक हा हजारों याग करणाऱ्या आपल्या मातामहाला म्हणालाः—हे राजा, मीं आजपर्यंत शेंकडों पुंडरीक, गोसव व वाजपेय क्रतु केले आहेत, त्यांचें फल आपणास प्राप्त होवो. मीं क्रतु आरंभिले असतां मजजवळ असलेलीं रत्नें, स्वर्णादि द्रव्यें व इतर होतें नव्हतें तें सामान चटसारें मीं दान करून टाकिलें हें सत्य असेल, तर त्या सत्यानें आपण स्वर्गास जा.

याप्रमाणें ययातीला उद्देशून त्याचे नातू जसजसे आपलें पुण्यदान करून बोलूं लागले, तसतसा तो भूतल सोडून वर स्वर्गाकडे चढत चालला. याप्रमाणें त्या सर्वजणांनीं मिळून

आपापलीं पुण्यें एकवटून, स्वर्गापासून भ्रष्ट झालेल्या त्या ययातीला तत्काल स्वर्गास पोंचविलें. या प्रकारें चार राजर्षींच्या वंशांत उत्पन्न झालेल्या त्या वंशवर्धन चारही पुत्रिकापुत्रांनीं आपण आचरलेल्या धर्मानें व यज्ञदानादिकांचे पुण्यानें आपल्या महाप्राज्ञ मातामहाला स्वर्गी चढविलें. स्वर्गांत जाऊन पूर्वस्थानीं स्थिर होतांना ते चारही राजे पुनर्वार म्हणाले, "हे राजा, आम्ही तुझे दुहितृपुत्र सर्व राजधर्मांचें व अन्यधर्मांचें यथाशास्त्र पालन करीत आहों, या पुण्याच्या जोरावर तूं स्वस्थपणें स्वर्गांत रहा."

अध्याय एकशें तेविसावा.

—:०:—

अभिमानाचें फल—पतन.

नारद सांगतातः—ब्राह्मणांना यज्ञादिकांत विपुल दक्षिणा वांटणाऱ्या त्या सज्जन दौहित्रांनीं स्वपुण्यानें ययातीला स्वर्गांत चढविलें असतां, त्यांना अनुज्ञा देऊन तो स्वर्गांत स्थिर झाला. स्थिर होतांच नानाविध परिमलांनीं युक्त अशा सुगंधि पुष्पांचा त्याच्यावर वर्षाव झाला; सुखावह व सुगंधि अशा पवित्र वायूनें त्याला आलिंगन दिलें; व त्याचें स्वतःचेंही सुकृत त्याला प्राप्त होऊन त्याचें तेज वृद्धिंगत होऊन तो दिव्य कांतीनें झळकूं लागला. गंधर्व व अप्सरा यांचे ताफे त्याजभोंवतीं नृत्यगीतादिकांत तत्पर राहिले; व नौबदी वाजवून स्वर्गांतही त्याचें सर्वत्र प्रेमपूर्वक स्वागत झालें. विविध देवर्षि, राजर्षि व स्तुतिपाठक चारण यांनीं त्याची स्तुति करून उत्कृष्ट पूजासामुग्रीनें त्याचें पूजन केलें; व देवतांनींही त्याचें अभिनंदन केलें.

याप्रमाणें त्याला स्वर्गांतील सुखें पुनः प्राप्त झाल्यानें तो सुखी व शांतचित्त झाला, असें पाहून पितामह ब्रह्मदेव मोठ्या समाधानकारक शब्दांनीं त्याला म्हणाला, "हे ययाते, स्वर्गलोकादि-संपादनाला हेतुभूत अशा चतुष्पाद[1] धर्माचा तूं संचय करून हा अक्षय लोक संपादिलास, व या लोकांत तुझा लौकिकही अखंड होऊन राहिला. परंतु पुढें तुला स्वतःचे सुकृताचा गर्व होऊन, इतरांचा धिक्कार करून तूं आपल्या हातींच आपला घात करून घेतलास. तुझ्या वर्तनानें स्वर्गवासी जनांना क्रोध चढून त्यांच्या वृत्ति फिरून गेल्या; तुला ते मान देतनासे झाले; तुझी ओळख नाहीं म्हणून ते म्हणूं लागले; व अखेर तुला स्वर्गांतून ढकलूनही दिलें. परंतु तुझें नशीब थोर! तुझ्या मुलीच्या मुलांनीं केवळ प्रेमानें स्वतःचें पुण्य तुझे भरीस घालून तुझें तारण केलें, त्यामुळें तूं पुनः येथें येऊन, पूर्वीं स्वकर्मानें अर्जित केलेलें असें हें अचल, शाश्वत, अविनाशी, पवित्र व श्रेष्ठ स्थान पटकाविलेंस."

ययाति म्हणालाः—हे भगवन्, हे लोकपितामह, या कामीं मला एक शंका आहे, तिचें निवारण आपण करावें. आपण असतां ही शंका विचारण्यास मला दुसऱ्याकडे जाणें योग्य नाहीं. शंका एवढीच कीं, मीं जो स्वर्ग मिळविला होता, तो असा तसा नव्हेः हजारों हजार वर्षें न्यायानें प्रजापालन करून व शेंकडों यज्ञक्रतुदानादिकांचे समुदायांनीं मीं अलोट पुण्यसंग्रह करून स्वर्ग मिळविला होता. असें असतां मला एक क्षणांत जो स्वर्गांतून ढकलून दिला, तो माझा एवढा जबरा पुण्यसंग्रह इतक्याशा अल्प कालांत क्षीण झाला तरी कसा? आणि, हे महातेजस्विन्, तें माझें सर्व ऐश्वर्य एका पळांत नाहींसें झालें, हा काय प्रकार म्हणावा?

ब्रह्मदेव म्हणतातः—बाबारे, तूं अनेक यज्ञक्रतुदानादिकांनीं विपुल पुण्य संपादिलेंस,

[1] यज्ञ, दान, तप व ज्ञान हे धर्माचे चार पाद होत.

शिवाय हजारों वर्षें प्रजानुरंजन करून त्या पुण्याला बहुत भरही टाकिलीस, ही सर्व गोष्ट खरी; परंतु तुझ्या पुण्याईचें असलेंही प्रचंड भांडार एका दोषामुळें इतक्या अल्प कालांत खलास झालें. दोष कोणता म्हणशील तर अभिमान ! तुला ' मी धन्य ! ' असा अभिमान दाटला व त्याच्या निशेंत तूं यावत् स्वर्गवासीयांना तुच्छ मानूं लागलास; व याचमुळें त्यांनीं तुझा धिक्कार करून स्वर्गातून उचलबांगडी केली ! हे राजर्षे, हा लोक शाश्वत खरा, पण तो कोणाला ? अभिमान, मस्ती, हिंसा, कपट, माया या दोषांपासून अलिप्त राहील त्याला ! या दोषांची का बाधा कोणा स्वर्गवासीयाला झाली, कीं येथून गचांडी मिळालीच म्हणून समजावें. यासाठीं, बाबारे, सांगतों हें लक्षांत ठेव. कोणी कसाही असो—उत्तम असो, मध्यम असो वा अधम असो त्याचा अवमान किंवा धिक्कार म्हणून करीत जाऊं नको. कारण, **अवमानरूप अग्नि ज्यांना स्पर्श करितो, त्यांना शांति मिळून कशी ती प्राप्त होत नाहीं; त्यांचें मन अक्षय्य तळतळत रहातें आणि तो तळतळाट अपमानकर्त्यावर उलटून येऊन त्याचें सुकृत नष्ट करितो.** असा हा परावमानतेचा परिणाम आहे. करितां पुनः असें करूं नको. असो; तुझें हें पतनारोहण (पडणें व फिरून चढणें) नामक आख्यान जे कोणी कथन करितील, ते कशाही संकटांत पडले असतां त्यांतून तरून जातील.

नारद सांगतातः—हे दुर्योधना, याप्रमाणें पूर्वकालीं ययातीचा दुरभिमानानें स्वर्गभ्रंश झाला, व हेकेखोरपणामुळें गालवाची तशी धिंड निघाली. यासाठीं तुला सांगतों कीं, पुरुषानें आपलें कल्याण इच्छिणारे स्नेही व हितैषी अशांचें म्हणणें ऐकावें; आपलाच दुराग्रह धरून बसूं नये. कारण, दुराग्रह हा नाशाचा ओनामा समजावा. यास्तव, हे गांधारीपुत्रा, तूंही एवढा मान आणि क्रोध वर्ज करून व मनांतला सर्व क्षोभ सोडून देऊन, तूं कसाही बलाढ्य असलास तरी पांडवांशीं सलोखा कर.

कर्मफलाचें अनन्यगामित्व.

हे राजा, पुरुष जें दान देतो, जें कर्म करितो, जें तप तपतो, जें होमहवन करितो, त्या कृतीचा नाश मिळून केव्हांही होत नाहीं. बरें, नियमित कालापूर्वींही त्या कृतीचे फलाची प्राप्ति होत नाहीं. परंतु, विहित काल येतांच त्या कर्त्याला सोडून दुसरे कोणाकडेही तें कर्मफल जात नाहीं. याकरितां, पुरुषानें आपणास असुखावह फल प्राप्त होणार नाहीं असेंच कर्म करावें.

ज्यांचे रागद्वेष अस्तंगत झाले अशा बहुश्रुत पुरुषांचें अत्यंत हितावह, आणि अनेक शास्त्रयुक्तींनीं निश्चित असें हें महाख्यान या जगतांतील जो कोणी पुरुष लक्षपूर्वक पठन करील, त्याला धर्म, अर्थ, काम या त्रिविध पुरुषार्थांचें सम्यक् ज्ञान होऊन सर्व पृथ्वीचा उपभोग मिळेल.

अध्याय एकशें चोविसावा.

—:०:—

श्रीकृष्णाचा दुर्योधनास उपदेश.

धृतराष्ट्र म्हणतोः—भगवन् नारदा, आपण जो दुर्योधनाला उपदेश केला, तो सर्वथा यथार्थ असून, आपले उपदेशानुसार दुर्योधनानें चालावें अशीच मीही इच्छा करितों. परंतु फल काय? दुर्योधनावर माझी सत्ता चालते आहे कोठें ?

वैशंपायन सांगतात.—असें नारदांना बोलून धृतराष्ट्र श्रीकृष्णाला म्हणाला, " बा कृष्णा, तूं जो मला बोध केलास, तो सर्वथा धर्माला व न्यायाला अनुसरून असून, इहपरत्रीं सुखा-

वह आहे. दुर्योधनानें जो प्रकार आरंभिला आहे तो मला प्रिय नाहीं. तूं म्हणतोस असेंच चालावेंसें मला वाटतें. परंतु करूं काय ? माझा मी मालक आहें कोठें ? मी झालों आहें सर्वथा पराधीन ! याकरितां, हे महाबाहो पुरुषोत्तमा, मला बोध करण्यापेक्षां या माझ्या मूर्ख व उन्मार्गगामी दुर्योधनाचीच कानउघाडणी करून पाहा. गांधारी, विदुर, भीष्मासारखे हितैषी व इतर सुहृद् या मूर्खाचे कानींकपाळीं ओरडून दमले. परंतु ज्याचें नांव तो कोणाचें एक अक्षर देखील ऐकत नाहीं ! तूं आपल्याला जनार्दन म्हणजे लोकांना वठणीवर आणणारा म्हणवितोस, त्या अर्थी या पापबुद्धि, पापमति, क्रूर, विचारहीन दुरात्म्या दुर्योधनाला स्वतःच अंगें उपदेश करून वळणावर आणशील तर मी तुझा फार आभारी होईन.—माझ्यासारख्या संकटांत पडलेल्या स्नेह्याची तूं एक मोठी कामगिरी केलीशी होईल ! ”

धृतराष्ट्राची ही विनंती ऐकून, अखिल धर्मार्थीचें रहस्य जाणणारा श्रीकृष्ण त्या खुनशी दुर्योधनाकडे वळून मोठ्या गुळचट शब्दांनीं म्हणाला, “ हे कुरुश्रेष्ठा दुर्योधना, तुझे सर्व अनुयायांस व विशेषतः तुला शांति प्राप्त व्हावी एवढ्यासाठीं मी बोलणार आहें, तर कृपा करून तूं माझें म्हणणें मन देऊन ऐक. तूं सद्बोधास पात्र आहेस. कारण, किती कोणीं म्हटलें तरी तूं भारतासारख्या अत्युच्च कुलांत उत्पन्न झाला असून, मोठा बुद्धिमान्, बहुगुणी व विद्यासंपन्न आहेस; आणि मी सांगतों हा तुझ्या बऱ्याचा विचार आहे, यासाठीं याचा स्वीकार तूं करशील अशी मला पूर्ण उमेद आहे. प्रस्तुत तुझ्या मनांत जी गोष्ट भरली आहे, ती तुझ्यासारख्या कुलीनांना उचित नव्हे. नीचकुलोत्पन्न, दुष्ट, निर्दय, निर्लज्ज अशांनीं ती करावी. कारण, लोकांमध्यें भले म्हणून जे म्हटले जातात, त्यांचें आचरण धर्म व अर्थ यांना धरून दृष्टीस पडतें. नीच किंवा दुर्जन असतील त्यांचें मात्र याच्या विपरीत आढळतें. तूं तर आपल्याला सज्जन म्हणवितोस, परंतु पहावें तों हें विपरीताचरण तुझे ठिकाणीं वारंवार आढळतें; आणि याबद्दल तूं अजूनही आपला दुराग्रह असाच कायम राखशील तर मोठा अधर्म होऊन अत्यंत अनिष्ट, घोर आणि प्राणघातक असा महान् अनर्थ ओढवणार ! बरें, खरें पाहूं जातां हा अनर्थ कांहीं गरज नसतां (कारण पांडव शमास तयार आहेत) केवळ तुझ्या हट्टामुळें ओढवणार आहे; आणि एकदां ओढवूं लागला म्हणजे मात्र टाळतां येणें शक्य नाहीं. याकरितां, हे भरतोत्तमा, तो गुदरण्याचे पूर्वींच त्याचा परिहार करून सुखी हो कसा. मी म्हणतों असें केल्यानें तूं तर सुखी होशीलच; पण, हे शत्रुतापना, तेणेंकरून तुझे हे सर्व भ्राते, भृत्य, मित्र हेही सुख पावतील; व तूंही अधर्म्य व अकीर्तिकर अशा कर्मांपासून मुक्त होशील. हे भरतर्षभा, हे पुरुषव्याघ्रा, पांडव हे संधि करण्यास सर्वथा पात्र आहेत. त्यांशीं सख्य करण्यांत तुला कोणतेही प्रकारें कमीपणा नाहीं. ते मोठे जाणते, शूर, हिंमतबहादर बहुश्रुत व निग्रही आहेत. यास्तव त्यांशीं संधि कर. ही गोष्ट बुद्धिमान् धृतराष्ट्र, पितामह भीष्म, द्रोणाचार्य, महामति विदुर, कृप, सोमदत्त, बाल्हीक, अश्वत्थामा, विकर्ण, संजय आणि विविंशति अशांनाही प्रिय आणि हितावह वाटत आहे. बाबारे, पांडवांशीं शम करण्यांत तुझ्या सर्व मित्रांचें, यावत् ज्ञातीचें, किंबहुना उभ्या पृथ्वीचेंही कल्याण आहे. तूं मोठा कुलीन, अधीत, अक्रूर व विनीत आहेस. असा तूं शम करून पिता आणि माता यांची आज्ञा पाळ. हे भारता, पिता सांगेल तें ऐकणें हें

परमकल्याणकारक आहे, असें ज्ञाते मानितात. कोणीही असो, महत्तम संकटांत सांपडला म्हणजे पित्याचे शब्द स्मरतो! करितां वेळींच तूं बापाचें ऐक.

" हे कुरुश्रेष्ठा, पांडवांशीं सख्य करावें ही गोष्ट तुझे पित्याला रुचते आहे; व त्याचे अमात्यांनाही रुचते आहे. आतां तेवढी तुला रुचावी म्हणजे झालें. जो मर्त्य हितेच्छूंचें सांगणें ऐकूनही तें आचरीत नाहीं, त्याच्या अंगाचा कुचल्याचें फळ खाणाराप्रमाणें परिणामीं दाह होतो. जो दीर्घसूत्री पुरुष बुद्धीला भ्रंश होऊन आपले परम कल्याणाची गोष्ट स्वीकारीत नाहीं, त्याची कार्यहानि होऊन अखेर त्याला पश्चात्तापाची वेळ येते. परंतु जो स्वकल्याणाची गोष्ट कानीं येतांच स्वमताचा अभिमान सोडून त्या गोष्टीचा तत्काल स्वीकार करितो, तो या लोकीं सुख भोगितो. आपलें हित व्हावें या इच्छेनें एखादा स्नेही आपल्याला बरी गोष्ट सांगत असतां व ती खरोखर हिताची असतांही केवळ आपल्या मताविरुद्ध आहे एवढ्याच खातर जो तिची उपेक्षा करितो, तो शत्रूच्या तावडींत सांपडलाच समजावा. सज्जनांचे मताचें उल्लंघन करून जो दुर्जनांचे मताप्रमाणें वागूं लागला, त्याच्यावर लवकरच प्राणसंकट गुदरून त्याचे आप्तस्नेही यांना रडावयाची वेळ आलीच म्हणून समजावें. खरे हितैषी व खरे थोर सल्लागारांना सोडून जो कमकिमतीच्या सल्लागारांचे शिकवणीनें चालतो, तो त्वरितच गोत्यांत सांपडतो; आणि त्यांतून त्याला पार पडण्याची वाट सांपडत नाहीं. हे भारता, जो सज्जनांचें किंवा सुहृदांचें वचन न ऐकितां खोट्यांची संगति धरितो, खोडसाळपणानें वागतो, स्वजनांना पाण्यांत पहातो, आणि परक्यांना हाताशीं धरितो, अशाचा पृथ्वी अव्हेर करिते, असा न्याय आहे. आणि तुजकडे पहावे तों तूं पृथ्वीपतित्वाची हाव धरतोस आणि अनुसरतोस याच न्यायाला! तेव्हां पृथ्वीपतित्व तुजकडे नांदावें कसें? पांडवांसारखे अनुपम वीर तुझे सत्तेचे बंधु व साह्यकर्ते असतां त्यांच्याशीं तूं उभा दावा मांडिला असून, जे मूर्ख, हलकट, निबळे त्यांच्यावर स्वपरित्राणाची भिस्त ठेवितोस, याला काय म्हणावें? अरे, इंद्रतुल्य पराक्रमी असे घरचे महारथी सोडून, परक्यांच्या तोंडाकडे साह्यार्थ बघत बसणारा तुजवांचून दुसरा कोणी शहाणा पृथ्वींत नसेल! धन्य ते पांडव, खरे धर्मात्मे ते! कारण, जन्मापासून तूं त्यांचा छल केला असून ते केव्हांही तुजवर कोप करीत नसून उलट तुझ्याशीं संधिच करूं पाहातात. तूं त्यांच्याशीं जन्मप्रभृति कपटानें वागत आलास, तरीही ते यशस्वी वीर तुझ्याशीं सरळच वागत आहेत, हें पाहून तरी, हे महाबाहो, तूंही त्यांशीं तसाच वाग. इतर कोणी कितीही झाले तरी पांडवांइतके निकटचे बंधु तुझे दूसरे कोणीही नाहींत; तस्मात् क्रोधाधीन होऊन अशांशीं नसती तेढ धरूं नको, सरळ चाल.

ज्ञात्याच्या आचरणांत धर्माचें प्राधान्य.

" हे भरतश्रेष्ठा, ज्ञाते कोणतेंही काम हातीं घेवोत; धर्म, अर्थ व काम या तीनही अर्थांचें पोषण होईल अशाच रीतीनें ते तें आचरितात. क्वचित् प्रसंगीं या तीनही अर्थांचा एकत्र मेळ बसण्याचा संभव नसला, तर निदान धर्म आणि अर्थ या दोहोंना तरी बाध न येईल अशा युक्तीनें ते चालतात. बरें, याहूनही एखादे वेळीं असा रंग दिसला कीं, हे तीन किंवा दोनही अर्थ एकत्र साधणें शक्य नाहीं, पृथक् असे तीन कर्मांनीं तीन साधावे लागतील; तर अशा वेळीं, जो खरा विचारी आहे

तो, जेणेंकरून धर्म साधेल अशाच कर्माचा अवलंब करितो; जो अर्धवट आहे तो कलहमूल असा 'अर्थ' (द्रव्य) प्राप्त करून देणाऱ्या कर्माचे नादीं लागतो; आणि निवळ गाढव आहे तो कामतृप्ति देणाऱ्याच कर्माचे मागें लागतो! ही एक पुरुषांचे योग्यतेची परीक्षाच आहे. सामान्य अकलेचा मनुष्य लोभानें इंद्रियाधीन होऊन धर्माला मुळींच झुगारून देतो; व अर्थकामही अयोग्य उपायांनींच संपादूं पाहातो; परंतु तो सफाई बुडतो. आपणास काम व अर्थ जरी साधणें असेल, तरी त्यांच्याही सिद्धयर्थ प्रथमतः धर्माचीच कांस धरली पाहिजे; कारण, अर्थ होवो वा काम होवो, हे दोन्ही धर्माला सोडून वेगळे कधींच राहूं शकत नाहींत. हे प्रजाधिपा, तनिही पुरुषार्थांना साधनीभूत धर्मच होय, असें ज्ञाते म्हणत आले. यास्तव धर्मानें अर्थकाम मिळवूं पहाणाराची अभिवृद्धि शुष्क तृणावर पडलेल्या अग्नीप्रमाणें हां हां म्हणतां होते. असा खरा प्रकार असून, हे राजा, तुझें तंत्र कांहीं वेगळेंच आहे. पृथ्वीतलि सर्व राजांच्या डोकींवर पाय देऊन उज्वल असें साम्राज्य आपणास मिळावें, ही तर तुझी हाव! आणि त्याच्या प्राप्त्यर्थ योजिलेल्या उपायांना धर्माचा नुसता गंध देखील नाहीं! तेव्हां तुझी मनोरथ-पूर्ति व्हावी कशी? तूं आपलेकडून हवी ती शिकस्त केलीस तरी तुझ्या कृतीचें फल ठरावाबाहेर येईल कसें? आणि ठराव तर मला असा माहीत आहे कीं, सरळ आणि निष्कपट वागणाराशीं जो कपट करितो, तो कुऱ्हाडीनें वन तोडावें त्याप्रमाणें आपल्या युक्तीनें आपल्यालाच तोडून घेतो!

"बा दुर्योधना, तुझी बुद्धि अमार्गगामिनी न व्हावी म्हणून मी इतकी तडफड करितों; याचें कारण, शास्त्रांत असें सांगितलें आहे कीं, ज्याचें कल्याण व्हावें, नाश होऊं नये, अशी आपली इच्छा असेल, त्याची बुद्धि दुष्ट होऊं देऊं नये. कारण, माणसाची बुद्धि जेव्हां निर्बाध राहील, तेव्हांच त्याला कल्याणाचा खरा रस्ता सुचत असतो. याकरितां तूं मनोनिग्रह कर, ही अहंबुद्धि तूं टाकून दे; आणि पांडवांचा तर राहोच, पण यःकश्चित् मनुष्याचाही अवमान करूं नको. कारण, ज्ञात्यानें त्रैलोक्यांत हलक्यासलक्याचा देखील धिक्कार करूं नये. तशीच शांति—सहनशीलता धर; क्रोधाधीन होऊं नको. कारण, पुरुष क्रोधवश झाला कीं त्याला कांहीं दिसेनासें होतें; कांहीं समजेनासें होतें; त्याचें पाऊल अमर्याद पडूं लागतें; व कोणतेंही काय, मर्यादेबाहेर वाढलें कीं त्याचा उच्छेद होतो; याविषयीं लौकिक व वैदिक अघळपघळ पुरावे आहेत, त्यांकडे लक्ष पुरव. बाबा दुर्योधना, दुष्टांची गडी धरून बसला आहेस त्यापेक्षां पांडवांशीं स्नेह करण्यांत तुझें कल्याण आहे; आणि ते तुझ्याशीं प्रेमानें वागतील असें केलेंस म्हणजे तुझे सर्व मनोरथ सिद्धीस जातील. अरे, तुझ्या ह्या कृतीला म्हणावें तरी काय? पांडवांनीं निढळच्या घामानें मिळविलेली भूमि तूं भोगीत असतांही त्यांना मागें सारून तूं दुसऱ्यांच्या आधारावर रहातोस, तो दुःशासन, तो द्वाड कर्ण आणि त्याचा मिलाफी तो शकुनि अशांवर मदार ठेवून आपला उत्कर्ष होईल असें तूं मानितोस, याहून नवल तें कोणतें? हे भारता, तुझे हे दौलतीचे आधारस्तंभ धर्म, अर्थ, ज्ञान किंवा पराक्रम यांपैकीं कोणत्याही गोष्टींत म्हण—पांडवांशीं पुरे पडणारे नाहींत! या तिघांची तर कथा राहूं दे, पण तुझे पक्षाला गोळा झालेले हे सर्व राजे आणि सर्वांचा शिरोमणि तूं हे सर्वही एक झाले तरी संग्रामांत एकदां भीमसेन खवळून उठला म्हणजे नुसतें वर डोळा उचलून त्याचे तोंडाकडेही कोणाच्यानें पाहावणार नाहीं! मग

युद्धाची तर वार्ता संपलीच! बाबा दुर्योधना, हें हाताशीं असलेलें सर्व राजांचें समग्र सैन्य, हें भीष्म, हे द्रोण, हे कृप, हा कर्ण, भूरिश्रवा, सौमदत्ति, अश्वत्थामा, जयद्रथ, हे सर्वही एक झाले तरी धनंजयाशीं तोंड देण्याला असमर्थ आहेत. अरे, देव, दैत्य, मनुष्य आणि गंधर्व हे सर्वही एकवटून आले तरी संग्रामांत अर्जुन जिंकिला जाणार नाहीं. याकरितां युद्धाचे भरीं भरूं नको. तुला युद्ध करणेंच तर अगोदर अर्जुनाशीं समरांत गांठ घालून सुखरूप जिवंत घरीं परतेल अशा छातीचा एक तरी वीर या अकरा अक्षौहिणींतून निवडून मजपुढें आण!

"दुर्योधना, या असंख्य जीवांचा होम करण्याचें तूं जें मनांत आणिलें आहेस, यांत तुझा फायदा काय? कारण, जोंपर्यंत अर्जुन उभा आहे, तोंपर्यंत तूं इतर कितीही मारिलेस तरी जिंकिले नाहींसच. अर्जुनाला जिंकणें म्हणजे शत्रूंना जिंकणें हेंच जर प्रमाण, तर अर्जुनाला लोळवील असा एकच मर्द हुडकून काढून त्याशीं भिडव म्हणजे उरकलें! व्यर्थ कचाकची कशाला माजवितोस? अरे, अर्जुन पांडवांकडे असतां तूं जयाची आशा बाळगितोस या तुझे मोहाला काय म्हणावें? तुझ्या कसें ध्यानांत वागेना की, ज्या अर्जुनानें सर्व देव, सर्व असुर, सर्व गंधर्व, तसेच एकवट झालेले यक्ष, पन्नग यांना खांडववनांत खालीं बसविलें. त्याशी कोण मायेचा पूत उभा रहाणार? विराटनगरांतही असलाच कांहीं अद्भुत प्रकार—एकट्या अर्जुनानें अनेक प्रतिपक्षी पळवून लाविल्याचें ऐकितों. माझ्या मतें अर्जुनाचे पराक्रमाची कल्पना करण्याला तें एकच उदाहरण पुरे आहे. अरे, ज्यानें युद्धांत प्रत्यक्ष देवाधिदेव शिवाला मान डोलविण्यास लाविलें, असल्या हिंमतवान्, अमोघपराक्रमी, विजयी व अधृष्य वीर अर्जुनाला युद्धांत जिंकण्याची घमेंड तूं बाळगितोस, त्या तुला काय म्हणावें? एकटा अर्जुनच त्रिभुवनाला मुरवणी घालतो आहे; आणि तशांत त्याचा मी मिलाफी असल्यावर प्रत्यक्ष पुरंदर इंद्र तरी आमचे उलट चाल करून येईलसें वाटतें काय? बाबा, वृथा भ्रमांत कां पडला आहेस? तुला थोडक्यांत उलगडा सांगतों. अर्जुनाला जो कोणी युद्धांत जिंकील, तो बाहूंनीं हा भूगोल चेंडूसारखा उचलून धरील; क्रुद्ध झाल्यास तडाक्याबरोबर उभ्या प्रजेची राखरांगोळी करील; व देवांना स्वर्गांतून घडाडवील! हें ज्याच्या हातून होणें नाहीं त्याच्या हातून अर्जुनही जिंकला जाणें नाहीं!

"याकरितां तुला सांगतों कीं, हे तुझे पुत्र, पौत्र, भ्राते, ज्ञाति, संबंधी, या सर्व भरतश्रेष्ठांची होळी एकट्या तुझ्याकरितां होणार आहे; तर असें करूं नको. असल्या उंची कौरववंशाची मुळी शिलक राहूं दे. सर्व कुलाची निपोताशांति करून 'कुलांगार, कुलघ्न!' असला शिक्का आपले नांवावर मारून घेऊं नको. जगामध्यें भलेपणाबद्दल आपली थोडी बहुत तरी कीर्ति शेष राख. तुला येऊन जाऊन सार्वभौमत्वाची हाव आहे ना? आम्हांला ती कबूल. आम्ही तिच्या आड येत नाहीं. पांडवांना 'आपले' असें म्हटलेंस तरी ते तुझी गादी बळकावणार नाहींत. ते महारथी तुझ्या धृतराष्ट्रालाच चक्रवर्ती करून तुला त्याचे यौवराज्यावर स्थापण्यास तयार आहेत. बाबा, अशी घर चालून लक्ष्मी तुजकडे येत आहे, तिला लाथडूं नको. पांडवांना दोन कोरा देऊन टाक आणि बाकी सर्व राज्य आटप. सारांश, पांडवांशीं सख्य कर, सुहृदांचे शब्दाला मान दे, आणि मित्रांची प्रीति संपाद, म्हणजे तुझें अखंड कल्याण होईल!"

अध्याय एकशें पंचविसावा.

—:०:—

भीष्म, द्रोण व विदुर यांचा दुर्योधनास उपदेश.

वैशंपायन सांगतातः—हे जनमेजया, या प्रकारचें श्रीकृष्णाचें भाषण ऐकून शांतनव भीष्म हे खुनशी दुर्योधनाला म्हणाले, "बा दुर्योधना, तुम्ही दोघेही आपले स्नेही, अतएव तुमचें सख्य असावें, ही बुद्धि मनांत धरून श्रीकृष्णानें हा बोध तुला केला आहे. याला अनुसरून चाल; व्यर्थ क्रोधाधीन होऊं नको. बाबारे, तुला स्पष्ट सांगतों कीं, महात्म्या कृष्णाचे शब्दाप्रमाणें तूं न चालशील तर तुझें बरें होणार नाहीं; तुला कसें तें सुख लागणार नाहीं. तुझें अकल्याणच होईल. यासाठीं धर्म व अर्थ या उभयांस साधक असें महाबाहु केशवाचें वाक्य ऐकून तसा चाल. तूं राजा म्हणवितोस, तर या तुझ्या प्रजांचा विनाकारण प्राणघात करूं नको. सर्व राज्यांत तुझी ही भारतीय राज्यलक्ष्मी अत्यंत उज्ज्वल आहे; हिचा केवळ अंगच्या दुष्टपणामुळें महाराजा धृतराष्ट्राचे हयातींत तरी नाश करूं नको. अरे, 'मी बलिष्ठ, मी श्रेष्ठ,' या प्रकारची जी ही अहंबुद्धि तूं धरून बसला आहेस, तिच्या पायीं केवळ तुझा स्वतःचाच नव्हे, तर तुझ्या अमात्यांचा, पुत्रांचा, भ्रात्यांचा व बांधवांचाही संहार होईल. हे भरतर्षभा, तुझा वंदनीय पिता, ज्ञाता विदुर आणि महात्मा कृष्ण अशांचें खरें खरें आणि हितावह वचन उल्लंघून, आपणाला 'कुलघ्न, कुपुरुष, दुर्मति, कुमार्गगामी' हीं विशेषणें लावून घेऊं नको; आणि आईबापांच्या पोटीं येऊन त्यांना अवढंगानें शोकसमुद्रांत बुडवूं नको."

भीष्म याप्रमाणें बोलले; तथापि, दुर्योधन हा गम न खातां लाल होऊन क्रोधावेगामुळें वारंवार सुस्कारतच होता, हें पाहून द्रोणाचार्यही त्याला म्हणाले:—बाबा दुर्योधना, कृष्णाचें जें तुला सांगणें आहे तें उभयपुरुषार्थसाधक आहे, आणि तसेंच भीष्मांचेंही आहे; याकरितां त्याचा आदर कर. अरे, तूं नरपति असून मोठा बुद्धिमान् आहेस,—तुझ्या केव्हांच लक्षांत आलें असेल कीं, तुला उपदेश करणारे भीष्म व श्रीकृष्ण हे दोघेही पुरुष मोठे ज्ञाते, चाणाक्ष, बहुश्रुत, जितेंद्रिय आणि तुझे खरे हितैषी आहेत; आणि अर्थात् अशांनीं जें तुला सांगितलें तें तुझ्या हिताचेंच सांगितलें आहे; तर त्यांचे सांगण्याचें अभिनंदन कर. बाबारे, हे शत्रुमर्दका, श्रीकृष्ण म्हणजे प्रत्यक्ष लक्ष्मीपति आहे, त्याच्या उपदेशाचा, मूढबुद्धि धरून, अव्हेर करूं नको. हे कर्णशकुन्यादि तुला मोठ्या उठावणीच्या गोष्टी सांगत आहेत व त्या ऐकून तूंही फुरफुरला आहेस; पण हें पक्कें समजून राहा कीं, यांनीं बोलावेंच तेवढें, प्रसंगाला हे कुचकामाचे आहेत! खरी खरी लढाई जुंपण्याची वेळ आली म्हणजे आमच्यासारख्यांच्या मानेवर वैराचें जोकड टाकून देऊन हे दूर सरतील. यांत अंतर होणार नाहीं. याकरितां यांच्या चढवणीवर जाऊं नको. अरे, कृष्णार्जुन ज्यांचे पक्षाला ते सर्वथा अजिंक्यच आहेत, हें निश्चित जाणून, त्यांशीं युद्धाचे भरीस पडून आपल्या पाठच्या, पोटच्या व सत्तेखालच्या लोकांचा सत्यनाश करूं नको. हे भारता, असा माझा खराखरा अभिप्राय आहे व निर्मळ मनाच्या कृष्णभीष्मांचाही असाच आहे. याचा अंगीकार तूं न करशील तर अखेरीस हळहळत बसशील. वास्तव, नीट विचार कर. जामदग्न्य परशुरामानें जें अर्जुनाचें वर्णन केलें तें कांहींच नव्हे, असा अर्जुन पराक्रमी आहे; बरें, त्याचा जोडीदार देवकीपुत्र कृष्ण हा तर देवांना देखील 'नको

जीव' करून सोडणारा आहे. असो; तुझ्यासारख्याला मोठी सुखाची आणि प्रिय अशीही गोष्ट अधिक सांगत बसून तरी फळ काय ? मी आतां बोललों एवढ्यांतच संक्षेपतः मला सांगणें होतें तें सर्व सांगून सोडिलें आहे; आतां तुझी मनीषा असेल तसें कर. या संबंधांत पुनः तुजपाशीं वाणी शिणविण्याची मला इच्छा नाहीं.

वैशंपायन सांगतातः—द्रोणाचार्यांचें बोलणें संपलें नाहीं तोंच त्या क्रोधमूर्तीकडे जरा खोंचून पाहून विदुर म्हणालाः—दुर्योधना, आमची ही तडफड तुझ्याकरितां नाहीं, पण या तुझ्या वृद्ध मातापितरांसाठीं रे आमचा जीव तिळतिळ तुटतो ! कारण, तुजसारखा कुलघ्न, पातकी, कुपुत्र उत्पन्न केल्यामुळें आणि तुजसारख्या दुरात्म्याचे हातीं मालकी दिल्यानें हीं बिचारीं सनाथ असतां अनाथ होऊन, आणि मित्र अमात्यादिकांचे हानीमुळें पांख तोडलेल्या पांखराप्रमाणें दीन होऊन दुःख करीत सर्व पृथ्वीभर भीक मागत फिरतील ! हा तुझ्या कृतीचा परिणाम आमच्या डोळ्यांपुढें मूर्तिमंत उभा रहातो, आणि या म्हाताऱ्याकरितां आंतडें पिळवटतें. म्हणून त्यांच्या बचावाकरितां तुझ्याशीं बोलण्याचे आम्हीं भरीस पडतों. एरवीं, तुजसाठींच तर हा शीण केला नसता !

अनंतर, भ्राते व भूपति यांच्या कक्ष्यामध्यें बसलेल्या दुर्योधनाला धृतराष्ट्र म्हणालाः—दुर्योधना, शारी कृष्ण महात्म्यानें तुला जें सांगितलें त्याचा तूं नीट समज घे आणि आदर कर. त्याचें सांगणें निरपवाद असून त्याचे स्वीकारानें तुझा योगक्षेम अबाध चालून अत्यंत व शाश्वत कल्याण होईल. आपल्या भाग्यानें हा कोणतीही कामगिरी बिनचूक करणारा असला कृष्ण आपणांस सहाय प्राप्त झाला आहे. याच्या अनुरोधानें वागल्यास, कोणाही राजाशीं आपलें कसलेंही काम असो, तें आपले इच्छेप्रमाणें आपणांस साध्य होईलच. म्हणून म्हणतों कीं, प्रथम येथें या कृष्णाशीं चांगली गट्टी कर आणि मग युधिष्ठिराकडे जा; म्हणजे तुला यश येऊन सर्वच भरतवंशजांना शांति व आरोग्य यांचा लाभ होईल. कृष्णाचे मध्यस्थीनें तूं युधिष्ठिराशीं सख्य करावेंस, हेंच करणें या प्रसंगाला उचित आहे, असें मी समजतों. तरी, बाबा दुर्योधना, माझ्या सांगण्यापलीकडे जाऊं नको. अरे, प्रत्यक्ष कृष्ण तुझ्या हितासाठीं एवढी मेहनत घेऊन तुजपाशीं शमाची भिक्षा मागत असतां तूं त्याला विमुख दवडशील, तर तुला अपजय आल्यावांचून रहाणार नाहीं. डोळे उघड !

अध्याय एकशें सव्विसावा.

—:०:—

भीष्मद्रोणांचा पुनरुपदेश.

वैशंपायन सांगतातः—धृतराष्ट्रानेंही याप्रमाणें जीव तोडून सांगितलें असून दुर्योधन त्याचे आज्ञेंत वागण्यास तयार नाहीं असें पाहून भीष्म व द्रोण या दोघांसही सारखेंच वाईट वाटून, ते दोघे पुनः एकवार त्या अमर्याद मूर्खाला म्हणालेः—हे दुर्योधना, जोंपर्यंत कृष्ण व अर्जुन हे उभयतां युद्धार्थ सज्ज झाले नाहींत; अर्जुनाचें गांडीव जोंपर्यंत ठिकाणींच आहे; जोंपर्यंत धौम्य महर्षि संग्रामाग्नींत शत्रुसैन्याच्या आहुति देऊं लागला नाहीं; आणि विनयशील महाधनुर्धर युधिष्ठिरानें क्रोधावेशानें तुझे सेनेकडे जोंपर्यंत करडी नजर केली नाहीं, तोंपर्यंत हें वैर मिटवून टाक. जोंपर्यंत पार्थ स्वसैन्यांतही झळकूं लागला नाहीं, किंवा महाधनुर्धर गदापाणी भीमसेन तुझे सैनिकांना चिरडीत तुझ्या सैन्यांतून बारा वाटा धांवू लागला नाहीं, आणि यथाकाल

परिपक्क झालेल्या वृक्षांच्या फळांप्रमाणें हत्तींवरून लढणाऱ्यांची कालपक्क मस्तकें वीरांचा चक्काचूर उडविणाऱ्या आपल्या गदेनें सपासप तोडून टाकूं लागला नाहीं, तोंपर्यंत हा विरोध शांत होऊं दे. नकुल, सहदेव, विराट, शिखंडी, पार्षत धृष्टद्युम्न व शिशुपालपुत्र, यांनीं चिलखतें चढवून व आयुधें सज्ज करून एखाद्या महाडोहांत शिरणाऱ्या नक्राप्रमाणें तुझ्या सैन्यांत जों संचार केला नाहीं, तों ही द्वेषबुद्धि सोडून दे. या विलासी राजबिंड्यांच्या कोमल शरीरांत गिधाडांचीं पिसें लावलेले तीव्र बाण घुसले नाहींत, त्याचे आंत तंटा मिटव. बहुत दूर पल्ल्यावरही अचूक लक्ष्यवेध करणाऱ्या अस्त्रनिपुण महाधनुर्धाऱ्यांनीं अति तीक्ष्ण पोलादी बाण एकावर एक झरारा फेंकून तुझ्या पक्षांतील वीरांच्या चंदनागरूंनीं लिप्त झालेल्या व हारपदकांनीं भूषित केलेल्या छातीची जों चाळण केली नाहीं तों सख्य कर. तूं वैरभाव सोडून नम्रपणें युधिष्ठिराचे लोटांगणीं तर जाऊं लाग, कीं त्यानें तुला लगेच आपल्या उभय हस्तांनीं उचलून कवटाळून धरलेंच समज; इतका तो सरळ आहे. ध्वज, अंकुश, पताका, इत्यादि शुभ चिन्हांनीं युक्त असा आपला उजवा हात सख्य करण्याच्या बुद्धीनें तो तुझ्या खांद्यावर टाकील आणि तूं जवळ बसल्यावर आपला रत्नौषधियुक्त आरक्तवर्ण करतल तुझ्या पाठीवरून फिरवील. तूं सख्य करण्याकरितां आलास असें पाहून शालवृक्षाप्रमाणें दीर्घ बाहूंचा पराक्रमी भीमसेनही तुला कडकडून आलिंगन देऊन, सौम्य शब्दांनीं बोलेल. अर्जुन व जावळे नकुलसहदेव तूं वडील म्हणून तुझ्या पायां पडतील. त्या वेळीं, हे राजा, तूंही त्यांचें मस्तक हुंगून त्यांशीं प्रेमानें बोल. याप्रमाणें तुझे भाऊ वीर पांडव यांशीं तुझी गट्टी जमलेली दृष्टीस पडली कीं, हे सर्व राजे आनंदाश्रु ढाळतील. पृथ्वीवरील सर्व राजे आपापल्या राजधान्यांतून 'कौरवपांडवांचें सख्य झालें!' म्हणून डांगोरा पिटतील. याप्रमाणें जिकडे तिकडे आनंदीआनंद होईल. याकरितां, ही सर्व जळजळ सोडून दे; शांत हो; पांडवांशीं सख्य कर आणि मग उभयबंधुवर्ग या पृथ्वीचा उपभोग घ्या.

अध्याय एकशें सत्ताविसावा.

—०:०—

दुर्योधनाचें उत्तर.

वैशंपायन सांगतातः—याप्रमाणें त्या कौरवसभेंत स्वतःला न रुचणारीं अशीं भाषणें एकावर एक कानीं येतांच, अगदीं कावून जाऊन दुर्योधन यशस्वी वासुदेवाला म्हणाला, "हे केशवा, अरे, कांहीं तरी नीट विचार करून बोल. तूं जें विशेषतः मजवरच तोंड सोडिलें आहेस, आणि माझीच निंदा चालविली आहेस, ती काय म्हणून? मीं असें तुझें काय घोडें मारिलें आहे, तें तरी सांग. पांडव तुझे भक्त असतील, लाडके असतील; ते तुझी स्तुति करीत असतील; पण आम्हीं जर तुझें कांहीं केलें नाहीं, तर विनाकारण आमच्यावर आला तो वेळ तोंड सोडतोस आणि आम्हांला नांवें ठेवितोस, हा कोण न्याय? आम्हांला जे एवढे कसपट समजतोस, ते आमचे व पांडवांचे बलाबलाचें कांहीं तारतम्य तरी पाहिलेंस काय? पांडव तेवढे शूर; आणि आम्हीं रांडाच आहों काय? बरें, तूं एक माझा निंदक बनलास, तुझाच कित्ता विदुर, भीष्म, द्रोण व आमचे बाबा यांनींही उचलला! त्यांना दुसरा कोणीही राजा वाईट दिसत नाहीं. काय तो निंदापात्र मी. बाबांसकट तुम्हीं सर्वांनींच माझी निर्भर्त्सना मांडिली, याचें कारण

तरी काय म्हणून आपल्याकडून मी आपल्याशीं खूप बारकाईनें तपास करीत आहें; परंतु माझ्या हातून कोणताही अन्याय किंवा घोर अपराध झाला असल्याचें माझ्या लक्षांत येत नाहीं.

" द्यूतांत पांडवांचें राज्य गेलें म्हणून मला दोष देतां, पण धर्माला द्यूताची आवड ! तो आपण होऊन शकुनीशीं डाव मांडून बसला, आणि राज्यादि पणाला लावून हरला. तो तरी शकुनीशीं परस्पर, प्रत्यक्ष मी त्यांत नव्हतों मीं तर पांडवांनीं प्रथम द्यूतांत किरकोळ रकमा जिंकल्या होत्या त्या तेव्हांच त्यांना देऊन टाकिल्या. इतकें करून मी लबाड ? मी पाजी ? मग मोठा जुलूम झाला ! तुझे पांडव युद्धांत अजिंक्य असतील; कबूल. पण द्यूतांतील हार-जीत केवळ फाशांच्या स्वाधीन. त्यांच्यावर फांसा जर वेळेच्या गुणानें उलटला आणि त्यांच्यावर बाजू लागली, व पण गळ्यांत येऊन त्यांना वनांत जावें लागलें, तर याला कोणीं काय करावें ? फांसे टाळणार ते; पण लावणार ते; यांत आमचेकडे अपराध कोणता ? बरें, आपण दुबळे, हें समजून स्वस्थ बसावें, तसें न करितां पांडवांनीं तर आमच्याशीं दुस्मानगिरीचा विडाच उचलला आहे. आम-च्याशीं युद्ध करण्याची गोष्ट निघाली कीं, त्यांना अगदीं चेव येतो. ते खाका वाजवूं लागतात. सृंजयांचें साह्य घेऊन आम्हां धार्त-राष्ट्रांचा फन्ना उडवावयाचा म्हणून ते बेत करून राहिले आहेत. पण असें कां ? मीं त्यांचें काय केलें ? कोणता अन्याय केला ? किंवा कोणत्या अपराधांत सांपडलों म्हणून हे मजवर उठतात ?

" त्यांना म्हणावें, तुम्ही खूप समजून ठेवा कीं, स्वपराक्रमाचें कितीही स्तोम तुम्ही उभारलेंत, कसलाही बागुलबोवा आणिलात किंवा कसेही उग्र शब्द कानीं पाडलेत, तरी अशाला भीक घालून निमूटपणें राज्य सोडून देऊन मान वांकविणारा मी नव्हें. प्रत्यक्ष देवेंद्रानें भिवविलें तरी मी नरम येणारी नव्हे, मग तुमची काय कथा ? हे शत्रुमर्दना केशवा, तुला खरेंच सांगतों, क्षत्रधर्माप्रमाणें वागणारांत आमच्याशीं सामना देण्याला कंबर बांधील असा मला तर कोणीही आढळत नाहीं. अरे, आम्हांकडील हे भीष्म, द्रोण, कृप व कर्णही त्यांतलाच, यांना देव देखील युद्धांत जिंकूं शकणार नाहींत; मग पांडवांचें तर नांवच कशाला ? मग आम्हीं पांडवांच्या गुरकावणीला कां म्हणून डरावें ? बरें, कदाचित् असेंही धरून चाललें कीं, युद्धांत आम्हीं हरूं, मरूं; तरीही, हे केशवा, आम्ही जर क्षात्रिय म्हण-वितों, तर युद्ध करणें हें आमचें स्वधर्मपरिपा-लनच आहे. तें करीत असतां वेळीं धारा-तीर्थीं आम्हांला मरणही आलें, तरी त्यांत नुकसानी काय ? आयतीच स्वर्गप्राप्ति होईल. हे जनार्दना, नाहीं तरी आम्हां क्षत्रियांचा हाच मुख्य धर्म आहे कीं, रणांगणांत शर-शय्येवर आम्हीं निजावें. हें जर खरें आहे, तर अशा आम्हांला शत्रूपुढें मान न वांकवितां हें रणांतील वीरशयन जरी प्राप्त झालें तरी आमच्या स्वकीयांपैकीं कोणीही त्यांत दुःख करणार नाहींत. केवळ पोटावर नजर देऊन शत्रूपुढें वांकणारा जातिवंत क्षत्रियांत तरी कोणी निघेलसें मला वाटत नाहीं. कांहीं होवो, पुरुषानें कधींही नमून चालूं नये; वर डोकें करून ताठ्यानें चालावें. ताठा हीच मुर्दुमकी. मातंग ऋषीचें म्हणणें आहे कीं, " पुरुषानें कळकाप्रमाणें मध्येंच मोडून जावें, पण लवूं नये." खरें स्वहित पहाणारे याच वचनाचें अवलंबन करीत असतात. मजसारख्यानें धर्म व ब्राह्मण यांपुढें काय तें माथें लववावें; व इतर सर्वत्र

कोणाचीही परवा न करितां मरेपर्यंत ताठ्यानेंच वागावें. हाच क्षत्रियांचा धर्म आहे, आणि माझेंही मत असेंच आहे.

"हे केशवा, पांडवांस राज्यार्ध द्यावें म्हणून तूं रदबदली करीत आहेस; पण तुला मी स्पष्टच सांगतों कीं, बाबांनीं जो कांहीं राज्यांश पांडवांना देण्याचें पूर्वी कबूल केलें होतें, तो देखील माझे कुडींत प्राण आहे तों त्यांना मिळणें नाहीं. आम्हीं लढाई करूं नये असा बाबांचा फारच आग्रह पडला, तर एक वेळ हत्यारें खालीं ठेवून आम्ही स्वस्थ पडून दिवस काढूं; परंतु पूर्वीं वाचादत्त झालेलें राज्य माझ्या हातून तरी परत त्यांना मिळणार नाहीं. कारण मी तरी परतंत्रच आहें. हे वृष्णिवंशोत्तंसा जनार्दना, तुझ्या समजुतीनें मी मूर्खही असलों तरी एवढें खास समज कीं, अज्ञानानें मसलत घसरून किंवा पांडवांच्या बाऊला डरून जाऊन हा वीर जिवंत आहे तोंपर्यंत तरी पांडवांना राज्य परत मिळणार नाहीं. हे केशवा, तुला थोडक्यांत सार सांगतों कीं, तीक्ष्ण सुईच्या अग्रावर राईइतकाही पृथ्वीचा भाग पांडवांस आमच्या हातून परत दिला जाणार नाहीं !"

अध्याय एकशें अठ्ठाविसावा.

—:०:—

श्रीकृष्णाचें उलट उत्तर.

(दुर्योधनाची खरडपट्टी.)

वैशंपायन सांगतातः—दुर्योधनाचें हें उत्तर ऐकून भगवंताचे डोळ्यांत क्रोध मावेनासा झाला. तथापि, कांहींशी गम खाऊन तो दुर्योधनाला म्हणालाः—ठीक आहे. वीरशय्येची तुला फार हौस आहे, ती निखालस पूर्ण होईल. थोडा दम धर, म्हणजे तुला एकट्यालाच नव्हे, तर तुझ्या ह्या अमात्यांनाही पाहिजे तरी हा लाभ मिळेल. कारण, थोडक्यांतच आतां प्रचंड रणकंदन माजल्यावांचून राहात नाहीं. मग तुम्हां सर्वांचीच सोय होईल. घाबरूं नको. हे मूर्खा, प्रस्तुत या राजांना मला एवढेंच ऐकवावयाचें आहे कीं, 'पांडवांसंबंधें मीं कांहीं अन्याय केला नाहीं' म्हणून जें तूं मानीत असतोस, तें खरें नाहीं. पांडव आपण होऊन द्यूताला धांवले नाहींत. खरा प्रकार असा कीं, त्या महात्म्यांचें वैभव पाहून तुझ्या अंगाची लाही होऊं लागली. तेव्हां तें त्यांपासून हिसकण्याकरितां, कपटानें व दुष्टपणानें शकुनीचे संमतीनें हा द्यूताचा घाट तूं घातलास. बाबा, तूं एक कपट केलेंस; पण ते प्रत्यक्ष तुझे बंधु, सज्जनांना मान्य, सच्छील आणि अकुटिलस्वभाव, अशांकडून, तुझें अन्याय्य आचरण लक्षांत आलें तरी, कपटाचरण व्हावें कसें? अर्थातच तूं लबाडीनें खेळत असतांही ते सरळपणें खरेंच खेळले; आणि यामुळें हरले. असें असून तूं द्यूतांत न्यायानेंच त्यांना जिंकिलें म्हणून म्हणतोस, तें कोणत्या तोंडानें ?

द्यूताचें अनर्थकारित्व.

अरे, खेळतांचें कपट वेगळें राहूं दे. तूं मूळ द्यूताची योजना केलीस हाच केवढा अधमपणा ? कारण, द्यूत म्हणजे भल्यांचाही बुद्धिभ्रंश करणारें आहे. दुर्जनांत तर या पायीं तंटे माजून खून देखील पडतात. असें असतां तूं कोणाही भल्याची सल्लासंमति न घेतां केवळ दुष्टांशीं मसलत करून द्यूतरूपानें हें संकट उपस्थित केलेंस. पण, तूं जरी हें पांडवांकरितां केलेंस तरी तें तुलाच भोंवणार आहे, हें समजून ठेव. दुसरें तुला असें विचारितों कीं, कुलानें-शीलानें संपन्न असून पांडवांना प्राणांपेक्षांही प्रिय अशी त्यांची पट्टराणी द्रौपदी उघडीनागडी सर्वांसमक्ष फरफरत आणून तुम्हीं जी तिची नाहीं नाहीं ती विदारणा केलीत, तशा प्रकारचा नीचपणा तुम्हां-

वांचून दुसऱ्या कोणीं आजपर्यंत भावजयीशीं जगतांत केला आहे काय? आणि इतकें करू-नही 'मीं पांडवांचें काय केलें?' म्हणून वर नाक करून तूं बोलतोस, याची तुला शरम कशी वाटत नाहीं? बरें, आणखी एक माप: शत्रुतापन पांडुपुत्र जेव्हां वनांत जाऊं लागले, तेव्हां या तुझ्या दुःशासनानें भरसभेंत त्यांची कसकशी हेटाळणी केली, कसकशी मर्मकृंतक भाषणें केलीं, तीं या सर्व कौरवांनीं कान भरून ऐकिलीं आहेत. सदाचरणी, निर्लोभ व अखंड धर्मचारी असून स्वतःचे बंधु—अशांशीं असलें हलकट वर्तन करणारा तुम्हांवांचून अन्य कोणी आढळेल काय? अरे, तुमचे किती अपराध सांगूं? दुष्ट चांडाळ, केवळ अनार्य अशांनांच शोभणारें भाषण या कर्णानें, दुःशा-सनानें व तूं कितीदां तरी केलें आहे! आई-सकट त्या पोरांची वारणावतांत खाक करावयाचा तूं आपल्याकडून पेगम बांधला होतास; पण नशीबानें तो तडीस गेला नाहीं, ही गोष्ट वेगळी. मग ते समयीं बरेच दिवस पांडवांना मातेसह एकचक्रा नगरींत एका ब्राह्मणाचे घरीं दडून रहावें लागलें. तूं एकच का करून राहिला आहेस? पांडवांचा नायनाट करण्या-करितां विषप्रयोग तर केलेस; सर्प तर बांधलेस; नानातऱ्हा केल्यास. आतां इतकेंही तुझे पेंच फसले ही गोष्ट निराळी!

याप्रमाणें सदानकदा तूं पांडवांशीं लबा-डीनें व कपटवृत्तीनें वागत आलास असून, तूं पांडवांचा कांहींही अपराध केला नाहींस असें व्हावें कसें? ते सामोपचारानें मागत असतांही त्यांना त्यांचें वडिलार्जित राज्याचा वांटा देत नाहींस; पण, हे पापात्मन्, गचांडी देऊन गादीवरून तुला पांडव पाळथा घालतील तेव्हां मग कुंथत देशील! एकाद्या दुष्टाप्रमाणें पांडवां-वांसंबंधानें अशीं असंख्य अनन्वित कर्में करून सवरून व अद्यापही त्यांशीं अनार्याप्रमाणें कपटानें वागत असून, 'मीं त्यांचा काय अप-राध केला?' म्हणून माझ्याशीं निर्लज्जपणें वाद घालीत बसतोस? तुझीं आईबाप, भीष्म, द्रोण, बिदुर यांनीं कितीदां तरी 'पांडवांशीं सख्य कर' म्हणून तुला सांगितलें; पण तूं अजूनही सख्यास तयार नाहींस. सख्य केल्यानें तुला व युधिष्ठिराला—दोघांलाही मोठाच लाभ होणार आहे. असें असतां तुला ती गोष्ट रुचत नाहीं, याचें कारण, तूं बुद्धीचा हलकट—या-पलीकडे कांहीं नाहीं. राजा दुर्योधना, सुहृदांचें वचन न मानितां अधर्म्य व अयशस्कर असें तूं कृत्य करीत आहेस; परंतु अशानें तुझें कल्याण होणार नाहीं.

वैशंपायन सांगतात:—याप्रमाणें श्रीकृष्ण त्या खुनशी दुर्योधनाला बोलत असतां त्या कुरु-सभेंत दुःशासन म्हणाला, 'हे राजा, तूं आप-खुषीनें जर पांडवांशीं संधि न करशील, तर भीष्म, द्रोण व तुझा पिता हे तुला, मला व कर्णाला मुसक्या बांधून पांडवांचे स्वाधीन करतील असा रंग दिसतो!' याप्रमाणें दुःशा-सनानें फुणगी लावून देतांच दुर्योधनाचे अंगा-ची आग आग झाली आणि महासर्पाप्रमाणें संतापानें फुसकारतच तो उठून, सभेंतून तडक चालता झाला! या प्रकारें तो दुर्बुद्धि, निर्लज्ज, दुरभिमानी, थोरांचा पाणउतारा करणारा, अमर्याद दुर्योधन हलकटासारखा विदुर, धृत-राष्ट्र, बाल्हिक, कृप, सोमदत्त, भीष्म, द्रोण व श्रीकृष्ण—अशा सभ्यांसमक्ष सभेंतून उठून चालता झालासें पाहून अमात्यांसह त्याचे भाऊही पाठोपाठ निघाले; व सभेंतील राजांनीं तोच पंथ स्वीकारला.

खवळून उठून भ्रात्यांसह दुर्योधन सभेंतून चालता झालासें पाहून, शांतनव भीष्म सभेंत म्हणाले, "धर्मार्थांला बाजूस ठेवून जो

क्रोधानेंच साम्राज्य चालवितो, तो लवकरच गुरफाट्यांत सांपडून आपल्या शत्रूंना टाळ्या पिटण्याची संधि आणितो. हा दुरात्मा धार्तराष्ट्र राज्याबद्दल नसता दुरभिमान धरून आणि क्रोध व लोभ यांचा गुलाम बनून राज्यार्थ भलत्याच उपायांचें अवलंबन करीत आहे; आणि मंत्र्यांसह हे सर्वही राजे त्याचेंच अनुकरण करीत आहेत, त्या अर्थीं, हे केशवा, या सर्व क्षत्रियमंडलाचीं वर्षें भरलीं असें मी स्पष्ट समजतों."

हें भीष्मांचें भाषण ऐकून, वीर्यशाली कमलनेत्र दाशार्ह कृष्ण भीष्मद्रोणप्रभृति सभ्यांस म्हणाला:–अहो, कौरवपक्षाकडे तुम्ही एवढाले वयोवृद्ध असून, या ऐश्वर्यारूढ मुर्खाचा बलात्कारानें निग्रह करीत नाहीं हा तुम्हां सर्वांचा मोठाच प्रमाद आहे हे निष्पापहो, अशा प्रसंगीं माझ्या मतें जें करणें उचित व ज्यानें सर्वांचें कल्याण होईल, तें मी सांगतों, लक्ष देऊन ऐका. हे भारतहो, तुमचा जर या कामीं रुकार असेल, तर तुमच्या हिताची गोष्ट कोणती ती तुम्हांला पटेल अशाच रीतीनें आणि बसल्या बैठकीसच मी सांगून टाकितों. तुम्हांस श्रुत असेलच कीं, भोजवंशांतील वृद्ध राजा उग्रसेन आहुक याला त्याचे दुराचारी व उन्मत्त पुत्र कंसानें, तो राज्य करण्यास समर्थ असतांना, जिवंतपणींच त्यास पदच्युत करून आपण त्याची गादी बळकाविली. परंतु या त्याचे दुराचाराबद्दल त्याचे बांधवांनीं त्याचा त्याग केला व सर्व ज्ञातीचें कल्याण व्हावें म्हणून मीं त्याला युद्धांत ठार करून, भोजवंशवर्धन जो वृद्ध उग्रसेन त्याला सत्कारपूर्वक त्याच्या गादीवर बसविलें, आणि हें कृत्य त्याचे ज्ञातीलाही पसंत पडलें. सारांश, एकंदर कुलाचे हितावर लक्ष देऊन, त्यांतील एकटा कांटा कंस हा उपटून टाकण्याचें यादवांनीं मिळून धैर्य केलें, त्यामुळें, हे भारतहो, अंधकवृष्णिप्रभृति सर्व यादवघराणीं सुखानें नांदत आहेत.

दुसरी गोष्टः—पूर्वीं देवासुरांचें युद्ध जुंपून उभय पक्षांकडील मंडळी आयुधें उपसून परस्परांवर प्रहार करूं लागली आणि दोन्ही बाजूंला जेव्हां हजारों लोक मरूं लागले, तेव्हां प्रजापालक भगवान् ब्रह्मदेव यमधर्माला म्हणाला, 'या युद्धांत दानवांसह असुरांचा पराभव होईल; आणि आदित्य, रुद्र, वसु इत्यादि देवांचा जय होईल, ही गोष्ट निश्चित. तथापि, युद्धाचा शेवट होईपर्यंत देव, असुर, मनुष्य, गंधर्व, नाग, राक्षस हे सर्वही खवळून जाऊन परस्पर–प्राणहानि करतील. हा अनर्थ टळावा म्हणून दैत्यदानवांच्या मुसक्या बांधून, हे यमधर्मा, यांना वरुणाचे स्वाधीन कर.' याप्रमाणें ब्रह्मदेवानें आज्ञा करितांच, यमानें सर्व दैत्यदानवांना आवळून वरुणाचे हवालीं केलें. तेव्हांपासून त्यांना यमधर्माच्या व आपल्या अशा दुहेरी पाशांनीं जखडून, वरुण मोठ्या दक्षतेनें समुद्रांत त्यांच्यावर पाहारा ठेवून आहे.

याच रीतीनें तुम्ही सर्वजण दुर्योधन, शकुनि, कर्ण व दुःशासन या चांडाळचौकडीच्या मुसक्या आवळून पांडवांच्या स्वाधीन करा. म्हणजे हा सर्व अनर्थ टळेल. असें करणें शास्त्रविहितच आहे. कारण, शास्त्रांत सांगितलेंच आहे कीं, एका पुरुषापायीं सर्व कुलाचा नाश होत असेल, तर त्या एका पुरुषाचा त्याग करावा; त्याच रीतीनें सर्व ग्रामाचे हितार्थ एक दुष्ट कुल वर्जावें; उभ्या मुलुखाचे कल्याणाकरितां एखादा वाईट गांव असेल तो वगळावा; आणि आपल्या स्वतःसाठीं सर्व पृथ्वीवरही पाणी सोडावें. यास्तव हे धृतराष्ट्रा, दुर्योधनाला प्रथम बांधून टाक आणि मग पांडवांशीं संधि कर; म्हणजे तो सिद्धीस

जाईल. आणि, हे क्षत्रियश्रेष्ठा, तुझ्यापायीं तुझे क्षत्रियज्ञातीचा उच्छेद होणार नाहीं.

अध्याय एकशें एकुणतिसावा.

—:०:—

गांधारीचें भाषण.

वैशंपायन सांगतातः—श्रीकृष्णाचें हें निकराचें भाषण श्रवण करून जनपति धृतराष्ट्र मोठ्या घाईनें अखिलधर्मवेत्त्या विदुराला म्हणाला, 'बा बुद्धिमंत्ता, तूं जा, आणि गांधारीला घेऊन ये कसा. ती फार धोरणी व शहाणी बायको आहे. तिच्या संमतीनें मी त्या दुष्टाचें मन वळवून पाहातों. तिजकडून कां होईना, त्या दुरात्म्या दुष्टाचें सांत्वन झालें तरी मग आपण सारे मित्र कृष्णाचे सांगण्याप्रमाणें चालूं शकूं. मूळचा दुर्बुद्धि आणि त्यांत दुष्टांची साथ अशा त्या लोभाविष्टाला शांतीचा उपदेश करून गांधारी योग्य मार्गावर आणील, तर दुर्योधनाचे हातून आपणांवर ओढवणारें महाघोर प्राणसंकट बहुत काळ टळेल, आणि आपला योगक्षेम सदा निर्बाधपणें चालेल, अशी मला आशा आहे. याकरितां एकदां गांधारीला घेऊन ये.'

धृतराष्ट्राचे आज्ञेवरून विदुर त्या दीर्घदर्शिनी गांधारीला घेऊन आला. तेव्हां धृतराष्ट्र तिला म्हणाला, "गांधारि, तुझा हा दुष्ट अवज्ञाशील पोरगा ऐश्वर्यलोभामुळें लवकरच ऐश्वर्य व जीवित या उभयतांनाही मुकेल. तो दुरात्मा पाप्यांच्या संगतीनें स्नेह्यांचा उपदेश अव्हेरून, एखाद्या हलकट व अमर्याद मनुष्याप्रमाणें सभेंतून उठून चालता झाला!"

वैशंपायन सांगतातः—भर्त्याचें हें वचन ऐकून, पुत्रकल्याण इच्छिणारी ती यशस्विनी गांधारी भर्त्याला म्हणाली, "महाराज, इतका जर माझा पुत्र राज्याविषयीं लोलुप झाला आहे म्हणतां, तर त्याला त्वरित येथें आणवा; मला त्याची कानउघाडणी करूं द्या. राज्य म्हणजे थट्टा नाहीं. असल्या धर्मार्थांची पायमल्ली करणाऱ्या असभ्याचे हातीं तें जाणेंच ठीक नाहीं. पण, असें असतांही असल्या उद्धटाचे तें पूर्णपणें ताब्यांत आहे. महाराज, मी आतां उघडच बोलतें. या कामीं आपल्याकडेच सगळा बोल आहे. हे आपले भिकार लाड भोंवताहेत. पोराला राज्य दिलें कोणीं? आपला पोरगा दुष्ट, नाठाळ हें आपल्याला ठाऊक; असें असून त्याचेच ओंजळीनें आपण पाणी पिऊं लागलां. मूळच पोरगा द्वाड, त्यांत त्याला डोक्यावर चढविला, यामुळें आतां त्याचे काम, क्रोध, लोभ इतके बळावले आहेत कीं, आपण मोठी जंग जंग पछाडली तरी तो वाटेवर यावयाचा नाहीं. असल्या मूर्ख, पोरकट, लोभी, दुष्ट व दुष्टसंगति पोरट्याचे हातीं राज्य देतांना आपल्याला विचार झाला नाहीं, आतां आपल्या कृतीचीं फळें भोगा. आपण पृथ्वीपाल म्हणवितां, आणि घरांत दुही माजत असून डोळेझांक करितां, हें आपले पालकपणाला शोभतें काय? पांडव हीं आपलींच मुलें. त्यांशीं जर आपण असे फुटून वागलां, तर आपले शत्रु देखील आपल्या कृतीला हंसतील. महाराजा, जें संकट सामानें किंवा भेदानें टाळतां येण्याजोगें आहे, त्या कामीं आपल्याच माणसांवर बडगा घेऊन उठणाराला शहाणा कोणीं म्हणावें?"

वैशंपायन सांगतातः—धृतराष्ट्राचीही आज्ञा झाली, आणि गांधारीनेंही सांगितलें. त्यावरून विदुर त्या अक्षान्त दुर्योधनाला पुनः सभेंत घेऊन आला. बाबा आला तो डोळे लालभूंज झालेले आणि क्रुद्ध सर्पाप्रमाणें फुस्कारे चालले आहेत! आईनेंच बोलाविलें, तेव्हां ती काय म्हणते तें एकदां ऐकावें म्हणून

मोठ्या जुलमानें तो सभास्थानीं आला. त्याला येऊन बसलेला पहातांच प्रथम त्याचे गैरवर्तनाबद्दल त्याची यथास्थित खरड काढून मग शमप्रकरणीं गांधारीनें बोलणें सुरू केलें.

गांधारीचा दुर्योधनास उपदेश.

ती म्हणाली:—बाबा दुर्योधना, माझें हें म्हणणें नीट ऐकून घे. यांत तुझ्या सर्व परिवाराचा व तुझा फायदा असून परिणामीं तुला सुखप्राप्ति होईल. बाळा भरतश्रेष्ठा, तुला तुझा पिता, भीष्म, द्रोण, कृप, विदुर, इत्यादि सुहृदांनीं जें सांगितलें तें ऐक, आणि पांडवांशीं सख्य कर; म्हणजे भीष्म-द्रोणादि तुझे हितेच्छु, तुझा पिता व मी या सर्वांचें तूं मोठें पूजनच केलेंस असें होईल. बाळ, तूं शहाणाच आहेस, तथापि तुला सांगतें कीं, मनःपूत वागण्यानें राज्याची प्राप्ति, रक्षण किंवा उपभोग यांतून एकही गोष्ट साधत नसते. ज्याचीं इंद्रियें अनावर, असला राजा राज्यश्रीचा उपभोग दीर्घकाल घेऊं पावत नाहीं. जो शहाणा आपलीं इंद्रियें आपल्या ताब्यांत ठेवितो, त्यानेंच राज्याचें पालन करावें. बाबारे, काम आणि क्रोध हे दोन शरीरस्थ शत्रु पुरुषाला त्याचे हितापासून एकीकडे खेंचीत असतात. प्रथम या शत्रूंना जो राजा जिंकितो, तो मग पृथ्वीचा जय करूं शकतो. बाबारे, राजराजेश्वर ही पदवी परम दुर्लभ आहे. ती सर्वांना हवीशी वाटते खरी; पण ती मिळविण्याला आणि राखण्याला मोठा जितेंद्रिय पुरुष लागतो. तुझ्यासारख्या नासक्या माणसांचीं हीं कामें नव्हत.

इंद्रियजयाचें महत्व

फार आहे. राज्यासारख्या उच्चपदप्राप्तीची आकांक्षा करणारानें प्रथम आपलीं इंद्रियें धर्मार्थांचेच ठिकाणीं नियंत्रित केलीं पाहिजेत. याप्रमाणें इंद्रियें नियंत्रित झालीं म्हणजे मग काष्ठें घातलेल्या अग्नीप्रमाणें बुद्धि हां हां म्हणतां वृद्धिंगत होते. पण हींच का इंद्रियें कह्यांत नसलीं, म्हणजे गैरलगामी वळू घोडे जसे अडाणी सारथ्याला वाटेंत खड्ड्यांत घालतात, तशीं हीं पुरुषाला खाड्यांत घालून, वेळीं त्याचा प्राणघात करण्यालाही चुकत नाहींत! आत्मजय न करितां जो अमात्यजय करूं पहातो; किंवा अमात्यजय न करितां शत्रुजय करूं चहातो, तो स्वतःच्या आधीन न राहून फशीं पडतो. याकरितां शहाण्या पुरुषानें शत्रुजयाची विद्या प्रथम घरच्या घरींच शिकावी आणि नंतर बाहेर पडावें म्हणजे आपणच आपले शत्रु आहों अशी भावना करून प्रथम आपला आपणावरच पूर्ण अंमल बसवावा, आणि एवढी विद्या साधली म्हणजे भोंवतालच्यांना आपले वसांत आणावें; त्या कामीं यश आलें म्हणजे अखेर शत्रूवर चालून जावें. म्हणजे मग शत्रूला जिंकण्याची इच्छा विफल होत नाहीं. ज्याचीं इंद्रियें स्वाधीन, मन पूर्ण ताब्यांत, कामादि षड्विकार ज्याचेपुढें गडबड करीत नाहींत, जो छातीचा पुरा असून कोणतेंही काम चारही बाजूंनीं विचार करून मग करितो, अशा पुरुषापासून लक्ष्मी हालविल्यानें हालत नाहीं!

कामक्रोधमाहात्म्य.

सूक्ष्म छिद्रांचे जाळ्यांत गुरफटलेल्या माशांप्रमाणें शरीरांत दडून राहिलेले काम व क्रोध हे दोघेजण विचारशक्तीचा नाश करितात. बाबारे, काम व क्रोध हीं कसलीं जबरदस्त अस्त्रें आहेत म्हणून तुला सांगूं! साक्षात् देवांनीं यांचा अवलंब केला आहे. कोणीही पुरुष रागरहित झाला असतां त्याची सत्त्ववृद्धि पाहून, तो स्वर्गांत येऊन आपल्या मांडीशीं मांडी लावून बसेल अशी देवांना सदा भीति वाटते; यासाठीं देवांनीं काम व क्रोध या दोघांना लढाऊ एडक्यांसारखे पुष्ट

करून स्वर्गाच्या दरवाज्यावर बसविले आहेत. किंवा हे दोघे त्याचे शरीरांत वाढवून देवांनीं तें द्वार त्याला बंदच केलें आहे म्हटलें तरी शोभेल. जो कोणी राजा काम, क्रोध, लोभ, दंभ व दर्प यांना अचूक ताब्यांत कसे ठेवावे हें जाणतो, तोच पृथ्वी जिंकितो. ज्या राजाला धर्म, अर्थ व शत्रूचा पराभव या तीन गोष्टी साधाव्या असें वाटत असेल, त्यानें सतत इंद्रियें कह्यांत ठेवण्याविषयीं झटत असावें. कामानें किंवा क्रोधानें जित होऊन जो स्वकीयांशीं किंवा परकीयांशीं मिथ्या वर्तन करितो, त्याला कोणीही साह्य करीत नाहीं. बा दुर्योधना, शूर, बुद्धिमान् व शत्रुमर्दक अशा पांडवांशीं तुझी एकी झाली असतां तुला या पृथ्वीचा उपभोग फार सुखानें घ्यावयास सांपडेल.

हे वत्सा, शांतनव भीष्म व महारथ द्रोण हे 'पांडव अजिंक्य आहेत' म्हणून जें तुला सांगतात तें मिथ्या नव्हे. याकरितां शुद्धाचार कृष्णाला शरण जा. तो प्रसन्न झाला असतां उभय पक्षांच्याही सुखाला कारण होईल. आपले हिताविषयीं कळकळ बाळगणारे, ज्ञाते व कृतविद्य अशा सुहृदांचें सांगणें जो ऐकत नाहीं, तो पुरुष शत्रूंच्या पथ्यावर आहे असें समजावें. बाबारे, युद्धांत फायदा नाहीं किंवा धर्मार्थप्राप्ति देखील नाहीं, मग सुख कोठचें? बरें, नेहमीं जय प्राप्त होतो, असेंही नाहीं. सारांश, युद्ध कोणतेही बाजूनें हितावह नाहीं. याकरितां युद्धांत मन घालूं नको. हे शत्रुकर्शना, हा हानिकर कलह-प्रसंग न यावा म्हणून तर बाल्हिक, भीष्म व तुझा पिता यांनीं पांडवांना पूर्वी एकवार राज्यांश दिला होता; व त्या त्यांचे दानाचें फल तुझे अजूनही दृष्टीस पडतच आहे. कारण, आज जें अकंटक राज्य तूं भोगतो आहेस, तें त्याचेंच फल. अमात्यांसह बिनघोर आपणाला राज्याचा उपभोग घेतां यावा अशी जर तुझी इच्छा असेल, तर न्यायाप्रमाणें पांडवांचें अर्ध पांडवांना देऊन टाक. तुझी व तुझे भोंवतालच्यांची गुजराण चालण्याला अर्धराज्य पुरे आहे. यासाठीं, सुहृदांचें ऐक म्हणजे तुझा विजय होईल. अरे, त्या बुद्धिमान् , निग्रही, विवेकी व सुलक्षण पांडवांशीं विरोध करण्यानें तुझे सुखाला मोठा धक्का बसणार आहे. पांडवांचा अंश देऊन टाकून, इष्टांचा क्रोध शांत कर; आणि न्यायानें राज्य पालन कर. बाबारे, आज तेरा वर्षें त्यांचे हाल हाल केलेस तेवढे पुरे. तुझ्या कामक्रोधांच्या अनावर वेगांनीं त्यांचें दुःख फार पेटलें, तें आतां तरी शांत कर. दीर्घद्वेषी कर्ण, तुझा भ्राता दुःशासन व तूं पांडवांचें द्रव्य गिळंकृत करूं पाहात आहां; परंतु तें पचविण्याचें तुमचें सामर्थ्य नाहीं. युद्धाचे नादीं तूं पडलास, आणि एकदां का हे भीष्म, द्रोण, कृप, कर्ण, भीमसेन, धनंजय आणि धृष्टद्युम्न चेकळले, म्हणजे या सर्व प्रजांची इतिश्री झालीच म्हणा. यासाठीं क्रोधाधीन होऊन कुरुकुलाचा विध्वंस करूं नको. तुझ्या निमित्तानें तरी ह्या सर्व पृथ्वीचा क्षय न होवो. वेड्या पोरा, तुला वाटतें आहे कीं, भीष्मद्रोणकृपादि हे अंगीं असेल तितकें बळ खर्चून आपल्या वतीनें पांडवांविरुद्ध लढतील; पण हा तुला निवळ भ्रम आहे. कारण, भीष्मादि विवेकी आहेत. ते पूर्ण जाणून आहेत कीं, तुम्ही दोघेही त्यांना नात्यानें सारखे असून राज्याचे सारखेच हक्कदार आहां व यामुळें तुम्हां उभयतांवर त्यांचें प्रेमही सारखेंच आहे; मग तुझ्याचसाठीं ते अधिक कां यत्न करतील? तसें म्हणशील तर पांडवांकडेच त्यांचा कल थोडा अधिक राहील. कारण, पांडव धर्मशील आहेत. तुझ्या पिंडावर पोसल्यामुळें कदाचित् हे तुझ्या-

साठीं प्राणत्यागास तयार होतील हें खरें; तथापि, युधिष्ठिराचें अनिष्ट चिंतण्यास ते धजणार नाहींत. वत्सा, हांवरेपणा केल्यानें म्हणजे कोणी गबर झाला आहे असें माझे पाहाण्यांत नाहीं. म्हणून म्हणतें, कीं, हा हांवरेपणा सोड आणि शमाचा अवलंब कर !

अध्याय एकशें तिसावा.

—:०:—

दुर्योधनाची निर्भर्त्सना.

वैशंपायन सांगतात:—आईनें आपलेकडून इतका जीव तोडून यथार्थ उपदेश केला, परंतु त्याचा अनादर करून तो संतापी दुर्योधन पुनरपि आपल्या अमात्यांकडे चालता झाला. सभेंतून निघून गेल्यावर दुर्योधन, अक्षनिपुण शकुनि, कर्ण व दुःशासन या चौघांनीं खलबत केलें, तें हें: ते म्हणाले, 'हा कृष्ण मोठा चलाख आहे. राजा धृतराष्ट्र व पितामह भीष्म यांच्या साहाय्यानें तो आम्हांस पकडूं पाहात आहे. परंतु त्याला म्हणावें, तूं किती चपळाई करणार ! तुं हलण्याच्या पूर्वींच, इंद्रानें जसें जबरीनें बलि दैत्याला बांधून टाकिलें तसे आम्हीच तुझ्या मुसक्या आवळून टाकितों. झालें ! कृष्ण खोड्यांत पडल्याचें कानीं जातांच दांत पाडलेल्या सापांप्रमाणें पांडव निरुत्साह होऊन, हातपाय मोडून जागचे जागीं बसलेच समजा ! कारण, त्यांच्या उड्या काय त्या याच्या जिवावर. त्यांचे सर्व सुखाची व संरक्षणाची भिस्त कृष्णावर. तेव्हां याच इष्टदात्या यादवश्रेष्ठाला आम्हीं जखडला कीं सोमकांसह सर्वही पांडव ढिले पडलेच समजावे. याकरितां आपण येथल्या येथें भरसभेंतच त्या चपळ कृष्णाच्या मुसक्या आवळून टाकूं, आणि मग शत्रूंचा समाचार पाहूं. कृष्णाला सभेंत बांधल्याबद्दल आंधळा कदाचित् कोकलेल तर त्याला खुशाल कोकलूं द्या ! त्या म्हाताऱ्याकडे पहावयाचें नाहीं. मुसक्या ह्या आवळायच्याच !"

राजा, सात्यकि मोठा शहाणा व दुसऱ्याचें इंगित तेव्हांच ताडणारा असा धूर्त होता. त्या चांडाळचौकडीचा मतलब त्याच्या तेव्हांच लक्षांत येऊन चुकला. मग तो हार्दिक्याला बरोबर घेऊन तत्काल सभेंतून बाहेर आला; आणि त्या कृतवर्म्याला म्हणाला, "असा असा प्रसंग आहे; त्वरित सेना सज्ज कर, आणि तूं स्वतः चिलखत चढवून, आपल्या सेनेसह सभाद्वाराशीं येऊन सावधगिरीनें उभा रहा, तों मी ही गोष्ट निर्मल कृष्णाला सुचवितों." असें म्हणून, गुहेंत शिरणाऱ्या सिंहाप्रमाणें सभेंत शिरून वीर सात्यकीनें श्रीकृष्णाला त्या चौकडीचा मतलब कळविला. मागून धृतराष्ट्र व विदुर यांनाही बोलण्याच्या ओघांत हंसत हंसतच तो म्हणाला, "आज येथें एक मोठा चमत्कार होत आहे. धर्मदुष्टच्या म्हणा, अर्थदुष्टच्या म्हणा किंवा कामदुष्टचाही म्हणा, सज्जनांनीं जें निंद्य मानिलें असें कृत्य हे मंदमति आज करणार आहेत; बाकी, कांहीं केलें तरी त्यांना तें साधणार मात्र नाहींच! क्रोधलोभांचे गुलाम बनलेले आणि अविचार व भोगेच्छा यांच्या तावडींत सांपडलेले हे दुष्टबुद्धि मूर्ख आजवर बहुत दुष्कृत्यें करीत आले, पण आजच्या योजनेची कडी सर्वांत जास्त आहे ! अज्ञान मुलें किंवा मंदबुद्धि मनुष्यें पदरांत विस्तव बांधूं पहातात तशांतलाच मासला आज हे करणार आहेत. बेटे मूर्ख पुंडरीकाक्ष कृष्णाच्या येथें मुसक्या बांधण्याच्या घाटांत आहेत !"

सात्यकीचें हें वचन ऐकून दूरदर्शी विदुर धृतराष्ट्राला सभेंतच म्हणाला, "हे राजा, असलें अवचट व लज्जाकर कृत्य करण्याला

ज्या अर्थी हे उद्युक्त झाले आहेत, त्या अर्थी तुझ्या ह्या पोरांचा विपरीत काळ खास जवळ आला असें मी म्हणतों. कारण, इंद्रानुज कृष्णावर हे सर्व मिळून चालून येऊन दांडगाईनें त्याच्या मुसक्या आवळण्याच्या घाटांत आहेत. पण त्या मूर्खांना असें कळेना, कीं असल्या अजिंक्य व अगम्य पुरुषसिंहावर चाल करून आल्यास, दीपज्योति झडपूं पहाणाऱ्या पतंगाप्रमाणें आपली दशा होईल! या जनार्दनानें मनांत आणिलें मात्र पाहिजे, कीं क्रुद्ध सिंह हत्तींची जी दशा करितो ती यांची दशा करून, हे कसेही झुंजार असले तरी यांना तत्काल तो यमसदनीं पाठवील. परंतु कृष्णाला अच्युत म्हणतात, तो धर्मापासून च्युति होईसें कर्म कधींच करणार नाहीं. त्याला पुरुषोत्तमही म्हणतात, तेव्हां या हलकटांनीं कांहीं केलें तरी तो कुत्सित किंवा पापावह कृत्य केव्हांही करणार नाहीं!"

या प्रकारें विदुर बोल्यावर, उभय पक्षांचे सुहृद् तेथें ऐकत असतां धृतराष्ट्राकडे पाहून श्रीकृष्ण म्हणाला, "हे राजा, हे जर इतके रागावून जबरीनें मला पकडूं पहात असतील, तर बहुत ठीक गोष्ट आहे. तूं त्यांच्या आड मात्र येऊं नको. मग पाहूं दे तमाशा! ते मला आवळतात कीं मी त्यांना आवळतों! ते कितीही खवळून आले तरी त्या सर्वांच्या रंगड्या मी एकटा जागच्या जागीं जिरवीन, इतकीं माझ्यांत धमक आहे. परंतु कांहीं झालें तरी निंद्य व पापकर्म करणें मला संमत नाहीं, इतकेंच. बाकी तुला सांगून ठेवितों कीं, पांडवांचें द्रव्य लबाडूं गेल्यास हे स्वार्थ मात्र गमावतील आणि माझ्या मुसक्या बांधीत असतील तर युधिष्ठिर अनायासेंच कृतकृत्य झाला असें समज. कारण, हे मला आवळूं आले असतां यांना आणि यांच्या अनुयायांनाही जखडून पांडवांच्या मी स्वाधीन करितों. मला हें कांहीं अवघड जाईल काय? तूंच सांग. पण तुझ्या समक्ष असलें निंद्य व चिरडखोराला किंवा पापबुद्धीला शोभणारें कर्म मी करूं इच्छीत नाहीं. तथापि, तुझ्या दुर्योधनाची इच्छा असेल तसें त्याला करूं दे. तूं त्याच्या आड येऊं नको; आणि मजकडून तुझ्या सर्वही पुत्रांना वाटेल तसें माझ्याशीं वर्तन करण्याची मुभा आहे."

हें ऐकून धृतराष्ट्र विदुराला म्हणाला, "बाबा, जा, आणि त्या राज्यलोभी दुर्योधनाला—मित्र, अमात्य, बंधु, अनुयायी या सर्वांसह इकडे घेऊन ये. आणखी एकवार शिकस्त करून पाहूं दे. आला वाटेवर तर आला!"

राजाज्ञेवरून विदुर गेला व दुर्योधनाचा हेतु नसतांही त्याला बरोबरच्या राजांच्या घोळक्यासह सभेंत घेऊन आला. कर्णदु:शासनही शेजारीं होतेच. मग धृतराष्ट्र त्याला म्हणाला, "हे दुष्टा, हे पापमूर्ते, आर्यकुलांत उत्पन्न होऊन असल्या हलकट व पातक्यांच्या संगतीस लागून तूं पापकर्में करूं पहातो आहेस. सज्जनांनीं निंद्य मानिलेलें, आपला बदलौकिक करणारें व इतकें असूनही तुझे हातून सिद्धीस न जाणारें असलें कर्म तूं करूं पहातोस, हें तुझ्यासारख्या शतमूर्खाला व कुलांगारालाच शोभतें म्हणावयाचें. या दुष्ट सोबत्यांशीं मसलत करून, असल्या अजिंक्य व दुरासाद्य पुंडरीकाक्षाला तूं बांधायला पहातोस, या मूर्खत्वाला काय म्हणावें? अरे, इंद्रासह देवांचीही ज्यापुढें जबरी चालावयाची नाहीं, अशाला चंद्र हातांत घेऊं पहाणाऱ्या एखाद्या पोराप्रमाणें तूं पकडूं पहातोस ह्याचें नांव काय? तुला कसें कळेना, कीं हा केशव युद्धांत सर्व देव, मनुष्य, गंधर्व, असुर, पन्नग

एकत्र आले तरी त्यांनाही आवरणार नाहीं ? बाबारे, मुठींत वायु धरून ठेवणें, हातानें आकाशांतल्या चंद्राला शिवणें, किंवा सर्व भूगोलाचा भार मस्तकानें उचलून धरणें, या गोष्टी जशा अशक्य आहेत, तसेंच केशवाला जबरीनें पकडणें अशक्य आहे !”

धृतराष्ट्र असें बोलल्यावर, विदुरही त्या संतापी दुर्योधनाला अनुलक्षून म्हणाला, “ हे दुर्योधना, मी तुला समयोचित कांहीं गोष्ट सांगत आहें तिचा नीट विचार कर. या केशवाला द्विविद नामक मोठ्या बलाढ्य वानरानें पूर्वी सौभद्वारीं पाषाणवृष्टीनें अगदीं झांकून टाकिलें, आणि आपली पराकाष्ठा करून याला पकडण्याची खटपट केली, परंतु हा सांपडला नाहीं. असें असतां तूं याला जबरीनें पकडूं पहातोस, याचा विचार कर. नरकासुर कसला पराक्रमी; शिवाय त्याला सर्व दानव साह्य. त्यानें हा कृष्ण त्याच्या प्राग्ज्योतिष नामक नगरांत शिरला असतां याला कोंडण्याचा यत्न केला; परंतु जुळलें नाहीं! आणि अशाला तूं दांडगाईनें आकळूं पहातोस! या अनेक युगें राहाणाऱ्या कृष्णानें युद्धांत नरकासुराला ठार करून त्यानें आणून बंदींत ठेविलेल्या सोळा सहस्र कन्या बंधुमुक्त करून त्यांचें यथाविधि करग्रहण केलें. निर्मोचन नगरांत सहा सहस्र महाबलाढ्य असुरांना यानें पाशबद्ध करून टाकिलें, पण त्यांची टाप यापुढें चालली नाहीं; आणि तूं अशाशीं दांडगाई करतोस ? पोरपणींच यानें पूतना राक्षसी व शकुनि यांस मारिलें, व धेनुरक्षणार्थ अंगुलीवर गोवर्धन पर्वत धरिला. अरिष्ट, धेनुक, महाबली चाणूर, अश्वराज, प्रतिकूलचारी कंस, जरासंध, बक, वीर्यवान् शिशुपाल व बाण यांचा युद्धांत षध करून याशिवाय शंकडों राजेंही यानें मारिले. या अतुलतेजस्वी कृष्णानें राजा वरुण व अग्नि यांना जिंकिलें एवढेंच नव्हे; तर पारिजातकहरणसमयीं प्रत्यक्ष शचीपति इंद्रालाही मागें हटविलें. प्रलयकालीं सर्व सृष्टीचा एकच महासागर होऊन गेला असतां त्यांत निर्भय निद्रा करणाऱ्या ह्या केशवानें मधुकैटभांचा वध केला व दुसरा अवतार घेऊन हयग्रीव नामक असुरालाही यानें यमद्वार दाखविलें. हा सर्व चराचराचा कर्ता आहे; याचा कर्ता कोणी नाहीं. पराक्रमाचेंही आदिकारण हाच असल्यानें हा शौरि जें जें मनांत आणील तें तें आयासावांचून सिद्धीस नेऊं शकतो. असल्या या घोरपराक्रमी, निर्दोष, उदारचरित, महाबाहु अच्युताला तूं जाणून नाहींस काय? अरे, खवळलेल्या सर्पाप्रमाणें भयप्रद व तेजाचा केवळ लोळ अशा या कृष्णाचे अंगझटीस तूं जाऊं पहात आहेस, परंतु अग्नीशीं गांठ घालणाऱ्या पतंगाप्रमाणें तुझ्या बगलबच्च्यांसह सर्वांची क्षणांत रक्षा होईल याचा विचार पहा!

अध्याय एकशें एकतिसावा.

—:०:—

विश्वरूपदर्शन.

वैशंपायन सांगतातः—विदुरानें या प्रकारें ज्याचें वर्णन केलें तो अरिसंघमर्दक वीर्यवान् कृष्ण स्वतःच दुर्योधनाला म्हणाला, “हे दुष्टबुद्धे दुर्योधना, मी येथें एकटाच आहें असें भ्रांतीनें समजून, माझी पायमल्ली करून मला आवळून ठेवण्याच्या तूं बेतांत आहेस खरा; पण असा डोळे उघडून पहा म्हणजे याच ठिकाणीं तुला सर्वही पांडव, तसेंच, अन्धकवृष्णिप्रभृति यादव; आणि महर्षींसहित आदित्य, रुद्र, वसु हे देव दृष्टीस पडतील.” असें म्हणून त्या शत्रुहंत्या केशवानें अट्टहास्य केलें. हास्य करीत असतां असतां त्या महात्म्याचे अंगांतून, अग्नींतून

ठिणग्या उडाव्या त्याप्रमाणें तेजस्वी, केवळ विद्युन्मय व अंगुष्ठायेवढाले आकाराचे सर्व देव प्रकट झाले !

त्याचे ललाटाचे ठिकाणीं ब्रह्मा प्रकट झाला; वक्षःस्थलीं रुद्र; बाहूंपासून लोकपाल; मुखांतून अग्नि; तेथूनच द्वादश-आदित्य, अष्टवसु, अश्विनौदेव, साध्य, इंद्रासह मरुद्गण, विश्वदेव, यक्ष, गंधर्व, राक्षस हे प्रकट झाले; दोहों हातांतून बलराम आणि अर्जुन, पैकीं उजव्यांतून धनुर्धर अर्जुन आणि डाव्यांतून हलधर बलराम; भीम, युधिष्ठिर व उभय माद्रीपुत्र हे पृष्ठभागीं व अंधक-वृष्णि-प्रद्युम्नप्रभृति यादव मोठमोठीं आयुधें उगारून कृष्णाचे अग्रभागीं आविर्भूत झाले. श्रीकृष्णाचे अनेक भुजांचे ठिकाणीं सर्वभर लकलकणारीं अशीं शंख, चक्र, गदा, शक्ति, शार्ङ्ग धनुष्य, नांगर, नंदक व याशिवाय दुसरीं सर्व प्रकारचीं प्रहरणें दिसूं लागलीं. दोन्ही डोळे, नाकपुडच्या व कान यांतून धूम्रयुक्त असे भयंकर अग्नीचे लोळ उठले; व प्रत्येक रोमरंध्रांतूनही, सूर्यापासून किरणमाला बाहेर पडतात, त्याप्रमाणें अग्निज्वाला प्रकट झाल्या. त्या वेळचें तें महात्म्या केशवाचें अक्राळविक्राळ रूप दृष्टीस पडतांच तेजानें व्याकूळ होऊन तेथील सर्व राजांनीं गप्कन् डोळे मिटले. फक्त भीष्म, द्रोण, महामति विदुर, भाग्यवान् संजय आणि ऋषिगण हे दिपले नाहींत; कारण, स्वरूपावलोकनार्थ भगवंतानें त्यांना दिव्यचक्षु दिले होते. याप्रमाणें कौरवसभेंत वासुदेवानें केलेलें महदाश्चर्य पाहून देवांनीं दुंदुभि वाजविल्या व स्वर्गांतून पुष्पवृष्टि होऊं लागली.

धृतराष्ट्र म्हणाला:—हे पुंडरीकाक्षा, निखिल जगताचा हितकर्ता तूंच आहेस; यास्तव, हे यादवश्रेष्ठा, मजवर कृपा कर. तुला पहावें अशी मला इच्छा झाली आहे. तुजवांचून मला दुसरे कोणालाही पहावयाचें नाहीं. तुला पाहून झालें कीं पुनः पूर्ववत् माझी दृष्टि मावळूं दे. मी त्याला खुषीनें तयार आहें. परंतु एकवार तुझें हें दिव्यरूप पाहाण्याकरितां मला नेत्र येऊं दे. ही धृतराष्ट्राची प्रार्थना ऐकतांच कृष्णानें म्हटलें, “ राजा, इतरांना अदृश्य असे दोन नेत्र तुला येतील. ” मोठचा नवलाची गोष्ट ही कीं, विश्वरूपदर्शनेच्छा होतांच वासुदेवकृपेनें धृतराष्ट्राला उभय नेत्र आले. हें पहातांच तेथील राजे विस्मित होऊन ऋषींसह पधुसूदनाची स्तुति करूं लागले. सर्व पृथ्वी हदरून गेली व समुद्रही खवळून गेला !

याप्रमाणें थोडा वेळ चमक दाखवून व सर्वांना वेडावून सोडून त्या शत्रुंदम कृष्णानें आपली ती दिव्य, अलौकिक व विस्मयावह रूपसंपत्ति गुप्त केली; आणि नंतर सर्व ऋषींचा निरोप घेऊन, हार्दिक्य व सात्यकि यांचे हातांत हात घालून तो त्या सभेंतून बाहेर पडला. नारदादि ऋषिही गुप्तरूपानें नाहींतसे झाले; आणि तेथें जो एकच हलकल्लोळ माजला तो कांहीं विलक्षणच. कारण, इंद्रामागें देव जावे त्याप्रमाणें सर्वही कौरव कृष्ण निघालासें पाहून त्याचे पाठोपाठ धांव घेतच चालले. त्यांना पाहून कृष्ण हा धुमसणाऱ्या अग्नीप्रमाणें गरम झाला व त्यांकडे लक्ष न देतां तडक निघून गेला.

इतक्यांत, मोठा प्रशस्त, शुभ्र, स्वर्णजालभूषित, हलका, मेघतुल्य घोष करणारा, घुंगुर बांधलेला, आंत शुभ्र परीटघडी गाद्या वगैरे घातलेला, सर्व सामुग्रीनें भरलेला, व्याघ्रचर्मानें मढविलेला, आणि शैब्य व सुग्रीव नामक अश्व जोडलेला रथ घेऊन दारुक दृष्टीस पडला. मग वृष्णींना मान्य असा महारथी कृतवर्मा ज्याला हार्दिक्यही म्हणत, तो कृष्णाचे रथावर चढला; आणि सन्निध असलेल्या रथांत शौरि कृष्ण

आतां पाऊल टाकणार तों पुनः धृतराष्ट्र त्याला म्हणाला, ' हे जनार्दना, मुलावर माझी सत्ता कितपत चालते तें तूं आतां समक्ष डोळ्यांनीं पाहिलें आहेस. त्यांत परोक्ष किंवा अज्ञात असें तुला कांहीं उरलें नाहीं. सर्व कुरुवंशजांत सख्य असावें अशी माझी सर्वस्वी इच्छा असून त्या कामीं मी आपल्याकडून बिनकसूर यत्नही करितों आहें; परंतु पोरापुढें माझें कांहीं चालत नसल्यानें माझे यत्नाचा उपयोग होत नाहीं. अशी खरीखरी स्थिति आहे, ही तुला उलगडून सांगण्यांतला हेतु इतकाच कीं, ही स्थिति लक्षांत घेऊन तूं मला दोष न द्यावास, किंवा मी या कामीं प्रतिकूल आहें अशी भलती शंका न घ्यावीस. हे केशवा, पांडवांसंबंधें माझे मनांत कसें तें काळेंबेरें नाहीं; व त्यासंबंधानें मीं दुर्योधनाला हिताचा उपदेश केला तो तूं जाणतच आहेस. शम करण्याविषयीं मी आपली किती पराकाष्ठा करीत आहें, तें सर्व कौरवांना व राजांनाही महशूर आहे."

वैशंपायन सांगतातः—अनंतर धृतराष्ट्र, भीष्म, द्रोण, विदुर, बाल्हिक, कृप, यांना अनुलक्षून श्रीकृष्ण म्हणाला,'आज कौरवसभेंत काय काय प्रकार झाला तो तुम्हीं सर्वांनीं प्रत्यक्ष पाहिलाच आहे. मूर्ख दुर्योधन एखाद्या असभ्याप्रमाणें सभा सोडून तणतणत घुश्शांतच कसा चालता झाला व राजा धृतराष्ट्र महीपति असूनही माझी सत्ता चालत नाहीं म्हणून कसकसा बाहणा करितो आहे हेंही पण तुमच्या लक्षांत असूं द्या. असो; आतां आपणां सर्वांचा निरोप घेऊन मी युधिष्ठिराकडे परत जातों.'

मग कृष्णाला सर्वांनीं निरोप देऊन, तो रथांत बसला असतां भीष्म, द्रोण, कृप, विदुर, धृतराष्ट्र, बाल्हिक, अश्वत्थामा, विकर्ण, महारथ युयुत्सु, इत्यादि श्रेष्ठ भारती वीर त्याचे रथामागें कांहीं दूर गेले. नंतर, घंटायुक्त शुभ्र रथांत बसलेला तो कृष्ण त्या सर्वांचे डोळ्यांपुढून आपले आतेला म्हणजे कुंतीला भेटण्याकरितां निघून गेला.

अध्याय एकशें बत्तिसावा.

—:०:—

कुंतीचा निरोप.

वैशंपायन सांगतातः—कुंतीगृहीं जातांच श्रीकृष्णांनीं कुंतीला अभिवंदन करून कौरवसभेंत घडलेला वृत्तांत थोडक्यांत सांगितला. तो म्हणाला, " कोणालाही पटेसें व मुद्देसूद असें मीं व ऋषींनीं तेथें बहुत प्रकारें भाषण केलें; परंतु त्यानें (दुर्योधनानें) तें स्वीकारलें नाहीं. यावरून मला स्पष्ट असें दिसतें कीं, जेवढे म्हणून या दुर्योधनाचे नादानें चालले आहेत त्या सर्वांची मुदत भरली आहे. याकरितां विलंब करणें बरें नाहीं. त्यांना त्वरित यमसदनीं रवाना केलें पाहिजे. तस्मात्, मी आतां एवढ्यानेंच तुझा निरोप घेऊन पांडवांकडे जातों. याकरितां, हे महाप्राज्ञे, पांडवांना मीं तुझा काय निरोप सांगावा, तें मला सांग; मी ऐकतों.

कुंती म्हणालीः—केशवा, धर्मवेड्या राजा युधिष्ठिराला सांग कीं, अर्थज्ञानरहित वेदाची केवळ घोकंपट्टी करणाऱ्या अचतुर ब्राह्मणाची बुद्धि जशी कायमची एकमार्गी व मद्दड होऊन जाते आणि त्याला अहोरात्र वेदाची वटवट करण्यापलीकडे कांहीं सुचत नाहीं, त्याप्रमाणें धर्माचे नादीं भरून तुझी बुद्धि अगदीं एकमार्गी व मंद झाली आहे. तूं 'धर्म धर्म' म्हणून गौबाई होऊन बसला आहेस; दुसरें कांहीं नाहीं. हा काय धर्मसंचय ? माझ्या मतें असलें अश्राप वर्तन म्हणजे क्षात्रधर्माचा मोठा ऱ्हास होय. हा आतां पुरे झाला. उगाच नसतें धर्माचें खूळ घेऊन बसूं नको. स्वयंभू ब्रह्मदेवानें क्षत्रियांना कोणते प्रकारचा धर्म लावून

दिला आहे तो नीट समजून घे आणि तसा चाल. धर्माचे भ्रमाखालीं भलतें कांहीं तरी करून शिणूं नको. ब्रह्मदेवानें क्षत्रियांना मूळ बाहूंपासून उत्पन्न केलें यांतला हेतूच असा कीं, क्षत्रियांनीं स्वबाहुबलानें आपली उपजीविका करावी. शत्रुमर्दनासारखीं क्रूर कर्में करणें आणि प्रजापालन करणें हींच त्यांचीं सदैव कर्तव्यें होत. याविषयीं वृद्धांपासून ऐकिलेली एक गोष्ट दृष्टांतादाखल मी तुला सांगतें, ती ऐक.

मुचकुंदाचा अभिमान.

पूर्वीं कुबेरानें प्रसन्न होऊन स्वसंतोषानें राजर्षि मुचकुंदाला ही सर्व पृथ्वी देऊं केली, परंतु तो घेईना. तो म्हणाला, ' मी असलें आयतें दान घेत नसतों. मी जातीचा क्षत्रिय आहें. आपल्या मनगटाच्या जोरानें कमवून मग त्या वस्तूचा उपभोग घ्यावा अशी माझी इच्छा आहे.' हें उत्तर ऐकून कुबेराला फारच नवल वाटलें; पण तो गारही झाला आणि त्यानें आपला आग्रह सोडला. पश्चात् त्या क्षत्रधर्मानुसारी मुचकुंदानें स्वबाहुबलानें पृथ्वी जिंकून तिचें यथान्याय परिपालन केलें.

बाबारे, क्षात्रधर्माचें यथावत् अनुष्ठान केल्यानें लहानसहान श्रेयःप्राप्ति नाहीं. धर्मशास्त्र असें सांगतें कीं, जो राजा यथान्याय प्रजांचें पालन करितो, त्याला त्याचे प्रजेनें आचरिलेल्या धर्माचें चौथाई श्रेय मिळतें; आणि राजा स्वतः धर्माचरण करील तर मग त्याला देवत्वच प्राप्त होतें. पण तोच जर का अधर्म करील तर त्याची नरकांतच नेमणूक ! अधर्मचारी राजाला एवढी कडक शिक्षा ठेविली याचें रहस्य असें आहे कीं, त्याचे नीतीवर त्याचे हाताखालील चारही वर्णांचें शुभाशुभ अवलंबून असतें. राजा जर दंडनीतीची बजावणी यथाशास्त्र व बिनकसर करील, तरच त्याच्या चतुर्वर्णी प्रजा आपापल्या विशिष्ट वर्णांचे धर्माचाराचें यथावत् पालन करून अधर्मापासून दूर राहातील, एरवीं राहाणार नाहींत. राजा जेव्हां दंडनीति पूर्णपणें व योग्य रीतीनें अमलांत आणितो, तेव्हां कृतयुग नामक उत्कृष्ट काल चालला आहे असें समजावें. हे राजा, काल हा राजाचें कारण किंवा राजा हा कालाचें कारण या दुग्ध्यांत तूं पडूं नको. तुला मी याचा निभ्रांत निर्णय सांगतें कीं, ' राजा हाच कालाचें कारण—' म्हणजे बरावाईट काल प्रवृत्त करणारा होय. कृतयुग म्हणा, त्रेत म्हणा, द्वापर म्हणा, कीं चौथा काल म्हणजे कलि म्हणा—सर्वांचा कर्ता राजा आहे. राजा जर कृतयुग प्रवृत्त करील, —अर्थात् उत्तम धर्मानें चालून प्रजांची सुखसमृद्धि करील, तर त्याबद्दल त्याला चिरकाल उत्तम स्वर्गसुख प्राप्त होईल. तो जर त्रेतायुग प्रवृत्त करील, तर कृतापेक्षां कांहीं कमी प्रतीचें व न्यूनकाल स्वर्गसुख मिळेल. द्वापर हा काल तिसरे पायरीचा आहे; त्याची प्रवृत्ति केल्यानें राजाला तितक्या प्रतीचा सुखाचा वांटा मिळेल; आणि निकृष्ट काल कलि-त्याची प्रवृत्ति केल्यास तो अनंत पाप संपादितो आणि त्या पापापायीं अक्षय्य नरकांत पडून राहातो. केवळ त्यानें नरक भोगूनही त्याचें पाप संपत नाहीं, तें त्याचे प्रजेलाही भोंवतें. उलटपक्षीं, प्रजेचें पाप राजाला भोंवतें. असा राजा आणि प्रजा यांचा दृढ संबंध आहे. याकरितां, हे युधिष्ठिरा, तुझी क्षात्रधर्मपराङ्मुखता केवळ तुझ्याच नव्हे, तर प्रजेच्याही घाताला कारण होत आहे हें लक्षांत घे आणि तुझ्या वाडवडिलांनीं उचित मानिलेला राजधर्म कोणता, तो नीट पाहून त्याचा अवलंब कर. प्रस्तुत तूं जें कांहीं वर्तन करण्याचें मनांत आणिलें आहेस, तें राजर्षींना शोभणारें नव्हे. दयेमुळें क्रौर्यापासून निवृत्त राहून हातपाय मोडल्या-

सारखे होऊन तूं हरि हरि म्हणत स्वस्थ बसला आहेस खरा; पण यामुळें, राज्यसूत्रें हातीं घेऊन यथान्याय प्रजापालन करण्याचें जें अप्रतिम पुण्य, त्याला तूं आंचवलास, ही केवढी हानि हें ध्यानांत आण. सांप्रत जी वृत्ति तूं धरली आहेस, ती तूं धरावीस म्हणून मीं, पांडूनें किंवा तुझ्या आजानेंही तुला आशीर्वाद दिला नव्हता. मी तर नित्य आशा करितें कीं, यज्ञ, दान, तप, शौर्य, प्रज्ञाविस्तार, मोठेपण, बल आणि तेज हीं तुझे ठायीं असावीं. स्वाहास्वधादिकांनीं सम्यक् रीतीनें देवपितरांची आराधना केली असतां ते संतुष्ट होऊन दीर्घ आयुष्य, धन आणि पुत्र हीं देतात. पुत्रांनीं दान, अध्ययन, यज्ञ व प्रजापालन हीं कर्मे करावीं, अशी पितर व देव सदा इच्छा करितात. मी म्हणतें हें धर्म्य असो कीं अधर्म्य असो, निदान तुझें तरी तें जन्मसिद्धच कर्म ठरलेलें आहे, याकरितां त्याचा अनादर करूं नको. कारण तुझे उपेक्षेनें तुझे हे बंधु विद्वान् व कुलीन असूनही अन्नाला महाग झाले आहेत. क्षुत्पीडित होऊन भटकणारे जीव ज्या राजाची भेट होतांच पोटभर अन्न मिळून संतुष्ट होऊन परततात, त्याहून अधिक धर्मात्मा कोण? राज्य प्राप्त झालें असतां धार्मिक राजानें कोणाला दानानें, तर कोणाला बलानें, कोणाला मधुर वाणीनें, याप्रमाणें सर्वांना आपलेसे करून ठेवावे. राज्यांतील चतुर्वर्णांपैकीं ब्राह्मणानें भिक्षावृत्ति, क्षत्रियानें प्रजापालन, वैश्यानें धनार्जन व शूद्रानें वरील त्रिवर्णांची परिचर्या याप्रमाणें स्वीकारावें. बाबा, तूं क्षत्रिय पडलास, त्याअर्थीं भिक्षा किंवा कृषि हीं तुला निषिद्ध आहेत. प्रजेचें क्षतापासून म्हणजे दुःखापासून त्राण करणें हा क्षत्रिय शब्दाचा अर्थ असल्यामुळें, बाहुबलावरच उपजीविका करणें तुला अवश्य आहे. हे महाबाहो, साम, दान, दण्ड, भेद किंवा न्याय यांपैकीं कोणताही उपाय योज, परंतु वडिलार्जित राज्य सपत्नांनीं गिळंकृत केलें आहे तें त्यांच्या दाढेंतून काढ, असें मी तुला न सांगूं तर काय करूं? कारण, तुझ्यासारख्या शत्रुहितकर्त्याला जन्म देऊन मला घासभर अन्नासाठीं दुसऱ्याचे तोंडाकडे पाहावें लागत आहे! कारण, माझे सर्व बांधव तुझ्यामुळें दीन होऊन मला कोणीच वाली उरला नाहीं. अशी कष्टतम स्थिति माझी झाली आहे, म्हणून, रे बाळा, तुला इतकें निकरावर येऊन सांगावें लागतें आहे; सारांश, राजधर्माला अनुसरून लढाई ठोक; असा स्वस्थ बसून वाडवडिलांस नरकांत बुडवूं नको व क्षीणपुण्य होऊन तूंही अनुजांसह अधोगतीला जाऊं नको!

अध्याय एकशें तेहातिसावा.

--:०:--

विदुलेचा पुत्रास उपदेश.

कुंती म्हणालीः—हे परन्तपा कृष्णा, मी आतां धर्माला बोललें, अशाच अर्थाचा एक पुराणा इतिहास आहे. त्याला 'विदुला व तिचे पुत्राचा संवाद' असें म्हणतात. हा संवाद माझ्याही भाषणापेक्षां अधिक श्रेयस्कर व विस्तृत आहे, याकरितां तूं तो अक्षरशः युधिष्ठिराला कथन कर.

विदुलापुत्रसंवाद.

विदुला नांवाची कोणी कुलीन, दीन, तापट, निग्रही, क्षत्रधर्माभिमानी, राजसभेंतही विख्यात, यशस्वी, बहुश्रुता व दूरदर्शिनी अशी एक स्त्री होती. तिच्या पोटच्या पुत्राला सिंधुराजानें जिंकल्यामुळें तो दीन होऊन पडून राहिला असतां ती अस्सल क्षत्रिया त्याला फार निखंदून बोलली. ती म्हणालीः—हे पुत्रा,

तूं शत्रूंचा आनंद वाढविणारा, व माझा हर्ष नाहींसा करणारा आहेस; त्या अर्थीं तूं कुठून तरी आमचे कुळांत घुसला आहेस, मजपासून किंवा माझे पतीपासून झाला नाहींस! ज्याला कशी ती ईर्षा नाहीं, आणि ज्याचीं सर्व इंद्रियें नेभळीं, असल्या पुरुषाला कोणीही गणतींत धरीत नाहीं. तूं असा बसशील तर एक जन्म तुला उदयास येण्याची आशाच नको. याकरितां असें करूं नको. ऊठ, पुढें हो, आणि आपलें कल्याण करून घे. तूं आपल्याला कमी समजूं नको. अत्यंत संतुष्ट राहूं नको. असा डरूं नको. मन प्रशस्त करून भीतीला गुंडाळून ठेव आणि पुढें धज. अरे भ्याडा, ऊठ, असा पराजित हाऊन हातपाय गाळून काय बसलास? कसा तूं मेषपात्र! अगदींच कसा तुला पीळ नाहीं! तुला पाहून शत्रु टाळ्या वाजवितात आणि तुझे इष्टमित्र रडत बसतात, असा तूं विपरीतलक्षण कसा? ठीकच आहे; क्षुद्रनदीला पूर तेव्हांच येतो, उंदराची मूठ चार दाण्यांनीं भरते, त्याप्रमाणेंच कापुरुष अल्पानेंच तत्काल संतुष्ट होतो. पाहिजे तर सर्पाची दाढ उपटण्याचा यत्न करून तडफाफडकीं मरून जा किंवा दुसरें कोणतेंही अचाट कृत्य करून प्राणसंशयांत पड; पण पराक्रम केल्यावांचून राहूं नको! श्येनपक्षी जसा उंच आकाशांत उडून तेथून निर्भयपणें आपल्या शत्रूचें छिद्र शोधीत असतो, त्याप्रमाणें तूं गुपचुप राहून किंवा वादविवाद करून शत्रूचीं छिद्रें शोधून काढ आणि संधि साधून पराक्रम कर. विजेचा धक्का बसलेल्या पुरुषाप्रमाणें तूं असा प्रेतवत् होऊन काय पडलास? अरे मुर्दाडा, खडखडून उभा रहा. शत्रु तुझ्या छातीवर पाय देत असूनही तूं असा पासललास काय? असा दीन होऊन लोपून जाऊं नको. स्वपराक्रमानें सर्वत्र गाजून रहा. शत्रूशीं सामासारखा मध्यम, भेदासारखा अधम, किंवा दानासारखा निकृष्ट उपाय न योजितां, दंडरूप उपायाचा अवलंब करून दणाणून सोड. क्षणभरच कां होईना, पण टेंभुरणीच्या कोलतीप्रमाणें धडाडून प्रज्वलित रहा. जिवाची पर्वा धरून कोंड्याच्या विस्तवाप्रमाणें ज्वालेवांचून केवळ धुमसून नाहींसा होऊं नको! दीर्घकालपर्यंत नुसतें धुमसत राहाण्यापेक्षां एक घटकाभर कां होईना, पण धडकून जळणें बरें! खरें म्हणशील तर तुझ्यासारखा असला निमूट दांडकीं खाणारा सोसाळू गाढव कोणाही राजाचे पोटीं येऊं नये. पुरुषानें मनुष्ययत्नाची पराकाष्ठा करून संग्रामांत बनेल तितकी गाजविली असतां (जय न आला तरी) तो धर्माचे ऋणांतून मुक्त होतो व त्याला आत्मनिंदेचीही पाळी येत नाहीं. केल्या यत्नाचें फल होवो वा न होवो, शहाणा त्याबद्दल दुःख करीत न बसतां उद्योग हा सुरूच ठेवितो ; प्राणाला द्रव्यासारखा जपत बसत नाहीं, जिवाकडे न पहातां उद्योग करितो; यासाठीं, हे पुत्रा, अंगांत काय मर्दुमकी असेल ती तरी बाहेर झळकूं दे, नाहीं तर क्षात्रधर्माला अनुसरून धारातीर्थीं मरणारांची शाश्वत गति तरी मिळव. उगाच अशा माशा मारीत बसायला जगतोस तरी कां म्हणून? अरे, तूं असा नपुंसकासारखा बसून राहिल्यानें, आजपर्यंत कांहीं कुठें यज्ञ, दान वगैरे करून गांठीं पुण्य बांधलें असशील तेंही नष्ट झालें व लोकांत अब्रू तर कवडीचीही उरली नाहीं असें समज. बरें, ज्या साधनानें तुला ऐषआराम भोगावयास सांपडावयाचे तें राज्यरूपी साधनही तुझे हातचें गेलें, मग आतां व्यर्थ जीव कशाला ठेविला आहेस? पडावयाची किंवा बुडावयाची जरी वेळ आली, तरी शत्रूच्या कंबरेला कव मारून (त्यासह) बुडावें किंवा त्याला घेऊन

पडावें आणि अपलें निर्मूल होण्याची वेळ आली तरीही डगूं नये. अस्सल घोड्याचा दमदारपणा लक्षांत वागवून त्याप्रमाणें रणांत युद्धाचें जूं मानेवर घेऊन बेशिकस्त रेंटीत न्यावें, पण टाकूं नये. सारांश, थोडा तरी जोम व कांहीं तरी अभिमान धरून आपलें सामर्थ्य कसोटीला लाव, व तुझ्या पायीं हें तुझें कुल बुडतें आहे याला आपण होऊन वर काढ. अमुक एक अद्भुत गोष्ट यानें केली असें लोक ज्याबद्दल बोलत नाहींत, तो केवळ खानेसुमारींत आंकडा वाढविण्याच्या उपयोगी! व्यवहारदृष्टच्या त्याची रांडेइतकी देखील किंमत नाहीं, मग मर्दाइतकी तर बोलावयासच नको! दानांत म्हणा, तपांत म्हणा, सत्यांत म्हणा, विद्येंत म्हणा अथवा धनार्जनांत तरी म्हणा, ज्याचें नांव गाजून राहिलें नाहीं, तो पुरुष नव्हे, तर आईच्या पोटांतून पडलेला मळ होय. विद्येनें, तपानें, संपत्तीनें किंवा पराक्रमानें जो इतरांवर छाप बसवील, तोच 'पुरुष' या संज्ञेला पात्र होय. ही निंद्य भिक्षावृत्ति धरणें तुला उचित नाहीं. असली ही सदोष, अकीर्तिकर व दुःखद वृत्ति नीच पुरुषांचे लागीं. ज्याच्या जिवावर शत्रूची पोळी पिकते व जो स्वतः सर्वस्व गमावून बसून ज्याला बूड टेंकावयाला वीतभर जागा किंवा ढुंग झांकावयाला धड वस्त्रही उरलें नाहीं, तरीही जो दोन दिडक्या मिळतांच 'ओहो, कोण लाभ हा!' म्हणून आनंदानें नाचूं लागतो, व दारिद्र्यांतच काळ काढितो, असला हीनसत्त्व व पोंचट पुरुष कुळांत निपजल्यानें त्याचे बंधूंना कांहींही सुख होत नाहीं. तुझ्या या भळूपणामुळें आम्हांला स्वराज्यांतून गचांडी मिळून विदेशीं अन्नावांचून प्राण सोडावे लागणार! अगोदर आमचे गांठीं दमडी उरली नाहीं, आणि त्यांतून आम्ही स्थानभ्रष्ट झालों, म्हणजे मग कशाची आशा आणि कशाची इच्छापूर्ति! बाबारे संजया, तुजसारख्या, सज्जनांना अप्रिय असें आचरण करणाऱ्या व कुलोच्छेद करणाऱ्या पुत्राच्या मिषानें मी नाशकर्ता साक्षात् कलिच प्रसवलें असें वाटतें. तुजसारखा मिसमिशीत, निरुत्साह, नपुंसक आणि शत्रुनंदन पोरगा कोणाही स्त्रीला न होवो. असा नुसता धुमसत पडूं नको; शत्रूंवर चाल करून जाऊन त्यांना भाजून काढ. घटकाभर, नव्हे पळभर कां होईना, पण शत्रूच्या डोक्यावर टेंभा पाजळ. जो तापट असून शत्रूला क्षमा करणें ओळखीत नाहीं त्याला म्हणावें पुरुष! ज्याच्या अंगांत कशी ती रग किंवा उभारी नाहीं, असल्या पढ्या पुरुषापेक्षां, मी म्हणतें, बायको बरी! तृप्ति आणि दया हीं संपत्तीचा नाश करितात, तोच परिणाम शत्रूवर उठाव न करणें किंवा त्याला भिऊन जाणें यांत होतो. ज्याची महत्त्वाकांक्षाच जिरली, तो महत्पदाला यावा कसा? याकरितां हे उत्कर्षप्रतिबंधक दोष तूं आपण होऊन सोड आणि लोखंडासारखें कठीण काळीज करून गेलेलें वैभव पुनः हुडकून काढ. 'परं विषहते' म्हणजे शत्रूच्या धसक्याला पुरून उरतो किंवा 'पर' म्हणजे अतिबिकट प्रसंगींही डगत नाहीं म्हणून पुरुष संज्ञा योजितात. अर्थात् अबलांसारखा जो घरांत घुसून दिवस काढतो त्याचे ठिकाणीं 'पुरुष' ही शब्दयोजना व्यर्थ आहे, असें म्हणतात. शूर, हिय्येदार व सिंहाप्रमाणें पराक्रम गाजवणारा राजा निधन पावला तरी त्याचे पश्चात् देखील त्याचे देशांतील प्रजा सुखांत नांदतात, इतका त्याचा दरारा रहातो. आपल्या सुखावर व प्रिय वस्तूंवर पाणी सोडून जो संपत्तीच्या पाठीस लागतो, तो लवकरच यशस्वी होऊन आपल्या भोंवतालच्यांना आनंद देतो.

पुत्र म्हणतोः—तूं जी इतकी निकरावर

येऊन मला दूर ढकलूं पहातेस, त्या तुला मी असें विचारितों कीं, मी तुझा एकुलता एक मुलगा, तो दृष्टीआड झालें असतां सर्व पृथ्वीही मिळाली तरी तुला सुख काय लागणार? किंवा भूषणें, भोग्य वस्तु किंवा जीवित यांचा तरी तुला उपयोग काय, याचा कांहीं विचार कर.

विदुला म्हणाली:––बाबारे, 'आजच काय अडलें आहे, उद्यां करितां येईल' असें म्हणणारांना जे लोक मिळतात ते आमच्या शत्रूंना मिळोत; आणि मन स्वाधीन ठेवून वेळेवर उडी घालणारांना जे लोक मिळणारे ते आमचे सुहृदांच्या वांट्यास येवोत. ज्यांना सेवक सोडून चालले आहेत, दुसऱ्यांनीं घातलेल्या घांसमुटक्यावर जे दिवस काढीत आहेत, असल्या पिळपिळीत आणि क्षुद्र जीवांचे मार्ग तूं स्वीकारूं नको. पर्जन्याचे जिवावर जशीं यावत् भूतें उपजीविका करितात किंवा देव जसे इंद्राच्या हिंमतीवर चैनींत राहातात, त्याप्रमाणें, हे वत्सा, तुझ्या पराक्रमावर तुझे स्नेही व सद्ब्राह्मण स्वस्थपणें उपजीविका करून राहातील असें कर. बाबा, पक्क फलांनीं युक्त वृक्षाप्रमाणें, ज्याचे आश्रयानें शेंकडोंचा निर्वाह होतो, त्याचेंच जगणें सफल होय. ज्या शूराच्या मर्दुमकीवर त्याचे बंधु बिनघोर मौजा मारतात त्याचेंच जीवित धन्य. जो मानव आपल्या बाहुबलावर उदयास येतो, त्याची इहलोकीं कीर्ति होऊन परलोकीं त्याला शुभ गति प्राप्त होते.

१ "किमद्यकानां" म्हणजे आज काय खावें अशी चिंता करणारे म्ह० दरिद्री असाही अर्थ नीलकंठ करितात. ग्राह्य आहे.

अध्याय एकशें चौतिसावा.

—:०:—

विदुलेचा उपदेश.

विदुला म्हणते:—असला प्रसंग प्राप्त होऊनही जर तूं पौरुषाचें नांव सोडून देशील, तर लवकरच तुला मुर्दाडांच्या पंक्तीला बसावें लागेल. जो क्षत्रिय होऊन यथाशक्ति पराक्रम करून स्वतेज प्रकट न करितां जगण्याची मात्र इच्छा करितो, त्याला शहाणे लोक चोर किंवा हरामखोर समजतात. अरे, मी इतका जोरदार व उपयुक्त बोध तुला करीत असून तो तुला ठसेना, तेव्हां मरणोन्मुखाला औषध जसें जिरत नाहीं तशांतलाच हा प्रकार म्हणावयाचा. तुझी एवढी जी कंबर खचली ती काय म्हणून? शत्रूच्या बलाबलाचा तूं कांहीं विचार तरी केला आहेस, कीं उगीच दिपून बसला आहेस? मी तुला सांगतें कीं, सिंधुराजाचे प्रजाजन त्यावर असावे तसे संतुष्ट नाहींत. ते बलहीन असल्यानें त्यांचें त्याच्यापुढें कांहीं चालत नाहीं, म्हणून मूग खाऊन आहेत इतकेंच. बाकी अंतर्यामांतून ते राजावर केव्हां एखादें कचाट येतें याचीच प्रतीक्षा करीत आहेत. अर्थात् ते वेळीं त्याला साह्य करणार नाहींत. त्यावरच उठतील. शिवाय, तूं एकदां म्होरक्या होऊन सिंधुराजावर उठलास कीं, तुझा पराक्रम पाहून इतरांनाही अवसान येईल आणि पाहिजे तशी खटपट करून व साह्य गोळा करून तेही त्यावर तुझ्या पाठोपाठ हल्ला करतील. याकरितां अशाशीं वेळींच स्नेह बांधून व टोळी करून किल्ले वगैरे बंदोबस्ताचे स्थळांचे आश्रयानें राहा. केव्हां तरी संधि साधेल. कारण हा सिंधुराज कांहीं अजरामर नाहीं. अरे, तुझें 'संजय' म्हणजे 'पूर्ण जय मिळविणारा' किंवा 'यशस्वी' हें नांव आहे, तर त्याप्रमाणेंच तें सार्थ कर. निरर्थक बाळगूं नको.

तूं लहान असतां एका चांगल्या ब्राह्मणानें मला सांगून ठेविलें आहे कीं, हा तुझा पुत्र एकवार महत्संकटांत येऊन पुनः उत्कर्ष पावेल. त्या ब्राह्मणाचे शब्द स्मरत असल्यामुळें, त्या जोरावर, मी तुला जय येईल अशी उमेद धरितें; आणि म्हणूनच रे बाळा, तुझ्यामागें फिरफिरून टोंचणी लाविली आहे. नाहीं तर, तुझें-माझें वैर का आहे ? तूंच सांग. एकाच्या भाग्यांत अनेकांचीं भाग्यें सामील असतात. जो न्यायानें अर्थसिद्धि करण्याविषयीं खटपट करीत असून ज्याची सिद्धि झाल्यानें इतर सुखी होतात, अशाला यत्नांत यश ठेवलेलें समजावें. तुझ्या पूर्वजांचा उत्कर्ष किंवा अपकर्ष हा तुझे स्वाधीन आहे, ही गोष्ट डोळ्यांपुढें ठेवून युद्धाला सरसाव, अशी माघार घेऊं नको. शम्बरानें म्हटलें आहे कीं, पुरें दोन वेळचेंही अन्न घरांत नसणें, याहून कष्टतर अवस्था दुसरी कोणतीही नाहीं. ही जी ' दारिद्य ' नामक स्थिति, हा एक मरणाचा पर्यायच आहे. वेळेस नवरा किंवा मुलगा संपला तरी तें दुःख सोसवेल, पण, रांवळींतला ओएरा संपल्याचें दुःख केवळ असह्य आहे. मी थोरमोठ्याच्या कुळांत जन्मून समर्थाच्याच पदरीं पडलें. अर्थात् एका डोहांतून दुसऱ्या डोहांत जाऊन पडणाऱ्या मासळीप्रमाणें मला स्थित्यंतरानें दुःखसें मुळींच झालें नाहीं. ज्या घरीं मी पडलें तेथें मी सर्वस्वाची मालकीण, मोठी पायगुणाची अशी मानिली जाऊन माझ्या पतीनें तर माझें देव्हारेंच केलें. अति उंची पुष्पमाला, उत्कृष्ट अलंकार, व अति स्वच्छ व उज्ज्वल वस्त्रें धारण करून मी आपले सख्यां मध्यें बसें तेव्हां माझे आप्तमित्रांना माझें कौतुक पाहून सुख वाटे अशा थाटांत जिचे पूर्वदिवस गेले, त्या माझ्या दातांवर, तुझे राजवटीला, पुरें मांस देखील राहिलें नाहीं आणि तीच दशा तुझे बायकोची झाली आहे ! आणि हें तूं मुकाट्यानें पहातो आहेस, तेव्हां अशा तुझ्या जगण्यांत तरी मतलब काय ? नोकरचाकर, आचार्य, ऋत्विज्, पुरोहित, वगैरे सर्व पिढीजाद आश्रित आमच्या पदरीं राहून पोट भरेना म्हणून आम्हांला भडाभड सोडून चालले आहेत; आणि तूं उघडचा डोळ्यांनीं बघतो आहेस तेव्हां तूं जगून तरी फळ काय ? पूर्वीप्रमाणें श्लाघ्य व कीर्तिकर कृत्य जर तुझे हातून घडतांना मला दिसेना, तर माझ्या मनाला थंडावा यावा तरी कसा ? दारीं ब्राह्मण आला आणि त्याला तोंडभर नाहीं म्हणावयाची वेळ आली म्हणजे माझे हृदयाचे शतधा तुकडे होतील. कारण मीं किंवा माझ्या पतीनें ब्राह्मणाला कधींही विमुख दवडिलें नाहीं. अरे, आमच्या आश्रयाला इतरांनीं रहावयाचें; दुसऱ्याचे आश्रयानें आम्ही रहाणारे नव्हे. असें असतां आज मला दुसऱ्याचे तोंडाकडे पाहून राहाण्याची ज्या अर्थीं पाळी आली आहे, त्या अर्थीं आतां प्राणत्याग करितें. नाहीं तर, बाबारे, या अपार विपत्समुद्रांतून तूं आम्हांला पैलपार ने; या नौकारहित दुःखसागरांत तूं आमची नौका हो. आम्हांला कोठें बूड टेकायला जागा नाहीं ती तूं निर्माण कर; आम्ही मृतवत् झालों आहों, तूं आमच्यांत प्राण घालून आम्हांस उठीव. तुझ्या सर्वेही शत्रूंचा फडशा करितां येणें शक्य आहे. परंतु ही निरुत्साह व हताश अशी नेभळी वृत्ति सोडून जिवावर उदार होशील तर! पण याच वृत्तीला तूं मिठी मारून बसणार असलास तर असें करण्यापेक्षां क्षत्रियवृत्तीलाच तिलांजुळी देऊन मोकळा हो कसा ?

१ चालू मितीस घरांत अन्न नाहीं व पुढेंही स्थिति सुधारण्याचा संभव नाहीं, असाही यांतून अर्थ काढणें शक्य आहे.

अरे, तूं एवढा दडपून तो काय गेला आहेस? असें करावयाचें आहे तें काय? शूरपणाची कीर्ति व्हावयाला फारसें काय लागतें आहे? एक शत्रु लोळवला तरी बस. इंद्रच पहा. एका वृत्रासुरास मारून महेंद्रपदवीला चढला. यज्ञांत त्याला सोमपात्र मिळालें व सर्वलोकेश्वरत्व मिळालें. सज्ज झालेल्या शत्रूंना नामघोषणपूर्वक रणांत युद्धार्थ आव्हान करून सेनेंतील तोंडचीच मंडळी पळवून लावून किंवा एखाद्या निवडक वीराला मारून जेव्हां शूराचा सर्वतोमुखीं लौकिक होतो, तेव्हांच त्याचे शत्रु चळचळां कांपून त्यापुढें वांकत असतात. असली शूराची कर्तबगारी असते. याचे उलट भ्याडांची. भ्याड कदाचित् रणांगणापर्यंत गेलेच, तर तत्काल व्याकूळ होऊन तेथेंच देह ठेवतात, आणि शूर व दक्ष अशा प्रतिपक्षाचे मनोरथ अनायासेंच पूर्ण करितात. जे शहाणे पुरुष आहेत ते सर्व राज्याला जबर धक्का बसण्याची किंवा जीव धोक्यांत पडण्याचीही पाळी आली तरी, एकदां हातीं लागलेल्या शत्रूंची शिलक बाकी उरूं देत नाहींत. बाबारे, क्षत्रियाला मरणोत्तर स्वर्गप्राप्ति होण्याला किंवा अमृततुल्य मधुर भोग भोगण्याला राज्य हा एकच मार्ग आहे. तो तुझा तूर्त बंद झाला आहे, हें लक्षांत घेऊन तो खोलण्यासाठीं अग्नीसारखा शत्रूवर तुटून पड. राजा, रणांत वध करून स्वकीय क्षात्र धर्माचें रक्षण कर. खरें पहातां तुला पहातांच शत्रूंची भेदरी वळावी. असा तूं अतिदीन होऊन, आम्हीं तुजभोंवतीं रडत बसावें आणि विजयी शत्रूंनीं तुजकडे पाहून मोठ्यानें डरकाळ्या फोडाव्या, अशा स्थितींत तुजकडे पाहाण्याची मला पाळी न येवो. तूं उच्चकुलोत्पन्न असून विद्वान्, रूपवान् व तरुण आहेस. याकरितां एकवार हिय्या करून शत्रूपासून आपलें राज्य हिसकावून परत घे आणि स्वतंत्र होऊन सौवीर देशांतील सुंदरींशीं यथेच्छ रासरंग कर; आणि आपले वैभवाचे योगानें स्तुतिपात्र हो. असा बशा राहून शत्रूस्त्रियांचा किंकर होऊं नको. यापूर्वीं तूं पराक्रम केले आहेस, तूं लोकांत विश्रुत आहेस; तस्मात् तुझ्यासारख्यानें राज्याचें जोखड एखाद्या दमदार व सुबळ बैलासारखें सहज सुखानें ओढावें, तें सोडून एखाद्या, चुकार आणि द्वाड खोंडाप्रमाणें अळंटळं करीत बसणें तुझ्यासारख्याला, माझ्या मतें मरणच आहे. तूं परक्याचा दबेल होऊन त्याजपुढें हां जी करीत उभा राहातांना किंवा त्याचा दास बनून त्याच्या मागें चालतांना दृष्टीस पडशील तर माझ्या चित्ताला शांति कशी येईल? बाबारे, दुसऱ्याचे मागून जाणारा असा पुरुष आजपर्यंत या कुलांत कधींही निपजला नाहीं, आणि तूंही असे दुसऱ्याचे जोडे काखेंत मारून त्याच्या मागें जाणार असलास तर जीव न ठेवशील तें उत्तम! मूळ ब्रह्मदेवानें निर्मिलेलें आणि फार फार प्राचीनांपासून तों अगदीं अगदीं अर्वाचीनांपर्यंत पसंत केलेलें सनातन क्षात्रधर्मांतील गुह्याचें गुह्य मी जाणतें आहें. मला कोणी शिकवावयास नको. तें गुह्य हेंच आहे कीं, जो कोणी खऱ्या क्षात्रकुलांत उत्पन्न होऊन हें क्षात्ररहस्य जाणतो, तो भयास्तव किंवा उपजीविकेस्तव कोणापुढेंही वांकणार नाही. तो शत्रूंपुढें नमावयाचा मिळून कालत्रयीं नाहीं. तो सदा वर मान करून ताठ्यांतच जावयाचा. कारण तो पक्कें समजतो कीं, पुरुषाचे अंगीं ताठा किंवा पिळदारपणा असेल तरच तो पुरुष आणि तें पौरुष! कांड्यावेगळे जागीं कळक वेळीं मोडून जातो पण वांकत नाहीं; तोच शिरस्ता खऱ्या क्षत्रियाचा;—तो केव्हांही परतंत्र होणार नाहीं, मदमत्त गजाप्रमाणेंच आपल्या गुर्मींत वाटेल तेथें संचार करील. एक

धर्म किंवा एक ब्राह्मण या दोन जागीं काय तें क्षत्रियानें माथें लववावें. बाकी सर्वत्र गुर्मींत राहून ब्राह्मणेतर वर्णांना आपापल्या वर्णधर्माच्या मर्यादेंत राखावें व राज्यांतील सर्व पातक्यांना शासन करावें. त्याला पाटबळ असो वा नसो. मरेपर्यंत हा बाणा त्यानें सोडतां कामा नये. असा चालेल, तोच खरा क्षत्रिय; आणि त्यानेंच क्षात्रधर्माचें हृदय ओळखिलें.

अध्याय एकशें पसतिसावा.

—:०:—

विदुलापुत्रसंवाद.

पुत्र (संजय) म्हणतोः—आई, इतकी निष्ठुर तूं ' माय ' कशी ग ? हा तुझा तेख तरी कोण ? तुझे सर्व विचार एखाद्या निधड्या छातीच्या वीराला शोभणारे आहेत. यांत स्त्रीजातिसुलभ मार्दवाचा किंवा ममतेचा लेशही नाहीं. याला काय म्हणावें! असें तें तुझें काळीज आहे तरी कशाचें ? मला वाटतें, तें बिडाचें किंवा साध्या लोखंडाचें देखील नाहीं; अस्सल तिखें आणि तेंही बडवूनबडवून अधिकच घण केलेलें अशाचें तुझें काळीज घडलें आहे! अरे बाप ! कोण तरी हा तुझा क्षत्रिय धर्म कीं त्याच्या वेडांत एखाद्या सावत्र पोरासारखा मला तूं युद्धाला दवडिते आहेस ! मी तुझा एकुलता एक पुत्र असतांना तूं अशा तऱ्हेचीं मला बोलणीं बोलतेस आणि माझ्या जशी प्राणावर उठलीस, याला काय म्हणावें ? तुला स्वसुखाचाही अगदींच कसा विचार नाहीं! मीं डोळ्यांपरता झालों, आणि तुला मोठी सर्व पृथ्वी मिळाली म्हणून काय गोडी ? विशेषतः तूं मला आपला आवडता पुत्र समजतेस, तर मीं रणांत मारिला गेल्यावर मग तुला वस्त्रालंकारांचें, भोगविलासांचें, किंवा जीविताचें तरी काय प्रयोजन उरणार, याचा विचार कर!

माता (विदुला) उत्तर करितेः—बाबारे, ज्ञात्याची दृष्टि तुजहून वेगळी आहे. आयुष्यक्रमांतील कोणत्याही अवस्थेचें महत्व तिजपासून प्राप्त होणाऱ्या सुखाच्या किंवा दुःखाच्या प्रमाणावर ते ठरवीत नसतात. त्यांचें मुख्य पहाणें हें आहे कीं, धर्म व अर्थ या पुरुषार्थांचें पोषण अमुक अवस्थेंत होतें कीं नाहीं. तें जर होत असेल, तर मग तिजपासून सुख होतें किंवा दुःख होतें याची ते पर्वा करीत नसतात; आणि हीच गोष्ट लक्षांत वागवून मी तुला अशी प्रेरणा करितें—निर्दय म्हणून नव्हे. यासाठीं या माझे मुद्द्याचा नीट विचार करून कंबर बांध. पराक्रम गाजविण्याची ही लाख रुपयांची संधि आली आहे. ही जर तूं व्यर्थ दवडशील आणि कर्तव्याला न जागतां आपल्या प्राणाची कींव करीत स्वस्थ बसशील तर तुझी छीःथू होईल. याकरितां, हे संजया, अशा आणीबाणीचेही वेळीं मी जर तुला न चेतवूं, तर मी मानुषी नव्हे-गाढवी; आणि माझें प्रेम गाढवीचे प्रेमाप्रमाणेंच निर्बल व निरुपयोगी असें होईल! तस्मात् पुत्रा, केवळ मूर्खांनीं आदरिलेला व भल्यांनीं निंदिलेला हा तुझा—प्राणाची कींव करून स्वस्थ बसण्याचा—रस्ता सोडून दे. तूं जें वात्सल्य किंवा पुत्र-प्रेम समजतोस, किंवा माझे ठिकाणीं असावें म्हणून म्हणतोस, तें खरें वात्सल्य नव्हेच. तो निव्वळ मूर्खपणा आहे. मायेपायीं पोराला पोटाशीं कवळून बसणें हें मीं अज्ञान समजतें. मुळीं, देहावर आसक्ति ठेवणें व देह हाच आत्मा मानणें या मूर्ख समजुतीपोटीं हें तुला पसंत असणारें भिकार पुत्रवात्सल्य या जगांत पिकलें आहे. आणि खेदाची गोष्ट ही आहे कीं, या जबरदस्त अज्ञानांत किंवा अविद्येंतच अलमदुनिया गुरफटून गेली आहे. शेंकडों ठिकाणीं पहावें तों आईबापें "माझा बाबा, माझा बाळ!" म्हणून पोरांना

पोटाशीं धरून चाटीत बसतात आणि अशा भिकार कृतीला वात्सल्य हें नांव देतात. खरें वात्सल्य म्हणजे वत्साचे कल्याणाची बुद्धि, हें नव्हे !. निदान माझ्यासारख्या आईला तरी हें कबूल नाहीं. माझेही ठिकाणीं पोराबद्दल पान्हा नाहीं असें नाहीं; पण केवळ आपल्या पोटीं हा गोळा आला एवढ्याच कारणानें पोराला जोंवाळीत बसणारी मी नव्हे. तूं मला आवडशील, पण नुसता ' आई, आई ' करून पोटांत शिरल्यानें नव्हे,–तर श्रुतिस्मृतींनीं विहित, सज्जनांनीं अंगीकारिलेल्या, व धर्मार्थांना साधक अशा सन्मार्गानें तूं चालून दाखवशील तर आवडशील, एरवीं कशानेंही नाहीं !

ज्यांना खरें वळण किंवा सुशिक्षण मुळीं नाहीं; ज्यांच्या अंगांत कसा तो उठाव किंवा आक्रम नाहीं; ज्यांची बुद्धिही गैरकामीं वहाते असल्या नादान पोरांनातवांत जे सुख मानीत असतील तें त्यांनाच शोभो. माझ्या मतें असलीं कुसंतानें निसंतानापेक्षांही वाईट. अशांचें मुळींच प्रेम करूं नये. योग्य कर्तव्य सोडून देऊन, निंद्य कर्मे करीत बसणाऱ्या कुपुरुषांना उभय लोकांतही सुख मिळत नाहीं. हे संजया, क्षत्रिय म्हटला कीं युद्ध करणें आणि शत्रूला पादाक्रांत करणें ही त्याची कामगिरी. ही बजावण्यासाठींच त्याला स्रष्ट्यानें निर्माण केलें. ती केल्यानें त्याला लाभही अलौकिक ठेविला आहे. कारण, युद्धांत मारिला गेला तरी किंवा विजयी झाला तरी त्याला देवेंद्राचें सालोक्य मिळतें. शिवाय, इंद्रलोकही दूर राहो–खऱ्या वीराला युद्धांत पराक्रम करून शत्रूला बसांत आणिल्यानें जो आनंद–जें सुख–होतें, तो आनंद–तें सुख–स्वर्गांतील त्या मोठ्या दिव्य इंद्रभुवनांत देखील होणार नाहीं. खरा मानी जो आहे तो शत्रुजित झाला असतां त्याच्या अंगाचा तिळपापड होतो; आणि ' शत्रूला तरी लोळवीन, नाहीं तर स्वतः तरी देहपात करीन ! ' असा चंग बांधून तो पुनःपुनः शत्रूवर तुटून पडतो, तेव्हां त्याला बरें वाटतें; एरवीं त्याचे मनाला शांतिच प्राप्त होत नाहीं. खऱ्या शहाण्याला इहलोकीं अल्पस्वल्पानें संतोष होत नाहीं; आणि असा ज्या पुरुषाला होत असेल त्याला तोच घातक होईल असें समजावें. कारण, तें अल्पस्वल्प तेव्हांच नाहींसें होतें आणि त्याचेबरोबर तोही समुद्रांत पडणाऱ्या गंगेप्रमाणें नामशेष होतो.

पुत्र म्हणतोः—आई, तुझें म्हणणें कितीही समर्पक असलें, व तूं कितीही बुद्धिमति असलीस, तरी या पोटच्या गोळ्याला तरी असला निष्ठुर उपदेश करूं नको. जसें कांहीं तुला कांहींच समजत नाहीं किंवा वाचाच नाहीं, असें मानून तूं मला कुरवाळून घे !

माता उत्तर करितेः–तुझे हे विचार ऐकून मला फार आनंद झाला–पण, ज्या अर्थी तूं मला माझें कर्तव्य शिकवितोस, त्या अर्थी मीही पुनरेकवार तुझें कर्तव्य तुला करावयास लावितें; तें तूं कर. कशीही विपत्ति सोसून तूं एकदां सर्व सिंधु देशांतील शत्रूंवर विजयी हो, म्हणजे मग मी तुजवर करुणा करीन, तुझें कौतुक करीन, तुझी पूजा करीन, एरवीं केवळ पोटचा गोळा एवढ्या दृष्टीनें लाड करणारी आई मी नव्हे !

पुत्र म्हणतोः—आई, तूं सर्व सांगतेस खरें,–स्वारी कर व विजय मिळव. पण, मजजवळ नाहीं द्रव्य, नाहीं मनुष्यबळ; मग कार्यसिद्धि कशी व्हावी आणि जय कशाचा मिळावा ? मीं म्हणजे अगदींच बांगडया भरल्या नाहींत. परंतु, ही माझी भयंकर निःसहाय स्थिति माझे मनापुढें उभी राहात असल्यामुळें, पापी जशी स्वर्गाची आशा सोडून देतो, तशी राज्य परत मिळविण्याची आशा मीं

निरुपाय म्हणून सोडून दिली आहे. तूं पोक्त आहेस; तुझी बुद्धि परिपक्क आहे, त्या अर्थी या संकटाचें निवारण मला सांग. मला द्रव्य व मनुष्यसाह्य याचा मार्ग दाखव, म्हणजे मी तुझ्या शब्दाबाहेर लवभर जाणार नाहीं.

माता म्हणतेः—बाळा, आज आपलेपाशीं दमडी नाहीं म्हणून आपण कमी आहों, असें मानून पुरुषानें नाउमेद होऊं नये. पैशाचें काय? नसेल तेथें येतो आणि असेल तेथून नाहींसा होतो. साधनांची अनुकूलता किंवा प्रतिकूलता ही मोठीशी गोष्ट नाहीं. मुद्दा इतकाच आहे कीं, कोणतेंही काम मूर्खासारखें अविचारानें आरंभूं नये, परिस्थिति पाहून आरंभावें. फलप्राप्तीविषयीं संशय हें कांहीं कार्याचे अनारंभाला समर्पक कारण नव्हे. कारण, कोणतेंही कार्य तुम्ही आरंभा, त्याचे फलाविषयीं अनिश्चय सदाच आहे. पण, असें असतांही लोक कार्यें आरंभतात, आणि त्यांतूनच कांहीं सफल व कांहीं निष्फल होतात. प्रत्येक पतिपत्नीसंयोग संततिप्रद होतोच असें जरी खरें नाहीं, तरी संयोगावांचून संतति होणार नाहीं हा उलट बाजूचा मात्र सिद्धांत निभ्रांत आहे. याचप्रमाणें, कार्याचे कामीं, " आरंभ तेथें साफल्यच " असा जरी सिद्धांत नाहीं, तरी " अनारंभ तेथें नैष्फल्य " हा उलट सिद्धांत मात्र निरपवाद आहे. जे कोणी कार्य आरंभीत नाहींत, ते फल पावत नाहींत ही गोष्ट मात्र सिद्ध आहे. सारांश, कर्माचे अनारंभाचा, फलाभाव हा एकतर्फी परिणाम आहे; व कर्मारंभाचा, भाव किंवा अभाव असा द्विविध आहे, हे राजपुत्रा, ज्याला याप्रमाणें कर्मफलांची अनिश्चितता प्रथमच कळून चुकली आहे, तोच पुरुष कार्य हातीं घेऊन, स्वतःचा ऱ्हास व शत्रूची समृद्धि ह्या ज्या दोन प्रतिकूल गोष्टी त्या नाहींतशा करून टाकितो. एवंच, पुरुषांनीं केव्हांही मनांत धाकधुक न ठेवितां, आपलें कृत्य सफल होईलच असा भरंवसा धरून सतत उद्यमशील, दक्ष व शुभकर्मपरायण रहावें. हे मुला, देवद्विजांचें पूजन करून मंगलकार्यारंभ करणाऱ्या शहाण्या राजाची तत्काल भरभराट होते. पूर्वदिशेकडे जसा सूर्योदय व्हावयाचाच, तशी लक्ष्मी असलेल्या पुरुषाजवळ यावयाचीच, हा सिद्धांत!

असो; मीं तुला कार्यसिद्धीचे अनेक उपाय व प्रोत्साहक असे अनेक दृष्टांत देऊन या कामीं लोकवृत्तांतही सांगितला आहे. आतां नसते आढेवेढे न घेतां समशेर गाजव आणि मला डोळ्यांनीं पाहूं दे. तुझ्या मनांत जो अर्थ इष्ट असेल तो संपादन करण्याची ही वेळ आहे. प्रथम तुझ्या आश्रितांपैकीं क्रुद्ध कोण, लोभी कोण, दुर्बल कोण, गर्विष्ठ कोण, अपमानित कोण, व तुझ्याशीं स्पर्धा करणारे कोण, याचा दक्षपणानें मनाशीं पूर्ण उलगडा करून त्यांच्या त्यांच्या परी त्यांशीं वाग. असे जे लोभी, क्रुद्ध, असंतुष्ट अशांचें वेतन सर्वांआधीं देत जा. आणि स्वतः निआळशीपणानें पहाटेस उठून कामाला लागत जा व अशांशीं गोडीगुलाबीनें बोलत जा, म्हणजे ते तुला पुढाकार देऊन निश्चयानें तुझे कल्याणाविषयीं झटतील. या प्रकारें त्यांचें आनुकूल्य तुला झालें म्हणजे मग महावात जसा मेघसमूहाला तेव्हांच भेदून टाकितो, त्याप्रमाणेंच शत्रूंचे मोठमोठे समुदाय तूं तेव्हांच भेदून टाकशील. तुला एक मर्म सांगतें, हें लक्षांत ठेव. शत्रूला एकदां कळलें कीं, आपला प्रतिपक्षी प्राणाची पर्वा न करितां आपणावर उठला आहे, म्हणजे घरांत शिरलेल्या सापाला भ्यावें तसा तो त्याला भिऊं लागतोच. कदाचित् आपणास असें आढळून आलें

१ क्रियासिद्धिः सत्त्वे भवति महतां नोपकरणे।

शत्रु जबरदस्त आहे, याशीं आपला आज निभाव लागणार नाहीं; तर वक्तृत्वकुशल असे वकील त्याकडे पाठवून त्यांजकडून गोड भाषणानें व अंशतः दानादि उपायांनीं तेवढा वेळ त्याशीं साम करावें आणि आज नाहीं तरी कालांतरानें तरी आपण याला जिंकूं ही उमेद कायम ठेवावी; व त्या दिशेचा उद्योगही गुप्तपणें चालू ठेवावा. तात्पुरता शत्रूशीं तह करून आपणाला स्वस्थता मिळाली म्हणजे धनवृद्धि करण्याचे नादीं लागावें. उद्योगाला स्वस्थपणें सवड मिळाली म्हणजे धनवृद्धि होतेच. धनवृद्धि झाली कीं मित्र आश्रयाला येऊन आपल्याविषयीं आस्था बाळगूं लागलेच असें समजावें. कारण, धन आहे तों मित्रही सुकाळाचे जमतात व आपणाबद्दल अगत्यही राखतात. तेंच धन उठलें कीं तेच मित्र आपणास सोडून जातात व आपली निंदाही करूं लागतात. असो; तह करून शत्रूशीं तितका वेळ जरी स्नेह केला, तरी तो आपला कायमचा स्नेही असें मानून त्यावर विश्वास ठेवून राहूं नये. कारण, असें करणाराला ' माझें राज्य मला मिळेल, मला मिळेल, ' असे नुसते मनांतलेच मांडे खात बसावें लागेल.

अध्याय एकशें छत्तिसावा.

—:०:—

विदुला पुत्रसंवाद.

माता म्हणतेः—कसाही प्रसंग येवो, राजानें घाबरून जाऊं नये; आणि कदाचित् अंतर्यामीं भीति वाटली तरीही बाह्यात्कारें त्यानें भ्याल्यासारखें वर्तन करूं नये. कारण, मुख्य राजाची कंबर खचलेली दिसली कीं, त्याचें सर्व राष्ट्र, सैन्य व अमात्य यांचेंही अवसान सुटतें; आणि मग त्यांना बारांना बारा विचार सुचतात. कोणी त्या राजाला सोडून स्वस्थ घरीं बसतात; कोणी त्याच्या शत्रुपक्षाला मिळतात; आणि ज्या कोणाचा त्या राजाकडून पूर्वीं अपमान झाला असेल ते तर उलट त्यालाच खाड्यांत घालूं पाहातात. जे कोणी अशक्त, कल्याणेच्छु किंवा अत्यंत जिवश्चकंठश्च स्नेही असतील, तेवढे मात्र वासरूं खुंटवून ठेविलेल्या गाईप्रमाणें त्याचे भोंवतीं घोंटाळत राहातात व राजा शोक करूं लागला असतां प्रत्यक्ष स्वबांधव विपत्तींत असल्याप्रमाणें त्याबरोबर शोक करितात. अशा वर्गांतले म्हणजे, स्वतःच राजा संकटांत पडतोसें पाहातांच आपले राष्ट्रालाच विपत्ति येईल असें मानून राष्ट्राचा अभिमान धरून राजासाठीं जीव देणारे, असे पुष्कळसे लोक तूं पूर्वीं सन्मानानें वागविले असल्यामुळें तुजवर प्रसन्न असून तुझ्यासाठीं जीवही देण्यास तयार असे तुझे अत्यंत मित्र आहेत. याकरितां,. तूं स्वतः कचर खाऊं नको आणि त्यांनाही, कचरून जाऊन तुला सोडण्याची पाळी आणूं नको.

हे पुत्रा, तुझ्यांतलें पाणी, पराक्रम व अक्कल काय आहेत तीं पहावीं व तुझा उत्साह व विश्वास वाढवावा, म्हणून मी तुला इतकें बोललें. हे संजया, जर हें माझें बोलणें तुला नीटपणें समजलें असेल, आणि तें योग्य आहे असें तुझे मनानें घेतलें असेल, तर हा नरमपणा सोडून देऊन, मन कठीण कर आणि कंबर बांधून लढाई मारण्याला तयार हो. आपलेजवळ पुरून ठेवलेला गडगंज पैसा आहे, हें तुला ठाऊक असूं दे. मात्र मजव्यतिरिक्त त्याचा कोणाला ठावठिकाण नाहीं. वेळ आली म्हणजे हा पैसा तुला मी आणून देईन. बरें, मनुष्यबळ तर तुला फारच चांगलें आहे. तुझ्या सुखानें सुखी व दुःखानें दुःखी होणारे, आणि कांहीं झालें तरी संग्रामांत पीछेहाट न घेणारे असे म्हणजे जयेच्छु व आत्मकल्याण

साधूं पाहाणाऱ्या पुरुषाला जशा प्रकारचें साहाय्य असावें तशा प्रकारचे योग्य स्नेही तुझे शेंकडों, हजारों आहेत.

कुंती सांगते:—अशा प्रकारचा त्या विदुलेचा श्रुतिमनोहर शब्दांनीं युक्त उपदेश कानांत भरून तो मुलगा अल्पबुद्धि असतांही त्याचें अज्ञान दूर झालें व कर्तव्यासंबंधें त्याच्या हृदयांत लख्ख उजेड पडला, आणि मग तो तिला म्हणाला, 'हे माते, तुझ्यासारखी भावी उदयावर नजर देणारी जर मला मार्ग दाखविणारी आहे, तर आतां जयाविषयीं संशय न धरितां किंवा निरुत्साह न होतां, बेशक शत्रुरूप सागरांत बुडत असलेली ही भूमि वराहाप्रमाणें मला वर काढिलीच पाहिजे, नाहीं तर कडेलोट करून जीव तरी दिला पाहिजे, हें मला पक्कें समजून चुकलें. खरें बोलूं जातां तुझ्या जोरदार शब्दांचा परिणाम मजवर केव्हांच झाला होता; पण तुझ्यासारख्या अत्यंत जिव्हाळ्याच्या माणसाच्या तोंडून येणारें दुर्लभ उपदेशामृत मला पुरेसें न होतां अधिकाधिकच प्यावेंसें वाटूं लागल्यामुळें, मीं तुझ्या तोंडून आणखी आणखी वचनें काढून घेण्यासाठीं मध्यें मध्यें एखाददुसरें प्रतिवचन बोलून व तेणेंकरून तुझे वाणीला अधिक चलन देऊन पुनः कान पाडिलेसें करून स्वस्थपणें तुझे बहुमोल बोल पोटभर ऐकून घेतले. आतां तुझे बोल माझ्या नखशिखांत उभे राहिले असून मी आतां शत्रूच्या मुसक्या बांधून त्याच्या छातीवर नाचण्यासाठीं हें पाऊल बाहेर टाकिलेंच म्हण! आतां विलंब किंवा अनमान नाहीं. जाऊन फत्ते करून आलोंच सजज.

कुंती म्हणते:—चाबुकाचा फटकारा बसतांच जातिवंत घोडा जसा आडमार्गाला जाणें सोडून सरळ जाऊं लागतो, त्याचप्रमाणें विदुलेच्या खरमरीत शब्दांचे चाबूक बसतांच संजयही शुद्धीवर आला आणि तिच्या आज्ञेप्रमाणें वागण्यास तयार झाला.

असो; कोणीही राजाचें शत्रूच्या तापानें धैर्य खचत चाललें असल्यास त्याचे मंत्र्यानें त्याला हें अत्यंत तेजोवर्धन करणारें व अंगांत भयंकर स्फूर्ति उत्पन्न करणारें संजयविदुलाख्यान ऐकवावें. या इतिहासाला जय अशी संज्ञा आहे. जयेच्छूनें हा श्रवण करावा, म्हणजे तत्काल त्याचे अंगांत वीरतेज खेळूं लागून तो शत्रूंना चिरडून टाकून पृथ्वी तेव्हांच आपलीशी करून टाकील. हें आख्यान एक तऱ्हेचें पुंसवनें[1] व वीरपुत्रजननाचें साधन आहे. हें कोणाही गर्भिणी स्त्रीचे वारंवार कानीं पडल्यास निश्चयानें विद्याशूर, तपःशूर, दानशूर, तपस्वी, ब्रह्मवर्चस्वी, साधुमान्य, तेजस्वी, बलाढ्य, भाग्यवान्, महारथी, धैर्यशील, अजिंक्य, विजयी, अपराजित, दुर्जननियंता, धर्मनिष्ठांचा कैवारी व अमोघपराक्रम असा सर्वांगसुंदर वीर त्या क्षत्रियेचे उदरीं येईल.

अध्याय एकशें सदतिसावा.

—:०:—

कुंतीचा पुत्रांस निरोप.

कुंती म्हणाली:—हे केशवा, अर्जुनाला म्हणावें कीं, मी तुझे खेपेला बाळंतीण असतांना सुवेर फिटण्यापूर्वीच एके दिवशीं माझे भोंवतीं बऱ्याचशा स्त्रिया बसल्या असतां एकाएकीं दिव्य व मनोरम अशी आकाशवाणी झाली कीं, "हे कुंति, हा तुझा पुत्र इंद्रतुल्य

१ गृह्यसंस्कारांपैकीं एक. हा गर्भिणी स्त्रीचे तिसरे महिन्यांत करितात. कारण, तिसऱ्या महिन्यांत स्त्री गर्भ किंवा पुंगर्भ हा निर्णय नसतो, व हा संस्कार त्या वेळीं केल्यानें पुरुषगर्भच निपजतो, असा शास्त्राचा अभिप्राय आहे.

पराक्रमी होईल. संग्रामांत सर्व कौरव मिळून आले असतां हा एकटा केवळ भीमसेनाचें साह्य घेऊन त्या सर्वांस जिंकील. हा इकडचें जग तिकडे करून सोडील. हा तुझा पुत्र पृथ्वीजय करील व याची कीर्ति थेट स्वर्गाला जाऊन पोंचेल. कृष्णाचे साहाय्यानें कौरवांस मारून, त्यांनीं गट्ट केलेला वडिलार्जित राज्याचा वांटा हा परत हिसकून घेईल. नंतर वैभवारूढ होऊन आपले सर्व भावांसह तीन अश्वमेध करील!" या वाणीची, त्याला म्हणावें, ओळख धर आणि आपलें शौर्य गाजीव. हे अच्युता, मला या आकाशवाणीचे सिद्धतेविषयीं कशी ती भ्रांति नाहीं. ती निश्चित खरी होणार ! कारण, अर्जुन तसा निपजलाच आहे. तो सव्यसाची व सत्यप्रतिज्ञ असून शत्रूचा पग त्यापुढें चालणारच नाहीं असा पराक्रमी आहे, हें तुलाही माहीत आहे, त्यामुळें तूंही अशाचें साह्य करून ह्या वाणीचें भविष्य खरें करून दाखवशीलच, व आमचेही पदरीं कांहीं धर्माचरणाचें पुण्य असल्यास त्याही बलानें या वाणीला सत्यत्व येईल. अहाहा ! धर्माचें तेज व सामर्थ्य मनांत येतांच मला अत्यानंद होतो. धर्म आहे म्हणून प्रजांचें रक्षण होत असतें. तस्मात्, अशा धर्माला मी मनोभावानें वंदन करितें. बा कृष्णा, हा सर्व प्रकार धनंजयाला सांगून, शिवाय त्याला व युद्धास सदा उद्युक्त असणाऱ्या वृकोदराला सांग कीं, क्षत्रियस्त्री ज्याकरितां पुत्रांस जन्म देत असते त्या हेतूचें सार्थक करून दाखविण्याची ही वेळ येऊन ठेपली आहे. खरे वीर आहेत त्यांचें व्रत असें आहे कीं, त्यांनीं एकदां वैर बांधलें म्हणजे शत्रूचा निःपात केल्याशिवाय, मध्येंच कंबर खचून ते केव्हांही खालीं बसत नाहींत. हें लक्षांत धरा. बा कृष्णा, हें सांगणें माझा धर्म म्हणून मी सांगतें, इतकेंच. बाकी तुला ठाऊकच आहे कीं, माझा भीम एकदां चिडला कीं मग शत्रूचा बींमोड केल्यावांचून थंड व्हावयाचाच नाहीं, असाच तो आहे; असो.

हे माधवा, महाभाग पांडुराजाची सून, सर्व धर्मांचें रहस्य जाणणारी व यशस्विनी माझी लाडकी सुलक्षण स्नुषा जी द्रौपदी तिला माझें नांव घेऊन सांग कीं, 'हे महाभागे, हे यशस्विनि, हे कुलीने, माझ्या पांचही पुत्रांचें समान प्रेम तुजवर राहील अशा खुबीनें तूं वागतेस, ही तुझी चतुराई व हें तुझें अस्सलपण पाहून मला धन्य धन्य होतें. बेटा, तुझें कल्याण असो.

आतां माझ्या कट्टया क्षत्रियधर्माभिमानी नकुलसहदेवांना सांग कीं, बाळांनो, स्वपराक्रमानें मिळविलेल्या भोगांचें महत्त्व प्राणांपेक्षांही श्रेष्ठ समजा. (प्राणांचीही पर्वा न करितां, पराक्रमानें राज्य संपादून मग तें भोगा.) कारण, हे कृष्णा, खऱ्या क्षात्रधर्मानें उपजीविका करूं इच्छिणाऱ्या पुरुषाचे मनाला स्वपराक्रमानें मिळविलेल्या वस्तूंनीं फार आनंद होत असतो. बाळांनो, मी जी तुम्हांला असा युद्धोत्तेजक उपदेश करितें तो उगाच नव्हे. त्याला तसेंच कारण झालें आहे. तुमच्यासारख्या सर्वधर्मवृद्धि करणारांसमक्ष माझे द्रौपदीला ते मेले दांडगे जीं कठोर भाषणें बोलले तीं कोणाला तरी सहन होतील? द्यूतांत माझे पुत्र हरले, त्यांचें राज्य हिरावलें गेलें, त्यांना रानावनांत दिवस काढावे लागले; पण यांपैकीं कशानेंही मला दुःख झालें नाहीं. परंतु, माझ्या लाडक्या, तरुण व गंभीर मनाच्या द्रौपदीला त्या दुष्टांचीं तीं मर्मकृंतक भाषणें एकीकडे डोळ्यांतून टपटप अश्रु गाळीत निमूटपणें ऐकावीं लागलीं, ही गोष्ट मला कांट्यासारखी सलते आहे. खरेंच, कोण तरी त्या

वेळची माझ्या मुलीची दुर्दशा ती! बिचारी बाहेरची असतांना चांडाळांनीं भरसभेंत उघडीवाघडी केली. क्षात्रधर्मावर तिचा अनिवार विश्वास, म्हणून ती सुंदरी रक्षणार्थ आपल्या शूर क्षत्रिय पतींकडे पाहूं लागली. परंतु, चमत्काराची गोष्ट ही कीं, एक सोडून तिचे पांच नाथ त्या जागीं असतांही ती अनाथासारखी दीन होऊन गेली. शिव शिव! पोरीच्या त्या विटंबनेचें स्मरण झालें म्हणजे भडभडून येतें व अंगाची लाही होऊन असें वाटतें कीं, त्या मेल्या काळतोंड्याचें शून्य केव्हां कोण करून टाकील! मी स्त्री होऊन मला इतका तेख चढतो; आणि, कृष्णा, हे तुझे स्नेही आपले स्वस्थ बसतात, या चमत्काराला काय म्हणावें? भीम व अर्जुन हे एकदां खवळले, म्हणजे कृतांतयमाप्रमाणें देवांना देखील यमलोक दाखवितील हें तूंही जाणतोस आणि मीही जाणतें आहें. परंतु उपयोग काय? त्यांचें पित्तच जसें बसून गेलें आहे! याकरितां तुझ्या त्या वीरश्रेष्ठ नरव्याघ्र अर्जुनाला सांग कीं, तुझ्यानें शत्रूचें पारिपत्य होत नसेल तर द्रौपदीचा तरी मार्ग स्वीकार. त्याला व भीमालाही सांग कीं, सभेमध्यें द्रौपदी उभी असतां दुःशासनानें ज्या फांसण्या मारिल्या आहेत. त्यांबद्दल तरी कांहीं दुःख होऊं दे. अरे भल्या माणसांनो, तुम्ही मर्द म्हणवीत असून तुम्हांदेखत तुमच्या कोमल अर्धांगीचे दुष्टांनीं असे धिंडवडे केले याबद्दल कांहीं तरी आपला अवमान झाला असें तुम्हांला वाटूं द्या आणि त्या दुष्टांची खोड मोडा. असे घुम्यासारखे स्वस्थ काय बसलां? कृष्णा, याप्रमाणें तूं त्यांना एकदां जागे कर. असो; पुत्रांसह पांचही पांडवांना व माझ्या द्रौपदीला माझे आशीर्वाद सांगून मी कुशल आहें म्हणून त्या सर्वांना सांग व परत माझे नांवानें त्यांचा समाचार घे. जा, वाटेनें खुशाल जा आणि माझे पुत्रांना संभाळ.

वैशंपायन सांगतातः—सिंहशावाप्रमाणें खेळकर व ऐटदार ज्याची पदपद्धति आहे अशा त्या कृष्णानें आतेला अभिवंदन व प्रदक्षिणा करून तेथून पाऊल बाहेर ठेविलें. नंतर भीष्म वगैरे कौरवांकडील पुढारी मंडळीला फांटा देऊन कर्णाला मात्र आपले रथांत घालून सात्यकीसह तो चालला. कृष्णाची पाठ फिरतांच कौरव एकत्र होऊन म्हणूं लागले कीं, केशव एक लोकोत्तर चमत्कार करून गेला. ते असेंही म्हणाले कीं, सर्व पृथ्वीच मृत्युपाशांत सांपडून मूढ झाली आहे व या दुर्योधनाचे मूर्खपणामुळें लवकरच तिचा विध्वंस होणार. इकडे श्रीकृष्ण हस्तिनापुराचे शिंवेबाहेर गेले आणि बराच वेळ कर्णाशीं बुद्धिवाद करीत बसले. नंतर त्यांनीं कर्णाला परत पाठविलें आणि मग घोडे चेपले. अतिच वेगवान्, केवळ वायुवेगानें किंवा मनोवेगानें जाणारे अश्व ते, त्यांना दारुकानें किंचित् फटकारतांच ते अस्मान ग्रासतात कीं काय असे उसळले आणि श्रीकृष्णाला रथांत वाहून एवढें मोठें अंतर तेव्हांच काटून बहिरीससाण्याप्रमाणें एका हिरीरीसरसे उपप्लव्य नगराशीं येऊन ठेपले.

अध्याय एकशें अडतिसावा.

—:०—

दुर्योधनाची फिरून कानउघाडणी.

वैशंपायन सांगतातः—कुंतीचें हें भाषण ऐकून परतल्यावर, आज्ञेबाहेर जाणाऱ्या दुर्योधनाला महारथी भीष्मद्रोण म्हणाले, 'हे नरशार्दूला, कुन्तीनें कृष्णाशीं जें सर्वोत्कृष्ट व धर्मार्थाला अनुसरून, परंतु मोठें भयंकर भाषण केलें, तें तुझे कानीं पडलेंच आहे. तें भाषण कृष्णालाही मान्य असल्यामुळें, कुंतीपुत्र पांडव तदनुसार वर्तन निश्चयानें करतील आणि

तुजपासून आपला राज्यांश हिसकल्यावांचून शांत बसणार नाहींत. त्या वेळीं धर्मपाशानें बद्ध झालेल्या त्या पांडवांना व त्यांच्या पत्नी द्रौपदीला तूं भरसभेंत क्लेश दिलेस, परंतु समयाकडे पाहून त्यांनीं ते निमूट सहन केले. तथापि, त्या भरंवशावर आतां जाऊं नको. आतांची वेळ निराळी आहे. दिव्य गांडीव धनुष्य, अक्षय्य भाते, विजयी रथ, कपीनें युक्त ध्वज, असली लोकोत्तर सामुग्री ज्यापाशीं तो अस्त्रपंडित अर्जुन, तसाच महाहट्टी नवनागसहस्त्रबली वृकोदर, बलाढ्य व वीर्यशाली दोघे जावळे बंधु—नकुलसहदेव—आणि या सर्वांवर सर्वशक्तिमान् वासुदेव—इतकें पाठबळ असतांना युधिष्ठिर तुझी गय करणार नाहीं. तुला वाटतें आहे, पण पांडवांशीं टिकाव धरणें दुर्घट काम आहे. पांचांची वार्ता दूरच राहो, एकटा अर्जुन तुला त्राहि त्राहि करून सोडील. आम्ही म्हणतों हें खरें कीं खोटें, याचा पुरावा लांबच नको. उत्तरगोग्रहणाचे वेळीं विराटनगरांत आपणां सर्वांस त्या एकट्यानें पादाक्रांत केलें तें तूं आपल्या डोळ्यानें पाहिलेंच आहेस. निवातकवचांसारखे घोरकर्म करणारे राक्षस, पण या कपिध्वजानें रौद्रास्त्राचे प्रभावानें त्या सर्वांची राख करून टाकिली. दुसऱ्यांचें पाहिजे तरी दूर राहो; पण, तुझे हे कर्णप्रभृति निवडक वीर व खुद्द रथकवचांसह तूं सज्ज असतांना घोषयात्रेचे वेळीं गंधर्वांचे तावडींतून तुम्हांस सोडविण्याला अर्जुनच समर्थ झाला. हें त्याचे पराक्रमाचें उदाहरण पुरेसें आहे. यास्तव, हे भरतश्रेष्ठा, पांडवांचें बल ध्यानांत आणून त्यांशीं कलह न करितां सख्य कर; आणि ही सर्व पृथ्वी तुझे पायीं मृत्यूचे दाढेंत सांपडणार आहे, हिला सोडव. युधिष्ठिर हा वयानें तुझा ज्येष्ठ बंधु असून मोठा धर्मशील, कळवळ्याचा, मधुरभाषी व चतुर आहे. त्याकडे तूं आपले मनांतील सर्व काळेंबेरें येथल्या येथें सोडून भेटण्यास जा. धनुष्य टाकून देऊन शांत मुद्रेनें तूं युधिष्ठिरापुढें उभा राहिलास म्हणजे आमच्या कुटुंबांत शांति झालीच समज. कारण, तो या कामाला सर्वथा कबूल आहे. याकरितां, हे शत्रुदमना दुर्योधना, मुत्सद्द्यांसह तूं त्याकडे जाऊन, विरोध होण्याच्या पूर्वीं पूर्वींप्रमाणें सरळपणानें आलिंगन देऊन अभिवंदन कर. तूं पायां पडूं लागलास म्हणजे तो भीमाग्रज युधिष्ठिर प्रेमानें तुला स्वबाहूंनीं उचलून धरील. मग सिंहासारखे स्कंध, दीर्घ बाहु व वर्तुल व विशाल भुज यांनीं युक्त योद्धा भीम तुला आपल्या बाहूंनीं कवळून धरील. कंबुकंठ व कमलनेत्र असा गुडाकेश धनंजय येऊन तुझे पायां पडेल व अप्रतिमरूपवान् व[1] पुरुषांत केवळ व्याघ्र असे ते अश्विनौदेवांचे पुत्र नकुलसहदेव मोठ्या प्रेमानें तुझें गुरूप्रमाणें पूजन करण्यासाठीं तुजकडे पूजासामग्री घेऊन येतील, आणि तुम्हां उभय पक्षांचें सख्य झालें हें पाहून दाशार्हप्रभृति राजे आनंदाश्रु ढाळतील, अशी मोठी बहार होणार आहे. याकरितां हा एवढा कुरा सोड व भावांशीं सख्य कर आणि मग पांडव बंधूंसह या अखंड पृथ्वीचें खुशाल राज्य कर.

तूं म्हणशील, मीं हे एवढे राजे युद्धार्थ बोलाविले, यांनीं मग काय करावें? तर आम्ही सांगतों कीं, तूं युद्ध न करितां शम केल्यानें यांचें कांहीं अनिष्ट होणार नाहीं. हे राजे प्राणसंकट टळलें असें पाहून मोठे आनंदित होतील व परस्परांना प्रेमालिंगनें देऊन खुषीनें आपापल्या स्थळीं जातील, त्यांची तुला

१ दुर्योधन युधिष्ठिराहून लहान भीमाच्या बरोबरीचा, अर्जुनाहून थोडासा वडील व, माद्रीपुत्रांहून चांगलाच वडील असल्यामुळें, जो तो आपापल्या पायरीप्रमाणें त्याचें स्वागत करील.

काळजी नको. आम्ही तुझे खरे हितचिंतक म्हणून तुला ह्या युद्धापासून परावृत्त करण्याविषयीं इतके झटत आहों. याकरितां आमचें ऐक आणि युद्ध पुरे कर. युद्ध आरंभल्यास या सर्व क्षत्रियांची राखरांगोळी होणार ही गोष्ट ठरलेलीच समज. कारण, ग्रह प्रतिकूल आहेत; पशुपक्षी भयंकर शब्द करीत आहेत; नानातऱ्हेचे उत्पात होत आहेत; आणि हे सर्व क्षत्रियांचा विध्वंस होणार असें स्पष्ट सुचवीत आहेत. आपल्या छावणींत तर विशेषच दुश्चिन्हें होत आहेत. तुझी सर्वही सेना प्रदीप्त उल्कापातानें भाजते आहे. अश्वादि वाहनें निरुत्साह होऊन अश्रु ढाळताहेत तुझ्या सैन्याभोंवतीं सर्वभर गिधाडें घिरट्या घालीत आहेत. तुझे नगराची व राजगृहाची शोभा पालटली आहे. भालु अमंगल शब्द करीत प्रदीप्त दिशेकडे जात आहेत. हे महाबाहो, कलह मिटविणें किंवा वाढविणें हें तुझे हातीं आहे; याकरितां, तुझी विनवणी करणें भाग आहे. तर कृपा करून तुझी माता, पिता व आमच्यासारखे हितचिंतक यांचें ऐक आणि शम कर. बा शत्रुमर्दना, आह्मां सर्व हितेच्छूंचें वचन तूं न ऐकशील, तर अर्जुनाचे बाणांनीं तुझी सेना जर्जर झालेली तुझ्या दृष्टीस पडेल तेव्हां मग आमचें ऐकिलें नाहीं म्हणून पस्तावशील. आमचें सांगणें आतां जरी वांकडें लागत आहे, तरी बलाढ्य भीमाच्या भयंकर आरोळ्या व अर्जुनाच्या गांडीवाचा टणत्कार संग्रामांत कानीं पडूं लागला कीं, आमचे शब्दांचें तुला स्मरण होईल.

अध्याय एकशें एकुणचाळिसावा.

—:०:—

भीष्मद्रोणांचा पुनरुपदेश.

वैशंपायन सांगतातः—भीष्मद्रोणांनीं याप्रमाणें कानउघाडणी केली असतां दुर्योधन मनांत खजील झाला, व वर मान न करितां कपाळाला आठ्या घालून दुर्मुखलेला तो भीष्मद्रोण यांचें तोंड चुकवून भलतीचकडे पाहूं लागला व तोंडांतून अक्षर कांहीं काढीना. त्याची ही विमनस्क स्थिति पाहून सन्निध असलेल्या उभय आचार्यांनीं एकमेकांस नेत्रसंकेत करून पुनरपि पुढीलप्रमाणें बोलण्यास आरंभ केला. भीष्म म्हणाले, “ बाबारे, युद्धाची वेळ आणूं नको, आणूं नको, म्हणून जें आम्हीं तुझें कपाळ उठविलें आहे, त्याचें कारण, आम्ही युद्धांत स्वतःचे प्राणहानीला भितों अशांतली गोष्ट नव्हे. आम्हांला जें अवघड लागत आहे तें हेंच कीं, युद्धांत तुझी बाजू धरून अर्जुनासारख्या सत्यवादी, ब्राह्मणरत, निर्मत्सर व शुश्रूषापरायण पुरुषावर प्रहार करण्याचें आमचे कपाळीं येणार, हें दुःख आम्हांला सहन होत नाहीं ! ”

द्रोण म्हणालेः—दुर्योधना, अर्जुनाचें सौजन्य काय वर्णूं ? अश्वत्थामा माझा प्रत्यक्ष पुत्र ना ? पण तो मला मान देत नसेल इतका मान अर्जुन मला देतो; व त्याहीपेक्षां मजपुढें अधिक लवून मर्यादेनें वागतो; आणि आतां अशा त्या स्वपुत्राहूनही प्रियतर अर्जुनाशीं केवळ क्षात्रधर्माकडे लक्ष देऊन मला उलट बाजूनें लढावें लागेल, याचें मला वाईट वाटेल. खरेंच, या क्षात्रवृत्तीला धिक्कार असो ! अर्जुनाचे जोडीचा धनुर्धर आज त्रिभुवनांत नाहीं, असा लौकिक आहे; परंतु हें वर्चस्व त्याचे अंगीं माझ्याच कृपेनें आलें. माझे हातचेंच लावलेलें रोप तें, मींच त्यावर कुऱ्हाड घालणें म्हणजे कोण माझें अधमपण ? बाबारे, मित्रद्रोही, दुष्टमति, नास्तिक, कुटिल व फसव्या पुरुषाला सत्समाजांत मान मिळत नाहीं. यज्ञमंडपांत शिरणाऱ्या मूर्खाप्रमाणें त्याला

तेथें बहिष्कार होतो. ज्याचा मूळचा अंकुरच पापी, त्याचें तुम्ही कितीही निवारण करा, तो आपला पापकर्मोकडे धाव घेणारच; बरें, ज्याचा अंकुर पुण्यरूप आहे अशाला पापकर्मोकडे कोणीं मुद्दाम ढकलीत असलें तरी तो पुण्याचाच मार्ग धरूं पाहातो. ह्याचा दाखला यथेंच पहाः या पांडवांशीं तूं किती तरी कपटानें वागलास, त्यांना किती छळलेंस ? तरी ते तुम्हांशीं गोडीनें वागून तुमची हितेच्छा करीत आहेत; आणि तुझें त्यांनीं काडीइतकें वांकडें केलें नसतांही तूं आपल्या स्वभावदोषानेंच त्यांचें अकल्याण करूं पाहातोस; यावरून तुझा अंकुरच पापी असें स्पष्ट होतें. कारण, तुला बरा मार्ग कोणीं दाखविला नाहीं, म्हणूनं तूं असा वागतोस, असें म्हणण्याला तुला तोंड नाहीं. भीष्म आजोबा, मी, विदुर आणि श्रीकृष्ण या चौघांजणांनीं " तूं असा जाऊं नको; असा जा " म्हणून परोप्रकारीं तुला सांगण्याची शिकस्त केली, परंतु तूं मिळून बऱ्याची गोष्ट ऐकतच नाहींस. आपण बलसंपन्न आहों याच घमेंडीवर तूं पांडवरूप समुद्र तरून जाण्याचा भरंवसा धरितो आहेस; परंतु तुझी दशा—ऐनपावसाळ्यांत ग्राह, नक्र, मकर इत्यादि प्राण्यांनीं समाकुल अशा अत्यंत वेगवान् गंगौघांतून पोहून जाऊं पाहाणाऱ्या पुरुषाप्रमाणें होणार आहे.

असो; हें एक तुझें मूर्खपणाच म्हणून बसलों असतों, परंतु तुझे कृतींत नुसतें मूर्खपण नाहीं; अन्याय व नीचपण हीं त्यांत ओतप्रोत भरलीं आहेत. कारण, पांडवांनीं आपलें राज्यार्ध केवळ कांहीं विशिष्ट कालपर्यंत म्हणून तुझे वहिवाटीस दिलें असून तूं तें कायमचें घशांत उतरवूं पाहातो आहेस, हा कोणता न्याय ? हें कोणतें थोरपण ? आपल्या घरीं एखादा पाहुणा येतो आणि त्याला स्नानोत्तर नेसण्यासाठीं आपण आपले घरचें धूतवस्त्र देतों, तें जर तो आपलेंच म्हणून कायमचें दडपून बसूं पाहील तर त्याला काय म्हणावें ? किंवा बायका नहातांना गळ्यांतील माळ भिजूं नये म्हणून स्नान होई तों शेजारीं एखादी सखी उभी असल्यास तिचे गळ्यांत क्षणभर म्हणून घालतात; अशा वेळीं ती सखी जर ती माळ आपलीच म्हणून धरून बसली तर तिला तूं न्यायी म्हणशील काय ? युधिष्ठिराचे राजलक्ष्मीसंबंधानें हाच मासला तूं केला नाहींस काय ? पण तुला ही चोरी पचेलसें समजूं नको. दुसरा कोणीही राजा मोठा राज्यावर असला आणि युधिष्ठिर केवळ वनांत असला, तरी सती द्रौपदी व हत्यारबंद चार भाऊ यांची जर साथ आहे तर त्याला जिंकण्याचें त्या राजाचें तोंड नाहीं. अरे, किंकरांप्रमाणें सर्व राजे ज्याची आज्ञा झेलण्याविषयीं सदा तत्पर, असल्या कुबेराशीं युधिष्ठिराची गांठ पडली असतां कुबेर त्यापुढें फिका पडला. मग कुबेरानें पांडवांना आपले घरीं नेऊन त्यांस रत्नराशी दिल्या व त्यांशीं सख्य केलें. याप्रमाणें साधनसंप होऊन आतां ते हा तुझा विस्तीर्ण मुलूख पादाक्रांत करून आपली गादी हिसकून घेणार आहेत आणि त्यांना यश खास येणार. तुझ्या कृतीनें पांडव लढाईस उठले तर आमचे प्राण जातील, या भीतीस्तव आम्हीं हा उपदेश चालविला आहे असें मात्र मानूं नको. हें करणें आम्हां स्वतःसाठीं नाहीं. कारण, जन्मास येऊन अध्ययन, दान, याग, ब्राह्मणसंतर्पण वगैरे जीं कर्तव्यें, तीं आम्हीं करून बसलों आहों. आतां आम्ही बांचलों तरी ठीक आणि मेलों तरी ठीकच. एवंच, आमचे जीविताचें आम्हांस कांहींच वाटत नाहीं. परंतु, आमचा हा सर्व आक्रोश तुजकडे पाहून आहे. तूं अजून तरुण असून तुझ्या भोगेच्छा ताज्या

व अतृप्त आहेत. अशांत तूं पांडवांशीं वैर मांडल्यानें राज्य, मित्र, धन, इत्यादि सर्व सुखसाधनांना आंचवशील आणि तोंडांत माती घालून हाय हाय म्हणत बसशील! या दत्ताला आम्ही भितों आणि म्हणून तुझी फिरफिरून कानउघाडणी करितों!

बाबारे, हातचा बाण सुटला नाहीं तों फिरून एकवार नीट विचार कर. तुझे हातून पांडव पराजित कसे होतील? देवी द्रौपदीसारखी सत्यवादिनी व उग्र तपस्या करणारी सती ज्याची जयाशंसा नित्य करिते आहे, जनार्दनासारखा ज्याचा मंत्री आहे, धनंजयासारख्या श्रेष्ठ शस्त्रधर भावाचें ज्याला पाठबळ आहे, जितेंद्रिय व ज्ञानी ब्राह्मण ज्याला सहाय आहेत, व जो स्वतः मोठा शूर व तपस्वी आहे, अशा त्या पांडुपुत्र युधिष्ठिरावर तुला जय कसा मिळेल? हें काय भलतेंच वेड घेऊन बसला आहेस? हें सोडून दे, सोडून दे. या कामीं मीं तुला आजवर पुष्कळदां सांगितलें आहे खरें; तथापि, आपला मित्र जर व्यसनार्णवांत बुडणार असें दिसतें आहे तर त्याचे कानाशीं एकदां सोडून शंभरदांही ओरडणें हें त्याच्या खऱ्या हितचिंतकांचें कर्तव्य आहे, इकडे लक्ष देऊन मी तुला पुनरेकवार सांगतों कीं, तूं कसाही शूर असलास तरी त्या वीर पांडवांशीं युद्ध करण्याचे भरीस न पडतां सर्व कुरुवंशाचे उत्कर्षासाठीं म्हणून तरी त्यांशीं सख्य कर; इष्टमित्रांसह व पोराबाळांसह पराजित होऊन विपत्तींत पडूं नको.

अध्याय एकशें चाळिसावा.

—:०:—

श्रीकृष्णाचा कर्णाशीं बुद्धिवाद.

धृतराष्ट्र प्रश्न करितोः—हे संजया, सर्व नोकर-चाकर व बरोबरची राजपुत्रमंडळी यांमधून एकट्या कर्णालाच शत्रुहंता गोविंद उचलून आपले रथांत घेऊन गेला म्हणून तूं सांगितलेंस, तें एवढें त्याला कृष्णानें सांगितलें तरी काय? आगोठीच्या मेघाप्रमाणें गंभीर ज्याचा स्वर आहे असा तो कृष्ण कर्णाला बळविण्याकरितां आर्जवाचें किंवा झटक्याचें, मृदु किंवा तीक्ष्ण जसें कांहीं बोलला असेल तसेंचे तसें सर्व मला सांग.

संजय सांगतोः—हे महाराजा, महात्म्या वासुदेवानें कर्णाशीं जीं तीक्ष्ण, मृदु, प्रिय, धर्म्य, सत्य, हितकर व मनोहर भाषणें केलीं, तीं मी ओळीनेंच तुला सांगतों, ऐक.

कृष्ण म्हणालाः—कर्णा, तूं निग्रहानें व निर्मत्सरपणें वेदविशारद ब्राह्मणांची परिचर्या करून त्यांपासून शास्त्रांचीं रहस्यें समजून घेतलीं आहेस. सनातन वैदिक मतें तूं जाणत आहेस व धर्मशास्त्राचे सूक्ष्म सिद्धांतही तुला पूर्णपणें अवगत आहेतच. कोणाही मुलीला कुंवारपणींच झालेला किंवा लग्नापूर्वीं गर्भसंभव होऊन लग्नसमयीं उदरांत असून लग्नोत्तर निपजलेला जो पुत्र त्याला **कानीन** अशी धर्मशास्त्रांत संज्ञा असून, त्या मुलाचे जन्मदात्रीचा जो पाणिग्रहणकर्ता तोच ह्याचा पिता असें शास्त्रवेत्ते समजतात. हे कर्णा, तुझीही उत्पत्ति याच प्रकारची (कुंतीच्या अविवाहित-कन्यकावस्थेंतलि) आहे; या कारणानें धर्मदृष्ट्या तूं पंडूचाच पुत्र होस. याकरितां तूं पांडवांचे बाजूला ये, म्हणजे धर्मशास्त्राचे नियमानेंच तूं राजा होशील. पित्याचे बाजूनें पांडव तुझे बंधु आहेत व मातेचे बाजूनें आम्हीं वार्ष्णेय तुझे बंधु आहों, हें ध्यानांत धर. आज तूं मजबरोबर चल; म्हणजे तूं युधिष्ठिराचेही पूर्वीं झालेला कुंतीपुत्र आहेस अशी पांडवांची समजूत घालितों तूं आपला ज्येष्ठ भ्राता असें समजलें म्हणजे पांचही बंधु पांडव, द्रौपदीचे पांच पुत्र व सुभ-

द्रापुत्र आर्जिक्य अभिमन्यू हे तुझे पायीं लागतील, तसेच पांडवांकरितां जमलेले सर्व राजे, राजपुत्र व सर्वही अंधक-वृष्णिवंशज यादव तुझे पाय धरतील. ज्येष्ठ या नात्यानें तूं राजा ठरलास म्हणजे तुझे अभिषेकार्थ स्वर्णमय, रौप्यमय व मृण्मय कुंभांत सरित्समुद्रसरोवरांचीं पावन उदकें, तशाच नाना ओषधि, लता, बीजें व रत्नें घेऊन राजे व राजकन्या तुजभोंवतीं जमतील; व तूं सहावा पांडव ठरलास म्हणजे द्रौपदीसारखी त्रिभुवनसुंदरी हिशेबाप्रमाणें वर्षाचा एकषष्ठांश काल म्हणजे वर्षांतून दोन महिने तुजकडे येईल. असा सुखसोहळा तुझा होईल. याकरितां, मी सांगतों हें ऐकून पांडव हो, म्हणजे धौम्य मुनींसारख्या पवित्र व तपोनिष्ठ ब्राह्मणाकडून तुझे अभिषेकसमयीं अग्नीला होम देववून, चतुर्वेदी ब्राह्मण, पांचही पांडव बंधु, पांचही द्रौपदीपुत्र, पांचाल, चेदि वगैरे राजे व स्वतः मी ते पांडवांचे पुरोहित ब्रह्मनिष्ठ धौम्य मुनि यांकरवीं तुला आजचे आज राज्याभिषेक करवितों. मग पवित्रव्रत धर्मात्मा धर्मपुत्र युधिष्ठिर हा तुझा युवराज होऊन हातांत शुभ्र पंखा घेऊन तुला वारा घालीत तुझे रथांत एक हाताला उभा राहील; व बलाढ्य भीमसेन अभिषिक्त राजाचें चिन्ह म्हणून मोठें थोरलें पांढरें धवधवीत छत्र तुझे डोक्यावर धरील; व्याघ्रचर्माचा टोप दिलेला व अनेक घुंगरमाळा बांधलेला व शुभ्र अश्वांनीं युक्त असा तुझा रथ अर्जुन स्वतः हांकील. अभिमन्यूसारखा तरणाबांड वीर सदा तुझे पायांशीं हजर राहील. नकुलसहदेव, पांच द्रौपदीपुत्र, सर्व पांचाल, महारथी शिखंडी, सर्व अंधक यांसह मी तुझा अनुचर होईन. दाशार्ह व दाशार्ण तुझे परिवारांत जमा होतील. नानाप्रकारचीं मंगलें, जप, होम इत्यादिकांनीं युक्त होत्साता आपल्या पांच बंधूंसह तूं यथेच्छ राज्याचा उपभोग घे. कुंतलांसह द्रविड, आंध्र, तालचर, चूचुप व वेणुप हे तुझ्यापुढें चालतील. सूत व मागध तुझी नानाविध स्तुति गातील व तुज वसुषेणाचा[1] विजयघोष स्वतः तुझे बंधु करीत चालतील. या प्रकारें नक्षत्रपरिवेष्टित चंद्राप्रमाणें सर्व पार्थांनीं परिवृत्त होत्साता तूं राज्याचें पालन कर; आणि तुझें वैभव पाहून तुझी माता कुंती आनंदित होऊं दे. सारांश, आज तूं मी सांगतों तसें करून मित्रांना आनंद व शत्रूंना क्लेश देऊन, पांडवांशीं पक्कें बंधुप्रेम जोड.

अध्याय एकशें एकेचाळिसावा.

—:०:—

कर्णाचें उत्तर.

कर्ण म्हणालाः—हे वृष्णिवतंसा केशवा, मी पूर्णपणें जाणतों आहें कीं, हे तुझें सांगणें निवळ कळवळ्याचें, प्रेमाचें, स्नेहाचें व माझ्या कल्याणाचेंच आहे; राजकारणी कपटाचें नव्हे. तूं म्हणतोस त्याप्रमाणेंच धर्मशास्त्राचे नियमानुसार मी पांडूचाच पुत्र खरा. कारण, हे जनार्दना, माझी माता कुंती हिला विवाहापूर्वीचें कुमारीदशेंतच सूर्यापासून माझा गर्भ राहिला व पुढें प्रसूतीनंतर सूर्याचे सांगण्यावरूनच तिनें मला गंगेंत सोडून दिलें. पुढें कुंतीचा पांडूशीं विवाह झाला. त्या अर्थीं पांडु माझा पिता हें उघड झालें; व कुंती तर माझी जननीच यांत संशय नाहीं; आणि मीं तिचे पक्षास यावें हें तुझें म्हणणें हिशोबी होतें. परंतु कुंतीनें एक मोठी चुकी केली, तीमुळें सर्व त्रस्तान बिघडून गेलें आहे. तिनें माझा उपजतांच अशा रीतीनें त्याग केला, हें बरें केलें नाहीं. कारण, त्यामुळें मी परक्याचा झालों. तुला ठाऊक आहेच कीं, मी नदींत वहात जात असतां अधिरथ नामक

१ 'वसुषेण' हें कर्णाचें मूळचें नांव—अधिरथ सूताचे स्त्रीनें ठेविलेलें.

सूताच्या दृष्टीस पडलों व त्यानें मला तत्काल आपल्या घरीं नेऊन मोठ्या प्रेमानें स्वस्त्री राधेच्या ओट्यांत घातलें. चमत्कार असा कीं, मला पाहातांच राधेला अप्रसूत असूनही प्रेमोद्रेकामुळें तट्दिशीं पान्हा फुटला व तिनें मला उराशीं लाविलें. बिचारीनें कांहींएक खंत न करितां माझें मलमूत्रही काढिलें. या या प्रकारें जर त्या माउलीनें खस्ता खाऊन मला लहानाचा मोठा करून या रूपास आणिलें आहे, तर मजसारख्या धर्मवेत्त्यानें व सतत धर्मशास्त्रश्रवणपरायणानें तिचा पिंडलोप[1] कसा करावा? तूंच सांग. राधेचें हे प्रेम; अधिरथ सूताचेंही त्याच तोडीचें. तो मला आपला औरस पुत्रच मानितो व त्याच्या प्रेमानें जित होऊन मीही त्याला आपला पिता म्हणून मानितों. आणि न मानूं तरी कसा? कारण, हे जनार्दना, अधिरथ मला नुसते शब्दांनीं पुत्र म्हणून राहिला नाहीं. त्यानें केवळ पुत्रप्रेमानें माझे जातकर्मादि सर्व शास्त्रविहित संस्कार यथास्थितपणें मोठ्या थाटानें केले; व ब्राह्मणांकडून माझें 'वसुषेण' असें आपल्या घरचें नांवही ठेविलें. मी तारुण्यांत येतांच, त्याच्याच कृपेनें मला हौशीजोग्या उत्तम उत्तम गुणवती व रूपवती अनेक स्त्रियाही वरितां आल्या. बरें, या स्त्रियांपासून मला अनेक पुत्र व पौत्रही झाले आहेत. हे जनार्दना, अशा प्रकारें ज्या अर्थीं त्या स्त्रियांपासून माझा वेलविस्तार झाला, त्या अर्थीं माझें हृदय त्यांशीं प्रेमबंधनांनीं असें कांहीं जखडून गेलें आहे कीं, आतां मला कोणीं कसलीही जबरदस्त भीति घातली, अथवा याहून अधिक सुखकर किंवा आनंदमय स्थिति प्राप्त करून देतों म्हटलें, मोठमोठे सोन्याचे ढीग मजपुढें घातले, फार काय? सर्व पृथ्वीही देऊं केली, तरी हें प्रेमबंधन मला एकजन्म तरी खोटें पडतां येणार नाहीं. या सूतमंडळासह मी अनेक वेळीं अनेक प्रकारचे यज्ञयाग केले. सूतांबरोबरच कुलकुलाचार व लग्नसंबंधही केले. या प्रकारें जर अधिरथाचे कुलांत आणि जातींत माझें अनेक प्रकारें सुतडेंपोतडें जमलें गेलें, तर आतां त्यांना तोडून मी पलीकडे कसा सरूं?

ही गोष्ट सूतकुलासंबंधें झाली. आतां कौरवांसंबंधें पाहातांही मी धृतराष्ट्रकुलाचा एकपरी असाच बांधील आहें. कारण, धृतराष्ट्रपुत्र दुर्योधनाचे आश्रयावर आज सतत तेरा वर्षें मी वाटेल तसले राजविलास आक्लिष्टपणें भोगिले. बरें, दुर्योधनालाही माझा आधार वाटतो. मी त्याला मिळालों म्हणूनच तर त्यानें पांडवांशीं विरोध करून हातीं शस्त्र धरण्याची उमेद बाळगिली आहे, व संग्राम सुरू झाला म्हणजे कौरवपक्षाकडून सव्यसाची अर्जुनाशीं द्वैरथयुद्धांत भिडण्यासाठीं मला निवडून ठेविलें आहे. हे जनार्दना, अशा प्रकारें जर दुर्योधनाचा सर्वथा मजवर अवलंब आहे व अशा प्रकारें जर त्याच्या जिवावर आज तेरा वर्षें मीं मजा मारिली आहे, तर आतां मला कोणीं त्रिभुवनही देऊं केलें किंवा कारागृहाची, प्राणघाताची किंवा दुसरीही कसली भीति घातली तरीही मला ज्ञात्या दुर्योधनाशीं बेइमान होतां येणार नाहीं. कांहीं झालें तरी मी असल्या विश्वस्त मित्राचा विश्वासघात करावा काय? तूंच सांग. दुसरी गोष्टः संग्रामांत मी व अर्जुन हे परस्पर द्वैरथयुद्ध करणार म्हणून आम्ही उभयही सर्वांसमक्ष प्रतिज्ञा करून चुकलों आणि आतां जर मी उभा राहाणार नाहीं तर आम्हां उभयताची अपकीर्ति होईल. एतावता, दुर्योधनाचीही बाजू मला सोडितां येत नाहीं.

[1] म्हणजे पांडव होऊन तिला पिंड देण्याचें कसें टाकावें

हे जनार्दना, तूं खचित माझें हित व्हावें याच बुद्धीनें मजबद्दल पांडवांजवळ गोष्ट काढशील; व पांडव तुझे सर्वथा अंकित असल्यानें तूं म्हणतोस तसतसें ते सर्व करतील यांत संदेह नाहीं. परंतु, हे यादवनंदना, माझें ऐकशील तर तुझी ही मसलत तुझ्याशीं ठेव, हिची ओळख देखील पांडवांना देऊं नको, तर माझें खरें हित होईल. कारण, राजा युधिष्ठिर मोठा जितेंद्रिय व धर्मात्मा आहे. त्याला जर का कळलें, कीं कर्ण हा कुंतीचा प्रथम पुत्र आहे, तर मग तो स्वतः राज्याचा स्वीकार करणार नाहीं हें एक. दुसरें, मला युधिष्ठिराचें तें समृद्ध राज्य मिळालें तरी मी तें दुर्योधनालाच अर्पण करणार. म्हणजे युधिष्ठिरालाही नाहीं आणि मलाही नाहीं असा प्रकार होईल. यास्तव, माझी इच्छा, युधिष्ठिरानेंच राज्य करावें; आणि राज्याला आम्हांपेक्षां तोच अधिक पात्र आहे. कारण, तूं प्रत्यक्ष हृषीकेश त्याचा मंत्री आहेस; महारथ भीम व धनंजय अर्जुन हे त्याचे लढाई देणारे योद्धे आहेत; शिवाय नकुल, सहदेव, द्रौपदेय, पांचाल धृष्टद्युम्न, महारथ सात्यकि, उत्तमौजा, युधामन्यु, सत्यधर्मा सौमकि, चैद्य चेकितान, अजिंक्य शिखंडी, लालबुंद रंगाचे कैकयबंधु, इंद्रधनुष्यतुल्य कांतिमान् महात्मा कुंतिभोज, भीमसेनाचा मातुल महारथ श्येनजित्, विराटपुत्र शंख व निधि व तूं असले त्याचे साह्यकर्ते आहां. अशांचीच अंकित पृथ्वी रहाणार हें उघड दिसतें.

हे कृष्णा, असल्या असल्या निवडक क्षत्रियांचा पांडवांकडे जेव्हां हा समुदाय जुळला, तेव्हांच हें उद्दीप्त राज्य युधिष्ठिराचे हस्तगत झालेंच असें सर्व राजेमंडळी मानूं लागली. सारांश, होणारें कृत्य जाणूनबुजूनच होतें आहे, यांत आतां उपदेशाला अवसर उरला नाहीं.

दुर्योधनाचा शस्त्रयज्ञ.

हे वृष्णिकुलावतंसा, धृतराष्ट्रपुत्र दुर्योधनाचा आतां थोडक्यांतच प्रचंड शस्त्रयज्ञ[1] चालू होणार आहे, यांत संदेह नाहीं. हे जनार्दना, या यज्ञाचा वेत्ता तूंच होऊन यांतील अध्वर्युत्वही तुझ्यावरच पडणार आहे; आणि सज्ज झालेला कपिध्वज अर्जुन हा यांतील होता होणार. अर्जुनाचें गांडीव हीच स्रुक्

---

१ येथें रणावर यज्ञाचा आरोप फारच बहारीचा आहे. प्रस्तुत कालमानानें यज्ञादि क्रियांचा लोप झाल्यान तत्संबंधीं पारिभाषिक शब्दांचें ज्ञानही सर्वांस असेल असा नियम नाहीं असें समजून, असल्या शब्दांचा थोडासा खुलासा केला आहे.

अध्वर्यु, ब्रह्मा, उद्गाता, होता हे यज्ञांतील मुख्य चार ऋत्विज होत. यांपैकीं अध्वर्यु यजुर्वेदोक्त कर्म करितो; ब्रह्मा वेदत्रयोक्त कर्मांवर देखरेख ठेवितो; उद्गाता सामें गातो व होता प्रथम शसन (यज्ञीय देवतांचें आव्हान) करितो. या चौघांस यज्ञांत पूर्ण दक्षिणा मिळते. या चौघांत प्रत्येकाचे हाताखालीं तीन तीन साह्यकर्ते असतात. त्यांत प्रतिप्रस्थाता, नेष्टा, उन्नेता हे अध्वर्यूचे; ब्राह्मणाच्छंसी, आग्नीध्रु पोता हे ब्रह्मयाचे; प्रस्तोत, प्रतिहर्ता व सुब्रह्मण्य हे उद्गात्याचे आणि मैत्रावरुण, अच्छावाक व ग्रावस्तुत् हे होत्याचे रूपकांत फारसा उपयोग न वाटल्यामुळें या बाराजणांच्या कामगिऱ्या येथें विस्तारभयास्तव सांगत नाहीं.

अतिरात्र, अग्निष्टोम, अत्यग्निष्टोम उक्थ, षोडशी, वाजपेय व आप्तोर्याम अशा या सात यज्ञसंस्था आहेत.

चयन हा यज्ञाचा भाग आहे. यासाठीं कांसवाचें उपधान करून त्यावर श्येनाकृति प्रस्तर ठेवून वेदी करितात. एकदां यज्ञ मध्यें थांबवून पुनः चालू केलेल्या भागास चयन किंवा पुनश्चिति म्हणतात.

बर्हि=इष्टीकरितां लागणारे दर्भ.

इध्म=अग्निदीपनार्थ घातलेल्या पालाश समिधा.

यज्ञावसान=यज्ञांत मध्येंच थांबणें (नीलकंठ).

[पुढें चालू.]

व पुरुषाचें वीर्य हेंच **आज्य** होईल. हे माधवा, अर्जुनानें सोडिलेलीं ऐंद्र, पाशुपत, ब्राह्म व स्थूणाकर्ण संज्ञक अस्त्रें हींच **मंत्रांचें** काम करतील. पराक्रमांत पित्याच्या तोडीचा किंबहुना त्यांहून सरस जो सुभद्रापुत्र अभिमन्यु, तोच या यज्ञांतील **गीत** गाईल अर्थात् **उद्गाता** होईल. प्रचंड आरोळ्यांनीं रणमंडळ हालवून सोडणारा व गजसेनेचा केवळ काळ, असा तो भीमसेन यांतील **प्रस्तोता** होईल व सदा जपहोम करणारा व अखंड राज्यपद भोगणारा धर्मात्मा युधिष्ठिर **ब्रह्मत्व** स्वीकारील. हे मधुसूदना, शंख, मुरज, दुंदुभि व उत्कृष्ट सिंहनाद हे मृत्युरूप भोक्त्याला आमंत्रण देणारे **सुब्रह्मण्य** होतील. यशस्वी माद्रीपुत्र नकुल-सहदेव हे या यज्ञांत **शामित्र** (पशुमारणकर्म) करतील. हे जनार्दना, चित्रविचित्र ध्वजांनीं शोभणारा विमल रथसमूह हाच पशु आवळून ठेवण्याचा **यूप** समज. कर्णि, नालीक, नाराच व वत्सदंत हे **उपबृंहण** होतील. तोमर, **सोमपात्रें** होतील. धनुष्यें हीं बोटांत घालण्याचीं **पवित्रकें** होतील. **पुरोडाश** शिजविण्याचे खापराचें काम तरवारी करतील व नरशिरें हेच **पुरोडाश** होतील. रक्त हेंच त्या यज्ञांतील **हवि** होईल. पवित्र शक्ति ह्याच **इध्में** व गदा **परिध** होतील. शारद्वत कृपाचार्य व द्रोणाचार्य यांचे शिष्य हे **सदस्य** होतील; अर्जुन, द्रोण, अश्वत्थामा व अन्य महारथी यांनीं सोडलेले बाण (सोमचमसप्रभृति) **परिस्तोम** होतील. सात्यकि **प्रतिप्रस्था** याचें कर्म करील! धृतराष्ट्रपुत्र दुर्योधन हा **यज्ञदीक्षा** घेणारा व महासेना (प्रचंड सैन्य) त्याची **पत्नी** होईल; व या **अतिरात्र** यज्ञांत रात्रीचे समयीं रात्रिंचर घटोत्कच हा **शामित्र** करील. यज्ञीयकर्मद्वारा पावकाग्नीपासून उत्पन्न झालेला प्रतापी धृष्टद्युम्न यांतील **दक्षिणा** होईल. हे कृष्णा, मी आजपर्यंत पांडवांना अतिशय मर्मकृंतक भाषणें बोलत आलों व तीं केवळ दुर्योधनाला बरें वाटावें म्हणूनच. असें जरी आहे तरी माझी कृति मला फार खाते आहे; आणि माझ्या कृतीचें प्रायश्चित्त मला मिळालें पाहिजेच. तें या यज्ञांत लवकरच अर्जुनाचे हातानें मिळेल; आणि नंतर या यज्ञांतील **चयनाला** आरंभ होईल. डुरकण्या फोडणाऱ्या दुःशासनाचें रक्त जेव्हां तो कालमेघाप्रमाणें भयंकर गर्जना करणारा भीमसेन घटघटां प्राशन करील.

[मागील पानावरून पुढें चालू.]

पवित्रकें=दोन दर्भांचीं केलेलीं.

परिधि=अग्निकुडाभोंवतीं पूर्वखेरीज इतर तीन दिशांना मांडण्याच्या सुमारें हातभर लांबीच्या पळसाच्या तीन समिधा.

यूप=पशु बांधण्याचा स्तंभ.

आज्य=तूप.

पुरोडाश=कांसवाच्या किंवा घोड्याच्या खुराच्या आकृतीचे भाजल्या पिठाचे गोळे प्रथम करून पुनः कपालांत पक्व करितात ते, यांना लागणारें पीठ प्रथमतः गार्हपत्याग्नीवर धातुपात्रांत खरपूस भाजावें लागतें.

कपाल=पुरोडाश परिपक्व करण्यासाठीं ८, ११ किंवा १२ इत्यादि विटांचे तुकडे जोडून केलेले ठोकळे.

शामित्र=यज्ञांतील पशूस बुकलून नरम आणणारा मनुष्य.

हवि=व्रीह्यादी होमद्रव्यें.

सदस्य=ब्रह्मयाप्रमाणेंच सर्व न्यूनाधिक पहाणारा मदतगार.

उपबृंहण=स्रुक्भेद. सोम वाढण्याची एक पळी.

परिस्तोम=सामसमूह.

सुत्या=सोम कुटून रस काढण्याचा विधि व तत्संबंधीं दिवस सोम पिणें, स्रुक्, स्रुवा, ज्युहु-अग्निहोत्रहवणी हीं यज्ञीय उपकरणें होत.

अवभृथ=यज्ञांतीं स्नान करितात तें.

वेत्ता=उपद्रष्टा. हा यावत् ऋत्विजांचे कामांची वांटणी करून सर्वांवर देखरेख ठेवितो.

तेव्हां या यज्ञांतील सुत्त्या होईल. हे जनार्दना, जेव्हां धृष्टद्युम्न व शिखंडी हे पांचालराजपुत्र अनुक्रमें द्रोणाचार्य व भीष्म यांचा प्राणघात करितील, तेव्हां यज्ञावसान होईल; आणि, हे माधवा, महाबल भीमसेन जेव्हां दुर्योधनाला मारील तेव्हां हा धार्तराष्ट्राचा यज्ञ समाप्त होईल. हे केशवा, आपले पति, पुत्र, पालक हे सर्व मेले, असें पाहून धृतराष्ट्राच्या सुना व नातसुना एकत्र जमून गांधारीसहवर्तमान, कुत्रीं, गिधाडें व कुररी यांनीं भरून गेलेल्या त्या रणांगणांत जेव्हां ढसढसां रडून आपले देह अश्रूंनीं न्हाणतील, तेव्हां या यज्ञांतील अवभृथस्नान होईल;

हे कृष्णा, व्यर्थ जीवनाश न व्हावा म्हणून तुझी ही एवढी शमार्थ खटपट आहे; तर मी इतकेंच सांगतों कीं, मुळींच युद्ध सुरू न होणें हें तर आतां शक्यच नाहीं. युद्ध तर जुंपलेंच समज; पण ज्या अर्थीं तूं इतकी हितबुद्धि पाळितोस व ज्या अर्थीं या युद्धांत तूं म्हणशील तसतसेंच सर्व होणार, त्या अर्थीं, हे क्षत्रियोत्तंसा, या मंडळींत जेवढे मिळून विद्यावृद्ध व वयोवृद्ध क्षत्रिय आहेत, तेवढ्यांना विनाकारण असेतसे मरून जाऊं देऊं नको. हें सर्व क्षत्रमण्डल या त्रैलोक्यांत अत्यंत पावन अशा कुरुक्षेत्राचे ठिकाणीं धारातीर्थीं मृत्युलाभ पावेल असें कर. हे कमलनेत्रा कृष्णा, मागणें इतकेंच कीं, हरयुक्तीनें ही आम्ही सर्व मंडळी जेणेंकरून स्वर्गास पावूं अशी व्यवस्था कर. म्हणजे जोंपर्यंत मिळून नद्या व पर्वत या भूमंडलावर कायम आहेत तोंपर्यंत तुझा यशोदुंदुभि वाजत राहील व क्षत्रियांना प्रोत्साहित करून युद्धांत यशोरूप धन प्राप्त करून देणारें हें महाभारतयुद्ध क्षत्रियसमुदायांत ब्राह्मण सांगत रहातील; अशी मोठी बहार होईल. याकरितां, हे परंतपा केशवा, मी कुंतीचा ज्येष्ठ पुत्र आहें ही गोष्ट सर्वथा गुप्त राखून, कसेंही करून त्या अर्जुनाला युद्धांत मजकडे घेऊन ये. एवढें तुजपाशीं पदर पसरून मागणें आहे. हें मला दे, म्हणजे मला सर्व कांहीं मिळालें.

अध्याय एकशें बेचाळिसावा.

---:०:---

कर्णास भगवंताचें प्रत्युत्तर.

संजय सांगतोः—कर्णाचें हें भाषण ऐकून, शत्रुमर्दन केशवाला थोडी मौज वाटून तो हंसत हंसत म्हणालाः—हे कर्णा, राज्यप्राप्तीचा उपाय तुला जर पटत नसेल व मी पदरांत बांधीत असलेल्या पृथ्वीचें राज्य करण्याची जर इच्छा नसेल, तर युद्धांत जय पांडवांना ठरलेलाच आहे, याविषयीं कोणालाही कसा तो संशय नाहीं. तो पहा—ज्यावर उग्र वानरराज बसलेला आहे असा अर्जुनाचा तो विजयध्वज फडकूनच राहिला आहे. हा ध्वज नव्हे, तर विश्वकर्म्यानें निर्माण केलेही ही अजब मायाच या इंद्रधनुष्यतुल्य ध्वजाचे रूपानें उभी आहे. या ध्वजावर जयावह व भयानक भूतांनीं वसति केली आहे. हे कर्णा, तो पहा अर्जुनाचा उभारलेला ध्वज कसा अग्नीसारखा झळकून राहिला आहे. त्याची दंडाग्रापासून तिरकी लांबी एक योजन आहे. बाबारे, द्यूताचे वेळा तुम्हीं लबाडीनें फांसे ढाळून जय मिळविला, पण या प्रसंगीं त्या हातचलाखीचा कांहींएक उपयोग होणार नाहीं. मला सारथि करून तो श्वेताश्व अर्जुन जेव्हां संग्रामांत ऐन्द्र, आग्नेय व वायव्य हीं अस्त्रें सोडितांना, आणि विजेच्या गडगडाटाप्रमाणें गांडीवाचा भयंकर टणत्कार करूं लागेल तेव्हां, कृत, त्रेता, द्वापर (म्हणजे चव्वा, तिरपगडें, दुव्वी) इत्यादि फांशांतील लटपटी तेथें कांहीं उपयोगीं पडणार नाहींत. द्यूतांत जय मिळविणें वेगळें

आणि समरांत गांठ घालणें वेगळें. सदैव जप-होम करणारा व पांडवसेनारक्षक सूर्यतुल्य अस्पृश्य कुंतीपुत्र युधिष्ठिर जेव्हां शत्रुसेनेला स्वतेजानें भाजून काढील, तेव्हां चन्वादुद्धीचें गारुड एका बाजूला राहील. शत्रूकडील हत्तींचीं धुडें लोळवणारा मदमत्त गजाप्रमाणें बलाढ्य भीम संग्रामांत दुःशासनाचें रक्त घटघट पिऊन जेव्हां आनंदातिरेकानें थयथय नाचूं लागेल, तेव्हां कृत[1], त्रेता, द्वापर यांतील एकही हातीं लागणार नाहीं. भीष्म, द्रोण, कृप, राजा दुर्योधन व सिंधुराज जयद्रथ हे संग्रामांत युद्धार्थ शत्रूवर चाल करून जात आहेत आणि अर्जुन त्यांना एक क्षणांत पिछेहाट करावयास लावितो आहे, असा प्रकार जेव्हां तुझे दृष्टीस पडेल, तेव्हां " चार काणे रे चार काणे ! " इत्यादि द्यूतांतील भाषा एकीकडे राहील. शत्रुसैन्याकडील रथांचा चुराडा उडविणारे ते महाबल माद्रीपुत्र, युद्ध सुरू होऊन शस्त्रास्त्रांची ऐन कचाकची चालू झाली असतां धार्तराष्ट्रांचे सेनारूप नदीला मत्तगजांप्रमाणें आंत शिरून जेव्हां कालवून सोडतील, तेव्हां तेथें न कृत, न त्रेता, न द्वापर, तुझ्या दृष्टीस पडेल, पण कलि (कलह) मात्र मूर्तिमान् उभा दिसेल!

हे कर्णा, तूं येथून जाऊन द्रोणाचार्य, भीष्म व कृप यांना सांग कीं, युद्धाला हा काळ फार सोईकर आहे. चालू महिना सौम्य आहे. गवतकाडी, लांकूडफाटें वगैरे सामुग्री हल्लीं सहज मिळण्याजोगी आहे. सर्व प्रकारच्या धान्यांनीं व वनस्पतींनीं वनें भरून राहिलीं आहेत. फळाफुलांना ऊत आला आहे. माशाचिलटांचा त्रास कमी आहे. चिखल नाहींसा झाला असून पाण्याला फार रुचि आली आहे. हवामानही न अत्युष्ण, न अतिशीत म्हणजे समशीतोष्ण असल्यानें, हा महिना सर्व प्रकारें फार सुखावह आहे. आजपासून सात दिवसांनीं आयतीच अमावास्या पडते आहे. अमावास्येची इंद्र देवता आहे. अर्थात् युद्धारंभाला ही तिथि अनुकूल आहे. याकरितां अमावास्येला युद्धारंभ होऊं द्या. ह्याप्रमाणें भीष्मादिकांस सांगून, युद्धार्थ जुळलेल्या सर्व राजांना माझा निरोप सांग कीं, तुमच्या मनांतील जो कांहीं हेतु आहे तो मी परिपूर्ण करीन; दुर्योधनाचे अंकित जेवढे मिळून राजे व राजपुत्र आहेत, ते सर्व धारातीर्थीं मरण पावून उत्तम गतीला जातील.

अध्याय एकशें त्रेचाळिसावा.

—:०:—

कृष्णकर्णसंवाद.

संजय सांगतोः—भगवंताचें हें शुभ वाक्य कर्ण फार लक्ष देऊन ऐकत होता. तें ऐकून तो फार प्रसन्न झाला व मधुसूदन कृष्णाचा गौरव करून म्हणाला, " हें सर्व अवश्यंभावि म्हणून जर तूं जाणत आहेस, तर मग मला भूल घालण्याची ही व्यर्थ खटपट कशाकरितां करितो आहेस ? आम्ही या नाशाला कारण होतों हें म्हणणें केवळ एकपक्षी आहे. खरें पाहातां तुझ्याच बोलण्यावरून असें सिद्ध होतें कीं, या पृथ्वीचा सर्वस्वी नाश होण्याची वेळ कालनियमानेंच येऊन पोंचली आहे; आणि शकुनि, दुःशासन, मी व राजा दुर्योधन हे केवळ निमित्तमात्र आहों. लोकांना अपयशाचें खापर फोडावयाला आम्ही एक जागा झालों आहों इतकेंच. हे कृष्णा, आम्हीं कांहीं केलें तरी हें कौरवपांडवांचें घनघोर युद्ध जुंपण्याला रहात नाहींच. हें जुंपून सर्वत्र रक्ताचा रेंदा माजणार व दुर्योधनानुवर्ती सर्व राजे-राजपुत्र

[1] कृत, त्रेता व द्वापर म्ह० धर्म, अर्थ, काम व मोक्ष हे पुरुषार्थ असा नीलकंठानीं अर्थ केला आहे.

या युद्धांत शस्त्राग्नीनें दग्ध होऊन यमधर्माचे पाहुणे होणार हें निश्चित. हे मधुसूदना, मी म्हणतों याला बळकटी आणणारीं अशीं मला आतांशें भयंकर स्वप्नें पडतात. तशींच अंगावर रोमांच उभे करणारीं व धार्तराष्ट्राचा पराजय व युधिष्ठिराचा जय होणार असें सुचविणारीं घोर दुश्चिन्हें व दारुण उत्पात माझे नजरेस येतात. महातेजस्वी उग्र ग्रह शनैश्चर हा रोहिणी नक्षत्राला पीडा देऊन, प्राणिमात्राला अधिक पीडा होणार असें सुचवीत आहे; व ज्येष्ठा नक्षत्रीं असलेला मंगळ वक्री होऊन अनुराधा नामक मैत्र नक्षत्राशीं संगत होऊं पाहात असल्यावरून, दुर्योधनाकडे जुळलेल्या मित्रवृंदाचा नाश ध्वनित करीत आहे. हे कृष्णा, खचित खचित कौरवांवर मोठाच गहजब गुदरणार. कारण, महापातसंज्ञक ग्रह चित्रा नक्षत्राला पीडा देत आहे. चंद्रावरील चिन्ह बदललें आहे; राहु सूर्याला ग्रासूं पाहात आहे (सूर्यग्रहण होणार आहे); आकाशांतून गर्जना करीत मोठ्या वेगानें उल्कापात होत आहेत; मत्तगज मोठमोठ्यानें चीं चीं करीत आहेत व अश्व दाणापाणी मनापासून न घेतां घळघळ अश्रु ढाळीत उभे आहेत. हे केशवा, धार्तराष्ट्राच्या सैन्यांत जिकडे तिकडे हत्ती, घोडे व मनुष्यें अल्प आहार करून विपुल मलोत्सर्ग करीत आहेत, हेंही एक पराजयाचें सूचक चिन्ह आहे असें ज्ञाते म्हणतात. सारांश, हे महाबाहो, असलीं असलीं दुश्चिन्हें ज्या अर्थी उपस्थित झालीं आहेत, त्या अर्थी प्राणिमात्राचा संहार उडविणारें असें दारुण भय जवळ आलें असें पंडितांचे म्हणण्यावरून दिसतें.

पांडवांकडे याचे उलट प्रकार दृष्टीस पडत आहे. त्यांचेकडील हस्त्यश्वादि सर्व वाहनें मोठीं आनंदित असून मृग पांडवांना उजवी घालून जात आहेत. अर्थात् हें चिन्ह पांडवांच्या जयाचें दर्शक आहे. दुर्योधनाला सर्वही प्राणी डावी घालीत असून विपरीत अशी आकाशवाणी अनेकदां ऐकूं येत आहे. हें त्याच्या भावी पराजयाचें सूचक आहे. शुभलक्षण मयूर, हंस, सारस, चातक व चकोर पक्षी यांचे थवे पांडवांमागून चालले आहेत; गिधाडें, कंक पक्षी, बगळे, मसाणे, लांडगे, पिशाच्चें व माशांच्या झुंडी कौरवांमागें धांव घेत आहेत. दुर्योधनाचे सैन्यांत नौबदी टिकोऱ्यांनीं बडवाव्या तरी त्यांतून शब्द उठत नाहीं; आणि पांडवांकडे वर टिपरूं न टाकितां भेरींतून आपोआप नाद होत आहेत. दुर्योधनाच्या गोटांतील कूपादि जलाशयांतून बैलाच्या डुरकणीप्रमाणें आवाज येत आहेत, हें पराजयाचें स्पष्ट चिन्ह आहे. हे माधवा, देवानें मांसरक्तांचा पाऊस पाडिला असून, आकाशांत सूर्याभोंवतीं प्राकार, खंदक, बुरूज व मनोहर वेशी यांनीं युक्त असें अव्यंग गंधर्वनगर चमकून उठलें आहे व त्याच्या कृष्णवर्ण परिघानें सूर्याला झांकोळलें आहे. नित्य सूर्योदयीं व अस्तमानीं संध्येचें स्वरूप भयसूचक असतें; व भालुही घोर शब्द करिते, हें उघड पराजयाचें लक्षण आहे. एक पांखाचे, एक डोळ्याचे व एक पायाचे पांकोळ्या वगैरे पक्षी मलमूत्रोत्सर्ग करीत आहेत, हें लक्षण पराभवाचेंच आहे. लाल पायांचे व काळे कंठाचे भयंकर पक्षी सायंकाळीं कौरवसैन्याकडे धांव घेत येतात, हें अपयशाचें चिन्ह आहे. हे मधुसूदना, (दुर्योधन) आधीं ब्राह्मणांचा, पुढें वडिलांचा व त्यापुढें अनुरक्त सेवकांचा अवमान करितो, त्या अर्थी हे पराभवाचेच डोहाळे समजावे. पूर्वेचा रंग तांबूस, दक्षिणेचा तरवारीचे पाण्यासारखा सतेज काळसर, पश्चिमेचा कच्च्या मडक्यासारखा व उत्तरेचा

शंखतुल्य, असे दिशांचे नेहमींचे वर्ण सांगितले आहेत; परंतु, हे माधवा, दुर्योधनाला या सर्वच दिशा एकजात पेटलेल्या दिसत आहेत व या उत्पातांवरून फारच मोठें संकट गुदरणार असें सूचित होतें.

हे कृष्णा, माझी झोंप सरतां सरतां मीं असें पाहिलें कीं, युधिष्ठिर भ्रात्यांसह सहस्रस्तंभयुक्त प्रासादाच्या शिखरावर चढला. पांचही भावांनीं एकजात शुभ्र पोषाख केले असून पांढरींच पागोटीं घातलीं होतीं व सर्वही पांढऱ्याच आसनांवर बसलेले मीं ह्या स्वप्नांत पाहिले. हे कृष्णा, तुझेंही आसन मला शुभ्रच दिसलें. हे जनार्दना, ही सर्व पृथ्वी आंतड्यांनीं व रक्तानें भरून गेलेली मीं पाहिली; व तीवर पडलेल्या हाडांच्या ढिगावर चढून तेजस्वी युधिष्ठिर मोठ्या आनंदानें सोन्याचे पातेलींतून घृतमिश्रित क्षीर भुरकीत असतां असतां सर्व पृथ्वीला तोंडांत टाकितांना माझे दृष्टीस पडला. यावरून तूं युधिष्ठिराला पृथ्वी मिळवून देणार व तो उपभोगणार हें उघडच दिसत आहे. अचाट कर्म करणारा नरव्याघ्र भीमसेनही हातीं गदा घेऊन पर्वतशिखरावर चढला व जसा कांहीं पृथ्वी गट्ट करितो असा दिसला. यावरून संग्रामांत हा आम्हां सर्वांस लोळविणार हें निभ्रांत दिसून आलें; आणि, हे हृषीकेशा, यांत नवलही नाहीं. कारण, जिकडे धर्म तिकडे जय हें मी पूर्ण समजून आहें. परमश्रीनें झळकणारा तो गांडीवधन्वा अर्जुन, हे कृष्णा, तुजसह श्वेतगजावर आरूढ झालेला मीं स्वप्नांत पाहिला. यावरून, दुर्योधनप्रमुख आम्हांकडील सर्वही वीरांना तुम्ही ठार करणार यांत संदेह नाहीं. जनार्दना, नकुल, सहदेव व महारथ सात्यकि हे तिघे शुभ्र पुष्पांच्या माला व (मोत्यांच्या) शुभ्र कंठ्या गळ्यांत, बाहूंत शुभ्रच बाहुभूषणें, मस्तकीं श्वेतवर्ण फेटे, अंगावर शुभ्र धवधवीत वस्त्रें व डोक्यावर शुभ्रवर्णच छत्रें असून पालखींत बसून चाललेले मीं पाहिले. आतां धार्तराष्ट्राचे पक्षाकडे अश्वत्थामा, कृपाचार्य व सात्वत कृतवर्मा हे तिघे व इतरही सर्व राजे तांबडीं पागोटीं घातलेले दिसले. भीष्म व द्रोण हे कधीं मला, कधीं दुर्योधनाला बरोबर घेऊन, उंट जोडलेल्या रथांत बसून दक्षिण दिशेला जातांना दिसले; यावरून, हे जनार्दना, लवकरच आम्ही यमसदनीं जाणार हें उघड आहे. मी, दुसरे राजे व एकूण क्षत्रमंडळ यांची गांडीवरूप अग्नींत आहुति पडणार यांत मला संदेह नाहीं.

कृष्ण म्हणालाः—बाबारे कर्णा, ज्या पक्षीं माझें बोलणें तुझ्या आज मनास येत नाहीं, त्या पक्षीं, या पृथ्वीचा संहारकाल जवळ ठेपला ही गोष्ट निखालस समजावी. कारण, बा कर्णा, सर्वही प्राण्यांचा तरी तुजसारखाच मासला ! त्यांचा विनाशकाल सन्निध आला म्हणजे अन्यायच त्यांना न्यायासारखा भासूं लागतो व कांहीं केल्या तो त्यांच्या मनांतून निघत नाहीं.

कर्ण म्हणालाः—कृष्णा, तूं म्हणतोस तें खरें आहे. युद्धापासून आमचीं मनें परावृत्त होत नाहींत. असो; बा कृष्णा, आतां क्षत्रिय वीरांचा फडशा फडशा उडवून टाकणाऱ्या या भयंकर समरसागरांतून सुखरूप पार पडून आम्ही तुला पाहूं असा सुदीन येईल काय? कोठचा येणार ! यापेक्षां तुझा-आमचा पुनः संगम आतां स्वर्गांत होईल ही गोष्ट मात्र निश्चित दिसते. याकरितां एकवार तुला भेटून घेऊं दे.

संजय म्हणालाः—धृतराष्ट्रा, असें म्हणून कर्ण श्रीकृष्णाला कडकडून भेटला, आणि कृष्णाची अनुज्ञा घेऊन रथांतून उतरला व

आपल्या स्वर्णमय रथांत बसून खिन्न मनानें आम्हांसह परत फिरला. कर्ण खालीं उतरतांच श्रीकृष्णानें 'चल, चल' म्हणून सारथ्याला सांगतांच त्यानें घोडे दाबले व सात्यकीसह श्रीकृष्ण फारच त्वरेनें उपप्लव्याकडे निघून गेला.

अध्याय एकशें चवेचाळिसावा.

--:०:--

कर्णकुंतींची भेट.

वैशंपायन सांगतातः---संधि करण्याचा हेतु सिद्धीस न जातां श्रीकृष्ण कौरवांकडून निघून पांडवांकडे परत गेल्यावर, विदुर कुंतीकडे जाऊन खिन्न झाल्याप्रमाणें हळूहळू बोलूं लागला. तो म्हणाला, "कसें करावें? मला आतांशा झोंप येत नाहीं! कांहीं सुचतही नाहीं. कारण, हे पुत्रवति, तुला ठाऊकच आहे कीं, माझा कल कौरवपांडवांचा कलह न व्हावा इकडे आहे; व यासाठीं मी दुर्योधनाच्या कानींकपाळीं सारखा ओरडत आहें कीं, बाबारे, युद्धाची पाळी आणूं नको; परंतु दुर्योधन माझें एका अक्षरानें ऐकत नाहीं. बरें, यांत म्हणजे मी पांडवांची वकिली करतों आहें असेंही नाहीं. युद्ध नको म्हणून माझा जो दुर्योधनाला इतका आग्रह चालला आहे, तो विशेषतः त्याच्याच कल्याणार्थ आहे. कारण, युद्धांत टाळकें फुटणार आहे कौरवांचेंच; पांडवांना कांहीं धक्का नाहीं. युधिष्ठिरापाशीं आज साह्य फार उत्कृष्ट आहे. चेदि, पांचाल, कैकेय, भीम, अर्जुन, कृष्ण, नकुलसहदेव व सात्यकि असले खंबीर योद्धे त्याचे पाठीशीं आहेत; आणि युद्ध टळत नाहीं असा सुमार दिसत असल्यामुळें युधिष्ठिरानें उपप्लव्य नगरांत आपला तळही दिला आहे. वेळ पडल्यास त्यानें युद्धाची तयारीही कडेलोट केलेली आहे. याप्रमाणें सर्व बळकटी आहे. तथापि, युधिष्ठिर मनाचा फार कनवाळू आहे. युद्धांत स्वज्ञातीचा संहार होणार याबद्दल त्याला अत्यंत कळवळा वाटतो; व यामुळें, तो समर्थ असतांही एखाद्या दुर्बलाप्रमाणें पड घेऊन हरि हरि करीत स्वस्थ बसला आहे. तो होऊन युद्धाची उचल करीत नाहीं. तेव्हां त्याला कोणतेच बाजूनें नांव ठेवायला किंवा उपदेशाला जागा नाहीं. त्याचें करणें नीटच आहे. या अनर्थाचें मूळ काय तें याच बाजूला आहे. आपले पुत्र मोठे पराक्रमी व कर्ते निघाले अशी या धृतराष्ट्राला घमेंड होऊन हा म्हातारा तर अगदीं डोईनें चालतो आहे; शमाची गोष्ट कशी ऐकत नाहीं; सांगावें तों तों अधिकच आडरानांत शिरतो. बरें, युद्ध आरंभल्यास तें तडीस नेण्याची पोराच्यांत तरी अक्कल? तीही नाहीं. जयद्रथ, कर्ण, दुःशासन व शकुनि हे एकापेक्षां एक शहाणे सल्लागार! यांचे अकलेनें चाललें असतां आपसांतच लाथाळें माजल्याशिवाय रहात नाहीं. आणि तेंही ठीकच आहे. ज्ञातिद्रोहासारखें अधर्म्य कृत्य धर्म्य म्हणून जे दडपून नेऊं पाहातात, त्यांना असल्या कपटधर्माचें फळ सव्याज मिळाल्याशिवाय कसें राहील? हे कौरव जर भलत्याच गोष्टीला जबरदस्तीनें धर्माचें रूप देऊन खऱ्या धर्माचा असा छळ करतील, तर यांच्या कृतीनें कोणाला बरें संताप उत्पन्न होणार नाहीं? श्रीकृष्णासारखा अनुनेता, पण तो देखील या मूर्खांच्या असल्या या कृतीनें संतप्त होऊन 'संधि' न होतां पांडवांकडे परत गेला आहे, श्रीकृष्णानें पांडवांना सांगितल्यावर, पांडव युद्धार्थ बाहेर पडलेच म्हणून समजा; आणि पांडवांनीं शस्त्र हातीं घेतलें कीं या कौरवांचे धुडके धुडके उडून नायनाट झालाच, त्यांत अंतर नाहीं. आणि गोष्ट तर बहुतेक या थराला येऊन पोंचली. यामुळें मला दिवसरात्र ही चिंता

लागून राहिली आहे आणि कशी ती झोंप लागत नाहीं! हे कुंति, या कामीं तुला तरी कांहीं तोड सुचत असली तर पाहा."

विदुरानें खरे कळवळ्यानें व ज्ञातीचे कल्याणार्थ केलेलें भाषण कानीं पडतांच कुंतीही दुःखाकुल होऊन सुस्कारे सोडूं लागली व आपले मनाशीं म्हणाली, "धिक्कार असो या अर्थाला, कीं ज्याच्या पायीं असला भयंकर कुलक्षय होणार. या युद्धांत आप्तस्वकीय यांचाही सप्पा उडणार. पांडव, चेदि, पांचाल, यादव हे युद्धार्थ जुळले असून यांचा भरतवंशज कौरवांशीं झगडा होणार, अर्थात् उभयही पक्ष आपलेच. अशांत परस्पर प्राणहानीची वेळ यावी याहून अधिक दुःखदायक गोष्ट तरी कोणती? युद्धापायीं असले अनर्थ ओढवणार असल्यामुळें युद्ध तर निःसंशय दोषावहच मला वाटतें. पण युद्ध न करावें तर माझ्या मुलांना हातीं नरोटी घेऊन स्वस्थ बसावें लागणार. अशी दोहींकडून विवंचना पडली आहे. तरीही माझे मुलगे एक वेळ आमरण निर्धन राहिलेले पुरवले! परंतु ज्ञातिक्षयानें त्यांचा उत्कर्ष होणें मला संमत नाहीं. असे हे उलटसुलट विचार मनांत येऊन माझे पोटांत कसें कालवूं लागतें! पांडव सुसहाय आहेत, बली आहेत, हें जरी खरें, तरीही पितामह भीष्म, योधाग्रणी द्रोणाचार्य व हा हट्टी कर्ण या तिघांनीं दुर्योधनाचे कार्याचा अंगीकार केला आहे, हें पाहून माझे उरांत धस्स होतें. कारण, या व्यक्तींशीं गांठ घालणें म्हणजे माझे मुलांना अंमळ कठीणच प्रसंग! बाकी एवढें वाटतें कीं, कांहीं झालें तरी गुरु द्रोणाचार्य स्वतःचे शिष्यांशीं मनसोक्त युद्ध करणार नाहींत; व पितामह भीष्मांचीं पांडव हीं नातवंडें आहेत, त्यांचा त्यांना कळवळा आल्याशिवाय राहाणार नाहीं. एवंच, या दोघांचेंही मला एवढें भय वाटत नाहीं,—ते दया करतील. कोडें काय तें या मूर्ख कर्णाचें पडलें आहे. हा पापी भलतीच समजूत घेऊन उठला आहे आणि त्या मूढ व दुष्टबुद्धि दुर्योधनाचे नादीं लागून सदाकदा पांडवांना पाण्यांत पाहातो! बरें, तो सामान्य वीर नव्हे, महाबलाढ्य आहे; व पांडवांचा पूर्ण घात करण्याविषयीं अगदीं कंकण बांधून बसला आहे, हें मनांत आलें म्हणजे भडभडून येतें व काय करावेंसें होऊन जातें.

"आज मला एक विचार सुचला आहे. तो असा कीं, कर्णाकडे जाऊन त्याला त्याचे उत्पत्तीचा खरा खरा वृत्तांत सांगून पांडवांकडे त्याचें मन वळवावें. कारण, कर्णाला हें ठाऊक नाहीं कीं, तो माझा पुत्र आहे. मीं बापाचे घरीं असतां दुर्वास मुनींची मनोभावानें सेवा केली, त्या वेळीं त्यांनीं संतुष्ट होऊन, वाटेल त्या देवाला हाक मारून आणण्याचा मंत्र मला वरादाखल दिला. त्या वेळीं मी केवळ अल्लड पोर होतें. मला धडपणीं समजत देखील नव्हतें. माझा पिता कुंतिभोज राजा माझे फार लाड करी; व मी बहुधा त्याच्या अंतःपुरांत रहात असल्यानें, सहजच माझे मनांत नानाप्रकारचे तरंग खेळूं लागून माझें मन वेडावून गेलें. अगोदरच स्त्रीजात आणि तशांत पोरवय, मग पोक्त विचार कुठून येणार! मला वारंवार वाटे कीं, दुर्वासानें आपल्याला वर म्हणून हीं नुसतीं चार अक्षरें सांगितलीं आहेत, तर एकदां या मंत्राचें तेज तरी काय आहे आणि या ब्राह्मणाचे वाणीचें सामर्थ्य कितपत आहे हें कसाला लावून पाहावें. पण, हा मनोरथ पुरावा कसा? माझ्या आतींभोंवतीं खेळगडणींचा सदा गराडा असून एका विश्वासू दाईचा माझ्यावर खडा पहारा होता. शिवाय मी नांवलौकिकवानाचीं

मुलगी असल्यामुळें, आपले मूर्खपणामुळें पित्याचे नांवाला कलंक लागेल तो न लागावा, व आपल्यालाही कोणी दोष देऊं नये, अशी मला चिंता वाटे. जिज्ञासा तर तृप्त व्हावी आणि दुर्लौकिक तर होऊं नये; हें साधावें कसें? अशा विवंचनेंत दुर्वासांनाच वंदन करून हें काम करावें असें मला वाटलें; व त्याप्रमाणें त्या ब्राह्मणाचें मनांत ध्यान व वंदन करून मला प्राप्त झालेल्या मंत्राचा निवळ मूर्खपणानें व मौजेखातर मीं जप केला, पण दुर्वासांची वाणी ती! ती अन्यथा व्हावी कशी? मंत्र जपण्याबरोबर सूर्यदेवाची मला प्राप्ति होऊन मी कुमारी असतांच मला गर्भ संभवला. तो हा कर्ण! याचे वेळीं मी अगदीं अल्लड पोर होतें. तरी याचें गर्भाचें संरक्षण मीं पुत्राप्रमाणें फार ममतेनें करून याला जन्म दिला. असें याचें जन्मवृत्त आहे. हें जर त्याला समजलें तर पांडव हे आपले सख्खे भाऊ आहेत हें उमजून, त्यांचे कल्याणाची गोष्ट मीं सांगितली असतां त्यानें कां न ऐकावी? मला तर वाटतें, त्यानें ऐकिली पाहिजे; व म्हणून मी आतां समक्ष त्याची गांठ घेतें."

कुंतीला ही तोड खाशी आहे असें वाटून व ती करून पहावयाची असा निश्चय करून ती भागीरथीचे तीरीं गेली. पहाते तों आपला दयाळू व सत्यप्रतिज्ञ पुत्र ऊर्ध्वबाहु पूर्वाभिमुख उभा राहून मोठ्यानें वेदघोष करितो आहे. उन्हाचा चटका अतिशय लागून ती राजपत्नी कमलमालेप्रमाणें म्लान झाल्यामुळें, कर्णाचे जपावसानाची वाट पहात बिचारी कार्यार्थिनी गुपचूप कर्णाचे पाठीशीं जाऊन त्याचे उत्तरीय वस्त्राचे छायेंत उभी राहिली. त्या मनोनिग्रही कर्णानें पाठ चांगली खरपूस तापेपर्यंत तशा उन्हांत उभें राहून जप केला आणि नंतर मागें वळून पाहिलें, तों कुंती त्याचे दृष्टीस पडली. तेव्हां तिला अभिवंदन करून, हात जोडून तो तिजजवळ उभा राहिला. तो सूर्यपुत्र कर्ण मोठा तेजस्वी होता. यामुळें कुंतीपुढें मोठ्या नम्रपणें उभा राहून हंसत हंसतच तिशीं बोलूं लागला.

अध्याय एकशें पंचेचाळिसावा.

—:०:—

कुंतिकर्णसंभाषण.

कर्ण म्हणतोः—हे कुंति, मी अधिरथ सूत व राधा यांचा पुत्र कर्ण तुला वंदन करितों. तूं मजकडे काय हेतु धरून आलीस? तुझें काय कार्य मी करूं, तें मला सांग.

कुंती म्हणतेः—बाबा कर्णा, तूं राधापुत्र नसून कुंतीपुत्र आहेस; व अधिरथ हा तुझा बाप नव्हे व सूतकुलांत तुझा जन्मही नव्हे. खरा प्रकार निराळाच आहे. तो मजपासून ऐक. बाळा, कुंतिभोज राजाचे घरीं मी केवळ कुमारिका असतां तूं पांचांहीपूर्वीं माझे कुशींत संभवलास. सर्व जगताला प्रकाश देणारा जो तेजस्वी देव सूर्य, त्यानें तुजसारख्या वीर्यशाली गर्भाची माझे ठिकाणीं स्थापना केली; व मीं तुझे गर्भाचें प्रेमानें संगोपन केल्यावर, जन्मतःच कवचकुंडलांनीं मंडित व अतितेजस्वी असा तूं अजिंक्य वीर माझे बापाचें घर सोडण्यापूर्वींच माझे पोटीं निपजलास. अर्थात् तूं सूतपुत्र नसून कुंतीपुत्र, अर्थात् पांडवांचा सख्खा ज्येष्ठ बंधु आहेस. परंतु तुला हें माहीत नसल्यानें तूं पांडवबंधूंना अवगणून मोहानें दुर्योधनाची साथ करितो आहेस. परंतु हें ठीक नाहीं. तुजसारख्या धर्मज्ञाला तरी हें शोभत नाहीं. कारण, धर्मशास्त्राचा पुत्रधर्माचे प्रकरणीं असा निर्णय आहे कीं, पुत्रांनीं पितरांचा व विशेषतः अनन्यदृष्टि मातेचा संतोष करणें हाच त्यांचा परमोच्च धर्म आहे. याकरितां माझें वचन ऐक.

अर्जुन तुझा सख्खा भाऊ आहे, वैरी नव्हे. त्याचे वधाची प्रतिज्ञा सोडून दे. या अर्जुनानें-च हें राज्य स्वपराक्रमानें कमविलेलें असतां तें या दुष्ट धार्तराष्ट्रांनीं लोभबुद्धीनें बळकाविलें आहे, तें तूं त्यांजपासून छिनवून घे आणि युधिष्ठिराचे ऐवजीं पांडवराज्याचा तूंच उपभोग घे. तूं मनांत आणिलेंस तर ही गोष्ट तेव्हांच साधणार आहे. कारण, कौरवांचा एवढा पीळ तुझ्या जिवावर आहे. तूं का एकदां अर्जुनाचे हातांत हात घालून सख्ख्या बंधूचे प्रेमानें त्याला तूं मिठी मारलीस, कीं हे दुर्जन नरम आलेच समज. यासाठीं, बाबारे, बलराम-कृष्णांसारखी तुमची कर्णार्जुन बंधूंची दुक्कल बनूं दे. तुम्ही दोघे एकमिलाफानें वागूं लागलां म्हणजे तुम्हांला असाध्य असें या त्रिभुवनांत कांहीं उरणार नाहीं. बा कर्णा, तूं सर्व श्लाघ्य गुणांनीं युक्त असून असल्या श्रेष्ठ बंधूंचे ज्येष्ठ-पणास शोभेसा आहेस. यास्तव, त्यांशीं सख्य करून त्यांच्यांत बस. बाळा, असले पांच बंधु भोंवतीं घेऊन तूं त्यांमध्यें बसलास म्हणजे महायज्ञांत यज्ञवेदीमध्यें बसणाऱ्या व देवांनीं परिवेष्टित ब्रह्मदेवाप्रमाणें शोभूं लागशील, हें लक्षांत घे, आणि इत उत्तर आपल्यास 'सूतपुत्र' असें न म्हणवितां बलवान् ' पृथापुत्र ' असें म्हणवीत जा; व तसा वाग.

अध्याय एकशें शेचाळिसावा.

—:०:—

कर्णकुंतीसंवाद.

वैशंपायन सांगतातः—कुंती जों असें बोलते आहे, तोंच सूर्यानें कर्णाचा पिता या नात्यानें उच्चारलेली अतएव प्रेमळ व अनुल्लं-घनीय अशी वाणी कर्णाचे कानीं पडली. ती अशी ' हे कर्णा, कुंतीचें म्हणणें सर्वथा खरें आहे. कुंती तुझी माता आहे. सर्वथा तिचे वचनाप्रमाणें तूं चाल म्हणजे तुझें कल्याण होईल. " याप्रमाणें मातेनें व प्रत्यक्ष पित्यानें म्हणजे सूर्यानें सांगितलें तरी त्या सत्यनिष्ठ कर्णाची मति निश्चयापासून तिळभरही न ढळतां, तो कुंतीला म्हणाला, " हे क्षत्रिये, तुझी आज्ञा पालन करणें हा माझ्या कल्या-णाचा मार्ग आहे, हें जें तुझें म्हणणें तें मला पटत नाहीं. तूं मला जन्म दिला असशील; परंतु मी जन्मतांच तूं माझा निष्ठुरपणें त्याग केलास, हें तुझें करणें कोणाही मातेला न शोभणारें, केवळ एक तऱ्हेनें मोठें घातुक पातकच होय. या तुझे अयोग्य कृतीनेंच मीही एक जन्म कीर्तीला व यशाला कायमचा मुकलों. कारण, मी क्षत्रियकुलांत जन्मून फल काय? मी क्षत्रिय जन्मलों होतों, तर माझे क्षत्रियाचे सर्व संस्कार झाले पाहिजे होते व एरवीं ते झालेही असते. परंतु तुझ्या कृतीमुळें मी त्या संस्कारांना आंचवलों व या सूतकुलांत येऊन पडलों. आतां तूंच सांग बरें, कीं माझा शत्रु तरी याहून अधिक नुकसान करूं शकेल काय? ज्या वेळीं मला संभाळून माझे क्षात्र-संस्कार करावयाचे, त्या वेळीं मला निष्ठुरपणें ढकलून दिलेंस, आणि आतां संस्कारांचा समय निघून गेल्यावर तुझे वात्सल्याला भरतें आलें आहे. आणि केवळ आपमतलबासाठीं तूं मला पुत्र म्हणून मजवर आईचा अधिकार बजावूं पाहात आहेस! यापूर्वीं आईपणाला साजेसें मज-पाशीं वर्तन केलें नाहींस, आणि आतां निवळ स्वार्थबुद्धीनें मला 'पुत्रा' म्हणून हांका देते आहेस ! अशा तुझें वचन ऐकून माझें कल्याण कसें व्हावें ? बरें, हें सर्व क्षणभर विसरून तुझे आज्ञेप्रमाणें चाललों तरी माझें त्यांत कल्याण तें कसलें ? मीं जरी सद्भावनेनें व तुझ्या आज्ञेस्तव म्हणून पांडवांशीं संधि केला, तरी हे क्षत्रिय लोक माझी दर उडविण्यास

चुकणार नाहींत. ते म्हणतील कीं, " आजपर्यंत याला पांडवांचें भाऊपण ठाऊक नव्हतें; आणि युद्धाला उभें राहाण्याची वेळ येतांच भाऊपण आठवून हा पांडवांकडे गेला. पण या बाहण्यांत कांहीं राम नाहीं. कृष्णार्जुन हे पांडवांकडे जुळलेले पाहातांच स्वारी भ्याली आणि भाऊपणाचें निमित्त काढून, जीव बचावण्याकरितां पांडवांना जाऊन मिळाली." सारांश, मी पांडवांकडे आतां आलों असतां ही सर्व क्षत्रियमंडळी मला भ्याड म्हणून, माझी छीःथू करतील.

" शिवाय, धृतराष्ट्रपुत्रांनीं आजपर्यंत सर्व प्रकारचे ऐषआराम मजसह भोगले, व माझा बहुत प्रकारें सन्मान केला. असें असतां आज मी त्यांचा पक्ष सोडून कृतघ्न होऊन त्यांच्या सर्व उपकृतीवर पाणी पाडूं काय? विशेषतः शत्रूंशीं वैर बांधल्या दिवसापासून तर धार्तराष्ट्र माझे अधिकाधिकच भजनीं लागले आहेत. अष्टवसूंनीं इंद्राला वंदावें त्याप्रमाणें जे मला सर्वकाल वंदन करितात आणि केवळ माझे जिवावरच जे आपण शत्रूंस जिंकण्यास समर्थ आहों असें मानितात, अशांचा मनोभंग मी कसा करूं? वास्तविक हा संग्रामसागर कौरवांना दुस्तर-केवळ अपरंपार भासत असतांही मला नौका करून तो तरून जाण्याची ते उमेद बांधून आहेत; असें असतां मी त्यांना मध्येंच कसें सोडून देऊं? आजपर्यंत ज्यांनीं ज्यांनीं दुर्योधनाचे तांदूळ महाग केले, त्यांच्या परीक्षेची ही वेळ येऊन ठेपली आहे. याकरितां शीर हातावर घेऊन दुर्योधनाचे उपकाराची फेड प्रकृतसमयीं मला केलीच पाहिजे. कारण, धन्यानें यथेच्छ पोसून सुखावलेले जे सेवक धन्यावर प्रसंग गुदरला असतां त्यानें केलेला उपकार विसरून जाऊन चंचल मनानें धन्याचा अपकार करण्यास प्रवृत्त होतात, त्या महापातकी निमकहराम स्वामिद्रोह्यांना इहलोकीं सुख न होतां परलोकालाही ते मुकतात.

" याकरितां, हे सुक्षत्रिये, मी तुला खरेंच सांगतों कीं, माझ्यांत जेवढें मिळून शरीरबल व बुद्धिबल आहे, तेवढें सर्व खर्चीं घालून धार्तराष्ट्रांचे बाजूनें मी तुझ्या पुत्रांशीं लढण्यांत कमी करणार नाहीं. तूं जरी मला माझे कल्याणाची गोष्ट सांगते आहेस, तरी ती या प्रसंगीं एकीकडे ठेवून, माझ्या कृतज्ञतेला व भलाईला शोभेल असेंच वर्तन मी करीन. आतां, तूं माझी जन्मदात्री असून माझ्यावर येवढा शब्द टाकिला आहेस, त्या अर्थीं तुझी खटपट मी केवळ व्यर्थ जाऊं देणार नाहीं. तुझे पुत्र मला संग्रामांत भारी नाहींत, चिरडून टाकितां येण्याजोगे आहेत. तथापि, तुजकडे पाहून मी त्यांना क्षमा करीन, मारणार नाहीं. अर्जुन वजा करून युधिष्ठिरपक्षापैकीं मी कोणाशींच लढणार नाहीं. मग तो धर्मराज असो, भीम असो, वा ते नकुलसहदेव असोत. प्रतिज्ञेप्रमाणें अर्जुनाशीं मात्र मी लढणार. कारण, त्या युद्धांत अर्जुन माझे हातून मेला तर तर माझे जन्माचें सार्थक होईल; बरें, अर्जुनाचे हातून मी मेलों तरीही माझी कीर्तिच होईल. शिवाय, दोहोंपैकीं कोणीही एक मेला तरी तुला पांच पुत्र शिलक रहातीलच. अर्जुन मेल्यास कर्ण धरून पांच; कर्ण मेल्यास अर्जुन धरून पांच. कसें झालें तरी, हे यशस्विनि, तुझी पांच ही संख्या कायमच राहाणार! मग हरकत काय?"

कर्णाचे हे शब्द ऐकतांच कुंती दुःखावेगानें लटलट कांपूं लागली व त्या स्थिरनिश्चयी स्वपुत्राला घट्ट कवटाळून म्हणाली, " हे कर्णा, ठीक आहे. एकूण हें तूं म्हणतोस असेंच घडून येणार व कौरवांचा संहार होणार.

कारण, या वेळीं दैवानें फार जोर बांधलेला दिसतो. त्यापुढें कोणाचें कांहीं चालणार नाहीं. असो; आतां सांगणें इतकेंच कीं, तुझ्या चार भावांना संग्रामांत सोडून देण्याचें जें तूं मला अभयवचन दिलें आहेस तें तरी यथावत् पालन कर. दुसरें कांहीं मागणें नाहीं. देव तुझा हातपाय सुरक्षित ठेवो आणि तुझें कल्याण होवो. आतां मी येतें, " ह्यावर कर्णानें तिला ' ठीक आहे, पाळीन.' असें म्हणून आश्वासन दिलें व तीं दोघें दोहोंकडे निघून गेलीं.

अध्याय एकशें सत्तेचाळिसावा.

—:०:—

कृष्ण कौरवसभेंतील भाषणें युधिष्ठिरास सांगतात.

वैशंपायन सांगतातः—हस्तिनापुराहून उपप्लव्य नगरास परत आल्यावर अरिंदम केशवानें पांडवांना सर्व वृत्त कळविलें. नंतर बराच वेळ पांडवांशीं संभाषण करून व त्यांना उलटून पालटून पुढल्या मसलती पढवून, मग विसावा घेण्याकरितां तो स्वस्थानीं गेला. इकडे पांडव बंधूंनीं विराटप्रभृति सर्व राजांस अनुज्ञा देऊन, सूर्यास्त होतांच संध्यावंदन केलें; व कृष्णाकडेच त्यांचें सर्व लक्ष लागून राहिलें असल्यामुळें पुनरपि दाशार्ह कृष्णाला बोलावून आणून त्याशींच ते बोलत बसले.

युधिष्ठिर म्हणालाः—हे पुंडरीकाक्षा केशवा, हस्तिनापुरीं कौरवसभेंत गेल्यावर तूं दुर्योधनाला काय म्हटलेंस तें आम्हांस सांग.

वासुदेव म्हणालाः—मी नागपुरास (हस्तिनापुरास) जाऊन दुर्योधनाला खरी, न्यायाची व हिताची अशीच गोष्ट सांगितली, परंतु तो दुर्मति ऐकेना.

युधिष्ठिर म्हणालाः—हे हृषीकेशा, तुला न जुमानतां दुर्योधन जेव्हां आडमार्गी जाऊं लागला, तेव्हां त्या खुनशी दुर्योधनाला कुरुवृद्ध भीष्म, महाभाग भारद्वाज द्रोण, पिता धृतराष्ट्र किंवा माता गांधारी व आमचा धर्मज्ञोत्तम कनिष्ठ पिता विदुर पुत्रशोकानें संतप्त होऊन हे हृषीकेशा, काय म्हणाला? तसेंच, त्या सभेंत जमलेले ते राजेही त्याला काय म्हणाले, तें जसेंच्या तसेंच मला सांग. हे गोविंदा, तूं भीष्म, द्रोण, धृतराष्ट्र व इतर राजे यांनीं कौरवसभेंत माझे हितार्थ केलेलीं भाषणें ज़री त्या कामलोभग्रस्त व पंडितंमन्य मूर्खाला रुचलीं नाहींत, तरी तीं मला ऐकावींशीं वाटतात, याकरितां तीं सर्व मला सांग. आमची सारी धांव तुजपर्यंत. तूंच आमचा त्राता, तूंच आमचा गुरु. यासाठीं तूं ही माझी इच्छा पूर्ण कर. मात्र विलंब लावूं नको.

वासुदेव म्हणालाः—हे युधिष्ठिरा, कुरुसभेमध्यें राजा दुर्योधनाला कोण कोण काय काय बोलले तें तुला सांगतों, ऐक. मी माझें म्हणणें दुर्योधनाचे कानीं घालतांच तो अवज्ञेनें हंसला. तें पाहातांच कुरुवृद्ध भीष्मांना क्रोध अनावर होऊन ते म्हणाले, "हे दुर्योधना, मी जी आतां तुला गोष्ट सांगणार आहें, ती सर्व कुरुकुलाचे हितार्थ सांगणार आहें. केवळ एकट्या तुझ्याकरितां नव्हे. यास्तव ती नीटपणें ऐकून घे आणि कुरुकुलाचें हित साध. बाबारे, सुप्रसिद्ध शांतनु राजा माझा पिता. मी त्याला एकच पुत्र होतों व तेवढ्यानें तो पुत्रवनांत श्रेष्ठ मानिला जात होता. तथापि, ज्ञाते लोक एकपुत्री पुरुषाला निपुत्रिकच मानितात असें पाहून, आपल्याला आणखी एक पुत्र असावा अशी त्याला इच्छा झाली. एका पुत्रानें आपलें कुल न बुडतां कीर्तिविस्तार होणें कठीण, तेव्हां दुसरा एक पुत्र आपणास पाहिजे असें जेव्हां पित्याचे मनांत आलें, तेव्हां मीं त्याचें मनोगत ओळखून माता सत्यवती ही त्यास विवाहार्थ

आणून दिली; व तुला ठाऊकच आहे कीं, पित्याकरितां व कुळाकरितां राज्यहीन व ब्रह्मचारी रहाण्याची दुष्कर प्रतिज्ञा करून ती मी आजमितीपर्यंत मोठ्या संतोषानें पालन करीत आहें. असो; त्या सत्यवतीचे ठिकाणीं कुरुवंशवृद्धिकर्ता मोठा पराक्रमी व वैभवशाली असा धर्मात्मा विचित्रवीर्य जन्मला. अर्थात् तो माझा कनिष्ठ बंधु. तथापि, पिता स्वर्गवासी होतांच, विचित्रवीर्याला राज्यावर बसवून मी त्याचा पादचारी सेवक झालों. पुढें अनेक राजसमूह जिंकून त्याला अनुरूप अशा तीन सुंदर स्त्रिया मीं आणून दिल्या, हें तर तूं अनेक वेळां ऐकिलेंच आहेस. नंतर माझें व परशुरामाचें द्वंद्वयुद्ध जुंपलें. त्या वेळीं परशुरामाचे दहशतीनें प्रजाजनांनीं विचित्रवीर्याला राजधानींतून काढून एकीकडे नेऊन ठेविलें. तेथें अन्य व्यवसाय कांहींच नसल्यामुळें तो अत्यंत स्त्रैण बनला व अखेरीस क्षयरोग होऊन मरण पावला.

" त्याचे मरणानें राष्ट्र अराजक झालें; व तेणेंकरून राज्यांत पर्जन्य पडेनासा झाला व प्रजा अन्नावांचून तडतडां उपाशी मरण्याची वेळ आली. त्या वेळीं सर्व प्रजाजन मजकडे धांव घेऊन मला म्हणाले, हे शांतनुकुलवर्धना, या राष्ट्राला कोणी राजा नसल्यानें अवर्षणादि ईति उत्पन्न होऊन अन्नावांचून प्रजेची अगदीं दैना होऊन प्रजा कमी होत चालली आहे. याकरितां कृपा करून तूं राजा हो व हीं सर्व अरिष्टें निरसून आमचें कल्याण कर. हे गंगासुता, **पोटाला नाहींसें झाल्यामुळें** रोगही नानाप्रकारचे उद्भवले असून प्रजेला सारखी पीडा देत आहेत; व तेणेंकरून प्रजा फारच थोडी शिलक राहिली आहे, तेवढीचें तरी तूं परित्राण कर. तूं राज्याचा अंगीकार कर आणि या व्याधि राज्यांतून हांकून लावून न्यायानें जनरक्षण कर. तूं राजपुत्र जिवंत असतांना अराजकत्वामुळें हाल होऊन मरून जाण्याची पाळी प्रजाजनांवर येणें तुला शोभत नाहीं ! "

भीष्म म्हणालेः—दुर्योधना, प्रजाजन इतके जरी काकुळती आले, तरी सद्वर्तनावर लक्ष देऊन, कृतप्रतिज्ञेचें परिपालन करण्याविषयीं माझा पूर्ण कटाक्ष असल्यामुळें, माझें मन यत्किंचितूही क्षुब्ध झालें नाहीं. तेव्हां सर्वही नागरिक, माझी कल्याणी माता सत्यवती, नोकरचाकर, पुरोहित, आचार्य व बहुश्रुत ब्राह्मण हे सर्वच भडकून गेले व 'राजा हो, राजा हो' म्हणून माझ्यामागें त्यांनीं एकसारखी टुमणी लाविली. ते म्हणाले, " हे महामते भीष्मा, हें राज्य तुझ्या प्रतीप नामक पूर्वजापासून आजपर्यंत अबाध चालत आलें असून आज तुझे हट्टामुळे लयास जाऊं पहात आहे. याकरितां तूं आमचे हितासाठीं म्हणून तरी राज्याचा अंगीकार कर. "

याप्रमाणें जेव्हां सर्वांनीं अत्याग्रह धरिला, तेव्हां मी फारच व्याकूळ व दुःखार्त झालों; व 'पित्याचे गौरवार्थ मी एक जन्म राज्यहीन व ऊर्ध्वरेता राहाण्याची प्रतिज्ञा करून चुकलों आहें. आतां कांहीं झालें तरी मला प्रतिज्ञा मोडितां येत नाहीं' म्हणून त्यांना हात जोडून सांगितलें; आणि माता सत्यवतीला तर पुनःपुनः नम्रपणें हात जोडून विनवून सांगितलें कीं, ' हे माते, निदान तूं तरी हें राज्याचें जोकड माझे मानेवर लादूं नको. कारण, ही घोर प्रतिज्ञा तुजसाठींच तर मला करावी लागली; व तदनुसार मी तुझा सेवक व दूत बनलों आहें, इकडे लक्ष दे. शांतनूसारख्याच्या मी पोटीं आलों असून कुरुकुलाचे कीर्तीची मदार आज मजवर आहे, हें ध्यानांत आण; आणि कृपा करून मला प्रतिज्ञाभंगाचे संकटांत घालूं नको ! '

असो; याप्रमाणें प्रजाजनांची व मातेची

समजूत घालून अराजकत्व दूर करण्यासाठीं वंशवृद्धीचे उपायचिंतनास मी लागलों; आणि सत्यवती मातेसह मसलत करून विचित्रवीर्याचे स्त्रियांचे ठिकाणीं व्यास महामुनींकडून उत्पत्ति करावी असा विचार ठरविला. मग आम्हीं मायलेकांनीं त्या भगवंताची अपत्यार्थ प्रार्थना केली असतां, त्यानें कृपा करून तीन पुत्र उत्पन्न केले. हे दुर्योधना, ह्या तिघांपैकीं तुझा बाप कर्मधर्मसंयोगानें जन्मांध उपजला. तेव्हां धर्मशास्त्रदृष्ट्या विकलांगत्वास्तव तो राज्याला अपात्र ठरल्यामुळें त्याचा लोकविख्यात बंधु पांडु हा राजा झाला. पांडव हे या पंडु राजाचे पुत्र असल्यामुळें न्यायानेंच हक्कदार आहेत. याकरितां, हे राजा, त्यांशीं वृथा कलह करूं नको. न्यायाला अनुसरून त्यांचें राज्यार्ध त्यांना दे. अरे, मी जिवंत असतां माझी अवज्ञा करून राज्य चालविण्याची कोणाची छाती आहे सांग पाहूं! यासाठीं माझी अवज्ञा करूं नको, आणि राज्य दे. मी सदा तुमचे कल्याणाचीच इच्छा करणारा आहें. तूं व पांडव दोघेही मला सारखेच. माझा पक्षपात कोणाबद्दलच नाहीं. यास्तव माझें ऐक. पुत्रा दुर्योधना, हें माझें म्हणणें तुझा बाप, तुझी आई गांधारी व विदुर यांनाही संमत आहे. यासाठीं त्याचा अनादर करूं नको. बाबारे, वडिलांचें ऐकत जावें; तसें तूं कर. माझे सांगण्यासंबंधें नसती कुशंका घेऊं नको व माझे उपदेशाचा अव्हेर करून स्वतःचा व सर्व पृथ्वीचा नाश करून घेऊं नको.

अध्याय एकशें अठ्ठेचाळिसावा.

—:०:—

द्रोणाचार्य, विदुर व गांधारी यांचा दुर्योधनास बोध.

श्रीकृष्ण युधिष्ठिरास सांगतोः—भीष्मांचें याप्रमाणें भाषण झाल्यावर, देव तुझें भलें करो. वाक्पटु गुरु द्रोण सर्व राजांसमक्ष दुर्योधनाला म्हणाले, “ बाबारे, प्रतीपपुत्र शांतनु व देवव्रत भीष्म हे जसे या कुलाकरितां वागले, तसाच कुरूंचा धर्मनिष्ठ, जितेंद्रिय, स्थिरचित्त व सत्यसंध राजा पांडु हाही वागला. वास्तविक पाहातां अंधत्वामुळें धृतराष्ट्र व वियोनित्वामुळें विदुर, हे दोघेही राज्याला अनधिकारी होते, व यामुळेंच पांडूला सर्व राज्य मिळालें होतें. तथापि, त्या सत्यप्रिय पांडूला, आपले बंधूंनीं राज्यापासून बहिष्कृत असावें हें गोड न वाटून, त्यानें वनांत जाण्याचें निमित्त करून, न्यासभूत म्हणून आपलें राज्य ज्येष्ठ धृतराष्ट्र व कनिष्ठ विदुर यांकडे सोपविलें; व तो कुलवर्धन या अढळ व बुद्धिमान् धृतराष्ट्राची गादीवर स्थापना झाल्यावर, आपले स्त्रियांसह अरण्यांत निघून गेला. विदुरानें धृतराष्ट्राचे सिंहासनापाशीं एखाद्या सेवकाप्रमाणें नम्रपणें खालींच उभें राहून धृतराष्ट्रावर चंवरी वारण्याचें पतकरिलें. बा दुर्योधना, या योगानें सर्वही प्रजा तेव्हांपासून धृतराष्ट्राला पांडूप्रमाणें राजरोशीनें राजा असें मानूं लागल्या व धृतराष्ट्रविदुराचे गळ्यांत राज्य घालून तो वीर पांडु सर्वपृथ्वीपर्यटन करूं लागला. सत्यप्रतिज्ञ विदुरानें द्रव्यभांडाराची व्यवस्था, दानखातें, नोकरचाकरांवरील देखरेख व सर्वांचे पोटापाण्याची तरतूद ठेवणें इतक्या गोष्टी आपलेकडे घेतल्या; आणि शत्रुमर्दन राजकारणी भीष्मांनीं शत्रूंशीं संधि किंवा विग्रह करणें, राजेरजवाड्यांना भेटी, नजराणे पाठविणें, हीं कामें आटोपलीं. महाबल धृतराष्ट्र अंधत्वामुळें गादीवर केवळ बसून असे. परंतु विदुरानें त्याचे सेवेंत कसें तें अंतर केलें नाहीं. त्याप्रमाणें तुझे पूर्वींच्या तीन पिढ्यांचे पुरुष परस्पर सलोख्यानें वागून ही गादी अबाध राखीत आले; आणि अशांच्या

कुलांत फळी पाडून कुलनाश करण्याचा अश्लाघ्य आग्रह तूंच कां धरून बसला आहेस? हे राजा, 'पांडव बंधूंशीं एकी कर आणि मग खुशाल राज्योपभोग घे' हें बोलणें मी युद्धभयानें किंवा द्रव्यलोभामें बोलत आहें, असें समजूं नकोस. कारण युद्ध तें कोणाशीं? या कालच्या पोरांशीं! अर्थात् त्यांची डर मला कशी ती नाहींच. आतां, द्रव्यलोभ म्हणशील, तर तुझे हातचे एक कवडीचा देखील मला विटाळ नको. तूं माझे पोटाला द्यावेंस अशी माझी मुळींच इच्छा नाहीं. मला पोसणारे भीष्म खंबीर आहेत आणि ते जें देतील तें मला पुरे आहे. भीष्मांची बाजू मी केव्हांही सोडणार नाहीं. जिकडे भीष्म तिकडे द्रोण, हें सूत्र तूं घोकून ठेव; आणि भीष्मांचे सांगीप्रमाणें अर्धराज्य पांडवांना दे. माझें आचार्यांचें नातें तुम्हां दोघां पक्षांशीं सारखेंच आहे; आणि मला जसा अश्वत्थामा तसाच अर्जुन आहे. उगाच वटवटींत अर्थ काय? एकच वाक्य सांगतों तें ध्यानांत धर. जिकडे धर्म, तिकडे जय!"

कृष्ण म्हणतातः—अमिततेजस्वी द्रोणांचें याप्रमाणें भाषण उरकल्यावर, धर्मज्ञ व सत्यसंघ विदुर मागें वळून भीष्मांचे तोंडाकडे पाहून म्हणाला, "हे देवव्रत भीष्मा, मी काय बोलतों इकडे नीट लक्ष पुरवा. हा कौरववंश एकवार नष्टप्रायच झाला होता; परंतु आपण खटपट करून तो पुनः उदयास आणिला. असें असून हा कुलांगार दुर्योधन तुमच्या ह्या मागील कृतीवर पाणी पाडीत आहे आणि तुम्हीं त्याचा प्रतीकार न करितां स्वस्थ बसतां, ह्याला काय म्हणावें? मी इतका घसा कोरडा करितों, पण माझें आपण मुळींच ऐकत नाहीं; आणि या दुष्ट, कृतघ्न, लोभी व मूर्ख दुर्योधनाचे कलानें वागतां, असा हा दुर्योधन आहे तरी कोण? हा कोण्या झाडाचा पाला! जो धृतराष्ट्रासारख्या धर्मार्थज्ञ पित्याचे म्हणण्याला भीक घालीना, असल्या नीचाची तुम्ही मुरवत कशी धरतां हेंच मला नवल वाटतें. तो एक ह्या आपले घरावर जळती गोंवरी ठेवायाला निघाला, पण हें घर तुमचें ना? तुम्हींच हें पूर्वी बचाविलें ना? मग आतां याची राख आपल्या डोळ्यांदेखत कशी होऊं देतां? या नीचाचे कृतीनें उभ्या कौरवकुलाचा नायनाट होणार आहे, इकडे नीट ध्यान द्या आणि हा अनर्थ टळेल अशी कांहीं तोड काढा. आम्हांला पुष्कळ वाटतें, पण उपयोग काय? मी व धृतराष्ट्र आपले हातचीं बाहुलीं, चितान्याचे चित्राप्रमाणें आपणच आम्हांला रेघारूपास आणून अधिकारावर बसविलें. तेव्हां आम्हीं आपणापुढें काय करावें? पण माझें म्हणणें, ही गोष्ट आपणच ध्यानांत वागवा; आणि सृष्टिकर्ता जसा स्वतः सृष्टि उत्पन्न करून आपणच तिचा संहार करितो तशांतला प्रकार करूं नका. धडधडीत तुम्हांसमोर हा दिवटा कुलविध्वंस करीत असतां, अशी डोळेझांक करूं नका. कदाचित् विनाशकालाच्या सामर्थ्यामुळें तुमची बुद्धिच नाहींशी झाली असेल, तर मला व धृतराष्ट्राला घेऊन वनांत चला; आणि बुद्धि कायम असेल तर या दुष्ट कपटी कार्ट्याच्या मुसक्या आवळून याला खोड्यांत टाका, आणि पांडवांना हातीं धरून आजच्या आज राज्यकारभार पाहूं लागा, उठा. हे राजशार्दूला, माझ्या बोलण्याचा राग धरूं नका. आपण या वेळीं न जपल्यास कौरवांचा, पांडवांचा व सर्व राजांचा भयंकर घात होणार आहे. म्हणून मी एवढा टाहो फोडितों आहें. करितां मजवर कृपा करा आणि या अनर्थाला आळा घाला." इतकें बोलून विदुर

थांबला; तथापि तो अगदीं दीनमानस होऊन ह्याच विषयाचें मनांत चिंतन करीत पुनःपुनः सुस्कारे टाकीत होता.

विदुराची ही अवस्था पाहून, सुबलराजकन्या गांधारी हिलाही कुलनाशाची भीति पडली; आणि संतापून जाऊन, आपल्या पापमति दुष्ट पुत्राला--दुर्योधनाला सर्व राजांदेखत ती धर्मार्थाला अनुसरून म्हणाली, ' हे दुर्योधना, पापिष्टा, या सभेंत बसलेले सर्व ब्रह्मर्षि, राजर्षि व इतर सभासद यांसमक्ष मी तुझे व तुझ्या अमात्यादि परिवाराचे अपराधांचें माप तुझ्या पदरांत घालितें आहें, तें ध्यावयास तयार रहा. आमच्या या कुरुकुलाचा वाडवडिलांपासून चालत आलेला कुलधर्म असा आहे कीं, पुत्रपरंपरेनें या राज्याचा भोगवटा व्हावा. अर्थात् पांडूचें हें राज्य त्यांचेमागें त्यांच्या पुत्रांनीं भोगावें, असें असतां, हे पापिष्टा, तूं अति दुष्ट कर्में करून ही कौरवांची गादी नाहक बुडवूं पहात आहेस. शतमूर्खा, विवेकी महाराज धृतराष्ट्र हे राज्यावर असून त्यांचे पाठचे भाऊ दीर्घदर्शी विदुर त्यांस राज्यकारभारांत मदत करीत आहेत. अर्थात् प्रस्तुत तुझा राज्याशीं कसा तो संबंध नाहीं. असें असतां या दोघांना गुंडाळून ठेवून स्वतः राजा होऊं पहातोस, अशी तुझी अक्कल गेली तरी कुठे ? अरे, तुझें तर नांव कशाला--खरें बोलूं जातां, वृद्ध मामंजी विद्यमान आहेत तोंपर्यंत महानुभाव विदुरधृतराष्ट्रही परतंत्रच आहेत. कारण, या राज्यावर मूळ हक्क गांगेय मामंजींचा ! परंतु ते मनाचे थोर, सत्यनिष्ठ व धर्मात्मे असल्यामुळें त्यांनीं आपली प्रतिज्ञा स्मरून राज्याचा अंगीकार केला नाहीं आणि तें पांडूच्या गळ्यांत घातलें. पण तेवढ्यानें मामंजींचें वर्चस्व तिळप्रायही कमी झालें, असें होत नाहीं. असो; असलें हें अजिंक्य राज्य पांडूनें तरी महाराजांचे हवालीं वेळेपुरतेंच केलें होतें. आतां भावोजींचे पुत्र कर्तेसवर्ते झाले असल्यामुळें, या कुलाच्या नियमाप्रमाणें पुत्रपौत्रादि-परंपरेनें चालणारें हें पांडवांच्या बापआजांचें राज्य पांडवांच्याच हक्काचें आहे; यावर दुसऱ्या कोणाचाही संबंध नाहीं. महात्मे, विवेकी, देवव्रत, सत्यसंघ व कुरुवृद्ध मामंजी जें सांगतील तें बिनहरकत पाळून आम्हीं सर्वांनीं चाललें पाहिजे, तरच राज्याचा नाश होणार नाहीं, व तरच आम्ही स्वधर्माला जागलों असें होईल. सारांश, धर्माकडे नजर देऊन आमच्या सर्वही हितेच्छूंनीं देवव्रतांचे अनुमतीनें महाराज व विदुर हे जी आज्ञा करतील ती सतत पाळावी. न्यायानें हें राज्य पांडवांकडे येतें, याकरितां मला पुसाल तर, महाराज धृतराष्ट्रांनींच धर्मपुत्र युधिष्ठिराला राज्यस्वीकाराविषयीं आज्ञा द्यावी व शांतनवांनींही त्याचा पुढाकार करावा. '

अध्याय एकशें एकुणपन्नासावा.

—:०:—

धृतराष्ट्राचा दुर्योधनास बोध.

श्रीकृष्ण सांगतोः--हे युधिष्ठिरा, गांधारीन याप्रमाणें सणसणीतपणें कानउघाडणी केल्यावर, प्रजानाथ धृतराष्ट्र सर्व राजांमध्यें दुर्योधनाला म्हणाला, " बा वत्सा दुर्योधना, मी तुला जें आतां सांगतों तें सर्व नीट ऐक; आणि बापाला जर कांहीं मानीत असशील, तर त्याप्रमाणें चाल. देव तुझें कल्याण करील. बाबारे, आपणा कौरवांचा मूळ पुरुष सोम. त्याजपासून हा आपला सोमवंश वाढला. नहुषपुत्र ययाति हा सोमापासून सहावा पुरुष झाला. त्या ययातीला राजर्षिश्रेष्ठ असे पांच पुत्र झाले. त्यांपैकीं सर्वांत वडील जो महातेजस्वी यदु, तो ययातीच्या राज्याचा मालक

झाला. त्याचा धाकटा भाऊ पुरु हाच आमचे शाखेचा मूळ म्हणावयाचा. हा वृषपर्व्याची कन्या शर्मिष्ठा हिला झाला आणि वडील यदु हा देवयानीचा पुत्र असल्यामुळें अमिततेजस्वी शुक्राचार्यांचा नातू होता. हाच यादववंशाचा मूळ पुरुष. हा मोठा बलवान् व वीर्यवान् होता खरा; पण त्याला आपले बलाचा गर्व होऊन तो मंदमति यावत् क्षत्रमंडळाला तुच्छ लेखूं लागला. व वीर्योन्मत्त होऊन प्रत्यक्ष पित्याची आज्ञा न ऐकतां उलट त्याचा व भ्रात्यांचा अपमान करूं लागला; व स्वबलानें सर्व राजांना आपले सत्तेखालीं आणून साऱ्या चतुरांत पृथ्वींत अजिक्य व अद्वितीय बलवान् असा होऊन, हस्तिनापुरीं राहूं लागला. त्या त्याच्या वर्तनामुळें त्याचा पिता नहुषपुत्र ययाति फार क्रुद्ध झाला व त्यानें त्यास शाप देऊन नंतर राज्यावरून खालीं केलें. इतकेंच नव्हे, तर त्या यदूच्या अनुरोधानें जे त्याचे दुसरे भाऊ वागत होते व त्याचप्रमाणें स्वबलाविषयीं दर्प वहात होते, त्यांसही ययातीनें रागावून शाप दिला; आणि आपले कलानें वागणारा व आपली आज्ञा पाळणारा जो सर्वांत कनिष्ठ पुत्र पुरु, त्यास त्या राजश्रेष्ठ ययातीनें राज्यावर बसाविलें. या उदाहरणापासून, हे दुर्योधना, तुला इतकाच मुद्दा सांगावयाचा कीं, केवळ ज्येष्ठत्वावर किंवा कनिष्ठत्वावर राज्याची पात्रता नसते. ज्येष्ठही असला आणि उन्मत्त झाला तर त्याला राज्य न मिळतां, कनिष्ठ असून वडिलांचे सेवेंत दक्ष राहाणारा आहे तर त्याला तें दिलें जातें, ही एक गोष्ट.

"आतां दुसरी गोष्टः—माझे पित्याचा पितामह म्हणजे माझा पणजा मोठा धर्मज्ञ असून त्रैलोक्यांत विश्रुत होता. तो राजसिंह मोठ्या न्यायानें व धर्मानें प्रजापालन करीत असतां त्याला मोठे कीर्तिमान् असे तीन पुत्र झाले. देवापि हा श्रेष्ठ; बाल्हीक त्याचे पाठचा; आणि धैर्यशील शांतनु हा कनिष्ठ. हाच माझा पितामह. देवापि हा मोठा तेजस्वी, धार्मिक, सत्यवादी, पितृसेवानिरत, पौरजानपदांस प्रिय, साधूंनीं सत्कृत, सर्व बालवृद्धांस प्रिय, उदार, सत्यसंध, प्राणिमात्राचे हिताविषयीं झटणारा, पिता व ब्राह्मण यांचे आज्ञेंत राहाणारा असा बहुगुणी असून, बाल्हीक व शांतनु या आपल्या बंधूंशीं अत्यंत प्रेमानें वागत असे. कालगतीनें नृपश्रेष्ठ प्रतीप राजा वृद्ध झाला. त्या वेळीं त्यानें देवापीस राज्याभिषेक करण्यासाठीं शास्त्रानुसार सर्व तयारी करवून सर्वत्र मंगल गोष्टी सुरू केल्या. परंतु त्याचे पौरजानपद म्हणजे शहरांतील व खेड्यांपाड्यांतील सर्व प्रजाजन यांसह वृद्धांनीं व ब्राह्मणांनीं आडकाठी घातली कीं, 'देवापि हा उदार, धर्मज्ञ, सत्यसंध व लोकप्रिय जरी आहे, तरी तो कुष्टरोगी आहे. तो राजा होण्यास अधिकारी नाहीं; कारण, "हीनांग भूपति देवांना रुचत नाहीं." यासाठीं तो कितीही गुणी असला तरी त्याला राज्यावर बसवूं नये.' याप्रमाणें सर्वांनीं देवापीचे अभिषेकासंबंधें राजाचा निषेध करितांच, प्रतीपाचा अगदीं हिरमोड होऊन तो गळा दाटून येऊन देवापीकडे पाहून शोक करूं लागला. प्रतीप वार्धक्यानें आधींच जर्जर झाला होता, त्यांतून त्याला देवापीबद्दल असें दुःख झालें, यामुळें तो फारच दीन झाला. आपणासाठीं आपले पित्याचा निषेध झाला असें पाहून दुःखी होऊन देवापीही अरण्यांत गेला. मागें वास्तविक पाहातां बाल्हीकानें राज्याश्रय करावयाचा; परंतु पिता, भ्राते व राज्य या तिहींनाही सोडून तो शांतनूला राज्याची अनुज्ञा देऊन आपले संपन्न अशा मातुलगृहींच जाऊन राहिला. बाल्हीकानें परवानगी दिलीच होती, तेव्हां प्रतीप मरतांच शांतनूनें राज्य आटोपलें.

" पूर्वज देवापि ज्येष्ठ असूनही हीनांगत्वामुळें जसा राज्यास अपात्र ठरून राज्य शांतनूला मिळालें, तोज पूर्वजांचा न्याय धरून, मी ज्येष्ठ असतांही नेत्रहीन असल्यामुळें राज्यास अनधिकारी ठरून बुद्धिमान् पांडूकडे राज्य गेलें. हें धर्मशास्त्रानें विहित तसेंच जर झालें आहे, तर पांडूचें हें राज्य त्याचे मागें अर्थात् त्याचे पुत्रांचें म्हणजे पांडवांचें. मीच जर राज्याचा भागीदार होऊं शकलों नाहीं, तर तूं या राज्यावर डोळा ठेवितोस तो कोणत्या हक्कानें ? तूं राजाचा पुत्र नाहींस तेव्हां अर्थात्च राज्याचा हक्कदार नाहींस, असें असतां तूं हें राज्य इच्छिणें म्हणजे परधनहरणाची इच्छा धरणें आहे. अर्थात्, ही गोष्ट अश्लाघ्य व दण्डच आहे. तूं राजा नाहींस, राजपुत्र नाहींस. युधिष्ठिर हा राजपुत्र असून हें राज्य न्यायानें त्याजकडे चालत आलें आहे. यामुळें या कौरवकुलाचा पोशिंदा व नियंता महानुभाव युधिष्ठिरच होय. युधिष्ठिर हा न्यायागत मालक असून गुणांनींही राज्याला सर्वथा पात्र आहे, तो सत्यवचनी आहे; तसाच मोठा दक्ष व शास्त्रनिष्ठ असून भाऊबांधवांशीं चांगले रीतीनें वागणारा, व त्यांचा परामर्श घेणारा आहे. प्रजेच्या तो नाकचा बाल असून, सुहृदांवर दया करणारा, जितेंद्रिय व साधुसंतांचें पोषण करणारा आहे. याशिवाय त्याचे ठिकाणीं क्षमा, सहिष्णुता, दम, सरलता, सत्यनिष्ठा, विद्वत्ता, दक्षता, भूतदया व अधिकार चालविण्याची अक्कल हे सर्वच राजगुण एकवटले आहेत. तुझा सर्व प्रकार याचे उलट आहे. एक तर तूं राजपुत्र नव्हस. बरें, तें राहिलें. पण गुणवान् तरी ? तोही नाहींस. कारण तूं हलकट, कवडीचुंबक, लोभी व बंधुजनांविषयीं पापबुद्धि आहेस. तुझे अंगीं नम्रता काडीची नाहीं. तूं लाडांनीं नासलेला व उद्धट असा आहेस. पितृपरंपरेनें चालत आलेलें दुसऱ्याचें राज्य तूं बळकावूं पाहातोस, पण, अरे माजोऱ्या, तुला तें कसें पचेल ? माझें ऐकशील तर ही मिथ्याबुद्धि—हा मोह सोडून दे. तुझा वास्तविक सुतळीचे तोड्यावरही हक्क नसतांना पांडव तुला स्वसंतोषानें अर्धें राज्य देण्यास राजी आहेत, त्या पक्षीं, यांत समाधान मानून, वाहनभृत्यांसह राज्याचें दुसरें अर्ध पांडवांचे पदरांत घाल. असें करशील तर तूं व तुझे भाऊ कांहीं चार दोन दिवस जगाल. नाहीं तर तुमचे घडे भरलेच म्हणून समजा ! "

अध्याय एकशें पन्नासावा.

—:०:—

युद्धाचे तयारीविषयीं कृष्णाची पांडवांस सल्ला.

श्रीकृष्ण सांगतोः—हे युधिष्ठिरा, इतक्या इतक्या प्रकारीं भीष्म, द्रोण, विदुर, गांधारी व प्रत्यक्ष धृतराष्ट्र एवढ्याजणांनीं दुर्योधनाची कानउघाडणी केली; तथापि तो मूर्ख कसा तो उमजला नाहीं. इतकेंच नव्हे, पण तो मूर्ख असल्या थोरांचे शब्द झिटकारून तट्दिशीं उठला व रागानें डोळे लालगुंज करून भरसभेंतून तडातडा चालता झाला. तो जातांच, कांहीं सुचेनासें होऊन व जिवाची आशा सोडून तत्पक्षीय राजेही त्याचे मागें चालले. हें पाहून " आज पुष्य नक्षत्र आहे, याकरितां माझ्मा मागें न येतां, या सुमुहूर्तावर कुरुक्षेत्रीं चला. " म्हणून दुर्योधनानें त्यांस पुनःपुनः आज्ञा केल्यावरून, ते सर्व भूपाल कालप्रेरित होत्साते मोठ्या आनंदानें आपापलीं सैन्यें बरोबर घेऊन भीष्मांस सेनापति करून कुरुक्षेत्रीं निघाले. अकरा अक्षौहिणींचा पडाव कुरुक्षेत्रीं पडणार असून त्या सर्वांचा म्होरक्या वृद्ध

भीष्म तालवृक्षाप्रमाणें उच्चध्वजासह त्या सर्वांचे अग्रभागीं फडकत आहे.

हे युधिष्ठिर राजा, अशी तिकडील हकीकत आहे. अशा प्रसंगीं तुला जें योग्य व अवश्यसें दिसेल तें कर. मी तुला कुरुसभेंत भीष्म, द्रोण, विदुर, गांधारी व धृतराष्ट्र यांनीं मजसमक्ष केलेलीं सर्व भाषणें सांगितलींच आहेत. भावाभावांत सलोखा राहावा, कुरुवंशाची दाणादाण होऊं नये व शांतता राहून प्रजाजनांचा उत्कर्ष व्हावा हा हेतु मनांत धरून प्रथम मीं आपल्याकडून सामोपचाराची खटपट केली. साम जेव्हां तो पतकरीना, तेव्हां मी दैव व मानुष अशा मिश्र कर्मानें कर्णाची उत्पत्ति झाली असल्याचें कर्णास सांगून त्यास पांडवांकडे ओढण्याचा अर्थात् दुर्योधनापासून भिन्न करण्याचा यत्न केला. विश्वरूपदर्शनासारखीं घोर, अद्भुत, दारुण व अमानुष कर्मे करून व तेथील राजांची निंदा करून आणि दुर्योधनास तुच्छ करून कर्ण व शकुनि यांस पुनःपुनः भीति घातली. त्यांतही जय आला नाहीं, तेव्हां द्यूताबद्दल धार्तराष्ट्रांची निंदा करून, जमलेल्या राजांना दुर्योधनापासून वेगळे काढण्याची खटपट केली. पण तीही फसली. या प्रकारें साम व भेद हे दोनही उपाय व्यर्थ झालेसे पाहून, कार्याचें महत्व पाहून व कुरुवंशाचा भेद न व्हावा म्हणून मीं तिसरा दानाचा म्हणजे लालूच दाखविण्याचा उपाय योजून पाहिला. मीं त्यास सांगितलें कीं, तूं पांडवांना सर्व राज्य नको देऊं; अर्धे देखील नको देऊं; पण ज्या अर्थीं पांडवांना मूठभर अन्न देणें हें तुझें पित्याचें अवश्य कर्तव्य आहे, त्या अर्थीं केवळ पोटापुरते पांच गांव त्यांना दे. ते शूर आहेत तरी आपला अभिमान एकीकडे ठेवून पादचारी राहातील आणि तूं सिंहासनावर चढ; चालेल. ते सर्व राज्य व राजशासन तुजकडे देऊन एखाद्या साध्या मनुष्यासारखे अनधिकारी राहातील. ते धृतराष्ट्र, विदुर व भीष्म यांचे आज्ञेंत रहातील. मात्र पांच गांव त्यांना दे. बाकी सर्व राज्याचें उदक ते तुझ्याच हातावर सोडतील !

या प्रकारें मी दानाचाही उपाय योजून पाहिला, तथापि तो दुरात्मा ऐकत नाहीं व सुईचे अग्रावरील मृत्तिकेइतकाही राज्यांश देण्यास तयार नाहीं. याकरितां, असल्या दुष्टांना दंड करणें हाच शेवटला उपाय उरला आहे. त्यावांचून अन्य उपाय मला दिसत नाहीं व त्यांचे पक्षाचे राजे अनायासें मृत्युमुखांत पडण्यासाठीं कुरुक्षेत्रीं निघून गेलेच आहेत. सारांश, कौरवसभेंत घडलेलें सर्व वृत्त मीं तुला निवेदन केलें आहे. आतां यावर माझें सांगणें इतकेंच कीं, त्या घरबुडव्यांचे घडे भरले आहेत. आतां ते रट्टा लगावल्याशिवाय हातची वस्तु सोडणार नाहींत. तस्मात्, युद्धाची तयारी कर. आतां दुसऱ्यातिसऱ्या विचाराची बाकी राहिली नाहीं.

सैन्यनिर्याणपर्व.

अध्याय एकशें एकावन्नावा.

—:०:—

सेनापतीची नेमणूक.

वैशंपायन सांगतातः—धर्मात्मा धर्मराज युधिष्ठिर श्रीकृष्णाचें वचन ऐकून त्याचे समक्षच आपल्या मावांना म्हणाला, "कौरवसभेंत काय काय वृत्तांत घडला व तेथें श्रीकृष्णानें काय भाषण केलें, तेंही सर्व तुमच्या ऐकण्यांत आलें आहे. त्या अर्थीं, हे नरश्रेष्ठहो, आपल्याकडील सैन्याच्या वेगवेळ्या सोईवार तुकड्या पाडा. युद्धांत यश मिळविण्याच्या उत्कंठेनें आपल्या साह्यार्थ आपलेकडे जुळलेल्या ह्या ज्या सात अक्षौहिणी सेना आहेत, त्यांचे जे सात अधिपति माझ्या मतें ठरविले आहेत ते ऐकून घ्या. द्रुपद राजा, विराट, धृष्टद्युम्न, शिखंडी, सात्यकि, चेकितान व बलाढ्य भीमसेन हे सात प्रख्यात वीर सेनापति होत. हे सर्वही वेदवेत्ते, शूर, ब्रह्मचर्य पाळलेले, मर्यादशील, नीतिमान् , संग्रामपटु आणि बाण व इतर सर्व अस्त्रप्रयोग यांत निष्णात असून, आम्हांसाठीं रणांत देहपात होई तों लढण्यास सिद्ध आहेत. आतां या सातही सेनापतींच्या हाताखालील तुकड्यांची ज्याला कच्ची माहिती असून, शररूपी ज्वालांनीं दहन करणाऱ्या अग्निस्वरूप भीष्माचार्यांच्या भडिमारापुढें रणांत जो टिकेल, तो ह्या सातही सेनापतींच्या वर नेमला पाहिजे. तर, बा सहदेवा, असा सेनाध्यक्ष होण्यास आपल्यापैकीं कोणता पुरुषव्याघ्र तुझ्या मतें योग्य आहे, तें कळीव."

सहदेव म्हणालाः—मला वाटतें, ज्याच्या आश्रयबलावर आपण कौरवांपासून आपला हिस्सा हिसकावून घेण्याची उमेद बांधिली आहे, तो मत्स्याधिपति राजा या कामीं योग्य आहे. कारण तो विराट बलवान् , अस्त्रनिपुण व युद्धांत अहार्य असून भीष्म व इतर महारथी यांशीं टेंक देण्यास समर्थ आहे. शिवाय त्याचें आपलें आंतडें एकांत एक गुंतलें असून, आपलें सुख तें त्याचें सुख व आपलें दुःख तें त्याचें दुःख, असा उभयतांचा एकजीव आहे.

वैशंपायन सांगतातः—जनमेजया, याप्रमाणें सहदेवानें भाषण केल्यावर वाक्पटु नकुल म्हणाला, 'मला वाटतें कीं, पोक्त वय, शास्त्रज्ञान, धैर्य, उच्च कुल, इत्यादि गोष्टी पाहातां आपला सासरा पार्थिवश्रेष्ठ द्रुपद राजा या अधिकारावर असावा. तो श्रीमान् , सर्व शास्त्रज्ञ, विनीत, सत्यप्रतिज्ञ व अजिंक्य असून साक्षात् भरद्वाजांपासून अस्त्रविद्या शिकला आहे व भीष्मद्रोणांचा समाचार घेण्याविषयीं सदा तयार असतो. त्याला पुत्रपौत्र बहुत असल्यामुळें, अनेक शाखांनीं युक्त अशा महान् वृक्षाप्रमाणें तो शोभतो. रणाला अलंकारभूत अशा त्या वीरानें द्रोणांला मारण्यासाठीं मोठ्या ईर्षेनें भार्येसह उग्र तपश्चर्या केली आहे व आपणां सर्वांवर तो पित्याप्रमाणें प्रेम करितो. या सर्व गोष्टी मनांत आणितां, नृपसमुदायाचे अग्रभागीं सेनाध्यक्ष या नात्यानें अधिकार चालविण्यास तोच पात्र आहे. त्याला दिव्यास्त्रांची माहिती असून, तो द्रोणाचार्यांचा स्नेही आहे. भीष्मद्रोण अंगावर चालून आले असतां, त्यांस तोच पुरा पडेल असा माझा समज आहे.'

याप्रमाणें माद्रीपुत्र नकुलसहदेव यांनीं आपलें मत दिल्यावर, इंद्रतुल्य पराक्रमी इंद्रपुत्र अर्जुन म्हणाला, "तपाच्या सामर्थ्यानें व ऋषींचा संतोष केल्यामुळें, अग्निज्वालेप्रमाणें देदीप्यमान, आजानुबाहु, आणि धनुष्य, कवच

व खड्ग यांसह सज्ज होऊन दिव्य अश्वांनीं युक्त अशा रथावर बसलेलाच जो अग्निकुंडांतून वर आला; व जो महापराक्रमी, रथाच्या घडघडण्यानें, गर्जणाऱ्या मेघाप्रमाणें भासतो; ज्या वीराचा पराक्रम व बांधा सिंहतुल्य असून ज्याची छाती, भुज, वक्षःस्थल, गर्जना व स्कंध हे सिंहासारखेच, व ज्याच्या भिंवया, दाढा, हनुवटी, बाहु, तोंड, मान व पावलें सुबक असून डोळे विशाळ आहेत; जो शरीरानें स्थूळ व मोठा धैर्यवान् आणि मत्तगजाप्रमाणें विशाळ आहे व ज्याच्यावर कोणतेंही शस्त्र चालत नाहीं; जो जितेंद्रिय असून सत्यवादी आहे व द्रोणाचार्यांचा वध करण्यासाठींच जो उत्पन्न झाला आहे, तो धृष्टद्युम्नच, मला वाटतें, यमदूतांसारखे वेगवाग् व अग्नीसारखे चटका देणारे, आणि वज्र किंवा विद्युल्लता यांप्रमाणें स्पर्शास भयंकर व सर्पांप्रमाणें आ करून असणारे असे भीष्मांचे दारुण बाण सहन करील. वज्राचाही चुराडा करण्याइतके दारुण विषारी असे हे भीष्मांचे बाण फक्त परशुरामानेंच काय ते सहन केले आहेत. यास्तव, हे राजा, धृष्टद्युम्नाशिवाय त्या महाव्रत भीष्मांचा वेग दुसरा कोणी सहन करील असें मला वाटत नाहीं. हा धृष्टद्युम्न हाताचा मोठा चलाख, आश्चर्यकारक युद्ध करणारा व अभेद्यकवच असून, हत्तींच्या कळपांतील थोरल्या हत्तीप्रमाणें शोभतो आहे. तस्मात् हाच सेनाध्यक्ष व्हावा असा माझा अभिप्राय आहे."

भीमसेन म्हणतोः—हे युधिष्ठिरा, एकत्र मिळालेले सिद्ध व ऋषि यांचे मतें जो भीष्मांना मारण्यासाठींच उत्पन्न झाला आहे, व जो संग्रामांत दिव्य अस्त्रें सोडीत असतां महात्म्या रामाप्रमाणें लोक ज्याच्या मुखश्रीकडे पाहातच राहातात, असा जो द्रुपदपुत्र शिखंडी, त्याला, तो सज्ज होऊन रथारूढ असतां समरांत पराभूत करील किंवा शस्त्रानें घायाळ करील असा मला तर कोणी वीर आढळत नाहीं. द्वैरथयुद्धामध्यें तर महाव्रत भीष्मांला हाणून पाडणारा शिखंडीशिवाय दुसरा कोणीही वीर मला दिसत नाहीं. तस्मात्, शिखंडीच सेनाध्यक्ष असावा असें माझें मत आहे.

याप्रमाणें सर्वांचीं मतें ऐकून घेतल्यावर युधिष्ठिर म्हणतोः—बाबांनो, सर्व जगताचें सारासार व बलाबल हें धर्मात्मा कृष्ण पूर्णपणें जाणत असून तुमचें मतही त्याला विदित झालेंच आहे. तेव्हां दाशार्हपति कृष्ण ज्याचें नांव सांगेल तोच सेनाध्यक्ष नेमावा, असा माझा हेतु आहे. मग तो सेनाध्यक्ष अस्त्रनिपुण असो किंवा अस्त्राविषयीं अज्ञानी असो, वृद्ध असो किंवा तरुण असो, तें आम्हांस पाहाणें नाहीं. कारण, बाबांनो, आपल्या यशाचें किंवा अपयशाचें मूळ हा श्रीकृष्णच आहे. आपले प्राण, राज्य, उत्कर्ष, अपकर्ष, सुख, दुःख हीं सर्व याच्याच हातीं आहेत. धाता व विधाता हाच असून कोणत्याही सिद्धीला हाच आधार आहे. तस्मात्, श्रीकृष्ण ज्याचें नांव सांगेल तोच आमचा सेनाध्यक्ष हें ठरलें. आतां रात्र होत चालली आहे, याकरितां श्रीकृष्णानें कोण तो सांगावा म्हणजे त्यास आम्ही त्याचे आज्ञेनुरूप सेनाध्यक्ष नेमूं; व उरलेली रात्र सरतांच स्वस्तिवाचनपूर्वक युद्धकंकण बांधून व गंधपुष्पादिकांनीं शस्त्रास्त्रांची पूजा करून नंतर युद्धार्थ रणांगणाची वाट धरूं.

वैशंपायन सांगतातः—विचारी युधिष्ठिराचें हें वचन ऐकून, कमलनेत्र श्रीकृष्ण अर्जुनाकडे पाहून म्हणाला, "हे धर्मा, तुम्हीं ज्यांचीं नांवें घेतलीं आहेत ते सर्वही मोठे पराक्रमी योद्धे असून तुमच्या सेनेचे नायक होण्यास पात्र आहेत असें माझें मत आहे. हे सर्वच शत्रूला जेरीस आणण्यास समर्थ असून

महारणांत प्रत्यक्ष इंद्रालाही कंप उत्पन्न करतील, मग त्या द्रव्यलोभी व पापबुद्धि धार्तराष्ट्रांची कथा काय? हे महाबाहु युधिष्ठिरा, तुझें कल्याण व्हावें म्हणून मीं कौरवांकडे जाऊन उभयतांचें सख्य करण्यासाठीं शिकस्तीची खटपट केली; पण फळ झालें नाहीं. तथापि आपण धर्माच्या ऋणांतून मुक्त झालों व कोणाही टीकाकाराला आपणांस दोष देण्याला तोंड उरलें नाहीं. तो मूर्ख व अविवेकी दुर्योधन स्वतःला मोठा अस्त्रकुशल व बलाढ्य मानीत असून, त्याला केव्हां युद्ध करूं असें झालें आहे. तस्मात्, आतां आपल्या सैन्याची नीट तयारी करा. कारण धार्तराष्ट्र हे वधाशिवाय वळतील असें मला वाटत नाहीं. रणांत अर्जुन, क्रुद्ध भीमसेन, यमतुल्य दोघे माद्रीपुत्र, असहिष्णु धृष्टद्युम्न व त्याचा जोडीदार युयुधान, अभिमन्यु, द्रौपदीपुत्र, विराट, द्रुपद व दुसरे अक्षौहिणीपति आणि भीमपराक्रमी अन्य राजे हे दृष्टीस पडल्यावर धृतराष्ट्रपुत्रांच्यानें समोर उभेंही राहवणार नाहीं, अशी माझी खात्री आहे. कारण, आमचें सैन्य जोमदार असून त्याला अडथळा करणें किंवा त्यावर हल्ला करणें हें कोणालाही अशक्य आहे. तस्मात् असलें आमचें सैन्य लढाईत दुर्योधनाच्या सैन्याचा फन्ना उडवील यांत संशय नाहीं. सारांश, हे शत्रुदमना, धृष्टद्युम्न हा सेनाध्यक्ष असावा असें माझें मत आहे."

कुरुक्षेत्रप्रवेश.

वैशंपायन सांगतात—याप्रमाणें कृष्णानें आपलें मत देतांच त्या सर्व नरश्रेष्ठांना अत्यानंद झाला; व त्या आनंदाच्या भरांत त्यांनीं 'युद्धास सज्ज व्हा, सज्ज व्हा' अशा आरोळ्यांनीं सर्व वातावरण दणाणून टाकिलें. मग 'सज्ज व्हा' हे शब्द कानीं पडतांच लगबगीनें इकडून तिकडे धांवणाऱ्या सैनिकांच्या आरोळ्या, हत्ती व घोडे यांचे शब्द, रथांच्या धावांचे खडखडाट, व शंख, दुंदुभि इत्यादि वाद्यांचे गजर यांनीं आकाश जसें भरून गेलें! मग रथ, पायदळ, हत्ती यांच्या इकडून तिकडे फिरण्यानें, लाटांनीं भरून गेलेल्या खवळलेल्या समुद्राप्रमाणें तें एकत्र जुळलेलें उग्र सैन्य भासूं लागलें. सैन्यासह पांडव चिलखतें चढवून एकमेकांला आरोळ्या ठोकीत असतां व इकडून तिकडे धांवत असतां व तयारीनें शत्रूवर जाण्याच्या बेतांत असतां त्यांची सेना दुथडी भरून चाललेल्या गंगेप्रमाणें दुस्तर दिसूं लागली. भीमसेन, नकुल व सहदेव हे सज्ज होऊन सेनेच्या अघाडी चालले होते; व अभिमन्यु, द्रौपदीपुत्र, धृष्टद्युम्न, प्रभद्रक व पांचाल हे भीमसेनाकडे तोंड करून मागोमागच जात होते. नंतर, आनंदाच्या भरांत युद्धोत्साहानें आरोळ्या फोडीत चाललेल्या त्या सैन्याचा शब्द, अमावास्या व पौर्णिमा या दिवशींच्या उधानाच्या पाण्यानें 'घो घो' म्हणून उसळणाऱ्या समुद्राच्या गर्जनेप्रमाणें जसा कांहीं आकाशालाच भिडत होता! शत्रुसैन्याच्या चिंध्या उडविणारे ते वीर चिलखतें चढवून आनंदाच्या भरांत जात असतां त्यांच्यामधून खटारे, दुकानें, डेरे, राहुट्या, रथ, गाड्या वगैरे यानें, खजीना, तोफखाना, वैद्य, शस्त्रवैद्य, आणि टाकाऊ, रोड व दुबळे असे कांहीं शिपाई, व नोकरचाकर यांस बरोबर घेऊन कुंतीपुत्र युधिष्ठिर चालला. इकडे सत्यवादिनी पांचालकन्या द्रौपदी दासदासी बरोबर घेऊन उपप्लव्य नगरास परतली. द्रव्य आणि स्त्रिया यांचें रक्षण कोट, भिंती वगैरे स्थावर साधनांनीं व पहारेकरी आणि रखवालदार शिपाई अशा जंगम साधनांनीं करून, बरोबर अवाढव्य सैन्य घेऊन ते युद्धार्थ निघाले. रत्नभूषित रथांत बसून पांडव जात असतां ब्राह्मण त्यांचेभोंवतीं जमून

त्यांची स्तुति करीत होते व हे त्यांना गाई व सुवर्ण दान देत होते. केकय, धृष्टकेतु, काश्यपुत्र अभिभु, श्रेणिमान्, वसुधान अजिक्य शिखंडी हे सर्व आनंदित व संतुष्ट होऊन अलंकार व कवचें चढवून, हातांत शस्त्रें घेऊन, युधिष्ठिराचे भोंवतीं जमून चालले होते. विराट, द्रुपदपुत्र, सौमकि, सुधर्मा व धृष्टद्युम्नाचे पुत्र हे पिछाडीला चालले होते. पांडवांबरोबर चाळीस हजार रथ, दोन लाख घोडे, चार लाख पायदळ व साठ हजार हत्ती होते. अनाधृष्टि, चेकितान, धृष्टकेतु व सात्यकि हे सारे कृष्णार्जुनांना वेढून चालत होते. कुरुक्षेत्रांत पोंचल्यावर सैन्याची योग्य रचना करून, प्रहार करण्याविषयीं उद्यत झालेले ते पांडववीर डुरकण्या फोडणाऱ्या पोळांप्रमाणें दिसूं लागले; व त्या अरिंदम वीरांनीं आपले शंख फुंकले. कृष्णार्जुन यांनींही आपापले शंख फुंकले, तेव्हां विजेच्या कडकडाटाप्रमाणें तो कृष्णाच्या पांचजन्य शंखाचा शब्द ऐकतांच सर्व सैन्याच्या अंगावर हर्षानें रोमांच उठले; आणि शंख व नगारे यांच्या नादानें अधिकच फुगलेला तो पराक्रमी वीरांचा सिंहनाद पृथ्वी, अंतरिक्ष व समुद्र या सर्वांस शब्दमय करिता झाला.

अध्याय एकशें बावन्नावा.

—:०:—

पांडवांची छावणी.

वैशंपायन सांगतातः—नंतर महाबुद्धिमान् युधिष्ठिर राजानें स्मशानें, देवळें, महर्षींचे आश्रम, पुण्यस्थानें व तीर्थें हीं वर्जून, मनोहर, शुद्ध, पुण्यप्रद, सुपीक, तेलस व तृणकाष्ठांनीं समृद्ध असा सपाट प्रदेश पाहून तेथें सेनेचा तळ दिला. तेथें कांहीं वेळ जनावरांना विसावा देऊन व आपणही विश्रांति घेऊन हुषार झाल्यावर तेथून तो पुढें चालूं लागला; तेव्हां शेंकडों हजारों राजे त्याच्या मागें गेले. कृष्ण आणि अर्जुन हे दुर्योधनानें ठिकठिकाणीं वाटा रोंखण्यासाठीं ठेवलेल्या चौक्यांतील शिपायांना हाकलून लावीत सेनेच्या भोंवतीं चक्कर देत होते. पार्षत धृष्टद्युम्न वीर्यवान् महारथी युयुधान, सात्यकि यांनीं, कुरुक्षेत्रांतील हिरण्वती नामक, स्वच्छ जलानें युक्त व पाषाण आणि कर्दम यांनीं रहित व सुंदर तटाकांनीं शोभायमान अशा पवित्र नदीच्या कांठीं सेनेच्या छावणीकरितां जागेची आंखणी केली. कृष्णानें तिच्याभोंवतीं खंदक खणविला; व चांगली रखवाली करण्याबद्दल ताकीद देऊन रक्षणार्थ शिपाई ठेविले. नंतर पांडवांच्या शिबिरांच्या नमुन्याचींच शिबिरें इतर राजांकरितांही कृष्णानें तयार करविलीं! त्याचें लांकुडकाम भक्कम असल्यामुळें घे म्हटल्या त्यांवर कोणाचा इलाज चालत नव्हता. अशीं हजारों हजार महामूल्य पृथक् पृथक् शिबिरें राजांकरितां बांधून त्यांत भक्ष्य, भोज्य खाद्य व पेय यांची समृद्धि करून ठेविली होती. हे जनमेजया, तीं शिबिरें भूतलावर उतरलेलीं देवांचीं विमानेंच कीं काय अशीं भासत होतीं! त्या छावण्यांबरोबर, पगार देऊन ठेवलेले शेंकडों हुषार कारागीर व सर्व प्रकारचीं शलाकादि शस्त्रें व इतर सामुग्री यांसह शरीरशास्त्रवेत्ते वैद्य होते. धनुष्याच्या दोऱ्या, धनुष्यें, चिलखतें, शस्त्रें, मध, तूप आणि राळ यांच्या पर्वतप्राय राशी तेथें घातल्या होत्या. प्रत्येक शिबिरामध्यें गवत, पाणी, तूस व कोळसे यांची तयारी ठेविली होती. मोठमोठीं यंत्रें, तोफा, बाण, तोमर, कुऱ्हाडी, धनुष्यें, कवचें, तरवारी व भाते यांचाही पुरवठा तेथें करून ठेविला होता. शेंकडोंशीं किंवा हजारोंशीं टक्कर घेणारे

पर्वतप्राय हत्ती कांटेरी लोखंडी झुलींनीं झांकलेले चोहोंकडे फिरत होते. हे जनमेजया, तेथें पांडवांचा तळ पडला हें ऐकून, आपापल्या सैन्यवाहनांसह त्यांचे मित्र राजे त्यांना येऊन मिळाले. या राजांपैकीं पुष्कळांनीं ब्रह्मचर्य पाळिलें होतें; कित्येकांनीं यज्ञ करून सोमपान केलें होतें; कित्येकांनीं ब्राह्मणांना उदंड दक्षिणा दिल्या होत्या. असे हे पुण्यशील राजे पांडवांचा जय व्हावा या हेतूनें त्यांस येऊन मिळाले.

अध्याय एकशें त्रेपन्नावा.

—:०:—

दुर्योधनाच्या सैन्याची तयारी.

जनमेजय विचारतोः—वैशंपायन मुने, युद्धेच्छेनें युधिष्ठिर सैन्यासह कुरुक्षेत्रांत येऊन दाखल झाला आहे, श्रीकृष्ण त्याचें रक्षण करीत आहे, सपुत्र विराट व द्रुपद हे त्याच्या बरोबर आहेत, केकय, वृष्णि व इतर शेंकडों राजे त्याच्या भोंवतीं उभे आहेत, आणि बारा आदित्य ज्याप्रमाणें महेंद्राचें रक्षण करितात, त्याप्रमाणें महारथी त्याचें रक्षण करीत आहेत, असें ऐकून दुर्योधनानें कोणतें कार्य आरंभिलें, व कुरुजांगलांत दंगल माजून राहिला असतां काय काय झालें, तें सविस्तर ऐकण्याची मला इच्छा आहे. कारण पांडव, वासुदेव, विराट व द्रुपद, धृष्टद्युम्न, शिखंडी व देवांनाही अजिंक्य असा पराक्रमी युधामन्यु हे इंद्रासहित देवांना देखील युद्धांत व्याकुल करणारे होते. तरी, हे महामुने, कौरव आणि पांडव यांनीं जे जे प्रकार केले ते सविस्तर ऐकावे अशी मला उत्कंठा आहे.

वैशंपायन सांगतातः—श्रीकृष्ण परत गेल्यावर राजा दुर्योधन हा कर्ण, दुःशासन व शकुनि यांप्रत म्हणाला, ‘ ज्या अर्थी कृष्ण कामगिरी न झाल्यानें रागाच्या झपाट्यांतच तेथून निघून गेला आहे, त्या अर्थी तो पांडवांकडे जाऊन त्यांना चेतवायाला राहाणार नाहीं, हें खचित. नाहीं तरी माझा पांडवांशीं झगडा व्हावा हें कृष्णाला इष्टच आहे; आणि भीमार्जुन हे तर त्याच्या मताप्रमाणें वागणारे आहेत. बरें, अजातशत्रु धर्म, तोही सर्वांशीं भीमसेनाच्या तंत्रानें वागणारा असून, मीं त्याचा सर्व भावांसह आजपर्यंत पुष्कळ छळ केला आहे. द्रुपद व विराट यांची-आमची तेढ आहेच. हे दोघे सेनानायक असून कृष्णाच्या लगामीं आहेत. तस्मात्, अंगावर रोमांच उभे करणारा असा घनघोर संग्राम उभयतांत खचीत माजणार. याकरितां काळजीपूर्वक युद्धसंबंधीं पूर्ण तयारी ठेवा. हे भूपालहो, कुरुक्षेत्राच्या मैदानांत आपआपल्या निर्वाहापुरतीं व शत्रूंना अगम्य अशीं शिबिरें हजारों हजार तयार करा. त्यांत पाण्याचा मुबलक पुरवठा सन्निध असावा; भोंवतीं उंच उंच बांधांनीं युक्त असल्यामुळें शत्रूंना बंद करितां न येतील असे सामग्री पुरविण्याचे त्यांत मार्ग असावे; नानाप्रकारचीं आयुधें तेथें भरलीं राहून त्यांवर ध्वज, पताका फडकत असाव्या; शहराच्या बाहेरपासून शिबिरापर्यंतचे रस्ते सपाट असावे; उद्यां सर्वांनीं लढाईला निघावयाचें असा सर्वत्र डांगोरा पिटा. या कामाला विलंब करूं नका.’

हें एकतांच ‘ ठीक आहे ’ असें म्हणून, त्या महात्म्यांनीं आनंदित होऊन उजाडतांच राजे लोकांच्या निवासासाठीं तयारी केली. नंतर ते सर्वही राजे राजाज्ञा ऐकून खवळून गेले, व मोठ्या मूल्यवान् आसनांवरून उठून उभे राहिले. कांहींजण स्वर्णमय भूषणांनीं झळकणारे व चंदन आणि आगरु यांनीं चर्चित असे लोहदण्डासारखे आपले बाहु हळू हळू चोळूं लागले; कांहींजण कमलासारख्या हातांनीं

मंदील आवळूं लागले; कोणी नेसूचीं व कोणी अंगावरील वस्त्रें सांवरू लागले; व कोणीं अलंकार जेथल्या तेथें बसवूं लागले. श्रेष्ठ रथी रथ तयार करूं लागले; अश्वज्ञ अश्व सजवूं लागले; व गजशिक्षेंत निपुण असे माहूत गजांना सज्ज करूं लागले. नंतर, ज्यांवर चित्रविचित्र सोनेरी काम केलें आहे अशीं चिलखतें व आयुधें जे ते चढवूं लागले. पायदळांतले लोकही सुवर्णायुधें धारण करूं लागले. हे जनमेजया, त्या वेळीं उत्साहयुक्त लोकांनीं गजबजून गेलेली ती भव्य राजधानी जणूं काय उत्सवप्रसंगांत आहेशी भासली ! जनसमुदाय हेच ज्यांतले भोंवरे, अश्व, गज, रथ हेच ज्याच्यांतील मासे, शंख व दुंदुभि यांचे शब्द हीच ज्याची गर्जना, द्रव्यभाण्डार हाच ज्यांतील रत्नसमूह, लहरा मारणारीं चित्रविचित्र भूषणें व चिलखतें ह्याच ज्यांतील लाटा, झळझळीत शस्त्रें हाच ज्यावरील फेन, उंच उंच वाडे हेच ज्याच्या तीरावरील पर्वत, रस्ते व बाजार हे ज्यांतील मोठाले डोह व वीररूपी चंद्राच्या उदयामुळें उसळणारा तो कुरुराजमंडलरूप महासागर चंद्रोदयीं दिसणाऱ्या उदधीप्रमाणें शोभूं लागला.

अध्याय एकशें चोपन्नावा.

—:०:—

धर्मराजाचें शंकानिरसन.

वैशंपायन सांगतातः—कृष्णानें कौरवांच्या सभेंतील जो वृत्तांत सांगितला तो मनांत आणून युधिष्ठिर पुनरपि त्या वृष्णिवंशज कृष्णाला म्हणाला, ‘ अरे ! हा मूढ असें बोलला तरी कसें ? असो. हे अच्युता, समय तर असा आला. या वेळीं आम्हीं काय करणें उचित आहे व कोणत्या रीतीनें वागलों असतां आम्ही धर्मापासून च्युत होणार नाहीं तें आम्हांस सांग. कारण, हे वासुदेवा, कर्ण, शकुनि व दुर्योधन यांचा अभिप्राय तुला ठाऊक आहे, तसाच भ्रात्यांसह माझाही आहे. शिवाय भीष्म व विदुर या दोघांचें भाषणही तूं ऐकलें असून, हे बुद्धिमंता, कुंतीचा विचारही तूं पुर्णपणें ऐकला आहेस. तस्मात्, या सर्व भाषणांचा पुनःपुनः विचार करून, व जरूर दिसल्यास हीं सर्व भाषणें एकीकडे ठेवून, तुझ्या दृष्टीनें प्रस्तुत आमच्यायोग्य जें दिसेल तें मनांत कोणतीही शंका न आणितां स्पष्टपणें सांग. ’

याप्रमाणें धर्मराजाचें धर्मार्थयुक्त वाक्य ऐकून, मेघदुंदुभीप्रमाणें मांसल व गंभीर अशा वाणीनें कृष्ण म्हणतात, ‘ हे धर्मा, मीं जें धर्मार्थयुक्त व हितावह भाषण केलें तें त्या कपटी कौरवाला पटलें नाहीं. तो दुर्बुद्धि माझेंचसें काय, पण भीष्म किंवा विदुर यांचेंही बोलणें ऐकत नाहीं; तो सर्वांचीच पायमल्ली करितो. त्याला धर्माची पर्वा नाहीं; अब्रूची चाड नाहीं; एका कर्णाच्या आश्रयावर आपण सर्वांस जिंकिलें असेंच तो मानितो. अधिक काय सांगावें, प्रत्यक्ष मला देखील बांधून टाकण्याची आज्ञा दुर्योधनानें केली होती, परंतु त्या दुष्टाचा तो पापी हेतु सिद्धीस गेला नाहीं इतकेंच. त्या वेळीं भीष्म किंवा द्रोण यांनींही त्याची योग्य कानउघाडणी केली नाहीं. हे न्यायनिष्ठा, एका विदुराशिवाय बाकी सारे त्याची री ओढणारे आहेत. सुबलपुत्र शकुनि, कर्ण व दुःशासन या मूर्खांनीं त्या खुनशी व मूर्ख अशा दुर्योधनाजवळ तुझी फार निंदा केली; व स्वतः दुर्योधन जें कांहीं बोलला तें मीं स्वमुखानें सांगावें यांत काय मौज आहे ? थोड्यांत इतकेंच सांगतों कीं, तो दुष्ट तुझ्याशीं नीट वागूं इच्छीत नाहीं. तसेंच तुझे सैनिक व तुझ्या बाजूचे राजे यांबरोबरही तो धड वागत नाहीं.

जितकें म्हणून पापरूप व अहितावह, तितकें सारें त्याच्या ठिकाणीं भरलें आहे. ज्या अर्थी दुर्योधनाची अशी दुष्टमती आहे त्या अर्थी आम्हीही सर्वांशीं कफल्लक होऊन कौरवांशीं सख्य करण्याला राजी नाहीं; एतावता युद्ध करणें यावरच गोष्ट येऊन ठेपली !'

वैशंपायन सांगतातः—सर्व राजे वासुदेवाचें तें भाषण ऐकून कांहीं न बोलतां केवळ धर्मराजाच्या मुखाकडे पाहूं लागले. युधिष्ठिरानेंही त्यांचा अभिप्राय ओळखून 'युद्धास सिद्ध व्हा' म्हणून भीमार्जुन व नकुलसहदेव यांसह सर्वांस सांगितलें. ही तयारीची आज्ञा कानीं पडतांच योद्ध्यांना आनंद होऊन पांडवांच्या सर्व सैन्यभर किलबिल सुरू झाली. आतां युद्धांत (द्रोणांसारखे) जे वधाला अयोग्य अशांचा आपले हातून वध होणार ही गोष्ट डोळ्यांपुढें उभी राहून, धर्मराजा सुस्कारे टाकीतच भीमार्जुनांला म्हणाला, 'जो अनर्थ टळावा म्हणून मीं वनवास पतकरिला व आलें तें तें दुःख सहन केलें, तो कुलक्षयरूप अनर्थ अखेरीस घे घे मार करीत आमच्यावर येऊन पडलाच म्हणावयाचा! तो टाळण्याविषयीं आम्हीं आपलेकडून बिनकसूर यत्न केला, परंतु तो सर्व व्यर्थ गेला; आणि ज्याविषयीं आम्हीं तिळप्राय यत्न केला नाहीं, तो हा कुटुंबकलहरूप घोर अनर्थ आपोआप आमच्यावर येऊन गुदरला! ज्यांचा वध करणें अयोग्य अशांशीं संग्राम तरी कसा करावा? आणि वृद्ध व गुरु यांना मारून आम्हांला यश तरी कसें यावें?'

धर्मराजाचें हें भाषण ऐकून, परंतप (शत्रूंना ताप देणाऱ्या) सव्यसाची अर्जुनानें, पूर्वी कृष्णानें जें भाषण केलें होतें त्याची धर्मराजास आठवण देऊन म्हटलें, 'हे राजा, कुंती आणि विदुर यांचीं जीं भाषणें कृष्णानें सांगितलीं तीं समग्र तूं ऐकिलींच आहेस. (त्यांच्या मतें युद्ध करणेंच योग्य आहे.) माझी तर पक्की खात्री आहे कीं, कुंती व विदुर हीं आपणांस भलतीच धर्मविरुद्ध गोष्ट करण्यास कधींही सांगणार नाहींत; आणि, हे युधिष्ठिरा, लढाई दिल्यावांचून परत फिरणें हें तुलाही शोभत नाहीं.' अर्जुनाचें हें वाक्य ऐकून धर्मराजास अनुलक्षून कृष्ण म्हणालाः—अर्जुन म्हणतो हेंच ठीक.

असो; हे जनमेजया, कृष्णाचे हे शब्द ऐकतांच पांडवपक्षीय वीरांनीं युद्धाबद्दल कायमचा निश्चय ठरवून ती रात्र मोठ्या आनंदांत घालविली.

अध्याय एकशें पंचावन्नावा.

—:०:—

दुर्योधनसैन्यविभाग.

वैशंपायन सांगतातः—हे भरतकुलोद्भवा जनमेजया, रात्र संपतांच दुर्योधनानें आपल्या अकरा अक्षौहिणी सेनेंतील मनुष्य, हत्ती, रथ व घोडे यांच्या उत्तम, मध्यम व कनिष्ठ अशा प्रतवारीनें तुकड्या करण्याची आज्ञा दिली. त्या सैन्याबरोबर अनुकर्ष (मोडतोडीच्या दुरुस्तीसाठीं लांकडें), तूणीर (रथावरील प्रचंड भाते), वरूथ (रथाचे चामड्याचे बुरखे), तोमर (कांटेरी दांडे), उपासंग (जनावरांच्या पाठीवर नेतां येण्याजोगे लहान भाते), ऋष्टि (लहु सोडगीं), शक्ति (लोहदंड), निषंग (माणसांचे पाठीवर जाणारे भाते), ध्वज, पताका, धनुष्य, तोमर, (धनुष्यांनीं सोडण्याचे मोठे बाण), रंगीबेरंगी दोऱ्यांचे फांस, पथाऱ्या, कचग्रहविक्षेप (केंसाला धरून शत्रूला पाडण्यासाठीं अग्राला चिकट पदार्थ लाविलेले सोटे), तेल, गूळ, वाळू, सर्पांनीं भरलेले घडे, राळीची बुकणी, घुंगुर लावलेल्या ढाली, लोखंडी शस्त्रें, गुळाचें पाणी, तोफेंतून मारण्याचे गोळे, सणाणणाऱ्या गोफणी, मेण,

मुद्गल, फाळ लावलेले सोटे, नांगर, विष पाज-लेले बाण, सुपें, पेटारे, कुऱ्हाडी, अंकुशासारखे अणीदार बाण, करवती, गुप्त्या, काटे, खिळे इत्यादि साधनें असून, वाघ व चित्ते यांच्या चामड्याचे बुरखे घातलेले रथ, दांड, शिंगें, भाले वगैरे नानातऱ्हेचीं आयुधें, कुऱ्हाडी, कुदळी, तेलांत भिजलेलीं रेशमी वस्त्रें, जुनें तूप इत्यादि पदार्थांनीं लादलेले रथ, आणि सोन्या-च्या जाळ्यांनीं आच्छादिलेले व नानारत्न-खचित असे रथ यांनीं युक्त तीं दुर्योधनाचीं चित्रविचित्र सैन्यें प्रत्यक्ष अग्नीप्रमाणें चमकत होतीं. जातीनें शूर असून शस्त्रास्त्रांचें निश्चित ज्ञान संपादलेले, कुलीन व अश्वशास्त्रवेत्ते अशा योद्ध्यांना चिलखतें घालून सारथ्याचे कामीं योजिलें होतें. रथांना गंडे, ताईत वगैरे बांधले असून घोड्यांच्या गळ्यांत घंटा, माळा, मोत्यांचे सर वगैरे घातले होते; व त्यांच्या मस्तकीं तुरे बांधिले होते. रथांवर ध्वजपताका वगैरे फडकत असून त्यांवर कळस चढविले होते; व आंत ढाली, तरवारी व पट्टे हीं आयुधें त्यांस लटकाविलेलीं होतीं. साऱ्याच रथांना निवडक असे चार चार घोडे जुंपले असून, अघाडीच्या दोन घोड्यांसाठीं एक एक सारथि, चाकांच्या बाजूला दोहोंकडे दोन सारथि, आणि रथावर असणारा एक हे सर्वही उत्कृष्ट रथी असून, रथांतील जो खरा रथी तोही अश्वज्ञ होता. शत्रूला अभेद्य अशा तटबंदी शहराप्रमाणें विस्तीर्ण असे सोन्यानें शृंगारलेले हजारों रथ सर्वत्र दृष्टीस पडत होते. रथांप्रमाणें गजही झुली व अलंकार घालून उत्तम शृंगारलेले होते; व प्रत्येकावर सात सात पुरुष बसले असल्यानें ते सप्त-शृंगांनीं युक्त असे रत्नमय चालते पर्वतच कीं काय असा भास होत होता! गजांवरील या सात असामींपैकीं दोन माहूत, दोन उत्कृष्ट धनुर्धर, दोन खड्गधर, व शक्ति आणि त्रिशूळ धारण करणारा एक, असे होते. हे राजा, याशिवाय, आयुधांचे मोठमोठाले संग्रह ज्यांवर मोठ्या बंदोबस्तानें लादले आहेत अशा शेंकडों मत्तगजांनीं दुर्योधनाचें तें सैन्य भरून गेलें होतें. त्याचप्रमाणें, चिलखतें व अलंकार घातलेले असे स्वार ज्यांवर पताका लावून चढले आहेत असे हजारों हजार अश्वसमुदायही तेथें होते. हे सर्व अश्व चांगले शिकवलेले असल्यामुळें, दुपायीं न येतां स्वारांच्या सर्वांशीं कह्यांत असत. नानातऱ्हेच्या निरनिराळ्या चेहेऱ्यांचे व निरनिराळीं शस्त्रें आणि कवचें धारण कर-णारे असे दुर्योधनाच्या पायदळांतील लोकही सुवर्णालंकारानीं फुलून गेले होते. प्रत्येक रथा-मागें दहा हत्ती, दर हत्तीमागें दहा घोडे, आणि दर घोड्यामागें दहा दहा पायदळ रखवाली, याप्रमाणें ठरीव व्यवस्था असून, वेळोवेळीं पडणारी तूट भरून काढण्यासाठीं दर रथामागें पन्नास हत्ती, दर हत्तीमागें शंभर व दर घोड्यामागें सात सात शिपाई, याप्रमाणें फौज शिलक राखून ठेविली होती. आतां

सेनेचें कोष्टक

सांगतों. पांचशें हत्ती आणि तितकेच रथ मिळून एक सेना होते. अशा दहा सेनांची एक पृतना होते. दहा पृतना मिळून एक वाहिनी होते. ही खरी खरी परिभाषा होय. बाकी सेना, वाहिनी, पृतना, ध्वजिनी, चमू, अक्षौहिणी व वरूथिनी हे सर्वही शब्द समा-नार्थक समजून सेना या अर्थीं वापरले जातात; असो. त्या बुद्धिमान् दुर्योधनानें याप्रमाणें आपल्या सैन्याची व्यवस्था लाविली असून त्याचें सैन्य अकरा अक्षौहिणी होतें; व पांडवां-कडील सातच अक्षौहिणी होतें. पन्नास आणि पांच पुरुषांच्या समुदायाला पत्ति असें म्हण-

तात. अशा तीन पत्ति मिळून **सेनामुख** होतें; कोणी त्यालाच **गुल्म** असेंही म्हणतात. तीन गुल्मांचा एक **गण** होतो. दुर्योधनाच्या त्या सेनेंत युद्धोत्सुक वीरांचे असले गण हजारों हजार होते. त्यांपैकींच शूर व बुद्धिमान् असे पुरुष निवडून त्या शूर दुर्योधनानें सेनापति केले. नंतर, ज्यांकडे एक एक अक्षौहिणीचें आधिपत्य होतें अशांना दुर्योधनानें मोठ्या मानमान्यतेनें रीतीप्रमाणें आपणाकडे बोलावून घेऊन, त्यांच्याशीं मोठें गोडीचें भाषण केलें. हे राजा, कृप, द्रोण, शल्य, जयद्रथ, सुदक्षिण कांबोज, कृतवर्मा, अश्वत्थामा, कर्ण, भूरिश्रवा, शकुनि व बलाढ्य बाल्हीक यांची तर तो रोजच्या रोज वेळोवेळीं गांठ घेऊन स्वतः नानाप्रकारीं त्यांची मान्यता राखी. इतकेंच नव्हे, पण त्यांचे जे अनुयायी होते त्यांची देखील त्यानें याप्रमाणें उत्तम बरदास्त ठेविली असल्यामुळें, सेनेंतील सर्वच लोक राजा दुर्योधनाचें प्रिय करण्याविषयीं उद्युक्त होते.

अध्याय एकशें छप्पन्नावा.

—:०:—

भीष्मसैनापत्य.

वैशंपायन सांगतातः—अशा प्रकारें सैन्याची व्यवस्था केल्यानंतर, सर्व भूपालांसह धृतराष्ट्रपुत्र दुर्योधन हात जोडून शांतनव भीष्मांना म्हणाला, " सेना कितीही प्रचंड असो; तिला जर योग्य नायक नसेल, तर युद्धाचा प्रत्यक्ष प्रसंग जेव्हां येऊन गुदरतो तेव्हां मुंग्यांच्या थव्याप्रमाणें तिची पांगापांग होते. बरें, सेना अवाढव्य म्हणून अनेक सेनापति करावे, तर कोणाही दोन पुरुषांचें मत कधींही एकसारखें पडत नाहीं; शिवाय, त्या सेनानायकांत परस्परांच्या शौर्याबद्दल चुरस उत्पन्न होते याबद्दल माझ्या ऐकिवांत एक कथा आहे, ती अशीः—कोणे एके वेळीं आपले कुशरूपी ध्वज उभारून ब्राह्मण हे हैहय नामक महातेजस्वी क्षत्रियांशीं युद्ध करण्याकरितां गेले; व त्यांना पाहून वैश्य व शूद्रही हैहयांशीं युद्धार्थ उभे राहिले. याप्रमाणें, हे महाप्राज्ञ पितामह एकीकडे ते तिन्ही वर्ण व एकीकडे ते सर्व एकजात क्षत्रिय, या प्रकारें दोन पक्ष जुळून युद्धाची सुरुवात झाली. युद्धांत क्षत्रिय थोडे, व उलट पक्षीं त्रिवर्णांचें मिळून मोठें प्रचंड सैन्य होतें; तथापि त्या त्रिवर्णांचा पुनःपुनः मोड होऊन क्षत्रियच विजयी होऊं लागले. तें पाहून त्या भल्या ब्राह्मणांनीं आपण होऊन त्या क्षत्रियांनाच असें होण्याचें कारण विचारिलें. ते क्षत्रिय धर्मज्ञ होते; त्यांनीं ब्राह्मणांना यथार्थच उत्तर दिलें. ते म्हणाले, ' याचें कारण इतकेंच कीं, महाबुद्धिमान् अशा एकाच सेनानायकाच्या तंत्रानें आम्हीं सर्वहीजण युद्धांत वागतों; परंतु तुम्ही सर्वच आपापल्यास शहाणे समजून, जो तो आपल्याच मताप्रमाणें स्वतंत्र चालतो. सारांश, आमच्यांत जूट आहे, तुमच्यांत फूट आहे, म्हणून आमचा जय आणि तुमचा पराजय ! ' हें उत्तर ऐकून त्या ब्राह्मणांनीं आपणांमधीलच एका शूर व युद्धनीतिनिपुण अशा ब्राह्मणाला सेनापतित्व दिलें, आणि त्या एकट्याच्या तंत्रानें वागून त्या क्षत्रियांचा पराजयही केला.

" हे पितामह, यावरून मी असें म्हणतों कीं, जे कोणी याप्रमाणें शूर, युद्धकुशल, हितेच्छु व निष्पाप अशा एकालाच सेनापतित्व देऊन त्याच्या आज्ञेंत चालतात, ते युद्धांत शत्रूंना जिंकतात. आपण नीतीमध्यें प्रत्यक्ष शुक्राचार्यांच्या तोडीचे असून अवध्य (इच्छामरणी) आहां व आपली धर्मनिष्ठा अढळ असून, माझ्या कल्याणविषयीं आपली कळ-

कळही अखंड आहे; याकरितां आपण आमचे सेनापति व्हा. दीप्तिमंतांत ज्याप्रमाणें सूर्य, ओषधींमध्यें ज्याप्रमाणें चंद्रमा, यक्षांमध्यें कुबेर, देवांमध्यें इंद्र, पर्वतांमध्यें मेरु, पक्षांमध्यें गरुड, वसूंमध्यें हव्यवाहन अग्नि, किंवा देवसेनेंत जसा कार्तिकेय, तसे आमच्या कौरवमंडलांत आपण आहां. इंद्र देवांचें जसें रक्षण करितो, तसेंच आपण आमचें रक्षण केलें असतां देवांनाही आम्ही निश्चयानें हार जाणार नाहीं. याकरितां, देवसेनेच्या अग्रभागीं जसा सेनानी कार्तिकेय चालतो, तसे आपण आमचे नायक होऊन पुढें चाला, म्हणजे मोठ्या बैलामागून खोंड जातात त्याप्रमाणें तुमच्या मागून आम्ही चालूं."

भीष्म म्हणतातः—हे महाबाहो दुर्योधना, तूं म्हणतोस तें सर्व यथार्थच आहे; परंतु मला जसे तुम्ही तसेच पांडवही आहेत. याकरितां, त्यांच्या कल्याणाची गोष्ट मीं त्यांना सांगावी, हें माझें कर्तव्य आहे व तें बजावण्यांत मी कसर करणार नाहीं. बाकी, तुलाही वचन दिलें आहे त्याप्रमाणें तुझ्याकरितां त्यांशीं लढण्यांतही मी अंतर करणार नाहीं. तूं म्हणतोस त्याप्रमाणेंच सर्व पृथ्वींत माझ्या तोडीचा दुसरा कोणीही योद्धा मला आढळत नाहीं. मात्र तो कुंतीपुत्र नरव्याघ्र धनंजय या नियमास अपवादक आहे. कारण, तो महाबुद्धिवान् असून त्याला अनेक दिव्यास्त्रांची पूर्ण माहिती आहे. तथापि आपणास साधक अशी एक गोष्ट आहे. ती ही कीं, तो केव्हांही माझी मर्यादा सोडून माझ्याशीं केवळ उघडपणें तुटून लढणार नाहीं. तस्मात्, त्याचीही एवढी चिंता नको. नुसत्या शस्त्रबलानें मीं एका क्षणांतच देव, दैत्य व राक्षस यांसह हें जगत् निर्मनुष्य करून टाकीन. असें जरी माझे अंगांत निःसंशय सामर्थ्य आहे, तरी, हे नरनाथा, पंडूच्या पुत्रांचा प्रत्यक्ष उच्छेद मात्र माझे हातून होणारच नाहीं, हें मी तुला वेळींच स्पष्ट सांगतों! बाकी तुझें साह्य करण्याचें मीं अभिवचन दिलें आहे, त्याला अनुसरून मी इतकें करीन कीं, प्रत्येक दिवशीं पांडवांकडील दहा हजार योद्धे अस्त्रप्रयोगानें मारीत जाईन; आणि युद्ध जुंपतांच पहिले सलामीलाच पांडवांनीं मला न मारितां जिवंत ठेविलें तर, याप्रमाणें त्यांचे योद्धे मारून त्यांचा पक्ष मी लंगडा पाडीन; व अशा पर्यायानें त्यांचा नाश मी करीन; परंतु प्रत्यक्ष वध करणार नाहीं. ही एक अट; व दुसरी आणखी एक अट आहे. या दोन अटी तुला पतकरतील तर तुझ्या इच्छेप्रमाणें मी तुझा सेनापति होईन. ही दुसरी अट अशी कीं, हा सूतपुत्र कर्ण माझी सर्वदा स्पर्धा करीत असतो. याकरितां, हे भूपते, प्रथम कर्णानें तरी युद्ध करावें, नाहीं तर मीं तरी एकट्यानें करावें.

वैशंपायन सांगतातः—भीष्मांचे हे शब्द ऐकतांच कर्ण तत्काल उठून म्हणाला, 'हे राजा, माझा मुळींच अडथळा नको. भीष्म जिवंत आहे तोंपर्यंत मीं कसा तो लढणार नाहीं. तो थंड झाला म्हणजे मग अर्जुनाला हात दाखविणें तो मी दाखवीन!'

याप्रमाणें कर्णानें निक्षून सांगतांच भीष्मांसच सेनापतित्व देण्याचें ठरलें. मग भीष्मांनीं ब्राह्मणांना पुष्कळ दक्षिणा दिल्यावर, दुर्योधनानें सैनापत्याचा त्यांस अभिषेक केला. अधिकार प्राप्त होतांच भीष्मांचे ठिकाणीं एक प्रकारचें नवीनच तेज येऊन ते झळकूं लागले. नंतर राजाज्ञेवरून वाद्यवादकांनीं लक्षपूर्वक हजारों नौबदी व शंख वाजविले. नानातऱ्हेचे सिंहनादही उठले; गजाश्वादि वाहनेंही ओरडूं लागलीं; आकाशांत ढग नसतां रुधिरयुक्त कर्दमाची वृष्टि होऊं लागली; वावटळी, गजांच्या

गर्जनेप्रमाणें भयंकर असे पृथ्वीकंप, इत्यादि दुश्चिन्हें सुरू होऊन सर्व योद्ध्यांचीं मनें खचून गेलीं; भयंकर आकाशवाणी होऊं लागल्या; अंतरिक्षांतून उल्कापात होऊं लागले; व अनिष्टसूचक भालूही अतिशय चेवून ओरडूं लागल्या. या प्रकारचीं अनेक दुश्चिन्हें दुर्योधनानें भीष्मांस अभिषेक करितांच होऊं लागलीं; तेव्हां दुर्योधनानें उत्तम उत्तम ब्राह्मणांकडून अरिष्टशांत्यर्थ स्वस्तिवाचन वगैरे करवून त्यांस गाई, मोहोरा, वगैरे बहुत दिल्या. मग ब्राह्मणांनीं पुष्कळ मंगल व जयसूचक असे आशीर्वाद दिल्यावर गंगानंदन भीष्मांस पुढें करून, सैनिकांनीं परिवेष्टित झालेला दुर्योधन बंधूंसह बाहेर पडला; आणि प्रचंड सेना बरोबर घेऊन कुरुक्षेत्राला गेला. तेथें गेल्यावर कर्णासह त्या सर्व कुरुक्षेत्राची पाहाणी करून त्यांतील मनोहर, सुपीक, तृणकाष्ठांनीं समृद्ध व सर्वत्र सपाट असा प्रदेश हुडकून काढून त्यानें शिबिराची आंखणी केली; व तेथें तत्काल शिबिर तयार केलें. तें शिबिर हस्तिनापुराप्रमाणेंच मनोहर शोभूं लागलें.

अध्याय एकशें सत्तावन्नावा.

--:०:--

पांडवसेनापतियोजना.

जनमेजय प्रश्न करितोः—सर्व शस्त्रधरांचा अग्रणी, भारतांचा पितामह, अखिल भूपालांचा विजयध्वज, बुद्धीनें बृहस्पतींची, क्षमेनें पृथ्वीची, गांभीर्यानें समुद्राची, स्थैर्यानें हिमाद्रीची, औदार्यानें प्रजापतीची, तेजानें भास्कराची व शरवृष्टीनें शत्रुध्वंसन करण्यांत महेंद्राची बरोबरी करणारा महात्मा गंगानंदन भीष्म यानें अतिभीषण व अंगावर रोमांच उठविणारा रणयज्ञ चालू झाला असतां त्याची कायमची दीक्षा घेतली; हें ऐकून, सर्ववीरश्रेष्ठ महाबाहु युधिष्ठिर काय म्हणाला? भीमार्जुन काय म्हणाले? व कृष्णानें तरी हें ऐकून काय म्हटलें?

वैशंपायन सांगतातः—भीष्मांच्या सैनापत्याची वार्ता ऐकतांच, संकटसमयीं कसें वागावें हें पूर्णपणें जाणणाऱ्या बुद्धिमान् युधिष्ठिरानें आपले सर्व बंधु व अविनाशी श्रीकृष्ण यांना एकत्र बोलावून शांतपणें म्हटलें, "तुम्ही सर्वजण एकवार आपल्या सैन्यांतून सर्वभर फेरी करून या आणि चिलखतें चढवून युद्धार्थ अगदीं तयार असा. कारण, पहिले धडाक्यास तुमची पितामह भीष्मांशींच चकमक होईल. याकरितां, आपल्या सात सेनांचे सात सेनानायक कोणकोण आहेत हे पाहूं द्या."

कृष्ण म्हणतातः—हे युधिष्ठिरा, प्रस्तुतसारख्या प्रसंगाला साजेसेंच तुझें भाषण आहे. हें मला पटलें. हे महाबाहो, आतां याचेपुढें काय करणें तें करा. तूं म्हटल्याप्रमाणें सात अक्षौहिणींचे सात अधिपति नेमावे हें ठीक.

वैशंपायन सांगतातः—यानंतर युधिष्ठिरानें मोठे समर्थ, युद्धोत्सुक व शूर असे द्रुपद, विराट, सात्यकि, धृष्टद्युम्न, धृष्टकेतु, शिखंडी व मगधदेशाधिपति सहदेव, या सातजणांस आणवून त्यांना सेनानायक म्हणून यथाविधि अभिषेक केला. मग, द्रोणवधार्थच अग्निज्वालेपासून उत्पन्न झालेल्या धृष्टद्युम्नाला त्या सातहीजणांच्यावरील सेनापति केला, आणि कोणत्याही प्रसंगीं न भुलणाऱ्या अर्जुनाला या आठहीजणांवर अधिपति नेमिलें; आणि बलरामाचा धाकटा भाऊ व अर्जुनाचा सारथि जो लक्ष्मीपति महाबुद्धिमान् श्रीकृष्ण, त्याला अर्जुनाच्याहीवर अधिकारी नेमिलें.

बलरामाचें तीर्थयात्रागमन.

नंतर, हे जनमेजया, आतां हें बहुतांचा क्षय करणारें युद्ध अगदीं जवळ येऊन ठेपलें

असें पाहून, वाघांसारखे बळकट अक्रूरप्रभृति यादव, गद, सांब, उद्धव वगैरे वीर, रुक्मिणीपुत्र, आहुकपुत्र व चारुदेष्णप्रमुख वृष्णिश्रेष्ठ यांनीं, मरुद्गणांनीं रक्षित इंद्राप्रमाणें ज्याचें रक्षण केलें आहे असा नीलवर्ण रेशमी वस्त्र परिधान केलेला, कैलासशिखराप्रमाणें भव्य, सिंहाप्रमाणें ऐटींत चालणारा व मद्यपानानें आरक्तनेत्र असा तेजस्वी बलराम पांडवांचे शिबिरांत शिरला. त्याला पाहातांच युधिष्ठिर, महाद्युति कृष्ण, भीमकर्मा वृकोदर, गांडीवधारी अर्जुन आणि तेथें जे कोणी इतर राजे होते, त्यांनीं उठून त्याचा सत्कार केला.

नंतर, पांडवांचा राजा धर्म यानें स्वहस्तानें बलरामाच्या हाताला स्पर्श केला; व कृष्णप्रभृति इतरांनीं त्यास अभिवंदन केलें. हलायुधानेंही वृद्ध अशा विराटद्रुपदांना अभिवंदन केलें; आणि मग तो शत्रुहंता बलराम युधिष्ठिरासह आसनावर बसला. नंतर तेथील सर्व राजे सभोंवतीं बसल्यावर कृष्णाला उद्देशून बलराम म्हणाला, “ आतां हा मनुष्यांचा अतिभयंकर व दारुण संहार उडणार. हें भवितव्य खचित घडून येणार व हें कोणत्याही उपायानें टाळितां येणार नाहीं, असें मला वाटतें. यासाठीं मी एवढीच इच्छा करितों कीं, या युद्धरूप महत्संकटांतून बऱ्या प्रकारें पार पडून तुम्ही आपल्या सुहृज्जनांसह निरामय व धडच्या शरीरानें माझ्या दृष्टीस पडा. ही येथें जी सर्व क्षत्रियमंडळी मिळाली आहे, त्यांच्या मृत्यूची वेळ निःसंशय जवळ ठेपली असून, रक्तमांसाचा ज्यांत चिखल माजून राहाणार अशा तऱ्हेचें भयंकर रणकंदन येथें उडणार. मीं वासुदेवाला एकीकडे नेऊन पुनःपुनः सांगितलें कीं, ‘ तूं आपल्या आप्तांशीं समानवृत्तीनें वाग. आपल्याला जसे पांडव तसाच दुर्योधन; करितां त्याचेंही साह्य आपणांस केलें पाहिजे. तोही साह्यार्थ निनंती करण्याकरितां मजकडे वारंवार येत असतो. ’ युधिष्ठिरा, मीं याप्रमाणें सांगितलें असतांही कृष्णानें माझें ऐकिलें नाहीं. एका अर्जुनावर नजर देऊन कृष्णानें आपलें तनमनधन तुम्हांसच अर्पण केलें आहे. यावरून, हे युधिष्ठिरा, युद्धांत पांडवांना जय येणार असा माझा पक्का समज आहे व कृष्णालाही तोच भरंवसा आहे. बरें, कृष्ण नसेल तर मला सर्व जगताची देखील पर्वा नाही. यामुळें मीही कृष्णाच्याच इच्छेनुसार चालणार हें तर ठरलेंच. परंतु एक पक्षास सोडून एकच पक्षास साह्य करणें हेंही मला अवघडच आहे. कारण, गदायुद्धनिपुण भीम आणि दुर्योधन हे दोघेही माझे शिष्य असल्यामुळें माझें प्रेम दोघांवरही सारखेंच आहे; आणि यामुळें मी युद्धस्थानीं विद्यमान असून मजदेखत कौरवांच्या पक्षाचा संहार होऊं लागला असतां त्यांना साह्य केल्यावांचून माझ्यानें राहावणार नाहीं. याकरितां मी आपला सरस्वतीच्या तीरीं असलेलीं तीर्थें अवलोकन करण्यासाठीं जातों. ”

असें बोलून त्यानें पांडवांचा निरोप घेतला आणि पोंचविण्यास आलेल्या कृष्णाला मागें परतवून, तो महाबाहु बलराम तीर्थयात्रा करण्याकरितां निघून गेला.

अध्याय एकशें अठ्ठावन्नावा.

--:०:--

रुक्मीची अवलेहना.

वैशंपायन सांगतातः—याच समयीं, साक्षात् इंद्राचा मित्र व महायशस्वी व हिरण्यरोमा या नांवानें प्रसिद्ध असलेला भोजवंशोद्भव जो दक्षिणदेशाधिपति भीष्मक, त्याचा रुक्मी या नांवानें दशदिशांना विश्रुत असा

पुत्र पांडवांकडे आला. मनांत येईल ती गोष्ट तडीस नेल्यावांचून रहावयाचेंच नाहीं असला हा दृढनिश्चयी असून, गंधमादन पर्वतावर राहाणाऱ्या द्रुम नांवाच्या श्रेष्ठ किन्नराचा शिष्य होता. त्यापासून त्यानें १ दीक्षा, २ संग्रह, ३ सिद्ध आणि ४ प्रयोग, याप्रमाणें चार पादांनीं युक्त जो चतुष्पाद धनुर्वेद तो सर्व प्राप्त करून घेतला होता. त्या शूरानें श्रीकृष्णाचें शार्ङ्ग धनुष्य व अर्जुनाचें गांडीव धनुष्य यांची तेजानें बरोबरी करणारें असें ' विजय ' नामक इंद्राचें दिव्य धनुष्य संपादिलें होतें. स्वर्गांत राहाणाऱ्या देवांचीं गांडीव, विजय व शार्ङ्ग हीं तीनच काय तीं दिव्य धनुष्यें आहेत. यांतील गांडीव हें वरुणाचें, विजय हें इंद्राचें, व परसैन्याला भीति उत्पन्न करणारें केवळ तेजोमय असें दिव्य शार्ङ्ग विष्णूचें. यांपैकीं शार्ङ्ग श्रीकृष्णानें धारण केलें. वरुणाचें गांडीव तें खांडववनांत अग्निद्वारा अर्जुनास मिळालें; इंद्राचें वियज तें द्रुम गुरूपासून महातेजस्वी रुक्मीला प्रात्प झालें; आणि मुर नामक दैत्यानें प्राग्ज्योतिषपुराच्या सभोंवतीं पसरलेले छुरिकायम पाश तोडून, मुर दैत्याला मारून, व भूमिपुत्त नरकासुराला जिंकून अदितीचीं मणिकुंडलें, नानाविध रत्नें व सोळा सहस्र स्त्रिया, हीं हस्तगत केल्यावर शार्ङ्ग धनुष्य श्रीकृष्णास प्राप्त झालें.

असो; मेघाप्रमाणें प्रचंड ज्याचा ध्वनि आहे असें तें विजय धनुष्य हातीं येतांच, सर्व जगताचा थरकांप करून सोडण्यासाठींच कीं काय–रुक्मी पांडवांकडे आला. ज्ञात्या वासुदेवानें केलेलें रुक्मिणीचें हरण सहन न होऊन ' मी कृष्णाला मारल्याशिवाय परत येणार नाहीं ! ' अशी बाहुबलाच्या घमेंडीवर घोर प्रतिज्ञा करून हाच रुक्मी रुक्मिणीस्वयंवराच्या वेळीं, पूर आलेल्या गंगेच्या प्रवाहाप्रमाणें दिसणारी, विचित्र आयुधें आणि कवचें धारण केलेली, व दूर पल्ल्यावरून मारा करणाऱ्या वीरांनीं युक्त चतुरंग सेना बरोबर घेऊन योगेश्वर प्रभु कृष्णावर धांवून आला होता; परंतु पराजित होऊन लज्जित झाल्यामुळें कुंडिनपुरास न जातां, हे जनमेजया, श्रीकृष्णानें ज्या जागीं त्याला पराजित केलें त्याच जागीं एक उत्तम नगर वसवून अनेक गजाश्वांनीं युक्त असें आपलें कटक त्यानें तेथें ठेविलें. तेव्हांपासून तें नगर भोजकट या नांवानें भूमीवर प्रसिद्ध झालें. त्या भोजकट नगराचा राजा हा रुक्मी एक अक्षौहिणी सैन्य बरोबर घेऊन त्वरित पांडवांकडे आला; आणि स्वतः धनुष्य, तलत्राण, खड्ग, भाते आणि कवच धारण करून तो महावीर्यवान् रुक्मी सूर्यवर्ण ध्वजासह कृष्णाचें प्रिय करण्याच्या इच्छेनें म्हणून पांडवांकडील सैन्यांत शिरला.

राजा युधिष्ठिराला ही वार्ता कळतांच त्यानें सामोरें येऊन त्याची पूजा केली व इतर पांडवांनींही यथान्याय सत्कार करून त्याची प्रशंसा केली. मग त्या सर्व पांडवांच्या भेटी घेऊन सैन्यासहवर्तमान विश्रांति घेतल्यावर, तो कुंतीच्या शूर पुत्रांपैकीं धनंजयाला म्हणाला, " हे पंडुपुत्रा, जबरदस्त शत्रूंशीं तोंड देण्याला तूं कचरत असशील, तर हा मी तुझ्या पाठीशीं उभा आहें; युद्धाला आरंभ तर होऊं दे, कीं मी तुला असें साह्य करितों कीं, तें शत्रूंना सहन होणार नाहीं! येथल्या मंडळींत माझ्या तोडीचा पराक्रमी कोणीही नाहीं. रणांत माझा प्रतिस्पर्धी म्हणून माझ्या वांट्याला पाहिजे तो वीर दे, मी त्याला ठार केल्यावांचून राहाणार नाहीं; मग तो द्रोण असो, कृप असो, भीष्म असो किंवा कर्ण असो. अथवा हें तरी कशाला? अशी वांटणी:मुळींच नको. प्रतिपक्षा-

कडील सर्वेही राजे असूं दे, मी एकटा यावत् शत्रूंचा निःपात करून आयतीच सर्व पृथ्वी तुझ्या हातीं आणून देतों!"

याप्रमाणें तेथील सर्व राजे व इतर सर्व लोक ऐकत असतां धर्मराज आणि केशव यांच्या निकट ही वल्गना रुक्मीनें केलेली ऐकून कुंतीपुत्र अर्जुनानें कृष्ण व धर्मराज यांस नेत्रानें खुणवून मित्रबुद्धीनें किंचित् हंसल्यासारखें करून म्हटलें, "हे वीरा, मी कौरवांच्या कुलांत उत्पन्न झालों असून विशेषतः पांडूचा पुत्र आहें; शिवाय मी आपल्यास द्रोणाचार्यांचा शिष्य म्हणवीत असून भगवान् वासुदेव माझा सारथि आहे व गांडीवासारखें दिव्य धनुष्य माझे हातांत आहे. असें असतां मला शत्रूंची भीति वाटते, असें मी म्हणेन तरी कसें? हे वीरा, घोषयात्रेचे वेळीं महाबलाढ्य गंधर्वांशीं मी एकटा झुंजलों त्या वेळीं मला कोण साह्य होता? त्याप्रमाणेंच भयंकर अशा खांडववनांत देवदानवांच्या गर्दींत ज्या वेळीं मी लढलों, त्या वेळीं माझा कोण बरें पाठीराखा होता? निवातकवच व कालकेय नामक दैत्यांची मीं रग जिरविली त्या वेळीं मला कोणाची मदत होती? अथवा विराटनगरांत गोग्रहणसमयीं मीं एकट्यानें अनेक कौरवांशीं संगर केलें तेव्हां तुझ्यासारखाच मला कोणीं साह्यकर्ता होता काय?, सारांश, युद्धार्थ रुद्र, इंद्र, कुबेर, यम, वरुण, अग्नि, कृप, द्रोण व कृष्ण यांची आराधना केलेला, गांडीवासारखें तेजोमय व दृढ धनुष्य धारण करणारा, आणि अक्षय्य बाणांनीं युक्त व दिव्यास्त्रांनीं सुसंपन्न अशा मजसारख्या वीराच्या तोंडून, समक्ष इंद्रही युद्धास आला असतां, 'मी भ्यालों' असें यशोहानिकारक वाक्य कसें निघेल? अर्थात्, हे नरव्याघ्रा, मला कशी ती भीति वाटत नाहीं व मला कोणाच्याही साह्याची जरूरी नाहीं! तेव्हां तुला वाटेल आणि तुझें जुळेल तर इकडे राहा, नाहीं तर दुसऱ्या कोठेंही चालता हो!"

हे जनमेजया, अर्जुनानें याप्रमाणें रुक्मीचा नखरा उतरतांच हिरमुष्टी होऊन तो आपली समुद्रप्राय सेना घेऊन दुर्योधनाकडे गेला व त्यालाही साह्य करण्याविषयीं बोलूं लागला. परंतु दुर्योधनाला स्वतःच्या शौर्याबद्दल कांहीं कमी घमेंड नव्हती. तेव्हां त्यानेंही त्याला वाटाण्याच्या अक्षता लाविल्या. याप्रमाणें, राजा, युद्धांतून वृष्णिवंशज बलराम व रुक्मी हे दोघेच एका बाजूला सरले. बलराम तीर्थयात्रेस निघून गेला आणि रुक्मी तसा हिरमुष्टी होऊन चालता झाला. मग पुनरपि ते पांडव मसलत करण्याकरितां एकत्र बसले. तेव्हां सभोंवार दिव्य वस्त्राभरणांनीं युक्त असे अनेक राजे व मध्यस्थानीं राजा युधिष्ठिर असलेली ती पांडवसभा नक्षत्रांनीं परिवेष्टित अशा चंद्रानें सुशोभित आकाशाप्रमाणें मनोहर दिसूं लागली.

अध्याय एकशें एकुणसाठावा.

—:०:—

धृतराष्ट्रसंजयसंवाद.

जनमेजय विचारतोः—हे द्विजश्रेष्ठा, या रीतीनें कुरुक्षेत्रामध्यें उभय सैन्यें सज्ज होऊन व्यवस्थितपणें उभीं राहिलीं असतां त्या कालप्रेरित कौरवांनीं काय केलें?

वैशंपायन सांगतातः—हे राजा, याप्रमाणें सैन्यें सज्ज होऊन राहिलीं असतां धृतराष्ट्र संजयाला म्हणाला, संजया, इकडे ये, आणि कौरव-पांडवांच्या छावणींतून काय काय प्रकार घडले ते कांहीं न वगळतां मला सांग. संजया, दैव हेंच माझ्या मतें बलवत्तर आहे; पुरुषप्रयत्न केवळ व्यर्थ आहे. कारण, तूंच पाहा कीं, युद्धापासून कुलक्षयासारखे महान् अनर्थ ओढ-

वतात हें मी पूर्णपणें जाणत असूनही, खोडसाळपणानें द्यूत खेळणाऱ्या व कपटपटु अशा आपल्या पुत्राचा निग्रह करून स्वहित साधण्यास समर्थ होत नाहीं ! हे सूता, माझ्या बुद्धीला आमच्या कृतीचे भावी अनर्थ दिसण्याला रहात नाहींत. परंतु आश्चर्य हें आहे कीं, दुर्योधनाची दृष्टादृष्ट झाली पुरे, कीं माझी बुद्धि पुनः फिरते. अशी वस्तुस्थिति आहे; त्या अर्थी, हे संजया, व्यर्थ तळमळण्यांत कांहीं फायदा नाहीं. जें होणें असेल तें होईल. क्षत्रियांनीं रणांगणांत देहत्याग करणें हा त्यांचा सहज धर्म आहे व हें त्यांना भूषणही आहे. यासाठीं याबद्दल मी फारसें वाईट वाटून घेत नाहीं !'

संजय म्हणतोः—तूं सैन्याच्या हालचालीबद्दल जो प्रश्न केलास तो ठीक आहे. बाकी या कामीं सर्व दोष दुर्योधनावर लादून तूं स्वतः नामानिराळा राहूं पहातोस, हें मात्र न्याय्य नाहीं. असें मी कां म्हणतों याचें कारण मजपासून तूं साग्र ऐक. जो मनुष्य स्वतःच्या दुष्कृतीनें संकटांत पडतो, त्यानें त्या संकटाचें खापर काल किंवा देवता यांच्या माथ्यावर फोडणें योग्य नाहीं ! हे महाराजा, जो पुरुष मनुष्यमात्राशीं निंद्य वर्तन करितो, तो सर्व लोकांचाच शत्रु म्हणून त्याचा वाटेल त्यानें वध करावा असें शास्त्र आहे. हे मनुष्यश्रेष्ठा, द्यूतामध्यें तुम्हीं अमात्यांसह पांडवांस कपटानें जिंकून त्यांच्या नाहीं त्या विटंबना केल्या पण पांडवांनीं त्या सर्वही तुजकडे दृष्टि देऊन आजपर्यंत सहन केल्या. परंतु तुजबद्दलही अखेर जेव्हां निराशा झाली, तेव्हां त्यांनीं निरुपायास्तव समरांगण पाहिलें. उभय पक्ष समरांगणांत आल्यावर हत्ती, घोडे व तेजस्वी राजे यांची कसकशी कत्तल उडाली, व सर्व लोकांच्या क्षयाला हेतुभूत तें युद्धकर्म कसकसें घडलें तें मी सांगतों; एकाग्र मनानें श्रवण कर. त्याबद्दल मनाला कांहीं वाईट वाटूं देऊं नको. कारण, शुभ किंवा अशुभ कर्म करणें हें पुरुषाच्या स्वाधीन नाहीं. पुरुष केवळ परतंत्र असून कळसूत्री बाहुलीप्रमाणें बरींवाईट कर्में त्याकडून करविलीं जातात. बाकी या कामीं लोकांत तीन प्रकारचीं मतें दिसून येतात. कोणी म्हणतात कीं, सर्व कर्में ईश्वराचे प्रेरणेनें होतात ! दुसरे म्हणतात, यदृच्छेनें होतात; तिसऱ्यांचें म्हणणें, पूर्वकर्माच्या अनुरोधानें होतात, अशीं हीं भिन्नभिन्न तीन मतें आहेत. यांतून निश्चितपणें अमुकच एक खरें असें ज्या अर्थी निश्चयानें म्हणवत नाहीं, त्या अर्थी, तुजवर जरी प्रस्तुत अनर्थ ओढवला आहे, तरी त्याबद्दल वाईट वाटूं न देतां स्थिरचित्त होऊन युद्धाची हकीकत तूं शांतपणें सविस्तर ऐक.

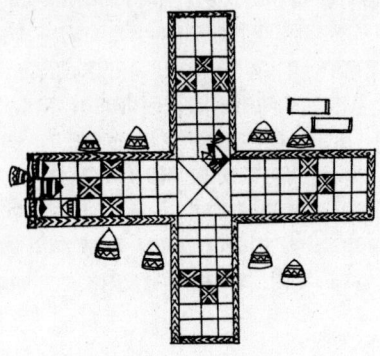

उलूकदूतागमनपर्व.

अध्याय एकशें साठावा.

—:०:—

उलूकाबरोबर पांडवांस निरोप.

संजय सांगतोः—महानुभाव पांडवांनीं हिरण्वती नदीचे काठीं तळ दिलेला पाहून कौरवांनींही रीतीप्रमाणें आपली छावणी घातली. छावणी घातल्यावर बुद्धिमान् दुर्योधनानें सर्व सहकारी राजांचा गौरव केला; सेनेच्या तुकड्यांची नीट व्यवस्था लाविली; व अमक्या योद्ध्यांची अमक्यांनीं पाठ राखावी अशा प्रकारें सर्व योद्ध्यांच्या रक्षणाची तजवीज केली. नंतर कर्ण, दुःशासन, सौबल शकुनि यांसह एकांतांत मसलती केल्या. मसलती केल्यावर उलूक नामक दूताला बोलवून सांगितलें:—हे उलूका, सोमकांसह असणाऱ्या पांडवांकडे जा आणि तेथें जाऊन कृष्ण ऐकत असतांना माझा निरोप त्यांना सांग. त्यांना म्हणावें, आज बरेच वर्षेपर्यंत घाटत असलेलें कौरवपांडवांचें घोर युद्ध अगदीं जवळ येऊन ठेपलें आहे. याकरितां, हे भीमसेना, कृष्णाचे बळावर अर्जुनासह कौरवसभेंत मेघगर्जना करून जी तूं आत्मप्रशंसा केलीस, ती खरी करून दाखविण्याचा सुदैवानें हा समय आला आहे. यास्तव विनंती इतकीच कीं, तूं जशीजशी प्रतिज्ञा केली आहेस, तशीतशी खरी करून दाखव. तसाच, ज्येष्ठ पांडवाला—युधिष्ठिराला म्हण कीं, तूं आजपर्यंत एवढा धार्मिकपणाचा, एवढा भूतदयेचा—अजातशत्रुत्वाचा आव घालून आज आतां आपले सर्व भ्राते, सोमक, कैकेय बंधु या सर्वांसह युद्ध आरंभून, एखाद्या खाटिकाप्रमाणें हजारों जीवांच्या माना चराचर कापल्या जाण्याचें कौतुक पहाण्याला प्रवृत्त झालास, या तुझे धार्मिकपणाला काय म्हणावें? अरे, आम्ही आजपर्यंत समजत होतों कीं, तूं आपणाला अजातशत्रु म्हणवितोस त्या अर्थी तूं सर्व प्राण्यांना अभयदाता असशील. पण तूं तर स्वतःच सुरा घेऊन जीवहानि करण्याला उठलास, हें कसलें धार्मिकपण? तुझी ही स्थिति पाहून, देवांनीं प्रऱ्हादाचें राज्य हरण केलें असतां प्रऱ्हादानें त्यांना उद्देशून एक श्लोक म्हटला होता, त्याचें स्मरण मला होतें. तो श्लोक असाः हे देवहो, ज्यांचीं पापकर्में गुप्त असून जे भस्माचे पट्टे, रुद्राक्षमाला इत्यादि धार्मिकपणाचीं चिन्हें बाह्यात्कारीं एकाद्या ध्वजाप्रमाणें फडकवितात, असल्यांचे व्रताला 'बैडालव्रत'[1] म्हणजे बोक्याचें व्रत म्हणतात. हा शब्द प्रचारांत कोठून आला, तो मूळ इतिहास नारद महर्षींनीं माझे पित्याला सांगितला होता, तोच, हे युधिष्ठिरा, मी तुला कळवितों. तो असाः

बैडालव्रत.

हे राजा, एक दुष्ट बोका गंगातीरीं हात वर उभारून सतत उभा असे; व प्राण्यांचा विश्वास उत्पन्न करण्याकरितां बाह्यात्कारीं निरुपद्रवीपणानें वागून, मी व्रतस्थ आहें असें लोकांस सांगे. ह्याप्रमाणें बराच वेळ लोटला, तेव्हां पक्ष्यांना त्याचा मोठा विश्वास वाटला व पक्षिगण त्या मार्जाराजवळ येऊन त्याचें वंदनपूजन, स्तुतिस्तोत्र करूं लागले. तें पाहून पक्षिभक्षक बोकोबांनीं मनांत गांठ घातली कीं, आपला कार्यभाग झाला; आजपर्यंत केलेली तपश्चर्या सफल झाली. असें होतां होतां, हे व्रतस्थ बोकोबा होते त्या ठिकाणीं गंगातीरीं बावांचे दर्शनार्थ बरेचसे उंदीर आले. त्यांना

---

१ मूळ श्लोक असा आहेः—
यस्य धर्मध्वजो नित्यं सुरा ध्वज इवोच्छ्रितः।
प्रच्छन्नानि च पापानि बैडालं नाम तद्व्रतम्॥

पाहून तर बोवांनीं धार्मिकपणाचें अधिकच स्तोम केलें; कारण बोवांना मोठाच डाव साधावयाचा होता. उंदिरांनीं ती व्रतचर्या पाहून बिचारे अगदींच भाळले. त्यांना निःसंशय वाटलें कीं, हा केवळ धर्मबुद्धि बनला आहे. याला आतां स्वार्थ किंवा हिंसादृष्टि कशी ती उरली नाहीं. ईशाराधन किंवा परोपकार यांशिवाय याला अन्य कर्तव्य उरलें नाहीं, असल्या सज्जनाची गांठ पडली, बहुत नामी झालें. आपल्यासही शत्रु फार असून, त्राता कोणी नाहीं. बोवांचें सामर्थ्य विशिष्ट आहे; वासना तर केवळ धर्मपर आहे. याकरितां आपण सर्वांनीं त्यांना ' मामा ' समजून त्यांचे छायेखालीं पोरबाळ--म्हाताऱ्याकोताऱ्यांसकट रहावें, म्हणजे आपणांस दगा मिळून होणार नाहीं; असा विचार करून ते सर्व जण बोकोबांकडे येऊन विनयपूर्वक म्हणाले, " हे धर्ममूर्ते, आपण आम्हां गरीबांवर कृपा कराल तर आपले कृपाबलावर आम्हांस यथेच्छ आनंद करावयास मिळेल. आपणच आम्हांला निश्चित आधार असून, आपणच आमचे परममित्र आहां, असें मानून आम्ही सर्वजण आपणास शरण आलों आहों. कारण, आपण सतत धर्मपरायण असून, सर्वथा धर्मावरच आपली निष्ठा आहे. आपणाला आम्ही आपले ' मामा ' समजतों. याकरितां, हे बुद्धिमंता, वज्रपाणि इंद्र ज्याप्रमाणें देवसमूहाचें रक्षण करितो, त्याप्रमाणें आपण आमचें संरक्षण करावें. " या प्रकारची त्या मूषकांची प्रार्थना ऐकून मूषकांतक बिडालराज त्यांना म्हणाले, " बाबांनो, तुम्ही म्हणतां खरें, पण माझी ही तपश्चर्या व तुमचें रक्षण ह्या दोन्ही गोष्टी मलाच करणें तर त्या नीट होणें कठीण आहे. कोणती तरी एक साधेल. आतां माझी तपश्चर्या मला प्रिय खरी; तथापि, तुम्ही दीन होऊन शरण आलां त्या अर्थीं माझी तपस्या क्षणभर एकीकडे ठेवून मला तुमचें रक्षण करणें उचित दिसतें. कारण, भूतदया हें तरी माझे तपांतील मुख्यांगच आहे. मी तुमचें कार्य अंगीकारितों. परंतु तुम्हांला माझें एक म्हणणें सतत पाळावें लागेल. म्हणणें इतकेंच कीं, तुम्ही पहातांच कीं अतिशय कडक नियमांनीं मीं ही तपश्चर्या केल्यामुळें अगदीं खंगून गेलों आहें. माझ्या पाऊल उचलवत नाहीं. याकरितां तुमचे गंगातीरीं ते बालवृद्ध जेथें असतील तेथें मला नित्यशः तुम्हीं नेऊन पोंचविलें पाहिजे. " हे भरतश्रेष्ठा, उंदरांनीं त्याचें म्हणणें स्वीकारिलें; आणि आपले बालवृद्ध सर्वजण बोकोबांचे हवालीं केले. बोकोबांची तपस्या चांगलीच फळाला आली. त्यांची आयतीच पोळी पिकली ! मग त्या तपोनिधींनीं आपल्या मूळ दुष्टस्वभावानुसार रोजचे रोज उंदीर गट्ट करण्याचा क्रम चालविला. अल्पकालांतच मामा गरगरीत दिसूं लागले; अंगकांति पालटली; सांधे बळकट झाले. एकंदरींत मामा यथास्थितच बनले ! पण इकडे उंदरांची संख्या मात्र क्षीण होत चालली. हें पाहून ते सर्व उंदीर एकत्र जमून परस्परांस म्हणूं लागले कीं, ' हा चमत्कार काय ? पहावें तों मामांची रोज नवली पालटत चालली आहे ! स्वारी चांगलीच तुळतुळीत दिसूं लागली आहे, आणि आपली खानेसुमारी रोज तुटत चालली आहे. हा प्रकार कसा काय ?

हें बोलणें ऐकून, त्या मंडळीं पैकीं डिंडिक नामक एक उंदीर मोठा मुत्सद्दी होता तो म्हणाला, " मामा काय करितात, याचा उलगडा पाडण्याला एक थोडी युक्ति आहे. आज आपण सर्व जुळून मामांना नदीतीरीं पोंचवून परतूं लागलों म्हणजे, मामा काय करितात ती टेहेळ ठेवण्यासाठीं मी एकटा

आपल्या टोळींतून मागें राहीन, म्हणजे सर्व अंडेंपिलें बाहेर पडेल." ही त्याची युक्ति ऐकून सर्वांनीं त्याची 'खाशी युक्ति, खाशी युक्ति !' म्हणून फार वाहवा केली व दुसरे दिवशीं त्याच्या सांगण्याप्रमाणें ते वागले. त्याला एकट्याला सोडून आपण परत आले. भाच्यांचा हा संकेत मामांच्या कांहीं कानीं गेला नव्हता. मामांनीं पाहिलें कीं, आज उमेदवार सांपडले आहेत, आज भरचक्का मेजवानी ! असें म्हणून त्यांनीं डिंडिकांस आपले पोटांत घातलें ! डिंडिकांचा जेव्हां पत्ता नाहीं, तेव्हां त्या उंदरांनीं पुनः सभा भरविली व मोठ्या बारकाईनें विचार चालविला. त्या वेळीं त्यांपैकींच कोलिक म्हणून एक महाधूर्त उंदीर होता, त्यानें पुढें सरून ज्ञातिवधाचें खरें कारण सांगितलें. तो म्हणाला, "अरे, कसले निर्णय करीत बसलां ? हे मामा तुम्हांला दिसत आहेत तसे खरे धार्मिक नाहींत. हा सगळा कावा आहे. याचा पुरावा दुसरा नको. व्रती मामांची कंदमूलांवर गुजराण असती तर मामांचे श्रद्धेंत असे केंसकेंस दिसते ना ! यांतच काय तें उमजा. शिवाय, दुसरें प्रमाणः— मामांचे प्रकृतीची कमान चढती आहे, आपली संख्या तुटत चालली आहे. आज आठ दिवस झाले, डिंडिकाचा थांग नाहीं. तो मामांकडे राहिला तो राहिलाचसा दिसतो !" या प्रकारें कोलिक उंदरानें जेव्हां त्यांचे डोळे उघडिले, तेव्हां सर्व सावध झाले व मामांचा नाद सोडून चालते झाले. पारण्याची सामुग्री तळावर नाहींसें पाहातांच दुष्ट मामांनींही आपला रस्ता सुधारिला. असो; मामांच्या या व्रताला **बैडालव्रत** असें म्हणतात.

हे युधिष्ठिरा, तूंही त्या बोक्याप्रमाणेंच मनाचा दुष्ट असून, तो बिडाल जसा त्या मूषकांशीं धर्माचे ढोंगानें वागत होता, तसा व तूंही आपल्या जातींत वागत आहेस. तुझें तें बोलणें एक आणि करणें दुसरेंच, यावरून पाहातां तुझें तें वेदाध्ययन, तें शमाचरण केवळ लोकांना भोंदण्याकरितांच आहे. पण, हे राजा, आतां माझा उपदेश ऐक. तुझा धर्मिष्ठपणाबद्दल इतका डंका वाजला आहे, त्यासारखा आतां क्षात्रधर्माचा अवलंब करून खराखुरा तरी धार्मिक हो; आणि हें कपट—हा भोंदूपणा सोडून दे. क्षात्रधर्मानेंही तुला पुण्य संपादितां येणारें आहे. आपल्या बाहुबलानें ही सर्व पृथ्वी जिंकून मग ब्राह्मणांना व पितरांना वाटेल तशीं दानें दे. तूं इतका मातृभक्त म्हणवितोस, तर तुझी म्हातारी दुसऱ्याचे घरीं तुकडा खात आज कैक वर्षें पडली आहे आणि तुमचे नांवानें ढसढसां रडत आहे, तिचे तेवढे डोळे तरी रणांत जय मिळवून पूस आणि तिचा चांगला सन्मान कर ! तुम्हीं मोठ्या तजविजीनें आम्हांपाशीं काय ते पांचच गांव मागितले; परंतु आम्हीं तेही दिले नाहींत. याबद्दल तुला कदाचित् विस्मय वाटत असेल. परंतु, असें करण्यांत आमचा खरा हेतु एवढाच कीं, पांडवांना आपण चिडवितों कसे व ते आपणांशीं युद्धांत भिडतात कोठून, असें आम्हांस होऊन गेलें आहे. त्या कपटी विदुराला तुजसाठीं आम्हीं दूर केलें आणि लाक्षागृहांत तुम्हांस जाळण्याचा आम्हीं यत्न केला, त्या आमच्या अपकृतींबद्दल क्रुद्ध होऊन तरी कांहीं मर्दुमकी तुझ्या अंगीं येऊं दे. कृष्ण कौरवसभेकडे येऊं लागला असतां तूं त्याचे तोंडीं आम्हांला मोठा झोंकांत निरोप पाठविलास कीं, 'मी तहाला तसाच युद्धालाही तयार आहें !' त्याचा प्रकाश काय तो आतां पडूं दे. कर युद्ध. ही वेळ आहे. ही यावी म्हणून तर आजपर्यंतच्या माझ्या इतक्या खटपटी. तूं जर खरा जातिवंत क्षत्रिय अस-

शील, तर तुला या माझ्या कृतीबद्दल माझें अभिनंदनच केलें पाहिजे. कारण क्षत्रियाला युद्धाहून अन्य लाभ अधिक नाहीं. तूं तर अस्सल क्षत्रिय म्हणून पृथ्वीभर गाजलावाजला आहेस. द्रोणाचार्य व कृपाचार्य यांपासून अस्त्रविद्या शिकलास असून व बलानें व कुलानें माझ्याशीं समतोल असून, शिवाय श्रीकृष्णाचा तुला पाठभेदा आहे. तेव्हां युद्ध करण्याला तूं तर एका पायावर तयार असावेंस. असो.

हे उलूका, पांडवांदेखत त्या वासुदेवाला माझा संदेश सांग कीं, स्वतःचें व पांडवांचें नांव राखण्यासाठीं नीट कंबर कसून माझ्याशीं युद्धाला सज्ज हो. तूं आमचे येथें सभेमध्यें असतांना जें मायावी बहुरूप्याचें सोंग आणिलें होतेंस, तसलेंच सोंग घेऊन अर्जुनासह मजवर धांवून ये, म्हणजे एक मौज तरी होईल. तुज बहुरूप्याचा मजसारख्या खऱ्या योद्धयाला कांहीं बागुलबोवा वाटत नाहीं. असल्या माया, इंद्रजाल, कपटी खेळ हे सामान्यांस भीति उत्पन्न करितात, परंतु आम्हांसारखे शस्त्रधर वीरांना संग्रामप्रसंगीं असल्या खेळांनीं अधिकच वीरश्री चढते. शिवाय, तुलाच म्हणजे हे गारुडी खेळ येतात आणि आम्हांला म्हणजे येत नाहींत, असें समजूं नको. आम्हीही मायेनें आकाशांत किंवा अंतरिक्षांत गमन करूं शकतों; वाटेल तर क्षणांत पाताळांत, क्षणांत इंद्राचे अमरावतींतही जाऊं शकतों; तुझ्यासारखींच आपले शरीराचे ठिकाणीं बहुरूपेंही दाखवूं शकतों. परंतु असल्या आडमार्गांनीं जाऊन कोठें कार्यसिद्धि झाली आहे? निदान हें म्हणणें मानवी बुद्धीला तरी पटत नाहीं. वस्तुतः जगनियंताच आपल्या इच्छेप्रमाणें मनुष्यांना ताब्यांत ठेवीत असतो. असल्या बुजगावण्यांनीं कांहीं सुद्धां उपयोग होत नसतो. असो; संजयानें मला तुझी सगळी पांडवसभेंतील बडबड सांगितली आहे. तूं येथें म्हणालास कीं, दुर्योधनाला म्हणावें, ज्या अर्थीं माझ्या गड्या अर्जुनाशीं तूं वैर मांडिलें आहेस, त्या अर्थीं मी युद्धांत सर्व धार्तराष्ट्रांना लोळवून पांडवांना सर्वोत्कृष्ट राज्य देईन. ठीक आहे. आज आतां समय आहे. कृष्णाला म्हणावें, आज आपला शब्द कायम राख आणि पांडवांसाठीं तरी अंगांत आव आणून एकदां सज्ज होऊन रणांत आमच्याशीं दोन हात कर. एक वेळ पाहूं तरी तुझी मर्दुमकी! आज समरांत समशेर गाजव. पाहूंच दे तुझें पुरुषपण! जो शत्रूला पूर्ण ओळखून, असले कपटी खेळ न करितां, केवळ अंगचे मर्दुमकीवर शत्रूला रडवितो, तोच जन्मास येऊन धन्य होय. हे कृष्णा, तुझी फुकटच्या फाकट जगांत एवढी कीर्ति होऊन राहिली आहे; पण खरें पाणी काय तें आज आम्हांला कळून येईल. बडवलेल्या बैलांत पुष्कळ विशाळ शिंगांचे, असून दुरून भ्यासूर दिसतात; पण अंगांत वीर्य काय? पुरुषाचें चिन्ह नपुंसकांनाही असतें, परंतु अशांना कोणी रांड देखील वचकत नाहीं! अशांतलाच तुझा पुरुषपणा असावा. खरें पाहातां मजसारखा कोणीही राजा आजपर्यंत तुजपाशीं रणांत भिडला नसेल; आणि मी तरी तुजसारख्या बायक्याशीं व विशेषतः कंसाच्या गुलामाशीं लढणें म्हणजे तुजसारख्यावर एक मोठा अनुग्रहच करणें आहे!

बरें, उलूका, त्या मस्त्या भुंड्या खोंड्याला, त्या खादाड ठोंब्या मूर्ख भीमसेनाला माझा निरोप बजावून सांग कीं, तुला पूर्वीं विराटनगरांत बल्लव बनून आचारीपणा करावा लागला तें माझ्याच पराक्रमाचें फळ! अरे, दुःशासनाचें रक्तपान करीन म्हणून तूं जी भरसभेंत प्रतिज्ञा केलीस, ती आतां खरी करून दाखीव. तुझी

माय व्याली असली तर दुःशासनाचें रक्त पीच. पाहूंच दे तुझें काय थोबाड लागलें आहे तें! मी धार्तराष्ट्रांना रणांत तडाक्यास ठार करीन म्हणून फार वल्गना करीत असतोस तो आतां एकदांचा रड; वेळ आहे! अरे, खाण्यापिण्याच्या, पुरुखा झोडण्याच्या कामांत तूं अग्रमानाला योग्य खरा. पण, बेट्या, युद्ध कोणीकडे! आणि जिलब्यांची रास उडविणें कोणीकडे! हें युद्धाचें तंत्र न्यारें आहे. असो; एकदां आमच्याशीं भीडच आणि मर्दुमकी तरी गाजव. 'या गदेनें मी दुर्योधनाची मांडी चुरीन' म्हणून सभेंत पुष्कळ तोंडसुख घेतलें आहेस, पण माझ्याशीं गांठ पडूं दे म्हणजे तें सर्व एकीकडे राहून, तुझ्या प्रिय गदेला तुझ्या बगलेंत देऊन तसाच तुला रणांगणांत लोळवितों. पुढें ये!

हे उलूका, यापुढें नकुलाला माझा निरोप सांग कीं, चल, आम्हांशीं टक्कर घे, डगूं नको. पाहूं दे तुझें अवसान! धर्मावरील प्रेम, मजवरील द्वेषबुद्धि आणि द्रौपदीची आम्हीं केलेली छळणा हीं ध्यानांत येऊन तरी तुझें एकदां पित्त चळूं दे आणि असा रणांगणांत हो. असाच निरोप सहदेवाला सांगून मग त्या वृद्ध विराट द्रुपदांना म्हण कीं, ब्रह्मदेवानें सृष्टि उत्पन्न केल्यापासून असा धनीचाकरांचा जोड कधींही जमला नसेल. तुमच्यासारखे गुणी नोकर आणि पांडवांसारखे धनी! फार अपूर्व योग म्हणावयाचा. ठीकच आहे! माझ्यासारखा मालक तुम्हांला अश्लाघ्य वाटला आणि तुम्ही मला सोडून युधिष्ठिराला सामील झालां. बरें, आतां पांडवांशीं मिलाफ केल्याचें एवढें तरी श्रेय जोडा कीं, माझ्याशीं शस्त्र धरा, माझा वध करून पांडवांचें व स्वतःचें हित तरी साधा.

हे उलूका, पांचालराजपुत्र धृष्टद्युम्नाला तूं माझा निरोप सांग कीं, गुरु द्रोणांना मारण्याची तूं प्रतिज्ञा करून बसला आहेस, तर प्रतिज्ञा सिद्धीस नेण्याची आतां संधि आली आहे. जप, दवडूं नको. एकदां द्रोणांशीं समरांत गांठ घाल म्हणजे तुझें खरें कल्याण तुझ्या ध्यानांत येईल. आतां तूं स्नेह्यांच्या प्रीत्यर्थ युद्धांत शिरून इतरांचें हातून न होणारे असलें ब्रह्मवधाचें घोर पाप करच. शिखंडीलाही तसेंच सांग कीं, तुला ही चांगली पर्वणी आली आहे, साधून घे. तूं बायको आहेस हें वीराग्रणी गांगेय भीष्म जाणत आहेत; व म्हणून ते तुजवर मुळींच प्रहार करणार नाहींत. तेव्हां आतां तूं निर्भयपणें वाटेल तसा लढ. कंबर बांधून एकदां रणांत शौर्य गाजव. तुझें उसनें आणिलेलें तें मर्दपण तरी कसल्या जातीचें आहे तें पाहूं दे.

शेवटीं तो हंसून उलूकाला म्हणालाः—त्या कृष्णाचे विद्यमानीं अर्जुनाला पुनः एकदां माझा निरोप सांग कीं, आपल्या प्रतिज्ञेप्रमाणें आमचा पाडाव करून या पृथ्वीचें राज्य तरी कर; नाहींपेक्षां आम्ही तुला रणांत लोळवून कायमची विश्रांति देण्यास तयारच आहों. आमच्याशीं लढण्याची इच्छा नसली तरी आम्हीं तुम्हांस राज्यांतून हांकून दिलें, वनवासांत लाविलें व तुझ्या बायकोची चौघांत ढवढव केली, या गोष्टी स्मरून तरी चिडीस जा आणि तुझें पौरुष काय तें पुढें येऊं दे. अरे, तुमच्या वीरसू म्हणविणाऱ्या मातेनें तुझ्यासाठीं ज्या तिडका सोसिल्या त्यांचें सार्थक करून दाखविण्याची आज वेळ आहे. तुझा जर आम्हांवर एवढा राग आहे, तर तुझें अंगबळ, वीर्य, शौर्य, अतुल अस्त्रलाघव व पौरुष या सर्वांचा आतां उजेड पाड; आणि आम्हांवरील रागाचें चीज तरी करून घे. तुमचा राग आम्हांवर होणें सहज आहे. कारण, ऐश्वर्यभ्रष्ट होऊन बहुत दिवस हालअपेष्टांत काढावे लागले असतां

कोणाचें बरें हृदय फुटणार नाहीं? शूर, कुलीन व परद्रव्याविषयीं निर्लोभ अशा पुरुषाचें कमाविलेलें राज्य जर कोणीं हिसकलें तर त्याचा कोपाग्नि कसा भडकणार नाहीं? सभेंत जें लांबलचक बढाईचें बोलणें बोललास, तें कृतीनें करून दाखव. कृति नसून वायफळ वटवट करणाराला, संत कापुरुष असें समजतात. अरे, तुझें राज्य, तुझें वास्तव्य हीं देखील शत्रूच्या ताब्यांत आहेत, तीं सोडव. युद्ध करणाराचे राज्य व स्वातंत्र्य हेच दोन हेतु असतात. यास्तव पौरुष दाखवून ह्या दोन गोष्टी संपाद. अरे, तूं जर आपल्याला पुरुष म्हणवीत असशील, तर आम्हीं द्यूतांत तुमचा पराजय केला, तुमच्या बायकोला फरफर ओढीत भरसभेंत आणविलें, या गोष्टींनीं तुला क्रोध आलाच पाहिजे. परंतु एवढ्यांनीं नसेल येत, तर आणखी आमच्या कृति लक्षांत घे. आम्ही तुम्हांला घरांतून हांकून देऊन एक तपपर्यंत अरण्यांत कुचंबत ठेविलें; व एक वर्ष विराटाचे घरीं गुलामगिरींत काढावयास लाविलें. त्याप्रमाणें स्वराज्यांतून हद्दपारी, वनवास व तुमच्या बायकोचे आम्हीं तुमच्या समक्ष केलेले हालहाल ध्यानांत आणून, व केवळ शत्रूलाच शोभतील अशीं जीं आम्हीं तुमच्या स्त्रीला व तुम्हांला दुरुत्तरें बोललों तीं सर्व आठवून तरी आमचा सूड घेण्याचें तुझ्यांत अवसान उभें राहूं दे. अरे, अपकर्त्याचा सूड घेऊं शकत नाहीं त्याला मर्द कोणीं म्हणावें? हे अर्जुना, तुझा क्रोध, बल, वीर्य, ज्ञानार्जन व अस्त्रपाटव हीं सर्व एकदां बाहेर पडूं दे. एकवार रहाच आमच्या सामन्याला. मर्द हो, मर्द हो! प्रस्तुत युद्धाला अत्यंत अनुकूल असा काल आहे. नुकतीच विजयादशमी झाली असल्यामुळें शस्त्रांचें पूजन वगैरे आयतेंच उरकलें आहे; उन्हाच्या तापी पडूं लागल्यामुळें कुरुक्षेत्रांत चिखलबिखल कांहीं उरला नाहीं, तें वाळून खडखडीत कठीण झालें आहे. तुझे घोडे व तुझे योद्धे यथास्थित खाऊनपिऊन गलेलठ्ठ झालेले आहेत. अशी सर्व अनुकूलता आहे. याकरितां आतां मुहूर्त शोधीत बसूं नको. उद्यांचे उद्यां युद्धाचा गण नेम, विलंब नको. युद्धाला सुद्धा साथी कृष्णही असूं दे. म्हणजे दोघांचीही एकदमच मकडी वळेल. बाबारे, मी यंव करीन आणि त्यंव करीन, या तुझ्या लांब लांब गप्पा कोठपर्यंत? रणांत भीष्मांची गांठ पडली नाहीं तोंपर्यंत. त्यांची गांठ पडली म्हणजे तुला कळून येईल कीं, तुझ्यासारख्यानें भीष्मांना पादाक्रांत करणें म्हणजे पांगळ्यानें गंधमादन पर्वत चढून जाण्याइतकेंच अशक्य आहे. यास्तव, हे कौन्तेया, तुला सांगणें मिळून इतकेंच कीं, उगाच लंब्या गप्पा झोंकीत बसूं नको, जीभ आटप आणि शस्त्र उचल. अरे बुळ्या, राज्य राज्य म्हणून नाचत सुटला आहेस; पण तुला असें उमगेना, कीं असह्य कर्ण, वीरवर शल्य व इंद्रोपम द्रोण गुरु यांना युद्धांत जिंकिल्यावांचून तुला येथें राज्य कसें लाभेल? व्यर्थ मनांत मांडे कशाचे खात बसला आहेस? द्रोण म्हणजे तूं काय समजलास? ब्राह्म व क्षात्र या दोन्ही विद्येंत, अर्थात् वेद व धनुर्विद्या यांत ते सारखे पारंगत असून, युद्धांत पुढें होऊन खांद देणारे, कशाही प्रसंगीं न डगणारे, शत्रुसैन्यांतून निर्भय व अप्रतिहत संचार करणारे, अचूक शरसंधान करणारे व जात्याच महातेजस्वी अशा द्रोणाचार्यांना तूं जिंकण्याची इच्छा करितोस! तुला काय म्हणावें? हा तुझा निव्वळ भ्रम रे भ्रम. वाऱ्यानें मेरु पर्वत उलथलेला कोणीं ऐकिला आहे काय? अरे, फार कशाला बोलूं? तूं मजसंबंधें ज्या वल्गना केल्या आहेस, त्या जर खऱ्या करून दाखविशील तर मग वारा पर्व-

ताला उडवून देईल, आकाश भूमीवर कोसळेल व कालाचें चक्र उफराटें फिरूं लागेल, असें समज. मोठा पार्थ असो वा इतर कोणी असो, या शत्रुदमन द्रोणांचे तावडींत एकदां आल्यावर जिवंत परत जाण्याची त्यानें आशा कधीं करूं नये. अरे, या भीष्मद्रोणांनीं ज्या कोणी वीराबद्दल 'हा आम्हांस वध्य' असें म्हणून आंख ओढिला किंवा ज्याला त्यांचे दारुण शस्त्राचा स्पर्श झाला, तो मर्त्य रणांतच समाप्त झाला असें समजावें. अरे, अमरगणांनीं परिरक्षित देवनगरीप्रमाणें आमची ही अनेक बलशाली राजांनीं परिरक्षित केवळ अजिंक्य अशी दिव्य सेना तुझ्या दृष्टीस आली नाहीं वाटतें, म्हणूनच एखाद्या कूपमंडूकाप्रमाणें आपल्याच ठिकाणींही ट्रांव ट्रांव चालविली आहेस! असा बाहेर मैदानांत हो, आणि ही माझी राजचमू अवलोकन कर, म्हणजे तुला समजेल कीं, या माझे सेनेंत पूर्व, पश्चिम, दक्षिण, उत्तर या चतुर्दिशांचे राजे, तसेच कांबोज, शक, खश, शाल्व, मत्स्य, कुरुदेश, मध्यदेश, म्लेंच्छदेश, पुलिंद, द्रविड, आंध्र व कांच्य ह्या देशांतील राजे आहेत. अरे मतिमंदा, ही माझी बहुविध सेना म्हणजे समुद्राचे तोंडाशीं अत्यंत वेगानें वाहाणाऱ्या व अत्यंत वृद्धिंगत झालेल्या गंगौघाप्रमाणें केवळ अपार व दुस्तर आहे. शिवाय माझ्या सेनेंतील गजघंटेच्या मध्यभागीं उभा राहून मी युद्ध करणार असें असून तूं पुढें तोंड काढीन म्हणत असशील तर तूं ठार मूर्खच असला पाहिजेस. अरे, तुझे ते अक्षय्य भाते, तुझा तो अग्निदत्त रथ आणि तो दिव्य ध्वज यांचें काय तेज आहे तें आतां रणांतच आम्हांला दाखव, उगाच बकवा करूं नको. कारण बकव्यानें कार्यसिद्धि होत नसते; तिला हातपायच हालवावे लागतात. अरे, नुसत्या वल्गनेनें जर कार्यसिद्धि शक्य असती, तर या जगतांत अकृतकार्य कोणीच रहाता ना; कारण, वल्गनेची टंचाई कोणाजवळ असते? तुला सहाय वासुदेव आहे, तुझें तें गांडीव धनुष्य भलें ताडभर उंच आहे, तूं अनुपम योद्धा आहेस, हें सर्व मी जाणून आहें; आणि मीं जाणूनबुजूनच तुझ्या हातून राज्य हिरावून घेतलें. अरे, मनुष्याच्या संकल्पधर्मानें कार्यसिद्धी होत नसते; तें केवळ विधात्याचें सामर्थ्य होय. तूं कांहीं आजच शूर झाला नाहींसना?—जन्माचाच आहेस! असें असतां तुझ्या छातीवर पाय देऊन आणि तुला तसाच पांचजन्य करीत बसवून आज तेरा वर्षें तुझें राज्य मी भोगीत आलों; व यापुढेंही, तुला सबांधव रणांत ठार करून असाच राज्योपभोग घेणार! गुलामा, द्यूतांत जेव्हां पैजा मारमारून आम्हीं तुमचा धुव्वा उडविला, तेव्हां तुझें तें गांडीव कोठें गेलें होतें? आणि तुमच्या त्या भीमदादांचें बाहुबल तरी कोठें होतें? अरे, द्यूताजित होऊन तुम्हीं जेव्हां गुलाम झालां तेव्हां गदा-गांडीवांचें बल तुम्हांला उपयेागीं पडलें नाहीं. बिचारी ती शुद्ध चरित्राची द्रौपदी—तिनें बायको होऊन तुम्हां मर्द व नवरे म्हणविणारांचें गळे दास्यांतून मोकळे केले! धिक्कार असो तुमच्या त्या मर्दपणाला! अरे, तुम्ही जेव्हां एखाद्या नीच मनुष्याप्रमाणें आमचे निमूटपणें गुलाम झालां त्या वेळीं मीं तुम्हांला षंढतिल[1] म्हणून म्हटलें तें उगाच काय? माझ्या म्हणण्याचा प्रत्यय दुनियेला पुढें आलाच. कारण, तूं विराटाचे घरीं हिजडा होऊन राजरोस वेणीच घालीत होतास! बरें, भीम तरी मरेमरे तों राजाच्या महानसांत स्वयंपाकिणीचें काम करीत होता. हींच तुमचीं रडलीं कीं नाहीं पौरुषें? नाहीं तर माझें

१ षंढतिल म्ह० पोंचट तीळ हा मुख्यार्थ; नरस, पौरुषहीन हा लक्षार्थ.

पौरुष बघ, कीं तुम्हां क्षत्रिय वीर म्हणविणारांच्या अशा रांडा करून सोडिल्या ! अरे, पुरातन कालापासून खरे क्षत्रिय मजप्रमाणें तुमच्यासारख्या क्षत्रियांना शासन करीत आले. अरे धनंजया तूं नपुंसक ! शस्त्रयुद्धाचें तर नांवच नको, पण नुसत्या मदनयुद्धालाही देखील तूं भिऊन एकीकडे सरणारा ! तुझी बहादुरी म्हणजे वेणी घालून राजाच्या पोरीला नाचबैठक शिकवणें हीच. तूं स्वतः पावलीनें उणा, आणि तुझा स्नेही तो बायक्या; हे माझ्याशीं राज्य मागतां आणि मला बाऊ दाखवितां ? आणि मी असल्या तुम्हांला डरून हातचें राज्य सोडणार ! कोणत्या भ्रमांत आहां? राज्य पाहिजे असेल तर, हे अर्जुना, दुसरी तोड नाहीं. तुझ्या सोबत्यासह माझ्याशीं दोन हातच केले पाहिजेत. तुमचीं हीं गारुडें, हीं सोंगें, ह्या माया, अशांनीं खरे वीर भीत नसतात; ते उलट असल्या ढोंग्यांचा निःपात करण्याकरितां अधिक त्वेषानें रणांत पुढें सरसावतात. अरे, तुझे असले हजार कृष्ण येउं देत किंवा शेंकडों फाल्गुन येउं देत, मजसारख्या अमोघास्त्राची रणांत गांठ पडली कीं त्यांची दाणादाणच समज. एकदां भीष्मांशीं उभा तर रहा, म्हणजे मस्तकानें मेरु फोडणें किंवा नुसत्या बाहुबलानें या वीरमय सेनासमुद्रांतून तरून जाणें अशांतला कठीण प्रसंग तुजवर ओढवलासें तुला वाटेल.

कौरवसेनासमुद्र.

अरे, हें माझें अवाढव्य सैन्य म्हणजे एक महासमुद्रच आहे. शारद्वत कृपाचार्य हा यांतील देवमासा असून, विविंशति हा मोठा विक्राळ सर्प आहे; बृहद्बल हीच या समुद्रांतील घोडलाट असून सोमदत्ति हा यांतील तिमिंगल होय; युयुत्सु हा यांतील उदक असून, भगदत्त ही यांतील वावटळ होय; श्रुतायु व हार्दिक्य यांच्यामुळें या समुद्राला उधान आलें आहे; दुःशासन हाच त्यांतील मोठा लोट आहे; व शल आणि शल्य हे त्यांत मासे सुळसुळत आहेत. सुषेण व चित्रायुध हे अनुक्रमें यांतील नाग व नक्र आहेत. भीष्म हा यांतील अपरंपार वेग आहे; व द्रोणाचार्य हा यांतील येईल त्याला गट्ट करण्याला तयार बसलेला सुसर आहे. त्याच्या भयानें तर याच्या आसपास कोणी जाऊं धजत नाहीं. तशांत कर्ण व शल्य हे यांतील भयंकर भोंवरे असून काम्बोज हा यांतील वडवानल आहे. जयद्रथ हा यांतील पर्वत असून पुरुमित्राचे योगानें याला गांभीर्य आलें आहे. दुर्मर्षण यांतील पाणी असून शकुनि ही धोक्याची जागा—नस्त आहे; आणि असंख्य शस्त्रांचे समूह हाच त्याचा अखंड ओघ आहे. असल्या ह्या प्रचंड सेनासमुद्रांत तूं शिरलास तर नुसत्या शिरण्याच्या श्रमानेंच तुला मूर्च्छा येईल व तुझी शुद्ध नाहींशी होऊन तूं गाफिल पडशील, व सर्व बांधवांसह तुझें जेव्हां कंदन झालेलें पाहाशील, तेव्हां आपण या समुद्रांत कोठून शिरलों म्हणून तुझें मन तुला खाईल; आणि, हे पार्था, मग, पापी मनुष्याचें मन जसें ' स्वर्गप्राप्ति पाप्यास अशक्य ' असें पाहून तिकडून फिरतें, त्याचप्रमाणें तुझें मन पृथ्वीचें राज्य मिळविण्याची ही हाव सोडून देईल, हें तुला सांगून ठेवितों. शहाणा असशील तर उमज आणि हें युद्धाचें वेड सोडून देऊन पडून राहा, शांत अस. अरे, तपोहीनाला जसा स्वर्ग अप्राप्य, तसेंच तुला हें राज्य अप्राप्य आहे. ही तूं चिऱ्यावर रेघ ओढून ठेव !

१मूळांत पाठ श्रोण्यां वेण्यांच कक्ष्यांच संयुगे यःपलायते। वेणीं कृत्वा षण्ढवेषः कन्यां नर्तितवानसि ।

येथें, पूर्वार्धाचा अर्थ मर्यादेस्तव मदनयुद्ध इतकाच संक्षिप्त धरिला आहे.

अध्याय एकशें एकसष्टावा.

—:०:—

दुर्योधनसंदेशकथन.

संजय सांगतोः—कैतव्य उलूक पांडवांचे छावणींत येऊन युधिष्ठिराला म्हणाला, "हे राजा, दूत म्हणजे केवळ निरोपाचे धनी. निरोप देणारानें शिव्या सांगून पाठविल्या असल्या तरी त्या देऊन दाखविणें दूतांना भाग आहे, हें मर्म तूं जाणतोस. यास्तव, दुर्योधनाकडील निरोप सांगितला असतां मजवर संतापूं नको."

युधिष्ठिर म्हणालाः—उलूका, त्या ऱ्हस्वदृष्टि व धनलोभी दुर्योधनाचा निरोप कसा असेल तें मला कळतेंच आहे. पण तूं मनांत काडीइतकी भीति न धरितां असेल तसा धडकून सांग.

इतकी मोकळीक होतांच उलूकानें महात्मे तेजस्वी पांडव, तसेच सृंजय व मत्स्य, यशस्वी कृष्ण, सपुत्र द्रुपद आणि विराट, व इतर राजे यांदेखत निरोप सांगितला. उलूक म्हणालाः—महत्त्वाकांक्षी दुर्योधनानें सर्व कौरवांसमक्ष तुला निरोप सांगितला आहे कीं, तुम्हीं पांडव आम्हां कौरवांवर रागावलां म्हणून ऐकतों, तर हें ठीकच आहे. आम्हीं तुमची द्यूतांत फजिती केली, तुमची स्त्री द्रौपदी तुम्हांसमक्ष सभेंत फरफरां ओढली, आणि तुम्ही जर आपल्याला पुरुष समजतां, तर तुम्हांला याबद्दल क्रोध येणें सहज आहे. आम्ही तुम्हांला घरांतून हाकलून देऊन बारा वर्षें वनांत बसविलें; शिवाय, एक वर्ष विराटाकडे दास्य करून काढण्यास लाविलें; शिवाय तुमचें राज्य हरण केलें. असलीं कृत्यें आम्हीं केलीं, यामुळें आमचा राग तुला ठीकच आला. परंतु, आमचें म्हणणें, रागावून नुसते जागचे जागीं दांतओंठ खाण्यांत काय मजा? या गोष्टी पाहिजे तर पुनः मनांत आण आणि तुझ्या नाकाला एवढी मिरची लागली आहे, तर तसें पौरुष दाखव.

हे पांडुपुत्रा, तुझ्या निर्बल भीमानें प्रतिज्ञा भोगिली कीं, 'मी दुःशासनाचें रक्त पिईन! त्याला म्हणावें, तुझी माय व्याली असेल तर तें आतां पिऊन दाखव. संधि ठीक आहे. परवांच नुकतीं विजयादशमीला शस्त्रें पूजिलीं आहेत; कुरुक्षेत्र चिखल वाळून ठणठणीत झालें आहे; रस्ता दुरुस्त व सपाट झाला आहे; व तुझे अश्व खाऊन खाऊन माजले आहेत, त्यांनाही कांहीं तरी काम पाहिजेच, व कृष्ण तुला साह्य आहे. अशी सर्व सोय आहे. त्या अर्थीं एकदां तुझ्या अंगांत काय पाणी आहे तें मला दाखवच. तुझ्या बसले ठिकाणीं वल्गना मीं पुष्कळ ऐकिल्या; परंतु, बाबा, भीष्मांशीं समरांत एकदां गांठ पडली म्हणजे पंगूनें गंधमादन पर्वतावर चढण्याची फुशारकी मारण्याप्रमाणेंच तुझें हें बोलणें वायफळ होईल, अरे, अशा फुशारक्या मारण्यांत तूं काल घालवितोस, त्यापेक्षां या बडच्या फुशारक्या मारण्याऐवजीं अल्प तरी पुरुषत्व दाखव. अरे, अजिंक्य कर्ण, बलिष्ठ शकुनि व इंद्रसम योधाग्रणी गुरु द्रोण यांना न जिंकितां राज्य मिळावें म्हणून खुळ्यासारखी कशी इच्छा करितोस?

द्रोणांचें वर्णन.

अरे, गुरु द्रोण म्हणजे केवळ असामान्य पुरुष! ब्राह्म व क्षात्र या उभय धर्मांतील ते धुरीण असून त्रयी व धनुर्वेद यांत पारंगत आहेत; युद्धांत सदा पुढेंच असणारे; कशाही प्रसंगीं घाबरणें ज्यांना ठाऊक नाहीं; बेधडक शत्रुसैन्यांत मुसंडी देणारे व ज्यांना भूल कधीं माहीतच नाहीं, असल्या अमोघवीर्य द्रोणांना, हे पार्था, पराजित करण्याची

तूं उमेद बाळगितोस, या तुझ्या वायफळपणाला काय म्हणावें ? अरे, मेरु पर्वत कधीं वावटळीनें उडून गेलेला आम्हीं ऐकिला नाहीं. यावरून काय तें समज. अरे, तुझ्या वल्गना जर खऱ्या होतील तर वारा मेरूला उडवील, आकाश कोसळून धरणीवर पडेल, किंवा कालचक्रही उलट फिरेल असें मी म्हणतों. अरे, कोणीही मनुष्य, मग तो मोठा घोड्यावर असो, हत्तीवर असो वा रथांत चढो, त्याला जगण्याची इच्छा असेल तर त्यानें या अरिमर्दन द्रोणांशीं संग्रामांत गांठ घालूं नये, तरच सोय आहे. कारण, द्रोणांनीं किंवा भीष्मांनीं ज्याकडे एकदां वांकडा डोळा केला किंवा ज्याला शस्त्रस्पर्श केला, त्याची जागचे जागींच गठडी वळली असें समजावें.

अरे, देवरक्षित स्वर्गाप्रमाणें जिचा आटोकाट बंदोबस्त केला आहे अशी ही देवचमूवत् अजिंक्य माझी सेना ज्या अर्थीं तुझे गांवींही नाहीं, त्या अर्थीं मला वाटतें, तूं केवळ कुव्यांतला बेडूक आहेस. अरे, चारी मुख्य दिशांकडील राजे, तसेच कांबोज, शक, खश, शाल्व, मत्स्य, कुरुदेश, मध्यदेश, म्लेंच्छदेश, पुलिंद, द्रविड, आंध्र व कांच्य या देशांतीलही राजे माझे सैन्यांत आहेत. अरे, माझी ही सेना म्हणजे समुद्राचे तोंडीं तोंडीं अतिविस्तीर्ण व वेगवान् झालेला गंगेचा ओघच; तशांत मी भोंवतीं हत्तींचा गराडा ठेवून असल्या सेनेच्या मध्यभागीं उभा रहाणार; असें असून माझ्यावर चाल करावयाचें मनांत तूं आणतोस, हें काय ?

याप्रमाणें युधिष्ठिराला सांगून, तो दूत मागें वळून अर्जुनाला म्हणालाः—हे धनंजया, दुर्योधन तुला म्हणतो, व्यर्थ वल्गना करण्याऐवजीं आपलें पुरुषत्व गाजव. अरे राज्यप्राप्तीसारखे मनोरथ युद्धावांचून केवळ वल्गनांनीं सिद्ध होत नसतात. अरे, नुसत्या वल्गनांनीं मनोरथसिद्धि होती, तर जगतांत सर्वांचेच मनोरथ सफल होतील. कारण, वाचाळपणांत पाहिजे तो बळकट आहे. अरे, कृष्णासारखा तुझा साह्यकर्ता, ताडासारखें तुझें लांब धनुष्य व स्वतः तूं अद्वितीय योद्धा हें मी सर्व समजतों. पण असें असतां तुमच्या तोंडांत मारून मीं तुमचें राज्य हिसकावलें ना? अरे, अशा बहुरूपीपणानें किंवा ठकबाजीनें कार्यें होत नसतात. अरे, सिद्धीला ईशानुकूल्य लागतें; तें असलें म्हणजे सर्व गोष्टी ताब्यांत येतात. अरे, तूं इतका कोकललास तरी तुझ्या छातीवर पाय देऊन सतत तेरा वर्षें मीं राज्य केलें ना ? आणि यावरून पुढेंही तुझ्या बांधवांसह तुझी मुंडी मुरगळून हा पठ्ठा असेंच राज्य भोगणार.

अरे गुलामा, द्यूतांत जेव्हां तुला पणांनीं आम्ही जिंकिलें, तेव्हां तुझें गांडीव कोठें होतें ? आणि भीमाची मस्ती कोठें होती ? अरे, तुम्ही जेव्हां आमचे गुलाम झालां तेव्हां गांडीव किंवा गदा एकीकडे राहून निर्मल कृष्णेच्या शब्दांनींच तुम्ही दास्यमुक्त झालां असें कां ? तुम्ही गुलाम होऊन जेव्हां दीन व नीच झालां तेव्हां मीं तुम्हांला ‘ षंढतिल ’ म्हणून म्हटलें, तें यथार्थच होतें. कारण, हे पार्था, विराटगृहीं तूं हिजडा होऊन वेणी घातलीसच. अरे, भीमसेनासारखा रानदांडगा, पण त्याला विराटाचे घरीं एखादे बाईसारखी खीर ढवळावी लागली व घामाघूम होई तों राबावें लागलें, हा याच बहाद्दराचा प्रभाव नव्हे काय ? नाहीं तरी, अस्सल क्षत्रिय शत्रूंना असाच दंड करीत असतात ! अरे बुळ्या, तूं रे काय युद्ध करावेंस ? तुझ्यापेक्षां रांड बरी. ती निदान नितंब, वेणी व कुशी या

१ श्रोण्यां वेण्यां च कक्ष्यांच संयुगे यः फलायते । असें मूळ आहे.

ठिकाणीं होणाऱ्या मदनसंगरांत तरी हार जात नाहीं ! पण तूं षंढ या युद्धाचें देखील नांव ऐकून पळ काढणार. तुझी कर्तबगारी एवढीच कीं, षंढवेष घेऊन व वेणी घालून विराटाचे पोरीला नाच शिकवावा !

अरे, असल्या तुला बुळ्याला भिऊन किंवा तुझा सोबती तो बायक्या कृष्ण त्यालाही नुसता भिऊन मी राज्य देणार नाहीं. राज्य हवें तर दोघे मजबरोबर युद्ध करा. अरे, तुझ्या सोबत्याचीं हीं सोंगें, चेटुकें, माया यांचे योगानें रणमर्द वीर न दचकतां उलटे अधिक चेवतात. हजारों कृष्ण किंवा शेंकडों अर्जुन असोत, मजसारख्या अमोघशर वीराशीं गांठ पडतांच ते दाही दिशा पळ काढतील. अरे, तूं भीष्मांशीं युद्ध करण्यास तयार होत असशील तर अगोदर हा पर्वत मस्तकानें फोडून दाखव किंवा हा वीरमय महासागर बाहुबलानें तरून जा.

सेनेवर समुद्राचें रूपक.

पार्था, आमची ही कौरवसेना म्हणजे एक महार्णव आहे. शारद्वत कृप हा ह्यांतील देवमासा होय; विविंशति हा कालिया सर्प होय; बृहद्बल ही घोडलाट होय; सोमदत्ति हा तिमिंगल होय; युयुत्सु हेंच जल; भगदत्त हीच वावटळ; श्रुतायु व हार्दिक्य याचा फुगारा आहे; दुःशासन हाच यांतील ओघ; शल व शल्य हेच मत्स्य; सुषेण व चित्रायुध हे नाग व नक्र होत; भीष्म हा यांतील अनावर वेग होय; द्रोण हा अवघड मगर होय. यामुळें याजवळ जाववत नाहीं; कर्ण आणि शल्य हे समत्स्य भोंवरे; कांबोज हा वडवानल; जयद्रथ हा त्यांतील पर्वत; पुरुमित्र ही त्याची खोली; दुर्मर्षण हें उदक आहे; शकुनि हा यांतील तोंडघशी पडण्याची किंवा धोक्याची जागा आहे आणि शस्त्रें हींच यांतील धार आहे.

अशा ह्या अतिशय वाढलेल्या व अक्षय सेनासागरांत शिरून थकून जाऊन तूं जेव्हां बेशुद्ध पडशील व तुझे बंधुबांधव वध पावतील तेव्हां तूं पस्तावशील; आणि त्या वेळीं, हे पार्था, पातक्याचें मन जसें स्वर्गलोकांकडे धजत नाहीं त्याप्रमाणें तूं राज्यप्राप्तीविषयीं निराश होशील. ह्यास्तव, शांति धर, युद्धाचा नाद सोड. कारण, तपोहीनाला जसा स्वर्ग दुष्प्राप्य आहे तशीच तुझ्यासारख्याला राज्यप्राप्ति अशक्य आहे. हें मनांत उमज आणि गप बस.

अध्याय एकशें बासष्टावा.

—:०:—

कृष्णादिकांचीं उत्तरें.

संजय सांगतो:—आधींच सर्प चवताळलेला असावा, आणि त्यांत त्याला कोणी काडीनें डिवचावें, त्याचप्रमाणें त्या युद्धोत्सुक अर्जुनाला तो दुर्योधनाचा मर्मभेदक निरोप उलूकानें कळविला. पांडव अगोदरच संतापले होते, व त्यांत असला निरोप, आणि तोही सांगणारानें मोठ्या मगरुरीनें केवळ पांडवांचा उपमर्द करण्याच्याच रीतीनें सांगितला, यामुळें ते इतके खवळले कीं, त्या क्रोधातिरेकामुळें बसले ठिकाणीं उसळ्या मारूं लागले; हातवारे करूं लागले, आणि संतापलेल्या विषारी सर्पाप्रमाणें एकमेकांकडेही फुस्कारतच पाहूं लागले. भीमसेन सर्पाप्रमाणें सुस्कारे टाकूं लागला व नेत्रप्रांत लाल करून खालचे मानेनेंच कृष्णाकडे पाहूं लागला. याप्रमाणें वायुपुत्र भीमसेन कोपानें ग्रस्त झालेला व अंगाची लाही लाही झालेला पाहून दाशार्ह कृष्ण कांहींसा हंसतच त्या उलूक दूताला

म्हणाला, " हे कैतव्या, जा, धांव ठोक. सांग दुर्योधनाला, कीं तुझा निपोप आम्हीं ऐकिला; अर्थ समजला; तूं म्हणतोस तसेंच होऊं दे." याप्रमाणें उलूकाला सांगून श्रीकृष्णानें ज्ञानी युधिष्ठिराकडे पाहिलें.

इतक्यांत उलूकानें सर्व सृंजय, कृष्ण, सपुत्र द्रुपद, विराट व इतर राजे यांसमक्ष त्या संतप्त झालेल्या अर्जुनाला टोंचेलशा शब्दांनीं दुर्योधनाचे निरोपाचा पाढा वाचला. उलूकाचें तें नीच व कठोर भाषण कानीं पडतांच अर्जुनाचा त्वेष अनावर होऊन तो कपाळ पुसूं लागला. ही अर्जुनाची स्थिति पाहातांच तदनुयायी महारथ क्षत्रियांचीही आग आग झाली. हे राजा, अर्जुनकृष्णांची या प्रकारची निर्भर्त्सना कानीं येतांच क्रोधानें त्यांच्या अंगाचा भडकाच उठला. धृष्टद्युम्न, शिखंडी, सात्यकि, कैकय बंधु, घटोत्कच, द्रौपदीपुत्र, अभिमन्यु, धृष्टकेतु, पराक्रमी भीमसेन, नकुल-सहदेव हे सर्वच आवेशानें आपल्या आसनांवरून उडूं लागले; त्यांचे डोळे रागानें लाल-गुंज होऊन गेले होते; रक्तचंदनानें चर्चित व अंगद, केयूर व मुक्तागुच्छ यांनीं शोभित असे आपले सुंदर बाहु एकमेकांवर घांसून करकरां दांतओंठ खाऊं लागले व जिभल्या चाटूं लागले.

त्यांचा तो आव व मनाचा भावही ओळखून भीमसेन मोठ्या संतापाच्या भिरीरींत उठला व एकदम डोळे फाडून, दात कडकडां खाऊन व हातावर हात चोळून उलूकाला म्हणाला, "अरे मूर्खा, आम्हांला अशक्त समजून आम्हांला चेव आणण्याचे हेतूनें तुझ्या दुर्योधनानें जें भाषण केलें, तें आम्हीं तुझ्या तोंडांतून ऐकलें! ए मतिमंदा, आतां माझाही उलट निरोप ऐक. मी या सर्व क्षत्रियांदेखतच सांगतों आहें. असला निरोप तुला दुसरे कोठें ऐकावयाला देखील मिळणार नाहीं. हा माझा निरोप नीट ऐकून घे आणि सूतपुत्र कर्ण व दुरात्मा धृतराष्ट्र हे ऐकत असतांना दुर्योधनाला सांग कीं, आम्हीं आपले ज्येष्ठ भ्रात्याचे मर्जीस्तव आजपर्यंत पड घेऊन वागलों; पण तुला नीचाला आमचे या भलाईचें कांहींच कौतुक वाटलें नाहीं. बरें, तेंही एक असो; कुलाचें हित इच्छिणाऱ्या धर्मराजानें तुमचें आमचें सख्य व्हावें या हेतूनें प्रत्यक्ष केशवाला शमार्थ तुजकडे पाठविलें. परंतु तुला शम कशाचा रुचतो ! काळाच्या फेऱ्यांतच तूं आला असलास तर यमद्वार पाहाण्याची तुला हौस वाटावी हें हिशोबींच आहे. असो; काळजी करूं नको. ही तुझी हौस आम्हीं आतांच फेडतों, विलंब नको. हे आम्ही दंड थोपटून उभेच आहों; उदयीक सूर्योदयाला बार सुरू झालाच समज; तयार अस. भ्रात्यांसह तुझा वध करण्याची मीं प्रतिज्ञा केली आहे ती अविलंबानेंच पूर्ण करितों, व तुला स्वहस्तें शांत करितों, काळजी करूं नको. मी आळस करणारा नव्हे; व प्रसंगीं समुद्र आपली मर्यादा सोडील किंवा पर्वताचा भुसा उडेल, परंतु माझी प्रतिज्ञा अन्यथा होणारच नाहीं. हे दुष्टमते, तुला प्रत्यक्ष यम, कुबेर, रुद्र यांसारखे जरी साह्य असले, तरी या पांडवांनीं जीं अक्षरें एकदां तोंडांतून काढिलीं आहेत ती ते खरीं केल्यावांचून रहाणारच नाहींत. दुःशासनाचें रक्त मी पोटभर पिणार व तुझ्या मांडीचा चुराडा उडवून तुझ्या डोकीवर पाय देणार ! भीष्मांना पुढें करून कां होईना, कोणताही क्षत्रिय खवळून मजवर उठला असतां मी त्याला यमसदनास पोंचवीन. हें माझें भाषण अन्यथा नाहींच व्हावयाचें असें मी छातीला हात लावून सांगतों."

भीमसेनाचें याप्रमाणें भाषण ऐकतांच सहदेवही डोळे लाल करून क्रोधावेशांतच उठून मोठ्या कुर्रेदार वीराला शोभेल अशा ऐटीनें बोलूं लागला कीं, "हे दुर्योधना, हे पापिष्टा, हे माझे शब्द तूं आपले तोंडानेंच पित्या धृतराष्ट्राला सांग. ते शब्द हे कीं, दुर्योधनाचा जर धृतराष्ट्रांशीं संबंध नसता तर आमचा कौरवांशीं केव्हांही कलह झाला नसता. पण, तूं उभ्या जगताचा व धृतराष्ट्रकुलाचाही नाश व्हावा एतदर्थच कोणी महापापी कुलघ्न कलिपुरुष उत्पन्न झाला आहेस. तुझ्या संगतीनें तुझा बापही पापबुद्धि बनला आणि जन्मापासून आमच्या वाइटावर बसला आहे. परंतु समजून रहा कीं, मी आतां हें वैराचें भिजत घोंगडें पडूं देत नाहीं. मी त्याचा अत्यंत भयंकर रीतीनें शेवट लावणार, विलंब नाहीं. शकुनीचे देखत मी आधीं तुला मारून, मग सर्व धनुर्धर पाहात असतां शकुनीला पार करीन."

या प्रकारें भीमसहदेवांचीं वाक्यें ऐकून, भीमसेनाला अनुलक्षून हंसतच फाल्गुन म्हणाला, "हे भीमसेना, या तुझ्या बोलण्यावरून पाहतां मला असें वाटतें कीं, ज्यांनीं मिळून तुझ्याशीं वैर धरलें ते या जगांतून उठले व मग ते मूढ जरी आपल्या घरीं सुखांत लोळत असले तरी अदृश्य रीतीनें त्यांच्या गळ्यांत मृत्यूनें आपला पाश केव्हांच अडकवून टाकिला आहे, असें समजावें, हें ठीक आहे. पण, तूं या उलूक दूताला इतका कडक रीतीनें बोलूं नको. कारण, बिचारे दूत म्हणजे मालक सांगेल ते शब्द तसेचे तसे सांगणारे लोक. मूळचा निरोपच मूर्खपणाचा असला, तर त्याला दूतांनीं काय करावें ? त्यांचा काय अपराध ?" इतकें भीमास बोलून, धृष्टद्युम्नप्रभृति मित्रमंडळाला अनुलक्षून अर्जुन म्हणाला, "त्या पापी दुर्योधनाचें एकूण भाषण व त्यानें केलेली कृष्णाची व विशेषतः माझी निंदा तुम्हीं सर्वांनीं ऐकिलीच आहे; व ती ऐकूनच, तुम्ही आमचे हितेच्छु असल्यामुळें इतके क्षुब्ध झालां आहां, हें मी समजतों; आणि म्हणूनच तुमच्या मदतीनें व वासुदेवाचे बलावर, उभें क्षत्रवृंद मजबरोबर लढूं आलें तरीं मला त्याची गुमान वाटत नाहीं. यास्तव, तुम्हां सर्वांचे अनुमतीनें मी या उलूकाबरोबर दुर्योधनाला निरोप पाठवितों, तो हा उलूक जसाच्या तसा दुर्योधनाला सांगेल. बरें, उलूका, दुर्योधनाला सांग कीं, तुझ्या सर्व वल्गना ऐकिल्या. या सर्वांचें एकच उत्तर तुला उदयीक सेनाग्रभागीं उभा राहून या गांडीवाचेच द्वारें देईन. मी क्रियेनें करूनच दाखवीन, म्हणून आतां जास्ती बोलून दाखवीत नाहीं. कारण, क्रियेवांचून केवळ उत्तरावर प्रत्युत्तर देत बसणें हा षंढांचा मार्ग आहे, तो मला नको !"

या भाषणाबद्दल अर्जुनाची सर्व राजांनीं तारीफ केली व ते हें भाषण ऐकून कांहींसे चमकूनही गेले. तें पाहून धर्मराजानें त्या सर्वांची ज्याच्या त्याच्या योग्यतेप्रमाणें व वयाप्रमाणें समजूत घातली; आणि दुर्योधनाकडे काय निरोप पाठवावा हें ठरविण्याचे हेतूनें धर्मराजाला अर्जुन बोलला, "राजा म्हणावयाचा म्हणजे त्यानें आपलें पाणी आपण राखिलेंच पाहिजे. गप बसून स्वतःची पायमल्ली करून घेणें हें राजपणाला अनुचित आहे मी आपला शुश्रूषापरायण अनुज आहें. आपली माफी मागून, दुर्योधनाकडे आपण कसें उत्तर पाठवावें तें मी सुचवितों. सुचविणें इतकेंच कीं, आपल्या नेहमींच्या सरणीप्रमाणें येथून तेथवर नरमच असूं नये. प्रथम नरम असलें तरी अखेर अखेर तरी गरम असावें."

हें ऐकून धर्मराज युधिष्ठिर दुर्योधनाचे निरोपावर उत्तर सांगण्यासाठीं पुढें सरसावला. त्या वेळीं तो विषारी सापाप्रमाणें सुस्कारे टाकीत असून त्याचे डोळे अगदीं लालबुंद झाले. तो क्रोधानें जणूं उचंबळत असून आवेशानें ओंठ चाटीत होता. अशा स्थितींत संमतिग्रहणार्थ म्हणून जनार्दनाकडे व आपल्या बंधूंकडे संकेतानें पाहून, व आपला विशाल बाहु उगारून तो उलूकाला म्हणाला, 'हे दूता कैतव्या, सांग तुझ्या त्या कृतघ्न, दुष्ट, कलहप्रिय, कुलांगार दुर्योधनाला, कीं पांडव ढोंगी ! कबूल. पण तूं सातपट. कारण, जो कोणी आपले अंगचे दमावर शत्रूला हाक देऊन त्याशीं युद्ध करून तत्काल आपली प्रतिज्ञा पुरती करून दाखवितो, तोच खरा खरा क्षत्रिय होय, आणि तूं तर दुसऱ्याचे दमावर फुगावणी दाखवितोस. हें केवढें मोठें ढोंग ? अंगीं मर्दुमकी नसतांना शत्रूला हांक देत आहेस, परंतु तुला सांगतों कीं बालबच्चे किंवा म्हातारेकोतारे अशांना पुढें करून लढूं नको. हे कुलाधमा, अंगांत धमक असेल तर जातिवंत क्षत्रियाप्रमाणें वाग. आपले स्वतःचे व आपले सेवकांचे बलावर आम्हांला युद्धार्थ हांक दे आणि आम्हांशीं टीक, मग तूं खरा. स्वतः हत्यार उचलेना काणि परक्याच्या बळावर उड्या मारून तिसऱ्याला गुरकावणी दाखवणें हेंच नपुंसकपण. दुसरें तिसरें कसें असतें ? आणि तूं तर सगळा दुसऱ्याचे जिवावर आम्हांला ढुसण्या देऊं पहात आहेस, हें तुझें कसलें पुरुषत्व ? आणि अशाला काय आम्ही भीक घालणार ? खुशाल वल्गना कर. तुझा लवकर खरपूस समाचार घेतों.'

नंतर कृष्ण म्हणालेः—हे दूता, आणखी एकवार माझा निरोप त्या सुयोधनाला सांग कीं, तूं उद्यां या वेळीं संग्रामांत उभा अस. मूर्खा, तुला वाटतें आहे कीं, पांडवांनीं सारथीपणाचें काम मजकडे सोंपवून दिलें असल्यामुळें मी कांहीं लढणार नाहीं; व अर्थातच मजपासून तुला कांहीं भय नाहीं. पण हा भ्रम ठेवूं नको. मी खवळलों असतां नुसत्या संकल्पानेंच तुजकडील सर्व क्षत्रियांना तृणाला अग्नि जाळतो त्याप्रमाणें तत्काल जाळून टाकीन. परंतु, अत्यंत संकटाचा काल येऊन पोंचला तरी देखील असा प्रकार मजकडून न व्हावा, अशी मात्र माझी सदा इच्छा आहे, व म्हणूनच मी युधिष्ठिराज्ञेनें अर्जुनाचें सारथ्यच करणार. मी सारथि असल्यावर, तूं जरी त्रैलोक्यांतून उडून गेलास किंवा रसातलीं शिरलास तरी अर्जुनाचा रथ आपला उद्यां सकाळीं तुझ्यापुढें उभाच आहे, असें तुझे दृष्टीस पडेल. भीमाचें भाषणही तूं पोकळ बडबड समजत असशील, पण दुःशासनाचें रक्त भीम प्यालाच असें समज. तुझें तोंड धड नाहीं, कृति धड नाहीं. तूं सदा पांडवांविरुद्ध बोलणार. या तुझे गुणामुळें पांडवही आतां तुला तुच्छ मानितात. अर्जुन तर तुजकडे धड पहातही नाहीं. राजा युधिष्ठिरही तसाच. भीमसेनाची तर तुझे नांवाबरोबर शीरच उठते; आणि नकुलसहदेव तर तुला मुळींच मानीत नाहींत. ही तुझी पांडवांजवळ आहे पत ! तेव्हां आतां संभाळून अस !

अध्याय एकशें त्रेसष्टावा.

—:०:—

उलूकापयान.

संजय सांगतोः—कृष्णाचें हें वाक्य संपतांच दुर्योधनाचे निरोपावर पुनर्वार चरचरीत जबाब देण्याची अर्जुनाला उसळी येऊन तो लाल डोळे करून उलूकाकडे पाहूं लागला व श्रीकृष्णाला खुणवून मग त्या कैतव्य दूताला

म्हणाला, ' दुर्योधनाला सांग कीं, दुसऱ्याच्या बळावर उड्या मारणारा तूं क्षत्रिय नसून पुरुषाधम आहेस. अरे मूर्खा, अंगीं बल असावें, मग तरी दुसऱ्यास तुच्छ मानावें. तुझे अंगीं नाहीं त्राण आणि पांडवांना धिःकारितोस, या तुझे मोहाला काय म्हणावें? ह्या सर्व राजांत अत्यंत वृद्ध, जितेंद्रिय, महाप्रज्ञ व हितेच्छु भीष्मांचे हातीं मरणाचा गंडा बांधवून त्यांचे जिवावर फुशारक्या मारितो आहेस. तुला वाटतें आहे कीं, भीष्म हे वृद्ध असून पांडवांचे पितामह आहेत, यांची पांडवांना सहजच कींव येईल व कांहीं केलें तरी पांडव भीष्मांना म्हणून मारणार नाहींत. पण, हे कुलकलंका, हा तुझा भाव मीं केव्हांच ओळखिला आहे व म्हणूनच तुला वेळींच बजावून सांगतों कीं, तूं ज्याच्या वीर्यावर एवढ्या उड्या मारीत आहेस, त्या भीष्मांना सर्व धनुर्धरांदेखत मी सर्वांआधीं मारणार. हे उलूका, हा माझा निरोप सर्व कौरव एकत्र करून त्यांसमक्ष सांग; आणि ह्या दुर्योधनाला असेंही सांग कीं, तुझें युद्धाव्हान आम्हांस पोंचलें. आजची रात्र लोटूं दे, कीं तुला खुमखुम आहे तर त्याप्रमाणें उदयीक कचाकची सुरूच समज.

" सृंजयसैन्य व शाल्व यांना मी अंगें मारीन. हा भार मीं आपले माथीं घेतला आहे. द्रोणांचें साह्य नसलें तरी मी जगताचा वध करीन. हे राजा, पांडवांपासून तुला कसें तें भय नको. " असें त्या सत्यसंध भीष्मांनीं सभेंत भाषण केलें. ह्यामुळें तुला व कौरवांना हर्ष होऊन आतां पांडव कायमचे खड्ड्यांत पडले, वर निघत नाहींत व राज्य आपले पूर्णपणें ताब्यांत राहिलेंच असें तूं मानूं लागलास. परंतु, हे गर्वांधा, डोळे साफ पूस. तुझ्या डोळ्यांवर हा धूर चढल्यामुळें, प्रत्यक्ष तुझ्या डोक्यावर गहजब गुदरत आहे, पण तो तुला दिसत नाहीं, याला काय म्हणावें? आतां हा तुझा धूर दूर व्हावा एवढ्यासाठींच मुद्दाम मी युद्ध सुरू होतांच सर्वांआधीं आजोबांनाच रणशय्येवर निजवितों. त्या सत्यसंध भीष्मांला संभाळा. कारण, तुम्हांला आतां कळवून ठेवितों कीं, सूर्योदय झाला रे झाला, कीं तुम्हां सर्वांसमक्ष मी आपल्या ध्वजयुक्त अद्भुत रथावर बसून ससैन्य येईन आणि तुम्हांला संग्रामसमुद्रांत एखाद्या द्वीपाप्रमाणें आश्रयभूत वाटणाऱ्या त्या वृद्ध भीष्मांला बाणप्रहारांनीं जर्जर करून तुमच्या डोळ्यांदेखत रथाखालीं पाडीन. सारांश, उदयीक माझ्या बाणजालानें पितामह भीष्म आच्छादित झालेले दृष्टीस पडले म्हणजे दुर्योधनाला समजून येईल कीं, मीं वृथा वल्गना केल्या नाहींत. याचप्रमाणें, तुझ्या त्या दुष्ट, पापबुद्धि, नास्तिक, कलहप्रिय व ऱ्हस्वदृष्टि बंधु दुःशासनाचें रक्तपान करण्याची जी क्रुद्ध भीमसेनानें प्रतिज्ञा केली आहे, तीही त्वरितच खरी झालेली तुमच्या नजरेस येईल. हे सुयोधना, फार काय सांगूं? पण अल्पावकाशांतच तुझ्या कुर्ऱ्याचें, ताठ्याचें, क्रोधाचें, कठोर वाणीचें, निर्दयपणाचें, आढ्यतेचें, अहंमन्यतेचें, दौरात्म्याचें, घातुकपणाचें, मर्मकृंतकपणाचें, धर्मद्वेषाचें, दुराचरणाचें, परावमाननेचें, वृद्धातिक्रमणाचें, जयाशंसेचें, सेनाधिक्याचें व आजपर्यंत तूं केले असशील नसशील तेवढ्या अन्यायांचें, तेवढ्या अपराधांचें, तेवढ्या पातकांचें झणझणीत प्रायश्चित्त तुला निःसंशय मिळेल. अरे मूर्खा, हे नराधमा, कृष्णासह मी क्रुद्ध झाल्यावर आपल्या जीविताची किंवा राज्याची आशा तूं कशाच्या रे आधारावर बाळगणार? थोडा थांब; एकदां भीष्मद्रोण शांत झाले आणि सूतपुत्र कर्ण लोळविला, म्हणजे आपेंआपच राज्य, पुत्र व जीवित या सर्वांविषयीं तूं निराश होशील. तुझे भाऊ मेले,

पोरगे नष्ट झाले असें कानीं येऊन तशांत स्वतः भीमदादांचे गदेचा रट्टा खाऊन तूं जेव्हां विवळत पडशील, तेव्हां तुला तुझीं दुष्कर्मे खाऊं लागतील. हे कैतव्या, एकाच गोष्टी-संबंधें मी द्विवार प्रतिज्ञा करीत नसतों. मी तुला खरें खरें एवढेंच थोडक्यांत सांगतों कीं, मीं आतां जेवढें कांहीं बोलून दाखविलें आहे तेवढें सर्व खरोखर घडून येईल, यांत अंतर पडणार नाहीं.

अर्जुनाचा याप्रमाणें पुन्हाचा निरोप झाल्यावर युधिष्ठिरही पुनर्वार उलूकाला म्हणाला, दुर्योधनाला म्हणावें कीं, आपल्यावरून माझा न्याय करूं नको. कारण तुझें-माझें अंतर म्हणजे अंधःकार व प्रकाश किंवा पाप आणि पुण्य यांमधील अंतरासारखें आहे. अर्थात् तूं माझ्या सर्वथा विपरीत आहेस. तुझा-माझा न्याय एका मापानें करणेंच बरोबर नाहीं. अरे, मुंगीच्या जिवाला धक्का लागला तर माझ्या डोळ्याला पाणी येणारें, त्या मला ज्ञातिवधासारखें घोर कर्म कसें रुचावें? व एवढ्याचकरितां मीं प्रथम पांच गांवांवरच संतुष्ट आहें म्हणून तुला कळविलें. मुद्दा हाच कीं, तूं कसाही दुष्टबुद्धि असलास तरी तुझ्यावर प्राणसंकट आलेलें या डोळ्यांनीं पाहाण्याची वेळ न यावी. पण करावें काय? तुला माझें म्हणणें पटतच नाहीं! बाकी तूं तरी काय करितोस? शहाणपणाची आणि तुझी मूळचीच चुकामूक आणि तशांत तूं झालेला विषयांध! तुला खरें स्वहित दिसावें कसें? अर्थातच आमच्या सामोपचाराला तूं न मानितां आपले पराक्रमाचीच बढाई मारीत सुटलास. प्रत्यक्ष श्रीकृष्णानें येऊन तुझ्याशीं हितवाद केला, पण तो देखील तूं मानिला नाहींस. तेव्हां आतां असल्याशीं अधिक बोलणें म्हणजे वृथा शीण आहे. तुला आतां एकच उत्तर कीं, ' बंधूंसह युद्धास सज्ज हो. ' हे उलूका, माझे बोलण्याचा थोड्क्यांत मतलब म्हणजे तुझ्या धन्याला इतकेंच सांग कीं, तुझा निरोप ऐकिला, समजला. तुला युद्ध संमत तर आम्हांलाही संमतच- चल!

याउपर भीमसेन पुनरपि म्हणाला, 'उलूका, तुझ्या त्या दुष्ट, पातकी, शठ, कपटी, पापी, दुराचरणी दुर्योधनाला सांग कीं, आतां गजपुरांत वसति करितां किंवा गिधाडांचें पोटांत करितां तें पाहातों, समजून असा. सभेंत मीं जी जी प्रतिज्ञा भोगिली आहे ती ती पुरींच करीन, हें मी सत्याची शपथ घेऊन तुला सांगतों. म्हटल्याप्रमाणें मी दुःशासनाचें युद्धांत नरडें फोडून रक्त पिणार, तुझ्या मांड्या चुरणार व तुझ्या सगळ्या भावांचा वध करणार! कारण, हे दुर्योधना, जेवढे मिळून तुम्ही धार्तराष्ट्र बंधु आहां, त्या सर्वांचाही एकटा मीच काळ आहें; आणि जेवढे राजपुत्र म्हणून तुमच्या पुढल्या पिढीचे आहेत त्या सर्वांचा काळ आमचा अभिमन्यु आहे. यांत कसा तो संदेह नाहीं. तुला मी पुनरपि बजावून सांगतों, ऐक. मी हें बोललेलें सर्व कृतीनें खरें वठवून दाखवून संतुष्ट होईन. तुझ्या भावांसह तुला मसणांत घालून धर्मराजासमक्ष तुझ्या मुंडक्यावर थय थय नाच करीन तरच माझें नांव भीम!'

हे धृतराष्ट्रा, भीमाचें झाल्यावर नकुलानेंही उलूकाला सांगितलें कीं, ' दुर्योधनाची मला आज्ञा आहे तसाच मी वागेन म्हणून त्याला सांग. ' मग सहदेव म्हणाला, ' हे दुर्योधना, तुला घमेंड वाटते आहे, पण ती सर्व व्यर्थ जाणार. बंधु-पुत्र-ज्ञातींसह तूं आमचे देखत धाय धाय रडशील; आणि मग, आम्हांला दुःखी पाहून तूं ज्या आज खाका वाजवीत आहेस त्या जागचे जागीं राहातील ! '

नंतर वृद्ध द्रुपदविराटांनींही उलूकाबरोबर दुर्योधनाला निरोप दिला कीं, तुला सोडून

आम्ही पांडवांकडे आलों म्हणून तूं आम्हांला हिणावतोस; परंतु पांडव सत्पुरुष आहेत व सज्जनांचें दास्य मिळावें अशी तर आमची इच्छाच आहे. मात्र तुझ्यासारख्याला आम्ही दास म्हणण्यास पात्र आहों कीं नाहीं याचा उलगडा उद्यां संग्रामांत तुझ्या-आमच्या पौरुषांतील अंतरावरून आपोआपच होईल.

यावर शिखंडी म्हणाला, ' हे उलूका, त्या तुझ्या पापरुचि राजाला सांग कीं, मी बायको आहें किंवा मर्द आहें हें तुला आतांच कळेल. युद्ध सुरू होऊं दे, कीं मी कसलें अचाट कर्म करितों तें पहाशील. भीष्मांचे जिवावर तुझ्या इतक्या उड्या आहेत; पण त्या तुझ्या पितामह भीष्मांनाच रथांतून खालीं पाडितों. अरे, भीष्म-वधार्थ तर माझी उत्पत्तिच आहे. मग मी सर्व धनुर्धरांसह भीष्मांना मारीन, यांत संदेह कशाचा ? ' शिखंडीचें होतांच धृष्टद्युम्नही म्हणाला, ' दूता, दुर्योधनाला सांग कीं, मी द्रोणांना सगण व सबांधव मारीन. कारण द्रोणांशीं माझे वडील वैर करीत आले, त्यांचें मला साफल्य केलेंच पाहिजे व याकरितां मी रणांत असें घोर कर्म करणार आहें कीं, दुसरें कोणाचेही हातून तसें होणार नाहीं.'

जातां जातां अगदीं सरते शेवटचा म्हणून युधिष्ठिरानें मोठ्या कळवळ्यानें महत्त्वाचा निरोप दुर्योधनाला दिला; तो असा; " कांहीं झालें तरी आपले हातून ज्ञातिवध न व्हावा हीच माझी सदैव इच्छा होती व असेही; परंतु तुझ्या दुष्कृतीपुढें निरुपाय होऊन उघड उघड ज्ञातिवध आमचे हातून घडणार ! असो. भवितव्यता म्हणावी इतकेंच. बरें, उलूका, आतां विलंब कां ? त्वरित जाऊन दुर्योधनाला निरोप सांग. तुला जाणें नसेल तर येथें आमचेकडेच रहा; आम्ही तुझे स्नेहीच आहों, आम्हांला तुझा कांहीं तिरस्कार नाहीं, तूं सुखानें रहा देव तुझें कल्याण करो. "

हे धृतराष्ट्रा, हें बोलणें झाल्यानंतर उलूक पांडवांचा निरोप घेऊन, खुनशी दुर्योधन जेथें होता तिकडे गेला व सर्वांआधीं अर्जुनाचा इत्थंभूत संदेश त्यानें त्याला कळविला. नंतर कृष्ण, भीम व युधिष्ठिर यांचीं शूरत्वाची भाषणें त्याला सांगून, मागून नकुल, द्रुपद, विराट, सहदेव, धृष्टद्युम्न, शिखंडी व कृष्णार्जुन या सर्वांचीं वचनें अक्षरशः कळविलीं. तीं ऐकून घेऊन दुर्योधन दुःशासन, कर्ण व शकुनि यांना म्हणाला, ' सर्व सेनापति आपापल्या सेने-सह उद्यीक सूर्योदयापूर्वीं रणभूमीवर तयार उभे राहातील अशा प्रकारें तजवीज ठेवण्याविषयीं आपले पक्षाकडील सर्व राजे, त्यांचे लोक व आपले लोक यांस ताकीद द्या. ' तें ऐकून कर्णानें त्याप्रमाणें हुकूम सोडला. त्याबरोबर दूत लोक कोणी रथांवर, तर कोणी उंटांवर, कोणी बटांवर तर कोणी वेगवान् अश्वांवर आरूढ होऊन, " उद्यां सूर्योदयापूर्वीं युद्धाची तयारी हो ! " म्हणून दवंडी पिटीत तत्काल सर्व सैन्यभर फिरले.

अध्याय एकशें चौसष्टावा.

—:०:—

सेनापतिनियोग.

संजय सांगतोः—उलूक निरोप घेऊन जातांच धर्मराजानें धृष्टद्युम्न पुढारी करून आपली गज, अश्व, रथ व पदाति या चतुरंग बलानें युक्त अशी अवाढव्य सेना रणभूमीकडे रवाना केली. ती सेना पृथ्वीप्रमाणें शत्रूंना अकंप्य होती. भीमार्जुनांसह महारथी तिचें रक्षण करीत होते. ती दुस्तर सेना सागरा-प्रमाणें गंभीर दिसत होती. ती सर्व सेना धृष्टद्युम्नाचे अर्धे वचनांत असून, युद्धाविषयीं

खुमखुमलेला व द्रोणांची प्रतीक्षा करणारा महाधनुर्धर धृष्टद्युम्न तिचे अग्रभागीं होता. त्यानें आपल्या सेनेंतील वीरांचें बलाबल व युद्धोत्साह, या गोष्टींचा विचार करून त्या धोरणानें सैन्याची व्यवस्था केली. सर्व रथ्यांना आवांक्याप्रमाणें कामगिरी सांगून द्वंद्वयुद्धासंबंधें जोडच्या ठरविल्या त्या अशाः अर्जुन कर्णाशीं; भीम दुर्योधनाशीं; धृष्टकेतु शल्याशीं; उत्तमौजा कृपाचार्याशीं; नकुल अश्वत्थाम्याशीं; शैब्य कृतवर्म्याशीं; वृष्णिकुलोद्भव युयुधान सिंधुराज जयद्रथाशीं; शिखंडी मुख्य भीष्मांशीं; सहदेव, चेकितान व द्रौपदेय हे अनुक्रमें शकुनि, शल व त्रिगर्त यांशीं; व अर्जुनाचा सवाई अभिमन्यु वृषसेनादि राजपुत्रांशीं. याप्रमाणें योद्धयांची वांटणी करून महाधनुर्धर व अग्नितुल्य तेजस्वी द्रोणाचार्य धृष्टद्युम्नानें आपल्या स्वतःचे वांट्यास घेतले. याप्रमाणें सेनापति धृष्टद्युम्नानें यथाशास्त्र सैन्ययोजना केली; व युद्धाकांक्षी होत्साता पांडवांना जय मिळवून देण्याचे उत्कंठेनें तो रणांगणांत केवळ युद्धार्थ सज्ज होऊन उभा ठाकला.

रथातिरथसंख्यानपर्व.

अध्याय एकशें पांसष्टावा.

—:०:—

कौरवांकडील रथी-अतिरथींची गणन.

धृतराष्ट्र म्हणतोः—हे संजया, अर्जुनानें संग्रामांत प्रथम भीष्मांचा वध करण्याची केलेली प्रतिज्ञा उलूकानें जेव्हां माझे मंदमति पुत्रांस सांगितली, तेव्हां त्यांनीं विशेष कांहीं केलें काय? मला सांग. बाकी पार्थासारखा धनुर्धर आणि वासुदेव त्याचा साह्यकर्ता असें जर आहे, तर पिता भीष्म हे रणांगणांत पडलेच असें मी समजतों. तथापि, पितामह भीष्म हे अगाध ज्ञानी आहेत, त्यांचा पराक्रमही अतुल आहे, ते योद्ध्यांत अग्रणी आहेत, व कौरवपक्षाचे धुरंधर म्हणजे भारवाहक असून सर्व कुरुसैन्याचे सेनापति आहेत; तस्मात्, अर्जुनाची ही प्रतिज्ञा कानीं आल्यावर ते काय बोलले व त्यांनीं काय काय हालचाल केली तें सर्व मला सांग.

वैशंपायन सांगतातः—हे जनमेजया, या प्रकारचा धृतराष्ट्राचा प्रश्न ऐकून, संजयानें, त्या अमिततेजस्वी कुरुवृद्ध भीष्मांनीं कुरुसेनापति या नात्यानें दुर्योधनास हर्ष होण्याकरितां जें भाषण केलें, तें अक्षरशः धृतराष्ट्रास सांगितलें. तें असेंः (भीष्म म्हणालेः—) हे दुर्योधना, हस्तांत शक्ति धारण करणारा देवसेनानी जो कुमार कार्तिकस्वामी, त्याला प्रथम नमस्कार करून मी तुला सांगतों कीं, तुझें सेनापतित्व मीं आज स्वीकारिलेंच आहे; त्यांत आतां संदेह नको. सेनापतित्व कसें करावें हें मी पूर्णपणें जाणतों. नानाप्रकारच्या व्यूहरचना करण्यांत मी कुशल असून, सेनेंतील पगारीं व बिनपगारी सैनिकांकडून काम कसें घ्यावें हेंही मला पक्कें ठाऊक आहे. हे राजा, युद्धार्थ बाहेर पडणें तें कोणत्या मुहूर्तावर पडावें, कूच कसा करावा, युद्ध कसें करावें व प्रतिपक्षाचा प्रतिकार कसा करावा, या सर्व गोष्टी मला देवगुरु बृहस्पतीप्रमाणें अवगत आहेत. दुर्योधना, मला व्यूहपद्धति एकच तऱ्हेची माहीत नाहीं. मनुष्य, गंधर्व व देव या तीनही वर्गांच्या व्यूहपद्धति मला येत आहेत. यास्तव, तूं अगदीं चिंता करूं नको. मी अशी कांहीं चतुराईनें सैन्यरचना करितों कीं, पांडव नुसत्या व्यूहाला पाहूनच गोंधळून जातील. मी मनापासून यथाविधि युद्ध करीन व तुझे सेनेला दक्षतेनें वागवीन. तूं सर्व मानसिक व्यथा सोडून दे.

दुर्योधन म्हणतोः—हे गांगेय, मी आपणांस सत्य सांगतों कीं, आपणांसारखे दुर्धर्ष योद्धे सेनापति व पुरुषव्याघ्र युद्धोत्सुक द्रोणगुरु आपले साथी अशा प्रकारें आपण दोघे पुरुषश्रेष्ठ जर माझे हितकर्ते आहां, तर युद्धांत मला पांडवांवर जय मिळण्याची तर भ्रांति नाहींच नाहीं; परंतु, प्रसंगीं देवांचें राज्य घेणें किंवा देवदैत्यही युद्धांत पराभूत करणें मला दुर्घट वाटत नाहीं. यासाठीं, मला अवघड वाटेल ही चिंता आपण करूं नका. मला व या सर्व राजांना स्व-पर-पक्षाकडील रथी व अतिरथी कोणकोण आहेत हें ऐकण्याची इच्छा आहे व आपण या कामीं पूर्ण माहितगार आहां. तस्मात् एवढी आमची इच्छा पूर्ण करावी.

भीष्म म्हणतातः—हे गांधारीपुत्रा, प्रथम आपलेकडील रथीअतिरथी कोणकोण ते तुला सांगतों. तसें म्हटलें असतां आपले सैन्यांत

१ हल्लींचे ' व्हालंटिअर ' किंवा ' स्वयंसेवक ' पद्धतीप्रमाणें वेतन न घेतां विशिष्ट प्रसंगीं राष्ट्रकार्यार्थ राजास मदत करणारे लोक पूर्वींही होते.

हजारों, लाखों, क्रोडों रथीअतिरथी आहेत, ते सर्व सांगत बसणें सोईचें पडणार नाहीं. म्हणून त्यांतील निवडक निवडक तुला सांगतों. उत्तम रथ्यांत पहिले तुम्ही दुःशासनादि सर्व शतभ्राते; मात्र त्यांतील तूं अग्रेसर. तुम्ही सर्व-हीजण चांगले शस्त्रनिपुण असून, परास्त्रांचा छेद-भेद करण्यांत कुशल आहां. त्याप्रमाणेंच रथारोहण, गजारोहण करण्यांत व गदा, प्रास, ढाल व तरवार वापरण्यांत तुम्ही चांगले वाकब आहां. अस्त्रविद्येंत तुम्ही निष्णात असून मोठ्या चलाखीनें प्रहार करूं जाणता व पडल्या प्रसंगाला डोकें देण्याची तुम्हांमध्यें हिंमत आहे. तुम्ही केवळ रथी नसून उत्तम सारथिही आहां. धनुर्विद्येंत तर तुम्ही शारद्वत कृप व द्रोणाचार्य यांचे साक्षात् शिष्य आहां. इतकें सर्व असून तुम्ही सर्वही मोठे निश्चयी आहां, आणि पांडवपक्षाशीं तुमची चांगलीच चुरस आहे. यामुळें तुम्ही सर्व पांचालांचा तेव्हांच फडशा पाडाल. हे राजा, याप्रमाणें तुझा सेनापति मीही पांडवांना कवडीमोल करून टाकून शत्रूंचा तेव्हांच चुराडा उडवीन. परंतु, एक तर माझे गुण मीच वर्णणें बरें नव्हे; शिवाय हें तूं जाणतोच आहेस. असो; भोजदेशाधिपति कृतवर्मा हा अतिरथी असून, हा चिकाटीचा बळकट, दूरवर वेध करणारा, व भल्या भल्या शस्त्रपंडितांना अजिंक्य आहे. दैत्यसेनेचा ज्याप्रमाणें महेंद्र विध्वंस उडवितो, त्याप्रमाणें तो तुझ्या शत्रूंचे धुडके उडवून देईल व संग्रामांत तुला जय मिळवून देईल यांत संशय नाहीं. याच तोडीचा अतिरथी माझे मतें मद्रभूपाल शल्यही आहे. कृष्णाशीं याची सदा स्पर्धा असल्यामुळें तो आपल्या प्रत्यक्ष भाच्यांना सोडून तुझ्या पक्षाला मुद्दाम मिळाला आहे, त्या अर्थी तो महारथ पांडवांना समरांत चांगलेंच घोळील यांत भ्रांति नाहीं. समुद्राचे लाटां-प्रमाणें बाणांच्या केवळ लाटा उसळून शत्रूंना छावून टाकणारा अस्त्रपटु भूरिश्रवा तुझा स्नेही असल्यानें तुझें चांगलेंच हित करील. हा महा-धनुर्धर सौमदत्ति अतिरथी आहे, हा शत्रु-सैन्याचा विलक्षण धुव्वा उडवून देईल. सिंधु-देशाधिपति जयद्रथ हा तर दोन रथ्यांच्या तोडीचा आहे. द्रौपदीहरणसमयीं पांडवांनीं याला क्लेश दिलेले याला स्मरत आहेत. ते क्लेश मनांत आणून पांडवांचें संग्रामांत उट्टें काढितां यावें म्हणून यानें तीव्र तप करून दुर्लभ असा वर प्राप्त करून घेतला आहे. इतकी ज्या अर्थीं याची पांडवांशीं तेढ आहे व पांडुपुत्रांनीं दिलेल्या क्लेशांची त्याला अद्याप स्मृति आहे, त्या अर्थीं हा आपलें दुर्लभ प्राणांकडेही न पाहातां समरांत पांडवांचे बिनकसर उसनें फेडील ही तुला खातरी असूं दे.

अध्याय एकशें सहासष्टावा.

—:०:—

रथी—अतिरथींची गणना.

भीष्म म्हणतातः—माझ्या मतें कांबोजाधि-पति सुदक्षिण हाही उत्तम रथी असून तुझा हितेच्छु आहे. हे राजा, हा लढूं लागला असतां केवळ देवेंद्राप्रमाणें पराक्रम करितांना कौरवांचे दृष्टीस पडेल. या कांबोजांचे पुठच्यां-तील रथी मंडळी अशा कांहीं शीघ्रवेगानें शत्रूवर झडप टाकील कीं, ही टोळधाडच येऊन पडली कीं काय असें शत्रूंना होऊन जाईल. याचेच जोडीचा नीलकवच धारण करणारा माहिष्मतीपति नीलवर्मा हा रथी तुझा स्नेही आहे. यांचें पूर्वीपासून सहदेवाशीं वैर असल्यानें हा आपले सर्व रथांसह शत्रूशीं तुझ्या हितार्थ निकरानें लढेल. यापुढें अवन्तिभूपाल बंधु विंद व अनुविंद हे माझे मतें उत्तम रथी असून

समरांगणांत मोठा पराक्रम करून विजयी होणारे आहेत. हे गदा, प्रास, खड्ग, बाण, तोमर, इत्यादि हातानें फेंकून शत्रुसैन्य केवळ भाजून काढतील. हे महाराजा, यांना युद्धाची मोठी हौस आहे. हे समरांत शिरले म्हणजे जसे कांहीं कळपांतील म्होरके मस्त हत्तीच क्रीडा करीत आहेत असा भास होतो. यांचा रगाडा असा कांहीं विलक्षण आहे कीं, हा प्रत्यक्ष कृतांतकाळाचाच रट्टा चालू आहेसें वाटतें. त्रिगर्ताधिपति पांचही भाऊ माझे मतें उत्कृष्ट रथी आहेत; त्यांतील सत्यरथ हा प्रमुख आहे. दिग्विजयाचे वेळीं भीमानुज श्वेताश्व अर्जुन यानें यांचा अपकार केलेला त्यांचे मनांत अजून चुरचुरत असल्यामुळें ते अनायासानें आलेली संधि कदापि फुकट दवडणार नाहींत;—पांडवसैन्यांतील निवडक निवडक महारथी, धनुर्धर किंवा शूर क्षत्रिय अशांना गांठून अचानक ठार करतील; व भरल्या गंगेला जसे मगर तसे पांडवांच्या सेनेला हालवून सोडतील. तुझा पुत्र लक्ष्मण व दुःशासनाचा पुत्र दौःशासनि हे दोघेही राजपुत्र तरुण व सुकुमार आहेत; तथापि, हे मोठे वेगवान् असून युद्धांतल्या खुब्या जाणणारे व युद्धांत कांहीं झाल्या मागें पाय न घेणारे व जेथें जातील तेथें पुढारीपण अंगावर घेण्यासारखे तेजस्वी आहेत. क्षात्रधर्माची त्यांना मोठी आवड असून, माझ्या समजुतीप्रमाणें, ते मोठे उत्तम रथी आहेत. यास्तव, युद्धप्रसंगीं ते अचाट कर्म करतील यांत संदेह नाहीं. हे पुरुषश्रेष्ठा, दण्डधर हाही एक उत्तम रथी आहे. त्याचे रक्षणार्थ त्याचें स्वतःचेंच सैन्यही आहे. तो तुजसाठीं नेटानें लढेल, महापराक्रमी कोसलपति बृहद्बल हाही एक रथिश्रेष्ठ आहे असें मी समजतों. ह्याचें धनुष्य मोठें असून याजवळचीं आयुधेंही मोठीं उग्र आहेत. हा रणांत अशा कुशलतेनें लढेल कीं, त्याला पाहून स्वपक्षीयांना आनंदच होईल. हे सुयोधना, गौतमकुलोत्पन्न महर्षि आचार्य शरद्वतापासून अजिंक्य कार्तिक स्वामीप्रमाणेंच शरस्तंभांतून उत्पन्न झालेले कृपाचार्य हे अतिरथी आहेत. हे प्रिय प्राणांची पर्वा न करितां, नानाप्रकारचीं धनुष्यें व आयुधें धारण केलेल्या असंख्य सेनांना अग्नीप्रमाणें जाळीत जाळीत संग्रामांत संचार करतील.

अध्याय एकशें सदुसष्टावा.

—:०:—

रथी-अतिरथींची गणना.

भीष्म म्हणतातः—हे राजा, पांडवांशीं मुख्यतः कलागत उत्पन्न करणारा तुझा मामा शकुनि हाही एक उत्तम रथी आहे. याची सेना विचित्र आयुधांनीं संपन्न असूनही वेगांत वाऱ्याप्रमाणें आहे. असली अजिंक्य सेना बरोबर घेऊन तो शत्रूंवर तुजसाठीं तुटून पडेल यांत शंका नकोच.

अश्वत्थाम्याचें वर्णन.

हे राजा, तुंजकडील महाधनुर्धर द्रोणपुत्र अश्वत्थामा हा तर सर्व धन्व्यांहून वरचढ आहे. हा महारथ अस्त्रविद्येंत पक्का असून याची युद्धपद्धतिही फार मौजेची आहे. गांडीवधर अर्जुनाच्याप्रमाणेंच याचेही बाण धनुष्यापासून सुटले कीं भिडून जुटीनें जात असतात. हे महाराजा, खरें म्हणशील तर या वीराचा पराक्रम वर्णन करण्यास मी असमर्थ आहें. याचे मनांत आलें असतां हा त्रैलोक्य देखील जाळून टाकील. तपोवनांतील आश्रमवासी ऋषिगणांचें तपस्तेज व क्रोध यांचा हा मूर्तिमान् संचयच असून, या बुद्धिमान् अश्वत्थाम्याला द्रोणांनीं कृपा करून दिव्यास्त्रांची पूर्ण प्राप्ति करून दिली आहे. पण याचे ठिकाणीं एक मोठा

थोरला दोष आहे, तो हा कीं, हा आपले जिवाला फार जपतो. या दोषामुळें याला मी अतिरथी तर काय, पण साधा रथी देखील समजत नाहीं. एवढा जर दोष यामध्यें नसता, तर याचे तोडीचा योद्धा आपल्या दोन्ही पक्षांकडील सैन्यांत नाहीं हें मी तुला खास सांगतों. हा मोठा धिप्पाड असून हस्ततलानें धनुष्याचे प्रत्यंचेचा टणत्कार करूं लागला असतां पर्वतचे पर्वत फोडून टाकील व रथ न बदलतां प्रत्यक्ष देवसैन्याची देखील एका रथानें धूळधाण करील. ह्या वीराचे गुणांना खरोखरच गणती नाहीं. हा भयंकर तेजस्वी असून शत्रूंना टोल्यास लोळविणारा आहे. दण्डपाणि कृतांताप्रमाणेंच हा सैन्यांत संचार करील. याची मान सिंहासारखी ऐटदार असून हा इतका तेजस्वी आहे कीं, खवळला कीं प्रलयाग्नीप्रमाणेंच भासतो. भारतीयुद्ध संपल्यावर मागें जो सैन्यशेष उरेल त्याचा हा निकाल लावील.

द्रोणाचार्याचें वर्णन.

अश्वत्थाम्याचे जनक अत्यंत तेजस्वी गुरु द्रोणाचार्य हे तर वृद्ध असूनही तरुणांना भारी आहेत. हे रणांत अचाट कर्म करून सोडतील यांत मला तरी भ्रम नाहीं. अस्त्रवेगरूप वायूनें चेतलेला व सैन्यरूप सर्पणानें भडकून उठलेला हा रणस्थित अग्नि पांडवसैन्याची तेव्हांच खाक करील. हा अतिरथ्यांचाही अतिरथी भारद्वाज द्रोण, रणांत अत्यंत तीव्र तथापि तुला हितकर असें कर्म करील. हे वृद्ध द्रोण आजकालच्या राज्याभिषिक्त सर्व राजपुत्रांचे गुरु आहेत. हे सृंजयांचा फडशा पाडतील, पण अर्जुनावर हे हात चालविणार नाहींत. कारण त्याजवर यांचें फारच प्रेम आहे. त्याच्या गुणांमुळें हे केवळ वेडे होऊन गेले आहेत. अर्जुनाचें युद्धकौशल्य पाहून यांना मोठीं धन्य धन्य होते व एक तऱ्हेचा अभिमान वाटतो. प्रत्यक्ष अश्वत्थाम्यापेक्षांही यांचा जीव अर्जुनावर अधिक आहे. यामुळें हे महाधनुर्धर, कसलेंही अवघड काम सहज सहज करून टाकणाऱ्या त्या अर्जुनाला कधींही मारणार नाहींत. एरवीं केवळ एक रथाचे साह्यानें हे प्रतापी द्रोण आपल्या दिव्यास्त्रांनीं देव, गंधर्व व मनुष्य हे सर्वही एक झाले असतां तेवढ्यांचाही फडशा पाडतील.

असो; नृपश्रेष्ठ पौरव—ज्याला तूं महारथ समजतोस, तो माझे मतें चांगला रथी असून स्वतःचे प्रबल सैन्याचे साह्यानें तो शत्रुसैन्याला ताप देऊन अग्नितृणन्यायानें पांचालांना भाजून काढील. हे राजा, प्रसिद्ध बृहद्बल नांवाचा राजपुत्र हाही एक उत्तम रथी आहे. त्याला बृहद्बल ही संज्ञा उगीच नाहीं. तो तसाच पराक्रमी आहे. हे राजा, तुझ्या शत्रूंच्या सैन्यांत तो यमाप्रमाणें संचार करील. हे राजा, याचे शिपाई तऱ्हेवाईक कवचें व आयुधें धारण करून परयोद्ध्यांना खच्ची करीत रणांतून फिरत सुटतील. हे राजा, कर्णपुत्र वृषसेन हाही आपलेकडील एक निवडक रथी आहे. हा बलिश्रेष्ठ शत्रुसेनेची राख करील. तसाच महातेजस्वी मधुकुलोत्पन्न जलसंध हा उत्कृष्ट गजारोही व रथारोही असून प्राणांची तर याला कशी ती कदर वाटत नाहीं. ह्यालाही मी रथी समजतों. हे राजा, हा महाबाहु शत्रूचा फडशा उडवीत उडवीत सैन्यांतून जाईल व वेळेस तुजसाठीं स्वसैन्यासह प्राणही देण्यास मागेंपुढें पहाणार नाहीं. हा मोठा निधड्या छातीचा असून, ह्याचे युद्धांत विलक्षण पराक्रम व निरनिराळ्या तऱ्हा दिसून येतात. हा शत्रूला तेव्हांच गुंगवील. युद्धांत पीछेहाट न घेणारा हा बाल्हीक मी अतिरथी समजतों. हा तर युद्धांत प्रति यम आहे. हा एकदां पुढें धसला कीं माघार मिळून घेणार

नाहीं. सदागति वायूप्रमाणें हा शत्रुसैन्याचा केव्हांच धुरळा उडवील. हे महाराजा, तूं ज्याला महारथ समजतोस तो शत्रुरथध्वंसी सेनापति सत्यवान् मला रथी म्हणून मान्य आहे. हा रथांत अचाट कर्म करील. युद्ध पाहून याला काडीचें देखील भय वाटत नाहीं. याचे रथाआड कोणी आलें कीं हा तत्काल उसळून त्यावर तुटून पडतो. हे राजा, हा विक्रमशाली पुरुषश्रेष्ठ युद्धाचे गर्दीत केवळ सुक्षत्रियाला उचित असा पराक्रम करून शत्रूंवर पराक्रम गाजवून तुझें हित करील. राक्षसश्रेष्ठ क्रूरकर्मा अलंबुष महारथी पूर्ववैरें स्मरून पांडवीयांचें चांगलें कांडात काढील. हा यावत् राक्षसांत मोठा पराक्रमी असून मोठा दृढद्वेषी आहे. हा मायावी रूपें धरून शत्रुसैन्यांत फिरेल. प्राग्ज्योतिषपुराचा अधिपति प्रतापी भगदत्त वीर हा हस्तियुद्धांत तसाच रथयुद्धांतही प्रवीण आहे. याची जयाकांक्षा मोठी उत्कट—पृथापुत्र धनंजयाचीही तशीच ! पूर्वी या दोघांचें बहुत दिवस युद्ध झालें, पण कोणीच कोणास हार जाईना. शेवटीं, हे गांधारीनंदना, यानें आपला मित्र जो इंद्र त्याच्या शब्दाला मान देऊन अर्जुनाशीं सख्य केलें. ऐरावतावर बसून देवेंद्र वासव ज्याप्रमाणें लढतो त्याप्रमाणें हा कुशल गजारोही गजस्कंधीं बसून संग्रामांत युद्ध करील.

अध्याय एकशें अडुसष्टावा.

--:०:--

भीष्म व कर्ण यांचा तंटा.

भीष्म सांगतातः—हे दुर्योधना, तरुण, देखणे, बळकट, पक्के रागीट, धाडशी, दणगट व प्रहारचतुर असे हे अधृष्य गान्धारदेशमुख्य अचल व वृषक नांवांचे दोघे जोडीदार बंधु

याच बापाला भीमानें मारिलें होतें.

उत्तम रथी आहेत, हे तुझ्या शत्रूंचा विध्वंस करतील. आतां, तुझ्या विशेष कृपेंतला व जिवलग मित्र, तुझा मंत्री, तुझा उपदेष्टा व बंधु म्हटलेला जो हा चढेल, कुरैंबाज व आत्मश्लाघी वैकर्तन कर्ण,— जो दुसऱ्यास सदा कठोरवाणीनें बोलतो व पांडवांशीं वैर करण्याचे कामीं तुला भर देत असतो, त्या नीचाला मोअतिरथ्यांत तर गणीत नाहींच, पण साध्या रथ्यांतही गणीत नाहीं ! त्याला कवडीची अक्कल नाहीं. मूर्ख बेटा, आपलें सहजसिद्ध कवच देऊन बसला, इतकेंच नव्हे तर दिव्य कुंडलांनाही मुकला ! शिवाय याला गुरु परशुरामाचा शाप आहे. एवंच, हा कवचकुंडलांनीं वियुक्त झाला असल्यामुळें व ह्याला ब्रह्मशाप असल्यामुळें मी याला फार तर अर्धरथी समजतों. याहून अधिक मानीत नाहीं ! अर्जुनाची याची रणांत गांठ झाली कीं हा जिवंत सुटत नाहीं हें पक्कें समज.

यावर शस्त्रधराग्रणी द्रोण म्हणालेः–भीष्मा, आपण बोललां तसेंच खरें. यांत केव्हांही अंतर पडणार नाहीं. याला अभिमान मात्र बारा गाडे. बाकी ज्या त्या युद्धांत हा तोंड फिरवून येतो. परनिंदेंत मात्र हा पटाईत आहे. एरवीं युद्धाचे कामांत जेव्हां तेव्हां हा घोडचाएवढ्या चुका करतों. यामुळें मीही याला आठ आणे रथी समजतो !

हे शब्द कानीं पडतांच राधापुत्र कर्ण क्रोधानें डोळे फाडून भीष्मांवर शब्दांचे कोरडे उडवीत म्हणाला, ' हे पितामह, मीं तुझा कांहीं अपराध केला नसतां याप्रमाणें पावलोपावलीं वाटेल तसा तूं मला दुष्मानासारखा वाक्शरांनीं टोंचीत असतोस, पण मी हें सर्व दुर्योधनाखातर पोटांत घालतों. तूं मला मूर्ख, म्याड व कुचकामाचा समजत असतोस, आणि आज तर तूं माझे नांवावर आठ आण्यांचा

शेरा मारिलास. गंगानंदन सत्यभाषी म्हणून तुझा जगांत डंका गाजत असल्यानें तुझें हें बोलणें अलमदुनियेला खरेंच वाटणार ! होईल तिकडून तूं कौरवांचें सदा नुकसान करीत असतोस; पण हें आमचे राजाचे कोठें लक्षांत येतें आहे ? तुला माझे गुण सहन होत नसल्यामुळें माझेविषयीं राजाची अप्रीति उत्पन्न करण्याचा तूं सर्वदा यत्न करीत असतास, तरी मी कांहीं बोलत नाहीं. पण, आज आम्ही सारखे सारखे पराक्रमी राजे युद्धार्थ एकत्र जुळलों असतां अशा प्रसंगीं तूं माझा ज्याअर्थीं पाणउतारा केलास, त्या अर्थीं आमच्या पक्षांत आपसांत फूट पाडून आमचा अपजय व्हावा ही तुझी इच्छा स्पष्ट दिसत आहे. हे वृद्ध कौरवा, क्षत्रियांत महारथी कोण आहे याची परीक्षा करण्याचें ज्ञान केवळ वयाला पुष्कळशीं वर्षें लोटल्यानें, डोकें पांढरें झाल्यानें, पुष्कळसें द्रव्य असल्यानें, किंवा मोठा गोतवळा असल्यानें येत नसतें. अरे, क्षत्रियांत बलाधिक्यावरून ज्येष्ठत्व[1] ठरवितात; ब्राह्मणांत मंत्राधिक्यावरून; वैश्यांत धनाधिक्यावरून व शूद्रांत मात्र वयोधिक्यावरून ज्येष्ठत्व ठरतें. आहे ठाऊक ? परीक्षा नाहीं कांहीं नाहीं, मन मानेल त्याला रथी म्हणतोस, वाटेल त्याला अतिरथी म्हणतोस, वाटेल तसें बकतोस. त्याला कांहींच मर्यादा नाहीं. तुझ्या पोटांतून पांडवांविषयीं आहे प्रेम आणि कौरवांविषयीं आहे द्वेष ! तेव्हां जेणेंकरून कौरवांचा बळमोड होईल असा तूं यत्न चालविला आहेस. पण हा तुझा निव्वळ मूर्खपणा आहे. महाबाहो दुर्योधना, बाबा, नीट डोळे उघडून पहा. अरे, हा थेरडा आंतून महादुष्ट असून तुझ्या वाईटावर आहे, याला सोडून दे. अरे, एकदां सेनेंत फूट पडली म्हणजे पुनः सांधा जुळत नाहीं. हे पुरुषश्रेष्ठा, पिढीजाद नोकर देखील एकदां बिथरले असतां परत ताळ्यावर येणें कठीण पडतें. मग हे तर म्हणतात ना, दहा ठिकाणचे दहा भाई एकत्र झालेले ! हे एकदां बिथरल्यावर पुनश्च एकदील होण्याची वार्ता कशाला ? पण, हे दुर्योधना, हा थेरडा आतांसारखा जर लोकांचे तोंडावर त्यांचा पाणउतारा करूं लागला तर लोकांचीं मनें बिघडून आपसांत फळी उघडच झाली की नाहीं? अरे, रथी कोण हें समजणें कोणीकडे ? व हा भीष्म कोणीकडे ? याची ही अक्कल नव्हे; समजलास ? अरे, हें जरख खोड तुला हवें कशाला ? मी एकटा या पांडवसेनेला आवरीन. अरे, मी अमोघबाण आहें, समजलास ? माझी गांठ पडूं दे, म्हणजे व्याघ्रापुढें जसे बैल पळतात तसे पांडववीर पांचालांसह दशदिशा पळत सुटतील ! बाबारे, कोठें युद्ध, कोठें रणधुमाळी, किंवा कोठें सल्लामसलतीचे वेळींच योग्य भाषण आणि कोठें हा मठ्ठ, मुर्दाड, खल्लड भीष्म ? याचीं हीं कामें नव्हत. हा एकटाच सर्व जगावर सरशी करूं पाहात असतो. याला आपलेशिवाय इतर कोणी पुरुषच नाहीं असें वाटतें; यावरूनच याची अक्कल ओळख. ‘ वृद्धांचें वचन ऐकावें ’ अशी शास्त्राज्ञा आहे खरी; पण वृद्धांचें म्हणजे भीष्मांसारख्या अतिजरठांचें नव्हे ! कारण, असले जरठ म्हणजे पुनरपि[1] बालच, असें शास्त्र समजतें, हें लक्षांत घे. उद्यांचे युद्धांत मी एकटाच पांडवसैन्याला चीत करीन. कारण मला हरामखोरी करणें नाहीं. पण फळ काय ? शौर्य माझें, पण नांव भीष्माचें होणार. कारण, तूं त्याला सेनापति नेमिलें आहेस. केव्हांही झालें तरी लढतात हाताखालील योद्धे, आणि फुलें उधळतात

१ बलज्येष्ठं स्मृतं क्षत्रं, मंत्रज्येष्ठा द्विजातयः ।
धन ज्येष्ठाः स्मृता वैश्याः शूद्रास्तु वयसाधिकाः ॥

१ पुनरपि बाल्यं कृतं जरया.

सेनापतीवर ! तोच न्याय येथें. मग आपण फुकट तरी श्रम कां करा ? हे राजा, मी तुला आतां स्पष्टच सांगतों कीं, असा ज्या अर्थीं प्रकार आहे, त्या अर्थीं, कांहीं होवो, हा म्हातारा जिवंत आहे तोंपर्यंत मी मिळून कसें तें युद्ध करणार नाहीं. हा पालथा पडला, म्हणजे मग कितीही महारथी येवोत—मी त्यांशीं लढण्यास कंबर बांधून उभा आहें. मी एकटा सर्वांचा समाचार घेईन.'

भीष्म म्हणतात:—हां जी हां ! मला आज कित्येक वर्षांपूर्वींच हें स्वप्न पडलेलें आहे कीं, युद्धाचा प्रत्यक्ष प्रसंग येईल तेव्हां दुसरा कोणीही पुढें न होतां तो समुद्रप्राय भार माझे एकट्याचेच अंगावर निःसंशय पडणार. तें स्वप्न खरें झालेंच ! या रांड्याराघोजींनीं आजपर्यंत घरबैटच्या शिळोप्याच्या हव्या तशा गप्पा झोंकून वेळ आली तेव्हां कांहीं ना कांहीं निमित्त करून आपलें अंग युद्धांतून काढून घेतलें. म्हणतात ना, न करत्याचा वार शनवार ! तोच हा मासला. एरवीं तूं जर राजाचा खरा साह्यकर्ता म्हणवितोस, तर माझ्यावर निमित्त ठेवून राजसाह्याला टाळा देणें हेंच काय तुझें खरेपण ? मी फूट पाडितों म्हणून उगाच ओरडतोस. अरे मूर्खा, तुला असें कळेना कीं मी जर खरोखर तुझ्याशीं विरोध करीन, तर तूं कसलाही सणसणीत ज्वान अस, मी असला खल्लड आहें तरी तुझी युद्धाची खुमखुम व प्राणांची आशा तेव्हांच नाहींशी करून टाकीन ! परंतु, प्रस्तुतचा प्रसंग मोठा भयंकर, केवळ अंगावर रोमांच उभे करणारा आहे, हें पाहून मी आपसांत विरोध माजवीत नाहीं ! म्हणून तर, हे सूतपुत्रा, तूं जिवंत आहेस, समजलास ? अरे, परशुरामासारखा कसलेला योद्धा मजवर हजारों अस्त्रें सोडून दमला, तथापि मला लवमात्र व्यथा झाली नाहीं. त्या माझें तुझ्यानें काय होणार ? भले लोक आत्मप्रशंसेला मान देत नाहींत. तथापि, हे नीचा, हे कुलांगारा, तुला प्रस्तुतचे संतापाचे झटक्यांत सांगून टाकतों कीं, काशिराजाचे येथील स्वयंवरप्रसंगीं चटसारे क्षत्रिय जुळले होते, परंतु त्या सर्वांना मीं एकाच रथानें हां हां म्हणतां जिंकून त्या तीनही कन्या स्वपराक्रमानें हाताखालीं घातल्या. ह्यापेक्षांही अधिक बलवान् अशा हजारों वीरांचा मीं एकट्यानें फन्ना उडविला आहे. परंतु तुजसारख्या कलिपुरुषाशीं स्नेह केल्यामुळें कौरवांवर मोठा अनर्थ गुदरणार ! त्यांचा विनाशकाल तुझ्या पायीं जवळ आला आहे. याकरितां अजून तरी डोळे उघड आणि पुढें होऊन आपला पराक्रम गाजीव. अर्जुनाची तूं एवढी स्पर्धा करीत असतोस, तर एकदां त्याच्याशीं गांठ घालच; आणि, हे दुष्टा, तूं परत जिवंत येतांना मला पाहूं दे म्हणजे झालें. मग तुला शाबासकी मी देईन !

इतक्या थरावर गोष्ट आलीसें पाहून, धूर्त दुर्योधन भीष्मांना म्हणाला, 'आजोबा, आपण मजकडे पहा; कार्य तर मोठें उपस्थित झालें आहे. या वेळीं आपण असें न करितां, एकाग्र अंतःकरणानें, माझें कल्याण कशानें होईल याचा विचार करा. आपण दोघेही माझे मोठे आधारस्तंभ आहां; आपण दोघेही मला मान्य आहां, करितां तंडूं नका. मला शत्रूंचें बल कळलें पाहिजे; याकरितां पांडवांकडील रथीअतिरथी कोणकोण ते ऐकण्याची माझी इच्छा आहे. ती आपण या घटकेलाच सफल करावी. कारण, उजाडतांच युद्ध सुरू होणार. याकरितां, कृपा करून मला एवढी माहिती तत्पूर्वीं आपण द्यावी.

अध्याय एकशें एकुणसत्तरावा.

—:०:—

पांडवांकडील रथी-अतिरथी.

भीष्म म्हणतात:—हे नृपाला, येथपर्यंत तुला मीं तुजकडील रथी-अतिरथी व अर्धरथीही सांगितले. आतां पांडवांकडील सैन्याचें बल समजण्याविषयीं जर तुला उत्कंठा असेल, तर तिकडीलही रथी-अतिरथी यांची संख्या मी सांगतों; या राजांसह तूं चित्त देऊन एक. पहिला उत्तम रथी कुन्तीपुत्र राजा युधिष्ठिर. हा समरांत केवळ वणवा पेटवून देईल, यांत संदेह नाहीं. दुसरा भीमसेन हा एकटाच आठ रथ्यांची बरोबरी करणारा आहे. गदायुद्धांत म्हणा, बाणयुद्धांत म्हणा, त्याचे तुलनेला कोणी नाहीं. दहा सहस्र हत्तींचें त्याला एकट्याला बल असून, तो मोठा मानी आहे; आणि त्याची तेजस्विता तर केवळ अमानुष आहे. पुरुषश्रेष्ठ दोघे माद्रीपुत्र हे तर रूपानें व तेजानें अश्विनीकुमारांचीच दुसरी प्रत उतरले आहेत. हे सैन्याचे अग्रभागीं राहून पूर्वक्लेशांचे स्मरणानें क्षुब्ध होत्साते सैन्यांत प्रलयरुद्रवत् संचार करतील, यांत मला संशय नाहीं. सर्वच पांडव शालवृक्षाचे सोटांप्रमाणें वाढले असून उंचीनें इतर पुरुषांपेक्षां टीचभर अधिक आहेत. हे पांडुपुत्र मोठे बलाढ्य असून यांचे शरीराची गठण केवळ सिंहासारखी पीळदार व ऐटदार आहे. शिवाय सर्वांनींही अध्ययनार्थ ब्रह्मचर्य पाळून तपाचरण केलें आहे. धाडसानें व बलानें ते केवळ वाघांप्रमाणें उद्दाम आहेत, परंतु चालीरीतीला मोठे विनयशील आहेत. युद्धप्रसंगींचा वेग, प्रहार व हातघाई यांत ते सर्व अतिमानुष पराक्रम करणारे आहेत. हे भारता, दिग्विजयप्रसंगीं सर्वांनीं भूपाल पादाक्रांत केलेले आहेत. यांचीं आयुधें, गदा, बाण हीं कोणाही पुरुषाला सहन होणार नाहींत. सहन करण्याचेंही दूर राहो, पण त्यांचे धनुष्यांना नुसती दोरी चढविणें, त्यांच्या लठ्ठ गदा उचलणें, किंवा समरप्रसंगीं त्यांचे बाण सोडणें, हीं कर्में देखील दुसऱ्या कोणाच्यानें होणार नाहींत. पोरपणींच त्यांनीं धांव ठोकण्यांत, लक्षाचा अचूक वेध करण्यांत, जेवणांत, भूमीवरील मुष्टियुद्धांत तुम्हां सर्वांवर तान केलेली तुम्हांस माहीतच असेल. ते सर्वही बलोत्कट आहेत. मस्ती त्यांचे अंगांत मावेनाशी झाली आहे. यामुळें तुझ्या सैन्याची रणांत गांठ पडण्याचा अवकाश, कीं ते त्याची रांगोळी उडवितील. शहाणा असशील तर त्यांशीं युद्धाचा प्रसंग आणूं नको. राजसूय यज्ञाचे वेळीं त्यांनीं काय काय केलें तें तूं समक्ष पाहिलेंच आहेस. तोच प्रकार ते येथें करून युद्धाचे गर्दींत एकएकटे सर्व राजांचा वध करतील. तुम्हीं द्रौपदीचे केलेले हाल हाल व द्यूतप्रसंगीं केलेलीं कठोर भाषणें त्यांचे हृदयांतून गेलीं नाहींत. यामुळें ते युद्धांत तुम्हांशीं रुद्रलीला करतील !

अर्जुन तर जितमोह असून त्याला प्रत्यक्ष नारायणाचें साह्य आहे. मस्तीनें त्याचे डोळे सदाच लाल असतात. आपल्या दोनही पक्षांत आज त्याचे तोडीचा वीर नाहीं. बाकी यांत आश्चर्य तें काय ? याच्या तोलाचा वीर आजपर्यंत देव, पन्नग, राक्षस किंवा यक्ष यांमध्येंही झाला नाहीं, मग मनुष्यांत कोठून असणार ? मीं तरी अर्जुनाचे तुलनेचा रथी कोणी मागें झालेला ऐकिला नाहीं; व पुढेंही होणार नाहीं, अशी माझी खातरी आहे. असो; हे राजा, अर्जुनाचा रथ सज्ज आहे; वासुदेव सारथि; धनंजय योद्धा; गांडीवासारखें दिव्य धनुष्य; वायुगति अश्व; दिव्य अभेद्य कवच; प्रशस्त अक्षय्य भाते; महेंद्र, रुद्र, कुबेर, यम व वरुण यांपासून प्राप्त झालेले अस्त्रसमुदाय;

पाहातांच भय घालणाऱ्या गदा; आणि वज्रप्रभृति नानाविध उत्कृष्ट उत्कृष्ट अस्त्रें—असली सामुग्री त्याजवळ आहे. हिरण्यपुरवासी सहस्रशः दानवांचा एक रथानें ज्यानें चुराडा केला, त्या अर्जुनाचे तोडीचा दुसरा रथी कोण आढळावा ? हा बलाढ्य, सत्यविक्रम व आजानुबाहु वीर स्वतःचे सेनेला धक्का लागूं न देतां झपाट्यास तुझे बाजूची मात्र चटणी करून टाकील. हे राजश्रेष्ठा, या अर्जुनाशीं एक मी तोंड देईन, किंवा द्रोणाचार्य देतील. तिसरा कोणी उभय सैन्यांतही मिळणार नाहीं. कारण, अर्जुनाचा बाणवर्षाव म्हणजे आर्द्रांचे पावसाची झोड. तीपुढें तिसरा कोण तोंड काढणार ? आम्ही दोघेच काय ते त्याला खेळवूं जाणूं . बाकी तसें असलें तरीही तो हुशार आहे, कृष्णाची त्याला बळकटी आहे, युद्धार्थ तो एका पायावर तयार असून तरणाबांड आहे, आणि आम्ही किती झालों तरी जीर्ण झालों आहों !

वैशंपायन सांगतातः—भीष्मांनीं याप्रमाणें पांडवांचें वर्णन करितांच, पांडवांचा पूर्वींचा पराक्रम केवळ मूर्तिमंत त्या राजांच्या डोळ्यांपुढें उभा राहून, त्यांचे ते स्वर्णभूषणांनीं अलंकृत व चंदनचर्चित पुष्ट भुज जसे लटके पडले आणि त्यांच्या मनांतील युद्धोत्साह तर तेथल्या तेथेंच जिराला.

अध्याय एकशें सत्तरावा.

—:०:—

पांडवांकडील रथी-अतिरथी.

भीष्म सांगतातः—हे राजा, पांचही द्रौपदेय महारथी आहेत व विराटपुत्र उत्तर हा रथीच पण पहिल्या प्रतीचा आहे, असें मी मानितों. महाबाहु अभिमन्यु हा अतिरथी असून समरांत कृष्ण किंवा अर्जुन यांप्रमाणेंच शत्रुविध्वंसन करणारा आहे. तो अस्त्रप्रयोगांत फार चलाख असून, गमतीचें युद्ध करणारा, विचारी व दृढनिश्चयी आहे. आपल्या पित्याला धार्तराष्ट्रांनीं दिलेले क्लेश ध्यानांत वागवून तो पराक्रम गाजवील. वृष्णिवीरांपैकीं मोठा रागीट, निर्भय व शूर असा हा माधव सात्यकि अतिरथी आहे. उत्तमौजा आणि पराक्रमी युधामन्यु हे उत्तम रथी आहेत, अस माझें मत आहे. यांच्या बाजूचे हजारों हजार रथी, गजारोही व स्वार जिवाची पर्वा न करितां लढतील. इतकेंच नव्हे, तर पांडवहितार्थ हे अग्निवायूंप्रमाणें एकमेकांना हाक मारून पांडवांसह तुझ्या सैन्याशीं निकरानें लढतील. विराट व द्रुपद हे जरी वृद्ध आहेत, तरी युद्धांत अजिंक्य आहेत. या महावीर्यशाली पुरुषश्रेष्ठांना मी महारथ्यांत गणितों. ते वृद्ध असले तरी त्यांना युद्धाची फार आवड असल्यामुळें, ते वीरांचा मार्ग स्वीकारून आपलें सर्व सामर्थ्य खर्चून लढतील. हे सदाचरणी महाधनुर्धर वीर पांडवांचे शरीरसंबंधी असल्यामुळें स्ववीर्याला व बलाला अनुरूप असेंच युद्ध करितील. हे कुरुपुंगवा, कोणीही बलशाली पुरुष झाले तरी प्रसंगानुरूप शूर किंवा भ्याड बनत असतात. या न्यायाप्रमाणें पाहातां हे दोघेही दृढधन्वी राजे आतां वार्धक्यामुळें सारखेच मरणाविषयीं बेपर्वा झाले असल्यानें आपले शक्तीची पराकाष्ठा करून शत्रूंशीं झुंजतील. पांडवांशीं असलेल्या आपले नात्याचें रक्षण करण्याकरितां हे भयंकर योद्धे आपापल्या पृथक् अक्षौहिणी साह्य घेऊन, पांडवांचा आपले पराक्रमासंबंधींचा विश्वास न बिघडावा म्हणून प्राणांची पर्वा न करितां केवळ निकरानें लढतील व संग्रामांत अत्यद्भुत कर्म करितील.

१ मधु नामक यादवाचा वंशज..

अध्याय एकशें एकाहत्तरावा.

—:०:—

पांडवांकडील रथी-अतिरथी.

भीष्म सांगतातः—हे राजा, रिपुंजय पांचालपुत्र शिखंडी हा मुख्य रथी आहे असा माझा व पार्थाचाही अभिप्राय आहे. हे भरतश्रेष्ठा, हा शिखंडी आपल्या पांचाल व प्रभद्रक नामक सेना बरोबर घेऊन रथसमूहाचे बळानें तुझ्या सेनेबरोबर पराक्रम करून असा कांहीं लौकिक मिळवील कीं, तेणेंकरून आपल्या पूर्वदशेंतील स्त्रीत्वाचा दुनियेला विसर पाडून आपलें नांव वीरांचे पटांत कायम करील. हे दुर्योधना, द्रोणांचा शिष्य व पांडवांकडील सर्व सेनांवरील मुख्य सेनाधिपति जो महारथ धृष्टद्युम्न त्याला मी अतिरथी समजतों. हा तर युगांतसमयीं खवळून गेलेल्या भगवान् रुद्राप्रमाणें संग्रामांत रिपुयोधांचे पटापट प्राण घेऊन जिकडे तिकडे एकच हाहाःकार उडवून देईल. याचे जवळ देवसंग्रामांतील रथांचे तोडीचे रथ इतके आहेत कीं, शूर लोक तर त्याजपाशीं रथसमुद्रच आहे असें म्हणतात. धृष्टद्युम्नाचा पुत्र क्षत्रधर्मा अद्याप बाल असल्यामुळें त्यानें युद्धकलेंत फार परिश्रम केले नाहींत, म्हणून मी त्याला अर्धरथी समजतों. पांडवांचा संबंधी शिशुपालपुत्र चेदिराज धृष्टकेतु हा महारथी आहे. ह्याचे पुत्रही असेच शूर असल्यामुळें त्यांचे साहाय्यानें हा महारथांना उचित असेंच रणकर्म करील. हे राजेंद्रा, क्षात्रधर्मिष्ठ क्षत्रदेव हाही पांडवांकडील एक उत्तम रथी आहे. जयंत, अमितौजा व सत्यजित् हे सर्व महात्मे पांचाल महारथी असून खवळलेल्या कुंजरां प्रमाणें युद्धांत गर्दी उडवून देतील. पांडवांचे हितासाठीं झटणारे पराक्रमी अज व भोज हे महारथी असून युद्धांत ते आपल्या शक्तीची पराकाष्ठा करून सोडतील व शत्रूचा निःपात करतील. अस्त्रयोजनेंत चलाख, अनुभवलेले, कट्टे शूर आणि गमती गमतीचें युद्ध करणारे हे लाल बाहुट्यांचे पांचही कैकेयबंधु अत्युत्कृष्ट रथी आहेत. काशिक, सुकुमार, नील, सूर्यदत्त, शंख व मदिराश्व हे सर्वही सर्वास्त्रनिपुण व युद्धप्रिय असून उत्तम रथी आहेत. मी यांना महात्मे समजतों. हे राजा, वार्धक्षेमीला मी महारथी समजत असून चित्रायुद्ध राजाला मी रथी समजतों. हा अर्जुनाचा भक्त असून रणाला शोभा देणारा आहे. चेकितान व सत्यधृति हे पांडवांकडे महारथ्यांत जमा आहेत, पण मी यांना रथीच समजतों. हे राजेंद्रा, पांडवांकडील व्याघ्रदत्त व चंद्रसेन हे निःसंशय उत्तम रथी आहेत. क्रोधहंता या नांवानें प्रसिद्ध असलेला सेनाबिंदु तर वासुदेव किंवा भीमसेन यांचे जोडीचा आहे. तो तुझ्या सैनिकांना रणांत चांगलाच हात दाखवील. त्या समरप्रिय रथिश्रेष्ठाला, हे राजा, तूं मला, द्रोणांला किंवा कृपाचार्यांला जसा समजतोस तसाच समज. अस्त्रयोजनेंत परम चपल असा हा स्तुत्य शत्रुमर्दन काश्य एकरथी आहे. रणांत नांवाजलेला हा द्रुपदाचा तरुण पुत्र सत्यजित् आठ रथ्यांच्या तोडीचा आहे असें मी समजतों. हा धृष्टद्युम्नाशीं समतोल असून लोक याला अतिरथी समजतात. पांडव विजयी व्हावे अशी त्याची उत्कटेच्छा असल्यानें तो बिनकसर युद्ध करील. पांडवांकडील पुढारी महावीर्यशाली पांड्य शूर असून पांडवांचे ठिकाणीं अनुरक्त आहे. तो महारथी आहे. हे कुरुसत्तमा, पांडव ज्याला महारथी समजतात असा महाधनुर्धर श्रेणिमान् व राजा वसुदान हे दोघेही शत्रुमर्दन वीर माझे मतें अतिरथी आहेत.

अध्याय एकशें बहात्तरावा.

—:०:—

गणनासमाप्ति.

भीष्म म्हणतातः—पांडवांकडील रोचमान् हा महारथी आहे. तो संग्रामांत देवतुल्य पराक्रम करील. भीमसेनाचा मातुल महाबलाढ्य व महाधनुर्धर कुंतिभोज हाही अतिरथी आहे. हा वीर मोठा अनुभविक, प्रवीण, समर्थ, रथिश्रेष्ठ व मोठा मौजेचें युद्ध करणारा आहे. युद्धांत तो दानवांशीं लढणाऱ्या इंद्राची ढब दाखवील. याचे पदरीं असणारे सर्व योद्धेही मोठे युद्धनिष्णात आहेत. त्यांचे साह्यानें तो भगिनीपुत्र पांडवांच्या कल्याणोत्कंठेनें फारच अद्भुत कर्म करील. हे राजा, हिडिंबेला झालेला भीमपुत्र राक्षसेश्वर घटोत्कच हा अतिरथी असून अनेक माया जाणणारा आहे. शिवाय त्याला युद्धाची फार आवड आहे व त्यासारखेच त्याचे आज्ञाधारक अनेक राक्षस मंत्री त्याला साह्य आहेत. त्यांसह तो रणांत नानाप्रकारच्या माया प्रकट करून युद्ध करील. हे राक्षस व कृष्णप्रभृति अनेक भूपाल युधिष्ठिराकरितां पांडवपक्षाला मिळाले आहेत. हे राजा, येथवर मी पांडवांकडील रथी, अतिरथी, महारथी व अर्धरथी सांगितले. इंद्रतुल्य अर्जुनानें परिरक्षित प्रचंड पांडवसेनेचें हे रणांगणांत नायकत्व करतील. हे शूरा, त्या मायावी व जयोत्सुक राजांशीं जय किंवा मरण यांवर दृष्टि देऊन मी निकरानें लढेन. सुदर्शनधर श्रीकृष्ण व गांडीवधर अर्जुन हे दर्शकालीन सूर्यचंद्रांप्रमाणें एकत्र झाले असतां त्यांशीं मला युद्ध करावें लागेल. हे राजा, युधिष्ठिराचे सैनिकांपैकीं जे कोणी उत्कृष्ट रथी असतील त्यांशीं व त्यांचे सैन्याशीं मी उत्तम संग्राम करीन.

हे राजा, मीं याप्रमाणें तुला उभयपक्षांकडील रथी, अतिरथी व अर्धरथी कथन केले. हे भारता, पांडवांकडील कृष्ण, अर्जुन व इतर साह्यकारी राजे यांचा मी यावच्छक्य प्रतिकार करीन. परंतु, पांचाल्य महाबाहु शिखंडी हा जर कां शस्त्र उचलून पांडवांचे बाजूनें मजशीं लढतो आहेसें मला आढळलें, तर मी त्याशीं उलट युद्ध करणार नाहीं. कारण, पित्याचें प्रिय करण्याकरितां मीं हातीं आलेलें राज्य सोडून देऊन स्त्रीविषयीं शपथ घेऊन ब्रह्मचर्य स्वीकारलें हें सर्वत्र मशहूर आहे. लोकांना ठाऊक आहे कीं, मी राज्यपरित्याग करून पितृप्रीतीस्तव चित्रांगदाला कौरवाधिपत्याचा अभिषेक केला व अल्पवयी विचित्रवीर्याला यौवराज्याभिषेक केला. सारांश, अशा प्रकारें मीं आपले तीव्र ब्रह्मचर्य सर्व राजांना विदित केलें असल्यामुळें, स्त्रीला किंवा पूर्वी स्त्री असून नंतर पुरुष झालेल्याला मी केव्हांही मारणार नाहीं. हे राजा, तुझ्या कदाचित् कानावर असेलही कीं, हा शिखंडी पूर्वी स्त्री होता. प्रथम हा कन्यारूपानें जन्मास येऊन मग पुरुष झाला आहे. याकरितां मी अशाशीं शस्त्र धरणार नाहीं, ही एक गोष्ट. आणि दुसरी गोष्ट ही कीं, प्रतिपक्षाकडून इतर जे जे राजे माझ्याशीं संग्राम करण्याकरितां येतील त्यांना मी मारीन; पण कुंतीपुत्रांना मात्र मारणार नाहीं !

अम्बोपाख्यानपर्व.

अध्याय एकशें त्र्याहात्तरावा.

---:०:---

काशिराजकन्यांचें हरण.

दुर्योधन विचारितोः—हे पितामह, जिवावर उदार होऊन शिखंडी हातांत शस्त्र घेऊन तुम्हांवर चालून आला असतां तो शत्रु असूनही तुम्ही त्याशीं युद्ध करणार नाहीं, असें म्हटलें याचें कारण काय ? हे गांगेय, आपण पूर्वी प्रतिज्ञा केली कीं, मी सोमकांसह पांचालांस मारीन. असें असतां आतां हें आपण असें काय म्हणतां ?

भीष्म म्हणतातः—मी संग्रामांत शिखंडीचा वध करणार नाहीं असें कां म्हणतों तें तूं या सर्व राजांसह श्रवण कर. माझा जगद्विख्यात पिता महाराज शांतनु हा यथाकाल शांत झाल्यावर, माझी प्रतिज्ञा पाळण्याकरितां मी चित्रांगदाला कुरुराज्याभिषेक केला. तोही जेव्हां निवर्तला, तेव्हां माता सत्यवतीचे आज्ञानुरोधानें, विचित्रवीर्य हा शास्त्रदृष्ट्या माझा कनिष्ठ बंधु असतांही त्यास मीं राज्यावर अभिषिक्त केला. विचित्रवीर्य मोठा धर्मनिष्ठ असून माझेच तंत्रानें वागत असल्यानें त्याचा विवाह करण्याचें मीं मनांत आणिलें. पण, कन्या पाहाणें ती आपल्या कुलाला साजेल अशाच थोर कुलांतील असावी, या गोष्टीवर माझा मुख्य भर होता. इतक्यांत काशिराजाच्या अंबा, अंबिका व अंबालिका या नांवाच्या तीन अप्रतिम रूपवती कन्या स्वयंवर करणार आहेत, असें माझ्या कानीं आलें. या बहिणींत अंबा वडील, अंबिका मधली व अंबालिका धाकटी होती. स्वयंवरार्थ काशिराजानें राजधानींत अनेक देशचे राजे बोलावून आणिले, हें ऐकून मीही एक रथानिशीं त्या स्थळीं गेलों. तेथें, अलंकारभूषणें घातलेल्या त्या तीन रूपवती कन्या व स्वयंवरार्थ मिळालेले अनेक भूपाल माझ्या दृष्टीस पडले. मीं मनाशीं हिशोब पाहिला कीं, या मुलींचें मोल म्हणजे आपलें बाहुबलच होय. त्याची मजवळ मुळींच कमताई नव्हती. याभुळें मीं त्या तीनही मुली सर्वांसमक्षःउचलून आपले रथांत घातल्या व तेथें जमलेल्या सर्व राजांना पुनःपुनः ओरडून सांगितलें कीं, मी शांतनव भीष्म दांडगाईनें या कन्या तुम्हांपुढून उचलून नेत आहें. अंगांत धमक असेल तर माझ्याशीं युद्ध करून यांना सोडवून घेऊन जा. इतकें मी म्हणतांच ते सर्वही राजे संतापून गेले व हातांत शस्त्रें घेऊन उसळून पुढें आले; आणि 'तयारी, तयारी!' असें म्हणून त्यांनीं रथ्यांना रथ सज्ज करण्याविषयीं आज्ञा दिली. ते गजतुल्य रथ सज्ज होतांच कोणी रथांत, कोणी गजावर व कोणी पुष्ट अश्वांवर आरूढ होऊन हातांत शस्त्रें उगारून मजवर चालून आले. त्यांनीं आपल्या रथसमूहानें मला चहूंकडून अगदीं जेव्हां कोंडून टाकिलें, तेव्हां मीं त्या सर्वांना त्यांच्या रथांसहित आपल्या बाणांनीं व्यापून टाकिलें व हंसत हंसत मीं माझ्या उद्दीप्त बाणांनीं त्यांना पटापट रथांतून खालीं पाडलें. त्यांच्याबरोबर त्यांचे रथांवरील स्वर्णालंकृत ध्वजही एक बाणानें खालीं पाडिले. दानवांना इंद्र जिंकितो त्याप्रमाणें मीं त्या सर्वांस जिंकून त्यांचे गजांची, रथांची, अश्वांची व सारथ्यांचीही तीच वाट केली, तेव्हांः बिचारे फजित होऊन आणि माझे हस्तलाघवाला भिऊन परत फिरले. मग मी हस्तिनापुरास आलों; व भ्रात्याकरितां जिंकून आणिलेल्या त्या कन्या, माता सत्यवतीचे स्वाधीन केल्या व तिला आपल्या पराक्रमाचेंही निवेदन केलें.

अध्याय एकशें चौऱ्याहत्तरावा.

—०:०—

अंबेचें गाऱ्हाणें.

भीष्म सांगतातः—हे भरतश्रेष्ठा, नंतर वीरसू मन्माता जी धीवरकन्या सत्यवती, तिचे चरण वंदून मी म्हणालों, " माते, वीर्यशुल्कानें मिळणाऱ्या ह्या काशिराजाच्या कन्या मी विचित्रवीर्याकरितां हरण करून आणिल्या आहेत. " हें ऐकतांच सत्यवतीचे नेत्रांतून आनंदाश्रु चालले आणि प्रेमानें माझें मस्तकाचें अवघ्राण करून ती म्हणाली, " हे पुत्रा, तूं विजयी झालास, यामुळें मी धन्य आहें. " नंतर विवाहाची सर्व तयारी झाली असतां, त्या कन्यांपैकीं, ज्येष्ठ कन्या अंबा ही लज्जित होऊन मला म्हणाली, ' हे भीष्मा, आपण शास्त्रज्ञ व धर्मनिष्ठ आहां ? यास्तव माझें बोलणें एकून घ्या आणि तें धर्माला धरून असल्यास शेवटास न्या. बोलणें इतकेंच कीं, आपण माझें हरण करण्याचेपूर्वींच मीं शाल्वराजाला आपला वर म्हणून मनानें वरिलें व त्यानेंही माझे विनंतीला एकांतांत मान दिला. मात्र ही गुप्त गोष्ट माझ्या पित्याला ठाऊक नाहीं. तथापि, हे धर्मज्ञा, कुरुकुलासारख्या योग्य कुलांत आपण आलां असून मी अन्यमनस्क असतां आपण मला दांडगाईनें येथें ठेवून घेणें योग्य नाहीं. याकरितां माझे बोलण्याचा आपण नीट विचार करून मग आपणांस योग्य दिसेल तें करा. मला ज्या पक्षीं शाल्वराजानें वरिलें आहे, त्या पक्षीं तो माझी प्रतीक्षा करितो आहे हें उघडच आहे. यास्तव, त्याजकडे जाण्याची आपण मला आज्ञा द्यावी. हे महाबाहो वीरा, सत्यप्रियतेविषयीं आपला सर्वत्र लौलिक आहे व धर्मनिष्ठांत आपण धुरीण आहां; व मी ज्या अर्थीं धर्माची गोष्ट बोलतें आहें, त्या अर्थीं मजवर कृपा करणें आपणास उचित आहे.'

अध्याय एकशें पंचाहत्तरावा.

—:०:—

अंबेचा शाल्वाकडून धिकार.

भीष्म सांगतातः—हे दुर्योधना, अंबेचें हें म्हणणें मी माता सत्यवती, मंत्री, ऋत्विज व पुरोहित यांचे कानीं घालून, सर्वांनुमतें अंबेला शाल्वाकडे जाण्याची अनुज्ञा दिली व तीही शाल्वाकडे निघाली. तिच्या रक्षणार्थ मीं वृद्ध ब्राह्मण व दाया दिल्या होत्या. त्यांसह मार्ग कंठीत ती शाल्वाकडे पोंचली; व भेट झाल्यावर त्याला म्हणाली, ' हे धीमंता. हे महाबाहो, मी आपलेकरितां येथें आलें, करितां माझा स्वीकार करावा. ' ह्यावर तो शाल्वपति तिला हंसत हंसतच म्हणाला, ' हे हेमांगि, तूं येथें येण्यापूर्वी अन्य पुरुषाप्रीत्यर्थ बळकाविली गेली असल्यामुळें तुला मी आपली भार्या करण्याला आतां तयार नाहीं. हे कल्याणि, तूं परत भीष्मांकडे जा. कारण, भीष्मांनीं इतर राजांना मारहाण करून जिंकून तुला दांडगाईनें मनगट धरून आपले रथांत घातली व तूंही खुषीनें त्यांजबरोबर गेलीस. कोठें कांहीं आढेवेढे घेतलेस नाहीं, कांहीं नाहीं. अर्थात् तुला ती गोष्ट रुचली. एतावता, परपुरुषानें जर तुझें मनगट धरिलें आहे, तर आतां तुला मी आपली धर्मपत्नी करूं इच्छीत नाहीं. तूंच सांग, मजसारख्या शास्त्रज्ञ व इतरांस धर्मोपदेश करणाऱ्या राजानें हा उष्टा घांस तोंडांत कसा घ्यावा ? तस्मात्, हे कल्याणि, तूं आल्या वाटेनें परत जा, उगीच वेळ दवडूं नको. '

राजाला पहातांच त्या अंबेला तर मदनानें नाचवून सोडिलें होतें आणि अशांत जेव्हां राजानें तिला वाटाण्याच्या अक्षता लाविल्या तेव्हां तर ती केवळ दीन होऊन त्याला म्हणाली, " हे भूपाला, असे निष्ठुर नका हो बोलूं ! आपण म्हणतां असा खरा प्रकार

घडला नाहीं. हे अरिमर्दना, मीं भीष्माबरोबर आपखुषीनें नाहीं बरें गेलें ! मी तर मुळुमुळु रडत होतें; पण तिकडे लक्ष न देतां व कोणा राजाला न जुमानतां भीष्मानें सर्वांस हांकून लावून मला केवळ जबरीनें रथांत घातलें. तेथें म्यां दीन अबलेनें काय करावें ? यांत मजकडे काय बरें दोष ? हे शाल्वनाथ, मी निर्दोष असून आपले ठिकाणीं अत्यंत अनुरक्त आहें व त्यांतून मी अल्पवयी आहें, याकरितां माझा आपण अव्हेर करूं नका. अनुरक्ताचा परित्याग करणें धर्मशास्त्रांत प्रशस्त मानिलें नाहीं. त्या रणसंमर्दांत माझें कांहीं चालेना म्हणून मी निरुपायास्तव त्या वेळीं स्वस्थ रडत बसलें; परंतु ठिकाणीं येतांच मीं खरा प्रकार भीष्मांच्या कांनीं घातला. त्यांनींही तो ऐकून आपणाकडे येण्याविषयीं मला आनंदानें अनुज्ञा दिली आणि मीही तशीच इकडे निघून आलें. सारांश, मी निरपराध व पवित्र आहें. बरें; भीष्मांनीं माझें मनगट धरिल्यानें आपण निमित्त ठेवितां, तर त्याची देखील खरी हकीकत अशी आहे कीं, भीष्मांना मुळीं स्त्रीची अपेक्षाच नाहीं. त्यांची ही सर्व खटपट त्यांचे भावासाठीं म्हणून माझे कानावर आहे; व त्याप्रमाणें माझ्या दोघी बहिणी अंबिका व अंबालिका ह्या त्यांनीं विचित्रवीराला दिल्या देखील ! हे नरव्याघ्र शाल्वा, आपणांवाचून अन्य पुरुषाचें मीं पतित्वानें केव्हांही मनन केलें नाहीं, अशाबद्दल मी मस्तकाला स्पर्श करून शपथ घेतें. हे राजेंद्रा, मीं मनानेंही आपणाविरहित अन्य पुरुष या क्षणापर्यंत वरिला नाहीं व सुटका होतांच तुजकडे आलें, याबद्दल मी हृदयाला हात लावून सत्यानें तुला सांगतें. हे राजेंद्रा, हे राजीवनेत्रा, तुझ्या प्रसादाकांक्षेनें तुजकडे आपण होऊन घर चालत आलेल्या ह्या निष्कलंक व अनाघ्रातपूर्व कन्येचा तूं स्वीकार कर. अव्हेर करूं नको. ”

हे दुर्योधना, काशिराजकन्येनें शाल्वाची काकळूतवाणी इतकी पायधरणी केली, तरीही, एखाद्या सापानें आपले अंगावरील जुनी त्वचा फेंकून द्यावी त्याप्रमाणें त्यानें तिचा त्याग केला. इतक्या विनवण्या करून, असलाल्या शपथा घेऊनही जेव्हां तो शाल्व तिजवर विश्वास ठेवीना, तेव्हां ती फारच संतापली; व तिचे डोळ्यांतून घळघळ अश्रु वाहूं लागले. मग गद्गद स्वरानें ती त्याला म्हणाली, ‘ हे प्रजानाथ, आपण ज्या अर्थीं मला ढकलूनच दिलें, त्या अर्थीं मला येथून अन्यत्र जाणें भाग आहे. माझें म्हणणें जर खरें आहे, तर मी जाईन तेथें साधुजन माझी पाठ राखतील! ह्याप्रमाणें बोलून ती कन्या करुणस्वरानें विलाप करीत असतां त्या शाल्वानें तिचा निष्ठुरपणें परित्याग केला. तो अदूरदृष्टि शाल्व तिला म्हणाला, ‘ हे सुश्रोणि, एक तर भीष्मांनीं तुला पूर्वीं पतकरिलें आहे; व दुसरें, भीष्मांना मी थरक भितों. याकरितां तूं येथून चालती हो, येथें उभी देखील राहूं नको. ’ या प्रकारें शाल्वानें जेव्हां तिला अगदींच झाडून टाकिली, तेव्हां बिचारी दीन होऊन कुररीप्रमाणें आक्रंदत नगरांतून बाहेर गेली.

अंबेचे स्वगत विचार.

भीष्म म्हणतात:—हे दुर्योधना, ती दु:खिनी नगरांतून बाहेर पडतांना आपल्या मनाशीं म्हणाली, ‘खरेंच देवा, मजहून अधिक संकटांत सांपडलेली दुसरी तरुणी सर्व पृथ्वींतही नसेल ! माझ्या बंधूंनीं मला सोडिलें; शाल्वानें मला घालवून दिलें; बरें, परत हस्तिनापुरास जाईन, तरीही मला तोंड उरलें नाहीं. कारण, माझ्याच आग्रहावरून भीष्मांनीं मला शाल्वाकडे येण्याची अनुज्ञा दिली. आतां काय

करावें ? या स्थितीबद्दल दोष तरी कोणाला लावावा ? स्वतः आपल्याला, भीष्माला कीं स्वयंवरार्थ मला उभी करणाऱ्या माझ्या मूढ पित्याला ? मला वाटतें, हा दोष मजकडेच आहे. कारण, कन्याहरणार्थ जेव्हां राजांचें युद्ध जुंपलें, तेव्हांच शाल्वाचें नांव सांगून भीष्मांचे रथांतून मीं उडी टाकिली असती, तर सांप्रतची विषमस्थिति मला प्राप्त न होती. तस्मात्, माझ्या मूढपणाचें फल मी पावत आहें. तथापि, एक प्रकारें भीष्मालाही धिक्कार असो; आणि माझे मूर्ख पित्यालाही धिक्कार असो. कारण, पुरुषवीर्य हेंच माझें मूल्य लावून त्या मूर्खानें एखाद्या वारांगनेसारखी मला लिलांवांत मांडली. त्या शाल्वाला धिक्कार असो; आणि मूळ मला उत्पन्न करणाऱ्या ब्रह्मदेवालाही धिक्कार असो. कारण, या सर्वांच्याच अंशांश अविचाराचें मला हें एकवट फल म्हणून ही विपत्ति प्राप्त झाली आहे. खरेंच, मनुष्याचे नशीबांत असेल तेंच पुढें दत्त म्हणून उभें राहातें. माझें दुर्दैव तर खरेंच. तरी पण, मजवर हा अनर्थ गुजरण्याला सुरुवात भीष्माचे कृतीनें झाली. ज्या अर्थी माझ्या मतें भीष्म हा माझे दुःखाला हेतु झाला, त्या अर्थी, तपानें किंवा युद्धानें मी भीष्माचा सूड उगवल्यावांचून रहाणार नाहीं. पण, युद्धांत भीष्माला पराजित करण्यास पुढें धजणारा राजा तर कोणी दिसत नाहीं. कसें करावें ? '

शैखावत्य आणि अंबा यांचा संवाद.

याप्रमाणें मनाशीं विचार करीत ती नगराबाहेर पडली आणि पुण्यशील तापसांच्या आश्रमांत गेली. तेथें ती रात्र तिनें त्या तापसमंडळांतच काढिली. रात्रौ त्या शुचिस्मितेनें आपला सविस्तर वृत्तांत त्या तापसांना सांगितला. त्या सुहास्यवदनेनें आपलें भीष्मांकडून हरण, त्यांचे हातून सुटका, व शाल्वाकडून धिक्कार—या सर्व गोष्टी त्यांस कळविल्या. त्या वेळीं शैखावत्य नांवाचा एक मोठा आचारपूत ब्राह्मण त्या मंडळींत बसला होता. हा तपोवृद्ध असून कर्म व ज्ञान या उभय कांडांत गुरु होता. दुःखशोकार्त होऊन सुस्कारे टाकीत बसलेल्या त्या बालिकेला तो शैखावत्य म्हणालाः—हे भद्रे, तूं सांगतेस अशीच जर स्थिति असेल, तर आमच्यासारख्या तपस्व्याच्या हातून तुझे दुःखाचा परिहार कसा व्हावा ? आम्हीं येऊनजाऊन तपश्चर्या करावी, दुसरें आमचें जवळ काय आहे ? त्यावर अंबा म्हणाली, " हे महाबाहो, मजवर आपण अनुग्रह करा. मला वैराग्य स्वीकारून दुष्कर तपश्चर्याच करावयाची आहे. कारण, माझें पूर्वजन्मकृत पातक जबरदस्त असलें पाहिजे, एरवीं अशी दशा झाली नाहीं. हे तपोधनहो, माझ्या माणसांकडे तर मी परत जाऊं इच्छीत नाहीं. शिवाय शाल्वानें मला अगदींच झिटकारून टाकिल्यामुळें मी अत्यंत निरुत्साह बनलें आहें. आतां मला मुळींच तिकडे कोणाला तोंड दाखविण्याचा उत्साह उरला नाहीं. सांप्रत तोंड एवढीच कीं, हे निष्पापहो, कृपाळू होऊन आपल्यासारख्या देवकल्प ऋषिजनांनीं मला तपोधर्माचा उपदेश द्यावा. "

या प्रकारची अंबेची प्रार्थना ऐकून शैखावत्यानें लौकिक दृष्टांत, श्रुति व युक्ति या तीनही मार्गांनीं तिचें समाधान केलें व तिचा हेतु पूर्ण करण्याचें त्या ब्राह्मणांसह तिला वचन दिलें.

अध्याय एकशें शहात्तरावा.

—:०:—

होत्रवाहन व अकृतव्रण यांचा संवाद.

भीष्म म्हणतातः—शैखावत्यानें याप्रमाणें

त्या कन्येला आश्वासन दिल्यावर ते सर्वच धर्मिष्ठ तपस्वी त्या कन्येविषयीं विचार करण्याचे उद्योगास लागले. कोणी म्हणाले, हिला हिचे बापाचे घरीं पोंचवा. कोणी म्हणाले, भीष्मासन्निध घेऊन चला. कोणी म्हणाले, शाल्ववतीची भेट घेऊन त्याचे पदरीं बांधावी. कांहीं म्हणाले, ज्या पक्षीं त्यानें हिला झिडकारिलें आहे, त्या पक्षीं त्याजकडे जाण्यांत कांहीं चव नाहीं. याप्रमाणें जेव्हां मतभेद उत्पन्न झाला तेव्हां ते पवित्र तापसी पुनरपि एक विचारानें तिला प्रश्न करिते झाले कीं, ' हे कल्याणि, असा मतभेद पडल्यावर कोणता विचार आम्हीं पतकरावा, ते तूंच सांग, नाहींतर आम्ही मतभेद एकीकडे ठेवून तुला एक गोष्ट सांगतों ती मान. ती गोष्ट ही कीं, तूं येथें राहून वैराग्य घेण्याचा केलेला विचार सोडून दे. आम्हीं सांगतों त्यांतच तुझें हित आहे. यास्तव तें तूं ऐक. देव तुझें कल्याण करो. तूं परत पितृगृहींच जा. तो राजा आहे, समर्थ आहे, तो पुढें तुजविषयीं काय करणें तें करील. हे मंगले, तूं फार गुणवती असून अत्यंत सुकुमार आहेस. अशीला ही तापसवृत्ति अत्यंत दुःखद होईल. यास्तव तूं बापाकडे जा आणि तेथें सुखानें रहा, बाईग, तुझ्यासारखीला पित्याला सोडून अन्यत्र राहाणें योग्य नाहीं. शास्त्र असें सांगतें कीं, स्त्रियांना आश्रयस्थानें दोन : " दिलें घर कीं उपजलें घर ! " अर्थात् एक तर पति नाहीं तर पिता. पैकीं नांदता काळ असतां पति आणि विपरीत काल आला असतां पिता. याहून तिसरा आश्रय न्याय्य नाहीं. करितां, हे सुंदरी, हें प्रव्रज्येचें वेड तूं सोड. कारण, प्रव्रज्या ही जात्याच कोणाही मनुष्याला मोठी क्लेशकारक आहे. तशांत तूं राजकन्या व त्यातही तुझें वय फार कोंवळें, अशा स्थितींत तूं वैराग्य घेऊन येथें आश्रमवास स्वीकारल्यानें तुला अनेक प्रकारचीं दुःखें सोसावीं लागतील; तशीं तूं पित्याचे घरीं राहिलीं तर सोसावीं लागणार नाहींत. ' कांहीं तपस्वी तिला म्हणाले ' हे कल्याणि, हे सुंदरि, असल्या ह्या निर्जन व गहन वनांत तुजसारखी लावण्यपुतळी निराश्रितशी दृष्टीस पडली कीं अनेक राजे तुझी करप्रार्थना करितील. म्हणजे तुझी तपश्चर्या एकीकडेच राहून हा एक नसता पिसाळाट तुझ्यामागें लागेल. याकरितां हा प्रव्रज्येचा विचार तूं सोडून दे. '

१ पतिर्वापि गतिर्नार्याः पिता वा वरवर्णिनि ।
गतिः पतिः समस्थाया विषमेच पिता गतिः ॥१॥

अम्बा उत्तर करितेः—पित्याकडे काशिनगरास तर जातां येणारच नाहीं; कारण तेथें गेल्यानें माझे आप्तस्वकीय माझी हेटाळणी करितील. हे तापसहो, देव तुमचें भलें करो; मी बालिका असतां रीतीप्रमाणें बापाचेच घरीं राहिलें; परंतु, आतां एकवार त्याचे घरांतून अशा प्रकारें बाहेर पाऊल काढल्यावर, कोणीं कितीही सांगितलें तरी त्याचे घरीं मी परतणार नाहीं. येथेंच राहून मी तपश्चर्या करणार. तुम्ही सर्व उदारपणें माझें रक्षण करीत असल्यावर मला कशाचें भय आणि कशाचें दुःख ? यास्तव मी तुम्हांत राहून येथेंच तपस्या करीन, म्हणजे पुढील जन्मीं तरी मजवर असला भयंकर प्रसंग गुदरणार नाहीं, व माझें प्रारब्ध कांहीं तरी उजळ होईल.

भीष्म म्हणतातः——याप्रमाणें अम्बा जेव्हां आपला आग्रह सोडीना, तेव्हां ते तपस्वी पुनरपि चिंतेंत बसले. इतक्यांत तपोधन होत्रवाहन नामक राजर्षि तेथें आला. त्या सर्व तापसांनीं त्या राजर्षीचें स्वागत करून आसनोदकादि देऊन त्याचा सत्कार केला. नंतर कांहीं वेळ दम टाकून होत्रवाहन स्वस्थ झाल्या-

वर ते तपस्वी त्याचे कानीं जाईल अशा रीतीनें त्या कन्येविषयीं पुनः विचार करूं लागले. हे भारता दुर्योधना, त्या तापसांच्या तोंडून त्या अंबेची व काशिराजाची कथा ऐकून तो महातेजस्वी राजर्षि फार उद्विग्न झाला; आणि पुढें त्या अंबेचे मुखांतून जेव्हां प्रव्रज्येविषयींची गोष्ट त्यानें ऐकिली, तेव्हां तर त्या महात्म्या होत्रवाहनाचें अंतःकरण दयेनें भरून आलें. कारण होत्रवाहन हा अंबेचा प्रत्यक्ष मातामहच होता. त्यानें आपले नातीला आपले अंकावर घेऊन तिचें सांत्वन केलें. तिच्यावरील तें संकट मूळ कसें व कोठून उद्भवलें, त्याविषयीं त्यानें तिला पूर्ण माहिती विचारली व तिनेंही त्याला घडलेली हकीकत सविस्तर सांगितली. ती ऐकून तो राजर्षि दुःख—शोकाकुल झाला; व कन्येचें संकट दूर करण्याचें मनांत आणून कांपत कांपत तिला म्हणाला, ‘ हे कल्याणि, असें आहे तर तूं बापाचे घरीं जाऊं नको. तूं माझेपाशींच रहा. मी तुझ्या मातेचा साक्षात् पिता आहें. मला तुझा कळवळा आहे. मी तुझें दुःख दूर करण्याचा यत्न करीन. हे वत्से, तपस्येसारखे क्लेश सोसण्यास ज्या अर्थी तूं तयार झाली आहेस, त्या अर्थी भीष्माबद्दलचा तुझा रोंख ठाम झालेला दिसतो. असूं दे, कांहीं चिंता नाहीं. तुला उपाय सांगतों. तूं जमदग्निपुत्र परशुरामाकडे जा. तो तुझें हें महदुःख दूर करील. भीष्म त्याचें न ऐकेल तर तो त्याला युद्धांत ठार करील, सोडणार नाहीं. याकरितां, तूं त्या प्रलयाग्नितुल्य तेजस्वी परशुरामाकडे जा, म्हणजे तो महातपा तुझें सर्व कांहीं ठीकठाक करून देईल. ’

आज्यानें याप्रमाणें जेव्हां परशुरामावर भलावण दिली, तेव्हां ती बालिका टपटप दुःखाश्रु ढाळूं लागली आणि रडत रडत मातामहाला म्हणाली, ‘ ज्या अर्थी आपण मला आज्ञा करितां, त्या अर्थी आपले चरण वंदून आपले आज्ञेप्रमाणें मी भार्गवाकडे जातें. पण जाण्यापूर्वीं मी गेल्यास तो लोकविख्यात भार्गव मला मिळावा कुठें व माझें हें तीव्र दुःख तो कोणत्या प्रकारें नाहींसें करणार, हें मला आपण ऐकवा. कारण मी त्याकडे जाणार आहें, यास्तव मला हें प्रथम कळेल तर बरें ! ’

होत्रवाहन म्हणतोः—हे कल्याणि, सत्यसंध व महाबल परशुराम हा महेंद्र नामक श्रेष्ठ पर्वतावर सदोदित उग्र तपस्या करीत असतो. त्याचे भोंवतीं वेदवेत्ते ऋषि, अप्सरा व गंधर्व हेही वास करितात. तो तुला त्या पर्वतावरील महावनांत सांपडेल, यासाठीं तेथें जा आणि त्या महाव्रती तपोवृद्धाला अभिवंदन करून त्याला प्रथम माझें नांव सांगून, तूं माझी नात आहेस व मी तुला त्याजकडे पाठविली आहे असें कळवून, मग आपलें मनीषित कार्य त्याला सांग. तो माझा अत्यंत प्रेमळ मित्र आहे, यामुळें तो श्रेष्ठ शस्त्रधर तूं सांगशील तें तें सर्व करील.

राजा होत्रवाहन याप्रमाणें नातीला निरोप देत आहे तोंच परशुरामाचा प्रिय अनुचर अकृतव्रण नांवाचा तेथें आला. तो येतांच तेथील त्या सहस्रावधि मुनींनीं व वयोवृद्ध राजा होत्रवानानेंही त्यास उत्थापन दिलें. नंतर एकमेकांचे नमस्कारचमत्कार झाल्यावर ते सर्व वनवासी मुनि त्याभोंवतीं गराडा देऊन बसले. अकृतव्रणाचे आगमनानें ते सर्व मुनि हर्षप्रीतियुक्त होऊन मोठ्या आनंदानें उत्कृष्ट व दिव्य कथा कथन करूं लागले. त्यांच्या कथा संपल्यावर महात्म्या होत्रवाहन राजर्षीनें अकृतव्रणाला विचारिलें कीं, ‘ हे अकृतव्रणा, वेदवेत्त्यांत श्रेष्ठ अशा त्या जामदग्न्य परशुरामाची कोणाला भेट घेणेंच तर तो सांप्रत सांपडेल कोठें ? ’ अकृतव्रण उत्तर करितोः—

अलीकडे, “ माझा मित्र होत्रवाहन सृंजय, माझा मित्र सृंजय, ” या प्रकारें जामदग्न्य आपलीच वारंवार आठवण काढीत असतात व ते आपल्या भेटीसाठीं आज-उद्यां या स्थळीं ठेवलेले आहेत असें मला वाटतें. बरें, राजर्षे, ही कन्या कोणाची, या वनांत किमर्थ आली, व आपली ही कोण होते हें जाणण्याची मला इच्छा आहे.

होत्रवाहन म्हणतो:—ही माझे मुलीची मुलगी व काशिराजाची आवडती ज्येष्ठ कन्या होय. हे पवित्रा, आपल्या दोघी बहिणींबरोबर ही स्वयंवरार्थ उभी राहिली. हिचें नांव अंबा व हिच्या दोघी धाकट्या बहिणींचीं नांवें अंबिका व अंबालिका. या तिघी जेव्हां स्वयंवरार्थ उभ्या राहिल्या, तेव्हां क्षत्रिय राजेमंडळी काशिपुरींत गोळा झाली व शहरभर एकच उत्सव होऊन राहिला. इतक्यांत महातेजस्वी शांतवन भीष्म तेथें आला व जमलेल्या सर्व राजांना धुतकारून लावून या तिघी कन्यांना बलात्कारानें रथांत घालून हस्तिनापुरास निघून गेला. तेथें गेल्यावर त्या शुद्धात्म्यानें या तिन्ही कन्या माता सत्यवती हिच्या स्वाधीन केल्या व तिच्या अनुमतीनें या तिघींशीं लग्न लावण्याविषयीं आपला बंधु विचित्रवीर्य यास आज्ञा दिली. नंतर अभ्यंगादि करून व मुंडावळ्या वगैरे मंगलालंकार घालून विचित्रवीर्य हा विवाहार्थ सज्ज झालासें पाहून ही अंबा सर्व मंत्र्यांसमक्ष भीष्मांना म्हणाली, ‘ हे धर्मज्ञ मीं इकडे येण्यापूर्वीच शाल्व राजाला मनानें वरिलें आहे, अर्थात् माझें मन त्यावर आहे; यासाठीं आपले भावाबरोबर माझें लग्न लावूं नये. ’ हें ऐकून भीष्मानें मंत्र्यांचा विचार घेतला व सत्यवतीचाही विचार घेऊन तिच्या आज्ञेप्रमाणें हिला शाल्वाकडे जाण्याची परवानगी दिली. मग ही कन्या मोठ्या आनंदानें सौभपति शाल्वाकडे जाऊन त्याला त्या काळीं म्हणाली, “ हे राजा, मीं आपणांस पूर्वींच मनानें वरिलें आहे; व हें कळतांच भीष्मांनींही मला आपलेकडेच येण्याची परवानगी दिली आणि मी आपलेकडे निघून आलें. तस्मात्, धर्मविधीनें माझें आतां पाणिग्रहण करा. ” परंतु शाल्वानें हिच्या वर्तनाबद्दल शंका घेऊच हिला झिडकारून लाविलें; तेव्हां बिचारी या तपोवनांत निघून आली व तपस्येविषयीं दृढसंकल्प धरून येथें राहिली. इतक्यांत मी सहजगति येथें आलों व कोणाची कोण म्हणून प्रश्न करितां तिचे वंशकथनावरून ही आपली दौहित्री आहे असें मीं ओळखिलें. असो; हिचे मतें भीष्मच हिच्या दुःखाचें कारण आहे.

राजा होत्रवाहनानें याप्रमाणें सांगितल्यावर कन्या अंबा अकृतव्रणाला म्हणाली, “ हे भगवन् , माझ्या मातेचे जनक सृंजय होत्रवाहन यांनीं सांगितलें तें अक्षरशः खरें आहे. हे तपोनिधे, लज्जेस्तव व अपमानास्तव मला स्वतःचे राजधानीस जाण्याला उत्साह नाहीं; तथापि, हे द्विजश्रेष्ठा, या कामीं भगवान् परशुराम जें मला सांगतील तेंच माझें उच्चतम कर्तव्य असें म्हणून मी चालणार आहें. ”

अध्याय एकशें सत्याहत्तरावा.

—:०:—

अकृतव्रण व अंबा यांचा संवाद.

अकृतव्रण म्हणतो:—हे भद्रे, हे वत्से, सांप्रत तुला दोन दुःखें दिसतात. त्या दोहोंपैकीं, हे कोमले, कोणत्याचा प्रतिकार व्हावा अशी तुझी इच्छा असेल तें सांग, म्हणजे परशुराम तसें करील. म्हणजे, तुझे मनांत सौभपति शाल्वानें तुझा स्वीकार करावा असें असेल, तर महात्मा परशुराम तुझ्या कल्या-

णार्थ त्याला तशी आज्ञा करील; बरें, गंगानंदन भीष्माचा रणांत मोड झालेला डोळ्यांनीं आपण पाहावा अशी तुझी मनीषा असल्यास भगवान् जामदग्न्य तीही पूर्ण करील. हे सुहास्यवदने, या कामीं तुझा व तुझे आजाचा अभिप्राय ऐकून घेऊन, या प्रकरणीं परशुरामांचें भावी कार्य कोणतें तें आतांच ठरवून ठेवणें बरें, असें मला वाटतें.

अम्बा म्हणाली:—माझें मन शाल्वावर जडलें आहे हें भीष्माला माहीत नव्हतें. अर्थात् या गोष्टीबद्दल गैरमाहीत असूनच, परंतु बलात्कारानें मला भीष्मानें हरून नेलें. एवढीच काय ती भीष्माची करणी. याकरितां, हे भगवन्, या गोष्टीचा मनाशीं पूर्ण विचार करून काय तो निश्चय करा, आणि मग जें करणें न्याय्य होईल तें ठरवा आणि त्याप्रमाणें करा. सारांश, कुरुश्रेष्ठ भीष्माची खोड तोडावी, किंवा शाल्वाकडून पाणिग्रहण करावें, किंवा दोन्ही गोष्टी कराव्या, याचा आपणांस वाटेल तसा निर्णय करा. माझें आपल्यापुढें कांहींच म्हणणें नाहीं. माझे दुःखाचें कारण इत्थंभूत आपणांपुढें मांडणें एवढेंच माझें काम मी समजतें, तें मीं केलें; आतां या दुःखाचा प्रतिकार कोणत्या युक्तीनें करावयाचा हें ण ठरवा.

अकृतव्रण म्हणतो:—हे भद्रे, हे सुवर्णांगि, तुझें भाषण धर्माला धरून व सरळपणाला शोभेसेंच आहे. आतां यावर माझें म्हणणें काय तें ऐक, हे भीरु, भीष्म जर तुला बलात्कारानें हास्तिनापुरांत नेता ना, तर परशुरामांनीं आज्ञा केल्यावर शाल्व नाक वांशीत तुझें पाणिग्रहण करिता; परंतु भीष्मानें तुला दपटून हास्तिनापुरांत नेल्यानें, हे सुमध्यमे, शाल्वाला सहजच तुजविषयी संशय उत्पन्न झाला. नाहीं तरी भीष्माला आपले पुरुषत्वाची फार घमेंड असून आपण अजिंक्य अजिंक्य म्हणून तो फार डौल मिरवीत असतो. तेव्हां मला वाटतें, ही संधि साधून परशुरामाकडून तूं भीष्माचाच नखरा उतरवशील तें बरें.

अम्बा म्हणाली:—महाराजा, खरें पुसल्यास माझ्याही मनांत रणांत भीष्माची खय मोडावी हीच गोष्ट सर्वदा घोळत असते. तथापि, आपले मतें शाल्व व भीष्म या दोहोंपैकीं मला दुःख देण्याचा दोष ज्याचे हातून अधिक घडला असेल, त्यालाच शासन करावें.

अंबापरशुरामसंवाद.

भीष्म म्हणतात:—हे दुर्योधना, या वाटाघाटींतच त्या मंडळीचा तो दिवस व शीतोष्ण व सुखद वायूनें युक्त अशी ती रात्रही निघून गेली. उजाडतांच जटावल्कल-धारी, परशुखड्गपाणि असा मननशील, निष्पाप व प्रगल्भ धनुर्धर परशुराम तेजाचा केवळ लोळच कीं काय अशा प्रकारें चकमत, शिष्यजनांचा सभोंवतीं घोळका घेऊन होत्रवाहनाचे भेटीकरितां तेथें आला. त्याला पाहातांच ते तपस्वी, राजा सृंजय व ती कन्या अंबा हीं सर्वच हात जोडून उभीं राहिलीं व मोठ्या एकाग्रतेनें त्यांनीं त्या भार्गवाचें मधुपर्कपूर्वक पूजन केलें. पूजनोत्तर सर्वांसह रीतीप्रमाणें परशुराम खालीं बसला. मग त्यानें व होत्रवाहनानें परस्पर गत गोष्टींचें कथन सुरू केलें. बऱ्याच वेळानें तें आटोपल्यावर, समय पाहून सृंजयानें मधुर शब्दांनीं त्याला यथार्थ सांगितलें कीं, ‘ रामा, ही मुलगी माझी दुहितृकन्या; हिचा बाप काशिराजा. हे कार्यकुशला, हिचें आपणांशीं कांहीं कार्य आहे. तें तिच्याच मुखानें आपण ऐकून घ्यावें. ’ यावर राम म्हणाले, ‘बाले, तुझ्या मनांत जें कांहीं असेल तें सर्व खरें खरें मला सांग. संकोच धरूं नको. ’ हें ऐकून त्या कन्येनें त्या प्रदीप्ताग्नितुल्य तेजस्वी परशुरामांना अभिवंदन करून आपल्या कमलदलसदृश कोमल व आरक्त

हस्तांनीं त्याचे त्या पवित्र चरणांना क्षणभर स्पर्श करून, 'हे शरण्या, मी सर्वथा आपणांस शरण आहें!' इतकें म्हणून, बाष्पपूर्ण नेत्र होऊन ती रडत रडत शोक करूं लागली. तें पाहून राम तिला म्हणाले, "बाळ, तूं जशी या होत्रवाहनाला, तशीच मला आहेस. तूं बिनदिक्कत तुझ्या मनांतील सर्व दुःख मला निवेदन कर. मी तूं काय सांगशील तें शेवटास नेईन." अंबा म्हणाली, "हे भगवन्, हे विभो, हे महाव्रत, मीं सर्वथा आपला आश्रय केला आहे. या भयंकर दुःखरूप चिखलांत रुतलेल्या गाईला कृपाळूपणें वर काढणें आपणांकडे आहे."

भीष्म म्हणतातः—असें बोलून ती चार्वंगी रामांचे समोर उभी राहिली असतां तिची ती कोंवळी तनु, अलौकिक लावण्य, अभिनव तारुण्य, व परम सौकुमार्य पाहून रामांना दयेचा लोंढा आला आणि 'आतां ही सांगणार तरी काय?' याच विचारांत ते बराच वेळ पडले. नंतर त्यांनीं ठिकाणीं येऊन, 'हं, काय तें उघड उघड सांग.' म्हणून पुनर्वार आज्ञा करितांच त्या शुचिस्मितेनें आपली खरी खरी हकीकत त्या भार्गवाला सांगितली.

त्या राजपुत्रीचें तें भाषण ऐकून घेऊन, आणि कोणती गोष्ट करणें योग्य होईल याचा आपल्याशीं विचार करून राम तिला म्हणाले, "हे कल्याणि, हे वरारोहे, मी तुला कुरुश्रेष्ठ भीष्माकडेच पाठवितों. तो नरश्रेष्ठ माझे निरोपाप्रमाणें वागेल. नच वागला तर त्या गंगानंदनाला त्याच्या साह्यकर्त्यांसह समरांत माझ्या अस्त्रज्वालांनीं मी भाजून काढीन. तूं चिंता करूं नको. बरें, ही गोष्ट तुला संमत नसेल, तर, हे राजपुत्रि, तुझा विवाहविधानें स्वीकार करण्याविषयीं मी शाल्वाला आज्ञा देईन." यावर अंबा म्हणाली, 'या दोन गोष्टींपैकीं कोणती गोष्ट अधिक उचित हें मला कांहींच कळत नाहीं. हकीकत मात्र अशी आहे कीं, माझें प्रेम व माझी इच्छा हीं शाल्वावर आहेत असें कानीं येतांच भीष्मांनीं मला शाल्वाकडे जाण्याची मोकळीक दिली. मी तत्काल शाल्वाकडे गेलें व तो जेव्हां माझी सरळ विनंति मानीना, तेव्हां कांहींशी उद्विग्न होऊन मी त्याला बोलूं नये तसें टाकून बोललें; पण त्याचा कांहीं उपयोग न होतां, माझे वर्तनाविषयीं शंका घेऊन माझा स्वीकार तो करीना. तेव्हां, हें ह्या दोघांचें मत्संबंधीं वर्तन आहे याचा विचार करून, अशा स्थितींत काय करणें उचित होईल व तें कोणत्या युक्तीनें करावें, हें आपण ठरवा. मात्र मला इतकें कळतें कीं, माझा हेतु कळल्यावर जरी महाव्रत भीष्म मजशीं सरळ वागला, तरी प्रथम त्यानें मला बलात्कारानें उचलून हस्तिनापुरास नेलें, आणि यामुळें शाल्वाला माझे वर्तनावर आळ घेण्याला जागा झाली व त्यानें माझा परित्याग केला; आणि ह्यामुळें मला न ही थड व ती थड असें होऊन मी दुःखपंकांत फसलें. तेव्हां, तत्त्वतः पाहातां भीष्मांनीं माझें हरण केल्यानें ही अनर्थपरंपरा उद्भवली; अर्थात्, माझ्या दुःखाचें मूळ भीष्म होत, असें मला तरी वाटतें. म्हणून हे महाबाहो, माझ्याकडून होईल तितकें या भीष्माला दुःख देण्याचा मीं निश्चय केला आहे. याकरितां, हे भृगुशार्दूला, हे महाबाहो, आपणही, ज्या पायीं मला इतकें दुःख झालें त्या भीष्माला युद्धांत लोळवा. भीष्म मोठा लोभी, नीच व विजयासंबंधें डौल मिरविणारा आहे. याकरितां, हे निष्पापा, आपण त्याचा प्रतिकार करणें उचित आहे. हे प्रभो, मी आतां आपणांस स्पष्टच सांगतें कीं, भीष्मानें जेव्हां मला माझा दंड धरून माझ्या मर्जीविरुद्ध आपल्या रथांत कोंबली, तेव्हांच माझा संताप

झाला व या कृत्याबद्दल भीष्माचा सूड उगवावयाचाच असा मीं पक्का संकल्प केला. याकरितां, हे प्रभो, हे पवित्रा, इंद्रानें जशी वृत्राची दशा केली, तशी आपण या भीष्मांची करून या दीन कन्येची एवढी हौस पुरी करावी, एवढीच पायांपाशीं विनंती आहे. '

अध्याय एकशें अठ्याहत्तरावा.

—:०:—

परशुरामभीष्मांचें युद्धार्थ कुरुक्षेत्रीं गमन.

भीष्म सांगतातः—हे दुर्योधना, कारें ' भीष्माला मारा, भीष्माची खोड तोंडा ! ' म्हणून डोळ्यांत अश्रु आणून अंबा जेव्हां वारंवार परशुरामाला आग्रह करूं लागली, तेव्हां राम तिला म्हणाले, " हे सुंदरी, हे काशिराजपुत्रि, तूं म्हणतेस खरें; परंतु ब्रह्मवेत्त्या ब्राह्मणाचे कार्याशिवाय अन्य कोणतेही कारणानें मी शस्त्रग्रहण करीत नसतों. यास्तव शस्त्र न धरितां, तुझें कल्याण होईल असें कांहीं असेल तर सांग. भीष्म किंवा शाल्व यांस वाटेवर आणणें तर त्या कामीं मला शस्त्र धरण्याचें कारणच नाहीं. हे दोघेही माझे शब्दानेंच मी सांगेन तसें करतील. त्यांपाशीं शस्त्राचें प्रयोजन नाहीं. यास्तव, हे निर्मलांगि, तूं शोक करूं नको. शस्त्र न धरितां मी यांना वळवून तुझें इष्ट संपादितों. एरवीं तुझी हौस पुरविण्यासाठीं मीं शस्त्र उचलिलें असतें; परंतु कसाही प्रसंग आला तरी विप्राज्ञेव्यतिरिक्त शस्त्रग्रहण म्हणून मी करणारच नाहीं अशी मीं प्रतिज्ञा करून चुकलों आहें. यास्तव, माझा नाइलाज आहे ! "

अंबा म्हणतेः—कसेंही करून भगवंतांनीं माझें दुःख नाहींसें करावें; तें कांहीं माझें म्हणणें नाहीं. तथापि, माझ्या दुःखाचा उगम भीष्मापासून आहे हें लक्षांत आणून, भीष्माचा वध करण्यास विलंब लावूं नये, एवढी प्रार्थना आहे. राम म्हणतात, ' हे काशिकन्ये, असा भलता आग्रह धरूं नको. पुनः विचार करून सुधारून बोल. भीष्माचा तुला कोणीकडून नखरा उतरावयाचा इतकाच मुद्दा आहे; तर तूं मजबरोबर चल; आणि भीष्म जरी इतरांस वंद्य असला, तरी माझे शब्दानें तो तुझ्या पायांवर डोकें ठेवील. मग तर झालें ? ' अंबा उत्तर करितेः—हे रामा, तें कांहीं नव्हे; संग्रामांत असुरांप्रमाणें आरोळी फोडणाऱ्या त्या भीष्माचा वध करा. दुसरी गोष्ट नाहीं. मीं एवढ्याकरितांच तर आपलें साह्य मागितलें व आपणही ' तूं सांगशील तें करीन ' असें मला वचन दिलें. तस्मात् , आपणांस माझें खरोखर प्रिय करणें असेल आणि आपल्या प्रतिज्ञेचा अभिमान असेल, तर भीष्माचा वध करून आपली प्रतिज्ञा सत्य करा व माझें प्रिय करा.

भीष्म सांगतातः—या प्रकारें राम व अंबा यांचा संवाद चाललेला पाहून परमधार्मिक अकृतव्रण म्हणाला,' हे महाबाहो, ज्या अर्थीं ही कन्या आपणांस शरण आली आहे, त्या अर्थीं हिची उपेक्षा आपण करूं नये. मला वाटतें, आपणांस शस्त्र धरण्याचें कारणच पडणार नाहीं. ' युद्धाला चल ! ' म्हणून आपण भीष्माला आव्हान केलें पुरे, भीष्म तत्काल ' मी पराजित झालों ! ' म्हणून कबूल तरी करील,नाहीं पक्षीं आपण सांगाल तसें तरी वागेल. एतावता, कन्येचें कार्य केल्यासारखें होईल आणि आपलेंही वचन पाळिलेंसें होईल. शिवाय, हे भार्गवा, मला पक्कें स्मरतें आहे कीं, सर्व क्षत्रियांना जिंकल्यावर आपण सर्व ब्राह्मणांसमक्ष अशीही प्रतिज्ञा केली कीं, कोणीही ब्रह्मद्वेष्टा निघाल्यास त्याचा मी रणांत वध करीन; आणि माझे जिवांत जीव आहे तों

कोणीही भयभीत होऊन रक्षणार्थ मजला शरण आला असतां त्याचा परित्याग माझे हातून होणार नाहीं. तिसरी प्रतिज्ञा—समस्त क्षत्रियांना रणांत जिंकणारा जर कोणी तेजस्वी वीर आढळला तर त्याचा मी वध करीन. अशा ह्या तीन प्रतिज्ञा, हे भार्गवा, आपण त्या वेळी केल्या होत्या. या प्रतिज्ञांकडे पाहातां भीष्माशीं युद्ध करणें आपणांस विहितच आहे. कारण, भीष्मानेंही समस्त क्षत्रियांना रणांत जिंकिलें आहे. अर्थात् अशाचा वध करणें ही आपली प्रतिज्ञाच आहे. तस्मात् ती पूर्ण करावी.'

राम म्हणतात, 'हे ऋषिश्रेष्ठा, ही मीं पूर्वी केलेली प्रतिज्ञा मला स्मरत आहे. तथापि, प्रस्तुत प्रसंगीं सामोपचारानें होईल तें इष्ट साधावें असें मी करणार आहें. हे ब्रह्मन्, अंबेनें मनांत आणिलेलें कार्य फार मोठें असल्याकारणानें हिला बरोबर घेऊन मी अंगेंच भीष्माकडे जातों. युद्धाची घमेंड बाळगणारा तो भीष्म जर माझें सांगणें सामोपचारानें न ऐकेल, तर मात्र त्या उन्मत्ताला मी मारल्यावांचून ठेवणार नाहीं, असा माझा पक्का निश्चय ठरला आहे. पूर्वीच्या क्षत्रियसंग्रामांत तूं पाहिलेंच आहेस कीं, मीं बाण सोडले कीं ते प्रतिपक्ष्याच्या शरीरांत रुतून न राहातां आरपार निघून जात असत. (म्हणजे त्याला केवळ दुखापत करून न थांबतां त्याचा प्राणच घेत असतात.) अर्थात्, भीष्मानें माझ्याशीं प्रसंग केल्यास त्याची हीच दशा होईल!'

याप्रमाणें भाषण करून, ते महातपस्वी राम मजकडे येण्याचा निश्चय करून त्या ब्रह्मवेत्त्या ऋषींसह उठले. नंतर ती रात्र तेथें काढून, प्रातः जपहोम उरकून त्या कन्येला बरोबर घेऊन मला मारण्याचे इच्छेनें त्या ऋषींसह ते कुरुक्षेत्रीं आले व सरस्वतीचे तीरीं तळ देऊन राहिले. तदनंतर तेथें स्थिरस्थावर झाल्यावर तिसरे दिवशीं मला महाव्रत रामांनीं निरोप पाठविला कीं, 'मी येथें आलों आहें; तरी आपण माझी भेट घेऊन, माझें इष्ट करावें.' तो समर्थ तेजोनिधि आपल्या देशाचे सीमेपर्यंत आल्याचें ऐकून, गाय पुढें करून ब्राह्मण, देवकल्प ऋत्विज व पुरोहित यांसह मोठ्या लगबगीनें त्या प्रभूला भेटण्यासाठीं मी अत्यंत प्रेमपूर्वक सामोरा गेलों. मी सामोरा आलों हें पाहून प्रतापी जामदग्न्यांनीं माझ्या पूजेचा सादर स्वीकार करून मला म्हटलें, "हे भीष्मा, तुला तर एक जन्म स्त्रीविषयक अभिलाष नसतांना, तूं ही काशिराजपुत्री उगीचचे उगीच धरून नेलीस आणि फिरून सोडून दिलीस, ह्याला काय म्हणावें? तुझा हेतु जरी दुष्ट नसला तरी वस्तुस्थिति अशी होऊन बसली आहे कीं, तूं या यशस्विनीला बलात्कारानें नेल्यामुळें हीं धर्मच्युत झाली! आणि तुझा करस्पर्श झाला आहे त्या अर्थीं इजकडे आतां दुसरा कोण बघेल? तूच सांग. शाल्वानें तरी तिला तूं हातीं धरिलीस याच सबबीवर नाकारली. सारांश, तुझ्या कृतीमुळें ही दुःखांत पडली आहे, अनाथ झाली आहे, याकरितां माझे आज्ञेवरून तूं हिचा स्वीकार कर. हे पुरुषश्रेष्ठा, ही कन्या असा जन्म कसा बरें घालवील? स्त्रीधर्माप्रमाणें हिचा कोणा तरी पुरुषानें स्वीकार केलाच पाहिजे. एरवीं हिनें काय करावें? हे निष्पापा, इतक्या राजांच्या तोंडाला पानें पुसून तूं ही हिरावून आणिली असून हिचा आतां अव्हेर करणें म्हणजे एकपरी त्या सर्व राजांचा अपमान करण्यासारखेंच आहे. करितां, हें साहस तूं करूं नको."

असें म्हणून उद्विग्न मनानें परशुराम बसले असतां त्यांकडे पाहून मीं म्हटलें, "हे ब्रह्मन्,

आपलें म्हणणें मीं ऐकिलें. परंतु आतां कांहीं-ही झालें तरी मी हिला विचित्रवीर्याच्या गळीं बांधणार नाहीं. कारण, मी त्याला ही देत असतां, हिनें होऊन मला 'मी शाल्वाची आहें' असें सांगितलें आणि तिच्या विनंती-वरून मीं तिला जाण्याची मोकळीक दिली व तीही शाल्वाचे नगराला निघून गेली. यांत माझा दोष काय ? दुसरी गोष्ट मी जातिवंत क्षत्रिय जर आहें तर भयास्तव, दयेस्तव, द्रव्यलोभास्तव किंवा कामवासनेस्तवही मी क्षात्र-धर्म टाकणार नाहीं. असा तर माझा बाणा ठरलेला आहे." हें उत्तर ऐकून मजवर डोळे फाडून झटक्यांतच राम मला म्हणाले, "हे नरपुंगवा, मी तुला बजावून सांगतों कीं, या कामीं जर तूं माझी अवज्ञा करशील तर तुझे साह्यकर्त्यासह तुला मी युद्धांत वधीन." हे कुरु-शार्दूला, राम क्रुद्ध झालेसें पाहून मीं योग्य शब्दांनीं त्या भार्गवांची वारंवार मनधरणी केली व आपल्याकडन समजूत घातली, तथापि ते शांत होतना व आपला हेका सोडीत ना. शेवटीं त्या ब्राह्मणोत्तमांना शिरसाष्टांग नमस्कार घालून मीं विनयपूर्वक म्हटलें कीं, 'आपण आज मजबरोबर युद्ध करण्याचें मनांत आणिलें, याचा हेतु काय ? आपल्यासारख्यानें मजसारख्या लहानाशीं युद्ध करावें हें कसें गोड दिसतें ? मी आपला शिष्य आहें आणि माझे पूर्ववयांत चतुर्विध धनुर्वेद आपणच मला पढ-विला. असें असून आपण माझ्यावर कांडें उपसणें हें कसें साजेल ? मी आपला शिष्य आहें. आपली बरोबरी करण्याची मजवर आपण पाळी आणूं नये.'

हें ऐकून क्रोधानें नेत्र आरक्त करून पर-शुराम मला म्हणाले, "बा भीष्मा, तूं आपल्या मुखानें मला गुरु म्हणून म्हणतोस, आणि या कन्येच्या स्वीकाराविषयीं मी आज्ञा करितों ती मानीत नाहींस, याला काय म्हणावें ? हाच का माझे गुरुपणाचा तूं बोज राखितोस ? असें करूं नको. माझ्या आज्ञेस्तव नसेल, तर माझें प्रिय करण्याकरितां म्हणून तरी, हे महाबाहो, हिचा स्वीकार करून आपले कुलाचें नांव राख. अरे, तूं हिचा हात धरिल्यामुळें हिला अन्य पुरुष भर्ता मिळत नाहीं, ही गोष्ट लक्षांत घे. तुझ्या अपराधाचें प्रायश्चित्त या अबलेला देऊं नको. माझें ऐक. हिला हातीं धर. असें तूं न करशील तर मात्र, हे कुरुश्रेष्ठा, तुला मी स्वस्थ बसूं देणार नाहीं, हें तुला स्पष्ट सांगतों." हे दुर्योधना, या-प्रमाणें रामांनीं आग्रह धरलेला पाहून मीं त्यांना म्हटलें, "हे रिपुंजया, हे ब्रह्मन्, आपण व्यर्थ शीण कां करितां ? कांहीं झालें तरी हिचा पुनः स्वीकार मजकडून कालत्रयीं होणार नाहीं, हें मी आपणांस चकचकीत सागून टाकितों. आपण कृपा करून हा नसता आग्रह सोडून द्या. आपण माझे पुरातन गुरु ही गोष्ट ध्यानांत वागवून मी आपली नम्रपणें विनंती करितों कीं, मजवर प्रसन्न होऊन हा हट्ट आपण सोडावा. हिचा मी एकवार त्याग केला असतां पुनः हिला घरांत घेणें ठीक नाहीं. जिचें मन दुसऱ्यावर जडलें अशीला घरांत ठेवणें म्हणजे जिवंत सर्पिणीला जाणूनबूजून घरांत बाळगिण्यासारखेंच होय. हें साहस कोण शाहाणा करील ? परगतमनस्कता हा तर स्त्रीजातीचा अत्यंत मोठा दोष होय. असल्या दोषानें युक्त स्त्रीला घरांत घेणें म्हणजे मोठा अनर्थच आपणावर ओढून घेणें आहे. हें कोणी करावें ? दुसरी गोष्ट ही कीं, हे महाव्रता, प्रत्यक्ष इंद्राचेही भयानें मी स्वधर्मत्याग करणार नाहीं तस्मात्, आपण मजवर प्रसन्न व्हा किंवा रुष्ट व्हा. यांत ढळ होणें नाहीं. याकरितां आपणांस

माझें बरें-वाईट काय करणें असेल तें विलंब न लावितां करून घ्या.

" हे शुद्धात्मन्, हे महामते, महात्म्या मरुत्तानें म्हटलेला पुराणांत एक श्लोक आढळतो. त्याचा अर्थ असा कीं, प्रत्यक्ष गुरुही असला आणि तो गर्वानें फुगून जाऊन कार्याकार्यविवेकशून्य बनला व भलतेच वाटेनें जाऊं लागला, तर त्याची उपेक्षा करावी. आपण माझे गुरु ही गोष्ट स्मरूनच मी आपणांस प्रेमपूर्वक अतिशय मान दिला व माझें म्हणणें संयुक्तिक रीतीनें आपणापुढें मांडलें. मला नसता आग्रह करूं नये म्हणून पायां पडून आपणांस विनविलें, तथापि आपण आपला हट्ट सोडीत नाहीं, यावरून गुरूनें शिष्याशीं कसें वागावें हें आपण जाणत नाहीं असें म्हणण्याची पाळी आली व नाइलाजास्तव मला आपल्याशीं युद्धच करणें आलें. होईल तों समरांत आपल्या हातून गुरूचा, विशेषतः ब्राह्मण गुरूचा व त्यांतही आपलेसारखे तपोवृद्ध ब्रह्मगुरूचा वध होऊं नये म्हणून आपलें सर्व बोलणें मीं सोसून घेतलें. परंतु आतां आपल्यावर हत्यार उपसण्याशिवाय मला गत्यंतर उरलें नाहीं; व आपण गुरु होऊन जर मजवर शस्त्र उगारितां, तर आपला प्रतिकार करण्यांत मलाही दोष लागणार नाहीं. कारण धर्मशास्त्राचा असा सिद्धांत आहे कीं, ब्राह्मण जरी आहे आणि खवळून एखाद्या क्षुद्र क्षत्रियाप्रमाणें बाण लावून तो समरांत उभा ठाकला आहे व कांहीं केल्या मागें पाऊल घेत नाहीं, तर अशाला मारिल्यानें ब्रह्महत्यादोष लागत नाहीं. कारण, अशा वेळीं तो ब्राह्मण असला तरी क्षत्रिय समजावा. मी' तर जातीचाच क्षत्रिय असून क्षात्रधर्माभिमानी प्रसिद्धच आहें व आपण प्रस्तुत तरी क्षात्रवृत्ति पतकरिली आहे. आपल्याशीं जो जसा वागेल त्याशीं उलट आपण तसेंच वागण्यांत अधर्महीं नाहीं व अकल्याणही नाहीं. दुसरें शास्त्र असें कीं, कोणाही देशकालज्ञ व्यक्तीपुढें एकाच कालीं परस्परविरोधी अशा दोन गोष्टी उभ्या राहिल्या आणि ह्यांपैकीं एक आहे व्यावहारिक (मतलबाची) व दुसरी आहे धार्मिक बाजूची, व त्या दोहोंतून कोणतीही एक साधण्यास तो समर्थ आहे (दोन्ही मात्र नाहीं); तर अशा समयीं त्यानें व्यावहारिक अर्थाची गोष्ट बुडवून पारमार्थिक किंवा धार्मिक कर्तव्याचीच साधावी हेंच त्याला निःसंशय अधिक श्रेयस्कर होय. माझेपुढेंही प्रस्तुत असेंच कोडें पडलें आहे. एक कन्यास्वीकार व दुसरें (ब्रह्मचर्याविषयीं) पितृवचनपालन; व प्रस्तुत या गोष्टी परस्परविरोधी आहेत. तेव्हां यांपैकीं कन्यास्वीकार करण्यापेक्षां पित्राज्ञापालन हेंच मला श्रेयस्कर वाटतें. आपण पितृवचनपालनापेक्षां कन्यापरिग्रह अधिक न्याय्य आहे असें माझ्या पदरांत माप न घालतांच जर नुसता हट्ट धरून बसलां आहां, तर मला आपलें म्हणणें पतकरतां येत नाहीं. अर्थातच आपली-आमची आतां समरांत जुंपल्याशिवाय दुसरी तोड नाहीं.

" असो; हेंही एकपरी ठीकच आहे. आपल्या पायांशीं माझें बाहुवीर्य व अमानुष पराक्रम प्रकट करण्याची ही एक अपूर्वच पर्वणी मला

१ गुरोरप्यवलिप्तस्य कार्याकार्यमजानतः । उत्पथप्रतिपन्नस्य परित्यागो विधीयते ॥

१ क्षत्रियाणां स्थितो धर्मे क्षत्रियोऽस्मि तपोधन। असा मूळांत पाठ आहे; पण त्या ठिकाणीं ' क्षात्रियोऽसि ' असा पाठ असल्यास अर्थ विशेष संदर्भानुकूल होतो. कारण पुढील श्लोकांत 'जशास तसें वागण्यांत दोष नाहीं,' असें म्हटलें आहे. अर्थात् परशुरामाशीं क्षत्रियवत् वागणें सदोष नाहीं; कारण, त्यानें क्षात्रधर्माचा अवलंब केल्यानें तो तूर्त क्षत्रियच झाला.

मिळाली आहे, त्या पक्षीं कुरुक्षेत्रासारख्या या पवित्र स्थलीं मी आपल्या पराक्रमाची पराकाष्ठा करून सोडणार आहें; करितां, हे महाद्युतिमन् गुरो, आपणही माझें कौतुक पुरविण्यासाठीं मजशीं द्वंद्वयुद्धार्थ सज्ज व्हावें. हे रामा, युद्धांत माझ्या हजारों बाणांनीं जर्जर होऊन जाऊन जेव्हां रणभूमीवर आपण शस्त्रपूत होऊन शयन कराल, तेव्हां धारातीर्थीं मरणारांना मिळणारे उत्तम लोक आपणांस मिळतील. आपल्याला बापडी युद्धाची आवड आहेच. करितां आपण आतां परतून, युद्धार्थ सज्ज होऊन कुरुक्षेत्रांत यावें; आणि, हे तपोधना, मीही तयार होऊन आपल्याशीं दोन हात करण्याकरितां तेथें येतों; आणि ज्या कुरुक्षेत्रीं आपण सर्व क्षत्रियांना मारून त्यांचे रक्तानें ऋचीकादि पितरांचें तर्पण करून अनृणी झालां, त्याच कुरुक्षेत्रीं मीही क्षत्रियहंत्या आपणांला वधून माझ्या क्षत्रियांचें तर्पण करून मोकळा होतों. नाहीं तरी, आपण ब्राह्मण केवळ नांवाला आहां. कारण, आपल्याला फार दिवसांपासून क्षत्रियांपेक्षांही अनावर अशी युद्धाची खुमखुम आहे. तेव्हां आपणांला क्षत्रियच समजावयाचें. असो; आपण सज्ज होऊन असे रणांगणांत या, म्हणजे आपली ही खुमखुम कायमची जिरवून टाकितों. हे रामा, आपण एकट्यानें पृथ्वीवरील सर्व क्षत्रिय मारिले म्हणून—आज त्या गोष्टीला अनेक वर्षे लोटलीं तरी—आपण जी आपली बढाई सांगत फिरतां आहां, त्यावर माझें म्हणणें ऐका. आपण एकट्यानें क्षत्रिय जिंकिले ही गोष्ट खरी. पण त्या वेळीं भीष्म किंवा भीष्मतुल्य दुसरा कोणी क्षत्रिय जन्मला नव्हता. आमच्यासारखे तेजस्वी क्षत्रिय आपले विजयानंतर उत्पन्न झाले. त्या वेळचे क्षत्रिय केवळ तृणाप्रमाणें निर्जीव होते; अशांना आपण जाळिलें, त्यांत मोठेंसें तें काय ? हे महाबाहो, आपली युद्धासंबंधीं हौस व घमेंड जिरवणारा शत्रुसमूहहंता हा भीष्म सांप्रत उत्पन्न झाला आहे. हा आपली खाजच तोडील ही पक्की गांठ मारून ठेवा ! ”

यावर हंसत हंसत परशुराम मला म्हणालेः— भीष्मा, मजबरोबर युद्ध करण्याची तूं इच्छा करीत आहेस हें फार नामी झालें. माझी तयारीच आहे. हे कौरवा, हा मी असाच तुजबरोबर कुरुक्षेत्रीं येतों; तूं वाट काढ. मी तुझ्यासमागमेंच येऊन तुझें म्हणणें शेवटास नेतों. मात्र तुला सांगून ठेवितों कीं, तेथें गेल्यावर माझे हजारों बाण तुझ्या शरीरांत रुतून तूं गतप्राण भूमीवर पडला आहेस, आणि कावळे, गिधाडें, कंकपक्षी तुझे लचके तोडीत आहेत असें पाहाण्याचें तुझ्या आई गंगेचे कपाळीं येईल ! हे राजा, सिद्धचारणही जिची सेवा करितात अशी तुझी वंद्य माता जान्हवी, तूं मजपुढें दीन होऊन मरून पडलेला दृष्टीस पडलास म्हणजे ढसढसां रडत सुटेल. खरें पाहातां ती महाभाग्यवती निष्पाप भागीरथी असल्या दुःखास योग्य नाहीं. परंतु करते काय ? तुजसारख्या मतिमंद, युद्धोत्सुक व उतावीळ अशा पुत्राला तिनें जन्म दिला, त्याचें फळ तिला भोगणें भागच आहे. असो; हे युद्धकामुका उन्मत्ता कौरवा, चल, आपली रथादि युद्धसामुग्री बरोबर घेऊन कुरुक्षेत्रांत ये.

या प्रकारें त्या शत्रुमर्दन रामांनीं भाषण केलें असतां मीं त्यांस मस्तकानें प्रणाम करून “ ठीक आहे; तयारी ! ” असें म्हटलें. इतकें बोलणें होतांच युद्धेच्छेनें रामांनीं कुरुक्षेत्राची वाट धरिली व मीं हस्तिनापुरांत येऊन माता सत्यवतीला सर्व वृत्तांत कथन केला. नंतर मातेनें मंगलविधि करून व मला आशीर्वाद देऊन, हे महातेजस्वी दुर्योधना, ब्राह्मणांकडून

पुण्याहवाचन व स्वस्तिवाचन करविलें. नंतर शुभ्राश्वयुक्त रौप्यरथावर मी चढलों, त्या रथाचें सामान चांगलें होतें; आंतील बसावयाची जागा प्रशस्त व सोईकर होती आणि व्याघ्रचर्मानें तो मढविला होता. युद्धाची इतर यावत् सामुग्री त्यावर असून, मोठीं मोठीं शस्त्रेंही ठेविलेलीं होतीं. बहुवार युद्धकर्म पाहिलेला, सुशिक्षित, अश्वशास्त्रज्ञ, सारथिकुलांत उपजलेला व स्वतः योद्धा असा त्या रथावर सारथि होता. मीं आपल्या अंगांत शुभ्रवर्ण भक्कम चिलखत चढवून आणि हातीं शुभ्रच धनुष्य घेऊन निघालों. त्या वेळीं माझ्या मस्तकावर श्वेतवर्ण छत्र धरिलें असून, मला वारा घालावयाचे पंखेही शुभ्रच होते; मस्तकीं पागोटेंही शुभ्रच असून, अंगावरील दरोबस्त वस्त्रेंभूषणेंही श्वेतच होतीं; व विजयसूचक आशीर्वचनें देऊन ब्राह्मण माझी स्तुति गात होते. अशा थाटांत हस्तिनापुरांतून निघून मी कुरुक्षेत्रांतील रणस्थानाकडे गेलों. हे राजा, माझे रथाचे घोडे केवळ वायूप्रमाणें किंवा मनाप्रमाणें वेगवान् होते; त्यांना सारथ्यानें किंचित् इशारा करितांच ते तत्काल मला रणस्थानीं घेऊन गेले. प्रतापी परशुराम माझेपूर्वींच तेथें उभे होते, ते सज्जच दिसले. मग मी त्यांच्या दृष्टीस पडेसा उभा राहिलों व आपला उत्तम शंख फुंकिला. शंखनाद कानीं पडतांच त्या दिव्य रणभूमीकडे द्विज, वनौकस तपस्वी, इंद्र व मरुद्गण यांसह देव या सर्वांचे डोळे लागले. जिकडे तिकडे दिव्य सुमनांचा वर्षाव झाला. दिव्य वाद्यें वाजूं लागलीं व आकाशांत दिव्य मेघवृंद उचलून आले. मग भार्गवाबरोबर आलेले सर्व तपस्वी तो युद्धचमत्कार पाहाण्यासाठीं त्या रणमंडळाभोंवतीं वेढा देऊन राहिले. इतक्यांत प्राणिमात्राचें हित इच्छिणारी माझी माता गंगादेवी मूर्तिमती मजपुढें उभी राहून मला म्हणाली, ‘ बाळा, हें तूं काय मनांत आणिलें आहेस ? हे कुरुश्रेष्ठा, जामदग्न्य ब्राह्मणाशीं युद्ध करण्याचा तूं आग्रह धरूं नको. तूं जरी असें बोलून चुकला असलास तरी कांहीं चिंता नाहीं. तुजसाठीं मी स्वतः परशुरामाकडे जातें आणि ‘ भीष्म आपला शिष्य आहे, त्याशीं आपण युद्ध करूं नये ’ म्हणून त्यांची आग्रहपूर्वक विनंति करितें. पण तूं ह्या वेडांत शिरूं नको. या प्रकारें मला रागें भरून ती पुनरपि म्हणाली, “ हे पुत्रा, तूं जामदग्न्याशीं समरांत गांठ घालावयाचें योजिलें आहेस, पण तो केवळ रुद्रतुल्य पराक्रमी व निखिलक्षत्रियहंता वीर आहे हें तुला माहीत नाहीं काय ? ” हें ऐकून मीं तिला हात जोडून स्वयंवराची सर्व कथा सांगितली. मीं परशुरामाला प्रथम सामोपचाराच्या गोष्टी सांगितल्या होत्या त्या, व राजकन्येचा सर्व पूर्ववृत्तांतही मीं गंगादेवीला सांगितला. तो ऐकून ती माझी जन्मदात्री महानदी परशुरामाकडे गेली व त्या ऋषीकडे काकुळतवाणी पाहून त्यांनीं मजवर दया करावी अशाविषयीं तिनें त्यांची प्रार्थना केली; व आपण शिष्य भीष्मासह युद्ध करूं नये अशी त्यांची विनवणी केली. परंतु तिच्या प्रार्थनेला त्यांनीं असा जबाब दिला कीं, “ तूं भीष्मालाच युद्धापासून निवृत्त कर. कारण, शिष्य होऊन तो माझे मनाप्रमाणें वागेना म्हणून तर मी त्याच्याशीं युद्धाला उभा राहिलों, यांत मजकडे काय बोल ? ”

वैशंपायन सांगतातः--हे जनमेजया, रामाचें हें उत्तर ऐकून पुत्रप्रेमास्तव गंगा पुनरपि भीष्मांकडे गेली; परंतु, भीष्मांनीं क्रोधानें डोळे लाल केले व मातेचें म्हणणें कसें तें ऐकिलें नाहीं. इतक्यांत महातपस्वी धर्म-

मूर्ति जामदग्न्य द्विजश्रेष्ठ रणमंडलावर पुढें सरसावून युद्धार्थ भीष्मांना आव्हान करिते झाले.

अध्याय एकशें एकुणऐशींवा.

—:०:—

रामभी द्ध—दिवस पहिला.

भीष्म सांगतातः—परशुराम युद्धार्थ सज्ज होत्साते भूमीवरच उभे पाहून मीं कांहींसा विस्मित होऊन त्यांस म्हटलें, " हे गुरो, आपण भूमीवर व मी रथांत या रीतीनें आपणांशीं युद्ध करणें मला प्रशस्त वाटत नाहीं. हे महाबाहो वीरा रामा, आपण जर माझ्याशीं खरोखर लढणार असलां तर आपणही मजप्रमाणें रथावर चढून कवच घालावें. " हें माझें बोलणें ऐकून परशुराम स्मितपूर्वक मला म्हणाले, ' हे भीष्मा, ही पृथ्वी हाच माझा रथ होय. वेद हे माझ्या रथाचे उत्तम अश्व होत. वायु हा माझा सारथि आणि गायत्री, सावित्री, सरस्वती ह्या वेदमातृका माझीं कवचें होत. या कवचांनीं परिरक्षित होत्साता मी रणांत तुझ्याशीं लढणार आहें. ' हे गांधारे, असें बोलतां बोलतांच त्या अमोघविक्रम परशुरामांनीं शरसमुदायानें मला चहूंकडून वेढून टाकिलें. इतक्यांत पाहातों तों राम रथावर चढले. तो रथ दिसण्यांत मोठा अद्भुत असून देदीप्यमान होता. त्यावर सर्व प्रकारचीं आयुधें ठेविलीं होतीं. तो दिव्य व एखाद्या नगराप्रमाणें विस्तीर्ण रथ केवळ मनानेंच निर्माण केला होता. त्याला दिव्य अश्व जोडले होते व त्याची बांधण चांगली बळकट असून स्वर्णभूषणांनीं तो श्रृंगारला होता. हे दुर्योधना, अशा त्या सुलक्षण रथावर, सूर्यचंद्राकृति चिन्हांनीं युक्त असें कवच अंगांत घालून पाठीशीं भाते लटकावून व हातांत तलत्राण घालून ते धनुर्धर परशुराम आरूढ झाले होते. त्यांची ती युद्धोत्सुकता पाहून, त्यांच्या अत्यंत कृपेंतला मित्र जो वेदवेत्ता अकृतव्रण ऋषि त्यानें त्यांचें सारथ्य स्वीकारिलें. मग त्या भार्गवानें ' युद्धाला चल, युद्धाला चल. ' म्हणून मला फिरफिरून आव्हान केलें, तों तों मला अधिकाधिकच आनंद होऊं लागला. मग त्या बालसूर्योपम तेजस्वी, अजिंक्य, महाबलाढ्य व क्षत्रियांतकर एकाकी रामांशीं मींही एकट्यानेंच गांठ घातली. नंतर माझ्या रथापासून बाणाच्या तीन टप्प्यांइतक्या अंतरावर परशुरामांचा रथ राहिला असें पाहातांच मीं आपले घोडे थोपविले, धनुष्य खालीं ठेविलें, आणि त्या ऋषिश्रेष्ठांला मान देण्याकरितां अनवाणी त्यांपर्यंत चालत जाऊन यथाविधि त्यांस अभिवंदन करून विनंती केली कीं, " हे राम, हे प्रभो, आपण माझ्या बरोबरीचे किंवा मजहून सरसच योद्धे आहां आणि अशांशीं मीं आज युद्ध आरंभिलें आहे, हें थोडेंसें साहसच आहे. तथापि, आपण धर्मशील असून माझे गुरु आहां. यास्तव आपले धर्माप्रमाणें या शिष्याचा रणांत जय होवो अशीच इच्छा आपण करावी, अशी माझी नम्र प्रार्थना आहे ! "

यावर परशुराम म्हणाले, " हे कुरुश्रेष्ठा, तुझें करणें ठीक आहे. अभ्युदयेच्छु पुरुषानें असेंच वागावें. हे महाबाहो, आपणाहून श्रेष्ठ असतील त्यांशीं झुंज करणें हा नाहीं तरी धर्मच आहे. आपल्यापेक्षां चढत्या गड्याशीं कुस्ती घेतल्यानेंच आपली शक्ति वाढत जात असते. तेव्हां तूं करितो आहेस हें नीटच आहे. हे राजा, तूं असें न करितास तर मात्र मीं तुला शाप दिला असता. असो; आतां तूं धैर्य धरून मोठ्या सावधगिरीनें मजबरोबर लढ. आतां, तुला पराभूत करण्यासाठींच जर मीं मुद्दाम तुझ्याशीं सामना मांडिला आहे, तर तुझा जय व्हावा ही इच्छा मला कशी करितां

येईल ? अर्थात् नाहीं. तथापि, तुझ्या ह्या वर्तनानें मी अत्यंत संतुष्ट झालों आहें, एवढें तुला सांगतों. आतां तूं ठिकाणीं जा आणि धर्मानें युद्ध कर, कपट करूं नको, एवढेंच तुला सांगणें आहे."

एवढें ऐकून घेऊन मी त्यांस नमस्कार करून त्वरित परतून रथावर चढलों व आपला स्वर्णमंडित शंख फुंकला. नंतर परस्पर विजयाकांक्षेनें त्यांचें व माझें अनेक दिवसपर्यंत चढाओढीचें युद्ध झालें. हे भारता, त्यांनीं त्या युद्धांत प्रथम मजवर नमत्या पेरांचे व कंकपत्रयुक्त नऊशें साठ बाण सोडिले आणि तेणेंकरून माझे रथाचे चारही घोडे व सारथि यांस अगदीं झांकून टाकिलें, तथापि मी न डगमगतां युद्धार्थ सज्जच उभा होतों. मग मीं देवांना व विशेषतः ब्राह्मणांना मनोभावानें वंदन करून, युद्धार्थ सज्ज ठाकलेल्या जामदग्न्यांना हंसतच म्हटलें, "हे गुरो, खरें पहातां आपण तर आपली पायरी सोडिलीच; तथापि, हा वेळपर्यंत मीं आपले आचार्यत्वाचा मान राखिला;—आपणांवर प्रहार केला नाहीं, पण आतां मात्र माझे क्षात्रधर्मरक्षणार्थ मी काय करणार आहें तें ऐका. माझें क्षात्रवैभव आतां आपण पाहाच. मात्र मी आपणांस एवढें सांगतों कीं, आपले शरीरांत नांदणारे वेद, आपलें ब्राह्मण्य, किंवा आपलें महत्तप यांवर मी प्रहार करीत नाहीं. तर, हे रामा, आपण जो हा क्षात्रधर्म स्वीकारिला आहे, त्यावर मी प्रहार करणार आहें. कारण ब्राह्मणानें शस्त्र उचललें कीं तो क्षत्रिय झाला, असें शास्त्र आहे. अतएव, आपणांस क्षत्रिय समजून मी आपणांशीं लढणार, ब्राह्मण म्हणूनच नव्हे. असो; आतां माझ्या धनुष्याचें सामर्थ्य व बाहूंचें बल कसें आहे तें आपण पहा. हे वीरा, माझ्या या तीक्ष्ण बाणानें आपल्या ह्या धनुष्याचे मीं तुकडे केलेच असें समजा." असें म्हणून, हे भारता, मीं एक तीक्ष्ण बाण त्यांवर सोडिला, त्याबरोबर त्यांच्या धनुष्याचें अग्र तुटून तें खालीं पडलें. नंतर त्याच दमांत मी नतपर्व व कंकपत्रयुक्त असे शेंकडों बाण जामदग्न्यावर सोडिले. ते त्याचे शरीरांत रुतून राहिले असतां बिळांत घुसणाऱ्या सर्पांप्रमाणें भासूं लागले; व वाऱ्याचे धक्क्यानें जेव्हां हालूं लागले, तेव्हां क्षतांतून भळभळां रक्त वाहूं लागलें! हे राजा, त्या वेळीं सर्व शरीर लाल होऊन ठिकठिकाणीं शरीरांतून रक्ताचे ओघ चाललेला तो राम गैरिकादि धातूंचा स्राव करणाऱ्या मेरु पर्वताप्रमाणें, अथवा हेमंतऋतूंत रक्तवर्ण पुष्पगुच्छांनीं भरून गेलेल्या अशोकाप्रमाणें, किंवा लालभडक फुलांनीं लादलेल्या पळसाप्रमाणें त्या रणांगणांत शोभूं लागला. नंतर अतिशय खवळून जाऊन त्यांनीं दुसरें धनुष्य घेतलें व अति तिखट धारेच्या व स्वर्णपुंखांच्या बाणांचा मजवर केवळ पाऊस पाडला. ह्या वेळच्या त्या बाणांना उपमा म्हणजे सर्पांची, विषाची किंवा अग्नीची म्हटली तरी शोभेल. ह्या भयंकर व मर्मभेदक बाणांनीं माझी केवळ गाळण उडवून दिली. तथापि, मीं अवसान धरून मोठ्या त्वेषानें अग्नि किंवा सूर्य यांप्रमाणें प्रखर व सर्पांप्रमाणें मर्मकृंतक अशा बाणांनीं रामाला केवळ आच्छादून टाकिलें; तेव्हां मात्र राम मनांत गोंधळून जाऊन कांहींसे लटके पडले. हे दुर्योधना, रामांची ती दशा पाहून मला अगदीं भडभडून आलें. मग मन किंचित् स्वस्थ करून मीं वारंवार म्हटलें, या युद्धाला व या क्षात्रधर्मालाही धिक्कार असो! असें म्हणून मी शोक करूं लागलों व त्या शोकभरांत मी पुनःपुनः उद्गारलों कीं, 'जळो हा आमचा क्षात्रधर्म! कीं ज्याच्या वेडांत या असल्या धर्ममूर्ति ब्राह्मण गुरूला बाणांनीं अशी पीडा देण्याचें मह-

त्यातक मीं केलें! छिः छिः, नको हा धर्म, नको हें युद्ध!' याप्रमाणें अनेकवार विलाप करून [त्या दिवशीं] मीं परशुरामावर पुनरपि बाण म्हणून सोडिला नाहीं. इतक्यांत, सर्व पृथ्वीला आपल्या सहस्रावधि तिग्म किरणांनीं तापवून सोडणारा भगवान् हिरण्यगर्भ अस्ताचलास गेल्यानें दिनान्त होऊन त्या दिवसापुरतें युद्ध बंद पडलें.

अध्याय एकशें ऐशींवा.

--:०:--

रामभीष्मयुद्ध—दिवस दुसरा.

भीष्म म्हणतातः—हे प्रजापते सुयोधना, युद्ध थांबतांच, कुशलांना संमत अशा माझ्या सारथ्यानें स्वतःच्या, माझ्या व अश्वांच्या अंगांत रुतलेले बाण मोठ्या युक्तीनें काढिले. नंतर घोड्यांना चोळून चोळून धुवून काढून पोटभर पाणी पाजलें, तेव्हां त्यांना कांहींशी हुषारी आली. मग रात्रभर विसावा घेऊन उजाडावयाला ते अगदीं ताजेतवाने झाले. उजाडून लखलखीत सूर्योदय होतांच युद्धाला पुनः आरंभ झाला. मीं कवचें घालून रथावर चढून युद्धस्थलीं सत्वर येत आहेसें दृष्टीस पडतांच आपला रथ सज्ज करून रामही त्यावर आरूढ झाले. तें पाहून मीं तत्क्षणीं आपलें धनुष्य हातचें खालीं ठेविलें व रथांतून उतरून त्या युद्धकामुक रामांकडे चालत गेलों आणि आदले दिवसाप्रमाणेंच त्यांना अभिवंदन करून परतलों, व फिरून रथावर चढून त्यांसमोर निर्भयपणें युद्धार्थ उभा राहिलों; मग दोघांनींही एकमेकांचे अंगांवर बाणांचा केवळ पाऊस पाडिला. त्यांत जामदग्न्य तर फारच चेवले व त्यांनीं आ पसरलेले विषमुख सर्पच कीं काय असल्या भयंकर जलाल बाणांची मजवर गेर केली. परंतु, मी न घाबरतां त्यांच्या त्या पाजळलेल्या बाणांचें, तसलेच शेंकडों हजारों बाण मारून वरचेवर अंतरिक्षांतच तुकडे तुकडे करून टाकिले. त्यावर त्या प्रतापी जामदग्न्यानें मजवर दिव्यास्त्रें सोडिलीं; पण त्यांचाही मीं प्रतिकार अस्त्रांनींच केला. कारण, हे महाबाहो दुर्योधना, अस्त्रप्रयोगांत गुरूवर सरशी करून दाखवावी अशी मला महत्त्वाकांक्षा होती. माझ्या त्या अस्त्रांच्या सनाट्यानें अंतरिक्ष सर्वभर दणाणून उठलें. अशांत मीं रामांवर वायव्यास्त्र सोडिलें; तें त्यांनीं गुह्यकास्त्रानें हाणून पाडिलें. त्यावर, मीं आग्नेय अस्त्र मंत्रून सोडिलें; त्याचें त्यांनीं वारुणास्त्रानेंच निवारण केलें. या प्रकारें मीं रामांचीं, व तेजस्वी शत्रुमर्दन प्रभु रामांनीं माझीं, दिव्यास्त्रें खंडून टाकिलीं. नंतर जामदग्न्य फारच क्रुद्ध झाले; व त्यांनीं मला डावी घालून अंगावरून जातां जातां माझे उरांत प्रहार केला. त्यासरसा मी रथांतच मूर्च्छित पडलों. तेव्हां सारथ्यानें माझी ती स्थिति पाहून मला तत्काल एका बाजूस नेलें. कारण, हे भारता, रामांच्या तीव्र बाणानें जर्जर झाल्यानें मला ग्लानिच आली. जबर घाय लागल्यानें बेशुद्ध होऊन मी रणांतून निघून जात आहें असें पाहातांच, काशिराजकन्या व अकृतव्रणप्रभृति रामानुयायी आनंदानें आरोळ्या देऊं लागले.

इतक्यांत मीं शुद्धीवर येऊन म्हटलेंः—हे सूता, माझी वेदना थांबली व मी पुनः युद्धास तयार आहें. याकरितां तूं मला परशुरामासन्निध घेऊन चल! माझी आज्ञा होतांच, गतीनें वायूची बरोबरी करणाऱ्या अशा अलंकृत अश्वांचे योगानें मला तो त्वरित युद्धस्थलीं घेऊन गेला. त्या वेळीं माझे रथाचे घोडे चालत होते म्हणण्यापेक्षां वेगातिशयानें व उत्साहानें थय थय नाचत होते असें म्हणणें

बेरें. रथ रामाजवळ येऊन ठेपतांच मीं कातावून जाऊन जयोत्कंठेमुळें बाणांचा अलोट वर्षाव करून त्या क्रुद्ध रामांना व्यापून टाकिलें. परंतु रामांनीं माझ्या एक बाणास उलट तीन तीन बाण सोडून माझे तितकेही बाण त्या स्थळीं तोडून पाडिले; व या प्रकारें दुखंड करून माझे ते उत्तम धार लावलेले सर्व बाण फुकट घालविले.

नंतर, आतां यांचा जीवच घ्यावयाचा अशा दृढसंकल्पानें मीं त्या जामदग्न्यांवर एक तेजस्वी, अत्युज्ज्वल, केवळ कालतुल्य असा एक बाण सोडिला. या बाणाच्या तडाक्या-बरोबर मूर्च्छित होऊन राम भूमीवर पडले! त्या काळीं आकाशांतील सूर्यच खालीं पडला काय अशा प्रकारचा भास होऊन सर्व जगत् उद्विग्न झालें व जिकडे तिकडे हाहाःकार उडाला. त्या वेळीं, हे कुरुनंदना, ते सर्वही तपस्वी अंबे-सह उदास होऊन धांवत परशुरामाजवळ जमले. मग त्यांनीं रामांना कंवटाळून धरिलें व थंड पाण्यानें चबचबलेले हात त्यांचे डोळ्यांवर वगैरे फिरवून, आणि जयशब्दांचा घोष करून ते त्यांना हळूहळू धीर देऊं लागले. कांहीं वेळानें राम उठले व एकीकडे विवळत विवळतच धनुष्याला बाण लावून 'थांब; भीष्मा; मेलास!' असें म्हणून त्यांनीं मजवर एक शेलका बाण सोडिला. तो बाण सुटला तसाच माझ्या डाव्या बरगडींत घुसला; आणि त्या योगानें मी घायाळ होऊन वावटळींत सांपडलेल्या वृक्षाप्रमाणें झोंके खाऊं लागलों. त्या गर्दीतच त्यांनीं शीघ्र अस्त्रप्रयोग करून माझे घोडे मारून पाडिले व मनांत दिक्कत न धरतां माझ्या रोमरोमांत घुसणाऱ्या बाणांनीं मला व्यापून टाकिलें. त्या वेळीं आणीबाणीचे प्रसंगीं सोडण्याचें असें एक शीघ्रास्त्र मीं शत्रु-प्रतिकारार्थ सोडिलें. तेणेंकरून ते बाण तसेच अंतराळीं अटकून राहिले. सारांश, अशा दोघांच्या बाणजालांनीं अंतराल इतकें भरून गेलें कीं, त्यामुळें सूर्याचा प्रकाश भूमंडलावर पडेना व वायु मेघपटलांनीं कोंडून गेल्याप्रमाणें झाला. इतक्यांत वरच्या बाजूनें लागणाऱ्या सूर्याच्या प्रखर किरणांनीं व परस्परसंघर्षणानें त्या बाणां-पासून अग्नि उत्पन्न होऊन त्याला वायूची झुळूक लागतांच तो फारच भडकला व तेणें-करून ते सर्वही बाण अंतराळीं दिवटीसारखे पेटून अखेरीस भस्म होऊन खालीं पडले. हे दुर्योधना, तरीही निराश न होतां रामांनीं अधिकच चवताळून मजवर झराझर दहा हजार लाख, दहा लाख, कोट, दहा कोट, खर्व कीं निखर्व गणले तरी शोभतील इतके बाण सोडिले; पण तितक्यांनाही मीं सर्पतुल्य जहरी बाण उलट सोडून वृक्षांप्रमाणें तोडून खालीं पाडिलें. हे दुर्योधना, अशा प्रकारें आमचें तुमुल युद्ध चाललें असतां सूर्यास्त झालासें पाहून माझा गुरु युद्धापासून परावृत्त झाला.

अध्याय एकशें एक्यायशींवा.

—:०:—

रामभीष्मयुध्द—दिवस तिसरा.

भीष्म म्हणतातः—तिसरा दिवस उजाडतांच राम पुनः युद्धाला उभे राहिले; तेव्हां त्यांचें माझें अतितुंबळ रण माजलें. दिव्यास्त्र-कोविद प्रभु रामांनीं दर वेळीं शेलकीं शेलकीं दिव्य अस्त्रें मजवर सोडावीं, व मींही तोडीस तोड उलट अस्त्रांची योजना करून प्राणांचीही पर्वा न करितां तितक्यांचाही प्रतिकार करावा, याप्रमाणें तडाखा चालला. शेवटीं आपण सोडावीं तीं तीं अस्त्रें प्रत्यस्त्रांनीं हाणून पाडलेलीं पाहून तेजस्वी राम फारच संतापले व अस्त्रांचा पाड लागत नाहींसें पाहून त्यांनीं जिवावर उदार होऊन एक अत्यंत दुर्धर अशी शक्ति योजिली. तिच्या जिभल्या पेटल्या असल्यामुळें

ती प्रज्वलित उल्केसारखी भासत होती. तिच्या तेजानें सर्व जगत् जसें भरून गेलें; व प्रत्यक्ष कालानेंच ही सोडिली काय असें वाटूं लागलें! परंतु, बा दुर्योधना, असल्या त्या प्रलयकालीन सूर्याप्रमाणें धगागणाऱ्या शक्तीचे मीं बाणांनीं तीन तुकडे करून भूमीवर पाडिले, तेव्हां सुगंधि वायू वाहूं लागला.

ती शक्ति छिन्न झालेली पहातांच रामांचे अंगाची लाही होऊन त्यांनीं आणखी एकीहून एक घोरतर अशा दुसऱ्या बारा शक्ति मजवर टाकिल्या. हे भारता, तेज व शीघ्रगति यांच्या योगानें त्या शक्तींवर नजर न ठरल्यामुळें त्यांचें स्वरूपवर्णन सांगतां येत नाहीं. तथापि कल्पांतींच्या द्वादशसूर्यांप्रमाणें देदीप्यमान अशा त्या धडकलेल्या अग्निज्वालातुल्य दीप्त व अत्युग्र आणि विचित्राकृति शक्तींनीं मला जेव्हां वेढलें तेव्हां मी गोंधळून गेलों. इतक्यांत पहातों तों माझ्या डोक्यावर बाणांचें एक जाळेंच पसरलेलें दिसलें. तेव्हां मीं तसलेंच बाणजाल सोडून त्याचें प्रथम निवारण केलें आणि नंतर बारा बाण सोडून त्या बाराही घोर शक्ति उडवून दिल्या. त्यानंतर जामदग्न्यांनीं, सुवर्णाच्या पट्टयांनीं जखडलेल्या असल्यामुळें अग्निज्वालांप्रमाणें चमकणाऱ्या हेमदंडयुक्त आणखी दुसऱ्या घोर शक्ति मजवर फेंकल्या. परंतु मीं ढालीच्या योगानें त्या टाळून खड्गप्रहारानें तोडून खालीं पाडिल्या व रामाच्या सारथ्यावर व दिव्य रथावर बाणवृष्टि चालविली. इकडे, कात टाकिलेल्या सर्पाप्रमाणें तेजस्वी अशा त्या स्वर्णभूषित शक्तिही छिन्नभिन्न झालेल्या पाहून हैहयदेशाधिपति सहस्रार्जुनाचा वध करणाऱ्या त्या रामांनीं अतित्वेषानें एक दिव्य अस्त्र सोडिलें. त्याबरोबर भयंकर टोळधाडीप्रमाणें प्रदीप्त व उग्र बाणांचे थवेचे थवे चहूंकडून येऊन मजवर पडूं लागले; व त्यांचे योगानें माझें शरीर, माझे अश्व, माझा रथ व सारथि, हे सर्वच आच्छन्न झाले. फार काय, रथाची दांडी, धुरी, चक्रें हीं सर्वच व्याप्त झालीं व आंस तर बाणांनीं मग्न होऊन खालीं पडला. तिकडील वर्षाव किंचित् कमी पडतांच मींही उलट गुरूजींवर बाणवृष्टि चालविली. तिच्या प्रभावानें सर्व शरीर सच्छिद्र होऊन त्या ब्राह्मणाच्या देहांतून रक्ताचे पाट चालले. माझ्या बाणांनीं ज्याप्रमाणें राम व्याकूळ झाले, त्याप्रमाणें त्यांच्या बाणांनीं माझेही शरीरांत फार खोल खोल जखमा पडल्या. अशा स्थितींत अपराह्ण उलटून सूर्य अस्ताचलावलंबी झाल्यामुळें युद्ध बंद पडलें.

अध्याय एकशें ब्यायशींवा.

--:०:--

रामभीष्मयुद्ध—दिवस चौथा.

भीष्म सांगतातः—हे दुर्योधना, दुसऱ्या दिवशीं प्रातःकालीं आकाश निरभ्र होऊन स्वच्छ सूर्यप्रकाश पडतांच पुनः युद्ध जुंपलें. नंतर त्या अचूक प्रहार करणाऱ्या रामांनीं फिरत्या रथांत बसून, गिरिशिखरावर मेघ वर्षावा तशी मजवर उंचावरून शरवृष्टि चाल-

१ मूळांत ' ततो भ्रांते रथे तिष्ठन् ' असा पाठ आहे. या ठिकाणीं ' अभ्रांते ' असें पद घेऊन नीलकंठानीं व मराठी भाषांतरकारांनींही अर्थ केला आहे. परंतु, परशुरामांनीं आपला रथ मेघमंडळांत उडविला होता असें यांत मानावें लागतें, पण याला अन्य कोठेंही पुरावा नाहीं. राम पादचारी व आपण रथस्थ आहों असें पाहून भीष्मांनीं रामाशीं युद्ध करण्याचें नाकारिलें; व अशा न्यायानुवर्ती प्रतिद्वंद्याला भूवर रथांत ठेवून आपण मेघमंडळांत उडणें हा तरी एक तऱ्हेचा अन्यायच होय, म्हणून या ठिकाणीं भ्रांतें रथे म्हणजे फिरत्या रथांत असा अर्थ घेणें गैर होणार नाहीं असें वाटतें.

विली. त्या वृष्टीचे सपाट्यांत माझा सखा सारथि ताडित होऊन रथावरून खालीं पडला; व तें पाहून मला विषाद वाटला. त्याला फारच मोठी घेरी आली, व बाणांच्या तडाख्यानें तो धरणीवर केवळ निश्चेष्ट पडला. त्या रामबाणांचा प्रहार कसला म्हणावा कीं, अल्पावकाशांतच त्यानें प्राण सोडिले. हे दुर्योधना, सारथि गतप्राण झालासें पाहून मी मनांत चरकलों. तथापि, माझा बाणांचा सपाटा सुरूच होता. सारथि मेला तरीही ह्याची दांडगाई चालूच आहे असें पाहून रामांनीं एक मृत्युतुल्य बाण मजवर सोडला. आधींच माझ्या सारथ्याचे मृत्यूनें मीं अंतर्यामीं खिन्न झालों होतों, गोंधळूनही गेलों होतों; आणि तशांच रामांनीं जेव्हां अतिशय जोरानें धनुष्य खेंचून तो मृत्युतुल्य बाण माझ्या हृदयांत गढून जावा अशा जोरानें मारिला, तेव्हां तो माझ्या छातींत घुसला व तेथील रक्त पिऊन मजसकट्च धरणीतलावर पडला ! त्या वेळीं भीष्म मेलाच असें समजून रामांनीं मेघाप्रमाणें गर्जना करून पुनःपुनः आनंदाच्या आरोळ्या मारिल्या व त्याचे अनुयायांनींही हर्षभरांत मोठमोठ्यानें गर्जना चालविली. मी पडलोंसें पाहून माझे बाजूला उभे असलेले कौरव व इतर प्रेक्षक यांस अत्यंत दुःख झालें.

इतक्यांत, हे राजसिंहा, मी तसाच निचेत पडलों असतां सूर्यवह्निसम तेजस्वी असे आठ ब्राह्मण माझे दृष्टीस पडले. त्या रणभूमीवर त्यांनीं माझे भोंवतीं गराडा देऊन मला आपल्या बाहूंमध्यें उचलून धरिलें. सख्या बंधूप्रमाणें मजविषयीं त्यांचा कळवळा दिसून आला. त्या ब्राह्मणांनीं मला अधांतरीं वरचेवरच अशा रीतीनें आपल्या बाहूंत झेलून धरिलें होतें कीं, मला भूतलाचा स्पर्शही होऊं दिला नाहीं. मी व्याकूळ होऊन सुस्कारे टाकीत होतों व मला सावध करण्यासाठीं वरचेवर माझे अंगावर ते शीतल जलाचे तुषार शिंपीत होते. नंतर, हे राजा, त्या ब्राह्मणांनीं मला सावरून धरून, ' भिऊं नको ' म्हणून धीर दिला व ' तुझें कल्याण असो ' म्हणून पुनःपुनः आशीर्वाद दिले. नंतर त्यांचे उपचारांनीं कांहींसा हुषार होऊन व त्यांचे उत्तेजनपर शब्दांनीं संतुष्ट होऊन मी उठून बसलों, तों सरिद्वरा माझी माता गंगा मानुषी (स्त्री)-रूपानें माझ्या रथावर बसली असून, (सारथि मेल्यामुळें गैरलगामी झालेले) माझे अश्व तिनें स्वहस्तानें आवरून धरिले आहेत असें मीं पाहिलें. त्या माझ्या कनवाळू मातेनें माझें, माझ्या रथाचें, अश्वांचें व इतर सामानाचें रक्षण केलें होतें. नंतर मीं उठून तिचे व ब्राह्मणांचे पाय धरून, आपण आतां स्वस्थानीं जावें म्हणून हात जोडून विनंति केली; आणि त्यांना वाटेस लावून माझे ते पवनचपल अश्व मींच आवरून धरिले; आणि दिवस फिरल्यावर परशुरामांशीं युद्ध सुरू केलें. आरंभींच एक अतिशय वेगवान्, प्रबल व हृदयभेदक असा एक बाण मीं रामांवर टाकिला. त्यासरशी राम विव्हल होऊन त्यांचे हातचें धनुष्य सुटलें व ते स्वतः मूर्च्छित होऊन रथांतून खालीं पडले. मात्र आडवे न पडतां गुडघ्यावर पडले.

सहस्रावधि सुवर्णमुद्रा दान करणारे ते राम खालीं पडतांच आकाश मेघांनीं व्याप्त झालें व रक्ताचा पाऊस पडूं लागला. एकाएकीं विजा निघाल्या; गडगडाट सुरू झाले; व उल्कापात होऊं लागले. अकस्मात् उज्ज्वल सूर्याला राहूनें ग्रासिलें; वारे रूक्ष वाहूं लागले; धरणीकंप सुटले; गृध्र, बक व कंकपक्षी आनं-

१ हे अष्टवसु होत. भीष्म हा यांपैकीं द्यु नामक वसूचा अंशावतार होता.

दानें घिरट्या घालूं लागले; दिशा पेटल्याशा होऊन भालु मोठमोठ्यानें रडूं लागल्या; कोणी टिपरूं न टाकितांच नगारे आपोंआप कर्कशपणें वाजूं लागले. सारांश, महात्मा परशुराम मूर्च्छितप्राय होऊन धरणीवर पडतांच या प्रकारें घोर व भयंकर उत्पात होऊं लागले !

इतक्यांत विव्हल झालेले राम एकाएकीं उठून बसले. माझा पराक्रम पाहून त्यांचा क्रोध अनावर झाला, त्यांचें मस्तक फिरून गेलें, आणि मजबरोबर युद्ध करण्यासाठीं ते एकाएकीं मजवर चाल करून आले; व क्रोधाचे आवेशांत, केवळ परशुरामांच्याच शक्तीला शोभणाऱ्या अशा प्रचंड धनुष्याला हात घालणार, तों तेथील महर्षींना माझी दया येऊन त्यांनीं रामांचें निवारण केलें. तेव्हां निरुपाय होऊन मजवर टाकण्याकरितां हातीं घेतलेला कल्पांताग्नीप्रमाणें भयंकर बाण त्या क्रुद्ध महात्म्यांनीं परत भात्यांत ठेविला. त्या दिवशींच्या रणधुमाळीनें, मंत्ररूप ज्याचे किरण आहेत असा सहस्रभानु रजोव्याप्त असतांनाच अस्तास गेला, रात्र पडली व सुखकर शीतळ वायु वाहूं लागला, असें पाहून आम्हीं युद्ध थांबविलें.

हे राजा, याप्रमाणें तेवढा वेळ युद्ध थांबवून प्रभात होतांच पुनः सुरू करावें असा आम्हां दोघांचा क्रम सतत तेवीस दिवस चालू होता.

अध्याय एकशें त्र्यायशींवा.

—:०:—

भीष्मांस प्रस्वाप अस्त्राची स्फूर्ति.

भीष्म सांगतातः—हे राजेंद्रा, शेवटल्या दिवशीं रात्रीं मी ब्राह्मण, पितर, सर्व देवता, निशाचर प्राणी व क्षत्रिय या सर्वांस मस्तकानें प्रणाम करून एकांतांत शय्येवर पडल्या पडल्या मनांत म्हणालों, 'महाबलाढ्य जामदग्न्यांशीं आज कित्येक दिवस महाभयंकर व अत्यंत अनार्थावह माझें युद्ध चालू आहे; परंतु, ते केवळ अतुलवीर्य पडल्यानें माझ्यानें त्यांचा पराजय होत नाहीं. करितां प्रार्थना इतकीच कीं, माझे हातून जामदग्न्य पराजित होणें शक्य असेल तर देवतांनीं आजच्या रात्रीं मला प्रत्यक्ष दर्शन द्यावें.' याप्रमाणें संकल्प करून मी बाणांचीं क्षतें लागल्यामुळें उजव्या कुशीवर निजलों तों उजाडावयाचे सुमारास, पूर्वीं मी रथांतून मूर्च्छित पडलों असतां मला ज्यांनीं उचलून धरून आश्वासन दिलें होतें तेच विप्रश्रेष्ठ माझ्या स्वप्नांत आले व माझ्याभोंवतीं जुळून मला म्हणाले, 'गंगानंदना, ऊठ, तुला किंचित्ही भय नाहीं. हे कुरुश्रेष्ठा, तूं आमचें केवळ शरीरच आहेस असें समजून आम्ही तुझें रक्षण करीत आहों. तुला कसाही रंग वाटत असला तरी रामाचे हातून तुझा या युद्धांत पराभव होणार नाहीं. तूंच त्याचा पराजय करशील, याची खात्री ठेव. याचें साधन तुला सांगतों. विश्वकर्म्यानें निर्माण केलेलें 'प्रस्वाप' नांवाचें जें अस्त्र, त्याचें ज्ञान भूमंडलावरील इतर कोणत्याही पुरुषास नाहीं. प्रत्यक्ष परशुरामालाही नाहीं. परंतु, तुला मात्र त्याचें ज्ञान गेले जन्मीं होतें व आतांही आम्हीं स्मरण देतांच होईल. यास्तव, हे महाबाहो, तूं त्याचें स्मरण कर, म्हणजे याची तुला आमच्या आशीर्वादेंकरून तत्काल सहजस्फूर्ति होईल. मग तूं त्याचा प्रयोग कर. त्याचे प्रभावानें परशुरामाव्यतिरिक्त अन्य कोणाही वीराचा तूं नाश करशील. मात्र परशुरामाचा त्या योगानें नाश होणार नाहीं. कारण, तो चिरंजीव आहे. तथापि, हे महामान्य भीष्मा, त्याचा परशुरामावर प्रयोग करण्यांत तुला कांहीं दोष नाहीं व तुझी कांहीं हानि नाहीं. परशुराम तुझ्या बाणांनीं जर्जर झाला म्हणजे तशांत हें प्रिय

अस्त्र तूं त्यावर सोड, म्हणजे त्याचे प्रभावानें त्याला अत्यंत गाढ निद्रा येऊन तो निश्चेष्ट पडेल. असें झालें म्हणजे तुझी सरशी ठरलीच. कारण, रणांत निश्चेष्ट होणें आणि मरणें हीं दोन्ही एकाच किंमतीचीं आहेत. निदान आम्ही तरी असें मानितों. नाहीं तरी रामाला मरण येणेंच नाहीं. तेव्हां तो निश्चेष्ट पडला म्हणजे झालें. मग, त्यांचें कांहीं चालत नाहीं, तो सर्वथा तुझ्या अस्त्राचे तडाक्यांत आहे, असें कांहीं वेळ प्रेक्षकांचे मनावर ठसलें म्हणजे तूं अस्त्राचा उपसंहार कर आणि रामांना सर्वांसमक्ष हाक मारून उठव म्हणजे तूं जिंकिलेंस. याप्रमाणें मला सांगून, हे राजा, ते सर्वही द्विजश्रेष्ठ गुप्त झाले. ते आठहीजण तेजोमूर्ति असून, हुबेहूब एकासारखे एक होते.

अध्याय एकशें चौऱ्यायशींवा.

—:०:—

रामभीष्मकृत ब्रह्मास्त्रप्रयोग.

भीष्म सांगतातः—हे दुर्योधना, इतक्यांत रात संपली व मी खडखडीत जागा झालों; व त्या स्वप्नाचें मला स्मरण होऊन अत्यंत आनंद झाला. नंतर दिवस सुरू होतांच रामांचें व माझें पूर्ववत् घोर युद्ध जुंपलें. त्या दिवशींचें युद्ध तर असें तुंबळ झालें कीं, ज्या त्या प्रेक्षकाचे अंगावर रोमांच थरारले. रामांनीं तर मजवर बाणांची सारखी झोड सुरू केली. पण मींही न डगतां बाणजालानें तिचें निवारण केलें. तें पाहून रामांचा कोप तर शिखराला पोंचला व तशांत त्यांना माझ्या आदले दिवशींचे कृत्याचें स्मरण होऊन त्यांचा त्वेष केवळ अनावर झाला. मग त्या तडाक्यांत त्यांनीं वज्राप्रमाणें दुःसह, यमदण्डाप्रमाणें उग्र व अग्निज्वालेप्रमाणें संभ्रमांत ज्या त्या वस्तूला चाटीत जाणारी अशी एक शक्ति मजवर सोडिली. ती जी आकाशांतून तुटलेल्या ताऱ्याप्रमाणें सर्र्र्र्र् आली, ती माझे मानेचे फांसळीखालींच तडाक्यानें शिरली व एखाद्या ज्वालामुखींतून खनिजांचे लोट बाहेर चालावे अशा तऱ्हेचे रक्ताचे भयंकर पाट तिच्या प्रहारानें माझ्या क्षतांतून वाहूं लागले. तेव्हां माझेंही पित्त फारच खवळलें; व मींही सर्पविषाप्रमाणें जलाल व मृत्यूप्रमाणें प्राणघातक असा एक बाण रामांवर सोडिला. तो बाण रामांच्या कपाळांतच रुतून बसला व तेणेंकरून ते शृंगयुक्त पर्वताप्रमाणें शोभूं लागले. परंतु, या बाणाबरोबर राम फारच चवताळले व मागें मुरडून त्यांनीं भात्यांतून अंतकतुल्य बाण काढिला व धनुष्य अत्यंत जोरानें खेंचून तो शत्रुघातक बाण मजवर सोडिला. तो सुटतांच एखाद्या सर्पाप्रमाणें सोंसावत येऊन माझ्या छातीवर आदळला. त्याचे आघाताबरोबर मी रक्तबंबाळ होऊन धरणीवर पडलों. अल्प कालानें मी शुद्धीवर आलों आणि विद्युल्लतेप्रमाणें दीप्तिमती व निर्मल अशी शक्ति त्या बुद्धिमान् रामांवर सोडली. ती त्या द्विजश्रेष्ठाचे छातींत घुसली व तेणेंकरून ते घायाळ होऊन त्यांस कापरें भरलें. त्या वेळीं त्यांचा प्रिय मित्र महातपस्वी अकृतव्रण यानें त्यांना कवटाळून धरून शुभ वाक्यांनीं त्यांना अनेक प्रकारें आश्वासन दिलें. नंतर राम ठिकाणीं आले व अधिकच हट्टास पेटून त्यांनीं मजवर अद्वितीय ब्रह्मास्त्राचा प्रयोग केला. मींही त्याच अस्त्रानें तोडीस तोड दिली. तेव्हां तें ब्रह्मास्त्र ज्याला त्याला जाळीत सुटलें. त्या वेळीं प्रलयकालच आला काय असा सर्वांस भास झाला. हे दुर्योधना, त्या वेळीं गंमत अशी झाली कीं, आम्हां दोघांचींही तीं अस्त्रें सजातीय व समप्रभाव पडल्यानें कोणीच कोणास न हटतां अंतराळांत परस्परांशीं टक्कर घेत राहिलीं, न रामाकडे एकही गेलें, न मजकडे आलें!

तीं अंतरिक्षांत झुंजत असतां आकाशाचे पोकळींत जिकडे तिकडे केवळ प्रकाशच भरून राहिला होता, व प्राणिमात्र पीडित होऊन गेले व त्या अस्त्रांचे तेजानें ऋषि, देव व गंधर्व हे अतिशयच त्रास पावले. इतक्यांत; पृष्ठावरील पर्वतअरण्यवृक्षांसह पृथ्वी डळमळूं लागली. प्राणिमात्र व्याकुल होऊन जाऊन अत्यंत खिन्न झाले. आकाशानें जणूं पेटच घेतला व दशदिशांतून धुराचे लोळ उठले. पक्ष्यांच्यानें अंतरिक्षांत तग धरवेना. ते फडाफड खालीं पडूं लागले. हे दुर्योधना, याप्रमाणें देव, दैत्य, राक्षस यांसहवर्तमान सर्व जगभर जिकडे तिकडे हाहा:कार माजून राहिला असतां मीं विचार केला कीं, ब्रह्मनिष्ठ ब्राह्मणांनीं सुचविलेलें प्रस्वापास्त्र सोडण्याला हा अवसर फार नामी आहे. हा आपण त्वरित साधावा. असा मी विचार करितों आहें तोंच त्या विचित्र अस्त्राची माझे मनांत आपोआप स्फूर्ति झाली.

अध्याय एकशें पंचायशींवा.

—:०:—

युद्धावसान.

भीष्म सांगतातः—प्रस्वाप अस्त्र सोडावयाचें मी मनांत आणितों आहें तों आकाशांत एकाएकीं ‘ भीष्मा, प्रस्वाप अस्त्र सोडूं नको, सोडूं नको. ’ या प्रकारें एकच हलकल्लोळ माजून राहिला. तथापि, मीं तें अस्त्र सोडण्यासाठीं त्याचा जप तर केलाच, आणि आतां सोडणार, तों नारद मजपुढें येऊन मला म्हणाले, “ हे कुरुश्रेष्ठा, हे बघ आकाशांत देवगण उभे असून तुझा निषेध करीत आहेत. तस्मात् तूं प्रस्वाप सोडूं नको. हे कौरवा, राम हा मोठा तपस्वी, ब्रह्मवेत्ता, ब्राह्मण व विशेषतः तुझा गुरु आहे; याकरितां अशाचा अवमान तूं करूं नको. मग तुझी कांहीं हानि झाली तरी होऊं दे. ” याप्रमाणें नारद मला सांगत आहेत, तोंच माझे रक्षक ते आठ ब्राह्मण आकाशांत माझ्या दृष्टीस पडले. हे दुर्योधना, ते ब्रह्मवेत्ते किंचित् हंसून हळूच मला म्हणाले, “ हे भरतसत्तमा, नारद सांगतात तसाच तूं वाग. बाबा, अशांतच सर्वांचें कल्याण आहे. ” हें त्यांचें वाक्य ऐकून मीं तें घोर प्रस्वाप अस्त्र तसेंच थांबविलें आणि त्याचे जागीं ब्रह्मास्त्रच यथाविधि अधिक चेतविलें. हे राजसिंहा, मीं प्रस्वाप फिरविलेंसें पाहून राम हर्षित झाला व बिचारा भाबडा ब्राह्मण “ भीष्मानें मला जिंकिलें ! ” म्हणून त्या आनंदभरांत पटदिशीं बोलून गेला ?

तदनंतर जामदग्न्याचे पितर त्याचे दृष्टीस पडले व त्याजवळ उभे राहून त्याला गोंजारून म्हणाले, “ हे रामा, भीष्मासारख्या क्षत्रियाशीं सामना देण्याचें साहस तूं तरी करूं नको. बाबा, भीष्मासारख्यांनीं लढावें हें रीतीचेंच आहे; कारण युद्ध हा क्षत्रियांचा धर्मच आहे. आपणां ब्राह्मणांचें धन म्हटलें म्हणजे तप, वेदाध्ययन, ब्रह्मचर्य हें होय. पूर्वीं एका प्रसंगीं आम्हीं तुला ही गोष्ट समजून सांगितली होती, परंतु ती विसरून शस्त्रग्रहणासारखें अत्युग्र व ब्राह्मणाला अयोग्य असें कर्म तूं केलेंसच !

“ असो. वत्सा, भीष्माशीं संग्रामांत इतकें तुझें झुंजणें झालें. पुरे झालें, आतां या रणभूमीवरून तूं दूर जा कसा. बा रामा, देव तुझें कल्याण करो. एवढा वेळ तूं धनुष्यग्रहण केलेंस हें पुरे झालें. आतां हें धनुष्य टाकून दे; आणि हे अजिंक्या, आपली तपश्चर्या करूं लाग. ते पहा तिकडे सर्व देवगण भीष्माला युद्धापासून निवृत्त करण्यासाठीं त्याची खुशामत करीत आहेत; आणि त्याला वारंवार सांगत आहेत कीं, भीष्मा, कांहीं झालें तरी राम

तुझा गुरु आहे, त्याची बरोबरी तूं करूं नको. हे कुरुश्रेष्ठा, तूं रामाला रणांत जिंकावेंस हें बरोबर नाहीं. बाबारे, त्या ब्राह्मणाचा तूं संग्रामांत वर मान राख, पाडाव करूं नको. आम्ही तुला गुरुस्थानीं आहों. म्हणून आम्ही आमचे धर्माप्रमाणें तुला या अनुचित कर्मापासून निवृत्त करीत आहों. असें ते देव देखील जर भीष्माला सांगत आहेत, तर आम्हीं तर तुझे प्रत्यक्ष पितर आहों. तुला बऱ्याची गोष्ट शिकविणें हें आमचें कर्तव्य आहे. पुत्रा, तुझें भाग्य मोठें म्हणावयाचें, म्हणून तूं भीष्माशीं लढून जिवंत राहिला आहेस. कारण, शांतनव गांगेय हा निःसंशय अष्टवसूंपैकीं एक आहे. असला महायशस्वी वीर तुझ्या हातून जिंकिला कसा जावा? नीट विचार कर; आणि, बा भार्गवा, युद्धापासून परावृत्त हो. तूं कांहीं केलेंस तरी भीष्म तुझ्या हातून मरणार नाहीं ' सव्यसाची या नांवानें त्रैलोक्यांत गाजलेला जो पांचही पांडवांत बलाढ्य अर्जुन म्हणून इंद्रपुत्र आहे, तो नरनारायणांपैकीं सनातन नर असून पुरातन देव प्रजापति आहे. त्याचे हातानें योग्य कालीं भीष्म मरावा अशी ब्रह्मदेवाची योजना आहे; ती लटकी होणार नाहीं. यास्तव तूं आमचें ऐक आणि युद्ध पुरें कर."

भीष्म म्हणतातः—हे दुर्योधना, याप्रमाणें पितरांनीं उपदेश केला असतां, राम त्यांना म्हणाले, " आपण मला सांगतां खरें, पण या युद्धापासून मी निवृत्त होणार नाहीं अशी प्रतिज्ञा करून चुकलों आहें. व आजपर्यंतही मी युद्धापासून केव्हांही परावृत्त झालेला नाहीं. यास्तव, मला निवारण्यापेक्षां, आपण भीष्मालाच वाटेल तर परत फिरवा. मी मात्र कांहीं झालें तरी परावृत्त होणार नाहीं. "

हे राजा, यावर ते ऋचीकप्रभृति मुनि नारदांसह मजकडे येऊन म्हणाले, ' बा भीष्मा, रणांतून परत आणि या ब्राह्मणोत्तमाची मर्यादा राख ! ' परंतु क्षात्रधर्माभिमानामुळें मीं त्यांस उत्तर केलें, ' मुनिहो, युद्धापासून मी कधींही पराङ्मुख होणार नाहीं व पाठीवर घाव घेणार नाहीं, ही माझी वाणी जगद्विख्यात आहे. लोभामुळें, दैन्यामुळें, भयामुळें किंवा द्रव्यास्तवही माझ्या कुलागत क्षात्रधर्माचा मी परित्याग करणार नाहीं, असा माझा अढळ निश्चय आहे. ' हे राजा, मी असें उत्तर केल्यावर ते मुनि माझ्या गंगा-मातेसह रणाचे मध्यभागीं आले. तथापि, मी तसाच धनुष्य सज्ज करून व युद्धाचा हट्ट धरून युद्धार्थ अढळ उभा होतों. तें पाहून ते रामाला म्हणाले, " बा भार्गवा, भीष्म किती झाला तरी क्षत्रिय ! तो सहजींच निष्ठुर असणार. तेव्हां त्याला सांगून कांहीं उपयोग होत नाहीं. पण तूं जातीचा ब्राह्मण आहेस, तुझें हृदय लोण्याहून मऊ आहे, यास्तव तूंच शांति धर. हे द्विजश्रेष्ठा, हे परशुरामा, हे भार्गवा, तूं या युद्धापासून मागें फीर. हा व्यर्थ श्रम आहे. कारण, तुम्ही दोघेही एकमेकांस अवध्य आहां. " याप्रमाणें बोलत बोलत त्यांनीं तें पटांगण अडवून धरिलें व त्या भार्गवाचे हातून शस्त्र खालीं ठेवविलें !

इकडे ते आठही ब्रह्मवादी माझे दृष्टीस पडले. त्या वेळीं ते आठ ग्रहांप्रमाणें शोभत होते. मी रणांतच ठाण मांडून उभा असतां मला ते मोठ्या प्रेमळपणानें म्हणाले, " हे महाबाहो भीष्मा, आतां तूं परशुरामाकडे जा आणि त्याशीं शम करून लोकांचें हित कर.' असें त्या ब्रह्मवेत्त्यांनीं जेव्हां मला आर्जवानें म्हटलें, तेव्हां मींही मनांत पाहिलें कीं, परशुराम इतके सत्यप्रतिज्ञ व हट्टी असूनही त्यांनीं देखील सुहृद्वचनाला मान देऊन युद्धांत माघार पतकरली; तस्मात्, आपणच हेकटपणा कर-

ण्यांत आतां चव नाहीं. शिवाय, लोकहितार्थ मीं विनिवृत्त व्हावें असें यांचें सांगणें आहे, त्या अर्थीं हें स्वीकारणें उचित आहे. याप्रमाणें मनांत आणून मींही युद्ध बंद केलें; व अंगाला अनेक ठिकाणीं क्षतें पडलीं असतां तसाच पायानें चालत परशुरामांकडे गेलों आणि मनोभावानें त्यांच्या चरणांवर मस्तक ठेवून त्यांस वंदन केलें. त्याबरोबर ते महातपोनिधि प्रसन्न होऊन हंसतच मोठ्या प्रेमानें मला म्हणाले, "शाबास, भीष्मा, शाबास ! या भूतलावर संचार करणारे जेवढे मिळून क्षत्रिय आहेत, त्यांत तुजसारखा योद्धा दुसरा कोणी नाहीं. प्रकृत युद्धांत तूं मला फार फार संतुष्ट केलेंस. देव तुझें कल्याण करो. आतां युद्ध पुरे. तूं विश्रांति घे; जा." असें म्हणून मजसमक्षच अंबेला पुढें बोलावून महात्मा राम दीनवाणीनें तिशीं बोलूं लागले.

अध्याय एकशें शायशींवा.

—:०:—

अंबेची तपश्चर्या.

राम म्हणाले:—हे अंबे, हे कल्याणि, या सर्व लोकांसमक्ष मीं तुजप्रीत्यर्थ या भीष्माशीं अंगांत शक्ति होती तेवढी खर्ची घालून युद्ध केलें व माझ्या पराक्रमाची केवळ शिकस्त करून सोडिली. मजवळ होतीं नव्हतीं तीं उत्तमोत्तम सर्व अस्त्रेंही सोडून पाहिलीं. परंतु या शस्त्रधर भीष्मावर माझी कडी कशी ती चढत नाहीं. सारांश, माझी पराकाष्ठेची शक्ति हीच. माझे बलाची तूं पाहिलीस हीच कमाल आहे. यावर आतां पाणी चढत नाहीं; याकरितां, हे कल्याणि, तूं आतां मन मानेल तिकडे जा, किंवा तुझे हिताचा अन्य कांहीं मार्ग मला साध्यसा दिसेल तर सुचव. माझें एकशील तर तूं आतां भीष्मालाच शरण जा. कारण, मोठमोठीं अस्त्रें सोडून भीष्मानें मजवरही आपलें वर्चस्व स्थापित केलें आहे, यास्तव तूंही त्यालाच मान.

याप्रमाणें बोलून दीर्घ उच्छ्वास सोडून राम स्वस्थ—निःशब्द राहिले असतां, ती कन्या त्यांना म्हणाली, हे भगवान्, आपण म्हणतां तेंच खरें. हा बुद्धिमान् भीष्म देवांना देखील अजिंक्यच आहे. आपले अंगांत हिंमत होती, बल होतें, तें माझ्या साह्यार्थ आपण पूर्ण खर्चिलें, नानाप्रकारचीं अस्त्रें सोडिलीं व आपलें रणांत केवळ अनिवार्य वीर्यही उपयोगांत आणिलें. तथापि, फलतः भीष्मावर आपली तान होत नाहीं असें अनुभवास आलें. असो; आतां आपणांवर माझा कांहींही बोल नाहीं. आतां मला आपण भीष्माला शरण जाण्यास सांगतां, पण, हे भृगुद्वाहा, मीही अबला होऊन अशी अटीबाज आहें कीं, कांहीं होवो, त्या भीष्मापुढें मिळून नाक घांसणार नाहीं. हे तपोधना, आतां जेणेंकरून मला स्वतःच भीष्माला मारण्याचें सामर्थ्य येईल, तसला उपाय करण्याच्या वाटेस मी लागणार." असें म्हणून रागानें डोळे घुमारलेले असतांच, माझ्या वधाचा विचार मनांत घोळीत घोळीत, तपाविषयी दृढसंकल्प करून ती तपोभूमीकडे निघून गेली.

नंतर रामांनीं मला घरीं जाण्याविषयीं प्रेमानें अनुज्ञा देऊन, बरोबरच्या मुनिगणांसह आल्या वाटेनें महेंद्र पर्वतीं गमन केलें. इकडे मीही रथावर चढलों व समागमें द्विजवृंद स्तुतिपाठ गात असतां, हस्तिनापुरांत शिरलों आणि माता सत्यवतीला युद्धाचा सर्व वृत्तांत सांगितला. तिनें मला शाबासकी दिली, नंतर ती अम्बा कोठें आहे, काय करीत आहे, काय बोलत आहे वगैरे सर्व बातम्या मिळविण्यासाठीं मीं हेर ठेविले. ते मोठे धूर्त व माझे हितेच्छु असल्यामुळें सांगितलेलें काम मोठ्या आस्थेनें

करीत; व मला रोज रोज बातम्या आणून देत. तपाविषयीं दृढसंकल्प करून ती कन्या ज्या क्षणीं तपोवनाला गेली, त्या क्षणींच माझे मनाला घोर उत्पन्न झाला व मी अगदीं दीन व खिन्न झालों. इतके शूर असून असें कां म्हणून कदाचित्, हे दुर्योधना, तूं शंका घेशील, तर त्याचें उत्तर असें आहे कीं, कसाही वीर्यवान् क्षत्रिय असो; त्याचें मला रणांत केव्हांही भय वाटलें नाहीं; परंतु निर्मल तप करणाऱ्या ब्रह्मनिष्ठाचा मात्र मला वचक वाटे; आणि म्हणूनच त्या कन्येनें तप आरंभिलेलें पाहून मला काळजी पडली. मला कांहीं चैन पडेना. तेव्हां मी माझी मनःस्थिति नारद व व्यास महर्षि यांच्या कानांवर घातली. त्यांनीं मला आश्वासन दिलें कीं, हे भीष्मा, काशिराजसुतेसंबंधानें तूं अगदीं विषाद मानूं नको. तिला वाटेल तो पराक्रम करूं दे. तिच्यानें तुझा अपकार होणें शक्य नाहीं. कारण, पुरुषप्रयत्न कितीही बलवान् झाला तरी दैवाचा संकल्प त्याच्यानें अन्यथा करवणार नाहीं. याप्रमाणें त्यांनीं माझें सांत्वन केलें.

हे दुर्योधना, ती कन्या जी तपःसंकल्पानें निघाली, ती यमुनातीरावरील तपोवनांत गेली व तेथील ऋष्याश्रमाचा आश्रय करून तिनें असें कांहीं घोर तप आरंभिलें कीं, कोणाही मनुष्याच्या हातून तसें तप होणेंच शक्य नाहीं. तपाशिवाय दुसरें कांहीं श्रेयस्कर वाटेनासें झालें. तिनें जटा धारण करून आहार मुळींच वर्ज केला. न्हाणमाखणाचें तर नांवही नाहीं. यामुळें तिचें शरीर अगदीं रोड झालें. त्वचेला कसें तें मार्दव उरलें नाहीं, आणि अंगावर बोटबोट मळ्या चढल्या. अशा स्थितींत पहिले सहा महिने केवळ वारा खाऊन ती एखाद्या खांबासारखी एकाच स्थळीं उभी होती. असे षण्मास लोटल्यावर बिचारीनें पुढें एक संवत्सरपर्यंत यमुनाजलांत उभें राहून अन्न न घेतां केवळ यमुनाजलावर निर्वाह केला. त्याच्या पुढील वर्ष तिनें झाडांच्या पिकल्या पानांवर काढिलें ती मोठी तापट असल्यानें ती फार अवचट कर्म करूं शके; व याप्रमाणें तिनें एका अंगठ्यावर सर्व देह तोलून धरून एक वर्ष काढिलें. असल्या प्रकारचे एकाहून एक कडक नियम पाळून तिनें बारा वर्षें तप केलें. तेवढ्या काळांत तिचे आप्तसंबंधी यांनीं तिला तपापासून परावृत्त करण्याविषयीं अनेक वेळां यत्न केला, पण तिनें मिळून आपला निश्चय सोडिला नाहीं; व आपल्या तपाच्या उग्रतेनें भूलोक व द्युलोक हे दोन्ही तापवून सोडिले. नंतर तेथून उठून ती, सिद्धचारणांनीं सेविलेली व महात्म्या तापसांनीं भरलेली अशी जी वत्स नामक तपोभूमि, तिकडे गेली नाहीं तरी ती स्वच्छंद वागणारीच होती. कोणाचें ती ऐकत मिळून नसेच. यामुळें, या वत्सभूमीत येतांच पवित्र तीर्थ भेटलें कीं दिवसरात्र त्यांत बुचकळ्या मारण्याचाच तिनें सपाटा चालविला. नंदाश्रम, पवित्र उलूकाश्रम, च्यवनभार्गवांचा आश्रम, ब्रह्मदेवाचें स्थान, प्रयाग, कुरुक्षेत्र, देवारण्यें, भोगवती, कौशिकाश्रम, मांडव्य ऋषींचा आश्रम, दिलीपाश्रम, रामडोह, पैलगर्गाचा आश्रम, इत्यादि तीर्थांचे ठायीं त्या काशिराजपुत्रीनें दुष्कर व्रत अंगीकारून स्नानें केलीं.

तिचा स्नानांचा क्रम चालू असतां, माझी माता गंगा एक दिवस जलांतच मूर्तिमती उभी राहून तिला म्हणाली, " हे कल्याणि, मला खरें सांग, तूं इतके क्लेश कशासाठीं सोशीत आहेस ? " त्यावर त्या पवित्र मुलीनें हात जोडून नम्रतेनें उत्तर केलें, " हे चारुलोचने, भीष्म हा युद्धांत केवळ अजिंक्य आहे. त्यानें एकदां हातीं शस्त्र धरल्यावर त्यापुढें कोणाही क्षत्रियाचा किंवा वीराचा

टिकाव लागत नाहीं. एवढा क्षत्रियध्वंसक योद्धा भार्गवराम, पण त्याला देखील ह्या भीष्मानें जिंकिलें. तस्मात् या भीष्माचें वाटोळें व्हावें म्हणून मीं एवढें दारुण तप चालविलें आहे. हे देवि, हें तीर्थयात्राभ्रमण भीष्मवधार्थच आहे, व माझ्या एकंदर तपश्चर्येचाही उद्देश केवळ भीष्मवध हाच आहे ! ”

गंगेचा अम्बेस शाप.

यावर त्या सागरगामिनी गंगेनें उत्तर केलें, “ हे स्त्रिये, तुझें हें करणें सरळपणाचें नाहीं. हे सुंदरि, यांत तुझा कुटिल भाव आहे. या कारणानें तुला इच्छिल्याप्रमाणें फल मिळणार नाहीं. हे काशिराजतनये, भीष्माचा नाश करण्याचेच उद्देशानें जर तूं हें तप करीत असशील आणि अशा क्रमांतच जर तुझा देहपात झाला, तर तूं एक वांकडी वांकडी वहाणारी पावसाळी किंवा चारमाही क्षुद्रनदी होशील. पावसाळ्यांत मात्र तुझ्या पात्रांत उतार देखील मिळणार नाहीं अशी तूं फुगशील आणि खळाळशील; तुझ्यांत भयंकर सुसरी वगैरे प्राणी राहातील;आणि एकंदरींत तूं प्राणिमात्राला भयंकर अशी होशील. परंतु पावसाळा संपतांच तूं पार आटून जाऊन तुझा कोठें मागमूसही उरणार नाहीं !

हे महींद्रा दुर्योधना, याप्रमाणें त्या अंबेला हंसत हंसत बोलून महाभाग्यवती माझी माता अंतर्धान पावली. इकडे अंबेनें तीळभरही न कचरतां अधिकच जोर बांधला. आठ आठ महिन्यांत, कधीं कधीं दहा दहा महिन्यांत, तिनें तोंडांत पाणी घालूं नये. हे कौरवा, नंतर तीर्थांचे लोभानें जागोजाग भ्रमण करणारी ती अंबा पुनरपि वत्सभूमीला गेली. तेथें गेल्यावर, माझे मातेचे वचनाप्रमाणें ती ‘ अंबा ’ या नांवानें प्रासिद्ध अशी कुटिल, दुस्तर व नक्रपूर्ण चारमाही नदी झाली. मात्र तिच्या तपःप्रभावामुळें सर्वांगीं नदीरूप न होतां ती अर्धदेहानें नदी झाली व अर्धदेहानें तपाचरण करण्यासाठीं कायम राहिली.

अध्याय एकशें सत्यायशींवा.

—:०:—

अंबेचा चितेंत प्रवेश.

भीष्म सांगतातः—आपण कितीही सांगितलें तरी ही तपाविषयींचा आपला निश्चय सोडीतच नाहीं, अशी जेव्हां त्या तापसांची खात्री झाली, तेव्हां त्यांनीं तिचें मन वळविण्याचा नाद सोडून दिला; आणि ‘ तप करून तूं करणार तरी काय ’ म्हणून तिला प्रश्न केला. त्या वेळीं त्या कन्येनें त्या तपोवृद्ध ऋषींस उत्तर केलें, ‘ हे तापसहो, भीष्मांनीं मला फसविल्यामुळें मी पतिसुखाला आंचवलें. यास्तव, त्या भीष्माचा वध करण्याकरितां ही माझी तपश्चर्या आहे, मला उत्तम लोक प्राप्त व्हावे म्हणून नव्हे. भीष्माला एकदां ठार केला कीं मी थंड झालें. मग हे तपःक्लेश मी सोडून देईन, तोंपर्यंत नाहीं, असा माझा निश्चय ठरला आहे. या भीष्माचे कृतीनें मी अशी एक जन्म कायमची दुःखांत पडलें आहें. मी स्त्री असून मला पतिलोक मिळविण्याला मार्ग उरला नाहीं; पतिप्राप्ति नसल्यानें स्त्रीदेहाची कांहीं सार्थकता नाहीं. अर्थात् मी स्त्री असून नसल्यासारखीच झालें; पुरुष तर मी नाहींच. हा सर्व अनर्थ भीष्मापायीं मजवर गुदरल्यामुळें त्याला मातींत घातल्याशिवाय मी तप सोडणार नाहीं. अशी, हे तपोधनहो, मीं पक्की पक्की गांठ मारिली आहे. खरें म्हणाल तर या स्त्रीपणाची मला ओकारी आली असून, पुरुषजन्म प्राप्त करून घेऊन भीष्माचा सूड उगवावा या नादांत मी आहें. तुम्ही या निश्च-

यापासून मला परावृत्त करण्याच्या भरीस पडूं नका तुमच्या यत्नाला यश येणार नाहीं.'

महादेवाचा अंबेस वर.

याप्रमाणें तपस्व्यांना निवारून तिनें आपला तपाचा क्रम सुरू ठेविला असतां त्या महर्षींदेखत वृषभध्वज शूलपाणि महादेवांनीं त्या कन्येला प्रत्यक्ष दर्शन दिलें व 'वर माग' म्हणून म्हटलें. त्यावर तिनें "माझे हातून भीष्माचा वध व्हावा" म्हणून वर मागितला. मदादेवानें त्या मनस्विनीला सांगितलें कीं, 'ठीक आहे. तूं भीष्माला मारशील!' तेव्हां ती कन्या त्या रुद्राला म्हणाली, 'हे देवा, आपण म्हणतां खरें, पण मी स्त्री आहें, मी भीष्मांला युद्धांत गांठून त्याच्या वध करणें, हें घडेल कसें? हे उमापते, या स्त्रीपणामुळें माझी सर्व उमेद लटकी पडली आहे; आणि, हे भूतेशा, आपण तर मला वचन देतां कीं, तुझे हातून भीष्म मरेल! तर हें घडावें कसें? याकरितां, आपलें वचन जेणेंकरून सत्य होईल, म्हणजे युद्धांत भीष्माची गांठ घेऊन मला त्याचा वध करितां येईल, अशी कांहीं तरी युक्ति करा.'

हें ऐकून महादेव त्या कन्येला म्हणाले, 'हे भद्रे, माझे वाणींतून निघालेलीं अक्षरें कधींही अनृत नसतात; तीं खरीं झालींच पाहिजेत. याकरितां तुला पुरुषत्व प्राप्त होईल व तूं रणांत भीष्माला मारशील. हा प्रकार तुझे हातून यापुढील जन्मीं होईल. पण या जन्माची तुला तेव्हांना स्मृति राहील. पुढील जन्मीं तूं द्रुपदाचे कुलांत उत्पन्न होशील. तूं मोठा सन्मान्य महारथी, विचित्र युद्ध करणारा व हाताचा चलाख म्हणून प्रसिद्ध होशील; व मीं म्हटल्याप्रमाणें तुझे हातून भीष्मवधाचें कार्य घडून येईल. माझें वचन अन्यथा होणार नाहीं. आतां खुबी इतकीच कीं, पुढील जन्मीं प्रथमतः तूं स्त्रीच उत्पन्न होशील; परंतु कांहीं काळ लोटल्यावर तुला पुरुषत्व प्राप्त होईल.' याप्रमाणें सांगून तो जटाधारी वृषभवाहन देव सर्व विप्रांसमक्ष त्याच जागीं अंतर्धान पावला.

महादेव अंतर्हित होतांच त्या सुंदर काशिराजपुत्रीनें त्या वनांतून काष्ठें गोळा करून आणून त्या यमुनातीरावरच एक मोठी चिता रचली व तिला त्या सर्व तपोधनांसमक्ष आग लावून देऊन, ती चांगली चेततांच 'भीष्मवधार्थ!' अशीं अक्षरें उच्चारून रागारागानें त्या चितेंत उडी घातली!

अध्याय एकशें अठ्ठ्यायशींवा.

—:०:—

शिखंडीचा जन्म.

दुर्योधन प्रश्न करितो:—हे गंगानंदना, हे युद्धनिपुणा, हे पितामह, शिखंडी प्रथम कन्या असून पश्चात् पुरुष कशी झाली तें मला सांगा.

भीष्म म्हणतात:—बा दुर्योधना, द्रुपद राजाची प्रिय पट्टराणी अपत्यहीन होती. अंबेनें चितेंत उडी घेतली त्याच सुमारास द्रुपदानें अपत्यप्राप्त्यर्थ आराधना करून शिवास संतुष्ट केलें. या आराधनेंत, केवळ वंशार्थ संतान व्हावें एवढाच द्रुपदाचा उद्देश नसून, भीष्मवधार्थ पुत्र प्राप्त व्हावा, या संकल्पानेंच तोही मांडी मोडून बसला असल्यानें, महादेव प्रसन्न होतांच त्यानें वर मागितला कीं, 'हे महादेव, माझे मनांत भीष्माची खोड तोडावयाची आहे, यास्तव आपण मला कन्येशिवाय एक पुत्रही द्यावा.' यावर महादेवानें त्याला सांगितलें कीं, 'तुला स्त्रीपुरुषात्मक एकच अपत्य या वरानें होईल. आतां तूं तपश्चर्या पुरे कर. माझें बोलणें अन्यथा होणार नाहीं.' इतकें शंकरांनीं सांगतांच, तप समाप्त करून

द्रुपद स्वनगरास गेला आणि भार्येला म्हणाला, ' प्रिये, मीं आपलेकडून बहुत क्लेश सोसून तप केलें व पुत्रार्थ शंकर प्रसन्न करून घेतला. परंतु ' प्रथम कन्या असून पुढें पुरुष होणार असेंच तुला अपत्य होईल ' असें शंकरानें सांगितलें. मीं कन्या एक व पुत्र एक अशीं पृथक् दोन अपत्यें व्हावीं म्हणून पुनःपुनः आग्रहपूर्वक त्या देवाची प्रार्थना केली. परंतु ' दैवापुढें उपाय नाहीं. मीं प्रथम सांगितलें आहे त्यांत बदल होणार नाहीं; तें तसेंच होईल, ' असें शिवांनीं मला उत्तर दिलें.

हे दुर्योधना, पतीनें शिवाचा याप्रमाणें वर कळविल्या दिवसापासून द्रुपदभार्या नियमानें वागूं लागली व ऋतुकालीं तिनें द्रुपदाशीं समागम केला. दैवबलानें त्या कालीं तिला द्रुपदापासून गर्भ राहिला. ही गोष्ट नारदांनीं मला त्याच वेळीं येऊन कळविली. नंतर ती कमलनेत्रा द्रुपदपत्नी गर्भवती झाली असतां पुत्रलोभामुळें त्या महाबाहु द्रुपदानें तिला मोठ्या सुखांत ठेवून तिचे सर्व डोहाळे पुरविले. योग्य काल भरतांच द्रुपदस्त्रीला एक अत्यंत सुंदर कन्या झाली. परंतु द्रुपदाला पुत्र नसल्यानें त्याच्या शहाण्या राणीनें ' मला पुत्रच झाला ' असें राजाला कळविलें, नंतर द्रुपदानें त्या मुलीचे सर्व संस्कार पुत्राप्रमाणें केले. व द्रुपदस्त्रीनेंही तिला पुत्र पुत्र म्हणून सर्वतोमुखीं पुत्र हेंच स्थापित केलें. द्रुपदाखेरीज उभ्या नगरांत, ' ती कन्या आहे ' हें कोणासही ज्ञान नव्हतें. द्रुपदाला जरी खरा प्रकार ठाऊक होता, तरी अच्युततेजस्वी शंकराचे वचनावर त्याचा पूर्ण विश्वास असल्यानें ती कन्या पुत्ररूप होईल असें मानून त्यानेंही तिचें खरें रूप चोरून ठेवून पुत्राप्रमाणेंच तिचे यथाशास्त्र संस्कार करून, ' शिखंडी ' असें पुल्लिंगी नांवही ठेविलें. मला मात्र शिखंडी हा स्त्री आहे ही गोष्ट हेरांचे बातमीवरून, नारदांचे वचनावरून, अंबेच्या तपश्चर्येवरून व महादेवांच्या वरप्रदावरून माहीत होती.

अध्याय एकशें एकुणनव्वदावा.

—:०:—

हिरण्यवर्म्याकडून द्रुपदाकडे दूत येतो.

भीष्म सांगतातः—द्रुपदानें आपल्या कन्येच्या शिक्षणाविषयीं फार मेहनत घेतली. लेखन, वाचन, शिल्पकला वगैरे सर्व कांहीं तिला शिकविलें. इतकेंच नव्हे, तर द्रोणापासून तिला धनुर्विद्याही शिकविली. ती वयांत येतांच सुंदरी द्रुपदपत्नीनें पुत्राप्रमाणें त्याचें लग्न करून त्याला स्त्री करून देण्याविषयीं आपले पतीला आग्रह केला. परंतु द्रुपदाला वाटलें कीं, आजपर्यंत ही लहान असल्यानें सर्व कांहीं बोलणें साजून गेलें. पण आतां ही वयांत आली, हिचे अंगीं यौवन थाटून स्त्रीत्वाचीं चिन्हें व्यक्त होऊं लागलीं, आतां खरा प्रकार छपावा कसा? आणि आपण नुसतें पुत्र पुत्र म्हणून ओरडल्यानें लोकांचा विश्वास ठरावा कसा? अशी त्या दंपत्याला मोठी काळजी उत्पन्न होऊन द्रुपद स्वस्त्रीला म्हणाला, " प्रिये, कसें करावें? ही कन्या जों जों यौवनदशेस येत आहे तों तों माझें दुःख मात्र वाढत आहे. कारण, आतां लबाडी पचण र कशी? बरें, निराश होऊन गोष्ट उघड करावी, तर, साक्षात् शंकराचें वचन आहे, तें अन्यथा होऊं नये असा भरंवसा वाटत असल्यानें एवढ्यांत आब घालवत नाहीं. असा कांहीं पेंच येऊन पडला आहे." यावर पत्नीनें उत्तर केलें, ' आपण म्हणतां हें खरें. परंतु, माझा असा

१ ही गोष्ट तिला पुंस्त्व प्राप्त झाल्यानंतरची आहे. (अध्याय १९२ पहा.)

विश्वास आहे आहे कीं, शंकरांचें वचन अन्यथा होणार नाहीं. कारण, त्या त्रैलोक्यनाथाला अनृत सांगण्याचें प्रयोजन काय? यास्तव, आपणांस रुचत असेल तर मी बोलतें. माझें बोलणें ऐकून घ्या आणि तें आपणांस पटल्यास त्याप्रमाणें व्यवस्था करा. माझें म्हणणें ऐकाल तर दगडावर दगड घालून तुम्ही या अपत्याचें लग्न करून घरांत सून आणा. माझी बालंबाल खातरी आहे कीं, शंकरांचें वचन मिथ्या होणार नाहीं.'

याप्रमाणें राणीनें सांगतांच शिखंडीचें लग्न करण्याचा त्या जोडप्याचा निश्चय ठरला. मग अनेक राजांचे कुलशीलांचा विचार मनांत आणून द्रुपदानें दशार्णदेशाधिपति हिरण्यवर्मा याचे कन्येला शिखंडीप्रीत्यर्थ मागणी घातली. हिरण्यवर्मा मोठा बलाढ्य, केवळ अजिंक्य होता. त्याची सेनाही प्रचंड असून तो मोठा महत्त्वाकांक्षी होता. मागणीप्रमाणें त्यानें आपली कन्या शिखंडीला विवाहविधीनें दिली. विवाहोत्तर अल्प कालांतच ह्या नव्या जोडप्यांपैकीं उभयतांनाही यौवनावस्था (ऋतुप्राप्ति) झाली! लवकरच आपले स्त्रीला घेऊन शिखंडी कांपिल्य नगरीस परतला. पुढें कांहीं काळानें या दंपत्याची एकांतांत गांठ पडून, आपण पति म्हणून समजतों ती आपल्यासारखीच स्त्री आहे, असें हिरण्यवर्म्याचे कन्येचे समजुतींत आलें. त्या वेळीं तिला अगदीं मरणप्राय दुःख झालें; आणि ही गोष्ट बाहेर फोडावी तर लाज वाटूं लागली. तरी निरुपायास्तव तिनें ती गोष्ट आपले दायांच्या आणि दासींच्या कानीं घातली. हे दुर्योधना, तें वृत्त ऐकून त्या बायांना पराकाष्ठेचें दुख झालें. मग त्यांनीं दूतिकामुखानें हिरण्यवर्म्याला कळविलें कीं, शिखंडी हा पुरुष नसून आपले कन्येप्रमाणेंच स्त्री प्रकृति आहे अर्थात् द्रुपदानें आपल्याला ठार फसविलें आहे!

हें वृत्त कानीं पडतांच हिरण्यवर्म्याचे तळव्याची आग मस्तकास गेली. बरें, शिखंडीला स्त्रीत्वाची पूर्वीपासूनच चीड असल्यामुळें, स्वस्त्रीपाशीं जरी त्याचे खरे स्वरूपाची उघडीक झाली, तरीही न डगमगतां सर्व प्रकारें चौघांत पुरुषाचे थाटानें वागण्याचा आपला क्रम शिखंडीनें सुरूच ठेविला होता. मग कांहीं दिवस तसेच लोटल्यावर त्याचे बायकोनें उचल करून पुनरपि तीच गोष्ट हिरण्यवर्म्याचे कानावर घालविली. तेव्हां मात्र त्याचा अतिशय संताप होऊन त्याला एक तऱ्हेचा हृद्रोग लागला. त्याला कसें तें चैन पडेना. तथापि, तो मोठा विचारी असल्यामुळें त्यानें प्रथमतः द्रुपदाकडे एक दूत पाठविला. त्या दूतानें एकल्यानें द्रुपदाची एकांतीं गांठ घेऊन त्याला म्हटलें, "हे राजन्, शिखंडी स्त्री असतां पुत्र म्हणून सांगून आपण हिरण्यवर्म्याचे कन्येचा घात केला. या आपल्या ठकबाजीमुळें महाराज क्रुद्ध होऊन त्यांनीं माझ्या तोंडीं आपणांस निरोप पाठविला आहे, तो असाः हे द्रुपदा, तूं आपल्या पोरीसाठीं माझी मुलगी गुंतवून टाकिलीस, ह्यांत मोठें मूर्खपण केलेंस; निवळ अविचार केलास व माझा मोठा अवमान केलास. असो; हे दुर्बुद्धे, तुझ्या या वंचनेचें फल आजच मी तुझ्या पदरांत बांधतों. तूं काय समजला आहेस? तुझ्या स्वजन अमात्यांसह तुझा मी सत्यनाश उडवून देतों. काळजी करूं नको. स्वस्थ रहा?

अध्याय एकशें नव्वदावा.

—:०:—

द्रुपदाची चिंता.

भीष्म सांगतातः—हे दुर्योधना, याप्रमाणें

दूतानें हिरण्यवर्म्याचा खडखडीत निरोप कानीं घातला असतां, मोटेस धरलेल्या चोराप्रमाणें द्रुपद शरमिंदा होऊन निरुत्तर राहिला. नंतर त्यानें आपल्या व्याह्याकडे मधुरभाषी दूत पाठवून, 'आपण ऐकिलेली बातमी खोटी आहे' अशा प्रकारें त्याची समजूत घालण्याविषयीं शिकस्तीचे प्रयत्न केले. परंतु हिरण्यवर्म्यानें पुनरपि ताजी बातमी आणविली असल्यानें, व तीवरूनही पांचाल शिखंडी हा कन्या आहे अशी त्याला खामोखाम माहिती मिळाली असल्यानें, द्रुपददूतांना भीक न घालतां दायांनीं सांगून पाठविलेल्या वार्तेअन्वयें, आपल्या पोरीच्या झालेल्या विश्वासघाताची बातमी त्यानें आपल्या तेजस्वी स्नेही राजांस कळविली; व आपणा सर्वांचीं सैन्यें एकत्र करून द्रुपदावर चालून जावयाची आपली इच्छा त्यांना समजाविली. त्याचे निरोपावरून त्याचे स्नेही राजे त्याकडे जुळले. तेव्हां त्यानें आपले मंत्री व ते महात्मे राजे यांसह पांचाल द्रुपदासंबंधीं विचार केला. त्यांत सर्वांनुमतें असें ठरलें कीं, 'शिखंडी हा कन्या आहे असें जर ठरेल, तर द्रुपदाच्या मुसक्या बांधून त्याला व त्याचे शिखंडीला येथें घेऊन येऊन ठार करावयाचे व द्रुपदाचे गादीवर दुसरा राजा बसावावयाचा !' या प्रकारें यांचें खलबत ठरत आहे तोंच द्रुपदाचे विश्वासघाताबद्दल पुनरपिही खात्रीलायक ताजी बातमी हिरण्यवर्म्याला दूतांनीं दिली. तेव्हां "थांब, दम धर, तुला आतां मी ठारच करितों !" असा सणसणीत निरोप हिरण्यवर्म्यानें पृषत्पुत्र द्रुपद याकडे पाठविला.

भीष्म सांगतातः—हे दुर्योधना, द्रुपद हा जातीचाच भित्रा होता, आणि तशांत खराखुरा अपराधी होता. व्याह्याकडून अशी तंबी मिळतांच बिचाऱ्याची पांचावरच धारण बसली. तथापि त्यानें व्याह्याची समजूत घालण्याकरितां त्याकडे दूत पाठविले. परंतु, अंतर्यामीं तो घाबरून गेला असल्यामुळें आपल्या सहधर्मिणीसह एकांतांत विचार करूं लागला. तो आपल्या प्रिय पत्नीला, म्हणजे शिखंडीचे आईला म्हणाला, "आपला बलाढ्य व्याही सैन्यासह मोठ्या त्वेषानें मजवर चाल करून येत आहे. आपली तर चंद्री अगदीं व्यापून गेली ? आतां आपण या पोरीचे बाबतींत काय गति करावी ? तूं पुष्कळ 'मुलगा मुलगा,' म्हणून स्थापीत करीत आलीस; पण ती पोरगी आहे अशी हिरण्यवर्म्याला बळकट शंका उत्पन्न झाली आहे; व द्रुपदानें मला फसविलें असें मानून आपले स्नेही राजे व सैन्य यांसह मजवर चाल करून येऊन तो मला उलथून टाकण्याच्या बेतांत आहे. तर, हे सुश्रोणि, या कामीं खरी गोष्ट काय आहे ? हें तुझें पोर आहे तरी कोण ? पोरगी कीं पोरगा ? हे कल्याणि, तुझें शुभ वाक्य ऐकूं येईल त्याप्रमाणें मी वागेन. हे सुंदरी, प्रस्तुत प्रसंगीं शिखंडी, तूं व मी अशीं तिघेंही पेंचाटींत सांपडलेलों आहों. यास्तव तूं अशी कांहीं तोड सुचव कीं, तिनें आपणा सर्वांचेच गळे मोकळे होतील. हे सुंदरी, हे शुचिस्मिते, तूं उपाय सुचविण्याचा अवकाश, कीं तो मीं अमलांत आणिलाच समज. बाकी कांहीं झालें तरी तुला आणि शिखंडीला मीं धक्का लागूं देणार नाहीं. तुमच्या बचावाची तजवीज मी प्रथम करीन, तेव्हां मग दुसरी गोष्ट. हे सुंदरी, तूं मुलगा मुलगा म्हणून पुत्राचे संस्कार करीत आलीस त्यामुळें मी फसलों. बरें, मी स्वतःच फसल्यामुळें माझ्या हातून अजाणतांच दाशार्णपतिही फसला गेला ! सारांश, तुझे वेडगळपणामुळें हा घोर अनर्थ ओढवला आहे. याकरितां, हे महाभागे, खरा प्रकार काय तो सांग, म्हणजे मला त्याप्रमाणें चालावयास

ठीक पडेल ! " द्रुपदाचे हे प्रश्न ऐकून राणीनें उत्तर दिलें.

अध्याय एकशें एक्याणवावा.

—:०:—

शिखंडी व स्थूणाकर्ण यांची भेट.

भीष्म सांगतातः—भर्त्यानें असा चारचौघांत प्रश्न केला, तेव्हां शिखंडीचे मातेनें आपलें अपत्य शिखंडिनी कन्या आहे, पुत्र नव्हे, म्हणून खरी गोष्ट होती ती सांगितली; व असें असतां त्याला पुत्र पुत्र म्हणण्याचें कारण तिनें असें सांगितलें कीं, " आपणांस पुत्र नसल्यास सवतीच्चें वर नाक होईल व आपलें महत्त्व कमी होईल, या भीतीस्तव मीं ही खुबी केली. आपली मी लाडकी असल्यामुळें आपणही माझे शब्दावर विश्वास ठेवून त्या कन्येचे पुत्रवत् संस्कार केले; फार तर काय, पण तिला दशार्ण राजाची कन्या भार्या म्हणून आपण करून दिली. ' कन्या होऊन पुनः पुत्र होईल ' या शंकरांचे वचनावर नजर देऊन मींही आपल्याला त्या कामीं भर दिली; आणि अशा प्रकारें ही गोष्ट आजपर्यंत ढकलत आली ! "

हें भार्येचें भाषण त्यानें आपल्या मंत्र्यांस कळविलें; व खरा प्रकार तर असा आहे. हिरण्यवर्मा आपणांवर चाल करून येणार, तेव्हां प्रजेच्या बचावाची काय तोड करावी म्हणून मंत्र्यांशीं वाटाघाट चालविली; व त्या मसलती राजानें हिरण्यवर्म्याशीं संबंध करण्यांत जाणूनबुजून ठकबाजी केली असूनहीं आपण केलें तें रीतीनेंच केलें अशी आपल्या कृतीची चारचौघांत सफाई करून दाखवून, आल्या संकटाचे निवारणाविषयीं निश्चय केला. त्याचें राजधानीचें शहर मूळचेंच सर्वत्र शोभिवंत व सुरक्षित होतें; व आजपर्यंत अनेक संकटप्रसंगीं त्यानें त्याचें रक्षण केलें होतें. तथापि, दाशार्ण राजा मोठा बलाढ्य असल्यामुळें त्याशीं वैर उत्पन्न होतांच, द्रुपद व त्याची स्त्री यांस पराकाष्ठेची चिंता पडली. नंतर व्याह्यांशीं आपलें तुमुल युद्ध होण्याचा भयंकर प्रसंग आपणावर न यावा म्हणून त्यानें देवतार्चन केलें. राजा देवतार्चनांत गढून गेलेला पाहून राणी त्यास म्हणाली, ' आपण चालविलें आहे हें फार ठीक आहे. देव आणि सत्पुरुष यांचें अर्चन सुखवस्तु पुरुषानें देखील सदा करीत असणें विहित आहे. मग आपल्याप्रमाणें दुःखसमुद्रांत बुडणाऱ्यानें तर अवश्यच केलें पाहिजे. यास्तव आपण देवतांचें, गुरूंचें, साधूंचें वगैरे आराधन असेंच चालू ठेवावें, ब्राह्मणांस वगैरे उदंड दक्षिणा द्यावी, व दाशार्ण परत फिरावा म्हणून अग्नींत हवनही करावें. बाकी होईल तों दाशार्णानें आपणाशीं लढाईचा प्रसंग न आणितांच आपण संकटमुक्त व्हावें असा हेतु मनांत धरूनच तुम्ही देवतांचें अर्चन करा. हें जरी एरवीं असाध्य दिसलें तरी देवतांचे प्रसादानें सुसाध्य होईल. याशिवाय, हे विशालनेत्रा, नगर रक्षणाविषयीं आपण सचिवांबरोबर जे उपाय ठरविले आहेत तेही सर्व संकेताप्रमाणें अमलांत आणावे. याचें कारण असें आहे कीं, दैवी प्रयत्नाला मानुष प्रयत्नाची जोड मिळाल्यास यशःप्राप्ति असंशयें होते; आणि तेंच दैव व मानुष यत्न परस्परविरुद्ध झाल्यास उभयही विफल होतात.

१ खरें बोलूं जातां द्रुपदाला वास्तविक प्रकार पूर्णपणें माहीत होता. परंतु, आपण जाणूनबुजून व्याह्याला फसाविलें नाहीं असें जनदृष्टीस आणून देण्याकरितां, त्यानें वरीलप्रमाणें आपल्या राणीला प्रश्न केले.

१ दैवंहि मानुषोपेतं भृशं सिध्यति पार्थिव ।
परस्पर विरोधादि सिद्धिरस्ति न चैतयोः ॥

याकरितां, हे भूपते, सचिवद्वारा नगररक्षणाची पूर्ण न्यवस्था लावून आपण अंगें देवताराधन चालू ठेवा.'

याप्रमाणें तीं परस्परांशीं बोलत आहेत व एकीकडे अत्यंत शोक करीत आहेत, अशी आपल्या मातापितरांची स्थिस्ति पाहून शिखंडिनीला फार संकोच झाला. ती मनांत म्हणाली कीं, माझ्या मातापितरांना हें सर्व दु:ख मजसाठीं भोगावें लागत आहे; त्या अर्थीं आपण आतां प्राणत्याग करावा हेंच योग्य ! असें म्हणून ती दु:खांतच घर सोडून एकटीच निर्जन व निबिड अशा अरण्यांत चालती झाली. तें अरण्य स्थूणाकर्ण नांवाच्या एका समृद्ध यक्षानें राखिलें होतें व यामुळेंच त्या यक्षाच्या भयास्तव लोकांनीं त्या वनांत पाऊल टाकण्याचें वर्ज्ज केलें होतें. त्या वनामध्येंच स्थूणाकर्णाचा चुनेगच्ची वाडा होता, त्याला उंच उंच दरवाजे असून भोंवतीं तटबंदी होती. वाड्याचे आसपास खसाचा वास सुटला असे. दुर्योधना, अशा ह्या वाड्यांत शिरून ती बहुत दिवस अन्नावांचून शरीर सुकवीत राहिली. कांहीं दिवसांनीं स्थूणाकर्णाचें तिजकडे लक्ष गेलें व त्याला दया येऊन, 'हें तूं काय उद्देशानें आरंभिलें आहेस? तुझा काय मनोरथ आहे तो मला सांग. मी तो तत्काल पूर्ण करीन,' असें तो तिला म्हणाला. त्यावर शिखंडिनी त्याला पुन: पुन: म्हणाली कीं, 'माझी मनोरथसिद्धि आपले हातून होणें केवळ अशक्य आहे.' पण तो दर वेळीं तिला म्हणे कीं, 'तूं मला कळवावयाचा अवकाश, कीं मीं सिद्धि केलीच असें समज. तूं चमत्कार तर पहा. मी सामान्य पुरुष नव्हे;–धनपति कुबेराचा अनुचर आहें; आणि तुजवर मनापासून प्रसन्न आहें. यामुळें तुझें मागणें न देण्याजोगें असलें तरी मी देईन. तूं मागून तर पहा. तूं संकोच न धरितां मनांत असेल तें मला सांग.' याप्रमाणें यक्षानें आग्रह केल्यावरून शिखंडीनें त्या यक्षश्रेष्ठाला सर्व वृत्त सांगितलें. तें असें: "हे यक्षा, माझे पित्याला पुत्र नाहीं; यामुळें त्याचा लवकरच कुलक्षय होणार आहे. कारण, दाशार्णपति हिरण्यवर्णा त्यावर चाल करून येत आहे. तो मोठा बलाढ्य व उत्साहसंपन्न असल्यानें माझ्या पित्याचा त्याजपुढें टिकाव लागणार नाहीं. याकरितां माझ्या मातापित्यांचें रक्षण आपण करावें; व माझें दु:ख दूर करण्याचें ज्या अर्थीं आपण मला वचन दिलें आहे, त्या अर्थीं आपल्या प्रसादानें माझें हें स्त्रीत्व दूर होऊन मला पुरुषत्व येऊं द्या आणि ही कृपा तो हिरण्यवर्मा चाल करून येण्याचे पूर्वीं होऊं द्या. एवढीच प्रार्थना आहे."

अध्याय एकशें ब्याण्णवावा.

—:०:—

शिखंडीस पुरुषत्वप्राप्ति.

भीष्म सांगतात:—हे भरतश्रेष्ठा, शिखंडीची ती प्रार्थना ऐकून, तो दैवाच्या सपाट्यांत सांपडलेला यक्ष आपल्या मनाशीं विचार करून म्हणाला, 'हे कन्ये, तुझें हें म्हणणें कबूल केल्यापायीं मला दु:ख होणार आहे. तथापि, मी तुला वचन दिलें आहे त्याप्रमाणें तुझा मनोरथ मी पूर्ण करितों; मात्र त्या कामीं माझी एक अट आहे ती तूं कबूल कर. अट मिळून इतकीच कीं, माझें हें पुंस्त्व मी तुला कांहीं नियमित कालपर्यंतच देईन. यासाठीं, तो काल भरतांच तूं येथें परत येशील अशी येथें सत्याची शपथ घे. मी आकाशांत संचार करणारा, मन मानेल तिकडे जाणारा व नुसत्या संकल्पानें वाटेल ती गोष्ट सिद्ध करणारा असा समर्थ यक्ष आहें. तेव्हां अधिक खवदव न करितां, केवळ माझ्या कृपेनेंच तूं स्वनगराचें

व स्वकीयांचें रक्षण करूं शकशील. म्हणून तुझ्या कार्यकालापर्यंत तुझें हें स्त्रीत्व मी धारण करून माझें पुंस्त्व तुला देतों; परंतु कार्य होतांच अदलाबदलीसाठीं तूं येथें परत येशील अशी येथें प्रतिज्ञा करशील तर मी तुझें इष्ट करीन.'

शिखंडी म्हणतोः—हे भगवान्, हे सुव्रत, हे निशाचर, कार्य होतांच मी आपणांस पुंस्त्व परत देईन, यांत अंतर होणार नाहीं. याकरितां किंचित्काल माझें हें स्त्रीत्व आपण स्वीकारावें. दाशार्ण हिरण्यवर्मा माझ्या नगरास येऊन परत गेला म्हणजे मी पूर्ववत् कन्याच होईन; आपण पुरुष व्हा. (भीष्म म्हणतातः-) हे राजा, याप्रमाणें बोलून त्यांनीं परस्परांच्या शर्ती कबूल केल्या व एकमेकांचे जातिबोधक चिन्हांची अदलाबदल केली; स्थूणाकर्ण यक्षानें शिखंडीचें स्त्रीरूप घेतलें व शिखंडीला तें यक्षाचें पुरुषरूप प्राप्त झालें. नंतर आनंदानें उड्या मारीतच तो पांचाल शिखंडी स्वनगरास परतला व पित्याला भेटला. भेटींत त्यानें वनांत घडलेला सर्व वृत्तांत द्रुपदाला सांगितला. तो ऐकून द्रुपदाला पराकाष्ठेचा आनंद झाला. त्या काळीं त्याला आणि त्याचे स्त्रीला शंकराचे वचनाचें स्मरण झालें.

नंतर द्रुपदानें दाशार्णाकडे धाडून निरोप पाठविला कीं, 'माझा पुत्र शिखंडी हा आपण आळ घेतला आहे त्याप्रमाणें स्त्री नसून पुरापूर पुरुष आहे. आपण माझ्या बोलण्यावर विश्वास ठेवावा.' असा जोराचा निरोप ऐकतांच दाशार्ण खडबडून उठला व मनांत सचिंत होऊन द्रुपदाचे नगराकडे चालून गेला. तेथें गेल्यावर त्यानें चांगला ब्रह्मनिष्ठ ब्राह्मण पाहून त्याला सांगितलें कीं, तूं माझ्या आज्ञेनें त्या नृपाधम द्रुपदाकडे जा आणि त्याला माझा निरोप सांग कीं,' हे दुर्बुद्धे, मी आतां दुसरेंतिसरें कांहीं समजत नाहीं, आणि तुझ्या थापांवर विश्वास ठेवीत नाहीं. स्वतःचें कन्यासंतान असून तदर्थ माझी पोरगी तूं गुंतवलीस, ही जी तूं दांडगाई केलीस, तिचें फळ आजचे आजच तुझे दृष्टीस पडेल. संभाळून ऐस!'

याप्रमाणें निरोप दिल्यावर राजाज्ञेनें तो ब्राह्मण दूत कांपिल्य नगरांत जाऊन द्रुपदास भेटला. त्या वेळीं द्रुपदानें त्या पुरोहिताची अर्घ्यादि पूजा करून त्याला गाय दिली व त्याचा सत्कार करून त्याची व शिखंडीची भेट करून दिली. परंतु तो सत्कार, ती भेट वगैरे कांहींही धडपणें मनास न आणितां त्या ब्राह्मणानें शूर हिरण्यवर्म्याचा निरोप द्रुपदाला सांगितला. तो असाः "हे दुर्बुद्धे, हे अधमा, माझ्या कन्येची तूं जी वंचना केलीस, त्या पापाचें आतां फल भोग. आज उघड्या मैदानांत माझ्याशीं लढाई दे म्हणजे अमात्य, अपत्य, बांधव यांसह तुझा आज कांटाच उपटून टाकितों." हा निरोप पुरोहितानेंही द्रुपदाला अपमान वाटेल अशाच रीतीनें त्याच्या मंत्र्यांसमक्ष ऐकविला. तरीही द्रुपदानें नम्रतेनेंच उत्तर केलें कीं, 'हे ब्रह्मन्, व्याह्यांच्या सांगीवरून आपण मला जें ऐकविलें, त्याचें उत्तर माझा दूतच जाऊन कळवील' असें म्हणून द्रुपदानेंही एक चांगला पारायणी ब्राह्मण दूत म्हणून दाशार्णाकडे पाठविला. त्यानें दाशार्णाला द्रुपदाचा निरोप कळविला. तो येणेंप्रमाणें: माझा शिखंडी स्त्री आहे, हें आपणांस कोणीं तरी निवळ खोटें सांगितलें आहे; यावर आपण विश्वास ठेवूं नये. खऱ्याला मरण नाहीं. शिखंडी हा पुरुष आहे कीं नाहीं, याची आपण उघड उघड परीक्षाच करावी. त्याला आतां लपंडाव खेळत बसण्याचें कारण नाहीं!

द्रुपदाचा हा निरोप ऐकून हिरण्यवर्म्याला विचार उत्पन्न झाला; व शिखंडी स्त्री आहे कीं

पुरुष आहे ह्याचा अनुभव पहाण्यासाठीं त्यानें अत्यंत मनोहर रूपवती, वरारोहा व उन्मत्त-यौवना अशा निवडक निवडक स्त्रिया शिखंडी-कडे पाठविल्या. त्यांनीं शिखंडीकडे येऊन त्याचा अनुभव घेतला, तेव्हां त्या त्याचे संगतीं फार समाधान पावल्या. मग त्यांनीं परत जाऊन दाशार्णाला मोठ्या प्रेमानें कळविलें कीं, शिखंडी अशीतशी लेंच्यापेंच्यांतली असामी नसून मोठा जोरकस पुरुष आहे, असा आमचा अनुभव आहे ! त्या स्त्रियांनीं हिरण्यवर्म्याची अशी खातरी करितांच शिखंडीची परीक्षा त्याला पटली. नंतर त्यानें मोठ्या प्रसन्न मनानें व्याह्याची भेट घेऊन त्यासह कांहीं दिवस आनंदांत घालविले; आणि मोठ्या प्रेमानें शिखंडीला विपुल द्रव्य, गाई, घोडे, हत्ती व अनेक दासी अर्पण केल्या. मग द्रुपदानेंही त्याचा सत्कार केला, त्याचा त्यानें सादर स्वीकार केला; आणि तो घराकडे निघाला. निघतांना त्यानें आपले कन्येची तिच्या कृती-बद्दल फार निर्भर्त्सना केली. याप्रमाणें सास-ऱ्याच्या मनची मळमळ फिटून तो एकदांचा आनंदानें परत गेलासें पाहून शिखंडीलाही हर्ष झाला.

इकडे यक्षवनांत अशी गंमत झाली कीं, स्थूणाकर्णापासून पुंस्त्व मिळून शिखंडी कांपिल्य नगरीस आल्यावर थोड्याच दिवसांनीं यक्षराज कुबेर हा विमानांत बसून मुलूख फिरत फिरत त्या वनांतील स्थूणाकर्णाचे वाड्यासमीप आला. वाड्याचे वरचे बाजूला असतांनाच त्या धनाधिपाची त्या यक्षगृहावर नजर गेली तों तें विचित्र पुष्पमालादिकांनीं शृंगारलेलें असून अत्यंत मनोहर दिसलें. त्या गृहांत कुबेर शिरला, आणि पहातो तों सर्वत्र वाळ्याचे पडदे सोडले असल्यानें सुगंध चालला आहे; ठिक-ठिकाणीं मनोहर चांदवे, छतें ताणलीं आहेत; सर्व घर गुग्गुलादि सुगंधि द्रव्यांनीं धुपविलें असून त्यांत भक्ष्य, अन्न, पेय, मांस वगैरे दातांना आहुति देण्याचे (दातांनीं खाण्याचे) पदार्थांनीं तें भरलें आहे; त्या गृहावर ध्वजप-ताकादि उभविलीं आहेत; हिरे, रत्नें, सुवर्ण इत्यादिकांचे मालांनीं तें चौफेर शृंगारिलें असून, सडासंमार्जन घालून सुशोभित केलें आहे, व अनेकविध सुवासिक पुष्पांचे सुगंधानें भरून गेलें आहे.

असें तें रमणीय मंदिर पाहून कुबेर आपले अनुचरांस म्हणाला, " हे अतुलवीर्य यक्षहो, हें स्थूणाकर्णाचें घर इतक्या उत्कृष्ट रीतीनें शृंगा-रिलें आहे, त्या अर्थी तो घरांत आहे यांत शंका नाहीं. पण मी त्याचे घरीं आलों असून हा माझे स्वागतार्थ सामोरा नाहीं, हा प्रकार काय ? तो जर जाणूनबुजून माझा असा अवमान करीत आहे, तर त्याला चांगली खरमरीतच शिक्षा केली पाहिजे असें माझे मनांत आलें आहे. "

यावर यक्षांनीं कुबेरास कळविलें कीं, " हे महाराज, द्रुपद राजाला शिखंडिनी नांवाची कन्या झाली. तिनें कांहीं कारणापुरतें स्थूणा-कर्णाचें पुरुषत्व नेलें असून तिजपासून स्थूणा-कर्णानें तिचें स्त्रीत्व बदल घेतलें आहे; आणि बायको होऊन तो घरांत लपून बसला आहे व स्त्रीरूप प्राप्त झाल्यानें लाजून तो बाहेर तोंड दाखवीत नाहीं; आणि या कारणानेंच आपल्या सन्निधही तो आज येत नाहीं, असा प्रकार आहे. हें ऐकून आपणांस काय वाटेल तें करावें. "

तें ऐकून कुबेर पुनः पुनः म्हणाला, " ठीक आहे; विमान येथेंच उभे करा आणि त्या स्थूणाला तसाच बाहेर मजकडे घेऊन या. मला त्याला या मूर्खपणाबद्दल शिक्षा ठोठा-वली पाहिजे ! " कुबेराचे आज्ञेवरून अनुच-रांनीं स्थूणाला बोलबोलून तसाच कुबेराकडे

आणिला. परंतु, स्त्रीरूपामुळें लज्जित होऊन तो मोठ्या जुलुमानें व लाजत मुरकतच आला. त्याला पाहातांच कुबेरानें क्रुद्ध होऊन म्हटलें, ‘ हे गुह्यकहो, या पापात्म्याचें हें स्त्रीत्व असेंच कायम राहूं द्यावें हें बरें ! ’ इतकें म्हणून त्यानें स्थूणाकडे पाहून शाप उच्चारिला कीं, “ हे पापबुद्धे हे पापकर्मन्, ज्या पक्षीं आपल्या यक्षजातीचा अवमान करून शिखंडिनीला तूं आपलें पुंस्त्व देऊन तिचें स्त्रीत्व तूं घेतलेंस, म्हणजे, हे दुष्टबुद्धि आजपर्यंत कधीं कोणीं केलें नाहीं असलें अवचट कर्म तूं केलेंस व एक प्रकारें या यक्षजातीला लाज आणिलीस, त्या पक्षीं आजपासून तूं स्त्रीच रहा आणि शिखंडी पुरुषच राहील ! ” हा भयंकर शाप ऐकून बरोबरचे ते अनुचर गुह्यक चपापले व त्यांनीं पुनःपुनः स्थूणाचे वतीनें कुबेरापाशीं रदबदली केली कीं, ‘ महाराज, ही शिक्षा फार जबर होते. ही थोडी तरी हलकी करावी. ’ सर्वांनीं फारच जेव्हां आग्रह केला, तेव्हां कुबेर अनुचरांस म्हणाला, “ ठीक आहे; तुम्ही म्हणतांच तर मी आतां शापाची मर्यादा अशी करितों कीं, शिखंडी मरण पावला म्हणजे याचें पूर्वस्वरूप याला प्राप्त होईल. याकरितां या उदारबुद्धि यक्षानें उदास होऊं नये. ” यक्षपतीनें या प्रकारें दया करितांच त्याचे अनुचरांनीं त्याची फारच स्तुति केली. मग एका निमिषांत वाटेल तिकडे संचार करणाऱ्या त्या यक्षांसह तो तेथून निघून गेला.

शाप मिळाल्यावर स्थूण त्याच स्थळीं राहिला. इतक्यांत शिखंडी कृतकार्य होतांच आपले प्रतिज्ञेप्रमाणें त्वरित त्या यक्षाकडे आला व त्याजवळ येऊन म्हणाला, “ हे भगवन् , संकेताप्रमाणें मी आलों आहें. ” हें ऐकून स्थूण त्याला पुनःपुनः म्हणाला, “ तुझें खरेंपण पाहून मी फार संतुष्ट झालों आहें. तूं सरळवृत्तीचा दिसतोस, यासाठीं इकडे झालेला प्रकार तुला सांगतों. तूं गेल्यावर कुबेर येथें आला व त्यानें ‘ शिखंडी मेरे तों तुझें स्त्रीत्व कायम राहील ! ’ असा तुजनिमित्त मला शाप दिला. असो; त्यांत तुजकडे कांहीं बोल नाहीं. तूं येथून जावेंस व पश्चात् कुबेरानें येथें यावें, हे सर्व योगायोग ठरलेलेच म्हणावयाचे. कारण प्रारब्धाचे संकेत कोणालाही फिरवितां येत नाहींत, असें माझें मत आहे. आतां तूं खुशाल परत जा आणि यथेच्छ जगांत पुरुषपणानें वावर. ”

भीष्म सांगतातः—याप्रमाणें यक्षानें सांगतांच शिखंडीला अतोनात आनंद होऊन तो स्वनगरास परत आला. नंतर नानाविध पुष्पें, परिमलद्रव्यें व रत्नादि मूल्यवान् वस्तु यांच्या योगानें त्यानें देवता, ब्राह्मण, आयतनें व चव्हाटे पूजिले. आपला पुत्र शिखंडी कृतकृत्य झालासें पाहून द्रुपद राजाला इष्टमित्रबांधवांसह अत्यानंद झाला. नंतर, हे कुरुपुंगवा, पूर्वीं स्त्री असलेला आपला पुत्र शिखंडी त्यानें द्रोणांच्या स्वाधीन शिष्य म्हणून केला. तदनंतर तुम्हां कौरवपांडवांबरोबरच शिखंडी व पार्षत धृष्टद्युम्न यांस द्रोणांपासून चतुरंग धनुर्वेद प्राप्त झाला. हे दुर्योधना, लोकांला जे वेडे, खुळे, बहिरे, अंधळे म्हणून वाटणारे हेर मीं द्रुपदाचे टेहेळणीवर ठेविले होते, त्यांनीं ही कच्ची हकीकत मला कळविली म्हणून मला माहीत !

असो; राजा दुर्योधना, एतावता हा द्रुपदात्मज महारथी शिखंडी जन्मतः स्त्री व पश्चात् पुरुष अशा प्रकारचा आहे. म्हणजे काशिपतीची ज्येष्ठ कन्या जी अंबा, तीच द्रुपदाचे कुलांत शिखंडी रूपानें जन्मली आहे. यामुळें हा शिखंडी संग्रामांत हातीं धनुष्य

घेऊन मजबरोबर लढूं आला असतां मी क्षणभर देखील त्याजकडे नजर देणार नाहीं, आणि त्यावर प्रहार तर करणारच नाहीं. कारण स्त्रीवर, पूर्वीं स्त्री असलेल्या पुरुषावर किंवा स्त्रीनामधारी अथवा स्त्रीवेषधारी पुरुषावरही हा भीष्म म्हणून बाण सोडावयाचा नाहीं, असा पृथ्वीभर डंका वाजलेला आहे. यास्तव, हे कुरुनंदना, कांहीं होवो, या शिखंडीला मिळून मी युद्धांत मारणार नाहीं व माझें व्रत मी मोडणार नाहीं. दुनियेला जरी कदाचित् शिखंडीचें जन्मवृत्त माहीत नसलें, तरी मी तें खरें खरें जाणीत आहें; व यामुळें, तो जरी जीव तोडून मजवर धांवला तरी मी त्याला युद्धांत हाणणार नाहीं, हा सिद्धांत! ज्यां भीष्मानें स्त्रीवध केला असतां माझी संतमंडळांत ढवढव होईल, ती मला पसंत नाहीं. याकरितां, तुला वेळींच स्पष्ट सांगतों कीं, शिखंडी समरांत जरी माझे सन्मुख उभा असला, तरी त्यावर मी प्रहार करणार नाहीं!

वैशंपायन सांगतातः—याप्रमाणें जेव्हां भीष्मांनीं उत्तर केलें, तेव्हां कौरव्य दुर्योधन थोडासा चपापला. परंतु क्षणभर मनाशीं विचार केल्यावर त्याचे मनानें घेतलें कीं, भीष्मासारख्यांनीं असें वागणें हें त्यांच्या सत्यनिष्ठेला अनुरूपच आहे.

अध्याय एकशें त्र्याण्णवावा.

—:०:—

भीष्मादिकांचें सामर्थ्य.

संजय म्हणतोः—हे धृतराष्ट्रा, ती रात्र उजाडतांच तुझ्या पुत्रानें सर्व सैन्यासमक्ष पुनरपि भीष्मांस प्रश्न केला कीं, 'हे गंगानंदना, पांडवेय युधिष्ठिराचें हें सैन्य युद्धार्थ बाहेर पडलें आहे. असंख्य हत्ती, अश्व, पदाति, महारथी यांनीं हें समाकुल असून केवळ लोकपालांप्रमाणें महाबलाढ्य व महाधनुर्धर असा धृष्टद्युम्नभीमअर्जुनप्रभृति वीरांनीं परिरक्षित आहे. हें एखाद्या समुद्राप्रमाणें उसळलें असून यावर चाल करून जाणें किंवा याचें निवारण करणें ही शक्य नाहीं. फार काय, हा सेनासमुद्र संग्रामांत देवांच्यानेंही ढवळला जाणार नाहीं, असा विस्तीर्ण व भयंकर आहे. असो; आतां माझा प्रश्न इतकाच कीं, असला हा विशाल सेनासमुद्र—महातेजस्वी आपण, महाधनुर्धर द्रोण गुरु, महाबल कृप, समरश्लाघी कर्ण किंवा ब्राह्मणश्रेष्ठ अश्वत्थामा यांपैकीं एकएकटे किती वेळांत आटवाल? माझ्या सैन्यापैकीं आपण पांचहीजण दिव्यास्त्रकोविद आहां. यास्तव आपणा एकेकाचें अवसान किती चालेल तें ऐकून घेण्याविषयीं माझे मनास सदा उत्कंठा लागून राहिली आहे. कृपा करून आपण एवढी दूर करावी.'

भीष्म म्हणतातः—हे पृथ्वीपते, युद्धारंभापूर्वीं शत्रूचे बलाबलाची तूं चौकशी करीत आहेस हें तूं उचितच करीत आहेस. हे महाभुज कौरवा, युद्धप्रसंगीं शस्त्रबलानें तशीच बाहुबलानें मी किती मोठी कामगिरी करूं शकेन तें तूं ऐक. तत्पूर्वीं माझ्या युद्धपद्धतीचें तुला एक धोरण सांगतों कीं, मी सरळाशीं सरळ रीतीनें व मायावीशीं मायावीपणानें युद्ध करीन. कारण, संग्रामशास्त्रांतील हा एक न्यायच आहे व तो मी पाळीत असतों. असो; आतां माझ्या पराक्रमाचा अजमास तुला सांगतों. युद्ध सुरू झाल्या दिवसापासून मी प्रत्यहीं माझें स्नानसंध्यादिक नित्याचें आह्निककर्म उरकलें म्हणजे हातांत शस्त्र घेईन आणि पांडवसेनेपैकीं दहा हजार योद्धे व एक हजार रथी एवढा माझा रोजचा वांटा कल्पून संध्याकाळपर्यंत तेवढा फस्त करीत जाईन. युद्धाचें काम मी मोठ्या नेटानें व सदा सज्ज राहून करीन आणि शत्रु-

सेनेचा क्षय आतां सांगितल्या हिशेबानें जितका काळ होईल तेवढ्या काळांत करीन. हा साधा हिशोब झाला. आतां, मी जर रणांत उभा राहून शतसहस्र वीरांचा एकदम नाश करणारीं अशीं उंची उंची अस्त्रें योजिलीं, तर ह्या सर्व प्रचंड सैन्याची एक महिन्यांतच रांगोळी करीन.

संजय म्हणतोः—हे धृतराष्ट्रा, भीष्मांचें हें म्हणणें ऐकून घेऊन, अंगिरस्कुलमणि द्रोणाचार्य यांस दुर्योधनानें तोच प्रश्न केला. त्यावर द्रोणांनीं हंसतच उत्तर केलें कीं, " हे महाबाहो, मी आतां अगदीं म्हातारा जख्ख झालों आहें आणि माझी शक्ति व हालचाल हीं मंदावलीं आहेत. यामुळें, मी होईल तों उज्ज्वल अस्त्रें सोडीन तर भीष्मांप्रमाणें एक महिन्यांत शत्रुसैन्य खलास करीन असें मला वाटतें. हीच माझे शक्तीची पराकाष्ठा--माझें परमावधीचें बल होय. " कृपाचार्यांनीं हें कृत्य करण्यास आपणास दोन महिने लागतील, असें सांगितलें. अश्वत्थाम्यानें दहा दिवसांत सैन्याचा फडशा पाडण्याची प्रतिज्ञा केली ! आणि महास्त्रकुशल कर्णानें तर पांचच दिवसांत तें काम आपण करूं अशी प्रतिज्ञा भोगली. सूतपुत्राची ती प्रतिज्ञा ऐकून भीष्म खदखदां हंसले, व म्हणाले, ' हे राधापुत्रा, शंख, बाण व धनुष्य घेऊन कृष्णासह अर्जुनाची जों रणांत गांठ पडली नाहीं तोंपर्यंतच ह्या फुशारक्या मारून घे किंवा आणखीही मन मानेल तशी बडबड कर. त्यांची गांठ पडली म्हणजे ही सर्व वटवट जागचे जागींच जिरेल, हें तुला सांगून ठेवतों. '

अध्याय एकशें चौऱ्याण्णवावा.

—:o:—

अर्जुनाचें सामर्थ्यकथन.

वैशंपायन सांगतातः—दुर्योधनाकडील ही बातमी हेरांनीं युधिष्ठिराचे कानीं घालतांच त्यानें आपल्या सर्व बंधूंना एकांतांत बोलावून म्हटलें, " हे भ्रातेहो, दुर्योधनाचे सैन्यांत जे माझे हेर फिरत होते, त्यांनीं तिकडील गेल्या रात्रीची मला अशी बातमी दिली कीं, दुर्योधनानें ' आपण हें सर्व पांडवसैन्य किती कालांत नाहींसें कराल ? ' म्हणून महाव्रत भीष्मांना प्रश्न केला असतां " एक महिन्यांत " म्हणून त्यांनीं उत्तर दिलें. द्रोण गुरूंनीं तेवढीच मुदत सांगितली; आणि कृपाचार्यांनीं याचे दुप्पट म्हणजे ' दोन महिने ' सांगितल्याचें ऐकतों. महास्त्रवेत्त्या अश्वत्थाम्यानें ' दहा रात्रींची ' व दिव्यास्त्रकोविद कर्णानें तर ' पांच रात्रींचीच ' सर्वांसमक्ष प्रतिज्ञा भोगिली आहे. यास्तव, हे अर्जुना, तूं शत्रुसैन्याचा किती कालांत क्षय करशील हें मलाही तुझे तोंडून ऐकावयाचें आहे. '

यावर जितमोह अर्जुनानें श्रीकृष्णाकडे पाहून उत्तर केलें, ' हे महाराज, कौरवांकडील हे पांचहीजण मोठे चित्रयोधी व अस्त्रनिपुण आहेत. हे म्हणतात त्या त्या मुदतींत आपल्या सैन्याचा नाश करतील यांत संशय नाहीं. परंतु, यामुळें आपल्या चित्तास मुळींच क्लेश वाटण्याचें कारण नाहीं. मी आपणास सत्य सत्य सांगतों कीं, कृष्णाचें जर मला साह्य आहे, तर केवळ एक रथाच्याच योगानें मी देवांसह या त्रैलोक्यांतील भूत, भविष्य व वर्तमान स्थावरजंगमात्मक सर्व भूतांचा एका निमिषांत देखील क्षय करूं शकेन अशी माझी खातरी आहे. किरात-द्वंद्वयुद्धांत पशुपति शंकरानें प्रसन्न होऊन मला जें घोर पाशुपत अस्त्र दिलें तें मजजवळ सिद्ध आहे. हे पुरुषश्रेष्ठा, हें अस्त्र असलें तसलें नव्हे; जगत्संहारकालीं पशुपति रुद्र अखिल प्राण्यांचा संहार करण्यासाठीं या अस्त्राचा प्रयोग करीत असतो. ह्या अस्त्राची माहिती भीष्मांना नाहीं, द्रोणांना

नाहीं, न कृपाला, न अश्वत्थाम्याला ! मग त्या सूतपुत्र कर्णाचें तर नांवच नको घ्यावयाला! असलें अमोल अस्त्र मजजवळ आहे, तथापि असल्या अस्त्रांनीं रणांत सामान्य जनांशीं लढणें योग्य नसल्यानें आम्ही सरळ साधे आयुधांनींच शत्रूंना जिंकूं. असो; ही माझी गोष्ट झाली. पण मजशिवाय तुझे जे हे इतर साह्यकर्ते आहेत, तेही सर्व मोठे शूर, दिव्यास्त्रकोविद व युद्धोत्सुक असून धनुर्वेदांत निष्णात व केवळ अजिंक्य असे आहेत. हे धर्मराजा, हे रणांत देवसेनेला देखील फस्त करतील. हे ते कोण म्हणशील तर ऐक. शिखंडी, युयुधान, पार्षत धृष्टद्युम्न, भीमसेन, नकुलसहदेव, युधामन्यु, उत्तमौजा, विराट-द्रुपद ही जोडी-ही आपले-कडील भीष्मद्रोणांचीच जोडी समजा-पराक्रमी शंख, बलाढ्य घटोत्कच व त्याचा महापराक्रमी पुत्र अंजनपर्वा; युद्धनिपुण, महापराक्रमी व आपला पूर्ण साह्यकर्ता सात्यकि, बलवान् अभिमन्यु व द्रौपदीचे पांच पुत्र व सर्वांचे अग्रस्थानीं त्रैलोक्यसंहाराविषयींही समर्थ असे आपण. असें म्हणण्याचें कारण, हे महाराजा, आपले पराक्रमाविषयीं माझी तरी अशी खातरी आहे कीं, आपण केवल प्रति इंद्र आहां, व रागानें ज्या कोणाकडे पाहाल त्याचें जागचे जागीं भस्म होईल !'

अध्याय एकशें पंचाणवावा.

--:०:--

कौरवसेनेचें निर्याण.

वैशंपायन सांगतात:—नंतर लखलखीत उजाडल्यावर, राजा दुर्योधनाचे आज्ञेवरून तत्पक्षीय राजे पांडवांवर चाल करण्याकरितां तयार झाले. सर्वांनीं स्नान करून, शुचिर्भूत होऊन पुष्पमाला व शुभ्र वस्त्रें धारण केलीं होतीं; व स्वस्तिवाचनें करून आणि अग्नींत होम देऊन हातांत शस्त्रें व निशाणें घेऊन ते तयार झाले होते. ते सर्वच शूर, ब्रह्मनिष्ठ, सदाचारसंपन्न, संग्रामकुशल व दुर्योधनाचे हेतूप्रमाणें चालणारे होते. ते मोठे बलाढ्य असून युद्धांत शत्रूंना जिंकण्याविषयीं उत्कंठित झालेले, लक्षपूर्वक युद्ध करणारे व परस्परांचे विश्वासांतले होते. अवंतींतील विंद व अनुविंद व बाल्हीकांसह कैकेय हे सर्व द्रोणांना पुढें करून निघाले. अश्वत्थामा, जयद्रथ, दाक्षिणात्य व प्रतीच्य, पर्वतांतील राजे, गांधारराज शकुनि, पूर्व व उत्तर दिशांचे सर्व राजे, शक, किरात, यवन, शिबि व वसाति हे सर्व महारथ आपापल्या सेनेसह भीष्मांभोंवतीं जमून त्यांसह एक दुसरी टोळी करून निघाले. ससैन्य कृतवर्मा, महारथ त्रिगर्त, शल शल्य, भूरिश्रवा, कोसलाधिप बृहद्रथ व दुर्योधनप्रमुख सर्व धार्तराष्ट्र बंधु यांचा एक तिसरा कंपू निघाला. मग सर्वही मैदानांत एके ठिकाणीं मिळाल्यावर धृतराष्ट्रपुत्र हे ज्याच्या त्याच्या योग्यतेप्रमाणें सर्वांना भेटून, चिलखतें चढवून व सज्ज होऊन कुरुक्षेत्राच्या पश्चिमार्धांत उभे राहिले.

हे जनमेजया, दुर्योधनानें त्या स्थलीं आपणाकरितां जी छावणी तयार करविली होती, ती इतकी सुंदर होती कीं, नेहमीं हस्तिनापुरांत राहाणाऱ्या कुशल परीक्षकांना देखील हें दुसरें हस्तिनापुर नव्हे असे म्हणण्याची सोय नव्हती. इतर राजांकरितांही त्यानें त्याच नमुन्याचीं व दुष्प्रवेश्य अशीं अनेक शिबिरें तयार करविलीं. हे राजा, ह्या एकंदर शिबिरांनीं पांच योजनेंपर्यंत कुरुक्षेत्राची वर्तुलाकार जागा व्यापिली होती, व एकेका छावणींत किती तरी तुकड्यांचा समावेश झाला होता. त्या शिबिरांत उत्तमोत्तम भक्ष्यभोज्यादि सर्व सामग्री सिद्ध असून ती सुरक्षित होती. अशा त्या समृद्ध शिबिरांतून, त्या राजांनीं , आपापल्या

रुचीला अनुकूल व आपल्या परिवाराला पुरत अशीं पाहून तळ दिला. दुर्योधनानें ते सर्वही राजे, त्यांचे सैनिक, पहारेकरी, अश्वसेवक, गजसेवक, त्याचप्रमाणें तेथील सर्व शिल्पी, सूत, मागध, बंदी, वाणी, गणिका, दूत व प्रेक्षक मंडळी या सर्वांचे पोटापाण्याची व्यवस्था स्वतःचे देखरेखीखालीं करवून त्या सर्वांचा रीतीप्रमाणें परामर्श घेतला.

अध्याय एकशें शाण्णवावा.

—:०:—

पांडवसेनानिर्याण.

वैशंपायन सांगतातः—हे जनमेजया, इकडे युधिष्ठिर धर्मानेंही धृष्टद्युम्नप्रभृति वीरांस युद्धार्थ बाहेर पडण्याविषयीं आज्ञा दिली. चेदि, काशि व करूषक या देशांतील सेनांचा नायक दृढविक्रम व शत्रुघातक धृष्टकेतु यालाही सूचना केली. त्याप्रमाणेंच विराट द्रुपद, युयुधान, शिखंडी, महाधनुर्धर युधामन्यु व उत्तमौजा यांसही विनंती केली. युधिष्ठिराचे सूचनेबरोबर ते सर्व वीर चित्रविचित्र कवचें व देदीप्यमान कुंडलें घालून वीरश्रीनें युक्त होत्साते उभे राहिले असतां, घृत घालून प्रज्वलित केलेले वेदींवरील अग्निच काय अथवा आकाशांतील उज्ज्वल ग्रहच काय, असे शोभूं लागले. सर्व सैनिक तयार झालेसे पाहून युधिष्ठिरानें सर्वांचा योग्यतेनुरूप सन्मान करून सर्वांस निघण्याची शेवटली आज्ञा दिली आणि सर्व सैनिक, राजे, बाहेरचे पहारेकरी, हत्ती व घोडे यांवरील नोकर व कारागीर लोक यांस उत्कृष्ट भक्ष्य, भोज्य वगैरे मिळण्याविषयीं सेवकांना आज्ञा केली.

नंतर द्रौपदीचे पांचही पुत्र, थोराड शरीराचा अभिमन्यु या सर्वांस धृष्टद्युम्नाला झोरक्या करून लावून दिलें. भीम, युयुधान धनंजय वगैरेंची दुसरी टोळी करून पाठविली. हे राजा, ते पांडववीर युद्धोत्सुक होऊन जेव्हां अंगावर आपला साज चढवूं लागले, हर्षानें इकडे तिकडे फिरूं लागले, व लगबगीनें इतस्ततः धांवूं लागले, त्या वेळीं जो कोलाहल उसळला तो थेट नभोमंडलालाच जाऊन थडकला. मग उरलेसुरले राजे व विराट आणि द्रुपद यांस बरोबर घेऊन धर्मराजा स्वतः बाहेर पडला. एकसारखे एक धनुर्धर जिच्यांत हिंडत आहेत अशी ती धृष्टद्युम्नाचे हाताखालील सेना कूच करूं लागली, त्या वेळीं सारखी दुथड भरून चाललेली गंगाचशी ती भासली. दुर्योधनानें, युधिष्ठिरानें सैन्याची रचना कसकशी केली आहे, ही बातमी काढलेली होती. ती त्याची माहिती खोटी पाडण्याकरितां युधिष्ठिरानें पहिली व्यवस्था मोडून पुनः नवीन योजना केली. ती अशीः महाधनुर्धर अभिमन्यु द्रौपदीचे पुत्र, नकुल, सहदेव, सर्व प्रभद्रक, दशसहस्र अश्व, दोन हजार गज, दहा हजार पायदळ, पांचशें रथी इतक्या निवडक वीरांची टोळी करून ती भीष्माचे हाताखालीं दिली. विराट, जयत्सेन, गदा व धनुष्य धारण करणारे महारथी युधामन्यू व उत्तमौजा यांची एक मध्यम टोळी केली. या टोळींतूनच कृष्णार्जुन हे फिरत होते व ते सर्वांना प्रोत्साहन देत असल्यानें सैन्यांतील सर्व लोकांना वीरश्री चढून प्रहार करण्याविषयीं ते अगदीं उद्युक्त झाले होते. या टोळीबरोबर, वर शूर पुरुष चढलेले असे वीस हजार अश्व, पांच हजार गज, आणि सर्वभर व्यापून रथसमुदाय चालले होते, व त्याशिवाय हातांत गदा, खड्गें, धनुष्यें घेऊन हजारों शूर योद्धे तिच्या अघाडीला तसेच पिछाडीलाही चालले होते.

१मूळांत ‘ अभिमन्युं बृहंतं च ’ असा पाठ आहे. अर्थ धिप्पाड अभिमन्यु असाही होतो व अभिमन्यु आणि ‘ बृहंत’ नामक राजा असाही शक्य आहे.

राजा युधिष्ठिर जातीनें ज्या टोळींत होता, ती समुद्राप्रमाणें अफाट असून ठिकठिकाणचे राजे राजे तेवढे त्याच तुकडींत होते. शिवाय हजारों हत्ती, दहा दहा हजार अश्वांचे समुदाय, सहस्त्रावधि रथ तसेच पदातिही समागमें होते. प्रचंड सैन्यासह चेकितान व चेदिसेनांचा नायक धृष्टकेतु हेही याच टोळीबरोबर होते. वृष्णिवीर महारथी धनुर्धर सात्यकि एक लक्ष रथ्यांना बरोबर घेऊन शिपायांना हुकूम फर्मावीत चालला होता. ब्रह्मदेव व क्षत्रदेव या नांवांचे श्रेष्ठ वीर सैन्याची पिछाडी संभाळून चालले होते. सामानाचे खटारे, व्यापारी, वेश्या, रथादि यानें सर्व प्रकारचीं वाहनें, हजारों हत्ती, अयुतावधि घोडे, स्त्रिया, कृश, पंगु वगैरे युद्धाला निरुपयोगी अशी फालतू मंडळी, द्रव्यकोश, धान्यकोश इत्यादि सामान हत्तींवर लादून सर्व लटांबरासह युधिष्ठिराची स्वारी हळूहळू चालली होती. खऱ्या धैर्याचा व युद्धाविषयीं हुटहुटलेला सौचित्ति, श्रेणिमान् व समर्थ काश्यपुत्त वसुदान हेही मागोमाग चालले होते. वीस हजार रथ व त्यांचे बरोबरचीं माणसें; किणिकिणि आवाज करणाऱ्या अलंकारांनीं युक्त असे दहा कोट अश्व; मोठे झुंजार, मेघांप्रमाणें भव्य व गतिमान्, अस्सल जातिवंत व नांगरांप्रमाणें लांब दांतांचे असे वीस हजार मदमत्त गज; व यांशिवाय असे तसे सत्तर हजार गज---इतकी सेना संग्रामांत युधिष्ठिराबरोबर होती. गंडस्थळांतून मदस्राव होत असल्यानें वृष्टि करणारे मेघच, अथवा ज्यांवरून ओढे वाहात आहेत असे चालते पर्वतच कीं काय असे दिसणारे ते हत्ती युधिष्ठिराचे मागून चालले होते.

याप्रमाणें त्या बुद्धिमान् कुंतीपुत्र युधिष्ठिराचें मुख्य सैन्य होतें व याच्याच बळावर युधिष्ठिरानें दुर्योधनाशीं टक्कर दिली. याशिवाय इतरही सैनिक हजार-हजारांच्या, दहा दहा हजारांच्या टोळ्या करून आनंदानें पाठोपाठ चालले होते व हर्षभरानें एकाच वेळीं हजारों दुंदुभि व अयुतावधि शंख फुंकीत होते.

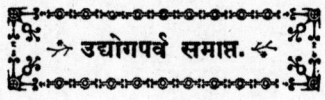

उद्योगपर्व समाप्त.

RAJANI PHANSALKAR

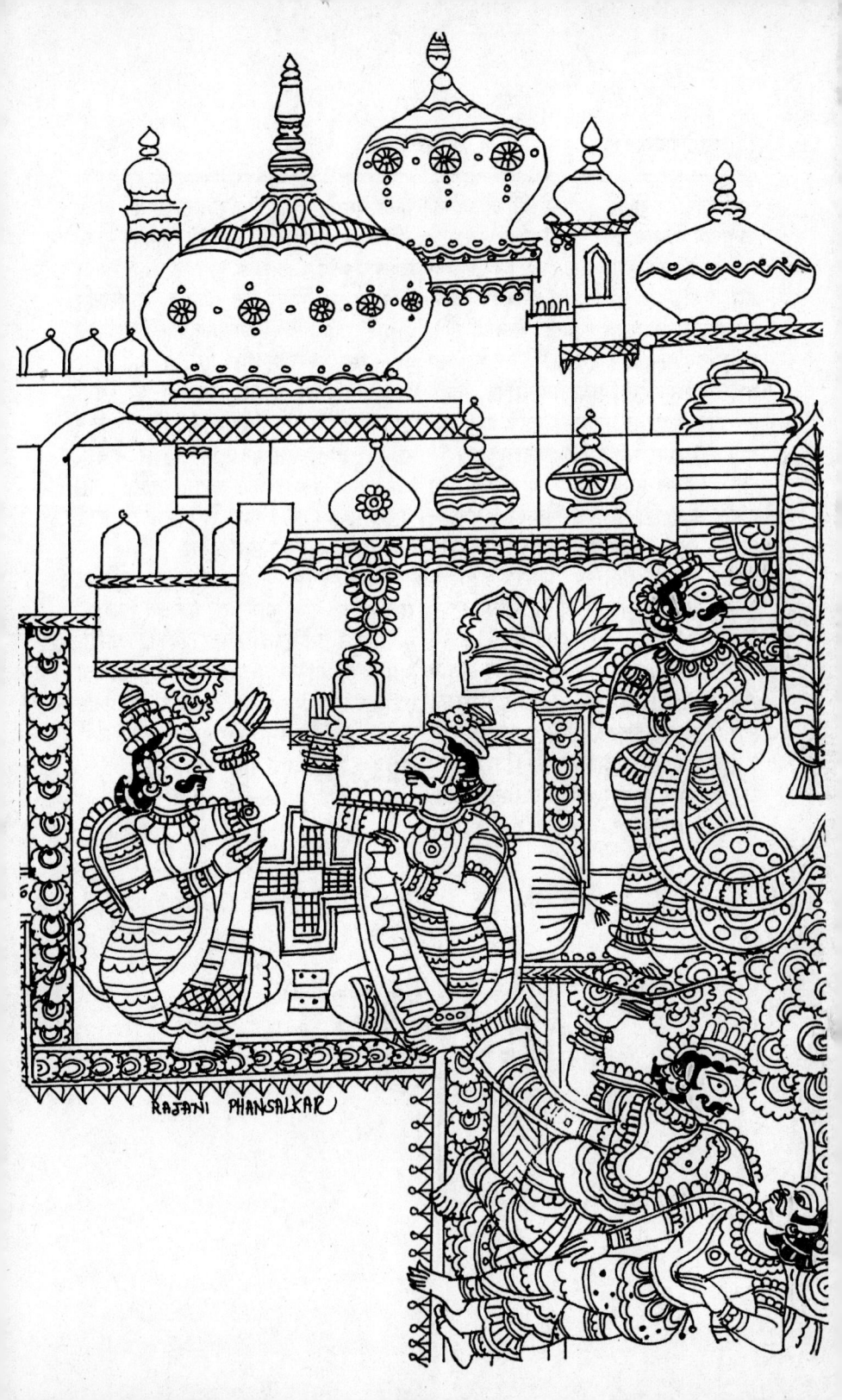